AF762430

INSIGHT PUBLICA

INSIGHT PUBLICA®
Nadakkavu, Kozhikode, Kerala
www.insightpublica.com
e-mail: insightpublica@gmail.com
Bharatheeya Chinthayum Fascisavum
M.N. Roy
(Malayalam)
Translation : M.V. Haridasan
First Edition : March 2018
Second Edition: November 2021
Copyright©Reserved
All rights reserved. No part of this publication may be reproduced,
stored in a retrieval system, or transmitted, in any form, or by any means,
electronic, mechanical, photocopying, recording or otherwise,
without the prior permission of the publisher.
ISBN 978-93-87398-02-3

ഭാരതീയ ചിന്തയും ഫാസിസവും

എം. എൻ. റോയ്

വിവർത്തനം : എം. വി. ഹരിദാസൻ

INSIGHT PUBLICA

ബംഗാളിലെ 24 പർഗാനാസ് ജില്ലയിലെ അർബേലിയ ഗ്രാമത്തിലെ ഒരു പുരാതന വൈദിക ബ്രാഹ്മണ കുടുംബത്തിൽ 1887-ൽ ജനനം. ഒരു തീവ്രദേശീയവാദിയായി ആരംഭിച്ച പൊതുപ്രവർത്തനം കമ്മ്യൂണിസത്തിലൂടെ റാഡിക്കൽ ഹ്യൂമനിസത്തിൽ പര്യവസാനിച്ചു. ഇന്ത്യൻ മെക്സിക്കോയിലെയും കമ്മ്യൂണിസ്റ്റ് പാർട്ടികളുടെ സ്ഥാപകൻ. മീററ്റ്, കാൺപൂർ കമ്മ്യൂണിസ്റ്റ് ഗൂഢാലോചനക്കേസ്സുകളിൽ ശിക്ഷിക്കപ്പെട്ട് ആറു വർഷം തടവിലായിരുന്നു. കമ്മ്യൂണിസ്റ്റ് ഇന്റർനാഷണലിന്റെ ഉന്നതസമിതികളിൽ അംഗമായിരുന്നു. കമ്മ്യൂണിസത്തെക്കുറിച്ചുള്ള പുനർവിചിന്തനം വ്യക്തിസ്വാതന്ത്ര്യത്തിനു പ്രാധാന്യം നൽകുന്ന റാഡിക്കൽ ഹ്യൂമനിസം എന്ന ദർശനം ആവിഷ്കരിക്കുന്നതിലേക്ക് നയിച്ചു. യുക്തി-കാൽപ്പനികത-വിപ്ലവം, ശാസ്ത്രവും ദർശനവും, ഭൗതികവാദം, ഇന്ത്യയുടെ സന്ദേശം, കമ്മ്യൂണിസത്തിൽ നിന്ന് മുന്നോട്ട്, ന്യൂ ഹ്യൂമനിസം, ഇസ്ലാമിന്റെ ചരിത്രപരമായ പങ്ക് എന്നിവ അദ്ദേഹത്തിന്റെ പ്രധാന കൃതികളിൽ ചിലതാണ്. 1954-ൽ ഡെറാഡൂണിൽ അന്തരിച്ചു.

എം.എൻ.റോയ്

ഉള്ളടക്കം

എം.എൻ. റോയിയുടെ ജീവിതവും ഫാസിസവും

ഇരുപതാംനൂറ്റാണ്ടിലെ ഇന്ത്യൻ ചിന്തകൻമാരിലും വിപ്ലവകാരികളിലും പ്രമുഖനാണ് എം.എൻ.റോയ് എന്ന മാനവേന്ദ്രനാഥ് റോയ്. 1887-ൽ പശ്ചിമബംഗാളിലെ 24 പർഗാനാസ് ജില്ലയിൽപ്പെട്ട അർബേലിയ ഗ്രാമത്തിലാണ് അദ്ദേഹത്തിന്റെ ജനനം. അച്ഛൻ ഒരു പുരാതന വൈദിക ബ്രാഹ്മണ കുടുംബാംഗവും ക്ഷേപുടേശ്വരി ക്ഷേത്രത്തിലെ തന്ത്രിയും പ്രാദേശിക സംസ്കൃത വിദ്യാലയത്തിലെ പ്രധാന അദ്ധ്യാപകനുമായിരുന്ന ദീനബന്ധു ഭട്ടാചാര്യ; അമ്മ വസന്തകുമാരി. റോയിക്ക് മാതാപിതാക്കൻമാർ ഇട്ട പേര് നരേന്ദ്രനാഥ് ഭട്ടാചാര്യ എന്നായിരുന്നു.

അർബേലിയയിലെ ജ്ഞാനവികാസിനി വിദ്യാലയത്തിലായിരുന്നു പ്രാഥമിക വിദ്യാഭ്യാസം. പിന്നീട് കൊഡാലിയയിലെ ഹരിണബി ആംഗ്ലോ-സംസ്കൃത വിദ്യാലയത്തിലും ബംഗാൾ ടെക്നിക്കൽ ഇൻസ്റ്റിറ്റ്യൂട്ടിലും വിദ്യാഭ്യാസം തുടർന്നു. വളരെ ചെറുപ്പത്തിൽത്തന്നെ നരേന്ദ്രനിൽ രാഷ്ട്രീയാഭിമുഖ്യം വളർന്നുവന്നിരുന്നു. 1905-ൽ കഴ്സൻ പ്രഭു ബംഗാളിനെ വിഭജിച്ചത് നരേന്ദ്രനെ അരവിന്ദഘോഷിന്റെയും ബറിൻഘോഷിന്റെയും നേതൃത്വത്തിൽ പ്രവർത്തിച്ചിരുന്ന അനുശീലൻ സമിതിയെന്ന രഹസ്യസ്വഭാവമുള്ള വിപ്ലവസംഘടനയിലേയ്ക്ക് ആകർഷിച്ചു. സായുധ വിപ്ലവത്തിലൂടെ ഇന്ത്യയിലെ ബ്രിട്ടീഷ് ആധിപത്യം അവസാനിപ്പിക്കുകയായിരുന്നു ആ സംഘടനയുടെ ലക്ഷ്യം. ഈ പ്രവർത്തനങ്ങളുടെ ഭാഗമായി, ചംഗ്രിപൊട്ട റെയിൽവേസ്റ്റേഷൻ കൂട്ടായ്മകവർച്ചാക്കേസിലും ഹൗറാ ഗൂഢാലോചനാക്കേസിലും നരേന്ദ്രൻ അറസ്റ്റുചെയ്യപ്പെട്ടിരുന്നു.

ബംഗാളിലെ വിപ്ലവപ്രസ്ഥാനം 1911-ൽ ജതീന്ദ്രനാഥ് മുഖർജി

(1879-1915)യുടെ നേതൃത്വത്തിൽ പുന:സംഘടിപ്പിക്കപ്പെട്ടു. ജതിൻ മുഖർജിയുടെ വലംകൈ ആയിരുന്നു നരേന്ദ്രൻ. ജതിൻ മുഖർജി ബ്രിട്ടീഷ് പോലീസുമായുണ്ടായ ഒരേറ്റുമുട്ടലിൽ കൊല്ലപ്പെടുകയാണുണ്ടായത്. വിപ്ലവ പ്രവർത്തനത്തിന്റെ ഭാഗമായി നടത്തിയ ആയുധക്കവർച്ചകളിലും പണം കൊള്ളയടിയിലും നരേന്ദ്രൻ പങ്കാളിയായിരുന്നു. 1915-ൽ കൽക്കത്താ നഗരത്തിലെ ഗാർഡൻ റീച്ചിലെ ബേർഡ് ആന്റ് കമ്പനിയിൽനിന്ന് കൊള്ള നടത്തിയത് ഇന്ത്യൻ വിപ്ലവ പ്രസ്ഥാനത്തിലെ ഒരു പ്രധാന സംഭവമാണ്.

1915-ൽ നരേന്ദ്രൻ ആയുധങ്ങൾ നേടുന്നതിന് ജർമ്മൻകാരുമായി ഉടമ്പടിയുണ്ടാക്കുന്നതിന് ചാൾസ് എ.മാർട്ടിൻ എന്ന കള്ളപ്പേരിൽ ബട്ടാവിയ (ജക്കാർത്ത)യിലേയ്ക്കുപോയി. ജർമ്മനിയിലേയ്ക്കുള്ള മാർഗ്ഗമദ്ധ്യേ ചൈന, ജപ്പാൻ, വിദൂരപൂർവ്വദേശങ്ങൾ എന്നിവിടങ്ങളിലും അദ്ദേഹം പോവുകയുണ്ടായി. എന്നാൽ ആയുധങ്ങൾ നേടുക എന്ന ലക്ഷ്യം കൈവരിക്കാൻ കഴിഞ്ഞില്ല. 1916-ൽ അദ്ദേഹം സാൻഫ്രാൻസിസ്കോവിൽ എത്തിച്ചേർന്നു. പിറ്റേന്ന് അവിടുത്തെ പ്രഭാതപത്രങ്ങൾ 'അപകടകാരിയായ ബ്രാഹ്മണവിപ്ലവകാരി അഥവാ ജർമ്മൻ ചാരൻ' എന്ന തലക്കെട്ടിൽ ആ വാർത്ത പ്രസിദ്ധപ്പെടുത്തി. ഇത് തന്റെ പ്രവർത്തനങ്ങൾക്ക് തടസ്സമുണ്ടാക്കുമെന്ന് മനസ്സിലാക്കിയ നരേന്ദ്രൻ അവിടെനിന്ന് സ്റ്റാൻഫോർഡ് സർവ്വകലാശാലയുടെ ആസ്ഥാനമായ പാവോ ആൾട്ടോവിലേക്കുപോയി. അവിടവെച്ചാണ് നരേന്ദ്രനാഥ് ഭട്ടാചാര്യ മാനവേന്ദ്രനാഥ് റോയ് എന്ന പേര് സ്വീകരിക്കുന്നത്. ഈ പേരുമാറ്റം അധികാരികളുടെ കണ്ണിൽനിന്ന് രക്ഷപ്പെടാനുള്ള തന്ത്രം മാത്രമായിരുന്നില്ല; ഒരു പുതിയ മനുഷ്യന്റെ ആരംഭം കൂടിയായിരുന്നു. അത് തന്റെ പുനർജന്മമായിരുന്നുവെന്ന് റോയ് ഓർമ്മക്കുറിപ്പുകളിൽ പ്രസ്താവിക്കുന്നുണ്ട്.

റോയിയുടെ അമേരിക്കയിലെ ജീവിതം തന്റെ ഭൂതകാല പ്രവർത്തനങ്ങളെയും ചിന്താഗതികളെയും പുനർവിചിന്തനത്തിനു വിധേയമാക്കാൻ പ്രേരിപ്പിച്ചു. ഇക്കാലത്താണ് റോയ് പല ധിഷണാശാലികളുമായി ബന്ധപ്പെടുന്നതും, സോഷ്യലിസ്റ്റുകളുടെയും മാർക്സിന്റെയും കൃതികൾ വായിക്കുന്നതും. ഇന്ത്യൻ ദേശീയവാദിയായിരുന്ന ലാലാ ലജ്പത്റായ് അക്കാലത്ത് അമേരിക്കയിൽ പ്രസംഗപര്യടനം നടത്തിക്കൊണ്ടിരിക്കുകയായിരുന്നു. റോയ് അദ്ദേഹത്തിന്റെ സെക്രട്ടറിയായി അനുഗമിച്ചിരുന്നു. ലജ്പത്റായ് സോഷ്യലിസ്റ്റുകളുടെ ഒരു യോഗത്തിൽ പ്രസംഗിച്ചുകൊണ്ടിരിക്കേ സദസ്സിൽനിന്ന് ഒരു ചോദ്യം ഉയർന്നുവന്നു: 'വൈദേശിക ചൂഷണവും ദേശീയചൂഷണവും തമ്മിൽ ഇന്ത്യൻ ജനസാമാന്യത്തിന് എന്തുമാത്രം

വ്യത്യാസമുണ്ടാകും?.' അദ്ദേഹം ക്ഷോഭത്തോടെ അതിനു മറുപടി നൽകി: 'ഒരു വിദേശിയായ കവർച്ചക്കാരൻ ചവിട്ടുന്നതും സ്വന്തം സഹോദരൻ ചവിട്ടുന്നതും തമ്മിലുള്ള വ്യത്യാസം.' ഈ മറുപടി സങ്കുചിത ദേശീയവാദത്തിന്റെ തകരാറ് തിരിച്ചറിയുന്നതിന് റോയിയെ സഹായിച്ചു. ഈ സംഭവത്തെക്കുറിച്ച് അദ്ദേഹം പറയുന്നു: 'എന്റെ മനസ്സിൽ ഒരു പുതുവെളിച്ചം വീശി; ഒരു പുതുവെളിച്ചം!' സോഷ്യലിസ്റ്റ്-കമ്മ്യൂണിസ്റ്റ് ആശയങ്ങളിലേയ്ക്കുള്ള പരിവർത്തനത്തിന്റെ ആരംഭമായിരുന്നു അത്. 1919-ൽ മെക്സിക്കോവിൽവെച്ച് ലെനിന്റെ ദൂതനായ മൈക്കിൾ ബറോഡിനുമായുള്ള സഹവാസത്തിലൂടെയാണ് ആ പരിവർത്തനം പൂർണ്ണമാകുന്നത്.

ഇതിനിടയിൽ, 1917-ൽ ഇന്ത്യൻ വിപ്ലവകാരികൾക്കെതിരെയുള്ള 'ഹിന്ദു-ജർമ്മൻ ഗൂഢാലോചനക്കേസി'ൽ ഉൾപ്പെടുത്തി അമേരിക്കൻ പോലീസ് റോയിയെ അറസ്റ്റുചെയ്യുകയുണ്ടായി. ജാമ്യത്തിലിറങ്ങിയ അദ്ദേഹം അവിടെനിന്ന് മെക്സിക്കോവിലേയ്ക്ക് രക്ഷപ്പെട്ടു. മെക്സിക്കൻ സോഷ്യലിസ്റ്റുപാർട്ടിയും കമ്മ്യൂണിസ്റ്റു പാർട്ടിയും രൂപീകരിക്കുന്നതിൽ പ്രധാന പങ്കാളിയായി. അവയുടെ സ്ഥാപക ജനറൽ സെക്രട്ടറിയായി തിരഞ്ഞെടുക്കപ്പെട്ടത് റോയിയായിരുന്നു. റഷ്യയ്ക്കു പുറത്തുള്ള ആദ്യത്തെ കമ്മ്യൂണിസ്റ്റ് പാർട്ടിയുടെ സ്ഥാപക സെക്രട്ടറി എന്ന ബഹുമതി അങ്ങനെ റോയിക്കു ലഭിച്ചു.

മെക്സിക്കൻ കമ്മ്യൂണിസ്റ്റു പാർട്ടിയുടെ പ്രതിനിധിയായി 1920-ൽ കമ്മ്യൂണിസ്റ്റ് ഇന്റർനാഷണലിന്റെ രണ്ടാം ലോക സമ്മേളനത്തിൽ പങ്കെടുത്തത് റോയിയായിരുന്നു. സമ്മേളനത്തിന് ഒരുമാസം മുമ്പ് റോയിക്കു ലെനിനുമായി ഒരു കൂടിക്കാഴ്ച നടത്താൻ അവസരം ലഭിച്ചു. റോയിയുടെ പ്രവർത്തനങ്ങളെക്കുറിച്ചും ധിഷണാവൈഭവത്തെക്കുറിച്ചുമെല്ലാം കുറേയൊക്കെ ബറോഡിൻ മുഖാന്തിരം ലെനിൻ മനസ്സിലാക്കിയിരുന്നു. റോയിയെ കണ്ടപ്പോൾ ലെനിൻ അത്ഭുതത്തോടെ പറഞ്ഞു: 'താങ്കൾക്കെത്ര ചെറുപ്പം! ഞാൻ പ്രതീക്ഷിച്ചത് നരച്ചതാടിയുള്ള കിഴക്കുനിന്നുള്ള ജ്ഞാനിയെയാണ്!'

കൊമിന്റേണിന്റെ രണ്ടാം സമ്മേളനത്തിൽ അവതരിപ്പിക്കുന്നതിനു കൊളോണിയൽ രാജ്യങ്ങളുടെ വിമോചനം സംബന്ധിച്ച് ഒരു തീസിസ് ലെനിൻ തയ്യാറാക്കിയിരുന്നു. അതിന്റെ ഒരു പകർപ്പ് 'സഖാവ് റോയിക്ക് അഭിപ്രായത്തിനും വിമർശനത്തിനും' എന്ന കുറിപ്പോടുകൂടി ലെനിൻ ഒപ്പിട്ടുനൽകിയിരുന്നു. ഫ്യൂഡലിസത്തിൽ നിന്നു മുതലാളിത്തം എന്ന ഘട്ടത്തിലൂടെ കടന്നുപോയതിനുശേഷം മാത്രമേ കമ്മ്യൂണിസത്തിലെത്തുകയുള്ളൂ എന്നത് മാർക്സിയൻ കാഴ്ചപ്പാടാണ്. ആ അടിസ്ഥാനത്തിൽ വികസിത മുതലാളിത്ത

രാജ്യങ്ങളായ ബ്രിട്ടനിലും ജർമ്മനിയിലും മറ്റുമായിരിക്കും ആദ്യം വിപ്ലവം ഉണ്ടാവുക എന്നാണ് മാർക്സ് കരുതിയിരുന്നത്. എന്നാൽ സാമ്രാജ്യത്വം എന്ന പ്രതിഭാസം ആ കണക്കുകൂട്ടലുകളെ തെറ്റിച്ചു. സാമ്രാജ്യത്വത്തെ കണക്കിലെടുത്തു കൊണ്ടുള്ള വിശകലനമായിരുന്നു ലെനിന്റെ നാഷണൽ-കൊളോണിയൽ തീസിസ്. സാമ്രാജ്യത്വരാജ്യങ്ങളിലെ തൊഴിലാളിവർഗ്ഗത്തിനു കൊളോണിയൽ ചൂഷണത്തിന്റെ ഒരു വിഹിതം ലഭിക്കുന്നതുകൊണ്ടാണ് ആ രാജ്യങ്ങളിൽ വിപ്ലവം നടക്കാത്തത്. ആ പ്രതിസന്ധി തരണംചെയ്യുന്നതിനു കൊളോണിയൽ രാജ്യങ്ങളിലെ സാമ്രാജ്യത്വവിരുദ്ധ ബൂർഷ്വാദേശീയ വിമോചന പ്രസ്ഥാനങ്ങളെ സഹായിക്കണം. കൊളോണിയൽ രാജ്യങ്ങളിൽ ഫ്യൂഡലിസത്തിൽനിന്ന് മുതലാളിത്തത്തി ലേയ്ക്കുള്ള പരിവർത്തനത്തിൽ ദേശീയ ബൂർഷ്വാസിക്കു വിപ്ലവകരമായ പങ്കാണ് വഹിക്കാനുള്ളത്. സാമ്രാജ്യത്വം ദേശീയ ബൂർഷ്വാസിയുടെ വളർച്ചയ്ക്കു വിഘാതമായതിനാൽ അവർ സാമ്രാജ്യത്വത്തിന് എതിരായിരിക്കും. ആയതുകൊണ്ട് കൊളോണിയൽ രാജ്യങ്ങളിലെ ദേശീയ വിമോചനപ്രസ്ഥാനങ്ങളെ വിപ്ലവശക്തികളായി പരിഗണിച്ച് അവയെ ശക്തിപ്പെടുത്തണം എന്നതായിരുന്നു ലെനിന്റെ കാഴ്ചപ്പാട്.

ലെനിന്റെ നിലപാടിനോടു സൈദ്ധാന്തികമായി യോജിക്കുമ്പോൾ തന്നെ, റോയിക്ക് ഇന്ത്യയെപ്പോലുള്ള കൊളോണിയൽ രാജ്യങ്ങളിലെ ബൂർഷ്വാസിയുടെ വിപ്ലവാത്മകതയിൽ സംശയമുണ്ടായിരുന്നു. ഇന്ത്യൻ ബൂർഷ്വാസി രാഷ്ട്രീയമായി വിപ്ലവസ്വഭാവം പ്രകടിപ്പിച്ചേക്കാമെങ്കിലും, അതിനു സാമൂഹികമായും സാമ്പത്തികമായും സാംസ്കാരികമായും ഫ്യൂഡലിസത്തോടാണ് ബന്ധം എന്ന നിലപാടാണ് റോയിക്കുണ്ടായിരുന്നത്. ഇന്ത്യൻ ദേശീയ വിമോചന പ്രസ്ഥാനത്തിന്റെ പ്രചോദകനും നേതാവുമായ ഗാന്ധി രാഷ്ട്രീയമായി എത്ര വിപ്ലവകാരിയായി പ്രത്യക്ഷപ്പെട്ടാലും മതപരമായും സാംസ്കാരികമായും ഒരു പുനരുജ്ജീവനവാദിയും സാമൂഹികമായി പ്രതിലോമകാരിയു മാണെന്നാണ് റോയ് വിലയിരുത്തിയത്. ലെനിന്റെ ഗുരുവായ പ്ലഖനോവിനെ ഉദ്ധരിച്ചാണ് റോയ് തന്റെ വാദങ്ങൾ സമർത്ഥിച്ചത്. ഇതുസംബന്ധിച്ച് ലെനിനും റോയിയും തമ്മിൽ പലവട്ടം ചർച്ചകൾ നടത്തുകയുണ്ടായി. അതിന്റെ അടിസ്ഥാനത്തിൽ ലെനിൻ റോയിയോട് ഭിന്നാഭിപ്രായങ്ങൾ ക്രോഡീകരിച്ച് ഒരു തീസിസ് തയ്യാറാക്കാൻ നിർദ്ദേശിച്ചു. കൊളോണിയൽ രാജ്യങ്ങളിൽ പ്രതിലോമ സ്വഭാവമുള്ള ബൂർഷ്വാ ദേശീയ പ്രസ്ഥാനങ്ങളെ ശക്തിപ്പെടുത്തുന്നതിനുപകരം കമ്മ്യൂണിസ്റ്റു പാർട്ടികളെയും കർഷകരുടെയും തൊഴിലാളികളുടെയുംഇടത്തരക്കാരുടെയുംജനകീയപ്രസ്ഥാനങ്ങളെയും

വളർത്തിയെടുക്കു ന്നതിലാണ് ശ്രദ്ധ ചെലുത്തേണ്ടത് എന്ന അഭിപ്രായമാണ് റോയ് മുന്നോട്ടുവെച്ചത്. റോയിയുടെ തീസിസ് അനുബന്ധ തീസിസ് ആയി സമ്മേളനത്തിൽ അവതരിപ്പിക്കുകയുണ്ടായി. കമ്മ്യൂണിസ്റ്റ് പ്രസ്ഥാനത്തിന്റെ പിൽക്കാല ചരിത്രത്തിൽ ഈ രണ്ടു തീസീസുകളുടെയും സ്വാധീനം കാണാം.

അക്കൊല്ലംതന്നെ ഇന്ത്യൻ കമ്മ്യൂണിസ്റ്റ് പാർട്ടി താഷ്കെന്റിൽ വെച്ച് റോയിയുടെ നേതൃത്വത്തിൽ രൂപീകരിക്കപ്പെട്ടു. ലോക കമ്മ്യൂണിസ്റ്റ് പ്രസ്ഥാനത്തിന്റെ നയരൂപീകരണ സമിതികളിൽ തുടർന്ന് പ്രധാന സ്ഥാനങ്ങൾ റോയിക്കു ലഭിക്കുകയുണ്ടായി. 1922ൽ കമ്മ്യൂണിസ്റ്റ് ഇന്റർനാഷണലിന്റെ നാലാം സമ്മേളനത്തിൽവെച്ച് റോയ് അതിന്റെ പ്രവർത്തക സമിതിയിലേയ്ക്കു തിരഞ്ഞെടുക്കപ്പെട്ടു. ഇക്കാലത്ത് അദ്ദേഹം ഇന്ത്യയിൽ കമ്മ്യൂണിസ്റ്റ് പ്രസ്ഥാനം വളർത്തിയെടുക്കുന്നതിലും ഇന്ത്യൻ അവസ്ഥയെ മാർക്സിയൻ രീതിയിൽ വിശകലനം ചെയ്യുന്നതിലും വ്യാപൃതനായി. 'ഇന്ത്യ പരിവർത്തനദശയിൽ' എന്ന കൃതി ഇക്കാലത്തെഴുതപ്പെട്ടതാണ്. അതോടൊപ്പം 'വാൻഗാർഡ്', 'മാസ്സസ്' എന്നീ ആനുകാലികങ്ങളും അദ്ദേഹം പ്രസിദ്ധീകരിച്ചിരുന്നു. ഇതിന്റെയൊക്കെ ഫലമായി 1924-ൽ അദ്ദേഹം കാൺപൂർ കമ്മ്യൂണിസ്റ്റ് ഗൂഢാലോചനാക്കേസ്സിൽ ഒന്നാം പ്രതിയാക്കപ്പെട്ടു. ഇന്ത്യയിൽ കമ്മ്യൂണിസ്റ്റ് പാർട്ടി സ്ഥാപിച്ച് ഇന്ത്യയ്ക്കുമേലുള്ള ബ്രിട്ടീഷ് ചക്രവർത്തിയുടെ അധികാരത്തെ അട്ടിമറിക്കാൻ ശ്രമിച്ചു എന്നതായിരുന്നു കുറ്റം. ഇക്കാലത്തെല്ലാം റോയ് റഷ്യയിലും ഫ്രാൻസിലും ജർമ്മനിയിലുമൊക്കെയായിരുന്നു. 1927-ൽ ചൈനീസ് വിപ്ലവത്തിനുവേണ്ട നിർദ്ദേശങ്ങൾ നൽകുന്നതിനു കൊമിന്റേണിന്റെ പ്രതിനിധികളായി അയക്കപ്പെട്ടത് റോയിയും ബറോഡിനുമായിരുന്നു. ചൈനയിലെ 'കാർഷിക വിപ്ലവം' എന്ന ആശയം റോയിയുടേതായിരുന്നു.

1927 കാലത്ത് ബർളിനായിരുന്നു റോയിയുടെ പ്രവർത്തന കേന്ദ്രം. ഇന്ത്യയിലെ കമ്മ്യൂണിസ്റ്റുപാർട്ടിയുടെ വളർച്ചയ്ക്കു വേണ്ട പ്രവർത്തനങ്ങൾ അവിടെനിന്നായിരുന്നു അദ്ദേഹം നടത്തിക്കൊണ്ടിരുന്നത്. ഇതിനിടയിൽ സ്റ്റാലിന്റെ നേതൃത്വത്തിലുള്ള റഷ്യൻ കമ്മ്യൂണിസവുമായി ചില വിയോജിപ്പുകൾ ഉയർന്നുവന്നു. ഇത് റോസാ ലക്സംബർഗിന്റെ ശിഷ്യന്മാരായ അഗസ്റ്റ് താൽമീറുടെയും ഹെൻറിച്ച് ബ്രാൻഡ്ലറുടെയും പ്രവർത്തനങ്ങളുമായി സഹകരിക്കാൻ പ്രേരണയായി. ജർമ്മനിയിലെ 'കമ്മ്യൂണിസ്റ്റ് പ്രതിപക്ഷ'ത്തിന്റെ നേതാക്കളും 'ഏലഴലി ഉലി ടീയ്യോ' എന്ന പത്രത്തിന്റെ പത്രാധിപൻമാരുമായിരുന്നു അവർ. ആ പത്രത്തിൽ 1929-30 കാലഘട്ടത്തിൽ

റോയ് കുറെ ലേഖനങ്ങൾ എഴുതിയിരുന്നു. ബോൾഷേവിക്ക് കമ്മ്യൂണിസത്തിന്റെ വൈരുദ്ധ്യങ്ങളെയും പരാജയങ്ങളെയും ആ ലേഖനങ്ങളിൽ അദ്ദേഹം വിശകലന വിധേയമാക്കിയിരുന്നു. ബോൾഷേവിസത്തിന്റെ സംഘടനാപരവും നേതൃത്വപരവുമായ പ്രശ്നങ്ങളെയും, മറ്റു രാജ്യങ്ങളിലെ കമ്മ്യൂണിസ്റ്റു പാർട്ടികൾക്കുമേൽ അന്ധമായി ബോൾഷേവിക് മാതൃക അടിച്ചേൽപ്പിക്കുന്നതിനെയും, കമ്മ്യൂണിസ്റ്റ് ഇന്റർനാഷണൽ സോവിയറ്റ് നയത്തിന്റെ ചട്ടുകമായി അധഃപതിക്കുന്നതിനെയും, അധികാര കേന്ദ്രീകരണത്തേയും, ഭിന്നാഭിപ്രായങ്ങളെ ഭീകരമായി നേരിടുന്നതി നെയുംക്കുറിച്ച് റോയ് ആ ലേഖനങ്ങളിൽ ചർച്ചചെയ്യുന്നുണ്ട്. റോയിയെ കമ്മ്യൂണിസ്റ്റ് ഇന്റർനാഷണലിൽനിന്ന് 1929ൽ പുറത്താക്കുന്നതിനു കാരണമായി ചൂണ്ടിക്കാണിച്ചിരിക്കുന്നത് ബ്രാൻഡ്ലറുടെ പത്രത്തിലെ ഈ ലേഖനങ്ങളായിരുന്നു. ജർമ്മൻഭാഷയിൽ എഴുതപ്പെട്ട ആ ലേഖനങ്ങളുടെ ഇംഗ്ലീഷ് വിവർത്തനം ശിവനാരായൺ റായ് Russian Revolution and the Tragedy of Communism എന്ന പേരിൽ അടുത്തകാലത്ത് പ്രസിദ്ധീകരിച്ചിട്ടുണ്ട്. ഇതിനിടയിൽ 1929 മാർച്ചിൽ മീററ്റ് കമ്മ്യൂണിസ്റ്റ് ഗൂഢാലോചനക്കേസ്സിലും റോയ് പ്രതിയാക്കപ്പെട്ടിരുന്നു.

പതിനാറു വർഷക്കാലത്തെ വിദേശവാസത്തിനുശേഷം 1930 ഡിസംബറിൽ റോയ് രഹസ്യമായി ഇന്ത്യയിലെത്തി. ബോംബെ കേന്ദ്രമാക്കിയാണ് പ്രവർത്തനം നടത്തിയിരുന്നത്. ഡോക്ടർ മുഹമ്മദ്, പ്രൊഫസർ ബാനർജി എന്നീ പേരുകളിലാണ് പ്രവർത്തിച്ചിരുന്നത്. റോയിസ്റ്റുകൾക്കുപോലും അത് എം.എൻ.റോയിയാണെന്ന് അറിയുമായിരുന്നില്ല. എന്നാൽ, ഏഴുമാസത്തിനുശേഷം, 1931 ജൂലായ് മാസത്തിൽ ബോംബെയിൽവെച്ച് റോയ് അറസ്റ്റുചെയ്യപ്പെട്ടു. കാൺപൂർ-മീററ്റ് കമ്മ്യൂണിസ്റ്റ് ഗൂഢാലോചനക്കേസുകളിലെ പ്രതിയായിരുന്നുവല്ലോ അദ്ദേഹം. ഈ അറസ്റ്റിനുപിന്നിൽ ഔദ്യോഗികപക്ഷ കമ്മ്യൂണിസ്റ്റുകളുടെ കൈയും ഉണ്ടായിരുന്നതായി പറയപ്പെടുന്നു. ആറുകൊല്ലത്തെ കഠിനതടവാണ് വിധിക്കപ്പെട്ടത്.

ജയിൽവാസക്കാലത്ത് റോയിയുടെ ആരോഗ്യം ക്ഷയിക്കുകയുണ്ടായെങ്കിലും, ദാർശനികവും ശാസ്ത്രീയവും ചരിത്രപരവുമായ ഗവേഷണപഠനങ്ങളിൽ ശ്രദ്ധചെലുത്താൻ കഴിഞ്ഞു. ഭൗതികവാദം-ശാസ്ത്രീയചിന്തയുടെ ചരിത്രപരമായ ഒരു രൂപരേഖ, ഇരുപതാം നൂറ്റാണ്ടിലെ മതവിമർശനം, ഇന്ത്യയുടെ സന്ദേശം, ഇസ്ലാമിന്റെ ചരിത്രപരമായ പങ്ക്, കുറ്റവും കർമ്മവും, പൂച്ചയുടെ ഓർമ്മക്കുറിപ്പുകൾ, ഫാസിസം-ദർശനം, വിശ്വാസപ്രമാണങ്ങൾ, പ്രയോഗം എന്നീ പുസ്തകങ്ങൾ അക്കാലത്തെഴുതിയവയാണ്. 'ആധുനികശാസ്ത്രത്തിന്റെ

ദാർശനികഫലങ്ങൾ' എന്ന പേരിൽ ജയിലിൽ വെച്ചെഴുതിയ ഒമ്പതുവാള്യം വരുന്ന ബൃഹദ്ഗ്രന്ഥത്തിന്റെ കയ്യെഴുത്തുപ്രതി പ്രസിദ്ധീകരിക്കാതെ ഇപ്പോഴും ന്യൂഡൽഹിയിലെ നെഹ്റു മെമ്മോറിയൽ മ്യൂസിയം ആന്റ് ലൈബ്രറിയിൽ സൂക്ഷിച്ചുവെച്ചിരിക്കുന്നു. ആ പഠനത്തിന്റെ അടിസ്ഥാനത്തിൽ തയ്യാറാക്കി പ്രസിദ്ധീകരിച്ച പുസ്തകങ്ങളാണ് 'ശാസ്ത്രവും ദർശനവും', 'യുക്തി, കാല്പനികത, വിപ്ലവം' എന്നീ കൃതികൾ.

ഇക്കാലത്തെ റോയിയുടെ പഠനങ്ങളിൽ മാർക്സിസത്തിന്റെ ചില അടിസ്ഥാന ആശയങ്ങളെക്കുറിച്ചുള്ള പുനർവിചിന്തനത്തിന്റെ ആരംഭം കാണാം. ആശയങ്ങളുടെ തുടർച്ചയും പ്രാധാന്യവും സംബന്ധിച്ച പ്രശ്നങ്ങളാണ് അതിൽ പ്രധാനം. മാർക്സിസത്തെ സംബന്ധിച്ച് സാമ്പത്തിക അടിത്തറയാണ് പ്രാധാന്യം അർഹിക്കുന്നത്. ആ അടിത്തറയ്ക്കുമേൽ സ്വാഭാവികമായി രൂപംകൊള്ളുന്ന ഉപരിഘടനയുടെ ഭാഗമാണ് ആശയങ്ങളും മറ്റും. ആശയങ്ങൾക്ക് സാമ്പത്തികാടിത്തറയിൽനിന്ന് സ്വതന്ത്രമായ നിലനില്പില്ല. സാമ്പത്തികഘടനയിലുണ്ടാകുന്ന മാറ്റങ്ങൾക്കനുസരിച്ച് ആശയങ്ങൾക്കും അനിവാര്യമായും മാറ്റംവരും എന്നാണ് മാർക്സിയൻ സാമ്പത്തിക നിർണ്ണയവാദം പറയുന്നത്. അതുകൊണ്ട്, സാമ്പത്തികഘടനയെ പൊളിച്ചുപണിയാനുള്ള പോരാട്ടമാണ് നടത്തേണ്ടത് എന്നാണ് യാന്ത്രികമാർക്സിസ്റ്റുകളുടെ നിലപാട്.

ഈ സാമ്പത്തികനിർണ്ണയവാദത്തിന്റെ ചട്ടക്കൂടിൽനിന്നു പൂർണ്ണമായും വേറിട്ടിട്ടില്ലെങ്കിലും, ആശയങ്ങളുടെ പ്രാധാന്യത്തെയും തുടർച്ചയെയും തിരിച്ചറിഞ്ഞു തുടങ്ങിയ കാലഘട്ടത്തിലെഴുതിയതാണ് റോയിയുടെ ഫാസിസം എന്ന കൃതി. ഈ കൃതിയിലെ ആദ്യത്തെ മൂന്നദ്ധ്യായങ്ങൾ അക്കാര്യം വ്യക്തമാക്കുന്നുണ്ട് - തകർന്നു കൊണ്ടിരിക്കുന്ന മുതലാളിത്തത്തിന്റെ പ്രത്യയശാസ്ത്രവും പ്രയോഗവുമാണ് ഫാസിസം എന്നു നിർവ്വചിക്കാൻ ശ്രമിക്കുന്നുണ്ടെങ്കിലും.

1936 നവംബറിൽ റോയ് ജയിൽ വിമോചിതനായി. തുടർന്ന് ഇന്ത്യൻ നാഷണൽ കോൺഗ്രസ്സിൽ ചേർന്നു പ്രവർത്തിക്കാൻ റോയിയും അനുയായികളും തീരുമാനിച്ചു. 'ഇൻഡിപെൻഡന്റ് ഇന്ത്യ' എന്ന ഒരു വാരികയും ആരംഭിച്ചു.

1939ലെ ത്രിപുരി കോൺഗ്രസ്സിനെ തുടർന്ന് ലീഗ് ഓഫ് റാഡിക്കൽ കോൺഗ്രസ്സ്മെൻ എന്ന ഒരു സംഘടന കോൺഗ്രസ്സിനുള്ളിൽ രൂപീകരിക്കപ്പെട്ടു. എന്നാൽ, 1940ൽ രണ്ടാംലോക മഹായുദ്ധത്തിൽ സ്വീകരിക്കേണ്ട നിലപാടു സംബന്ധിച്ച അഭിപ്രായഭിന്നതയെ തുടർന്ന് റോയ് കോൺഗ്രസ്സിൽനിന്നു രാജിവെച്ചു. മനുഷ്യസ്വാതന്ത്ര്യത്തിന്റെയും

ജനാധിപത്യമൂല്യങ്ങളുടെയും വിനാശമാണ് ഫാസിസ്റ്റുകൾ ലക്ഷ്യം വെക്കുന്നത് എന്നതിനാൽ അതിനെതിരായി യുദ്ധത്തിൽ ബ്രിട്ടനെ സഹായിക്കണം എന്ന നിലപാടാണ് റോയിക്കുണ്ടായിരുന്നത്. കോൺഗ്രസിന്റെ നിലപാട് ഫാസിസ്റ്റു ശക്തികൾക്ക് അനുകൂലമായിരുന്നു. ഇതേത്തുടർന്നാണ് റോയ് റാഡിക്കൽ ഡെമോക്രാറ്റിക്ക് പാർട്ടിയും ഇന്ത്യൻ ഫെഡറേഷൻ ഓഫ് ലേബർ എന്ന തൊഴിലാളി സംഘടനയും രൂപീകരിക്കുന്നത്. ഇക്കാലത്തെ റോയിയുടെയും അനുയായികളുടെയും ഫാസിസ്റ്റു വിരുദ്ധ പ്രവർത്തനങ്ങൾക്ക് കോൺഗ്രസ്സുകാരിൽനിന്ന് കടുത്ത ഭീഷണി നേരിട്ടിരുന്നു. എം.ഗോവിന്ദനും എൻ.ദാമോദരനും ഇക്കാര്യം പറഞ്ഞിട്ടുണ്ട്. യുദ്ധകാലത്ത് നാസികളുടെ വിജയങ്ങളോട് അനുഭാവം പ്രകടിപ്പിച്ചുകൊണ്ട് ഇന്ത്യൻ നഗരങ്ങളിലെയും ഗ്രാമങ്ങളിലെയും ജനങ്ങൾ വിജയാഘോഷങ്ങൾ നടത്തുന്നത് പതിവുകാഴ്ചയായി രുന്നുവെന്ന് ജസ്റ്റീസ് വി.എം.താർക്കുണ്ടെ അനുസ്മരിക്കുന്നു.

1941 ഡിസംബർ അവസാനത്തിൽ ലക്നോ നഗരത്തിൽവെച്ച് എം.എൻ.റോയ് നടത്തിയ ഒരു പ്രഖ്യാപനം എം.ഗോവിന്ദൻ അനുസ്മരിക്കുന്നുണ്ട്. റോയ് പറഞ്ഞു: ബ്രിട്ടീഷ് സാമ്രാജ്യത്വം നമ്മുടെ മുമ്പിൽ ഒരു പ്രശ്നമല്ല; ഈ യുദ്ധാവസാനത്തോടെ പാപ്പരായ ബ്രിട്ടൻ ഇവിടെനിന്നും കെട്ടും ഭാണ്ഡവുമായി മടങ്ങുകതന്നെ ചെയ്യും. അപകടകാരി അമേരിക്കയാണ്. ബ്രിട്ടൻ പിന്മാറിയ നാടുകളിൽ അമേരിക്കൻ സാമ്രാജ്യത്വം പറ്റിക്കൂടാൻ ശ്രമിക്കും. പ്രത്യേകിച്ചും ഏഷ്യൻ നാടുകളിൽ. അത് അത്ര പ്രകടമായി ആളുകളറിയില്ല. അമേരിക്കൻ പല്ലുപറിപോലെ വേദനാരഹിതമാണ് അമേരിക്കൻ സാമ്രാജ്യത്വവും. പല്ലെടുക്കപ്പെട്ട ശേഷമായിരിക്കും നിങ്ങൾ സംഗതി അറിയുക.'

രണ്ടാം ലോകമഹായുദ്ധത്തിനുശേഷം മാർക്സിസവും കമ്മ്യൂണിസവുമായുള്ള റോയിയുടെ വേറിടൽ പൂർണ്ണമായി. അതിനു പകരമായി അദ്ദേഹം റാഡിക്കൽ ഹ്യൂമനിസം എന്ന പുതിയ ഒരു ദർശനം ആവിഷ്കരിച്ചു. ഫാസിസവും കമ്മ്യൂണിസവുമെല്ലാം സമഷ്ടിവാദമാണ്. അമൂർത്തമായ സമഷ്ടികളെ ദൈവികപദവിയിലേക്ക് ഉയർത്തി പ്രതിഷ്ഠിച്ച് ആരാധിക്കലാണ്. വ്യക്തിയുടെ സ്വാതന്ത്ര്യത്തിന്റെയും കഴിവുകളുടെയും നിഷേധവും അവയെ സമഷ്ട്യാഹന്തയ്ക്കു മുമ്പിൽ ബലിയർപ്പിക്കലുമാണ്. അതിനാൽ റോയ് തന്റെ ദർശനത്തിൽ മനുഷ്യസ്വാതന്ത്ര്യത്തിനും വ്യക്തിക്കും കേന്ദ്രസ്ഥാനം നൽകി.

തന്റെ ഈ ഹ്യൂമനിസ്റ്റ് കാലഘട്ടത്തിൽ റോയ് മാർക്സിയൻ സാമ്പത്തികനിർണ്ണയവാദത്തിൽനിന്ന് പൂർണ്ണമായും പുറത്തു കടക്കുകയും ആശയങ്ങളുടെ പ്രാധാന്യത്തെ ഊന്നിപ്പറയുകയും ചെയ്യുന്നുണ്ട്.

അദ്ദേഹം സിദ്ധാന്തിക്കുന്നു:

'ചരിത്രത്തിന്റെ സാമ്പത്തിക വ്യാഖ്യാനം ഭൗതികവാദത്തിന്റെ തെറ്റായ വ്യാഖ്യാനത്തിൽനിന്ന് ഉണ്ടായതാണ്. അത് ദ്വൈതവാദമാണ്. എന്നാൽ ഭൗതികവാദം അദ്വൈത ദർശനമാണ്. ചരിത്രം എന്നത് നിർണ്ണീതമായ ഒരു പ്രക്രിയയാണ്; എന്നാൽ അതിന് ഒന്നിലേറെ കാരണഘടകങ്ങളുണ്ട്. മനുഷ്യന്റെ ഇച്ഛ അവയിലൊന്നാണ്. അതിനെയാകട്ടെ, എപ്പോഴും ഏതെങ്കിലും സാമ്പത്തിക പ്രേരണയോട് നേരിട്ട് ബന്ധപ്പെടുത്താനും ആവില്ല. (റാഡിക്കൽ ഡെമോക്രസിയുടെ അഞ്ചാം തത്ത്വം).

'ചുറ്റുപാടുകളെക്കുറിച്ചുള്ള ബോധത്തിൽ നിന്നുണ്ടാകുന്ന ശാരീരികപ്രക്രിയയാണ് ആശയവൽക്കരണം. എന്നാൽ ആശയങ്ങൾ ഒരിക്കൽ രൂപപ്പെട്ടു കഴിഞ്ഞാൽ അവ സ്വന്തം നിയമങ്ങളാൽ നിയന്ത്രിക്കപ്പെട്ടുകൊണ്ട് സ്വയം നിലനിൽക്കും. ആശയങ്ങളുടെ ചലനാത്മകത സാമൂഹിക പരിണാമ പ്രക്രിയയ്ക്കു സമാന്തരമായി പരസ്പരം സ്വാധീനിച്ചുകൊണ്ട് മുന്നോട്ടു നീങ്ങുന്നു. എന്നാൽ, സമഗ്രമായ മനുഷ്യപരിണാമ പ്രക്രിയയിൽ പ്രത്യേക ഘട്ടത്തിൽ ഒരിടത്തും ചരിത്രസംഭവങ്ങൾക്കുംആശയപ്രസ്ഥാനങ്ങൾക്കും തമ്മിൽ നേരിട്ട് കാരണബന്ധമുണ്ടെന്നു സ്ഥാപിക്കാൻ സാദ്ധ്യമല്ല. (ആശയം എന്ന് ഇവിടെ പ്രയോഗിക്കുന്നത് പ്രത്യയശാസ്ത്രം അഥവാ ആശയപദ്ധതി എന്ന സാധാരണ തത്ത്വചിന്താപരമായ അർത്ഥത്തിലാണ്). സാംസ്കാരിക രൂപമാതൃകകളും ധാർമ്മികമൂല്യങ്ങളും സ്ഥാപിത സാമ്പത്തിക ബന്ധങ്ങളുടെ പ്രത്യയശാസ്ത്രപരമായ വെറും മേലെടുപ്പുകൾ മാത്രമല്ല. അവയും ചരിത്രപരമായി നിർണ്ണയിക്കപ്പെട്ടവയാണ് - ആശയങ്ങളുടെ ചരിത്രത്തിന്റെ യുക്തിയാൽ നിർണ്ണയിക്കപ്പെട്ടതാണ്.' (ആറാം തത്ത്വം).

ഈ ഹ്യൂമനിസ്റ്റ് വീക്ഷണത്തിന്റെ അടിസ്ഥാനത്തിൽ റോയ് ഫാസിസത്തെയും കമ്മ്യൂണിസത്തെയും പിൽക്കാലത്ത് പുനർവിചിന്തനത്തിനു വിധേയമാക്കുന്നുണ്ട്. 'യുക്തി, കാല്പനികത, വിപ്ലവം' എന്ന ബൃഹദ്ഗ്രന്ഥത്തിലെ 'അയുക്തികതയുടെ ഇരട്ടസന്തതികൾ' എന്ന അദ്ധ്യായം അതിന്റെ സാക്ഷ്യപത്രമാണ്. രണ്ടു പ്രത്യയ ശാസ്ത്രങ്ങളുടെയും ആശയപരമായ വംശാവലിയെ അദ്ദേഹം വിശകലനം ചെയ്യുന്നു. അതിലൂടെ അവയുടെ ജനിതകപരമായ സമാനതയെ കണ്ടെത്തുകയും ചെയ്യുന്നുണ്ട്. ഫാസിസത്തെ ജീർണ്ണ മുതലാളിത്തത്തിന്റെ പ്രത്യയശാസ്ത്രം മാത്രമായി ചുരുക്കിക്കാണാൻ കഴിയില്ലെന്ന് ഈ ഘട്ടത്തിൽ റോയ് തിരിച്ചറിയുന്നുണ്ട്. ആ പഠനം ഈ പുസ്തകത്തിന്റെ അനുബന്ധമായി ചേർത്തിട്ടുണ്ട്. മാർക്സിയൻ

വീക്ഷണത്തിലെഴുതിയ പുസ്തകവും ഹ്യൂമനിസ്റ്റ് വീക്ഷണത്തിലെ ഴുതിയ പഠനവും പരസ്പരപൂരകങ്ങളായി മനസ്സിലാക്കപ്പെടേണ്ട കൃതികളാണെന്നു ഞാൻ കരുതുന്നു.

'മതപുനരുജ്ജീവനവും ഫാസിസ്റ്റ് അപകടവും' എന്ന പേരിൽ കൽക്കത്തയിലെ എഴുത്തുകാരുടെ ഒരു സമ്മേളനത്തിൽ റോയ് നടത്തിയ ഒരു പ്രസംഗത്തിലെ നിരീക്ഷണങ്ങൾ ഈ അവസര ത്തിൽ പ്രസക്തമാണ്. ആ പ്രസംഗത്തിന്റെ രത്നച്ചുരുക്കം ഇതാണ്: ഇന്ത്യയിൽ ഫാസിസം രൂപമെടുക്കുക പാശ്ചാത്യ യൂറോപ്പിലെപ്പോ ലെയല്ല. വ്യക്തിസ്വാതന്ത്ര്യം എന്ന പാരമ്പര്യം നമ്മുടെ സംസ്കാ രത്തിന് അന്യമാണ്. മനുഷ്യനെ ജനപ്പറ്റമാക്കി മാറ്റുന്നു എന്ന് കമ്മ്യൂണിസ്റ്റുകളെപ്പറ്റി പറയാറുണ്ട്. നമ്മുടെ സാംസ്കാരിക പാരമ്പര്യം ഇതുവരെയും ചെയ്തുകൊണ്ടിരുന്നത് ഇതുതന്നെയായിരുന്നു. പക്ഷേ, നമ്മുടെ ആളുകൾ പൃകസ്ന ഭീകരതയുള്ളവരല്ല; മറിച്ച് അതിദീനരും, അധഃകൃതരും, അല്പ മനുഷ്യരും, വിപ്ലവബോധത്തിന്റെ തരിമ്പുപോ ലും ഏശിയിട്ടില്ലാത്തവരും ആകുന്നു. അവരുടെ ഏക വൈകാരിക ചലനം അധികാരത്തിനു വഴങ്ങാനും അടിയാളാകുവാനും ഉള്ള വാഞ്ഛ മാത്രമാണ്. ചോദ്യം കൂടാതെ അധികാരശക്തിക്ക് വഴങ്ങുക എന്ന പാരമ്പര്യമുള്ള ഇന്ത്യയെപ്പോലുള്ള നാടുകളിൽ ഫാസിസം ബഹുജന പ്രസ്ഥാനത്തിന്റെ രൂപത്തിൽ തലപൊക്കുകയും ബഹുജന പ്രസ്ഥാനമായിത്തന്നെ വിജയം നേടുകയും ചെയ്യും. ഇവിടെ മിന്നൽ പടകളും വകുപ്പടിക്കൊലകളും ഉണ്ടാകണമെന്നില്ല; നമ്മുടെ നാട്ടിൽ അതൊന്നും ആവശ്യമില്ല. അധികാരശക്തി ഏതുതന്നെ ആയാലും അതിനു വഴങ്ങുന്നതും, നിയന്ത്രണങ്ങൾക്കു ദാഹിക്കുന്നതും, സ്വയം ചിന്തിക്കുക എന്നത് അതിക്ഷീണകരമായ ഒരു ശ്രമമായി കരു തുന്നതും ആയ ആളുകളാണ് നമ്മിൽ ഭൂരിപക്ഷവും. സാംസ്കാരിക പ്രസ്ഥാനത്തിന്റെ മുഖംമൂടി അണിഞ്ഞുകൊണ്ട് പുനരുത്ഥാനം ചെയ്യുന്ന മതത്തിന് ഇത്തരമൊരു മനഃസ്ഥിതിയെ ചൂഷണംചെയ്യാൻ സാധിക്കും. ഏഷ്യയിൽ മതത്തിന്റെ പുനരുജ്ജീവനം ഫാസിസ്റ്റ് പ്രവ ണതകളുമായി ബന്ധപ്പെട്ടുകിടക്കുന്നു. ഇവിടെ മതത്തിന് സാംസ്കാരി കമായ മുഖമുണ്ട്. മുഖംമൂടിയണിഞ്ഞ മതപ്രസ്ഥാനമാണ് തങ്ങളെന്ന് സമ്മതിക്കാൻ ആർ.എസ്.എസ്.കാർ ഒരുങ്ങുകയില്ലെന്നത് ശരി; സാംസ്കാരിക നവോത്ഥാനത്തിനാണ് തങ്ങളുടെ സംഘടനയെന്നേ അവർ പറയൂ. മധ്യകാലദശയിൽ മതവും സംസ്കാരവും അത്രമാത്രം ബന്ധപ്പെട്ടുകിടക്കുന്നു. ആധുനിക സയൻസിന്റെ സാങ്കേതികമായ വളർച്ചയുടെ പശ്ചാത്തലത്തിൽ പുനഃപ്രതിഷ്ഠ നേടുന്ന 'മധ്യകാലത്വം' തന്നെയാണ് ഫാസിസം.

1954 ജനുവരിയിലാണ് റോയ് മരിക്കുന്നത്. 1952ൽ മുസ്സൂറിയിൽ വെച്ചുനടന്ന ഒരപകടത്തെ തുടർന്ന് രണ്ടു വർഷത്തോളം നീണ്ട ചികിത്സയ്ക്കൊടുവിലായിരുന്നു അന്ത്യം. പതിനാലുവയസ്സുമുതൽ അറു പത്തേഴാം വയസ്സിൽ മരിക്കുന്നതുവരെയുള്ള റോയിയുടെ ജീവിതം ആരിലും അത്ഭുതമുളവാക്കുന്ന ഒന്നാണ്. തീവ്രദേശീയവാദി എന്ന നിലയിൽ ആരംഭിച്ച് കമ്മ്യൂണിസത്തിലൂടെ ഹ്യൂമനിസത്തിൽ പര്യ വസാനിക്കുന്ന ജീവിതം. ഇക്കാലത്തുടനീളം സ്വാതന്ത്ര്യദാഹവും സത്യാന്വേഷണവുമായിരുന്നു റോയിയുടെ ജീവിതത്തെ നയിച്ച പ്രേരകശക്തികൾ. അതിന്റെ ഫലമായിരുന്നു അദ്ദേഹത്തിന്റെ വിധേയത്വഭാവമില്ലായ്മയും നിഷേധസ്വഭാവവും മൗലികചിന്തയും അസത്യത്തെ വേട്ടയാടാനുള്ള പ്രവണതയുമെല്ലാം. ചിന്തയിലും ജീവിതത്തിലും പൂർവ്വികരുടെ വെറും പകർപ്പുകളായി അധികാ രത്തോടും പാരമ്പര്യത്തോടും വിനീതവിധേയത്വം പുലർത്തുക എന്നതിനെ ആദർശമായി കൊണ്ടുനടക്കുന്ന ഭാരതത്തിൽ എം.എൻ. റോയിയെപ്പോലൊരാൾ ജീവിച്ചിരുന്നു എന്നതുതന്നെ അത്ഭുതമാണ്.

•

സംന്യാസത്തിന്റെ സാമൂഹികപരിസരം

വർത്തമാനകാലം എന്നത് ഭൂതകാലത്തിന്റെ ഉത്പന്നമാണ്. അതിനാൽ, ഏതൊരു ജനതയുടെയും ദേശീയ നവോത്ഥാനത്തിന് വർത്തമാനകാലത്തെ മാത്രമല്ല, മുഴുവൻ ചരിത്രത്തെയും വിമർശനാത്മകമായി വിലയിരുത്തണം. വർത്തമാനകാല അവസ്ഥയെ അടിമുടി മാറ്റണമെങ്കിൽ ആ അവസ്ഥയുടെ കാരണങ്ങളെ ആദ്യം കണ്ടെത്തണം. ഒരുപക്ഷെ, ആ കാരണങ്ങളുടെ വേരുകൾ അതിവിദൂരമായ ഭൂതകാലംവരെ എത്തിയിരിക്കാം. പുറമേയ്ക്കു പരസ്പരബന്ധമില്ലാത്തതും ക്രമരഹിതവുമായി തോന്നിയേക്കാമെങ്കിലും ചരിത്രസംഭവങ്ങൾക്കു കാര്യകാരണങ്ങളുടേതായ ഒരു ശൃംഖലയുണ്ട്.

ഉദാഹരണമായി, ഇന്ത്യയുടെ വർത്തമാനകാല അവസ്ഥയ്ക്കു കാരണം വിദേശഭരണമാണെന്ന് കരുതപ്പെടുന്നു. അതൊരു അർദ്ധസത്യം മാത്രമാണ്. വിദേശശക്തികൾ ഇന്ത്യയെ കീഴടക്കാൻ എന്തായിരുന്നു കാരണം? കാരണമില്ലാത്ത ചരിത്രപ്രതിഭാസമൊന്നുമായിരുന്നില്ല അത്. ഇന്ത്യൻ ജനതയുടെ ഭൂതകാലചരിത്രത്തിൽ അതിന്റെ കാരണം തേടണം. വിദേശ ആക്രമണകാരികൾക്ക് എളുപ്പത്തിൽ കീഴ്പ്പെടുത്താൻ പാകത്തിൽ ഇന്ത്യൻസമൂഹം ചില സാമൂഹികരോഗങ്ങളാൽ ദുർബലമായിരുന്നിരിക്കണം.

ചുരുക്കത്തിൽ, ഭൂതകാലത്തെ വിമർശനാത്മകമായി പരിശോധിക്കുന്നതിലൂടെ മാത്രമേ വർത്തമാനകാല അവസ്ഥയുടെ മൂലകാരണം കണ്ടെത്താനാവൂ. വർത്തമാനകാല അവസ്ഥയുടെ പരിവർത്തനമാകട്ടെ ആ മൂലകാരണത്തെ ഇല്ലാതാക്കുന്നതിനെ ആശ്രയിച്ചുമിരിക്കുന്നു.

വർത്തമാനകാല ദുരിതങ്ങളിൽനിന്ന് ആശ്വാസം നേടുന്നതിനായി വാസ്തവമോ കല്പിതമോ ആയ ഭൂതകാലമഹിമയിൽ

അഭയംതേടുന്ന ഒരു ജനതയ്ക്കു മുമ്പിൽ ഭാവിയുടെ വാതായനങ്ങൾ കൊട്ടിയടയ്ക്കപ്പെട്ടിരിക്കുന്നു. ഭൂതകാലത്തിന്റെ മഹത്ത്വീകരണം ഇന്ത്യൻ ദേശീയവാദത്തിന്റെ മുഖ്യ സവിശേഷതയാണ്. നമ്മുടെ സ്വന്തം ചരിത്രത്തെ വിമർശനാത്മകമായി വിലയിരുത്താൻ അതിനാവില്ല. ഇന്ത്യൻ സംസ്കാരം 'ആത്മീയ'മായതിനാൽ അത് മറ്റു ജനതകളുടെ സംസ്കാരത്തേക്കാൾ ശ്രേഷ്ഠമാണ് എന്ന തരംതാണ ആത്മസംതൃപ്തി നമുക്കുണ്ട്. ഈ വീക്ഷണത്താൽ മത്തരായി, അന്യരാജ്യങ്ങളുടെ ചരിത്രത്തിൽനിന്ന് എന്തെങ്കിലും പഠിക്കാനുണ്ടെന്ന് നാം കരുതുന്നില്ല. പഠിക്കുകയാണെങ്കിൽ ഇന്ത്യൻ സംസ്കാരത്തിന്റെ 'സവിശേഷതകൾ' മറ്റു സംസ്കാരങ്ങളിലും കാണാനാവും.

ആത്മീയ ജീവിതത്തിനായി ലൗകികജീവിതത്തെ ഉപേക്ഷിക്കുക എന്നത് ഇന്ത്യൻ സംസ്കാരത്തിന്റെ ശ്രേഷ്ഠതയുടെ ചിഹ്നമാണെന്ന് പൊതുവെ വിശ്വസിക്കപ്പെടുന്നു. മറ്റു രാജ്യങ്ങളിലും അത്തരം പ്രവണത സാധാരണമായിരുന്നു എന്ന് കാണുമ്പോൾ ഇന്ത്യക്കാർ ആ അവകാശവാദം ഉപേക്ഷിക്കണം. നമ്മുടെ ഭൂതകാലത്തെക്കുറിച്ചുള്ള ആ പ്രിയസിദ്ധാന്തത്തിന് ഇളക്കംതട്ടുമ്പോൾ, ഭാവിയെ കീഴടക്കാനുള്ള അനിവാര്യ ഉപാധിയായ ചരിത്രത്തിന്റെ വിമർശനാത്മകപഠനം ആരംഭിക്കും.

'മനുഷ്യൻ കുറ്റവാളിയും ദൈവം നിഷ്ഠുരശാസകനും ആണെന്ന കിരാതമായ ആവേശത്താൽ പ്രചോദിതരായിരുന്ന ആദ്യകാല ക്രൈസ്തവ സംന്യാസിമാർ' എന്ന് ഗിബ്ബൺ എഴുതുന്നു. (The Decline and Fall of the Roman Empire). ക്രൈസ്തവസംന്യാസിമാർ 'സാമാന്യ' (Vulgar)രിൽനിന്നു വ്യത്യസ്തമായി എല്ലാ ജീവിതസുഖങ്ങളെയും സാമൂഹിക ഉത്തരവാദിത്വങ്ങളെയും ഉപേക്ഷിച്ചു. യാചിച്ചോ അല്ലാതെയോ കിട്ടിയ രുചിയില്ലാത്ത അല്പഭക്ഷണംകൊണ്ട് അവർ ജീവിച്ചു. അവർ മദ്യമാംസാദികൾ കഴിച്ചിരുന്നില്ല. ബ്രഹ്മചര്യം അനുഷ്ഠിച്ചിരുന്നു. വിവാഹം അനുവദിക്കപ്പെട്ടിരുന്നില്ല. പലതരത്തിലുള്ള ക്രൂരമാർഗ്ഗങ്ങളിലൂടെ അവർ ശരീരത്തെയും മനസ്സിനെയും പീഡിപ്പിച്ചു. പ്രേമം, സ്നേഹം, സന്തോഷം, വിശ്രമം, വിനോദം തുടങ്ങിയ തനുമാനസങ്ങളുടെ സ്വാഭാവിക പ്രവണതകളെല്ലാം തിന്മകളായി നിന്ദിക്കപ്പെട്ടു. ആശ്രമജീവിത സമ്പ്രദായത്തിനു വ്യാപകമായ സ്വാധീനമുണ്ടായിരുന്നു. ഗിബ്ബൺ പറയുന്നു: 'അധഃപതിച്ച ലോകത്തിൽനിന്ന് ആയിരക്കണക്കിനു പരിത്യാഗികൾ നിതാന്തമായ ഏകാന്തതയിലേക്ക് അഥവാ മതാത്മകസമൂഹത്തിലേയ്ക്ക് ഓടിപ്പോയി. ലൗകികമായ സ്വത്തുക്കളെയെല്ലാം അവർ ഉപേക്ഷിച്ചു.... താമസിയാതെ, തങ്ങൾ നിന്ദിച്ച ലോകത്തിന്റെ

ആദരം അവർ നേടി; മാത്രമല്ല, ശാസ്ത്രത്തിന്റെയോ യുക്തിയുടെയോ സഹായമില്ലാതെ, യവനചിന്താസരണികളുടെ ശ്രമകരമായ നന്മകളെയെല്ലാം അടിച്ചമർത്തിയ അവരുടെ ദൈവികദർശനത്തിനുമേൽ ഉച്ചത്തിലുള്ള സ്തുതിഘോഷവും മുഴങ്ങി.'

സംന്യാസവും ലൗകികജീവിതനിരാസവും നന്മയാണെന്ന് ക്രിസ്തുമതം മാത്രമല്ല ഉപദേശിച്ചിരുന്നത്. പണ്ട്, മൗനത്തേയും സമർപ്പണത്തെയും ജ്ഞാനമാർഗ്ഗമായി പൈഥഗോറിയൻമാർ അനുശീലിച്ചിരുന്നു. സമ്പത്തിനോടുള്ള അവജ്ഞയും വേദനയോടും മരണത്തോടുമുള്ള ആഭിമുഖ്യവും ദാർശനികന്റെ മുദ്രയായി സ്റ്റോയിക്കുകൾ കരുതിയിരുന്നു. സിനിക്കുകളും ജീവിത സുഖസൗകര്യങ്ങളോടും നാട്ടുനടപ്പുകളോടും അവജ്ഞ പ്രകടിപ്പിച്ചിരുന്നു.

ക്രിസ്ത്വബ്ദത്തിന്റെ ആദ്യവർഷങ്ങളിൽ റോമൻ റിപ്പബ്ലിക്കിന്റെ കീഴിലുള്ള ഏഷ്യൻപ്രദേശങ്ങളുടെ സ്ഥാനപതിയായിരുന്നു പ്ലീനി. ദാർശനികമനസ്സുള്ള അദ്ദേഹം, 'പണമില്ലാതെ ജീവിക്കുകയും, സ്ത്രീകളില്ലാതെ പെറ്റുപെരുകുകയും (അതായത്, മാർഗ്ഗംകൂടിയവരുടെ പ്രവാഹത്താൽ അവരുടെ എണ്ണം കൂടിയിരുന്നു) മനുഷ്യവംശത്തിന്റെ അസംതൃപ്തിയിൽനിന്ന് നിരന്തരം ജനിക്കുകയും ചെയ്യുന്ന ഏകാന്തമനുഷ്യരെ' കണ്ട് ആഹ്ലാദിക്കുകയും അദ്ഭുതപ്പെടുകയും ചെയ്യുന്നുണ്ട്. (Natural History)

ക്രിസ്തുമതത്തിന്റെ ആവിർഭാവത്തിന് എത്രയോ നൂറ്റാണ്ടുകൾക്കുമുമ്പുതന്നെ യഹൂദപ്രവാചകർ സംന്യാസജീവിതം നയിച്ചിരുന്നു. ലോകത്തെ വർജ്ജിക്കുകയും അതിന്റെ തിന്മകൾക്കും പ്രലോഭനങ്ങൾക്കും നിരർത്ഥകതയ്ക്കും നശ്വരസ്വഭാവത്തിനും എതിരെ ഗർജ്ജിക്കുകയും ശാപവചനങ്ങൾ ചൊരിയുകയുംചെയ്ത നീണ്ട ഒരു പ്രവാചക പരമ്പരയിലെ അവസാനകണ്ണിയായിരുന്നു സ്നാപക യോഹന്നാൻ. ക്രിസ്തുമതം രൂപംകൊള്ളുന്നതിനു മുന്നോടിയായി എസ്സിനിയൻമാരെപ്പോലുള്ള നിരവധി സംന്യാസി സമൂഹങ്ങൾ നിലവിൽ വന്നിട്ടുണ്ടായിരുന്നു. കൂടാതെ, ജ്ഞാനയോഗി (Gnostics) കളും അലക്സാൺഡ്രിയയിലെ നവപ്ലേറ്റോണിസത്തിന്റെ ആരാധകരായ മിസ്റ്റിക്കുകളും ഉണ്ടായിരുന്നു. തരണം ചെയ്യാനാവില്ലെന്നു തോന്നിപ്പിച്ച ഒരു സാമൂഹിക പ്രതിസന്ധിയുടെ നിരവധി ലക്ഷണങ്ങളായിരുന്നു അവയെല്ലാം.

ക്രൈസ്തവ ആശ്രമജീവിത സമ്പ്രദായം (Monasticism) ആ സാമൂഹികരോഗത്തിന്റെ മൂർദ്ധന്യാവസ്ഥയായിരുന്നു. ക്രൈസ്തവ സംന്യാസിമാർ തങ്ങളുടെ വിഗ്രഹാരാധകരായ (Pagan) പൂർവ്വികരിൽനിന്ന് കുറച്ചു മുന്നോട്ടുപോയി എന്നുമാത്രം. ഗിബ്ബൺ പറയുന്നതു

നോക്കുക: 'ദൈവികദർശനത്തിന്റെ ആരാധകർ, കുറച്ചുകൂടി പരിശുദ്ധവും പരിപൂർണ്ണവുമായ ഒരു മാതൃകയെ അനുകരിക്കാനഭിലഷിച്ചു. മരുഭൂമികളിലേയ്ക്കു പിൻവാങ്ങിയ പ്രവാചകരുടെ കാലടികളെ പിന്തുടർന്നുകൊണ്ട് അവർ ഈജിപ്തിലും പാലസ്തീനിലും എസ്സിനിയൻമാർ ഏർപ്പെടുത്തിയ ഭക്തിപുരസ്സരവും ധ്യാനനിരതവുമായ ജീവിതത്തിലഭയം തേടി.'

ക്രൈസ്തവ ആശ്രമജീവിത സമ്പ്രദായത്തിന്റെ ആരംഭം ഈജിപ്തിൽ കണ്ടെത്താനാവും. ഈ സമ്പ്രദായത്തിന്റെ അഗ്രഗാമി ആന്തണിയെന്ന നിരക്ഷര യുവാവായിരുന്നു. അദ്ദേഹം തനിക്ക് പൈതൃകമായിക്കിട്ടിയ സ്വത്തിനെയും കുടുംബത്തെയും ഉപേക്ഷിച്ച് മരുഭൂമിയിലേയ്ക്കുപോയി ശരീരത്തെ ഭ്രാന്തമായി പീഡിപ്പിച്ചുകൊണ്ട് ധ്യാനത്തിലും പ്രാർത്ഥനയിലും മുഴുകി ജീവിച്ചു. ആ അഗതിയായ കൃഷിക്കാരൻ താമസിയാതെ ദൈവികപ്രകാശത്തിന്റെ വാഹകനെന്ന നിലയിൽ പ്രസിദ്ധനായി. സഹസ്രങ്ങൾ അദ്ദേഹത്തിന്റെ മാതൃക പിന്തുടർന്നു.

ആരംഭഘട്ടത്തിൽ ക്രൈസ്തവസഭ ആശ്രമജീവിത സമ്പ്രദായത്തെ സംശയത്തോടെയാണ് വീക്ഷിച്ചത്. പക്ഷേ, ക്രൈസ്തവ യാഥാസ്ഥിതികതയുടെ അധ്യക്ഷപിതാവായ അത്തനേഷ്യസിന് യാഥാർത്ഥ്യത്തെ അഭിമുഖീകരിക്കാനുള്ള ധൈര്യമുണ്ടായിരുന്നു. തുടർന്ന്, ആന്തണി ഒരു വിശുദ്ധനായി വാഴ്ത്തപ്പെട്ടു. അഗതികളായ ജനസാമാന്യത്തിന്റെ ആത്മീയ ഭാവനയുടെ ആഴത്തിലേയ്ക്കു കടന്നുചെന്ന് സഭയുടെ വേരറുത്തുകൊണ്ടിരുന്ന ഒരു പ്രസ്ഥാനവുമായി പൊരുത്തപ്പെട്ടുപോകണമെന്നും അതിന്റെ രക്ഷാകർതൃത്വം ഏറ്റെടുക്കണമെന്നും ശക്തനായ ആ ബിഷപ്പ് മനസ്സിലാക്കി.

പിന്നീട്, റോമാ സാമ്രാജ്യത്തിന്റെ പതനത്തെത്തുടർന്ന് രൂപംകൊണ്ട സാമൂഹിക ജീർണ്ണതയുടെ ദുരിതസാഗരത്തിലെ തഴച്ചുവളരുന്ന തുരുത്തുകളായി ശക്തമായ കത്തോലിക്കാസഭയുടെ സംരക്ഷണത്തിലും രക്ഷാധികാരത്വത്തിലും ക്രൈസ്തവമഠങ്ങൾ നിലകൊണ്ടു. അടിമത്തമെന്ന തകർന്ന പഴയ ഉത്പാദനരീതിയ്ക്കു പകരമായി മതാത്മകമായ അച്ചടക്കം, വിശുദ്ധമായ കാർക്കശ്യമെന്ന അന്ധവിശ്വാസം സംന്യാസിമാരുടെ സ്വമേധയാലുള്ള അദ്ധ്വാനത്തിനു പ്രേരകശക്തിയായി മാറി.

നൈൽനദിയുടെ താഴ്വരകളിലൂടനീളമുള്ള നഗരങ്ങളിലും തെബിയാസ് മലനിരകളിലും ലിബിയൻ മരുഭൂമികളിലുമെല്ലാം വ്യാപകമായതോതിൽ സംന്യാസിമാരുടെ അധിവാസകേന്ദ്രങ്ങൾ പെരുകിവന്നു. ഈജിപ്തിന്റെ തലസ്ഥാനഗരിയുടെ അടുത്തുള്ള മലനിരകളും

മരുഭൂമികളുമെല്ലാം സംന്യാസിമാരെക്കൊണ്ട് തിങ്ങിനിറഞ്ഞിരുന്നു. ആന്തണിയും ശിഷ്യൻമാരും കൂടി അമ്പതോളം സംന്യാസിമഠങ്ങൾ സ്ഥാപിച്ചിരുന്നു. ആശ്രമജീവിതസമ്പ്രദായത്തിന്റെ ആ സ്മാരകാവ ശിഷ്ടങ്ങൾ ജിജ്ഞാസുക്കളായ യാത്രികർക്ക് നിരീക്ഷണത്തിനായി ഇപ്പോഴും നിലകൊള്ളുന്നുണ്ട്. മലനിരകളിലേയും മരുഭൂമിയിലെയും ഏകാന്തതയിൽ തപജപധ്യാനനിരതരായി ജീവിച്ച ഏകാന്തരായ വ്യക്തികൾ അടങ്ങിയതായിരുന്നു ആന്തണിയുടെ സംന്യാസി സംഘം.

പച്ചോണിയസ് ഏകാന്തരുടെ 'സംഘടിത സമുദായങ്ങൾ' സ്ഥാപിച്ചു. അങ്ങനെ കൂട്ടായി ജീവിക്കുന്ന 'സഹോദരന്മാർ' കഠിനവും കർക്കശവുമായ പെരുമാറ്റച്ചട്ടങ്ങൾക്കു വിധേയരായിരുന്നു. റോമാ സാമ്രാജ്യത്തിന്റെ തകർച്ചയിൽനിന്നു സമൂഹത്തെ രക്ഷിക്കുകയെന്ന സുപ്രധാനമായ സാമ്പത്തികകൃത്യത്തിലേയ്ക്ക് അങ്ങനെ സംന്യാസിമ ഠങ്ങൾ ഉയർന്നുവന്നു. നൈൽനദിയുടെ മേൽഭാഗത്തുള്ള ചെറുതും ഒറ്റ പ്പെട്ടതുമായ ദ്വീപിൽ പച്ചോണിയൻ സംന്യാസിസംഘം സ്ഥാപിച്ച ആദ്യത്തെ മഠത്തിൽ ആയിരത്തിനാന്നൂറു സഹോദരൻമാരുണ്ടായി രുന്നു. പിന്നീട്, ആ വിശുദ്ധമഠാധിപതി ഒമ്പതു സംന്യാസിമഠങ്ങ ളും ഒരു കന്യാസ്ത്രീമഠവും സ്ഥാപിക്കുകയുണ്ടായി. താമസിയാതെ, കർക്കശമായ ബ്രഹ്മചര്യം, കഠിനമായ വിരക്തി, തന്മാനസങ്ങളുടെ തീവ്രമായ പീഡനം, ലൗകികസുഖങ്ങളോട് പരിപൂർണ്ണമായ വിക്തി എന്നിവയോട് പ്രതിജ്ഞാബദ്ധരായ അംഗങ്ങളുടെ എണ്ണം അമ്പതി നായിരത്തോളമെത്തി. ഭ്രാന്തമായ വിശ്വാസതീവ്രതയുള്ളവരുടെ ആ സംഘങ്ങൾ, പച്ചോണിയസ് രൂപം നൽകിയ 'ദൈവികനിയമങ്ങ ളുടെ അച്ചടക്ക'ത്തിനു കീഴിൽ ഒത്തുചേർന്നു.

ഒരുകാലത്ത് സാമാന്യജനനിബിഡവും സമ്പന്നവുമായിരുന്ന നൈൽനദിയുടെ താഴ്വാരങ്ങളിലെ നഗരങ്ങൾ, സംന്യാസം ജീവിതവൃ ത്തിയായി സ്വീകരിച്ച സ്ത്രീപുരുഷൻമാരെക്കൊണ്ട് മിക്കവാറും തിങ്ങി നിറഞ്ഞിരുന്നു. ക്ഷണവിശ്വാസശീലരായ ഭക്തജനങ്ങളുടെ എണ്ണം ആരാധനാലയങ്ങളിൽ കൊള്ളുന്നതിനപ്പുറമായിരുന്നു. ആയതിനാൽ പൊതുസൗധങ്ങളും നഗരഭിത്തികൾപോലും ആരാധനാസ്ഥല ങ്ങളും പ്രസംഗപീഠങ്ങളുമായി ഉപയോഗിക്കപ്പെട്ടു. ഈജിപ്തിൽ ഒരുകാലത്ത് ജനസംഖ്യയുടെ പകുതി ആളുകൾ ഏകാന്തവാസിക ളായും മഠജീവിതത്തിന്റെ 'ദൈവിക അച്ചടക്ക'ത്തിനു കീഴിലായും സംന്യാസത്തിന്റെ വിശുദ്ധമായ ജീവിതം നയിച്ചിരുന്നുവെന്ന് ചരി ത്രകാരനായ റൂഫിനസ് അഭിപ്രായപ്പെടുന്നു. ഗിബ്ബണാകട്ടെ, 'അക്കാ ലത്ത് ഈജിപ്തിൽ ദൈവത്തെ കണ്ടെത്തുക എന്നത് മനുഷ്യനെ

കണ്ടെത്തുന്നതിനേക്കാൾ എളുപ്പമായിരുന്നു' എന്നെഴുതുന്നു.

സംന്യാസമെന്ന വിശുദ്ധജീവിതത്തിന്റെ ജ്ഞാനവും പ്രയോഗവും റോമിനു പരിചയപ്പെടുത്തിയത് അത്തനേഷ്യസ് ആയിരുന്നു. ആന്തണിയുടെ ശിഷ്യൻമാർ 'ലോകതലസ്ഥാന'ത്ത് ഒരു അധിവാസകേന്ദ്രം സ്ഥാപിച്ചു. ഗിബ്ബൺ എഴുതുന്നു: 'ഈ ഈജിപ്തുകാരുടെ അപരിചിതവും അപരിഷ്കൃതവുമായ രൂപഭാവങ്ങൾ ആദ്യം ഭീതിയും അവജ്ഞയുമാണ് ജനിപ്പിച്ചതെങ്കിലും, പിന്നീട് അഭിനന്ദനങ്ങളും അസൂയാവഹമായ അനുകരണവുമാണ് ലഭിച്ചത്. സെനറ്റർമാരും, പ്രത്യേകിച്ച് മേട്രൺമാരും തങ്ങളുടെ കൊട്ടാരങ്ങളെയും വസതികളെയുമെല്ലാം മഠങ്ങളാക്കിമാറ്റി.'

ഭക്തിയുടെയും സമർപ്പണത്തിന്റേതുമായ ഈ പുതിയ സ്ഥാപനത്തോടുള്ള പ്രത്യക്ഷത്തിലുള്ള ഈ ആദരപ്രകടനം ആത്മീയാവേശത്തിന്റെ ചിഹ്നം എന്നതിനേക്കാൾ, ആഡംബരത്തിലും അലസതയിലും തളർന്ന ജീവിതത്തെ സന്തോഷിപ്പിക്കുന്ന ഒരു പുതുമയ്ക്കുവേണ്ടിയുള്ള താൽപര്യമായിരുന്നു.

പഴയ വിഗ്രഹാരാധനക്കാരുടെ മുൻവിധികളുടെ സ്ഥാനത്ത് പുതിയ അന്ധവിശ്വാസത്തെ പ്രതിഷ്ഠിക്കുന്നതിൽ ഭയവും അതിന്റേതായ പങ്കുവഹിച്ചിട്ടുണ്ട്. മഠങ്ങളെ പ്രോത്സാഹിപ്പിക്കുന്നതിന്റെ പ്രതിഫലം പരലോകത്ത് ലഭിക്കുമെന്ന് പ്രതീക്ഷിക്കപ്പെട്ടു. ഇഹലോകജീവിതത്തിന്റെ മട്ടുകുടിച്ച് മത്തുപിടിച്ചധഃപതിച്ച റോമൻ പ്രഭുത്വം, സ്വർഗ്ഗരാജ്യത്ത് കുറേക്കൂടി മഹനീയമായ ജീവിതം ഉറപ്പുനൽകുന്ന പുതിയ ജീവിതരീതിയുടെ പ്രകമ്പനത്തെ ഇഷ്ടപ്പെട്ടു. വിഗ്രഹാരാധനയുടെ ഐന്ദ്രികപരത ക്രൈസ്തവ അധിക്ഷേപത്തിന് വിധേയമായിരുന്നു. ഐന്ദ്രികമായ വിശുദ്ധവസ്തുക്കളുടെ എണ്ണം പരിമിതമാക്കപ്പെട്ടിരുന്നതിനാൽ, ദൈവത്തിനു സമർപ്പിക്കുകയെന്ന കന്യാസ്ത്രീസമ്പ്രദായം അത്ര വ്യാപകമായിരുന്നില്ല. ഇക്കാര്യത്തിൽ നുമ (നുമ പോംപിലിയസ് (753-673 ബി.സി.) റോമുലസിന്റെ പിൻഗാമിയും റോമിന്റെ രണ്ടാമത്തെ രാജാവുമായിരുന്നു. അദ്ദേഹം കൊട്ടാരത്തിൽ എല്ലാ ആഡംബരങ്ങളും ഒഴിവാക്കിയിരുന്നു - വിവ.)യുടെ സന്തതികൾ കുത്തക സ്ഥാപിച്ചിരുന്നു. പുതിയ സമ്പ്രദായം വൈരാഗ്യത്തിന്റെ നീരസ ഭാവത്തിൻ കീഴിൽ അഭിവൃദ്ധിപ്രാപിച്ചതായിരുന്നുവെങ്കിലും സമർപ്പിതരായ കന്യാസ്ത്രീകളുടെ എണ്ണത്തിനുമേൽ നിയന്ത്രണമൊന്നും ഏർപ്പെടുത്തിയിരുന്നില്ല.

ഈജിപ്തുകാരായ ആന്തണിയുടെയും പച്ചോണിയസിന്റെയും അനുയായികൾ റോമിനെ കീഴടക്കിക്കൊണ്ടിരിക്കുമ്പോൾ, സിറിയൻ മരുഭൂമി ഹിലാരിയോണിന്റെ ശിഷ്യൻമാരെക്കൊണ്ടു

നിറഞ്ഞിരുന്നു. സിറിയക്കാരനായ ആ യുവാവ് തന്റെ നാട്ടിലെയും പലസ്തീനിലെയും നിരവധി മഠങ്ങളുടെ സ്ഥാപകനാകുന്നതിനുമുമ്പ് കഠിനമായ ശാരീരികപീഡനങ്ങളുടെയും പ്രാർത്ഥനാ നിരതത്വത്തിന്റെയും ജിതേന്ദ്രിയത്വത്തിന്റേതുമായ പന്ത്രണ്ടുവർഷത്തെ ജീവിതത്തിലൂടെ കടന്നുപോയിരുന്നു. യാത്രകളിൽ രണ്ടായിരം മുതൽ മൂവായിരം വരെയുള്ള തീവ്രഭക്തരായ ശിഷ്യൻമാർ അദ്ദേഹത്തെ അനുഗമിച്ചിരുന്നു.

പിന്നീടുവന്ന ശിമയോൻ തന്റെ മുൻഗാമിയെ നിഷ്പ്രഭനാക്കി. ഇളം പ്രായമായ പതിമൂന്നാമത്തെ വയസ്സിൽ ഈ ആട്ടിടയത്തരുണൻ ലോകത്തെ പരിത്യജിച്ചു. അറുപതടി ഉയരമുള്ള ശിലാസ്തംഭത്തിനു മുകളിലിരുന്നുകൊണ്ട്, മുപ്പതു ഗ്രീഷ്മത്തിന്റെ ചൂടിനെയും നിരവധി ശിശിരങ്ങളുടെ ശൈത്യത്തെയും വെല്ലുവിളിച്ചുകൊണ്ട് അദ്ദേഹം ഇന്ദ്രിയനിഗ്രഹ പ്രവൃത്തികളിൽ ഏർപ്പെട്ടിരുന്നുവെന്ന് പറയപ്പെടുന്നു. ഈ വിശുദ്ധ മനുഷ്യൻ കാലാവസ്ഥയുടെ കഠിനതകളെ മാത്രമല്ല, സ്വർഗ്ഗീയ പാതയിൽനിന്ന് തന്നെ വ്യതിചലിപ്പിക്കാൻ വന്ന ശക്തവും പ്രകൃത്യതീതവുമായ തിന്മയുടെ ശക്തികളെയും ചെറുത്തു. അദ്ദേഹം ഒരിക്കലും തന്റെ ഉത്തുംഗസ്ഥാനത്തുനിന്നും ഇറങ്ങിവന്നില്ല; പകരം, സ്വമേധയാലുള്ള രക്തസാക്ഷിത്വത്തിന്റെ മഹനീയമായ കിരീടത്തോടെ നേരേ സ്വർഗ്ഗത്തിലേക്കുപോയി. ഒരുകാലത്ത് പ്ലേറ്റോയുടെ ഉദാത്തമായ അഭ്യൂഹങ്ങളാൽ വിസ്മയിക്കപ്പെടുകയും അരിസ്റ്റോട്ടിലിന്റെ ശാസ്ത്രീയമായ അന്വേഷണങ്ങളാൽ പ്രബുദ്ധീകരിക്കപ്പെടുകയും ചെയ്ത ലോകം നിരക്ഷരനായ ഒരു വിശ്വാസഭ്രാന്തന്റെ കാലടിയ്ക്കു കീഴിൽ അമർന്നു.

സംന്യാസിമഠങ്ങളുടെ ചരിത്രത്തിൽ ബേസിലിന്റെ നാമവും ഖ്യാതിയും അനശ്വരമാണ്. ഏഥൻസിലെ വിദ്യാലയങ്ങളിൽ പഠിച്ച അദ്ദേഹം സീസറിയയിലെ മെത്രാപ്പൊലീത്താ സ്ഥാനം ഉപേക്ഷിച്ച് ഏഷ്യാമൈനറിലെ മലമടക്കുകളിൽ ഉപവാസത്തിൽ മുഴുകി. പിന്നീടദ്ദേഹം ചാവുകടലിന്റെ തീരപ്രദേശങ്ങളിലുടനീളം സംന്യാസിമഠങ്ങളുടെ ഒരു ശൃംഖലതന്നെ സ്ഥാപിച്ചു.

തകർന്നുകൊണ്ടിരുന്ന റോമാസാമ്രാജ്യത്തിന്റെ കിഴക്കൻ പ്രവിശ്യകളിൽ മാത്രം ഒതുങ്ങിനിന്നിരുന്നില്ല സംന്യാസിമഠ സമ്പ്രദായം. ക്രിസ്ത്വബ്ദം നാലാം നൂറ്റാണ്ടിൽ ലോകത്തെ പരിത്യജിക്കാനുള്ള ആവേശവും കഠിനവ്രതാനുഷ്ഠാനങ്ങളും ഗാളിലും (പടിഞ്ഞാറൻ യൂറോപ്പിലെ ഒരു പ്രദേശം - വിവ.) ബ്രിട്ടനിലെ വിദൂരദ്വീപുകളിലുമെല്ലാം വ്യാപകമായിരുന്നു.

ടൂറിലെ വിശുദ്ധമാർട്ടിൻ ബിഷപ്പായി മാറിയ ഒരു സൈനിക നായിരുന്നു. ദൈവികമായ വിശുദ്ധജീവിതംമൂലം അദ്ദേഹത്തിന് പുണ്യവാളപദവി ലഭിച്ചു. ഗേലിലെ ആ വിശുദ്ധനേക്കാൾ ഭക്തനും പരിത്യാഗിയും നന്മയുടെ മൂർത്തീമദ്ഭാവവുമായ മറ്റൊരാളെ കിഴക്കൻ മരുഭൂമി സൃഷ്ടിച്ചിട്ടില്ല എന്ന് അദ്ദേഹത്തിന്റെ കാലത്തെ സഭാചരിത്രകാരൻമാർ, പ്രത്യേകിച്ച് അദ്ദേഹത്തിന്റെ ജീവചരിത്രകാരൻമാർ അഭിപ്രായപ്പെടുന്നു. അദ്ദേഹത്തിന്റെ രണ്ടായിരത്തോളം ഭക്തരായ ശിഷ്യന്മാർ കുഴിമാടത്തിലേയ്ക്കു ഗുരുവിനെ അനുഗമിച്ചിരുന്നുവെന്ന് പറയപ്പെടുന്നു.

ഫ്ളിന്റ്ഷെയറിലുള്ള പ്രശസ്തമായ ബഞ്ചോർ മഠത്തിൽ രണ്ടായിരത്തിലധികം സമർപ്പിതരായ വൈരാഗികൾ താമസിച്ചിരുന്നു. സംന്യാസിമഠ പ്രസ്ഥാനം അയർലന്റിലെ ഓണംകേറാമൂലകളിൽ വരെ എത്തുകയും ഹൈബ്രിഡസിലെ ചെറിയ ദ്വീപിൽ സെയിന്റ് കൊളംബയുടെ വിശുദ്ധ ഗൃഹം സ്ഥാപിക്കുകയും ചെയ്തിരുന്നു. ക്രിസ്ത്വബ്ദം അഞ്ചാംനൂറ്റാണ്ടിൽ, ബ്രിട്ടൻ മുതൽ എത്യോപ്യവരെയും സ്പെയിൻ മുതൽ പേർഷ്യവരെയുമുള്ള തകർന്ന റോമാസാമ്രാജ്യത്തിലുടനീളം ലക്ഷക്കണക്കിന് സംന്യാസിമാരും കന്യാസ്ത്രീകളും അധിവസിച്ചിരുന്നു.

സാമൂഹികജീവിതത്തിൽനിന്ന് സ്വയംഭ്രഷ്ടരായ ഇവർ ഇരുണ്ടതും അവ്യാഖ്യേയവുമായ അന്ധവിശ്വാസങ്ങളാൽ പ്രേരിതരായിരുന്നു. അടിമപ്പണിയിൽ അധിഷ്ഠിതമായ പൗരാണികസമൂഹത്തിന്റെ ദ്രുതഗതിയിലുള്ള ശിഥിലീകരണവും റോമാസാമ്രാജ്യത്തിന്റെ അധ:പതനത്തെ തടഞ്ഞുനിറുത്തുന്നതിനുവേണ്ടി സ്വീകരിച്ച അസഹനീയമായ നികുതിചുമത്തുന്നതുപോലുള്ള നടപടികളും സാമാന്യജനങ്ങളുടെ ജീവിതത്തെ തീർത്തും പ്രതീക്ഷാശൂന്യമാക്കിയിരുന്നു. സംന്യാസജീവിത പ്രവേശം അനശ്വരമായ ആനന്ദത്തിലേയ്ക്കുള്ള പഥമാണെന്ന് മോഹഭംഗത്തിനിരയായ ഓരോരുത്തരെയും വിശ്വസിപ്പിക്കുകയുണ്ടായി. അധ:പതിപ്പിക്കുന്ന ദാരിദ്ര്യവും അനന്തമായ ദുരിതവും ആഴത്തിലുള്ള അധ:പതനത്തിന്റെ അപകർഷതാബോധവുമല്ലാതെ മറ്റൊന്നുമല്ല ലോകജീവിതം വാഗ്ദാനം ചെയ്യുന്നത്. ഈ അവസ്ഥയിൽ, അനശ്വരമായ ആനന്ദമുള്ള ഒരു നിഗൂഢ ജീവിതത്തെക്കുറിച്ചുള്ള പ്രതീക്ഷയ്ക്കും വാഗ്ദാനത്തിനും, ലോകമെന്ന മുങ്ങുന്ന കപ്പലിനെ എളുപ്പത്തിൽ ഉപേക്ഷിക്കാനും അവിശ്വസനീയമായ ശരീരപീഡനകർമ്മങ്ങളിലും കഠിനവ്രതാനുഷ്ഠാനങ്ങളിലും ഏർപ്പെടാനും പ്രലോഭിപ്പിക്കുന്ന ലക്ഷ്യം നേടുന്നതിനു സമർപ്പിക്കാനുമുള്ള പ്രേരണയാകാൻ കഴിയും.

വളരെ പ്രിയങ്കരമായ വീട് എല്ലാ പുനർനിർമ്മാണ ശ്രമങ്ങളെയും വെല്ലുവിളിച്ചുകൊണ്ട് ദുഃഖകരമായ ശൂന്യതയിലേക്ക് പൊളിഞ്ഞുവീഴുമ്പോൾ അതിൽനിന്ന് ഓടി രക്ഷപ്പെടാനാണ് സ്വാഭാവികമായും ഒരാൾ ശ്രമിക്കുക. സ്വയം സംരക്ഷണമെന്ന ജന്മവാസന, തേനും പാലുമൊഴുകുന്ന വാഗ്ദത്തഭൂമിയെക്കുറിച്ചുള്ള ആകർഷകമായ ദർശനത്താൽ ഉന്മേഷഭരിതമായതിനാൽ മാത്രം, ആസ്തികധീരതയുടെയും ആരാധനീയമായ നിസ്വാർത്ഥതയുടെയും പരിവേഷം നേടുന്നു. ലളിതമായ വിവേകം ആരാധനീയമായ ആസ്തികതയുടെ പ്രകൃതം കൈവരിക്കുന്നു. നിരാശ ഭക്തിയുടെ അത്യുജ്ജ്വലമായ മേലങ്കിയിൽ പ്രത്യക്ഷപ്പെടുന്നു. സ്വാഭാവികമായ സ്വാർത്ഥത അദ്ഭുതകരമായ രൂപാന്തരണത്തിനു വിധേയമായിക്കൊണ്ട് പരിത്യാഗമെന്ന മതാവേശത്തിന്റെ സന്നിദ്ധമായ മഹിമയെ ഔദ്ധത്യത്തോടെ അന്യായമായി കൈക്കലാക്കുന്നു. അനുയോജ്യമായ ഒരു തീരത്തിന്റെ സുരക്ഷിതത്വത്തിലേക്ക് എത്തിച്ചേരുകയെന്ന നിസ്സഹായമായ പ്രതീക്ഷയോടെ, മുങ്ങുന്ന നൗകയെ ഉപേക്ഷിക്കുന്നത് അസാധാരണമായ ഒരു ധീരകൃത്യമായി കണക്കാക്കുക പ്രയാസമാണ് - അതിൽ കാറ്റും കോളും നിറഞ്ഞ ജലത്തിലൂടെ ഒഴുകിപ്പോവുകയെന്ന അപകടം ഉണ്ടെങ്കിൽക്കൂടിയും.

സാമൂഹികത്തകർച്ചയുടെ നിരാശാഭരിതമായ അവസ്ഥയിൽ, ലോകാവസാനത്തെക്കുറിച്ചുള്ള ക്രൈസ്തവ സിദ്ധാന്തത്തിന് ഭയങ്കരമായ വിശ്വാസ്യത ലഭിച്ചു. നശിക്കാൻ വിധിക്കപ്പെട്ട ഒരു ലോകത്തിൽനിന്ന് ആരാണ് ഓടിരക്ഷപ്പെടാൻ ശ്രമിക്കാത്തത്? മാത്രമല്ല, സ്വർഗ്ഗരാജ്യത്തിൽ ഒരിടം നേടുന്നതിനുള്ള പ്രലോഭനത്താൽ പ്രേരിതമായതിനാൽ, ദാരുണമായ ഈ പലായനം സ്വാഭാവികമായും അക്ഷയമായ ഭക്ഷണശേഖരത്തോടുള്ള വിശന്നുവലഞ്ഞ ആൾക്കൂട്ടത്തിന്റെ ആക്രാന്തം എന്നപോലെ ആയിത്തീർന്നു. അതുപോലെ, ഈ ലോകം മായയാണെന്ന് ഹിന്ദു സ്വയം പറഞ്ഞു വിശ്വസിപ്പിക്കുമ്പോൾ, മതാത്മക സമൂഹത്തിന്റെ അനീതിയാൽ തനിക്ക് എത്തിപ്പിടിക്കാൻ പറ്റാത്ത ലൗകികസുഖങ്ങളെ അയാൾക്ക് എളുപ്പത്തിലും മിക്കപ്പോഴും സന്തോഷത്തോടെയും അവഗണിക്കാൻ കഴിയുന്നു. ഒരു ആത്മീയസത്തയുടെ അനന്തമായ ആനന്ദത്തെക്കുറിച്ചുള്ള മുൻധാരണ, കൈയിലില്ലാത്തതും ഒരിക്കലും കൈക്കലാക്കാനാകാത്തതുമായതിനെ സാങ്കല്പികമായി കൈയൊഴിക്കാൻ പ്രേരിപ്പിക്കുന്നു. ഇതു മുന്തിരിപുളിക്കുമെന്നു സ്വയം ആശ്വസിപ്പിച്ച നിരാശനായ കുറുക്കന്റെ നിലപോലെയാണ്.

പൊങ്ങച്ചവും ലൗകികാധികാരവുംപോലുള്ള ഐഹികവും ഭക്തി രഹിതവുമായ കാര്യങ്ങൾപോലും ആശ്രമജീവിത സമ്പ്രദായത്തിന്റെ വളർച്ചയ്ക്ക് അവയുടേതായ പങ്കുവഹിച്ചു. ഗിബ്ബൺ എഴുതുന്നു: 'മോക്ഷം നേടുന്നതിനായി ലോകത്തെ പരിത്യജിച്ച ഭക്തരും വിനീതരുമായ സംന്യാസിമാരാണ് ക്രൈസ്തവരുടെ ആത്മീയ ഭരണകൂടത്തിന് ഏറ്റവും യോഗ്യർ എന്നു സ്വാഭാവികമായും കരുതപ്പെട്ടു. വിമുഖനായ താപസനെ ആശ്രമത്തിലെ ഇടുങ്ങിയ അറയിൽനിന്നു പുറത്തുകൊണ്ടുവന്ന് ജനങ്ങളുടെ സ്തുതിഘോഷങ്ങളോടെ ബിഷപ്പിന്റെ ഭരണസിംഹാസനത്തിൽ അവരോധിച്ചു; ഈജിപ്തിലെയും ഗാളിലെയും പൂർവ്വദേശങ്ങളിലെയും സംന്യാസിമഠങ്ങൾ വിശുദ്ധൻമാരുടെയും ബിഷപ്പുമാരുടെയും ഒരു പരമ്പരയെ പ്രദാനംചെയ്തു. താമസിയാതെ, അതിമോഹം സമ്പത്തിലേയ്ക്കും ബഹുമതിയിലേയ്ക്കുമുള്ള രഹസ്യപാത കണ്ടെത്തി.... ജനപ്രിയരായ സംന്യാസിമാർ കുലീനവും ആഡംബരപൂർണ്ണവുമായ ഗൃഹങ്ങളിൽ സ്വയം നുഴഞ്ഞുകയറി; സംന്യാസവൃത്തിക്കു ബഹുമാന്യതയും സമ്പത്തും നൽകുന്ന മാർഗ്ഗംകൂടിയവരെ വശീകരിക്കുന്നതിനായി മുഖസ്തുതിയും പ്രലോഭനങ്ങളുമെല്ലാം ഉപയോഗപ്പെടുത്തി.... ക്ഷണവിശ്വാസശീലയായ കന്യക പ്രകൃതിനിയമങ്ങളെ ലംഘിക്കാനുള്ള മായാമോഹത്താൽ വഞ്ചിക്കപ്പെട്ടു; ഗാർഹിക ജീവിതത്തിന്റെ നന്മകളെ പരിത്യജിക്കുകവഴി കുടുംബിനി സാങ്കല്പികമായ പൂർണ്ണതയ്ക്ക് അഭിലഷിച്ചു.'

ഇന്ത്യയിലെ മഠങ്ങളെയും ആശ്രമങ്ങളെയും കുറിച്ചുള്ള വിമർശനാത്മകമായ പഠനം ഇതിൽനിന്നു വ്യത്യസ്തമായ ഒരു ചിത്രമല്ല വെളിവാക്കുന്നത്. ഏഴാം നൂറ്റാണ്ടിന്റെ ആദ്യപകുതിയിൽ ഹർഷവർദ്ധനൻ കനൗജിൽ ഒരു മതസമ്മേളനം നടത്തുകയുണ്ടായി. ആ സമ്മേളനത്തിന് ആദ്ധ്യക്ഷ്യം വഹിച്ചത് പ്രസിദ്ധ ചീനഭിക്ഷുവായ ഹ്യുയാൻസാങ് ആയിരുന്നു. ആ സമ്മേളനത്തെക്കുറിച്ച് ഹാവെൽ എഴുതുന്നു: 'നാലന്ദപോലുള്ള വിഹാരങ്ങളിൽനിന്നുള്ള മതമേധാവികൾ ആനപ്പുറത്തു കയറിയാണ് വന്നത്; മറ്റുള്ളവരാകട്ടെ പല്ലക്കുകളിലും. അവർക്കെല്ലാം വലിയൊരു പരിചാരകവൃന്ദവും ഉണ്ടായിരുന്നു.'

ഇരുപതുദിവസത്തെ സമ്മേളനത്തിനുശേഷം പ്രതിനിധികൾക്കു വിലപിടിപ്പുള്ള സമ്മാനങ്ങൾ വിതരണം ചെയ്യുകയുണ്ടായി. പതിനായിരം പേർക്കു നൂറു സ്വർണ്ണനാണയങ്ങൾ വീതം ലഭിച്ചു; അതിനുപുറമെ വിലകൂടിയ വസ്ത്രങ്ങളും ആഭരണങ്ങളും സുഗന്ധദ്രവ്യങ്ങളും. ബുദ്ധമതത്തിന്റെ പ്രാഭവകാലത്ത് ബൗദ്ധസംഘങ്ങൾ വിപുലമായ ഭൗതികസമ്പത്തും രാഷ്ട്രീയാധികാരവും ഒരുപോലെ ആസ്വദിച്ചിരുന്നു. അവർക്കുശേഷം, ഹൈന്ദവമഠങ്ങളുടെയും

ക്ഷേത്രങ്ങളുടെയും സമ്പത്ത് അവിശ്വസനീയമായ തരത്തിലു ള്ളതായിത്തീർന്നു. ആശ്രമങ്ങളും പുരോഹിതശ്രേണിയുമെല്ലാം പരിത്യാഗമെന്ന നന്മ ഉദ്ബോധിപ്പിക്കുമ്പോൾ തന്നെ സമൃദ്ധവും സുഖകരവുമായ ജീവിതമാണ് നയിച്ചിരുന്നത്. വിശുദ്ധജീവിതത്തി ന്റെ കാപട്യത്തിലും വഞ്ചനയിലും സാങ്കല്പികതയിലും അഭയംപ്രാ പിച്ചിരുന്നില്ലെങ്കിൽ ദാരിദ്ര്യത്തിൽത്തന്നെ കിടക്കുമായിരുന്നവർക്ക് സാങ്കല്പികമായ, മിക്കവാറും കൃത്രിമമായ ആത്മീയോന്നതി ഭൗതിക പ്രതാപവും ലൗകികാധികാരവും കൊണ്ടുവന്നു നൽകി. ഈ സുഖ പ്രദമായ ജീവിതരീതി പിന്തുടർന്നവർക്കു പരിത്യാഗം ഭൗതികമായ ജീവിതോപാധികളും പേരും പെരുമയും അധികാരവും ഒരുപോലെ ഉറപ്പാക്കി. ഇന്നുപോലും, ഹിന്ദുസമൂഹത്തിൽ സംന്യാസിമാർ പ്രത്യേക അവകാശങ്ങൾ അനുഭവിക്കുന്നുണ്ട്. ഉൽപാദകരായ ബഹുജനങ്ങൾ സാമ്പത്തികമായി പാപ്പരായിരിക്കുമ്പോൾ സമൂഹം മതപരിവേഷമുള്ള അമ്പതുലക്ഷത്തോളം ഭിക്ഷാംദേഹികളെയും ഇത്തിക്കണ്ണികളെയും പുലർത്തിക്കൊണ്ടിരിക്കുന്നു.

ഇന്ത്യയിൽ ആശ്രമജീവിത സമ്പ്രദായം ബൗദ്ധകാലഘട്ടത്തിൽ വളരെ വ്യാപകമായി മാറി. ഹിന്ദു പ്രതിലോമതയുടെ വിജയത്തി നുശേഷം അതിന്റെ വളർച്ച തുടരുകയും ചെയ്തു. ഈ കാലഘട്ടത്തി ലാണ് അസംഖ്യം സംന്യാസി സമ്പ്രദായങ്ങൾ നിലവിൽ വരുന്നത്.

തന്റെ ശിഷ്യനായ അശോകനെ സന്ദർശിച്ച സമയത്ത് ബൗദ്ധഭി ക്ഷുവായ ഉപഗുപ്തനോടൊപ്പം പതിനെണ്ണായിരം അനുയായികളുണ്ടാ യിരുന്നു. ബുദ്ധമതത്തിന്റെ സ്ഥാപനത്തെ ആഘോഷിക്കുന്നതിനായി അവിടെ കൂടിയിരുന്ന ഭിക്ഷാംദേഹികൾക്കു പതിനൊന്നുലക്ഷം സ്വർണ്ണനാണയങ്ങളാണ് അശോകൻ വിതരണം ചെയ്തത്. ഏതാണ്ട് ആയിരം വർഷങ്ങൾക്കുശേഷം പ്രയാഗയിൽവെച്ച് ഹർഷരാജാവ് ധർമ്മവിരുന്ന് നടത്തിയപ്പോൾ മതഭിക്ഷാംദേഹികളുടെ എണ്ണം ഇതിലും കൂടുതലായിരുന്നു. പ്രായപൂർത്തിയായവരിൽ ഗണ്യമായ ഒരു വിഭാഗം ഈ ആയിരം വർഷക്കാലത്ത് സംന്യാസജീവിത സമ്പ്രദായത്തെ കൊഴുപ്പിച്ചിരുന്നു. മഗധയിലെ പുരുഷൻമാരിൽ നല്ലൊരു ഭാഗം സംന്യാസജീവിതത്തിലേക്കു പ്രവേശിച്ചിരുന്നു എന്നു രേഖപ്പെടുത്തപ്പെട്ടിട്ടുണ്ട്. ബൗദ്ധ ആശ്രമജീവിത സമ്പ്രദായത്തിന് അതിന്റെ ക്രൈസ്തവ പൂർവ്വരൂപത്തോടു സാദൃശ്യമുണ്ട്. രണ്ടും പഴയ സാമൂഹിക ക്രമത്തിന്റെ തകർച്ച സൃഷ്ടിച്ച നിരാശയെ പ്രതിനിധീക രിച്ചു. ജീവിതപ്രശ്നങ്ങളെ ജീവിതത്തിൽനിന്നു ഓടിയൊളിച്ചുകൊണ്ടു പരിഹരിക്കാനുള്ള നിഷ്ഫലശ്രമങ്ങളായിരുന്നു അവ.

രോഗാതുരമായ ഒരു മനോഭാവത്തിന്റെ തലതിരിഞ്ഞ ഒരാദർശമാണ് താപസവൃത്തി. വ്യക്തിയുടെ ആത്മഹത്യ നിന്ദ്യമായ ഒരു പ്രവൃത്തിയായി പൊതുവെ കണക്കാക്കപ്പെടുന്നു. വ്യക്തിയുടെ സ്വയംനശീകരണം എന്ന പ്രവൃത്തിയുടെ നിയമസാധുതയെയും നൈതികതയെയും സംബന്ധിച്ച് ചരിത്രത്തിലുടനീളം വ്യത്യസ്തമായ അഭിപ്രായങ്ങളാണുള്ളത്. ആത്മഹത്യയ്ക്ക് അനുകൂലവും എതിരുമായ വാദമുഖങ്ങൾ എന്തൊക്കെ ആയാലും പൊതുവിൽ ആത്മഹത്യ ചെയ്യുന്നത് താൽക്കാലികമായ ഉന്മാദാവസ്ഥയിലാണ് എന്നത് അവിതർക്കിതമായ ഒരു വസ്തുതയാണ്. സംന്യാസവൃത്തി ഈ മാനസികരോഗത്തിന്റെ സാംക്രമികതയെ പ്രതിനിധീകരിക്കുന്നു. വലിയതോതിലുള്ള ആത്മഹത്യാ പ്രവണതയുടെ വ്യാപനത്തെയാണ് ഇതു സൂചിപ്പിക്കുന്നത്. മറ്റു വാക്കുകളിൽ പറഞ്ഞാൽ, വിശുദ്ധ മനുഷ്യൻ ഒരു കൊലയാളിയാണ്. ഒരാൾക്കു തന്റെ പീഡിതമായ ആത്മാവിനെ ഇല്ലാതാക്കാനുള്ള സ്വാതന്ത്ര്യം നൽകപ്പെടാം. അതുപോലെ, അയാളുടെ രോഗാതുരമായ പ്രവൃത്തി വ്യക്തിയുടെ ഉന്മാദത്തിന്റെ അടയാളമെന്ന നിലയിൽ ക്ഷമിക്കപ്പെടുകയും ചെയ്യാം. എന്നാൽ, സംന്യാസ സമ്പ്രദായം വ്യാപകമാകുമ്പോൾ അത് നരഹത്യാസക്തിയുടെ ഉപകരണമായിമാറുന്നു. ഉന്മാദം ഒരു കുറ്റമായി മാറുന്നു. വ്യക്തി എന്ന നിലയിൽ സംന്യാസി അയാളുടെ ദുഷിച്ച ഉന്മാദത്തിനു അനുകമ്പ അർഹിക്കുന്നു; എന്നാൽ ഒരു സമ്പ്രദായമെന്ന നിലയിൽ അതു മനുഷ്യവംശത്തിനെതിരായ കുറ്റകൃത്യമാണ്. ആത്മീയവൽക്കരിക്കാനുള്ള ശക്തിയെക്കുറിച്ചുള്ള നിസ്സാരമായ ആശയമല്ല അതിന്റെ ഒരേയൊരു വിശേഷഗുണം; മറിച്ച്, അത് മറ്റെല്ലാ കുറ്റങ്ങളെയുംപോലുള്ള ഒരു സാമൂഹിക രോഗമാണ്. ബഹുജനങ്ങളെ തികഞ്ഞ നിരാശയിൽ ആഴ്ത്തുന്ന തരത്തിലുള്ള രൂക്ഷപ്രതിസന്ധിയിൽ ഒരു പ്രത്യേക സാമൂഹിക വ്യവസ്ഥ അകപ്പെടുമ്പോൾ ആത്മഹത്യാ പ്രവണതയ്ക്കു വളക്കൂറുള്ള മണ്ണു ലഭിക്കുന്നു. ഉന്മാദം സാംക്രമികരോഗമായി മാറുന്നു. ലോകം ശമിപ്പിക്കാനാവാത്ത ദുഃഖങ്ങളാലും ദുരിതങ്ങളാലും നിറഞ്ഞിരിക്കുന്നു; ഈ ലോകത്തിൽനിന്ന് ഓടി രക്ഷപ്പെടുകയാണ് ഒരേയൊരു വഴി. ഇന്ദ്രിയങ്ങളെ അതിവർത്തിക്കുന്ന ഒരു അസ്തിത്വത്തെക്കുറിച്ചുള്ള സ്വപ്നത്തിൽ ആശ്വാസം തേടുകയും ചെയ്യാം. ഈ ഒരേയൊരു രക്ഷാമാർഗ്ഗത്തിനു വിലങ്ങുതടിയായി നിൽക്കുന്നത് മാതൃത്വവും പിതൃത്വവുമാണ്. സാമൂഹികത്തകർച്ചയുടെ ക്രമരാഹിത്യത്തിൽ പ്പോലും, ആത്മീയ അഹന്തയ്ക്കു സ്നേഹവും പ്രണയവുമായി സ്വയം പ്രകടമാകുന്ന ഉൽകൃഷ്ട ജൈവനിയമങ്ങളുടെ ഒപ്പംനിൽക്കാനാവില്ല. അതുകൊണ്ട്, ആത്മീയ ഉന്നമനം ഉറപ്പുവരുത്തുന്നതിനു മനുഷ്യൻ

മൃഗത്തിന്റെ നിലവാരത്തിലും താഴണം. പ്രകൃതിനിയമങ്ങളെ ലംഘിക്കുവാനുള്ള നിഷ്ഫലമായ യത്നത്തിലൂടെ അവൻ സ്വയം ഒരു വൈകൃതം സൃഷ്ടിച്ചാൽ മാത്രം പോരാ; ഭാവിതലമുറകളെയും ഇല്ലായ്മ ചെയ്യണം. അതിലൂടെ അവൻ പ്രകൃതിമാതാവിനെതിരായിത്തന്നെ കൊട്ടും അക്രമം നടത്തുന്നു.

പെരുകലാണ് പ്രകൃതിയുടെ നിയമം. സംന്യാസം വ്യാപകമായ പ്രചാരമുള്ള ഒരു സമ്പ്രദായമെന്ന നിലയിൽ ആദ്യം പ്രത്യക്ഷപ്പെട്ടപ്പോൾ അതിന്റെ സാമൂഹികമൂല്യത്തിന് ആധുനികതൊഴിലാളി പ്രസ്ഥാനത്തിന്റെ ഭാഗമായ ജനനനിയന്ത്രണത്തോട് ഒരളവോളം സാദൃശ്യമുണ്ടായിരുന്നു. രക്ഷാകർത്താക്കൾ എന്ന നിലയിലുള്ള തങ്ങളുടെ കടമകൾ നിർവ്വഹിക്കാൻകഴിയാത്ത അവസ്ഥയിലുള്ള മന:സാക്ഷിയുള്ള ആളുകൾ സന്തതികളെ സൃഷ്ടിക്കുന്നതിൽ വിമുഖരാണ്. എന്നാൽ, പ്രജനനത്തിനു മേലുള്ള ഈ നിയന്ത്രണം ചുമതലാപരവും താൽക്കാലികവുമായ ഒരു നടപടിയാണ്. സാമൂഹിക ചുറ്റുപാടുകൾ മാറുന്നതോടെ അതിന്റെ ആവശ്യം ഇല്ലാതാവുന്നു. വിഡ്ഢിത്തമാർന്ന ജീവിതനിന്ദയല്ല അത്. മാത്രമല്ല, ജനനനിയന്ത്രണത്തിനുള്ള ആധുനികപ്രസ്ഥാനം ലൈംഗികവാസനയെ ഞെക്കിക്കൊല്ലാൻ ഉദ്ദേശിക്കുന്നില്ല; അതുകൊണ്ട്, സന്താനോൽപാദനത്തിൻമേലുള്ള താൽക്കാലിക നിയന്ത്രണം നിലവിലുള്ള തലമുറയിൽ മാനസികമായ മഹാവൈകൃതങ്ങളെയൊന്നും സൃഷ്ടിക്കുന്നില്ല. എന്നാൽ, യുക്തിബോധം ഇല്ലാത്ത ജനസഞ്ചയം പുരാതന സാമൂഹികക്രമത്തിന്റെ പ്രതിസന്ധിയിൽ അകപ്പെട്ടു. സംന്യാസത്തിന്റെ മാർഗ്ഗത്തെയും ലക്ഷ്യത്തെയും അതിന്റെ സാമൂഹികമൂല്യബോധത്താൽ ക്ലിപ്തപ്പെടുത്താൻ കഴിഞ്ഞില്ല. പുതിയൊരു സമൂഹത്തെ പടുത്തുയർത്തുകയെന്ന ലക്ഷ്യത്തോടെ, നിരാശയുടെ കാർമേഘത്താൽ ആവൃതമായ ജീവിതവീക്ഷണത്തോടുകൂടിയ ജീർണ്ണിച്ച സാമൂഹിക വ്യവസ്ഥയെ തകർത്തെറിയാനുള്ള ബോധപൂർവ്വമായ വിപ്ലവപോരാട്ടവുമായി അതിനു ബന്ധമുണ്ടായിരുന്നില്ല. പ്രതിസന്ധിയുടെ ഇരകളുടെ നിരാശയെയാണത് പ്രതിഫലിപ്പിച്ചത്. സാമൂഹികത്തകർച്ചയുടെ പ്രത്യയശാസ്ത്രത്തിന്റെ അവിഭാജ്യഘടകമായിരുന്നു അത്.

മറ്റ് ആത്മാക്കളെ സംസാരദു:ഖസാഗരത്തിൽ ആഴ്ത്താതിരിക്കുക എന്നത് ആത്മീയമായ അഹംഭാവത്തേക്കാൾ ഉൽകൃഷ്ടമായ ചോദനയാണ്. എങ്കിലും, ഇതും മനുഷ്യവംശത്തെ ഉന്മൂലനം ചെയ്യാനുള്ള നിന്ദ്യമായ ശ്രമമായിത്തീരുന്നു. യുക്തിക്കും ആത്മാർത്ഥതയ്ക്കും ആദർശത്തിനും മതത്തിൽ എന്തെങ്കിലും സ്ഥാനമുണ്ടെങ്കിൽ ദൈവത്തിന്റെ ഉൽകൃഷ്ടസൃഷ്ടികളുടെ ഉന്മൂലനം ശുപാർശചെയ്യുന്ന

ഈ പാപസമ്പ്രദായത്തിനെതിരെ മതവിശ്വാസികൾ കലാപമുയർത്തണം. ദൈവം സ്വന്തം രൂപത്തിൽ മനുഷ്യനെ സൃഷ്ടിച്ചു എന്നാണ് മതം പഠിപ്പിക്കുന്നത്. മതം ദൈവത്തിനുതന്നെ എതിരായ ഒരു കുറ്റമായി മാറുമ്പോൾ അതിൽ ഗുരുതരമായ എന്തോ കുഴപ്പം ഉണ്ടെന്നു വേണം കരുതാൻ.

സംന്യാസി പരാജയമനോഭാവക്കാരനാണ്. തനിക്കുചുറ്റുമുള്ള പ്രതീക്ഷയൊട്ടുമില്ലാത്ത സാമൂഹികാവസ്ഥകളുടെ ഉൽപന്നമാണ് അയാളുടെ പരാജയ മനോഭാവം. ആ അവസ്ഥകൾ മാറുന്നതോടെ, അവയിൽനിന്നു വളർന്നുവന്ന രോഗങ്ങൾ അനിവാര്യമായും കുറഞ്ഞ് ക്രമേണ അപ്രത്യക്ഷമാകും. പൗരാണികസമൂഹത്തിന്റെ തകർച്ചയിൽനിന്നു രൂപംകൊണ്ട ക്രമരാഹിത്യത്തിൽനിന്നു പുറത്തുകടക്കാനുള്ള പോരാട്ടത്തിൽ വിജയിച്ച യൂറോപ്യൻ സമൂഹത്തിന്റെ കാര്യത്തിൽ അതാണുണ്ടായത്. ക്രൈസ്തവസംന്യാസ സമ്പ്രദായത്തിന്റെ വൈറസ് ക്ഷണഭംഗുരമായ പ്രതിഭാസമായിരുന്നു. സംന്യാസിമഠങ്ങൾ അവയുടെ തുടക്കത്തിലെ സ്വഭാവവിശേഷങ്ങളെ കവിഞ്ഞ് വളരുകയാണുണ്ടായത്; ക്രമേണ അവ ഒരു പുതിയ സാമൂഹിക ക്രമത്തിന്റെ മൂലക്കല്ലായ ഉൽപാദനഘടകങ്ങൾ എന്ന നിലയിൽ ക്രിയാത്മകമായ പങ്കുവഹിക്കാൻ തുടങ്ങി. ഇന്ത്യയിൽ സാമൂഹിക പ്രതിസന്ധി ഗുരുതരമായ രോഗമായിത്തീരുകയാണുണ്ടായത്. അതിന്റെ വൃത്തികെട്ട ലക്ഷണങ്ങൾ ഒരു തനതു സംസ്കാരത്തിന്റെ സവിശേഷസ്വഭാവങ്ങളായി സ്വയം ശാശ്വതീകരിച്ചു. സാങ്കല്പികവും തരികിടയുമായ ആത്മീയതയുടെ അഹങ്കാരപീഠത്തിൽ പരാജയമനോഭാവത്തെ പ്രതിഷ്ഠിച്ചുകൊണ്ട് ഇന്ത്യൻസമൂഹം പോരാട്ടത്തിന്റെ പാതയെ ഉപേക്ഷിച്ചു. അതോടെ ഇന്ത്യൻസമൂഹം കല്ലിച്ചു നിശ്ചലമായി. ഇന്ത്യൻസമൂഹത്തിന്റെ 'യാഥാസ്ഥിതിക പ്രതിഭ' തകർച്ചയുടെയും പുരോഗതിയുടെയും ആന്തരികശക്തികളെ സ്തംഭിപ്പിച്ചുനിർത്തിയെങ്കിലും പുറത്തുനിന്നുള്ള ആഘാതങ്ങളെ ചെറുത്തുനിൽക്കാൻ അതിനായില്ല. ബ്രഹ്മചര്യമെന്ന ഹൈന്ദവാദർശം ദുരന്തപൂർണ്ണമായ ഒരു ഭൂതകാലത്തിന്റെ ബീഭത്സമായ പൈതൃകമാണ്.

ഇന്ത്യയിലെന്നപോലെ ആദ്യകാല ക്രൈസ്തവ ലോകത്തിലെ സംന്യാസിമഠങ്ങളിലും വന്നുചേർന്ന മിക്കവരും പരമദരിദ്രരായിരുന്നു. യഥാർത്ഥത്തിൽ ത്യജിച്ചതിനേക്കാൾ അവർ പരിത്യാഗത്തിന്റേതായ പുതിയ ജീവിതത്തിൽ വളരെയധികം നേടി. ക്രൈസ്തവ സംന്യാസിമഠങ്ങളിലെ അന്തേവാസികളിൽ മഹാഭൂരിപക്ഷംപേരും നിർധനരായ കർഷകരും ഓടിപ്പോയ അടിമകളും പരമദരിദ്രരായ കൈവേലക്കാരും ആയിരുന്നുവെന്ന് വിമർശനബുദ്ധിയുള്ള

ചരിത്രകാരൻമാർ രേഖപ്പെടുത്തിയിട്ടുണ്ട്. ഒരു സാമൂഹികദുരന്തത്തിന്റെ ഭാഗ്യംകെട്ട ഇരകളായ അവർക്ക് ഈ പുതിയജീവിതം പ്രതീക്ഷയറ്റ ദാരിദ്ര്യത്തിൽനിന്നും അസഹനീയമായ പിടിച്ചുപറിയിൽനിന്നും അനന്തമായ ദുരിതങ്ങളിൽനിന്നുമുള്ള സ്വാഗതാർഹമായ രക്ഷപ്പെടലായിരുന്നു. സുരക്ഷിതവും സ്തുത്യർഹവുമായ ഒരു ജീവിതവൃത്തിക്കുവേണ്ടി അവർ അപമാനത്തിന്റെയും അവജ്ഞയുടേയുമായ അപകടംപിടിച്ച ജീവിതം ഉപേക്ഷിച്ചു. അങ്ങനെ ഭൂമിയിലെ അടിക്കാട്ടങ്ങളായ അധഃകൃതരും അഗതികളും തിരഞ്ഞെടുക്കപ്പെട്ട വരേണ്യരായി മാറി. മഹത്തായ സ്വർഗ്ഗരാജ്യത്തിലേയ്ക്കുള്ള അവരുടെ പ്രവേശനം ഉറപ്പാക്കപ്പെട്ടു. അമൂല്യമായ പാരിതോഷികത്തിനു നൽകേണ്ട നിസ്സാരവില മാത്രമായിരുന്നു ആശ്രമജീവിതത്തിന്റെ കഠിനനിഷ്ഠകൾ. വിശുദ്ധ ജീവിതവൃത്തിയുടെ ശാരീരികമായ വിഷമതകളും ഇല്ലായ്മകളും, പൂർവ്വാശ്രമത്തിൽ ശാരീരികാദ്ധ്വാനവുമായി പൊരുത്തപ്പെട്ടിരുന്ന സംന്യാസിമാർക്കു വളരെ ലാഘവത്തോടെ സഹിക്കാനാവുന്നവയായിരുന്നു. അവരത് ആഹ്ലാദത്തോടെ സഹിച്ചു. കാരണം, ദൈവവേലയ്ക്കായി ചേർക്കപ്പെട്ടവർക്ക് ജീവിക്കാൻ അത്യാവശ്യമായവ ഉറപ്പാക്കപ്പെട്ടിരുന്നു. പൂർവ്വാശ്രമജീവിതത്തിൽ അത്യാവശ്യ സാധനങ്ങൾപോലും അവർക്ക് മിക്കപ്പോഴും ലഭിച്ചിരുന്നില്ലെന്നറിയണം. ഈജിപ്തിൽ 'ഒരു സംന്യാസി ഒരാട്ടിടയനേക്കാൾ സുഖകരമായി ജീവിച്ചിരുന്നു' എന്ന് സഭാചരിത്രകാരനായ ടൈൽമോണ്ട് എഴുതുന്നു. ഇപ്പോൾ മേയ്ക്കാൻ കൈവശം ഇല്ലാത്ത ദുർലഭവും വിലയേറിയതുമായ ചെമ്മരിയാടുകൾക്കു പകരം ഭക്തരായ ഇരുകാലി സഞ്ചയങ്ങളുടെ ബഹുമാന്യരും വിശേഷാവകാശങ്ങളുള്ളവരുമായ നേതാക്കളായി മാറ്റിയ ആശ്രമജീവിതത്തെ അഗതികളായ ആട്ടിടയൻമാർ ആവേശപൂർവ്വം ആശ്ലേഷിച്ചതിൽ അദ്ഭുതപ്പെടാനൊന്നുമില്ല.

ഇരുന്നൂറുവർഷത്തിലധികം കാലം ബൗദ്ധവിഹാരങ്ങളിലെ അന്തേവാസികളെല്ലാം ദരിദ്രരായ മർദ്ദിത ജനവിഭാഗങ്ങളിൽനിന്നു വന്നവരായിരുന്നു. ഹാവെൽ എഴുതുന്നു: 'രണ്ടു നൂറ്റാണ്ടിലധികംകാലം ബൗദ്ധസംഘങ്ങൾക്ക് ബ്രാഹ്മണരോ ക്ഷത്രിയരോ ആയ ആര്യൻ പ്രമാണിവർഗ്ഗത്തിന്റെ രക്ഷാകർതൃത്വം നേടാൻ കഴിഞ്ഞിരുന്നില്ല. ആദ്യകാല വിപ്ലവാവേശം വെടിഞ്ഞതിനുശേഷം മാത്രമാണ് അത് ഭരണകൂടത്തിന്റെ മതമായിത്തീർന്നത്. അതേത്തുടർന്ന്, സമ്പന്നമായ വിഹാരങ്ങളുടെ വാതിലുകൾ മർദ്ദിതവിഭാഗങ്ങൾക്കുമുമ്പിൽ കൊട്ടിയടയ്ക്കപ്പെട്ടു. ലൗകികമായ കടമകളിൽനിന്നു രക്ഷപ്പെടാനും രാഷ്ട്രനിയമങ്ങളിൽനിന്ന് ഒഴിഞ്ഞുമാറാനുമുള്ള മാർഗ്ഗമായി സംഘത്തെ ഉപയോഗിക്കരുതെന്ന് നിയമംമൂലം വ്യവസ്ഥചെയ്തിരുന്നു.

കടംവാങ്ങിയ പണം തിരിച്ചുനൽകാതെ ആർക്കും സംഘത്തിൽ ചേരാനാകുമായിരുന്നില്ല; അതുപോലെ, ശിക്ഷിക്കപ്പെട്ട കുറ്റവാളികൾക്കും ഒളിച്ചോടിവന്ന രാജഭൃത്യർക്കും അടിമകൾക്കും സംഘത്തിൽ പ്രവേശനമുണ്ടായിരുന്നില്ല.' അതുവരെയും സംഘങ്ങൾ അത്തരം നിർഭാഗ്യവാൻമാരായ സമൂഹഭ്രഷ്ടർക്ക് കാരുണ്യപൂർവ്വമായ അഭയം നൽകിയിരുന്നു എന്ന് വ്യക്തമാണ്.

ക്രൈസ്തവ സംന്യാസിമാ സമ്പ്രദായത്തിന്റെ സാമൂഹിക പശ്ചാത്തലത്തെ ഗിബ്ബൺ ഇങ്ങനെ വിവരിക്കുന്നു: 'അസന്തുലിതവും അമിതവുമായ കപ്പം നൽകാൻ ബാദ്ധ്യസ്ഥരായ റോമിന്റെ പ്രജകൾ സാമ്രാജ്യത്വഭരണകൂടത്തിന്റെ അടിച്ചമർത്തലിൽനിന്നു പിൻവാങ്ങി; നെഞ്ചുറപ്പില്ലാത്ത ചെറുപ്പക്കാർ അപകടകരമായ സൈനികജീവിതത്തിനുപകരം സംന്യാസിയുടെ തപശ്ചര്യ സ്വീകരിക്കാനാണ് ഇഷ്ടപ്പെട്ടത്. കിരാതൻമാരുടെ മുമ്പിൽനിന്ന് വിരണ്ടോടിയവരെല്ലാം സംന്യാസിമഠങ്ങളിൽ അഭയവും ഉപജീവനമാർഗ്ഗവും കണ്ടെത്തി; സകല സേനാവ്യൂഹങ്ങളും ഈ മതസങ്കേതങ്ങളിൽ കുഴിച്ചുമൂടപ്പെട്ടു; വ്യക്തികളുടെ ദുരിതങ്ങൾക്കു ശമനം നൽകിയ അതേ കാരണം തന്നെ സാമ്രാജ്യത്തിന്റെ ശക്തിയെ ക്ഷയിപ്പിക്കുകയും ചെയ്തു.'

പൗരത്വത്തിന്റെ വൈയക്തികവും സാമൂഹികവുമായ ചുമതലകളെ നടപ്പിൽവരുത്താനുള്ള വഴികളെക്കുറിച്ചു റോമൻനിയമത്തെക്കുറിച്ചുള്ള പല പ്രാമാണിക പ്രബന്ധങ്ങളിലും, പ്രത്യേകിച്ചു ജസ്റ്റീനിയൻ നിയമസംഹിതയിൽ, പറയുന്നുണ്ട്. എന്നാൽ, തരണം ചെയ്യാനാകാത്ത സാമൂഹിക അരാജകത്വം സൃഷ്ടിച്ച വിഭ്രാന്തിനിറഞ്ഞ അന്ധവിശ്വാസത്തിന്റെ ശക്തമായ കുത്തൊഴുക്കിനെ ചെറുക്കാനാവാത്തത്ര ദുർബലമായ ഒരണക്കെട്ടായിരുന്നു ജീർണ്ണിച്ച ഒരു ഭരണകൂടത്തിന്റെ നിയമാവലികൾ.

ഇന്ത്യയിലും തികച്ചും ഇതിനു സമാനമായ കാരണങ്ങളാണ് പ്രവർത്തിച്ചിരുന്നത്. ഇന്തോ-ആര്യൻ സംസ്കാരത്തിന്റെ ആത്മീയസത്തയുടെ ഒരു ആരാധകനാണ് ഹാവെൽ. ആ നിലയ്ക്ക് സംന്യാസിമാ സമ്പ്രദായത്തെ ശരിയായി വിലയിരുത്തുന്നതിന് അദ്ദേഹത്തെത്തന്നെ ആശ്രയിക്കാം. അദ്ദേഹം എഴുതുന്നു: 'ആശ്രമജീവിതത്തിന് വലിയ ആദരവു ലഭിച്ചിരുന്നു. ക്ഷത്രിയ യുവാക്കളെ അതു പലതരത്തിലും ആകർഷിച്ചു. ആര്യാവർത്തത്തിലെ പോരാട്ടവീര്യത്തെ അത് അപകടകരമാംവിധത്തിൽ ദുർബലമാക്കുകയും ചെയ്തു. രാജ്യരക്ഷയ്ക്ക് അത്യാവശ്യമായ വിഭവങ്ങളെ പിതാംബരധാരികളെക്കൊണ്ടു നിറഞ്ഞ ആയിരക്കണക്കിനു വിഹാരങ്ങൾ വലിച്ചെടുക്കുകയാണുണ്ടായത്.'

അദ്ദേഹം തുടരുന്നു: 'വിഹാരങ്ങളിലെ സ്വസ്ഥജീവിതത്തിനായി ആയിരക്കണക്കിനു പുരുഷൻമാർ മഞ്ഞവസ്ത്രം സ്വീകരിച്ചത് അറബികൾക്കു സിന്ധ് എളുപ്പത്തിൽ ആക്രമിച്ചു കീഴടക്കാൻ സഹായിച്ചു. ബ്രാഹ്മണതത്ത്വശാസ്ത്രം വികസിച്ചതിനുശേഷവും ഭാരതീയ പൗരുഷത്തിന്റെ ഉത്തമാംശത്തിന്റെ വലിയൊരു ഭാഗത്തെ വിഹാരസമ്പ്രദായം വലിച്ചെടുക്കുന്നതു തുടർന്നു.'

ഹിന്ദുരാജാക്കൻമാരുടെ പീഡനങ്ങളും അടിച്ചമർത്തലുകളുമെല്ലാം ബൗദ്ധശൂന്യവാദത്തിന്റെ തിരമാലകളെ തടഞ്ഞുനിർത്തുന്നതിൽ അശക്തമായിരുന്നു. അശോകന്റെ കാലംമുതൽ ഭിക്ഷുസംഘങ്ങൾക്ക് ഭരണകൂടത്തിൽ ശക്തമായ സ്വാധീനമുണ്ടായിരുന്നു. ബൗദ്ധരായ മൗര്യരാജാക്കൻമാരുടെ ഭരണത്തെ പുറത്താക്കി ബ്രാഹ്മണ പ്രതിലോമതയുടെ നേതൃത്വം ഏറ്റെടുത്ത പുഷ്യമിത്രസുംഗനാണ് ആ സ്വാധീനത്തെ ഇല്ലാതാക്കിയത്. അദ്ദേഹം വിഹാരങ്ങളെ തകർക്കുകയും ബൗദ്ധഭിക്ഷുക്കളെ രാജ്യത്താകമാനം വേട്ടയാടുകയും ചെയ്തു. എങ്കിലും സംന്യാസജീവിതത്തെ ഇല്ലാതാക്കാനൊന്നും കഴിഞ്ഞില്ല. പീഡനങ്ങൾക്കു മുമ്പിലും അതു തഴച്ചുവളർന്നു. വ്യവസ്ഥകളെയൊന്നും കൂട്ടാക്കാതെ തന്നിഷ്ടപ്രകാരം കുടുംബത്തെ ഉപേക്ഷിച്ചുപോകുന്നവർക്കു കടുത്ത പിഴകൾ ചുമത്തിക്കൊണ്ട് സംന്യാസജീവിതസമ്പ്രദായത്തിന്റെ വിനാശകരമായ വളർച്ചയെ തടയാൻ അശോകന്റെ മരണത്തിനുശേഷം മൗര്യഭരണാധികാരികൾ ശ്രമിച്ചിരുന്നു. അത്രത്തോളം അതു ഗൗരവതരമായ ഒരു സാമൂഹിക ഭീഷണിയായിത്തീർന്നിരുന്നു എന്നർത്ഥം. എന്നാൽ, സമൂഹത്തകർച്ചയുടെ വെള്ളപ്പൊക്കത്തെ തടയാനൊന്നും കഴിഞ്ഞില്ല. അതു മൗര്യൻമാരുടെ മഹത്തായ സാമ്രാജ്യത്തെ തുടച്ചുനീക്കി.

ഇന്ത്യയിലെ കോൺസ്റ്റൻന്റയിൻ ആയിരുന്നു അശോകൻ. അദ്ദേഹത്തിന്റെ കൂർമ്മയുള്ള ബുദ്ധി രാജ്യരക്ഷയ്ക്കായി സാമൂഹികത്തകർച്ചയുടെ പ്രത്യയശാസ്ത്രത്തെ ഒരുക്കിയെടുക്കാൻ ശ്രമിച്ചു. അതിലദ്ദേഹം ഒരളവുവരെ വിജയിക്കുകയും ചെയ്തു. സംന്യാസ ജീവിതത്തിന്റെ കപടപ്പൊലിമയിലേയ്ക്ക് പ്രത്യക്ഷത്തിൽത്തന്നെ ആളെക്കൂട്ടിക്കൊടുത്തുകൊണ്ട് അദ്ദേഹം ജീർണ്ണിച്ച സാമൂഹികക്രമത്തെ താങ്ങിനിർത്തുക കൂടിചെയ്തു. അശോകന്റെയും പിൻഗാമികളുടെയും രാജകീയ സംരക്ഷണത്തിനു കീഴിൽ ബുദ്ധമതം ശൂന്യവാദത്തിലേയ്ക്കുള്ള അതിന്റെ പോക്കിനെ പെട്ടെന്നവസാനിപ്പിച്ചു; അടിസ്ഥാന തത്ത്വത്തിൽ നിന്നുള്ള ആ വ്യതിചലനംതന്നെ ബുദ്ധമതത്തിന്റെ അധഃപതനത്തിനും ബ്രാഹ്മണ യാഥാസ്ഥിതികത്വത്തിന്റെ പുനഃപ്രതിഷ്ഠയ്ക്കും കാരണമായിത്തീരുകയും ചെയ്തു. വിജയിക്കുന്നതിനായി

ക്രിസ്തുമതവും വിഗ്രഹാരാധകരുടെ കടുത്ത അന്ധവിശ്വാസങ്ങളോട് അടിയറവുപറഞ്ഞിട്ടുണ്ട്; എന്നാൽ, കത്തോലിക്കാസഭയുടെ ആ സങ്കരമതം ക്രിസ്തുമതമെന്ന ആദ്യകാല പേര് നിലനിർത്തി. ബുദ്ധമതത്തിന്റെ കാര്യത്തിൽ ആ അടിയറവ് പൂർണ്ണമായിരുന്നു. ഹിന്ദുമതത്തിന്റെ അവതാരങ്ങളുടെ പട്ടികയിൽ ബുദ്ധമതസ്ഥാപകന് ഒരിടം കിട്ടുന്നതിനുപകരമായി അതിന് സ്വന്തം പേരുപോലും കളയേണ്ടിയിരുന്നു. ഹിന്ദുമതത്തിലെ അന്ധവിശ്വാസ ജടിലമായ അനുഷ്ഠാനങ്ങൾ ബുദ്ധമതത്തെ ദുഷിപ്പിക്കുകയും അധഃപതിപ്പിക്കുകയും ചെയ്തു. എന്നാൽ, പരാജയപ്പെട്ട മതം സ്വന്തം സവിശേഷതയായ സന്ന്യാസ ജീവിതസമ്പ്രദായത്തെ വിജയിച്ച മതത്തിലേയ്ക്കു കടത്തിവിട്ടുകൊണ്ട് പ്രതികാരം ചെയ്തു. ബുദ്ധമതത്തിനെതിരായ പടയുടെ നായകനായ ശങ്കരാചാര്യർതന്നെ അതിശക്തവും സുസ്ഥിരവുമായ ഒരു സംന്യാസിമഠത്തിന്റെ സ്ഥാപകനായിരുന്നുവല്ലോ.

വിമർശനബുദ്ധിയോടെയുള്ള അന്വേഷണം ഒരു കാര്യം വെളിച്ചത്തുകൊണ്ടുവരും: റോമാസാമ്രാജ്യത്തിന്റെ ജീർണ്ണതയുടെയും അധഃപതനത്തിന്റെയും കാലഘട്ടത്തിൽ സംന്യാസ ജീവിതസമ്പ്രദായമെന്ന വിചിത്രപ്രതിഭാസത്തെ പ്രോത്സാഹിപ്പിച്ച സാമൂഹിക ഘടകങ്ങൾക്കു സമാനമായ ഘടകങ്ങൾ ബൗദ്ധകാലഘട്ടത്തിലെ പ്രത്യക്ഷത്തിലുള്ള അഭിവൃദ്ധിയ്ക്കു പിറകിലും പ്രവർത്തിച്ചിരുന്നു എന്ന കാര്യം.

നിലവിലുള്ള സാമ്പത്തികഘടനയുടെ വേരുകളുടെ ചീയൽ, അതിന്റെ ഫലമായുണ്ടാകുന്ന വ്യാവസായികവും വാണിജ്യപരവുമായ അധഃപതനം, ദരിദ്രരായി മാറുന്ന ബഹുജനങ്ങൾ, നികുതികളുടെയും പലതരത്തിലുള്ള മറ്റു പിടിച്ചുപറികളുടെയും വർദ്ധിച്ചുവരുന്ന ഭാരം, രാഷ്ട്രീയമായ അടിച്ചമർത്തൽ എന്നിവയെല്ലാം ഗുരുതരമായ ഒരു സാമൂഹിക പ്രതിസന്ധിയെ സൂചിപ്പിക്കുന്ന ഘടകങ്ങളാണ്. ഈ ഘടകങ്ങളെല്ലാം ചേർന്ന് അഗതികളും ആശയറ്റവരുമാക്കിയ കർഷക ജനസാമാന്യത്തിൽനിന്നും കൈവേലക്കാരിൽനിന്നും വന്നവരായിരുന്നു ബൗദ്ധഭിക്ഷുക്കളിലെയും പിൽക്കാലത്തെ ഹൈന്ദവസംന്യാസിമാരിലെയും സാധുക്കളിലെയും ഭൂരിപക്ഷം പേരും. രേഖപ്പെടുത്തപ്പെട്ട ചരിത്രവും സാമൂഹികശാസ്ത്രവും ഇക്കാര്യം അംഗീകരിക്കുന്നുണ്ട്. രാഷ്ട്രത്തിന്റെ മതമായി ബുദ്ധമതം സ്ഥാപിതമാകുന്നതിനുമുമ്പ് പുതിയ വിശ്വാസത്തിന്റെ പ്രചാരകർ - ഭിക്ഷുക്കൾ - ഗ്രാമഗ്രാമാന്തരം സഞ്ചരിച്ച് ദരിദ്രരെയും അഗതികളെയും ജാതിഭ്രഷ്ടരെയും ഉദ്ബോധിപ്പിച്ചിരുന്നു. ഭിക്ഷുക്കളിലെയും ഭിക്ഷുണികളിലെയും ഭൂരിപക്ഷവും ഗ്രാമങ്ങളിൽനിന്ന്, അതായത്, സാമ്പത്തികമായി

തകർന്ന, സാമൂഹികമായി അടിച്ചമർത്തപ്പെട്ട വിഭാഗങ്ങളിൽനിന്നും വന്നവരായിരുന്നു എന്ന് പഴയ രേഖകൾ കാണിക്കുന്നുണ്ട്.

വിമർശനബുദ്ധിയില്ലാത്ത ചരിത്രകാരൻമാർ, പ്രത്യേകിച്ചും ദേശീയവാദ മനോഭവമുള്ളവർ, മഹത്വത്തെ രാഷ്ട്രത്തിന്റെ സന്തോഷവുമായി കൂട്ടിക്കുഴയ്ക്കുന്നു. ഒരു രാഷ്ട്രത്തിന്റെ ഭൂതകാലമഹത്വത്തെ രാജകൊട്ടാരത്തിന്റെ പ്രൗഢിയുടെയും പ്രഭുക്കന്മാരുടെ ആഡംബരജീവിതത്തിന്റെയും അടിസ്ഥാനത്തിൽ തെറ്റായി അളക്കുകയാണവർ. ആ മഹത്വത്തിനും പകിട്ടിനും വില നൽകിയത് ആരാണ്? ഭരണാധികാരികൾക്ക് പ്രൗഢിയുടെയും മഹത്വത്തിന്റെയും പകിട്ടേറിയ മേലാടയണിയുന്നതിനും കീർത്തിയാർജ്ജിക്കുന്നതിനുമായി അദ്ധ്വാനിക്കുകയും ഭാരംചുമക്കുകയും ചെയ്ത ജനലക്ഷങ്ങളുടെ അവസ്ഥ എന്തായിരുന്നു? ഈ ചരിത്രകാരൻമാർ ഇക്കാര്യങ്ങളെല്ലാം സൗകര്യപൂർവ്വം അവഗണിക്കുകയാണ്. കപടമഹത്വത്തിന്റെ ആ പകിട്ടേറിയ ആടകളായി മാറിയ വസ്തുക്കളുടെ ഉത്പാദനത്തിനായി സ്വമേധയാ അല്ലാതെ സമർപ്പിക്കാൻ നിർബന്ധിതമായിരുന്നു സാമാന്യജനങ്ങളുടെ ജീവിതമാകെ.

അദ്ധ്വാനത്തിന്റെ ഉത്പാദനശേഷി പ്രാചീന - മധ്യകാലഘട്ടങ്ങളിൽ ഇന്നത്തേക്കാൾ വളരെ കുറവായിരുന്നു. അതുകൊണ്ടുതന്നെ രാജകീയ നഗരങ്ങളുടെ അസാധാരണമായ പ്രതാപവും കൊട്ടാരങ്ങളുടെ അദ്ഭുതാവഹമായ പ്രൗഢിയും കുലീനവർഗ്ഗത്തിന്റെ ആഡംബരജീവിതവും വാസ്തുശില്പങ്ങളുടെ വ്യർത്ഥമായ ഗാംഭീര്യവും ക്ഷേത്രങ്ങളുടെയും ശവകുടീരങ്ങളുടെയും ധൂർത്തടിക്കുന്ന സമ്പന്നതയും ദേശീയവരുമാനം അസന്തുലിതമായി വിതരണം ചെയ്യാതിരുന്നാൽ സാധിക്കുന്ന കാര്യങ്ങളായിരുന്നില്ല. വാസ്തവത്തിൽ, ദേശീയമഹത്വത്തിന്റെ ആ സ്മാരകങ്ങൾതന്നെ സാമാന്യജനങ്ങളുടെ കടുത്ത ദാരിദ്ര്യത്തെയും അനന്തമായ അടിച്ചമർത്തലിനെയും സാക്ഷ്യപ്പെടുത്തുന്നുണ്ട്. നിലവിലുണ്ടായിരുന്ന സാമൂഹികക്രമത്തിന്റെ ജീർണ്ണതയെയും അതിന്റെ ഫലമായുണ്ടായ ജനങ്ങളുടെ ദാരിദ്ര്യത്തെയും അധഃപതനത്തെയും മറച്ചുവയ്ക്കാനുള്ള നിഷ്ഫലശ്രമത്തിന്റെ ചിഹ്നങ്ങളാണ് ആ സ്മാരകങ്ങൾ. റോമാ സാമ്രാജ്യത്തിന്റെ പുറമ്പകിട്ട് ഉച്ചകോടിയിലെത്തിയത് അടിമത്തമെന്ന കിരാതസമ്പ്രദായം സാമ്രാജ്യഘടനയുടെ അടിത്തറയെത്തന്നെ ആഹരിച്ചുകൊണ്ടിരുന്നപ്പോഴാണെന്ന് ചരിത്രഗവേഷണം വെളിപ്പെടുത്തിയിട്ടുണ്ട്. അഗസ്റ്റസിന്റെയും കോൺസ്റ്റന്റയിനിന്റെയും യുഗമായിരുന്നു അത്. പന്നീട് ജസ്റ്റീനിയൻ തന്റെ പൊങ്ങച്ചക്കാരായ പൂർവ്വഗാമികളുടെ പ്രതാപത്തെ നിഷ്പ്രഭമാക്കിക്കൊണ്ട് തൃപ്തിയടഞ്ഞു. റോമാസാമ്രാജ്യത്തിന്റെ സാമ്പത്തികഘടന നാശോന്മുഖവും അദ്ധ്വാനിക്കുന്ന ജനങ്ങൾക്കിടയിൽ പടർന്നുപിടിച്ച

നിർദ്ധനത്വവും ഗതികേടും സംന്യാസജീവിതമെന്ന അന്ധവിശ്വാസത്തെ ജ്വലിപ്പിക്കുകയും ചെയ്തുകൊണ്ടിരുന്ന കാലമായിരുന്നു അത്.

ചൈനയിലെ വൻമതിൽ നിർമ്മിക്കുന്നതിന് മൊത്തം സാമൂഹികോത്പാദനത്തിന്റെ ഇരുപത്തഞ്ചുശതമാനത്തിലേറെ ഉത്പാദനപ്രവർത്തികളിൽനിന്നു പിൻവലിക്കുകയുണ്ടായി. അതിന്റെ അനിവാര്യമായ ഫലം വിനാശകരമായ ക്ഷാമമായിരുന്നു. ക്ഷാമംമൂലം രാജ്യത്തെ ജനസംഖ്യ പകുതിയായി കുറഞ്ഞു. അക്കാലത്തുതന്നെയാണ് ബൗദ്ധ സംന്യാസജീവിത സമ്പ്രദായം ചൈനയിൽ തഴച്ചുവളർന്നത്. നിർവാണ നിർവൃതിയ്ക്കായുള്ള അക്ഷമ അസംതൃപ്തരായ അനേകായിരം മതഭ്രാന്തന്മാരെ കൊടുമുടികളിൽനിന്ന് സ്വയം ചാടുകയെന്ന അവിശ്വസനീയമായ പ്രവൃത്തികളിലേയ്ക്കും നയിക്കുകയുണ്ടായി. ഇത്തരം അമാനുഷിക പ്രവൃത്തികൾമൂലം ആ കൊടുമുടികൾ ജനമനസ്സുകളിൽ മാന്ത്രികശക്തി കൈവരിച്ചു.

അശോകന്റെ കാലംമുതൽ ഹർഷവർദ്ധനന്റെ ഭരണംവരെയും അവിടെനിന്ന് മഹമ്മൂദ്ഗസ്നിയുടെ ആക്രമണംവരെയും ഇന്ത്യയുടെ ദേശീയ മഹത്ത്വം വ്യത്യസ്തമായ ഒരു സാമൂഹികാടിസ്ഥാനത്തിലാണ് പടുത്തുയർത്തപ്പെട്ടിരുന്നത് എന്നു കരുതാൻ ഒരു ന്യായവും കാണുന്നില്ല. അങ്ങനെയായിരുന്നുവെങ്കിൽ, മഹത്ത്വത്തിന്റെ അതേ കാലഘട്ടത്തിൽ ജനങ്ങളിലെ വലിയൊരു വിഭാഗം സാമൂഹികമായ സ്വാഭാവികജീവിതം ഉപേക്ഷിച്ച് രോഗാതുരമായ സംന്യാസവൃത്തി സ്വീകരിക്കുമായിരുന്നില്ല. ഭരണാധികാരികൾ പ്രതാപത്തിലും ഐശ്വര്യത്തിലും ആറാടുമ്പോൾ ജനങ്ങൾ ലൗകികാനന്ദം ആസ്വദിച്ചുകൊണ്ടിരിക്കുകയായിരുന്നുവെങ്കിൽ അവർ പിന്നിലുള്ള യാഥാർത്ഥ്യത്തെ ഉപേക്ഷിച്ച് ഒരു മിഥ്യയുടെ പിന്നാലെ ഭ്രാന്തമായി ഓടില്ല.

ഹാവെൽ എഴുതുന്നു: 'പടുത്തയർത്തപ്പെട്ട ഓരോ ക്ഷേത്രവും, പുരോഹിതരുടെയും ക്ഷേത്രജോലിക്കാരുടെയും ബ്രാഹ്മണവിദ്യാർത്ഥികളുടെയും അവരുടെ ഗുരുക്കൻമാരുടെയും സാധുക്കളുടെയും സംന്യാസിമാരുടെയും ജീവിതത്തെ നിലനിർത്തിക്കൊണ്ടു പോകുന്നതിന് പൊതുമുതലും സ്വകാര്യസ്വത്തുക്കളും സമർപ്പിക്കുക എന്നർത്ഥമാക്കി. ഏഴാം നൂറ്റാണ്ടുമുതൽ മഹമ്മൂദ് ഗസ്നിയുടെ ആക്രമണംവരെയുള്ള കാലഘട്ടം ആരാധനാലയ നിർമ്മാണത്തിന്റെ സുവർണ്ണകാലമായിരുന്നു; ക്ഷേത്രങ്ങളുടെ എണ്ണത്തിന്റെയും പ്രൗഢിയുടെയും കാര്യത്തിൽ ഹിന്ദുരാജാക്കൻമാർ പരസ്പരം മത്സരിക്കുന്ന കാലമായിരുന്നു. വിശുദ്ധശൈലങ്ങളെല്ലാം ദൈവങ്ങളുടെ നഗരങ്ങളായി മാറ്റപ്പെട്ടു. അനേകായിരം വിദഗ്ദരായ കൈവേലക്കാരെ സാധാരണ പ്രവർത്തികളിൽനിന്നു മാറ്റി ക്ഷേത്രനിർമ്മാണവും അലങ്കാരവുമായി

ബന്ധപ്പെട്ട കല്ലും വെങ്കലവും സ്വർണ്ണവും വെള്ളിയും പട്ടും കൊണ്ടുള്ള പണികൾക്കായി നിയോഗിച്ചു.' (The Aryan Rule of India).

സമൂഹം കൈവെടിഞ്ഞവരും ശുദ്ധമായ ആത്മീയപ്രേരണകളിൽനിന്ന് വളരെ അകലെ വർത്തിക്കുന്നവരുമായ വർദ്ധിച്ചുവരുന്ന ജനലക്ഷങ്ങളെ ആശ്ലേഷിക്കുന്ന അസ്വാഭാവികമായ ഒരു സ്ഥാപനത്തിന്റെ വിശുദ്ധഭാവത്തെ സംരക്ഷിച്ചുനിർത്തുക എളുപ്പമുള്ള കാര്യമായിരുന്നില്ല. എന്നാൽ, സമർപ്പണത്തിന്റെ മേന്മയെയും വിശ്വാസശീലത്തിന്റെ നന്മയെയും പ്രോത്സാഹിപ്പിച്ചുകൊണ്ട് ചിന്താസ്വാതന്ത്ര്യത്തെ തകർക്കുകവഴി അതു സാധിച്ചു. അന്ധവിശ്വാസഭരിതവും അജ്ഞതയിലാണ്ടുമുങ്ങിയതുമായ ആൾക്കൂട്ടത്തിന്റെ മനസ്സ് പേടിച്ചുവിറച്ച് തികച്ചും അസംബന്ധവും ക്രൂരവുമായ ശീലങ്ങൾക്കു കീഴടങ്ങി. അവയുടെ ഭ്രാന്തമായ അനുഷ്ഠാനം മോക്ഷത്തിലേയ്ക്കു തീർച്ചയായും നയിക്കുമെന്നും, ചിലപ്പോൾ ലോകപ്രശസ്തിയും അധികാരവും അന്തസ്സും നേടിത്തരുമെന്നും വിശ്വസിക്കപ്പെട്ടു. ഇന്ത്യയിലെ വിശുദ്ധമനുഷ്യരുടെ സവിശേഷഗുണമെന്ന് അവകാശപ്പെടുന്ന കഠിനനിഷ്ഠകളെ ക്രൈസ്തവ സംന്യാസിമാർ അവിശ്വസനീയമായ തലങ്ങളിലേയ്ക്കു കൊണ്ടുപോയി. ഈ രോഗം ബാധിച്ച മറ്റേതൊരു രാജ്യത്തെയുംപോലെ ഇന്ത്യയുടെ ആശ്രമശബ്ദകോശത്തിലും ആനന്ദവും അപരാധവും പര്യായപദങ്ങളായിരുന്നു. എല്ലായിടത്തും അവിശുദ്ധമായ മാംസദാഹം കഠിനമായ വ്രതങ്ങളിലൂടെയും ഇന്ദ്രിയനിഗ്രഹത്തിലൂടെയും ക്ലേശിപ്പിക്കപ്പെട്ടു. വിശുദ്ധ ജെറോമിനെപ്പോലുള്ള സഭാപിതാക്കൻമാർ ഉപവാസത്തിന്റെയും സുഖവർജ്ജനത്തിന്റെയും ആത്മീയഫലത്തെക്കുറിച്ച് ആവേശത്തോടെ സംസാരിച്ചു. പൗരസ്ത്യ സംന്യാസിമഠങ്ങളിലെ അന്തേവാസികൾ - ആന്തണിയുടെയും പച്ചോണിയസിന്റെയും ശിഷ്യഗണങ്ങൾ - ഒരു ദിവസം പന്ത്രണ്ടുതുണ്ട് ഉണക്കറൊട്ടികൊണ്ട് ജീവിക്കുകയും ദുഷിച്ചചിന്തകളിൽനിന്ന് മനസ്സിനെ അകറ്റിനിർത്താൻ കഠിനമായ ജോലികളിൽ ഏർപ്പെടുകയും ചെയ്തിരുന്നു. രാത്രികൾ പ്രാർത്ഥനയ്ക്കും തപസ്സിനും ധ്യാനത്തിനും സമർപ്പിക്കപ്പെട്ടു. മാംസാഹാരം കർശനമായി വിലക്കപ്പെട്ടിരുന്നു. മനുഷ്യന്റെ ആത്മീയജീവിതത്തിന് പൊരുത്തമുള്ള ഒരേയൊരു പാനീയം വെള്ളമായിരുന്നു. ആദ്യകാല ക്രൈസ്തവാദർശമായ ഭക്തിനിഷ്ഠമായ ദാരിദ്ര്യം ആയിരുന്നു പരിത്യാഗസിദ്ധാന്തത്തിന്റെ അവസാന വാക്ക്. സകല ഭൗതികസ്വത്തുക്കളും ഉപേക്ഷിച്ചുകൊണ്ടാണ് വിശുദ്ധജീവിതത്തിലേയ്ക്ക് പ്രവേശിക്കുന്നത്. മേലങ്കിപോലും തന്റേതെന്ന് പറയാനാവില്ല. വിശുദ്ധമനുഷ്യർ ജീവിച്ചത് ഭിക്ഷകൊണ്ടോ ദൈവസേവനത്തിനായി ചെയ്ത ശാരീരികാദ്ധ്വാനത്തിന്റെ ഫലംകൊണ്ടോ ആയിരുന്നു.

സ്വാഭാവികമായും അത്തരം അസുഖകരവും വിരസവുമായ ജീവിതം ദുർഭ്രതങ്ങളാൽ പീഡിതമായിരുന്നു. നിഷ്ഫലമായി അടിച്ചമർത്തിവച്ച തൃഷ്ണകളുടെ തലനീട്ടലും മായികഭ്രമങ്ങളുടെ വേട്ടയാടലുമല്ലാതെ മറ്റൊന്നുമല്ല ആ ദുർഭ്രതങ്ങൾ. ഓരോ ക്രൈസ്തവ വിശുദ്ധന്റെയും ജീവിതം ചെകുത്താന്റെ പ്രലോഭനങ്ങൾക്കെതിരായ ധീരമായ പോരാട്ടത്തിന്റെയും തിന്മയുടെ ആ ഉറവിടങ്ങൾക്കുമേലുള്ള അദ്ഭുതകരമായ വിജയങ്ങളുടെയും കഥയാണ്. ആശ്രമജീവിതത്തിന്റെ ഓരോ തടവുകാരനും ഒരു വിശുദ്ധന്റെ ഹ്രസ്വരൂപമോ ആരംഭരൂപമോ ആണ്. അതുകൊണ്ടുതന്നെ അയാളും വിശുദ്ധിയിലേക്കുള്ള മുള്ളുനിറഞ്ഞ പാതയിലെ പോരാട്ടങ്ങളും വിജയങ്ങളും അനുഭവിക്കണം. ഇന്ത്യയിലെ ഇത്തരം ആത്മീയ വിക്രമങ്ങളുടെ കഥകൾ നമുക്ക് ഏറെ പരിചിതമാണല്ലോ! എന്നാൽ, മറ്റു പല രാജ്യങ്ങളിലുമെന്നപോലെ ഇവിടെയും ഇത്തരം കഥകൾ ക്ഷണവിശ്വാസശീലരായ സാമാന്യജനങ്ങൾ അത്യാർത്തിയോടെ വാരിവിഴുങ്ങിയിട്ടുണ്ട്. അതിനുകാരണം, തങ്ങളുടെ ദുരിതമയമായ ജീവിതത്തിന്റെ ആശയറ്റ അവസ്ഥയ്ക്കു മാറ്റംവരുത്താൻ ഒരദ്ഭുതത്തിനു മാത്രമേ കഴിയൂ എന്നവർ വിശ്വസിച്ചിരുന്നു എന്നതാണ്.

ക്രൈസ്തവ വിശുദ്ധന്മാരെക്കുറിച്ചുള്ള ഇത്തരം ഐതിഹ്യങ്ങളെ രേഖപ്പെടുത്തുകയും അവയുടെ കൃത്രിമമായ ഉദ്ഭവത്തെ തുറന്നുകാണിക്കുകയും ചെയ്തുകൊണ്ട് ഗിബ്ബൺ എഴുതുന്നു: 'കല്പിതത്വം പ്രകടിപ്പിക്കുന്നതും ധിഷണാവൈഭവമില്ലാത്തതുമായ അതിശയോക്തി തുളുമ്പുന്ന ഈ കഥകൾ ക്രിസ്ത്യാനികളുടെ യുക്തിബോധത്തെയും വിശ്വാസത്തെയും സദാചാരമൂല്യങ്ങളെയും ഗുരുതരമായി ബാധിച്ചു. അവരുടെ ക്ഷണവിശ്വാസശീലത മനസ്സിന്റെ കഴിവുകളെ തരംതാഴ്ത്തുകയും ദുഷിപ്പിക്കുകയും ചെയ്തു; അവ ചരിത്രത്തിന്റെ തെളിവുകളെ മലിനമാക്കി; അന്ധവിശ്വാസം ക്രമേണ ശാസ്ത്രത്തിന്റെയും ദർശനത്തിന്റെയും എതിർവെളിച്ചത്തെ കെടുത്തിക്കളയുകയും ചെയ്തു. വിശുദ്ധൻമാർ പിന്തുടർന്നിരുന്ന ഓരോ ആരാധനാരീതിയും, വിശ്വസിച്ചിരുന്ന ഓരോ നിഗൂഢസിദ്ധാന്തവും ദൈവിക വെളിപാടിന്റെ അനുമതിയാൽ ബലപ്പെടുത്തപ്പെട്ടു. സംന്യാസിമാരുടെ ആണത്തമില്ലായ്മയുടെയും അടിമമനോഭാവത്തിന്റെയും പ്രാഭവത്താൽ പുരുഷോചിതമായ ഗുണങ്ങളെല്ലാം അടിച്ചമർത്തപ്പെടുകയും ചെയ്തു.'

പ്രാചീനഭാരതത്തിന്റെ വിമർശനാത്മകചരിത്രം രചിക്കുന്ന ആൾക്ക്, പ്രതിലോമപരതയുടെ ഉറച്ചകോട്ടയായി വർത്തിക്കുകയും ആർക്കും വേണ്ടാത്ത നമ്മുടെ വർത്തമാനകാലത്തെ അവസ്ഥയ്ക്കു കളമൊരുക്കുകയും ചെയ്ത നമ്മുടെ ആത്മീയപൈതൃകത്തെ

ചുരുക്കിപ്പറയാൻ പ്രശംസനീയമായ ഈ വാക്കുകളെ പദാനുപദം ഉപയോഗിക്കാം. ജീവിതത്തിനുമേൽ തൂങ്ങിക്കിടന്നിരുന്ന വിഷാദത്തിന്റെ മൂട്ടപടത്തെ അറിവിന്റെ മുന്നേറ്റം എടുത്തുമാറ്റിയപ്പോൾ, ഒരു കാലത്ത് അതിഗംഭീരമായിരുന്ന റോമാസാമ്രാജ്യത്തിന്റെ ചീഞ്ഞശവത്തിൽനിന്നു മുളച്ചുപൊന്തിയ വിനാശകരമായ മഹാമാരിയിൽനിന്ന് യൂറോപ്യൻ രാജ്യങ്ങൾ മുക്തമായി. പുതിയൊരു സാമൂഹികക്രമത്തെ സൃഷ്ടിക്കുന്ന ശക്തികളുടെ ഉയർന്നുവരവാണ് ജ്ഞാനോദയത്തിനു കാരണമായത്. യാഥാർത്ഥ്യങ്ങളെയെല്ലാം അവഗണിച്ചുകൊണ്ട്, ഒരിക്കലും അടയാനാകാത്ത സാങ്കല്പികമായ ഉദാത്താവസ്ഥയ്ക്കു പിന്നാലെ വ്യർത്ഥമായി പായുന്നതിൽനിന്ന് മനുഷ്യനെ പിന്തിരിപ്പിക്കാൻ ലൗകികജീവിതത്തിന്റെ അനന്തസാദ്ധ്യതകളിലുള്ള വിശ്വാസത്തിനു മാത്രമേ കഴിയൂ. മനുഷ്യൻ തന്നിലുള്ള വിശ്വാസം വീണ്ടെടുക്കുമ്പോഴേ അയഥാർത്ഥമായതിനു പിന്നാലെയുള്ള വ്യർത്ഥമായ ഈ ഓട്ടം അവസാനിക്കുകയുള്ളൂ. വളർന്നുകൊണ്ടിരിക്കുന്ന വിജ്ഞാനത്തിന്റെ പിൻബലത്തിൽ ക്ഷണവിശ്വാസശീലത്തിന്റെയും മുൻവിധിയുടെയും അന്ധവിശ്വാസത്തിന്റെയും സ്വാധീനത്തെ കുടഞ്ഞുകളഞ്ഞ് ആത്മവിശ്വാസം വീണ്ടെടുക്കണം.

നമ്മുടെ ആത്മീയപൈതൃകത്തിന്റെ ഉൽകൃഷ്ടതയെക്കുറിച്ചുള്ള മിഥ്യാഭിമാനവും ഉദാസീനമായ ആത്മസംതൃപ്തിയും ഉത്പതിഷ്ണുക്കളായ ഇന്ത്യക്കാരുടെ വിമർശനബുദ്ധിയെ ഇനി ഉറക്കിക്കിടത്തരുത്. ആരോഗ്യപൂർണ്ണവും സന്തോഷപ്രദവുമായ സമ്പൂർണ്ണജീവിതത്തിനു വേണ്ടിയുള്ള ഉദ്യമത്തെ ഒരു ഭൂതകാലരോഗത്തിന്റെ ഐതിഹാസികമായ മഹത്ത്വീകരണം തടസ്സപ്പെടുത്തരുത്. അതിന് ഊതിവീർപ്പിച്ച കുമിളകളെ പൊട്ടിച്ചുകളയണം; ഐതിഹ്യങ്ങളണിഞ്ഞിരിക്കുന്ന ചരിത്രത്തിന്റെ കപടമേലങ്കി അഴിച്ചുമാറ്റണം; ക്ഷണവിശ്വാസശീലതയെ വിമർശനബുദ്ധികൊണ്ട് നേരിടണം. നമ്മുടെ ഭൂതകാലചരിത്രത്തെ എങ്ങനെ ശരിയായി വായിക്കണമെന്ന് അറിയില്ലെങ്കിൽ വർത്തമാനകാല ദുരവസ്ഥയെ മറികടന്ന് യഥാർത്ഥമഹത്ത്വത്തിന്റെ ഭാവികാലത്തെ പിടിച്ചടക്കാനാവില്ല.

●

ഭൗതികവാദം വേദോപനിഷത്തുകളിൽ

ഇന്ത്യയിലും, പ്രകൃത്യാരാധനയിൽ അധിഷ്ഠിതമായ വൈദികമതത്തോടുള്ള അസംതൃപ്തി വസ്തുക്കളുടെ ഉദ്ഭവത്തെക്കുറിച്ചുള്ള വിചിന്തനങ്ങൾക്കു ജന്മം നൽകിയിരുന്നു. അത്തരം വിചിന്തനങ്ങളെക്കുറിച്ചുള്ള സൂചനകൾ ആദ്യകാല ഉപനിഷത്തുകളിൽ കാണാം. വസ്തുക്കളുടെ ഉദ്ഭവത്തെക്കുറിച്ചുള്ള ആദ്യകാല ഇന്ത്യൻ വിചിന്തനങ്ങൾ നേരിട്ട് കേവലവാദ(Metaphysics)ത്തിലും സന്ദിഗ്ധമായ ഏകദൈവമതത്തിലുമാണ് എത്തിച്ചേർന്നത്. എങ്കിലും, അവ്യക്തമായ വൈദികയുഗത്തിന്റെ അവസാനത്തോടെ, അതായത് ഏകദേശം ക്രി. മു. ഏഴാമത്തേയോ എട്ടാമത്തേയോ നൂറ്റാണ്ടോടെ, വ്യക്തമായ ഭൗതികവാദ പ്രവണതകളെ പ്രതിനിധീകരിക്കുന്ന ചിന്തകൻമാർ കടന്നുവരാൻ തുടങ്ങിയിരുന്നു. വിപ്ലവകാരികളായ ആ ചിന്തകൻമാരുടെ കാഴ്ചപ്പാടുകൾ ഏതാണ്ട് പൂർണ്ണമായും നഷ്ടപ്പെട്ടുപോയിരിക്കുന്നു. അവരുടെ ചിന്താധാരയുടെ പൊതുവായ ദിശയെക്കുറിച്ചു മാത്രമേ യാഥാസ്ഥിതികരായ എതിരാളികളുടെ കൃതികളിൽനിന്നു നമുക്ക് അനുമാനിച്ചെടുക്കാൻ കഴിയൂ. പക്ഷേ, ഒരു കാര്യം വ്യക്തമാണ്: ഹൈന്ദവതത്ത്വശാസ്ത്രത്തിലെ ഏറ്റവും പഴക്കംചെന്ന ചിന്താപദ്ധതികളായ വൈശേഷികവും സാംഖ്യവും ആദ്യകാല ഉപനിഷത്തുകളിൽ ചിതറിക്കിടക്കുന്ന ദുർഗ്രഹമായ വിചിന്തനങ്ങളുടെ ഗുണപരമായ ഫലങ്ങളാണ്.

വൈദികസമൂഹം തകർച്ചയിലേക്കു നീങ്ങിക്കൊണ്ടിരിക്കുകയായിരുന്നു. പുരോഹിത മേധാവിത്വത്തിൽ അധിഷ്ഠിതമായ ഇടയഗോത്രസമൂഹഘടനയെ പ്രത്യയശാസ്ത്രപരമായി താങ്ങിനിർത്തിയിരുന്നത് വൈദിക പ്രകൃതിമതമായിരുന്നു. ആ സമൂഹത്തെ തകർക്കുന്ന

ശക്തികളുടെ പ്രത്യയശാസ്ത്രം, യുക്ത്യധിഷ്ഠിതവും ഭൗതികവാദപരവുമായ അടിസ്ഥാനത്തിൽ ലോകത്തിന്റെ സത്തയെയും പരിണാമത്തെയും വിശദീകരിക്കുവാൻ ശ്രമിക്കുന്നതിലൂടെ വൈദികദേവതകളുടെ ആധികാരികതയെ വെല്ലുവിളിച്ച തത്ത്വചിന്തകൻമാരിലൂടെ പ്രകടമായി.

നിലവിലുള്ള എല്ലാ തത്ത്വശാസ്ത്രസരണികളും ആദ്യകാലചിന്തകരെ 'നാസ്തികർ' അല്ലെങ്കിൽ 'ശൂന്യവാദികൾ' എന്നാണു പരാമർശിക്കുന്നത്. ആദ്യത്തെ കൂട്ടർ വേദങ്ങളുടെ ആധികാരികതയെ നിരാകരിച്ചവരായിരുന്നു; രണ്ടാമത്തെ കൂട്ടരാകട്ടെ, അസ്തിത്വമുള്ളതായി എന്തെങ്കിലും ഉണ്ടോ എന്നുതന്നെ സംശയിച്ചവരായിരുന്നു. സാംഖ്യൻമാരുടെ അഭിപ്രായപ്രകാരം ശൂന്യവാദികളുടെ ചിന്താഗതി ഇപ്രകാരമായിരുന്നു: 'ചിന്തയൊഴികെ മറ്റൊന്നിനും യഥാർത്ഥത്തിൽ അസ്തിത്വമില്ലാത്തതിനാൽ, ബന്ധനത്തിനും അസ്തിത്വമില്ല - സ്വപ്നത്തിലെ കാര്യങ്ങൾക്കു യഥാർത്ഥമായ അസ്തിത്വമില്ലാത്തതുപോലെ. അതുകൊണ്ടു ബന്ധനത്തിനു കാരണമില്ല; അതു കേവലം മിഥ്യയാണ്. യാഥാർത്ഥ്യം ശൂന്യതയാണ്. എല്ലാം നശിക്കുന്നു. കാരണം, നശിക്കുകയെന്നതു വസ്തുക്കളുടെ സ്വഭാവമാണ്. ശൂന്യതമാത്രമാണ് യാഥാർത്ഥ്യം. നിലനിൽക്കുന്നതെല്ലാം നശിക്കുന്നതുകൊണ്ടും, നാശമുള്ളവയെല്ലാം ഒരു സ്വപ്നത്തിലെന്നപോലെ മിഥ്യയായതുകൊണ്ടും ബന്ധനത്തിനു ക്ഷണികമായ അസ്തിത്വം മാത്രമേയുള്ളൂ. അതു പ്രാതിഭാസികമാണ്; യാഥാർത്ഥ്യമല്ല. അതുകൊണ്ട്, അതിനാൽ ആർ ബന്ധിതനാകും? ഒന്നും അതിന്റെ സ്വഭാവത്തെ ഉപേക്ഷിച്ചതിനുശേഷം അതായിത്തന്നെ തുടരുന്നില്ല; അതുകൊണ്ടു, നശിക്കുകയെന്ന സ്വഭാവത്തെ അവസാനിപ്പിച്ച ഒരു വസ്തുവിന് അസ്തിത്വം തുടരാനും കഴിയില്ല.'

ഇത്തരം ചിതറിയ ചിന്തകളിൽനിന്നു സമഗ്രമായ ഒരു ചിന്താപദ്ധതിയെ പുനർനിർമ്മിക്കുകയെന്നത് അതീവദുഷ്കരമാണ്. എന്നാൽ, പ്രാചീന ഇന്ത്യൻ ചിന്തയുടെ സമ്പൂർണ്ണ ചരിത്രം രൂപപ്പെടുത്തുന്നതിന് അതു ചെയ്തേ പറ്റൂ. വൈദിക പ്രകൃതിമതത്തിന്റെ ബാലിശതകളെ മറികടക്കാനുള്ള ചിന്താപരമായ ശ്രമങ്ങൾ, ഇന്നു നിലവിലുള്ള ഉപനിഷത്തുകളിൽ രേഖപ്പെടുത്തിയിട്ടുള്ള കേവല സങ്കല്പങ്ങളിലേയ്ക്കു നേരിട്ടു വികസിക്കുകയല്ല ഉണ്ടായത് - ഇക്കാര്യം ഉപനിഷത്തുകളിൽ ചിതറിക്കിടക്കുന്ന കുറിപ്പുകൾ അർത്ഥശങ്കയ്ക്കിടയില്ലാതെ വ്യക്തമാക്കുന്നുണ്ട്. നേരേ എതിർദിശയിലേയ്ക്കുള്ള വികാസത്തിന്റെ വ്യക്തമായ പ്രവണത ദൃശ്യമായിരുന്നു. വേദങ്ങളുടെ ആധികാരികതയെ ധീരമായി വെല്ലുവിളിയ്ക്കുക മാത്രമല്ല, ആദ്ധ്യാത്മികചിന്തയുടെ

ആദ്യകാലരൂപങ്ങളും നിശിതമായ പരിഹാസത്തിനു വിധേയമായി. ദേവതകളുടെ അഥവാ പ്രകൃത്യതീതശക്തികളുടെ നിരാകരണം, എല്ലാറ്റിന്റെയും അസ്തിത്വത്തെ - അതായത് സാങ്കല്പികമായ അതിഭൗതികസത്തകളെ ആശ്രയിച്ചുനിൽക്കുന്ന എല്ലാറ്റിന്റെയും അസ്തിത്വത്തെ -നിഷേധിക്കുകയെന്ന താർക്കികമായ പര്യവസാനത്തിൽ എത്തിച്ചേർന്നു.

ഉപനിഷത്തുകൾ യുക്തിവാദപരവും പ്രകൃതിവാദപരവും അജ്ഞേയവാദപരവുമായ ചിന്തകളെ മാത്രമല്ല, തികച്ചും നിരീശ്വരവാദപരവും ഭൗതികവാദപരവുമായ ചിന്തകളേയും രേഖപ്പെടുത്തുന്നുണ്ട്. പ്രധാനപ്പെട്ട പതിനെട്ടുപനിഷത്തുകളിൽ ഒന്നെങ്കിലും യുക്തിവാദപരവും പ്രകൃതിവാദപരവുമായ ചിന്തകളെയും വളരെ പ്രകടമായ നാസ്തികവീക്ഷണങ്ങളെയും പ്രതിപാദിക്കാനായി പൂർണ്ണമായി സമർപ്പിക്കപ്പെട്ടിരിക്കുന്നു. അതു ദൈവത്തിന്റെയും ആത്മാവിന്റെയും അസ്തിത്വത്തെ നിഷേധിക്കുന്നു; പദാർത്ഥമല്ലാതെ മറ്റൊന്നും നിലനിൽക്കുന്നില്ലെന്നും ഈ ലോകത്തിന്നപ്പുറം മറ്റൊരു ലോകമില്ലെന്നും അതു പ്രഖ്യാപിക്കുന്നു. അതിന്റെ നിലപാടിനെ ഇങ്ങനെ സംഗ്രഹിക്കാം:

'അവതാരം ഇല്ല; ദൈവം ഇല്ല; സ്വർഗ്ഗനരകാദികൾ ഇല്ല; എല്ലാ പാരമ്പര്യ മതഗ്രന്ഥങ്ങളും ഗർവ്വിഷ്ഠരായ വിഡ്ഢികളുടെ സൃഷ്ടികളാണ്; സ്രഷ്ടാവായ പ്രകൃതിയും സംഹാരകനായ കാലവുമാണ് വസ്തുക്കളെ ഭരിക്കുന്നത്. മനുഷ്യനു സുഖദു:ഖങ്ങളെ നൽകുമ്പോൾ അവ പാപപുണ്യങ്ങളെ കണക്കിലെടുക്കുന്നില്ല. ആകർഷകമായ വാക്കുകളാൽ മോഹിതരായി ആളുകൾ ദേവാലയങ്ങളെയും പുരോഹിതൻമാരേയും ആശ്രയിച്ചുനിൽക്കുന്നു. വാസ്തവത്തിൽ, വിഷ്ണുവും നായയും തമ്മിൽ ഒരു വ്യത്യാസവുമില്ല.' (സ്വസൻവേദ് ഉപനിഷത്ത്, സൂത്രം കക).

പ്രകൃതിവാദപരവും സന്ദേഹവാദപരവുമായ ചിന്തകളുടെ വികാസം ചില പ്രധാനപ്പെട്ട ഉപനിഷത്തുകളിൽ കാണാം; അവയുടെ ആരംഭം ഋഗ്വേദത്തിൽപ്പോലും കണ്ടെത്താനാകും. മനുഷ്യവംശത്തിന്റെ മാതാപിതാക്കളും, ഇരട്ടസഹോദരങ്ങളുമായ യമനും യമിയും തമ്മിലുള്ള സംഭാഷണത്തിന്റെ അവസാനമായ സൃഷ്ടിസൂക്തം ഉദാഹരണം.

വൈദികകാലത്തുതന്നെ വളർന്നുവന്ന നാസ്തികമായ പ്രകൃതിവാദ ചിന്തകളെക്കുറിച്ചുള്ള തെളിവുകൾ വേദങ്ങൾത്തന്നെ നിരത്തിവെയ്ക്കുന്നുണ്ട്. നാസ്തികരെയും അവിശ്വാസികളെയും പരാമർശിക്കുന്ന വൈദികമന്ത്രങ്ങളുണ്ട്. പ്രകൃത്യാരാധന മതത്തിനെതിരായ കലാപത്തിന്റെ മാർഗ്ഗദർശികളായിരുന്നു അവർ. അതുകൊണ്ടുതന്നെ അവരാണ് ഇന്ത്യൻ തത്ത്വശാസ്ത്രത്തിന്റെ പൂർവ്വപിതാക്കൾ.

പ്രാചീന ഗ്രീസിലെന്നപോലെ, ഇന്ത്യയിലും പ്രകൃതിയെ അലൗകിക പരികല്പനകളുടെ സഹായമില്ലാതെ വിശദീകരിക്കാനുള്ള മനുഷ്യ ബുദ്ധിയുടെ ആദ്യപരിശ്രമങ്ങൾ തത്ത്വശാസ്ത്രത്തിനു ജന്മം നൽകി; ആരംഭത്തിൽ ഇന്ത്യയിലും തത്ത്വശാസ്ത്രം ഭൗതികവാദമായിരുന്നു എന്നർത്ഥം. വേദങ്ങളും ആദ്യകാല ഉപനിഷത്തുകളും സ്വഭാവവാദികളെ(Naturalists)ക്കുറിച്ചും അവരുടെ സിദ്ധാന്തങ്ങളെക്കുറിച്ചും പരാമർശിക്കുന്നുണ്ട്. അവർ പ്രകൃത്യാരാധനാമതത്തിന്റെ ദേവതകളുടെ യാഥാർത്ഥ്യത്തെ ചോദ്യംചെയ്യുകയും പുരോഹിതൻമാരുടെ കപടനാട്യങ്ങളെ അപഹസിക്കുകയും ചെയ്തു. അവരുടെ വാദങ്ങളെ നിഷേധിക്കുന്നതിനു മാത്രമായി പരാമർശിച്ച അപര്യാപ്തമായ വസ്തുതകളിൽനിന്ന് ഇന്ത്യൻ തത്ത്വശാസ്ത്രത്തിന്റെ ആ ആദിപഥികൻമാർ ആനുഭവികവാദികൾ (Empiricists) ആയിരുന്നുവെന്ന് അനുമാനിക്കാം; പ്രത്യക്ഷാനുഭവം (perception) മാത്രമാണ് അറിവിന്റെ ഉറവിടവും ആശ്രയിക്കാവുന്ന തെളിവും എന്നാണ് അവരുടെ നിലപാട്. അതുകൊണ്ട് അവർ ദാർശനികൻമാർ എന്നു വിളിക്കപ്പെടുകയും പിന്നീട് ആ പദത്തിനു തത്ത്വശാസ്ത്രജ്ഞൻമാർ എന്ന അർത്ഥം കൈവരികയും ചെയ്തു. സംസ്കൃതത്തിൽ ദർശനം എന്ന പദത്തിനു പ്രത്യക്ഷാനുഭവം എന്നാണ് അർത്ഥം. ആദ്യകാല ഇന്ത്യൻ തത്ത്വശാസ്ത്രമായ ലോകായതദർശനത്തിന്റെ കർതൃത്വം ഐതിഹ്യകഥാപാത്രവും ദേവഗുരുവുമായ ബൃഹസ്പതിയിലാണു പാരമ്പര്യമായി ആരോപിക്കപ്പെടുന്നത്. പൗരാണികകാലത്ത് അന്ധവിശ്വാസത്തിനും യാഥാസ്ഥിതികത്വത്തിനും എതിരെ പോരാടിയ പ്രകൃതിവാദികളായ വിപ്ലവകാരികൾ വളരെയധികം ആദരിക്കപ്പെട്ടിരുന്നു എന്നാണ് ഈ ഐതിഹ്യം സൂചിപ്പിക്കുന്നത്.

പ്രാചീനേന്ത്യയിലെ ഭൗതികവാദചിന്തയുടെ പരമകാഷ്ഠയായി പിൽക്കാലത്ത് വികസിച്ച ചാർവാക സമ്പ്രദായത്തിന്റെ സ്ഥാപകനായി ചരിത്രത്തിലും ബൃഹസ്പതിയുടെ പേര് ഓർമ്മിക്കപ്പെടുന്നു എന്ന വസ്തുത തെളിയിക്കുന്നതു ബുദ്ധമതത്തിന്റെ തകർച്ചവരെ, അതായത് ഒരു സഹസ്രാബ്ദത്തിലേറെക്കാലം പ്രാചീനേന്ത്യയിൽ ഭൗതികവാദം ഇടമുറിയാത്ത ഒരു ചിന്താപ്രവാഹമായി നിലനിന്നിരുന്നു എന്നാണ്. ഈ നീണ്ടകാലഘട്ടത്തിലൂടെ വികസിച്ചുവന്ന ലോകായത ദർശന (ഇന്ത്യൻ ഭൗതികവാദം)ത്തിന്റെ അടിസ്ഥാനതത്ത്വങ്ങൾ, പ്രായത്തിൽ ബുദ്ധനേക്കാൾ ചെറുപ്പവും അദ്ദേഹത്തിന്റെ സമകാലികനുമായിരുന്ന കൃഷ്ണമിശ്രൻ രേഖപ്പെടുത്തിയിട്ടുണ്ട്:

'അതു പ്രത്യക്ഷാനുഭവത്തെ മാത്രമേ തെളിവായി അംഗീകരിക്കുന്നുള്ളൂ. അടിസ്ഥാനഘടകങ്ങൾ പൃഥ്വി, ജലം, അഗ്നി, വായു

എന്നിവയാണ്. അർത്ഥവും കാമവുമാണ പുരുഷാർത്ഥം. പദാർത്ഥത്തിന ചിന്തിക്കാൻ കഴിയും. പരലോകമില്ല. മരണം എല്ലാറ്റിന്റെയും അവസാനമാകുന്നു.'

മതസംഹിതകളെയും വിശ്വാസത്തെയും ചോദ്യംചെയ്ത സന്ദേഹവാദിയും താർക്കികനുമായ ജബാലിയുടെ കഥ 'രാമായണം' രേഖപ്പെടുത്തുന്നുണ്ട്. 'ആത്മാവിന്റെ യാഥാർത്ഥ്യത്തെ നിഷേധിക്കുന്ന സന്ദേഹികളെയും നിരീശ്വരവാദികളെയും' മഹാഭാരതവും നിന്ദിക്കുന്നുണ്ട്. അവർ 'ഭ്രമി മുഴുവനും അലഞ്ഞുനടക്കുന്നു'; അവർ 'യുക്തിയുടെ അടിസ്ഥാനത്തിൽ വേദങ്ങളെ വിമർശിക്കുന്നവരും ബ്രാഹ്മണനിന്ദകരും ആയിരുന്നു.' ദൈവത്തിന്റെ അസ്തിത്വത്തെ നിഷേധിക്കുന്ന നാസ്തികരെപ്പറ്റി ഗീതയും പരാമർശിക്കുന്നുണ്ട്.

പൗരാണിക ഇന്ത്യൻ സമൂഹത്തിന്റെ തകർച്ചയുടെ പ്രത്യയശാസ്ത്രമായിരുന്നു ശൂന്യവാദം. വൈദികപൗരോഹിത്യതന്ത്രത്തിനെതിരായ ശക്തമായ ഒരു കലാപമായിരുന്നു എന്നതിനാൽ അത് വിപ്ലവാത്മകമായിരുന്നു; എന്നാൽ ഒരു തത്ത്വശാസ്ത്രസരണി എന്ന നിലയ്ക്ക് അത് നിഷ്ഫലമായിരുന്നു. എങ്കിലും, അതു ബുദ്ധദർശനത്തെ വളരെയധികം സ്വാധീനിച്ചു. ശൂന്യവാദത്തെ ചോദ്യംചെയ്യേണ്ടതിന്റെ ആവശ്യകത ഭൗതികവാദ പ്രവണതയുടെ ഉദയത്തെ പ്രോത്സാഹിപ്പിച്ചു. ശൂന്യവാദത്തോടുള്ള പ്രതികരണമായിട്ടാണ് ഇന്ത്യൻ ഭൗതികവാദം ഉയർന്നുവന്നത്. ഇന്ത്യൻ തത്ത്വശാസ്ത്രത്തിലെ ഭൗതികവാദസരണികൾ വ്യക്തമായും ശൂന്യവാദത്താൽ ഉത്തേജിപ്പിക്കപ്പെട്ട ചിന്താ പ്രവാഹങ്ങളെ പ്രതിനിധീകരിച്ചു. ഒന്നിനും അസ്തിത്വമില്ല എന്ന വാദമുഖത്തെ വെല്ലുവിളിക്കുന്നതിനു, ബോധമുള്ള ഒരാൾക്കും നിഷേധിക്കാനാകാത്ത ഭൗതികലോകത്തിന്റെ അസ്തിത്വത്തിൽ ഊന്നേണ്ടത് അത്യാവശ്യമായിരുന്നു. ശൂന്യവാദവും തികച്ചും ഭൗതികവാദമായ വൈശേഷിക സമ്പ്രദായവും തമ്മിലുള്ള ബന്ധം ഇപ്പോഴും അന്വേഷണ വിഷയമായിത്തന്നെ അവശേഷിക്കുന്നു. പക്ഷേ, അർദ്ധഭൗതികവാദമായ സാംഖ്യദർശനവുമായുള്ള അതിന്റെ ബന്ധം വളരെ വ്യക്തമാണ്. ശൂന്യവാദികൾക്കെതിരായ പോരാട്ടത്തിൽ സാംഖ്യൻമാർ കലർപ്പില്ലാത്ത ഭൗതികവാദത്തോട് കൂടുതൽ അടുത്തു. ചില അസ്തിത്വങ്ങളുടെ യാഥാർത്ഥ്യത്തെ തെളിയിക്കുന്നതിനുവേണ്ടി കപിലനു ഭൗതികലോകത്തേയ്ക്കു പിൻവാങ്ങേണ്ടിവന്നു.

ഇഹലോകദുരിതങ്ങളെ ദുഃസ്വപ്നങ്ങളായി അവഗണിക്കാൻതക്ക പാകത്തിൽ സാമൂഹിക അവ്യവസ്ഥയുടെ ഇരകളെ മയക്കിക്കിടത്തുന്നതിനുവേണ്ടി തയ്യാറാക്കപ്പെട്ടതായിരുന്ന ആദ്യകാല ആദ്ധ്യാത്മികചിന്ത. അതിൽനിന്നുള്ള യുക്തിപരമായ അനുമാനങ്ങളാണ്

തങ്ങളുടെ ശൂന്യവാദസിദ്ധാന്തം എന്നാണ് സന്ദേഹവാദികൾ വ്യാഖ്യാനിച്ചത്. അവരെ തൃപ്തിപ്പെടുത്തുന്ന രീതിയിൽ ചിന്തകളുടെ കേവലമായ അസ്തിത്വത്തെ, അല്ലെങ്കിൽ ശരീരനിരപേക്ഷമായ ആത്മാവുകളുടെ അസ്തിത്വത്തെ തെളിയിക്കാൻ കഴിയുമായിരുന്നില്ല. അതുകൊണ്ട്, അതിനു കൂടുതൽ വ്യക്തമായ തെളിവുകൾ ഉത്പാദിപ്പിക്കേണ്ടിയിരുന്നു.

അങ്ങനെ, പ്രാചീനേന്ത്യയിലെ കലാപകാരികളും വിപ്ലവകാരികളും ഒരു തത്ത്വശാസ്ത്രത്തിന്റെ ഉദയത്തെ സാദ്ധ്യമാക്കി. ചിന്തയുടെ അസ്തിത്വത്തെ തെളിയിക്കുന്നതിനുവേണ്ടി കപിലനു ചിന്തയുടെ യാഥാർത്ഥ്യത്തെ ബാഹ്യപ്രപഞ്ചത്തിന്റെ യാഥാർത്ഥ്യവുമായി ബന്ധിപ്പിക്കേണ്ടിവന്നു. അദ്ദേഹത്തിന്റെ തികച്ചും ഭൗതികവാദപരമായ സംജ്ഞാനസിദ്ധാന്തവും (Theory of Cognition) ശൂന്യവാദത്തിന്റെ ശക്തമായ സ്വാധീനത്തിൻ കീഴിലാണ് വികസിച്ചത്.

വേദാന്തപരമായ ആദ്ധ്യാത്മികചിന്തയുടെ അടിസ്ഥാനമായി പരിഗണിക്കപ്പെടുന്ന പ്രധാനപ്പെട്ട ഉപനിഷത്തുകളിൽപ്പോലും വിവേചനശേഷിയുള്ള ഒരു വിദ്യാർത്ഥിക്കു ഭൗതികവാദത്തിന്റെ വ്യക്തമായ തെളിവുകൾ കണ്ടെത്താനാകും. അതു സ്വാഭാവികം മാത്രമാണ്; കാരണം, പ്രകൃത്യാരാധനാമതത്തിന്റെ മിഥ്യാഭാഷണം കൊണ്ട് തങ്ങളുടെ ആത്മീയഭാഗത്തെ തൃപ്തിപ്പെടുത്താൻ കഴിയാത്ത മനുഷ്യരുടെ ചിന്തകൾ പ്രകൃതിപ്രതിഭാസങ്ങളുടെ ഭൗതികമായ വിശദീകരണത്തിലേയ്ക്ക് അനിവാര്യമായും നീങ്ങാനുള്ള പ്രവണത പ്രകടിപ്പിക്കുന്നു. പ്രാചീന ഇന്ത്യയിലെ അനുമാനചിന്തയ്ക്ക് ഈ സാമാന്യ മാനസിക നിയമത്തിൽനിന്നു മുക്തമാകാൻ കഴിയുമായിരുന്നില്ല. കാലപ്രവാഹത്തിൽ ആദ്യകാല ഭൗതികവാദചിന്തകരുടെ രേഖകൾ നശിപ്പിക്കപ്പെട്ടു എന്നു മാത്രമാണ് അപൂർണ്ണമായ കുറിപ്പുകൾ തെളിയിക്കുന്നത്. ഇന്ത്യയുടെ ആത്മീയ ചരിത്രത്തിന്റെ നഷ്ടപ്പെട്ട അദ്ധ്യായങ്ങൾ വീണ്ടെടുക്കപ്പെടുകയോ പുനർരചിക്കപ്പെടുകയോ ചെയ്യുന്നതുവരെ ഇന്ത്യൻ തത്ത്വശാസ്ത്രം ശൂന്യതയിൽ തൂങ്ങിക്കിടക്കും. പ്രധാനപ്പെട്ട ആ പ്രവൃത്തിയുടെ പൂർത്തീകരണത്തെ തൽക്കാലം മാറ്റിവെച്ചുകൊണ്ട്, ഇപ്പോഴത്തെ ആവശ്യത്തിനു വളരെ പ്രധാനപ്പെട്ട ഉപനിഷത്തുകളിൽനിന്നു പ്രസിദ്ധമായ ചില ഭാഗങ്ങൾ ഉദ്ധരിക്കുന്നതു മതിയാകും:

'ഈ ലോകത്തിന്റെ മൂലകാരണം എന്താണ്? ഈ എല്ലാ ഭൂതങ്ങളും ആകാശത്തിൽനിന്നാണ് ഉണ്ടാകുന്നത്. ആകാശത്തിൽത്തന്നെ ലയിക്കുകയും ചെയ്യുന്നു. അതുകൊണ്ട്, ആകാശംതന്നെയാണ് എല്ലാറ്റിനും ആശ്രയമായിട്ടുള്ളത്.'

മറ്റൊരിടത്ത് പറയുന്നു: 'ആകാശമെന്നു വിളിക്കപ്പെടുന്നത് എല്ലാ നാമരൂപങ്ങളുടെയും വ്യാകർത്താവാകുന്നു.' (ഛാന്ദോഗ്യോപനിഷത്ത്)

ആകാശം എന്ന സങ്കല്പം ഉള്ളടക്കരഹിതമാണെങ്കിൽ, ശൂന്യവാദികളുടെ വാദമുഖത്തിനു മറുപടി പറയാൻ കഴിയാതാവുന്നു. എല്ലാറ്റിനെയും ഒന്നുമില്ലായ്മയിലേക്കു ചുരുക്കേണ്ടിവരുന്നു. മാത്രമല്ല, അതേ ഉപനിഷത്തിൽ ബ്രഹ്മത്തിനേയും എല്ലാറ്റിന്റെയും കാരണമായി പരാമർശിക്കുന്നുണ്ട്. ആകാശം ബ്രഹ്മത്തിൽനിന്നു വ്യത്യസ്തമല്ലാത്ത ഒരു അതിഭൗതിക സങ്കല്പമായിരുന്നുവെങ്കിൽ, ബ്രഹ്മത്തിനു പുറമെ ആകാശത്തെ നാമരൂപങ്ങളുടെയെല്ലാം വ്യാകർത്താവായി (Revealer) പ്രത്യേകം സൂചിപ്പിക്കേണ്ട ആവശ്യം ഉണ്ടാകുമായിരുന്നില്ല. നാമരൂപങ്ങളെ പ്രകടമാക്കുകയെന്ന ധർമ്മം ബ്രഹ്മത്തിന്റേതല്ലെന്നു വ്യക്തമാണ്. വസ്തുക്കൾക്ക് അതിഭൗതികമായ പരമകാരണത്തിനു മുകളിൽ മറ്റൊരു കാരണം ഉണ്ടെന്നു കരുതുകയാണെങ്കിൽ, ആ കാരണത്തെ ഭൗതികകാരണമായി മനസ്സിലാക്കുന്നതാണ് യുക്തിസഹം. ഇക്കാര്യത്തെക്കുറിച്ചു വിവാദം നിലനിൽക്കുന്നുണ്ട്. കാരണം, 'ആകാശം എന്ന പദം ഇവിടെ ബ്രഹ്മത്തെ സൂചിപ്പിക്കുന്നതായി ധരിക്കണം' എന്ന് ഊന്നിപ്പറയേണ്ടത് അത്യാവശ്യമാണെന്നു ശങ്കരാചാര്യർക്കു ബോദ്ധ്യമായിരുന്നു. പക്ഷേ, ഉപനിഷത്തിൽ പരാമർശിച്ച ഭാഗത്തിന്റെ അർത്ഥം വളരെ വ്യക്തമായതുകൊണ്ട്, എല്ലാറ്റിന്റെയും കാരണമായി ബ്രഹ്മത്തെയും പരാമർശിച്ചിട്ടുണ്ട് എന്ന വസ്തുത നിലിവിലുള്ള മുൻധാരണയെ തൃപ്തിപ്പെടുത്താനുള്ളതാണെന്നു കരുതുന്നത്, അത്രതന്നെ, ഒരുപക്ഷേ അതിനേക്കാളേറെ യുക്തിസഹമാണ്. ആകാശം എന്ന ഭൗതികകാരണത്തെക്കുറിച്ചുള്ള പരികല്പന ലോകത്തിന്റെ ഉൽഭവത്തെ വിശദീകരിക്കുന്നതിനു പര്യാപ്തമാണ്. എങ്കിലും, ബ്രഹ്മമെന്ന ആരാധ്യമായ സങ്കല്പത്തെ ഒരു ഉപചാരമെന്ന നിലയിൽ നിലനിർത്തി. നാളിതുവരെയുള്ള ശാസ്ത്രീയ ചിന്താചരിത്രത്തെയാകമാനം ഈ തകരാറ് ബാധിച്ചിട്ടുണ്ട്.

കഠോപനിഷത്തിൽ, ലോകം ഒരു മൗലിക ഭൗതികാവസ്ഥയിൽനിന്നു പരിണമിക്കുന്നതായി വീക്ഷിക്കപ്പെടുന്നു. കപിലൻ തന്റെ പ്രധാനത്തെയും അവ്യക്ത (അവികസിതം അഥവാ ലീനം) ത്തേയുംക്കുറിച്ചുള്ള സിദ്ധാന്തത്തിന്റെ ആരംഭബിന്ദുവായി അതിനെ കൈക്കൊള്ളുന്നു.

'എല്ലാറ്റിന്റെയും ഉദ്ഭവസ്ഥാനമായ അനാദിയായ ഒന്നാ'യി അഗ്നിയെ ശ്വേതാശ്വതരോപനിഷത്ത് സങ്കല്പിക്കുന്നു. എന്നാൽ അഗ്നിയെ ബ്രഹ്മവുമായി താദാത്മ്യപ്പെടുത്തുന്നില്ല. അതുകൊണ്ട്

അതിനെ ആദ്ധ്യാത്മികമായ ആദികാരണത്തിൽനിന്നു വ്യത്യസ്ത മായി മനസ്സിലാക്കണം. ഇവിടെയും ഭൗതികലോകം ഭൗതികമായ മൂലകാരണത്തിൽത്തന്നെ ചെന്നെത്തുന്നു. ശങ്കരാചാര്യർക്കുപോലും വ്യാഖ്യാനിച്ചുതള്ളാൻ കഴിയാത്തത്ര പ്രകടമായിരുന്നു ശ്വേതാശ്വത രോപനിഷത്തിലെ ഭൗതികവാദ പ്രവണത. പ്രാചീനേന്ത്യയിലെ ഭൗതികവാദ പ്രവണതകളുടെയെല്ലാം ആത്യന്തികഫലമായ ബുദ്ധമതത്തെ പരാജയപ്പെടുത്തുന്നതിനുവേണ്ടി ശങ്കരാചാര്യർക്കു ഭൗതികവാദത്തിന്റെ വളരെ നേർത്ത മൂടുപടം അണിയേണ്ടിവന്നു എന്നതു നമുക്കു പിന്നീടു കാണാം.

വേദാന്തം പ്രാചീന ഇന്ത്യൻ തത്ത്വശാസ്ത്രത്തിന്റെ പ്രാതിനിധ്യ സ്വഭാവമുൾക്കൊള്ളുന്നതും ആധികാരികവുമായ സരണിയായി സ്വീകരിക്കപ്പെട്ടിട്ടുണ്ട്. പേരു സൂചിപ്പിക്കുന്നതുപോലെ വേദങ്ങളിലെ ജ്ഞാനം മുഴുവൻ ഉൾക്കൊള്ളുന്നതായി അത് അവകാശപ്പെടുന്നു. പക്ഷേ, വേദസൂക്തങ്ങളുടെ പ്രാമാണികതയിൽ അധിഷ്ഠിതമായ തുകൊണ്ട്, അതിനു തത്ത്വശാസ്ത്രത്തിന്റെ പദവി നൽകാനാവില്ല. യഥാർത്ഥത്തിൽ, വേദാന്തം ദൈവശാസ്ത്രത്തിന്റെ വളരെ കടുത്ത അതിഭൗതികവാദ പദ്ധതിയാണ്. അതുകൊണ്ട് അത് ഏകേശ്വരവാ ദപരമായ മതത്തിന്റെ പരിധികൾക്കപ്പുറത്തേയ്ക്കു പോകുകയും, വളരെ വികസിതമായ വിശ്വദേവതാവാദ(Pantheism)ത്തെ പ്രതിനിധീകരി ക്കുകയും ചെയ്യുന്നു. വിശ്വദേവതാവാദം തലകീഴായ ഭൗതികവാദം മാത്രമാണ്.

ഉറച്ച ഏതൊരു ഏകത്വവാദ (Monism) ദർശനത്തിൽനിന്നും ഇതല്ലാതെ മറ്റൊരു യുക്തിസഹമായ നിഗമനം അനുമാനിക്കാൻ സാദ്ധ്യമല്ല. വേദാന്തപരമായ അതിഭൗതികചിന്ത ഒരു ദൈവത്തെ ക്കുറിച്ചുള്ള ആശയത്തെ പൂർണ്ണമായും നശിപ്പിക്കുകവഴി മതത്തെ ഇല്ലാതാക്കുന്നു. ശങ്കരാചാര്യരുടെ മികവുറ്റ വ്യാഖ്യാനത്തിൽ വേദാന്തപരമായ വിശ്വദേവതാവാദത്തിന്റെ ഭൗതികവാദവിവക്ഷ വ്യക്തമാകുന്നുണ്ട്. പ്രാചീന വൈദികമതത്തിന്റെ വിചിത്രകല്പനകളും യക്ഷിക്കഥകളുംകൊണ്ട് തൃപ്തരാകാൻ കൂട്ടാക്കാത്ത ചിന്തകൻമാരുടെ ആദ്യകാല അനുമാനങ്ങളിൽനിന്ന് യുക്തിസഹമായി രൂപംകൊണ്ട ഭൗതികവാദസരണികളോടു പോരാടുന്നതിനുവേണ്ടി ബ്രാഹ്മണചി ന്തകരാൽ സൃഷ്ടിക്കപ്പെട്ടതാണ് വേദാന്തപദ്ധതിയുടെ ആദ്ധ്യാത്മിക അദ്വൈതവാദം.

ഇന്ത്യൻ ഭൗതികവാദികൾ പ്രതിനിധീകരിച്ച ആത്മീയക ലാപം, വൈദിക പ്രകൃത്യാരാധനാമതത്തെ ഇല്ലാതാക്കുകയും പല നൂറ്റാണ്ടുകളോളം ഇന്ത്യയെ ബ്രാഹ്മണ മേധാവിത്വത്തിൽനിന്നു

മുക്തമാക്കുകയും ചെയ്ത ബുദ്ധമതത്തിന്റെ ഉദയത്തിൽ ആത്യന്തികമായി എത്തിച്ചേർന്നു. വേദാന്തസൂത്രങ്ങൾ രചിക്കപ്പെട്ടതു ബുദ്ധമതത്തോടു പോരാടുന്നതിനുവേണ്ടിയായിരുന്നുവെന്ന് ആന്തരികതെളിവുകൾ ചൂണ്ടിക്കാണിക്കുന്നു. അതുകൊണ്ട് അവയെ ഉപനിഷത്തുകളിൽ രേഖപ്പെടുത്തിയിട്ടുള്ള അഭ്യൂഹചിന്തകളുടെ നേരിട്ടുള്ള ഫലമായി കണക്കാക്കാനാവില്ല. ആദ്യകാല ഉപനിഷത്തുകളുടേയും വേദാന്തസൂത്രങ്ങളുടേയും രചനാകാലഘട്ടങ്ങൾ തമ്മിൽ നിരവധി നൂറ്റാണ്ടുകളുടെ ഇടവേളയുണ്ട്. ഇക്കാലയളവിൽ ഭൗതികവാദത്തിന്റെ ദിശയിലേയ്ക്കായിരുന്നു ഇന്ത്യയുടെ ആത്മീയവികാസത്തിന്റെ ഗതി. കണാദനും കപിലനും മറ്റുമായിരുന്ന ആ പ്രവണതയെ പ്രതിനിധീകരിച്ചവർ. തുടർന്ന് ബൗദ്ധരും ജൈനരും യുക്തിവാദത്തെ പ്രതിനിധീകരിച്ചു. ബുദ്ധമതത്തിന്റെ വിജയവും നൂറ്റാണ്ടുകളോളം തുടർന്ന അതിന്റെ മേധാവിത്വവും തെളിയിക്കുന്നത് വേദാന്തികൾ പ്രതിനിധീകരിച്ച ആദ്ധ്യാത്മികചിന്താസരണിക്കു ഭൗതികവാദത്തിന്റെയും യുക്തിവാദത്തിന്റെയും വേലിയേറ്റത്തെ തടഞ്ഞുനിർത്താൻ കഴിഞ്ഞിരുന്നില്ല എന്നാണ്. ബൗദ്ധവിപ്ലവത്തിന്റെ പരാജയത്തിനു ശേഷം മാത്രമാണ്, ബ്രാഹ്മണ പ്രതിലോമതയുടെ പ്രത്യയശാസ്ത്രമെന്ന നിലയിൽ വേദാന്തപരമായ ആദ്ധ്യാത്മികതയും വിശ്വദേവതാവാദവും പുനരുജ്ജീവിപ്പിക്കപ്പെട്ടത്. വേദാന്തസൂത്രങ്ങൾത്തന്നെയും ക്രി.മു. നാലാം നൂറ്റാണ്ടിനു മുമ്പു സമാഹരിക്കപ്പെടാൻ കഴിയില്ല - അക്കാലമാവുമ്പോഴേക്കും ബുദ്ധമതം ബ്രാഹ്മണ യാഥാസ്ഥികതയ്ക്കെതിരായ ശക്തമായ ഒരു വെല്ലുവിളിയായി മാറിക്കഴിഞ്ഞിരിക്കുന്നു. കാരണം, അവയുടെ നല്ലൊരു ഭാഗം ബൗദ്ധൻമാർക്കെതിരായ ഊർജ്ജസ്വലമായ വാദമുഖങ്ങൾക്കായി സമർപ്പിക്കപ്പെട്ടിരിക്കുന്നു. എന്നാൽ, ബുദ്ധമതത്തിന്റെ തത്ത്വശാസ്ത്രപരമായ ഉദ്ഭവം സാംഖ്യ-വൈശേഷിക ദർശനങ്ങളിൽ കണ്ടെത്താനാകും. ആദ്യകാല ബൗദ്ധ-ജൈനചിന്തകൻമാർ ഒരുപോലെ പ്രചോദനം തേടിയിരുന്നത് കണാദനിൽനിന്നും കപിലനിൽനിന്നുമായിരുന്നു.

●

വൈശേഷികവും സാംഖ്യവും

ഹിന്ദുതത്വശാസ്ത്രത്തിന്റെ ആ പിതാക്കൻമാർ (കണാദനും കപിലനും - വിവ.) ഏറെക്കുറെ ഒരേ കാലഘട്ടത്തിലാണ് ജീവിച്ചിരുന്നതെന്ന് കരുതാൻ ന്യായമുണ്ട്. എങ്കിലും ഈ രണ്ടു ദർശനങ്ങളുടെയും (വൈശേഷികവും സാംഖ്യവും - വിവ.) താരതമ്യപഠനം ഹിന്ദുതത്വശാസ്ത്രത്തിലെ ഏറ്റവും പഴക്കംചെന്ന ദർശനം വൈശേഷികമാണെന്ന് അനുമാനിക്കുന്നതിനെ അനുവദിക്കുന്നുണ്ട്. വൈശഷിക ദർശനത്തിന്റെ സ്ഥാപകൻ ഏകദേശം പ്രാചീന ഗ്രീക്കു ഭൗതികവാദ സ്ഥാപകന്റെ കാലത്തുതന്നെയാണ് - അതായത്, ഏകദേശം ബി.സി. ആറാംനൂറ്റാണ്ടിലാണ് - ജീവിച്ചിരുന്നത്. അദ്ദേഹവും ലോകത്തിന്റെ ഉദ്ഭവത്തെ വിശദീകരിക്കുന്നതിനായി ഒരു പരമാണുസിദ്ധാന്തം ആവിഷ്ക്കരിച്ചിരുന്നു. കണാദന്റെ അണുവാദത്തിന്റെ മുഖ്യ ആശയങ്ങൾ താഴെ പറയുന്നവയാണ്.

എല്ലാ വസ്തുക്കളും സമവായ-സംയോഗഗുണങ്ങളാൽ ഭരിക്കപ്പെടുന്ന ഭാഗഘടകങ്ങൾ ചേർന്നുണ്ടായവയാണ്. (രണ്ടു വസ്തുക്കളെ പരസ്പരം നശിപ്പിക്കാതെ വേർപെടുത്താൻ കഴിയില്ലെങ്കിൽ ആ വസ്തുക്കൾ തമ്മിലുള്ള ബന്ധത്തെ സമവായ സംബന്ധം എന്നു പറയുന്നു. വസ്ത്രവും നൂലും ഉദാഹരണം. വെവ്വേറെ ഇരിയ്ക്കുന്നവയുടെ ചേർച്ചയാണ് സംയോഗം. കൈയും പുസ്തകവും തമ്മിലുള്ള ബന്ധം ഉദാഹരണം - വിവ.). പൂർണ്ണവും ഘടകവും തമ്മിലുള്ള വ്യത്യാസം അവസാനിക്കുമ്പോൾ - അതായത്, ഭാഗങ്ങളെ ഭാഗിച്ചുഭാഗിച്ച് ഇനിയൊട്ടും ഭാഗിക്കാൻ വയ്യാ എന്നിടത്തെത്തുമ്പോൾ - അതിനെ പരമാണു എന്നു പറയുന്നു. പരമാണുക്കളാണ് ഈ ലോകത്തിന്റെ കാരണം; കാരണരഹിതമായ കാര്യത്തെ സങ്കല്പിക്കാനാവില്ല. പരമാണുക്കൾ നിത്യമാണ്. അവ നാലു തരമുണ്ട്. (പൃഥിവിപരമാണു, ജലപരമാണു, തേജ:പരമാണു, വായു പരമാണു എന്നിവയാണ്

അവ - വിവ.) അവയ്ക്കോരോന്നിനും അവയുടേതായ ഗുണങ്ങളുണ്ട്. ഒരേതരത്തിൽപ്പെട്ടതും ഒരേ ഗുണമുള്ളതുമായ പരമാണുക്കൾ ചേർന്ന് ഒട്ടേറെ സ്ഥൂല പദാർത്ഥങ്ങളുണ്ടാകുന്നു. രണ്ടു കാരണങ്ങളാൽ ഈ സംയോജനം ഉണ്ടാകുന്നു: പരമാണുക്കളിൽത്തന്നെ അന്തർലീനമായ ഉപാദാന (ഭൗതിക) കാരണമാണ് ഒന്ന്. മറ്റേത് പരമാണുക്കളിൽ അന്തർലീനമല്ലാത്ത കാരണമാണ്. അത് പ്രകൃത്യതീത ഇച്ഛയായി സങ്കല്പിക്കപ്പെടുകയും ചെയ്യുന്നു.

ഭാഗഘടകങ്ങൾ അടങ്ങുന്ന എല്ലാ വസ്തുക്കളും സമവായ സംബന്ധമുള്ള (Relation of conjunction) ഈ പ്രക്രിയയിൽ പ്രവർത്തിക്കുന്നു. സംയോഗസംബന്ധത്താൽ വസ്തുവിനെ ഉത്പാദിപ്പിക്കുന്നതിന് പദാർത്ഥത്തിന്റെ സാമവായികഘടകങ്ങൾ ഒന്നിച്ചുവരുന്നു. സാമവായികസംബന്ധത്താൽ ബന്ധിതമായ ആ പദാർത്ഥങ്ങളിൽനിന്ന് രൂപംകൊള്ളുന്ന ഘടകങ്ങളെല്ലാം സംയോഗസഹകൃതമാണ്. ഈ മുഴുവൻ ലോകവും ഭാഗഘടകങ്ങൾ കൂടിച്ചേർന്നുണ്ടായവയാണ്; ഘടകങ്ങൾ ചേർന്നുണ്ടായവയായതുകൊണ്ട് അതിന് തുടക്കവും ഒടുക്കവുമുണ്ട്; കാരണരഹിതമായ കാര്യത്തെക്കുറിച്ചു സങ്കല്പിക്കാനാവില്ല; അതുകൊണ്ട് പരമാണുക്കൾ ലോകത്തിന്റെ കാരണമാണ്. പരമാണുക്കൾ ഗോളാകൃതിയുള്ളവയാണ്. പരമാണുക്കൾ ഒറ്റപ്പെടുകയും നിശ്ചലമാവുകയും ചെയ്യുമ്പോൾ കാര്യങ്ങളൊന്നും ഉണ്ടാകുന്നില്ല. പിന്നീട്, സഞ്ചാലകകാരണ (Operative Cause)മെന്ന നിലയിൽ പ്രവർത്തിച്ചുകൊണ്ട് അദൃഷ്ടതത്വ (Unseen Principle)വും സംയോഗസഹകാരിത്വ (Conjunction Co-operative)വും ചേർന്ന് ആദ്യം ദ്വ്യണുക(Binary atoms)ങ്ങളെ സൃഷ്ടിച്ചുകൊണ്ട് വസ്തുക്കളെയാകെ ഉത്പാദിപ്പിക്കുന്നു. (രണ്ടു പരമാണുക്കൾ ചേർന്ന് ഒരു ദ്വ്യണുകം ഉണ്ടാകുന്നു - വിവ.). പരമാണു സംയുക്തത്തിന്റെ ഉപാദാന കാരണം അതിലെ ഘടകപരമാണുക്കളാണ്; കൂടിച്ചേരൽ ഉണ്ടാകുന്നത് അദൃഷ്ടമായ സഞ്ചാലക കാരണത്താലാണ്.

ഈ ചിന്താപദ്ധതിയിൽ ഭൗതികവാദത്തിന്റെ സാന്നിദ്ധ്യം വളരെ വ്യക്തമാണ്. ലോകത്തിന്റെ കാരണത്തെക്കുറിച്ച് തികച്ചും ഭൗതികമായ വിശദീകരണം നൽകുന്ന സ്വയംപൂർണ്ണമായ ഈ ചിന്താപദ്ധതിയുടെ ദുർബലമായ ഒരേയൊരു വശം ഭൗതിക കാരണത്തിനുപുറമെ അദൃഷ്ടം എന്നൊരു ബാഹ്യശക്തിയെ സങ്കല്പിച്ചതാണ്. ഈ സങ്കല്പം അധികപ്പറ്റാണെന്നതു വ്യക്തമാണ്. സംയോജിക്കാനുള്ള പ്രവണത പരമാണുക്കളിൽത്തന്നെ അന്തർലീനമായതുകൊണ്ട്, അവയെ സംയോജിപ്പിക്കുന്നതിന് അദൃഷ്ടമായ ഒരു കാരണം തികച്ചും അനാവശ്യമാണ്. പരമാണുക്കൾ സംയോജിക്കുവാൻ

ആരംഭിക്കുന്നതിന് ബാഹ്യമായ ഒരു പ്രചോദനത്തെ സങ്കല്പിക്കേണ്ട ആവശ്യം വൈശേഷിക ദർശനത്തിന് ഇല്ല. സംയോജിക്കാനുള്ള പ്രവണത പരമാണുക്കളിൽത്തന്നെ അന്തർലീനമാണ്.

വൈശേഷികസൂത്രം പറയുന്നു : 'കാരണങ്ങളിൽ അന്തർലീനമായ ബഹുത്വത്തിൽനിന്ന് മഹത്വം ഉണ്ടാകുന്നു.' (7.1.9) കൂടിച്ചേരുക എന്നതു പരമാണുക്കളുടെ സ്വഭാവമാണ് എന്നു പറയാം. കണാദനതന്നെ നിത്യമായി ചലിച്ചുകൊണ്ടിരിക്കുന്ന പരമാണുക്കളെക്കുറിച്ചു സങ്കല്പിക്കാൻ കഴിഞ്ഞിരുന്നില്ല. ഒറ്റപ്പെട്ട പരമാണുക്കളുടെ ചലനരഹിതമായ അവസ്ഥയെക്കുറിച്ചുള്ള പരികല്പനയ്ക്ക് 'അദൃഷ്ടതത്വ'ത്തിന്റെ പ്രവർത്തനത്തെക്കുറിച്ചുള്ള അനുബന്ധ പരികല്പന ആവശ്യമായിരുന്നു. 'ഉപസ്കാര'ത്തിന്റെ കർത്താവ് ഈ ദോഷത്തെ ഇല്ലാതാക്കി. (വൈശേഷികസൂത്രങ്ങളുടെ വ്യാഖ്യാനമായ 'ഉപസ്കാരം' എന്ന ഗ്രന്ഥത്തിന്റെ കർത്താവ് പതിനഞ്ചാം നൂറ്റാണ്ടിൽ ജീവിച്ചിരുന്ന ശങ്കരമിശ്രനാണ് – വിവ.). അദ്ദേഹത്തിന്റെ അഭിപ്രായത്തിൽ വ്യാപ്തി, അതായത് അനുഭവവേദ്യമായ പദാർത്ഥം മൂലപദാർത്ഥ (Primal Matter)ത്തിൽ അന്തർലീനമായ 'ദ്വിത്വ' തത്വത്താൽ ഉളവാകുന്നതാണ്; രണ്ടു പരമാണുക്കൾ തമ്മിൽ സംയോജിക്കുക എന്നത് സ്വാഭാവിക പ്രവണതയാണ്. വ്യാഖ്യാതാവ് സൂത്രങ്ങളിൽത്തന്നെ അതിനുള്ള തെളിവുകൾ കണ്ടെത്തുന്നുണ്ട്.

വളരെ പിൽക്കാലത്ത്, ദൈവത്തെ എല്ലാ പ്രവർത്തികളിൽ നിന്നും ഒഴിവാക്കുമ്പോൾ പോലും, ദൈവത്തെക്കുറിച്ചുള്ള മുൻവിധിയോട് ആദരവു പ്രകടിപ്പിച്ചവരായിരുന്ന കോപ്പർനിക്കസും ഗലീലിയോയും ദെക്കാർത്തും ന്യൂട്ടനും മറ്റും. ഇവരെപ്പോലുള്ള ആധുനികശാസ്ത്ര പിതാക്കൾ പുലർത്തിയ ആന്തരികവൈരുദ്ധ്യത്തേക്കാൾ കൂടുതലായി ഒന്നും, എന്തായാലും, അനാവശ്യമായ ബാഹ്യകാരണത്തെ സങ്കല്പിക്കുക വഴി കണാദൻ ചെയ്തിട്ടില്ല. ബാഹ്യകാരണത്തെക്കുറിച്ചുള്ള തികച്ചും അധികപ്പറ്റായ സങ്കല്പത്തിന്റെ ആവശ്യകതയിൽ കണാദൻ സ്വയം വിശ്വസിച്ചിരുന്നുവോ ഇല്ലയോ എന്നതിനെക്കുറിച്ചു നമുക്കിന്ന് ഒന്നും പറയാനാവില്ല. അതിൽ അദ്ദേഹം വിശ്വസിച്ചിരുന്നുവെങ്കിൽപ്പോലും, തികച്ചും ഭൗതികവാദപരമായിരുന്ന അദ്ദേഹത്തിന്റെ പരികൽപ്പനയുടെ യഥാർത്ഥ വിവക്ഷിതാർത്ഥത്തെ അത് ഒട്ടും ബാധിക്കില്ല.

കണാദന്റെ ദർശനത്തിൽ അതിഭൗതികവാദപരമായ, അല്ലെങ്കിൽ ആത്മീയവാദപരമായ അർത്ഥത്തിലുള്ള ആത്മാവിന് ഒരു സ്ഥാനവുമില്ല. വൈശേഷികദർശനപ്രകാരം ബുദ്ധി ആത്മാവിന്റെ സഹജമായ ഗുണമല്ല; പരമാണുക്കളുടെ കേവലം ആഗന്തുകമായ

ഗുണമായിട്ടാണ് അതു സങ്കല്പിക്കപ്പെടുന്നത്. മനസ്സുമായി ആത്മാവ് യോജിക്കുമ്പോൾ മാത്രമാണ് അത് ഉദയംചെയ്യുന്നത്. കണാദൻ വാദിക്കുന്നു: 'ദ്രവ്യത്തിലെ സഹജഗുണങ്ങൾ ആണ് കാരണത്തെ രൂപവൽക്കരിക്കുന്നത്; ദ്രവ്യത്തിലെ അതേ തരത്തിൽപ്പെട്ട ജന്യ ഗുണങ്ങൾ കാര്യത്തെ രൂപവൽക്കരിക്കുന്നു.' (വൈശേഷികസൂത്രം 2.1.24).

അതുകൊണ്ട്, ലോകത്തിന്റെ കാരണമായി ബുദ്ധിയുള്ള ബ്ര ഹ്മത്തെ സങ്കല്പിക്കുകയാണെങ്കിൽ കാര്യത്തിലും, അതായത് ലോകത്തിലും അന്തർലീനമായ ബുദ്ധി ഉണ്ടായിരിക്കണം. എന്നാൽ, കാര്യം അങ്ങനെയല്ല. അതുകൊണ്ട് ലോകത്തിന്റെ കാരണമാകാൻ ബ്രഹ്മത്തിനു കഴിയില്ല. അങ്ങനെ, പരമാണുക്കളുടെ സങ്കീർണ്ണമായ സംയോജനത്തിന്റെ ഉൽപന്നമായി ബോധം കണക്കാക്കപ്പെടുന്നു. പദാർത്ഥത്തിന്റെ ഒരു സംയോഗമായ ജീവിയുടെ സഹജഗുണം മാത്രമാണ് ആത്മാവ്. സംയോജനത്തിന്റെ ഒരു നിശ്ചിതഘട്ടത്തിൽ ഒരു പരമാണു സഞ്ചയം ബാഹ്യവസ്തുക്കളുടെ മുദ്രകളെ സ്വീകരിക്കാനും അവയോടു പ്രതികരിക്കാനുമുള്ള കഴിവ് ആർജ്ജിക്കുന്നു. ആ ഘട്ടത്തിൽ ബോധം രൂപംകൊള്ളുന്നു. വൈശേഷികദർശനത്തിലെ 'ആത്മാവി'ന്റെ ഘടകങ്ങൾ, ജീവിക്കു രൂപംനൽകുന്ന പദാർത്ഥ ത്തിൽത്തന്നെ അന്തർലീനമായവയാണ്. ആ പദാർത്ഥമാകട്ടെ, ജലം, പൃഥ്വി, വായു, അഗ്നി എന്നിങ്ങനെ നാലുതരത്തിൽപ്പെട്ട പരമാണുക്കൾ കൂടിച്ചേർന്നുണ്ടായവയും.

മാത്രമല്ല, ആത്മാവിന്റെ ആത്മീയതയുടെ അഭൗതികത്വത്തെ വെല്ലുവിളിക്കുമ്പോൾ കണാദൻ തന്നെ ബാഹ്യകാരണത്തെക്കുറി ച്ചുള്ള അധികപ്പറ്റായ സങ്കല്പത്തെ വലിച്ചെറിയുന്നുണ്ട്. ബ്രഹ്മത്തിന് ലോകത്തിന്റെ കാരണമാകാൻ കഴിയില്ലെന്ന് അദ്ദേഹം അസന്ദി ഗ്ധമായി പ്രഖ്യാപിക്കുന്നു. ലോകത്തിന്റെ കാരണം പരമാണുക്ക ളാണെന്ന് മറ്റൊരിടത്തും അത്രതന്നെ വ്യക്തമായി അദ്ദേഹം പ്രഖ്യാ പിക്കുന്നുണ്ട്. ആദ്യകാല ഭാരതീയ ദാർശനികർ ബ്രഹ്മത്തെ ഒരു ധൈഷണികസത്തയായോ തത്ത്വമായോ ആണ് കണക്കാക്കിയിരു ന്നത്. ഭൗതികവാദികൾ ആ സങ്കല്പത്തെ എതിർത്തു. ലോകത്തിന്റെ ഉദ്ഭവത്തിന് ആദ്യപ്രചോദനം നൽകുന്നതിന് ഒരു ബാഹ്യബുദ്ധി യേയോ ശക്തിയേയോ സങ്കല്പിക്കേണ്ട ആവശ്യം അവർക്ക് ഇല്ലാ ത്തതുകൊണ്ടായിരുന്നു അവർക്ക് അതിനു കഴിഞ്ഞത്. അതുകൊണ്ട്, അവരുടെ ഭൗതികവാദചിന്ത സ്വയംപൂർണ്ണമായിരുന്നു. ബ്രഹ്മത്തെ അഥവാ ബാഹ്യകാരണത്തെ തങ്ങളുടെ ദർശനത്തിൽ ഔപചാരിക മായി ഉൾപ്പെടുത്തിയത് വെറും മുൻവിധികൊണ്ടോ ആദരണീയമായ

പാരമ്പര്യത്തെ അന്ധമായി പിന്തുടരാനുള്ള പ്രവണതകൊണ്ടോ മാത്രമായിരുന്നു.

പ്രകൃതിയെക്കുറിച്ചുള്ള ചലനാത്മകമായ വീക്ഷണത്തിലധിഷ്ഠിതമായതിനാൽ വൈശേഷികദർശനത്തെ യാഥാസ്ഥിതികർ 'അർദ്ധ വൈനാശികം' അഥവാ 'ഭാഗിക ശൂന്യവാദം' എന്നാണ് അധിക്ഷേപിച്ചത്. (ബ്രഹ്മസൂത്രശാങ്കരഭാഷ്യം, 2.2.18). വൈശേഷികദർശനം പ്രകൃതിയെ ഒരു സത്ത (Being) ആയല്ല, പരിണാമപ്രക്രിയ ആയാണ് പരിഗണിക്കുന്നത്. വസ്തുക്കളുടെ പരിമാണത്തിലുണ്ടാകുന്ന നിരന്തരമായ മാറ്റത്തിൽ, പഴയവയുടെ നിരന്തരമായ നാശവും പുതിയ വസ്തുക്കളുടെ നിരന്തരമായ ഉദ്ഭവവും അടങ്ങിയിരിക്കുന്നതായി അതു കരുതി. പദാർത്ഥത്തിന്റെ നാശമില്ലായ്മ എന്ന ആശയംപോലും അതു മുൻകൂട്ടി കണ്ടിരുന്നു. (വൈശേഷികസൂത്രം, 9.1.14).

വാസ്തവത്തിൽ, കണാദന്റെ പരമാണുവാദം ഡെമോക്രീറ്റസിന്റെ പരമാണുവാദത്തേക്കാൾ സ്വയംപൂർണ്ണമായിരുന്നു. സംയോജിക്കുവാനുള്ള പ്രവണത പരമാണുക്കളിൽത്തന്നെ അന്തർലീനമാണ് എന്നു സങ്കല്പിക്കുകവഴി, വൈശേഷികദർശനം, അരിസ്റ്റോട്ടിലിന്റെ ആക്രമണത്തിനു വഴിവെച്ച ഡെമോക്രീറ്റസിന്റെ ദർശനത്തിന്റെ പിഴവിൽനിന്നു മുക്തമായിരുന്നു. വലിയൊരളവിൽ, കണാദന്റെ ദർശനം വിദൂരക്രിയ (Action at a distance) എന്ന പ്രശ്നത്തിൽനിന്നു സ്വതന്ത്രമായിരുന്നു. അതായിരുന്നു അദ്ദേഹത്തിന്റെ കാലത്തെ പ്രബലമായ ചിന്താസരണി. വൈശേഷികപരമാണുവാദം ചിന്തകൻമാരുടെ നീണ്ട ഒരു പരമ്പരയുടെതന്നെ പൊതുവായ ആരംഭബിന്ദുവായിരുന്നു. ഇന്ത്യയുടെ ചിന്താപൈതൃകത്തിലേയ്ക്കുള്ള അവരുടെ സംഭാവനകൾ യഥാർത്ഥതത്വശാസ്ത്രത്തിന്റെ അടുത്തുവരെയെത്തിയിരുന്നു. മാത്രമല്ല, വൈദിക പൗരോഹിത്യതന്ത്രത്തിന്റെ ആധിപത്യത്തിൽനിന്ന് ഇന്ത്യൻസമൂഹത്തെ സ്വതന്ത്രമാക്കാനും അവർ ശ്രമിച്ചു. എങ്കിലും, പ്രാചീനഭാരതത്തിലെ ഭൗതികവാദപരവും യുക്തിവാദപരവുമായ മുഖ്യചിന്താധാരകളെ സ്വയം സ്വതന്ത്രമാകാൻ അനുവദിക്കാതിരുന്ന പൗരോഹിത്യ മുൻവിധികൾ ആയിരുന്നു അതിഭൗതികകാരണത്തെക്കുറിച്ചുള്ള അനാവശ്യ സങ്കല്പത്തിനു കാരണം. ഗ്രീസിലേതുപോലെ, പ്രകൃത്യാരാധനാമതത്തിൽനിന്നു ഭൗതികവാദത്തിലേയ്ക്കുള്ള ചിന്താപരിണാമത്തിന് ഇടയാക്കിയ സാമൂഹിക സാഹചര്യങ്ങൾ ഇന്ത്യയിൽ വികസിച്ചില്ല. ധൈഷണികജീവിതം പുരോഹിതരുടെ കുത്തകയായിത്തന്നെ തുടർന്നു. അതു ശാസ്ത്രീയവും യുക്തിവാദപരവുമായ ചിന്തയെ ദുർബലമാക്കുകയും ആത്യന്തികമായി അവയെ അമർത്തുകയും ചെയ്തു. വിജയംവരിച്ച ബ്രാഹ്മണ പ്രതിലോമത്വം

അവയുടെ രേഖകളെപ്പോലും ഒന്നൊഴിയാതെ നശിപ്പിച്ചു.

പ്രാചീന ഇന്ത്യൻ ഭൗതികവാദത്തിന്റെ അടിസ്ഥാനതത്ത്വങ്ങൾ വൈശേഷികദർശനത്തിൽ മൗലികമായി പ്രതിപാദിച്ചിരുന്നുവെങ്കിലും കപിലന്റെ സാംഖ്യദർശനത്തിനായിരുന്നു അക്കാലത്തെ ബൗദ്ധികജീവിതത്തിൽ മേധാവിത്വമുണ്ടായിരുന്നത്. സാംഖ്യദർശനം കർക്കശമായ ഭൗതികവാദ നിലപാടിൽനിന്ന് വലിയൊരളവിൽ വ്യതിചലിക്കുകയും ഒട്ടൊക്കെ യുക്തിപരവും പ്രകൃതിവാദപരവുമായ ഒരു ദർശനപദ്ധതിയായി വികസിക്കുകയും ചെയ്തു. എങ്കിലും, കപിലൻ ഭൗതികവാദത്തിന്റെ ഭൗതിക തത്ത്വങ്ങളെ ദാർശനികമായി വികസിപ്പിച്ചിരുന്നു. അദ്ദേഹം നിരീശ്വരവാദിയായാണ് അറിയപ്പെടുന്നത്. താർക്കികമായ തെളിവുകൾക്കൊണ്ട് ദൈവത്തിന്റെ അസ്തിത്വത്തെ സ്ഥാപിക്കാനാവില്ല എന്നായിരുന്നു അദ്ദേഹത്തിന്റെ നിലപാട്. പക്ഷേ, അദ്ദേഹത്തിന്റെ തത്ത്വശാസ്ത്രത്തിന്റെ യഥാർത്ഥ മഹത്വം, അതു ഭൗതികലോകത്തിന്റെ വസ്തുനിഷ്ഠ യാഥാർത്ഥ്യത്തെ അംഗീകരിച്ചു എന്നതാണ്. ബാഹ്യപ്രപഞ്ചത്തിനു വസ്തുനിഷ്ഠമായ അസ്തിത്വമില്ലെന്നും, വിജ്ഞാന (Thought)മേല്ലാതെ മറ്റൊന്നും തന്നെ നിലനിൽക്കുന്നില്ലെന്നുമുള്ള സിദ്ധാന്തത്തെ സാംഖ്യദർശനം നിസ്സംശയം തള്ളിക്കളയുന്നു. 'നാസ്തികന്മാർ' അഥവാ 'ശൂന്യവാദികൾ' എന്നു വ്യാഖ്യാതാക്കളാൽ ചിത്രീകരിക്കപ്പെടുന്ന ചില ആദ്യകാല ദാർശനികൻമാർക്കെതിരെ വാദിച്ചുകൊണ്ട് കപിലൻ പറയുന്നു: 'കേവല വിജ്ഞാനത്തിന് അസ്തിത്വമില്ല; എന്തെന്നാൽ ബാഹ്യപ്രപഞ്ചത്തെക്കുറിച്ച് അവബോധം (Intution) ഉണ്ട്'' (സാംഖ്യസൂത്രം 1.42). 'അപ്പോൾ, ഒന്നു നിലനിൽക്കുന്നില്ലെങ്കിൽ മറ്റേതും നിലനിൽക്കാത്തതിനാൽ ശൂന്യതയുണ്ടാകുന്നു.' (1.43)

ആധികാരിക ഭാഷ്യകാരൻമാരിൽ പ്രമുഖനായ വിജ്ഞാനഭിക്ഷു ഈ സൂത്രങ്ങളെ ഇങ്ങനെ വ്യാഖ്യാനിക്കുന്നു: 'യാഥാർത്ഥ്യം വിജ്ഞാനം മാത്രമല്ല; കാരണം, വിജ്ഞാനത്തെപ്പോലെ ബാഹ്യപദാർത്ഥങ്ങളും നിലനിൽക്കുന്നുണ്ടെന്ന് അവബോധത്താൽ സ്ഥാപിക്കപ്പെടുന്നുണ്ട്. ബാഹ്യവസ്തുക്കളൊന്നും നിലനിൽക്കുന്നില്ലെങ്കിൽ വെറും ശൂന്യതമാത്രമേ ഉണ്ടാകൂ. കാരണം, ബാഹ്യപ്രപഞ്ചം നിലനിൽക്കുന്നില്ലെങ്കിൽ വിജ്ഞാനത്തിനും നിലനില്പില്ല; അവബോധമാണ് വസ്തുനിഷ്ഠമായവയെ തെളിയിക്കുന്നത്; മാത്രമല്ല, ബാഹ്യമായവയെക്കുറിച്ചുള്ള അവബോധം വസ്തുനിഷ്ഠമായവയെ സ്ഥാപിക്കുന്നില്ലെങ്കിൽ വിജ്ഞാനത്തെക്കുറിച്ചുള്ള അവബോധവും വിജ്ഞാനത്തിന്റെ അസ്തിത്വത്തെ സ്ഥാപിക്കുന്നില്ല.'

ദെക്കാർത്തെയുടെ യുക്തിവാദത്തിന്റെ ആരംഭബിന്ദുവുമായുള്ള – 'ഞാൻ ചിന്തിക്കുന്നു; അതുകൊണ്ട് ഞാൻ ഉണ്ട് (cogito, ergo sum) സാദൃശ്യം വ്യക്തമാണ്. പക്ഷേ, ഇവിടെ കേവല യുക്തിവാദത്തേക്കാൾ ചിലതുകൂടിയുണ്ട്. സംജ്ഞാനസിദ്ധാന്തം (Theory of Cognition) തീർച്ചയായും ഭൗതികവാദപരമാണ്. സാംഖ്യദർശനത്തിന്റെ ജ്ഞാനസിദ്ധാന്തത്തിന്റെ അടിസ്ഥാനതത്ത്വവും, അസ്തിത്വമാണ് ബോധത്തെ നിർണ്ണയിക്കുന്നത് എന്ന ആധുനിക ഭൗതികവാദത്തിന്റെ തത്ത്വവും ഒന്നുതന്നെയാണ്. മതാത്മകമായ സൃഷ്ടിസിദ്ധാന്തത്തിന്റെ സംരക്ഷകർ ലോകത്തിന്റെതന്നെ യാഥാർത്ഥ്യത്തെ നിഷേധിച്ചുകൊണ്ട് വസ്തുക്കളുടെ ഉദ്ഭവത്തെക്കുറിച്ചുള്ള അന്വേഷണത്തെ അടിച്ചമർത്താൻ ശ്രമിച്ചു. ഒരു സ്വപ്നവസ്തുവിന് – അയഥാർത്ഥതയ്ക്ക് – യഥാർത്ഥമായ ഒരു കാരണം ആവശ്യമില്ല എന്ന് അവർ വാദിച്ചു. അതിനു കപിലൻ മറുപടി നൽകി: 'ലോകം അയഥാർത്ഥമല്ല. എന്തെന്നാൽ, ലോകത്തിന്റെ യഥാർത്ഥതയ്ക്കു വിരുദ്ധമായ വസ്തുതകൾ ഒന്നുംതന്നെയില്ല. മാത്രമല്ല, (വിശ്വസിക്കരുതാത്ത കാര്യങ്ങളിൽ വിശ്വസിക്കാൻ പ്രേരിപ്പിക്കുന്ന) ദുഷിച്ച ഇന്ദ്രിയങ്ങളുടെ (തെറ്റായ) ഫലവുമല്ല ലോകം.'

ഈ വാക്കുകൾ വേണ്ടത്ര വ്യക്തമാണ്. എന്നാൽ, കപിലൻ കുറേക്കൂടി മുന്നോട്ടുപോകുന്നുണ്ട്. ലോകത്തെക്കുറിച്ചുള്ള യുക്തിവാദപരവും ഭൗതികവാദപരവുമായ വീക്ഷണത്തിന്റെ അടിസ്ഥാനതത്ത്വത്തെ പ്രസ്താവിക്കുന്നിടംവരെ അദ്ദേഹം എത്തുന്നു. അദ്ദേഹം വ്യക്തമാക്കി: 'ഒരു വസ്തു ഒന്നുമില്ലായ്മയിൽനിന്നും ഉണ്ടാക്കപ്പെട്ടുന്നതല്ല.' (1.78).

ഇതു സൃഷ്ടിസിദ്ധാന്തത്തിന്റെ അടിത്തറയെത്തന്നെ ഇടിച്ചുതകർക്കുന്നു. ഭൗതികലോകത്തിന്റെ ഉൽപത്തി അനന്തമായ ഒരു കാരണപ്രക്രിയയിൽ കണ്ടെത്തപ്പെടുന്നു. ആ പ്രക്രിയയാകട്ടെ പ്രകൃതിയിൽ അന്തർലീനവുമാണ്. ലോകം അനാദിയും അനന്തവുമായി സ്വയം നിലനിൽക്കുന്നതുകൊണ്ട് അതിന് ഒരു സ്രഷ്ടാവിന്റെ ആവശ്യമോ, സൃഷ്ടിയാകേണ്ടതിന്റെ ആവശ്യമോ ഇല്ല. ആരംഭത്തിന്റെ ആവശ്യവുമില്ല. എന്തെന്നാൽ, ആരംഭമുണ്ടെന്നുവന്നാൽ ഒന്നുമില്ലായ്മയിൽ നിന്ന് ചിലത് ഉണ്ടാകും എന്നു വരും. അങ്ങനെ, നമ്മുടെ കാലത്തെ ചില ദാർശനികൻമാർ പരിഷ്കാരത്തിന്റെ പുറംപകിട്ടു നൽകിയ ഒരു സിദ്ധാന്തമായ 'നിർഗ്ഗമന നിയോഗവാദ' (Emanent Teleology) ത്തെപ്പോലും സാംഖ്യദർശനം തിരസ്കരിക്കുന്നുണ്ട്. (എല്ലാ വസ്തുക്കളും ഒരു ആദിതത്ത്വത്തിൽനിന്ന് അല്ലെങ്കിൽ പരിപൂർണ്ണനായ ദൈവത്തിൽനിന്ന് താഴ്ന്നതലങ്ങളിലേയ്ക്കു നിർഗ്ഗമിക്കുന്നതാണെന്നും താഴേയ്ക്കു

വരുന്തോറും അവയുടെ വിശുദ്ധിയും പൂർണ്ണതയും ദൈവികതയും കുറഞ്ഞുവരും എന്നും അവസാനം അവ തിരിച്ച് ദൈവത്തിൽത്തന്നെ എത്തിച്ചേരും എന്നും കരുതുന്ന ഒരുതരം അതീന്ദ്രിയവാദം. മാഡം ബ്ലാവട്സ്കിയുടെ തിയോസഫി ഇതിന്റെ ഒരു വകഭേദമാണ് - വിവ.).

സാംഖ്യദർശനത്തിന്റെ പ്രത്യക്ഷത്തിലുള്ള പരമാണുവാദനിഷേധത്താൽ അതിന്റെ ഭൗതികവാദസത്ത ആശയക്കുഴപ്പത്തിലകപ്പെടുന്നു. പക്ഷേ, ഇക്കാര്യത്തിനുവേണ്ടി മുന്നോട്ടുവെയ്ക്കുന്ന വാദമുഖത്തിൽത്തന്നെ ഭൗതികവാദത്തിന്റെ കൂടുതൽ ഉയർന്ന രൂപം കാണാം: 'പരിച്ഛിന്നമായതിന് എല്ലാറ്റിന്റെയും ഉപദാനമാകാൻ കഴിയില്ല.' (1.76). വൈശേഷികദർശനത്തോടൊപ്പം സാംഖ്യദർശനവും 'സ്ഥൂലപദാർത്ഥ'ങ്ങളെ പരമാണുക്കളായി ലഘൂകരിക്കുന്നുണ്ട്. പക്ഷേ, കപിലൻ വെവ്വേറെയായി നിലനിൽക്കുന്ന പരമാണുക്കളുടെ അടിസ്ഥാനം കുറേക്കൂടി ലളിതവും സർവ്വവ്യാപകവുമായ പദാർത്ഥത്തിൽ കണ്ടെത്തുന്നു. ഇതിന് അരിസ്റ്റോട്ടിൽ ചെയ്തതുമായി ഏറെ സാദൃശ്യമുണ്ട്. പക്ഷേ, വിദൂരക്രിയ എന്ന കുഴക്കുന്ന പ്രശ്നത്തെ ഒഴിവാക്കുന്നതിനുവേണ്ടിയാണോ അദ്ദേഹം ഈ ഉപായത്തിൽ അഭയംതേടിയത് എന്നറിയാൻ വഴിയൊന്നുമില്ല. എന്തായാലും, പരമാണുക്കൾക്കപ്പുറത്ത് ആത്യന്തിക പദാർത്ഥത്തെ തേടുന്നതിലൂടെ കപിലൻ ഭൗതികവാദത്തെ നിഷേധിക്കുന്നതിനുപകരം പദാർത്ഥത്തെക്കുറിച്ചുള്ള അത്യാധുനികമായ സങ്കല്പത്തെ മുൻകൂട്ടി കാണുകയാണ് ചെയ്തത്.

കപിലൻ അസ്തിത്വത്തെ ഒരു ശ്രേണിയായി, അതായത് ഇരുപത്തഞ്ചു തത്ത്വങ്ങൾ കൂടിച്ചേർന്നതായി സങ്കല്പിച്ചു. പുരുഷൻ, പ്രകൃതി, മനസ്സ്, ആത്മബോധം എന്നിവയ്ക്കു പുറമെ 'സൂക്ഷ്മ'മായ പദാർത്ഥങ്ങളും ജ്ഞാനേന്ദ്രിയങ്ങളും 'സ്ഥൂല' പദാർത്ഥങ്ങളും ഉണ്ട്. ഇവിടെ പിരമിഡ് തലകീഴായി നിൽക്കുന്നു. ഈ ക്രമത്തെ തിരിച്ചിട്ടാൽ നിങ്ങൾക്കു പരിണാമപ്രക്രിയ ലഭിക്കും. പക്ഷേ, കപിലൻ ഈ പ്രക്രിയയെ സങ്കല്പിച്ചത് ഹെഗേലിയൻ മട്ടിലാണ് : 'ആശയം സ്വയം ആവിഷ്കൃതമാകുന്നതു' പോലെ. പരിണാമപ്രക്രിയയെ തലകുത്തി നിർത്തിയിട്ടുണ്ടെങ്കിലും ഈ 'തത്ത്വങ്ങൾ' ഇന്ദ്രിയവേദ്യമായ സ്ഥൂലപദാർത്ഥങ്ങളിൽനിന്ന് ആഗമനരീതിയിൽ (Inductively) അനുമാനിക്കപ്പെടുന്നു. നേരിട്ടു ഗ്രഹിക്കാൻ പറ്റുന്ന 'സ്ഥൂലപദാർത്ഥങ്ങളിൽ' നിന്ന് 'സൂക്ഷ്മപദാർത്ഥങ്ങളു'ടെ (രൂപരസഗന്ധസ്പർശ ശബ്ദങ്ങൾ) അസ്തിത്വം അനുമാനിക്കപ്പെടുന്നു. ഇതിന്റെ യുക്തി വ്യക്തമാണ്: സ്ഥൂലമായതെന്തും അത്ര സ്ഥൂലമല്ലാത്തവയിൽനിന്നാണ് രൂപംകൊള്ളുന്നത്. ഈ പ്രക്രിയ, എല്ലാം നിഷ്ക്രിയാവസ്ഥയിൽ സ്ഥിതിചെയ്യുന്ന ആദിമ പ്രാകൃതാവസ്ഥവരെ

നീളുന്നതാണ്. എന്നാൽ, പ്രകൃതി അനാദിയും അനന്തവും മാത്രമല്ല, സ്വയം പ്രവർത്തിതവുമാണ്. 'മൂലത്തിനു മൂലമില്ലാത്തതിനാൽ മൂലം മൂലരഹിതമാണ്.' (1.67). അങ്ങിനെ പ്രകൃതി പരമകാരണമാകുന്നു. മനസ്സിനെയും ആത്മബോധത്തെയും പ്രകൃതിയുടെ ഘടനയ്ക്കകത്തു പ്രതിഷ്ഠിക്കുന്നതിനാൽ ഭൗതികവാദദർശനം അവയെ ഉൾക്കൊള്ളുന്നുണ്ട്. പുരുഷൻ (Soul) പുറത്ത് നിലകൊള്ളുക മാത്രമാണ് ചെയ്യുന്നത്. പക്ഷേ, അത് ന്യൂട്ടന്റെ പ്രപഞ്ചമെന്ന യന്ത്രത്തിനു വെളിയിൽ നിഷ്ക്രിയമായി നിലനിൽക്കുന്ന ആദികാരണ(Deux ex machina)ത്തെപ്പോലെ ലോകത്തിന്റെ അസ്തിത്വത്തെയും പരിണാമത്തെയും വിശദീകരിക്കുന്നതിനു തീർത്തും അനാവശ്യമാണ്.

ഇന്ദ്രിയഗോചരമായ പ്രതിഭാസങ്ങളിൽനിന്നു പ്രകൃതിയുടെ അസ്തിത്വത്തെ നാം അനുമാനിക്കുന്നു. ഈ പ്രതിഭാസങ്ങൾ യഥാർത്ഥമാണ്; അതിനാൽ, അവയ്ക്ക് യഥാർത്ഥമായ ഒരു കാരണം ഉണ്ടായിരിക്കണം. അതായത്, പ്രപഞ്ചത്തിന്റെ ഘടകങ്ങൾ ശാശ്വതമായി നിലനിൽക്കുന്നു. ആ ആത്യന്തികഘടകങ്ങളെ വൈശേഷിക-ന്യായദർശനങ്ങൾ പരമാണുക്കൾ എന്നുവിളിക്കുന്നു. കപിലൻ അവയെ സർവ്വവ്യാപിയായ ഒരസ്തിത്വത്തിലേയ്ക്കു ന്യൂനീകരിക്കുകയും നിഷ്ക്രിയാവസ്ഥയിലുള്ള പ്രകൃതി എന്നു വിളിക്കുകയും ചെയ്യുന്നു.

സാംഖ്യദർശനത്തിന്റെ പ്രകൃതി അതിന്റെ ആദിമാവസ്ഥയിൽ സ്പിനോസയുടെ 'സചേതന പദാർത്ഥ'ത്തെപ്പോലെയാണ്. പ്രകൃതിയിൽ അന്തർലീനമായ ത്രിഗുണങ്ങൾ (സത്വരജസ്തമോ ഗുണങ്ങൾ) എല്ലാ പ്രകൃതിപ്രവർത്തനങ്ങളുടെയും ചാലകശക്തിയാണ്. പരമാണുവാദത്തെ തള്ളിക്കളയുന്നത് സുഖദുഃഖങ്ങൾ പരമാണുവിന്റെ ഗുണങ്ങൾ അല്ലാത്തതിനാലാണ്. തികച്ചും ഇന്ദ്രിയവേദ്യമായ സുഖം, ദുഃഖം, മോഹം മുതലായവയുടെ ആകെത്തുകയാണ് അസ്തിത്വമുള്ള എല്ലാം. പക്ഷേ, ഇവിടെ വളരെ പ്രസക്തമായ ഒരു ചോദ്യം ഉയർന്നുവരുന്നു: ഈ സംവർഗ്ഗങ്ങളുടെ അല്ലെങ്കിൽ ഗുണങ്ങളുടെ കാരണം എന്താണ്?

ഒന്നുമില്ലായ്മയിൽനിന്ന് ഒന്നുമുണ്ടാകില്ല എന്നു കപിലൻതന്നെ ഊന്നിപ്പറയുന്നുണ്ട്. ഈ വൈഷമ്യത്തെ ഒഴിവാക്കുന്നതിന്, ത്രിഗുണങ്ങൾ സമതുലിതാവസ്ഥയിൽ നിലകൊള്ളുന്ന സർവ്വവ്യാപിയായ ഒരു ആദിപദാർത്ഥമായി അദ്ദേഹം പ്രകൃതിയെ സങ്കല്പിക്കുന്നു. ഗുണങ്ങളുടെ സമതുലിതാവസ്ഥയെ പരമാണുക്കൾക്കു പ്രതിനിധീകരിക്കാനാവുമെന്നു പരമാണുവാദികൾ വാദിക്കാം. എന്തായാലും, കപിലന്റെ പരമാണുവാദ നിഷേധം, പ്രകൃതിയുടെ ഭൗതികത്വം അപ്രത്യക്ഷമാക്കുന്നതായി തോന്നിപ്പിക്കുന്ന അവസ്ഥയിലേയ്ക്ക് അദ്ദേഹത്തെ

നയിക്കുന്നു. ആദിമാസ്തിത്വത്തെക്കുറിച്ചുള്ള അദ്ദേഹത്തിന്റെ സങ്കല്പം വേദാന്തികളുടെ ബ്രഹ്മത്തെപ്പോലെയോ ഹെഗലിന്റെ അസത്തയെ അഥവാ കേവലശൂന്യതയെപ്പോലെയോ തോന്നിപ്പിക്കുന്നു. പക്ഷേ, കപിലൻ സ്ഥാപിക്കാൻ ആഗ്രഹിച്ചതിൽനിന്നു വളരെ അകലെയാണത്. അതുകൊണ്ട്, അദ്ദേഹം പരമാണുവാദത്തിനെതിരായ തന്റെ വാദമുഖങ്ങളെ ഉപസംഹരിക്കുന്നത് പ്രകൃതിയുടെ ഭൗതികത്വത്തെ ഊന്നിപ്പറഞ്ഞുകൊണ്ടാണ്.

'മനുഷ്യന്റെ കൊമ്പുപോലെയുള്ള അസത്ത(Non-being) യിൽനിന്ന് ഒന്നും ഉണ്ടാകുന്നില്ല.' (1.114).

'ഉൽപ്പന്നം (കാര്യം - വിവ.) അടങ്ങിയിരിക്കുന്ന ഏതെങ്കിലും പദാർത്ഥം (ഉപാദാനകാരണം - വിവ.) ഉണ്ടായേ പറ്റൂ.' (1.115).

സാംഖ്യദർശനത്തിന് അതിന്റെ കർക്കശമായ യുക്തിവാദത്തോടൊപ്പം ലോകത്തിന്റെ ഭൗതികസത്തയെ അംഗീകരിക്കാതെ ഒന്നും ചെയ്യാനാവില്ല. കാരണം, അതിനെ അംഗീകരിക്കാതിരുന്നാൽ എന്തും എവിടെയും സംഭവിക്കാം. സാംഖ്യദർശന പ്രകാരം തന്നെ അത് അസംബന്ധമാണ്. തൽഫലമായി, മൂലപ്രകൃതി (Primal Nature) യെക്കുറിച്ചുള്ള സാംഖ്യദർശനത്തിന്റെ സങ്കല്പത്തിനു 'ചലിക്കുന്ന പദാർത്ഥം' (Matter in Motion) എന്ന സങ്കല്പത്തിൽനിന്ന് അടിസ്ഥാനപരമായി വ്യത്യസ്തമാകാൻ കഴിയില്ല. അതിനാൽ, സാംഖ്യത്തിന്റെ പരമാണുവാദ നിഷേധത്തിനു ഭൗതികവാദത്തിന്റെ നിരാകരണമാകാൻ പറ്റില്ല; ലോകത്തെക്കുറിച്ചുള്ള ഭൗതികവിശദീകരണത്തെ താർക്കികമായ എല്ലാ പിഴവുകളിൽനിന്നും മുക്തമാക്കുന്നതിനുവേണ്ടിയാണ് പരമാണുവാദത്തെ സാംഖ്യം നിഷേധിച്ചത്. ആദ്യസംയോഗം എന്ന വൈഷമ്യത്തെ സർവ്വവ്യാപിയായ മൂലപദാർത്ഥം ഇല്ലാതാക്കുന്നു. തൽഫലമായി, സംയോഗത്തിനുള്ള ആദ്യപ്രചോദനം എന്ന തത്ത്വത്തെ ഭദ്രമാക്കുന്നതിന് അതിഭൗതികമായ ഒരു തത്ത്വത്തിന്റെ ആവശ്യം ഇല്ലാതാകുന്നു.

തീർച്ചയായും, സാംഖ്യദർശനത്തിൽ പ്രകൃതിയെക്കുറിച്ചുള്ള യാന്ത്രികസങ്കല്പം (Mechanistic Conception) താർക്കികമായി അന്തർലീനമാണ്; മാത്രമല്ല, 'പ്രധാന'ത്തെക്കുറിച്ചുള്ള നിർവ്വചനത്തിൽ അതു പ്രകടമാകുന്നുമുണ്ട്. മാതാവിന്റെ പാലും കണ്ണീരും അബോധപൂർവ്വമായി ഒഴുകുന്നതുപോലെ, 'ബുദ്ധിരഹിതമെങ്കിലും 'പ്രധാന'വും അതിന്റെ തന്നെ പ്രകൃതിയിൽനിന്ന് ചലിക്കുന്നതായി കരുതാ'മെന്നു കപിലൻ വാദിക്കുന്നു. അങ്ങനെ, ബോധപൂർവ്വമായ ചലനത്തിൽനിന്ന് വ്യതിരിക്തമായി, ലോകത്തിന്റെ സർവ്വവ്യാപിയായ ഭൗതികസത്തയായ 'പ്രധാന'ത്തിൽ അന്തർലീനമെന്ന

നിലയിൽ ചലനം വ്യക്തമായും സങ്കല്പിക്കപ്പെടുന്നു. സാംഖ്യദർശനം ലോകത്തെക്കുറിച്ചുള്ള യാന്ത്രികവും ഭൗതികവാദപരവുമായ സങ്കല്പമെന്ന നിലയിൽ സ്വയംപൂർണ്ണമായ ഒരു ദർശനമായതുകൊണ്ട് അതിലെ അതിഭൗതികവാദപരമായ ഘടകങ്ങൾ തീർത്തും അധികപ്പറ്റാണെന്ന് ഇതു വീണ്ടും തെളിയിക്കുന്നു.

വസ്തുക്കളുടെ പരമകാരണമെന്ന നിലയിലുള്ള പുരുഷസങ്കല്പത്തെ അതു പരസ്യമായി തള്ളിക്കളയുന്നു; വസ്തുക്കളുടെ മൂലകാരണം ഭൗതികമാണെന്ന താർക്കികമായ അനുമാനം, പുരുഷസങ്കല്പത്തിന്റെ നിരർത്ഥകതയിൽ നിന്നുളവായതാണെന്നതും വ്യക്തമാണ്.

'രണ്ടും (പ്രകൃതിയും പുരുഷനും) എല്ലാ ഉൽപന്നങ്ങൾക്കും മുമ്പേ ഉള്ളതായിരിക്കുമ്പോൾ ഒന്നിന് (പുരുഷന്) കാരണസ്വഭാവം ഇല്ലാത്തതിനാൽ അതു മറ്റേതിനു (പ്രകൃതിക്കു) മാത്രം ബാധകമാകുന്നു.' (1.75).

പുരുഷനിൽനിന്ന് എല്ലാ ഗുണങ്ങളെയും നീക്കി സജീവമായ എല്ലാ ഗുണങ്ങളെയും പ്രകൃതിയിൽ ആരോപിച്ച് അതിനു പരമകാരണത്തിന്റെ പദവി നൽകിയതിനുശേഷം, രണ്ടും തമ്മിലുള്ള അഭേദം എങ്ങനെയാണ് ഉദ്ഭവിക്കുന്നത് എന്നു തെളിയിക്കാൻ കപിലൻ അത്യധികം വിഷമിക്കുന്നു. സ്വയം പ്രവർത്തിക്കുന്ന ഒരു സത്ത എന്ന നിലയിലുള്ള പ്രകൃതിയെക്കുറിച്ചുള്ള അദ്ദേഹത്തിന്റെ സങ്കല്പം പുരുഷനെ പൊള്ളയായ ഒരു സങ്കല്പം - പരമ്പരാഗതമായ മുൻധാരണയോടുള്ള ഒരു സൗജന്യം - മാത്രമാക്കി മാറ്റുന്നുണ്ട് എന്ന വസ്തുതയിലാണ് വിഷമത്തിന്റെ വേരുകിടക്കുന്നത്. അതിഭൗതികമായ ദ്വൈതവാദത്തിൽ നിന്ന് ഒരടികൂടി മുന്നോട്ടുപോയി. ഭൗതികവാദപരമായ അദ്വൈതവാദത്തിലേയ്ക്കു നീങ്ങിക്കൊണ്ട് അദ്ദേഹം ആ വിഷമാവസ്ഥയിൽനിന്നു സ്വയം പുറത്തുകടക്കുന്നു. ധാരണ, മനസ്സ്, യുക്തി എന്നിവ മാത്രമല്ല, അഹങ്കാരം(Ego) പോലും പ്രകൃതിയുടെ ഉൽപ്പന്നമെന്ന നിലയിൽ പുരുഷനിൽനിന്നു വേർതിരിക്കപ്പെടുന്നു. അങ്ങനെ, പുരുഷൻ ഒരു ധർമ്മവുമില്ലാത്ത ഒന്നായിത്തീരുന്നു. പുരുഷന് അതിന്റെതന്നെ പ്രകൃതത്താൽ (കേവലം, അപരിവർത്തനീയം മുതലായവ) എന്തെങ്കിലുമായി ബന്ധമുണ്ടാകുക ഒട്ടും സാദ്ധ്യമല്ല. അതിനാലാണ്, അസ്തിത്വത്തിന്റെ ഈ രണ്ടു സംവർഗ്ഗങ്ങൾ (Categories) തമ്മിൽ നികത്താനാകാത്ത വിടവ് നിലനിൽക്കുന്നത്. ദ്വൈതവാദപരമായ നിലപാടിനെ ഉപേക്ഷിക്കുന്നതിലൂടെ മാത്രമേ ഈ വിടവ് നികത്താനാകുമായിരുന്നുള്ളൂ. കപിലൻ സ്വയം അതു ചെയ്തിരുന്നുവോ എന്നത് തീർച്ചപ്പെടുത്തുക വിഷമമാണ്. സൂത്രങ്ങൾ ഇക്കാര്യത്തിൽ അത്ര വ്യക്തമല്ല. വ്യാഖ്യാതാക്കളിൽ ഒരാൾ ഈ

വിഷമപ്രശ്നത്തെ പരിഹരിക്കുന്നു.

'ഇവ രണ്ടും (പ്രകൃതിയും പുരുഷനും) ഒരേപോലെ പ്രാഗ്ഭാവ (Antecedent)രഹിതമാണ് - വിത്തും മുളയും പോലെ. ഏതാണ് ആദ്യം ഉണ്ടായത് എന്ന് ചോദിക്കുന്നത് അനാവശ്യമാണ്; കരുവേലമരമോ അതിന്റെ വിത്തോ ഏതാണ് ആദ്യമുണ്ടായത് എന്ന ഈ പഴയ വിഷമപ്രശ്നം നിരർത്ഥകമായതിനാൽ.'

പ്രകൃതിയും പുരുഷനും തമ്മിലുള്ള ബന്ധത്തെ ഇങ്ങനെ വ്യാഖ്യാനിക്കുകവഴി സാംഖ്യദർശനം ദ്വൈതവാദമെന്ന പിഴവിൽനിന്നു മുക്തമാകുകയും സ്വയംപൂർണ്ണമായ ഒരു ഭൗതികദർശനമായി ഉറച്ചുനിൽക്കുകയും ചെയ്യുന്നു. ഒന്നുകിൽ അനാദിയായ ഈ രണ്ടു സത്തകളുടെയും ഏകകാലികമായ അസ്തിത്വം അംഗീകരിക്കപ്പെടുന്നു; അല്ലെങ്കിൽ, പ്രകൃതിയുടെ ഒരു ഗുണമെന്ന നിലയൊഴിച്ചുള്ള പുരുഷന്റെ അസ്തിത്വം അവസാനിക്കുന്നു. അപ്പോൾ, 'വിത്തിന്റെയും അങ്കുര'ത്തിന്റെയും ന്യായവാദം പിശകുള്ളതാകുന്നു. ഈ താർക്കികത്തകരാറിന്റെ ഇല്ലാതാക്കൽ അദ്വൈതവാദത്തിലേയ്ക്കു നയിക്കുന്നു. ഒന്നുകിൽ പുരുഷൻ പ്രകൃതിയുടെയോ അല്ലെങ്കിൽ പ്രകൃതി പുരുഷന്റെയോ കാരണമായേ തീരൂ. സാംഖ്യദർശനത്തിലെ പുരുഷന്, അതിന്റെ തന്നെ പ്രകൃതത്താൽ സൃഷ്ടിയുടെ കാരണമാകാൻ കഴിയില്ല; എന്തെന്നാൽ, അങ്ങനെയായാൽ അത് എന്താണോ അതല്ലാതായിത്തീരുകയും ഒരിയ്ക്കലും വിമോചിതമാകാൻ കഴിയാതിരിക്കുകയും ചെയ്യും. അതുകൊണ്ട്, പ്രകൃതി അസ്തിത്വത്തിന്റെ ഒരേയൊരു ഉറവിടമായി നിലനിൽക്കുന്നു. മാത്രമല്ല, സ്വയം ഉദ്ഭവിക്കുന്നതും യാന്ത്രികമായി പ്രവർത്തിക്കുന്നതുമായ തികച്ചും ഭൗതികമായ സത്തയുള്ള ഒന്നായി കപിലൻ പ്രകൃതിയെ സങ്കല്പിക്കുകയും ചെയ്യുന്നു. ജൈവശക്തികൾ (Vital Forces) എന്നു പറയപ്പെടുന്നവപോലും ഭൗതികസത്തയുടെ, പ്രകൃതിയുടെ യാന്ത്രികമായ പ്രവർത്തനത്തിന്റെ ഉൽപന്നങ്ങളാണ്.

ദാർശനികചിന്തയുടെ വികാസത്തിനുള്ള സാംഖ്യദർശനത്തിന്റെ മുഖ്യസംഭാവന അതിന്റെ ഇന്ദ്രിയസംവേദനത്തിലധിഷ്ഠിതമായ ജ്ഞാനസിദ്ധാന്തമാണ്. കപിലൻ ഒരു തികഞ്ഞ ആനുഭവികവാദിയായിരുന്നു. അദ്ദേഹം സ്തുത്യർഹമായ താർക്കിക കാർക്കശ്യത്തോടെ ജ്ഞാനത്തിന്റെ ആശ്രയിക്കാവുന്ന ഒരേയൊരു ഉറവിടം ഇന്ദ്രിയാനുഭവമാണെന്നു വാദിച്ചു.

'നേരത്തേ അറിയാത്തവയുടെ നിശ്ചയമാണ് ജ്ഞാനം. അതിന്റെ സാധകതമഫലം പ്രമാണം.' (1.87).

പ്രമാണത്തെ പ്രത്യക്ഷം, അനുമാനം, ശാബ്ദം എന്നിങ്ങനെ നിർവ്വചിച്ചിരിക്കുന്നു. അനുമാനത്തെ പ്രമാണത്തിന്റെ ഗണത്തിൽ

ഉൾപ്പെടുത്തുകവഴി കപിലൻ ആഗമനാത്മകന്യായ (Inductive Logic) ത്തിന്റെ ഉദ്ഭവത്തെ മുൻകൂട്ടി കാണുകയുണ്ടായി. ആയതിനാൽ, ശാസ്ത്രീയചിന്താരീതിയ്ക്ക് അദ്ദേഹം നൽകിയ സംഭാവന അതിപ്രധാനമാണ്. മേൽപറഞ്ഞ സൂത്രത്തെ ഭാഷ്യകാരൻമാരിൽ ഒരാൾ താഴെ പറയുന്ന പ്രകാരം വ്യാഖ്യാനിക്കുന്നു: 'അനുയോജ്യമായ വസ്തുവുമായുള്ള ഒരു ഇന്ദ്രിയത്തിന്റെ സംബന്ധമാണ് ജ്ഞാനകാരണമായ പ്രമാണം.' (സാംഖ്യ പ്രവചനഭാഷ്യം - വിജ്ഞാനഭിക്ഷു).

ജ്ഞാനാർജ്ജന പ്രക്രിയയിൽ പ്രത്യക്ഷത്തിന്റെ സ്ഥാനം സംബന്ധിച്ച് ഈ സൂത്രങ്ങൾക്കുതന്നെ ഉറച്ച വ്യക്തതയുണ്ട്. ആധുനികകാലത്തെ ജ്ഞാനമീമാംസപരമായ ശൂന്യവാദികൾപോലും ഉന്നയിച്ച പ്രശ്നങ്ങൾക്കു വ്യക്തമായ ഉത്തരം കപിലൻ നൽകുകയുണ്ടായി.

'യാതൊന്നിന്റെ സംബന്ധത്താൽ അതിന്റെ രൂപത്തെ ഉല്ലേഖനം ചെയ്യുന്ന വിജ്ഞാനമാണ് പ്രത്യക്ഷം.' (1.89).

ബാഹ്യവും ആന്തരികവുമായ, അതായത്, പ്രത്യക്ഷാനുമാനങ്ങളുടെ ഇന്ദ്രിയങ്ങൾ പ്രകൃതിയുടെ ഉൽപന്നങ്ങളാണ്. അവ 'ദൂഷിത'മല്ല; അതായത്, അവ അയഥാർത്ഥമായതിനെ യഥാർത്ഥമെന്ന നിലയിൽ ചിത്രീകരിക്കുന്നില്ല. ആയതിനാൽ, ഇന്ദ്രിയാനുഭവ പ്രമാണത്താൽ സ്ഥാപിക്കപ്പെട്ടവയെല്ലാം യഥാർത്ഥമാണ്. ബാഹ്യലോകത്തിന്റെ അസ്തിത്വത്തിന് ഇന്ദ്രിയങ്ങൾ സാക്ഷ്യം വഹിക്കുന്നതു നിമിത്തം അതിന്റെ യാഥാർത്ഥ്യം സ്ഥാപിക്കപ്പെടുന്നു.

ഇപ്രകാരം, സാംഖ്യൻമാർ നിരീശ്വരവാദപരമായ പ്രകൃതിവാദത്തെ വിശദീകരിച്ചപ്പോൾ, ന്യായ-വൈശേഷിക ദർശനങ്ങൾ ഭൗതികവാദത്തിന്റെ ദിശയിലേയ്ക്കു വ്യക്തമായും നീങ്ങി. വൈദികമതത്തിന്റെയും ഔപനിഷദികമായ അതിഭൗതികചിന്തകളുടെയും പശ്ചാത്തലത്തിൽ നിന്നുരുത്തിരിഞ്ഞ അതിപ്രധാനമായ ആ ചിന്താപരിണാമം കാലത്തികവിൽ ഇന്ത്യയുടെ സുവർണ്ണയുഗത്തിൽ - അതായത് ബൗദ്ധകാലഘട്ടത്തിൽ - എത്തിച്ചേർന്നു. പിൽക്കാല ഉപനിഷത്തുകളും ആദ്യകാല ബൗദ്ധസാഹിത്യവും 'വേദനിന്ദകരെയും നിരീശ്വരരെയും ഭൗതികവാദികളെയും' കുറിച്ചുള്ള പരാമർശങ്ങളാൽ സമൃദ്ധമാണ്.

●

ബൗദ്ധഭൗതികവാദം

ബുദ്ധന്റെ യൗവ്വനകാലത്ത് ഉത്തരഭാരതത്തിലെ വലിയ വിദ്യാമണ്ഡപങ്ങളും വിശാലമായ വനാന്തരങ്ങളും വേദങ്ങളുടെ ദൈവികമായ ഉൽപത്തിയെയും ബ്രാഹ്മണരുടെ ആധികാരികതയെയും നിഷേധിക്കുന്ന വാദപ്രതിവാദങ്ങളാലും അജ്ഞേയവാദം, നിരീശ്വരവാദം, ഭൗതികവാദം എന്നിവയുടെ ഉദ്ബോധനങ്ങളാലും മുഖരിതമായിരുന്നു. വാസ്തവത്തിൽ ഇന്ത്യ വളരെ ഉയർന്ന നിലവാരത്തിലുള്ള ഭൗതികവും ധാർമ്മികവുമായ സംസ്കാരത്തിൽ എത്തിച്ചേർന്നത് പല നൂറ്റാണ്ടുകൾ നീണ്ടുനിന്ന ബൗദ്ധകാലഘട്ടത്തിലായിരുന്നു.

പ്രാചീനഭാരതത്തിലെ പ്രകൃതിവാദപരവും യുക്തിവാദപരവും സന്ദേഹവാദപരവും അജ്ഞേയവാദപരവും ഭൗതികവാദപരവും ആയ ചിന്തയുടെ വികാസത്തിന്റെ നീണ്ട പ്രക്രിയ പരമകാഷ്ഠയിൽ എത്തിയത് ചാർവാക ദർശനത്തിലായിരുന്നു. അതിനെ ഗ്രീക്ക് എപ്പിക്യൂറിയനിസവുമായി താരതമ്യപ്പെടുത്താം. പ്രാചീനഭാരതത്തിലെ ബൗദ്ധികസംസ്കാരത്തിന്റെ ക്രിയാത്മകഫലമായി അതിനെ വിലയിരുത്താം. ആദ്യകാല ബൗദ്ധസാഹിത്യത്തിൽ പരാമർശിച്ചിട്ടുള്ള പരിവ്രാജകരിൽ പ്രമുഖൻ ഒരു ബൃഹസ്പതി* ആയിരുന്നു. ഇന്ത്യൻ എപ്പിക്യൂറിയനിസമായ ചാർവാക ദർശനത്തിന്റെ സ്ഥാപകനായിരുന്നു അദ്ദേഹം. അക്കാലത്തെ ബൗദ്ധ-ബ്രാഹ്മണ കൃതികളിൽ ബാർഹസ്പത്യസൂത്രങ്ങൾ നിരന്തരം പരാമർശിക്കപ്പെടുന്നുണ്ട്. എന്നാൽ, ബുദ്ധമതത്തിന്റെ പതനത്തെ അതിജീവിച്ചത് ആ സൂത്രങ്ങളുടെ ചില ഭാഗങ്ങൾ മാത്രമാണ്. ആ സൂത്രങ്ങളിൽനിന്ന് ബൃഹസ്പതി, 'സുഖജീവിതത്തിനുതകുന്ന ഉപായമെന്ന നിലയിൽ വേദങ്ങളുടെ പ്രാമാണ്യത്തെ അംഗീകരിക്കുന്ന ബുദ്ധിയും പൗരുഷവുമില്ലാത്തവർ' എന്ന് ബ്രാഹ്മണരെ അധിക്ഷേപിക്കുന്നുണ്ട് എന്നു മനസ്സിലാക്കാം.

ദൈവികമായി വെളിപ്പെടുത്തപ്പെട്ട സത്യമാണ് വേദങ്ങൾ എന്ന ആശയത്തെ ചാർവാകൻമാർ പരിഹസിച്ചു; ഇന്ദ്രിയങ്ങളിലൂടെയല്ലാതെ സത്യത്തെ അറിയാനാവില്ല എന്ന് അവർ കരുതി. ആയതിനാൽ ആത്മാവ് എന്ന ആശയം മിഥ്യയാണ്. അങ്ങനെ ചാർവാകൻമാർ ആധുനിക ദാർശനിക ചിന്തയായ കലർപ്പറ്റ ആനുഭവികവാദ (Ultra empiricism)ത്തെ മുൻകൂട്ടി കണ്ടു. യുക്തിയെപ്പോലും വിശ്വസിക്കാനാവില്ലെന്ന് അവർ കരുതി. കാരണം, ഓരോ അനുമാനവും അതിന്റെ സാധുതയ്ക്ക് കൃത്യമായ നിരീക്ഷണത്തെയും ശരിയായ യുക്തിവിചാരത്തെയും മാത്രമല്ല ആശ്രയിച്ചിരിക്കുന്നത്; ഭൂതകാലത്തെപ്പോലെ ഭാവിയും പെരുമാറും എന്ന സങ്കല്പത്തെയും കൂടിയാണ്. അതിനാകട്ടെ, യാതൊരു ഉറപ്പുമില്ല. ഹ്യൂമിന് രണ്ടായിരത്തിൽപ്പരം വർഷങ്ങൾക്കുമുമ്പ് ആധുനിക അജ്ഞേയവാദത്തെ മുൻകൂട്ടി കാണലായിരുന്നു അത്. എന്നാൽ, ചാർവാകൻമാർ വെറും ശൂന്യവാദികളോ അജ്ഞേയവാദികളോ സന്ദേഹവാദികളോ ആയിരുന്നില്ല. ക്രിയാത്മകമായ ദാർശനികചിന്തയുടെ ഒരു വിശദമായ സമ്പ്രദായത്തെത്തന്നെ അവർ വികസിപ്പിക്കുകയുണ്ടായി.

'എല്ലാ പ്രതിഭാസങ്ങളും പ്രകൃത്യാനുസൃതമാണ്. പ്രകൃത്യാതീതശക്തികളുടെ ഏതെങ്കിലും തരത്തിലുള്ള ഇടപെടൽ അനുഭവത്തിലോ ചരിത്രത്തിലോ നാം കാണുന്നില്ല. ദ്രവ്യമാണ് ഒരേയൊരു യാഥാർത്ഥ്യം; ചിന്തിക്കുന്ന ദ്രവ്യമാണ് മനസ്സ്. ലോകത്തെ മനസ്സിലാക്കുന്നതിനും വിശദീകരിക്കുന്നതിനും ഒരു സ്രഷ്ടാവിനെക്കുറിച്ചുള്ള സങ്കല്പം ഉപയോഗശൂന്യമാണ്. അറിവിന്റെ വളർച്ച വിശ്വാസത്തെ തകർക്കുമ്പോൾ, മനുഷ്യർക്ക് മതം ഒരു ശീലമായതിനാൽ, നഷ്ടബോധവും അസുഖകരമായ ശൂന്യതയും അനുഭവപ്പെടുന്നു. അതിനാൽ അവർ മതം ആവശ്യമാണെന്നു വിചാരിക്കുന്നു. ധാർമ്മികത പ്രകൃത്യാനുസൃതമാണ്; അതൊരു സമൂഹസൃഷ്ടിയും സൗകര്യവുമാണ്; അല്ലാതെ ദൈവകല്പനയല്ല. സഹജവാസനകളെയും വികാരങ്ങളെയും നിയന്ത്രിക്കേണ്ട ആവശ്യമൊന്നുമില്ല; അവ പ്രകൃതിയുടെ കല്പനകളാണ്. ജീവിതത്തിന്റെ ഉദ്ദേശ്യം ജീവിക്കുക എന്നതാണ്; സന്തോഷമാണ് ഏക ജ്ഞാനം.'

ഇന്ത്യൻചിന്തയുടെ മുൻകാലചരിത്രത്തിലെ ക്രിയാത്മകഘടകങ്ങളുടെയെല്ലാം സംയുക്തഫലമെന്ന നിലയിൽ ബുദ്ധമതം ബ്രാഹ്മണ യാഥാസ്ഥിതികത്വത്തിന്റെ ജീർണ്ണിച്ച എടുപ്പിന്റെ അടിത്തറയെത്തന്നെ ഉലയ്ക്കുകയുണ്ടായി. അത് വേദങ്ങളുടെ ആധികാരികതയെ ചോദ്യംചെയ്തു; വൈദിക പ്രകൃത്യാരാധനാമതത്തിന്റെ യാഗങ്ങളെയും യജ്ഞങ്ങളെയും ഊർജ്ജസ്വലതയോടെ നിന്ദിച്ചു;

അത് അമൂർത്തമായ ആദികാരണത്തിന്റെ (ഉപനിഷത്തുകളിലെ ബ്രഹ്മം) അസ്തിത്വത്തെപ്പോലും നിഷേധിച്ചു; അതുപോലെ ആത്മാവിനെക്കുറിച്ചുള്ള സിദ്ധാന്തത്തെയും തിരസ്കരിച്ചു. അങ്ങനെ, ചരിത്രത്തിൽ ആദ്യമായി ഇന്ത്യയിൽ യഥാർത്ഥ ദാർശനികചിന്തയുടെ ഒരു സമ്പ്രദായം വികസിക്കാൻ ആരംഭിച്ചു. അതിന്റെ ആരംഭബിന്ദു ന്യായ-വൈശേഷിക ദർശനത്തിന്റെ അണുവാദവും സാംഖ്യദർശനത്തിലടങ്ങിയ പ്രകൃതിയെക്കുറിച്ചുള്ള യുക്തിവാദപരവും യാന്ത്രികവാദപരവുമായ സങ്കല്പവുമായിരുന്നു.

മാത്രമല്ല, വൈശേഷികരുടെയും സാംഖ്യരുടെയും ഭൗതികവാദ ദർശനപദ്ധതികളുടെ രൂപീകരണത്തിനു മുമ്പുണ്ടായിരുന്ന ആശയരംഗത്തെ ആദ്യകാല കലാപകാരികളുടെ സന്ദേഹവാദപരമായ വീക്ഷണങ്ങളെ ബൗദ്ധദാർശനികർ - പ്രത്യേകിച്ചും സർവാസ്തിവാദികളും ശൂന്യവാദികളും - ഏറ്റെടുക്കുകയുണ്ടായി. എന്നാൽ, 'ശൂന്യവാദം' എന്നു വിളിക്കപ്പെടുന്ന ബൗദ്ധസിദ്ധാന്തത്തെ പ്രകൃതിയെക്കുറിച്ചുള്ള വൈരുദ്ധ്യാത്മക വീക്ഷണത്തിൽ - അണുക്കളുടെ സംയോജനവും വിയോജനവും മൂലം പഴയവ നശിക്കുകയും പുതിയവ ഉണ്ടാവുകയും ചെയ്യുന്ന നിരന്തരമായ ഒരു പ്രക്രിയ അനിവാര്യമായും അടങ്ങിയിരിക്കുന്ന വസ്തുക്കളിലെ നിരന്തരമായ മാറ്റത്തെക്കുറിച്ചുള്ള വീക്ഷണം - നേരിട്ടു കണ്ടെത്താനാവും. പ്രകൃതിയെക്കുറിച്ചുള്ള ചലനാത്മകമായ ഈ വീക്ഷണം ആവിഷ്കരിച്ചത് വൈശേഷികദർശനമായിരുന്നു. തുടർന്ന് കപിലൻ അതിനെ വികസിപ്പിക്കുകയുണ്ടായി. അനാവശ്യമായ അതിഭൗതികവാദപരമായ വ്യതിചലനം ഉണ്ടായിരുന്നെങ്കിലും അദ്ദേഹം മൗലികമായി ഒരു ഭൗതികവാദിയായിരുന്നു.

പഴയകാലത്തെ ശൂന്യവാദികൾ ചെയ്തിരുന്നതുപോലെ, എന്തായാലും, ബൗദ്ധ 'ശൂന്യവാദികൾ' എല്ലാറ്റിനെയും അസ്തിത്വമില്ലായ്മയിലേക്കു ചുരുക്കിയില്ല. ബൗദ്ധൻമാർ എല്ലാറ്റിനെയും നിരന്തരപ്രവാഹത്തിന്റെ ഒരു അനന്തപ്രക്രിയയായി കണ്ടു. ശാശ്വതവും അപരിവർത്തനീയവും കേവലവുമായ ഒരു അസ്തിത്വത്തെക്കുറിച്ചുള്ള സങ്കല്പത്തെ അവർ വെല്ലുവിളിച്ചു. വേദങ്ങളിൽ വെളിപ്പെട്ട കേവലസത്യം എന്ന തത്ത്വത്തിന്റെ നിരാകരണമായിരുന്നു അവരുടെ ചലനാത്മകവീക്ഷണത്തിന്റെ താർക്കികഫലം.ആശയവാദികളായ വിജ്ഞാനവാദികളുടേതടക്കംബൗദ്ധദർശനത്തിന്റെ മൂന്നുസരണികളും ഓരോ അസ്തിത്വവും ക്ഷണികമാണ്, ശാശ്വതമായ പ്രവാഹാവസ്ഥയിലാണ് എന്നു പഠിപ്പിച്ചു. വേദാന്തമെന്ന യാഥാസ്ഥിതിക ഹൈന്ദവതത്ത്വശാസ്ത്രത്തിന്റെ അടിസ്ഥാനസങ്കല്പത്തെ അവരുടെ സിദ്ധാന്തം ഖണ്ഡിച്ചു.

ഭൗതികവാദപരവും അർദ്ധഭൗതികവാദപരവുമായ വൈശേഷിക -സാംഖ്യദർശനങ്ങളുടെ അടിസ്ഥാനത്തിൽ ബുദ്ധൻ ആത്മീയവും ഭൗതികവുമായ സത്തകൾ തമ്മിലുള്ള ബന്ധത്തെ തിരിച്ചിട്ടു. ക്രമത്തിന്റെ ഈ തിരിച്ചിടലിന്റെ ഫലമെന്ന നിലയിൽ അവയുടെ ആപേക്ഷികമൂല്യവും പുനർനിർണ്ണയിക്കപ്പെട്ടു. പ്രകൃതിനിയമങ്ങളാൽ ഭരിക്കപ്പെടുന്ന മനുഷ്യസത്തയുടെതന്നെ ഉപോൽപ്പന്നമാണ് ആത്മാവ് എന്ന് ബുദ്ധൻ കരുതി. അങ്ങനെ, 'ആത്മീയ' സത്തയിൽ നിന്നു വ്യതിരിക്തവും വിപരീതവുമാക്കപ്പെട്ട അതിന് ഭൗതികസത്ത എന്ന മാത്രമേ അർത്ഥമാക്കാനാവൂ. വ്യക്തിബോധത്തെക്കുറിച്ചുള്ള ബൗദ്ധസങ്കല്പം 'അഹം' നിലനിൽക്കുന്നുണ്ടെന്നോ ഏതെങ്കിലും തരത്തിൽ അതൊരു യാഥാർത്ഥ്യമാണെന്നോ വിവക്ഷിക്കുന്നില്ല. ബൗദ്ധദർശനപ്രകാരം യഥാർത്ഥത്തിൽ നിലനിൽക്കുന്നത് സംസ്കാരങ്ങളാണ് - കർമ്മങ്ങളും ആ കർമ്മപ്രവാഹത്തിൽ മനുഷ്യനു ലഭിക്കുന്ന മുദ്രകളും. സംസ്കാരങ്ങളാകട്ടെ, കാരണപരമ്പരയായി പ്രവർത്തിക്കുന്നു. ആത്മാവ് മനുഷ്യന്റെ ജീവിതകർമ്മങ്ങളെ പ്രചോദിപ്പിക്കുന്നില്ല; മറിച്ച്, ജൈവകർമ്മങ്ങളാൽ സഞ്ചയിച്ച മുദ്രകളുടെ ആകെത്തുകയാണ് പ്രചോദിപ്പിക്കുന്നത്.

നൈതികവും ആശയവാദപരവുമായ പദങ്ങളാൽ പൊതിഞ്ഞതെങ്കിലും ബൗദ്ധദർശനത്തിന്റെ ഭൗതികവാദസത്ത ബ്രാഹ്മണ എതിരാളികളുടെ കടുത്ത ആക്രമണത്തിനു മുമ്പിൽ ഉയർന്നു നിൽക്കുന്നുണ്ട്. ഉദാഹരണത്തിന്, ശങ്കരാചാര്യർ ക്ഷോഭത്തോടെ പറയുന്നതു നോക്കുക: 'അങ്ങനെ, ബോധമുള്ള അസംഖ്യം വ്യക്തികളെ, ആത്മാക്കളെ ഉത്പാദിപ്പിക്കാൻ കഴിവുള്ള അന്ധമായ കർമ്മം ശാശ്വതമാകുന്നു!'. ആത്മാവിന്റെ മൂല്യമില്ലായ്മ, ബോധത്തിന്റെ ആത്മീയ പ്രകൃതത്തെ നിരാകരിക്കൽ, ഭൗതികസത്തയുടെ പ്രാഥമ്യം എന്നിവയെ വിവക്ഷിക്കുന്ന ബോധത്തെക്കുറിച്ചുള്ള ശരിയായ ഒരു വിലയിരുത്തൽ, 'പ്രപഞ്ചാത്മാവ്'' എന്ന നിലയിൽ മാത്രം ദാർശനികമായി സങ്കല്പിക്കാനാകുന്ന ദൈവത്തിലുള്ള വിശ്വാസത്തെ ഉപേക്ഷിക്കുന്നതിലേയ്ക്കു ബുദ്ധനെ നയിച്ചു. ജീവിതമെന്ന പ്രശ്നത്തിന്റെ പരിഹാരത്തിന് ദൈവത്തിലുള്ള വിശ്വാസം പ്രയോജനരഹിതമാണെന്ന് ബുദ്ധൻ കണ്ടു. പ്രപഞ്ചത്തിന്റെ ആത്മീയകാരണം എന്ന നിലയിൽ ദൈവത്തിന്റെ അസ്തിത്വത്തെ മനുഷ്യബോധത്തിന്റെ ഭൗതികാതീതത്വം എന്ന സങ്കല്പത്തിന്റെ അടിസ്ഥാനത്തിൽ മാത്രമേ സ്ഥാപിക്കാനാവൂ എന്നതിനാൽ ആത്മാവിനെക്കുറിച്ചുള്ള സിദ്ധാന്തത്തിന്റെ നിരാകരണം അനിവാര്യമായും ദൈവത്തിന്റെ നിരാകരണത്തിലേയ്ക്കു നയിക്കുന്നു. ആത്മാവിനെക്കുറിച്ചുള്ള സിദ്ധാന്തത്തിലൂടെയല്ലാതെ ദൈവത്തിലെത്താനാവില്ല.

ബൗദ്ധദർശനത്തിന്റെ യഥാതഥസരണി ഒരു വസ്തുവിന്റെ അസ്തിത്വത്തെ അതിന്റെ കാര്യകാരണ ബന്ധത്തിന്റെ അടിസ്ഥാനത്തിൽ നിർവ്വചിക്കുന്നു. സാരാംശത്തിൽ ഭൗതികവാദപരമായ ഈ സിദ്ധാന്തപ്രകാരം ഒരു അമൂർത്ത തത്ത്വത്തിന്റെ അസ്തിത്വത്തെ തെളിയിക്കാനാവില്ല. യഥാതഥസരണിയിൽ നിന്നാണ് ശൂന്യവാദസരണി രൂപംകൊണ്ടത്. എല്ലാം നിരന്തരം നശിപ്പിക്കപ്പെടുന്നതിനാൽ ശൂന്യതയാണ് - അസ്തിത്വമില്ലായ്മയാണ് - എല്ലാറ്റിന്റെയും കാരണം എന്നവർ കരുതി. ശങ്കരാചാര്യരുടെ അഭിപ്രായത്തിൽ അവർ താഴെ പറയുന്ന സിദ്ധാന്തമാണ് ഉദ്ബോധിപ്പിച്ചത്: 'മാറ്റമില്ലാതെ നിലനിൽക്കുന്നിടത്തോളം ഒന്നിനും ഒരു കാരണമായി മാറാൻ കഴിയില്ല. കാരണമാകണമെങ്കിൽ അതു നാശത്തിനു വിധേയമാകേണ്ടതുണ്ട്. അങ്ങനെ അഭാവത്തിൽ നിന്നു മാത്രമേ ഭാവം ഉണ്ടാവൂ.' ബൗദ്ധസൂത്രം തന്നെ പറയുന്നതു നോക്കുക: 'ഇതുകൊണ്ട് അഭാവത്താൽ ഭാവം ഉൽപന്നമാകുന്നു.' ചെടി മുളയ്ക്കണമെങ്കിൽ വിത്ത് ഇല്ലാതാകണം, അതായത് വിത്തെന്ന നിലയിലുള്ള അസ്തിത്വം ഇല്ലാതാകണം. അങ്ങനെ പ്രപഞ്ചം സ്വയം ഉദ്ഭവിച്ച ചലനാത്മക പ്രക്രിയയായി വീക്ഷിക്കപ്പെടുന്നു. യഥാതഥവാദികളുടെയും ശൂന്യവാദികളുടെയും പൊതുവായ ഭൗതികവാദസത്തയെ പാണ്ഡിത്യപരമായ വിതണ്ഡവാദത്തിൽ നിന്ന് മുക്തമാക്കുകയാണെങ്കിൽ അവർ തമ്മിൽ വ്യത്യാസമൊന്നുമില്ല.

ബൗദ്ധ ഭൗതികവാദം വൈശേഷിക അണുവാദത്തിൽ അധിഷ്ഠിതമായിരുന്നു. താഴെ പറയുന്ന മട്ടിൽ അതിനെ സംഗ്രഹിക്കാം: അസ്തിത്വത്തിന്റെ രണ്ടു സഞ്ചയങ്ങളാണുള്ളത് - ബാഹ്യവും (ഭൗതികം) ആന്തരികവും (മാനസികം). എന്നാൽ മനസ്സിന്റെ അടിസ്ഥാനം അണുക്കളുടെ സംയോജനമാണ്. ഭൂതങ്ങളും (Elements) ഭൗതികഘടകങ്ങളും (Elementals) കൂടിച്ചേർന്നുണ്ടായ ബാഹ്യമായവ ബാഹ്യപ്രകൃതിയെയും സ്ഥൂലമായ ശാരീരികാവയവങ്ങളെയും ഒരുപോലെ ഉൾക്കൊള്ളുന്നു. പൃഥ്വി, ജലം, അഗ്നി, വായു എന്നീ ഭൂതങ്ങൾ ചേർന്നാണ് ബാഹ്യപ്രകൃതി രൂപം കൊണ്ടിട്ടുള്ളത്. ഈ ഭൂതങ്ങളാകട്ടെ, അതതിന്റേതായ വ്യത്യസ്തതരം അണുക്കൾ കൂടിച്ചേർന്നുണ്ടായവയാണ്; അതേസമയം, സ്ഥൂലമായ ശാരീരികാവയവങ്ങൾ ഭൗതികഘടകങ്ങളാൽ, അതായത് ഭൂതങ്ങളുടെ വിവിധതരത്തിലുള്ള സംയോഗത്താൽ രൂപംകൊണ്ടവയും.

മനസ്സും മാനസികമായവയും അണുക്കൾ കൂടിച്ചേർന്നുണ്ടായ അസ്തിത്വത്തിൽ അധിഷ്ഠിതമായതിനാൽ 'ആന്തരിക'മായത് ഒരു സ്വതന്ത്രസത്തയല്ല എന്നു വ്യക്തമാണ്; അതു 'ബാഹ്യ'മായതിൽനിന്നു

രൂപംകൊള്ളുന്നതാണ്. മറ്റു വാക്കുകളിൽ പറഞ്ഞാൽ, മാനസികമായത് ഉണ്ടാകുന്നത് ഭൗതികമായതിൽനിന്നാണ്. 'ആന്തരിക'മായതിനെ പഞ്ചസ്കന്ധങ്ങളായി വിഭജിക്കുന്നതിൽനിന്ന് ഇക്കാര്യം കൂടുതൽ വ്യക്തമാകുന്നുണ്ട്. അവ രൂപസ്കന്ധം, വിജ്ഞാനസ്കന്ധം, വേദനാസ്കന്ധം, സംജ്ഞാസ്കന്ധം, സംസ്കാരസ്കന്ധം എന്നിവയാണ്. ഇവയെല്ലാം അണുക്കൾ കൂടിച്ചേർന്നുണ്ടായ ജൈവശരീരത്തിന്റെ വ്യത്യസ്ത ധർമ്മങ്ങളാണ്. അണുക്കളുടെ ആദ്യസംയോഗത്തിനു നിമിത്തമായേക്കാവുന്ന ദൈവം അഥവാ ആത്മാവിനെപ്പോലുള്ള പ്രകൃത്യതീതമോ കേവലമോ ആയ ഏതെങ്കിലും ബുദ്ധിയുടെ അസ്തിത്വത്തെ ബൗദ്ധചിന്താസരണികളൊന്നും അംഗീകരിക്കുന്നില്ല. ആയതിനാൽ അണുസംയോജനത്തെ ഒരു യാന്ത്രികപ്രക്രിയയായി കാണണം. ഈ പ്രക്രിയയിൽ നിന്നാണ് 'ആന്തരികം' എന്നു വിളിക്കപ്പെടുന്ന, അതായത് അസ്തിത്വത്തിന്റെ ബൗദ്ധികഭാഗം ഉയർന്നുവരുന്നത്.

എന്നാൽ, ബൗദ്ധദർശനം സ്വന്തം പൂർവ്വപക്ഷങ്ങളിൽ നിന്ന് താർക്കികമായി എത്തിയ ഈ നിഗമനത്തിൽ ഒതുങ്ങിനിൽക്കുകയാണുണ്ടായത്. ഈ കുറവിനു കാരണം 'നിർവ്വാണം' എന്ന ആശയമായിരുന്നു. നിർവ്വാണമാകട്ടെ, സാമൂഹികത്തകർച്ചയുടെ അന്തരീക്ഷത്തിൽ സൃഷ്ടിക്കപ്പെട്ട ഒരു മാനസികാവസ്ഥയുടെ സ്വഭാവവിശേഷമായിരുന്നു. ലോകം ദുഃഖങ്ങളും ദുരിതങ്ങളുംകൊണ്ട് നിറഞ്ഞതാണ്. അതിൽനിന്ന് ഓടിരക്ഷപ്പെടണം. ബുദ്ധമതത്തിന്റെ മുഖ്യതത്ത്വമായ 'നിർവ്വാണം' ബൗദ്ധദർശന പദ്ധതിയുമായി മൊത്തത്തിൽ വൈരുദ്ധ്യത്തിൽ ആയിരുന്നു. ശങ്കരാചാര്യർ ആ വൈരുദ്ധ്യം ചൂണ്ടിക്കാണിക്കുകയുണ്ടായി. 'മറ്റൊന്നിനെയും ആശ്രയിക്കാതെയാണ് അണുക്കളും സ്കന്ധങ്ങളും പ്രവർത്തിക്കുന്നത് എന്നു കരുതാനാവില്ല; അങ്ങനെ കരുതുകയാണെങ്കിൽ അവയുടെ പ്രവൃത്തി ഒരിക്കലും അവസാനിക്കുന്നില്ല എന്നാണത് വിവക്ഷിക്കുന്നത്.' 'നിർവ്വാണം' എന്ന ആശയം എല്ലാ പ്രവൃത്തികളുടെയും വിരാമമാണ്. ബൗദ്ധദർശനത്തിന്റെ യാന്ത്രിക പ്രകൃതിവീക്ഷണ പ്രകാരം അണുക്കളും അവയുടെ സമുദായവും സ്വയം പ്രവർത്തിതമാണ്. ആയതിനാൽ, ശങ്കരാചാര്യർ ചൂണ്ടിക്കാണിച്ചതുപോലെ, അവയുടെ പ്രവർത്തനം ഒരിയ്ക്കലും അവസാനിക്കില്ല. ഈ ഭൗതികലോകം ശാശ്വതമാണ്.

'നിർവ്വാണം' എന്ന ആശയം ബൗദ്ധദർശനത്തിന്റെ ശൂന്യവാദത്തെ പ്രതിനിധാനം ചെയ്തു. അത് സാമൂഹികത്തകർച്ചയുടെ പ്രത്യയശാസ്ത്രത്തിന്റെ സാരാംശമായിരുന്നു. ബുദ്ധമതത്തിന്റെ ഭൗതികവാദപരമായ സ്വഭാവം അതിനെ കുറച്ചുകാലത്തേയ്ക്കു വിജയിപ്പിച്ചു. പക്ഷേ, ആത്യന്തികമായി അതിന്റെതന്നെ വൈരുദ്ധ്യങ്ങളാൽ

മുങ്ങിപ്പോകാൻ അതു നിർബന്ധിതമായിരുന്നു. അക്കാലഘട്ടത്തിലെ സാമൂഹികസാഹചര്യങ്ങളുടെ ഉൽപന്നമായിരുന്നു ബുദ്ധമതം. ഭൗതികാസ്തിത്വത്തിന്റെ ഫലങ്ങളെ (വേദന മുതലായവ) നിരാകരിക്കാനാകാത്തവരുടെ പ്രത്യയശാസ്ത്രമായിരുന്നു അത്. ജനസാമാന്യത്തെ സംബന്ധിച്ച് സാമൂഹികത്തകർച്ച എന്നാൽ ദുരിതം മാത്രമാണ്. അതായിരുന്നു അവരുടെ ഭൗതികാസ്തിത്വത്തിന്റെ ഫലം. നേരേമറിച്ച്, പരലോകസംബന്ധിയായ ബ്രാഹ്മണ സിദ്ധാന്തത്തെ തിരസ്കരിച്ച, ഉയർന്നുവരുന്ന ഒരു വർഗ്ഗത്തിന്റെ പിന്തുണ നേടാൻ കഴിഞ്ഞു എന്നതാണ് ബുദ്ധമതത്തിന്റെ ആദ്യകാല വിജയത്തിനു നിദാനമായിത്തീർന്നത്. ശങ്കരാചാര്യരുടെ അഭിപ്രായത്തിൽ ബുദ്ധൻ സ്വയം ഒരു ആശയവാദിയായിരുന്നു. എന്നിരിക്കിലും, അദ്ദേഹം 'തന്റെ ചില ശിഷ്യൻമാരുടെ മാനസികാവസ്ഥയ്ക്ക് അനുസൃതമായി സ്വയം മാറിക്കൊണ്ട്' ഒരു യഥാതഥ ദർശനം ആവിഷ്കരിച്ചു. നൂറുകണക്കിന് വണിക്കുകൾ ഗൗതമനുമായി സഹവസിച്ചിരുന്നു എന്നു രേഖപ്പെടുത്തപ്പെട്ടിട്ടുണ്ട്.

ബൗദ്ധദർശനത്തിന്റെ ആശയവാദപരമായ വ്യതിയാനത്തിനു കാരണമായിത്തീർന്നത് ഉപരിവർഗ്ഗങ്ങൾ അതിന്റെ രക്ഷാധികാരികളായിത്തീർന്നതാണ്. ശാശ്വതസത്യത്തെക്കുറിച്ചുള്ള ബ്രാഹ്മണസിദ്ധാന്തത്തെ എതിർക്കുന്നതിനായി നിഷേധികൾ എല്ലാം ക്ഷണികമാണെന്ന സിദ്ധാന്തം ആവിഷ്കരിച്ചു. കാലക്രമേണ ക്ഷണികവാദം ഭൗതികപ്രതിഭാസങ്ങൾക്കു മാത്രമല്ല, മാനസിക പ്രതിഭാസങ്ങൾക്കുകൂടി ബാധകമാക്കി. സാമൂഹികാസ്തിത്വത്തിന്റെ ദോഷഫലങ്ങളായ വേദന, ദുഃഖം മുതലായവയും ക്ഷണികങ്ങളാണെന്നു പ്രഖ്യാപിക്കപ്പെട്ടു. ഒരടികൂടി മുന്നോട്ടുപോയി ബൗദ്ധദർശനം അതിന്റെ നങ്കൂരത്തെ ഭൗതികവാദത്തിൽനിന്നു മാറ്റി ആശയവാദത്തിൽ ഉറപ്പിച്ചു. ക്ഷണികമായവ യാഥാർത്ഥ്യമല്ല; ആയതിനാൽ വേദന മുതലായവ വസ്തുനിഷ്ഠമായ കാരണങ്ങളില്ലാത്ത ആശയങ്ങളാണ്. അവ മാനസികാവസ്ഥകൾ മാത്രമാണ്. ആശയങ്ങളല്ലാതെ മറ്റൊന്നും നിലനിൽക്കുന്നില്ല. എന്നാൽ, ബൗദ്ധദർശനത്തിന്റെ മറ്റേ മുഖ്യ തത്ത്വത്തെ മുഴുവനായും നിരാകരിക്കാൻ കഴിഞ്ഞില്ല. ഭൗതികലോകം ആരംഭമില്ലാത്തതാണ്; പക്ഷേ, ആശയങ്ങളും പരസ്പരാശ്രിതമായ കാരണത്വത്തിന്റെ ഒരു ശൃംഖലയിൽ എപ്പോഴും നിലനിന്നിട്ടുണ്ട്. അവയ്ക്ക് ഏതെങ്കിലും ബാഹ്യവസ്തു ആവശ്യമില്ല. അവ സ്വയം നിലനിൽക്കുന്നതാണ്.

ആശയവാദപരമായ ഈ വ്യതിചലനം ബൗദ്ധദർശനത്തെ എളുപ്പത്തിൽ ബ്രാഹ്മണ സ്വാധീനത്തിനു കീഴ്പ്പെടുത്തി.

മഹായാനസരണി ഹൈന്ദവാനുഷ്ഠാനങ്ങളുടെ ഒരു ശരിപ്പകർപ്പായി മാറി. എങ്കിലും ബൗദ്ധ ആശയവാദം ബ്രാഹ്മണ തത്ത്വദർശനത്തിന്റെ ഈശ്വരമീമാംസാപരമായ സ്വഭാവത്തിനെതിരായി അതിന്റെ ദാർശനിക സ്വഭാവം നിലനിർത്തി. അതൊരിക്കലും ലോകത്തിന്റെ അസ്തിത്വത്തെ നിഷേധിച്ചില്ല; വിഷയവും വിഷയിയും തമ്മിലുള്ള അനന്യതയെ സംബന്ധിച്ച ആധുനിക ദാർശനിക സങ്കല്പത്തിന്റെ അടുത്തുവരെ അത് അവ്യക്തമായി എത്തി.

'നിർവ്വാണം' എന്ന ആശയത്തോടുള്ള ആഭിമുഖ്യം, ബൗദ്ധദർശനത്തെ അന്ധാളിപ്പിക്കുന്ന അതിഭൗതിക അനുമാനങ്ങളിൽ അകപ്പെടുത്തി. ശുദ്ധമായ ഭാവനകളുടെ മണ്ഡലത്തിൽ ബ്രാഹ്മണ പാണ്ഡിത്യവാദം അധികം താമസിയാതെ എതിരാളിയെ നിഷ്പ്രഭമാക്കി. ഭൗതികവാദപരവും യുക്തിവാദപരവുമായ ബൗദ്ധദർശന പദ്ധതിയാകെ 'നിർവ്വാണം' എന്ന സിദ്ധാന്തവുമായി പൊരുത്തക്കേടിലാണെന്ന്തെളിയിക്കാൻ ശങ്കരാചാര്യർക്കു ബുദ്ധിമുട്ടൊന്നും ഉണ്ടായിരുന്നില്ല. ബൗദ്ധവിപ്ലവത്താൽ ഇളക്കപ്പെട്ടതിനു ശേഷം പുരോഹിതരുടെ പ്രത്യയശാസ്ത്രക്കുത്തക വീണ്ടും സ്ഥാപിക്കപ്പെട്ടു.

* പ്രകൃതിവാദപരവും യുക്തിവാദപരവും ഭൗതികവാദപരവുമായ ചിന്ത വികസിക്കുകയും ഗണനീയമായ സ്വാധീനം ചെലുത്തുകയും ചെയ്ത പല നൂറ്റാണ്ടുകൾ നീണ്ട കാലഘട്ടത്തിൽ പ്രാചീന ഭാരതീയ കൃതികളിൽ ഇടയ്ക്കിടെ ബൃഹസ്പതിയുടെ പേര് കടന്നുവരുന്നുണ്ട്. സ്വഭാവവാദത്തിന്റെയും ലോകായതത്തിന്റെയും ചാർവ്വാകദർശനത്തിന്റെയും സ്ഥാപകനായാണ് ബൃഹസ്പതി പരാമർശിക്കപ്പെടുന്നത്. ബൃഹസ്പതി ഒരു ഐതിഹ്യ കഥാപാത്രമാണ്. അത് പ്രകൃതിവാദചിന്തയുടെ നൈരന്തര്യത്തെയും വെളിപ്പെടുത്തുന്നുണ്ട്.

●

ഇന്ത്യൻ ഭൗതികവാദത്തിന്റെ ഉദയപതനങ്ങൾ

പ്രകൃതിയെക്കുറിച്ചുള്ള ചലനാത്മക വീക്ഷണം ജൈനദർശനത്തിൽ ഉയർന്ന അളവിൽ വ്യക്തത നേടി. ജൈനദാർശനികർ വികസിപ്പിച്ച വൈരുദ്ധ്യാത്മക തർക്കശാസ്ത്രത്തെ 'യുക്തിവിചാരത്തിന്റെ അസ്ഥിരമായ ഒരു രീതി' എന്ന നിലയിൽ ശങ്കരാചാര്യർ പിൽക്കാലത്ത് നിന്ദിക്കുകയുണ്ടായി. സാങ്കല്പികമായ ഒരു കേവല മാനദണ്ഡത്തെ പടുത്തുയർത്തുന്ന കർക്കശമായ യാഥാസ്ഥിതിക ന്യായശാസ്ത്രത്തെ സംബന്ധിച്ച് അതു തീർച്ചയായും താറുമാറായ രീതിയായിരുന്നു. സത്യത്തിന്റെ മാനദണ്ഡത്തിന്റെ കേവലത്വം ഒരിക്കൽ ചോദ്യം ചെയ്യപ്പെട്ടാൽ, അതിന്റെ അടിത്തറയിൽ പടുത്തുയർത്തപ്പെട്ട സിദ്ധാന്തങ്ങളുടെയും തത്ത്വങ്ങളുടെയും ആകാശക്കോട്ടയാകെ അനിവാര്യമായും തകർന്നടിയും.

സത്തയെയും അസത്തായെയും പോലുള്ള വിരുദ്ധഗുണങ്ങൾക്ക് ഒരേ വസ്തുവിന്റെ ഭാഗമായിരിക്കാൻ കഴിയും എന്ന് ജൈനദാർശനികർ വാദിച്ചു. കേവലത്വം, ഏകത്വം, നിത്യത്വം എന്നീ സങ്കല്പങ്ങളെ അവർ തങ്ങളുടെ 'അസ്ഥിരമായ യുക്തിവിചാരശൈലി'ക്കു വിധേയമാക്കി. അതിന്റെ ഫലം ബ്രഹ്മസങ്കല്പത്തിന്റെ തിരസ്കാരമായിരുന്നു. അവരുടെ വീക്ഷണങ്ങളുടെയും യുക്തിവിചാര രീതികളുടെയും വിനാശകരമായ ഫലത്തെക്കുറിച്ച് ശങ്കരാചാര്യർ അവർക്കെതിരെ ഉന്നയിച്ച ആരോപണങ്ങളിൽനിന്നു തീർച്ചപ്പെടുത്താൻ കഴിയും: 'സ്വർഗലോകവും മോക്ഷവും ഉണ്ട് അല്ലെങ്കിൽ ഇല്ല, അവ നിത്യമാണ് അല്ലെങ്കിൽ നിത്യമല്ല എന്നു നിങ്ങൾ വാദിക്കുകയാണെങ്കിൽ, അത് അർത്ഥമാക്കുന്നത് നിശ്ചിതമായ എല്ലാ ജ്ഞാനങ്ങളുടെയും അഭാവത്തെയാണ്. സ്വർഗലോകവും മോക്ഷവും നേടുക

എന്ന ലക്ഷ്യത്തിനുവേണ്ടി ആരും പ്രവർത്തിക്കാതാവും എന്നതാണ് അതിന്റെ ഫലം.'

ജൈനൻമാരും ആത്മാവിൽ വിശ്വസിച്ചിരുന്നു; നിരന്തരമായി മാറിക്കൊണ്ടിരിക്കുന്ന ഒരു സത്ത എന്ന നിലയിലാണ് അവർ അതിനെ സങ്കല്പിച്ചത് - മനുഷ്യനിലെ 'കേവലവും അനശ്വരവും' ആയ ദൈവികസ്ഫുലിംഗം എന്ന സാമ്പ്രദായിക ധാരണയിൽനിന്നു തീർത്തും വ്യത്യസ്തമായ ഒന്ന്. നിരന്തരമായി കൂടുകയും കുറയുകയും ചെയ്യുന്ന അസംഖ്യം കണികകൾ - 'ആത്മാണുക്കൾ' - കൂടിച്ചേർന്നതാണ് ആത്മാവ് എന്ന് അവർ വിചാരിച്ചു. അവരുടെ അഭിപ്രായത്തിൽ, അത് ആത്മാവിന്റെ നിത്യതയെ ബാധിക്കില്ല; ഒരേസമയം ഒരു വസ്തുവിന് നിത്യവും അനിത്യവും ആയിരിക്കാനാവും. ഉദാഹരണമായി, വെള്ളം നിരന്തരമായി ഒഴുകിക്കൊണ്ടിരിക്കുന്നുവെങ്കിലും അരുവി എല്ലായ്പ്പോഴും അവിടെയുണ്ട്. ഈ ന്യായവാദത്തിന്റെ സത്താമീമാംസാപരമായ രൂപം വ്യക്തമാണ്: പ്രാതിഭാസികലോകം അതിന്റെ നിരന്തരമായ എല്ലാ മാറ്റങ്ങളോടും ക്ഷണികത്വത്തോടുമൊപ്പം നിത്യവും യഥാർത്ഥവും ആണ്.

സ്വന്തം പ്രകൃതത്താൽത്തന്നെ ശാസ്ത്രീയചിന്തയുടെ കൊടിയേന്തുകവഴി തത്ത്വശാസ്ത്രത്തിന്റെ അടിത്തറയിടുമായിരുന്ന ഒരു പുതിയ സാമൂഹിക വർഗ്ഗത്താൽ പൗരോഹിത്യത്തിന്റെ ശക്തിയെയും സ്ഥാനത്തെയും വിജയകരമായി വെല്ലുവിളിക്കാൻ തക്ക നിലവാരത്തിൽ ഇന്ത്യൻ സമൂഹം പ്രാചീന-മദ്ധ്യകാലഘട്ടങ്ങളിൽ ഒരിക്കലും എത്തിയിരുന്നില്ല.

ഭൗതികവാദപരവും അർദ്ധഭൗതികവാദപരവുമായ ദർശനപദ്ധതികൾ - അവയുടെ ചില രേഖകൾ ചരിത്രത്തിലൂടെ ലഭ്യമായിട്ടുണ്ട് - അടക്കമുള്ള ഇന്ത്യൻചിന്തയുടെ സവിശേഷസ്വഭാവം എന്നത് ഈ ലോകത്തെ ജീവിത കെട്ടുപാടുകളിൽനിന്ന് വിമോചനം നേടാനുള്ള ഉത്കണ്ഠയാണ്. പൗരാണിക സാമൂഹിക്രമത്തിന്റെ തകർച്ചയുടെ ഫലമായുണ്ടായ വിഷാദാത്മകവും താറുമാറായതുമായ അവസ്ഥയിലാണ് രോഗാതുരമായ ഈ ജീവിതസങ്കല്പം ഉദ്ഭവിച്ചത്. മഹാഭാരതത്തിൽ ചിത്രീകരിച്ചിട്ടുള്ളതുപോലെ ഇതിഹാസയുഗത്തിന്റെ അവസാനഘട്ടത്തിലെ സാമൂഹികാവസ്ഥ ഇരുണ്ടതായിരുന്നു. അത്തരം സാഹചര്യങ്ങൾ വിഷാദാത്മകതയെയും പ്രക്ഷോഭത്തെയും സൃഷ്ടിക്കുമെന്നത് ഉറപ്പാണ്. മഹാഭാരതത്തിൽ രേഖപ്പെടുത്തിയിട്ടുള്ള പുരാവൃത്തങ്ങൾ പ്രക്ഷോഭശക്തികളുടെ ഉദയത്തെ സാക്ഷ്യപ്പെടുത്തുന്നുണ്ട്. ശോഷിച്ച ക്ഷത്രിയവർഗ്ഗത്തെ സംബന്ധിച്ച് പലപ്പോഴും ആ പ്രക്ഷോഭശക്തികൾ അതിശക്തമായിരുന്നു.

എന്നാൽ, അത് പുതിയൊരു സാമൂഹികക്രമത്തെക്കുറിച്ചുള്ള ആദർശത്താൽ പ്രചോദിതം എന്നതിനേക്കാൾ നിരാശയാൽ പ്രേരിതമായ പ്രാഥമിക പ്രസ്ഥാനമായിരുന്നു.

വിഷാദാത്മക മനോഭാവം വ്യാപകമായ സ്വാധീനം ചെലുത്തിയിരുന്നു. ഇന്ത്യൻ ചിന്തയുടെ എല്ലാ സരണികളിലും അതിന്റെ മുദ്ര പതിഞ്ഞിരുന്നു. എല്ലാ ചിന്താപദ്ധതികളും പ്രകൃതിയെ ബന്ധനത്തിന്റെ ഉറവിടം എന്ന നിലയിലാണ് വീക്ഷിച്ചത്; ആ ബന്ധനത്തെ തകർക്കുക വഴിയല്ല, അതായത്, പ്രകൃതിയെ കീഴടക്കുക വഴിയല്ല സ്വാതന്ത്ര്യം നേടാനാകുക; മറിച്ച്, ആ 'തിന്മ'യിൽനിന്ന് ഓടി രക്ഷപ്പെടുക എന്ന എളുപ്പവും സാങ്കല്പികവുമായ വഴിയിലൂടെയാണ്. ബാഹ്യപ്രകൃതിയെ കീഴടക്കുക എന്ന ആശയം ഒരിക്കലും ഇന്ത്യൻ ചിന്തയിലേയ്ക്ക് കടന്നുവന്നില്ല. അതുകൊണ്ടുതന്നെ അതിന് യഥാർത്ഥ തത്ത്വശാസ്ത്രത്തിന്റെ തലത്തിലേയ്ക്ക് എത്താൻ ഒരിയ്ക്കലും കഴിഞ്ഞിട്ടില്ല. സ്വയംപീഡനം എന്നത് പ്രകൃതിയെ കീഴടക്കലല്ല. ബാഹ്യകാരണങ്ങളെ അറിയാനുള്ള എല്ലാ വഴികളെയും അടയ്ക്കുകയാണത്. ആനന്ദപൂർണ്ണമായ അജ്ഞതയുടെ അന്ധകാരാഴിയിൽ ആഴ്ന്നുപോകുക എന്നാണതിനർത്ഥം.

എന്നാൽ, പ്രാചീന വൈദികമതത്തിൽ സ്വയം പീഡനത്തിന് യാതൊരു സ്ഥാനവും ഉണ്ടായിരുന്നില്ല. മറ്റെല്ലാ പ്രകൃത്യാരാധനാമതങ്ങളെയും പോലെ വൈദികമതം 'ഭൗതികവാദപര'മായിരുന്നു - ആ പദത്തിന്റെ പാമരമായ അർത്ഥത്തിൽ. ഗോത്രസമൂഹത്തിന്റെ തകർച്ചയുടെ ഫലമായുണ്ടായ ക്രമരഹിതവും ദുരിതപൂർണ്ണവുമായ ചുറ്റുപാടുകളിൽ രൂപംകൊണ്ട വിഷാദാത്മകത്വത്തെ പുരോഹിത ഭരണവർഗ്ഗം, തങ്ങളുടെ മേലാളസ്ഥാനം നിലനിർത്തുന്നതിനുള്ള പോരാട്ടത്തിൽ ഫലപ്രദമായ ആയുധമായി മാറിയ സംന്യാസത്തിന്റെയും സ്വയംപീഡനത്തിന്റേതുമായ വിനാശകരമായ സിദ്ധാന്തത്തെ വ്യാഖ്യാനിക്കാനുള്ള അവസരമെന്ന നിലയിൽ പിടിച്ചെടുത്തു. മനുഷ്യന്റെ ആഗ്രഹങ്ങളെ തൃപ്തിപ്പെടുത്താൻ ഒരിയ്ക്കലും കഴിയില്ല എന്നതിനാൽ ജീവിതമാകെ ദുരിതമയമാണ്. ആഗ്രഹങ്ങളെ നിയന്ത്രിക്കുക. അപ്പോൾ നിങ്ങൾ പ്രകൃതിയുടെ തിന്മകളിൽ നിന്ന് സ്വതന്ത്രനാകുകയും ദുരിതങ്ങളെല്ലാം അവസാനിക്കുകയും ചെയ്യും; ശാശ്വതാനന്ദം നിങ്ങൾക്കുള്ളതാകുന്നു.

ജീവിതത്തെക്കുറിച്ചുള്ള ഈ 'ആത്മീയ' വീക്ഷണത്തിന്റെ വിജയം വമ്പിച്ച സാമൂഹിക പ്രതികരണത്തെ പ്രതിഫലിപ്പിച്ചു. ആ പ്രതികരണമാകട്ടെ, പിൽക്കാല ചിന്തയെ വളരെക്കാലം ആഴത്തിൽ ബാധിക്കുകയും ചെയ്തു. വിപ്ലവാത്മകമായ ബൗദ്ധദർശനത്തിനുപോലും

മുൻകാലത്തെ സാമൂഹിക പ്രതികരണത്തിന്റെ ദൂഷിപ്പിക്കുന്ന പാരമ്പര്യത്തെ പൂർണമായും വിസ്മരിക്കാനായില്ല; മാത്രമല്ല, ആത്യന്തികമായി ബുദ്ധമതത്തെ അതു ദൂഷിപ്പിക്കുകയും ചെയ്തു. ജീവിത ദുരിതങ്ങൾക്കുള്ള പരിഹാരം എന്ന നിലയിലുള്ള സ്വയംപീഡന സിദ്ധാന്തത്തിന്റെ വിജയം വ്യവസ്ഥാപിത സാമൂഹികക്രമത്തോടുള്ള അതൃപ്തിയുടെയും കലാപത്തിന്റെയും ശക്തികളുടെ പരാജയത്തെയാണ് പ്രതിനിധാനം ചെയ്തത്.

നിലവിലുള്ളവയോടുള്ള അതൃപ്തി അവയെ മാറ്റുന്നതിനുള്ള ഉപാധിയാണ്. കലാപത്തിൽ നിന്നുൾവലിഞ്ഞ് നിർമ്മമതയെ അതൃപ്തിക്കു പകരം വെയ്ക്കുക എന്നത് സാമൂഹിക ഊർജ്ജത്തിന്റെ നിശ്ചലതയാണ്. ഭൗതികപുരോഗതിക്കു വേണ്ടിയുള്ള പരിശ്രമങ്ങളെല്ലാം അവസാനിക്കുകയും അതിനനുസൃതമായി ആശയപരമായ പരിണാമം ബാധിക്കപ്പെടുകയും ചെയ്യുന്നു. വിദൂരഭൂതകാലത്തെ വർഗ്ഗസമരത്തിൽ പ്രതിലോമകരമായ പൗരോഹിത്യത്തിനുണ്ടായ വിജയം ഇന്ത്യൻ അനുമാനചിന്തയുടെ സവിശേഷ സ്വഭാവത്തെ നിർണ്ണയിച്ചു. ഗോത്ര സാമൂഹികക്രമത്തിന്റെ തകർച്ചയുടെ ഫലമായി രൂപംകൊണ്ട പ്രതിസന്ധിയിൽനിന്ന് ഇന്ത്യൻ സമൂഹത്തെ മോചിപ്പിച്ച് നയിക്കാൻ കഴിയുന്ന ഒരു വർഗ്ഗം അപ്പോഴും ഉദയം ചെയ്തിട്ടില്ലാതിരുന്നതിനാൽ പ്രതിലോമതയുടെ വിജയം സാദ്ധ്യമായിരുന്നു. കാലക്രമേണ വർഗ്ഗബന്ധങ്ങൾ മാറി. ഏറിയും കുറഞ്ഞുമുള്ള വിഭാഗീയ ചിന്താപദ്ധതികൾ വളർന്നുവന്നു. എന്നാൽ, അവയെല്ലാം അതിമന്ദഗതിയിലുള്ള സാമൂഹിക പരിണാമത്തിന്റെ സവിശേഷമുദ്ര ഏറിയോ കുറഞ്ഞോ അളവിൽ പേറിയിരുന്നു. തൽഫലമായി പുരോഹിത മേധാവിത്വം തുടരുകയും ചെയ്തു.

ജീവിത ത്വരകൾ മനുഷ്യനെ പ്രകൃതിയുമായി അനന്തമായ പോരാട്ടത്തിൽ ഏർപ്പെടാൻ നിർബന്ധിക്കുന്നു. ഈ പോരാട്ടത്തിൽ മനുഷ്യൻ പ്രപഞ്ചത്തിന്റെ നിഗൂഢതകളിലേയ്ക്ക് ആഴത്തിലാഴത്തിൽ ചുഴിഞ്ഞിറങ്ങുന്നു. പടിപടിയായി ഈ നിഗൂഢതകൾ നിഗൂഢതകളല്ലാതായിത്തീരുകയും ചെയ്യുന്നു. പ്രാകൃതമായ ആനുഭവികവാദം തത്ത്വശാസ്ത്രത്തിനു ജന്മം നൽകുന്നു. ശാസ്ത്രത്തിന്റെ മാതാവാണ് തത്ത്വശാസ്ത്രം. അവസാനം ശാസ്ത്രം ഈ ആദരണീയയായ മാതാവിനെ 'ശാസ്ത്രങ്ങളുടെ ശാസ്ത്രം' എന്ന നിലയിൽ പട്ടാഭിഷേകം ചെയ്യുന്നു.

ജീവിതാഹ്ലാദങ്ങൾക്കുമേലുള്ള വിലക്ക്, ജീവിതത്തിന്റെ സ്വാഭാവിക പ്രേരണകൾക്കെതിരായ വികലമായ മുൻവിധി മനുഷ്യനെ നിർവീര്യനാക്കുന്നു. അവന്റെ സത്തതന്നെ അവനു

നൽകിയ ദൗത്യത്തിൽനിന്ന് അത് അവനെ പുറകോട്ടുവലിക്കുന്നു. അങ്ങനെ അത് ഒരു സ്വതന്ത്രമായ ആത്മീയ പരിണാമത്തെ ഒഴിവാക്കുന്നു. ശാസ്ത്രത്തെയും തത്ത്വശാസ്ത്രത്തെയും സൃഷ്ടിക്കുന്നത് മനുഷ്യനാണ്; സാമൂഹിക അസ്തിത്വത്തിന്റെ സാഹചര്യങ്ങൾ അവന്റെ മാനവികാസ്തിത്വത്തിന് പരിധികൾ ഏർപ്പെടുത്തുമ്പോൾ അവന്റെ ചിന്തകൾ സ്വാഭാവികമായും വികലമാക്കപ്പെടുന്നു. വികലമായ ചിന്തയുടെ അത്തരമൊരു ചിത്രമാണ് ഇന്ത്യൻ അനുമാനചിന്ത അവതരിപ്പിക്കുന്നത്.

ആയതിനാൽ, കണാദന്റെയും കപിലന്റെയും ബൃഹസ്പതിയുടെയും ഗൗതമന്റെയും മഹാവീരന്റെയും മറ്റുള്ളവരുടെയും യുക്തിവാദപരവും ഭൗതികവാദപരവും പ്രകൃതിവാദപരവുമായ ഉദ്ബോധനങ്ങൾ ആത്യന്തികമായി ബൗദ്ധവിപ്ലവത്തിന്റെ അവശിഷ്ടങ്ങൾക്കടിയിൽ കുഴിച്ചുമൂടപ്പെട്ടു. ശങ്കരാചാര്യരുടെ മാതാത്മക പാണ്ഡിത്യവാദത്തിൽ പുനഃപ്രഖ്യാപിക്കപ്പെട്ട ബ്രാഹ്മണ പ്രതിലോമത പ്രാചീനകാലത്തെ വിമോചനാത്മകചിന്തയുടെ നവോത്ഥാനത്തെ ഏറെക്കാലം വിജയകരമായി നീട്ടിവെയ്ക്കുന്ന തരത്തിൽ എല്ലാ ആത്മീയ പുരോഗതിയെയും സ്തംഭിപ്പിച്ചു. ശക്തമായ ഒരു വിപ്ലവത്തിൽ ആഴ്ത്തപ്പെട്ടുകൊണ്ടുള്ള ജ്വരമൂർച്ഛയാൽ ഹൈന്ദവ ഭരണവർഗ്ഗങ്ങൾ തീർത്തും തളർന്നിരുന്നതിനാൽ രാജ്യം വിദേശ ആക്രമണകാരികൾക്ക് എളുപ്പത്തിൽ കീഴടക്കാൻ പറ്റുന്നതരത്തിലായിക്കഴിഞ്ഞിരുന്നു. മറുവശത്ത്, ഭക്തിനിർഭരവും ആത്മീയവുമായ മദ്ധ്യയുഗത്തിന്റെ അന്ധകാരത്തിൽനിന്നും യൂറോപ്പിനെ രക്ഷിച്ച ശക്തികൾക്കു സമാനമായ പുതിയ സാമൂഹിക ശക്തികളുടെ ഉദയത്തെ പൊതുവായ ശക്തിക്ഷയവും നിശ്ചലതയും ഇല്ലാതാക്കി.

വൈദിക പ്രകൃത്യാരാധന മതത്തോടുള്ള അതൃപ്തി ലോകത്തിന്റെ ഉദ്ഭവത്തെക്കുറിച്ചുള്ള അനുമാനങ്ങൾക്ക് ഉദയം നൽകി. ആ അനുമാനങ്ങൾ ലോകത്തെ ഭൗതികാടിസ്ഥാനത്തിൽ വിശദീകരിക്കാനുള്ള പ്രവണതകളിലേയ്ക്ക് അനിവാര്യമായും വികസിച്ചു. പ്രാചീന ഭാരതത്തിലെ വ്യത്യസ്തങ്ങളായ ദാർശനിക ചിന്താപദ്ധതികളെക്കുറിച്ചുള്ള രേഖകളെല്ലാം ഇക്കാര്യം സാക്ഷ്യപ്പെടുത്തുന്നുണ്ട്. ഇന്ത്യയിലും ഭൗതികവിജ്ഞാനമാണ് അതിഭൗതികവാദത്തിനു മുമ്പേ ഉണ്ടായത്. നിർഭാഗ്യവശാൽ പ്രാചീനഭാരതത്തിലെ യഥാർത്ഥ ദാർശനികചിന്തയുടെ ഏറിയ ഭാഗവും നഷ്ടപ്പെട്ടുപോയി. എന്നാൽ, രേഖപ്പെടുത്തിവെച്ചിട്ടുള്ള ചിതറിക്കിടക്കുന്ന തെളിവുകളിൽനിന്ന് ഇന്ത്യയുടെ ആത്മീയചരിത്രത്തിന്റെ വിസ്മൃതമായ ആ അദ്ധ്യായം പുനർനിർമ്മിക്കാനാവും. എല്ലായിടത്തുമെന്നപോലെ, ആരംഭത്തിൽ

ഇന്ത്യയിലും തത്ത്വശാസ്ത്രം ഭൗതികവാദമായിരുന്നു. വൈദിക പ്രകൃത്യാരാധനാ മതത്തിനെതിരായ നിഷേധികളുടെ ചിന്തകളുടെ ഭൗതികവാദപരമായ ഫലം വൈശേഷികം, സാംഖ്യം, ന്യായം എന്നീ മൂന്നു ദർശനപദ്ധതികളിൽ അടങ്ങിയിട്ടുണ്ട്. ഈ ചിന്തകൾ പ്രാചീന ഭാരതീയചരിത്രത്തിലെ മഹത്തായ സംഭവമായ ബൗദ്ധ വിപ്ലവത്തിനു പ്രചോദനം നൽകി.

ബി.സി. ഏഴാംനൂറ്റാണ്ടിൽ ആരംഭിച്ച് ഏതാണ്ട് ആയിരം വർഷത്തോളം നീണ്ടുനിന്ന ഇന്ത്യയുടെ ആത്മീയ വികാസത്തിൽ ഭൗതികവാദപരവും യുക്തിവാദപരവുമായ പ്രവണതകൾ വലിയൊരളവിൽ ആധിപത്യം പുലർത്തിയിരുന്നു. ഇന്ത്യാചരിത്രത്തിന്റെ ആ സുവർണയുഗത്തിന്റെ അന്ത്യത്തിനുമുമ്പ് വേദാന്ത ദർശനം ആവിഷ്കരിക്കപ്പെട്ടിരുന്നുവോ എന്ന കാര്യം സംശയമാണ്. ഇല്ല എന്നാണ് ആന്തരികത്തെളിവുകൾ വ്യക്തമാക്കുന്നത്. കപിലന്റെയും കണാദന്റെയും ഭൗതികവാദദർശനങ്ങൾക്കും ബൗദ്ധദർശനത്തിന്റെ വിപ്ലവാത്മക സിദ്ധാന്തങ്ങൾക്കും ജൈനൻമാരുടെ അസ്ഥിരമായ തർക്കശാസ്ത്രത്തിനും എതിരെ പോരാടുക എന്ന ഉദ്ദേശ്യത്തോടെയാണ് വേദാന്തപരമായ വിശ്വദേവതാവാദം വികസിപ്പിച്ചെടുത്തത്. കാര്യം ഇതായിരിക്കെ, ബുദ്ധമതത്തിന്റെ പതനംവരെ പ്രാചീന ഭാരതത്തിലെ തത്ത്വശാസ്ത്രം വലിയൊരളവിൽ ഭൗതികവാദപരമായിരുന്നു എന്നു കരുതുന്നതിൽ തെറ്റില്ല. ഗുപ്തരാജവംശത്തിന്റെ കീഴിൽ വിജയിയായ ഹിന്ദുമതത്തിന്റെ പുനഃപ്രതിഷ്ഠാപനത്തിന്റെ കാലഘട്ടമായ എ.ഡി. നാലാം നൂറ്റാണ്ടിൽപ്പോലും 'പ്രാപഞ്ചിക പ്രതിഭാസങ്ങളുടെ യാഥാർത്ഥ്യത്തെ അംഗീകരിക്കുന്ന തൊണ്ണൂറ്റിയാറു നാസ്തിക വിഭാഗങ്ങളെ' ചീനസഞ്ചാരിയായ ഫാഹിയാൻ ഇന്ത്യയിൽ കാണുകയുണ്ടായി.

***

പ്രാചീന ഭാരതത്തിലെ ഭൗതികവാദത്തിന്റെ ഉദയപതനങ്ങൾ ഏതാണ്ട് ഗ്രീസിലെ സമാന സംഭവങ്ങൾ നടന്ന സമയത്തുതന്നെയായിരുന്നു. അതിനെത്തുടർന്നുവന്ന ആത്മീയാന്ധകാര കാലഘട്ടം ആധുനിക ശാസ്ത്രത്തിന്റെ നേട്ടങ്ങളുടെ ബലത്തിലുള്ള ഭൗതികവാദ - യുക്തിവാദ ചിന്തകളുടെ പുനഃപ്രതിഷ്ഠാപനത്താൽ യൂറോപ്പിൽ അവസാനിച്ചു. ഇന്ത്യയിൽ അതു സംഭവിച്ചില്ല. ഇന്ത്യയുടെ ആത്മീയ പൈതൃകത്തെ അതിന്റെ സാംസ്കാരിക ജീർണ്ണതയിൽനിന്ന് ഇനിയും വീണ്ടെടുക്കേണ്ടതായുണ്ട്. യൂറോപ്പിൽ ഉണ്ടായതുപോലുള്ള ആത്മീയ വികാസത്തിന്റെ മാർഗ്ഗത്തെ പിന്തുടരുന്നതിൽ നിന്ന് ഇന്ത്യയെ തടഞ്ഞുനിർത്തിയതെന്താണ്?

പ്രാചീന ഗ്രീസിൽ വർത്തക പ്രഭുക്കളുടെ വർഗ്ഗമാണ് തത്ത്വശാസ്ത്രത്തെ സൃഷ്ടിച്ചത്. അവരുടെ സാമൂഹികസ്ഥാനം പൗരോഹിത്യത്തിന്റെ അധികാരത്തിനും പ്രത്യേകാവകാശങ്ങൾക്കും എതിരായിട്ടുള്ളതായിരുന്നു. പ്രാചീനഭാരതത്തിൽ കച്ചവടവർഗ്ഗം ഒരിക്കലും അത്തരമൊരു സാമൂഹികസ്ഥാനത്ത് എത്തിയിരുന്നില്ല. സ്വയംപര്യാപ്തമായ ഗ്രാമീണ സമ്പദ്വ്യവസ്ഥ ഒരു ദേശീയ അളവിലുള്ള വാണിജ്യവളർച്ചയെ തടഞ്ഞുനിർത്തി. ഗ്രാമീണ കൈത്തൊഴിൽകാരുടെ അല്പമാത്രമായ മിച്ചോൽപ്പന്നം പ്രാദേശിക ചന്തകളിൽ കൈമാറ്റം ചെയ്യപ്പെട്ടു. പ്രായോഗികമായി, കാർഷികോൽപ്പാദനത്തിന്റെ മിച്ചം മുഴുവനും നികുതിയായിപ്പോയി. ക്രിസ്ത്വബ്ദത്തിനു തൊട്ടുമുമ്പുള്ള നൂറ്റാണ്ടുകളിൽ രത്നങ്ങൾ, സുഗന്ധവ്യഞ്ജനങ്ങൾ, പട്ട് എന്നിവപോലുള്ള ചരക്കുകൾ ദക്ഷിണേന്ത്യയിൽനിന്ന് ഗ്രീസിലേയ്ക്കും റോമിലേയ്ക്കും കയറ്റുമതി ചെയ്തിരുന്നു. യവനൻമാരായിരുന്നു. സമുദ്രാന്തരവാണിജ്യത്തിന്റെ നടത്തിപ്പുകാർ. ദക്ഷിണേന്ത്യൻ തുറമുഖച്ചന്തകൾ അവരെക്കൊണ്ട് നിറഞ്ഞിരുന്നു ദ്രാവിഡ രാജാക്കൻമാരുടെ സൈനികരായിപ്പോലും അവർ ജോലിചെയ്തിരുന്നു. പിന്നീട്, ഇതേ മാർഗ്ഗത്തിലൂടെയുള്ള വാണിജ്യം അറബികളുടെ കൈകളിലെത്തി. ബാക്ട്രിയൻ ആധിപത്യത്തിന്റെ സ്ഥാപനത്തിനുശേഷം വികസിച്ച കരവഴിയിലൂടെയുള്ള വിദേശവാണിജ്യവും മുഖ്യമായും നടത്തിയിരുന്നത് യവനൻമാരായിരുന്നു. ചിലതരം വ്യാപാരങ്ങൾ വലിയ അളവിൽ ദക്ഷിണദേശത്ത് വളർന്നുവന്നതായി കാണുന്നു. അത്, ആ ഭാഗങ്ങളിലെ ഹീനയാന ബുദ്ധമതത്തിന്റെ (മൗലികമായ ദാർശനിക രൂപം) സ്ഥാപനത്തെയും നിലനില്പിനെയും വിശദീകരിക്കുന്നുണ്ട്. ഉത്തരേന്ത്യയിലെ ബ്രാഹ്മണാധിപത്യ സമൂഹം വാണിജ്യവികാസത്തെ നിരുത്സാഹപ്പെടുത്തുകയാണ് ചെയ്തത്. ആദ്യകാല ബ്രാഹ്മണ നിയമസംഹിതകളിൽ - മനുവിന്റെയും കൗടില്യന്റെയും - കച്ചവടക്കാർ ഒരു പ്രധാന സാമൂഹിക വർഗ്ഗമായിരുന്നില്ല. ഇന്തോ - ആര്യൻ സംസ്കാരത്തിന്റെ ആത്മീയ ഉൽകൃഷ്ടതയുടെ കാരണം ഹാവെൽ കണ്ടെത്തുന്നുണ്ട്. അത് ഉദ്ധരിക്കുന്നത് ഈ സന്ദർഭത്തിൽ വിജ്ഞാനപ്രദമായിരിക്കും.

'വാണിജ്യത്തെ അവജ്ഞയോടെ കണ്ടിരുന്നവരും പ്രധാനമായും കൃഷികൊണ്ട് ജീവിച്ചിരുന്നവരുമായ ഒരു കൈയിൽ വാളും മറുകൈയിൽ കലപ്പയുമേന്തിയ യോദ്ധാക്കളായ കവികളുടേതും ദാർശനികരുടേതുമായ ഒരു വംശത്തിന്റെ സംസ്കാരത്തെയാണ് അവ (വേദങ്ങൾ) പ്രതിനിധാനം ചെയ്യുന്നത്. അവർ ക്ഷേത്രങ്ങളൊന്നും നിർമ്മിച്ചില്ല. പകരം ലളിതമായ ബലികർമ്മങ്ങളോടെ പ്രകൃതിചൈതന്യങ്ങളെ ആരാധിച്ചു.... ഈജിയൻ, ബാബിലോണിയൻ,

ദ്രാവിഡ സംസ്കാരങ്ങൾ അടിസ്ഥാനപരമായി തീർത്തും പരിമിത മായ ആത്മീയവീക്ഷണമുള്ള വാണിജ്യ നാഗരികതകളായിരുന്നു. ആത്മീയചിന്തകളേക്കാൾ, ഭൗതിക സ്വത്തുകളിൽ അടങ്ങിയിരിക്കുന്ന സന്തോഷത്തിലാണ് അവർ തൽപരരായിരുന്നത്.' (Aryan Rule in India).

ഇടയൻമാരായ ആര്യൻമാരാൽ നാഗരികരായ ദ്രാവിഡർ കീഴടക്കപ്പെട്ടപ്പോൾ വണിക് വർഗ്ഗത്തിന്റെ വളർച്ചയെയും അതിന്റെ ഫലമായുണ്ടാകുന്ന സ്വതന്ത്രചിന്തയെയും തടയുന്ന സാമൂഹിക നിയമങ്ങൾ ആര്യൻമാർ ദ്രാവിഡർക്കുമേൽ അടിച്ചേൽപ്പിച്ചു. ഗോമാംസം തിന്നുന്നവരും സോമരസം കുടിക്കുന്നവരുമായ വൈദിക പുരോഹിതർ 'ഭൗതികസ്വത്തുക്കളുടെ സന്തോഷ'ത്തോട് വിമുഖരായിരുന്നില്ല. എന്നാൽ, അധികാരത്തിന്റെയും പ്രത്യേക അവകാശങ്ങളുടേതുമായ തങ്ങളുടെ സ്ഥാനം നിലനിർത്തിക്കൊണ്ടുപോകുന്നതിന് അവർക്ക് സാമാന്യജനങ്ങളെ ആ സന്തോഷത്തിൽനിന്ന് അകറ്റി നിർത്തേണ്ടത് ആവശ്യമായിരുന്നു. ഇന്തോ-ആര്യൻ സംസ്കാരത്തിന്റെ 'ആത്മീയ ഉൽകൃഷ്ടത'യുടെ അടിസ്ഥാനം അതാണ്. ഭൗതികസ്വത്തുക്കളുടെ സന്തോഷത്തിനുവേണ്ടിയുള്ള താൽപര്യം - വൈദികഋഷിമാരുടെ കാര്യത്തിലെന്നപോലെയുള്ള വഷളൻ അർത്ഥത്തിലല്ല, മറിച്ച് മനുഷ്യരാശിയുടെ ഗുണത്തിനുവേണ്ടി പ്രകൃതിശക്തികളെ കീഴടക്കുക എന്ന വിശാലമായ അർത്ഥത്തിൽ - ദാർശനിക ചിന്തയ്ക്കുള്ള പ്രചോദനമാണ്. വൈദിക കാലഘട്ടത്തിലെ 'ആത്മീയമായി ഉൽകൃഷ്ടമായ' ഇന്തോ-ആര്യൻ സംസ്കാരത്തിന് ഈ താൽപര്യം ഇല്ലാതിരുന്നതിനാൽ, കച്ചവടക്കാരുടേതായ ഉൽപതിഷ്ണു വർഗ്ഗത്തിന്റെ ഉദയത്തെ പുരോഹിതമേധാവിത്വത്താൽ തടഞ്ഞുനിർത്താൻ കഴിയാതാകുന്ന ഘട്ടം വരെ തത്ത്വശാസ്ത്രം അറിയപ്പെടാതെ കിടന്നു.

ബ്രാഹ്മണാധിപത്യത്തിനെതിരായ ക്ഷത്രിയൻമാരുടെ കലാപമായിരുന്നു ബുദ്ധമതം എന്ന് സാധാരണയായി വ്യാഖ്യാനിക്കപ്പെടുന്നു. ഒരളവുവരെ അതു ശരിയാണ്; എന്നാൽ, ആ വിപ്ലവത്തിന്റെ സാമൂഹിക പശ്ചാത്തലത്തിലേയ്ക്ക് കച്ചവടവർഗ്ഗവും പ്രവേശിച്ചിരുന്നു. ഉദാഹരണമായി, ഹ്യയാൻസാങ്ങിന്റെ അഭിപ്രായത്തിൽ 'ബുദ്ധന്റെ അനുയായികളായിരുന്ന' അഞ്ഞൂറു കച്ചവടക്കാരുടെ ഔദാര്യത്തിലാണ് നാലന്ദ വിഹാരത്തിലെ പ്രസിദ്ധമായ ആ സർവ്വകലാശാല സ്ഥാപിതമായത്. ബൗദ്ധരാജാക്കൻമാരുടെ കീഴിൽ കച്ചവടക്കാർ കുറേ സാമൂഹിക പ്രാധാന്യം നേടിയിരുന്നു. ഗുപ്തരാജാക്കൻമാരുടെ കീഴിൽ ബ്രാഹ്മണ്യം പുനഃപ്രതിഷ്ഠ നേടിയതോടെ അവർ വീണ്ടും സാമ്പത്തിക പരിമിതികൾക്കും സാമൂഹിക വിവേചനങ്ങൾക്കും വിധേയരായി.

നാലാം നൂറ്റാണ്ടിൽ സമാഹരിക്കപ്പെട്ട മനുസ്മൃതി എല്ലാ തരത്തിലുമുള്ള അസൗകര്യങ്ങൾക്കും കച്ചവടക്കാരെ വിധേയരാക്കി. അക്കാലം മുതലാണ് കടൽയാത്ര 'അശുദ്ധി'യുടെ കാരണങ്ങളിലൊന്നായി എണ്ണപ്പെട്ടുതുടങ്ങിയത്. അശോകന്റെ മതപ്രചാരണ പ്രവർത്തനങ്ങൾ കടൽയാത്രാ ശീലത്തെ പ്രോത്സാഹിപ്പിച്ചിരുന്നു. ഇന്ത്യൻ കച്ചവടക്കാർ മലയൻദ്വീപുകളിലും ചീനയിലുമെല്ലാം പോയിരുന്നു. കാഴ്ചപ്പാടിന്റെ വികാസമായിരുന്നു അതിന്റെ ഫലം. ദക്ഷിണേന്ത്യയിൽ ഏറെക്കാലം ബ്രാഹ്മണ പ്രതിലോമതയെ ചെറുത്ത ബുദ്ധമതത്തിന്റെ ഹീനയാന ദാർശനികസരണയിൽ അതിന്റെ പ്രതിഫലനം കാണാം. നാസ്തികവീക്ഷണങ്ങളെ പ്രോത്സാഹിപ്പിക്കും എന്നതുകൊണ്ടാണ് മനു കടൽയാത്ര വിലക്കിയത്. സ്വതന്ത്രവും പ്രബലവുമായ ഒരു സാമൂഹികശക്തി എന്ന നിലയിലുള്ള ഒരു കച്ചവടവർഗ്ഗത്തിന്റെ അഭാവത്തിൽ ഇന്ത്യൻ അനുമാനചിന്തയ്ക്ക് ശരിയായ അർത്ഥത്തിലുള്ള തത്ത്വശാസ്ത്രമായി മാറാൻ കഴിഞ്ഞില്ല. ആ അഭാവമാകട്ടെ നിലവിലുണ്ടായിരുന്ന സാമൂഹികബന്ധങ്ങളുടെ ഉൽപന്നമായിരുന്നുതാനും. ഭൂസ്വത്ത് ക്ഷത്രിയരുടെയും ബ്രാഹ്മണരുടെയും കൈവശമായിരുന്നു. തങ്ങളുടെ സാമൂഹികാസ്തിത്വംകൊണ്ടുതന്നെ ഈ വർഗ്ഗങ്ങൾ കച്ചവടത്തോട് വിരോധമുള്ളവരായിരുന്നു. പുരോഹിതവർഗ്ഗത്തിന്റെ പ്രത്യയശാസ്ത്രകുത്തകയെ ചോദ്യംചെയ്യാൻ തക്കശക്തി നേടുന്നതിന് സ്വതന്ത്രമായി ചിന്തിക്കുന്ന കച്ചവടക്കാർ സമ്പന്നമായ ഭൂപ്രഭുത്വത്തിന്റെ പിടിയിൽ നിന്നു മുക്തമായി വളരണം. എന്നാൽ, ഇന്ത്യയിൽ ഭൂപ്രഭുത്വം ബ്രാഹ്മണരോട് വളരെ അടുത്ത് ബന്ധപ്പെട്ടാണ് നിലനിന്നിരുന്നത്. മഹാഭാരതത്തിൽ രേഖപ്പെടുത്തപ്പെട്ടിട്ടുള്ള വിനാശകരമായ ആഭ്യന്തരയുദ്ധത്തിന്റെ ഫലമായി സ്ഥാപിക്കപ്പെട്ടതായിരുന്നു ആ ബന്ധം. ബ്രാഹ്മണമേധാവിത്വത്തെ വീണ്ടും അംഗീകരിക്കാൻ നിർബന്ധിതരാകുന്ന തരത്തിൽ തീർത്തും ദുർബലപ്പെട്ടിരുന്നു ക്ഷത്രിയൻമാർ. സാമൂഹികബന്ധങ്ങളുടെ ഈ പ്രത്യേക സങ്കീർണ്ണതയാണ് ഇന്ത്യൻ ചിന്തയുടെ സവിശേഷരൂപത്തെ നിർണ്ണയിച്ചത്. ആദ്യഘട്ടത്തിൽ നന്നായി വളർന്നുവന്നതിനുശേഷം എന്തുകൊണ്ട് ഭൗതികവാദം മിക്കവാറും അപ്രത്യക്ഷമായി എന്നതിനെയും ഈ സങ്കീർണ്ണമായ സാമൂഹികബന്ധങ്ങൾ വിശദീകരിക്കുന്നുണ്ട്.

•

ശാങ്കരദർശനത്തിലെ വൈരുദ്ധ്യങ്ങൾ

വേദാന്തസൂത്രങ്ങളുടെ ശാങ്കരഭാഷ്യം യാഥാസ്ഥിതിക ഹൈന്ദവതത്ത്വശാസ്ത്രത്തിന്റെ പാരമ്യത്തെ പ്രതിനിധീ ഭവിക്കുന്നു. എങ്കിലും ഈ സൂത്രങ്ങൾ തന്നെ വേറെ രീതിയിലും വ്യാഖ്യാനിക്കപ്പെട്ടിട്ടുണ്ട്. ഉദാഹരണമായി, രാമാനുജന്റെ ശ്രീഭാഷ്യം അടിസ്ഥാനപരമായ പല കാര്യങ്ങളിലും ശാങ്കരഭാഷ്യത്തിൽനിന്നു വ്യത്യസ്തമാണ്. പാണ്ഡിത്യപ്രകടനപരമായ വാദവ്യഗ്രതയുടെയും വിചാരപരമായ ധാരാളിത്തത്തിന്റെയും കാര്യത്തിൽ പ്രശംസനീയമായ ബ്രഹ്മസൂത്ര ശാങ്കരഭാഷ്യം പരസ്പര വൈരുദ്ധ്യങ്ങൾ നിറഞ്ഞ ഒരു കൃതിയാണ്. ഉദാഹരണത്തിന്, ശങ്കരാചാര്യർ സമ്മതിക്കുന്നതു നോക്കുക: 'അനാദികാലം മുതൽ ബ്രഹ്മത്തോടൊപ്പം രണ്ടാമതൊരു സത്തകൂടി നിലനിൽക്കുന്നുണ്ടെങ്കിൽ, ബ്രഹ്മത്തിനു രണ്ടാമതൊന്നുണ്ട് എന്നുവരും.'

'ബ്രഹ്മത്തെ അറിയുമ്പോൾ എല്ലാം അറിയുന്നു' എന്ന മൗലിക പ്രമാണത്തെ അസാധുവാക്കുന്ന രക്ഷപ്പെടാനാകാത്ത ഈ ദ്വൈതവാദത്തിന്റെ താർക്കികമായ തകരാറ് അദ്ദേഹം കാണുകയുണ്ടായി. അതുകൊണ്ട്, അദ്ദേഹം ബ്രഹ്മത്തിൽനിന്ന് അന്യമല്ലാത്ത സമാന്തര അസ്തിത്വമായി പ്രഖ്യാപിച്ചുകൊണ്ട് അതിനെ വിശദീകരിക്കാൻ ശ്രമിക്കുന്നു. പക്ഷേ, അതൊന്നും പ്രശ്നത്തെ പരിഹരിക്കുന്നില്ല.

ശങ്കരൻ ഹെഗലിന്റെ കേവലാശയവാദത്തെപ്പോലെ ഏറെക്കുറെ കുറ്റമറ്റ ഒരു ഏകേശ്വരവാദ ദർശനം ആവിഷ്കരിക്കുകയുണ്ടായി എന്ന് പൊതുവെ വിശ്വസിക്കപ്പെടുന്നു. എന്നാൽ, ശാങ്കരഭാഷ്യത്തിന്റെ പഠനം ആ വിശ്വാസം അടിസ്ഥാനരഹിതമാണെന്നു കാണിക്കുന്നു. താഴെപ്പറയുന്ന വാക്യങ്ങളോടെയാണ് ആ കൃതി ആരംഭിക്കുന്നത്:

'ഇരുട്ടും വെളിച്ചവുംപോലെ പരസ്പരവിരുദ്ധമാണ് വിഷയവും വിഷയിയും. അവയുടെ മണ്ഡലം യഥാക്രമം നീ (Non-ego), ഞാൻ (Ego) എന്നീ തത്ത്വങ്ങളാണ്. അവയ്ക്ക് അനന്യമായിരിക്കാനാവില്ല എന്നതിന് തെളിവൊന്നും ആവശ്യമില്ല.' (ബ്ര.സൂ.ഭാഷ്യം, പ്രാരംഭം).

ഈ ആരംഭബിന്ദുവിൽ ചുരുങ്ങിയത് പ്രധാനപ്പെട്ട രണ്ടു താർക്കി കത്തകരാറുകൾ ഉണ്ട്: ഒന്നാമതായി, ദർശനപദ്ധതിയുടെ അടിസ്ഥാ നതത്ത്വത്തെ തെളിവൊന്നും ഇല്ലാതെ അംഗീകരിക്കുന്നു. രണ്ടാമ തായി, തികച്ചും ദ്വൈതവാദപരമായ സങ്കല്പത്തെ ഒരു അദ്വൈത ദർശനത്തിന്റെ പീഠിക (premise) ആക്കുന്നു. തൽഫലമായി സത്തയുടെ തികച്ചും ആത്മീയമായ ഏകത്വം സ്ഥാപിക്കുന്നതിന് ശങ്കരന് മായാവാദത്തെ കണ്ടുപിടിക്കേണ്ടതായി വന്നു. (ബ്രഹ്മസൂ ത്രങ്ങളിൽ മായവാദം കണ്ടെത്താനാവില്ല).

താഴെ പറയുന്ന രീതിയിൽ മായാസിദ്ധാന്തത്തെ വിശദീകരി ക്കാം: ലോകത്തിലെ നാമരൂപങ്ങൾക്കെല്ലാം കാരണമായ അവിദ്യ അല്ലെങ്കിൽ മായ എന്നു വിളിക്കപ്പെടുന്ന ഒരു നിശ്ചിതശക്തിയുമായി ബ്രഹ്മം ബന്ധപ്പെട്ടിരിക്കുന്നു. ഈ ശക്തിയെ ഉൺമ (സത്ത) എന്നു വിളിക്കാനാവില്ല; കാരണം, ബ്രഹ്മം മാത്രമാണ് ഉൺമ. കൃത്യമായ അർത്ഥത്തിൽ അതിനെ അസത്ത എന്നു വിളിയ്ക്കാനുമാവില്ല. കാരണം, എങ്ങനെയോ അത് ഈ ലോകത്തിന്റെ പ്രതീതിയെ (appearance) ഉണ്ടാക്കുന്നുണ്ട്. വാസ്തവത്തിൽ അതു മായയുടെ ഒരു തത്ത്വമാണ്: ഭൗതികലോകം നിലനിൽക്കുന്നതായി തോന്നിപ്പിക്കു ന്ന നിരാകരിക്കാനാകാത്ത കാരണം. അങ്ങനെ മായ, ലോകത്തി ന്റെ ഉപാദാന കാരണമായി, ഭൗതിക കാരണമായി വർത്തിക്കുന്നു. (കുടത്തിന്റെ ഉപാദാന കാരണം മണ്ണ് - വിവ.). ഒരു ശക്തിയെന്ന നിലയിൽ മായ ബ്രഹ്മവുമായി ബന്ധപ്പെട്ടിരിക്കുന്നു. മായയുമായി ബന്ധപ്പെട്ടിരിയ്ക്കുന്നിടത്തോളം ബ്രഹ്മമാണ് ലോകത്തിന്റെ ഭൗതിക കാരണം എന്ന് നമുക്ക് പറയാം. ഏകവും കേവലവുമായ ഒരസ്തിത്വം എന്ന നിലയിലുള്ള ബ്രഹ്മ സങ്കല്പവുമായി ഈ സിദ്ധാന്തത്തിനുപൊ രുത്തമില്ല എന്നതു വ്യക്തമാണ്. ബ്രഹ്മം നിർഗുണമാണ്. എന്നിട്ടും മായയെ അതിന്റെ ശക്തിയായി സങ്കല്പിക്കുന്നു. മാത്രമല്ല, ബ്രഹ്മത്തിനു സമാന്തരമായ ഒരസ്തിത്വം മായയ്ക്കു കല്പിച്ചുകൊടുക്കുകയും ചെയ്യുന്നു. 'സംയോജനം' എന്ന ആശയത്തിന്റെ നിലനില്പിന് രണ്ടു സത്തകൾ ആവശ്യമാണ്; അതുപോലെ സംബന്ധം എന്ന ആശയത്തിനും.

ബ്രഹ്മത്തിന്റെ ഏകത്വവും കേവലത്വവും സ്ഥാപിക്കുന്ന തർക്ക ശാസ്ത്രമാണ് വേദാന്തപരമായ അദ്വൈതവാദത്തിന്റെ വളരെ ശ്രദ്ധേ യമായ ഭാഗം. വേദാന്തസൂത്രങ്ങളുടെ ലക്ഷ്യം ഉപനിഷദ്ചിന്തകളെ

ആശയവൈരുദ്ധ്യങ്ങളില്ലാതെ ചിട്ടപ്പെടുത്തിയെടുത്ത് കണാദന്റെയും കപിലന്റെയും ഗൗതമന്റെയും മറ്റും അർദ്ധഭൗതികവാദപരമായ (നാസ്തിക) സിദ്ധാന്തങ്ങൾ ഉപനിഷദ്ചിന്തകൾക്ക് അനുസൃതമല്ല എന്നു തെളിയിക്കുകയായിരുന്നു. ഒരു ചിന്താവ്യവസ്ഥയ്ക്കകത്ത് പൊരുത്തത്തോടെ ഉൾക്കൊള്ളിക്കാനാവാത്ത പലതരം ആശയങ്ങൾ അടങ്ങുന്നതാണ് ഉപനിഷത്തുകൾ. ഉദാഹരണത്തിന്, ഛാന്ദോഗ്യത്തിലും ബൃഹദാരണ്യകത്തിലും തൈത്തിരീയത്തിലും ആകാശത്തെയും അഗ്നിയെയും വായുവിനെയും അനാദിയായ അസ്തിത്വങ്ങളായി കാണുന്നുണ്ട്. ഈ വീക്ഷണം, ഉപനിഷത്തുകളെല്ലാം മുന്നോട്ടുവച്ച അടിസ്ഥാന പ്രമാണത്തിനു വിരുദ്ധമാണ്. ആരംഭത്തിൽ 'ഏകവും അദ്വിതീയവുമായ' ബ്രഹ്മം മാത്രമേ ഉണ്ടായിരുന്നുള്ളൂ എന്നാണ് ഉപനിഷത്തുകൾ പറയുന്നത്. ഈ പ്രമാണത്തിന്റെ അടിസ്ഥാനത്തിലാണ് ഹൈന്ദവതത്ത്വശാസ്ത്രം 'ബ്രഹ്മത്തെ അറിയുമ്പോൾ എല്ലാം അറിയുന്നു' എന്നു പ്രഖ്യാപിക്കുന്നത്. പ്രകടമായ ഈ വൈരുദ്ധ്യത്തെ കണക്കിലെടുക്കാതെ ഉപനിഷദ്ചിന്തകൾക്ക് താർക്കികമായി ഒരു ദർശനപദ്ധതിയുടെ അടിത്തറയാകാനാവില്ല. വേദപ്രാമാണ്യത്തെ വെല്ലുവിളിക്കുന്ന മാമൂലനുസരിക്കാത്ത ചിന്തകർ ഈ വൈരുദ്ധ്യം ചൂണ്ടിക്കാണിച്ചിട്ടുണ്ട്.

അവർ വാദിച്ചു: ആരംഭത്തിൽ ബ്രഹ്മമല്ലാതെ മറ്റൊന്നും ഉണ്ടായിരുന്നില്ലെങ്കിൽ അഗ്നി, ആകാശം, വായു മുതലായവയ്ക്ക് ഒരാരംഭം ഉണ്ടായിരിക്കും; അതായത്, അവ സൃഷ്ടിക്കപ്പെട്ടതാണ് എന്നർത്ഥം. അതോടെ, ബ്രഹ്മസങ്കല്പത്തിന് നിലനില്പില്ലാതാവുന്നു. മറിച്ച്, ഈ ഭൗതികഘടകങ്ങൾ ആരംഭമില്ലാത്തവയാണെങ്കിൽ, 'ഏകവും അദ്വിതീയവുമാണ്'' ബ്രഹ്മം എന്ന സങ്കല്പത്തിനു സാധുത നഷ്ടപ്പെടും. ഒരു വീക്ഷണം ശരിയാണെങ്കിൽ മറ്റേത് തെറ്റാകും. അങ്ങനെ വേദവാക്യങ്ങളുടെ അപ്രമാദിത്വം ഉലയ്ക്കപ്പെടുന്നു. അവയുടെ കേവലമായ ആധികാരികതയ്ക്കു നിലനില്പില്ലാതാവുന്നു. ഈ വൈരുദ്ധ്യത്തിനു മുകളിലാണ് ശങ്കരാചാര്യർ വ്യാഖ്യാനിച്ച അദ്വൈതവേദാന്തം പടുത്തുയർത്തപ്പെട്ടിരിക്കുന്നത്. ബ്രഹ്മത്തിന്റെ കേവലത്വത്തിന്റെ ശല്യം ഒഴിവാക്കുന്നതിന് ഈ ഭൗതികഘടകങ്ങൾ അനാദിയായിരിക്കണം. ഈ ഭൗതികഘടകങ്ങളും ബ്രഹ്മവും അഭിന്നമാണ് എന്ന പ്രഖ്യാപിക്കുകവഴി ദ്വൈതവാദത്തിന്റെ അല്ലെങ്കിൽ ബഹുത്വവാദത്തിന്റെ വിഷമം തരണംചെയ്യപ്പെടുന്നു.

ഈ സൂത്രത്തെക്കുറിച്ചുള്ള ശങ്കരന്റെ ഭാഷ്യം വളരെ രസാവഹമാണ്. അത് ഹൈന്ദവതത്ത്വശാസ്ത്രത്തിന്റെ വ്യക്തമായ ഒരു ചിത്രം നൽകുകയും വിചിത്രമായ തർക്കശാസ്ത്രത്തെ വരച്ചിടുകയും ചെയ്യുന്നു:

'ജ്ഞാനത്തിന്റെ വിഷയമായ ബ്രഹ്മത്തിൽനിന്ന് സകലവസ്തുക്കളും അഭിന്നമാണെങ്കിൽ മാത്രമേ (ബ്രഹ്മത്തിന്റെ ഏകതയെയും പരിപൂർണ്ണതയെയും സംബന്ധിച്ച) പ്രതിജ്ഞ ഉപേക്ഷിക്കപ്പെടാതിരിക്കുന്നുള്ളൂ. ഭിന്നതയെന്തെങ്കിലും ഉണ്ടെങ്കിൽ ഒന്നിന്റെ അറിവുകൊണ്ട് സകലതിന്റെയും അറിവുണ്ടാകുന്ന എന്ന പ്രതിജ്ഞ വൈരുദ്ധ്യത്തിലകപ്പെടും. ഒരേയൊരു ബ്രഹ്മത്തിൽനിന്നാണ് സകലതും ഉദ്ഭവിക്കുന്നതെങ്കിൽ മാത്രമേ രണ്ടും തമ്മിലുള്ള അഭിന്നത സാധ്യമാകൂ. ഉപാദാനകാരണവും അതിന്റെ കാര്യവും തമ്മിലുള്ള അഭിന്നതയെക്കുറിച്ചുള്ള സിദ്ധാന്തത്തിലൂടെ മാത്രമേ ആ പ്രതിജ്ഞയെ സ്ഥാപിക്കാനാവൂ എന്ന് വേദവാക്യങ്ങളിലൂടെ നാം മനസ്സിലാക്കുകയും ചെയ്യുന്നു. ആകാശാദികൾ ബ്രഹ്മത്തിന്റെ കാര്യങ്ങൾ അല്ലെങ്കിൽ ബ്രഹ്മത്തെ അറിയുന്നതിലൂടെ അവയെ അറിയാനാവില്ല. മാത്രമല്ല (മുൻ) പ്രതിജ്ഞയെ ഉപേക്ഷിക്കേണ്ടതായും വരും. വേദങ്ങളുടെ ആധികാരികതയെ അസാധുവാക്കുന്നതിനാൽ ഈ നിലപാട് തീർത്തും അസ്വീകാര്യമാണ്.' (ബ്ര.സൂ.ഭാ., 1.4.23).

ഈ ന്യായവാദം ശ്രദ്ധേയമാണ്. വേദങ്ങൾ തമ്മിൽ പരസ്പരവൈരുദ്ധ്യം ഉണ്ടെങ്കിൽ അതനുവദിക്കരുത്; കാരണം, അത് അവയുടെ ആധികാരികതയെ ബാധിക്കും! ശ്രുതികളുടെ (വേദോപനിഷത്തുകൾ - വിവ.) അനിഷേധ്യമായ ആധികാരികതയാണ് കേവലമായ മാനദണ്ഡം. ശ്രുതികളിൽത്തന്നെ ശ്രുതികളുടെ അപ്രമാദിത്വത്തിനെതിരായ തെളിവ് കാണുകയാണെങ്കിൽ അതംഗീകരിക്കരുത്; കാരണം, അത് ശ്രുതികളുടെ ആധികാരികതയെ ഉലയ്ക്കും. തെളിയിക്കാനാവാത്ത ഒരു പരികല്പനയുടെ പരിശോധനയ്ക്ക് എല്ലാറ്റിനെയും സമർപ്പിക്കുകയും ആ പരികല്പനയ്ക്ക് എതിരായ എല്ലാ തെളിവുകളെയും - അവ ആ പരികല്പനയുടെ അസംബന്ധതയെ വെളിപ്പെടുത്തുകയും അതിനെ അസാധുവാക്കുകയും ചെയ്യുന്നു എന്നതിനാൽ മാത്രം - നിരാകരിക്കുകയും ചെയ്യുക എന്നതാണ് ശ്രദ്ധേയമായ ഈ ന്യായവാദത്തിന്റെ അടിസ്ഥാനതത്ത്വം. മൂഢമായ ഈ തർക്കമീമാംസ യുഗങ്ങളോളം ഇന്ത്യൻ ചിന്തയെ ദുഷിപ്പിച്ചിട്ടുണ്ട്. പുരോഹിത മേധാവിത്വത്തിനു കീഴിലുള്ള നിശ്ചലമായ ഒരു സാമൂഹികക്രമത്തിന്റെ പ്രത്യയശാസ്ത്രമായിരുന്നു അത്.

നാനാത്വത്തിൽ ഏകത്വം ദർശിക്കുക എന്നത് ഹൈന്ദവ തത്ത്വശാസ്ത്രത്തിന്റെ മഹത്തായ ഗുണമാണെന്ന് അവകാശപ്പെടുന്നുണ്ട്. എന്നാൽ, ഏകത്വമൊന്നും ദർശിച്ചിട്ടില്ല എന്നതാണ് വാസ്തവം. ഏകത്വം സങ്കല്പിക്കുക മാത്രമാണുണ്ടായിട്ടുള്ളത്. പരിഹരിക്കേണ്ട പ്രശ്നങ്ങളെ നാണമില്ലാതെ തട്ടിമാറ്റുന്ന ഒരാദർശ സങ്കല്പമാണത്.

സാങ്കല്പികമായ അഭൗതിക മൂലകാരണത്തിൽ നിന്നുള്ള ഭൗതികലോകത്തിന്റെ ഉദ്ഭവം എന്നത് താർക്കികമായി അസാദ്ധ്യമായതിനാൽ ആത്മീയമായ പദാവലികളെക്കൊണ്ടുള്ള പിത്തലാട്ടങ്ങളെയെല്ലാം വെല്ലുവിളിച്ചുകൊണ്ട് ദ്വൈതവാദം നിലനിൽക്കുന്നു. ഉപനിഷദ് ഋഷിമാർ മുതൽ ശങ്കരാചാര്യർ വരെയുള്ള യാഥാസ്ഥിതികരായ ഹൈന്ദവചിന്തകൻമാർക്കാർക്കും തന്നെ പൊതുവായ ഒരു കാരണത്തിൽനിന്നും പ്രകൃതിയിലെ വൈവിധ്യങ്ങൾ എങ്ങനെയുണ്ടായി എന്നു തെളിയിക്കാനായില്ല.

തീർത്തും അസാദ്ധ്യമായ ആ കാര്യത്തിനുവേണ്ടിയുള്ള ശ്രമം ഇന്ത്യൻചിന്തയെ മായാവാദത്തിന്റെ അസംബന്ധതയിലേയ്ക്കാണു നയിച്ചത്. വഴങ്ങാത്തതും ചിന്താക്കുഴപ്പത്താൽ ദൂഷിതവുമായ ദ്വൈതവാദത്തിന്റെ പ്രശ്നം ലോകോൽപ്പത്തിയെക്കുറിച്ചുള്ള ചിന്തയെ, തത്ത്വശാസ്ത്രത്തിന്റെ ഉദാത്തപ്രകാശത്തിനുമേൽ ആരാധ്യമായ സ്വന്തം രൂപത്തിന്റെ കപടഛായ പതിപ്പിക്കുന്ന മാനവരൂപിയായ ആ പഴയ ദൈവസങ്കല്പത്തിലേയ്ക്ക് അനിവാര്യമായും വീണ്ടും വീണ്ടും തിരിച്ചുകൊണ്ടുപോയി. ശങ്കരാചാര്യർ പാടുപെട്ട് ആവിഷ്കരിച്ച അദ്വൈതവാദം ലോകത്തിന്റെ പ്രശ്നത്തെ പരിഹരിച്ചത് ലോകം ഒരു സ്വപ്നമാണെന്ന് സൂത്രപ്പണിയിലൂടെ പ്രഖ്യാപിച്ചുകൊണ്ടാണ്. എങ്കിലും അതിന് ഒരു വ്യക്തിദൈവത്തെ ഉപേക്ഷിക്കാനായില്ല. വ്യക്തിദൈവമാകട്ടെ, നാനാത്വത്തിൽ ഏകത്വം എന്ന ദാർശനിക സങ്കല്പത്തോട് ഒട്ടും പൊരുത്തമില്ലാത്തതുമാണ്.

*

ബൗദ്ധ ആശയവാദത്തിന്നെതിരായി പോരാടുന്നതിനാണ് ശങ്കരാചാര്യർ തന്റെ അദ്വൈതസമ്പ്രദായത്തിന് രൂപംനൽകിയത്. അത് കർക്കശമായ താർക്കികസ്വഭാവമുള്ളതാണെങ്കിലും, തത്ത്വശാസ്ത്രപരമായി സന്ദിഗ്ദ്ധഭാവമുള്ളതാണ്. എന്നാൽ, അദ്ദേഹത്തിന് യഥാർത്ഥത്തിൽ മല്ലടിക്കേണ്ടിയിരുന്നത് ബൗദ്ധദർശനം ആവിർഭവിക്കുന്നതിനു മുമ്പുണ്ടായിരുന്ന ഭൗതികവാദ പാരമ്പര്യത്തോടായിരുന്നു. അദ്ദേഹത്തിന്റെ കൃതികളാകെ ഭൗതികവാദപരവും പ്രകൃതിവാദപരവുമായ സിദ്ധാന്തങ്ങൾക്കെതിരെയുള്ള സുദീർഘമായ വാദവിവാദങ്ങളാണ്. ഭൗതികവാദപരവും പ്രകൃതിവാദപരവുമായ വാദമുഖങ്ങൾ പൂർവ്വപക്ഷമെന്ന നിലയ്ക്ക് അദ്ദേഹം ധാരാളം ഉദ്ധരിച്ചിട്ടുണ്ട്. ഭൗതികവാദത്തിന്റെ പുനർനിർമ്മാണത്തിനുള്ള വിശ്വസനീയമായ അടിത്തറ എന്ന നിലയിൽ ആ ഉദ്ധരണികൾ ഉപയോഗപ്രദമാണ്.

ശങ്കരാചാര്യർ എതിരിട്ട 'നിരീശ്വരവാദത്തിന്റെയും ഭൗതിക വാദ'ത്തിന്റെയും തെളിവുകൾ അദ്ദേഹത്തിന്റെ കൃതികളിൽ ചിത റിക്കിടക്കുന്നുണ്ട്. താഴെപറയുന്ന മട്ടിൽ അവയെ സംഗ്രഹിക്കാം:

മതപരമായ സിദ്ധാന്തങ്ങളെല്ലാം അർത്ഥശൂന്യമായ വാക്കുക ളാണ്. ദൈവം എന്ന ആശയമാണ് അവയുടെ അടിത്തറ; ദൈവ ത്തിന്റെ അസ്തിത്വമാകട്ടെ തെളിയിക്കാനാവാത്തതും. ദൈവമാണ് സ്രഷ്ടാവ്; എന്നാൽ, അദ്ദേഹത്തിനാകട്ടെ ഉദ്ഭവമില്ല. ലോകത്തിന് ഒരു സ്രഷ്ടാവ് നിയന്ത്രിക്കാൻ ഉണ്ട് എന്ന് അംഗീകരിക്കുകയാ ണെങ്കിൽ ഒരു ചോദ്യം ഉയർന്നുവരുന്നു. ആ സ്രഷ്ടാവിനെ ആരു സൃഷ്ടിച്ചു? അദ്ദേഹം എവിടെനിന്നു വന്നു? സ്രഷ്ടാവിന് ആദിയോ അന്തമോ പരിമിതിയോ ഇല്ലെന്നു പറയപ്പെടുന്നു എന്നാൽ, എന്തു തന്നെയായാലും അദ്ദേഹം ഒരു സ്രഷ്ടാവാണ്. സ്രഷ്ടാവ് എന്നത് ഒരു വ്യക്തിത്വത്തെ സൂചിപ്പിക്കുന്നുണ്ട്. തീർച്ചയായും ദൈവത്തെ സ്രഷ്ടാവായും കണക്കാക്കുന്നുണ്ട്. എന്നാൽ, ഒരു വ്യക്തിക്ക് ആദി യന്തങ്ങളോ മറ്റു പരിമിതികളോ ഇല്ലാതിരിക്കാനാവില്ല. ദൈവം പരിമിതനാണെങ്കിൽ അദ്ദേഹത്തിനു മുകളിലും അതീതമായും ഒരു ശക്തി ഉണ്ടായിരിക്കാനിടയില്ലേ? ദൈവം സർവ്വശക്തനും സർവ്വവ്യാ പിയുമാണെന്നും വിശ്വസിക്കപ്പെടുന്നു. ദൈവത്തിന്റെ ഈ സ്വഭാവ ങ്ങളെക്കുറിച്ചു മനുഷ്യൻ സങ്കല്പിക്കുന്നതോടെ, എന്തായാണോ ആ സ്വഭാവങ്ങൾ വിശ്വസിക്കപ്പെടുന്നത് അത് അതല്ലാതായിത്തീരുന്നു. അങ്ങനെ, സ്രഷ്ടാവ് എന്ന ദൈവത്തിന്റെ സത്ത അപ്രത്യക്ഷമാകുന്നു. പിന്നീട്, സൃഷ്ടിയുടെ കാരണം ആഗ്രഹമാണെന്ന് പഠിപ്പിക്കപ്പെടുന്നു. ദൈവംതന്നെ ആഗ്രഹത്തിൽനിന്നു മുക്തനല്ലെന്ന് ഇതിൽനിന്നു വ്യക്തമാകുന്നു. മാത്രമല്ല, ദൈവത്തിന്റെ ഇച്ഛയാലാണ് പ്രപഞ്ചം സൃഷ്ടിക്കപ്പെട്ടതെങ്കിൽ, ദൈവത്തിനു ഇല്ലായ്മ എന്ന ബോധം ഉണ്ടാ യിരിക്കും. കാരണം, ഇല്ലായ്മയിൽനിന്നാണ് ആഗ്രഹമുണ്ടാകുന്നത്. ആഗ്രഹബോധം, ദൈവത്തിനു ചാർത്തിക്കൊടുത്തിട്ടുള്ള സർവ്വശ ക്തിത്വം, സർവ്വജ്ഞത്വം എന്നിവയടക്കമുള്ള സകല അതിമാനുഷിക സ്വഭാവങ്ങളെയും ഇല്ലാതാക്കുന്നു.

ഹൈന്ദവതത്ത്വശാസ്ത്രത്തിന്റെ ആധികാരികവും പ്രാതിനിധ്യ സ്വഭാവമുള്ളതുമായി നമുക്കു മുമ്പിലുള്ളത് ശങ്കരാചാര്യരുടെ തത്ത്വ ശാസ്ത്രമാണ്. ബൗദ്ധവിപ്ലവത്തിന്റെ അവശിഷ്ടങ്ങൾക്കുമേൽ പടുത്തു യർത്തിയ കുലാധിഷ്ഠിത പുരോഹിതമേധാവിത്വ സമൂഹത്തിന്റെയും ബ്രാഹ്മണപ്രതിലോമതയുടെയും പ്രത്യയശാസ്ത്രകാരനായിരുന്നു അദ്ദേഹം. എന്നാൽ, പ്രാചീനഭാരതത്തിലെ യഥാർത്ഥ ദാർശനി കചിന്തകളുടെ പാരമ്പര്യത്തെ ഇല്ലാതാക്കാനുള്ള ശങ്കരാചാര്യരുടെ

ശ്രമങ്ങളെല്ലാം പരാജയമായിരുന്നു. ഇന്ത്യയുടെ ആത്മീയചരിത്രത്തിലെ പ്രധാനപ്പെട്ട ഈ വസ്തുത തിരിച്ചറിയപ്പെട്ടിട്ടില്ല. എങ്കിലും, ശങ്കരാചാര്യരുടെ കൃതികളുടെ വിമർശനാത്മക പഠനത്തിൽനിന്ന് ഇക്കാര്യം വ്യക്തമാകും. ഭൗതികവാദികളെ അവരുടെ നിലപാടുതറയിൽനിന്നുകൊണ്ട് നേരിടുന്നതിൽ അദ്ദേഹം പരാജയപ്പെട്ടു. അവരുടെ വാദമുഖങ്ങളെ ഖണ്ഡിക്കാൻ അദ്ദേഹത്തിനു കഴിഞ്ഞില്ല. പ്രാചീനഭാരതത്തിലെ എല്ലാ ദാർശനികചിന്തകളുടെയും ആരംഭബിന്ദു വേദപ്രമാണങ്ങളുടെ നിരാകരണമായിരുന്നു. ശങ്കരാചാര്യർക്ക് തന്റെ വാദം സ്ഥാപിക്കുന്നതിനായി വേദപ്രമാണങ്ങളുടെ ആധികാരികതയിലേക്കു പിൻവാങ്ങേണ്ടിവന്നു. മഹാൻമാരായ പ്രാചീന യുക്തിവാദികളിൽ കപിലൻ മാത്രമാണ് വേദങ്ങളെ പ്രമാണമായി അംഗീകരിച്ചിരുന്നത്. പക്ഷേ, അത് ഔപചാരികമായ ഒരേർപ്പാടു മാത്രമായിരുന്നു. തെളിവില്ലാത്തതിനാൽ ദൈവത്തിന്റെ അസ്തിത്വത്തെ സ്ഥാപിക്കാനാവില്ല എന്നു പ്രഖ്യാപിക്കുമ്പോൾ, കപിലൻ വേദപ്രമാണത്തെ പരിഗണിക്കുന്നില്ലല്ലോ. പ്രകൃതിമതത്തിന്റെ പ്രമാണങ്ങളിൽ അസംതൃപ്തരായവർ ഉയർത്തിയ ചോദ്യങ്ങൾക്കെല്ലാം മറുപടിപറയുമ്പോൾ വേദാന്തസൂത്രങ്ങൾപോലും വേദങ്ങളെ സ്വീകരിക്കുന്നില്ല. 'വേദങ്ങളിൽ പരമാനന്ദം കണ്ടെത്താനാവാതെ ശാണ്ഡില്യൻ ശാസ്ത്രജ്ഞർ പഠിച്ചു.' (ഭാഗവതം). വൈദികമതത്തിന്റെ ബാലിശവിശ്വാസങ്ങളെ നിരാകരിക്കുന്ന പ്രാകൃതയുക്തിവാദം ഉൾക്കൊള്ളുന്ന വിഭാഗമാണ് ശാസ്ത്രങ്ങൾ.

ശങ്കരാചാര്യർ എതിരിട്ട ഭൗതികവാദപരവും പ്രകൃതിവാദപരവുമായ ചിന്താസരണികൾ വളരെ വികസിതവും ശക്തവും ആയിരുന്നു. എപ്പോഴൊക്കെ അവയുടെ വാദമുഖങ്ങളെ ഖണ്ഡിക്കാൻ ശ്രമിച്ചിട്ടുണ്ടോ അപ്പോഴൊക്കെ സത്താപരമായി ഭൗതികവാദ നിലപാട് സ്വീകരിക്കാൻ അദ്ദേഹം നിർബ്ബന്ധിതനായിത്തീർന്നു. അദ്ദേഹത്തിന്റെ വിശ്വദേവതാപരമായ അദ്വൈതവാദം തലകീഴായ ഭൗതികവാദമാണ്. ബാഹ്യലോക യാഥാർത്ഥ്യത്തെ സങ്കോചത്തോടെ അംഗീകരിക്കുകയാണ് മായാവാദം. എതിർദിശയിൽനിന്ന് ഭൗതികവാദവീക്ഷണത്തെ ഉറപ്പിക്കുക എന്നതാണ് പൂർവ്വാപരപ്പൊരുത്തമുള്ള വിശ്വദേവതാവാദ സിദ്ധാന്തങ്ങളുടെയെല്ലാം മഹത്തായ വിധി. ഈ പൊതുവിധിയിൽ നിന്ന് ശങ്കരാചാര്യരുടെ സമ്പ്രദായം രക്ഷപ്പെടുന്നതായി പുറമേയ്ക്കു തോന്നിപ്പിക്കുന്നുണ്ട്. വൈദിക പ്രകൃതിമതത്തിന്റെ ദേവതകളെപ്പോലും ബ്രഹ്മത്തെക്കുറിച്ചുള്ള അതിഭൗതിക സങ്കല്പവുമായി പൊരുത്തപ്പെടുത്താൻ ശ്രമിക്കുന്ന വരട്ടുതത്ത്വവാദപരമായ ദൈവശാസ്ത്രത്തിലേയ്ക്ക് അധഃപതിക്കുകവഴി മാത്രമേ അത്തരമൊരു തോന്നലുണ്ടാക്കാനാവൂ.

കലർപ്പറ്റ ദ്വൈതവാദസങ്കല്പത്തിൽ നിന്നാരംഭിക്കുന്നതിനാൽ മായാസിദ്ധാന്തത്തിന്റെ കുതർക്കത്തിലൂടെ മാത്രമേ അദ്ദേഹത്തിന് ഏകേശ്വരവാദം സ്ഥാപിക്കാൻ കഴിയുമായിരുന്നുള്ളൂ. അടിസ്ഥാനമൊന്നുമില്ലാതെ വെറുതെ സങ്കല്പിച്ചിട്ടുള്ളതും അതിന്റെതന്നെ പ്രകൃതത്താൽ തെളിയിക്കാനാവില്ലെന്നു സമ്മതിച്ചിട്ടുള്ളതുമായ ഒരു അസ്തിത്വത്തിന്റെ 'യാഥാർത്ഥ്യ'ത്തെ സ്ഥാപിക്കുന്നതിനായി ഇന്ദ്രിയ ഗോചരവും തെളിയിക്കാനാവുന്നതുമായ അസ്തിത്വത്തെ മായയെന്ന് പ്രഖ്യാപിക്കുന്നു.

ലോകത്തിന്റെ ഭൗതികകാരണമായി ബ്രഹ്മത്തെ കണക്കാക്കാമെന്ന് അംഗീകരിക്കുമ്പോൾ, ബ്രഹ്മത്തിന് അഭൗതികമായ ഒരു സത്തയാകാനാവില്ല. ഗുണപരമായി രണ്ടു വ്യത്യസ്ത ഗണങ്ങളിൽപ്പെടുന്ന വസ്തുക്കൾക്കു കാര്യകാരണബന്ധത്തിൽ ഒരിയ്ക്കലും ഒന്നിച്ചുനിൽക്കാനാവില്ല. എന്നാൽ, ബ്രഹ്മം ഭൗതികലോകത്തിന്റെ കാരണമല്ല എന്ന നിലപാട് സ്വീകരിക്കുകയാണെങ്കിൽ, ഭൗതികലോകത്തിന് സ്വതന്ത്രമായ അസ്തിത്വമുണ്ടെന്ന് അംഗീകരിക്കേണ്ടിവരും. പ്രപഞ്ചത്തിന്റെ കാരണം എന്തുതന്നെ ആയാലും ബ്രഹ്മമാകാനിടയില്ല. ഈ വൈഷമ്യത്തിൽനിന്നു പുറത്തുകടക്കുന്നതിനു ശങ്കരാചാര്യർ മതത്തിലേയ്ക്കു പിൻവലിയുന്നു.

അദ്ദേഹം വാദിക്കുന്നു: 'വേദാന്ത സിദ്ധാന്തത്തിൽ ചലനാത്മകമായ ഒരു ശക്തിക്കു സ്ഥാനമില്ല, ബ്രഹ്മം ഏകവും അദ്വിതീയവുമായതിനാൽ ചലനം എന്നത് അസാദ്ധ്യമാണ് എന്ന് ആരെങ്കിലും എതിർവാദം ഉന്നയിക്കുകയാണെങ്കിൽ, ഭഗവാൻ മായയുമായി സാങ്കല്പികമായി ബന്ധപ്പെട്ടിരിക്കുന്നു എന്ന വസ്തുത ചൂണ്ടിക്കാണിച്ചുകൊണ്ട് നാം മറുപടി പറയും.'

ഇത്തരം വാദമുഖം, മതത്തിന്റെ മൗലികപ്രമാണത്തിൽനിന്ന് ആരംഭിക്കാത്ത ആളുകളെ ഒട്ടും ബോദ്ധ്യപ്പെടുത്തുന്നില്ല. ഈ ഭൗതികലോകത്തെ മായയെന്നു തള്ളിപ്പറഞ്ഞുകൊണ്ടാണ് ആരംഭിക്കുന്നത്. 'യഥാർത്ഥ' അസ്തിത്വത്തിന് അതുമായി ഇടപാടൊന്നുമില്ല. അപ്പോൾ, ഈ പ്രാതിഭാസികലോകത്തെ ചലനാത്മകശക്തികളെക്കുറിച്ച പ്രശ്നത്തിന് എങ്ങനെ സമാധാനം പറയും? അതിഭൗതിക സത്തയായ ബ്രഹ്മം ഒരു വ്യക്തിദൈവമായി (ഈശ്വരൻ - വിവ.) മാറി പ്രാതിഭാസിക ലോകത്തിനു കാരണമാകുന്ന ഒരു സാങ്കല്പികബന്ധം നിലനിർത്തുന്നു എന്ന് യുക്തിരഹിതമായി ശഠിച്ചുകൊണ്ടാണ് അതിനു മറുപടി പറയുന്നത്. ഇത്തരം വിചിത്രമായ തന്ത്രങ്ങളും കള്ളന്യായങ്ങളുമാണ് ഭൗതികവാദപരമായ അദ്വൈതത്തെ എതിർക്കുന്നതിനായി ഉപയോഗപ്പെടുത്തിയിരുന്നത്.

പ്രാതിഭാസിക ലോകത്തിന്റെ അയഥാർത്ഥത വേദാന്തദർശനത്തിന്റെ അടിസ്ഥാനപ്രമാണമാണ്. എന്നാൽ ബൗദ്ധദർശനത്തിലെ ആശയവാദസരണിയെ ഖണ്ഡിക്കുന്നതിനായി ശങ്കരാചാര്യർതന്നെ ആ അടിസ്ഥാനപ്രമാണത്തെ തള്ളിക്കളയുന്നുണ്ട്. സംജ്ഞാനം (cognition) എന്നത് പൂർണ്ണമായും ഒരാന്തരിക പ്രക്രിയയാണെന്ന നിലപാടാണ് ബൗദ്ധരായ ആശയവാദികൾ കൈക്കൊണ്ടിരുന്നത്; ബാഹ്യവസ്തുവുമായി അതിന് യാതൊരു ബന്ധവുമുണ്ടായിരുന്നില്ല എന്നല്ല, അതൊരു സ്വയംപൂർണ്ണമായ പ്രക്രിയയായിരുന്നു എന്നാണ്; ബാഹ്യവസ്തുക്കൾ നിലനിന്നിരുന്നത് മനസ്സുമായുള്ള അതിന്റെ ബന്ധത്തിന്റെ അടിസ്ഥാനത്തിൽ മാത്രമാണ്. വസ്തുക്കളുടെ കാതലായ ഘടകം അണുക്കളാണ്; ബാക്കിയുള്ളത് രൂപമാണ്; എന്നാൽ അണുവിനെ മനസ്സുകൊണ്ട് ഗ്രഹിക്കാനാവില്ല.

ഈ സിദ്ധാന്തത്തെ എതിർത്തുകൊണ്ട് ശങ്കരാചാര്യർ എഴുതുന്നു: 'ബാഹ്യവസ്തുക്കളെക്കുറിച്ചുള്ള ബോധം നമുക്കുള്ളതിനാൽ ബാഹ്യവസ്തുക്കൾ ഇല്ലെന്നു കരുതാനാവില്ല. അത്തരം വസ്തുക്കളൊന്നും ഇല്ലെന്നു ഉറപ്പിച്ചുപറയുന്ന ഒരാളെ നാമെന്തിനു ശ്രദ്ധിക്കണം?'

അപ്പോൾ, മായയെക്കുറിച്ച് ശങ്കരാചാര്യർ സംസാരിക്കുമ്പോൾ നാമെന്തിന് അദ്ദേഹത്തെ ഗൗരവത്തിലെടുക്കണം?

അദ്ദേഹം തുടരുന്നു: 'ബോധത്തിൽനിന്ന് വേറിട്ട് ബാഹ്യവസ്തു നിലനിൽക്കുന്നു എന്നത് ബോധത്തിന്റെ സ്വഭാവത്തിന്റെ അടിസ്ഥാനത്തിലായിരിക്കണം സ്വീകരിക്കേണ്ടത്. ഒരു തൂണോ ചുമരോ കാണുമ്പോൾ ആരും അത് തന്റെ അനുഭവം മാത്രമാണെന്നു വിചാരിക്കുന്നില്ല; മറിച്ച്, തങ്ങളുടെ അനുഭവത്തിന്റെ വിഷയങ്ങളെന്ന നിലയിലാണ് എല്ലാവരും തൂണുകളെയും ചുമരുകളെയും അറിയുന്നത്. ബാഹ്യവസ്തുക്കളുടെ അസ്തിത്വത്തെ നിഷേധിക്കുന്നവർപോലും, സംജ്ഞാനത്തിന്റെ ആന്തരികവിഷയം പുറത്തെ എന്തോ എന്നപോലെ കാണപ്പെടുന്നു എന്നു പറയുമ്പോൾ അവയുടെ അസ്തിത്വത്തിന് സാക്ഷ്യംവഹിക്കുകയാണ് ചെയ്യുന്നത്. വിഷ്ണുമിത്രൻ വന്ധ്യാപുത്രനെപ്പോലെ കാണപ്പെടുന്നു എന്നാരും പറയാറില്ല. നമ്മുടെ ബോധത്തിനു ലഭിച്ചതിനെ അതേപോലെ സത്യമായി നാം സ്വീകരിക്കുകയാണെങ്കിൽ അനുഭവത്തിന്റെ വിഷയങ്ങൾ ബാഹ്യമായ എന്തോ ആയി നമുക്കു കാണപ്പെടുന്നു എന്നംഗീകരിക്കണം. കാരണം, വസ്തുവിന്റെയും ആശയത്തിന്റെയും വേർതിരിവ് ബോധത്തിൽ ഇല്ലാതാകുന്നു. വസ്തുവും ആശയവും തമ്മിലുള്ള ഈ ഒന്നിച്ചുനില്പിനെ, വസ്തു ആശയോപാധികൾക്കു രൂപംനൽകുകയാണ്, അല്ലാതെ രണ്ടും ഒന്നല്ല എന്നു തെളിയിക്കുന്നതിനായി

മാത്രം പരിഗണിക്കേണ്ടതാണ്. വസ്തുവിൽനിന്നു വേറിട്ട് ആശയമാണ്നമ്മുടെ ബോധത്തിന്റെ വിഷയവസ്തു എന്ന് ഒരുതരത്തിലും പറയാനാവില്ല; കാരണം, ഒരു വസ്തുവിനെ അതിന്റെതന്നെ പ്രവർത്തനത്തിന്റെ വിഷയമായി പറയുന്നത് അസംബന്ധമാണ്. അനുഭവിക്കുന്ന ബാഹ്യവസ്തുക്കളുടെ നാനാത്വമാണ് മാനസിക മുദ്രണങ്ങളുടെ വൈവിദ്ധ്യത്തിനു കാരണമാകുന്നത്. എല്ലാ ജ്ഞാനോപാധികളാലും ഉറപ്പിക്കപ്പെടുന്ന ഇക്കാണുന്ന ലോകത്തിന്റെ അസ്തിത്വത്തെ നിഷേധിക്കാനാവില്ല.' (ബ്ര.സൂ.ഭാ. 2.2.28).

ശങ്കരാചാര്യർ തന്റെ മുഴുവൻ തത്ത്വശാസ്ത്രത്തെയും എതിർക്കുകയാണിവിടെ ചെയ്യുന്നത്. ഒരിയ്ക്കൽ വാദമുഖങ്ങൾ ദാർശനികമണ്ഡലത്തിൽ എത്തിയാൽ വിജയം അനിവാര്യമായും ഭൗതികവാദത്തിനായിരിക്കും. ബുദ്ധമതത്തിന്റെ പതനംവരെ, ഏതാണ്ട് ഒരു സഹസ്രാബ്ദക്കാലം പ്രാചീനഭാരതത്തിന്റെ ആത്മീയജീവിതത്തെ സ്വാധീനിച്ച ഭൗതികവാദചിന്താപ്രവാഹം എത്രമാത്രം ശക്തമായിരുന്നു എന്ന് ശങ്കരാചാര്യർക്കുതന്നെ മുകളിൽപറഞ്ഞ ശുദ്ധമായ ഭൗതികവാദ സംജ്ഞാന സിദ്ധാന്തം വ്യാഖ്യാനിക്കേണ്ടിവന്നതിൽനിന്നു വ്യക്തമാകുന്നുണ്ട്.

●

ദൈവജ്ഞാനത്തിന്റെ ദൈവനിരാസം

പ്ലേറ്റോയുടെ ത്രിത്വത്തിന്റെ നിഗൂഢതയിലേയ്ക്കു ചുഴിഞ്ഞിറങ്ങാനുള്ള ഔത്സുക്യം വരട്ടുതത്ത്വവാദപരവും അതിസങ്കീർണ്ണവുമായ നിരവധി സൈദ്ധാന്തികചിന്തകൾക്കു ജന്മംനൽകി. വിശ്വയുക്തി (Logos) സിദ്ധാന്തം സ്വീകരിച്ചതോടെ സൃഷ്ടിയെക്കുറിച്ചുള്ള വിഷമപ്രശ്നം അപ്രത്യക്ഷമായി. ക്രിസ്തുമതം, യഹൂദന്മാരിൽനിന്ന് പാരമ്പര്യമായി കിട്ടിയ പ്രപഞ്ചഘടനാ ശാസ്ത്രത്തിൽനിന്നു മുക്തമായി. യവനലോകത്തിലെ സങ്കീർണ്ണമായ യുക്തിവിചാരത്തിന്റേതായ അന്തരീക്ഷത്തിൽ സ്വീകരിക്കാനാവാത്തത്ര പ്രാകൃതവും അയുക്തികവുമായിരുന്നു യഹൂദ പ്രപഞ്ചദർശനം. ഇസ്രായേലിന്റെ വ്യക്തിദൈവം അമൂർത്തമായ ഒരു ദൈവതമായി മാറി. അനന്തമായ അനുമാനത്തിന്റെ ഭാവനാസൃഷ്ടിയായ ഒരു വിഷയം. പക്ഷേ, പ്രശ്നം പുതിയ രൂപത്തിൽ പിന്നെയും പ്രത്യക്ഷപ്പെട്ടു. അമൂർത്തമായ ആദിതത്ത്വവും ലോഗോസും തമ്മിലുള്ള ബന്ധം എന്താണ്? രണ്ടും അനന്യമായിരുന്നുവോ? അതംഗീകരിക്കാൻ കഴിയുമായിരുന്നില്ല. കാരണം, അങ്ങനെ ചെയ്താൽ ഒന്നുകിൽ ലോഗോസിനു ലോകത്തിന്റെ സ്രഷ്ടാവും ഭരണാധികാരിയും ആവാൻ കഴിയുമായിരുന്നില്ല. അല്ലെങ്കിൽ ആദിതത്ത്വത്തിന്റെ അമൂർത്തത ബാധിക്കപ്പെട്ടുമായിരുന്നു. അപ്പോൾ അവ വ്യത്യസ്തമായിരുന്നുവോ? അതും അംഗീകരിക്കാനാവുമായിരുന്നില്ല. കാരണം, അങ്ങനെയായാൽ ലോഗോസിനു ദൈവികത്വം നഷ്ടപ്പെട്ടുമായിരുന്നു. പരമസത്തയുടെ സ്വഭാവത്തെയും പ്രവർത്തനരീതിയേയുംകുറിച്ചുള്ള ഈ ചോദ്യങ്ങൾ അനുമാനത്തിന്റെ ഫലഭൂയിഷ്ഠമായ മണ്ഡലത്തിലേയ്ക്കുള്ള വഴി തുറന്നു. അതിന്റെ ഫലമാകട്ടെ, നിഗൂഢാത്മകമായ ഒരു ദൈവശാസ്ത്ര പദ്ധതി ആയിരുന്നു. അതിന്റെ ഇന്ത്യൻ ആദിമാതൃകയിൽനിന്ന് ഒരു തരത്തിലും താഴെ

ആയിരുന്നില്ല അത് - രൂപത്തിലായാലും ഭാവത്തിലായാലും.

ആ അനുമാനവിഷയത്തിന്റെ അത്യന്തം അമൂർത്തമായ സ്വഭാവം മഹാനായ അത്തനേഷ്യസിന്റ നിഷ്കപടമായ കുമ്പസാരത്തിൽനിന്നു വ്യക്തമാണ്. 'അദ്ദേഹം തന്റെ ധാരണാശേഷിയെ വിശ്വയുക്തിയുടെ ദൈവികതത്വത്തെക്കുറിച്ച് വിചിന്തനം ചെയ്യാൻ നിർബന്ധിച്ചപ്പോഴെല്ലാം ശ്രമകരവും പ്രയോജനരഹിതവുമായ ആ പരിശ്രമങ്ങൾ സ്വയം വിപരീതഫലങ്ങളുളവാക്കി. അദ്ദേഹം എത്ര കൂടുതൽ ചിന്തിച്ചുവോ അത്ര കുറച്ചേ മനസ്സിലാക്കിയുള്ളൂ; തന്റെ ചിന്തയെപ്പറ്റി എത്ര കൂടുതൽ എഴുതിയോ അത്ര കുറച്ചേ അവയെ വിശദമാക്കാൻ കഴിഞ്ഞുള്ളൂ. ഓരോ ഘട്ടത്തിലും വിഷയത്തിന്റെ (object) വലുപ്പവും മനുഷ്യമനസ്സിന്റെ ശേഷിയും തമ്മിലുള്ള അളവറ്റ അനുപാതരാഹിത്യം അറിയാനും അംഗീകരിക്കാനും നാം നിർബന്ധിതരാകുന്നു.' (ഗിബ്ബൺ). ക്രിസ്തുമതം അതിന്റെ ഉത്ഭവത്തിനുശേഷം മുന്നൂറുവർഷം കഴിഞ്ഞ് അത്തനേഷ്യസിന്റെ കാലത്ത്, യെഹൂദ്യായിലെ മുക്കുവൻമാർക്ക് ഉപദേശിച്ച ലളിതവും തികച്ചും മതപരവുമായ ആശയങ്ങളിൽനിന്നു വളരെ വളരെ അകലെയായിരുന്നുവെന്ന് സ്പഷ്ടമാണ്. അത് അതിന്റെ ലൗകിക കാര്യങ്ങളോടുള്ള താൽപര്യത്തെ കവിഞ്ഞു വളർന്ന് തികച്ചും ആദ്ധ്യാത്മികമായ ഒരു അസ്തിത്വത്തെ അന്വേഷിച്ച് ഉയർന്നുയർന്നു പറക്കുകയായിരുന്നു. ഭൂമിയിൽ സ്വർഗരാജ്യം സ്ഥാപിക്കുകയെന്ന, ആദ്ധ്യാത്മിക മാനദണ്ഡങ്ങളുടെ അടിസ്ഥാനത്തിൽ ഭരിക്കപ്പെടുന്ന പുതിയ മനുഷ്യബന്ധങ്ങൾ സ്ഥാപിക്കുകയെന്ന അതിന്റെ മൗലികദൗത്യത്തെ അത് ഉപേക്ഷിച്ചുകഴിഞ്ഞിരുന്നു. അത് സ്വർഗരാജ്യത്തെ അഭൗതികമായ ഒരു അമൂർത്തസങ്കല്പത്തിൽ ലയിപ്പിച്ചു കഴിഞ്ഞിരുന്നു. സാരാംശത്തിൽ ലൗകികമായിരുന്ന അതിന്റെ വിപ്ലവാത്മകമായ ആദിമദൗത്യത്തെ അവഗണിച്ചുകൊണ്ട് അത് ശുദ്ധമായ ആദ്ധ്യാത്മികതയുടെ ആകാശത്തിൽ ഉയർന്നു പറക്കുകയും അങ്ങനെ റോമാസാമ്രാജ്യത്തിന്റെ ഔദ്യോഗികമതമായി സ്ഥാപിക്കപ്പെടാനുള്ള യോഗ്യത സ്വയം നേടുകയും ചെയ്തു.

ക്രൈസ്തവ ദൈവശാസ്ത്രത്തിന്റെ സൃഷ്ടിയിൽ ഉപയോഗപ്പെടുത്തുന്നതിന് മുമ്പുതന്നെ പ്ലേറ്റോയുടെ അതിഭൗതികവാദപരമായ അനുമാനങ്ങളെ പൗരസ്ത്യ നിഗൂഢാത്മവാദവുമായി കൂട്ടിക്കലർത്തി മാറ്റു കുറച്ചിരുന്നു. നിഗൂഢമായ വിശ്വയുക്തി സിദ്ധാന്തത്തിന് ഏതൻസിലെ യുക്തിവിചാരത്തിന്റേതായ അന്തരീക്ഷത്തിൽ കാര്യമായ പിന്തുണയൊന്നും കിട്ടിയിരുന്നില്ല. ബൗദ്ധികമായ അധഃപതനത്തിന്റെ നാളുകളിൽപോലും ഇതുതന്നെയായിരുന്നു സ്ഥിതി. ഏതൻസിന്റെ പതനത്തിനുശേഷം യവനസംസ്കാരത്തിന്റെയും

വിജ്ഞാനത്തിന്റെയും കേന്ദ്രം ലെവന്റിലൂടെ അലക്സാൺഡ്രിയയി ലെത്തിച്ചേർന്നു. പൗരസ്ത്യ നിഗൂഢാത്മവാദത്തിന്റെ സ്വാധീനമുള്ള ആ പുതിയ അന്തരീക്ഷത്തിൽ പ്ലേറ്റോയുടെ ദൈവിക സിദ്ധാന്തങ്ങൾ തഴച്ചുവളർന്നു.

ക്രിസ്തുമതത്തിന്റെ ഉദയത്തിനുമുമ്പുള്ള നൂറ്റാണ്ടിൽ പ്രജ്ഞാന വാദം (Gnosticism) എന്നു വിളിക്കപ്പെട്ട ഒരു നിഗൂഢാത്മക വീക്ഷണം ലെവന്റയിൻ രാജ്യങ്ങളിലുടനീളം പ്രചാരത്തിലുണ്ടായിരുന്നു. അതും വിശ്വദേവതാപരമായ ഒരു വീക്ഷണമായിരുന്നു. അത് ദൈവത്തെ പ്രാതിഭാസിക ലോകത്താകമാനം വ്യാപിച്ചു കിടക്കുന്ന എല്ലാറ്റി ന്റെയും മൂലകാരണമായി സങ്കല്പിച്ചു. ദൈവികമായ ആ മൂലകാരണം നന്മയും സ്നേഹവുമായി ലോകത്തു പ്രകാശിക്കുന്ന വെളിച്ചത്തിന്റെ ഉറവിടമായിരുന്നു. ആ ദിവ്യപ്രകാശരശ്മികൾ ഉറവിടത്തിൽനിന്ന് അകലുന്തോറും അതിന്റെ തിളക്കവും വിശുദ്ധിയും കുറയുന്നു. ഈ പ്രക്രിയയെ കല്പങ്ങൾ (Aeons) എന്നു വിളിക്കപ്പെട്ട വിവിധ ഘട്ട ങ്ങളായി വിഭജിച്ചിരുന്നു. വളരെ അകലെയുള്ള കല്പങ്ങൾ ദൈവികത കുറഞ്ഞതും ഭൗതികമയവുമായിരുന്നു. ഇവയിൽനിന്നാണ് പ്രാതി ഭാസികലോകം രൂപംകൊണ്ടത്. മറ്റു വാക്കുകളിൽ പറഞ്ഞാൽ, കാലത്തിന്റെ ആരംഭംമുതലേ പദാർത്ഥം ആത്മാവിന്റെ വിരുദ്ധ പക്ഷമായി നിലനിന്നിരുന്നു എന്നർത്ഥം. ഈ ഭൗതികലോകം ദൈവം നേരിട്ടു സൃഷ്ടിച്ചതല്ല. സൃഷ്ടിപരമായ ഇച്ഛ (Demiurges) വളരെ അകലെയുള്ള കല്പങ്ങളിൽ പ്രത്യക്ഷപ്പെടുന്നു. അങ്ങനെ, ദൈവം നേരിട്ടല്ല ലോകത്തെ സൃഷ്ടിക്കുന്നത്, മറിച്ച് സർവ്വവ്യാപിയായ ദൈവികമൂലകാരണത്തിൽനിന്നും ഉത്ഭവിക്കുന്ന ഒരു അനുബന്ധ ശക്തിയിലൂടെയാണ്. സൃഷ്ട്യുന്മുഖമായ ഇച്ഛ ഒരു ആദ്ധ്യാത്മികശക്തി യാണ്. പക്ഷേ, അത് അതിന്റെ പരിശുദ്ധമായ ഉത്ഭവസ്ഥാനത്തു നിന്ന് അകലുന്നതിന് ആനുപാതികമായി അതിന്റെ ദൈവികത്വം കുറയുന്നു. അതിനാൽ, ഈ ലോകത്ത് വെളിച്ചവും ഇരുട്ടും നന്മയും തിന്മയും ഒരുപോലെ ഉണ്ട്. ഈ വിരുദ്ധശക്തികൾ ശാശ്വതങ്ങളാണ്. ജീവിതത്തിന്റെ ലക്ഷ്യം വെളിച്ചംകൊണ്ട് ഇരുട്ടിനെ അകറ്റുകയും നന്മകൊണ്ട് തിന്മയെ വെല്ലുകയുമാണ്. പരിശുദ്ധമായ വെളിച്ചവും നന്മയും ദൈവംതന്നെയാണ്. അവ എല്ലാവരിലും അന്തർലീനമാണ്. മനുഷ്യനിലുള്ള ദൈവത്തെ സാക്ഷാത്കരിക്കലാണ് ജീവിതത്തിന്റെ ലക്ഷ്യം.

പ്രജ്ഞാനവാദത്തിന്റെ ജന്മദേശം പുരാതന സംസ്കാരങ്ങളുടെ തൊട്ടിലായിരുന്നു. ഈജിപ്ത്, അസ്സീറിയ, ബാബിലോണിയ, പേർസ്യ എന്നീ മഹത്തായ സാമ്രാജ്യങ്ങളുടെ പതനം നിരാശയും

അശുഭാപ്തിവിശ്വാസവും നിറഞ്ഞ ഒരന്തരീക്ഷം സൃഷ്ടിച്ചു. തരണം ചെയ്യാനാവാത്ത ആ സാമൂഹിക പ്രതിസന്ധിയുടെ പ്രത്യയശാസ്ത്ര പ്രതിഫലനമായി നിഗൂഢാത്മവാദം (Mysticism) രൂപംകൊണ്ടു. സാമൂഹിക അരാജകത്വത്തിന്റെ നിരാശാജനകമായ സാഹചര്യങ്ങളിൽ അനുഭവിച്ച ദുരിതങ്ങളിൽനിന്നു രക്ഷപ്പെടാനുള്ള സ്വാഭാവികമായ ആഗ്രഹം മനുഷ്യനെ ഈ ലോകത്തിലെ തരണംചെയ്യാനാകാത്ത പ്രതിബന്ധങ്ങൾക്കപ്പുറത്തുള്ള ഉന്നതതരമായ ഒരസ്തിത്വത്തിന്റെ പ്രലോഭനത്തിനു കീഴ്പ്പെടുത്തുന്നു. ദീപ്തിമത്തായ ഒരു മായികഭ്രമം ജീവിതത്തിലെ ക്ഷുദ്ര യാഥാർത്ഥ്യങ്ങൾക്കു നടുവിൽ മനുഷ്യനെ ആശ്വസിപ്പിക്കുന്നു. ലൗകിക സന്തോഷം അസാദ്ധ്യവും അപ്രാപ്യവുമായി മാറിയതുകൊണ്ട് അതിനുവേണ്ടിയുള്ള ശ്രമം ഉപേക്ഷിക്കപ്പെടുന്നു. ലൗകികമായ ഉത്കണ്ഠകളാലും ആധികളാലും ബാധിക്കപ്പെടാത്ത ശ്രേഷ്ഠതരമായ ഒരു ജീവിതപ്രാപ്തി പുതിയ ആദർശമായി മാറുന്നു. എന്നാൽ ഭൗതികജീവിതം ജീവിച്ചുതീർക്കാനായി എന്നിട്ടും അവിടെത്തന്നെ ഉണ്ട്. ആദ്ധ്യാത്മിക അസ്തിത്വത്തിന്റെ അനന്തമായ ആനന്ദത്തിന്റെ മായികഭ്രമം ക്ഷുദ്രയാഥാർത്ഥ്യങ്ങളെ ഇല്ലാതാക്കുന്നില്ല. വിമോചനം നേടുന്നതിനുമുമ്പ് അതിജീവിക്കേണ്ട അനിവാര്യതിന്മകളായി ഉദാസീനതയോടെ തല്ക്കാലം അവ പരിഗണിക്കപ്പെടുന്നു.

ഇത്തരം ഒരന്തരീക്ഷത്തിൽ ദർശനം അതിന്റെ സ്വന്തം ധർമ്മത്തെ മറക്കുന്നു - പ്രപഞ്ചത്തെക്കുറിച്ചുള്ള ജ്ഞാനാന്വേഷണം. അത് യാഥാർത്ഥ്യങ്ങളോട് ഉദാസീനത പുലർത്തുകയും ഭൗതികാതീത അസ്തിത്വത്തിന്റെ ഭാവനാലോകത്തിൽ അലഞ്ഞുതിരിയുകയും ചെയ്യുന്നു. ഭാവന കാടുകയറുന്നു. ആദ്ധ്യാത്മികസത്തയുടെ നിഗൂഢതകളെക്കുറിച്ചു പകിട്ടുള്ള സിദ്ധാന്തങ്ങൾ ഉപദേശിക്കപ്പെടുന്നു. നിഗൂഢശക്തിയുടെ സ്വഭാവത്തെക്കുറിച്ചു സങ്കീർണ്ണ സിദ്ധാന്തങ്ങൾ ഭാവനയിൽ നെയ്തെടുക്കുന്നു. പക്ഷേ, ആത്യന്തികമായി ഒരു വിഷമപ്രശ്നത്തെ അഭിമുഖീകരിക്കേണ്ടിവരുന്നു. ആദ്ധ്യാത്മിക അസ്തിത്വത്തിന്റെ യാഥാർത്ഥ്യം തന്റെ ശിഷ്യന്മാരെ ബോധ്യപ്പെടുത്താൻ ദാർശനികന് എങ്ങനെ കഴിയും? അതേക്കുറിച്ചുള്ള തന്റെ വീക്ഷണങ്ങൾ ശരിയാണെന്ന് അയാൾ എങ്ങനെ തെളിയിക്കും? ആദ്ധ്യാത്മികസത്ത അതിന്റെതന്നെ പ്രകൃതത്താൽ ഇന്ദ്രിയങ്ങളുടെ പരിധിക്കപ്പുറത്താണ്; അതിനെ മനുഷ്യമനസ്സിന് സങ്കല്പിക്കാനാവില്ല. ആദ്ധ്യാത്മികസത്തയുടെ പ്രകൃതത്തെക്കുറിച്ചുള്ള അതിന്റെ അപ്പോസ്തലന്റെ വിവരണത്തിൽനിന്നും അതിന്റെ യാഥാർത്ഥ്യത്തെ സാക്ഷ്യപ്പെടുത്തിയവരുടെ ഏറ്റുപറച്ചിലിൽനിന്നും ഇക്കാര്യം വ്യക്തമാണ്. അപ്പോൾ ഇവയെല്ലാം കേവലം ഭാവനയല്ല എന്ന് എങ്ങനെ തെളിയിക്കാനാവും? ഈ വൈഷമ്യം തരണം ചെയ്യാനുള്ള

വഴി വെളിപാടു സിദ്ധാന്തത്തിൽ കണ്ടെത്തപ്പെടുന്നു. എങ്കിലും ഈ പരിഹാരം കബളിപ്പിക്കൽ തന്നെയാണ്. ആർക്കും കേവലാത്മാവിന്റെ മണ്ഡലത്തിൽനിന്നു തിരിച്ചുവരാനാകില്ലെന്നു കരുതപ്പെടുന്നു. എന്നിട്ടും പ്രവാചകൻമാരുടെയും ദിവ്യൻമാരുടെയും അനുഭവങ്ങൾ ആദ്ധ്യാത്മികസത്തയുടെ യാഥാർത്ഥ്യത്തിന്റെ സാക്ഷ്യങ്ങളായി മുന്നോട്ടുവെയ്ക്കപ്പെടുന്നു. തികച്ചും സന്ദേഹാസ്പദമായ ഈ രീതിയിൽ സ്ഥാപിക്കപ്പെട്ട ആദ്ധ്യാത്മികസത്തക്ക് നിഗൂഢതയുടെ അഭേദ്യമായ ഒരു മറ അനിവാര്യമാണ്. അറിയാനാകാത്തതിനെ അറിയുക, അനുഭവിക്കാനാവാത്തതിനെ അനുഭവിക്കുക, സാക്ഷാത്കരിക്കാനാകാത്തതിനെ സാക്ഷാത്കരിക്കുക - അതാണ് മഹത്തായ നിഗൂഢത. ആ പരമമായ ജാലവിദ്യ നിഗൂഢാത്മവാദത്തിലൂടെയാണ് നിർവ്വഹിക്കപ്പെടുന്നത്.

പ്രജ്ഞാനവാദികൾ തിന്മയുടെ ശക്തികളെ വെല്ലാൻ കഴിയുമെന്ന് കരുതി. ആത്മാവും പദാർത്ഥവും, വെളിച്ചവും ഇരുട്ടും, നന്മയും തിന്മയും നിലനിൽക്കുകയും നിരന്തരമായി പോരാടുകയും ചെയ്യുന്നു. പോരാട്ടത്തിൽ ആത്മാവ് അതിന്റെ വിരുദ്ധപക്ഷത്താൽ-പദാർത്ഥം, ഇരുട്ട്, തിന്മ - മറയ്ക്കപ്പെടുന്നു. അവയാകട്ടെ, ഒരു പരമാധികാര ശക്തിയായി പ്രത്യക്ഷപ്പെടുകയും ചെയ്യുന്നു. അതിനാൽ, ആദ്ധ്യാത്മികസത്തയുടെ പരിശുദ്ധിയിലേയ്ക്കു തിരിച്ചുപോകുന്നതിനു ലൗകികകാര്യങ്ങളിൽനിന്ന് ഒഴിഞ്ഞുമാറുകയും പരിത്യാഗത്തിലും സന്യാസത്തിലും അഭയംതേടുകയും വേണം. ഈ അശുഭാപ്തി വിശ്വാസവും പരാജയ മനോഭാവവും പുരാതന സംസ്കാരത്തിന്റെ തകർച്ച സൃഷ്ടിച്ച ചിന്താക്കുഴപ്പത്തിൽനിന്ന് ഉടലെടുത്തതാണ്.

സമാനമായ സാഹചര്യങ്ങൾ സമാനമായ ആശയങ്ങളെ സൃഷ്ടിക്കുന്നു. വൈദിക യുഗത്തിലെ പുരാതന സമൂഹത്തിന്റെ തകർച്ച ഇന്ത്യയിലും ഒരു സാംസ്കാരിക പ്രതിസന്ധി സൃഷ്ടിച്ചിരുന്നു. ഇന്ത്യയുടെ ആദ്ധ്യാത്മിക പ്രതിഭയായി അഭിമാനപൂർവ്വം പ്രഖ്യാപിക്കപ്പെടുന്ന അശുഭാപ്തികരമായ ജീവിതവീക്ഷണം വളർന്നുവന്നത് ഈ പ്രതിസന്ധിയിലാണ്. പക്ഷേ, കടുത്ത സാമൂഹിക പ്രതിസന്ധിയുടെ സാഹചര്യങ്ങളാൽ നിർണ്ണീതമായ സവിശേഷ രൂപത്തിലുള്ള ഈ ചിന്താഗതി ഇന്ത്യയുടെ മാത്രം കുത്തകയല്ലെന്ന് ചരിത്രം നമ്മെ പഠിപ്പിക്കുന്നു. വാസ്തവത്തിൽ, അത് തുടർന്നുള്ള പുരോഗതിക്ക് പ്രോത്സാഹനം നൽകാനിരുന്ന മുന്നേറുന്ന ഒരു യുഗത്തിന്റെ അപചയത്തെ സൂചിപ്പിക്കുന്നു.

പ്രജ്ഞാനവാദികളുടെ വിശ്വദേവതാ സിദ്ധാന്തവുമായി കുഴഞ്ഞു സങ്കീർണ്ണമായ പ്ലേറ്റോയുടെ ദൈവശാസ്ത്രം, കാടുകയറിയതും

അങ്ങേയറ്റം വർണ്ണപ്പകിട്ടാർന്നതുമായ നവപ്ലേറ്റോണിക് സമ്പ്രദായത്തെ സൃഷ്ടിച്ചു. അതാകട്ടെ, ക്രൈസ്തവ ദൈവശാസ്ത്രവുമായി സംയോജിപ്പിക്കപ്പെടുകയും ചെയ്തു.

പ്ലേറ്റോയുടെ വിശ്വയുക്തി സിദ്ധാന്തം ഒരു ദിവ്യാവതാരത്തിലുള്ള വിശ്വാസത്തിനു പ്രത്യക്ഷത്തിൽത്തന്നെ ഇടംകൊടുക്കുന്നത്ര അമൂർത്തമായിരുന്നു. എങ്കിലും, ചിന്താപരമായ കബളിപ്പിക്കലിന്റെ ഈ സൂത്രപ്പണിയിലൂടെയല്ലാതെ കേവലമായ ആദികാരണവും പ്രാതിഭാസികലോകവും തമ്മിൽ പ്രകടമായ ബന്ധം സ്ഥാപിക്കാൻ കഴിയുമായിരുന്നില്ല. ഈ അനിവാര്യമായ വിടവ് ഒടുവിൽ നവപ്ലേറ്റോണിസ്റ്റുകൾ നികത്തി. ദൈവാവതാരം എന്ന നിലയിൽ അനശ്വരനാക്കപ്പെടുന്നതിനായി കുരിശ്ശിൽക്കിടന്നു മരിച്ച യഹൂദ്യയിലെ അവ്യക്തനായ ആ വിപ്ലവനേതാവിന് ഏകദേശം ഒരു നൂറ്റാണ്ടിനുമുമ്പ് അലക്സാൺഡ്രിയയിലെ ദാർശനികനായ ഫിലൊ വിശ്വയുക്തി എന്ന അതിഭൗതിക സംവർഗത്തെ, ആദ്ധ്യാത്മികമായ സാർവത്രിക കാരണത്തിനുമേൽ ആരോപിക്കാൻ കഴിയാത്ത കൃത്യങ്ങൾ നിർവ്വഹിക്കുന്നതിനു നശ്വരമായ ഭൂമിയിലേയ്ക്കു നശ്വരനായ മനുഷ്യരൂപത്തിൽ ഇറങ്ങിവരുന്ന ദൈവപുത്രനാക്കി മാറ്റിയിരുന്നു. നവപ്ലേറ്റോണിസത്തിന്റെ സ്ഥാപകൻ വ്യാഖ്യാനിച്ച ഈ അവതാരവാദം ക്രൈസ്തവ ദൈവശാസ്ത്രത്തിന്റെ ആധാരശിലയായിരുന്നു. ഭഗവദ്ഗീതയിലെ ദർശനത്തിന്റെ ഈ അടിസ്ഥാനതത്ത്വം ക്രൈസ്തവ നിഗൂഢാത്മവാദത്തിന്റേയും ദൈവശാസ്ത്രത്തിന്റെയും മതദർശനത്തിന്റെയും ഘടനയിലാകെ വ്യാപിച്ചുനിൽക്കുന്നു. പതിനാറാം നൂറ്റാണ്ടുവരെ ആ ആദ്ധ്യാത്മികസിദ്ധാന്തം പാശ്ചാത്യചിന്താധാരകളിലാകെ സമ്പൂർണ്ണമായ ആധിപത്യം പുലർത്തിയിരുന്നു.

ഫിലൊയുടെയും അദ്ദേഹത്തിന്റെ അനുയായികളുടെയും കൃതികളിൽനിന്നുള്ള ചില ഉദ്ധരണികൾ ക്രൈസ്തവ നിഗൂഢാത്മവാദത്തിന്റെയും ഹൈന്ദവ ആദ്ധ്യാത്മിക ദർശനത്തിന്റെയും അടിസ്ഥാന ആശയങ്ങൾ തമ്മിലുള്ള വിസ്മയകരമായ സാദൃശ്യത്തെ വെളിപ്പെടുത്തും.

'മനുഷ്യന്റെ അറിവ് മായ ആണെങ്കിൽ, നാം സത്യം ഉയർന്ന ഏതെങ്കിലും മണ്ഡലത്തിൽ അന്വേഷിക്കണം. ഇന്ദ്രിയങ്ങൾ വഞ്ചിക്കാം; യുക്തി ശക്തിഹീനമാകാം; എന്നാൽ മറ്റൊരു കഴിവു മനുഷ്യനിലുണ്ട് - വിശ്വാസം. യഥാർത്ഥ ജ്ഞാനം ദൈവത്തിന്റെ വരദാനം, അതിന്റെ നാമം വിശ്വാസം; അതിന്റെ ഉറവിടം ദൈവത്തിന്റെ നന്മ.' (ഫിലൊ)

ഹൈന്ദവ ദർശനത്തിൽനിന്ന് ഒട്ടും വിഭിന്നമല്ലാത്ത ക്രൈസ്തവ നിഗൂഢാത്മവാദത്തിന്റെ സ്രഷ്ടാവ് ബൗദ്ധികമായി സത്യസന്ധനായിരുന്നു. അദ്ദേഹത്തിനു തന്റെ ചിന്തകളെ അവയുടെ താർക്കികമായ പര്യവസാനംവരെ കൊണ്ടുപോകാനുള്ള ധൈര്യം ഉണ്ടായിരുന്നു. ജ്ഞാനവും വിശ്വാസവും തമ്മിൽ ഒരു ഒത്തുതീർപ്പ് ഉണ്ടാക്കുകയെന്ന തട്ടിപ്പിൽ അദ്ദേഹം അഭയം തേടിയില്ല. ഇന്ദ്രിയ സംവേദനങ്ങളെ നിരാകരിക്കുന്നതോടെ ലോകത്തെ വിശദീകരിക്കാനുള്ള എല്ലാ ശ്രമങ്ങളെയും ഉപേക്ഷിക്കേണ്ടിവരുമെന്ന് അദ്ദേഹത്തിനു തികച്ചും ബോദ്ധ്യമുണ്ടായിരുന്നു. നിഗൂഢാത്മവാദം ലോകത്തിന്റെ അവ്യാഖ്യേയതയ്ക്കുമേൽ ഉറപ്പിക്കപ്പെടുന്നു. ലോകത്തെ വിശദീകരിക്കാനുള്ള കഴിവുകേട് അല്ലെങ്കിൽ വസ്തുനിഷ്ഠ യാഥാർത്ഥ്യത്തിന്റെ പ്രതിഫലനമായ ഇന്ദ്രിയസംവേദനങ്ങളാൽ നയിക്കപ്പെടുന്നതിനെ നിഷേധിക്കൽ - ഇവ വസ്തുക്കളുടെ നിഗൂഢമായ കാരണത്തെക്കുറിച്ചുള്ള ആശയത്തിലേയ്ക്ക് അനിവാര്യമായും നയിക്കുന്നു. അതുകൊണ്ട് നിഗൂഢാത്മവാദത്തെ വിശ്വാസത്തിൽനിന്നു വേർപെടുത്താനാകില്ല; നിഗൂഢമായ ഒരു പരമസത്തയിലുള്ള വിശ്വാസം, അത് ഏതു രൂപത്തിലുള്ളതാണെങ്കിലും, പ്രകൃതി പ്രതിഭാസങ്ങളുടെ കാരണങ്ങളെക്കുറിച്ചുള്ള യുക്തിപരമായ അന്വേഷണത്തിനു നിർണ്ണായകമായ തടസ്സവുമാണ്. അതിനാൽ, നിഗൂഢാത്മവാദം കൃത്യമായ അർത്ഥത്തിലുള്ള ദർശനത്തിന്റേയും ശാസ്ത്രത്തിന്റെയും ശത്രുവാണ്.

ഫിലൊയുടെ നിഗൂഢാത്മവാദം ഒട്ടും കലർപ്പില്ലാത്തതിനാൽ അത് വിശ്വാസവുമായുള്ള അതിന്റെ അനന്യത തുറന്നു പ്രഖ്യാപിച്ചു. അദ്ദേഹത്തിന്റെ ദൈവസങ്കല്പവും ബ്രഹ്മത്തെക്കുറിച്ചുള്ള ഹൈന്ദവ ആശയവും തികച്ചും സമാനമായിരുന്നു. എന്നാൽ അദ്ദേഹത്തിന്റെ ആദ്ധ്യാത്മികവാദം കുറേക്കൂടി ശുദ്ധമായിരുന്നു. വിശ്വാസത്തിലൂടെയല്ലാതെ മനുഷ്യമനസ്സിനു പരമസത്തയെ അറിയാൻ കഴിയുമെന്ന തർക്കശാസ്ത്രവിരുദ്ധവും ദൈവദൂഷണപരവും അർദ്ധ ആദ്ധ്യാത്മികവും ആയ വീക്ഷണംകൊണ്ടു പരമസത്തയുടെ കേവലമായ അഭൗതികത്വത്തിന്റെ തകരാറുകൾ നേരെയാക്കുകയെന്ന കൗശലപ്പണിക്ക് അദ്ദേഹം ശ്രമിച്ചില്ല.

ഫിലൊയുടെ നിഗൂഢാത്മവാദത്തിന്റെ തർക്കശാസ്ത്രത്തിൽ നിഗൂഢമായി യാതൊന്നും ഉണ്ടായിരുന്നില്ല. 'ദൈവം അജ്ഞേയമാണ്; അദ്ദേഹത്തിന്റെ അസ്തിത്വം അറിയപ്പെടാം, പക്ഷേ അദ്ദേഹത്തിന്റെ പ്രകൃതം ഒരിയ്ക്കലും അറിയാനാകില്ല. ദൈവം ഏകനും കേവലനും സമ്പൂർണ്ണനും അപരിണാമിയും നിർഗുണനും ആയതുകൊണ്ടാണ് അദ്ദേഹത്തിന്റെ പ്രകൃതത്തെ അറിയാനാകാത്തത്.

പക്ഷേ ദൈവത്തെക്കുറിച്ച് ഇത് അറിയുകയെന്നത് എന്തിലാണ് അദ്ദേഹത്തിന്റെ പൂർണ്ണത അടങ്ങിയിരിക്കുന്നത് എന്നറിയലല്ല. അദ്ദേഹത്തിന്റെ അസ്തിത്വത്തിന്റെ നിഗൂഢതയിലേയ്ക്ക് ആഴ്ന്നിറങ്ങാൻ നമുക്ക് ഒരിയ്ക്കലും കഴിയില്ല; വിശ്വസിക്കാൻ മാത്രമേ കഴിയൂ.'

വസ്തുക്കളുടെ നിഗൂഢാത്മവീക്ഷണത്തെക്കുറിച്ചുള്ള ഒട്ടും വളച്ചുകെട്ടില്ലാത്ത ഒരു പ്രസ്താവന. പക്ഷേ, അത് തികഞ്ഞ സന്ദേഹവാദിയെ സംതൃപ്തനാക്കില്ല. അയാൾ ചോദിക്കും: 'ഇന്ദ്രിയജ്ഞാനം വഴിതെറ്റിക്കുന്നതാണെങ്കിൽ, യുക്തിയെ ആശ്രയിക്കാനാവില്ലെങ്കിൽ, വിശ്വാസത്താൽമാത്രം അസ്തിത്വമുള്ളതും മനസ്സിലാക്കാനാകാത്ത പ്രകൃതത്തോടുകൂടിയതുമായ ഒരു ദൈവത്തെ അന്തിമ മാനദണ്ഡമായി നമുക്കെങ്ങനെ സ്വീകരിക്കാനാകും?'

ഫിലൊയുടെ ശിഷ്യനായ പ്ലോട്ടിനസ് ആത്മവിശ്വാസത്തോടെ ഈ പ്രതിബന്ധം മാറികടന്നു. അദ്ദേഹം സന്ദേഹവാദികളുടെ വിമർശനങ്ങളെ, നിഗൂഢാത്മവാദത്തെ താർക്കിക പ്രമാണങ്ങളിൽനിന്നു മോചിപ്പിച്ചുകൊണ്ട് എതിരിട്ടു. ഒരു ഹൈന്ദവ ഋഷിയെപ്പോലെ ആ ക്രൈസ്തവ യോഗി പ്രഖ്യാപിച്ചു: 'നിർവൃതിയിലൂടെ, അതായത് വൈയക്തികാസ്തിത്വത്തിന്റെ പൂർണ്ണമായ വിസ്മൃതിയിലൂടെ ദൈവത്തെ അറിയാനാകും.' വിശ്വാസത്തെ യാഥാർത്ഥ്യത്തിന്റെ അടിത്തറയിൽ പ്രതിഷ്ഠിക്കാനുള്ള പാഴ്ശ്രമം മിഥ്യാഭ്രമത്തെ സത്യത്തിന്റെ അന്തസ്സിലേക്ക് ഉയർത്തുന്നു. ബോധമില്ലാതെ അവബോധം (perception) സാദ്ധ്യമല്ല. 'വൈയക്തികാസ്തിത്വത്തിന്റെ പരിപൂർണ്ണ വിസ്മൃതി' എന്നതുകൊണ്ട് അർത്ഥമാക്കുന്നത്, എന്തെങ്കിലും അർത്ഥമാക്കുന്നുണ്ടെങ്കിൽ, വ്യക്തിബോധത്തിന്റെ തിരോധാനത്തെയാണ്. അത് നിർവൃതിയുടെ അവസ്ഥയായിരിക്കാം. പക്ഷേ, അതെന്തായാലും ആ അവസ്ഥയിൽ അവബോധം സാദ്ധ്യമല്ല. പരമാനന്ദത്തിന്റെ ആ ഉദാത്താവസ്ഥയിൽ 'അനുഭവം' എന്നത് മിഥ്യാഭ്രമമാണ്. അസാദ്ധ്യമായത് ചെയ്യാനായി നിഗൂഢാത്മവാദത്തിന് ആത്മവഞ്ചനാപരമായ ഈ സൂത്രപ്പണിയെ അല്ലെങ്കിൽ പ്രത്യക്ഷമായ കാപട്യത്തെ ആശ്രയിച്ചേ തീരൂ. നിഗൂഢാത്മവാദത്തിന് ചെയ്യാനാകുമെന്ന് അവകാശപ്പെടുന്ന അദ്ഭുത പ്രവൃത്തിയെക്കുറിച്ച് പ്ലോട്ടിനസ് വിവരിച്ചു:

'ഞാൻ ഒരു പരിമേയ (finite) സത്തയാണ്; പക്ഷേ, എനിക്ക്, എങ്ങനെ അപരിമേയത(infinite)യെ ഗ്രഹിക്കാനാകും? അപരിമേയതയെ ഗ്രഹിക്കുന്നതോടെ ഞാൻതന്നെ അപരിമേയതയാകുന്നു. അതായത് ഞാൻ ഞാനായി നിൽക്കുന്നത് അവസാനിക്കുന്നു; സ്വന്തമായ ബോധമുള്ള ആ പരിമേയസത്ത ഇല്ലാതാകുന്നു. ഞാൻ അപരിമേയതയെക്കുറിച്ചുള്ള ജ്ഞാനത്തിൽ എത്തിച്ചേരുകയാണെങ്കിൽ

അത് പരിമേയമായ എന്റെ യുക്തിയിലൂടെ അല്ല. പരിമേയതയ്ക്ക്, പരിമേയത എന്ന നിലയിൽ അപരിമേയമായതിനെ ഒരിക്കലും അറിയാനാവില്ല. യുക്തിയിലൂടെ അപരിമേചതയെ അറിയാൻ ശ്രമിക്കുന്നത് നിഷ്ഫലമാണ്; നേരിട്ടുള്ള സാന്നിദ്ധ്യ (immediate presence) നിർവൃതി-ത്തിലൂടെ മാത്രമേ അതിനെ അറിയാനാവൂ. നിർവൃതിയിൽ, ആത്മാവ് ഭൗതിക തടവറയിൽനിന്നും വൈയക്തികബോധത്തിൽനിന്നും സ്വതന്ത്രമാകുകയും, ഏതിൽനിന്നാണോ അത് ഉദ്ഭവിക്കുന്നത് ആ അപരിമേയ ബുദ്ധിയിൽ വിലയം പ്രാപിക്കുകയും ചെയ്യുന്നു. നിർവൃതിയിൽ അത് യഥാർത്ഥ അസ്തിത്വത്തെ ധ്യാനിക്കുന്നു; എന്തിനെയാണോ ധ്യാനിക്കുന്നത് അതുമായി അത് താദാത്മ്യം പ്രാപിക്കുന്നു' (Lewis, History of Philosophy).

സ്വാഭാവികമായും, പരിമേയമായതിന് അപരിമേയമായതിനെ ഒരിക്കലും അറിയാനാവില്ല. എന്നിട്ടും അതറിയുന്നു; അതുതന്നെയാണ് നിഗൂഢാത്മവാദത്തിന്റെ ജാലവിദ്യ. അറിവിന് അറിയുന്ന ഒരു വിഷയി (Subject) അനിവാര്യമാണ്. പക്ഷേ, അറിയുന്ന വിഷയിയുടെ തിരോധാനമാണ് അപരിമേയമായതിനെക്കുറിച്ചുള്ള അറിവിനു വേണ്ടത്. അറിയാൻ ഒരാളില്ലാതെ അറിവ് എങ്ങനെ സാദ്ധ്യമാകും? എന്നാൽ ഇത്തരം നക്കാപ്പിച്ച ചോദ്യങ്ങൾ യോഗിയുടെ ആദ്ധ്യാത്മിക പ്രശാന്തതയെ ഒട്ടും അലോസരപ്പെടുത്തുന്നില്ല. അയാൾ 'നേരിട്ടുള്ള സാന്നിദ്ധ്യ'ത്തിൽനിന്ന് ദൈവത്തെ അനുഭവിക്കുന്നു. നിർവൃതിയിൽ അയാൾ ദൈവത്തെ ധ്യാനിക്കുന്നു. അതിനാൽ, ആ അവസ്ഥയിലും ദ്വൈതഭാവം (Duality) ഇല്ലാതാകുന്നില്ല. തത്ഫലമായി, പരിമേയവും അപരിമേയവും തമ്മിലുള്ള മറികടക്കാനാകാത്ത വിടവ് അതേപോലെതന്നെ നിലനിൽക്കുന്നു. പക്ഷേ, നിർവൃതിയിൽ ആത്മാവ് അപരിമേയബുദ്ധിയിൽ വിലയിക്കുന്നു; ധ്യാനി ധ്യാനവിഷയവുമായി താദാത്മ്യം പ്രാപിക്കുന്നു എന്ന് നമ്മോട് പറയുന്നു. നിർവൃതിയെക്കുറിച്ചുള്ള വൈരുദ്ധ്യപൂർണ്ണമായ ഈ വിവരണം കാര്യങ്ങളെ ഒട്ടും മെച്ചപ്പെടുത്തുന്നില്ല. പരിമേയവും അപരിമേയവും തമ്മിലുള്ള നികത്താനാകാത്ത വിടവുനിമിത്തമുള്ള ദ്വൈതഭാവത്തിന്റെ നൈരന്തര്യം അറിവ് അസാദ്ധ്യമാക്കുന്നുവെങ്കിൽ, വിഷയിയുടെ തിരോധാനവും അറിവിനെ അത്രതന്നെ അസാദ്ധ്യമാക്കുന്നു. അങ്ങനെ നിർവൃതി വെറും ഭാവനാസൃഷ്ടിയാണെന്നു വെളിവാകുന്നു. ഓരോ ഭാവി പ്രവാചകനും തന്റെ അഭിരുചിക്കനുസരിച്ച് തന്റെ മരുഭൂമി തെരഞ്ഞെടുക്കാനാകും. ജ്വരമൂർച്ഛയിൽ കാണുന്ന പ്രേതങ്ങൾ രോഗികളെ സംബന്ധിച്ച യാഥാർത്ഥ്യമായിരിക്കാം. ആരോഗ്യവാൻമാർക്ക് അവ യാഥാർത്ഥ്യമല്ല. രോഗികൾക്കും, ബോധം തിരികെവരുന്നതോടെ അവ അപ്രത്യക്ഷമാകും. മാത്രമല്ല,

നിർവ്വതി സാങ്കല്പികമായ ഒരവസ്ഥ അല്ലെങ്കിൽ ഞരമ്പുസംബ ന്ധമായ ക്രമക്കേടിന്റെ സൃഷ്ടി ആയതിനാൽ, ആ അവസ്ഥയിൽ കാണുന്ന കാഴ്ചകൾ വെറും മായികഭ്രമങ്ങളാണ്.

അജ്ഞേയമായതിന്റെ അസ്തിത്വം, വിശ്വാസത്തെ ദൈവത്തിൽ നിന്ന് ദൈവമനുഷ്യനിലേയ്ക്കു മാറ്റുന്നതിലൂടെ തെളിയിക്കപ്പെടുന്നു. ദൈവം, സ്വപ്നവിഹാരികളുടെ അല്ലെങ്കിൽ കപടവേഷധാരികളുടെ സാക്ഷ്യത്തിൻമേലാണ് നിലനിൽക്കുന്നത്. തികച്ചും അവിശ്വസനീ യമായ ഈ സാക്ഷ്യത്തിന്റെ വിശ്വാസ്യത ഒരു തെളിവുമില്ലാതെ അംഗീകരിക്കപ്പെടുന്നു. ദൈവം വിശ്വാസത്തിന്റെ വിഷയവസ്തു (Object) അല്ലാതാകുന്നു. അദ്ദേഹത്തിന്റെ സ്ഥാനം യോഗി ഏറ്റെ ടുക്കുന്നു. അങ്ങനെ നിഗൂഢാത്മവാദം മതത്തെ ഇല്ലായ്മചെയ്യുന്നു. മതപരമായ ചിന്താരീതിയുടെ അനിവാര്യഫലമാണത്.

പ്ലോട്ടിനസ് വ്യാഖ്യാനിച്ച തരത്തിലുള്ള ക്രൈസ്തവ നിഗൂഢാത്മ വാദം യാഥാസ്ഥിതിക ഹൈന്ദവദർശനങ്ങളിൽനിന്ന് ഒട്ടും വ്യത്യ സ്തമല്ല. അസംബന്ധങ്ങളും ആന്തരിക വൈരുദ്ധ്യങ്ങളും രണ്ടിലും ഒരു പോലെയുണ്ട്. താഴെകൊടുക്കുന്ന ഉദ്ധരണി സാദൃശ്യം വെളിവാക്കും:

'ദൈവം അദ്ദേഹത്തിന്റെ കേവലാവസ്ഥയിൽ അസ്തിത്വമോ ചിന്തയോ അല്ല; ചലിക്കുന്നതോ പരിണാമിയോ അല്ല; അദ്ദേഹം കേവലമായ ഏകത്വമാണ്. തർക്കശാസ്ത്രം ദൈവത്തിന്റെ അസ്തി ത്വത്തെക്കുറിച്ചു ചില ധാരണകൾ നമ്മിൽ ഉളവാക്കുന്നുവെങ്കിലും, നിഷേധാത്മകമായല്ലാതെ നമുക്ക് അദ്ദേഹത്തിന്റെ പ്രകൃതത്തെക്കു റിച്ചു സംസാരിക്കാനാവില്ല. അദ്ദേഹത്തിന്റെ അസ്തിത്വം അംഗീകരി ക്കാൻ നാം നിർബന്ധിതരാണ്. അദ്ദേഹം അസ്തിത്വത്തിനും ചിന്ത യ്ക്കും മേലെയാണ് എന്നു പറയുന്നത് അദ്ദേഹത്തെ നിർവ്വചിക്കലല്ല. അദ്ദേഹം എന്തല്ല എന്നതിൽനിന്ന് അദ്ദേഹത്തെ വേർതിരിക്കുക മാത്രമാണ് അത് ചെയ്യുന്നത്. എന്താണ് അദ്ദേഹം എന്നത് നമുക്ക റിയാനാവില്ല. അദ്ദേഹത്തെ അറിയാൻ ശ്രമിക്കുന്നത് പരിഹാസ്യ മായിരിക്കും.'

ക്രിസ്തുമതവും യഥാർത്ഥ ജ്ഞാനത്തിലേയ്ക്കുള്ള ഒരേയൊരു വഴി എന്ന നിലയിൽ ആത്മദർശനത്തിൽ വിശ്വസിക്കുന്നു. അത് ശാസ്ത്രീയ ജ്ഞാനത്തെ അപൂർണ്ണവും ആശ്രയിക്കാനാകാത്തതും എന്നുപറഞ്ഞ് തള്ളിക്കളയുന്നു. അത് സത്യത്തിലേയ്ക്കുള്ള താക്കോലെന്ന നിലയിൽ ആത്മാവലോകനപരമായ അഭ്യൂഹത്തെ (Introspective speculation) ആനുഭവിക അന്വേഷണത്തിന്റെ (Empirical Investigation) അല്ലെ ങ്കിൽ യുക്തിചിന്തയുടെ മുകളിൽ പ്രതിഷ്ഠിക്കുകയും ചെയ്യുന്നു. മറ്റൊരു നവപ്ലേറ്റോണിസ്റ്റ് പ്രവാചകൻ ഉദ്ബോധിപ്പിച്ചു:

'ഏതു ഉറവിടത്തിൽ നിന്നാണ് നിങ്ങൾ ഉദ്ഭവിച്ചതെന്ന് അറിയുന്നതിന് സ്വയം അറിയുക. ദിവ്യമായ ഒന്നിന്റെ കാരണമാണ് നിങ്ങളുടെ ആത്മാവ് എന്നറിയുന്നതിന് നിങ്ങളിലുള്ള ദൈവികതയെ അറിയുക. സ്വന്തം മനസ്സിനെ അറിഞ്ഞാൽ സർവ്വജ്ഞാനത്തിന്റെയും താക്കോൽ ലഭിക്കും. മുകളിൽനിന്ന് ആത്മാവിലേയ്ക്ക് ഇറങ്ങിവരുന്ന ശാസ്ത്രം സൂക്ഷ്മമായ അന്വേഷണത്തിലൂടെ ലഭിച്ച ഏതു ശാസ്ത്രത്തേക്കാളും പൂർണ്ണമാണ്; മറ്റുള്ളവരാൽ നമ്മിൽ ഉത്തേജിപ്പിക്കപ്പെടുന്നത് തികച്ചും അപൂർണ്ണമാണ്. മുകളിൽനിന്നുവരുന്ന ശാസ്ത്രം ആത്മാവിനെ പരമകാരണത്തിന്റെ ശക്തിപ്രവാഹംകൊണ്ട് നിറയ്ക്കുന്നു.' (പ്രോക്ലസ്)

മുന്നൂറുകൊല്ലംമുമ്പുവരെ പാശ്ചാത്യദർശനം ഈ ആദ്ധ്യാത്മിക പാരമ്പര്യത്തിന്റെ നിഴലിലാണ് വളർന്നത്. ഇന്നും പാശ്ചാത്യരാജ്യങ്ങളിലെ സാമാന്യജനങ്ങൾക്കിടയിൽ ക്രിസ്തുമതം ജീവത്തായ ഒരു ശക്തിയാണ്. ആധുനിക ആശയവാദദർശനം ക്രൈസ്തവ ആദ്ധ്യാത്മികവാദത്തിന്റെ യുക്തിവൽക്കരണം മാത്രമാണ്. സാംസ്കാരിക പ്രതിസന്ധിയുടെ അന്തരീക്ഷത്തിൽ അഭിവൃദ്ധിപ്പെടുന്ന സമകാലിക നിഗൂഢാത്മവാദവും ക്രൈസ്തവപാരമ്പര്യങ്ങളാൽ പ്രചോദിതമാണ്. പക്ഷേ, ഇന്നത്തെ പാശ്ചാത്യ ലോകം, പുരാതന സമൂഹത്തിന്റെ തകർച്ചയിൽനിന്നു ക്രിസ്തുമതം ഉയർന്നുവന്നപ്പോഴുണ്ടായിരുന്ന അവസ്ഥയിൽനിന്ന് തികച്ചും വ്യത്യസ്തമാണ്. പ്രബലശക്തികൾ വർത്തമാനകാല സാമൂഹിക പ്രതിസന്ധിയെ മറികടക്കുന്നതിനു പ്രവർത്തിച്ചുകൊണ്ടിരിക്കുന്നു. ശാസ്ത്രം നിഗൂഢാത്മവാദത്തിന്റെ അടിത്തറയെ തകർത്തുകഴിഞ്ഞിട്ടുണ്ട്. അതിനാൽ, സമകാലിക യൂറോപ്യൻ നിഗൂഢാത്മവാദം യുക്തിവിചാരത്തിൽ അധിഷ്ഠിതമായ ഒരു ലോകത്തിന്റെ മധ്യത്തിൽ ഒരു വിചിത്ര പ്രതിഭാസമായി കാണപ്പെടുന്നു. പക്ഷേ, ഇത് കിഴക്കുനിന്നുള്ള ഒരു സന്ദേശമല്ല; അതിന്റെ വേരുകൾ പാശ്ചാത്യ സംസ്കാരചരിത്രത്തിൽ ആഴത്തിൽ തറഞ്ഞു നിൽക്കുന്നതാണ്.

ഹിന്ദു ബുദ്ധിജീവി വ്യക്തിദൈവത്തെക്കുറിച്ചുള്ള ക്രൈസ്തവ സങ്കല്പത്തെ പരിഹസിക്കുന്നു – തന്റെ സ്വന്തം മതത്തിന്റെ ബഹുവിശ്വദേവതാപരമായ (Poly Pantheistic) അവിയൽ സ്വഭാവം അങ്ങനെ ചെയ്യാൻ അദ്ദേഹത്തിനു ഒരു ന്യായവും നൽകുന്നില്ലെങ്കിലും. ഒരു വ്യക്തി ദൈവത്തെക്കുറിച്ചുള്ള ആശയം മതത്തിന്റെ കാതലും ഏകദൈവവാദം മതത്തിന്റെ ഉയർന്ന രൂപവുമാണ്. ഒന്നുമില്ലായ്മയിൽ നിന്നുള്ള സൃഷ്ടി എന്ന സിദ്ധാന്തം മതചിന്തയുടെ അനിവാര്യഘടകമാണ്. അത് ബൈബിളിൽ സാമ്പ്രദായികരൂപത്തിലും

തികഞ്ഞ താർക്കിക രൂപത്തിലും ഒരുപോലെ പ്രതിപാദിക്കപ്പെട്ടുന്നുണ്ട്. സർവ്വശക്തിത്വം എന്ന ആശയത്തിനു പൂർണ്ണ സ്വാതന്ത്ര്യം നൽകപ്പെടുന്നു. അതിൽ കൈകടത്താൻ യുക്തി അനുവദിക്കപ്പെട്ടുന്നില്ല. സർവ്വശക്തിത്വം എന്ന ആശയം തന്നെ അസംബന്ധമായതിനാൽ, അതിന്റെ ആദിമവിശുദ്ധിയിൽ മായംചേർക്കപ്പെട്ടിട്ടില്ലെങ്കിൽ, അതിന്റെ അസംബന്ധ സ്വഭാവം അതിന്റെ പ്രായോഗിക ആവിഷ്ക്കാരത്തിൽ വെളിപ്പെടും. പിന്നീട്, മതത്തിന്റെ അടിസ്ഥാന തത്ത്വത്തിലുള്ള തങ്ങളുടെ വിശ്വാസത്തിന്റെ അപൂർണ്ണത കാരണം വിശ്വാസികൾ മതബോധം വളരെ കുറഞ്ഞവരായിത്തീരുകയും ചെയ്യും.

ക്രിസ്തുമതത്തിന്റെ മറ്റൊരു സവിശേഷതയാണ് അത്ഭുത പ്രചാരണം. അതിനെ 'ശാസ്ത്രീയ മത'ത്തിന്റെ വക്താക്കൾ പ്രായേണ പരിഹസിക്കുന്നു. ഹിന്ദുമതം മാത്രമാണ് ശാസ്ത്രീയമായ മതം എന്ന് പലരും പിടിവാദപരമായി അവകാശപ്പെടുന്നുണ്ട്. ഈ അവകാശവാദത്തിന് ചരിത്രപരമായ എന്തെങ്കിലും അടിസ്ഥാനം ഉണ്ടായിരുന്നവെങ്കിൽ, ശാസ്ത്രീയമതം എന്ന വൈശിഷ്ട്യം ഒരു മതമെന്ന നിലയിൽ ഹിന്ദുമതത്തിന്റെ വിനാശത്തെ കുറിക്കും. കാരണം, ശാസ്ത്രവും വിശ്വാസവും പരസ്പരം തള്ളിക്കളയുന്നവയാണ്. വിശ്വാസമില്ലാതെ ഒരു മതത്തിനും നിലനിൽക്കാനും ആവില്ല. ശാസ്ത്രജ്ഞാനത്തെ അഹങ്കാരത്തോടെ അപഹസിക്കുകയും മങ്ങിയ വെളിച്ചത്തിൽ അന്ധമായി തപ്പിത്തടയുകയും ചെയ്യുന്ന ആധുനികബുദ്ധിജീവികളുടെ വിചിത്രവംശത്തിൽപ്പെട്ട മതാതീത ആദ്ധ്യാത്മികവാദികൾ മുന്നോട്ടുവെച്ച വിചിത്രമായ ഈ അവകാശവാദം ഏതുവിധത്തിലായാലും തികച്ചും അടിസ്ഥാനരഹിതമാണ്.

സർവ്വശക്തനായ ദൈവത്തിലുള്ള വിശ്വാസത്തിന്റെ പ്രായോഗിക പ്രകടനമാണ് അദ്ഭുത പ്രചാരണം. ഈ ലോകം പ്രകൃതിനിയമങ്ങൾക്കു വിധേയമല്ലാത്ത ഒരു പരമശക്തിയുടെ സൃഷ്ടി ആയതിനാൽ എവിടെയും എന്തും സംഭവിക്കാം. ഈ വിശ്വാസം മതത്തിന്റെ ജീവശ്വാസമാണ്. പൂർവ്വനിശ്ചിതമായ ധാരണകൾക്ക് അനുസൃതമായി ചരിത്രത്തെ പുതുക്കി എഴുതുക എന്ന ആവേശത്തിന്റെ വലയിൽ അകപ്പെടാത്ത ആർക്കും ഓരോ ഹിന്ദുവും ഇന്നും അത്ഭുതങ്ങളിൽ വിശ്വസിക്കുന്നുണ്ട് എന്ന് കാണാനാവും. അല്ലാത്തപക്ഷം ഭാരത മാതാവിന്റെ മുഖം തിരിച്ചറിയാനാകാത്തവിധം വളരെ മുമ്പുതന്നെ മാറിയിരുന്നേനേ.

രാമായണത്തിലും മഹാഭാരതത്തിലും മുഴുവൻ അദ്ഭുത കഥകളാണുള്ളത്. ഇതിഹാസ നായകൻമാർ അദ്ഭുതങ്ങളുടെ

മൂർത്തരൂപങ്ങളാണ്. ഹിന്ദുജനത ഈ കഥകളിൽ ആന്തരികമായി വിശ്വസിക്കുക മാത്രമല്ല, അവയുടെ സത്യാത്മകതയെ സംശയിക്കുന്നത് പാപമാണെന്നും കരുതുന്നു; ആധുനിക ബുദ്ധിജീവികൾപോലും ഇതിഹാസങ്ങളിൽ അടങ്ങിയിരിക്കുന്ന 'ചരിത്രവസ്തുത' കളുടെ അടിസ്ഥാനത്തിൽ പൗരാണിക മഹത്വത്തെക്കുറിച്ചുള്ള സിദ്ധാന്തത്തെ തീവ്രതയോടെ ന്യായീകരിക്കുന്നു. ഇന്നോളം ആധുനിക സംസ്കാരത്തിനു എത്തിപ്പെടാൻ കഴിയാത്ത ശാസ്ത്രീയവും സാങ്കേതികവുമായ വികാസത്തിന്റെ ഒരു തലത്തിൽ നിരവധി സഹസ്രാബ്ദങ്ങൾക്കു മുമ്പുതന്നെ ഇന്ത്യ എത്തിച്ചേർന്നിരുന്നു എന്ന് വാദിക്കപ്പെടുന്നുണ്ട്. തീർത്തും ചരിത്രവിരുദ്ധമായ ഈ അഭിപ്രായത്തിന് അനുകൂലമായി അവിതർക്കിതമായ തെളിവെന്ന നിലയിൽ ഇതിഹാസ നായകൻമാരുടെ അദ്ഭുത പ്രവൃത്തികളും പെരുമാറ്റങ്ങളും ചൂണ്ടിക്കാണിക്കപ്പെടുന്നു. ആ ദിശയിലുള്ള ഏതെങ്കിലും മുന്നേറ്റത്തിന് ആവശ്യമായ സാമൂഹിക സാഹചര്യങ്ങളുടെ പൂർണ്ണമായ അഭാവത്തിൽ ഇത്തരം ശാസ്ത്രീയവും സാങ്കേതികവുമായ നേട്ടങ്ങൾ അദ്ഭുതം എന്ന നിലയിലേ സംഭവിക്കൂ. യോഗിയുടെ പ്രകൃത്യാതീത ശക്തികളിലുള്ള വിശ്വാസം അദ്ഭുതങ്ങളിലുള്ള വിശ്വാസമാണ്. ഏതെങ്കിലും സാധാരണ ജാലവിദ്യക്കാരന്റെ സാധാരണ അദ്ഭുതകർമ്മങ്ങളെ, ശാസ്ത്രീയ സിദ്ധാന്തങ്ങളെ അസാധുവാക്കുന്ന തെളിവായി കണക്കാക്കാതിരിക്കുകയും, ഇതുവരെയും വിശദീകരിക്കാൻ കഴിയാത്ത ഏതെങ്കിലും പ്രകൃതി പ്രതിഭാസത്തിൽ ദൈവത്തിന്റെ കൈ കണ്ടെത്താതിരിക്കുയും ചെയ്യുന്നവർ ആധുനിക വിദ്യാഭ്യാസം ലഭിച്ച ഇന്ത്യക്കാർക്കിടയിൽപ്പോലും അധികമില്ല. നൂറ്റാണ്ടുകൾക്കു മുമ്പു ക്രിസ്ത്യാനികൾ വിശ്വസിച്ചിരുന്നതുപോലെ അത്ഭുതങ്ങളിൽ സാധാരണക്കാരായ ഹിന്ദുക്കൾ ഇന്നും വിശ്വസിക്കുന്നുണ്ട്. ഉദാഹരണത്തിന്, പകർച്ചവ്യാധി പിടിപെടുമ്പോൾ ബഹുഭൂരിപക്ഷംവരുന്ന ഗ്രാമീണ ജനങ്ങൾ ഔഷധങ്ങളെയും ശുചിത്വ സംവിധാനങ്ങളെയും ആശ്രയിക്കുന്നതിനേക്കാൾ, ഏതെങ്കിലും തരത്തിലുള്ള മതകർമ്മങ്ങളിൽ ആശ്വാസം തേടാനാണ് ശ്രമിക്കുന്നത്. സാധുക്കളുടെയും സന്യാസിമാരുടെയും പ്രകൃത്യാതീത കഴിവ് പൊതുവിശ്വാസവുമായി ബന്ധപ്പെട്ട കാര്യമാണ്. ഗാന്ധിയുടെ ബഹുജനസമ്മതിയ്ക്കു രാഷ്ട്രീയ ബോധത്തിന്റെ ഉണർവ്വ വളരെ ചെറിയ അളവിൽ മാത്രമേ കാരണമായിട്ടുള്ളൂ. സാധാരണ മനുഷ്യർക്കു ചെയ്യാൻ കഴിയാത്ത കാര്യങ്ങൾ ചെയ്യാനുള്ള, അതായത് അത്ഭുതങ്ങൾ ചെയ്യാനുള്ള കഴിവ് അദ്ദേഹത്തിനുണ്ടെന്ന വ്യാപകമായ വിശ്വാസമാണ് അദ്ദേഹത്തിന്റെ ജനപ്രീതിക്കു പ്രധാനകാരണം. അത്ഭുതങ്ങളിലുള്ള വിശ്വാസം ആത്മവിശ്വാസരാഹിത്യത്തിന്റെ ഫലമാണ്. മധ്യകാലഘട്ടത്തിന്റെ

ത്തുടക്കത്തിലെ ക്രിസ്ത്യാനികളെ അപേക്ഷിച്ച് ആധുനിക ഇന്ത്യക്കാർ അത്ഭുതങ്ങളിലുള്ള വിശ്വാസത്തിന് കുറച്ചേ അടിമപ്പെട്ടിരുന്നുള്ളുവെങ്കിൽ അവർ തങ്ങളുടെ ദുഃഖകരമായ അവസ്ഥയെ മാറ്റാൻ കൂടുതൽ ശേഷി പ്രകടിപ്പിച്ചേനേ.

യാതൊരു ഭൗതിക പദാർത്ഥവുമില്ലാതെ, തന്റെ സർവ്വശക്തിത്വംകൊണ്ട് ഒന്നുമില്ലായ്മയിൽനിന്ന് ദൈവം എങ്ങനെയോ ഈ പ്രപഞ്ചത്തെ സൃഷ്ടിച്ചു എന്ന വിശ്വാസത്തിൽ നിരുപാധികമായി ഉറച്ചുനിന്നില്ലെങ്കിൽ; ഈ വിശ്വാസത്തിന്റെ സ്വാഭാവികഫലമായി ദൈവത്തിന്റെ സർവ്വശക്തിത്വത്തിലും എല്ലാത്തരത്തിലുമുള്ള ഇന്ദ്രജാലങ്ങളിലും അദ്ഭുതങ്ങളിലും ഉറച്ചുവിശ്വസിച്ചില്ലെങ്കിൽ; അനിവാര്യമായും, വിനാശകരമായ ഒരു ചോദ്യം ഉയരും. ദൈവം ഈ പ്രപഞ്ചത്തെ എങ്ങനെ സൃഷ്ടിച്ചു? - ഉടൻതന്നെ മതത്തിന്റെ അതിരുകൾ ലംഘിക്കുന്നതും ഉടനെയോ കുറേക്കഴിഞ്ഞോ, പ്രത്യക്ഷമായോ പരോക്ഷമായോ പ്രകൃതിവാദത്തിലേക്കും നിരീശ്വരവാദത്തിലേക്കും ഭൗതികവാദത്തിലേക്കും, അതായത് യഥാർത്ഥ ദർശനത്തിലേക്ക് നയിക്കുന്നതും ആയ ഒരു ചോദ്യം.

ഉപനിഷത്തുകളിലെ നിഗൂഢാത്മകമായ അഭ്യൂഹങ്ങളിൽ നിഗൂഹനം ചെയ്യപ്പെട്ട സന്ദേഹത്തിന്റെ അങ്കുരങ്ങളാൽ ഉണർത്തപ്പെട്ട ആദ്യകാല ഇന്ത്യൻ ദർശനപദ്ധതികൾ (വൈശേഷികം, സാംഖ്യം, ന്യായം) വിനാശകരമായ ആ ചോദ്യം വ്യക്തമായ രൂപത്തിൽ ഉയർത്താതെതന്നെ അതിനു മറുപടി നൽകാൻ ശ്രമിച്ചു. അതിന്റെ ഫലം ബൗദ്ധ നിരീശ്വരവാദം ആയിരുന്നു. വിനാശകരമായ ഈ സിദ്ധാന്തത്തെ അടിച്ചമർത്തുന്നതിനുവേണ്ടി വൈദിക മൗലികവാദത്തിന്റെ വമ്പിച്ച പീരങ്കിപ്പടയെ ഉപയോഗിക്കേണ്ടതായി വന്നു. ഒരു വ്യക്തിദൈവത്തെ സങ്കല്പിക്കുകവഴി സ്വയം വൈരുദ്ധ്യത്തിൽ അകപ്പെടാതെ, തന്റെ വേദാന്തസൂത്രഭാഷ്യത്തിന് ബുദ്ധമതത്തേയും അർദ്ധഭൗതികവാദ സമ്പ്രദായങ്ങളേയും പരാജയപ്പെടുത്താൻ കഴിയില്ലെന്ന് ശങ്കരാചാര്യർക്കുതന്നെ അറിയാമായിരുന്നു.

അല്ലാത്തപക്ഷം, ജഗത്തിന്റെ മിഥ്യാത്വം പോലും മതചിന്തയുടെ അതിരുകൾക്കകത്ത് വിശദീകരിക്കാൻ കഴിയുമായിരുന്നില്ല. തീർച്ചയായും, വേദാന്തത്തിന്റെ തന്നെ വിശ്വദേവതാവാദത്തെ, താർക്കികമായി അങ്ങേയറ്റംവരെ കൊണ്ടുചെന്നാൽ അത് ഏതൊരു കേവലാശയവാദ ദർശനത്തെയുംപോലെ ഭൗതികവാദത്തിലേക്കു നയിക്കുന്നു. ശങ്കരാചാര്യർ, ദൈവത്തെക്കുറിച്ചുള്ള മാനവരൂപദേവതാസങ്കല്പത്തിലേക്കു ലജ്ജാകരമായി തിരിച്ചുപോക്കു നടത്തിയാണ് തന്റെ സമ്പ്രദായത്തിന്റെ താർക്കികമായ പരിണതഫലത്തിൽനിന്ന്

ഒഴിഞ്ഞുമാറിയത് - കള്ളന്യായങ്ങളും ആശയക്കുഴപ്പങ്ങളും കൊണ്ടു പൊതിഞ്ഞ ഒരു പിൻമടക്കം - എല്ലാം ആത്മവഞ്ചന എന്ന ഒരൊറ്റ ഉദ്ദേശ്യത്തിന് ഉതകുന്നു.

തികച്ചും മതപരമായ മണ്ഡലത്തിൽനിന്ന് ദൈവശാസ്ത്രത്തിലേയ്ക്കു വ്യതിചലിച്ചതോടെ ക്രിസ്തുമതവും ആശയവാദ ദർശനത്തിന്റെ വഴക്കുന്ന പാതയിലേയ്ക്കു നീങ്ങി. പക്ഷേ, ഒരു വ്യക്തിദൈവത്തെക്കുറിച്ചുള്ള വിട്ടുവീഴ്ചയില്ലാത്ത സങ്കല്പവും ആ ശുദ്ധമായ മതസങ്കല്പവുമായി ബന്ധപ്പെട്ട പരിശുദ്ധവിശ്വാസത്തോടുള്ള ദൃഢബന്ധവും കാരണം ക്രിസ്തുമതം തുടക്കത്തിൽ കലർപ്പറ്റ ഒരു ആദ്ധ്യാത്മിക പ്രതിഭാസമായിരുന്നു.

ആദ്ധ്യാത്മികവാദം പരമാത്മാവിൽ ആരോപിച്ച എല്ലാ പ്രകൃത്യാതീത ഗുണങ്ങളെയും താർക്കികമായി മാനവരൂപദേവതാസങ്കല്പങ്ങളുമായി മാത്രമേ ബന്ധപ്പെടുത്താനാകൂ എന്നതിനാൽ വ്യക്തിദൈവമാണ് യഥാർത്ഥ ദൈവം. പരമാത്മാവ് എല്ലാ പരിമിതികൾക്കും അതീതനാണെന്നാണ് കരുതപ്പെടുന്നത്. അദ്ദേഹത്തിന്റെ സ്രഷ്ടാക്കൾ (ദൈവം മതവിശ്വാസിയായ മനുഷ്യന്റെ സൃഷ്ടിയാണ്) അദ്ദേഹത്തിനു നിശ്ചയിച്ച ജോലിക്കിണങ്ങുന്നതിന് പരമാത്മാവ് സർവ്വതന്ത്ര സ്വതന്ത്രനായിരിക്കണം. ലഭ്യമല്ലാത്ത വസ്തുവിൽനിന്നുള്ള ഭൗതിക പ്രപഞ്ചത്തിന്റെ സൃഷ്ടി എന്നത് സ്വാതന്ത്ര്യത്തിന്റെ ഏറ്റവും ഉന്നതമായ സങ്കല്പമാണ്; സർവ്വശക്തിത്വം അപരിമിതമായ സ്വാതന്ത്ര്യത്തിൽനിന്ന് ഉത്ഭവിക്കുകയും ചെയ്യുന്നു. ഈ രണ്ടു സങ്കല്പങ്ങളെയും ശക്തിക്ഷയം വരുത്താതെ വേർപെടുത്താനാവില്ല; ഒരു വ്യക്തിദൈവത്തിൽ മാത്രമേ അവയ്ക്കു യഥാർത്ഥഭാവം കൈക്കൊള്ളാനാവുകയുമുള്ളൂ. പ്രകൃത്യാതീത ശക്തികളെയും ഗുണങ്ങളെയും ഒരു വിഷയിയുടെ (Subject) ശക്തികളും ഗുണങ്ങളുമായി ഗ്രഹിക്കാത്തിടത്തോളം അവ പൊള്ളയായ സങ്കല്പങ്ങളും അയാഥാർത്ഥ്യങ്ങളുമായി നിലനിൽക്കും. അതായത്, ആദ്ധ്യാത്മിക (പ്രകൃത്യാതീത) സംവർഗ്ഗങ്ങൾ ഒരു വ്യക്തിദൈവവുമായി ബന്ധപ്പെട്ടിരിക്കുമ്പോൾ മാത്രമാണ് ഗ്രഹിക്കാനാകുക. നൽകപ്പെടാത്ത പദാർത്ഥത്തിൽനിന്ന് അനന്തമായ വസ്തുക്കളെ സൃഷ്ടിക്കുന്നതിനുള്ള തീർത്തും അതിരറ്റ സ്വാതന്ത്ര്യം ഉൾക്കൊള്ളുന്ന ഒന്ന് യഥാർത്ഥത്തിൽ അതീതവും ഭൗതികസത്തകൊണ്ട് അറിയാനാകാത്തതുമാണ്. അദ്ദേഹം അതിവിശിഷ്ടമായ യഥാർത്ഥ ആദ്ധ്യാത്മിക അസ്തിത്വമാണ്. ഒന്നുമില്ലായ്മയിൽനിന്നുള്ള സൃഷ്ടി ഒരു പ്രവൃത്തിയാണ് - ആ പ്രവൃത്തിയാൽ സ്രഷ്ടാവ് ബന്ധിതനാകാത്ത പ്രവൃത്തി. കാരണം, അവയ്ക്കുതമ്മിൽ കാര്യകാരണപരമായ ഒരു ബന്ധവുമില്ല. വ്യക്തിദൈവം അനിവാര്യതയിൽ നിന്ന് ഒന്നും

സൃഷ്ടിക്കുന്നില്ല. സർവ്വശക്തിത്വത്തിന്റെ സ്വാഭാവികഫലമായ നിരങ്കുശതയിൽ അല്ലെങ്കിൽ വെറും ക്ഷണികബുദ്ധിയിൽനിന്നാണ് അദ്ദേഹം സൃഷ്ടി നടത്തുന്നത്. അദ്ദേഹത്തിന്റെ ഇച്ഛ സർവ്വത്ര സ്വതന്ത്രമാണ്. അനിവാര്യതയിൽ നിന്നല്ലാതെ, ശുദ്ധമായ ഇച്ഛയിൽ നിന്ന് സൃഷ്ടി നടത്തുന്നതിനാൽ അദ്ദേഹം സൃഷ്ടിക്കുകയോ സൃഷ്ടിക്കാതിരിക്കുകയോ ചെയ്യാം. അദ്ദേഹം സൃഷ്ടി നടത്താൻ നിർബന്ധിതനല്ല. അതിനാൽ, അദ്ദേഹം ഭൗതിക അസ്തിത്വത്തിൽ നിന്നെല്ലാം തീർത്തും സ്വതന്ത്രനാണ്. കേവല പരിശുദ്ധിയുള്ള ഒരു ആദ്ധ്യാത്മികസത്ത. ക്രിസ്തുമതത്തെയും ഇസ്ലാമിനെയും പോലുള്ള കർക്കശമായ ഏകദൈവവിശ്വാസത്തിലധിഷ്ഠിതമായമതങ്ങളുടെ വ്യക്തിദൈവം ബാലിശത്വത്തിന്റെയും അപരിഷ്കൃതത്വത്തിന്റെയും ആത്മീയമായ അപകർഷതയുടെയും അടയാളമല്ല; മറിച്ച്, ഈ സങ്കല്പം മതചിന്തയുടെ ഉച്ചകോടിയെ പ്രതിനിധാനം ചെയ്യുന്നു. ഈ സങ്കല്പത്തിന്റെ യുക്തിരാഹിത്യത്തെ സൂക്ഷ്മവും സങ്കീർണ്ണവുമായ സിദ്ധാന്തങ്ങളുടെ പിന്നിൽ ഒളിപ്പിക്കുകയോ നിഗൂഢതത്ത്വവാദത്തിന്റെ മരീചികയിൽ സത്യമെന്നു തോന്നിപ്പിക്കുകയോ ചെയ്യാതെ അതിനെ അതിന്റെ താർക്കികമായ പരിസമാപ്തിയിലേയ്ക്കു ധീരമായും സത്യസന്ധമായും കൊണ്ടുപോകുന്നു. മതത്തെ മതത്തിന്റെ മാനദണ്ഡംകൊണ്ടാണ് അളക്കേണ്ടത്. ആദ്ധ്യാത്മികവാദം അതിന്റെ ആദ്ധ്യാത്മികതയുടെ ശുദ്ധതയുടെ അടിസ്ഥാനത്തിലാണ് വിലയിരുത്തപ്പെടേണ്ടത്. കണിശമായ മതസ്വഭാവം കൈവിടാതെ, അതായത് വിശ്വാസത്തിന്റെ നേർവഴിയിൽ നിന്നു വ്യതിചലിക്കാതെ സ്വയം ദ്യോതിപ്പിച്ച പരമകാഷ്ഠയെ പ്രാപിക്കാൻ കഴിയുന്ന മതചിന്തകൾ ശുദ്ധമായ ആദ്ധ്യാത്മികവാദമാണ്. സ്വന്തം യുക്തിഹീനതയിൽ ലജ്ജിക്കാതെ, കൃത്രിമത്വത്തിന്റെ തിരശ്ശീലകൊണ്ട് സ്വന്തം അപരിഷ്കൃതത്വത്തിന്റെ നഗ്നസൗന്ദര്യം മറച്ചുവെയ്ക്കേണ്ടതിന്റെ ആവശ്യകത കാണാതെ, സ്വന്തം ഗുണത്തിന്റെ അടിസ്ഥാനത്തിൽ നിഷ്കപടമായി സ്വയം നിലനിൽക്കാൻ കഴിയുന്ന കാലത്തോളം മതം പ്രയോജനകരമായ ഒരു സാമൂഹിക ധർമ്മം അനുഷ്ഠിക്കുന്നതായി കണക്കാക്കപ്പെടണം. അതിനുശേഷമാകട്ടെ, മതത്തിനു മനുഷ്യവംശത്തിന്റെ തുടർന്നുള്ള ആത്മീയ പുരോഗതിയെ തടസ്സപ്പെടുത്തുന്ന കൃത്രിമമായ ഒരു ഘടനയായി മാത്രമേ നിലനിൽക്കാനാവൂ.

കർക്കശമായ ഏകദൈവ വിശ്വാസത്തിലധിഷ്ഠിതമായ മതങ്ങളുടെ വ്യക്തിദൈവത്തെക്കുറിച്ചുള്ള ശുദ്ധമായ ആദ്ധ്യാത്മിക ആശയത്തിൽനിന്നു വിരുദ്ധമായി, ഹിന്ദു വിശ്വദേവതാവാദത്തിന്റെ പരമാത്മാവ് ഒരു സ്വതന്ത്രശക്തിയല്ല. അത് വാസ്തവത്തിൽ നിരാകാരവും നിർവികാരവും ആയിരുന്നുവെങ്കിൽ, അതിനു പ്രപഞ്ചത്തിന്റെ

കാരണമാകാൻ കഴിയുമായിരുന്നില്ല. പക്ഷേ, കേവലമായ നിശ്ച ലാവസ്ഥയിൽ മാത്രമാണ് അത് അങ്ങനെയാകുന്നത്. ഇപ്പോൾ, ആ കേവലമായ ആത്മീയാവസ്ഥ ഭഞ്ജിക്കപ്പെട്ട് പരമാത്മാവ് സ്വയം പ്രാപഞ്ചിക പ്രതിഭാസങ്ങളായി പ്രകടമാകുന്നു. വിത്ത് മരമായും ആത്മാവ് ഭൗതികപദാർത്ഥമായും പരിണമിക്കുന്നു. അങ്ങനെ, ആദ്ധ്യാത്മികമായ പരമസത്ത കാര്യകാരണബന്ധത്താൽ ഭൗതിക അസ്തിത്വവുമായി ബന്ധിതമാണ്. രണ്ടുവസ്തുക്കൾ തമ്മിൽ പൊതുവായ എന്തെങ്കിലും ഇല്ലെങ്കിൽ അവയ്ക്കു കാര്യകാരണബന്ധ ത്തിന്റെ അടിസ്ഥാനത്തിൽ നിലനിൽക്കാനാവില്ല. വിശ്വദേവതാ വാദിയായ സ്പിനോസ തന്റെ ദർശനത്തിന്റെ ഗണിതശാസ്ത്രപരമായ കൃത്യതയുള്ള കർക്കശമായ യുക്തിയാൽ നിർബന്ധിതനായി ഈ നിഗമനത്തിലെത്തുകയും അചഞ്ചലമായ വിശ്വദേവതാവാദം ഭൗതികവാദത്തിന്റെ ബീജം ഉൾക്കൊള്ളുന്നുണ്ടെന്ന് വ്യക്തമാ ക്കുകയും ചെയ്തു. വിശ്വദേവതാ വാദത്തിന്റെ പരമസത്ത തികച്ചും ആത്മീയമല്ല; കാരണം, അതും ഭൗതികലോകവും അനന്യമാണ്. പ്രത്യക്ഷമാകാത്തപ്പോൾ ഭൗതികലോകം പരമസത്തയിൽ സുപ്താ വസ്ഥയിലിരിക്കുന്നു.

ഒരു പ്രവൃത്തി ചെയ്യണമെങ്കിൽ അതിനുമുമ്പ് അതിനുള്ള ആഗ്രഹം ഉണ്ടായിരിക്കണം. സൃഷ്ടി സിദ്ധാന്തം ആഗ്രഹത്തെ ദൈവത്തിൽ ആരോപിക്കുന്നു. അതുവഴി അദ്ദേഹത്തിന്റെ കേവലത്വത്തിനു പരിധി കൽപ്പിക്കുകയും അദ്ദേഹത്തെ മനുഷ്യന്റെ നിലവാരത്തി ലേയ്ക്കു ഇറക്കിക്കൊണ്ടുവരികയും ചെയ്യുന്നു. പക്ഷേ, ദൈവത്തിൽനി ന്ന് മനുഷ്യസ്വഭാവം എടുത്തുകളയാനുള്ള ദൈവശാസ്ത്രത്തിന്റെയും മതദർശനത്തിന്റെയും താൽപര്യം ഒരു മതാത്മക ഉണ്മയായ അദ്ദേഹത്തെ ഇല്ലാതാക്കുന്നു. മതവിശ്വാസികളെ സംബന്ധിച്ച്, ദൈവത്തിനു ഒരു യഥാർത്ഥ അസ്തിത്വത്തിന്റെ ശക്തി കൈവരുന്നത്, മനുഷ്യമാതൃകയിൽ നിർമ്മിതമെങ്കിലും മനുഷ്യന്റെ പരിമിതികളിൽ നിന്നെല്ലാം മുക്തനായ, വാസ്തവത്തിൽ അതിമാനുഷനായ, വളരെ ആദർശവൽകൃതനായ ഒരു മനുഷ്യൻ എന്ന നിലയിൽ മാത്രമാണ്. ദൈവസങ്കല്പത്തെ യുക്തിവൽക്കരിക്കാനുള്ള, സൃഷ്ടിക്കാനുള്ള മനുഷ്യ പ്രവണതയെ അദ്ദേഹത്തിൽനിന്ന് എടുത്തുകളയാനുള്ള ഉത്കണ്ഠ, ദൈവത്തിൽനിന്ന് അദ്ദേഹത്തിന്റെ പരിശുദ്ധമായ ദൈവികത്വ ത്തെ, പദാർത്ഥത്താൽ യഥാർത്ഥത്തിൽ ബന്ധിതനാവാതിരിക്കാനു ള്ള അദ്ദേഹത്തിന്റെ ശേഷിയെ ഇല്ലാതാക്കുന്നു; അദ്ദേഹത്തിൽനിന്ന് അദ്ദേഹത്തിന്റെ സത്തയെ - അദ്ദേഹത്തിന്റെ അസ്തിത്വത്തിനുള്ള നീതീകരണത്തെ - അപഹരിക്കുന്നു.

'മതം മനുഷ്യരാശിയുടെ സ്വപ്നമാണ്. പക്ഷേ, സ്വപ്നത്തിൽപോലും നാം ശൂന്യമണ്ഡലത്തിലോ സ്വർഗ്ഗത്തിലോ പാറിപ്പറക്കുന്നില്ല. അപ്പോഴും നാം യാഥാർത്ഥ്യത്തിന്റെ മണ്ഡലത്തിൽ, ഭൂമിയിൽ, നിലകൊള്ളുന്നു; യാഥാർത്ഥ്യത്തിന്റെയും അനിവാര്യതയുടെയും വെളിച്ചത്തിൽ യഥാർത്ഥവസ്തുക്കളെ കാണാതെ, ഭാവനയുടെയും സേച്ഛാപരതയുടെയും കണ്ണഞ്ചിക്കുന്ന പ്രഭയിൽ നാം കാണുന്നവെന്നമാത്രം' (Feurbach, Das Wesen Des Christentums).

ദൈവത്തിൽനിന്ന് അദ്ദേഹത്തിന്റെ സത്തയെ എടുത്തുകളയുന്നത് അദ്ദേഹത്തെ നശിപ്പിക്കലാണ്. ദൈവത്തെ യുക്തിവൽക്കരിച്ച് അതിഭൗതികവും നിഗൂഢവുമായ ഒരു പരമസത്തയാക്കുന്നത് - ആ സത്തയുടെ സഹജസ്വഭാവം മതാത്മക സത്തയുടേതായ ശക്തിപ്രഭാവം ഉൾക്കൊള്ളുന്നില്ല - ദൈവത്തിന്റെ അസ്തിത്വത്തെത്തന്നെ നിഷേധിക്കലാണ്. കാരണം, ദൈവസങ്കല്പം അയുക്തികമായ ഒരു സങ്കലമാണ്. മതത്തിന് യുക്തിയുമായി പൊരുത്തപ്പെടാൻ കഴിയില്ല. സത്യസന്ധനായ മതവിശ്വാസി, അതായത്, ഉറച്ച ആദ്ധ്യാത്മികവാദി പ്രായംചെന്ന വീട്ടമ്മയായ വിശ്വാസത്തോടുള്ള തന്റെ പ്രേമത്തിൽ ലജ്ജിക്കില്ല; മാത്രമല്ല, പരിഷ്ക്കാരിയായ യുക്തിയുമായി ശൃംഗരിക്കാനുള്ള പ്രവണതയെ ചെറുക്കുകയും ചെയ്യും. മതത്തെ യുക്തിവൽക്കരിക്കാനുള്ള, അതിന്റെ അടിസ്ഥാനത്തെ വിശ്വാസത്തിൽനിന്നു യുക്തിയിലേക്കു മാറ്റാനുള്ള ഏതു ശ്രമവും പരിഹരിക്കാനാകാത്ത വൈരുദ്ധ്യങ്ങളുടെ വിഷമവൃത്തത്തിൽ അകപ്പെടാൻ നിർബന്ധിതമാണ്. ഒരു പ്രകൃത്യാതീതസത്ത എന്ന നിലയിലുള്ള മതപരമായ ദൈവസങ്കല്പം യുക്തിയെ നിഷേധിക്കുന്നു. മറിച്ച്, പ്രപഞ്ചാത്മാവായി യുക്തിപരമായി സങ്കല്പിച്ച ദൈവം, കൃത്രിമമായ ദൈവം, ദൈവം അല്ലെന്നർത്ഥം. കാരണം അത്തരമൊരു ദൈവം, അതിന്റെ സ്വഭാവംകൊണ്ടുതന്നെ മനുഷ്യയുക്തിയുടെ സൃഷ്ടിയാണ്.

തികച്ചും മതപരമായ സൃഷ്ടിസിദ്ധാന്തത്തേക്കാൾ ആത്മീയമായ ശ്രേഷ്ഠത അവകാശപ്പെടുന്ന, ഉത്ഭവത്തെക്കുറിച്ചുള്ള അല്ലെങ്കിൽ പരിണാമത്തെക്കുറിച്ചുള്ള ഹിന്ദു വിശ്വദേവതാ സിദ്ധാന്തം ഒന്നുകിൽ പരമസത്തയെ അദ്ദേഹത്തിന്റെ കേവലഗുണങ്ങളുമായി താദാത്മ്യപ്പെടുത്തുന്നു. അല്ലെങ്കിൽ അദ്ദേഹത്തിൽനിന്ന് എല്ലാ ഗുണങ്ങളെയും എടുത്തുകളയുന്നു. പക്ഷേ, ഏതു പ്രകാരമായാലും, അത് അദ്ദേഹത്തിൽനിന്ന് സർവ്വശക്തിത്വത്തെയും അതിരറ്റ സ്വാതന്ത്ര്യത്തെയും അപഹരിക്കുന്നു. കാരണം, ഉദ്ഭവത്തെക്കുറിച്ചുള്ള സിദ്ധാന്തം, ഇച്ഛിക്കുമ്പോൾ സൃഷ്ടിക്കാനുള്ള സവിശേഷാവകാശത്തെ ദൈവത്തിൽനിന്ന് കവർന്നെടുക്കുന്നു. ഈ സിദ്ധാന്തം,

തന്റെ ഇഷ്ടംപോലെ സൃഷ്ടിക്കുകയോ സൃഷ്ടിക്കാതിരിക്കുകയോ ചെയ്യാനുള്ള സ്വാതന്ത്ര്യം ദൈവത്തിനു നൽകുന്നില്ല. ദൈവത്തിന്റെ കേവലമായ ശക്തിയേയും അതിരറ്റ സ്വാതന്ത്ര്യത്തേയും വിനാശകരമായ വിലയായി നൽകിക്കൊണ്ട് അദ്ദേഹത്തിൽനിന്ന് മാനവികമായ കളങ്കത്തെ - സൃഷ്ടിക്കാനുള്ള ആഗ്രഹത്തെ - കഴുകിക്കളയുന്നു; പക്ഷേ, സന്ദേഹാത്മകമായ ആനുകൂല്യത്തിന്റെ ഈ വെളിച്ചത്തിൽ അദ്ദേഹത്തെ പ്രതിഷ്ഠിക്കുന്ന ഈ സിദ്ധാന്തം, ആശയറ്റ് അദ്ദേഹത്തിന്റെ ശുദ്ധമായ ആദ്ധ്യാത്മികതയുടെ കാര്യത്തിൽ വിട്ടുവീഴ്ചയ്ക്കു തയ്യാറാകുന്നു.

കോട്ടംവരുത്തുന്ന ഈ സിദ്ധാന്തപ്രകാരം, ദൈവത്തിന്റെ ഭാഗത്തുനിന്നുള്ള ആഗ്രഹത്തിന്റെ ഫലമായല്ല സൃഷ്ടി നടക്കുന്നത്; പരമസത്തയിൽ അന്തർലീനമായ ഒരു പ്രക്രിയ ഭൗതിക പ്രപഞ്ചമായി നിർഗമിക്കുന്നു. അതുവഴി, പരമസത്ത പദാർത്ഥവുമായി ശാശ്വതമായും അവിഭാജ്യമായും ബന്ധപ്പെട്ടിരിക്കുന്നു. വാസ്തവത്തിൽ, അതിന്റെ സത്തയിൽതന്നെ പദാർത്ഥം അന്തർലീനമാണ്. പരമസത്തയുടെ ശുദ്ധമായ ആദ്ധ്യാത്മികതയിലുള്ള നിർബന്ധംപിടിക്കൽ, അതിനു സമാന്തരമായി ആദ്ധ്യാത്മികേതരമായ ഒരു പദാർത്ഥം ബീജാവസ്ഥയിൽ ശാശ്വതമായി നിലനിൽക്കുന്നുണ്ടെന്ന് അംഗീകരിക്കാൻ നിർബന്ധിക്കുകയും ചെയ്യുന്നു.

ഭൗതിക പദാർത്ഥത്തിന്റെ പരിണാമ വിപരിണാമങ്ങളുമായി ബന്ധപ്പെട്ടുള്ള നിർദ്ദേശാത്മകമോ നിയന്ത്രണാത്മകമോ ഉപക്രമപരമോ ആയ ധർമ്മത്തിൽനിന്ന് പരമസത്ത മുക്തമാകുമ്പോൾ സൃഷ്ടി സിദ്ധാന്തം പ്രച്ഛന്നരൂപത്തിൽ തിരിച്ചുവരുന്നു. ദൈവത്തിന്റെ ഔന്നത്യം പകുതിയെങ്കിലും കുറയ്ക്കപ്പെടുന്നു എന്നതാണ് വ്യത്യാസം; സൃഷ്ടിക്കാനോ സൃഷ്ടിക്കാതിരിക്കാനോ ഉള്ള സ്വാതന്ത്ര്യം അപ്പോഴും അദ്ദേഹത്തിന് ഉണ്ടായിരിക്കാമെങ്കിലും, ഏതെങ്കിലും തരത്തിൽ തന്നിൽനിന്നു സ്വതന്ത്രമായും സമാന്തരമായും നിലനിൽക്കുന്ന പദാർത്ഥം കൊണ്ടുമാത്രമേ സൃഷ്ടി നടത്താനാവൂ എന്നതാണ് അതിനുകാരണം. അങ്ങനെയാണെങ്കിൽ, യഥാർത്ഥത്തിൽ അദ്ദേഹം സ്വതന്ത്രനല്ല. അദ്ദേഹം സൃഷ്ടിക്കണം; അല്ലാത്തപക്ഷം ശാശ്വതമായി നിലനിൽക്കുന്ന ഭൗതികപദാർത്ഥത്തിൽ അന്തർലീനമായ പ്രക്രിയ തുടരുകയും പരമസത്തയുടെ ധർമ്മം അപ്രസക്തമായിത്തീരുകയും ചെയ്യും.

ഈ അത്യാഹിതത്തിൽനിന്നു രക്ഷപ്പെടുന്നതിനായി വിശ്വദേവതാവാദം പദാർത്ഥത്തിന്റെ സമാന്തരമായ അസ്തിത്വത്തെ നിഷേധിക്കുന്നു. അതിനെ ആത്മാവുമായി താദാത്മ്യപ്പെടുത്തുന്നു. എന്നാൽ,

വിശ്വദേവതാവാദപരമായ നിർഗമന (Emanation) സിദ്ധാന്തം അഭിന്നമായ മൗലിക അസ്തിത്വ (Unitary Prime Existence)ത്തിന്റെ ആദ്ധ്യാത്മികതയെ ഇല്ലാതാക്കുന്നു. ഭൗതികപ്രപഞ്ചം അതിൽനിന്നു പരിണമിച്ചുവരുന്നതിനാൽ, പദാർത്ഥത്തെ അത് ഭ്രൂണരൂപത്തിൽ ഉൾക്കൊണ്ടിരിക്കണം. അതുകൊണ്ട്, ഒന്നുകിൽ ദൈവത്തെ പ്രയോജനരഹിതമായ ഒരു ഏച്ചുകെട്ടൽ ആക്കാനായിദ്വൈതവാദത്തിന്റെ പ്രശ്നം തിരിച്ചുവരുന്നു; അല്ലെങ്കിൽ ഒരു ഭൗതിക ഏകത്വമായി മാത്രമേ ഏകത്വം പരിപാലിക്കാൻ കഴിയൂ. വിശ്വദേവതാവാദത്തിന്റെ അതിവിചിത്രമായ കാട്ടുകയറ്റം – മായാവാദം – പോലും പരമസത്തയുടെ പരിശുദ്ധമായ ആദ്ധ്യാത്മികതയ്ക്ക് ഒരുറപ്പും നൽകുന്നില്ല. എന്തെന്നാൽ, നിർഗമന സിദ്ധാന്തം നിർണ്ണയവാദ (Determinism)ത്തെ സൂചിപ്പിക്കുന്നുണ്ട്. പ്രാതിഭാസിക പ്രപഞ്ചത്തിന്റെ രൂപത്തിൽ സ്വയം പ്രകടമാകുക എന്നത്, അത് യഥാർത്ഥമോ മായികഭ്രമമോ ആകട്ടെ, പരമസത്തയിൽത്തന്നെ അന്തർലീനമാണ്. അതായത്, അതിന്റെ ചലനങ്ങൾ നിയമങ്ങളാൽ നിർണ്ണിതമാണ്; അവ പരമസത്തയുടെ നിയമങ്ങളാണ്, എങ്കിലും നിയമങ്ങൾ തീർത്തും നിയമങ്ങൾതന്നെയാണ്. തീർത്തും നിയമനിയന്ത്രിതമായ ഒരു സംവിധാനത്തിൽ സ്വാതന്ത്ര്യം ഒട്ടുമില്ല. നിർണ്ണീതതയ്ക്കു വിധേയമായ അസ്തിത്വം നിബന്ധനകൾക്കുള്ളിലാണ്; അതുകൊണ്ട് അതിന് ആദ്ധ്യാത്മികമാകാനും കഴിയില്ല.

പിന്നെയും, വളരെ അടിസ്ഥാനപരമായ പ്രശ്നം അവശേഷിക്കുന്നു. അസ്തിത്വം എന്നത് സ്ഥലത്തിലുള്ള വ്യാപനമാണ്. സ്ഥലം എന്ന ഭൗതിക പരികല്പനയാൽ പരിമിതമാക്കപ്പെട്ട ഒന്നിന് ആദ്ധ്യാത്മികമാവാൻ കഴിയില്ല. സ്ഥലത്തിന്റെയും കാലത്തിന്റെയും കാരണതയുടെയും പരിമിതികളെ ആദ്ധ്യാത്മികമായ ഒന്ന് സ്വയം അതിവർത്തിക്കണം. മതത്തെ അതിന്റെ സഹജമായ അയുക്തികതയിൽ നിന്നു മോചിപ്പിക്കാനും ഒന്നുമില്ലായ്മയിൽ നിന്നുള്ള സൃഷ്ടി എന്ന അപരിഷ്കൃത സിദ്ധാന്തത്തെ വേഷം മാറ്റി അവതരിപ്പിക്കാനുമുള്ള ദൈവശാസ്ത്രത്തിന്റെയും മതദർശനത്തിന്റെയും ശ്രമം, തനിക്കു വെളിയിൽ നിലനിൽക്കുന്ന ഒന്നിനാലും നിയന്ത്രിതമല്ലാത്ത ദൈവത്തിന്റെ അതിരറ്റ സ്വാതന്ത്ര്യത്തെ, അനിയന്ത്രിതമായ ഇച്ഛാശക്തിയെ അദ്ദേഹത്തിൽനിന്ന് എടുത്തുകളഞ്ഞു, പരാധീനതയുടെ അപമാനകരമായ സ്ഥാനത്ത് പ്രതിഷ്ഠിക്കുന്നു – പദാർത്ഥത്തിന്റെ നേരിട്ടുള്ള അധീനതയിലല്ലെങ്കിൽ നിർണ്ണീത നിയമത്തിന്റെ അധീനതയിൽ. നിർണ്ണീതതയുടെ നിയമം, പ്രപഞ്ചം എന്ന ഭൗതിക പ്രതിഭാസത്തെ സൃഷ്ടിക്കാൻ ദൈവത്തെ ബാദ്ധ്യസ്ഥനാക്കുന്ന ഒന്നാണ്. പ്രാപഞ്ചിക പ്രതിഭാസങ്ങളാകട്ടെ, നിർണ്ണീതതയുടെ കർക്കശ നിയമങ്ങളെ

അനുസരിച്ചുകൊണ്ട്, പരമസത്തയുടെ ഇച്ഛയെ പരിഗണിക്കാതെ സ്വന്തം വഴിയിലൂടെപോകുന്നു.

ദൈവത്തെ നശിപ്പിച്ച് ഒന്നുമല്ലാതാക്കുന്നത് - ആദ്ധ്യാത്മികവാദത്തിന്റെ ഉയർന്ന രൂപമായാണ് വിഗ്രഹഭഞ്ജകമായ ഈ പ്രക്രിയ നടക്കുന്നതെങ്കിലും - നിരീശ്വരവാദമാണ്. നിർണ്ണീതതയ്ക്കു കീഴ്പ്പെടുത്തുന്നതുവഴി ആത്മാവിനെ പദാർത്ഥത്തിന്റെ നിലയിലേയ്ക്കു തംതാഴ്ത്തുന്നത് മതവിരുദ്ധതയുടെ ഉച്ചകോടിയാണ്, ആദ്ധ്യാത്മികവാദത്തിന്റെ നിഷേധമാണ് - സ്വയം പൂർത്തീകരണത്തിന്റെ വിനാശകരമായ ഈ പ്രക്രിയ ഭൗതികവാദത്തിനെതിരായ ആക്രമണം എന്ന നിലയ്ക്കാണ് സംഭവിക്കുന്നത് എന്നിരിക്കിലും. പക്ഷേ, ഇത് അനിവാര്യമായ ഒരു വികാസപ്രക്രിയയാണ്. മതം അനിവാര്യമായും ദൈവശാസ്ത്രത്തിലേയ്ക്ക്, ദൈവത്തിന്റെ പ്രകൃതത്തെ വിശദീകരിക്കാനുള്ള നിഷ്ഫലമായ സൈദ്ധാന്തിക ശ്രമത്തിലേയ്ക്കു നയിക്കുന്നു. ദൈവശാസ്ത്രം നിഷ്ഫലമായ സൈദ്ധാന്തിക വിചാരമാണ്, കാരണം ദൈവശാസ്ത്രം സ്വയം ഏറ്റ കർത്തവ്യം നിർവ്വഹിക്കാൻ അതിന് ഒരിയ്ക്കലും കഴിയില്ല. മനുഷ്യമനസ്സിനു ദൈവത്തെ വിവരിക്കാൻ കഴിയുന്നതോടെ ദൈവം ദൈവമല്ലാതാകുന്നു. അതുകൊണ്ട്, ദൈവശാസ്ത്രത്തിന്റെ ചരിത്രപരമായ ധർമ്മം മതമെന്ന നിലയിൽ മതത്തെ നശിപ്പിക്കലാണ്. ദൈവശാസ്ത്രം വിശ്വദേവതാവാദത്തിൽ എത്തിച്ചേരുന്നു. വേദാന്തത്തിന്റെ വിശ്വദേവതാവാദം ഉപനിഷത്തുകളിലെ ഈശ്വരവാദത്തിന്റെ താർക്കികമായ പരിണതഫലമാണ്. വിശ്വദേവതാവാദ രൂപത്തിലുള്ള ദൈവശാസ്ത്രം സ്വയം നശിപ്പിക്കുന്നു. കാരണം, അചഞ്ചലമായ വിശ്വദേവതാവാദം ദൈവനിഷേധത്തിലേയ്ക്കാണ് നയിക്കുക.

ആശയപരമായ വികാസത്തിന്റെ അനന്ത പ്രക്രിയ ഇങ്ങനെ പോകുന്നു. ഈ പ്രക്രിയയുടെ ഏതെങ്കിലും ഒരു ബിന്ദുവിനെ പരമകാഷ്ഠയായി നിശ്ചയിച്ച് അതിനെ അവിടെ നിർത്താൻ കഴിയില്ല. വിശ്വദേവതാവാദപരമായ അവസ്ഥയിൽ എത്തിക്കൊണ്ട് ക്രൈസ്തവ ആദ്ധ്യാത്മികവാദം സ്പിനോസയുടേയും ഹെഗലിന്റെയും ദർശനത്തിൽ സ്വയം വിലയിച്ച് ഇല്ലാതായി. സ്പിനോസയുടെയും ഹെഗലിന്റെയും ദർശനമാകട്ടെ, അതിന്റെ താർക്കികമായ വികാസം ആധുനിക ഭൗതികവാദ ദർശനത്തിൽ കണ്ടെത്തുകയും ചെയ്തു.

അതേപോലെ വേദാന്തപരമായ വിശ്വേവതാവാദത്തെയും ഇല്ലായ്മ ചെയ്യുന്നത്, ലോകസംസ്കാരത്തിന് ഇന്ത്യയുടെ യഥാർത്ഥ സംഭാവനയായിരിക്കും. ചരിത്രപരമായ കാരണങ്ങളാൽ, ഇന്ത്യൻ ചിന്ത മുന്നോട്ടുപോകുന്നതിൽ പരാജയപ്പെട്ടു. ബുദ്ധമതവിപ്ലവത്തിന്റെ

നിർഭാഗ്യകരമായ പരാജയത്തെത്തുടർന്നുണ്ടായ നീണ്ടകാലത്തെ സാമൂഹികമായ നിശ്ചലാവസ്ഥ ഹൈന്ദവ വിശ്വദേവതാവാദത്തെ അതിന്റെ താർക്കികമായ പരിവസാനത്തിൽ എത്തുന്നതിൽനിന്നു തടഞ്ഞുനിർത്തി. ഒരു ദൗർഭാഗ്യം മറ്റൊരു ദൗർഭാഗ്യത്തെ സൃഷ്ടിക്കുകയും ഇന്ത്യൻ ചിന്ത നിശ്ചലാവസ്ഥയിൽതന്നെ നിൽക്കുകയും ചെയ്തു. പക്ഷേ, ലോകം മുന്നോട്ടുപോയി. നീണ്ടകാലത്തെ സാമൂഹിക നിശ്ചലത തകർക്കപ്പെട്ടുന്നതോടെ, താൽക്കാലികമായി നിർത്തിയ സ്ഥാനത്തുനിന്ന് ഇന്ത്യൻ ചിന്ത വളരെവേഗം മുന്നേറുകയും മറ്റുള്ളവർ നേടിയ പുരോഗതിക്കൊപ്പമെത്തുകയും ചെയ്യും. ആദ്യകാല ക്രിസ്തുമതത്തിന്റെ വിപ്ലവകരമായ പങ്ക് അവസാനിച്ചതുമുതൽ ഒരു സഹസ്രാബ്ദത്തിലധികം കാലം യൂറോപ്യൻ ചിന്ത നിഗൂഢവും വിശ്വദേവതാവാദപരവുമായ ആദ്ധ്യാത്മികവാദത്തിൽ അകപ്പെട്ടു കിടക്കുകയായിരുന്നു. അവസാനം അത് ആ വിഷമവൃത്തത്തിൽ നിന്നു പുറത്തുവന്നു. ജീർണ്ണിച്ച ആദ്ധ്യാത്മികവാദത്തിന്റെ മങ്ങിയ വെളിച്ചത്തിൽ നീണ്ടകാലം തങ്ങിനിൽക്കുകയെന്നത് ഇന്ത്യയുടെ വിധിയാണ്. മനുഷ്യരാശിയുടെ മുന്നേറ്റത്തിൽ പങ്കുചേരാൻ ആഗ്രഹിക്കുന്നുവെങ്കിൽ ഇന്ത്യയും ആ ഇരുട്ടിൽനിന്ന് പുറത്തുവരണം. ഇന്ത്യയുടെ നിഗൂഢവും വിശ്വദേവതാവാദപരവുമായ ആദ്ധ്യാത്മികവാദത്തിന്റെ സന്ദേശം ലോകത്തിന് ആവശ്യമില്ല. പാശ്ചാത്യ സംസ്കാരം ആ പരമാനന്ദം അനുഭവിച്ചിട്ട്, അവസാനം അതിനേക്കാൾ ഉൽകൃഷ്ടമായ ഒന്നിനെ സൃഷ്ടിക്കുകയും ചെയ്തിട്ടുണ്ട്. ഇന്ത്യ അതിന്റെ പ്രാചീന സംസ്കാരത്തിന്റെ യഥാർത്ഥ സന്ദേശം സ്വയം പഠിക്കാൻ കഴിവുറ്റതാകണം. ഇന്ത്യയുടെ നിഗൂഢവും വിശ്വദേവതാപരവുമായ ദർശനത്തിന്റെ ശരിയായ മൂല്യനിർണ്ണയം അതിൽ ഉൾച്ചേർന്നിരിക്കുന്ന ഭൗതികവാദത്തിന്റെ ബീജത്തെ തിരിച്ചറിയുകയെന്നതാണ്. ഇന്ത്യ, അതിന്റെ പുരാതന സംസ്കാരത്തിൽനിന്ന് പ്രായോഗിക പ്രചോദനം സ്വീകരിക്കുന്നതിനു, മതപരമായ ചിന്താരീതിയെ ഇല്ലാതാക്കുന്നതും ശാസ്ത്രീയ വിജ്ഞാനം നേടുന്നതിനു പ്രോത്സാഹനം നൽകുന്നതുമായ അതിന്റെ ഗുണപരമായ വശങ്ങളെ പഠിക്കേണ്ടതാണ്. ജീർണ്ണിച്ച ആദ്ധ്യാത്മികവാദത്തിന്റെ ദൂഷിതവലയത്തിൽനിന്നു പുറത്തുകടക്കാൻ സഹായിക്കുന്നതും ഭൗതികവാദ ദർശനം വാഗ്ദാനംചെയ്ത യഥാർത്ഥ ആത്മീയ സ്വാതന്ത്ര്യത്തിലേയ്ക്കുള്ള വഴി കാണിക്കുന്നതുമായിരിക്കും, ഇന്ത്യയുടെ പുരാതന സംസ്കാരത്തെക്കുറിച്ചുള്ള ഏറ്റവും മികച്ച വിലയിരുത്തൽ.

●

ഭൗതികവാദവും പ്രായോഗിക ആദർശവാദവും

വിപ്ലവത്തിന്റെ തത്ത്വശാസ്ത്രമാണ് ഭൗതികവാദം. മനുഷ്യന്റെ വികാസപ്രക്രിയയിൽ അന്തർലീനമാണ് വിപ്ലവങ്ങൾ. ആയതിനാൽ എല്ലാ കാലഘട്ടങ്ങളിലെയും ഒരു അനിവാര്യത യാണ് ഭൗതികവാദദർശനം. ഭൗതികവാദദർശനപ്രകാരം ജ്ഞാനം ഉണ്ടാവുന്നത് നിഷ്ക്രിയമായ ധ്യാനത്തിൽനിന്നല്ല, മറിച്ച് കർമ്മ ത്തിൽനിന്നാണ്. 'ദാർശനികൻമാർ ലോകത്തെ പലതരത്തിൽ വ്യാഖ്യാനിച്ചിട്ടുണ്ട്. എന്നാൽ, യഥാർത്ഥത്തിൽ ചെയ്യേണ്ടത് അതിനെ മാറ്റുക എന്നതാണ്.' (Thesis on Feurbach, Karl Marx). ലോകത്തെ നിരന്തരമായി മാറ്റുന്ന പ്രക്രിയയിൽ മാത്രമേ മനുഷ്യ വിജ്ഞാനത്തിന്റെ ശേഖരം അനന്തമായി വർദ്ധിക്കുകയുള്ളൂ; ഒരു നിർദ്ദിഷ്ട കാലഘട്ടത്തിലെ വിജ്ഞാനം ലോകത്തെ മാറ്റുന്നതിന് മനുഷ്യനെ ശേഷിയുള്ളവനാക്കി പുരോഗതിയുടെ ഒരു പുതുയുഗം തുറക്കുന്നിടത്തോളം മാത്രമേ വിലയുള്ളതാകുന്നുള്ളൂ.

നിലവിലുള്ളതിനെക്കുറിച്ച് ചിന്തിക്കുന്നതിൽ ഭൗതികവാദം തൃപ്തിപ്പെടുന്നില്ല. ഭാവിയുടെ ബീജങ്ങൾ, അസ്തിത്വത്തിന്റെ കുറേക്കൂടി ഉയർന്ന അവസ്ഥയെ കണ്ടെത്തുക എന്ന ലക്ഷ്യത്തോടെയാണ് നിലവിലുള്ളവയെക്കുറിച്ച് അത് അന്വേഷിക്കുന്നത്. കപടശാസ്ത്ര ത്തിന്റെ ആടയണിഞ്ഞതും ശാസ്ത്രത്തിന്റെയും മനുഷ്യന്റെ യഥാർത്ഥ ആത്മീയ സ്വാതന്ത്ര്യത്തിന്റെയും പരമ്പരാഗതമായ എല്ലാ ശത്രു ക്കൾക്കും - ദൈവം, വിശ്വാസം, മതം, അതിഭൗതികവാദപരമായ അമൂർത്തത, യോഗാത്മകത, നിഗൂഢ വിജ്ഞാനീയം മുതലായവ - അഭയം നൽകുന്നതും ആയ, അറിയുവാനുള്ള നമ്മുടെ കഴിവിന് പരിധിയുണ്ട് എന്ന അജ്ഞതയുടെ ലജ്ജാകരമായ സിദ്ധാന്തത്തെ

അത് അസന്ദിഗ്ധമായി തള്ളിക്കളയുന്നു. മനുഷ്യവംശത്തിന്റെ ഉദ്ഭവകാലം മുതലുള്ള അനുഭവങ്ങളുടെ വിമർശനാത്മകമായ പരിശോധനയുടെ ഉറച്ച അടിത്തറയിൻമേലാണ് ഭൗതികവാദത്തിന്റെ സംജ്ഞാനസിദ്ധാന്തം നിലകൊള്ളുന്നത്. ശാശ്വതമായ അജ്ഞതയുടെ സിദ്ധാന്തത്തെ നശിപ്പിച്ചുകൊണ്ടും മനുഷ്യമനസ്സിന്റെ പരിധിയ്ക്കപ്പുറത്ത് ഒന്നുമില്ല, അതീന്ദ്രിയമായ കാര്യങ്ങൾ തീർത്തും മിഥ്യയാണ് എന്നു തെളിയിച്ചുകൊണ്ടും ഭൗതികവാദം മനുഷ്യാത്മാവിനെ സ്വതന്ത്രമാക്കുന്നു.കേവലവും അപരിവർത്തനീയവും നിരുപാധികവുമായ അതിഭൗതികസങ്കല്പങ്ങളിൽനിന്നുള്ള സ്വാതന്ത്ര്യം ലോകത്തിലെ വ്യവസ്ഥാപിത ക്രമത്തോടുള്ള ഭയഭക്തി ബഹുമാനങ്ങളുടേതായ പാരമ്പര്യച്ചങ്ങലകളിൽനിന്ന് മനുഷ്യനെ വിമോചിപ്പിക്കുന്നു. പവിത്രമോ സ്ഥിരമോ സനാതനമോ ആയ ഒന്നുംതന്നെയില്ല. മാറുക എന്നതാണ് എല്ലാറ്റിന്റെയും പ്രകൃതം. പഴയ ഹെരാക്ലിറ്റസ് പഠിപ്പിച്ചതുപോലെ, 'മാറ്റമില്ലാത്തതായ ഒരേയൊരു കാര്യം മാറ്റമാണ്.' ലോകത്തെ മാറ്റാനും ആ പ്രക്രിയയിൽ സ്വയം മാറാനും ഭൗതികവാദ ദർശനം മനുഷ്യനെ പ്രചോദിപ്പിക്കുന്നു.

മറ്റു ദർശനപദ്ധതികളെപ്പോലെ ഒരു അടഞ്ഞ സമ്പ്രദായമല്ല എന്നതാണ് ഭൗതികവാദത്തിന്റെ മറ്റൊരു സവിശേഷത. അതൊരു വരട്ടുതത്ത്വവാദമല്ല. പ്രകൃതിയെയും ചരിത്രത്തെയും സമൂഹത്തെയും - ചുരുക്കത്തിൽ, ജീവിതത്തിന്റെ എല്ലാ വശങ്ങളെയും പടിപടിയായി, എന്നാൽ അസന്ദിഗ്ധമായി പഠിക്കാനുള്ള ഒരു സമീപനരീതിയാണത്. പരിപൂർണ്ണ ജ്ഞാനത്തിന്റെ ഒരു അടഞ്ഞ സമ്പ്രദായം ഉണ്ടാവില്ല, ജ്ഞാനാർജ്ജനപ്രക്രിയയ്ക്ക് അവസാനമില്ല എന്നു പ്രഖ്യാപിക്കുന്നിടത്തോളം, ഒരർത്ഥത്തിൽ, ഭൗതികവാദം (സങ്കുചിതാർത്ഥത്തിലുള്ള, ഊഹാധിഷ്ഠിതമായ) തത്ത്വശാസ്ത്രത്തെ ഇല്ലാതാക്കുകയാണ്. അങ്ങനെ തത്ത്വശാസ്ത്രം ഏതെങ്കിലും ഒരു വ്യക്തിയുടെ മസ്തിഷ്കത്തിന്റെയോ അല്ലെങ്കിൽ ഭൂഗോളത്തിന്റെ ഒരു നിശ്ചിതപ്രദേശത്ത് അധിവസിക്കുന്ന ആത്മീയ വരം നേടിയ ഒരു വംശത്തിന്റെയോ സന്തതിയല്ലാതാകുന്നു. മുഴുവൻ മാനവരാശിയുടെയും ഏറ്റവും ഉന്നതമായ ആത്മീയസൃഷ്ടിയായി അതു മാറുന്നു. മനുഷ്യന്റെ മഹത്തരമായ പ്രവർത്തനത്തിനും ഉന്നതതരമായ ജ്ഞാനത്തിനും വേണ്ടിയുള്ള ശക്തമായ ഉത്തോലകമായി തത്ത്വശാസ്ത്രം മാറുന്നു. അങ്ങനെ തത്ത്വശാസ്ത്രത്തിന്റെ ദൗത്യംമനുഷ്യരാശിയുടെ ദൗത്യവുമായി ഏകീഭാവം കൈവരിക്കുന്നു.

സാമാന്യമായി, ആദർശവാദം ജീവിതത്തെ ഒരു ആദർശത്തിനായി സമർപ്പിക്കുന്ന സദ്ഗുണവുമായി താദാത്മ്യപ്പെട്ടിരിക്കുന്നു.

എന്നാൽ, ആശയവാദദർശനം സാമാന്യ വ്യവഹാരത്തിൽ 'ആദർശവാദം' എന്നു വിളിക്കപ്പെടുന്നതിൽനിന്ന് തീർത്തും വ്യത്യസ്തമാണ്. പദോൽപത്തിശാസ്ത്രപരമായിപ്പോലും അവയുടെ വിശാലമായ അർത്ഥങ്ങളിൽനിന്നു ഭിന്നമായി ആ രണ്ടു പദങ്ങളും തികച്ചും വ്യതിരിക്തമാണ്. 'ആശയം' (Idea) എന്ന പദത്തിൽനിന്ന് ആശയവാദം രൂപംകൊള്ളുമ്പോൾ 'ആദർശം' (Ideal) എന്ന പദത്തിൽനിന്നാണ് ആദർശവാദം (Idealism) രൂപംകൊള്ളുന്നത്. 'പ്രായോഗിക ആദർശവാദം' എന്നു പറയപ്പെടുന്നതിന് ആശയവാദദർശനവുമായി ബന്ധമൊന്നുമില്ല. ഭൗതികവാദികൾ അതിനെ നിരാകരിക്കുന്നില്ല. വാസ്തവത്തിൽ, ദാർശനികഭൗതികവാദിയാണ് ഏറ്റവും വലിയ പ്രായോഗിക ആദർശവാദി. സ്വതന്ത്രവും പ്രബുദ്ധവും ആഹ്ലാദകരവുമായ ഒരു മനുഷ്യരാശിക്ക് അനുയോജ്യവും അനന്തമായ ഒരു പരിപ്രേക്ഷ്യവും പുരോഗമനസാദ്ധ്യതയും ഉള്ളതുമായ ഒരു വാസസ്ഥലമായി ലോകത്തെ പുനർനിർമ്മിക്കുക എന്നതിനേക്കാൾ ഉയർന്ന ഒരാദർശം ഉണ്ടാകാൻ സാദ്ധ്യമാണോ? ആ ലക്ഷ്യത്തിലേയ്ക്കു മനുഷ്യരാശിയെ ഒരടിപോലും മുന്നോട്ടുകൊണ്ടുപോകുന്നതിനായി ഓരോ ഉറച്ച ഭൗതികവാദിയും സ്വമേധയാ ത്യജിക്കാത്തതായി യാതൊന്നുംതന്നെ ജീവിതത്തിലില്ലതാനും. മാരകമായ ഒരു രോഗത്തിനുള്ള ചികിത്സ കണ്ടെത്തുന്നതിന് സ്വന്തം ജീവിതത്തെ സന്തോഷത്തോടെ അപകടത്തിലാക്കിക്കൊണ്ട്, പലപ്പോഴും മരണത്തെ വരിക്കുന്ന നിരീശ്വരനായ ശാസ്ത്രജ്ഞനോ അല്ലെങ്കിൽ തന്റെ അമൂല്യമായ ആത്മാവിനെ രക്ഷിക്കുന്നതിന് അഹംബോധത്തിന്റെ പുറംതോടിനകത്തേയ്ക്ക് സ്വയം ഉൾവലിഞ്ഞിരിക്കുന്ന ഭക്തനായ ആശ്രമവാസിയോ അതുമല്ലെങ്കിൽ മതാനുഭൂതിയിൽ ആനന്ദം തേടുന്ന ആത്മസംതൃപ്തനായ വ്യക്തിയോ - ഇവരിൽ ആരാണ് പ്രായോഗികാർത്ഥത്തിൽ മഹാനായ 'ആദർശവാദി'? ആരാണ് തന്റെ ആദർശവാദത്തിൽ സത്യസന്ധൻ? മനുഷ്യസ്വാതന്ത്ര്യം എന്ന ആദർശത്തിനുവേണ്ടി പീഢനങ്ങളെയും നിയമനടപടികളെയും പട്ടിണിയെയും ധീരമായി നേരിടുകയും തൂക്കുമരത്തിന്റെയോ പ്രതിരോധനിരയുടെയോ മുമ്പിൽ മരണത്തെപ്പോലും വരിക്കുകയോ ചെയ്യുന്ന വിപ്ലവകാരിയോ, അല്ലെങ്കിൽ സുഖലോലുപനായ മുതലാളിയോ അയാളിൽനിന്ന് കനത്ത ശമ്പളംപറ്റി അടിമത്തത്തിന്റെയും ദാരിദ്ര്യത്തിന്റെയും അജ്ഞതയുടെയും ധർമ്മഭ്രംശത്തിന്റെയും അധഃപതനത്തിന്റെയും സാമൂഹികഘടനയെ അരക്കിട്ടുറപ്പിക്കുക മാത്രം ചെയ്യുന്ന 'ഉന്നതവും ഉൽകൃഷ്ടവുമായ ജീവിതാദർശങ്ങളെ'ക്കുറിച്ച് പുണ്യവാള നാട്യത്തോടെ സംസാരിക്കുന്ന മുതലാളിത്തത്തിന്റെ മരത്തലയൻമാരായ വക്താക്കളോ? ഉപരിവർഗ്ഗങ്ങളുടെ വഷളൻ

ഭൗതികവാദത്തിന്റെ കപടനാട്യക്കാരായ സംരക്ഷകർ എന്ന നിലയിൽ ധർമ്മപ്രബോധകരും മഹാത്മാക്കളും 'ലളിതജീവിതവും ഉയർന്ന ചിന്തയും' എന്ന സദ്ഗുണം ഉപദേശിക്കുന്നു. ഉപരിവർഗ്ഗങ്ങളാകട്ടെ, തങ്ങളുടെ വക്താക്കളുടെ ധർമ്മോപദേശങ്ങൾ ഇരിക്കെത്തന്നെ ആഡംബരപൂർണ്ണമായ ജീവിതം നയിക്കുകയും താണനിലയിൽ ചിന്തിക്കുകയും ചെയ്യുന്നു. ബോധപൂർവ്വം അവർ അങ്ങ ചെയ്യുന്നില്ലെങ്കിലും (പലപ്പോഴും അങ്ങനെയായിരിക്കാം) അവരുടെ 'ഉൽകൃഷ്ടവും മഹനീയവുമായ ആദർശവാദ'ത്തിന്റെ പ്രായോഗികശക്തി ഇത്തരത്തിലാണ്. ഭൗതികവാദദർശനവുമായി ബന്ധപ്പെട്ടു മാത്രമേ പ്രായോഗിക ആദർശവാദത്തിന് സത്യസന്ധമാകാനാവൂ.

ഭൗതികവാദി പ്രായോഗിക ആദർശവാദത്തെ നിരസിക്കുന്നില്ല. അവൻ മാത്രമേ അതിനെ അചഞ്ചലമായും സത്യസന്ധമായും പൂർണ്ണമനസ്സോടെയും അനുഷ്ഠിക്കുന്നുള്ളൂ. തന്റെ വിശ്വാസപ്രമാണത്തിന്റെ അഹംബോധസത്തയിൽ പൊതിഞ്ഞ വെറും ഭൗതികതൽപ്പരത മാത്രമാണ് ആത്മീയവാദിക്ക് - അയാൾ പാശ്ചാത്യനോ പൗരസ്ത്യനോ മതവാദിയോ ദാർശനികനോ ആരായാലും - പ്രായോഗിക ആദർശവാദം. ജീവിതാദർശമാണ് ഭൗതികവാദിയുടെ ജീവിതത്തിന്റെ പ്രേരണാശക്തി. അയാളുടെ ജീവിതത്തിൽനിന്ന് അതിനെ വേർപെടുത്താനാവില്ല. അത് അയാളുടെ ജീവിതവീക്ഷണത്തിൽനിന്ന് വളർന്നുവരുന്നതാണ്. അത് അയാളുടെ സ്വത്വത്തിന്റെ ഭാഗമാണ്. ഭൗതികവാദി ഒരു പ്രായോഗിക ആദർശവാദിയാണ്. എന്തെന്നാൽ, തന്റെ ദർശനത്തെ ഉപേക്ഷിക്കാതെ അയാൾക്ക് അങ്ങനെയല്ലാതാവാൻ കഴിയില്ല. അയാളെ സംബന്ധിച്ചിടത്തോളം, പ്രായോഗിക ആദർശവാദംഎന്നത് ബലം പ്രയോഗിച്ച് പോഷിപ്പിക്കേണ്ട ഒരു നന്മയല്ല; അതു സ്വാഭാവികമായി ഉണ്ടാകുന്ന ഒന്നാണ്. ആദർശമില്ലാത്ത ജീവിതം അയാൾക്ക് അർത്ഥശൂന്യവും ജീവിക്കാൻ കൊള്ളാത്തതുമാണ്. ഒരു ആദർശത്തിനുവേണ്ടി ജീവിക്കുന്ന അയാൾ എപ്പിക്യൂറസിനെപ്പോലെ 'ധർമ്മനിഷ്ഠനും ഉൽകൃഷ്ടനും' ആണ്. 'എന്തെന്നാൽ, അങ്ങനെ ആകുന്നത് ഒരാനന്ദമാണ്.'

ഇതിനു നേരെ വിപരീതമാണ് ആത്മീയവാദികളുടെ കാര്യം. ജീവിതത്തെ ഭൗതികമായി കാണാൻ കഴിയുന്നിടത്തോളം അവർ ദർശനത്തിലെ ആദർശവാദികളാവാം. എന്നാൽ, പ്രായോഗികതലത്തിൽ, ഉയർന്ന ആദർശങ്ങൾ ഉണ്ടായിരിക്കുകയും അതിനൊപ്പിച്ച് ജീവിക്കുകയും ചെയ്യുന്നത് അവർ സ്വയമേവയല്ല; തങ്ങളുടെ മനുഷ്യത്വത്തേക്കാൾ ഉൽകൃഷ്ടമായ ഒരു ബാഹ്യശക്തിയുടെ നിർബന്ധത്താലാണ്. മനുഷ്യന്റെ ആത്മീയസത്തയിലും പദാർത്ഥത്തിനുമേൽ

ചൈതന്യത്തിന്റെ പ്രാഥമ്യത്തിലും വിശ്വസിക്കുന്നവർ മനുഷ്യന് നന്മയുള്ളവനും ഉൽകൃഷ്ടനും ധാർമ്മികനും ആകാൻ, അതായത് ഒരു ആദർശജീവിതം നയിക്കാൻ സ്വയമേവ സാധിക്കില്ല എന്നു വിശ്വസിക്കുന്നു! അങ്ങനെ, അവർ തങ്ങളുടെതന്നെ ദൈവത്തെ തരം താഴ്ത്തുന്നു - സ്വന്തം ദർശനത്തെത്തന്നെ പരിഹസിക്കുന്നു. ഇതൊരു വ്യാഖ്യാനമല്ല, മറിച്ച് ആത്മീയവാദികളുടെ തന്നെ സമ്മതമാണ്. രണ്ടു മാതൃകാപരമായ ഉദാഹരണങ്ങളിതാ - ഒന്ന് പടിഞ്ഞാറുനിന്ന്, മറ്റേത് കിഴക്കുനിന്നും.

പ്രായോഗിക ആദർശവാദത്തിന്റെ കൈപ്പുസ്തകമാണ് മസ്സീനിയുടെ 'മനുഷ്യന്റെ കർത്തവ്യങ്ങൾ.' ദേശീയ വിമോചനത്തിനായി മാർക്സിനേക്കാൾ വീറോടെ വാദിച്ചവർ ആരുമില്ലെങ്കിലും ഭൗതികവാദിയായ അദ്ദേഹവുമായി മസ്സീനി എന്തെങ്കിലും ബന്ധംവെയ്ക്കാൻ തയ്യാറായില്ല. ആഴത്തിലുള്ള ദാർശനികവ്യത്യാസം അവർ തമ്മിലുണ്ടായിരുന്നു. ദേശീയവാദത്തിന്റെ ആ പ്രവാചകന്റെ അഭിപ്രായത്തിൽ മനുഷ്യന് കടമകൾ മാത്രമാണ് ഉള്ളത്; മനുഷ്യാവകാശങ്ങളെ അദ്ദേഹം പൂർണ്ണമായും അവഗണിച്ചു. തോമസ് പെയിനിന്റെ യുഗം സൃഷ്ടിച്ച പുസ്തകത്തെയോ ഫ്രഞ്ച് വിപ്ലവത്തിന്റെ മുഴങ്ങുന്ന 'അവകാശ പ്രഖ്യാപന'ത്തെയോപോലുള്ള ചരിത്രരേഖകളൊന്നും ദേശീയവാദത്തിന്റെ ഈ ദാർശനികൻ വായിച്ചിട്ടുണ്ടായിരുന്നില്ല എന്നു വ്യക്തമാണ്. ഇപ്പറഞ്ഞ രേഖകളും മുതലാളിത്തത്തിന്റെ ശബ്ദമാണ് ഉയർത്തിയത്; എന്നാൽ, അപ്പോൾ മുതലാളിവർഗ്ഗം ഒരു വിപ്ലവവർഗ്ഗമായിരുന്നു. അവർ വലിയൊരളവിൽ ഭൗതികവാദദർശനം പ്രഖ്യാപിക്കുകയും ചെയ്തിരുന്നു. അക്കാലത്ത്, ഒരു വിപ്ലവവർഗ്ഗം എന്ന നിലയിൽ മുതലാളിവർഗ്ഗം വിപ്ലവകരമായ ജീവിതവീക്ഷണത്തോടുകൂടി 'മനുഷ്യന്റെ അവകാശങ്ങൾ'ക്കായി പോരാടിയിരുന്നു. ഏതാണ്ട്, ഒരു നൂറ്റാണ്ടിനുശേഷം മസ്സീനിയുടെ സ്വാതന്ത്ര്യദർശനം മനുഷ്യന്റെ അവകാശങ്ങളെ പൂർണ്ണമായും അവഗണിച്ച് അവനുമുമ്പിൽ കടമകൾ മാത്രം വെച്ചു. 'ആദർശവാദം' എന്ന നിലയിൽ സാധാരണയായി മനസ്സിലാക്കപ്പെടുകയും ആരാധിക്കപ്പെടുകയും ചെയ്യുന്നതിന്റെ ക്ലാസിക്കൽ മാതൃകയാണിത്. വാസ്തവത്തിൽ, അടിമത്തത്തിന്റെ സിദ്ധാന്തമാണിത്. അവകാശമില്ലാത്ത കടമ അടിമപ്പണിയാണ്. എന്തായാലും, ആത്മീയവാദത്തിന്റെ മണ്ഡലത്തിലാണ് മസ്സീനി നിലയുറപ്പിച്ചത്. അദ്ദേഹം എഴുതി: 'ബുദ്ധിയുള്ള ഒരു ആദികാരണത്തെക്കുറിച്ചുള്ള ആശയം ഒരിയ്ക്കൽ ഇല്ലാതാക്കപ്പെട്ടാൽ, എല്ലാ മനുഷ്യർക്കും മേലെ പരമമായി നിൽക്കുന്ന ഒരു ധാർമ്മികനിയമത്തിന്റെ അസ്തിത്വവും എല്ലാ മനുഷ്യർക്കുമേലും ചുമത്തിയിട്ടുള്ള കടപ്പാടും കർത്തവ്യവും അതോടൊപ്പം ഇല്ലാതാക്കപ്പെടുന്നു.' അതു

തീർച്ചയായും ഭൗതികവാദത്തിൻമേലുള്ള ഒരാക്രമണമായിരുന്നു. സ്വാതന്ത്ര്യത്തിന്റെ പേരിലുള്ള അടിമത്തസിദ്ധാന്തത്തെ അങ്ങനെ ആത്മീയവാദം സംരക്ഷിക്കുന്നതായി കണ്ടു. ദാർശനികമായി, മസ്സീനി ഫാസിസത്തിന് അടിത്തറ പണിയുകയാണ് ചെയ്തത്.

ഹൈന്ദവദർശനത്തിന്റെ പൊതുവെ അംഗീകരിക്കപ്പെട്ട പ്രമാണ പുരുഷന്റെ അഭിപ്രായം നോക്കുക: 'നമ്മുടെ ധാർമ്മിക അനുഭവം ഉന്നതതരമല്ല. മതാനുഭവം ധാർമ്മികാനുഭവത്തെ അതിവർത്തിക്കുന്നു. അപൂർണ്ണമായ പ്രപഞ്ചവും പരിമിതനായ ദൈവവും സന്ദിഗ്ധമായ പോരാട്ടവുമെല്ലാം ധാർമ്മിക ജീവിതത്തിന്റെ മുന്നുപാധിയായിരിക്കാം. മതപരമായ ഉറപ്പില്ലാത്ത ധാർമ്മികജീവിതം അതിന്റെ സാധുതയെയും അർത്ഥത്തെയും, ധാർമ്മികമായ പോരാട്ടം അതിന്റെ പ്രചോദനത്തെയും നഷ്ടപ്പെടുത്തുന്നു. പ്രപഞ്ചത്തിന്റെ ഏകാത്മകത അനുഭവിക്കുകയും ദൈവത്തിൽ എല്ലാറ്റിനെയും കാണുകയും ചെയ്യുന്ന മതത്തിലേക്കു ധാർമ്മികത സ്വയം ചുരുങ്ങുന്നു. മതപരമായ ബോധ്യം മാത്രമേ നന്മയുടെ വിജയം നമുക്ക് ഉറപ്പാക്കുന്നുള്ളൂ.' (Radhakrishnan, The Reign of Religion in Contemporary Philosophy).

മതത്തിന്റെ നിർബന്ധപ്രേരണയ്ക്കു കീഴിൽ മാത്രമേ പ്രായോഗിക ആദർശവാദം സാദ്ധ്യമാകൂ എന്നർത്ഥം! സ്വന്തം ബോദ്ധ്യപ്രകാരം മനുഷ്യനു ധാർമ്മികനാവാനാവില്ല. ദൈവങ്ങളുടെ ദണ്ഡിനു മാത്രമേ അവനെ മര്യാദയ്ക്കു പെരുമാറാൻ നിർബന്ധിക്കാൻ കഴിയൂ. മതത്തിൽ നിന്ന് ഏതുതരത്തിലുള്ള ധാർമ്മിക സ്വരമാണ് ഉണ്ടാകുന്നത് എന്ന് തിരിച്ചറിയാൻ ഭാരതമാതാവിന്റെ മുഖത്തേയ്ക്ക് - അവളുടെ പട്ടിണിക്കോലങ്ങളായ സന്തതികളുടെ ധാർമ്മികവും ആത്മീയവുമായ അവസ്ഥയിലേയ്ക്ക് നോക്കുകയേ വേണ്ടൂ.

യൂറോപ്പിൽ ആധുനികശാസ്ത്രത്തിന്റെ വികാസത്തോടൊപ്പം ഒരു പുതിയ സാമൂഹികശക്തിയുടെ ഉദയവും ഉണ്ടായി. വ്യാപാരികളുടെയും ഉൽപാദകരുടെയും പണമിടപാടുകാരുടെയും വർഗമായിരുന്നു അത്. നാടുവാഴിത്തത്തിന്റെ ബന്ധനത്തിൽനിന്ന് സ്വയം മോചിതരാകാനുള്ള പോരാട്ടത്തിലായിരുന്നു അവർ. യാഥാസ്ഥിതികമതത്തിന്റെയും ദൈവശാസ്ത്രത്തിന്റെയും ആധികാരികതയെ നിരാകരിക്കുകവഴി ശാസ്ത്രം നാടുവാഴിത്ത സാമൂഹികക്രമത്തിന്റെ ആശയപരമായ അടിത്തറയെ തകർത്തുകളഞ്ഞു. ആത്മീയമായ ന്യായീകരണം ഇല്ലാതാക്കപ്പെട്ട പൂർണ്ണമായ രാജവാഴ്ചയും സേച്ഛാധിപത്യപരമായ കുലീനഭരണവും പോയേ മതിയാവൂ. ലൗകികവും ആത്മീയവുമായ കാര്യങ്ങളിൽ മുതലാളിവർഗ്ഗം 'കലാപത്തിനുള്ള വിശുദ്ധാവകാശം' ഉന്നയിക്കുകയും ഭരണവർഗ്ഗമായി മാറുകയും

ചെയ്തു. തങ്ങൾക്കനുഗുണമായ പുതിയ വർഗ്ഗബന്ധങ്ങൾക്കു കീഴിലെ മാറിയ സാഹചര്യത്തിൽ അവരുടെ വീക്ഷണം മാറി. ഒരു മർദ്ദിത വർഗ്ഗം എന്ന നിലയിൽ പ്രത്യയശാസ്ത്രപരവും രാഷ്ട്രീയവുമായ വിപ്ലവത്തിനുവേണ്ടി അവർ വാദിച്ചിരുന്നു; അധികാരത്തിലെത്തിയപ്പോൾ അവർ യാഥാസ്ഥിതികരായി മാറി.

അധികാരമില്ലാതെ ഒരു വർഗ്ഗത്തിന്റെ ആധിപത്യം മൊത്തം സമൂഹത്തിനുമേൽ സ്ഥാപിക്കാനാവില്ല; ദൈവികമോ പ്രകൃത്യതീതമോ ആയ അധികാരത്തിന്റെ പ്രത്യക്ഷമോ പരോക്ഷമോ ആയ പിൻബലമില്ലാത്തപക്ഷം ഭൂമിയിലെ അധികാരത്തെ ഉറപ്പോടെ സ്ഥാപിക്കാനുമാവില്ല. ആയതിനാൽ, വിശ്വാസവും മതവും അവയുടെ നാശത്തിൽനിന്നു രക്ഷിക്കപ്പെട്ടു. സാമാന്യജനങ്ങൾക്കുവേണ്ടി, വിശ്വാസ്യത നഷ്ടപ്പെട്ട പഴയ ദൈവത്തെ, അദ്ദേഹത്തിന്റെ ജീർണ്ണിച്ച എല്ലാ കോപ്പുകളോടുംകൂടി വീണ്ടും ഭരിക്കാൻ അനുവദിച്ചു; എന്നാൽ, ശാസ്ത്രത്താൽ തകർക്കപ്പെടുകയോ ഗുരുതരമായി ഉലയ്ക്കപ്പെടുകയോ ചെയ്ത അപരിഷ്കൃത വിശ്വാസങ്ങളിലേയ്ക്ക് മടങ്ങിപ്പോകാൻ കഴിയാത്തവിധം ബൗദ്ധികവരേണ്യവർഗ്ഗം പരിഷ്കൃതരായി മാറിക്കഴിഞ്ഞിരുന്നു. അവരുടെ ആത്മീയോന്നതിക്കായി, മതം ആശയവാദത്തിന്റെ പുതിയ വേഷത്തിൽ പ്രത്യക്ഷപ്പെട്ടു: ഒരു വൈയക്തിക സ്രഷ്ടാവ് എന്ന സമർത്ഥിക്കാനാകാത്ത സിദ്ധാന്തത്തിനു പകരം അമൂർത്തവും അതീന്ദ്രിയവുമായ ആശയത്തെക്കുറിച്ചുള്ള ആകർഷകമായ വിചിത്ര സങ്കല്പം വെയ്ക്കപ്പെട്ടു.

ക്രൈസ്തവസഭയുടെ ബുദ്ധിമാനായ വിമർശകനും ദോഷാനുദർശിയുമായ വോൾട്ടയർതന്നെ പ്രയോജനരഹിതമായ കാര്യത്തിന്റെ വക്താവായി മാറുകയും താഴെ പറയുന്ന വാദമുഖത്തോടെ മറ്റു ദാർശനികരുടെ നിരീശ്വരവാദത്തിന് മറുപടി നൽകുകയും ചെയ്തു: 'ഇവിടെ ഒരു ദൈവമില്ലെങ്കിൽ ഒരു ദൈവത്തെ നാം കണ്ടെത്തുകതന്നെ വേണം. ബെയിലിന് (പതിനെട്ടാം നൂറ്റാണ്ടിലെ, ഉറന്നടിച്ചു സംസാരിക്കുന്ന ഉറച്ച നിരീശ്വരവാദി) ഭരിയ്ക്കാനായി അഞ്ഞൂറു കർഷകരെ നൽകുക. ഉടൻതന്നെ അദ്ദേഹം മതത്തിന്റെ പ്രയോജനം മനസ്സിലാക്കും.' മതത്തിന്റെ സംരക്ഷകർതന്നെ മുന്നോട്ടുവെച്ച മതത്തിനെതിരായ അതിശക്തമായ വാദമുഖമാണിത്. ദൈവത്തെയും മതത്തെയും അവയുടെ യഥാർത്ഥ വേഷത്തിൽ അത് അവതരിപ്പിക്കുന്നു.

മുതലാളിവർഗ്ഗത്തിന്റെ സ്വാർത്ഥ താൽപര്യങ്ങൾ ദാർശനിക വിപ്ലവവുമായി സംഘർഷത്തിലേർപ്പെട്ട് അതിന്റെ പുരോഗതിയെ കടിഞ്ഞാണിടാൻ ശ്രമിക്കുകയാണെങ്കിൽ മനുഷ്യരാശിയുടെ ഭാവിക്ക് അതിന്റെ പര്യവസാനം ആവശ്യമാണ്. ആയതിനാൽ,

സമഗ്രമായ ഒരു ദർശനസാഹിത നെയ്തെടുക്കുക എന്ന ലക്ഷ്യത്തോടെ മുഴുവൻ ശാസ്ത്രീയ കണ്ടെത്തലുകളുടെയും ദൂരവ്യാപകമായ സൈദ്ധാന്തിക മൂല്യത്തെ ശരിയായി വിവേചിച്ചറിയാനുള്ള ചരിത്രപരമായ യത്നത്തെ തടുക്കുക അസാദ്ധ്യമായിരിക്കും. ജന്മനാലുള്ള ഭൗതികവാദ പ്രവണതകളെ കൈയൊഴിയുന്നതിനായി ആധുനികദർശനം ആശയവാദത്തിന്റെ വന്ധ്യയത്നം സമാരംഭിച്ചിരുന്നു. ആശയവാദത്തെ ഹെഗൽ തലകറക്കുന്ന ഉയരത്തിലേയ്ക്ക് എത്തിച്ചു. വസ്തുക്കളുടെ ഏകത്വം എന്ന ഒരു യഥാർത്ഥ ദർശനത്തിന്റെ അടിസ്ഥാനതത്ത്വത്തെ സമർത്ഥിക്കാനുള്ള തന്റെ ഔത്സുക്യത്തിൽ ഹെഗൽ ആധുനിക ക്ലാസിക്കൽ ദർശനത്തെ തകർത്തുകളഞ്ഞു. പ്രപഞ്ചത്തെക്കുറിച്ചുള്ള ഒരു ദ്വൈതവാദ സങ്കല്പമില്ലാതെ ആശയവാദദർശനം സാദ്ധ്യമല്ല. അദ്വൈതസങ്കല്പം ഒന്നുകിൽ ഭൗതികവാദപരമായിരിക്കണം, അല്ലെങ്കിൽ അഹംമാത്രവാദ (Solipsism)ത്തിന്റെയും ശൂന്യവാദത്തിന്റെയും രക്ഷപ്പെടാനാകാത്ത കൊട്ടക്കാട്ടിൽ നശിച്ചുപോകും. മൗലികമായ ഏകത്വത്തെ ഒരു ആത്മീയാസ്തിത്വത്തിലേയ്ക്ക് ചുരുക്കുകയാണെങ്കിൽ പ്രാതിഭാസികലോകത്തെ മായികഭ്രമമായി പ്രഖ്യാപിക്കേണ്ടിവരും. എന്തെന്നാൽ, യാതൊരു നിയമവും ബാധകമല്ലാത്ത സർവ്വശക്തിത്വത്തിന്റെ ഇടപെടലിലൂടെയല്ലാതെ പദാർത്ഥത്തിന് ഒരിയ്ക്കലും ശുദ്ധചൈതന്യത്തിൽനിന്ന് ഉരുത്തിരിയാനാവില്ല. അത്തരമൊരു ഇടപെടലിന്റെ സങ്കല്പത്തോടൊപ്പം മതം ആധികാരികതയുടെ സിംഹാസനത്തിൽ പുനഃപ്രതിഷ്ഠിക്കപ്പെടുന്നു. ദർശനമാകട്ടെ, ആ സിംഹാസനത്തിന്റെ ചുവട്ടിൽ ഒരു എളിയ സ്ഥാനം സ്വീകരിക്കുകയും വേണം.

ശാസ്ത്രജ്ഞാനത്തിന്റെ യുഗത്തിൽ പ്രപഞ്ചപരിണാമത്തിന്റെ മഹത്തായ പ്രക്രിയ ഒരു ദുഃസ്വപ്നമാണ് എന്ന് മനുഷ്യരാശിയ്ക്ക് വിശ്വസിക്കാൻ കഴിയില്ല. ആയതിനാൽ, ഭൗതികവാദമായിരിക്കണം അതിന്റെ ദർശനം. ഭൗതികവാദദർശനത്തിന്റെ തിളങ്ങുന്ന പ്രകാശത്തിൽ പ്രകൃതി, ജീവൻ, ചരിത്രം, സമൂഹം എന്നിവയുടെ പ്രശ്നങ്ങളുടെ നിഗൂഢതയെല്ലാം ഇല്ലാതാകുകയും സ്വന്തം വിധിയുടെ കർത്താവെന്ന നിലയിൽ മനുഷ്യൻ ശക്തിയുടെയും മഹത്വത്തിന്റെയും ഉന്നതസ്ഥാനത്ത് എത്തുകയും ചെയ്യുന്നു.

ഭൗതികവാദം ശരിയായ ആത്മീയവിമോചനം വാഗ്ദാനംചെയ്യുന്നു എന്ന് തെളിയിക്കുന്നതിന്, ജർമ്മൻ പണ്ഡിതനായ ആൽബർട്ട് ലാംഗെയുടേതിനേക്കാൾ മികച്ച ഉദാഹരണം എടുത്തുകാണിക്കാനില്ല. വിജയകരമായിരുന്നില്ലെങ്കിലും ഭൗതികവാദത്തെ നിഷേധിക്കുക എന്ന ലക്ഷ്യത്തോടെ അതിന്റെ ബൃഹദ്ചരിത്രം എഴുതിയ ആളാണ്

ലാംഗെ. അദ്ദേഹം എഴുതുന്നു: 'ഭൗതികവാദപരമായ ഉറവിടത്തിൽ നിന്നു പ്രവഹിക്കുന്ന യവനദർശനം സങ്കല്പിക്കാൻ പറ്റുന്ന എല്ലാ നിലപാടുകളിലൂടെയും സംക്ഷിപ്തമായും അത്യുജ്ജ്വലമായും കടന്നുപോയതിനുശേഷം ഭൗതികവാദദർശനത്തിലും മറ്റു ദർശനങ്ങളുടെ ഭൗതികവാദപരമായ പരിഷ്കാരങ്ങളിലും പര്യവസാനം കണ്ടെത്തുന്നു.... പ്രായോഗിക ഭൗതികവാദം എന്നതുകൊണ്ട് ഭൗതികനേട്ടത്തിനും സുഖത്തിനും വേണ്ടിയുള്ള തൃഷ്ണ എന്നാണ് നാം മനസ്സിലാക്കുന്നത് എങ്കിൽ, ചേതനയുടെ ഓരോ ശ്രമവും ജ്ഞാനത്തിലേയ്ക്കാണ് എന്നതിനാൽ സൈദ്ധാന്തിക ഭൗതികവാദം അതിനു വിരുദ്ധമാണ്. മാത്രമല്ല, പൗരാണികകാലത്തെ മഹത്തായ ഭൗതികവാദപദ്ധതികളെ അടയാളപ്പെടുത്തുന്ന ശാന്തഗംഭീരത, താണതും വഷളായതുമായ എല്ലാറ്റിൽനിന്നും ആത്മാവിനെ ശുദ്ധമാക്കി നിർത്താനാകാത്തത്ര പെട്ടെന്ന് സ്വന്തം അന്ധാളിപ്പിൽ പര്യവസാനിക്കുന്ന ആവേശകരമായ ആശയവാദത്തേക്കാൾ അനുയോജ്യമാണെന്ന് ഒരുപക്ഷേ നമുക്ക് പറയാവുന്നതാണ്.'

പ്രാചീന ഭൗതികവാദത്തെപ്പറ്റി ഇവിടെ പറഞ്ഞതെല്ലാം ആധുനിക ഭൗതികവാദദർശനത്തിനും ഏറെക്കുറെ ബാധകമാണ്. എന്തെന്നാൽ, ദർശനത്തിന്റെ ഉദ്ഭവകാലത്ത് ആവിഷ്കരിച്ച പൊതുതത്ത്വത്തിൽ അധിഷ്ഠിതമായ ആധുനിക ഭൗതികദർശനം ഇനി ഒരു പരികല്പനയല്ല, മറിച്ച് നിരന്തരമായ പുരോഗതിയുടെ അനന്തമായ പരിപ്രേക്ഷ്യം മനുഷ്യനു മുന്നിൽ തുറന്നുവെയ്ക്കുന്ന അന്തിമമായി ബോദ്ധ്യപ്പെട്ട പ്രപഞ്ചശാസ്ത്ര സങ്കല്പമാണ്.

പ്രാകൃതമായോ തെറ്റായോ മനസ്സിലാക്കപ്പെടുന്നതും എതിരാളികളാൽ - മതവിശ്വാസികൾ, ആത്മീയവാദികൾ, ആശയവാദികൾ മുതലായവർ - പുണ്യവാള നാട്യത്തോടെ അധിക്ഷേപിക്കപ്പെടുന്നതുമായ ഭൗതികവാദത്തിന് ഭൗതികവാദദർശനവുമായി യാതൊരു ബന്ധവുമില്ല. വാസ്തവത്തിൽ, മതത്തിന്റെ സത്തതന്നെ ഭൗതികവാദപരമാണ് - ആ പദത്തിന്റെ ഏറ്റവും തരംതാണ അർത്ഥത്തിൽ. അഹംബോധം (Egoism) അന്നന്നത്തെ അപ്പത്തിനുവേണ്ടി പ്രാർത്ഥിക്കാനോ സ്വന്തം ആത്മാവിന്റെ മോക്ഷത്തിനുവേണ്ടി പ്രയത്നിക്കാനോ മനുഷ്യനെ പ്രേരിപ്പിക്കുന്നു. പ്രകൃത്യതീതമായ സൃഷ്ടി എന്ന സിദ്ധാന്തമാണ് എല്ലാ മതങ്ങളുടെയും അടിസ്ഥാനം. ഈ സിദ്ധാന്തം അതിരറ്റ അഹംബോധത്തെ ദൈവത്തിന്റെ ഗുണമായോ പരമകാരണത്തിന്റെ സവിശേഷതയായോ മഹത്വീകരിക്കുന്നു. ഈ പ്രപഞ്ചം ഒന്നുകിൽ സർവ്വശക്തമായ അനിയന്ത്രിതമായ ഇച്ഛയുടെ, അതായത് നിരുത്തരവാദിയായ ദൈവത്തിന്റെ ഉല്പന്നം

അല്ലെങ്കിൽ ഒന്നുമില്ലായ്മയിൽ നിന്നുണ്ടാകുന്ന ശാശ്വതമായ ഒരു അദ്ഭുതം ആണ്. പ്രപഞ്ചത്തിന് സ്വയം സത്തയില്ല. നിരങ്കുശമായ നിയമങ്ങളാൽ എല്ലായ്പ്പോഴും ഭരിക്കപ്പെടുന്ന, അന്തിമവിശകലനത്തിൽ, അതിരറ്റ ഒരു അഹംബോധത്തിന്റെ ആവിഷ്കാരമായി മാത്രം കണക്കാക്കാൻ കഴിയുന്ന സ്വേച്ഛാപരമോ അദ്ഭുതപരമോ ആയ ഒരു പ്രവർത്തിയുടെ ഉൽപന്നം. എല്ലാ മതങ്ങളിലുംവെച്ച് ആത്മീയമാണെന്ന് അവകാശപ്പെടുന്ന* ഹിന്ദുമതത്തിൽ മതത്തിന്റെ പരമോന്നതമായ അഹംബോധം പരകോടിയിൽ എത്തുന്നു. അതിന്റെ അഭിപ്രായത്തിൽ സൃഷ്ടി എന്നത് ഈശ്വരന്റെ ലീലയാണ്. എല്ലാ ആദർശങ്ങളുടേയും സംഭരണിയായി സങ്കല്പിക്കപ്പെടുന്ന മനുഷ്യഭക്തിയുടെ വിഷയവസ്തു സങ്കല്പിക്കാൻ കഴിയുന്ന ഏറ്റവും വലിയ അഹംബോധമാണ്.

സ്വന്തം ആഹ്ലാദത്തിനായി അദ്ദേഹം ലോകംകൊണ്ടും മനുഷ്യന്റെ ഭാഗധേയംകൊണ്ടും കളിക്കുന്നു. മനുഷ്യന്റെ മൗലികമായ ആഗ്രഹാഭിലാഷങ്ങളുടെ മാതൃകയിൽ സൃഷ്ടിച്ച കേവലവും അനിയന്ത്രിതവുമായ ശക്തിയുടെ മൂർത്തീകരണമാണ് ദൈവം. അദ്ദേഹം ഗർവ്വിഷ്ടനും സ്വേച്ഛാപരനും നിഷ്ഠുരനും അധികാരാസക്തനുമാണ്. ഇത്തരം 'ദൈവിക ഭരണാധികാരി'യിലോ 'ആത്മീയതത്ത്വ'ത്തിലോ വിശ്വസിക്കുന്നവർ അനിവാര്യമായും 'ഓരോരുത്തരും അവനവനുവേണ്ടി, അറ്റത്തുള്ളവൻ തുലയട്ടെ' എന്ന അഹംബോധ തത്ത്വം സ്വായത്തമാക്കും. അനിയന്ത്രിതവും നിരുത്തരവാദപരവുമായ ഒരു അഹംബോധത്തിന്റെ നിസ്സഹായനായ കളിപ്പാട്ടമായ മനുഷ്യന് സ്വയം രക്ഷിക്കുക എന്നല്ലാതെ മറ്റൊരാദർശവും ഉണ്ടാവില്ല. സംന്യാസം എന്ന ഏറെ പ്രകീർത്തിതമായ സദ്ഗുണം സ്വാർത്ഥതയുടെ പരമോന്നത രൂപമാണ്. നിങ്ങളുടെ അമൂല്യമായ സ്വന്തം ആത്മാവിനെ രക്ഷിക്കുക, ബാക്കിയുള്ള ലോകം നശിച്ചോട്ടെ എന്നാണ് അത് അർത്ഥമാക്കുന്നത്.

മതവിശ്വാസിയായ മനുഷ്യന്റെ പ്രകൃതിവീക്ഷണം തികച്ചും പ്രയോജനവാദപരമാണ്. തുടക്കത്തിൽ അവൻ ദൈവങ്ങളെ ആരാധിക്കുന്നത് (ഭക്തിയിൽ നിന്നല്ല, മറിച്ച് ഭയത്തിൽനിന്ന്) തനിക്കാവശ്യമുള്ളതെല്ലാം കിട്ടുന്നതിനുവേണ്ടിയാണ്. സ്വർഗ്ഗം എന്ന ആദർശം - അത് ഹിന്ദുവിന്റേയോ മുസ്ലീമിന്റേയോ ക്രിസ്ത്യാനിയുടേയോ ആകട്ടെ - അതൃപ്തനായ ഭക്ഷണപ്രിയന്റെ വായിൽ വെള്ളമൂറിപ്പിക്കുന്നു. ഒന്നുകിൽ മതവിശ്വാസിക്കുള്ള ദൈവത്തിന്റെ സമ്മാനമെന്ന നിലയിൽ, അല്ലെങ്കിൽ ഒരു സാങ്കല്പിക ചങ്ങലയെ പൊട്ടിച്ചെറിയുക എന്ന ജാലവിദ്യ നടത്തുന്നതിന് ആത്മാവിനുള്ള

സൗജന്യ രംഗപീഠം എന്ന നിലയിൽ മനുഷ്യനുവേണ്ടി മാത്രം പ്രപഞ്ചമായി മാറുന്ന ഇരുണ്ടതും ദുഷിച്ചതും നിഷ്ക്രിയമായതുമായ ഒരു വസ്തുവായി മതവിശ്വാസിയായ മനുഷ്യൻ പിൽക്കാലത്ത് പ്രകൃതിയെ കാണുന്നു.

ഇതിനു വിരുദ്ധമായി, ഭൗതികവാദിക്ക് പ്രകൃതി സ്വയം നിലനിൽക്കുന്നു – മനുഷ്യന്റെ അഹംബോധത്തെ തൃപ്തിപ്പെടുത്താനല്ല, മറിച്ച് പ്രകൃതിയുടെതന്നെ സന്താനമായ മനുഷ്യനാൽ വിസ്മയത്തോടെ കാണാനും നിരീക്ഷിക്കാനും ഗവേഷണം നടത്താനും അറിയാനുമായി. പ്രകൃതിയോടുള്ള ഈ മനോഭാവത്തിലാണ്, ഭൗതികവാദം നശിപ്പിക്കുന്നു എന്നു കരുതപ്പെടുന്ന മനുഷ്യന്റെ എല്ലാ വിശിഷ്ടഗുണങ്ങളുടെയും വേരു കിടക്കുന്നത്. അധാർമ്മികലോകത്തിന്റെ വൈകൃതങ്ങളെ അപലപിക്കുന്ന വിശുദ്ധ മനുഷ്യൻ, മാരകമായ അധാർമ്മികതയുടെ പുഴുക്കുത്തുകളിൽനിന്ന് സ്വയം രക്ഷിക്കുന്നതിനായി തന്റെ 'ആത്മീയ' അഹംബോധത്തിന്റെ ഔന്നത്യത്തിലേയ്ക്ക് പിൻവാങ്ങുന്നു. എന്നാൽ, ഒരു ദൈവത്തിലും വിശ്വസിക്കാത്ത ശാസ്ത്രജ്ഞൻ ആഹ്ലാദത്തോടെയും വിശുദ്ധ അഹംബോധവാദിയുടെ ധാർഷ്ട്യമില്ലാതെയും ലോകോപകാരത്തിനായി തന്റെ ജീവിതത്തെ ബലിയർപ്പിക്കുന്നു. ഒരാളുടെ സ്വപ്നത്തിൽ കപ്പൽ കത്തുന്നതായി കാണപ്പെടുന്നു എന്നതിനാൽ ആ കപ്പലിനെ ഉപേക്ഷിക്കുക എന്ന പരമമായ സ്വാർത്ഥത ഭൗതികവാദത്തിന് അന്യമാണ്. ഭൗതികവാദം ലോകത്തെ കുറ്റപ്പെടുത്തുന്നില്ല. എന്നാൽ, അത് ലോകത്തെ മെച്ചപ്പെടുത്തുക എന്ന ലക്ഷ്യത്തോടെ ലോകത്തെ അതേപടി സ്വീകരിക്കുന്നു. ഭൗതികവാദദർശനം ലോകത്തെ നിഷ്ക്രിയമായി വ്യാഖ്യാനിക്കുകയോ അതിന്റെ കുറവുകളിൽ ശക്തിഹീനമായി വിലപിക്കുകയോ ചെയ്യുന്നില്ല. ലോകത്തെ പുനർനിർമ്മിക്കാനുള്ള വഴി അതു കാണിച്ചുതരുന്നു. മതം മനുഷ്യനെ തന്റെ നിസ്സാരമായ അഹംബോധത്തിൽ കെട്ടിയിടുമ്പോൾ, ഭൗതികവാദത്തിൽ മനുഷ്യാത്മാവ് അനിയന്ത്രിതമായ സ്വാതന്ത്ര്യം കണ്ടെത്തുന്നു. പ്രകൃത്യതീത സൃഷ്ടി എന്ന ആശയത്തെ അതിലംഘിക്കുമ്പോൾ മാത്രം മനുഷ്യൻ തന്റെ അഹംബോധത്തിന്റെ ഇടുങ്ങിയ അതിരുകൾക്കപ്പുറത്തേയ്ക്കു പോകുകയും പ്രകൃതി അതിന്റെ എല്ലാ സൗന്ദര്യത്തോടെയും പ്രൗഢിയോടെയും ശക്തികളോടെയും സ്വയം നിലനിൽക്കുന്നതായി കാണുകയും ചെയ്യുന്നു. അപ്പോൾ മാത്രം അവൻ തന്റെ അഹംബോധത്തെ പ്രപഞ്ചത്തിൽ ലയിപ്പിക്കുന്നു. മതവിശ്വാസിയായ മനുഷ്യന്റെ ധാർമ്മികത ഒന്നുകിൽ കാപട്യമാണ്, അല്ലെങ്കിൽ നിർബന്ധംകൊണ്ട് അനുഷ്ഠിക്കുന്നതാണ്. ഭൗതികവാദി സ്വന്തം ബോദ്ധ്യപ്രകാരമാണ് ധാർമ്മികനാകുന്നത്. സ്വർഗ്ഗത്തിൽ ഒരു ഇടത്തിനുവേണ്ടിയോ തന്റെ ആത്മാവിന്റെ

മോക്ഷത്തിനുവേണ്ടിയോ ഉള്ള പ്രതിഫലം എന്ന നിലയിലല്ല അയാൾ നന്മചെയ്യുന്നത്. മഹത്തായ പ്രപഞ്ചവ്യവസ്ഥയിലെ വളരെ ചെറിയ ഒരു കണികയാണ് മനുഷ്യൻ എന്ന ഭൗതികവാദ സങ്കല്പം അഹംഭാവത്തിന് ഒട്ടും ഇടം നൽകുന്നില്ല.

* 'ഇന്തോ - ആര്യൻ ആത്മീയതയുടെ' സ്തുതിപാഠകനായ ഹാവെൽ വൈദികമതത്തെ 'സ്ഥൂലഭൗതികവാദ'മായി കാണുന്നു!

●

ദേശീയവാദത്തിന്റെ പ്രത്യയശാസ്ത്രം

ഇന്ത്യയിലെ രാജ്യസ്നേഹത്തിന്റെ, അത് ഏതുതരത്തിൽപ്പെട്ടതായാലും, പൊതുസവിശേഷത 'പാശ്ചാത്യസംസ്കാര'ത്തോടുള്ള വിരോധമാണ്. ഇന്ത്യൻ ദേശീയവാദ പ്രത്യയശാസ്ത്രത്തിന്റെ ഈ പൊതുസ്വഭാവത്തിന്റെ അളവിൽ ഓരോ രാഷ്ട്രീയ വിഭാഗങ്ങളുടെയും സാമൂഹിക പശ്ചാത്തലത്തിനനുസരിച്ച് വ്യത്യാസമുണ്ടെന്നത് വാസ്തവമാണ്. കടുത്ത സനാതനികളുടെ കാര്യം പറയാനുമില്ല. മുൻനിരയുടെ മറ്റേയറ്റത്തു നിൽക്കുന്നത് ഉദാരവാദികളായ പരിഷ്കർത്താക്കളാണ്. തങ്ങളുടെ വിശ്വാസ പ്രമാണങ്ങളോടു ആത്മാർത്ഥതയുള്ളവരാണെങ്കിൽ അവർ സമൂഹത്തിന്റെ വികാസഗതിയെ അംഗീകരിക്കണം. എന്നാൽ അതിനെ നിരാകരിക്കുന്നതിലൂടെ അവർ രാഷ്ട്രീയമായും പ്രത്യയശാസ്ത്രപരമായും അസംബന്ധാ വസ്ഥയിൽ സ്വയം എത്തിച്ചേരുന്നു.

ഏറെക്കുറെ പുരോഗമനവീക്ഷണമുള്ള ആളുകൾപോലും നിലവിലുള്ള സാമൂഹികാചാരങ്ങളെയും സ്ഥാപനങ്ങളെയും വിമർശിക്കാൻ തുനിയുമ്പോഴെല്ലാം തങ്ങൾ പാശ്ചാത്യസംസ്കാരത്തിന്റെ ആരാധകരല്ലെന്ന പ്രഖ്യാപനത്തോടെ ആരംഭിക്കാനുതകുന്നത്ര യുക്തിരഹിതമാണ് ഇന്ത്യൻ ദേശീയവാദത്തിന്റെ ഈ വിശ്വാസപ്രമാണം. അർദ്ധമനസ്കരും സങ്കോചഭാവമുള്ളവരുമായ ഈ പരിഷ്കർത്താക്കൾ പാശ്ചാത്യ നാഗരികതയുടെ ഭാഗമായി രൂപംകൊണ്ട സാമൂഹികവും രാഷ്ട്രീയവുമായ സ്ഥാപനങ്ങൾ ഇവിടെയും ഉണ്ടാകണം എന്നു വാദിക്കുമ്പോൾപോലും പാശ്ചാത്യസംസ്കാരത്തെ നിരാകരിക്കണമെന്ന അഹന്തയാർന്നവാദത്തെ തത്തയെപ്പോലെ ആവർത്തിക്കുന്നു. ഉദാഹരണത്തിനു യൂറോപ്പിലെയും അമേരിക്കയിലെയും സ്ത്രീകൾക്കുള്ളതുപോലെ സ്വാതന്ത്ര്യം ഇന്ത്യൻ സ്ത്രീകൾക്കും നൽകണം; എന്നാൽ, ഇന്ത്യൻ സ്ത്രീത്വത്തിന്റെ ആദർശത്തെ ഉപേക്ഷിക്കാൻ

അവരെ അനുവദിക്കരുത്. പാശ്ചാത്യ സ്ത്രീകളെപ്പോലെ ആ സ്വാതന്ത്ര്യത്തിന്റെ 'ദുരുപയോഗ'ത്താൽ കളങ്കപ്പെടാനും അവരെ അനുവദിക്കരുത്; ജാതിവ്യവസ്ഥയെ നശിപ്പിക്കുക. എന്നാൽ, പാശ്ചാത്യ സമൂഹത്തിൽ നടക്കുന്നതുപോലെയുള്ള മിശ്രവിവാഹത്തിനെതിരെ ജാഗ്രത പുലർത്തണം; മുതലാളിത്തത്തെ പ്രോത്സാഹിപ്പിക്കുക. എന്നാൽ, പാശ്ചാത്യ ഭൗതികവാദത്തിന്റെ ആർത്തിയെ ഒഴിവാക്കണം; മതപരമായ അന്ധവിശ്വാസങ്ങളിൽനിന്നു മുക്തരായി യുക്തിഭദ്രമായ ജീവിതവീക്ഷണം സ്വീകരിക്കുക. എന്നാൽ, മനുഷ്യന്റെ അറിവിന്റെ ഏക ഉറവിടമായി ശാസ്ത്രത്തെ സ്വീകരിക്കരുത് - ഇത്തരത്തിലാണ്, ഇന്ത്യൻ സമൂഹത്തിനു ചില തകരാറുകളുണ്ടെന്ന് മനസ്സില്ലാമനസ്സോടെ സമ്മതിക്കുകയും അതിന് ഇന്ത്യയുടെ പൗരാണിക പാരമ്പര്യങ്ങളിൽ പരിഹാരം കണ്ടെത്താനാകാതെ തീവ്രമായി ദുഃഖിക്കുകയും ചെയ്യുന്ന പുരോഗമനവാദികളുടെ മനോഭാവം. പാശ്ചാത്യ സംസ്കാരം എന്നു വിളിക്കപ്പെടുന്ന ഒരു സഹസ്രാബ്ദക്കാലത്തെ മനുഷ്യപുരോഗതിയുടെ ഫലങ്ങളെ തിരസ്കരിക്കുക വിഷമമാണെന്നു അവർക്കറിയാം. എങ്കിലും, പഴയതുമായുള്ള ബന്ധം വിച്ഛേദിച്ച പുതിയതിനെ സ്വീകരിക്കാനുള്ള ധൈര്യം അവർക്കില്ല.

അവരുടേത് സമന്വയമെന്നു പറയപ്പെടുന്ന സിദ്ധാന്തമാണ് - പുരോഗതിയും പിന്തിരിപ്പത്തവും തമ്മിൽ ഒരു ഒത്തുതീർപ്പ്. ആ ഒത്തുതീർപ്പ് ഇന്ത്യൻസംസ്കാരത്തിന്റെ 'ആദ്ധ്യാത്മിക പ്രതിഭ'യുടെ അടിസ്ഥാനത്തിലായിരിക്കുകയും വേണം. ജുഗുപ്സാവഹമായ പാശ്ചാത്യ സംസ്കാരത്തെ പ്രായശ്ചിത്തം അനുഷ്ഠിച്ചതിനുശേഷം മാത്രമേ പരിപാവനമായ ഭാരതത്തിലേക്കു പ്രവേശിക്കാൻ അനുവദിക്കൂ. പാശ്ചാത്യ സംസ്കാരം ഇവിടെ പൂർണ്ണമായും തിരസ്കരിക്കപ്പെടുന്നില്ല; അത് ഇന്ത്യയുടെ ശുദ്ധീകരണ പ്രക്രിയയ്ക്കു സ്വയം വിധേയമാകണമെന്നു മാത്രം. ഈ ആദ്ധ്യാത്മിക സാമ്രാജ്യത്വവാദികൾക്കു തങ്ങൾ എന്താണ് പറയുന്നതെന്ന് അറിയില്ല. അവർ 'സംശ്ലേഷണ'സിദ്ധാന്തത്തെ ദാർശനിക നാട്യത്തോടെ വിശദീകരിക്കുന്നു. പക്ഷേ, അവർ വാസ്തവത്തിൽ എന്താണു ചെയ്യാനുദ്ദേശിക്കുന്നത്? നൂറ്റാണ്ടുകളുടെ അന്തരമുള്ള, വ്യത്യസ്ത ചരിത്രദശകളിൽ രൂപംകൊണ്ടു, പരസ്പരം തള്ളിക്കളയുന്ന രണ്ടു സംസ്കാര വ്യവസ്ഥകളെയും ചിന്തകളെയും സൗഹാർദ്ദത്തോടെ സമന്വയിപ്പിക്കുക യെന്ന അസാദ്ധ്യമായ കൃത്യത്തിനാണ് അവർ തുനിയുന്നത്.

ദാർശനികമായി നോക്കുകയാണെങ്കിൽ, സംശ്ലേഷണം (Synthesis) എന്നത് ഒരു ഭാവാത്മക സംവർഗമായി (Positive Category) തന്നെ നിലനിന്നിരുന്ന ഒന്നിന്റെ നിഷേധത്തിൽനിന്നു

പുതിയൊരു ഭാവാത്മക സംവർഗം രൂപംകൊള്ളുന്ന പ്രക്രിയയാണ്. രാസപരമായി, സംശ്ലേഷണം ഉണ്ടാകുന്നത് സംയുക്തം (Compound Mixure) എന്നു വിളിക്കപ്പെടുന്നതിൽനിന്നാണ്. അത് പഴയതിൽ നിന്നും, ഘടകപദാർത്ഥങ്ങളിൽനിന്നും വ്യത്യസ്തവും തീർത്തും പുതിയതുമായ ഒന്നാണ്. പാശ്ചാത്യസംസ്കാരം എന്നറിയപ്പെടുന്ന, മുതലാളിത്ത സമൂഹത്തിലടങ്ങിയിരിക്കുന്ന വിരുദ്ധ ഘടകങ്ങളുടെ സംശ്ലേഷണം മുതലാളിത്തസംസ്കാരംതന്നെ പാകിയ അടിത്ത റയിൽ തികച്ചും പുതിയൊരു സംസ്കാരം സൃഷ്ടിക്കും. മുതലാളിത്ത സംസ്കാരത്തിന്റെ ഗുണപരമായ ഘടകങ്ങൾ കുറേക്കൂടി ഉയർന്ന ഒരു സംസ്കാരത്തിന്റെ സൃഷ്ടിയിൽ ഭാഗഭാക്കാവും. ഇന്ത്യക്കാർ പറയുന്ന സംശ്ലേഷണം ഇതിനുനേരെ വിരുദ്ധമായ പ്രക്രിയയാണ്. അവർ നിർദ്ദേശിക്കുന്നത് പാശ്ചാത്യ സംസ്കാരത്തിലെ 'നല്ല'തിനെ സ്വീ കരിച്ച തദ്ദേശിയ സംസ്കാരവുമായി സമന്വയിപ്പിക്കണമെന്നാണ്.

'നല്ലത്'' എന്ന പദത്തെ പുരോഗമനാത്മകം അതായത് മനുഷ്യ പുരോഗതിയെ പ്രോത്സാഹിപ്പിക്കുന്നത് എന്നു നിർവ്വചിക്കുകയാ ണെങ്കിൽ മുതലാളിത്തത്തിന്റെ രണ്ടു ധർമ്മങ്ങളെ 'നല്ലത്'' എന്ന് വിശേഷിപ്പിക്കാം. ഒന്ന് നശീകരണാത്മകമാണ്. മുതലാളിത്തം മധ്യകാല നാടുവാഴിത്ത സാമൂഹിക ക്രമത്തെയും അതിന്റെ ഭാഗമായ മതപരമായ ചിന്താരീതിയെയും തകർക്കുകയും അന്തിമമായി അവയുടെ അവശിഷ്ടങ്ങളെ തുടച്ചുനീക്കുകയും ചെയ്യുന്നതിലൂടെ ഒരു 'നല്ല' പ്രവൃത്തിയാണു ചെയ്യുന്നത്. മുതലാളിത്തത്തിന്റെ മറ്റേ 'നല്ല' പ്രവൃത്തി ക്രിയാത്മക ധർമ്മം - സാമൂഹിക പരിണാമത്തിന്റെ ഉന്നതാവസ്ഥയിലേക്കു എളുപ്പത്തിൽ പ്രവേശിക്കാൻ മനുഷ്യരാ ശിക്കു കഴിയുന്നതരത്തിൽ വ്യവസായ വികസനത്തെ കൊണ്ടുചെ ന്നെത്തിക്കുക. മുതലാളിത്തത്തിന്റെ നശീകരണാത്മകമായ 'നല്ല' പ്രവൃത്തിയെ, യൂറോപ്പിൽ രണ്ടു നൂറ്റാണ്ടുകൾക്കുമുമ്പു മുതലാളിത്തം തകർത്തുകളഞ്ഞ സാമൂഹികക്രമത്തിൽ അധിഷ്ഠിതമായ പരമ്പ രാഗത ഭാരതീയ സംസ്കാരവുമായി പൊരുത്തപ്പെടുത്താനാവില്ല. പാശ്ചാത്യ സംസ്കാരത്തിലെ ആ 'നല്ല' വശത്തെ ഇന്ത്യൻ സാമൂഹിക 'സംശ്ലേഷകർ' സ്വാഗതംചെയ്യുമോ എന്ന് സംശയമാണ്.

മുതലാളിത്തത്തിന്റെ നശീകരണാത്മകമായ 'നല്ല' വശത്തിന്റെ ചരിത്രപരമായ മൂല്യത്തെ കലവറയില്ലാതെ വിലമതിക്കാൻ കഴിയാ ത്തവർക്കു അതിന്റെ സൃഷ്ടിപരമായ 'നല്ല' വശത്തെയും സ്വാഗതം ചെയ്യാനോ പ്രയോജനപ്പെടുത്താനോ കഴിയില്ല. മാത്രമല്ല, മുതലാളി ത്തത്തിന്റെ സൃഷ്ടിപരമായ ധർമ്മം ഭാവിയിലേക്കുള്ള വിശാലപഥം തുറക്കുന്നു. അതാകട്ടെ ഭൂതകാലത്തിലേക്കു നോക്കാനുള്ള ആസക്തി യുമായി ഒട്ടും പൊരുത്തപ്പെടില്ല.

മുതലാളിത്ത സംസ്കാരത്തിനെതിരായ ഇന്ത്യൻ ദേശീയവാദികളുടെ വിമർശം, മുതലാളിത്ത ജീർണ്ണതയുടെ ഘട്ടത്തിൽ രൂപംകൊള്ളുന്ന പിന്തിരിപ്പനും അധഃപതിപ്പിക്കുന്നതുമായ ഘടകങ്ങൾക്കെതിരെയല്ല നീങ്ങുന്നത്. അവർ മുതലാളിത്ത സംസ്കാരത്തിലെ 'നല്ല' വശത്തെ തീർത്തും തിരസ്കരിക്കുന്നു. സാംസ്കാരികമായി, മുതലാളിത്ത സംസ്കാരത്തിന്റെ ക്രിയാത്മകഫലം ശാസ്ത്രത്തിന്റെ വമ്പിച്ച മുന്നേറ്റമാണ് - യുഗങ്ങളായുള്ള ആത്മീയ അടിമത്തത്തിൽനിന്നുള്ള മനുഷ്യന്റെ അന്തിമമോചനത്തിനായുള്ള പശ്ചാത്തലമൊരുക്കിയ മുന്നേറ്റം.

സാംസ്കാരികരംഗത്തു മുതലാളിത്തംചെയ്യുന്ന അടിസ്ഥാന ദോഷം, മനുഷ്യന്റെ ആത്മീയ മോചനത്തിന് അനുകൂലമായ പശ്ചാത്തലമൊരുക്കവെതന്നെ അതിനെ തടയാൻ ബോധപൂർവ്വം നിരന്തരമായി ശ്രമിക്കുന്നു എന്നതാണ്. പുതിയ രൂപത്തിലുള്ള മതത്തെയും ആശയവാദദർശനത്തെയും നിഗൂഢവാദപരവും കേവലവാദപരവുമായ അഭ്യൂഹങ്ങളെയും, സംരക്ഷിച്ചും പരിപോഷിപ്പിച്ചുമാണ് അതിനു ശ്രമിക്കുന്നത്. അന്ധകാരയുഗങ്ങളുടെ ഈ അവശിഷ്ടങ്ങളുടെ അടിത്തറയെ തകർത്തുകൊണ്ടിരിക്കുന്ന ശാസ്ത്രജ്ഞാനത്തിന്റെ വിജയകരമായ മുന്നേറ്റത്തിനിടയിൽ തന്നെയാണിതു സംഭവിക്കുന്നത്.

ഭൗതികവാദദർശനം മനുഷ്യരാശിയുടെ ആത്മീയ വിമോചനത്തിനു തകുന്ന ശക്തമായ ഒരു ആയുധമാണ്. പൗരാണികകാലത്തെ മഹാൻമാരായ ചിന്തകർ (ഇന്ത്യക്കാരും പെടും) രൂപം നൽകിയ ഈ ആയുധം മുതലാളിത്ത സംസ്കാരത്തിന്റെ വികാസത്തോടൊപ്പം പൂർണ്ണതയാർജ്ജിച്ചു. അതുകൊണ്ട്, എല്ലാ സ്വാതന്ത്ര്യപ്പോരാളികളും സത്യസന്ധരായ പുരോഗമനവാദികളും പാശ്ചാത്യസംസ്കാരത്തെ നാളിതുവരെയുള്ള മനുഷ്യചരിത്രത്തിലെ അത്യുജ്ജ്വലമായ അദ്ധ്യായമായികണക്കാക്കണം. മനുഷ്യപുരോഗതിയുടെ അത്ഭുതാവഹമായ ആ സ്മാരകത്തെ ഇന്ത്യൻ ദേശീയവാദികൾ ചെയ്യുന്നതുപോലെ നിന്ദിക്കുകയെന്നത് തീർത്തും പ്രതിലോമകരമാണ്.

'പാശ്ചാത്യ സംസ്കാരം ഭൗതികവാദപരവും പൗരസ്ത്യസംസ്കാരം ആദ്ധ്യാത്മികവുമാണ്'' - ഇന്ത്യൻ ദേശീയവാദ പ്രത്യയശാസ്ത്രത്തിന്റെ ഇഷ്ടപ്രമാണമാണിത്. ഈ പല്ലവി വെറുപ്പുളവാക്കുംവണ്ണം ആവർത്തിക്കുകയല്ലാതെ അതു തെളിയിക്കാൻ ആരുംതന്നെ ശ്രമിക്കുന്നില്ല. അത് ഒരു സ്വയംസിദ്ധസത്യമായി (Axiomatic truth) കണക്കാക്കപ്പെടുന്നു. എത്രത്തോളം അത് നിസ്സന്ദേഹമാകുന്നുവോ, അത്രത്തോളം അത് പിടിവാദത്തോടെയും ഉച്ചത്തിലും ഉറപ്പിച്ചു പ്രഖ്യാപിക്കപ്പെടുന്നു. ആദ്ധ്യാത്മികവാദം, അതായത്, മതപരമായ

ചിന്താരീതി, സാമൂഹിക പരിണാമത്തിന്റെ ഒരു നിശ്ചിതഘട്ടത്തിൽ എല്ലായിടത്തും മനുഷ്യന്റെ ആശയസംഹിതയുടെ സ്വഭാവവിശേഷമാണ്. അതുപോലെ, സാമൂഹിക പരിതസ്ഥിതിയുടെ പരിവർത്തനത്തിനനുസരിച്ച ചിന്താരീതിയിലും മാറ്റമുണ്ടാകും. അതുകൊണ്ട്, ഏതെങ്കിലും ഒരു പ്രത്യേക ചിന്താരീതി ഏതെങ്കിലും ഒരു ജനതയുടെ ശാശ്വതവും അപരിവർത്തനീയവുമായ സവിശേഷതയാണെന്നു കരുതുന്നത് യുക്തിരഹിതമാണ്.

പാശ്ചാത്യരാജ്യങ്ങൾ തിരസ്കരിച്ചതോ പരിഷ്കരിച്ചതോ പ്രച്ഛന്നരൂപത്തിൽ നിലനിർത്തുന്നതോ ആയ ഒരു പ്രത്യേക ചിന്താരീതിയിൽത്തന്നെ ഇന്ത്യ മുറുകെപിടിച്ചു നിൽക്കുന്നു. പാശ്ചാത്യരാജ്യങ്ങൾ സ്വതവേ ധാർമ്മികമായി അധഃപതിച്ചവരായതിനാൽ മതത്തിന്റെ ഉന്നതതലത്തിൽത്തന്നെ നിലകൊള്ളാൻ അവർക്കു കഴിഞ്ഞില്ലെന്ന ധാരണ ശരിയല്ല. സാംസ്കാരിക പുരോഗതി (പ്രകൃതിയെ പടിപടിയായി മനുഷ്യന്റെ വരുതിയിലാക്കൽ) ആ രാജ്യങ്ങളെ വിശ്വാസപ്രമാണങ്ങളുടെയും കേവല ഭാവനകളുടെയും അടിസ്ഥാനത്തിലെന്നതിനേക്കാൾ യുക്തിയുടെയും ശാസ്ത്രജ്ഞാനത്തിന്റെയും അടിസ്ഥാനത്തിൽ ചിന്തിക്കാൻ കഴിവുള്ളവരാക്കിയിട്ടുണ്ടെന്നതാണ് സത്യം. ഇത് ജീവിതാവസ്ഥകളിലുള്ള മാറ്റങ്ങൾ മനുഷ്യന്റെ പ്രത്യയശാസ്ത്രത്തെ അനിവാര്യമായും മാറ്റിത്തീർക്കുന്നുവെന്നു തെളിയിക്കുന്നു. ഇന്ത്യ കാലഹരണപ്പെട്ട ചിന്താരീതിയിൽത്തന്നെ പറ്റിപ്പിടിച്ചു നിൽക്കുന്നതിനു കാരണം പാശ്ചാത്യരാജ്യങ്ങളിലുണ്ടായതുപോലുള്ള മാറ്റങ്ങൾ ഇവിടെ ഉണ്ടാകാത്തതാണ്. അല്ലാത്തപക്ഷം, ഇന്ത്യക്കാരും ഇപ്പോൾ ഏറെക്കുറെ പാശ്ചാത്യരെപ്പോലെതന്നെ ചിന്തിക്കുമായിരുന്നു. കേവലം മുന്നൂറുവർഷം മുമ്പുവരെ പാശ്ചാത്യരും ഇങ്ങനെയായിരുന്നു.

പാശ്ചാത്യരാജ്യങ്ങളുടെ വഴിയിലൂടെ സഞ്ചരിക്കുന്നതിനെ ഒഴിവാക്കാൻ ഇന്ത്യ ആഗ്രഹിക്കുന്നുവെന്ന പ്രഖ്യാപനം രണ്ടു പ്രധാനപ്പെട്ട കാര്യങ്ങൾ സമ്മതിക്കുന്നുണ്ട്. ഒന്നാമതായി, പാശ്ചാത്യരാജ്യങ്ങളിൽ സംഭവിച്ചതുപോലുള്ള മാറ്റങ്ങൾ ഇവിടെ സംഭവിച്ചാൽ ഇന്ത്യയിലെ ജനങ്ങളും പാശ്ചാത്യരെപ്പോലെതന്നെ ചിന്തിക്കും. ഈ സമ്മതം ഇന്ത്യക്കാരുടെ സഹജമായ ആദ്ധ്യാത്മിക മനോഭാവമെന്ന സിദ്ധാന്തത്തിന്റെ അടിത്തറയെ തകർക്കുന്നു. ഇന്ത്യ മതപരമായ ചിന്താരീതിയോടു പറ്റിച്ചേർന്നുതന്നെ നിൽക്കുന്നത് അതിനെ കവിഞ്ഞുവളരാനുള്ള അവസരം ഒട്ടുമില്ലാത്തതുകൊണ്ടാണെന്ന് അത് സമ്മതിക്കുന്നു. രണ്ടാമതായി, ആ പ്രഖ്യാപനം ഇന്ത്യൻ ദേശീയവാദം തീർത്തും നിഷ്ഫലമാണെന്നു സമ്മതിക്കുന്നു. അത്

അതിന്റെതന്നെ പരിപാടിയിൽ വിശ്വസിക്കുന്നില്ല. രാഷ്ട്രീയ സ്വാത ന്ത്ര്യത്തിനുവേണ്ടി പോരാടുന്ന ഇന്ത്യൻജനത മറ്റുള്ളവരെപ്പോലെത ന്നെ ജീവിതാവസ്ഥകളിൽ അതിയായ താൽപര്യം ഉള്ളവരാണെന്ന വസ്തുതയ്ക്കുള്ള വ്യക്തമായ തെളിവാണ്.

വസ്തുതകളെ നിഷ്പക്ഷമായി നിരീക്ഷിച്ചാൽ ഒരു കാര്യം വ്യ ക്തമാകും: ഭൂമിശാസ്ത്രപരമായ പശ്ചാത്തലമെന്തായാലും എല്ലാ ജനതകളുടെയും ആദർശങ്ങളും ദൈനംദിന പ്രവർത്തനങ്ങളും അടി സ്ഥാനപരമായി ഒന്നുതന്നെയാണ്. നാനാത്വം ബാഹ്യതലത്തിൽ മാത്രമാണ്. ഇന്ത്യയിലെ ബഹുഭൂരിപക്ഷം ജനങ്ങളും പ്രധാനമായും ജീവിതത്തിന്റെ ഭൗതികകാര്യങ്ങളിൽ താൽപര്യമുള്ളവരാണ്. ആനന്ദത്തിനുവേണ്ടിയല്ല, അനിവാര്യമായതിനാലാണ് അവർ അതിൽ താൽപര്യം കാണിക്കുന്നത്. ഇത് ഇന്നത്തെ മാത്രം കാര്യ മല്ല; എക്കാലവും ഇങ്ങനെ തന്നെയാണ്. ഒരു ജനതയുടെ സംസ്കാര ത്തെ വിലയിരുത്തേണ്ടത് ബഹുജനങ്ങളുടെ ജീവിതനിലവാരത്തി ന്റെ അടിസ്ഥാനത്തിലായിരിക്കണം. 'വരേണ്യബുദ്ധിജീവി'കളുടെ വാചകക്കസർത്തുകളോ അരുമസിദ്ധാന്തങ്ങളോ ജനങ്ങളുടെ യഥാർത്ഥ പ്രത്യയശാസ്ത്രത്തെ പ്രതിഫലിപ്പിക്കുന്നില്ല. എന്തിന്, ബുദ്ധിജീവികൾതന്നെ പ്രായോഗികജീവിതത്തിൽ തങ്ങളുടെ ആദർ ശങ്ങളുടെ ഔന്നത്യത്തിൽനിന്നു താഴോട്ടിറങ്ങിവരാൻ നിർബന്ധി തരാണ്. ഇന്ത്യൻ ബുദ്ധിജീവികളിൽ ബഹുഭൂരിപക്ഷവും തങ്ങളുടെ വംശത്തിന്റെ ആദ്ധ്യാത്മിക ശ്രേഷ്ഠതയിൽ തീവ്രമായി വിശ്വസി ക്കുന്നവരാണ്. അവർ 'ആര്യൻ' ജീവിതാദർശങ്ങളുടെ വാചാലരായ വക്താക്കളാണ്. ത്യാഗമനോഭാവം, സത്യസന്ധത, മനഃശുദ്ധി തുടങ്ങിയ ഉൽകൃഷ്ട ഗുണങ്ങൾ ഇന്ത്യക്കാരുടെ കുത്തകയാണെന്ന വിചിത്രവും സന്ദേഹാത്മകവുമായ യുക്തിവിചാരപ്രക്രിയയുടെ അടി സ്ഥാനത്തിൽ അവർ ഉറച്ചുവിശ്വസിക്കുന്നു. ഭൗതികവാദമെന്ന പാപ ത്തിൽനിന്നു പീഡിതരായ മനുഷ്യരാശിയെ രക്ഷിക്കുവാനുള്ള ഇന്ത്യ യുടെ ദൗത്യത്തിൽ പങ്കാളികളാകുകയെന്ന പകൽക്കിനാവിനെ താലോലിക്കുകയാണവർ. ഇതൊക്കെ കേൾക്കാനിമ്പമുള്ളതും ദൃഢ വിശ്വാസത്തോടെ ആവർത്തിക്കാൻ ആവേശം നൽകുന്നതുമാണ്. ഇന്ത്യൻ ബുദ്ധിജീവികളുടെ മിഥ്യാഭാഷണങ്ങൾ എന്തോ ആകട്ടെ. എന്നാൽ യഥാർത്ഥത്തിൽ അവർ പിന്തുടരുന്ന ആദർശം എന്താണ്? വിപണിയിൽ വിറ്റുകാശാക്കുന്നതിനുവേണ്ടിയുള്ള ഉപരിപ്ലവ വിദ്യാ ഭ്യാസം നേടുക; ലൗകികവസ്തുക്കൾ ആർജ്ജിക്കുകയെന്ന ഉദ്ദേശ്യ ത്തോടെ സ്വയം സജ്ജരാക്കുക - ഇതാണ് അവരുടെ ആദർശം. ഭൗതികവാദത്തിലധിഷ്ഠിതമായ പാശ്ചാത്യലോകത്തെ യുവജന ങ്ങൾ വ്യത്യസ്തമായ മറ്റേതെങ്കിലും ആദർശത്തെ പിന്തുടരുന്നുണ്ടോ?

ജീവിതത്തിന്റെ ഭൗതികാവശ്യങ്ങളിൽ താൽപര്യമെടുക്കുന്നത് 'ഭൗതികവാദ'മാണെങ്കിൽ, കേവലം ജൈവപരമായ ഒരു ധർമ്മം അനുഷ്ഠിക്കുന്നതിന്റെ പേരിൽ പാശ്ചാത്യരെ ഇന്ത്യക്കാരേക്കാൾ അധിക്ഷേപിക്കാനാവില്ല. നിലനില്പും പുനഃരുത്പാദനവുമാണ് ഏതൊരു ജീവിയുടെയും അടിസ്ഥാനധർമ്മങ്ങൾ എന്ന വസ്തുതയെ വിവേകമുള്ള ആർക്കും നിഷേധിക്കാനാകില്ല. സ്വാഭാവികമായും മനുഷ്യൻ ഏറ്റവും അനുകൂലമായ സാഹചര്യങ്ങളിൽ അടിസ്ഥാനപരമായ ഈ ജൈവധർമ്മങ്ങൾ അനുഷ്ഠിക്കാൻ ശ്രമിക്കുന്നു. അത്തരം സാഹചര്യങ്ങളെ സൃഷ്ടിക്കാനും പടിപടിയായി മെച്ചപ്പെടുത്താനുമുള്ള കഴിവാണ് മനുഷ്യനെ മറ്റു താഴ്ന്ന മൃഗങ്ങളിൽനിന്നു വ്യത്യസ്തനാക്കുന്നത്; അതായത്, സുഖത്തിനു വേണ്ടിയുള്ള ആഗ്രഹം ഒരു ജൈവചോദനയാണ്. ഇതിനെ നിഷേധിക്കുന്നവർക്കു ഗുഹാനിവാസിയാണ് മനുഷ്യന്റെ ഉത്തമ മാതൃക എന്ന അസംബന്ധ നിലപാടിനെ അംഗീകരിക്കേണ്ടിവരും.

എന്നാൽ, ഭൗതികവാദത്തിന്റെ എതിരാളികൾ തങ്ങളുടെ ആദ്ധ്യാത്മികതയെ തീർത്തും അസംബന്ധമായ അത്തരമൊരു നിലപാടിലേക്കു തീർച്ചയായും കൊണ്ടുചെന്നെത്തിക്കുന്നില്ല - താർക്കികമായി അങ്ങനെ ചെയ്യേണ്ടതാണെങ്കിലും. കാരണം, എവിടെയാണ് ആ രേഖ വരക്കേണ്ടതെന്നു തീരുമാനിക്കുന്നത് ആരാണ്? ഒരിക്കൽ ജൈവപരമായ അനിവാര്യതയെ അംഗീകരിച്ചാൽ അതിന് പരിധി നിർണ്ണയിക്കാൻ സേച്ഛാപരമായി മാത്രമേ കഴിയൂ. എന്തൊക്കെ പിരട്ടുകളുണ്ടെങ്കിലും, നിലനിൽക്കാനും പുനഃരുത്പാദിപ്പിക്കാനും ഭൗതികവസ്തുക്കൾ ആർജ്ജിക്കാനുമുള്ള ആഗ്രഹം എന്ന അർത്ഥത്തിൽ ഭൗതികവാദം ഇന്ത്യൻ സംസ്കാരത്തിന്റെ പ്രതിഭയ്ക്ക് എതിരല്ല എന്നതിനുള്ള തെളിവ് വൈദികകൃതികളിൽ കാണാം. വൈദിക ഗ്രന്ഥങ്ങളുടെ അഭിപ്രായത്തിൽ ജീവിതത്തിനു നാലു തലങ്ങളുണ്ട്: ധർമ്മം, അർത്ഥം, കാമം, മോക്ഷം. അർത്ഥത്തെയും കാമത്തെയും ധർമ്മത്തിന്റെയും മോക്ഷത്തിന്റെയും ഇടയിൽ ഭക്തിപൂർവ്വം തിരുകുന്നതുകൊണ്ട് അവ അവയല്ലാതാകുന്നില്ല. ഭൗതികവസ്തുക്കളുടെ ആർജ്ജനവും ലൈംഗികാ സ്വാദനവും മതപ്രമാണങ്ങളാൽ അനുവദിക്കപ്പെട്ടിരുന്നുവെന്നു മാത്രമല്ല, ധർമ്മമോക്ഷങ്ങൾക്കു തുല്യമായ അളവിൽ മനുഷ്യജീവിതത്തിന്റെ ലക്ഷ്യമായി അംഗീകരിക്കുകയും ചെയ്തിരുന്നു. എല്ലാ ഭാഷ്യകാരൻമാരും കാമം എന്ന പദത്തിനു പൊതുവായ സുഖാസ്വാദനം എന്നാണ് വ്യാഖ്യാനം നൽകിയിരിക്കുന്നത്.

മഹാഭാരതം 'ധർമ്മ'ത്തിന്റെ വിശദവും സമഗ്രവുമായ വ്യാഖ്യാനം ഉൾക്കൊള്ളുന്നുണ്ട്. ഈ ഇതിഹാസത്തിന്റെ അവസാനത്തെ

ശ്ലോകം പ്രഖ്യാപിക്കുന്നു: 'ധർമ്മത്തിൽനിന്നത്രേ അർത്ഥകാമങ്ങളുടെ ഉത്ഭവം.' അതിപ്രധാനമായ ഈ പ്രഖ്യാപനം വ്യാസമുഖത്തിലൂടെയാണ് പുറത്തുവരുന്നത്. പ്രാചീന ഭാരതത്തിലെ വിശുദ്ധനായ ആ സ്മൃതികാരന്റെ ദിവ്യപ്രചോദനമായിരുന്ന മഹാഭാരതത്തിൽ വിശദീകരിച്ചിട്ടുള്ള ധർമ്മനിയമങ്ങളുടെ അടിസ്ഥാനം. അദ്ദേഹത്തിന്റെ കല്പന ഇതാണ്: 'മതവിശ്വാസികളാവുക, എങ്കിൽ നിങ്ങൾക്ക സകല ലൗകികസുഖങ്ങളും നേടാം'. ഇന്ത്യൻ ആദ്ധ്യാത്മികവാദത്തിന്റെ ഭൗതികവാദപരമായ സത്ത ഇവിടെ വ്യക്തമാണ്. എങ്കിലും, ആ വിശുദ്ധകല്പനയോടൊപ്പം, 'തന്റെ വാക്കുകൾ ആരും ശ്രദ്ധിക്കുന്നില്ലെ'ന്ന് അദ്ദേഹം ഉഗ്രകോപത്തോടെ പറയുന്നുണ്ടെന്നതു പ്രാധാന്യമർഹിക്കുന്നു. ഇന്ത്യാചരിത്രത്തിലെ 'സുവർണയുഗ'ത്തിൽത്തന്നെ അർത്ഥകാമങ്ങൾക്കുവേണ്ടിയുള്ള പരിശ്രമം ധർമ്മത്താൽ നിയന്ത്രിതംപോലുമായിരുന്നില്ല. അന്നു പ്രാബല്യത്തിലുണ്ടായിരുന്ന 'ഭൗതികവാദം' വ്യാസനെ കോപാകുലനാക്കിയിരിക്കണം.

പാശ്ചാത്യനാഗരികതയ്ക്കെതിരെ പൊതുവെ ഉന്നയിക്കപ്പെടുന്ന ഒരു ആരോപണം ലൈംഗികതയുമായി ബന്ധപ്പെട്ടതാണ്. ഇക്കാര്യത്തിലും ഇന്ത്യയുടെ പുണ്യവാളത്തനാട്യത്തിനു വർത്തമാനകാല അനുഭവങ്ങളു ടെയോ ഭൂതകാല സിദ്ധാന്തങ്ങളുടെയോ പിൻബലമില്ല. വാസ്തവത്തിൽ ഇന്ത്യയിലുള്ളത്ര രതികഥകൾ മറ്റൊരു രാജ്യത്തിലെയും പ്രാചീനമോ മധ്യകാലീനമോ ആയ സാഹിത്യത്തിൽ കാണില്ല. ബ്രഹ്മസൂത്രങ്ങൾതന്നെ പറയുന്നതു നോക്കുക: 'ലൈംഗിക വികാരം ശിശുവിൽ ബീജരൂപത്തിൽ അന്തർലീനമാണ്. പ്രായപൂർത്തിയാകുന്നതോടെ അതു പൂർണ്ണരൂപം പ്രകടമാക്കുന്നു. അതുകൊണ്ട്...' പറയാതെ വിട്ട നിഗമനം എന്താണെന്നു മനസ്സിലാക്കാൻ ഒട്ടും വിഷമമില്ല. അത്, ലൈംഗികത ജന്മസിദ്ധമായ ഒരു വികാരമായതിനാൽ ആസ്വദിക്കപ്പെടേണ്ടതാണ് എന്നതായിരിക്കാനേ തരമുള്ളൂ. ധർമ്മം അതിനു അനുമതി നൽകുന്നു. ഭഗവത്ഗീതയുടെ അഭിപ്രായത്തിൽ ദൈവം പ്രവർത്തിക്കുന്നത് 'എല്ലാ ജീവികളിലെയും ന്യായമായ ആഗ്രഹ (കാമം)ങ്ങളുടെ രൂപ'ത്തിലാണ്. ധർമ്മത്തെ അനുസരിക്കുന്നതാണ് ന്യായം. പക്ഷേ, പ്രശംസനീയമായ ഇത്തരം ഉദാര വ്യാഖ്യാനങ്ങളെല്ലാം ഉണ്ടായിരുന്നെങ്കിലും, ഇന്ത്യാചരിത്രത്തിലെ സുവർണയുഗത്തിൽപ്പോലും മനുഷ്യജീവിതത്തിന്റെ മറ്റാദർശങ്ങൾ ധർമ്മത്തെ അതിവർത്തിച്ചിരുന്നു.

മഹാഭാരതത്തിന്റെ അവസാനഭാഗത്ത്, ധർമ്മം പൊതുവിൽ അവഗണിക്കപ്പെട്ടിരിക്കുന്നു എന്നു വ്യക്തമാക്കുന്നുണ്ട്. ധർമ്മം എന്നതുകൊണ്ട് അർത്ഥമാക്കുന്നത് സാമൂഹിക നിയമങ്ങളെയാണ്. അവ

മനുഷ്യപുരോഗതിയുടെ പിന്നാക്കമായ ഒരു ഘട്ടത്തിൽ എല്ലായിടത്തും മതാത്മകമായ ഭാഷയിൽ നിർവ്വചിക്കപ്പെടുകയും ദൈവികതയുടേയോ അലൗകികതയുടേയോ പിൻബലത്തിൽ നിലനിൽക്കുകയും ചെയ്യുന്നു. ഒരാൾ ഭൗതികവസ്തുക്കൾ ആർജ്ജിക്കുകയും ലൈംഗികവികാരത്തെ തൃപ്തിപ്പെടുത്തുകയും പൊതുവിൽ ഭൗതിക ജീവിതത്തിലെ സന്തോഷങ്ങളെ ആസ്വദിക്കുകയും വേണം - പക്ഷേ, വ്യവസ്ഥാപിത സമൂഹത്തിന്റെ നിയമങ്ങളാൽ നിയന്ത്രിതമായ ചില ഉപാധികളുടെ കീഴിലായിരിക്കണം അത്.

ഭൗതികവാദികളായ പാശ്ചാത്യരുടെ ദൈനംദിന ജീവിതം ഈ ആദർശവുമായി പൊരുത്തപ്പെടാത്തതാണോ? ഇന്ത്യയിലേതിനേക്കാൾ അധികമായി പാശ്ചാത്യർ സ്വത്തു സമ്പാദിക്കുന്നതിനായി പിടിച്ചുപറിക്കുകയോ ഇണയെ നേടുന്നതിനുവേണ്ടി ഗുഹാമനുഷ്യന്റെ രീതികൾ അവലംബിക്കുകയോ ചെയ്യുന്നില്ല. ഇന്ത്യക്കാരെപ്പോലെത്തന്നെ ധർമ്മത്താൽ നിയന്ത്രിതരായി അർത്ഥകാമങ്ങളെ നേടാനാണ് യൂറോപ്പിലേയും അമേരിക്കയിലേയും ജനങ്ങൾ ശ്രമിക്കുന്നത്. തങ്ങളുടെ ശ്രമങ്ങളുടെ ന്യായയുക്തമായ നിയന്ത്രണങ്ങളായി ഇരുകൂട്ടരും സ്വീകരിക്കുന്നവയ്ക്കു തമ്മിൽ മൗലികമായ വ്യത്യാസങ്ങളൊന്നുമില്ല. അന്തിമ വിശകലനത്തിൽ, നിയന്ത്രണങ്ങൾ, അവ ഹിന്ദുസംഹിതകളുടെ രൂപത്തിലായാലും ശരി പൊതുവായി സ്വീകരിക്കപ്പെട്ട ധാർമ്മികനിയമങ്ങളോ പൗരനിയമങ്ങളോ ആയാലും ശരി അവയെ മോശയുടെ ഉൽകൃഷ്ടമായ ആ പഴയ പത്തു കല്പനകളിലേക്ക് ചുരുക്കാനാവും.

നാലാമത്തെ ആദർശമായ മോക്ഷത്തെക്കുറിച്ചുള്ള ഒരു ശരാശരി യൂറോപ്യന്റെ അല്ലെങ്കിൽ അമേരിക്കക്കാരന്റെ കാഴ്ചപ്പാട് ക്രിസ്തുമതത്തിൽ അധിഷ്ഠിതമാണ്. ഒരു ശരാശരി ഇന്ത്യക്കാരൻ തന്റെ മതത്തോടു കാണിക്കുന്നതുപോലെതന്നെ പാശ്ചാത്യരും തങ്ങളുടെ മതത്തോടു ആത്മാർത്ഥത കാണിക്കുന്നു. പാശ്ചാത്യൻ മതവിശ്വാസത്തിന്റെ കാര്യത്തിൽ കപടനാട്യക്കാരനും, അതേസമയം ഇന്ത്യക്കാരൻ സത്യസന്ധനുമാണെന്ന ധാരണ തീർത്തും തെറ്റാണ്. പലപ്പോഴും വളരെ ലാഘവത്തോടെ ഉന്നയിക്കുന്ന, അത്ഭുതമുളവാക്കുന്ന ഈ വാദഗതിക്കു പിൻബലമായി ഒരു തെളിവും ഹാജരാക്കാനാവില്ല. ആത്മാവിന്റെ മോക്ഷം എന്നത് ക്രിസ്തുമതത്തിന്റെയും ഒരു പ്രധാനപ്പെട്ട തത്ത്വമാണ്. യൂറോപ്പിലേയോ അമേരിക്കയിലേയോ ഒരു ശരാശരി ക്രിസ്ത്യാനിക്ക് മെച്ചപ്പെട്ട വിദ്യാഭ്യാസം ലഭിച്ചിട്ടുള്ളതിനാൽ തന്റെ വിശ്വാസത്തെ ശരാശരി ഇന്ത്യക്കാരനേക്കാൾ ബുദ്ധിപൂർവ്വം അനുസരിക്കാൻ കഴിയും. ശരാശരി ഇന്ത്യക്കാരന്റെ

മതം അന്ധവിശ്വാസങ്ങളുടെയും ശീലങ്ങളുടെയും ഒരു ഭാണ്ഡമല്ലാതെ മറ്റൊന്നുമല്ല. മോക്ഷം, ഇന്ത്യക്കാരന്റെ മതകാഴ്ചപ്പാടിൽനിന്നു ഫലത്തിൽ ഇല്ലാതായിക്കഴിഞ്ഞിട്ടുണ്ട്. കേവലം ഭൗതികമായ നിലനിൽപ്പിനുവേണ്ടിയുള്ള സമരം അവന്റെ സത്തയെ ആകമാനം അടക്കി ഭരിക്കുന്നു.

അതിബുദ്ധിമാനായ ആദ്ധ്യാത്മികവാദി ഇങ്ങനെ പ്രതികരിക്കാം: മേൽ വിവരിച്ച തരത്തിലാണ് ചുറ്റുപാടും കാണുന്ന യാഥാർത്ഥ്യം എന്നു സമ്മതിക്കാം. എന്നാൽ അതു നമ്മുടെ സംസ്കാരം കുറച്ച് അധഃപതിച്ചിരിക്കുന്നു എന്നു മാത്രമാണ് തെളിയിക്കുന്നത്; ഇന്ത്യൻ ദേശീയവാദത്തിന്റെ ലക്ഷ്യം നിന്ദ്യമായ ഈ പ്രക്രിയയെ തടഞ്ഞു നിർത്തുകയും ലോകത്തിന് ഒരു മാതൃകയായി നമ്മുടെ ആദ്ധ്യാത്മിക സംസ്കാരത്തെ പുനരുജ്ജീവിപ്പിക്കുകയുമാണ്. ഇന്ത്യൻസംസ്കാരത്തിന്റെ ആദ്ധ്യാത്മിക ഉൽകൃഷ്ടതയെ വർത്തമാനകാലത്തെ തെളിവുകളുടെ അടിസ്ഥാനത്തിൽ സ്ഥാപിക്കാനാവാത്തതുകൊണ്ട് ഭൂതകാലത്തിലേക്കു തിരിയേണ്ടിവരുന്നു. പാശ്ചാത്യ ഭൗതികവാദത്തിനുകീഴിൽ ധർമ്മം അധഃപതിക്കുന്നതിനുമുമ്പു ഹിന്ദുക്കളുടെ ജീവിതത്തിൽ മോക്ഷം വഴികാട്ടിയായ നക്ഷത്രമായി പ്രശോഭിച്ചിരുന്നു. അർത്ഥകാമങ്ങൾക്ക് അപ്രധാനമായ സ്ഥാനമേ ഉണ്ടായിരുന്നുള്ളൂ - ഇതാണ് അവരുടെ വാദഗതി. ചരിത്രപരമായി ഇതു തീർത്തും തെറ്റാണ്. അശാസ്ത്രീയമായി ചരിത്രത്തിന്റെ മഹാപദവി നൽകപ്പെട്ട ഇതിഹാസങ്ങളിലെ ഐതിഹ്യങ്ങൾപോലും ഈ വാദഗതിയെ ശരിവെയ്ക്കുന്നില്ല. ഇന്ത്യൻ സംസ്കാരത്തിന്റെ ഉൽകൃഷ്ട പാരമ്പര്യം മാട്ടിറച്ചി തിന്നുന്നവരും സോമരസം കുടിക്കുന്നവരുമായ വൈദിക കാലത്തെ ബ്രാഹ്മണരോളം പിന്നോട്ടുപോകുന്നു. ഇതിഹാസങ്ങൾ ആഢംബരത്തിന്റെയും സുഖഭോഗങ്ങളുടെയും പൊങ്ങച്ചത്തിന്റെയും പേരിൽ പരസ്പരം മത്സരിക്കുന്ന കൊട്ടാരങ്ങളുടെ വർണ്ണനകൾ കൊണ്ട് സമൃദ്ധമാണ്. ധർമ്മം പരിശുദ്ധമായിരിക്കുകയും മോക്ഷം ജീവിതദർശനത്തിൽനിന്ന് അപ്രത്യക്ഷമാകാതിരിക്കുകയും ചെയ്തിരുന്ന കാലത്തുപോലും അർത്ഥകാമങ്ങൾ നിന്ദിക്കപ്പെട്ടിരുന്നില്ല. അർത്ഥകാമങ്ങൾ വാസ്തവത്തിൽ ആരാധിക്കപ്പെട്ടിരുന്നുവോ എന്ന് പറയാനാവില്ലെങ്കിലും, ആസ്വദിക്കപ്പെട്ടിരുന്നുവെന്നത് തീർച്ചയാണ്. എന്നാൽ ആരാധനയ്ക്ക് എന്തെങ്കിലും അർത്ഥമുണ്ടെങ്കിൽ, ആസ്വദിക്കുന്നതിനെ നിങ്ങൾ ആരാധിക്കുകതന്നെ ചെയ്യും. ഇന്ത്യയുടെ സുവർണ്ണയുഗത്തിലെ ധർമ്മത്തിന്റെ സാരസർവ്വസ്വം മഹാഭാരതത്തിലെ ശാന്തിപർവ്വത്തിൽ അടങ്ങിയിരിക്കുന്നു. ഭൗതികവസ്തുക്കൾ സമ്പാദിക്കുന്നതിനു ബ്രാഹ്മണർപോലും എത്രമാത്രം തൽപരരായിരുന്നുവെന്നു മനസ്സിലാക്കാൻ അതു വായിക്കുക.

കുറച്ചുപേരുടെ വർത്തമാനത്തിന്റെ അടിസ്ഥാനത്തിൽ ഒരു സമുദായത്തെ മൊത്തം വിലയിരുത്തുകയാണെങ്കിൽ, നിരവധി ദേവാലനയങ്ങളിലെ പ്രസംഗപീഠങ്ങളിൽ കയറിനിന്നു ക്രൈസ്തവ നന്മകളെക്കുറിച്ചു ഉച്ചത്തിൽ ഉദ്ബോധിപ്പിക്കുന്ന പുരോഹിതപ്പടയുടെ അടിസ്ഥാനത്തിൽ യൂറോപ്പും അമേരിക്കയുമൊക്കെ ആദ്ധ്യാത്മികതയുടെ ചിഹ്നങ്ങളാണെന്നു പറയേണ്ടിവരും. ക്രൈസ്തവ നന്മകൾക്കു 'ആര്യൻ' ജീവിതാദർശങ്ങളുടെ മുമ്പിൽ ലജ്ജിക്കേണ്ട കാര്യവുമില്ല. ദൈവം, ആത്മാവ് തുടങ്ങിയ ആദ്ധ്യാത്മിക സംവർഗങ്ങളെക്കുറിച്ചുള്ള സമാനസങ്കല്പം ഇന്ത്യൻ വേദഗ്രന്ഥങ്ങളിൽ പ്രതിപാദിച്ചിരുന്നുവെങ്കിൽ അവയ്ക്കു പുതുചൈതന്യം കൈവരുമായിരുന്നുവെന്ന വാദം തീർത്തും അസംബന്ധമാണ്. അത്രതന്നെ അയുക്തികവും ആദ്ധ്യാത്മികവാദത്തിനുതന്നെ ദോഷകരവുമാണ് ക്രിസ്തുമതം ഭൗതികവാദത്താൽ ദുഷിച്ചപ്പോൾ ഇന്ത്യയിൽ ആദ്ധ്യാത്മികതത്ത്വങ്ങൾ അത്തരം അധഃപതനത്തിൽനിന്നു മുക്തമാണെന്നു വാദിക്കുന്നത്. ആദ്ധ്യാത്മിക സംവർഗങ്ങൾ ആദ്ധ്യാത്മികവാദികൾ അവകാശപ്പെടുന്നതുപോലെയാണെങ്കിൽ ഏതു പരിതഃസ്ഥിതിയിലും എല്ലായിടത്തും കളങ്കപ്പെടാത്തതായിരിക്കണം. എന്നാൽ, ഒരിടത്തോ ചില പരിതസ്ഥിതികളിലോ അവയ്ക്ക് പ്രാബല്യം നഷ്ടപ്പെടുകയാണെങ്കിൽ അവയുടെ അപരിവർത്തനീയത ഖണ്ഡിക്കപ്പെടുന്നു.

'ആത്മാവിനെ നഷ്ടപ്പെടുത്തി ലോകം മുഴുവൻ നേടിയിട്ടു എന്തു പ്രയോജനം?' ക്രൈസ്തവ ലോകത്തിലുടനീളം ഉന്നതമായ ഈ ആദ്ധ്യാത്മിക ഉദ്ബോധനം ദിവസേന ആവർത്തിക്കപ്പെടുന്നു. വാസ്തവത്തിൽ, ഇന്ത്യൻ സംസ്കാരത്തിന്റെ ആദ്ധ്യാത്മിക പ്രകൃതത്തിനു തെളിവായി ചൂണ്ടിക്കാണിക്കപ്പെടാറുള്ള കേവലവാദപരവും ധാർമ്മികവുമായ എല്ലാ തത്ത്വങ്ങളെയും വിശ്വാസപ്രമാണങ്ങളെയും ക്രിസ്തുമതം ഉൾക്കൊള്ളുന്നുണ്ട്. ക്രിസ്തുതന്നെ ഉദ്ബോധിപ്പിച്ചു: 'ദൈവരാജ്യം നിങ്ങൾക്കുള്ളിലാണ്.' അതു വിവക്ഷിക്കുന്നത് മനുഷ്യന്റെ മോക്ഷം ആത്മ സാക്ഷാത്കാരത്തിലൂടെയാണെന്നാണ്. ഹിന്ദുക്കളുടെ 'ആത്മദർശന'ത്തിനു സമാനമാണ് ഈ ആദർശം. വിശുദ്ധ പൗലോസ് തന്റെ ശ്രോതാക്കളെ ശാസിച്ചു: 'നിങ്ങളിത്ര ബുദ്ധികെട്ടവരോ? ആത്മാവിൽ ആരംഭിച്ചിട്ടു ജഡത്തിലാണോ നിങ്ങൾ പൂർണ്ണതപ്രാപിക്കുന്നത്?' (അപ്പോസ്തലനായ പൗലോസ് ഗലാത്യർക്കു എഴുതിയ ലേഖനം 3:8 - വിവ.). സഭാ പിതാക്കൻമാരിലേക്കു വരുമ്പോൾ നിസിയയിലെ ഗ്രിഗറിയുടെ ഉദ്ബോധനം കേൾക്കാം: 'മനുഷ്യന്റെ ആത്മാവും ദൈവവും അനന്യമാണ്''. അവസാനമായി, ഒരാൾക്ക് ക്രൈസ്തവ ദൈവശാസ്ത്രജ്ഞൻമാരിൽ മഹാനായ തോമസ് അക്വിനാസിൽനിന്നു പഠിക്കാം. 'നമ്മുടെ

ഉള്ളിലുള്ള ആ ധൈഷണിക വെളിച്ചം ശാശ്വതമായ യുക്തികൾ അടങ്ങിയ അനാദിയായ പ്രകാശത്തിന്റെ ഭാഗമല്ലാതെ മറ്റൊന്നുമല്ല.'

ക്രൈസ്തവ സുവിശേഷങ്ങളിലെ ആളുകളുടെ ദൈവികതയേയോ ക്രൈസ്തവവിശ്വാസികളുടെ ആത്മാർത്ഥതയെയോ സംശയിക്കുകയോ അതിനെതിരെ മുറുമുറുക്കുകയോ ചെയ്യുന്നതുകൊണ്ടൊന്നും കാര്യമില്ല. ഈ വിഷയത്തിൽ ഇന്ത്യക്കാർക്കെതിരേയും ഇത്തരം വിമർശനങ്ങൾ ഉന്നയിക്കാം. 'ആര്യൻ' സംസ്കാരത്തിന്റെ പതാകാവാഹകരായ ബ്രാഹ്മണരുടെ ദൈവികത്വം സന്ദേഹാസ്പദമാണ്. ആധുനികനായ ഇന്ത്യൻ സ്വാമിക്കു സമകാലീനനായ ക്രൈസ്തവ ദൈവമീമാംസകനേക്കാൾ ഉൽകൃഷ്ടത യൊന്നും അവകാശപ്പെടാനാവില്ല. ഇന്ത്യൻ ജനതയേക്കാൾ ആത്മീയമായി താഴ്ന്നവരാണ് അമേരിക്കയിലേയും യൂറോപ്പിലേയും ക്രൈസ്തവ വിശ്വാസികൾ എന്ന മുദ്രയടിക്കാൻ അന്ധമായ മുൻവിധിയും ഷണ്ഡമായ ദേശീയ ഭ്രാന്തും ഉള്ളവർക്കുമാത്രമേ കഴിയൂ. യൂറോപ്യൻ ക്രൈസ്തവർക്ക് ഒരു വിശ്വാസമെങ്കിലും ഉണ്ട്; അതേസമയം ഇന്ത്യക്കാർക്കാകട്ടെ കുറേ അന്ധവിശ്വാസങ്ങൾ മാത്രമാണുള്ളത്. ഒരാൾ ദുർഗ്രഹമായ വേദാന്ത സൂത്രങ്ങൾ ആവർത്തിക്കുമ്പോഴും ഗീതാശ്ലോകങ്ങൾ ഉരുവിടുമ്പോഴും അയാളുടെ ഹൃദയവിശാലതയിൽ സംശയം ഇല്ലാതിരിക്കുകയും, അതേസമയം, ഒരു ക്രൈസ്തവ പുരോഹിതൻ ക്രിസ്തുവിന്റെ സുവിശേഷം പറയുമ്പോൾ അയാളുടെ ആത്മാർത്ഥതയെ സംശയിക്കുകയും ചെയ്യുന്നതിൽ ഒട്ടും യുക്തിയില്ല.

ഭൗതികവാദവും മുതലാളിത്തവും അഭിന്നമാണെന്നു കരുതുന്നവരുണ്ട്. അവർക്ക് ഭൗതികവാദത്തെ ഒരു പാശ്ചാത്യ ഉൽപന്നം എന്ന പേരിൽ തള്ളിപ്പറയാനാവില്ല. മുതലാളിത്തം ഇന്നുണ്ടായ ഒരു കാര്യമല്ല. അത് സ്വർഗ്ഗത്തിൽനിന്നു വീണുകിട്ടിയതോ നരകത്തിൽ നിന്നു മുളച്ചുവന്നതോ അല്ല. ഒരു നീണ്ടകാലത്തെ ചരിത്രപരമായ പരിണാമത്തിലൂടെ രൂപംകൊണ്ട ഒരു സാമ്പത്തിക സംവിധാനമാണത്. പല കാരണങ്ങളാലും അത് യൂറോപ്പിലാണ് സമൃദ്ധമായി തഴച്ചുവളർന്നിട്ടുള്ളതെങ്കിലും, പരിഷ്കൃതമായ മറ്റെല്ലാ രാജ്യങ്ങളിലും നൂറ്റാണ്ടുകളായി അതിന്റെ വിത്തുകൾ മുളച്ചുവന്നുകൊണ്ടിരിക്കുന്നുണ്ട്. ആധുനിക യൂറോപ്യൻമാരുടെ പിതാമഹൻമാർ നഗ്നരായി നടന്ന കാലത്തുതന്നെ ഇന്ത്യയിൽ വ്യവസായവും (കൈത്തൊഴിൽ) വ്യാപാരവും വളർന്നു വികസിച്ചിരുന്നുവെന്ന ദേശീയ ചരിത്രകാരൻമാരുടെ അഭിമാനപൂരിതവും അതിശയോക്തിപരവുമായ പ്രസ്താവം തെളിയിക്കുന്നത് യൂറോപ്യൻ ജനത തങ്ങളുടെ പ്രാകൃതമായ നിഷ്കളങ്കതയിൽനിന്ന് പുറത്തുവരുന്നതിനുമുമ്പുതന്നെ ഇന്ത്യക്കാർ

'ഭൗതികവാദ'ത്തിലേക്ക് മുന്നേറുനകയായിരുന്നുവെന്നാണ്. കൈത്തൊഴി ലിന്റെ വളർച്ചയും തൽഫലമായ വ്യാപാരവികാസവും ആത്യന്തികമായി മുതലാളിത്തത്തിലേക്ക് നയിക്കും. ചരിത്രാതീതവും പൗരാണികവുമായ കാലഘട്ടങ്ങളെക്കുറിച്ചുള്ള വിവാദപരമായ വസ്തുതകളെ മാറ്റിവെച്ചുകൊണ്ട് വിശ്വസനീയമായ വിവരങ്ങളുടെ അടിസ്ഥാനത്തിൽ ഒരു കാര്യം ഉറപ്പിക്കാനാവും - യൂറോപ്യൻമാർ വരുന്നതിനുമുമ്പുതന്നെ കൈത്തൊഴിലിന്റെ അടിസ്ഥാനത്തിലുള്ള ഉൽപാദനം ഇവിടെ വളരെ മുന്നേറിയിരുന്നു എന്നത്. മധ്യകാലഘട്ടത്തിലെ 'ആദ്ധ്യാത്മികത'യുടെ ഘോരാന്ധകാരത്തിൽ യൂറോപ്പ് ആണ്ടുകിടന്നിരുന്ന ഘട്ടത്തിൽ ഇന്ത്യ അങ്ങനെ ആധുനിക മുതലാളിത്തത്തിന്റെ പടിപ്പുരയിൽ എത്തുകയും ഭൗതികവാദത്തിന്റെ മലിനപ്പെടുത്തുന്ന ആശ്ലേഷത്തിലമരാനായി നടന്നടുക്കുകയുമായിരുന്നു. അങ്ങനെ രണ്ടു പ്രധാനപ്പെട്ട കാര്യങ്ങൾ തെളിയിക്കപ്പെടുന്നു: ഒന്ന്, മുതലാളിത്തത്തിൽ ആദർശവൽക്കരിക്കപ്പെടുന്ന ധനമോഹം പാശ്ചാത്യനാഗരികതയുടെ പ്രത്യേക സ്വഭാവമല്ല; രണ്ട്, ഈ പാപകരമായ മോഹം യൂറോപ്പിനുമുമ്പുതന്നെ ഇന്ത്യ വളർത്തിയെടുത്തിരുന്നു.

ഇന്ത്യൻ ദേശീയവാദി ഈ പാപകരമായ മോഹത്തിൽ ലജ്ജിക്കുന്നില്ല. അതിനെ, മൂലധനത്തിന്റെയും അദ്ധ്വാനത്തിന്റെയും സന്തോഷകരവും പൊരുത്തമുള്ളതുമായ ഒരു പരിണയത്തിലൂടെ നിയമപരമാക്കാനും പവിത്രീകരിക്കാനും അങ്ങനെ ഭൗതികവാദത്തിൽ അഭിരമിക്കുന്ന പടിഞ്ഞാറിന് ഒരു മാതൃക സ്ഥാപിച്ചെടുക്കാനും മാത്രമാണ് അയാൾ അഭിലഷിക്കുന്നത്. മുതലാളിത്തത്തെ 'ആത്മീയ വൽക്കരിക്കുക'യാണ് ഉദ്ദേശ്യം. മുതലാളിത്തത്തെക്കുറിച്ചുള്ള സാമാന്യധാരണപോലും ഈ ഉട്ടോപ്യയുടെ അസംബന്ധത വെളിപ്പെടുത്തും. കൂലി അടിമകളുടെ അദ്ധ്വാനശക്തിയെ ചൂഷണം ചെയ്തുകൊണ്ട് ഉൽപാദനോപാധികളുടെ ഉടമസ്ഥരുടെ കൈയിൽ സമ്പത്ത് സഞ്ചയിക്കുന്നതാണ് മുതലാളിത്തത്തിന്റെ സത്ത. ഒരു സാമൂഹിക പ്രവണതയെ വിവരിക്കാൻ ഒരു ധാർമ്മികപദം ഉപയോഗിക്കുകയാണെങ്കിൽ അതിനെ 'ആർത്തി' എന്നു പറയാം. ധാർമ്മിക മുതലാളിത്തത്തെക്കുറിച്ചുള്ള ഉട്ടോപ്യ ഒട്ടും പുതിയതല്ല. അതൊരു പഴയ പല്ലവിയാണ്. യൂറോപ്പിന്റെ സാമൂഹികചരിത്രം ഒരു കാര്യം വ്യക്തമാക്കുന്നുണ്ട് - മുതലാളിത്തത്തിന്റെ ഈറ്റില്ലമായ ഇംഗ്ലണ്ടുതന്നെയാണ് ആ 'അനാവശ്യ സാമൂഹികതിന്മ'യുടെ ധാർമ്മികമായ പുനരധിവാസത്തിനുള്ള പലതരത്തിലുള്ള ഉട്ടോപ്യൻ സിദ്ധാന്തങ്ങൾക്കും ജന്മം നൽകിയത് എന്ന്.

ചാൾസ് കിംഗ്സിലിയുടെയും അനുയായികളുടെയും ക്രൈസ്തവ സോഷ്യലിസം ഗാന്ധിസത്തിന് അരനൂറ്റാണ്ടിനുമുമ്പുതന്നെ രൂപംകൊണ്ടി രുന്നു. 'ആത്മീയമൂല്യ'ങ്ങളോടുള്ള അവഗണന തൊഴിലാളികളെ തൊഴിലുടമകളോട് ശത്രുതയുള്ളവരാക്കിമാറ്റി എന്ന് ക്രൈസ്തവ സോഷ്യലിസ്റ്റുകൾ കരുതി. എല്ലാവർക്കും ഗുണവും സന്തോഷവും നൽകുന്നതിനുവേണ്ടിയുള്ള കുറ്റമറ്റ സാമൂഹിക അനുര ഞ്ജനം സാദ്ധ്യമാക്കുന്ന രീതിയിൽ അന്തരീക്ഷത്തെ 'ആത്മീയവൽ ക്കരിക്കാൻ' അവർ ആരംഭിച്ചു. അത്യാർത്തിപിടിച്ച മുതലാളിത്തം ക്രൂരമായി ചൂഷണം ചെയ്യുമ്പോഴും അസഹനീയമായ ചുറ്റുപാടുകൾ ക്കെതിരെ കലാപമുയർത്തുമ്പോൾ ഭരണകൂടം ഭീകരമായി അടി ച്ചമർത്തുമ്പോഴും കിങ്ങ്സിലി ഭക്തിപൂർവ്വം തൊഴിലാളികളോട് ഉപദേശിച്ചു: 'സ്വതന്ത്രനാകാൻ യോഗ്യനാവുക. ദൈവംതന്നെ നിങ്ങളെ സ്വതന്ത്രനാക്കും.... സദ്ഗുണമില്ലാതെ യഥാർത്ഥ സ്വാത ന്ത്ര്യമില്ല. മതമില്ലാതെ യഥാർത്ഥ ശാസ്ത്രമില്ല. ദൈവഭയമില്ലാതെ യഥാർത്ഥ വ്യവസായമില്ല. നിങ്ങളുടെ സഹപൗരൻമാരെ സ്നേഹി ക്കുക.' കിങ്ങ്സിലിയുടെ സ്വാതന്ത്ര്യത്തെക്കുറിച്ചുള്ള 'ആത്മീയ' വീക്ഷണത്തിന്റെ പ്രചോദനകേന്ദ്രം വിശുദ്ധ മത്തായി തെറ്റായി അവതരിപ്പിച്ച ക്രിസ്തുവിന്റെ സുവിശേഷമാണെന്നു പറയാം. (വിശുദ്ധ ലൂക്കോസ് രേഖപ്പെടുത്തിയ ആദിമ സുവിശേഷം കലാപത്തിന്റെ ശക്തമായ ഉദ്ഘോഷമായിരുന്നു. കലാപകാരികളായ അടിമക ളുടെ പ്രത്യയശാസ്ത്രമായാണ് ക്രിസ്തുമതം ഉയർന്നുവന്നത്. തന്മൂലം, ആരംഭത്തിൽ അത് മറ്റേതൊരു മതത്തിനും കഴിയാവുന്നതുപോലെ ഉദാത്തമായിരുന്നു). മുതലാളിത്തത്തിന്റെ കുരിശിൽകിടന്ന് രക്ത മൊലിപ്പിക്കുന്ന അദ്ധ്വാനിക്കുന്ന ബഹുജനങ്ങളോടുള്ള കിങ്ങ്സി ലിയുടെ പ്രബോധനം അപ്പോസ്തല തീവ്രതയോടെ ധനവാൻമാരെ നിരാകരിക്കുന്നതിലൂടെ സജീവവും ആകർഷകവുമായിരുന്നു. പക്ഷേ, വിശക്കുന്ന ജനത്തിന് നീതിയുടെയും ഔദാര്യത്തിന്റെയും ചെറുതുണ്ടുകൾ എറിഞ്ഞുകൊടുത്ത് കലാപത്തിന്റെ തിരമാലകളെ തടഞ്ഞുനിർത്താനുള്ള പ്രായോഗിക നിർദ്ദേശമാണ് അതേത്തുടർന്ന് വരുന്നത്. കിങ്ങ്സിലിയുടെയും മോറീസിന്റെയും സ്റ്റീഫൻസിന്റെയും മറ്റു പരിഷ്കരണവാദികളുടെയും ക്രൈസ്തവ സോഷ്യലിസ്റ്റ് പ്രചാരണ ത്തിന്റെ ലക്ഷ്യം, മുതലാളിത്ത ദുരയുടെ ഇരകളെ ജീവിതദു:ഖത്തിൽ നിന്നും ദുരിതങ്ങളിൽനിന്നും ശ്രദ്ധതിരിച്ച് മിഥ്യയായ ആത്മീയവും ധാർമ്മികവുമായ ആദർശങ്ങളിലേക്ക് ആകർഷിക്കുക യെന്നതാണ്.

ബ്രിട്ടീഷ് സാമ്രാജ്യത്തിന്റെ മുഖ്യ ശില്പികളിലൊരാളായ ഡിസ്രേലി ക്രൈസ്തവ സോഷ്യലിസത്തിന്റെ സ്വാധീന വലയത്തിൽ വന്നയാളാണ്. അദ്ദേഹം സാമൂഹിക ദുരിതങ്ങളുടെ കാരണമെന്ന

നിലയിൽ വിഗ് ബൂർഷ്വാസിയുടെ സ്വതന്ത്രവ്യാപാര (ഘമലൈ്വ ളൗല) നയത്തെ കഠിനമായി വിമർശിച്ചു. അദ്ദേഹത്തിന്റെ 'സിബിൽ' എന്ന പ്രശസ്തകൃതിയിൽ ഇത് വളരെ മനോഹരമായി ആവിഷ്കരിച്ചിട്ടുണ്ട്. തൊഴിലാളിവർഗ്ഗത്തോട് ഉദാരമായ സമീപനമുള്ള സാമൂഹിക പരിഷ്കാരത്തിനുവേണ്ടി അദ്ദേഹം വാദിച്ചു.

പത്തൊമ്പതാം നൂറ്റാണ്ടിലെ മറ്റൊരു ബ്രിട്ടീഷ് രാജ്യതന്ത്രജ്ഞനായ സർ റോബർട്ട് പീൽ പറഞ്ഞു: 'ഞാൻ നിങ്ങളോട് ഉറപ്പിച്ചുപറയുന്നു, ദൈവത്തിലോ മരണാനന്തരജീവിതത്തിലോ വിശ്വസിക്കാത്ത ഒരാളെ വിശ്വസിക്കുന്നത് വിവേകമല്ല എന്ന്'. വഷളൻ ഭൗതികവാദം വ്യാപകമായിരുന്ന ആ ക്ലാസിക്കൽ യുഗമായ പത്തൊമ്പതാം നൂറ്റാണ്ടിലെ പ്രമുഖരെല്ലാംതന്നെ തികഞ്ഞ മതവിശ്വാസികളും ദൈവഭയമുള്ള വരുമായിരുന്നു. ഫ്രഞ്ച് എൻസൈക്ലോപീഡിസ്റ്റുകളുടെ പതിനെട്ടാം നൂറ്റാണ്ടിലെ ദാർശനിക ഭൗതികവാദം നിലവിലുണ്ടായിരുന്ന സാമൂഹികക്രമത്തിന് അപകടമായി മാറിക്കഴിഞ്ഞിരുന്നു. അതുകൊണ്ട് ഭരണവർഗ്ഗം ദൈവത്തിന്റെ സംരക്ഷണത്തിൽ അഭയം തേടിയിരുന്നു. അവരുടെ ധർമ്മനിഷ്ഠരായ വക്താക്കളാകട്ടെ, മനുഷ്യനെ മനുഷ്യൻ ചൂഷണംചെയ്യുന്ന നിലവിലുള്ള സാമൂഹികവ്യവസ്ഥയിലെ ബന്ധങ്ങളിൽ കൂടുതൽ ഔദാര്യത്തിനും, ദയക്കും നീതിക്കുംവേണ്ടി ശക്തിയായി വാദിച്ചു.

മുതലാളിത്തത്തോടുള്ള ഗാന്ധിയൻ സമീപനത്തിനു സമാനമാണ് പാശ്ചാത്യ ഭൗതികരാഷ്ട്രങ്ങളിലെ ഭരണാധികാരികളുടെയും സമീപനമെന്നത് വളരെ ശ്രദ്ധേയമാണ്. ഗാന്ധിയും മുതലാളിത്തത്തെ ആക്ഷേപിക്കുന്നുണ്ടെങ്കിലും, അതിനെ നശിപ്പിക്കുന്നതിനുവേണ്ടി വാദിക്കുന്നില്ല. അദ്ദേഹത്തിന്റെ പ്രഖ്യാപിത ആഗ്രഹം മുതലാളിമാരും തൊഴിലാളികളും തമ്മിൽ അനുരഞ്ജനം സ്ഥാപിക്കുക എന്നതാണ് - തൊഴിലാളികളുടെ ഉദാരമനസ്കരായ രക്ഷാകർത്താക്കളാവാൻ മുതലാളിമാരെ പ്രേരിപ്പിക്കുക. നാഗപ്പൂരിലെ ഒരു പൊതുയോഗത്തെ അഭിസംബോധനചെയ്തുകൊണ്ട് 1933 നവംബറിൽ മഹാത്മാവ് പ്രഖ്യാപിച്ചു: 'തൊഴിലാളികൾക്ക് പര്യാപ്തമായ കൂലി ഉറപ്പാക്കുന്നതിനും മുതലാളിമാരെ തൊഴിൽ ദാതാക്കളെന്നതിനേക്കാൾ തൊഴിലാളികളുടെ ട്രസ്റ്റികളായി പരിവർത്തനം ചെയ്യുന്നതിനുമായി ഞാൻ ആത്മാർത്ഥമായി ശ്രമിച്ചുകൊണ്ടിരിക്കുകയാണ്.' ഒരുപാടുതവണ അദ്ദേഹം ഇതാവർത്തിച്ചിട്ടുണ്ട്. ഇത്തരം പ്രസ്താവനകളുടെ വെളിച്ചത്തിൽ ഡിസ്രേലിയേക്കാൾ വലിയ മുതലാളിത്തവിരുദ്ധനായി മഹാത്മാവിനെ കണക്കാക്കാനാവില്ല. രണ്ടുപേരും കയ്പുഗുളിക മധുരത്തിൽ പൊതിഞ്ഞ് നൽകാനാണ് വാദിക്കുന്നത്.

ഇംഗ്ലണ്ടിലെ തൊഴിലാളിവർഗ്ഗത്തേക്കാൾ മതാത്മകതയുള്ള ആളുകളെ പരിഷ്കൃതമായ മറ്റൊരു രാജ്യത്തിലും കാണാനാവില്ല. ആത്മീയസിദ്ധാന്തം ഇത്തരം അദ്ഭുതകരമായ ഫലങ്ങൾ ഉളവാക്കിയതിനാൽ, തങ്ങളുടെ വിപ്ലവകാരികളായ പൂർവ്വപിതാക്കളുടെ യുക്തിവാദപരവും ഭൗതികവാദപരവുമായ പാരമ്പര്യങ്ങളെ സൗകര്യപൂർവ്വം വിസ്മരിച്ചുകൊണ്ട് ഇംഗ്ലണ്ടിലെ മുതലാളിമാരും അതിലേക്കു മാറി. ബേക്കണിന്റേയും ഹോബ്സിന്റേയു ലോക്കിന്റേയും ദേശത്ത് രോഗാതുരമായ ഭൗതികാസക്തി വ്യാപകമായി. ആശ്ചര്യകരമായ മുതലാളിത്ത വികാസത്തിന്റേയും കോളണീകരണത്തിന്റെയും കാലഘട്ടമായ വിക്ടോറിയൻ യുഗം തീവ്രമായ മതാത്മകതയുടേതായിരുന്നു. ഗ്ലാഡ്സ്റ്റോണിന്റെ ലിബറലിസം മൂലധനത്തിന്റെയും അദ്ധ്വാനത്തിന്റെയും കപടമായ അനുരഞ്ജനത്തോടെ ആഹ്ലാദകരമായി യാത്ര നടത്തി.

യുക്തിബോധമുള്ള ഒരാൾക്കും ഗാന്ധിസത്തിന്റെ മാന്ത്രികവടി ഇങ്ങനെയല്ലാതെ മറ്റൊരു തരത്തിൽ മുതലാളിത്ത സമ്പ്രദായത്തെ ആത്മീയവൽക്കരിക്കും എന്നു കരുതാനാവില്ല. മുതലാളിത്തത്തെ നശിപ്പിക്കുക എന്നത് ഇന്ത്യയുടെ 'ആത്മീയ പ്രതിഭ'യുടെ ഭാഗമല്ല. അതിനെ 'ധാർമ്മികവൽക്കരിക്കാനും' മാനുഷികവൽക്കരിക്കാനുമാണ് അത് ഉദ്ദേശിക്കുന്നത്. ഏറ്റവും മോശപ്പെട്ട അർത്ഥത്തിലുള്ള ഭൗതികവാദം വളരുന്നത് ആത്മീയതയുടെ വേഷക്കോപ്പുകളിലൂടെയാണ്. ആത്മീയവാദത്തെ - മതാത്മക ചിന്താരീതിയെ - തിരസ്കരിക്കുന്നവർക്ക് മോശപ്പെട്ട അർത്ഥത്തിലുള്ള ഭൗതികവാദത്തോട് അവജ്ഞയല്ലാതെ മറ്റൊന്നുമല്ല ഉള്ളത്. അവരുടെ ധാർമ്മിക നിലപാട് ദാർശനിക ഭൗതികവാദത്തിന്റെ വിഖ്യാത സ്ഥാപകരിൽ ഒരാളായ എപ്പിക്യൂറസ് വ്യക്തമാക്കിയിട്ടുണ്ട്. അദ്ദേഹം ദൈവങ്ങളിലുള്ള വിശ്വാസം ഉപേക്ഷിക്കുകയും മതത്തിന്റെ വിലങ്ങുകളിൽനിന്ന് മോചനം നേടുകയും ചെയ്തത് 'തിന്നാനും കുടിക്കാനും രമിക്കാ'നുമല്ല; 'ഉൽകൃഷ്ടനും ധർമ്മനിരതനുമാകുന്നതിലൂടെ ആഹ്ലാദം അനുഭവി'ക്കാനാണ്. അപരിഷ്കൃതരായ ക്രൈസ്തവ ദൈവശാസ്ത്രജ്ഞൻമാർ പ്രാചീന യവനദേശത്തെ ആ ഭൗതികവാദ ഋഷിയുടെ മേൽ ദ്രോഹബുദ്ധിയോടെ ആരോപിച്ച 'തിന്നുക, കുടിക്കുക, രമിക്കുക' എന്ന വഷളൻ സിദ്ധാന്തം, ക്രൈസ്തവനന്മകൾ ഭക്തിപൂർവ്വം ഉദ്ഘോഷിക്കുകയും ഉന്നതാദർശങ്ങളെക്കുറിച്ച് പൊങ്ങച്ചത്തോടെ സംസാരിക്കുകയും ചെയ്യുന്ന ഭരണാധികാരിവർഗ്ഗം സ്വീകരിച്ചിട്ടുണ്ട്. പാശ്ചാത്യരാഷ്ട്രങ്ങളിലെ ഭരണവർഗ്ഗങ്ങളിൽ മാത്രം ഒതുങ്ങിനിൽക്കുന്നതല്ല വഷളൻ ഭൗതികവാദം. ഇന്ത്യയിലും അതുണ്ടായിരുന്നു. ഇപ്പോഴും അതു തുടരുന്നുണ്ട്. ഇതിഹാസങ്ങളിലും സാഹിത്യകൃതികളിലുമെല്ലാം

അതുമായി ബന്ധപ്പെട്ട അവിതർക്കിതമായ ധാരാളം തെളിവുകൾ കാണാം. ഉദാഹരണമായി, അഹമ്മദാബാദിലെ യാഥാസ്ഥിതിക രായ പരുത്തിരാജാക്കൻമാർ, ബോംബെയിലെ പാശ്ചാത്യവൽകൃതരായ പാർസിമില്ലുടമകളേക്കാൾ പരോപകാരപ്രദമായ ജീവിതം നയിക്കുന്നവരൊന്നുമല്ല. ഗംഗയിലെ വിശുദ്ധ ജലംകൊണ്ട് ദിവസവും തന്റെ പൊണ്ണത്തടി കഴുകുകയും മണിക്കൂറുകളോളം പൂജ നടത്തുകയും ചെയ്യുന്ന വാണിയൻ ഷൈലക്കിനെ വെല്ലുന്നവനാണ്. ഭരണാധികാരിവർഗ്ഗത്തിന്റെ വഷളൻ ഭൗതികവാദത്തിന്റെ പേരിൽ പാശ്ചാത്യലോകത്തെയാകെ നിന്ദിക്കുന്നതുപോലെതന്നെ തെറ്റാണ്, നിലവിലുള്ള വ്യവസ്ഥയിലെ നിക്ഷിപ്ത താൽപര്യങ്ങളുള്ള കുറച്ചുപേരുടെ പ്രതിലോമകരമായ യാഥാസ്ഥിതികതയുടെ ബലത്തിൽ ഇന്ത്യൻ സംസ്കാരം പ്രകൃത്യാതന്നെ ആത്മീയപരമാണെന്ന പ്രഖ്യാപിക്കുന്നതും. പാശ്ചാത്യരും പൗരസ്ത്യരുമായ ജനസാമാന്യം ജൈവപരമായ ധർമ്മങ്ങളുടെ പൂർത്തീകരണത്തിനായി വ്യാപൃതരായിരിക്കുന്നവരാണ്. തിന്നുവാനും കുടിക്കുവാനും ആഹ്ലാദിക്കുവാനുമുള്ള മനുഷ്യരുടെ ആഗ്രഹം പുരോഗതിയിലേയ്ക്കുള്ള യഥാർത്ഥ പ്രചോദനമാണ് - ആത്മീയവും ലൗകികവുമായ സ്വാതന്ത്ര്യത്തിനായുള്ള ഒരു ത്വര. ആത്മീയവാദം അവരിലെ സ്വാഭാവികമായ ഈ ആഗ്രഹത്തെ നിരുൽസാഹപ്പെടുത്തുന്നതിലൂടെ ഭൗതിക പുരോഗതിക്കുമാത്രമല്ല മനുഷ്യവംശത്തിന്റെ യഥാർത്ഥമായ ആത്മീയ വിമോചനത്തിനും വിഘാതം സൃഷ്ടിക്കുന്നു.

ആത്മീയവാദത്തിന്റെ എതിർപക്ഷം ദാർശനിക ഭൗതികവാദമാണ്. 'തിന്നുക, കുടിക്കുക, രമിക്കുക' എന്ന വഷളൻ ചിത്രീകരണവുമായി അതിന് ഒരു ബന്ധവുമില്ല. അത് മുതലാളിത്ത പാശ്ചാത്യനാഗരികതയുടെ പ്രത്യയശാസ്ത്രമല്ല. മറിച്ച്, മുതലാളിത്ത സമൂഹത്തിലെ ധൈഷണികവൃന്ദമാകെ, മുതലാളിത്തത്തേക്കാൾ ഉന്നതമായ ഒരു നാഗരികതയെ വിളംബരംചെയ്യുന്ന വിപ്ലവത്തിന്റെ തത്ത്വശാസ്ത്രമെന്ന വെറുപ്പും ഭയവുമുളവാക്കുന്ന ശത്രുവിനെതിരെ പൊരുതുന്നതിൽ ശ്രദ്ധ കേന്ദ്രീകരിച്ചിരിക്കുകയാണ്. ഭൗതികവാദത്തെ അധിക്ഷേപിക്കുന്നതിലൂടെ ഇന്ത്യൻ ദേശീയവാദികൾ മുതലാളിത്ത നാഗരികതയെ നിരസിക്കുകയല്ല, മറിച്ച് അതുമായി ഒരു അവിശുദ്ധ കൂട്ടുകെട്ടുണ്ടാക്കുകയാണ്. ഭൗതികവാദത്തെക്കുറിച്ചുള്ള തെറ്റായ ധാരണ അവരെ അത്തരമൊരു സ്ഥാനത്താണ് സ്വയം പ്രതിഷ്ഠിക്കുന്നത്. ഭൗതികവാദത്തെക്കുറിച്ചുള്ള മെച്ചപ്പെട്ട ധാരണ അവരെ അതിനെ ഇഷ്ടപ്പെടാൻ പ്രേരിപ്പിക്കും എന്ന് ഇതിനർത്ഥമില്ല. എന്നാൽ, അത് അവരെ വകതിരിവോടെ സംസാരിക്കാനെങ്കിലും പ്രാപ്തരാക്കും. അതേസമയം, അവരുടെ സ്ഥാനത്തിൽ വേർതിരിവുമുണ്ടാകും.

അജ്ഞതയിൽനിന്നുണ്ടാകുന്ന മുൻവിധികളിൽനിന്നു മുക്തരായ പുരോഗമനശക്തികൾ തങ്ങളുടെ ലക്ഷ്യം നേടുന്നതിന് ദാർശനിക ഭൗതികവാദത്തിൽ ശക്തമായ ആയുധം കണ്ടെത്താം. എന്തായാലും അവർ മതാത്മക യാഥാസ്ഥിതികത്വത്തിന്റെ പാരമ്പര്യവുമായി ബന്ധം അവസാനിപ്പിക്കാൻ നിർബന്ധിതരാണ്.

ഇന്ന് പാശ്ചാത്യരാജ്യങ്ങളിൽ ബൂർഷ്വാസി ഭൗതികവാദത്തിന്റെ വിപ്ലവതത്ത്വശാസ്ത്രത്തിനെതിരായി പരാജയപ്പെട്ടുമെന്നുറപ്പുള്ള ഒരു സമരം നടത്തിക്കൊണ്ടിരിക്കുകയാണ്; എന്നാൽ, അവരുടെ പൂർവ്വികർ മുതലാളിത്തപൂർവ്വ സമൂഹത്തിന്റെ ധാർമ്മികവും ആത്മീയവുമായ അടിത്തറ തകർക്കുന്നതിനുവേണ്ടി മധ്യകാല അപരിഷ്കൃതത്വത്തിന്റെ മതാത്മകത യ്ക്കെതിരെ ഐതിഹാസിക സമരം നടത്തിയിരുന്നു. ആ സമരത്തിൽ അവരുടെ പ്രത്യയശാസ്ത്രപരമായ ആയുധം ദാർശനിക ഭൗതിക വാദമായിരുന്നു. പൗരാണികകാലത്തെ മഹാൻമാരായ ചിന്തകർ നിർമ്മിച്ച ആ വിപ്ലവായുധത്തെ വളർന്നുവരുന്ന ബൂർഷ്വാസി പോരാട്ടത്തിൽ മൂർച്ചകൂട്ടി ഉപയോഗിക്കുകയാണുണ്ടായത്.

ഇന്ത്യയുടെ പുനർജന്മത്തിനും ഭൗതികവാദദർശനത്തിന്റെ സഹായം തേടേണ്ടത് ആവശ്യമാണ്. ഉപരിപ്ലവമായി യുക്തിവൽക്കരിക്കപ്പെട്ട മതാത്മകചിന്ത അതിന്റെ വഞ്ചനാത്മകസ്വഭാവംകൊണ്ടുതന്നെ കൂടുതൽ ഹാനികരമാണ്. അത്തരം പഴഞ്ചൻ ചിന്താരൂപങ്ങളുമായി പുരോഗമന മനോഭാവമുള്ള ബുദ്ധിജീവികൾ ഇടപാടു തുടരുന്നിടത്തോളം അവർ സ്വയം മൂഢൻമാരായിത്തീരുകയാണ്. പുരോഗതിക്കുള്ള എല്ലാ പ്രേരണകളെയും തടയുന്ന ദൂഷിതമായ അന്തരീക്ഷത്തിൽ ഇന്ത്യൻ സമൂഹത്തിന്റെ ചീഞ്ഞ ഘടനയെ തകർത്തെറിയുന്നതിനുള്ള ധീരത ശാസ്ത്രജ്ഞാനത്താൽ സ്വതന്ത്രമായ ആത്മാവിൽനിന്നുമാത്രമേ ഉണ്ടാവുകയുള്ളൂ.

ഭാവിയിലേക്ക് മുന്നേറണമെങ്കിൽ ഭൂതകാലത്തിൽനിന്ന് വേർപെടാനുള്ള ധൈര്യമുണ്ടായിരിക്കണം. ഭൂതകാലത്തെ നന്മകളിൽ - നന്മകളല്ലാതായിത്തീർന്ന നന്മകൾ കാലക്രമേണ തിന്മകളായി മാറുന്നു - എത്രത്തോളം കാലം തൂങ്ങിനിൽക്കുന്നുവോ അത്രത്തോളം ഭാവിയിലെ വിജയങ്ങളിൽനിന്ന് നാം അകലെയായിരിക്കും. മുന്നോട്ടുപോകാൻ ആഗ്രഹിക്കുന്നവർ ദാർശനിക ഭൗതികവാദത്തിൽനിന്ന് പ്രചോദനം തേടണം. വരാനിരിക്കുന്ന ഒരു ഉൽകൃഷ്ട സംസ്കാരത്തിനുവേണ്ട വിത്തുകൾ അടങ്ങുന്ന ഭൂതകാലസംസ്കാരത്തെ ശരിയായി വിലയിരുത്താൻ അതിനുമാത്രമേ കഴിയൂ. മഹത്തരമായ ഭാവിയിലേക്ക് എത്തിച്ചേരുന്നതിന് അതുമാത്രമേ ഉപയോഗപ്രദമാവുകയുള്ളൂ.

സ്വാതന്ത്ര്യവും പുരോഗതിയും ആഗ്രഹിക്കുന്നവർ ബാക്കിയുള്ള ഭൂതകാല ചങ്ങലകളെയെല്ലാം പൊട്ടിച്ചെറിയണം. ആയതിനാൽ ദാർശനിക ഭൗതികവാദത്തെക്കുറിച്ചുള്ള ശരിയായ ധാരണ ഇന്ന് വളരെ അത്യാവശ്യമായിരിക്കുന്നു. അത് പുരോഗമനശക്തികളെ വമ്പിച്ച രീതിയിൽ ശക്തിപ്പെടുത്തുകയും വളരെ വൈകിപ്പോയ ഇന്ത്യൻ നവോത്ഥാനത്തെ ത്വരിപ്പിക്കുകയും ചെയ്യും.

●

ഗാന്ധിസവും ഹ്യൂമനിസവും

'സഹപ്രവർത്തകരുമായുള്ള ഗാന്ധിജിയുടെ അവസാനത്തെ സംവാദ'ത്തെക്കുറിച്ച് ശ്രദ്ധേയമായ ഒരു വിവരണം ശ്രീ. പ്യാരേലാൽ പ്രസിദ്ധപ്പെടുത്തിയിട്ടുണ്ട്. ഈ സംവാദം നടന്നത് 1948 ഡിസംബർ മാസത്തിലെ ആദ്യവാരത്തിലാണ്. അതായത് ആ മഹാദുരന്തത്തിനു കേവലം രണ്ടുമാസത്തിനുമുമ്പ്. എന്താണ് സംഭവിക്കാൻ പോകുന്നത് എന്നതിനെക്കുറിച്ച് മഹാത്മാവിന് എന്തെങ്കിലും മുന്നറിവ് ഉണ്ടായിരുന്നുവോ എന്ന് എനിക്കറിയില്ല. ദൈവം തന്നിലൂടെ പ്രവർത്തിക്കുകയാണ് എന്ന് ഉറച്ചുവിശ്വസിച്ച ആത്മീയമനോഭാവമുള്ള ഒരു വ്യക്തിക്ക് അത്തരം അതീന്ദ്രിയജ്ഞാനം ഉണ്ടാകാം. അതെല്ലാം മാനസികപ്രവണതയുടെ കാര്യമാണ്. എന്തായാലും ആ സന്ദർഭത്തിൽ അദ്ദേഹം പറഞ്ഞത് അദ്ദേഹത്തിന്റെ ഹൃദയത്തിന്റെ ആഴത്തിൽനിന്നാണെന്നു തോന്നുന്നു.

ഈ സന്ദർഭത്തിൽ അദ്ദേഹത്തിന്റെ സുവിശേഷത്തെ വിലയിരുത്താൻ ഞാൻ ഉദ്ദേശിക്കുന്നില്ല. സത്യത്തിനും ചരിത്രത്തിനുംവേണ്ടി അത് മറ്റൊരു ദിവസം ചെയ്യേണ്ടതാണ്. എന്റെ മുമ്പിൽ നിരന്തരം ആവർത്തിക്കപ്പെടുന്ന ഒരു ചോദ്യമുണ്ട്: ഗാന്ധിജിയുടെ ഉദ്ബോധനങ്ങളും നവമാനവികതാവാദം എന്നു വിളിക്കപ്പെടുന്നതും തമ്മിലുള്ള വ്യത്യാസം എന്താണ്? ശ്രീ.പ്യാരേലാലിന്റെ വിവരണം ആ ചോദ്യത്തിന് എളുപ്പത്തിൽ മറുപടി പറയാൻ എന്നെ സഹായിക്കുന്നു. പരിഹസിക്കാൻ വന്നവൻ പ്രാർത്ഥിക്കാൻ ഇരുന്നതുപോലെയാണോ ഞാൻ പെരുമാറുന്നത്?

ഇതുവരെയും, ഈ ചോദ്യത്തിനുള്ള എന്റെ പരസ്യമായ മറുപടി അത് അഭ്യർത്ഥിക്കുന്നുണ്ട്. ചോദ്യകാരൻ സ്വയം തീരുമാനത്തിലെത്തട്ടെ എന്നാണ് ഞാൻ നിർദ്ദേശിക്കുന്നത്. ഗാന്ധിസവും ഹ്യൂമനിസവും തമ്മിൽ യാതൊരു വ്യത്യാസവും ഇല്ല എന്ന് അദ്ദേഹം

വിശ്വസിക്കുന്നുവെങ്കിൽ ഞാൻ അതിനെ എതിർക്കില്ല. ഇക്കാലമത്രയും ഞാൻ ഗാന്ധിസത്തിന്റെ വിമർശകനാണ്. മനുഷ്യരാശിയുടെ ഏക പ്രതീക്ഷയാണ് ഗാന്ധിസം എന്ന അവകാശവാദത്തെ ഞാൻ പൂർണ്ണമായും സംശയിക്കുന്നു. എന്റെ സംശയം അടിസ്ഥാനരഹിതമാണെന്ന് തെളിയിക്കപ്പെട്ടിരുന്നുവെങ്കിൽ ഞാൻ പ്രാർത്ഥിക്കാൻ സന്നദ്ധനാകുമായിരുന്നു. എന്നാൽ ഞാൻ ഒരിക്കലും പരിഹസിക്കാൻ വന്നിട്ടില്ല; എന്റെ വിമർശനവും സന്ദേഹവും ഒരിയ്ക്കലും മുൻവധിയോ വിദ്വേഷമോ ഉള്ളതല്ല. ഇപ്പോഴും മഹാത്മാവിനെ വിശുദ്ധ സംരക്ഷക(Patron Saint)നായി പ്രഖ്യാപിച്ചാരാധിക്കുന്ന വിജയിയായ ദേശീയവാദത്തിന്റെ പ്രവർത്തികളിൽനിന്ന് ഗാന്ധിസത്തെ വേർതിരിച്ചു കാണാനുള്ള നിഷ്ഫലമായ ശ്രമങ്ങൾ നടത്തുന്നവരോട് എനിയ്ക്കു ശക്തമായ അനുതാപം ഉണ്ടെങ്കിലും എനിയ്ക്കിപ്പോഴും തെറ്റുപറ്റി എന്നു തോന്നുന്നില്ല. എന്തായാലും, ഞാൻ പെട്ടെന്ന് ഗാന്ധിസത്തിൽ ഹ്യൂമനിസം കണ്ടെത്തി എന്ന് അതിന് അർത്ഥമില്ല. തന്റെ ബോദ്ധ്യത്തിനനുസരിച്ച് നിലകൊള്ളാനുള്ള പരിശ്രമത്തോടുള്ള മമതയാണത്.

മഹാത്മാവിന് ചില ഹ്യൂമനിസ്റ്റ് പ്രവണതകൾ ഉണ്ടായിരുന്നു. മാത്രമല്ല, അദ്ദേഹം ഒരു ധാർമ്മികവാദിയും (Moralist) ആയിരുന്നു. ആ നിലയ്ക്ക് ഞാൻ അദ്ദേഹത്തെ ആദരിച്ചിട്ടുണ്ട്. എന്നാൽ, അദ്ദേഹം ഒരു മാനവവാദി (Humanist) എന്നതിനേക്കാൾ ഒരു ലോകോപകാരി (Humanitarian) ആയിരുന്നു. ഇത്തരം വേർതിരിവ് സാധാരണയായി നടത്തുന്നില്ല. വിവേചനം കാട്ടാതെ എല്ലാ മനുഷ്യർക്കും നല്ലതു ചെയ്യാനുള്ള ആഗ്രഹം വളരെ ശ്ലാഘനീയമാണ്. എന്നാൽ അതു മനുഷ്യനിൽ ഉന്നതമായ മൂല്യങ്ങൾ അർപ്പിക്കുന്നു എന്നു പറയാനാവില്ല. മഹാത്മാവ് മനുഷ്യനെ സ്വയം ഒരു ലക്ഷ്യമായി കണക്കാക്കിയില്ല. പകരം മനുഷ്യനെ ദൈവത്തിന്റെ ലക്ഷ്യം നടപ്പിലാക്കാനുള്ള ഒരു ഉപകരണമായാണ് കണക്കാക്കിയത്. ഇത് ഒരു ഉദാത്തമായ ജീവിതവീക്ഷണമായിരിക്കാം; എന്നാൽ അത് മനുഷ്യന്റെ സ്വാതന്ത്ര്യത്തെയും സൃഷ്ട്യുന്മുഖതയെയും അപഹരിക്കുന്നു. അതിനാൽ അത് ഹ്യൂമനിസമല്ല. മാത്രമല്ല, ഒരു അമാനുഷികശക്തിയുടെ ഇച്ഛയ്ക്കു കീഴടങ്ങാനുള്ള ഈ മനോഭാവത്തിൽ, ഒരാൾ സ്വതന്ത്രവ്യക്തി എന്ന നിലയിൽ ചെയ്യാൻ തയ്യാറാകാത്ത കാര്യങ്ങൾ ചെയ്ത് അവയ്ക്കു ന്യായീകരണം കണ്ടെത്തിയേക്കാം.

തന്റെ അവസാനനാളുകളിൽ, സത്യത്തിന്റെയും അഹിംസയുടെയും പാതയിൽനിന്ന് വ്യതിചലിച്ചതിനെക്കുറിച്ച് മഹാത്മാവ് വേദനാപൂർവ്വം ബോധവാനായിരുന്നു. എന്നാൽ, പരമമായ ഒരു

ശക്തിക്കു കീഴടങ്ങുകയെന്ന ഉദാത്തമായ മനോഭാവം തന്റെ സ്വന്തം കർമ്മങ്ങളുടെ ഉത്തരവാദിത്വത്തെ കൈയൊഴിയാൻ അദ്ദേഹത്തെ സഹായിച്ചു. ഹ്യൂമനിസം അത്തരം ഒഴികഴിവുകളെയൊന്നും അംഗീകരിക്കുന്നില്ല; മനുഷ്യന്റെ കർമ്മത്തിനുത്തരവാദി മനുഷ്യൻ തന്നെ എന്ന് അതു കരുതുന്നു. തൽഫലമായി അത്, മനുഷ്യൻ തെരഞ്ഞെടുത്ത നേർവഴിയിൽ നിന്നുള്ള വ്യതിചലനത്തെ വലിയൊരളവോളം തടയുകയും ചെയ്യുന്നു. അത് സ്വാതന്ത്ര്യം അവകാശപ്പെടുന്നു; ഉത്തരവാദിത്വം ഏറ്റെടുത്തുകൊണ്ട് അതിന് അർഹമാവുകയും ചെയ്യുന്നു. തീരുമാനമെടുക്കാനുള്ള മനുഷ്യന്റെ സ്വാതന്ത്ര്യത്തെ അടിയറവെയ്ക്കുന്നതിനു പകരമായി ഗാന്ധിയൻ ജീവിതവീക്ഷണം ഉത്തരവാദിത്വത്തിൽനിന്നുള്ള സുഖകരമായ സ്വാതന്ത്ര്യം വാഗ്ദാനം ചെയ്യുന്നു.

മഹാത്മാവ് പശ്ചാത്താപത്തോടെ പറഞ്ഞത് ശ്രീ. പ്യാരേലാൽ വിവരിക്കുന്നു: 'ഇപ്പോൾ എന്റെ കണ്ണുകൾ തുറക്കപ്പെട്ടിരിക്കുന്നു. ബ്രിട്ടീഷുകാരുമായുള്ള സമരകാലത്ത് അഹിംസ എന്ന പേരിൽ നാം അനുവർത്തിച്ചത് യഥാർത്ഥ അഹിംസയായിരുന്നില്ല എന്ന് ഞാനിപ്പോൾ കാണുന്നു. ദൈവത്തിന് എന്നിലൂടെ അദ്ദേഹത്തിന്റെ മഹത്തായ ലക്ഷ്യം പൂർത്തീകരിക്കേണ്ട ആവശ്യത്തിനായി അദ്ദേഹം മന:പൂർവ്വം എന്റെ കണ്ണുകൾ മൂടിക്കെട്ടുകയായിരുന്നു. ആ ലക്ഷ്യം പൂർത്തീകരിക്കപ്പെട്ടതിനാൽ അദ്ദേഹം എനിക്ക് എന്റെ കാഴ്ച തിരിച്ചുനൽകി.'

ഈ മനോഭാവത്തോടെ മനുഷ്യന്റെ ഏത് അപരാധത്തെയും ന്യായീകരിക്കാനാവും. ലക്ഷ്യം മാർഗ്ഗത്തെ സാധൂകരിക്കുന്നു എന്ന സംശയാത്മകമായ പ്രമാണത്താൽ നയിക്കപ്പെടുന്നതിനായി അതു ദൈവത്തെ പ്രായോഗിക വാദത്തിന്റെ ലോകത്തിലേയ്ക്ക് ഇറക്കിക്കൊണ്ടുവരുന്നു. ദൈവത്തിലുള്ള വിശ്വാസം ഗാന്ധിസത്തിന്റെ ഉറച്ച നങ്കൂരമാണ്. ആ പ്രത്യേകത കാരണം വിശ്വാസികൾ ഗാന്ധിസം ഹ്യൂമനിസത്തേക്കാൾ ഉൽകൃഷ്ടമാണെന്നു കണക്കാക്കിയേക്കാം. എന്നാൽ ഇക്കാര്യത്തിൽ മറ്റുള്ളവർക്കു വിയോജിപ്പും ഉണ്ടാകാം. ഇവിടെ ഞാൻ അക്കാര്യം ഉന്നയിക്കുന്നില്ല. ഇപ്പോഴത്തെ പ്രശ്നം ഇതാണ്: ലക്ഷ്യം മാർഗ്ഗത്തെ സാധൂകരിക്കുന്നു എന്ന പ്രമാണത്തെ ദൈവംതന്നെ അംഗീകരിക്കുന്നു എങ്കിൽ ഗാന്ധിസത്തിന് അതിനെ എങ്ങനെ തിരസ്കരിക്കാനാവും? ദൈവം ചെയ്യുന്നത് നല്ലതാണ്; മനുഷ്യനു ദൈവത്തേക്കാൾ നല്ലവനാകാൻ കഴിയില്ല. എന്നിട്ടും, ഈ പ്രമാണത്തെ താത്വികമായി മാത്രമല്ല പ്രായോഗികമായും തിരസ്കരിച്ചു എന്നത് ഗാന്ധിസത്തിന്റെ വിശിഷ്ടഗുണങ്ങളിലൊന്നായി പറയപ്പെടുന്നു. ഇക്കാര്യത്തിൽ ഞാൻ എല്ലായ്പ്പോഴും സംശയാലുവാണ്;

ഇപ്പോൾ എന്റെ സംശയം മഹാത്മാവിന്റെതന്നെ വചനത്താൽ സ്ഥിരീകരിക്കപ്പെട്ടിരിക്കുന്നു.

അതായത്, ദൈവത്തിന്റെ ഇംഗിതത്തിന് ഉതകാൻ മാത്രമേ മനുഷ്യനാവൂ എന്ന ഗാന്ധിസത്തിന്റെ ഒന്നാമത്തെ തത്ത്വം, 'രാഷ്ട്രീയത്തെ ശുദ്ധീകരിക്കുന്ന'തിന് ധാർമ്മികതയെ രാഷ്ട്രീയത്തിൽ കൊണ്ടുവരാനുള്ള മഹാത്മാവിന്റെ ശ്രമത്തിന്റെ പരാജയത്തിനു കാരണമായി - അദ്ദേഹവും അദ്ദേഹത്തിന്റെ അടുത്ത ചില സഹപ്രവർത്തകരും അംഗീകരിച്ച പരാജയം. ഇതേ കാരണത്താൽ എക്കാലത്തേയും എല്ലാ രാജ്യങ്ങളിലെയും മതാത്മക ധാർമ്മികവാദികൾ ഉദ്ബോധിപ്പിച്ച ദൈവികതത്ത്വങ്ങൾ അവരുടെ പ്രഖ്യാപിത അനുയായികളാൽ പ്രായോഗിക ജീവിതത്തിൽ മാറ്റിവയ്ക്കാൻ മാത്രമുള്ളതായിരുന്നു. മാർഗ്ഗത്തിന്റെ വിശുദ്ധിയുടെ പ്രാധാന്യത്തെ സംബന്ധിച്ച കാര്യത്തിൽ ഹ്യൂമനിസം ഗാന്ധിസവുമായി യോജിക്കുന്നുണ്ട്; എന്നാൽ രാഷ്ട്രീയത്തിൽ ധാർമ്മികത വേണം എന്ന കാര്യത്തിൽ ഹ്യൂമനിസം ഒട്ടും വിട്ടുവീഴ്ചയ്ക്കു തയ്യാറല്ല. മാത്രമല്ല, രാഷ്ട്രീയ പ്രവർത്തനത്തിന്റെ അടിസ്ഥാനപ്രേരണ അധികാരം ആയിരിക്കുന്നിടത്തോളം പ്രഖ്യാപിത ധാർമ്മിക തത്ത്വങ്ങൾ കർശനമായി പാലിക്കാനാവില്ല എന്നും അതു കരുതുന്നു.

ഗാന്ധിസവും അധികാരരാഷ്ട്രീയത്തെ തിരസ്കരിക്കുന്നു എന്നു സങ്കല്പിക്കപ്പെടുന്നു. ഇക്കാര്യത്തിൽ ശ്രീ. പ്യാരേലാലിന്റെ വിവരണം വെളിച്ചം വീശുന്നുണ്ട്. ചർച്ചയ്ക്കിടയിൽ മഹാത്മാവ് ഇങ്ങനെ പറഞ്ഞതായി അദ്ദേഹം വിവരിക്കുന്നു: 'അഹിംസയിലൂടെ നേടിയ അധികാരത്തെ സംരക്ഷിക്കാനും നിലനിർത്താനും കഴിവുറ്റതാണ് അഹിംസ എന്നു കാണിക്കാത്തപക്ഷം - മറ്റു വാക്കുകളിൽ പറഞ്ഞാൽ, അഹംസയ്ക്ക് അധികാര രാഷ്ട്രീയത്തിൽ വിജയകരമായി ഇടപെട്ട് അതിനെ നയിക്കാൻ കഴിയാത്തപക്ഷം - ഒരു ലോകശക്തി എന്ന നിലയിലും ലോകസമാധാനത്തിന്റെ അഗ്രദൂതൻ എന്ന നിലയിലും അഹിംസയ്ക്കു ഭാവിയില്ലാതാകുകയും ശക്തന്റെ ആയുധമെന്ന നിലയിലുള്ള അഹിംസാസങ്കല്പം അയഥാർത്ഥവും സ്വപ്നവുമായി അവശേഷിക്കുകയും ചെയ്യും.'

ഇത് വേണ്ടത്ര വ്യക്തമാണ്; ഗാന്ധിസം അധികാരരാഷ്ട്രീയത്തിന് എതിരല്ല; അതു പ്രായോഗികരാഷ്ട്രീയത്തിൽ പങ്കെടുക്കില്ല. മറിച്ച്, അതിനെ നയിക്കുക മാത്രം ചെയ്യും. ഒരു രാഷ്ട്രീയകക്ഷിയെ അധികാരത്തിലെത്തിക്കുന്നതിന് ഗാന്ധിസം കാരണമായിട്ടുണ്ടെന്നും ആ അധികാരത്തെ നിലനിർത്തുന്നതിനും സംരക്ഷിക്കുന്നതിനും അതിനു കഴിയുമെന്ന് തെളിയിക്കണമെന്നും അതാഗ്രഹിക്കുന്നു.

അധികാരത്തിനുവേണ്ടിയുള്ള രാഷ്ട്രീയ പ്രവർത്തനത്തെ ഗാന്ധിസം അംഗീകരിക്കുന്നതിനാൽ അതിനു മാർഗ്ഗത്തിന്റെ വിശുദ്ധിയിൽ നിർബന്ധം പിടിക്കാൻ കഴിയില്ല.

ഈ ചർച്ചയ്ക്കിടയിൽ അദ്ദേഹത്തിന്റെ ചില അനുയായികൾ ഒരഭിപ്രായം മുന്നോട്ടുവെച്ചു: (രാഷ്ട്രീയക്കാരായ കോൺഗ്രസ്സുകാരല്ലാത്ത) യഥാർത്ഥ ഗാന്ധിയൻമാർ 'അഹിംസാത്മകമായ ഒരു സാമൂഹികക്രമം പടുത്തുയർത്തുക എന്ന ലക്ഷ്യത്തോടെ' ഭരണകൂടത്തിൽ പ്രവേശിച്ച് അതിനെ ഉപയോഗിക്കണം എന്നായിരുന്നു അവരുടെ വാദം. അഹിംസയ്ക്കു വിജയിക്കാൻ പറ്റുന്ന ഒരന്തരീക്ഷം സൃഷ്ടിക്കാനായി 'പുതിയ വിദ്യാഭ്യാസം' (നയീ താലിം) പ്രചരിപ്പിക്കുന്നതിൽ നിർബന്ധം പിടിച്ചുകൊണ്ട് മഹാത്മാവ് അതിനോടു വിയോജിച്ചു. നവമാനവികതാവാദ(New Humanism)വും അതുതന്നെയാണ് നിർദ്ദേശിക്കുന്നത്. നവമാനവികതാവാദം മഹാത്മാവിന്റെ കാലടികളെ പിന്തുടരുകയല്ലേ ചെയ്യുന്നത്? അഹിംസ എന്ന ഉപകരണത്തിന്റെ ദുരുപയോഗംകൊണ്ടും ദൈവത്തിന്റെ ഇച്ഛയാലും അധികാരത്തിലെത്തിയവരുടെ ആക്ഷേപകരമായ പ്രവർത്തനങ്ങളെ താൻ പൊറുക്കുമെന്നും താൻ എപ്പോൾ ആവശ്യപ്പെട്ടാലും അധികാരം അവർ തനിക്കു കൈമാറുമെന്നും അദ്ദേഹം കൂട്ടിച്ചേർത്തു. എന്നാൽ അദ്ദേഹം അത് ആവശ്യപ്പെടില്ല. അത് പരമമായ ത്യാഗകർമ്മത്തെപ്പോലെ തോന്നിപ്പിക്കുന്നു - കൈയകലത്തിരിക്കുമ്പോഴും അധികാരത്താൽ പ്രലോഭിതനാകാതിരിക്കുക. എന്നാൽ, ഇതിനെ മറ്റൊരു തരത്തിലും നോക്കിക്കാണാം. അദ്ദേഹം സർവ്വശക്തനായിരുന്നു. അതിനേക്കാളും കുറവായ ഒന്ന് അദ്ദേഹത്തിന് എന്തിനാണ്?

മഹാത്മാവ് 'പുതിയ വിദ്യാഭ്യാസ'ത്തിന്റെ ഫലത്തെക്കുറിച്ച് സങ്കല്പിക്കുന്നതിലേയ്ക്കു നീങ്ങുമ്പോൾ രാഷ്ട്രീയാധികാരത്തോടുള്ള ഗാന്ധിയൻ മനോഭാവം കുറേക്കൂടി വ്യക്തമാകുന്നുണ്ട്: 'അധികാരത്തെ ഉപേക്ഷിച്ച് സമ്മതിദായകരെ തികച്ചും നിസ്വാർത്ഥമായി സേവിക്കുന്നതിൽ സ്വയം സമർപ്പിക്കുന്നതിലൂടെ നമുക്കവരെ നയിക്കുകയും നിയന്ത്രിക്കുകയും ചെയ്യാം. ഭരണകൂടത്തിൽ പ്രവേശിക്കുന്നതുവഴി കിട്ടുന്നതിനേക്കാൾ വളരെ യഥാർത്ഥമായ അധികാരം അതു നൽകും. നമ്മളെ ആവശ്യമുണ്ടെന്നും നമ്മളല്ലാതെ മറ്റാരും അധികാരം കൈകാര്യം ചെയ്യേണ്ട എന്നും ജനങ്ങൾക്കു സ്വയം തോന്നുന്ന ഒരു ഘട്ടം വരാം. അപ്പോൾ നമുക്ക് ഈ പ്രശ്നം പരിഗണിക്കാം. ആ സമയത്ത് മിക്കവാറും ഞാൻ ജീവിച്ചിരിക്കുന്നുണ്ടാവില്ല. എന്നാൽ, ആ സമയം വരുമ്പോൾ ഭരണത്തിന്റെ കടിഞ്ഞാൺ ഏറ്റെടുക്കുന്നതിന് സംഘാംഗങ്ങൾ തങ്ങളുടെ ഇടയിൽനിന്ന് ഒരാളെ

സൃഷ്ടിക്കും. ആ ഘട്ടത്തിൽ ഭാരതം ഒരു ആദർശരാഷ്ട്രമായി മാറും.'

പിന്നീട്, അദ്ദേഹം കൂട്ടിച്ചേർത്തു: 'സ്വയം ഭരണകൂടത്തിൽ കടക്കാതെ നമ്മുടെ താൽപര്യങ്ങൾക്കിണങ്ങുന്നവരെ അവിടേയ്ക്ക് അയക്കാം.' മാത്രമല്ല, 'ഇന്ന് നമുക്കു സ്വന്തം ഭരണകൂടമുണ്ട്. പ്രായ പൂർത്തി വോട്ടവകാശത്തിനു കീഴിൽ, നമ്മൾ സ്വാധീനമുള്ളവരാണെങ്കിൽ നമ്മൾ തെരഞ്ഞെടുത്തവരെ തിരിച്ചുവിളിക്കാനാവും.' വീണ്ടും, 'അധികാരം ഏറ്റെടുക്കാതെ ജനങ്ങൾക്കുമേൽ നിങ്ങൾ സ്വാധീനം നേടുന്നു എന്നു കരുതുക. അപ്പോൾ നിങ്ങൾ ആഗ്രഹിക്കുന്ന ആരെയും തെരഞ്ഞെടുപ്പിൽ തിരിച്ചുവിളിക്കാനാവും. വോട്ടർമാർ നിങ്ങളുടെ കൈയിൽ ആയിരിക്കുന്നിടത്തോളം അംഗത്വത്തെ (ഭരണകക്ഷിയിലെ എന്നു കരുതാം) സംബന്ധിച്ച കാര്യം മറക്കുക.' അവസാനമായി ഉപസംഹാരം: 'അധികാരം പിടിച്ചെടുക്കുക എന്ന ആശയത്തെത്തന്നെ പുറന്തള്ളുക. അപ്പോൾ നിങ്ങൾ അധികാരത്തെ ശരിയായ പാതയിലൂടെ നയിക്കാൻ കഴിവുള്ളവനാകും.'

ഉത്തരവാദിത്വം ഉൾക്കൊള്ളുന്ന രാജത്വത്തെക്കുറിച്ച് രാജസ്രഷ്ടാക്കൾ എന്തിനു ബേജാറാകണം? സർവ്വശക്തിത്വം നിരുത്തരവാദപരമാണ്. സർവ്വശക്തിത്വം എന്ന പദവി അഭിലഷിക്കുക എന്നത് ഏതാണ്ട് അധികാരത്തെ ഉപേക്ഷിക്കുന്നതിനു സമാനമാണ്. 'ജനങ്ങൾക്കുമേലുള്ള സ്വാധീനം', 'നമ്മുടെ ആളുകളെ തെരഞ്ഞെടുക്കുക', 'അധികാരത്തെ നയിക്കുക' തുടങ്ങിയ പദങ്ങളുടെ പ്രയോഗം യാദൃച്ഛികമല്ല. ആവിഷ്കൃതമാകുന്ന ചിന്തയുടെ യുക്തിയാൽ നിർണ്ണീതമാണ് ഭാഷ. ശ്രീ. പ്യാരേലാൽ അക്കാര്യം സാക്ഷ്യപ്പെടുത്തുകയും ചെയ്യുന്നു: 'ആ സന്ദർഭത്തിൽ അദ്ദേഹത്തിന്റെ അധരങ്ങളിൽ നിന്ന് ഉതിർന്ന ജ്ഞാനത്തിന്റെ വചനങ്ങൾക്ക് അസാധാരണമായ പ്രാമുഖ്യമുണ്ട്. തന്റെ സങ്കല്പത്തിലുള്ള സ്വതന്ത്രഭാരതത്തിലെ നിർമ്മാണ പ്രവർത്തികളും അവയ്ക്ക് അധികാര രാഷ്ട്രീയവുമായുള്ള ബന്ധവും എങ്ങനെ ആയിരിക്കണം എന്നതിനെക്കുറിച്ചുള്ള അദ്ദേഹത്തിന്റെ ചിന്തയിലേയ്ക്കുള്ള ഒരു സൂചന ആ വചനങ്ങൾ നൽകുന്നുണ്ട്.'

ഗാന്ധിസത്തിന്റെ ആദർശരാഷ്ട്രത്തെക്കുറിച്ചും നമുക്ക് ഒരു സൂചന ലഭിക്കുന്നുണ്ട്. ഗാന്ധിയൻമാരിൽ ആരെങ്കിലും ഒരാൾ (ഒരാൾ എന്ന പദം ശ്രദ്ധിക്കുക) ജനങ്ങളുടെ മേലുള്ള പൂർണ്ണ സ്വാധീനത്തിന്റെ ഫലമായി അധികാരത്തിന്റെ കടിഞ്ഞാണുകളെല്ലാം തന്റെ കൈയിൽ കേന്ദ്രീകരിക്കും. ആ ജനങ്ങളാകട്ടെ തങ്ങളോട് എന്താണ് ചെയ്യാൻ പറയുന്നത് അതു ചെയ്യും. വൈകാരികമായ അടിച്ചമർത്തലിൽ അധിഷ്ഠിതമായിരിക്കുമെങ്കിലും അതൊരു അഹിംസാത്മകമായ സാമൂഹികക്രമമായിരിക്കും. (വൈകാരികമായ അടിച്ചമർത്തൽ

ഇല്ലാത്തപക്ഷം അഭിപ്രായങ്ങളെ പൂർണ്ണമായും ഒരേ മട്ടിലാക്കുക അസാദ്ധ്യമാകും). എന്നാൽ അത് ജനാധിപത്യപരമോ മാനവികവാദപരമോ ആയ ഒരു സാമൂഹികക്രമമായിരിക്കില്ല. നിയോഗവാദപര (Teleological)മായ പ്രപഞ്ചക്രമത്തിന്റെ ഭൗമികമായ പ്രതിഫലനമാണ് ഗാന്ധിയൻ സാമൂഹികക്രമം. നിയോഗവാദത്തിൽ മനുഷ്യൻ അമാനുഷികമായ ദൈവികലക്ഷ്യങ്ങൾ നടപ്പിൽ വരുത്താനുള്ള ഉപാധിയാണ്. ഗാന്ധിയൻ സാമൂഹികക്രമത്തിൽ പൗരൻമാർ തങ്ങളുടെ അഹിംസാ ഭരണാധികാരികളെ അഥവാ ഉദാരമതികളായ ഏകാധിപതികളെ അന്ധമായി അനുസരിക്കുകയാണ് ചെയ്യുക. അതു തീർച്ചയായും ഐതിഹാസികമായ രാമരാജ്യത്തിലേയ്ക്കുള്ള തിരിച്ചുപോക്കായിരിക്കും.

ഗാന്ധിസത്തിന്റെ നിയോഗവാദപരമായ ആദിതത്ത്വത്തിന് എതിരായി - അതിൽനിന്നാണ് ഗാന്ധിസത്തിന്റെ ധർമ്മശാസ്ത്രത്തിന്റെ തകരാറും തൽഫലമായി പ്രയോഗത്തിലെ പരാജയവും രൂപംകൊള്ളുന്നത് - ഹ്യൂമനിസം അതിന്റെ ധർമ്മശാസ്ത്രത്തെ മനുഷ്യന്റെ യുക്തിബോധത്തിൽ പ്രതിഷ്ഠിക്കുന്നു. അതിന്റെ പ്രായോഗിക ഉദ്ദേശ്യം, തന്റെ സഹജമായ യുക്തിബോധത്തെക്കുറിച്ച് മനുഷ്യനെ പടിപടിയായി ബോധവാനാക്കി അവന്റെ പെരുമാറ്റത്തെ യുക്തിയാൽ നയിക്കുക എന്നതാണ്. തീരുമാനമെടുക്കാനുള്ള സ്വാതന്ത്ര്യത്തെ ദുർജ്ഞേയമായ ദൈവിക ഇച്ഛയ്ക്ക് അടിയറവെയ്ക്കാൻ ഗാന്ധിസം മനുഷ്യനെ പഠിപ്പിക്കുന്നു. ആ മനോഭാവത്തിൽനിന്നാണ് നന്മ രൂപംകൊള്ളുന്നത് എന്ന് അതു വിശ്വസിക്കുന്നു. അത് മനുഷ്യനെ ഒരു ലക്ഷ്യമായല്ല ഒരുപകരണം അഥവാ ഉപാധിയായി മാത്രമേ പരിഗണിക്കുന്നുള്ളൂ. മനുഷ്യൻ കീഴ്പ്പെടേണ്ട ഒരു ഭൗതികാതീത ശക്തിയെയും ഹ്യൂമനിസം അംഗീകരിക്കുന്നില്ല. മനുഷ്യപ്രകൃതിയുടെ സത്തയായ യുക്തിബോധത്തിൽ അധിഷ്ഠിതമാണ് ഹ്യൂമനിസത്തിന്റെ ധർമ്മശാസ്ത്രം. മനുഷ്യന് മനുഷ്യനെന്ന നിലയിൽ ധാർമ്മികനാകാൻ കഴിയും. മനുഷ്യപ്രവർത്തനത്തിന്റെ ഒരു രൂപമായതിനാൽ രാഷ്ട്രീയ പ്രവർത്തനം ധാർമ്മികതത്ത്വങ്ങളാൽ നയിക്കപ്പെടണം.

ഇതേ നിഗമനത്തിലാണ് ഹ്യൂമനിസം അതിന്റെ അധികാരത്തോടുള്ള മനോഭാവത്തിൽ നിന്നും എത്തിച്ചേരുന്നത്. അധികാര രാഷ്ട്രീയത്തോടുള്ള ഒത്തുതീർപ്പില്ലാത്ത വിമർശനം അതിനെ കക്ഷിരാഷ്ട്രീയത്തെ തിരസ്കരിക്കുന്നതിലേയ്ക്കു നയിക്കുന്നു. ആ നിലയിൽ അധികാരത്തിന്റെ പ്രേരണയില്ലാതെ രാഷ്ട്രീയ പ്രവർത്തനം നടത്താൻ കഴിയും. ആ ദുഷിച്ച ശക്തിയുടെ അഭാവത്തിൽ രാഷ്ട്രീയപ്രവർത്തനത്തിൽ ധാർമ്മികത സാദ്ധ്യമാകുന്നു. കാര്യങ്ങൾ

ചെയ്യാനുള്ള കഴിവ് എന്ന് അർത്ഥമാക്കുന്നിടത്തോളം അധികാരം എന്നത് അനിവാര്യമായും ദുഷിപ്പിക്കുന്നതല്ല. അധികാരകേന്ദ്രീകരണം തിന്മയാണ്. ഗാന്ധിയൻ ആദർശരാഷ്ട്രത്തിൽ അധികാരം 'ഏതെങ്കിലും ഒരാളു'ടെ കയ്യിൽ കേന്ദ്രീകരിക്കപ്പെട്ടും. കേന്ദ്രീകരണത്തിന്റെ തീവ്രരൂപമാണത്. ഓരോ മനുഷ്യനും അപരിമിതമായ കഴിവുകൾ ഉണ്ട് എന്ന വസ്തുതയുടെ വെളിച്ചത്തിൽ, തുല്യമായി വീതിക്കപ്പെടുന്നതുവരെ അധികാരം പടിപടിയായി വികേന്ദ്രീകരിക്കപ്പെടുന്ന ഒരു സാമൂഹികക്രമത്തെ ഹ്യൂമനിസത്തിന് വിഭാവനം ചെയ്യാനാകും. ചുരുക്കത്തിൽ, അതാണ് ഗാന്ധിസവും ഹ്യൂമനിസവും തമ്മിലുള്ള വ്യത്യാസം.

(1949 മാർച്ച് 27ന് ഇൻഡിപെൻഡന്റ് ഇന്ത്യ എന്ന വാരികയിൽ പ്രസിദ്ധപ്പെടുത്തിയ ലേഖനം).

●

ഗാന്ധിസവും രാഷ്ട്രീയത്തിലെ ധാർമ്മികതയും

മഹാത്മാവിന്റെ രക്തസാക്ഷിത്വം അദ്ദേഹത്തെ രാഷ്ട്രീയത്തിലെ ധാർമ്മികതയുടെ രക്ഷകന്റെ ഉയർന്ന പീഠത്തിലേയ്ക്ക് ഉയർത്തിയേക്കാം. ഈ ലക്കത്തിൽ (മാർക്സിയൻ വേ എന്ന ത്രൈമാസികയുടെ പുസ്തകം 3, ലക്കം 2, 1948-49) പ്രസിദ്ധീകരിച്ച ഫിലിപ്പ് സ്പ്രാറ്റിന്റെ പ്രബന്ധം (Morality and Political Practice) ആ ദുരന്തത്തിനു മുമ്പ് എഴുതപ്പെട്ടതാണ്; വാസ്തവത്തിൽ അത് മഹാത്മാവിന്റെ കൊലപാതക ദിവസംതന്നെ കൽക്കത്തയിലെ ഒരു യോഗത്തിൽ വായിച്ചുകൊണ്ടിരിക്കുകയായിരുന്നു. ഗാന്ധിസത്തെക്കുറിച്ചുള്ള സ്പ്രാറ്റിന്റെ വിലയിരുത്തൽ രേഖപ്പെടുത്തിയിട്ടുള്ള അവസാനത്തെ പുറം വായിക്കുന്ന സമയത്തായിരുന്നു ഘോരമായ ആ വാർത്ത വന്നത്.

രാഷ്ട്രീയപ്രവർത്തനത്തിൽ ധാർമ്മികതയെ കൊണ്ടുവരാനുള്ള ശ്രമത്തെ അഹിംസാസിദ്ധാന്തം പ്രതിനിധീകരിക്കുന്നു എന്നു സമ്മതിക്കുമ്പോൾ തന്നെ, ഗാന്ധിസം വ്യക്തിസ്വാതന്ത്ര്യത്തെയും യുക്തിവിചാരത്തെയും അനുവദിക്കുന്നുണ്ടെന്നും സാർവ്വലൗകികത എന്ന ആദർശത്തെ പരിപോഷിപ്പിക്കുന്നുണ്ട് എന്നുമുള്ള വീക്ഷണത്തെ സ്വീകരിക്കാൻ വിഷമമുണ്ട്. ഗാന്ധിസം താർക്കികപ്പൊരുത്തമുള്ള ഒരു ചിന്താപദ്ധതിയല്ല. തീർച്ചയായും, പരസ്പരപ്പൊരുത്തമുള്ള ചിന്ത മഹാത്മാവിന്റെ വിശിഷ്ടഗുണമായിരുന്നില്ല. പലപ്പോഴും നല്ല ഉദ്ദേശ്യത്താൽ പ്രേരിതനായി, പരസ്പരവിരുദ്ധവും ഭിന്നസ്വഭാവങ്ങളുള്ളതുമായ സിദ്ധാന്തസമുച്ചയത്തെ അദ്ദേഹം ഉദ്ബോധിപ്പിച്ചിട്ടുണ്ട്. യുക്തിയോടും ബുദ്ധിയോടുമുള്ള തന്റെ അവിശ്വാസത്തെ അദ്ദേഹം ഒരിയ്ക്കലും മറച്ചുവച്ചിട്ടില്ല. ഒരു ദിവ്യശക്തിയിലും ആ ദിവ്യശക്തിയുടെ

കരുവാണ് താൻ എന്നതിലും ഉള്ള അന്ധമായ വിശ്വാസമായിരുന്ന മഹാത്മാവിന്റെ നങ്കൂരത്തട്ട്. തീർച്ചയായും അത് മതാന്ധതയും ബൗദ്ധികമായ സങ്കുചിതത്വവും ആയിരുന്നു. തത്ത്വശാസ്ത്രത്തിൽ, സിദ്ധാന്തപ്രയോഗങ്ങളുടെ ഐക്യം അത്യന്തം ദോഷകരമായ തെറ്റായിരിക്കാം; എന്നാൽ, യഥാർത്ഥ ജീവിതത്തിൽ സിദ്ധാന്തവും (ഉദ്ബോധനവും) പ്രയോഗവും തമ്മിലുള്ള തികഞ്ഞ പൊരുത്തക്കേട് ആ ദോഷത്തിനുള്ള മറുമരുന്നല്ല. അതിനാൽ, രാഷ്ട്രീയപ്രവർത്തനത്തിൽ ധാർമ്മികത കൊണ്ടുവരുന്നതിനുവേണ്ടി മാർക്സിസത്തിനു പകരം ഗാന്ധിസത്തെ ഒട്ടും സ്വീകരിക്കാനാവില്ല. യഥാർത്ഥത്തിൽ, കാപട്യത്തിന്റെയും കഠിനഹൃദയത്തിന്റെയും ഇടയിൽനിന്ന് കാര്യമായൊന്നും തെരഞ്ഞെടുക്കാനില്ല. വാസ്തവത്തിൽ, ആദ്യത്തേത് - കാപട്യം - വഞ്ചനാത്മകമായതിനാൽ കൂടുതൽ അപകടകരമാകാം. കഠിനഹൃദയത്വം എതിർത്തുനിൽക്കുകമൂലം വിപ്ലവത്തിനു പ്രേരിപ്പിക്കുകയും ചെയ്തേക്കാം.

പായസത്തിന്റെ പരിശോധന അതു കഴിക്കുന്നതിലാണെങ്കിൽ, ഗാന്ധിസത്തെ വിലയിരുത്തേണ്ടത് അതിന്റെ സൃഷ്ടിയായ വർത്തമാനകാല രാഷ്ട്രീയാന്തരീക്ഷത്തിന്റെ അടിസ്ഥാനത്തിലായിരിക്കണം. രാഷ്ട്രീയപ്രവർത്തനത്തിൽ ധാർമ്മികത കൊണ്ടുവരുന്നതിൽ അത് ഒട്ടും വിജയിച്ചിട്ടില്ല എന്നതു തീർച്ച. അയവില്ലാത്ത ഒരു ചിന്താപദ്ധതിയെ അതിന്റെ അമൂർത്തമായ ഗുണത്തിന്റെ അടിസ്ഥാനത്തിൽ വിലയിരുത്താം. അതിനെ വിലയിരുത്തുന്നതിൽ പ്രയോഗം അപ്രസക്തമായ കാര്യമാണ്. എന്നാൽ, ഗാന്ധിസം ഒരു പ്രായോഗിക തത്ത്വശാസ്ത്രമാണ്; അത് ഒരു പെരുമാറ്റസംഹിത മുന്നോട്ടുവെയ്ക്കുന്നു. അതുകൊണ്ട്, അത് പ്രയോഗത്തിന്റെ അടിസ്ഥാനത്തിൽ വിലയിരുത്തപ്പെടണം. പ്രയോഗം അനുകൂലമായ ഒരു വിലയിരുത്തലിനെ സമർത്ഥിക്കുന്നുവെങ്കിൽ, അതിന്റെ താർക്കികമായ പൊരുത്തക്കേടിനെ അപ്രസക്തമെന്നു കണക്കാക്കി അവഗണിക്കാം.

ഗാന്ധിസം ഒരു ഉട്ടോപ്യൻ ചിന്തയല്ല; അത് വിദൂരമായ ഒരാദർശത്തിനുവേണ്ടി പ്രയത്നിക്കുന്നില്ല. ഒരു വെളിപാടുമതത്തെപ്പോലെ അത് സുവിശേഷ സ്വഭാവമുള്ളതാണ്. പ്രവാചകൻ തന്റെ സന്ദേശം ധർമ്മോപദേശങ്ങളിലൂടെയല്ല, മറിച്ച് തന്റെ ജീവിതദൃഷ്ടാന്തത്തിലൂടെയാണ് നൽകുന്നത്. ആ രീതിയിലും അദ്ദേഹം പരാജയപ്പെട്ടു. ക്രിസ്തുവിന് തനിക്കു ചുറ്റും പന്ത്രണ്ട് അപ്പോസ്തലൻമാരെയെങ്കിലും നിർത്താൻ കഴിഞ്ഞു. അവരാകട്ടെ, സുവിശേഷം പ്രസംഗിക്കുക മാത്രമല്ല, അതിനനുസരിച്ച് ജീവിക്കാൻ ശ്രമിക്കുകയും ചെയ്തു. ആയിരക്കണക്കായ പ്രഖ്യാപിത ഗാന്ധിയൻമാരിൽ സുവിശേഷം

പ്രസംഗിക്കുകയും അതിനനുസരിച്ച് ജീവിക്കുകയും ചെയ്യുന്നവർ എത്രപേരുണ്ട്? പൊതുജീവിതത്തിൽ ധാർമ്മികതയുടെ മിശിഹയെ പിന്തുടർന്നുകൊണ്ട് രാഷ്ട്രീയത്തിൽ വിജയിച്ച എന്നു കരുതപ്പെട്ടുന്നവർക്കിടയിൽ തീർച്ചയായും ആരുമില്ല. അധികാരസ്ഥാനങ്ങളിലിരിക്കുന്ന ഗാന്ധിയൻമാരുടെയും മാർക്സിസ്റ്റുകൾ അടക്കമുള്ള മറ്റുള്ളവരുടെയും പ്രായോഗിക രാഷ്ട്രീയ പ്രവർത്തനങ്ങൾക്കു തമ്മിൽ എന്തെങ്കിലും വ്യത്യാസമുണ്ടോ? കാപട്യവും പെരട്ടും കണ്ണിൽ പൊടിയിടലും മാത്രമാണ് അധികവും ഉള്ളത്. അതൊട്ടും പ്രോത്സാഹനാർഹമല്ല. അതുകൊണ്ട്, രാഷ്ട്രീയ പ്രവർത്തനത്തിൽ ധാർമ്മികത കൊണ്ടുവരുന്നതിൽ ഗാന്ധിസം പരാജയപ്പെട്ടു എന്നതായിരിക്കണം ഗാന്ധിസത്തെക്കുറിച്ചുള്ള ഒരു പ്രായോഗിക വിലയിരുത്തൽ. ആ പരാജയാടയാളത്തിന്റെ വെളിച്ചത്തിൽ, ആധുനിക സംസ്കാരത്തിന്റെ പ്രതിസന്ധിക്ക് ഒരു പരിഹാരവും ഗാന്ധിസത്തിന് നിർദ്ദേശിക്കാനില്ല. പരിഹാരം പഴഞ്ചനായതിനാൽ ഫലപ്രദമല്ല. ചികിത്സിക്കാനാഗ്രഹിക്കുന്ന രോഗത്തിന്റെ കാരണങ്ങളെ അതു കണക്കിലെടുക്കുന്നില്ല. അതു മുറിവൈദ്യമാണ്.

എന്നിരിക്കിലും, ഗാന്ധി ആരാധന ഇന്ത്യയിൽ മാത്രമല്ല വ്യാപിക്കുന്നത്; ലോകത്തിന്റെ മറ്റു ഭാഗങ്ങളിലും അത് പ്രതിദ്ധ്വനിക്കുന്നുണ്ട്. ഇന്ത്യയിൽ, ഈ പ്രതിഭാസം മനസ്സിലാക്കാവുന്നതാണ്; ഒരു മധ്യകാല മനോഭാവം, അധികാരത്തിലിരിക്കുന്ന കക്ഷിക്കും സ്ഥാപിത ഭരണക്രമത്തിനും ഒരു രാഷ്ട്രീയ മൂലധനം ഉണ്ടാക്കാനുള്ള വഷളൻ ആഗ്രഹത്തിനു പുറമെ വീരാരാധനയ്ക്കു പറ്റിയ ഒരന്തരീക്ഷം സൃഷ്ടിക്കുകയും ചെയ്യുന്നു. അതിനാൽ, പ്രവാചകന്റെ ഉദ്ദേശ്യം എന്തുതന്നെയായാലും ഒരു അധാർമ്മിക ഉദ്ദേശ്യത്തെ സേവിക്കാൻ ഗാന്ധിസം നിർബന്ധിതമാണ്. ജനാധിപത്യത്തിന്റെ മുഖംമൂടിയണിഞ്ഞ ഒരു സ്വേച്ഛാധിപത്യ ഭരണക്രമത്തിന്റെ സ്ഥിരതയ്ക്കുള്ള മുന്നുപാധിയായി ജനങ്ങളെ ആത്മീയമായി ചിട്ടപ്പെടുത്തിയെടുക്കുന്നത് നിശ്ചയമായും രാഷ്ട്രീയ പ്രവർത്തനത്തിലെ ഏറ്റവും വലിയ അധാർമ്മിക പ്രവർത്തിയാണ്.

വിദേശത്തെ ഗാന്ധി ആരാധനയുടെ വ്യാപനവും നമ്മുടെ കാലഘട്ടത്തിലെ പ്രതിസന്ധിയുടെ മറ്റൊരു പ്രകടനമാണ്. ആധുനിക ലോകം അതിന്റെ ആത്മീയപൈതൃകത്തിലുള്ള - മനുഷ്യന്റെ സ്വാതന്ത്ര്യ പ്രഖ്യാപനത്തിലുള്ള - വിശ്വാസം നഷ്ടപ്പെടുക എന്ന അപകടത്തിലാണ്. മനുഷ്യന്റെ സഹജമായ യുക്തിബോധത്തിലും അനന്തമായ സൃഷ്ട്യുന്മുഖതയിലും വിശ്വാസം നഷ്ടപ്പെട്ട അത് ഒരു രക്ഷകനെ തേടിക്കൊണ്ടിരിക്കുകയാണ്. മോഹഭംഗത്തിന്റെയും

നിരാശയുടെയും ഈ അന്തരീക്ഷത്തിൽ ഏതു കപടവേഷധാരിയും ആ സ്ഥാനം ഏറ്റെടുക്കാം. അതിൽ ഹിറ്റ്ലർ ഏതാണ്ട് വിജയിച്ചു. അദ്ദേഹത്തിന്റെ പതനത്തിനു ശേഷവും മറ്റുള്ളവർ അതിനുള്ള മത്സരത്തിലാണ്. അവരെല്ലാംതന്നെ ആധുനികലോകത്തിന്റെ ധാർമ്മികാപചയത്തിൽ പരിഭ്രാന്തരായ ധർമ്മനിഷ്ഠരാണെന്ന് നടിക്കുന്നു. ആയതുകൊണ്ട്, വൈരുദ്ധ്യാത്മക ഭൗതികവാദത്തിന്റെ ധാർമ്മികമായ കല്ലിപ്പുമൂലമുണ്ടായ വെറുപ്പും മോഹഭംഗവും രക്ഷകസിദ്ധാന്തങ്ങളെയോ, ആധുനികനാഗരികതയെയും അതിന്റെ ശാസ്ത്രീയ ചിന്താരീതിയെയും ഉപേക്ഷിക്കാൻ മനുഷ്യരാശിയോട് ആഹ്വാനം ചെയ്യുന്ന നിരാശയുടെ ഉപദേശികളെയോ വിമർശനരഹിതമായി സ്വീകരിക്കുന്നതിലേയ്ക്കു നയിക്കരുത്.

ജർമ്മൻകാർ സാംസ്കാരികവ്യാധി (Kultur-krankheit) എന്നു വിളിക്കുന്ന സ്ഥിതിവിശേഷത്താൽ ലോകം വിഷമിച്ചുകൊണ്ടിരിക്കുകയാണ്. പുതിയ സാമൂഹിക ചുറ്റുപാടുകളിൽ രൂപംകൊണ്ട പുതിയ ശീലങ്ങളുടെ ഫലമായ ഒരു വ്യാധി. അതുകൊണ്ട്, ശീലങ്ങളെ സാംസ്കാരികമായ ഒരുയർന്ന തലത്തിൽ പുനഃക്രമീകരിക്കുന്നതിലൂടെ മാത്രമേ ആ വ്യാധിയെ സുഖപ്പെടുത്താനാകു.

മാർക്സിയൻ ഭൗതികവാദമോ ലോകാധിപത്യത്തിനു വേണ്ടിയുള്ള ഭ്രാന്തൻ മത്സരത്തിലൂടെ വെളിപ്പെടുന്ന അധികാരാസക്തിയോ ആധുനികശാസ്ത്രത്തിന്റെയും നാഗരികതയുടെയും അനിവാര്യഫലമല്ല. രണ്ടും അമൂല്യമായ മനുഷ്യപൈതൃകത്തിന്റെ - ആധുനികശാസ്ത്രത്തിന്റെയും നാഗരികതയുടെയും - മഹത്തായ നേട്ടങ്ങളുടെ ദുരുപയോഗമാണ്. ദൈവത്തിന്റെ പുനരുജ്ജീവനമല്ല ലോകത്തിനാവശ്യം; മറിച്ച്, മനുഷ്യന്റെ പുനരുത്ഥാനമാണ്. തിന്മയുടെ ശക്തികളെ ധ്വംസിക്കുകയും സാങ്കല്പികമായ ഒരു ധാർമ്മികക്രമത്തിന് അതീന്ദ്രിയാനുമതി ആവാഹിച്ചെടുക്കുകയും ചെയ്യുന്ന നിഗൂഢശക്തി അവകാശപ്പെടുന്ന രക്ഷകരെയല്ല ആവശ്യം; മറിച്ച്, ഭൂതകാലത്തെയോ ഭാവിയിലെയോ കിരാതത്വത്തിൽനിന്ന് ആധുനികലോകത്തെ വേർതിരിച്ചുനിർത്തുന്ന യുക്തിവിചാരത്തിന്റെയും ശാസ്ത്രവിജ്ഞാനത്തിന്റെയും സൗന്ദര്യബോധത്തിന്റെയും അടിസ്ഥാനത്തിലുള്ള മതേതര ധാർമ്മികതയുടേതായ ഒരു വ്യവസ്ഥ പടുത്തുയർത്താനുള്ള ധീരതയും കഴിവും ഉള്ള ധർമ്മബോധമുള്ള സ്ത്രീപുരുഷൻമാരെയാണ്.

(1948ൽ മാർക്സിയൻ വേ എന്ന ത്രൈമാസികത്തിൽ എഴുതിയ Morality in Political Practice : Marx and Gandhi എന്ന പത്രാധിപക്കുറിപ്പിൽ നിന്നുള്ള ഭാഗം)

●

അയുക്തികതയുടെ ഇരട്ടസന്തതികൾ

പ്രകൃതിശാസ്ത്രങ്ങളുടെ ഉജ്ജ്വലമായ നേട്ടങ്ങൾ, പത്തൊമ്പതാം നൂറ്റാണ്ടിന്റെ ആദ്യദശകങ്ങളിലെ വിപ്ലവാനന്തര കാല്പനിക പ്രസ്ഥാനം പ്രതിനിധാനം ചെയ്ത അയുക്തിവാദത്തിന്റെ വിസ്ഫോടനത്തെ നിശ്ശബ്ദമാക്കിത്തീർത്തു. തൽഫലമായി, പതിനെട്ടാം നൂറ്റാണ്ടിലെ മതേതര യുക്തിവാദം - ദാർശനികചിന്ത എന്നപോലെ സാമൂഹികചിന്ത എന്ന നിലയിലും - യൂറോപ്പിന്റെ ധൈഷണിക ജീവിതത്തെ നയിക്കുന്ന തത്ത്വമായി പുനഃസ്ഥാപിക്കപ്പെട്ടു. ഒരു ദാർശനികനും സാമൂഹികശാസ്ത്രജ്ഞനും എന്ന നിലയിൽ മാർക്സ് ഹെഗലിന്റെയും ആംഗലേയ ഉദാരവാദി(Liberal)കളുടെയും സരണിയിൽപ്പെട്ട ഒരു യുക്തിവാദിയായിരുന്നു. എന്നിരിക്കിലും, സാമൂഹികനീതിയെക്കുറിച്ചുള്ള മാനവികാദർശത്തിലേയ്ക്ക് പെട്ടെന്ന് എത്തിച്ചേരാനുള്ള ഉൽകൃഷ്ടമായ അഭിനിവേശം ഹിംസാത്മകമായ വിപ്ലവത്തിന്റെ കുറുക്കുവഴി കണ്ടെത്താൻ അദ്ദേഹത്തെ പ്രേരിപ്പിച്ചു.

ആരംഭഘട്ടത്തിൽ, മാർക്സിസം യുക്തിയെയും കാല്പനികതയെയും പൊരുത്തപ്പെടുത്താനാണ് ശ്രമിച്ചത്. സാമൂഹികപരിണാമത്തിന്റെ നിയമങ്ങൾ മനുഷ്യന്റെ ഇച്ഛയുടെയും പരിശ്രമത്തിന്റെയും സ്വതന്ത്രതയെ ഒഴിച്ചുനിർത്തുന്നില്ല എന്ന ആശയത്തെ അത് ഉൾക്കൊണ്ടിരുന്നു. മാർക്സിസം അതിന്റെ ആരംഭകാലത്തെ ദാർശനിക ആധേയങ്ങൾക്ക് (Premisses) അനുസൃതമായി വികസിച്ചിരുന്നുവെങ്കിൽ, വിപ്ലവമെന്ന ആശയത്തെ, അത്യാവേശക്കാരുടെ കാല്പനിക ധാരാളിത്തവുമായും സ്വേച്ഛാപരതയുള്ള ഒരു ചെറുവിഭാഗം അഴിച്ചുവിടുന്ന ഹിംസയുടെ ലഹരിക്കൂത്തുമായും ഉള്ള അതിന്റെ പാരമ്പര്യബന്ധത്തിൽനിന്നും രക്ഷിക്കുമായിരുന്നു; ജർമ്മൻ ദാർശനിക

ഉൽപതിഷ്ണുക്കളായി (Radicals) അറിയപ്പെടുന്ന ഫോയർബാഹ്ഹം അനുയായികളും വിളംബരപ്പെടുത്തിയ ശാസ്ത്രീയവും മാനവവാദപരവുമായ ഒരു പ്രസ്ഥാനത്തെ അത് അഭിവൃദ്ധിപ്പെടുത്തുമായിരുന്നു. എന്നാൽ, മഹത്തായ വിപ്ലവത്തിന്റെ മാതൃകയിലുള്ള കുറുക്കുവഴിയുടെ പ്രലോഭനം മാർക്സിനെ വഴിതെറ്റിപ്പിച്ച്, തൊഴിലാളിവർഗ്ഗത്തെ അധികാരത്തിൽ പ്രതിഷ്ഠിക്കാൻ പോകുന്ന വിപ്ലവത്തിന്റെ സമരോത്സുകനായ പ്രവാചകനാകാൻ പ്രേരിപ്പിച്ചു.

ആന്തരികവൈരുദ്ധ്യമുള്ള സിദ്ധാന്തത്താൽ നയിക്കപ്പെടുന്നതും തൃപ്തികരമായ ഫലത്തിൽ എത്തിക്കാത്തതുമായ ഒരു വിപ്ലവ പ്രസ്ഥാനത്തെ നയിക്കുന്നതിനായി അദ്ദേഹം, നവോത്ഥാനകാലം മുതൽ മനുഷ്യന്റെ ആത്മീയവും സാമൂഹികവുമായ വിമോചനത്തിനുവേണ്ടി പോരാടിയ തലമുറകൾ രൂപംനൽകിയ യുക്ത്യധിഷ്ഠിതവും മാനവികവാദപരവുമായ ചിന്തയുടെ പെരുവഴി ഉപേക്ഷിച്ചു. മാർക്സിയൻ നവകാല്പനികവാദം മനുഷ്യനെ ആൾക്കൂട്ടത്തിൽ മുക്കിക്കളയുകയും ആൾക്കൂട്ടത്തിന് നിഗൂഢമായ ശക്തിവിശേഷങ്ങൾ ചാർത്തിക്കൊടുക്കുകയും ചെയ്തു.

എന്നിരിക്കിലും, പൊതുവിൽ മാർക്സിസത്തെ വിശ്വാസ പ്രമാണമായി പ്രഖ്യാപിച്ച സോഷ്യലിസ്റ്റ് പ്രസ്ഥാനം ഒന്നാംലോക മഹായുദ്ധത്തിനുമുമ്പുള്ള വർഷങ്ങൾവരെ വിപ്ലവസുവിശേഷത്തിന്റെ കപടകാല്പനികവാദത്തേക്കാൾ ലിബറൽ പാരമ്പര്യത്തിന്റെ യുക്തിവാദപരമായ വശത്തിനാണ് പ്രാധാന്യം നൽകിയിരുന്നത്. ഇരുപതാംനൂറ്റാണ്ടിന്റെ ആരംഭംമുതൽ കപട കാല്പനികവാദ പ്രവണത സോഷ്യലിസ്റ്റ് പ്രസ്ഥാനത്തിൽ ആധിപത്യം നേടാൻ തുടങ്ങിയിരുന്നു. അത് ആത്യന്തികമായി റഷ്യൻ വിപ്ലവത്തിന്റെ വിജയത്തിൽ എത്തി. മാർക്സിയൻ സിദ്ധാന്തം ശരിയാണെന്ന് സാക്ഷ്യപ്പെടുത്തുന്ന തെളിവായിട്ടാണ് റഷ്യൻവിപ്ലവം പ്രത്യക്ഷപ്പെട്ടത്. എന്തായാലും, വാസ്തവത്തിൽ അതു ശരിയായിരുന്നില്ല. കാരണം, മാർക്സ് പ്രതീക്ഷിച്ചതുപോലെ വിപ്ലവത്തിനുവേണ്ട ചുറ്റുപാടുകൾ ഒട്ടുമില്ലാത്ത ഒരു രാജ്യത്താണ് വിപ്ലവം നടന്നത്. ചരിത്രപരമായി നിർണ്ണയിക്കപ്പെടാത്തതും, എന്നാൽ അധികാരത്തിരിക്കുന്ന സ്വേച്ഛാപരതയുള്ള ഒരു ചെറുവിഭാഗം ബലപ്രയോഗത്തിലൂടെ വരുത്തിയതുമായ സംഭവങ്ങളെ ന്യായീകരിക്കുന്നതരത്തിൽ മാർക്സിയൻ സിദ്ധാന്തം എന്നിട്ടും വ്യാഖ്യാനിക്കപ്പെട്ടു. അത്തരമൊരു വ്യാഖ്യാനത്തിന് മാർക്സിസത്തിലെ വൈരുദ്ധ്യങ്ങൾ സമ്മതം നൽകി. അത് അയുക്തികതയെ ബഹുമാന്യസ്ഥാനത്ത് പ്രതിഷ്ഠിച്ചു. കമ്മ്യൂണിസ്റ്റുകൾക്ക്, മാർക്സിസം അന്ധമായ വിശ്വാസം ആവശ്യപ്പെടുന്ന പ്രമാണ(dogma)മായി

മാറി. പുതിയ വിശ്വാസപ്രമാണത്തെ സ്വാഭാവികമായും അതിന്റെ വിതണ്ഡവാദംകൊണ്ട് ബലപ്പെടുത്തേണ്ടിയും വന്നു. കമ്മ്യൂണിസം അയുക്തികതയുടെ ആരാധനയായി മാറി. ജന്മംകൊണ്ട് മാർക്സിന്റെ തിരഞ്ഞെടുക്കപ്പെട്ട ജനത - അതായത്, തൊഴിലാളിവർഗ്ഗം - യിൽപ്പെട്ടവരല്ലാത്ത കപട കാല്പനികവാദികളെ ആ അയുക്തിക ആരാധാന ആകർഷിച്ചു.

റഷ്യയിലെ ചരിത്രാനുസാരിയല്ലാത്ത വിജയത്തിന് ഒരു വർഷത്തിനുശേഷം ജർമ്മനിയിൽ വിപ്ലവം പരാജയപ്പെട്ടു. മാർക്സ് ഒരു കപട പ്രവാചകനായിരുന്നില്ലെങ്കിൽ ജർമ്മനിയിലായിരുന്നു വിപ്ലവം വിജയിക്കേണ്ടിയിരുന്നത്. ആ പരാജയത്തിനുശേഷം കമ്മ്യൂണിസ്റ്റുകൾ, വിപ്ലവത്തിന്റെ ആത്യന്തികവിജയം ഉറപ്പുനൽകുന്ന മറ്റൊരു സാമ്രാജ്യത്വയുദ്ധത്തിലേയ്ക്കുകൂടി ജീർണ്ണിച്ച മുതലാളിത്തവ്യവസ്ഥ നീങ്ങിക്കൊണ്ടിരിക്കുകയാണ് എന്ന വിശ്വാസത്തിൽ ആശ്വാസം കണ്ടെത്തി. വൈകാരിക പ്രവണതയുള്ള ധാരാളം ആളുകൾ - എല്ലാതരത്തിലുംപെട്ട കലാകാരൻമാർ കമ്മ്യൂണിസ്റ്റ് പാർട്ടിയിൽ ചേർന്നുകൊണ്ട് അവരുടെ ആ വിശ്വാസത്തെ ദൃഢീകരിച്ചു. മുൻകാലങ്ങളിൽ, തൊഴിലാളി വർഗ്ഗത്തിന്റെ വിമോചനത്തിനുവേണ്ടി പോരാടുവാൻ യുക്തിവാദപാരമ്പര്യത്തിൽപ്പെട്ട മാർക്സിസമായിരുന്നു ശാസ്ത്രജ്ഞരെയും പണ്ഡിതൻമാരെയും ധിഷണാശാലികളെയും ആകർഷിച്ചിരുന്നത്. ഹിംസാത്മകമായ വിപ്ലവത്തിലൂടെ സ്ഥാപിക്കേണ്ട ഒരു പുതിയ സാമൂഹികക്രമത്തിലുള്ള കമ്യൂണിസ്റ്റുകളുടെ വിശ്വാസം കപടമായ കാല്പനികവാദമായിരുന്നു; ആൾക്കൂട്ടത്തിന്റെ ശക്തിയിലുള്ള നിഗൂഢമായ വിശ്വാസത്തിന് അനുകൂലമായി അത് വ്യക്തി സ്വാതന്ത്ര്യത്തിനുവേണ്ടിയുള്ള ക്ലാസിക്കൽ കാൽപ്പനിക അഭിനിവേശത്തെ തള്ളിക്കളഞ്ഞു. സമഷ്ടിവാദപരമായ കാല്പനികതാവാദം എന്നത് ഒരു വൈരുദ്ധ്യമാണ്. വ്യക്തിയായ മനുഷ്യനാണ് എല്ലാം. അവനിൽ കീഴടക്കാനും സൃഷ്ടിക്കാനുമുള്ള അപരിമിതമായ ശക്തിയുണ്ട്. വിപ്ലവത്തിന്റെ പ്രവാചകനെന്നനിലയിൽ, മാർക്സ് തന്റെ ആദ്യകാലത്തെ യുക്തിവാദപരമായ നിലപാടിൽനിന്ന് വ്യതിചലിച്ചു; എന്നാൽ, സാമ്പത്തികനിർണ്ണയവാദത്തിലുള്ള വിശ്വാസം അദ്ദേഹത്തിന്റെ കാല്പനികാവേശത്തെ നിർജ്ജീവമാക്കി. അതിന്റെ ഫലമാകട്ടെ, യുക്തിയും കാല്പനികതയും പരസ്പരം റദ്ദാക്കി എന്നതാണ്. അങ്ങനെ മാർക്സിസം സമഷ്ടിവാദപരമായ അയുക്തിവാദത്തിന്റെ ആരാധനയായി ത്തീർന്നു. മാർക്സിസത്തിന്റെ ആരംഭകാലത്തെ എല്ലാ ഉന്നത ആദർശങ്ങളോടും സദുദ്ദേശ്യങ്ങളോടുമൊപ്പം അതിന്റെ പിഴവുകൾ സ്വാഭാവികമായും പ്രായോഗിക കമ്യൂണിസത്തിന്റെ തിന്മകളായി രൂപം പ്രാപിച്ചു.

ഫാസിസത്തിന്റെ അല്ലെങ്കിൽ നാസിസത്തിന്റെ കൂടുതൽ പ്രകടമായ അയുക്തികാരാധന കമ്മ്യൂണിസത്തോടുള്ള പ്രതികരണം എന്ന നിലയിലാണ് ഉയർന്നുവന്നതെന്ന് പറയപ്പെടുന്നു. അത് ശരിയല്ല. കാരണം രണ്ടിന്റെയും വേരുകൾ മുൻകാല ആശയങ്ങളുടെ ഗതിയിൽ കണ്ടെത്താനാവും.

മധ്യയുഗത്തിന്റെ അവസാനംവരെ, സ്വാതന്ത്ര്യത്തിനായുള്ള മനുഷ്യന്റെ പോരാട്ടം കേന്ദ്രീകരിച്ചിരുന്നത് താനും ദൈവവും തമ്മിലുള്ള ബന്ധം സംബന്ധിച്ച പ്രശ്നത്തിനു ചുറ്റുമായിരുന്നു. നവോത്ഥാന യുഗമായ പതിനഞ്ചും പതിനാറും നൂറ്റാണ്ടുകളിൽ അത് പുതിയൊരു ഘട്ടത്തിലേയ്ക്ക് പ്രവേശിച്ചു. ഈ ഘട്ടത്തിൽ പഴയ പ്രശ്നത്തിന്റെ സ്ഥാനത്ത് മനുഷ്യനും സമൂഹവും തമ്മിലുള്ള - വ്യക്തിയും ഭരണകൂടവും തമ്മിലുള്ള - ബന്ധം സംബന്ധിച്ച പ്രശ്നം പ്രതിഷ്ഠിക്കപ്പെട്ടു. പ്ലേറ്റോയെപ്പോലുള്ളവരുടെ ധിഷണയെ ഒരുപാട് ക്ലേശിപ്പിച്ചിരുന്ന പഴയ ഒരു പ്രശ്നമായിരുന്നു അത്. എന്നാൽ, വൻജനസംഖ്യയും സങ്കീർണ്ണമായ സാമൂഹിക-സാമ്പത്തിക ഘടനയുമുള്ള ആധുനിക രാഷ്ട്രങ്ങളിൽ, ഈ പ്രശ്നം പ്രാചീന ഗ്രീസിലെ നഗരപ്രജായത്ത രാഷ്ട്ര ങ്ങളിലേതിനേക്കാൾ വളരെ ചിന്താക്കുഴപ്പം സൃഷ്ടിക്കുന്നതായിരുന്നു. അവസാനം, സാമൂഹിക കരാർ (Social Contract) എന്ന ആശയം ആ പഴയ പ്രശ്നത്തിന് പരിഹാരം വാഗ്ദാനം ചെയ്തു.

വ്യക്തിയുടെ പരമാധികാരമായിരുന്നു കരാറിലധിഷ്ഠിതമായ ഭരണകൂടം സംബന്ധിച്ച ലിബറൽ സിദ്ധാന്തത്തിന്റെ അടിസ്ഥാന പ്രശ്നം. എന്നാൽ, പാർലിമെന്ററി ജനാധിപത്യവും (പ്രതിനിധികളുടെ ഭരണം) സ്വതന്ത്ര വ്യാപാര സമ്പദ്വ്യവസ്ഥയും (Laissez Faire) കാലക്രമേണ വ്യക്തിയുടെ പരമാധികാരത്തെ ഭരണഘടനാപരമായ ഒരു സങ്കല്പമാക്കി ചുരുക്കി. ബഹുഭൂരിപക്ഷംവരുന്ന പൗരൻമാരുടെ സാമ്പത്തിക പരാധീനത, നിയമത്തിനുമുമ്പിൽ എല്ലാവരും തുല്യരാണെന്നുള്ള ഭരണഘടനാപരമായ അവകാശത്തെ അപഹാസ്യമാക്കുകയും രാഷ്ട്രീയജനാധിപത്യത്തെ പൊള്ളയായ ഔപചാരികതയാക്കിത്തീർക്കുകയും ചെയ്തു. പ്രയോഗത്തിലെ ഈ വൈരുദ്ധ്യങ്ങളെ സാമൂഹികവും രാഷ്ട്രീയവുമായ സ്വന്തം സിദ്ധാന്തങ്ങളുമായി പൊരുത്തപ്പെടുത്താൻ കഴിയാതെ ലിബറലിസം ക്രമേണ ഭരണകൂടം സംബന്ധിച്ച കരാർ സങ്കല്പത്തെ കൈയൊഴിച്ചു; ആ സ്ഥാനത്ത്, വ്യക്തിയെ ഭരണകൂടത്തിന് കീഴ്പ്പെടുത്താൻ ധാർമ്മികവും സൈദ്ധാന്തികവുമായ അനുമതി നൽകുന്ന ജൈവവീക്ഷണം സ്വാധീനം നേടി. ഈ വീക്ഷണപ്രകാരം ഭരണകൂടം കൃത്രിമമായ ഒരു സൃഷ്ടിയല്ല; മറിച്ച് പ്രകൃതിദത്തമായ ഒരു ജൈവഘടനയാണ്. സ്വയം നിലനിൽക്കാൻ

കഴിയാത്തതും, അതുകൊണ്ടുതന്നെ ഭരണകൂടത്തിന് വിധേയമായതുമായ ഘടകങ്ങൾ അടങ്ങുന്നതുമാണ് ഭരണകൂടം. എന്നാൽ ഈ ഘടകങ്ങളുടെ വെറും ആകെത്തുകയല്ല ഭരണകൂടം. ഘടകങ്ങളുടെ ആകെത്തുകയെ കവിഞ്ഞുനിൽക്കുന്ന ഒന്നാണ് ജൈവവീക്ഷണത്തിലുള്ള ഭരണകൂടം. അങ്ങനെ, സ്വാതന്ത്ര്യത്തെയും സംഘടനയെയും പൊരുത്തപ്പെടുത്തുകയെന്ന പ്രശ്നം പരിഹരിക്കാനുള്ള ലിബറലിസത്തിന്റെ ശ്രമം പരാജയപ്പെട്ടതിൽനിന്ന് സമഷ്ടിവാദം (Collectivism) താർക്കികമായി രൂപം കൊണ്ടു.1

ലിബറൽ ക്ഷേമരാഷ്ട്രത്തിൽ തൊഴിലാളിയെ 'സമ്പാദിക്കാനുള്ള ശേഷിയുള്ള ഘടക'മായാണ് സങ്കല്പിക്കുന്നത്. (ബെവറിഡ്ജ്). മാർക്സിസ്റ്റ് വേരുകളുള്ള ഈ ആശയം ബിസ്മാർക്കിനും സ്വീകാര്യമായിരുന്നു.

ഭരണകൂടത്തെ സംബന്ധിച്ച ജൈവസങ്കല്പവും അതിന്റെ ഫലമായ, നവീനമായ സമഷ്ടിവാദ ആരാധനമൂലമുള്ള വ്യക്തിവാദ പാരമ്പര്യത്തിന്റെ തിരോധാനവും പത്തൊമ്പതാം നൂറ്റാണ്ടിന്റെ അന്ത്യത്തോടെ നരവംശശാസ്ത്രത്തിലും സാമൂഹിക മനഃശാസ്ത്രത്തിലും ശാസ്ത്രീയമായ ന്യായങ്ങൾ കണ്ടെത്താൻ ശ്രമിച്ചു. മുമ്പ്, ഡാർവ്വിന്റെ, നിലനിൽപ്പിനുവേണ്ടിയുള്ള സമരം, അർഹിക്കുന്നവയുടെ അതിജീവനം എന്നീ ആശയങ്ങൾ, പരമാധികാരികളായ വ്യക്തികളെ നിസ്സഹായരായ ഒറ്റപ്പെട്ട സാമൂഹികഘടകങ്ങളാക്കിച്ചുരുക്കിയ സ്വതന്ത്രവ്യാപാര സമ്പദ്വ്യവസ്ഥയെ ന്യായീകരിക്കുന്ന തരത്തിൽ വ്യാഖ്യാനിക്കപ്പെട്ടിരുന്നു. ഓരോരുത്തനും അവനവന്റെ കാര്യം നോക്കുക; പിന്നിൽ കിടക്കുന്നവനെ ചെകുത്താൻ പിടിച്ചോട്ടെ എന്ന കാട്ടുനിയമത്തെ ന്യായീകരിക്കുന്നതിനായി വ്യക്തിവാദ വിമോചകസിദ്ധാന്തം ആഭാസമാക്കപ്പെട്ടു. നിലവിലുള്ള സാമൂഹിക ചുറ്റുപാടുകളിൽ, ഒറ്റപ്പെട്ട വ്യക്തികളായ ബഹുഭൂരിപക്ഷത്തിനും അവനവനെത്തന്നെ രക്ഷിക്കാൻ കഴിയുമായിരുന്നില്ല. തൽഫലമായി അവർ പിന്നിൽ കിടക്കുന്നവരെന്ന നിലയിൽ ചെകുത്താന് വിട്ടുകൊടുക്കപ്പെട്ടു. ഭാഗ്യവാൻമാരായ കുറച്ചുപേർ തങ്ങളുടെ അധികാരവും പ്രത്യേക അവകാശങ്ങളും, അർഹിക്കുന്നവയ്ക്ക് അനുകൂലമായ പ്രകൃതിനിയമംമൂലം ലഭിച്ചതാണെന്ന് അവകാശപ്പെട്ടു. ശാസ്ത്രത്തിന്റെ ആ ആഭാസ വൽക്കരണത്തിന്റെ സ്വാഭാവികഫലം, വരേണ്യവർഗ്ഗത്തെക്കുറിച്ചുള്ള ജനാധിപത്യവിരുദ്ധമായ സിദ്ധാന്തവും വരാൻപോകുന്ന സർവ്വാധിപത്യങ്ങളുടെ അതിമാനുഷാരാധനയുമായിരുന്നു.

നിരാശയുടെ ആ മാനസികാന്തരീക്ഷത്തിൽ, സമഷ്ടിവാദത്തിന്റെ നിഗൂഢമായ അഭ്യർത്ഥനയ്ക്ക് സാമാന്യജനങ്ങളിൽനിന്ന്

പെട്ടെന്നുതന്നെ പ്രതികരണമുണ്ടായി. അത് വികാരങ്ങളോടുള്ള ഒരഭ്യർത്ഥനയായിരുന്നു. അതുകൊണ്ടുതന്നെ അതിനെ അയുക്തി വാദംകൊണ്ട് ബലപ്പെടുത്തേണ്ടി യിരുന്നു. ധിഷണയ്ക്കെതിരെ വികാരത്തെയും, വിജ്ഞാനത്തിനെതിരെ അന്തർജ്ഞാനത്തെയും യുക്തിക്കെതിരെ സഹജവാസനകളെയും മഹത്വീകരിക്കുകയാണ് ആനുഭവികമാത്രവാദം (Empiricism) ചെയ്തത്. ദർശനത്തിലും ധർമ്മ മീമാംസയിലുമുള്ള അതിന്റെ വിജയം ലിബറലിസത്തിന്റെ മറ്റൊരു അടിസ്ഥാന പ്രമാണമായ യുക്തിവാദത്തെ വിശ്വാസയോഗ്യമല്ലാതാക്കിത്തീർത്തു.

പൂർവ്വകല്പനകളുടെ ഒരു വ്യവസ്ഥയെ (a system of Metaphysics) ധർമ്മശാസ്ത്രത്തിന്റെ അടിസ്ഥാനമാക്കിയ റാൽഫ് കഡ്വർത്തി (1617-88)നുശേഷം ആംഗലേയ ധർമ്മശാസ്ത്രം തത്ത്വശാസ്ത്രത്തിൽനിന്നു വേർപിരിഞ്ഞു. തന്റെ 'സനാതനവും അപരിവർത്തനീയവുമായ ധാർമ്മികതയെക്കുറിച്ചുള്ള പ്രബന്ധ'ത്തിൽ കഡ്വർത്ത് സാമാന്യമായ ഒരു തത്ത്വശാസ്ത്രത്തിന്റെ അവിഭാജ്യഭാഗമെന്ന നിലയിൽ ഒരു ധർമ്മ വ്യവസ്ഥയെ വിശദീകരിച്ചിരുന്നു. (The Intellectual System of the Universe). അതിനുശേഷം, ആംഗലേയ ധാർമ്മികസിദ്ധാന്തങ്ങൾ മൂല്യങ്ങളുടെ പൂർവ്വകല്പനാപരമായ ഏതെങ്കിലും ഉറവിടത്തെക്കുറിച്ചുള്ള അഭ്യൂഹങ്ങളിൽനിന്നു മാറി 'പ്രായോഗിക'മാകാനുള്ള പ്രവണത കാണിച്ചു. തന്മൂലം അവ സ്വേച്ഛാപരമായാണ് ആവിഷ്കരിക്കപ്പെട്ടത്. അങ്ങനെ, പൂർവ്വകല്പനകളുടെ യുക്തിഭദ്രമായ ഒരു വ്യവസ്ഥയിൽ നിന്ന് വേറിട്ട ധാർമ്മികതത്ത്വശാസ്ത്രം മൂല്യങ്ങൾ പ്രയോജനതത്വത്തിന്റെ അടിസ്ഥാനത്തിൽ വിലയിരുത്തപ്പെടേണ്ടവയാണെന്നു കരുതി. ധാർമ്മികമൂല്യങ്ങൾക്കുള്ള അംഗീകാരം ഒന്നുകിൽ മതപരം അല്ലെങ്കിൽ അന്തർജ്ഞാനപരം (Imtuitive) ആയിരുന്നു.[2]

സാമൂഹികവും രാഷ്ട്രീയവുമായ സിദ്ധാന്തങ്ങൾക്ക് തത്ത്വ ശാസ്ത്ര പരമായ ഒരടിസ്ഥാനം ഉണ്ടായേ തീരൂ. പൂർവ്വകല്പനകൾ ഇല്ലാതെ തത്ത്വശാസ്ത്രം ഉണ്ടാവില്ല. ആദ്യകാല ലിബറൽ ചിന്ത മുഖ്യമായും തത്ത്വശാസ്ത്ര സ്വഭാവമുള്ളതായിരുന്നു. പരമ്പരാഗതമായ, നിഗൂഢാത്മകവും ഇന്ദ്രിയാതീതവുമായ പൂർവ്വകല്പനകളിൽനിന്ന് മാറി അത് ഭൗതികവാദപരവും യാഥാർത്ഥ്യവാദപരവുമായ പൂർവ്വ കല്പനകളിൽ അധിഷ്ഠിതമായിരുന്നു. യുക്തി എന്നത് ഒരു ജൈവഗുണമാണ്; പ്രകൃതിനിയമമാണ് മനുഷ്യനിൽ യുക്തിയായി പ്രകടമാകുന്നത്; അതുകൊണ്ട് യുക്ത്യധിഷ്ഠിതവും മതേതരവുമായ ഒരു ധർമ്മശാസ്ത്രം സാദ്ധ്യമാണ് എന്ന കാഴ്ചപ്പാട് ദാർശനികവിപ്ലവത്തിന്റെ ആ പ്രക്രിയയിൽ അന്തർലീനമായിരുന്നു. ഡേവിഡ് ഹാർട്ലി (1705-57) ആ

വഴി ചൂണ്ടിക്കാണിച്ചു. ജോസഫ് പ്രീസ്റ്റ്ലി (1733-1804)യും ഇറാസ്മസ് ഡാർവിനും (1731-1802) ആ വഴിയിലൂടെ കുറേക്കൂടി മുന്നോട്ടുപോയി. ജോൺലോക്കിന്റെ (1632-1704) ആനുഭവികവാദപരമായ ജ്ഞാനശാസ്ത്ര (Empiricist epistemology)ത്തിൽനിന്ന് അനിവാര്യമായി ഉണ്ടായതല്ല ഡേവിഡ് ഹ്യൂമി (1711-76)ന്റെ സന്ദേഹവാദ (Scepticism)മെന്ന് ഹാർട്ട്ലി കരുതി. എന്നാൽ, താനാണ് ലോക്കിന്റെ യഥാർത്ഥ പിൻഗാമി എന്ന ഹാർട്ട്ലിയുടെ അവകാശവാദം ചോദ്യംചെയ്യപ്പെടുകയുണ്ടായി. അദ്ദേഹത്തിന്റെ ഇന്ദ്രിയസംവേദനം (Sensation) സംബന്ധിച്ച വ്യാഖ്യാനത്തെ ആനുഭവികവാദികൾ (Empiricists) തള്ളിക്കളയുകയും ചെയ്തു. ഭൗതികവാദത്തിലേയ്ക്കു പോകാനുള്ള പ്രവണത പ്രകടിപ്പിച്ചിരുന്നതാണ് അതിനു കാരണം. ലിബറലിസം അതിന്റെ സ്ഥാപകരുടെ തത്ത്വശാസ്ത്രത്തിന്റെ താർക്കികമായ വികാസത്തെ സ്വീകരിക്കാൻ വിമുഖത പ്രകടിപ്പിച്ചതുമൂലം, അത് ദാർശനിക പ്രതിലോമപരതയുടെ സ്വാധീനത്തിനു കീഴിൽ ചെന്നുപെട്ടു. ഭൗതികവാദത്തിനെതിരായ മുൻവിധി ആനുഭവികതത്ത്വശാസ്ത്രത്തെ സന്ദേഹവാദത്തിന്റെ പടുകുഴിയിലേയ്ക്കാണ് നയിച്ചത്.

നവോത്ഥാനത്തിന്റെയും മതനവീകരണ (Reformation)ത്തിന്റെയും പാരമ്പര്യങ്ങൾ തമ്മിലുള്ള സംഘർഷത്തിന്റെ പശ്ചാത്തലത്തിൽ വികസിച്ചുവന്നതുമൂലം ലോക്കിന്റെ കാലം മുതൽ ലിബറലിസം ദാർശനികമായി ആശയക്കുഴപ്പത്തിലകപ്പെട്ടിരുന്നു. നവതോമിസ (Neo-Thomism)ത്തിന്റെ (അരിസ്റ്റോട്ടിലിന്റെ ദർശനത്തെയും ക്രൈസ്തവ സിദ്ധാന്തങ്ങളെയും സമന്വയിപ്പിച്ച് സെന്റ് തോമസ് അക്വിനാസ് (1225-74) ആവിഷ്കരിച്ച ക്രൈസ്തവ ദൈവശാസ്ത്രത്തിന്റെ പുതുരൂപം - വിവ.) ആദ്യപഥികനെന്നു വിശേഷിപ്പിക്കാവുന്ന റിച്ചാർഡ് ഹൂക്കറി (1553-1600)ലൂടെയാണ് ലോക്ക് ആവിഷ്കരിച്ച ലിബറലിസത്തിൽ മതനവീകരണത്തിന്റെ പാരമ്പര്യം ആധിപത്യം ചെലുത്തിയത്. പതിനെട്ടാം നൂറ്റാണ്ടിലെ ഫ്രാൻസിലെ ശാസ്ത്രീയവും യുക്തിവാദപരവുമായ അന്തരീക്ഷത്തിൽ പറിച്ചുനട്ട ലിബറലിസം ലോക്കിന്റെ ഭക്തിവാദത്തെ കവിഞ്ഞ് വളരുകയും അതിന്റെ തത്ത്വശാസ്ത്രത്തിൽ നവോത്ഥാനത്തിന്റെ പ്രകൃതിശാസ്ത്ര പാരമ്പര്യം സ്വയം വീണ്ടും ഉറപ്പിക്കപ്പെടുകയും ചെയ്തു. അതേസമയം, ലോക്കിന്റെ ഇന്ദ്രിയസംവേദന സിദ്ധാന്തം (sensationalism) ജോർജ് ബെർക്കിലി (1685-1753)യുടെ ആത്മനിഷ്ഠ ആശയവാദത്തിലേയ്ക്കും ഹ്യൂമിന്റെ അജ്ഞേയവാദത്തിലേയ്ക്കും നയിച്ചു. ഈ രണ്ടു സിദ്ധാന്തങ്ങളും പ്രത്യക്ഷത്തിൽ തികച്ചും വ്യത്യസ്തമാണെന്നു തോന്നിപ്പിച്ചെങ്കിലും, അവ ആനുഭവിക തത്ത്വശാസ്ത്രത്തിന്റെ വിനാശകരമായ അപര്യാപ്തതയെ വെളിച്ചത്തുകൊണ്ടുവന്നു. ദാർശനികമായ

പ്രതിലോമപരതയുടെ അപകടം അതിൽ അന്തർഭവിച്ചിരുന്നു എന്നതാണ് വിനാശകരം എന്നുപറയാൻ കാരണം. ലോക്ക് മനുഷ്യവിജ്ഞാനത്തിന്റെ പരിധികൾ നിർണ്ണയിക്കാൻ ശ്രമിക്കുകയും, ഇന്ദ്രിയങ്ങളുടെ പരിധിയ്ക്ക് അപ്പുറത്തുള്ള ഒന്നിനെയും അറിയാൻ കഴിയില്ലെന്ന നിഗമനത്തിൽ എത്തുകയും ചെയ്തു. അതിന്റെ വിവക്ഷ വ്യക്തമാണ്: വസ്തുനിഷ്ഠ യാഥാർത്ഥ്യത്തെക്കുറിച്ച് എന്തിനു വേവലാതിപ്പെടണം? തുടക്കകാലം മുതൽതന്നെ ആനുഭവിക തത്ത്വശാസ്ത്രം പൂർവ്വകല്പനകളെ നിഷേധിച്ചിരുന്നു.

ബെർക്കിലി വളച്ചുകെട്ടില്ലാതെ നേരെ കാര്യത്തിലേയ്ക്കുപോയി: ബാഹ്യലോകത്തിന്റെ യാഥാർത്ഥ്യത്തെ അനുഭവത്തിലൂടെ തെളിയിക്കാ നാവില്ല; അതുകൊണ്ട്, അഹംമാത്രവാദ (Solipsism) ത്തിന്റെ അസംബന്ധത്തെ ഒഴിവാക്കുന്നതിന് തത്ത്വശാസ്ത്രം ആത്യന്തിക യാഥാർത്ഥ്യമായി ദൈവത്തെ സങ്കല്പിക്കണം. അങ്ങനെ ആനുഭവികവാദം തത്ത്വശാസ്ത്രത്തെ നിഗൂഢവും അതീന്ദ്രിയവുമായ പൂർവ്വകല്പനകളിലേയ്ക്കും, അതിനപ്പുറം ഒരു വ്യക്തിദൈവത്തിൽ വിശ്വസിക്കുന്ന മൗലികവാദപരമായ മതത്തിലേയ്ക്കും തിരിച്ചുകൊണ്ടുപോയി.

യാഥാർത്ഥ്യവാദ (ഭൗതികവാദ)പരമായ പൂർവ്വകല്പനകളുടെ സാദ്ധ്യതയുടെ നിരാകരണമായിരുന്നു ഹ്യൂമിന്റെ സന്ദേഹവാദത്തിന്റെ പൊരുൾ. എന്നാൽ, ഇന്ദ്രിയാതീതമായവയോടുള്ള അദ്ദേഹത്തിന്റെ അജ്ഞേയവാദപരമായ സമീപനം അനിവാര്യമായും ദൈവത്തെ നിഷേധിക്കുന്നില്ല. വാസ്തവത്തിൽ അദ്ദേഹം തന്റെ സമീപനത്തെ നിരീശ്വരവാദത്തിൽനിന്ന് വ്യക്തമായി വേർതിരിച്ചു നിർത്തിയിട്ടുണ്ട്. ഫ്രഞ്ച് എൻസൈക്ലോപീഡിസ്റ്റുകളുമായുള്ള അദ്ദേഹത്തിന്റെ ആദ്യസമാഗമത്തിന്റെ പ്രശസ്തമായ കഥ അക്കാര്യത്തിലേയ്ക്ക് വിരൽചൂണ്ടുന്നു. സംഭാഷണത്തിനിടെ, താൻ ഇതുവരെയും ഉറച്ച ഒരു നിരീശ്വരവാദിയെ കണ്ടുമുട്ടിയിട്ടില്ല എന്ന് അദ്ദേഹം അഭിപ്രായപ്പെടുകയുണ്ടായി. അപ്പോൾ ദിദെറോ (1713–1784) അതിനോട് ഇങ്ങനെയാണ് പ്രതികരിച്ചത്: 'സർ, താങ്കളിപ്പോൾ അങ്ങനെയുള്ള ഒമ്പതുപേരോടൊപ്പമാണ് ഇവിടെയി രിക്കുന്നത്.'

തത്ത്വശാസ്ത്രത്തിന് ആത്യന്തിക യാഥാർത്ഥ്യത്തെ കണ്ടെത്താൻ കഴിയില്ലെങ്കിൽ, അതന്വേഷിക്കുന്നതിന് മനുഷ്യൻ മതത്തിലേയ്ക്കു തിരിച്ചുപോകണം. അജ്ഞേയവാദം മനുഷ്യവിജ്ഞാനത്തിന് കേവലമായ പരിധി നിർണ്ണയിക്കുകയും സത്യത്തെയും യാഥാർത്ഥ്യത്തെയും കുറിച്ചുള്ള ജ്ഞാനം അസാദ്ധ്യമാണെന്ന് സംശയരഹിതമായി പ്രഖ്യാപിക്കുകയും ചെയ്യുന്നു.3 അജ്ഞതയുടെ പരിഷ്കൃതമായ ആരാധനയാണത്4; അജ്ഞതയാകട്ടെ, വിശ്വാസത്തിന്റെ

അസ്തിവാരവും. അതുകൊണ്ടാണ്, ഹ്യൂമിന്റെ അജ്ഞേയവാദം മതപുനരുജ്ജീവന വാദത്തിന് അനുകൂലമായ ബൗദ്ധികാന്തരീക്ഷം സൃഷ്ടിക്കുകയുണ്ടായി എന്ന് വിമർശനബോധമുള്ള തത്ത്വശാസ്ത്രചരിത്രകാരൻമാർ കരുതുന്നത്. തത്ത്വശാസ്ത്രത്തിലെ ആനുഭവിക വാദത്തിന്റെ താർക്കികമായ അനന്തരഫലമാണത്. മാനസിക പ്രതിഭാസങ്ങളെയും കാരണത്വ(Casuality)ത്തെയുംകുറിച്ചുള്ള വിശദീകരണത്തിന്റെ അപര്യാപ്തത, വിശദീകരണങ്ങളൊന്നും സാദ്ധ്യമല്ല എന്നതിന്റെ തെളിവായി ചൂണ്ടിക്കാണിക്കപ്പെട്ടുമ്പോൾ, തുടർന്നുള്ള അന്വേഷണം നിർത്തണം എന്നാണർത്ഥം. അത്തരം അന്വേഷണം നിഷ്ഫലമാണ് എന്നതാണ് അതിനു കാരണം. ആ അവസാനഘട്ടത്തിൽ എങ്ങനെ അനുഭവത്തിന്റെസ്ഥാനത്ത് അന്തർജ്ഞാനത്തെ പ്രതിഷ്ഠിക്കാൻ കഴിയുന്നതെന്നും, ആനുഭവികവാദം മിസ്റ്റിസിസത്തിന് വഴി തുറക്കുന്നതെന്നും കാണാൻ എളുപ്പമാണ്. ബെർക്കിലി ആനുഭവിക വാദത്തെ ദേവാലയത്തിലേയ്ക്കു കൊണ്ടുപോയിക്കഴിഞ്ഞിട്ടും, ഹ്യൂം അതിന്റെ അസംബന്ധസ്വഭാവം വെളിപ്പെടുത്തിയിട്ടും അതുമായി പറ്റിച്ചേർന്ന ലിബറലിസത്തിന് പ്രകൃതിമതം എന്നു പറയപ്പെടുന്നതിനെ ആശ്ലേഷിച്ച് അയുക്തിവാദത്തി ലേയ്ക്ക് നീങ്ങാതിരിയ്ക്കാനായില്ല.5

'മതത്തിന്റെ പ്രകൃത്യാനുസരണമായ ചരിത്രം' ആത്മാവെന്ന സങ്കല്പത്തിന്റെ അവാസ്തവികതയെ തുറന്നുകാണിച്ചിട്ടുണ്ട്; എന്നാൽ ഭൗതികലോകവും അതോടൊപ്പം പോയി. അവശേഷിച്ചത്, പൊരുത്തമോ യുക്തിപരമായ ബന്ധമോ ഒന്നുമില്ലാത്ത ഒറ്റപ്പെട്ട 'ആശയങ്ങൾ' മാത്രം. അനുഭവത്തിന്റെ ലോകം - നമ്മുടെ ഇന്ദ്രിയ സംവേദനങ്ങൾ - മാത്രമാണ് ലോകം; എന്നാൽ, അതൊരു ആദർശാത്മകവും അയുക്തികവുമായ ലോകമാണ്. പ്രതിഭാസങ്ങൾ തമ്മിൽ ബന്ധം ആവശ്യമില്ലാത്തതിനാൽ എന്തും എപ്പോഴും എവിടെയും സംഭവിക്കാം. അതായത്, ആനുഭവികവാദിയുടെ ലോകം അത്ഭുതങ്ങളുടെ ഒരു ലോകമാണ്. ആ ലോകത്തിന്, ഒന്നുമില്ലായ്മയിൽനിന്ന് സൃഷ്ടിക്കാൻ കഴിവുള്ള, അത്ഭുതങ്ങൾ ഉണ്ടാക്കുന്ന സർവ്വശക്തനായ ഒരു ദൈവത്തെക്കൂടാതെ നിലനിൽക്കാനാവില്ല. ഹ്യൂമിന്റെ അജ്ഞേയവാദത്തിൽ അന്തർലീനമായ ഇക്കാര്യം ദുഗാൾഡ് സ്റ്റീവർട്ട് (1753-1828) പുറത്തേയ്ക്ക് കൊണ്ടുവന്നിട്ടുണ്ട്. ഹ്യൂമിന്റെ സന്ദേഹവാദത്തെ തന്റെ 'സാമാന്യബോധ' യാഥാർത്ഥ്യ വാദംകൊണ്ട് എതിർത്ത റീഡിന്റെ അനുയായിയായിരുന്ന അദ്ദേഹം. ഒരു കാരണത്തിന്റെ അനിവാര്യതയെക്കുറിച്ചുള്ള ദൃഢവിശ്വാസം ദൈവം നമുക്ക് നൽകുന്നുവെന്ന് ധ്വനിപ്പിച്ചുകൊണ്ട് ഹ്യൂമിന്റെ സിദ്ധാന്തം യഥാർത്ഥത്തിൽ ദൈവശാസ്ത്രത്തിലേക്കു നയിക്കുന്നുണ്ടെന്ന് ദുഗാൾഡ് സ്റ്റീവർട്ട്

തെളിയിക്കുകയുണ്ടായി. എന്നാൽ, ഹ്യൂം വാദിക്കുന്നത് അതൊരിക്കലും താർക്കികമായ ഒരനിവാര്യതയല്ല എന്നാണ്. അപ്പോൾ, ഒന്നുകിൽ മുൻധാരണ അല്ലെങ്കിൽ അന്തർജ്ഞാനപരമായ വിധിതീർപ്പ് ആയിരിക്കണം അതെന്ന് ദുഗാൾഡ് സ്റ്റീവർട്ട് പ്രതികരിക്കുന്നു; രണ്ടായാലും അത് മതത്തിന്റെ സത്തയായ അനുഭവനിരപേക്ഷമായ (മ പ്രൃശീൃശ) ഒരു വിശ്വാസമാണ്.

വിട്ടുവീഴ്ചയില്ലാത്ത സ്വതന്ത്രചിന്തകന്റെ സാഹസികമായ ധീരതയോടൊപ്പമുള്ള പ്രബുദ്ധമായ സ്വാതന്ത്ര്യാവേശം ശ്രദ്ധിച്ചുകൊണ്ട്, നിരീശ്വരവാദിയാകാതെതന്നെ ഒരാൾക്ക് ഉൽപതിഷ്ണു (Liberal) ആകാൻ കഴിയുമെന്ന് കാണിക്കാൻ സ്റ്റീവർട്ട് ശ്രമിക്കുന്നു. (Dugald Stewart, Active and Moral Powers).

ധാർമ്മികതയുടെ ലോകത്തിൽ ഒരു ആസൂത്രണം (design) ഉണ്ടെന്ന് മന:ശാസ്ത്രം തെളിയിക്കുന്നതായി വില്യം പാലി (1743-1805) കരുതി. (Natural Theology നോക്കുക). ഏറ്റവും കൂടുതൽ ആളുകൾക്ക് ഏറ്റവും കൂടുതൽ ഗുണംചെയ്യുന്ന പ്രവൃത്തിയാണ് നല്ലത് എന്ന ജെറമി ബെൻഥാ (1748-1860)മിന്റെ അഭിപ്രായത്തോട് അദ്ദേഹം യോജിച്ചു. എന്നാൽ, കഴിഞ്ഞ നൂറ്റാണ്ടിലെ മതാത്മക പ്രയോജനവാദി (Utilitarians)കളെ പിന്തുടർന്നുകൊണ്ട് അദ്ദേഹം മരണാനന്തരമുള്ള ശിക്ഷയെയും പാരിതോഷികത്തെയും പറ്റിയുള്ള സിദ്ധാന്തത്തിനാണ് ഊന്നൽ നൽകിയത്.

രാഷ്ട്രീയമായി ഹ്യൂം ഒരു ടോറി (ഇംഗ്ലണ്ടിലെ ഒരു യാഥാസ്ഥിതിക പാർട്ടി-വിവ.) ആയിരുന്നു. എങ്കിലും അദ്ദേഹത്തിന്റെ സ്വാധീനത്തിനു കീഴിൽ ബ്രിട്ടനിലെ ലിബറലിസം അതിന്റെ താത്വികമായ അടിസ്ഥാനങ്ങളിൽനിന്ന് വേർപെട്ടുപോയി.6 വ്യക്തിവാദം തികഞ്ഞ സ്വാർത്ഥതയായി അധ:പതിച്ചു. ഓരോ മനുഷ്യനും ആദ്യം സ്വന്തം കാര്യം നോക്കണം എന്ന സിദ്ധാന്തം ആഡംസ്മിത്തിന്റെ 'ഓരോ മനുഷ്യനും സ്വയം സഹായിക്കുന്നതിലൂടെ അബോധപൂർവ്വമായി തന്റെ അയൽക്കാരെയും സഹായിക്കുന്നു എന്നത് ദൈവികമായ ഒരു ക്രമത്തിന്റെ തെളിവാണ്'' എന്ന കപടപ്രമാണംകൊണ്ട് ന്യായീകരിക്ക പ്പെട്ടു. ഒരു ദൈവികക്രമ (Providential Order)ത്തെക്കുറിച്ചുള്ള ആശയം, താൻ തന്നെയാണ് തന്റെ വിധാതാവ് എന്ന മനുഷ്യന്റെ അവകാശവാദത്തെ നിഷേധിക്കുന്നു. മനുഷ്യന്റെ പരമാധികാരത്തെ (Sovereignty) പ്രഖ്യാപിക്കുന്ന മാനവവാദദർശന തത്ത്വമായ വ്യക്തിവാദവുമായി അതിനു പൊരുത്തമില്ല. ഒരു ദൈവികക്രമമാണ് ലോകം എന്ന് ഒരിക്കൽ അംഗീകരിച്ചാൽ, മനുഷ്യന്റെ സ്വാതന്ത്ര്യം എന്ന ആശയം അർത്ഥശൂന്യമായിത്തീരും. നിലവിലുള്ള സാമൂഹികവും

രാഷ്ട്രീയവുമായ വ്യവസ്ഥ ആ ലോകത്തിന്റെ ഭാഗമായതിനാൽ അതും ദൈവികമായി നിർണ്ണയിക്കപ്പെട്ടതാണ്. അതിനെ മാറ്റാൻ എങ്ങനെ മനുഷ്യനു കഴിയും? അങ്ങനെ, ദാർശനികമായ പ്രതിലോമപരത ആധുനിക ലിബറലിസത്തിന്റെ സാമൂഹികവും രാഷ്ട്രീയവുമായ സിദ്ധാന്തത്തെ വെറും ഔപചാരികമായ പ്രഖ്യാപനങ്ങളാക്കിച്ചുരുക്കി.

'യഥാർത്ഥ അനുഭവങ്ങളെ കണക്കിലെടുത്തുകൊണ്ട് ഈ നയം സ്വീകരിക്കണമോ അതോ ആ നയം സ്വീകരിക്കണമോ എന്നന്വേഷിച്ച് പ്രായോഗികവാദികളായ മനുഷ്യർ ശരിയായ യുക്തിയിലേക്കും പ്രകൃതിനിയമത്തിലേക്കും തിരിച്ചുപോകാൻ ആഗ്രഹിക്കുന്നില്ല. അനുഭവംകൊണ്ടും പാരമ്പര്യംകൊണ്ടും മാത്രം സ്ഥാപിതമായ വ്യവസ്ഥ ചെറിയ വിമർശനത്തോടെ സ്വീകരിക്കപ്പെട്ടു. ആളുകൾ അമൂർത്തമായ വാദമുഖങ്ങളിൽനിന്ന് അക്ഷമയോടെ മുഖംതിരിച്ചു. സാമൂഹിക കരാറുകളെക്കുറിച്ചുള്ള അന്വേഷണം ദാർശനികർക്ക്, അതായത് ഗ്രന്ഥപ്പുരയിലെ വിഢ്ഢികൾക്കു വിട്ടുകൊടുത്തു. രാഷ്ട്രീയം കൃത്യമായും ഒരു കച്ചവടകാര്യമായിരുന്നു; കച്ചവടമനോഭാവത്തോടെ കൈകാര്യം ചെയ്യേണ്ട ഒന്ന്. ഈ അർത്ഥത്തിൽ വ്യക്തിവാദം ആനുഭവികവാദവുമായി പൊരുത്തമുള്ളതായിരുന്നു. കാരണം, അത് വസ്തുസ്ഥിതിയിൽനിന്നും പ്രത്യേക താൽപര്യങ്ങളിൽനിന്നും ആരംഭിക്കുകയും ആദിതത്ത്വത്തിന്റെ നുഴഞ്ഞുകയറ്റത്തോട് നീരസം കാണിക്കുകയും ചെയ്യുന്നു.' (Leslie Stephen, The English Utilitarians).

പാരമ്പര്യത്താൽ സ്ഥാപിതമായ വ്യവസ്ഥയെ അലംഘനീയമായി സ്വീകരിക്കുകയെന്നത് എഡ്മണ്ട് ബർക്കിന്റെ (1729-1797) ടോറിയിസത്തെ നീതീകരിക്കലായിരുന്നു. 'അനുഭവം' എന്ന പദത്തിന്റെ കൂട്ടിച്ചേർപ്പ് കാര്യമായ ഒരു വ്യത്യാസവും ഉണ്ടാക്കിയില്ല. ലിബറലിസം അതിന്റെ ദാർശനികപാരമ്പര്യത്തിൽനിന്ന് വ്യതിചലിച്ചുകൊണ്ട് അങ്ങനെ ആത്മഹത്യചെയ്തു. ലിബറലിസത്തിന്റെ ശവസംസ്കാര പ്രസംഗം നടത്തിയത്, വ്യക്തിവാദത്തെ നിഷേധിക്കുന്ന ജൈവരാഷ്ട്ര സിദ്ധാന്തത്തിന്റെ വ്യാഖ്യാതാക്കളായ നവലിബറൽ ദാർശനികരെന്നു വിളിക്കപ്പെടുന്നവരായിരുന്നു.

അതിന്റെ സ്വാഭാവികഫലമായി അയുക്തിവാദം തത്ത്വശാസ്ത്രത്തിൽ വീണ്ടും ആധിപത്യം നേടി. ശാസ്ത്രീയ രീതികൾ ഉപയോഗിച്ചുകൊണ്ട് സാമൂഹിക പ്രതിഭാസങ്ങളെ പഠിക്കാനുള്ള ശ്രമം പത്തൊമ്പതാം നൂറ്റാണ്ടിന്റെ അവസാന വർഷങ്ങളിൽ പുതിയ കലാപത്തെ പ്രോത്സാഹിപ്പിച്ചു.7 ഡാർവിന്റെ സിദ്ധാന്തങ്ങളെ വ്യക്തിവാദത്തിന് അനുകൂലമായോ സമഷ്ടിവാദത്തിന് അനുകൂലമായോ

വ്യത്യസ്ത രീതികളിൽ വ്യാഖ്യാനിച്ചുകൊണ്ട് സാമൂഹിക പരിണാമത്തെക്കുറിച്ചുള്ള പഠനങ്ങളിൽ പ്രയോഗിച്ചു. ശാസ്ത്രജ്ഞൻമാർ മനുഷ്യമനസ്സിന്റെ ഭൗതികഘടനയുടെ ആനുഭവിക പഠനത്തിൽ സത്യം അന്വേഷിച്ചു. അത് പ്രാകൃത മനുഷ്യന്റെ ഭൂതവർത്തമാനകാലങ്ങളിലെ സ്ഥാപനങ്ങളെ ക്കുറിച്ചുള്ള ഗവേഷണത്തിലേയ്ക്ക് നയിച്ചു. അതിന്റെ ഫലം രണ്ടു പുതിയ ശാസ്ത്രശാഖകളുടെ വികാസമായിരുന്നു - നരവംശ ശാസ്ത്രത്തിന്റെയും സാമൂഹിക മന:ശാസ്ത്രത്തിന്റെയും. ഫ്രേസറുടെയും (1854-1922) മറ്റു പലരുടെയും അന്വേഷണഫലമായി ശേഖരിക്കപ്പെട്ട, പ്രാചീന മനുഷ്യരുടെ സാമൂഹിക ഘടനയെയും സ്വഭാവത്തെയും ക്കുറിച്ചുള്ള വിവരങ്ങൾ പതിനെട്ടാം നൂറ്റാണ്ടിലെയും പത്തൊമ്പതാം നൂറ്റാണ്ടിന്റെ തുടക്കത്തിലെയും യുക്തിവാദപരമായ സാമൂഹിക-രാഷ്ട്രീയ സിദ്ധാന്തങ്ങളുടെ സാധുതയ്ക്കുമേൽ സംശയത്തിന്റെ നിഴൽ വീഴ്ത്തി. ലോകം നിയമബന്ധമായ പ്രക്രിയയുടെ സങ്കീർണ്ണതയാണെന്ന യുക്തിവാദപരമായ ധാരണയെ ശാസ്ത്രജ്ഞൻമാർ ശാസ്ത്രജ്ഞൻ മാരെന്ന നിലയിൽ ഉപേക്ഷിക്കാൻ വിമുഖരായിരുന്നു. എന്നാൽ, അവരുടെ ആനുഭവികജ്ഞാനം, മനുഷ്യന്റെ സാമൂഹിക സ്വഭാവത്തെ നിർണ്ണയിക്കുന്നത് വലിയൊരളവിൽ ബുദ്ധിയേക്കാൾ സഹജവാസന കളാണെന്ന് തോന്നിപ്പിച്ചു. ഭൂതകാലചരിത്രത്തെ ശരിയായി മനസ്സിലാക്കുന്നതിനും ഭാവിയെ സൃഷ്ടിക്കുന്നതിലും സഹജാവബോധ(Imtution)ത്തെയും വൈകാരികതയെയും പോലുള്ള അയുക്തിക ഘടകങ്ങൾക്കു കൂടുതൽ വലിയ സ്ഥാനം നൽകണമെന്ന് അവർ നിർദ്ദേശിക്കുകയും ചെയ്തു. ജീവശാസ്ത്രങ്ങളുടെ വികലമായ വിജ്ഞാനത്തിന്റെ, പ്രത്യേകിച്ച് നവനിഗൂഢ ചൈതന്യവാദ (Neo-Vitalism)ത്തിന്റെ അടിസ്ഥാനത്തിൽ ബെർഗ്സൺ (1859-1941) അയുക്തിവാദത്തിന്റെ ഒരു തത്ത്വശാസ്ത്രത്തിന് രൂപംനൽകി. 'റൂസ്സോയുടെ (1711-1778) കാലം മുതൽ ചിന്തയുടെയും ജീവിതത്തിന്റെയും എല്ലാ മേഖലകളിലും ക്രമേണ ആധിപത്യം പുലർത്തിയ യുക്തിക്കെതിരായ കലാപത്തെ അത് മിഴിവോടെ ദൃഷ്ടാന്തീകരിക്കുന്നു.' (Bertrand Russel, History of Western Philosophy).

ഔപചാരികവൽക്കരിക്കപ്പെട്ടതും ആഭാസമാക്കപ്പെട്ടതുമായ ലിബറലിസം ബ്രിട്ടനിൽ അധ:പതിച്ചുകൊണ്ടിരുന്നപ്പോൾ, ഫ്രാൻസിൽ അത് വിപ്ലവാനന്തര കാല്പനിക പ്രതിലോമപരതയുടെ ചെറിയൊരു ഇടവേളയ്ക്കുശേഷം സ്വയം പുന:പ്രതിഷ്ഠിച്ചു. വാസ്തവത്തിൽ, പത്തൊമ്പതാം നൂറ്റാണ്ടിന്റെ മധ്യത്തിൽ യൂറോപ്യൻ ഭൂഖണ്ഡത്തെയാകെ ഊർജ്ജസ്വലമായ ലിബറലിസത്തിന്റെ തരംഗം കീഴ്പ്പെടുത്തുകയാണുണ്ടായത്.

ഫ്രാൻസിൽ, മിഷലേയ്ക്കും (1798-1874) വിക്ടർ ഹ്യൂഗോ (1802-85)വിനും ശേഷം ലിബറലിസത്തിന്റെ കൊടി ഉയർത്തിപ്പിടിച്ചത് ക്വിനെറ്റും (1803-75) റെനോവിയറും (1815-1903) ഫോളിയും (1838-1912) മറ്റുമായിരുന്നു. തങ്ങളുടെ ആവേശഭരിതരായ മുൻഗാമികളേക്കാൾ ഏറെക്കുറെ കരുതലോടെയാണെങ്കിലും. ഭരണകൂടത്തിന്റെ അധികാരവും വ്യക്തിയുടെ സ്വാതന്ത്ര്യവും തമ്മിലുള്ള വൈരുദ്ധ്യം സംബന്ധിച്ച കാതലായ പ്രശ്നത്തോട് മറ്റുള്ളവർ ചഞ്ചലമായ നിലപാട് എടുത്തപ്പോൾ, റെനോവിയർ, പൗരൻമാരായ വ്യക്തികളിൽനിന്ന് വേറിട്ട അസ്തിത്വമുള്ളതോ പൗരൻമാർക്ക് തങ്ങളുടെ ഇച്ഛയെ ഏൽപ്പിക്കാൻ കഴിയുന്നതോ ആയ ഒരു സമഷ്ടിസത്ത (Collective being) ഇല്ലെന്നു പ്രഖ്യാപിച്ചു. (Charles Renouvier, Philosophic Analytique de I'Historie). എന്നാൽ, ഫോളി ഭരണകൂടം എന്നത് 'കരാറിലധിഷ്ഠിതമായ ഒരു ജൈവഘടന' (Contractual Organism)യാണ് എന്ന സങ്കരസിദ്ധാന്തമാണ് ആവിഷ്കരിച്ചത്. (Alfred Fouillee, La Science Sociale Contemporaine).

ക്ലാസിക്കൽ ലിബറലിസത്തിന്റെ അവസാനത്തെ കണ്ണിയായിരുന്ന അനട്ടോൾ ഫ്രാൻസ് (1844-1924). ജ്ഞാനോദയ (Enlightenment)ത്തിന്റെയും മനുഷ്യന്റെ കലാപ (Revolt of Man) ത്തിന്റെയും പാരമ്പര്യത്തോട് വിശ്വസ്തത പുലർത്തിക്കൊണ്ട് അദ്ദേഹം തന്റെ ജീവിതത്തിലുടനീളം പള്ളിയേയും ശാസ്ത്രത്തിനും സ്വാതന്ത്ര്യത്തിനും എതിരായ അതിന്റെ പ്രമാണങ്ങളെയും ഊക്കോടെ എതിർത്തു. പള്ളിയുടെ ആത്മീയ ആധിപത്യം തകരുന്നതുവരെ ആധുനിക സംസ്കാരത്തിന് മനുഷ്യന്റെ മനസ്സിനെ സ്വതന്ത്രമാക്കാൻ കഴിയില്ല എന്ന് അദ്ദേഹം കരുതി. പ്രമാണ (Dogma) ങ്ങൾക്കും മുൻവിധികൾക്കും എതിരായ ധീരനായ പോരാളിയായ അദ്ദേഹത്തിന് - ബെർഗ്സന്റെ ആധികാരികതയും സോറലിന്റെ (1841-1922) വാഗ്വിലാസവും അയുക്തിവാദത്തെ പുതുമോടിയിലാക്കിയിട്ടുപോലും - യുക്തിവാദത്തിലും ശാസ്ത്രത്തിന്റെ വിമോചനാത്മകമായ പങ്കിലും ഉറച്ചവിശ്വാസമാണു ണ്ടായിരുന്നത്. അനട്ടോൾ ഫ്രാൻസിന്റെയും ആദ്യകാലത്തെ മറ്റു ഫ്രഞ്ച് ഉൽപതിഷ്ണുക്കളുടെയും ഊർജ്ജസ്വലമായ ലിബറലിസം നേരിട്ട് ഗ്യൂസ്ദെ (1845-1922)യുടെ യുക്തിവാദപരമായ മാർക്സിസത്തിലേയ്ക്കും ജാറസി (1859-1914)ന്റെ സോഷ്യലിസ്റ്റ് ഹ്യൂമനിസത്തിലേയ്ക്കും നയിച്ചു.

ഔപചാരികവൽക്കരിക്കപ്പെട്ട പത്തൊമ്പതാം നൂറ്റാണ്ടിലെ ലിബറലിസത്തിന്റെ വൈരുദ്ധ്യങ്ങളോടും അപര്യാപ്തതകളോടുമുള്ള പ്രതികരണത്തിന്റെ മൂർത്തരൂപമായിരുന്നു സോറൽ. മൗലികമായി

പതിനെട്ടാം നൂറ്റാണ്ടിലെ ലിബറലിസത്തിന്റെ പാരമ്പര്യത്തിൽപ്പെട്ട സോറലിനെ പാർലമെന്ററി ജനാധിപത്യത്തിന്റെ പിത്തലാട്ടം പിന്നോട്ടേയ്ക്ക് ആട്ടിപ്പായിക്കുകയാണുണ്ടായത്. വ്യക്തിസ്വാതന്ത്ര്യത്തെ ആധുനിക സമൂഹത്തിന്റെ സാമ്പത്തിക സംഘടനയുമായും രാഷ്ട്രീയ ഭരണത്തിന്റെ ആവശ്യകതയുമായും പൊരുത്തപ്പെടുത്തിക്കൊണ്ടു പോകുന്നതിൽ ലിബറലുകൾക്കുണ്ടായ പരാജയം സോറലിനെ, പ്രയോജനവാദപരവും പ്രായോഗികവാദപരവുമായ ലിബറലിസത്തിൽ നിന്ന് താർക്കികമായി രൂപംകൊള്ളുന്ന അരാജകവാദത്തിലേയ്ക്ക് നയിച്ചു. ആ അവസ്ഥയിൽ, സോറൽ, കാല്പനികമായ അയുക്തിവാദത്തിന്റെ ജ്വലിക്കുന്ന പ്രവാചകനാകുന്നതിന് ബെർഗ്സന്റെ തത്ത്വശാസ്ത്രത്തിന്റെ സ്വാധീനത്തിനു കീഴിൽ വന്നുപെട്ടു. സമൂഹത്തെ പരിഷ്കരിക്കുന്നതിനുള്ള ഒരേയൊരു മാർഗ്ഗമെന്ന നിലയിൽ ഹിംസയുടെ തീവ്രപ്രചാരകനായിരുന്നു അദ്ദേഹം. തൊഴിലാളിവർഗ്ഗവിപ്ലവത്തിന്റെ തീക്ഷ്ണവക്താവായിരുന്നെങ്കിലും അദ്ദേഹം മാർക്സിന്റെ ചരിത്രപരമായ നിർണ്ണയവാദത്തെ തള്ളിക്കളഞ്ഞു. പ്രകൃതിയും സമൂഹവും ഒരു നിയമത്താലും ഭരിക്കപ്പെടുന്നില്ലെന്നും, മറിച്ച് അന്ധമായ ഇച്ഛയാണ് ഭരിക്കുന്നതെന്നും അദ്ദേഹം പ്രഖ്യാപിച്ചു. ഈ വീക്ഷണത്താലും ഹിംസയുടെ മഹത്വവൽക്കരണത്താലും തൊഴിലാളിവർഗ്ഗവിപ്ലവകാരിയായ സോറൽ ഫാസിസത്തിന്റെ ദാർശനികനായികണക്കാക്കപ്പെട്ടു. മുസ്സോളനി (1883-1945) താൻ സോറലിന്റെ ശിഷ്യനാണെന്ന് സ്വയം പ്രഖ്യാപിച്ചിട്ടുണ്ട്. മരണക്കിടക്കയിൽവെച്ച് സോറൽതന്നെ തന്റെ സ്വപ്നത്തിന്റെ സാക്ഷാത്കാരമായി റഷ്യൻ വിപ്ലവത്തെ വാഴ്ത്തുകയും ലെനിനെ ആദർശപുരുഷനായി പ്രഖ്യാപിക്കുകയും ചെയ്തിരുന്നു. ഫാസിസത്തിന്റെയും കമ്മ്യൂണിസത്തിന്റെയും പൊതുവംശോൽപത്തി, പത്തൊമ്പതാം നൂറ്റാണ്ടിന്റെ അന്ത്യത്തിലേയും ഇരുപതാംനൂറ്റാണ്ടിന്റെ ആരംഭത്തിലെയും ദാർശനിക പ്രതിലോമപരതയാൽ പ്രോത്സാഹിക്കപ്പെട്ട യുക്തിക്കെതിരായ കലാപത്തെ മറ്റുള്ളവരേക്കാൾ കൂടുതൽ ശക്തമായി പ്രതിനിധാനം ചെയ്ത ഒരു മനുഷ്യനിൽ കണ്ടെത്താൻ കഴിയും എന്നത് വളരെ പ്രാധാന്യമർഹിക്കുന്നതാണ്.

പത്തൊമ്പതാം നൂറ്റാണ്ടിന്റെ ആദ്യഘട്ടത്തിൽ ലിബറലിസത്തിന്റെ ദാർശനിക പൈതൃകം ജർമ്മനിയിലേക്ക് കൈമാറപ്പെട്ടു. നവോത്ഥാനം (Renaissance) തിരികൊളുത്തിയതും, അന്നുമുതൽ ജ്ഞാനത്തിന്റെയും സ്വാതന്ത്ര്യത്തിന്റെയും സത്യത്തിന്റെയും ദേവാലയത്തിൽ ഒരുപാട് ആരാധകരുടെ ഉപാസനയാൽ തെളിഞ്ഞുകത്തിക്കൊണ്ടിരുന്നതുമായ മനുഷ്യസ്വാതന്ത്ര്യത്തിന്റെ അവസാനത്തെ ഉജ്ജ്വലപ്രകാശമായിരുന്നു ജർമ്മൻ ജ്ഞാനോദയം (Aufklarung).

യുക്തിയും കാല്പനികതയും തമ്മിലും ബുദ്ധിയും വികാരവും തമ്മിലും ശാസ്ത്രവും തത്ത്വശാസ്ത്രവും തമ്മിലും ഒരു ഐക്യം അത്യാവശ്യമായിരുന്നു. ആ ദിശയിലേയ്ക്കുള്ള ഗണനീയമായ ഒരു മുന്നേറ്റം അക്കാലത്ത് നടക്കുകയുണ്ടായി. ജർമ്മൻ ചരിത്രത്തിലെ ആ സുവർണ്ണ യുഗ പാരമ്പര്യത്തെ ഹെഗലി (1770-1831)ന്റെയും ഫോയർബാഹി (1804-72)ന്റെയും അനുയായികളായ, ദാർശനിക വിപ്ലവകാരികൾ (Philosophical Radicals) എന്നു സ്വയം വിശേഷിപ്പിച്ചവർ പിന്തുടർന്നു. അത് ശോഭനമായ ഒരു ഭാവി വാഗ്ദാനം ചെയ്തു: ഔപചാരിക ലിബറലിസത്തിന്റെ പരിമിതികളെ മറികടക്കുന്നതും സ്വാതന്ത്ര്യത്തിനും ജ്ഞാനത്തിനും സത്യത്തിനും വേണ്ടിയുള്ള മനുഷ്യന്റെ യുഗദീർഘമായ അന്വേഷണം പുതിയൊരു ഘട്ടത്തിലേയ്ക്കു പ്രവേശിക്കുന്നതുമായ ആധുനികസംസ്കാരം.

'മൂന്നു തലമുറകളിൽപ്പെട്ട ശ്രേഷ്ഠരായ പണ്ഡിതൻമാർ ബൗദ്ധികമായ ലിബറലിസത്തെ സമൃദ്ധമാക്കി. പ്രമാണങ്ങളിൽനിന്നുള്ള സ്വാതന്ത്ര്യവും വസ്തുനിഷ്ഠതയും സഹിഷ്ണുതയുമായിരുന്നു അതിന്റെ പ്രധാന തത്ത്വങ്ങൾ. പല മേഖലകളും പരമ്പരാഗതമായ പ്രമാണങ്ങളോടുള്ള അന്ധമായ വിധേയത്വത്തിൽനിന്ന് മോചിതമായി. ശാസ്ത്രത്തിന്റെ കണ്ടെത്തലുകളിൽ അധിഷ്ഠിതമായ ഭൗതികവാദ തത്ത്വശാസ്ത്രം അതിഭൗതികമായ അഭ്യൂഹങ്ങളെ ഇല്ലാതാക്കി. പ്രകൃത്യതീതമായ വെളിപാട് എന്നതിനുപകരം നരവംശശാസ്ത്രപരമായ ഒരു പ്രതിഭാസമായി മതം കണക്കാക്കപ്പെട്ടു. മറ്റേതൊരു ചരിത്രരേഖയെയും പോലെ ബൈബിൾ വിമർശനാത്മകമായി വിശകലനം ചെയ്യപ്പെട്ടു. ക്രിസ്തുവിന്റെ അസ്തിത്വംപോലും ചിലർ നിരാകരിച്ചു. ശാസ്ത്രം കഴിഞ്ഞാൽ ചരിത്രമായിരുന്നു ജർമ്മനിയുടെ ലിബറൽയുഗത്തിന്റെ മുഖ്യ അടയാളം. അത് നിഷ്പക്ഷമായ വസ്തുനിഷ്ഠത പഠിപ്പിച്ചു. എന്നാൽ അതിനുപിന്നിലുള്ള മാനുഷികഘടകം അവഗണിക്കപ്പെടരുത്.' (Friedrich Karl Sell, "German Pre-Nazi Political Thought").

ഇമ്മാനുവൽ കാന്റി (1744-1804)ൽനിന്ന് വ്യത്യസ്ത ദിശകളിലേയ്ക്ക് പോകുന്ന ഒരു ചിന്താപ്രവാഹം രൂപംകൊണ്ടു. ന്യൂട്ടോണിയൻ പ്രകൃതിദർശനത്തിന്റെയും ജ്ഞാനോദയത്തിന്റെയും സ്വാധീനത്തിൻ കീഴിലാണ് ആരംഭിച്ചതെങ്കിലും, അദ്ദേഹത്തിന്റെ ചിന്തയ്ക്ക് പ്രചോദനം നൽകിയത് നവോത്ഥാനത്തിന്റേതിനേക്കാൾ മതനവീകരണ പ്രസ്ഥാനത്തിന്റെ പാരമ്പര്യമായിരുന്നു. അതുകൊണ്ട്, അദ്ദേഹത്തിന്റെ ലിബറലിസത്തിന് വിപ്ലവാത്മകമായ ഫ്രഞ്ചുസരണിയേക്കാൾ യാഥാസ്ഥിതികമായ ആംഗലേയ സരണിയോടായിരുന്നു സാദൃശ്യം. ജർമ്മൻ തത്ത്വശാസ്ത്രത്തിൽ ആനുഭവികവാദത്തെ

ആദ്യമായി അവതരിപ്പിച്ച കാന്റ് അതിനെ ഹ്യൂമിന്റെ അജ്ഞേയവാദത്തിന്റെ നിഷ്ഫലതയിൽനിന്ന് രക്ഷിക്കാൻ ശ്രമിച്ചു. ആത്മനിഷ്ഠവും വസ്തുനിഷ്ഠവുമായവ തമ്മിലുള്ള വിടവിനെ ബന്ധിപ്പിക്കാൻ കഴിയുമെങ്കിൽ ആനുഭവികതത്ത്വശാസ്ത്രത്തിന് പൂർവ്വകല്പനകളുടെ ഒരടിസ്ഥാനം (Metaphysics) നൽകാൻ കഴിയുമെന്ന് അദ്ദേഹം കരുതി. ആ വിടവിനെ സംബന്ധിച്ച തത്ത്വം ആദ്യമായി ആവിഷ്കരിച്ചത് റെനെ ദെക്കാർത്തെ (1596-1650) ആയിരുന്നു. കാന്റിന്റെ 'ശുദ്ധയുക്തിയുടെ വിമർശനം' എന്ന ഗ്രന്ഥം ആ കാർട്ടീഷ്യൻ സമ്പ്രദായത്തിന്റെ പുനരാലോചനയായിരുന്നു. അങ്ങനെ കാന്റിയൻ വിപ്ലവം ആധുനികതത്ത്വശാസ്ത്രത്തിന്റെ വേരറുത്ത് നവമധ്യകാലവാദത്തിന് തുടക്കംകുറിച്ചു.8

കാന്റിന്റെ വിമർശനതത്ത്വശാസ്ത്രം ഒരുവശത്ത് ഫിഷ്ടെ (1762-1814)യുടെ കാല്പനികവാദത്തെ പോഷിപ്പിക്കുകയും മറുവശത്ത് യുക്തിക്കെതിരായ ഷോപ്പൻഹവറുടെ (1788-1860) കലാപത്തെ പ്രചോദിപ്പിക്കുകയും ചെയ്തു. നീത്ഷെ (1844-1900), ബെർഗ്സൺ, സോറൽ - അപ്രധാനികളുടെ പേര് പറയുന്നില്ല - എന്നിവരോടൊപ്പം ഇവർ രണ്ടുപേരും ഫാസിസത്തിന്റെ ദാർശനികരായി വാഴ്ത്തപ്പെട്ടു. ജർമ്മൻ ദേശീയവാദത്തിന്റെ പ്രവാചകനായിരുന്നു ഫിഷ്ടെ. പത്തൊമ്പതാം നൂറ്റാണ്ടിൽ ദേശീയവാദം ലിബറലിസത്തിന്റെ അപരിചിതനായ കിടപ്പറപങ്കാളിയായിരുന്നു. ആ അവിഹിതബന്ധത്തിൽ നിന്ന് ജനിച്ച ജാരസന്തതിയാണ് പ്രത്യേകിച്ചും ഇറ്റലിയിലെയും ജർമ്മനിയിലെയും ഫാസിസം. അദൃശ്യമായി, എന്നാൽ ഉറപ്പോടെ വ്യക്തിവാദത്തിന്റെ സ്ഥാനത്ത് സമഷ്ടിവാദത്തെ സ്ഥാപിച്ച ജനാധിപത്യത്തിന്റെ ഔപചാരികസങ്കല്പം ലിബറൽ രാഷ്ട്രീയക്കാരെ വഴിതെറ്റിച്ച് ദേശീയവാദത്തിന്റെ വക്താക്കളാക്കി. വിജയിയായ ദേശീയവാദം അധികാരത്തിനുവേണ്ടിയുള്ള പോരാട്ടത്തിൽ ജനാധിപത്യനാട്യങ്ങൾ നടത്തുന്നുണ്ടെങ്കിലും, സാമൂഹികവും സാംസ്കാരികവുമായ പ്രതിലോമവീക്ഷണത്തോട് ഉറച്ച ആഭിമുഖ്യം പുലർത്തുകയും യാഥാസ്ഥിതികശക്തികളുമായി സ്വയം സഖ്യത്തിൽ ഏർപ്പെടുകയും ചെയ്യുന്നുണ്ടെന്ന് വർത്തമാനകാല അനുഭവം തെളിയിച്ചിട്ടുണ്ട്.

ഇറ്റലിയിൽ, വിജയിച്ച ദേശീയവാദത്തെ സോറലിന്റെ അയുക്തിക കാല്പനികവാദം മാത്രമല്ല സ്വാധീനിച്ചത്; ഫ്രാൻസിലെ രാജഭരണ വാദികളുടെ തികച്ചും സങ്കുചിതമായ രാജ്യസ്നേഹവും കടുത്ത യാഥാസ്ഥിതികസിദ്ധാന്തങ്ങളും സ്വാധീനിച്ചിരുന്നു. ദേശീയവാദത്തിന് അതിന്റെ പോരാട്ടദിനങ്ങളിൽ ലിബറലിസം നൽകിയിരുന്ന പിന്തുണയെ മറന്നുകൊണ്ട് ഒരു പ്രമുഖ ദേശീയവാദ

സൈദ്ധാന്തികൻ, ദാർശനിക വീക്ഷണം ഇല്ലെന്നതിന്റെ പേരിൽ ലിബറലിസത്തെ വിമർശിക്കുകയും ആ കുറവ് സ്വയം പരിഹരിക്കുകയും ചെയ്തു. 'മനുഷ്യർ തമ്മിലുള്ള ദൃഢബന്ധത്തിന്റെ ഉന്നതരൂപമാണ് രാഷ്ട്രം. രാഷ്ട്രം എന്നത് പൗരൻമാരായ വ്യക്തികളുടെ കേവലം ആകെത്തുകയല്ല. അത് ഒരു ജൈവഘടനയാണ്; നിഗൂഢമായ സത്തയാണ്. അത് പോയകാലത്തെയും ആയകാലത്തെയും വരുംകാലത്തെയും തലമുറകളെയെല്ലാം ആശ്ലേഷിക്കുന്നു. വ്യക്തി എന്നത് അതിന്റെ ക്ഷണഭംഗുര (ephemeral) ഘടകം എത്രമാണ്. അതിനോട് അവൻ പരമമായ കടമചെയ്യാൻ ബാദ്ധ്യസ്ഥനാണ്.' (Enrico Corradini, Discorsi Politici).

സാമൂഹിക ചംക്രമണത്തെയും വരേണ്യവർഗ്ഗത്തെയുംകുറിച്ചുള്ള സിദ്ധാന്തങ്ങളിലൂടെ സങ്കുചിതമായ രാജ്യസ്നേഹത്തിനും സർവ്വാധിപത്യ ത്തിനുമുള്ള സാമൂഹികശാസ്ത്രപരമായ നീതീകരണം നൽകിയ പരെറ്റോ (1848-1923) മാത്രമല്ല ഈ കാഴ്ചപ്പാടുകളെ 'ശാസ്ത്രീയമായി' വിപുലീകരിച്ചത്. ഫാസിസ്റ്റ് രാഷ്ട്രീയസിദ്ധാന്തത്തിനു സാംസ്കാരികമായ ഒരു രൂപം നൽകിയ ലിബറൽ ദാർശനികനായ ജൻടൈലും (1875-1944) അവയെ അംഗീകരിച്ചിരുന്നു. മുസ്സോളിനിയുടെ വിദ്യാഭ്യാസമന്ത്രി എന്ന നിലയിൽ അദ്ദേഹം പാഠ്യപദ്ധതിയിൽ ദേശീയചൈതന്യത്തിന്റെ പ്രതീകങ്ങളായി വീരപുരുഷൻമാരുടെ ജീവിതത്തിന് ഊന്നൽകൊടുക്കണമെന്ന് നിർ ദ്ദേശിച്ചു. ദേശീയസംസ്കാരത്തിൽ മാത്രമേ മനുഷ്യചേതനയ്ക്ക് ആവി ഷ്കാരം കണ്ടെത്താൻ കഴിയുകയുള്ളൂവെന്നും, അതുകൊണ്ട് വ്യക്തികൾ തങ്ങളുടെ ആത്മപ്രകാശനം രാഷ്ട്രത്തിലൂടെ തേടണമെന്നും അദ്ദേഹം അഭിപ്രായപ്പെട്ടു. ലിബറലിസം അതിന്റെ ആരംഭകാലത്തെ ദാർശനിക നിലപാടിൽനിന്ന് വളരെ അകന്നുപോയിരുന്നില്ലെങ്കിൽ ക്രോച്ചെ (1866-1952)യുടെ ശിഷ്യനും സുഹൃത്തുമായ ഒരാൾക്ക് ഫാസിസത്തിന്റെ സാധൂകർത്താവാകാൻ കഴിയില്ലായിരുന്നു. ആ ദാർശനികപ്രതിലോ മതയ്ക്കു ജൻടൈൽതന്നെ സാക്ഷ്യംവഹിച്ചു: 'മനുഷ്യൻ പ്രകൃത്യാ മതബോധമുള്ളവനാണ്. ചിന്തിക്കുക എന്നാൽ ദൈവത്തെ ധ്യാനിക്കുക എന്നാണർത്ഥം. മനുഷ്യനുമായി താരതമ്യപ്പെടുത്തിയാൽ ദൈവമാണെല്ലാം. മതം അടക്കമുള്ള എല്ലാ ആത്മീയമൂല്യങ്ങളെയും ദൈവം ഉൾക്കൊള്ളുന്നു. മറ്റേതെങ്കിലും പരമാധികാരശക്തിക്ക് ഇടംകൊടുക്കുന്ന ഭരണകൂടം ആത്മഹത്യചെയ്യുകയാണ്. ആത്മീയമായതെല്ലാം സ്വതന്ത്രമാണ് - സ്വയം 'ആത്മീയ' ശക്തിയായ ഭരണകൂടത്തിന്റെ അധികാരപരിധികൾക്കകത്ത് ആയിരിക്കണമെന്നുമാത്രം.' (Giovanni Gentile, Fascism and Culture).

ഇഹലോക സ്വാതന്ത്ര്യത്തിനായി പോരാടുന്നതിനുമുമ്പ് മനുഷ്യൻ ദൈവത്തിന്റെ രക്ഷാകർത്തൃത്വത്തിൽനിന്നു സ്വയം സ്വതന്ത്രനാകേണ്ടതുണ്ട്. ദാർശനികമായി, ലിബറലിസം ആത്മീയ അടിമത്തത്തിനെതിരായ മനുഷ്യന്റെ കലാപത്തിൽനിന്നാണ് രൂപംകൊണ്ടത്. അത് പത്തൊമ്പതാം നൂറ്റാണ്ടുവരെ ആധുനിക നാഗരികതയുടെ ആരോഹണവികാസങ്ങളെ പ്രചോദിപ്പിച്ചു. ആ നൂറ്റാണ്ടിലാണ്, മുകളിൽ പറഞ്ഞ കാരണങ്ങളാൽ ദാർശനികമായ പിന്തിരിപ്പൻ പ്രവണത ശക്തിയാർജ്ജിച്ചത്. അത് ഫാസിസത്തിന്റെ സാധൂകർത്താക്കളായിക്കൊണ്ടിരുന്ന ജൻടൈലി നെപ്പോലുള്ള ലിബറലുകളിൽ പരമകാഷ്ഠയെ പ്രാപിച്ചു.

ദേശീയവാദം മതനവീകരണ (Reformation) പ്രസ്ഥാനത്തിന്റെ സന്തതിയായിരുന്നു. മതനവീകരണ പ്രസ്ഥാനം ആദ്യകാല ക്രിസ്തുമതത്തിന്റെ ജനാധിപത്യപരവും വ്യക്തിവാദപരവുമായ പാരമ്പര്യങ്ങളിലേക്കു തിരിച്ചുപോയിക്കൊണ്ട് മനുഷ്യന്റെ കലാപത്തിനെതിരായി മതത്തെ ശക്തിപ്പെടുത്തി. കപട ജനാധിപത്യത്തിൽ അധിഷ്ഠിതമായ പ്രൊട്ടസ്റ്റന്റ് മതത്തിന്റെ സ്വാധീനത്തിൻ കീഴിൽ വന്നുപെട്ടപ്പോഴൊക്കെ ലിബറലിസം നവോത്ഥാന പാരമ്പര്യത്തോട് മുഖംതിരിക്കുകയാണ് ചെയ്തത്. മാത്രമല്ല, ഫാസിസത്തിന്റെയും കമ്മ്യൂണിസത്തിന്റെയും വളർച്ചയ്ക്ക് അനുകൂലമായ അയുക്തിവാദത്തിന്റെ അന്തരീക്ഷം ആത്യന്തികമായി സൃഷ്ടിച്ച ദാർശനിക പ്രതിലോമതയുമായി ബന്ധം കൂട്ടുകയും ചെയ്തു. മതനവീകരണ പ്രസ്ഥാനത്തിന്റെ സ്വാധീനത്തിൻ കീഴിൽ തന്നെയായിരുന്നു ലിബറലിസം ദേശീയവാദത്തിൽ ബന്ധുവിനെ കണ്ടെത്തിയതും. ആ നിഗൂഢാത്മക സമഷ്ടിവാദ ആരാധനയുടെ വിശ്വരൂപമാണ് ഫാസിസം അല്ലെങ്കിൽ നാസിസം.

ദേശരാഷ്ട്രം (National State) എന്ന ആശയത്തിന്റെ ഉദ്ഭവസ്ഥാനമാണ് ജർമ്മനി. തൽഫലമായി, രാഷ്ട്രസങ്കൽപത്തിന്റെ ആദർശവൽക്കരണം ജർമ്മൻ സംസ്കാരത്തിന്റെ സവിശേഷതയായിത്തീർന്നു; ഒരു രാഷ്ട്രീയ സങ്കല്പം അതിഭൗതികമായ ഒരു അമൂർത്തസത്തയുടെ പദവിയിലേയ്ക്ക് ഉയർത്തപ്പെട്ടു. രാഷ്ട്രബോധത്തെക്കുറിച്ചുള്ള മുൻവിധിക്ക് - രാഷ്ട്രത്തെ ഒരു വംശവുമായി താദാത്മ്യപ്പെടുത്തുന്നതിന് - യൂറോപ്പിലെ മറ്റു പ്രാദേശിക സംസ്കാരങ്ങളിലൊന്നും ഇത്ര ആഴത്തിലുള്ള വേരുകളില്ല. എന്നിട്ടും, പതിനാറാം നൂറ്റാണ്ടിൽ രൂപംകൊണ്ട ദേശീയവാദം ജർമ്മനിയിൽ പത്തൊമ്പതാം നൂറ്റാണ്ടിന്റെ അവസാനംവരെ വിജയം കണ്ടില്ല. വ്യാപകമായ നിരാശാബോധം ഉളവാക്കിയ ദുര്യോഗമായിരുന്നു അത്. ദേശീയ

സാംസ്കാരിക അഹന്തയിലൂടെ സവിശേഷമായി പ്രകടിപ്പിക്കപ്പെട്ട അപകർഷതാബോധമായിരുന്നു അതിന്റെ ഫലം. ക്രിസ്തുമതം പരിഷ്കൃതരാക്കുന്നതിനുമുമ്പ് മധ്യ യൂറോപ്പിലെയും കിഴക്കൻ യൂറോപ്പിലെയും വനാന്തരങ്ങളിൽ താമസിച്ചിരുന്ന ട്യൂട്ടോണിക്ക് ഗോത്രങ്ങളുടെ പുരാവൃത്തങ്ങളിൽനിന്ന് ജർമ്മൻ സംസ്കാരം പ്രചോദനം കണ്ടെത്തി. പുരാവൃത്തനായകനായ സീഗ്ഫ്രൈഡ് ജർമ്മൻ പൗരുഷത്തിന്റെ ആദർശമായ മാറി. പഴയ ജർമ്മൻ വംശങ്ങൾ 'വന്യവും വെറിപിടിച്ചതും കൗശലമുള്ളതും കുടിലവും സാഹസികവും' ആണെന്നു കണ്ടെത്തിയ ടാസിറ്റസ് വിവരിച്ച 'ട്യൂട്ടോണിക്ക് രൗദ്രത'യെ അദ്ദേഹം പ്രതിനിധാനംചെയ്തു. അളവറ്റ വീര്യവും കിടയറ്റ ശക്തിയും അത്ഭുതകരമായി ലഭിച്ച ആളായിരുന്ന സീഗ്ഫ്രൈഡ്. അത് അദ്ദേഹത്തെ അജയ്യനാക്കിത്തീർത്തു. വ്യാളീരക്തത്തിലുള്ള അത്ഭുതസ്നാനം അദ്ദേഹത്തിന് അജയ്യതയുടെ മേലങ്കിയണിയിച്ചു. ചുരുക്കത്തിൽ അദ്ദേഹം അതിമാനുഷന്റെ ആദിരൂപമായിരുന്നു. ദേശീയസാഹിത്യം ആറ്റില മുതൽ ബിസ്മാർക്ക് വരെയുള്ള ജർമ്മനിയുടെ എല്ലാ ചരിത്രനായകരെയും സീഗ്ഫ്രൈഡിന്റെ മാതൃകയിൽ വാർത്തെടുത്തു.

ചരിത്രകാരൻമാർ എന്ന് തെറ്റായി വിളിക്കപ്പെട്ട കവികളുടെയും കഥപറച്ചിലുകാരുടെയും ഫലഭ്രയിഷ്ഠമായ ഭാവനയാൽ നെയ്തെടുത്ത പുരാവൃത്തങ്ങളുടെയും ഐതിഹ്യങ്ങളുടെയും വർണ്ണാഭമായ പശ്ചാത്തല ത്തിൽ ഫിഷ്റ്റെ ആധുനിക ജർമ്മൻ ദേശീയവാദത്തിന്റെ ദാർശനികനായി ഉയർന്നുവന്നു. ലിബറലിസം ദേശീയവാദവുമായി സ്വയം താദാത്മ്യം പ്രാപിച്ചിടത്തോളം ഫിഷ്റ്റെ ഒരു ലിബറലായിരുന്നു. സോഷ്യലിസത്തെ വിളംബരം ചെയ്ത 'ജനങ്ങളുടെ പുത്ര'നായും അദ്ദേഹം വാഴ്ത്തപ്പെടുന്നുണ്ട്. എന്നിരിക്കിലും, ജർമ്മൻഫാസിസത്തിന്റെ നോർദിക്ക് മിത്തിന്റെ പ്രവാചകനായിരുന്നു അദ്ദേഹം. ജർമ്മൻകാർ ശുദ്ധമായ രക്തമുള്ള വംശമാണെന്നും, അതുകൊണ്ടുതന്നെ അവരിൽ 'പ്രകൃതിയുടെ നിഗൂഢശക്തികൾ' ഉണ്ടെന്നും അദ്ദേഹം വിശദീകരിച്ചു. (Fichte, Speeches to the German Nation). അനന്യമായ വംശീയ വിശുദ്ധിമൂലം ശക്തിയുടെയും കൗശലത്തിന്റെയും സകലമാർഗ്ഗങ്ങളെയും ഉപയോഗിച്ചു കൊണ്ട് ദൈവകല്പിത (destiny)ത്തെ സാക്ഷാത്കരിക്കാനുള്ള ധാർമ്മികാ വകാശമുള്ള, അലൗകികമായി നിയോഗിക്കപ്പെട്ട തിരഞ്ഞെടുത്ത ജനതയാണ് ജർമ്മൻകാർ. ജർമ്മൻ ഫാസിസത്തിന്റെ സൈദ്ധാന്തികർ, നിർദ്ദയത്വത്തിന്റെയും ദോഷൈകദൃഷ്ടിയുടെയും നൈതികരാഹിത്യത്തിന്റെയും ആരാധനയ്ക്കുള്ള ന്യായീകരണം, ഇരട്ടത്താപ്പ് ധാർമ്മികത ഉപദേശിച്ച ഫിഷ്റ്റെയിൽ കണ്ടെത്തി.9 വ്യക്തിയെ സംബന്ധിച്ച് അധാർമ്മികമായ ഒരു കർമ്മം രാഷ്ട്രത്തിനു വിശുദ്ധമായ ഒരു

ധർമ്മമാകുന്നു. 'രാഷ്ട്രങ്ങൾക്കിടയിൽ നിയമമോ അവകാശമോ ഇല്ല – ശക്തന്റെ നിയമമൊഴികെ.' (Fichte, Speeches to the German Nation). രാഷ്ട്രത്തിന് അതിന്റെ ലക്ഷ്യംനേടുന്നതിന് ഏതു മാർഗ്ഗവും സ്വീകരിക്കാം – തട്ടിപ്പും നിയമലംഘനവും ഹിംസയുമെല്ലാം. ഒരു നിയമത്തിനും വിധേയമല്ലാത്ത രാഷ്ട്രത്തിന്റെ സമഷ്ട്യാഹന്തയുടെ ഇച്ഛയെ നടപ്പിലാക്കുക എന്നതാണ് ലക്ഷ്യം. അതാണ് ഒരു ലിബറൽ ദാർശനികനാൽ ആവിഷ്കരിക്കപ്പെട്ട ഫാസിസത്തിന്റെ സാരസർവ്വസ്വം. അതാവിഷ്കരി ക്കപ്പെടുന്ന കാലത്ത് മുതലാളിത്തം അതിന്റെ കൗമാരദശയിൽ തന്നെയായിരുന്നു. കമ്മ്യൂണിസമെന്ന ഭൂതമാകട്ടെ മാർക്സിന്റെ (1818–1883) ഭാവനയിൽപ്പോലും പ്രത്യക്ഷപ്പെട്ടിരുന്നുമില്ല.

ഫിഷ്ടെയുടെ കാല്പനിക ദേശീയവാദത്തിൽ അന്തർലീനമായ സാംസ്കാരിക അഹന്തയെയും ആക്രമണോത്സുകതയെയും, ഒന്നാംലോക മഹായുദ്ധത്തിനു മുമ്പുള്ള രണ്ടു തലമുറകളിൽപെട്ട ജർമ്മൻ യുവത്വത്തിന്റെ ധൈഷണികവും വൈകാരികവുമായ തലങ്ങളിൽ ശക്തമായ സ്വാധീനം ചെലുത്തിയ ഒരുപറ്റം എഴുത്തുകാരും ചരിത്രകാരൻമാരും സർവ്വകലാശാലാ അധ്യാപകരും വികസിപ്പിക്കുകയുണ്ടായി. ജർമ്മൻ മുതലാളിത്തത്തിന്റെ അഭിവൃദ്ധിയുടെയും ജർമ്മൻ സാമ്രാജ്യത്വത്തിന്റെ ഏകീകരണത്തിന്റെയും ആ കാലഘട്ടത്തിൽ, പരമ്പരാഗതമായ ജർമ്മൻ ചേതനയുടെ ആവിഷ്ക്കാരമെന്ന നിലയിൽ ഫാസിസ്റ്റ് സിദ്ധാന്തത്തെയും ജർമ്മനിയുടെ ലോകദൗത്യം പൂർത്തീകരിക്കുന്നതിനുള്ള മാർഗ്ഗമെന്ന നിലയിൽ ഫാസിസ്റ്റ് പ്രയോഗത്തെയും സ്വീകരിക്കാനുള്ള ദേശീയ മനോഭാവം സൃഷ്ടിക്കപ്പെട്ടു.

പോൾ ഡി ലാഗർഡെ (1827–91)യും ജൂലിയസ് ലാംഗ്ബെനും പത്തൊമ്പതാം നൂറ്റാണ്ടിന്റെ അവസാനദശകങ്ങളിൽ ദേശീയവാദ തത്ത്വശാസ്ത്രത്തിന്റെ നിഗൂഢാത്മക (Mystic) വശത്തെ വികസിപ്പിച്ചു. ജർമ്മൻവംശത്തിന്റെ ധാർമ്മികമായ ഉൽകൃഷ്ടതയുടെ അടിത്തറയായി കരുതപ്പെടുന്ന ആത്മോന്മുഖ പ്രവണതയുടെ ആരാധനയ്ക്ക് അവർ ആരംഭംകുറിച്ചു. ഈ നിഗൂഢാരാധനയെ ഗുസ്താവ് ഫ്രെൻസനും (1863–1945) വിൽഹെം സ്റ്റീഫറും ഹാൻസ് ഗ്രിമ്മും മറ്റും ഭ്രാന്തമായി പ്രചരിപ്പിച്ചു.

ഡി ലാഗർഡെ അഖിലജർമ്മൻവാദ (Pan-Germanism)ത്തിന്റെ സൈദ്ധാന്തികനായിരുന്നു. കിഴക്കോട്ടേയ്ക്കുള്ള മുന്നേറ്റം (Drang nach Osten) എന്ന ബിസ്മാർക്കിന്റെ പ്രസിദ്ധമായ സിദ്ധാന്തത്തിന് മൂർത്തരൂപം നൽകിക്കൊണ്ട് അദ്ദേഹം എഴുതി: 'കിഴക്കുള്ള നമ്മുടെ അയൽക്കാരെ ജർമ്മൻവൽക്കരിക്കുക എന്നത് നല്ല കാര്യമാണ്.

റഷ്യ ദയവായി മുന്നൂറു നാഴികകൂടി കിഴക്കോട്ട് മദ്ധ്യേഷ്യവരെ നീങ്ങട്ടെ. അവളതിനു തയ്യാറാകുന്നില്ലെങ്കിൽ, തന്നെ കയ്യടക്കാൻ, അതായത് അവളുടെ മേൽ യുദ്ധം നടത്താൻ അവൾ നമ്മളെ നിർബ ന്ധിക്കും.' (Paul de Lagarde, Schriften fuer Deutsch land).

ജർമ്മൻകാരുടെ ധാർമ്മിക ഉൾകൃഷ്ടതയുടെ അടയാളമായ, സാംസ്കാരികാഹന്തയ്ക്കുള്ള നിഗൂഢ അനുമതിയായ ആത്മോന്മുഖ പ്രവണതയെക്കുറിച്ചുള്ള ഐതിഹ്യത്തെ വ്യാജശാസ്ത്രത്തിന്റെ സഹായത്തോടെ വംശീയാരാധനയ്ക്ക് അനുസൃതമായി ഹ്യൂസ്റ്റൺ ചേമ്പർ ലെയിൻ വികസിപ്പിച്ചു. അദ്ദേഹം ജർമ്മൻ പൗരനായി മാറിയ ഇംഗ്ലീഷുകാരനും ഹിറ്റ്ലറുടെ ദേശീയ സോഷ്യലിസത്തിന്റെ സൈദ്ധാന്തികനായ ആൽഫ്രഡ് റോസൻബെർഗി (1893-1946)ന്റെ ശിഷ്യനുമായിരുന്നു. അതുകൊണ്ട്, ഫാസിസം ഒരു വർഗ്ഗത്തിന്റെ പ്രത്യയശാസ്ത്രമോ സാമ്പത്തികമായി നിർണ്ണീതമോ ആയിരുന്നില്ല.

സ്വയം ഒരു സ്ലാവ് വർഗ്ഗക്കാരനായിരുന്ന, ചരിത്രകാരനായ ട്രൈറ്റ്സ്കെ (Treitzchke 1834-96) പ്രാചീന ട്യൂട്ടോണിക്ക് ഗോത്രങ്ങ ളുടെ യുദ്ധോത്സുകമായ കഥകൾ വർണ്ണിച്ചും സ്വന്തം ഭാവനയാലും ജർമ്മൻ ദേശീയവാദത്തിനു സാംസ്കാരികമായ ഒരടിത്തറ നൽകി. 'ജൻമനാ ജേതാവായ ട്യൂട്ടൻ വംശജൻ എവിടെയൊക്കെ തന്റെ സ്വത്ത് കാണുന്നുവോ അതെല്ലാം എടുക്കുന്നു. ചരിത്രത്തിന്റെ പരമോ ന്നത കോടതിയാണ് യുദ്ധം.' (Henrich Von Treitzschke, History of Germany). ഇത്തരം പ്രമാണ വാക്യങ്ങൾകൊണ്ട് ട്രൈറ്റ്സ്കെ ജർമ്മൻ യുവാക്കളുടെ ഭാവനയെ ജ്വലിപ്പിച്ചു. അതിമാനുഷനായ സീഗ്ഫ്രൈഡിനെപ്പോലെ എന്തെങ്കിലു മാകാൻ അവരെല്ലാം അഭി ലഷിച്ചു. ഫാസിസത്തിന്റെ അടിത്തറ അതുകൊണ്ട് സാമ്പത്തികമാ യിരുന്നില്ല. മറിച്ച്, ദാർശനിക പ്രതിലോമതയുടെ അന്തരീക്ഷത്തിൽ പോഷിപ്പിക്കപ്പെട്ട വൈകാരികമായ അയുക്തിവാദ മായിരുന്നു.

'1930ലെ ജർമ്മൻ പാർലമെന്റിൽ (Reichstag) പതിമൂന്നു രാഷ്ട്രീ യകക്ഷികളാണുണ്ടായിരുന്നത്. അവയെ രണ്ടു വിരുദ്ധചേരികളായി വിഭജിക്കാം. അത് യാഥാസ്ഥിതികത്വത്തിന്റെയും പുരോഗതിയു ടെയും സംഘട്ടനമല്ല. മറിച്ച്, രാഷ്ട്രീയമണ്ഡലത്തെ കടന്ന് ലോക വീക്ഷണ(Weltanschauung)ത്തിന്റെ ആഴങ്ങളിൽ ചെന്നെത്തുന്ന ഒന്നായിരുന്നു - യുക്തിവാദവും അയുക്തിവാദവും തമ്മിലുള്ള ഒരു പോരാട്ടം. അത് പൊതുവേദികളിൽ പ്രത്യക്ഷപ്പെടുന്ന നേതാക്ക ളിൽ പ്രതിഫലിക്കുന്നു. ധിഷണാശാലികളായ നേതാക്കൻമാർ യുക്തിഭദ്രമായ വാദമുഖങ്ങൾ അവതരിപ്പിക്കുമ്പോൾ, ക്ഷുദ്രരാഷ്ട്രീയ ക്കാർ (demagogue) വൈകാരിക പ്രവണതകളെ ഇളക്കിവിടുന്നു.

യുക്തിയുടെയും അയുക്തിയുടെയും ശക്തികൾ തമ്മിലുള്ള പോരാട്ടത്തിന്റെ കഥയാണ് നാസിപൂർവ്വ ജർമ്മനിയുടെ രാഷ്ട്രീയചിന്തയുടേത്.' (Friedrich Karl Sell, The German Pre-Nazi Political Thought).

യുക്തിക്കെതിരായ കലാപത്തിന് ആരംഭംകുറിച്ചത് ഷോപ്പൻഹവറായിരുന്നു. പത്തൊമ്പതാം നൂറ്റാണ്ടിന്റെ അവസാനദശകങ്ങളിൽ കലയിലും സാഹിത്യത്തിലും ദർശനത്തിലും പ്രകടമായ അത് ഫാസിസത്തിന്റെ ആഗമനത്തെ വിളംബരം ചെയ്തു. ഫിഷ്റ്റെ കാല്പനികനായിരുന്നെങ്കിലും തീർത്തും യുക്തിരഹിതനായിരുന്നില്ല. കാന്റിന്റെ ശിഷ്യനായ ഷോപ്പൻഹവറിലൂടെ ജർമ്മനിയിലേക്കുവന്ന ദാർശനിക പ്രതിലോമതയുടെ പ്രവാഹത്തോടൊപ്പം അദ്ദേഹം നീന്തിയില്ല. എങ്കിലും ഷോപ്പൻഹവർ ടീക്ക്-നോവലീസ് വലയത്തിന്റെ (ലുഡ്വിഗ് ടീക്കും (1773-1853) നോവാലീസും (1772-1801) അടങ്ങുന്ന ജർമ്മൻ എഴുത്തുകാരുടേയും ദാർശനികരുടെയും കാല്പനികവാദ പ്രസ്ഥാനം - വിവ.) കാല്പനിക സ്വാധീനത്തിനു കീഴിൽ വരികയുണ്ടായി.

പക്ഷേ, താമസിയാതെ അദ്ദേഹം നവോത്ഥാന കാല്പനികവാദത്തോട് മുഖം തിരിക്കുകയും പ്രതിലോമകരമായ അശുഭാപ്തിവാദ സരണിയിൽ അഭയം കണ്ടെത്തുകയും ചെയ്തു. ഒടുവിൽ ഫ്രെഡറിക് ഷ്ളീഗൽ (1772-1829) അദ്ദേഹത്തിന് ഇന്ത്യൻ മിസ്റ്റിസിസത്തെ പരിചയപ്പെടുത്തിക്കൊടുത്തു. അതോടെ അദ്ദേഹം ഉൾവിളികേൾക്കാൻ തുടങ്ങി. അദ്ദേഹത്തിന് സത്യം വെളിപ്പെടുത്തപ്പെട്ടു. അതുകൊണ്ട്, തന്റെ പ്രധാന കൃതിയായ 'ഇച്ഛയും ആശയവും എന്ന നിലയിൽ ലോകം' (The world as will and idea) ഭാഗങ്ങൾ പരിശുദ്ധാത്മാവ് പറഞ്ഞുതന്ന് എഴുതിയതാണെന്ന് അദ്ദേഹം പ്രഖ്യാപിച്ചു.

ഉൺമ (Thing-in-itself)യെക്കുറിച്ചുള്ള സങ്കല്പം കാന്റിന്റെ വിമർശനാത്മക ദർശനത്തിന്റെ അപരകോടി (Anticlimax) ആയിരുന്നു. നിഗൂഢമായ അതിഭൗതികവാദ (Mystic Metaphysics)ത്തിലേയ്ക്കുള്ള പിന്മടക്കത്തെ അത് അർത്ഥമാക്കി. ഒരർത്ഥത്തിൽ ഹെഗലും ഫിഷ്റ്റെയും ആ സങ്കല്പത്തെ തിരസ്കരിച്ചിരുന്നു. ഷോപ്പൻ ഹവർ നേരേമറിച്ചാണ് ചെയ്തത്; ഹെഗലിനോടുള്ള വിദ്വേഷമാണ് അങ്ങനെ ചെയ്യാൻ അദ്ദേഹത്തെ പ്രേരിപ്പിച്ചതെന്ന് പറയപ്പെടുന്നു.10 അദ്ദേഹം ഉൺമയെ ഇച്ഛ എന്ന നിലയിൽ വ്യാഖ്യാനിച്ചു. എന്നാൽ, അത് പുറമേയ്ക്കു കാണുന്നതുപോലെ കാന്റിന്റെ യുക്തിവാദത്തിൽ നിന്നുള്ള വലിയ വിച്ഛേദമൊന്നുമായിരുന്നില്ല. ഇച്ഛയുടെ പരമാധികാരത്വം കാന്റിന്റെ ധർമ്മശാസ്ത്രത്തിൽ അന്തർലീനമായിരുന്നു. നല്ല മനുഷ്യനും ചീത്തമനുഷ്യനും തമ്മിലുള്ള വ്യത്യാസം അവരുടെ

ഇച്ഛകൾ തമ്മിലുള്ള വ്യത്യാസമാണെന്ന് അദ്ദേഹം കരുതി. അതിഭൗതികമായ ധാർമ്മികനിയമം ഇച്ഛയുമായി ബന്ധപ്പെട്ടാണിരിക്കുന്നതെന്നും അദ്ദേഹം വാദിച്ചു. അങ്ങനെ കാന്റിന്റെ ദർശനത്തിൽ അന്തർലീനമായിരുന്നതിനെ പുറത്തേയ്ക്കു കൊണ്ടുവന്ന് ഷോപ്പൻഹവർ ഇച്ഛയാണ് ആത്യന്തികമായ ഒരേയൊരു യാഥാർത്ഥ്യം എന്ന നിഗമനത്തിലെത്തുകയും, ഇച്ഛിക്കാൻ കഴിവുള്ള വ്യക്തിയുടെ ഇച്ഛയെ പ്രാപഞ്ചിക ഇച്ഛ (Universal Will)യുമായി താദാത്മ്യപ്പെടുത്തുകയും ചെയ്തു.11

എന്നാൽ, ഒരു നിഗൂഢസങ്കല്പത്തിനുപകരം മറ്റൊന്നിനെ വെയ്ക്കുന്നത് വിജ്ഞാനപ്രദമായ വ്യാഖ്യാനമൊന്നുമാകുന്നില്ല. ഷോപ്പൻഹവർ ഇച്ഛയെ ഇങ്ങനെ നിർവ്വചിച്ചു: അത് സകലസത്തയുടെയും ആത്യന്തികവും ലഘൂകരിക്കാനാകാത്തതും ആദിമവുമായ തത്ത്വവും, ജീവനും അതിന്റെ എല്ലാ പ്രകടനങ്ങളും അടങ്ങുന്ന പ്രാതിഭാസിക ലോകത്തെ സൃഷ്ടിക്കുന്ന പ്രേരകശക്തിയുമാണ്. അങ്ങനെ ഈ നിർവ്വചനം ഒരുതരം നിഗൂഢമായ വിശ്വദേവതാവാദ (mystic pantheism)ത്തിലേയ്ക്കു പോകാനുള്ള പ്രവണത കാണിക്കുന്നു. പക്ഷേ, അത് പെട്ടെന്ന് എതിർദിശയിലേയ്ക്കു തിരിയുന്നു; ഇച്ഛ എന്നത് കാരണമൊന്നുമില്ലാത്ത അന്ധവും അടിസ്ഥാനപരവുമായ ഒരു പ്രേരണയാണ്. അങ്ങനെ, ഷോപ്പൻഹവറുടെ യൗവ്വനകാലത്തെ കാല്പനികതാവാദം അദ്ദേഹത്തിന്റെ പിൽക്കാലദർശനത്തിന്റെ വിധിവാദത്തിൽ മുങ്ങിപ്പോയി. അതുകൊണ്ടാണ് അദ്ദേഹം തന്റെ കൂറ് യവനയുക്തിവാദമാനവികതയിൽനിന്നും ഹൈന്ദവമായ നിഗൂഢവിശ്വദേവതാവാദത്തിലേയ്ക്കു മാറ്റിയത്.

എന്നാൽ, ഷോപ്പൻഹവർ ശരിയായ അർത്ഥത്തിലുള്ള ഒരു വിശ്വദേവതാവാദി ആയിരുന്നില്ല. അദ്ദേഹത്തിന്റെ പ്രാപഞ്ചിക ഇച്ഛ സ്പിനോസ (1632-77)യുടെ ദ്രവ്യ(substance)ത്തെപ്പോലെയല്ല; അതു ദൈവത്തിനു തുല്യവുമല്ല. ഷോപ്പൻഹവറുടെ പ്രാപഞ്ചിക ഇച്ഛ മനുഷ്യനിലെ നന്മയിലേയ്ക്കുള്ള ദൈവികമായ ഇച്ഛയല്ല. മറിച്ച്, തിന്മയും അധാർമ്മികതയും എല്ലാ ദുരിതങ്ങളുടെയും കാരണവും ആകുന്നു. അതുകൊണ്ട്, ജീവിതം ദുഃഖമയമാവാൻ വിധിക്കപ്പെട്ടിരിയ്ക്കുന്നു. അറിവു വർദ്ധിക്കുന്നതിനനുസരിച്ച് ദുഃഖങ്ങളും വർദ്ധിക്കുന്നു. ഈ ലോകം വലിയൊരു തടവറയാണ്. അതിൽനിന്നു രക്ഷപ്പെടാനാവില്ല. മനുഷ്യൻ തന്റെ സ്വന്തം ഇച്ഛയുടെ അടിമയാകാൻ ശാശ്വതമായി വിധിക്കപ്പെട്ടിരിക്കുന്നു. സ്വന്തം ഇച്ഛയെ നിയന്ത്രിക്കാൻ അവനു കഴിയില്ല. കാരണം, അത് പ്രാപഞ്ചിക ഇച്ഛയുടെ പ്രകടനമാണ്. അതുകൊണ്ട്, സ്വാതന്ത്ര്യത്തിനു വേണ്ടിയുള്ള ത്വര മിഥ്യയാണ്.

മനുഷ്യവർഗ്ഗത്തിന്റെ ആരംഭം മുതൽ ആ ത്വര മനുഷ്യനെ വഴിതെറ്റിച്ചു കൊണ്ടിരിക്കുകയാണ്. വണ്ടി വലിപ്പിക്കുന്നതിന് കഴുതയുടെ മുമ്പിൽ വടിയിൽ കെട്ടി ആട്ടിക്കൊണ്ടിരിക്കുന്ന കാരറ്റിനെ പോലെയാണത്. പ്രാപഞ്ചിക ഇച്ഛയുടെ ദൂഷിതവലയത്തിൽനിന്നു പുറത്തുകടക്കുവാൻ മനുഷ്യന് ഒരു വഴിയുമില്ല. കാരണം, ശക്തി നൽകുമെന്ന് പറയപ്പെട്ടുന്ന അറിവ് മനുഷ്യന്റെ അടിമത്തത്തെ ബലപ്പെടുത്തുക മാത്രമാണ് ചെയ്യുന്നത്. അറിവിന് മനുഷ്യനെ ഒരുതരത്തിലും സഹായിക്കാനാവില്ല. കാരണം, അറിയുന്നതിനുള്ള ശേഷിയായ ബുദ്ധിയെയും സൃഷ്ടിച്ചിട്ടുള്ളത് ഇച്ഛയാണ്. 'ഇച്ഛയും മനസ്സും തമ്മിലുള്ള ഈ ബന്ധം, ഇച്ഛയുടെ ഒരുപകരണം മാത്രമാണ് മനസ്സെന്ന ഷോപ്പൻഹവറുടെ പൂർവ്വപക്ഷം (Premise) അപമാനകരവും അപലപനീയവുമാണ്. അത് സ്വയം കബളിപ്പിക്കുന്നതിന് മനുഷ്യവംശത്തിന്റെ മുഴുവൻ ഗതിയെയും കഴിവിനെയും ഒരു ചെപ്പിലടച്ച്, മനുഷ്യവംശത്തിന് അതിന്റെ ലക്ഷ്യവും ഉള്ളടക്കവും മനസ്സിൽനിന്ന് ലഭിക്കുമെന്ന് സങ്കല്പിക്കുന്നു. എന്നിരിക്കിലും നമ്മുടെ ദാർശനികൻ നേരെ എതിരായ കാര്യത്തെയാണ് സമർത്ഥിക്കുന്നത്. ഇച്ഛയെ ന്യായീകരിക്കുന്നതിനും അതിനു 'ധാർമ്മിക'മായ പ്രേരകങ്ങൾ പ്രദാനം ചെയ്യുന്നതിനുമായി, ചുരുക്കത്തിൽ നമ്മുടെ ജന്മവാസനകളെ (Instincts) യുക്തിവൽക്കരിക്കുന്നതിനായി അദ്ദേഹം ബുദ്ധിയെ ഇച്ഛയുടെ വെറുമൊരു ശിങ്കിടിയുടെ സ്ഥാനത്തേയ്ക്ക് തരംതാഴ്ത്തുന്നു.' (Thomas Mann, The Living Thoughts of Schopenhauer).

മതനവീകരണ പ്രസ്ഥാനം വിളംബരം ചെയ്യുകയും ബ്രിട്ടീഷ് ആനുഭവികവാദം അബോധപൂർവ്വമായി സഹായിക്കുകയും അവസാനം റൂസ്സോ കുടിയിരുത്തുകയും ചെയ്ത ദാർശനിക പ്രതിലോമത ഷോപ്പൻഹവറിൽ അതിന്റെ പരമകാഷ്ഠയെ പ്രാപിച്ചു. 'ഇച്ഛയാണ് പരമമായത് എന്ന സിദ്ധാന്തത്തെ, ഒരു തരത്തിലല്ലെങ്കിൽ മറ്റൊരു തരത്തിൽ നിരവധി ആധുനികദാർശനികർ സ്വീകരിച്ചിട്ടുണ്ട് - പ്രത്യേകിച്ചും നീത്ഷെ, ബെർഗ്സൺ, വില്യം ജെയിംസ് (1842-1910), ജോൺ ഡ്യൂയി (1859-1952) എന്നിവർ. ഇച്ഛയുടെ സ്ഥാനം ഉയരുന്നതിന് ആനുപാതികമായി അറിവ് താഴോട്ടുപോകുന്നു. ഇതാണ് നമ്മുടെ കാലഘട്ടത്തിലെ ദാർശനിക മനോഭാവത്തിൽ വന്നിട്ടുള്ള ശ്രദ്ധേയമായ മാറ്റം. റൂസ്സോയും കാന്റുമാണ് അതിനു കളമൊരുക്കിയതെങ്കിലും, ശുദ്ധമായ രൂപത്തിൽ ആദ്യമത് പ്രഖ്യാപിച്ചത് ഷോപ്പൻഹവറായിരുന്നു' (Bertrand Russel, History of Western Philosophy).

നീത്ഷെ സ്വയം താൻ ഷോപ്പൻഹവറുടെ ഒരനുയായിയാണെന്ന് വിശേഷിപ്പിക്കുകയും, സർവ്വശക്തമായ ഇച്ഛ (Omnipotent Will)

എന്ന സിദ്ധാന്തത്തെ നിഷ്ഠുരതയുടെ ആരാധനയായും (Cult of Brutality) വീരനായകന്റെ ദോഷൈക ദൃഷ്ടിവാദമായും (Cynicism of hero) പൊരുത്തത്തോടെ വികസിപ്പിച്ചു. എന്നാൽ, വാസ്തവത്തിൽ അദ്ദേഹം സ്വയം ഒരു വർഗ്ഗമായിരുന്നു. 'റൂസ്സോവിന്റെ മട്ടിലുള്ള ഒരു ധാർമ്മികമതഭ്രാന്തനാണ്" കാന്റ് എന്ന് തള്ളിപ്പറഞ്ഞുകൊണ്ട് ക്ലാസിക്കൽ ജർമ്മൻ ദർശനത്തിന്റെ പാരമ്പര്യത്തിൽനിന്നെന്നപോലെ പൊതുവിലുള്ള ദാർശനിക പ്രതിലോമതയിൽനിന്നും അദ്ദേഹം വേറിട്ടുപോയി. ശാസ്ത്രം ക്രിസ്തുമത പ്രമാണങ്ങളിലുള്ള വിശ്വാസത്തെ തകർത്തത് എല്ലാ മൂല്യങ്ങളുടെയും നിഷേധത്തിലേക്ക് നയിച്ചു എന്ന് നീത്ഷെ കരുതി. പത്തൊമ്പതാം നൂറ്റാണ്ടിലെ പ്രകൃതിവാദം (Naturalism) വെറും താൽക്കാലികോപായം മാത്രമായിരുന്നുവെന്നും അത് ജീവിതത്തിന് പുതിയ അർത്ഥമൊന്നും നൽകിയില്ലെന്നും അദ്ദേഹം കരുതി. 'ദാർശനികപദ്ധതികൾ അവയുടെ സ്ഥാപകൻമാർക്കു മാത്രമാണ് പൂർണ്ണമായും ശരിയാകുന്നത്; പിൽക്കാല ദാർശനികർക്ക് അവ പൂർണ്ണമായും തെറ്റാണ്; ദുർബല മനസ്കർക്ക് അവ ശരിതെറ്റുകളുടെ ഒരു മിശ്രിതമാണ്; പക്ഷേ, എന്തായാലും, ഉന്നതമായ ലക്ഷ്യം എന്ന നിലയിൽ അവ തെറ്റുകളും അതുകൊണ്ടുതന്നെ തിരസ്കരിക്കപ്പെടേണ്ടവയുമാണ്". ധൈഷണികവും ധാർമ്മികവും സാംസ്കാരികവുമായ ആദർശങ്ങൾക്ക് അടിസ്ഥാനമായിരിക്കുന്ന പ്രകൃതിദർശനത്തെയും ജീവിതദർശനത്തെയും അവയുടെ താർക്കികമായ നിഗമനങ്ങളിലേയ്ക്ക് വിട്ടുവീഴ്ചയില്ലാതെ കൊണ്ടുചെന്നെത്തിക്കാൻ കഴിയാത്തതിനാൽ, ആ ആദർശങ്ങൾ ആന്തരിക വൈരുദ്ധ്യങ്ങൾ നിറഞ്ഞതും അപ്രായോഗികവുമായിത്തീർന്ന ഒരു കാലഘട്ടത്തിന്റെ അവസാനത്തെ നീത്ഷെ അടയാളപ്പെടുത്തി.

ദെക്കാർത്തെ (1596-1650) സ്ഥാപിച്ച പുതിയ തത്ത്വചിന്ത മധ്യകാലചിന്ത(Mediavalism)ക്കെതിരായ ഒരു കലാപമായിരുന്നു. നവോത്ഥാനം സൃഷ്ടിച്ച മാനവികവാദ മനോഭാവത്തിന്റെയും ശാസ്ത്രവിജ്ഞാന പുരോഗതിയുടെയും പിൻബലത്തിൽ മനുഷ്യമനസ്സിനെ മതാത്മക ചിന്താരീതിയുടെ പാരമ്പര്യത്തിൽനിന്നും, ദൈവശാസ്ത്രപരമായ പൂർവ്വകല്പന (Metaphysics)കളുടെയും പുരോഹിത മേധാവിത്വപരമോ അതീന്ദ്രിയവാദപരമോ ആയ വരട്ടു ധാർമ്മികതയുടെയും സ്വാധീനത്തിൽ നിന്നും വിമോചിപ്പിക്കുകയായിരുന്നു അതിന്റെ ഉദ്ദേശ്യം.

വർദ്ധിച്ചുകൊണ്ടിരുന്ന ശാസ്ത്രവിജ്ഞാനത്തിന്റെ വെളിച്ചം തത്ത്വശാസ്ത്രത്തിന് വഴിത്താരയൊരുക്കി. എന്നാൽ, നാഗരികതയുടെ ആരംഭകാലത്ത് വസ്തുനിഷ്ഠജ്ഞാനത്തിന്റെ അപര്യാപ്തത ആദ്യകാല

പ്രകൃതിവാദ ചിന്തകരെ പ്രകൃത്യതീതശക്തികളെ സങ്കല്പിക്കാൻ നിർബന്ധിച്ചിരുന്നു. അതുപോലെ, ആധുനികകാലത്തും പ്രകൃതി പ്രതിഭാസങ്ങളെയെല്ലാം - പ്രത്യേകിച്ചും ജൈവികം, മാനസികം എന്നൊക്കെ വിളിക്കപ്പെടുന്നവയെ - പൂർണ്ണമായും വിശദീകരിക്കാനുള്ള ശാസ്ത്രത്തിന്റെ കഴിവില്ലായ്മ, ദാർശനികചിന്തയെ ആശയക്കുഴപ്പത്തി ലാക്കുന്നതിന് മതപരമായ പശ്ചാദ്ഗമന പ്രവണതയെ സജീവമാക്കി നിർത്തുകയും അങ്ങനെ ആത്മീയ വിമോചനത്തിലേയ്ക്കുള്ള മനുഷ്യന്റെ മുന്നേറ്റത്തെ തടയുകയും ചെയ്യുന്നു. ആത്യന്തികമായി, പത്തൊമ്പതാം നൂറ്റാണ്ടിൽ, യുക്തിയും അയുക്തിയും തമ്മിലും ശാസ്ത്രീയ പ്രകൃതിവാദവും പലരൂപത്തിലുള്ള പ്രച്ഛന്ന പ്രകൃത്യാതീതവാദവും തമ്മിലും ഐഹികവാദവും ഇന്ദ്രിയാതീതവാദവും തമ്മിലും ഭൗതികവാദവും ആത്മീയവാദവും തമ്മിലും - ചുരുക്കത്തിൽ വിജ്ഞാനവും വിശ്വാസവും തമ്മിലും ഉള്ള പോരാട്ടത്തിന്റെ കളത്തിലേക്ക് തത്ത്വശാസ്ത്രം കടന്നുവന്നു. പുതിയ തത്ത്വശാസ്ത്രത്തിന്റെ താർക്കികമായ പരിണാമത്തിന് എതിരായി ഒഴുകിയ ചിന്താപ്രവാഹങ്ങളും അത്രതന്നെ താർക്കികമായിരുന്നു. കാരണം, അവ മുൻനൂറ്റാണ്ടുകളിൽ പോഷിപ്പിക്കപ്പെട്ട ശീലങ്ങളെയും വൈകാരിക പ്രവണതകളെയും പ്രതിനിധീകരിച്ചിരുന്നു.

ദാർശനികചിന്തയുടെ പ്രതിസന്ധി, ആ ദാർശനികചിന്തയിൽനിന്ന് രൂപംനൽകിയ രാഷ്ട്രീയവും സാമൂഹികവുമായ സിദ്ധാന്തങ്ങൾക്കിടയിൽ വളർന്നുവന്ന വൈരുദ്ധ്യത്തിലും അവയുടെ പ്രയോഗത്തിലും സ്വയം പ്രകടമായി. പത്തൊമ്പതാം നൂറ്റാണ്ടിലെ അനുഭവത്തിന്റെ ആകെ ഫലം മനുഷ്യന്റെ ആത്മവിശ്വാസം നഷ്ടപ്പെട്ടു എന്നതാണ്. വ്യക്തിവാദത്തെ സമഷ്ടിവാദം വിഴുങ്ങി; രാഷ്ട്രീയവും സാംസ്കാരികവും ധൈഷണികവു മായ സ്വാതന്ത്ര്യങ്ങൾ സർവ്വാധിപത്യത്തിന്റെ ആരാധനയ്ക്കായി ബലികൊടുക്കപ്പെട്ടു; ജനാധിപത്യം സ്വേച്ഛാധിപത്യത്താൽ ഭീഷണിപ്പെടുത്തപ്പെട്ടു. അതേസമയം, ശാസ്ത്രം അറിവ് നേടുന്നതിനായി മുന്നേറിയിരുന്നു. അത് ഭൗതികപ്രപഞ്ചത്തിന്റെ വിശാലതയിലും ജൈവ പ്രകൃതിയുടെ അവ്യക്തമായ മൂലകളിലും വെളിച്ചം വീശുക മാത്രമല്ല, മനുഷ്യപ്രകൃതിയുടെ നിഗൂഢത അഴിക്കുന്നതിനായി മനുഷ്യന്റെ സത്തയുടെയും ആയിത്തീരലിന്റെയും (Being and becoming) രഹസ്യങ്ങളെ വെളിപ്പെടുത്തുകയും ചെയ്തു. ആ വെളിച്ചത്തിൽ, ധൈഷണികവും സാംസ്കാരികവും ധാർമ്മികവുമായ ആദർശങ്ങൾ പുതിയ അർത്ഥങ്ങൾ കൈവരിച്ചു. സ്വാതന്ത്ര്യം എന്നത് വിദൂരമായ ഒരു ആദർശലോകത്തിൽ തേടേണ്ട ഒന്നല്ലാതായി; അറിവ് മായികഭ്രമവും ധാർമ്മികത നിഗൂഢാവസ്ഥയും സത്യം അതിഭൗതികമായ അമൂർത്തതയും അല്ലാതായിത്തീർന്നു.

മനുഷ്യമനസ്സിലുള്ള പരമ്പരാഗതമായ ആദർശങ്ങളും മൂല്യങ്ങളുമെല്ലാം മനുഷ്യയത്നത്തിന്റെ പരിധിക്കകത്ത് വന്ന്, വർദ്ധിച്ചുവരുന്ന വിജ്ഞാനത്തിൽനിന്ന് രൂപംകൊണ്ട സർഗ്ഗാത്മക ശക്തിയാൽ പടിപടിയായി ദൃഢീകരിക്കപ്പെട്ടു.

എന്നാൽ, ഈ പുതിയ നവോത്ഥാനം പത്തൊമ്പതാം നൂറ്റാണ്ടിലെ സംസ്കാരത്തിന്റെ 'സാമ്പ്രദായിക നുണകൾ'ക്കെതിരെ കലാപമുയർത്താൻ ആവശ്യപ്പെട്ടു. ആ കലാപത്തിന്റെ മൂർത്തീമദ്ഭാവമായിരുന്നു നീത്ഷെ. കഴിഞ്ഞുപോയ കാലഘട്ടത്തിലെ സദാചാരമൂല്യങ്ങളുടെ തകർച്ചയുടെയും ബൗദ്ധികജീവിതത്തെ ആശയക്കുഴപ്പത്തിലാക്കിയ സംഘർഷത്തിന്റെയും പ്രതിരൂപം കൂടിയായിരുന്നു അദ്ദേഹം. അല്പൻമാരായ ആളുകൾ ആത്മവഞ്ചന വളരെ വിജയകരമായി നടത്തിയിരുന്നു. ആത്മവഞ്ചന എന്ന കലയിൽ നീത്ഷെ വിദഗ്ദനായിരുന്നില്ല. അതിനാൽ ഞരമ്പിനെ തകർക്കുന്ന വൈകാരിക സംഘർഷം അദ്ദേഹം ബോധപൂർവ്വം അനുഭവിക്കുകയും ഭ്രാന്തിലേക്ക് പോവുകയും ചെയ്തു.12

ഫാസിസവും കമ്മ്യൂണിസവും പുതിയൊരു നാഗരികതയെ പടുത്തുയർത്തുക എന്ന ചരിത്രപരമായ ദൗത്യം ഒരുപോലെ അവകാശപ്പെട്ടു - ഒന്ന് അവശിഷ്ടങ്ങൾക്കുമേലും മറ്റേത് പത്തൊമ്പതാം നൂറ്റാണ്ടിലെ ധനാത്മകനേട്ടങ്ങൾക്കുമേലും. ഓരോന്നിനും അതിന്റെ സിദ്ധാന്ത പ്രയോഗങ്ങൾക്ക് നീത്ഷെയിൽ പിന്തുണ കണ്ടെത്താൻ കഴിഞ്ഞു. എന്നാൽ, നീത്ഷെയുടെ ഡയണീഷ്യൻ (വീഞ്ഞിന്റെയും ദുരിതങ്ങളുടെയും യവനദേവൻ - വിവ.) ഭാവം മുന്തിനിന്നിരുന്നു; ആധുനിക നാഗരികത യോടുള്ള നീത്ഷെയുടെ കടുത്ത നിന്ദ അദ്ദേഹത്തെ ഫാസിസ്റ്റുകൾക്ക് തങ്ങളുടെ മാത്രം ദാർശനികനാക്കാൻ തക്ക രീതിയിലുള്ളതായിരുന്നു. എന്നാൽ, നീത്ഷെ സോഷ്യലിസത്തിന് എതിരായിരുന്നുവെങ്കിൽ, അതിനേക്കാളേറെ ദേശീയവാദത്തോട് വിരോധമുള്ള ആളുമായിരുന്നു.13 ജർമ്മൻചേതനയ്ക്ക് അന്യവും ക്ഷയിച്ചതും എന്ന നിലയിൽ ഫാസിസ്റ്റുകൾ നശിപ്പിക്കാൻ ഉദ്ദേശിച്ച ആധുനികനാഗരികതയുടെ ധൈഷണികവും സാംസ്കാരികവും ധാർമ്മികവുമായ മൂല്യങ്ങളുടെയെല്ലാം മൂർത്തിമദ് ഭാവമായ 'നല്ല യൂറോപ്യൻ' ആയിരുന്നു നീത്ഷെയുടെ അതിമാനുഷൻ. നാസികൾ തങ്ങളുടെ ധർമ്മനിഷേധത്തെ ന്യായീകരിക്കുന്നതിന് 'നന്മതിന്മകൾക്കപ്പുറം' എന്ന നീത്ഷെയുടെ ആശയത്തെ വികലമാക്കി. എന്നാൽ നീത്ഷെ ചീത്തയെ തിന്മയിൽനിന്ന് വേർതിരിച്ചു കണ്ടിരുന്നു. ആ പദങ്ങളുടെ സാമ്പ്രദായികമായ അർത്ഥങ്ങൾക്കും അതനുമതി നൽകിയ 'അടിമ ധാർമ്മികത'യ്ക്കും എതിരായ കലാപ പ്രഖ്യാപനമായിരുന്നു ആ

ആശയം. തിന്മ എന്ന ആശയത്തെ പരിഹസിക്കുമ്പോൾ അദ്ദേഹത്തിന്റെ മനസ്സിൽ ഷോപ്പൻഹവറുടെ ദർശനമുണ്ടായിരുന്നു എന്നു വ്യക്തം. കൂടാതെ, നന്മയും തിന്മയും ദൈവത്തിനും ചെകുത്താനും വേണ്ടി നിലകൊള്ളുന്നു എന്നത് നീത്ഷെയുടെ പ്രശസ്തമായ സിദ്ധാന്തത്തിന്റെ ശരിയെന്നു തോന്നിപ്പിക്കുന്ന വ്യാഖ്യാനവുമാകാം. തന്റെ ഭാഗധേയത്തെ നിർണ്ണയിക്കുന്ന തുല്യശക്തിയുള്ള ഈ രണ്ടു സാങ്കല്പിക ഭരണകർത്താക്കൾക്കിടയിൽ മനുഷ്യൻ തികഞ്ഞ നിസ്സഹായാവസ്ഥ യിലേക്ക് താഴ്ത്തപ്പെട്ടു. നിത്ഷെയുടെ അതിമാനുഷന്റെ ആദിരൂപം ഗോയ്ഥെ (1749-1832)യുടെ മെഫിസ്റ്റോഫിലീസ് ആയിരുന്നുവെന്ന് കരുതാം. ചീത്തയാകാനുള്ള ധൈര്യമോ നല്ലവനാകാനുള്ള കരുത്തോ ഇല്ലാതിരുന്ന മനുഷ്യന്റെ കപടനാട്യത്തെ പരിഹസിക്കുന്ന ദോഷൈകദൃക്കായ ദാർശനികനാണ് മെഫിസ്റ്റോഫിലീസ്. നന്മതിന്മകളെന്ന ഇരട്ടതത്ത്വങ്ങളുടെ ശാശ്വതഭാവത്തെക്കുറിച്ചുള്ള സിദ്ധാന്തം മാജികളുടെ മതത്തിലേയ്ക്ക് നീത്ഷെയെ ആകർഷിച്ചിരിക്കണം. ദൈവം ഈ രണ്ടു തത്ത്വങ്ങളുടെയും മൂർത്തിമദ്ഭാവമായിരുന്നതിനാൽ, ആത്മീയ സ്വാതന്ത്ര്യം നന്മതിന്മകളുടെ അപ്പുറത്താണ് കിടക്കുന്നത് എന്ന നിഗമനത്തിൽ താർക്കികമായി എത്തിച്ചേരുന്നു.

'സംഗീതചേതനയിൽ നിന്നുള്ള ദുരന്തത്തിന്റെ ജനനം' എന്ന കൃതിയിലാണ് നീത്ഷെ തന്റെ ദർശനം ആദ്യമായി ആവിഷ്കരിച്ചത്. അക്കാലത്തും അദ്ദേഹം റിച്ചാർഡ് വാഗ്നറുടെ (1813-83) സ്വാധീനത്തിൻ കീഴിലായിരുന്നു. ഈ കൃതിയിൽ, യവനസംസ്കാരത്തിലെ ഡയണീഷ്യ സിന്റെയും അപ്പോളോ (അന്ധകാരത്തെയും തിന്മയെയും ഇല്ലാതാക്കുന്ന വെളിച്ചത്തിന്റെയും സ്വാസ്ഥ്യത്തിന്റെയും യവനദേവൻ - വിവ.) വിന്റെയും പ്രവണതകൾ തമ്മിലുള്ള സംഘർഷത്തെക്കുറിക്കുന്ന ആ പഴയ പ്രമേയം ഗംഭീരമായ കലാചാതുര്യത്തോടെയും പലപ്പോഴും അസംബന്ധത്തോള മെത്തുന്ന കാവ്യബിംബങ്ങളുടെ സമൃദ്ധിയോടെയും വികസിപ്പിക്കപ്പെടുന്നു. ഡയണീഷ്യൻ പ്രവണത കുറേക്കൂടി പഴയതാണ്; 'ഒടുങ്ങാത്ത പ്രാകൃതശക്തി, കീഴടക്കാൻ മനുഷ്യനെ പ്രേരിപ്പിക്കുന്ന പ്രക്ഷുബ്ധമായ ആസക്തി, നിഗൂഢമായ നിർവൃതി, മരണാനുരാഗം' എന്നിവയെ അത് പ്രതിനിധീകരിക്കുന്നു. കാവ്യാത്മക ധാരാളിത്തത്തെ ഒഴിവാക്കിയാൽ അത് മനുഷ്യന്റെ സ്വാതന്ത്ര്യത്തിനുവേണ്ടിയുള്ള ത്വരയാണ്; ജീവന്റെ ആ അടിസ്ഥാന ചോദനയെക്കുറിച്ച് ബോധവാനായിരിക്കാനുള്ള കഴിവാണ്; പ്രകൃതിയെ കീഴടക്കാനുള്ള തന്റെ ശക്തിയിലുള്ള വിശ്വാസമാണ്; തന്റെ സർഗ്ഗശേഷിയെ പ്രകടമാക്കാനും, ജീവിതസൗന്ദര്യങ്ങളെ, അത് മരണത്തെയാണ് അർത്ഥമാക്കുന്നതെങ്കിൽപോലും,

ആസ്വദിക്കാനുമുള്ള വൈകാരിക പ്രവണതയാണ്. വിരസമായ ഈ പ്രസ്താവം പൂർണ്ണമായും കാവ്യമുക്തമല്ല; നീത്ഷെയുടെ ദർശനത്തെ കാവ്യാത്മകമായ വളവുതിരിവു കളിൽനിന്ന് വേർപെടുത്താനാവി ല്ലല്ലോ.

ഗ്രീക്ക് സംസ്കാരത്തിലെ ഡയണീഷ്യൻ പ്രവണത എന്നതു കൊണ്ട് അദ്ദേഹം അർത്ഥമാക്കിയത് ഡെമോക്രീറ്റസ് മുതൽ എപ്പിക്യൂറസ് വരെയുള്ള ദാർശനികരും കലാകാരൻമാരും പ്രതിനി ധീകരിച്ച പ്രവണത കളെയാണ്. അപ്പോളോണിയൻ പ്രവണതയെ പ്രതിനിധീകരിക്കുന്ന സോക്രട്ടീസിലേക്കും യൂറിപ്പിഡീസിലേക്കും പ്ലേറ്റോയിലേയ്ക്കും നേതൃത്വം പോയപ്പോൾ ആ പ്രവണത അമർത്തപ്പെ ട്ടുവെന്നും അദ്ദേഹം അഭിപ്രായപ്പെട്ടു. നീത്ഷെ അപ്പോളോണിയൻ പ്രവണതയെ സമാധാനം കാംക്ഷിക്കുന്നതും സൗഹാർദ്ദപരമായതും ജീവിതത്തിന്റെ അടിസ്ഥാന ചോദനകളെ നിയന്ത്രിക്കുന്നതുമായി വിവരിച്ചു. മനുഷ്യനെ ആത്മീയാടി മത്തത്തിലേയ്ക്കും 'അടിമമനോ ഭാവ'ത്തിലേക്കും നയിച്ച നിഗൂഢവും അതിഭൗതികവുമായ ധാരണ കൾക്കുപകരം പ്രകൃതിവാദത്തെയാണ് താൻ ഇഷ്ടപ്പെടുന്നത് എന്ന് സൂചിപ്പിക്കുക മാത്രമാണ് വൈരുദ്ധ്യത്തെ കടുത്തനിറങ്ങളിലും സുവ്യക്തമായും വരയ്ക്കുന്നതിലൂടെ നീത്ഷെ ചെയ്യുന്നത്. ഡയണീ ഷ്യൻ സംസ്കാരം മനുഷ്യന്റെ സ്വാതന്ത്ര്യ വാഞ്ഛയ്ക്കും സർഗ്ഗശേഷിക്കും കടിഞ്ഞാൺ പൂർണ്ണമായും നൽകുന്നു; അത് ശരിയായ അർത്ഥത്തി ലുള്ള മാനവവാദപരമായ നിലപാടാണ്. അതേസമയം, അപ്പോളോ ണിയൻ സംസ്കാരം മനുഷ്യനിൽ നിലീനമായ കഴിവുകൾക്ക് പരിധി കൽപ്പിക്കുകയും, ഒടുവിൽ മനുഷ്യനെ ഭരിക്കുന്നതിനുള്ള ദൈവങ്ങളെ ന്ന നിലയിൽ അവതരിപ്പിക്കുന്ന നിഗൂഢവും അതിഭൗതികവുമായ നിയന്ത്രണങ്ങൾക്ക് അവനെ കീഴ്പ്പെടുത്തുകയും ചെയ്യുന്നു.

പത്തൊമ്പതാം നൂറ്റാണ്ടിൽ പ്രകടമായ പഴയ ആ രണ്ടു പ്ര വണതകൾ തമ്മിലുള്ള സംഘർഷത്തെയാണ് നീത്ഷെയുടെ ദർശനം ഉൾക്കൊണ്ടിരുന്നത്. അതിൽ അദ്ദേഹം ഡയണീഷ്യൻ പ്രവണതയ്ക്ക് അനുകൂലമായിരുന്നു. നശീകരണാത്മകമെന്നപോലെ സൃഷ്ടിപരവുമായ മാനവികതാവാദിയായിരുന്നു അദ്ദേഹം. സ്വത ന്ത്രനാകുന്നതിനും സൃഷ്ടിക്കുന്നതിനും ആസ്വദിക്കുന്നതിനുമുള്ള മനുഷ്യന്റെ കഴിവിനെ വെളിപ്പെടുത്തുന്നതിന് തടസ്സമായി നിൽക്കു ന്നവയെ ഇല്ലായ്മ ചെയ്യലാണ് നശീകരണം കൊണ്ടുദ്ദേശിക്കുന്നത്. ആത്മീയമോ നിഗൂഢമോ ദൈവികമോ ആയ ഊന്നുവടികളി ല്ലാതെ സ്വന്തം കാലുകളിൽ നിൽക്കാനുള്ള മനുഷ്യന്റെ കഴിവിനെ സംശയിക്കുകയും, പിന്നെ നിഷേധിക്കുകയും ചെയ്ത ദാർശനിക

പ്രതിലോമതയ്ക്ക് എതിരായി കലാപമുയർത്തിയ ആളായിരുന്നു താർക്കികമായി അദ്ദേഹം.

പത്തൊമ്പതാം നൂറ്റാണ്ടിലെ സംസ്കാരത്തിന്റെ തകർച്ചയെ അഭിമുഖീകരിച്ച നീത്ഷെക്ക് തന്റെ വ്യക്തിജീവിതം വേദനാഭരിതമായ ഒരു ലോകത്തെ പ്രതീകവൽക്കരിക്കുന്നതായി തോന്നി. അതുകൊണ്ട്, അദ്ദേഹത്തിന്റെ ദർശനത്തിന്റെയാകെ ഉദ്ദേശ്യം വേദനയുടെ പ്രശ്നത്തെ പരിഹരിക്കുകയെന്നതായിരുന്നു. 'ശക്തിക്കുവേണ്ടിയുള്ള ഇച്ഛ' (Wille zur macht) എന്ന പ്രശസ്തമായ പ്രമാണത്തിൽ അദ്ദേഹം അതിനുള്ള പരിഹാരം കണ്ടെത്തി. ഭൗതികമായി നിർണ്ണീതമായ പ്രപഞ്ചത്തിനുമേൽ സ്വേച്ഛാ പരമായി വെച്ചുകെട്ടിയ സൻമനോഭാവം (Goodwill) എന്ന അതിഭൗതികമായ സങ്കല്പത്തിൽനിന്ന് രൂപംനൽകിയതാണ് കാന്റിന്റെ ധാർമ്മികക്രമം (moral order). എന്നാൽ ഉറപ്പുള്ള ഒരു മൂല്യവ്യവസ്ഥ മനുഷ്യേച്ഛ എന്ന പരമസത്യത്തിനു മുകളിൽ മാത്രമേ പടുത്തുയർത്താൻ കഴിയൂ എന്ന് നീത്ഷെ വിശ്വസിച്ചു. ജീവിതത്തോട് വിധിവാദപരമായ ഒരു സമീപനമാണ് ശാസ്ത്രീയ പ്രകൃതിവാദത്തിനുണ്ടായിരുന്നത് എന്ന് അദ്ദേഹം തെറ്റായി വാദിച്ചു.

'ഓരോന്നും എങ്ങനെയാകണം എന്നത് നമ്മെ മാത്രം ആശ്രയിച്ചു നിൽക്കുന്നതല്ലാത്തതിനാൽ ആധുനികരൂപത്തിലുള്ള നമ്മുടെ ഈ ദാർശനിക സംവേദനക്ഷമത ദൈവികമായ ആജ്ഞയിലുള്ള വിശ്വാസ ത്തിന്റെ വെറും തുടർച്ച മാത്രമാണ് - അബോധപൂർവ്വമായ ഒരു തുടർച്ച. ഏതെങ്കിലും ഒന്ന് എന്താണോ അതിൽനിന്ന് അത് വ്യത്യസ്തമായിരിക്കണം എന്ന് ആവശ്യപ്പെടുന്നത്, ഓരോന്നും എന്താണോ അതിൽനിന്ന് അത് വ്യത്യസ്തമായിരിക്കണം എന്നാണ്. അത്തരമൊരു ആഗ്രഹം ആകമാനമുള്ള കടുത്ത വിമർശനം പ്രകടിപ്പിക്കുന്നു.' (Whille Zur Macht).

ആകെപ്പാടെ, നീത്ഷെയുടെ ജീവിതം മാപ്പർഹിക്കുന്ന പിഴവുകളാൽ തീവ്രത കുറഞ്ഞ ഒരു ഡയണീഷ്യൻ നടനമായിരുന്നു. അത്, യുക്തിവാദത്തെ നിരാകരിക്കുകയും അയുക്തിവാദത്തെ പരിഹസിക്കുകയും, ക്ലാസിസത്തെ വിമർശിക്കുകയും കാല്പനികവാദത്തെ നിന്ദിക്കുകയും, ഒരു ധർമ്മശാസ്ത്രം വാഗ്ദാനം ചെയ്യുകയും ദോഷൈകദൃഷ്ടിയോടെ എല്ലാ ധാർമ്മികമൂല്യങ്ങളെയും തള്ളിക്കളയുകയും, ദേശീയവാദത്തെ അപലപിക്കുകയും സോഷ്യലിസത്തെ കളിയാക്കുകയും - എല്ലാം ഒറ്റയടിക്ക് ചെയ്തുകൊണ്ട് പത്തൊമ്പതാം നൂറ്റാണ്ടിന്റെ ദുരന്തത്തെ പരിസമാപ്തിയിലെത്തിച്ചു.

നീത്ഷെ ഒരു കാലഘട്ടത്തിന്റെ അന്ത്യംകുറിയ്ക്കുകയും, പുതിയ

ഒന്നിന്റെ പടിപ്പുരയ്ക്കു മുമ്പിൽ നിലയുറപ്പിക്കുകയും ചെയ്തു. അത് പ്രത്യക്ഷത്തിൽ പരസ്പരവിരുദ്ധമായ രണ്ടു പ്രസ്ഥാനങ്ങൾക്ക് വഴിതുറന്നു. രണ്ടും അദ്ദേഹത്തിൽനിന്ന് പ്രചോദനം നേടി; അയുക്തിവാദത്തിന്റെ മഹത്വീകരണവും വീരനായകാരാധനയും മൂലം അദ്ദേഹത്തെ ഫാസിസ്റ്റുകൾ തങ്ങളുടെ ദാർശനികനായി വാഴ്ത്തി; കമ്മ്യൂണിസ്റ്റുകളാകട്ടെ, അദ്ദേഹത്തിൽനിന്ന് ദോഷൈകദൃഷ്ടിവാദത്തിന്റെയും നിർദ്ദയത്വത്തിന്റെയും ധർമ്മനിഷേധത്തിന്റെയും പാഠങ്ങൾ ഉൾക്കൊണ്ടു. അങ്ങനെ നീത്ഷെയുടെ ദർശനം സാമ്പത്തികമായി നിർണ്ണീതമായിരുന്നില്ല.

ഫാസിസത്തിന്റെ ഉദ്ദേശ്യത്തിന് ഉപകരിക്കുന്ന നീത്ഷെയുടെ ദർശനത്തിലെ ചില വശങ്ങൾക്ക് സ്റ്റീഫൻ ജോർജ്ജും (1868-1933) അനുയായികളും വിചിത്രമായ രൂപംനൽകി. സോക്രട്ടീസിന്റെ കാലം മുതലുള്ള യൂറോപ്യൻ ചരിത്രമാകെ 'ധിഷണയുടെ വിജയത്തിന്റെ ദുരന്ത'മായിരുന്നു എന്ന് അവർ പ്രഖ്യാപിച്ചു. അപ്പോളോണിയൻ യുഗത്തെത്തുടർന്ന് ഇനി പ്രാപഞ്ചികമായ മഹാവിക്ഷോഭത്തെ സ്വപ്നം കാണുന്ന ഒരു പുതിയ ഡയണീഷ്യൻയുഗം വരണം. മനുഷ്യബന്ധങ്ങളിൽ, ജനാധിപത്യപ്രഹസനത്തിനും, ദുഷിപ്പിക്കുന്നതും നിർജ്ജീവമാക്കുന്നതുമായ ബൗദ്ധികനാട്യങ്ങൾക്കും പകരം അതിമാനുഷനോടുള്ള പൂർണ്ണമായ കീഴടങ്ങലും വികാരതീവ്രമായ ഭക്തിയും ഉണ്ടാകണം. സ്റ്റീഫൻ ജോർജ്ജ് വരാൻ പോകുന്ന നേതാവിന് സങ്കീർത്തനം ആലപിച്ചു.

ഒന്നാം ലോകമഹായുദ്ധംവരെ അറിയപ്പെടാതിരുന്ന അദ്ദേഹം പെട്ടെന്ന് നാസി പ്രസ്ഥാനത്തിന്റെ കവി-ദാർശനികനായി പ്രശസ്തിയിലേയ്ക്ക് കുതിച്ചു. അദ്ദേഹം പ്രചോദനം നേടിയിരുന്നത് നീത്ഷെയിൽ നിന്നായിരുന്നു.

ഇരുപതാംനൂറ്റാണ്ടിന്റെ തുടക്കത്തിലെ അയുക്തിവാദത്തിന്റെ ലഹരിക്കുത്തിലേയ്ക്ക് നയിക്കുകയും, 'ഭൗതികശാസ്ത്ര സിദ്ധാന്തങ്ങളുടെ പ്രതിസന്ധി'യാൽ ബലപ്പെടുകയും ചെയ്ത ദാർശനിക പ്രതിലോമതയുടെ മൂർത്തഫലമായിരുന്നു ഫാസിസം എന്നപോലെ കമ്മ്യൂണിസവും. പ്രകൃതിയെയും ചരിത്രത്തെയുംക്കുറിച്ചുള്ള മാർക്സിയൻ നിർണ്ണയവാദ വീക്ഷണത്തിലുള്ള വിശ്വാസം കമ്മ്യൂണിസ്റ്റുകളെ യുക്തിവാദികളായി തോന്നിപ്പിക്കാം. എന്നാൽ, നിർണ്ണയവാദ (determinism)ത്തിലുള്ള വരട്ടുതത്ത്വവാദപരമായ ഊന്നൽതന്നെ യുക്തിയുടെ നിഷേധമായിരുന്നു. അത് അന്ധവിശ്വാസത്തിനു തുല്യമായിരുന്നു. പത്തൊമ്പതാം നൂറ്റാണ്ടിലെ ലിബറൽ പാരമ്പര്യത്തോടും ജനാധിപത്യ പ്രയോഗങ്ങളോടും കമ്മ്യൂണിസ്റ്റുകൾക്കുണ്ടായിരുന്ന

അവജ്ഞ ഫാസിസ്റ്റുകളുടേതിനേക്കാൾ ഒട്ടും കുറവായിരുന്നില്ല. രണ്ടു കൂട്ടരും സമഷ്ടിവാദ (Collectivism)ത്തിനും സർവ്വാധിപത്യപരമായ ചിട്ടപ്പെടുത്തലിനും ഏകാധിപത്യത്തിനുംവേണ്ടി നിലകൊണ്ടു. രണ്ടു കൂട്ടരും തുല്യഅളവിൽ ധർമ്മവിദ്വേഷികളായിരുന്നു; നേതൃത്വാരാധന ഉദ്ബോധിപ്പിക്കുകയും ചെയ്തിരുന്നു. അവർ തമ്മിലുള്ള പ്രത്യയശാസ്ത്രപരമായ വ്യത്യാസം ഉപരിപ്ലവമായിരുന്നു. പരിഷ്കൃത ലോകത്തെ നശിപ്പിച്ച ഇവർ തമ്മിലുള്ള പോരാട്ടം പൂർണ്ണമായും ലോകത്തിൽ ആധിപത്യം പുലർത്താനുള്ള അധികാരത്തിനുവേണ്ടിയായിരുന്നു.

ദേശീയവാദവും സോഷ്യലിസവും സമഷ്ടിവാദപരവും സർവ്വാധിപത്യപരവുമായ സിദ്ധാന്തങ്ങളാണ്. അതിനാൽ, ആധുനിക സംസ്കാരത്തിന്റെയും നാഗരികതയുടെയും ആദർശങ്ങൾക്ക് - അതായത്, ദാർശനികമായ വ്യക്തിവാദത്തിനും വിശ്വമാനവവാദത്തിനും - എതിരായ മാരകമായ പോരാട്ടത്തിൽ കൂടിച്ചേരാൻ നിർബന്ധിതമായിരുന്നു. ഫിഷ്ടെ ദേശീയവാദവും സോഷ്യലിസവും ഉദ്ബോധിപ്പിച്ചിരുന്നു എന്ന വസ്തുത അവയുടെ ഭാവി സഖ്യത്തെ മുൻകൂട്ടി കണ്ടിരുന്നു. ജർമ്മൻ ദേശീയവാദം സോഷ്യലിസത്തെക്കുറിച്ച് സംസാരിച്ചു എന്നു മാത്രമല്ല; തുടർന്ന്, കമ്മ്യൂണിസവും ദേശീയവാദവുമായി സഖ്യത്തിൽ ഏർപ്പെടുകയുണ്ടായി. വാസ്തവത്തിൽ, കമ്മ്യൂണിസം ദേശീയവാദത്തിലേക്ക് അധഃപതിക്കുകയാണുണ്ടായത്. ദേശീയ സോഷ്യലിസവും കമ്മ്യൂണിസ്റ്റ് ദേശീയവാദവും ഒരേ മുദ്രയുടെ രണ്ടുവശങ്ങളാണ്.

കുറിപ്പുകൾ

1. 'ആത്മീയ മണ്ഡലത്തിൽ മനുഷ്യസ്വാതന്ത്ര്യത്തെ കർശനമായി വെട്ടിച്ചുരുക്കുന്നു' എന്നതിന്റെ പേരിൽ ഒരു സോഷ്യൽ ഡെമോക്രാറ്റിക് സൈദ്ധാന്തികൻ ബൊൾഷേവിക്ക് ഭരണകൂടത്തെ അപലപിക്കുന്നു. എങ്കിലും, മാർക്സിന്റെ വിശ്വസ്തായ ഒരു ശിഷ്യൻ എന്ന നിലയിൽ അദ്ദേഹം, 'വ്യക്തി എന്നത് മനുഷ്യവംശത്തിന്റെ തികച്ചും ക്ഷണഭംഗുരമായ ഒരു പ്രകടനം മാത്രമാണ്; വ്യക്തികൾ അപ്രധാനമാണ്; അതേസമയം സമൂഹം ശാശ്വതവും അനിവാര്യവുമാണ്'' എന്നു പ്രഖ്യാപിക്കുന്നു. (കാൾ റെന്നർ, Institutions of Private Law and Their Social Functions).
2. 'പതിനെട്ടാം നൂറ്റാണ്ടിലെ ധാർമ്മികതത്ത്വശാസ്ത്രം വ്യാപ്തിയിൽ ഒട്ടൊക്കെ സങ്കുചിതമായിരുന്നു. ആരംഭ ബിന്ദുവിന്റെ സ്വാഭാവിക ഫലമായിരുന്നു അത്. അത് ആഗമനാത്മകം (inductive) ആണ്; അത് വസ്തുതകളെ ശേഖരിച്ചശേഷം അവയെ വിശദീകരിക്കാനുള്ള സിദ്ധാന്തം അന്വേഷിക്കുന്നു. വസ്തുതകളുടെ ശേഖരണം പ്രധാനപ്പെട്ട കാര്യമാണ്. അതിനാൽ, അത് സാമാന്യതത്ത്വശാസ്ത്രത്തിന്റെ ഭാഗമായോ ജ്ഞാനസിദ്ധാന്തത്തിന്റെ അനുബന്ധമായോ ഒരു ധാർമ്മിക സിദ്ധാന്തം അവതരിപ്പിക്കാൻ കാര്യമായ താൽപര്യം കാണിക്കുന്നില്ല. ജ്ഞാനസിദ്ധാന്തവുമായി അടുത്ത ബന്ധമുള്ള പ്രശ്നം പോലും - ധാർമ്മികബോധം ഇന്ദ്രിയത്തിലാണോ അതോ യുക്തിയിലാണോ രൂപംകൊള്ളുന്നത് എന്ന പ്രശ്നം - ധാർമ്മികപ്രമേയങ്ങൾക്ക് കുറച്ചുപ്പുറത്തുവെച്ചാണ് പൊതുവെ കൈകാര്യം ചെയ്യപ്പെട്ടത്. കഡ്വർത്തിന്റെയും പ്രൈസിന്റെയും ചക്രവാളം കുറച്ചുകൂടി വലുതായിരുന്നു; എന്നാൽ, കഡ്വർത്ത് പതിനേഴാം നൂറ്റാണ്ടിൽപ്പെട്ട ആളായിരുന്നു. ഹ്യൂമിന്റെ ധാർമ്മിക സിദ്ധാന്തം തികച്ചും മനഃശാസ്ത്രപരമായ ഒന്നാണ്; അതിന് ദാർശനിക സ്വഭാവം ഒട്ടുമില്ല. ലോക്കിന്റെ 'ഉപന്യാസ'ത്തിൽ, ചർച്ച തൃപ്തികരമായി പൂർത്തീകരിക്കുന്നതിന് ധാർമ്മിക സിദ്ധാന്തം ഇടയ്ക്കിടെ കടന്നുവരുന്നുണ്ട്. ധാർമ്മികമൂല്യങ്ങളുടെ പൂർവ്വകല്പനകൾക്ക് വലിയ പ്രാധാന്യം നൽകുന്ന ഒരുപാട് കാര്യങ്ങൾ ഉണ്ടെങ്കിലും അത് തീർത്തും ആനുഷംഗിക സ്വഭാവമുള്ളതാണ്. ബിഷപ്പ് ബർക്കിലി തീർത്തും കേവലവാദി (Metaphysical)യായ ഒരാളായിരുന്നു... എന്നാൽ, അദ്ദേഹത്തിന്റെ കൃതികളിലെ ധർമ്മശാസ്ത്രപരമായ ഭാഗങ്ങൾ പാലി എഴുതിയതാകാനാണ് സാദ്ധ്യത....' (L.A. Selby - Biggy, The British Moralists).
3. റീഡ് ചൂണ്ടിക്കാണിക്കുന്നതുപോലെ, ഹ്യൂമിന്റെ ആനുഭവിക വാദം നമ്മുടെ ജ്ഞാനത്തെയാകെ പ്രതിനിധാനാത്മക (Representative) ആശയങ്ങളിൽനിന്ന് നിർമ്മിക്കുന്നു. യഥാർത്ഥ ലോകത്തെക്കുറിച്ചുള്ള ധാരണകളെയെല്ലാം നഷ്ടപ്പെടുത്തുന്ന തരത്തിൽ ആനുഭവിക ഘടകത്തിന് ഊന്നൽ നൽകപ്പെടുന്നു.
4. 1808ൽ, ദു ബോയ്സ്- റേമണ്ട് ജർമ്മനിയിലെ ശാസ്ത്രജ്ഞൻമാരുടെയും

വൈദ്യൻമാരുടെയും സംഘത്തിൽ 'പ്രകൃതിയെക്കുറിച്ചുള്ള അറിവിന്റെ പരിമിതികളെപ്പറ്റി' എന്ന ഒരു പ്രഭാഷണം നടത്തി. ആ പ്രഭാഷണത്തിന്റെ സത്തയെ 'നമുക്ക് ഒന്നും അറിയാനാവില്ല' (Ignorabimus) എന്നു സംഗ്രഹിച്ചതിനാൽ പ്രശസ്തമായിത്തീർന്നു.

5. പത്തൊമ്പതാം നൂറ്റാണ്ടിലുടനീളമുള്ള അയുക്തിയുടെ വളർച്ചയും ഇരുപതാം നൂറ്റാണ്ടിലേയ്ക്കുള്ള അതിന്റെ കടന്നുവരവും, ആനുഭവിക വാദത്തെ ഹ്യൂം തകർത്തതിന്റെ സ്വാഭാവികമായ തുടർച്ചയായിരുന്നു. (ബർട്രാന്റ് റസ്സൽ, History of Western Philosophy).
6. പത്തൊമ്പതാം നൂറ്റാണ്ടിന്റെ ആരംഭത്തിൽ 'ഇംഗ്ലീഷ് തത്ത്വശാസ്ത്രം കഷ്ടിച്ചാണ് നിലനിന്നിരുന്നത്.' (Leslie Stephen, The English Utilitarians).
7. പ്രത്യേകിച്ചും, മതപരവും ധാർമ്മികവുമായ പ്രശ്നങ്ങളിൽ, ഒരേസമയം ലിബറൽ ദാർശനികരായിരിക്കാനും വിപ്ലവകരമായ തീവ്ര നിലപാടുകളെ ഒഴിവാക്കാനും ആഗ്രഹിച്ച ആളുകൾ കൈക്കൊണ്ട ആത്യന്തിക നിലപാടുകളെ സ്ഥാപിതനിയമങ്ങൾ പ്രതിനിധാനം ചെയ്തു. (Leslie Stephen, The English Utilitarians).
8. റീഡ് കാന്റിനേക്കാൾ ആഴത്തിൽപോയ ഹ്യൂമിന്റെ വിമർശകനായിരുന്നു. അദ്ദേഹത്തിന്റെ കൃതികൾ കാന്റിയൻ സത്യ (ഷോപ്പൻഹവർ) ത്തിന്റെ നിഷേധാത്മക തെളിവ് നൽകുകയും ആശയത്തിനുപകരം മനസ്സും പദാർത്ഥവും തമ്മിലുള്ള നിഗൂഢവും വിശദീകരിക്കാനാകാത്തതുമായ ബന്ധമായി നിർവ്വചിക്കപ്പെട്ട അന്തർജ്ഞാനത്തെ പ്രതിഷ്ഠിക്കുകയും ചെയ്തു.
9. 'ആ പഴയ ജർമ്മൻ ദേശീയവാദത്തെ, വിമോചനയുദ്ധങ്ങളിലെ അതിന്റെ ആളിക്കത്തലിനുശേഷം, ഫിഷ്ടെയാലുള്ള അതിന്റെ ആഴത്തിലുള്ള സ്ഥാപനത്തിനുശേഷം, സ്റ്റെയിനിലൂടെയും ആറന്റിലൂടെ യുമുള്ള അതിന്റെ വിസ്ഫോടനാത്മകമായ ഉയർച്ചയ്ക്കുശേഷം നാം കാണുന്നു. ഈ മനുഷ്യരുടെ മഹത്വം 1813-ൽ വീണ്ടും ജർമ്മനിയെ ഗർത്തത്തിൽനിന്ന് കൊടുമുടിയിലേയ്ക്കു നയിച്ചു.' (Alfred Rosemberg, Mythus).
10. ഹെഗലിന്റെ പ്രസിദ്ധിയിൽ ഷോപ്പൻഹവറിന് വളരെയധികം അസൂയയുണ്ടായിരുന്നു എന്നത് ഒരു വസ്തുതയാണ്. അതിബുദ്ധിമാനായ തന്റെ എതിരാളിയെ നിഷ്പ്രഭനാക്കുന്നതിന് ബെർലിൻ സർവ്വകലാശാലയിൽ ഹെഗലിന്റെ ക്ലാസ് സമയത്തുതന്നെ ഷോപ്പൻഹവറും ക്ലാസ് നടത്തിയിരുന്നു. അതിന്റെ ഫലമായി ഷോപ്പൻഹവറിന് ഒഴിഞ്ഞ ബെഞ്ചുകളോട് പ്രഭാഷണം നടത്തേണ്ടിവന്നപ്പോൾ, ഹെഗലിന്റെ പ്രഭാഷണം കേൾക്കാൻ വിദ്യാർത്ഥികൾ കൂടിക്കൂടിവന്നു. ആ കടുത്ത അനുഭവമാണ് ഷോപ്പൻഹവറുടെ നിരാശാവാദത്തിന്റെ കാരണമെന്ന് ജീവചരിത്രകാരൻമാർ കരുതുന്നു. വൈകാരികമായ പ്രതികരണം എന്തുതന്നെയായാലും, ഹെഗൽ കഠിനമായി വിമർശിച്ച കാന്റിയൻ സങ്കല്പത്തെ അദ്ദേഹം സ്വീകരിച്ച് വികസിപ്പിച്ചു എന്നത് വ്യക്തം.
11. 'ജൈവികവും അജൈവികവുമായ പ്രകൃതിയുടെ വികാസ ത്തിലാകെ

ഒരുപോലെ പ്രത്യക്ഷപ്പെടുന്ന മഹത്തായ ഒരു ഇച്ഛയാണ് യഥാർത്ഥം.' (ബർട്രാന്റ് റസ്സൽ).

12. നീത്ഷെയുടെ ജീവിതത്തെക്കുറിച്ചുള്ള ഒരു പുതിയ പഠനത്തിൽ പ്രകടിപ്പിക്കപ്പെട്ട അഭിപ്രായം ഇതാണ്: 'നീത്ഷെ ദുർബലനും ലോലഹൃദയനും രോഗാതുരമായ ആത്മബോധമുള്ള ആളുമായിരുന്നു. ഇതിനു പ്രതികാരമായി അദ്ദേഹം ശക്തൻമാരെ വാഴ്ത്തി - ജീവിതത്തിലെ ഊർജ്ജസ്വലമായ ശാരീരികാനന്ദം അനുഭവിക്കാനുള്ള തന്റെ കഴിവുകേടിന് പ്രതികാരമായി ഡയണീഷ്യൻ ഉന്മത്തതയെ വാഴ്ത്തിയപോലെ.' (H.A. Reyburn, Nietzsche: The Story of a Human Philosopher).

13. നീത്ഷെയുടെ അഭിപ്രായത്തിൽ 'ദേശീയവാദം യൂറോപ്പിനെ ബാധിച്ചിട്ടുള്ള ഒരു ഞരമ്പുരോഗമാണ് ആ ഞരമ്പുരോഗത്താൽ, ജർമ്മൻകാർ അവരുടെ സ്വാതന്ത്ര്യയുദ്ധങ്ങളിലൂടെ യൂറോപ്പിന്റെ തന്നെ അർത്ഥത്തെയും ധിഷണയെയും നശിപ്പിച്ചു; അവർ അതിന്റെ ഗതിമുട്ടിച്ചിട്ടുമുണ്ട്. (Ecce Homo).

●

ദിവ്യന്മാരുടെ മനഃശാസ്ത്രം

ആത്മാവ്, മനസ്സ്, സ്വത്വം എന്നൊക്കെ വ്യവഹരിക്കപ്പെടുന്നത് മാറ്റമില്ലാത്ത ഒരു സത്തയല്ല. മറ്റേതൊരു ഭൗതിക യാഥാർത്ഥ്യത്തെയും പോലെ അതിനും ഒരു സ്വാഭാവിക ചരിത്രമുണ്ട്. ഭൂതകാലാനുഭവങ്ങളുടെ ആകത്തുകയാണത്. ആ അനുഭവങ്ങളുടെ വലിയൊരു ഭാഗം ഉപബോധമനസ്സിലാണുള്ളത്. ഉപബോധമനസ്സിൽ അടക്കംചെയ്യപ്പെട്ട ഈ മുദ്രകളും ആവേഗങ്ങളു (Impressions and Impulses)മൊണ് വൈകാരിക ജീവിതത്തെ വലിയൊരളവിൽ ഭരിക്കുന്നത്. മാനസികപ്രതിഭാസങ്ങളുടെ നിഗൂഢ സ്വഭാവത്തിനു കാരണം അതാണ്.

സ്വയം ഹിപ്നോട്ടിക് (Auto-Hypnosis) അവസ്ഥയിൽ എത്തുക എന്നതിൽകവിഞ്ഞ നിഗൂഢതകളൊന്നും മിസ്റ്റിക് അനുഭൂതിയിലില്ല. അന്ധവിശ്വാസികൾ അവയിൽ പ്രകൃത്യാതീത ശക്തിയുടെ പ്രകടനത്തെ കാണുന്നു. അന്ധവിശ്വാസത്തിന്റെ പശ്ചാത്തലത്തിലാണ് ഇത്തരം അനുഭവങ്ങൾ ഉണ്ടാകുന്നത് എന്നതിനാൽ ഇവ ആത്മനിഷ്ഠമായി യാഥാർത്ഥ്യമാണെങ്കിലും വസ്തുനിഷ്ഠസത്യത്തിന്റെ അനുഭവമല്ലെന്നാണ് ശാസ്ത്രം ചൂണ്ടിക്കാണിക്കുന്നത്.

മിസ്റ്റിക് അനുഭവങ്ങൾ ഉണ്ടാകണമെങ്കിൽ അതിനനുയോജ്യമായ മാനസികഘടന ഉണ്ടായിരിക്കണം-മുൻധാരണകളും സങ്കൽപങ്ങളും തിങ്ങിനിറഞ്ഞ ഒരു മാനസികഘടന.

സ്വയം ഹിപ്നോട്ടിക് അവസ്ഥയിലാകുന്നതിന്റേയോ യാഥാർത്ഥ്യവുമായുള്ള നാഡീരോഗപരമായ സമരത്തിന്റേയോ ഫലമായുണ്ടാകുന്ന മാനസിക പ്രവർത്തനങ്ങളുടെ സ്തംഭനമാണ് മിസ്റ്റിക് അനുഭൂതി. യാഥാർത്ഥ്യവുമായി സംഘർഷത്തിലേർപ്പെടാൻ പ്രേരിപ്പി ക്കുന്ന നാഡീരോഗാവസ്ഥ സംജാതമാകുന്നത് ശാരീരിക ചോദനകളെ

നിരോധിക്കുന്നതിലൂടെയും സ്വാഭാവികമായ മാനസിക പ്രവർത്തനങ്ങളെ അടിച്ചമർത്തുന്നതിലൂടെയുമാണ്.

പ്രത്യക്ഷത്തിൽ നോർമലായ ആളുകളിൽ പരപ്രത്യയന (Hetero -Suggestion)ത്തിലൂടെ മിസ്റ്റിക് അനുഭവത്തിന് അനുയോജ്യമായ മാനസിക പ്രവണത സൃഷ്ടിക്കാൻ കഴിയും. ഇത്തരം ആളുകളിൽപോലും ഈ പ്രവണത പ്രകൃത്യാൽ തന്നെ ഉണ്ടായിരിക്കുമെന്നുപറയാം. യുക്തിബോധം അതിനെ ഭാഗികമായി അമർത്തിവെച്ചിരിക്കുകയാണെന്നു മാത്രം.

മതാനുഭൂതിയുടെ-അത് സ്വാഭാവികമായി എത്തിച്ചേർന്നതായാലും ശരി, കഠിനമായ സാധനകളിലൂടെ എത്തിച്ചേർന്നതായാലും ശരി ഉള്ളടക്കം ഭാവനാസൃഷ്ടമാണ്. ഏതൊരു സാധാരണ വ്യക്തിയുടെയും ശ്രദ്ധയാകർഷിക്കുന്ന മറ്റു വസ്തുക്കളെ ഒഴിവാക്കിക്കൊണ്ട് ഒരു പ്രത്യേക ബിംബ(കാമഴല)ത്തിൽ ശ്രദ്ധ കേന്ദ്രീകരിക്കപ്പെടുകയാണ് ആ അവസ്ഥയിൽ ചെയ്യുന്നത്.

ഓരോ മാനസികാവസ്ഥയെയും മസ്തിഷ്കത്തിന്റെ ഭൗതിക രാസപ്രവർത്തനങ്ങളുമായി ബന്ധപ്പെടുത്തി വിശദീകരിക്കാനാവും. വികാരങ്ങളെ ഭരിക്കുന്നത് അന്തർസ്രാവങ്ങളാണ്; അതേസമയം അന്തർ സ്രാവങ്ങളുടെ ഉൽപാദനത്തെ വൈകാരികാവസ്ഥകൾ തിരിച്ചും സ്വാധീനിക്കുന്നുണ്ട്. മതാനുഭൂതിയുടെ സൂചനകളെന്നു വിശ്വസിക്ക പ്പെടുന്ന മാനസികാവസ്ഥകളിൽ ബോധമനസ്സ് മോഹാലസ്യ(coma)ത്തിലേയ്ക്ക് വഴുതിവീഴുകയാണ് ചെയ്യുന്നത്. അതായത് അഹംബോധം (Ego) ഉപബോധ (Sub Conscious)ത്തിന്റെ സ്വപ്ന ഭൂമി സന്ദർശിക്കുന്നുവെന്ന് പറയാം. നാഡീരോഗികൾ (Neurotic Persons) പരപ്രേരണയില്ലാതെ സ്വാഭാവികമായിതന്നെ മോഹാലസ്യത്തിലേയ്ക്ക് വഴുതിവീഴും.

അഭ്യാസത്തിലൂടെ എത്തിച്ചേരുന്ന മോഹാലസ്യമാണ് സമാധി. ഹിസ്റ്റീരിയയുടെ ഒരു വകഭേദമാണത്. സമാധി അവസ്ഥയിൽ കാണുന്ന ദൃശ്യങ്ങൾക്ക് നാഡീരോഗികളുടെ സ്വപ്നങ്ങളേക്കാളോ, ഹിസ്റ്റീരിയയുടെ ഫലമായി ഉളവാകുന്ന മായികഭ്രമങ്ങളേക്കാളോ, ദിവ്യത്വമൊ ന്നുമില്ല. അവ ദിവ്യന്റെ ആഗ്രഹങ്ങളുടെ പ്രതിരൂപങ്ങളാണ്. മിസ്റ്റിക് ദർശനങ്ങൾ ഉണ്ടാവണമെങ്കിൽ മനസ്സിന്റെ പ്രവർത്തനങ്ങളെ അവതാളത്തിലാ ക്കിയാൽ മാത്രംമതി.

ബോധത്തിന്റെ പരമകാഷ്ഠയെന്നും, മനസ്സിന്റെ ഗ്രാഹ്യശേഷിക്ക് അതീതമായ യാഥാർത്ഥ്യങ്ങളുടെ അനുഭവമെന്നും വിശ്വസിക്കപ്പെടുന്ന അവസ്ഥ വാസ്തവത്തിൽ മാനസ്സികമായ ഒരു പ്രതിപ്രവർത്തനം മാത്രമാണ്. ഈ അവസ്ഥയിൽ ബൗദ്ധികപ്രവർത്തനത്തിന്റെ

കേന്ദ്രമായ സെറിബ്രൽ കോർട്ടെക്സിന്റെ പ്രവർത്തനം താൽക്കാലികമായി നിൽക്കുന്നു. പിന്നീട് മാനസികപ്രവർത്തനങ്ങൾ മസ്തിഷ്കത്തിന്റെ അടിത്തറയായ തലാമസിൽ മാത്രമേ നടക്കുന്നുള്ളൂ. നാഡീവ്യൂഹത്തിന്റെ വളരെ പ്രാഥമികമായ, ജൈവപരമായ പ്രവർത്തനങ്ങൾ ശുദ്ധമായ മാനസിക പ്രവർത്തനങ്ങൾക്കുമേൽ ആധിപത്യം നേടുന്നു എന്നർത്ഥം.

യുക്തിവിചാരം നടക്കുന്നത് സെറിബ്രൽ കോർട്ടെക്സിലാണ്. മസ്തിഷ്കത്തിന്റെ ആ ഭാഗം പ്രവർത്തനരഹിതാവസ്ഥയിൽ ആയിരിക്കുമ്പോൾ മാനസികപ്രവർത്തനങ്ങൾക്കുമേലുള്ള എല്ലാ ബൗദ്ധിക നിയന്ത്രണങ്ങളും അപ്രത്യക്ഷമാകുന്നു. നാഡീപരമായ റിഫ്ളെക്സുകളുടെയും പരസ്പരോദ്ദീപനങ്ങളുടെയും സ്വാധീനത്തിൻ കീഴിൽ ഒരു കാലിഡോസ് കോപ്പിലെന്നപോലെ, സഞ്ചിതമായ ബിംബങ്ങളുടെ തുടരെ മാറിക്കൊണ്ടിരിക്കുന്ന വിചിത്രദൃശ്യങ്ങളെ അഹംബോധം അഭിമുഖീകരിക്കുന്നു. അങ്ങനെ യുക്തിയുടെയും ധിഷണയുടെയും പ്രവർത്തനം താൽക്കാലികമായി നിലയ്ക്കുന്നതോടെ, അന്ധവിശ്വാസങ്ങൾ ആധിപത്യം ചെലുത്തുന്ന, സാംസ്കാരികമായും ജൈവപരമായും പ്രാകൃതമായ മാനസികാവസ്ഥയിലേക്ക് തിരിച്ചുപോകുന്നു. അജ്ഞത സൃഷ്ടിച്ച മാനസികദൃശ്യങ്ങൾ സ്വയം അനുഭവിച്ച യാഥാർത്ഥ്യങ്ങളെപ്പോലെ പ്രത്യക്ഷപ്പെടുന്നു. നിഷേധിക്കപ്പെട്ട ചോദനകളും ദമനം ചെയ്യപ്പട്ട ഇച്ഛകളും മിസ്റ്റിക് ബിംബങ്ങളുടെയും ഹർഷോന്മാദത്തിന്റെയും ഉദാത്തീകൃത രൂപങ്ങളിൽ പുറത്തുവരുന്നു.

അതുകൊണ്ട്, മതാനുഭൂതിയിലൂടെ എത്തിച്ചേർന്ന പരമാനന്ദാവസ്ഥയിൽ, ധൈഷണികമായി, മനുഷ്യൻ താഴ്ന്ന മാനസിക നിലവാരത്തിലേക്ക് ആഴ്ന്നുപോവുകയാണ്; അല്ലാതെ ബോധത്തിന്റെ പരിധിക്കപ്പുറത്തേക്ക് ഉയരുകയല്ല. മനുഷ്യനിലെ അതിമാനുഷനെ സാക്ഷാൽക്കരിക്കണമെങ്കിൽ ബോധമനസ്സിന്റെ എല്ലാ പ്രവർത്തനങ്ങളും അവസാനിക്കണമെന്നാണ് സിദ്ധാന്തം. സെറിബ്രത്തിന്റെ പ്രവർത്തന രാഹിത്യത്താൽ ബോധപൂർവ്വമായ മാനസിക പ്രവർത്തനങ്ങളെല്ലാം നിലയ്ക്കുന്നതോടൊപ്പം ജൈവപരമായ റിഫ്ളെക്സ് പ്രവർത്തനങ്ങൾ പരമാധികാരം നടത്തുന്ന അതിപ്രാക്തനമായ മാനസികാവസ്ഥയിലേയ്ക്ക് നിപതിക്കുന്നുവെന്നും ആധുനിക ശരീരശാസ്ത്രം ചൂണ്ടിക്കാണിക്കുന്നു. ആ അവസ്ഥയിൽ മനുഷ്യൻ ദൈവത്തോടല്ല, മൃഗത്തോടാണ് കൂടുതൽ അടുക്കുന്നത്. ബോധമനസ്സിനെ അടിച്ചമർത്തുന്നതിലൂടെ വിമോചിത മാകുന്ന ദൈവികശക്ത യഥാർത്ഥത്തിൽ, ദൈവികമോ നിഗൂഢമോ അല്ലാത്ത ഒന്നാണ്. മനുഷ്യനിൽ മാത്രമല്ല, ജീവികളിലെല്ലാമുള്ള ജൈവശക്തിയാണത്; അതാകട്ടെ,

ഭൗതികോർജ്ജത്തിന്റെ ഒരു രൂപമാണു താനും. ബോധം കൈവരിക്കുന്നതിനുമുമ്പ് ജീവൻ മൃഗശക്തി മാത്രമായിരുന്നു; മാനുഷികം പോലുമായിരുന്നില്ല.

ജീവനും മനസ്സുമല്ലാത്ത, ആനുഭവികഗണ(Empirical Category) ത്തിൽപ്പെടുന്ന മറ്റു ശക്തികളൊന്നും മനുഷ്യശരീരത്തിൽ ഇല്ല. മതാനുഭവത്തിന്റെ വിഷയവസ്തു (Object) ആനുഭവികഗണത്തിൽ പെടുന്ന ഒന്നായിരിക്കണം; അല്ലാത്തപക്ഷം അനുഭവത്തെക്കുറിച്ച് സംസാരിക്കുന്നത് അസംബന്ധമായിരിക്കും. യോഗദർശനം ജീവനെ (പ്രാണനെ)ആത്മാവിൽ നിന്നും മനസ്സിൽ നിന്നും വ്യതിരിക്തമായിക്കാ ണുമ്പോൾ, ഗീത അവയെ അനന്യമായി കരുതുന്നു. ആത്മാവിനെക്കുറി ച്ചുള്ള ആശയം സർവ്വാത്മവാദ (Animism)ത്തിൽ അധിഷ്ഠിതമാണ്. ജൈവപ്രതിഭാസങ്ങളിൽ നിന്നാണ് ആത്മാവിന്റെ അസ്തിത്വം അനുമാനിക്കപ്പെടുന്നത്. അതുകൊണ്ട് ദിവ്യശക്തി എന്നത് ജീവൻ തന്നെയാണ്.

മനുഷ്യനിൽ യുക്തിബോധം, ബുദ്ധിശക്തി എന്നീ ആത്മീയ ഗുണങ്ങളായി വികസിക്കുന്ന മൃഗസഹജമായ ഊർജ്ജമാണ് 'ശക്തി'. അതുകൊണ്ട് മതാനുഭവം എന്നത് മനുഷ്യനിലുള്ള മൃഗത്തിന്റെ അനുഭവമാണ്. രോഗാതുരമായ അവസ്ഥയുടെ ഫലമായി ജന്തുവാസനകൾ ഉദാത്തീകരിക്കപ്പെടുക മാത്രമാണ് ചെയ്യുന്നത്.

കൃത്രിമമായി സൃഷ്ടിക്കപ്പെട്ട ഉപബോധാവസ്ഥയിൽ അഹംബോധം (Ego)ജീവശക്തിയുടെ യാന്ത്രികമായ പ്രവർത്തനത്തെയാണ് അനുഭവിച്ചറിയുന്നത്. മാനസിക ജീവിതത്തിന്റെ അടിത്തറയായ നാഡീ വ്യൂഹത്തിന്റെ അനൈച്ഛിക പ്രവർത്തനങ്ങൾ (Reflex actions) മാനസികം എന്നതിനേക്കാൾ ജൈവികമായ പ്രതിഭാസമാണ്. മനുഷ്യനിലെ ദിവ്യശക്തിയുടെ സ്വതന്ത്രമായ പ്രവാഹത്തിന് വിഘാതമാണ് ബോധമനസ്സ് എന്നു കരുതുകയാണെങ്കിൽ, ദിവ്യശക്തിയും ബുദ്ധിരഹിതമായ ജീവന്റെ മൃഗീയശക്തിയും അഭിന്നമാണെന്നു പറയേണ്ടിവരും. മനുഷ്യനെ താഴ്ന്നതരം ജന്തുക്കളിൽ നിന്നു വ്യതിരിക്തനാക്കുന്നത് അവന്റെ ബുദ്ധി ശക്തിയാണ്. അതാകട്ടെ ബോധമനസ്സിന്റെ ധർമ്മവുമാണ്. അതുകൊണ്ട് ബോധമനസ്സിന്റെ അടിച്ചമർത്തൽ അതിമാനുഷ (Super-Human)ന്റെയല്ല, മറിച്ച് അർദ്ധമാനുഷ (Sub-Human)ന്റെ മാനസികാവസ്ഥയിലേയ്ക്കാണ് നയിക്കുക. അതീതബോധം (Super-Consciousness) എന്നത് ഒരു സങ്കൽപ്പം മാത്രമാണ്; ഉപബോധ (Sub-Consciousness)ത്തെയാണ് വാസ്തവത്തിൽ അത് സൂചിപ്പിക്കുന്നത്.

നിഗൂഢചൈതന്യവാദം (Vitalism) സത്താപര (Ontological)മായ

അടിത്തറയില്ലാത്ത ശുദ്ധമായ താത്ത്വിക സങ്കൽപ്പം മാത്രമാണ്. ജീവനശക്തി (Vital force)യിൽ അന്തർഹിതമാണ് ബുദ്ധിശക്തിയെന്ന് ഉയർന്നതരം ജന്തുക്കളുടെ മാനസികവ്യാപാരം തെളിയിക്കുന്നതായി അത് വാദിക്കുന്നു. ആധുനിക ജീവശാസ്ത്രം നിഗൂഢചൈതന്യവാദത്തിന്റെ മുൻവിധികളിൽ നിന്ന് മുക്തമായി കഴിഞ്ഞിട്ടുണ്ട്. വികസിതമായ മസ്തിഷ്കമുള്ള ഉയർന്നതരം ജന്തുക്കളിലൊഴിച്ച്, മറ്റുള്ള ജീവികളിലും ജീവൻ അന്ധമായ ഒരു ചോദനയായിട്ടാണ് പ്രവർത്തിക്കുന്നത്. ജീവന് ഒരു ലക്ഷ്യം, ബുദ്ധി ചാർത്തിക്കൊടുക്കുന്ന നിഗൂഢചൈതന്യവാദത്തിന് അനുകൂലമായ ആനുഭവികമായ തെളിവുകളൊന്നുംതന്നെയില്ല.

സയുക്തികമായ സർവ്വേശ്വരവാദം (Pantheism) തലകീഴാക്കിയ ഭൗതികവാദമാണ്. പദാർത്ഥമെന്നോ ആത്മാവെന്നോ പരസ്പരം മാറ്റി വിളിക്കാൻ കഴിയുന്ന ഒരൊറ്റ സത്തയിലേയ്ക്ക് ലോകം ചുരുക്കപ്പെടുമ്പോൾ ശരീരം, മനസ്സ്, ആത്മാവ്, ബുദ്ധി, അന്തർജ്ഞാനം എന്നിവ തമ്മിലുള്ള വ്യതിരിക്തതകളെല്ലാം അർത്ഥരഹിതമായിത്തീരുന്നു. മതാനുഭവത്തിന് ദ്വൈതാവസ്ഥ ആവശ്യമാണ്. വിശ്വചൈതന്യ (World-Spirit)ത്തിൽ വിലയം പ്രാപിക്കണമെങ്കിൽ വ്യക്തിചൈതന്യം ശരീരത്തിന്റെ ബന്ധനത്തിൽ നിന്ന് സ്വയം വിമോചിതമാകണം. ശരീരത്തിന് അസ്തിത്വ മില്ലെങ്കിൽ അതിന് ബന്ധനത്തിന്റെ ഉപാധിയാകാനും കഴിയില്ല. താർക്കികമായ ഈ തകരാറ് അദ്വൈതവേദാന്തത്തെ അസംബന്ധമായ ഒരവസ്ഥയിലേയ്ക്ക് നയിക്കുന്നു. ശങ്കരാചാര്യർ തന്നെ മായ യാഥാർത്ഥ്യമാണെന്നു പ്രഖ്യാപിച്ചു! ഒരേ സമയംതന്നെ ലോകം എങ്ങനെ യാഥാർ ത്ഥ്യവും മായയും ആകും ?

ശരീരക്രിയാശാസ്ത്രപര (Physiologically)മായി, മാനസികപ്രവർത്തനം എന്നത് ആന്തരികമോ ബാഹ്യമോ ആയ ഉദ്ദീപന (Stimuli)ങ്ങളിലൂടെ വിമോചിക്കപ്പെടുന്ന നാഡീപരമായ ഊർജ്ജത്തിന്റെ വിനിയോഗമാണ്. സാധാരണ അവസ്ഥയിൽ മനസ്സ് ധാരാളം കാര്യങ്ങളിൽ വ്യാപൃത മായിരിക്കും. വിമോചിതമായ ഊർജ്ജം വ്യത്യസ്തദിശ കളിലേയ്ക്ക് പ്രവഹിക്കപ്പെടുന്നു. വിനിയോഗിച്ച ഊർജ്ജത്തിനു പകരമായി, നാഡീകോശങ്ങൾ ശേഖരിച്ചുവെച്ച ഊർജ്ജം നിരന്തരം നിറയ്ക്കപ്പെടുന്നതുകൊണ്ട് സെറിബ്രത്തിന്റെ പ്രവർത്തനം സന്തുലിതമായി നടക്കുന്നു. ഒരു പ്രത്യേക കാര്യത്തിൽ മാത്രം ശ്രദ്ധകേന്ദ്രീകരിക്കുമ്പോൾ ഈ സന്തുലിതാവസ്ഥ തകരാറിലാകുന്നു. ഒരു പ്രത്യേക തരത്തിൽ പ്പെട്ട ഒരു കൂട്ടം ന്യൂറോണുകൾ മുഴുവൻ ഊർജ്ജത്തെയും വിനിയോഗിക്കുന്നു. തന്മൂലം മസ്തിഷ്കത്തിന്റെ മറ്റു

ഭാഗങ്ങൾ ആന്തരികമായി ഉദ്ദീപിക്കപ്പെടുന്നില്ല. അതേസമയം, ഒരു പ്രത്യേക കാര്യത്തിൽ മാത്രം അമിതമായി ശ്രദ്ധ കേന്ദ്രീകരിക്കുക മൂലം ബാഹ്യഉദ്ദീപനങ്ങൾ അറിയാനും അവയ്ക്ക് കഴിയുന്നില്ല. ആന്തരികവും ബാഹ്യവുമായ ഉദ്ദീപനങ്ങളുടെ അഭാവം നിമിത്തം ഊർജ്ജം വിമോചിക്കപ്പെടുന്നുമില്ല. ഒരു പ്രത്യേക വിഭാഗം ന്യൂറോണുകൾ ഒഴിച്ചുള്ള മസ്തിഷ്കത്തിന്റെ എല്ലാ ഭാഗങ്ങളുടെയും പ്രവർത്തനം താൽക്കാലികമായി നിലയ്ക്കുന്നു. ആ ന്യൂറോണുകൾതന്നെ ഉള്ള ഊർജ്ജം മുഴുവനും ഉപയോഗിക്കുന്നതുകൊണ്ട് തളരുന്നു. ഹിപ്നോട്ടിസത്തിനു വിധേയനായ വ്യക്തിയുടെ ശ്രദ്ധ ഒരു പ്രത്യേക കാര്യത്തിൽ മാത്രം കേന്ദ്രീകരി ക്കുന്നതുകൊണ്ട് അയാൾ അത്തരമൊരു ഭാഗികമായ അബോധാവസ്ഥയിൽ അകപ്പെടുന്നു.

ഹിപ്നോട്ടിക് അവസ്ഥ എന്നത് യഥാർത്ഥത്തിൽ കൃത്രിമമായി സൃഷ്ടിക്കപ്പെട്ട ക്ഷണികമായ ഹിസ്റ്റീരിയയാണ്. ഹിസ്റ്റീരിയാ രോഗികൾക്ക് ഒരേസമയം ഒന്നിലധികം ആശയങ്ങൾ ഉൾക്കൊള്ളാൻ കഴിയില്ല. ആശയങ്ങൾ തമ്മിലുള്ള ബന്ധത്തിന്റെ അഭാവത്തിൽ യുക്തിവിചാരം സാദ്ധ്യവുമല്ല.

സാധാരണയായി മനസ്സ് എല്ലായ്പ്പോഴും പരസ്പരം പരിശോധിക്കുകയും തിരുത്തുകയും ചെയ്യുന്ന കുറെ ആശയങ്ങളിൽ വ്യാപൃതമായിരിക്കും. അവയിൽ ഒന്നിന് പ്രാമുഖ്യം ഉണ്ടാവാം. വാസ്തവത്തിൽ തീവ്രമായ മാനസിക പ്രവർത്തനം എന്നത് ഒരൊറ്റ ആശയത്തിൽ മാത്രം മനസ്സിനെ ഏകാഗ്രമാക്കലാണ്. ഇത് തളർച്ചയിലേക്ക് നയിക്കുന്നു. തീവ്രമായ മാനസിക പ്രവർത്തനം നാഡീ ഊർജ്ജത്തിന്റെ വൻതോതിലുള്ള വിമോചനവും വിനിയോഗവുമാണ്. മാനസികമായ അസന്തുലിതാവസ്ഥയേക്കാൾ ശാരീരികമായ ശക്തിക്ഷയം മൂലം അപൂർവ്വമായി ഉണ്ടാകുന്ന നാഡീപരമായ തകർച്ചയിൽ ഒഴികെ, തീവ്രമായ മാനസിക പ്രവർത്തനത്തിൽ നിന്നുണ്ടാകുന്ന തളർച്ച അബോധാവസ്ഥയെ സൃഷ്ടിക്കുന്നില്ല. കാരണം, യുക്തിവിചാരത്തിൽ എല്ലായ്പ്പോഴും ഒന്നിലധികം ആശയങ്ങൾ അന്തർഭവിച്ചിരിക്കുന്നതിനാൽ അതൊരിക്കലും ഒരൊറ്റ കാര്യത്തിൽ മാത്രം ശ്രദ്ധകേന്ദ്രീകരിക്കുന്നില്ല. യുക്തിവിചാരത്തിന്റെ കാമ്പുതന്നെ ഒരാശയത്തെ മറ്റാശയങ്ങളുടെ വെളിച്ചത്തിൽ പരിശോധിക്കുകയും പരസ്പരം ബന്ധിപ്പിക്കുകയുമാണ്. വൈചാരിക തയ്ക്കു പകരം വൈകാരിക താൽപര്യത്തിൽ അധിഷ്ഠിതമായതുകൊണ്ട് മറ്റെല്ലാ ആശയങ്ങളെയും ഒഴിവാക്കി ഒരൊറ്റ ആശയത്തിൽ മാത്രം ശ്രദ്ധ കേന്ദ്രീകരിക്കലാണ് ഹിസ്റ്റീരിയ്ക്കും ഹിപ്നോട്ടിക് അവസ്ഥകൾക്കും പൊതുവായുള്ള സവിശേഷത.

ശ്രീരാമകൃഷ്ണപരമഹംസരുമായി ബന്ധപ്പെട്ട കഥയെടുക്കുക. ഏതെങ്കിലും ഒരു ലോഹവസ്തുവിൽ തൊട്ടാൽ അദ്ദേഹത്തിന്റെ കൈ മരവിക്കുമായിരുന്നു. അദ്ദേഹത്തിന്റെതന്നെ അഭിപ്രായപ്രകാരം ആ ശ്രദ്ധേയമായ പ്രതിഭാസത്തിന്റെ കാരണം, ലൗകികതയുടെ അടയാളമായി അദ്ദേഹം കണക്കാക്കുന്ന പണത്തോടുള്ള വെറുപ്പാണ്. ഒരു പ്രാണി കണ്ണിനടുത്തേക്കുവരുമ്പോൾ കണ്ണിമചിമ്മുന്നതുപോലെയുള്ള ഒരു അനൈച്ഛിക പ്രവർത്തനമാണിത്. സങ്കീർണ്ണമായ മറ്റെല്ലാ അനൈച്ഛിക പ്രവർത്തനങ്ങളേയും പോലെ കൈയിന്റെ മരവിക്കലും ഒരു മസ്തിഷ്ക പ്രക്രിയയെ -മാനസിക പ്രവർത്തനം- തുടർന്നാണുണ്ടാകുന്നത്. പണം ചീത്തയാണ്; അത് കൈവശം വെയ്ക്കുന്നവർ ആത്മീയ ജീവിതത്തിനു ദോഷകരമായ ലൗകികതയിൽ അകപ്പെടുന്നു; അതുകൊണ്ട് അതിനെ വർജ്ജിക്കണം. ഇത് പൂർണ്ണമായ താർക്കിക അനുമാനപ്രക്രിയയാണ്. എന്നാൽ ഈ പ്രക്രിയ നടക്കുന്നത്, പണത്തോടുള്ള വെറുപ്പ് എന്ന വൈകാരിക ഉപരിഘടനയാൽ പൂർണ്ണമായും ഭരിക്കപ്പെടുന്ന ഉപബോധമനസ്സിലാണ്. പണത്തോടുള്ള അദ്ദേഹത്തിന്റെ വെറുപ്പിന്റെ യുക്തിപരമായ അടിസ്ഥാനം ഒളിഞ്ഞുകിടക്കുന്ന ഉപബോധമനസ്സിൽ നിന്നുവരുന്ന നിർദ്ദേശത്തിന്റെ ഫലമായ ഹിപ്നോസിസാണത്.

പണത്തെ തൊടുന്നത് ഒഴിവാക്കാനുള്ള ആഗ്രഹം ബുദ്ധിപൂർവ്വം കൈക്കൊണ്ടതാണെങ്കിൽ ലോഹസ്പർശനം ഭൗതികമായ റിഫ്ളക്സിനെ സൃഷ്ടിക്കില്ല; കാരണം, ബുദ്ധി പണത്തെ ലോഹത്തിൽനിന്ന് വേർതിരിച്ചു കാണും. ഒരു നാണയത്തെ വെറുമൊരു ലോഹത്തുണ്ടായി കണക്കാക്കുകയും ആ ലോഹത്തുണ്ടിനെ മറ്റേതൊരു പദാർത്ഥശകലമായി കരുതുകയും ചെയ്യുന്നത് അമൂർത്തചിന്തയാണ്-പ്രായോഗിക വീക്ഷണത്തിൽ തെറ്റാണെങ്കിലും. നാണയങ്ങൾ ലോഹനിർമ്മിതമായതു കൊണ്ട് ഏതെങ്കിലും ഒരുലോഹത്തെ വെറുതെ ഒന്നു തൊടുക മാത്രം ചെയ്താൽ തൊടുന്നയാൾ ദുഷിക്കും എന്ന വിശ്വാസം തീർത്തും അയുക്തികമാണ്. പണത്തിന്റെ തിന്മയെക്കുറിച്ചുള്ള മൂല ആശയം അയുക്തികമായ വൈകാരികതയിൽ പൂർണ്ണമായും നഷ്ടപ്പെടുന്നു. ഏതെങ്കിലും ലോഹത്തിൽ തൊട്ടാൽ കൈമരവിക്കുന്നത് വൈകാരികാധിക്യത്താലുണ്ടാകുന്ന ഹിസ്റ്റീരിയയുടെ ലക്ഷണമാണ്. ഏതെങ്കിലും ആത്മീയശക്തിയാണ് അത് സൃഷ്ടിക്കുന്നതെന്ന് കരുതുന്നത് ആത്മീയ ശക്തി എന്ന ആശയത്തെ തരംതാഴ്ത്തലാണ്. ഭൗതികവസ്തുവിൽ നിന്നുള്ള ഗുണപരമായ വ്യതിരിക്തതയാണ് ആത്മീയശക്തിയെന്ന ആശയത്തിന്റെ സത്ത.

കൈയിന്റെ മരവിപ്പിന്, അത് ഒരു വിശുദ്ധന്റേതാണെങ്കിൽപോലും,

ശാരീരകമായ ഒരു കാരണം ഉണ്ടായിരിക്കും. അത് സ്വാഭാവികമായ റിഫ്ളക്സ് പ്രവർത്തനം അല്ലാത്തതുകൊണ്ട് അതിനു രോഗനിദാന (Pathological)പരമായ കാരണമാണ് ഉള്ളതെന്ന് വ്യക്തമാണ്. പ്രത്യ ക്ഷ മായ ഭൗതികകാരണം -ഉദാഹരണത്തിന്, ശക്തമായ വൈദ്യു താഘാതം- ഇല്ലാത്തതുകൊണ്ട് അതു മനോരോഗ നിദാനശാസ്ത്രപര (Psycho-pathological)മായ ഒന്നാണെന്ന് സ്പഷ്ടമാണ്. വികാരാധി ക്യത്താൽ യുക്തി വിചാരം പൂർണ്ണമായും ഇല്ലാതായ രോഗാതുരമായ മാനസികാവസ്ഥയാണ് അതിനുകാരണം; അബോധപൂർവ്വമായ സ്വയം പ്രബോധന (Auto-Suggestion)ത്താൽ ഹിസ്റ്റീരിയയുടെ ലക്ഷണം ഉൽപാദിപ്പിക്കപ്പെടുകയാണ്.

വികാരം എന്നത് ഒരു ജൈവധർമ്മമാണ്. വികാരാധിക്യത്താൽ ശരീരത്തിന്റെ സ്വഭാവികപ്രവർത്തനം തകരാറിലായേക്കാം. മസ്തിഷ്കത്താൽ കൈകാര്യം ചെയ്യപ്പെടുന്ന നാഡീസംബന്ധമായ പ്രവർത്തനത്തിന്റെ ബുദ്ധിപൂർവ്വമായ നിയന്ത്രണത്തിന്റെ അഭാവ ത്തിലാണ് അസ്വാഭാവികമായ ശാരീരിക പെരുമാറ്റങ്ങൾ ഉണ്ടാ കുന്നത്. ഈ നിയന്ത്രണത്തിന്റെ അഭാവത്തിൽ, വിമോചിതമായ നാഡീ ഊർജ്ജം തുല്യമായ അളവിൽ വിതരണം ചെയ്യപ്പെടുന്നില്ല. അമിതമായി പ്രദാനം ചെയ്യപ്പെട്ട ഊർജ്ജം സ്വാഭാവികമായ പ്ര തികരണത്തിന്റെ ചരണപഥ ങ്ങളെ കവിഞ്ഞൊഴുകുന്നു. കൂടാതെ, പ്രത്യക്ഷമായ കാരണമില്ലാത്ത റിഫ്ളെക്സ് പ്രവർത്തനങ്ങൾക്ക് ഇടയാക്കുകയും ചെയ്യുന്നു.

യോഗാനുഭൂതി(Mystic experience)യുടെ സൂചനകളെന്ന് വിശ്വസി ക്കപ്പെടുന്ന അസാധാരണമായ ശാരീരിക പെരുമാറ്റങ്ങളുടെ ശരീര ക്രിയാ ശാസ്ത്രപരമായ വിശദീകരണമാണത്. അവ പ്രത്യക്ഷപ്പെടുന്ന വൈകാരി കാവസ്ഥ ആത്മീയ ഔന്നത്യത്തിന്റെ അവസ്ഥയല്ല; മറിച്ച് മനോരോഗ പരമായ അധഃപതനമാണ്. ബോധപൂർവ്വമായ മാനസിക പ്രവർത്തനം താൽക്കാലികമായി നിറുത്തപ്പെടുന്നു; ജൈവപ്രക്രിയകളുടെ താളം തെറ്റുന്നു.

ശാസ്ത്രീയമായ അന്വേഷണ മനോഭാവം സ്വീകരിക്കുക യാണെങ്കിൽ യോഗിയുടെയും രോഗിയുടെയും അസ്വാഭാവികാ നുഭവങ്ങൾക്ക് കാരണം ഒന്നുതന്നെയാണെന്നു കാണാനാവും. രോഗത്താലോ ഒരു പ്രത്യേക ആശയത്തോടുള്ള പക്ഷപാത ത്താലോ സംഭവിച്ച ബുദ്ധിയുടെ മരവിപ്പിന് ആനുപാതികമായി നിർദ്ദേശങ്ങൾക്കു വിധേയമാവാനുള്ള മനോരോഗ നിദാനാവ സ്ഥയാണത്. രോഗിയുടെ വിവേചനശേഷിയെ തടഞ്ഞു നിർത്തു ന്നതിലൂടെ വിധേയപ്രവണത വളരെയധികം വർദ്ധിക്കപ്പെടുന്നു

വെന്നത് മനോരോഗ ചികിത്സാ ശാസ്ത്രത്തിന്റെ പൊതുവായ ഒരു നിഗമനമാണ്. ഇക്കാര്യത്തിന് അന്ധവിശ്വാസം, മുൻവിധിയിൽ അധിഷ്ഠിതമായ ആശയങ്ങൾ എന്നിവയേക്കാൾ ഫലപ്രദമായ മറ്റൊന്നില്ല. മതവിശ്വാസികളുടെ മാനസികഘടനയിൽ നിർദ്ദേശ ങ്ങൾ അന്തർഹിത മായിരിക്കുന്നതിനാൽ, പ്രത്യേകിച്ചും അവർ പ്രബോധനങ്ങൾക്ക് വഴങ്ങുന്നവരാണ്. യോഗാനുഭൂതി എന്നു വിളി ക്കപ്പെടുന്ന ഹിപ്നോട്ടിക് അവസ്ഥ സൃഷ്ടിക്കുന്നതിന് ആവശ്യമായ സ്വയം പ്രബോധനം (Auto-Suggestion)പ്രദാനം ചെയ്യപ്പെടു ന്നത് ബോധപൂർവ്വമായ വിശ്വാസത്താലോ അബോധ പ്രവണതയാലോ ആണ്. ഒരു നിഗൂഢലോകം തന്റെ ഉള്ളിൽ ത്തന്നെ ഉണ്ടെന്ന് ഉറച്ച് വിശ്വസിക്കുകയും, ആ വിശ്വാസം അജ്ഞതയുടെ അനുഗ്രഹത്താൽ വേണ്ടത്ര ബലപ്പെടുകയും ചെയ്യുമ്പോൾ അയാൾ അത് ഫ്ഫഅനുഭവി ക്കുത്സക തന്നെ ചെയ്യും.

മാനസിക ജീവിതത്തിന്റെ ഒളിച്ചുവെയ്ക്കപ്പെട്ട ഭാഗങ്ങളെല്ലാം ഹിപ്നോട്ടിക് അവസ്ഥയിൽ അഹംബോധ(Ego)ത്തിനു വെളിപ്പെടു ന്നു. യോഗാനുഭൂതി എന്നത് അഹംബോധത്തിന്റെ ഇരുണ്ട അറകളി ലേയ്ക്കുള്ള ഒരെത്തിനോട്ടമാണ്; അബോധപൂർവ്വമായോ ബോധപൂർ വ്വമായോ അടിച്ചമർത്തപ്പെട്ട സഹജവാസനകളെ പ്രതിനിധാനം ചെയ്യുന്ന വികലദൃശ്യങ്ങളാൽ നിബിഡമാണ് മാനസിക ജീവിതത്തി ന്റെ ആ ഇരുട്ടറകൾ.

യോഗാനുഭൂതിവേളയിൽ സത്യസന്ധരായ യോഗികളെ മനോ രോഗനിദാന ശാസ്ത്രപരമായ വിദഗ്ദ്ധ നിരീക്ഷണത്തിന് വിധേയരാ ക്കുക യാണെങ്കിൽ മതാനുഭവത്തിന്റെ മനഃശാസ്ത്രത്തെക്കുറിച്ച് വളരെ രസകരമായ പല അറിവുകളും ലഭിക്കും. ഹിപ്നോട്ടിക് അവസ്ഥയിൽ അവരെ ക്കൊണ്ട് അനുഭവത്തിന്റെ ഉള്ളടക്കത്തെ ഉദാത്തവൽക്കരി ക്കാതെ പറയിപ്പിക്കാൻ കഴിയും. ഉണർന്നെണീക്കുമ്പോൾ, അവർ ഹിപ്നോട്ടിക് അവസ്ഥയിൽ പറഞ്ഞതെല്ലാം മറക്കുകയും ദമനം ചെയ്യപ്പെട്ട ആഗ്രഹ ങ്ങളുടെ അബോധപൂർവ്വമായ ഉദാത്തവൽകൃതരൂ പങ്ങളായ മതാത്മക ആശയങ്ങളിലേയ്ക്കുതന്നെ തിരിച്ചുപോകുകയും ചെയ്യും എന്നത് തീർച്ചയാണ്.

പ്രാചീനയവനൻമാർ ഹിസ്റ്റീരിയയെ ലൈംഗികതയുമായി ബന്ധപ്പെടുത്തി. ആധുനിക മനഃശ്ശാസ്ത്രം അതിപ്രധാന ആവേഗങ്ങൾ (Vital Impulses) തമ്മിലുള്ള സംഘർഷത്തിലാണ് ഹിസ്റ്റീരിയയുടെ മൂലകാരണത്തെ കണ്ടെത്തുന്നത്. ആ ആവേഗങ്ങളിലൊന്ന് അടി ച്ചമർത്തപ്പെട്ട ലൈംഗികതയാണ്. യോഗാനുഭൂതിയിലേയ്ക്കുള്ള വഴിയാണ് ലൈംഗികാവേഗത്തിന്റെ അടിച്ചമർത്തൽ എന്ന്

വിശ്വസിക്കപ്പെടുന്നു. അടിച്ച മർത്തപ്പെട്ട തൃഷ്ണയുടെ മനോബിംബ ങ്ങളാൽ എല്ലാ വിശുദ്ധന്മാരും ദിവ്യന്മാരും വേട്ടയാടപ്പെട്ടുകൊണ്ടിരുന്നു എന്നത് പ്രസിദ്ധമാണ്. ദേവലോക രാജധാനിയിൽ നിന്ന് നിയോഗിക്കപ്പെട്ട മോഹിനിമാരുടെ ദർശനത്താൽ അവരുടെയെല്ലാം തപസ്സിനു വിഘ്നം നേരിട്ടിരുന്നു. ലൈംഗികാ വേഗത്തിന്റെ അടിച്ചമർത്തൽ എന്തിലേയ്ക്കാണ് നയിക്കുന്നതെന്ന് അറിയുന്ന ഒരാൾക്ക് യോഗാനുഭവത്തെ ഹിസ്റ്റീരിയയുടെ മായിക ഭ്രമമായിട്ടല്ലാതെ പരിഗണിക്കാനാവില്ല.

ഇന്ത്യൻ മതജീവിതം ഉദാത്തവൽക്കരണങ്ങളിൽ സമ്പന്നമാണ്. അത് ലൈംഗികവേഗത്തിന്റെ അടിച്ചമർത്തലിന് വളരെയധികം പ്രാധാന്യം കൽപ്പിക്കുന്നുണ്ട്. വൈഷ്ണവരെപ്പോലുള്ള ചില മതവിഭാഗങ്ങളുടെ അനുഷ്ഠാനങ്ങൾ മുഴുവനും അത്തരം ഉദാത്തവൽക്കരണങ്ങൾ കൊണ്ട് വിന്യസിക്കപ്പെട്ടവയാണ്. ശാരീരികമായ ഒരാവശ്യം എന്ന നിലയ്ക്കല്ലാതെ, മതാനുഷ്ഠാനത്തിന്റെ ഭാഗമായി മൈഥുനകർമ്മം അനുഷ്ഠിക്കുന്ന താന്ത്രികന്മാരുമുണ്ട്. ലിംഗത്തെ ദൈവത്തിന്റെ പ്രതീകമാക്കുന്നതും ഉദാത്തീകരണത്തിന്റെ തീവ്രരൂപങ്ങളാണ്. എല്ലാ സ്ത്രീകളെയും അമ്മയായി കാണുന്നത് ലൈംഗികതയുടെ മറ്റൊരു രൂപമാണ്.

ലൈംഗികതയുടെ 'മാതൃതത്ത്വ'ത്തിലേയ്ക്കുള്ള ഉദാത്തീകരണം രാമകൃഷ്ണപരമഹംസരെ വല്ലാതെ അലട്ടിയിരുന്നു. സ്ത്രീകളുടെ സാമീപ്യത്തിലുള്ള അദ്ദേഹത്തിന്റെ അസാധാരണ പെരുമാറ്റത്തിന്റെ കാരണം അതാണ്. തന്നെത്താനെ ഹിപ്നോട്ടിക് അവസ്ഥയിൽ എത്തുന്നതിന് ആവശ്യമായ സ്വയം പ്രബോധനത്തിന് ഈ മാതൃബോധം (Mother Complex)അദ്ദേഹത്തെ സഹായിച്ചു. ലൈംഗികാവേഗത്തിനുമേലുള്ള നിയന്ത്രണം എന്നനിലയിൽ അബോധപൂർവ്വമായി വികസിച്ച സോപാധിക റിഫ്ളക്സ് ആയിരുന്നു ആ വിചിത്രമായ പെരുമാറ്റം. ഒസ്ത്രീകാണുകയോ തൊടുകയോ ചെയ്യുന്നതുകൊണ്ടുമാത്രം നോർമലായ ഒരു പുരുഷനിൽ ലൈംഗികവികാരം ഉണരുന്നില്ല. സാധാരണ മനുഷ്യരെപ്പോലും ദുഷിപ്പിക്കാൻ കഴിയാത്ത ഒരു സ്വാധീനത്തെ ഒഴിവാക്കാനായി വിശുദ്ധ പുരുഷൻ എന്തിനു മോഹനിദ്രയിലേയ്ക്ക് പലായനം ചെയ്യുന്നു? ആ വിചിത്രസ്വഭാവം യോഗാത്മകമായ ഉയർച്ചയല്ല, മറിച്ച് ദയനീയമായ ഹിസ്റ്റീരിയയുടെ ലക്ഷണമാണ്. അദ്ദേഹത്തിന്റെ ഉപബോധപരമായ വൈകാരിക ജീവിതത്തിൽ ആവേഗങ്ങളുടെ സംഘർഷം വളര ശക്തമായിരിക്കണം. സംഘർഷം ഉഗ്രമാവുമ്പോൾ ഉദാത്തവൽക്കരണം കൂടുതൽ സ്പഷ്ടമാകുന്നു; അല്ലാത്തപക്ഷം ഭ്രാന്തായിരിക്കും

ഫലം. ഉദാത്തവൽക്കരണം പൂർണ്ണമായും അബോധ പൂർവ്വമായാണ് നടക്കുന്നത്. സ്ത്രൈണ ബിംബത്തിന്മേൽ- ഭാവനാപരമായ 'മാതൃതത്വ'ത്തിന്മേൽ-ഒരാളുടെ ഭക്തിയും ആരാധനയും അർപ്പിക്കുന്നത് ലൈംഗികാവേഗത്തെ ഉദാത്തവൽക്കരിക്കുന്നതിനുള്ള ക്ലാസിക്കൽ ദൃഷ്ടാന്തമാണ്.

വിഭക്തവ്യക്തിത്വം ഹിസ്റ്റീരിയയുടെ മറ്റൊരു ലക്ഷണമാണ്. ഹിപ്നോട്ടിക് അവസ്ഥയിലുള്ള കോമര (Spiritist mediums)ങ്ങളിൽ മിക്കപ്പോഴും വിഭക്തവ്യക്തിത്വം സൃഷ്ടിക്കപ്പെടുന്നു. ജീവിതത്തിലെ ഒരു പ്രത്യേക കാലഘട്ടത്തെ സംബന്ധിച്ച ഓർമ്മകൾ നഷ്ടപ്പെടുകയും, താൻ തികച്ചും വ്യത്യസ്തനായ മറ്റൊരാളാണെന്ന് രോഗി സ്വയം വിശ്വസിക്കുകയും ചെയ്യുന്നു. പ്രസിദ്ധ വൈഷ്ണവസിദ്ധനായ ചൈതന്യന്റെ ജീവിതം അതിന് ഒരുത്തമ ദൃഷ്ടാന്തമാണ്. രാധയുടെ അവതാരമാണ് താൻ എന്ന് അദ്ദേഹം വിശ്വസിച്ചിരുന്നതായി പറയപ്പെടുന്നു. അദ്ദേഹം മോഹനിദ്ര (Trance)യിൽ കൃഷ്ണന്റെ പുരാവൃത്തത്തിലെ ആ പ്രിയതമയുടെ ഭാഗം അഭിനയിച്ചിരുന്നു. തീർച്ചയായും അദ്ദേഹം താൻ ദൈവത്തിന്റെ പ്രേമഭാജനമാണെന്ന് സങ്കൽപ്പിച്ചിരുന്നു; അദ്ദേഹത്തിന്റെ മിസ്റ്റിക് അനുഭൂതിയുടെ ഉള്ളടക്കം ആ സങ്കല്പമായിരുന്നു. എന്തായാലും രോഗാഗ്രസ്തമായ വൈകാരികതയുടെ പ്രകാശനമായി പ്രത്യക്ഷപ്പെടുന്ന ലൈംഗികവികാരത്തിന്റെ അടിച്ചമർത്തൽ സൃഷ്ടിച്ച ഹിസ്റ്റീരിയയുടെ ലക്ഷണമായിരുന്നു അത്. പ്രകൃതിയെ എളുപ്പത്തിൽ കീഴ്പ്പെടുത്താനൊന്നും ആവില്ല. അതിനുമുതിർന്നാൽ പ്രകൃതിയുടെ പ്രതികാരം ആത്മീയമായി വിനാശകരമായിരിക്കും.

വൈഷ്ണവയോഗികൾ പോഷിപ്പിച്ച സ്ത്രീഭാവം മനഃശാസ്ത്ര പരമായി ലൈംഗിക വികാരത്തിന്റെ വികലമായ പ്രകാശനമാണ്- സ്വവർഗ്ഗ ലൈംഗികതയുടെ. ഇപ്പോൾ മനോരോഗപരമായ ഒരു പ്രതിഭാസമെന്ന നിലയിൽ പരിഗണിക്കപ്പെടുകയും ചികിത്സിക്കപ്പെടുകയും ചെയ്യുന്ന അസാധാരണമായ ഈ വൈകാരികബന്ധത്തിൽ പങ്കാളികളിൽ ഒരാൾ താൻ ലൈംഗികമായി പരിവർത്തനം ചെയ്യപ്പെട്ടിരിക്കുന്നുവെന്ന് സങ്കല്പിക്കുന്നു. യൗവ്വനാരംഭത്തിൽ തനിക്കനുയോജ്യമായ, ഇഷ്ടമുള്ള ഒന്നിനെ കണ്ടെത്താൻ കഴിയാത്തതിലുള്ള നിരാശയിൽ നിന്നുടലെടുക്കുന്ന വൈകാരികമായ അസാധാരണത ഹിസ്റ്റീരിയയെ സൃഷ്ടിക്കുന്നു. നീണ്ടകാലത്തെ നിരന്തരാനുശീലനത്തിലൂടെ അത് ആഴത്തിലുള്ള മനഃശ്ശാസ്ത്രപരമായ അടിത്തറയില്ലാത്ത ശാരീരികമായ ഒരു ശീലമായി മാറുകയും ചെയ്യുന്നു.

ചൈതന്യൻ ഹർഷോന്മാദാവസ്ഥയിൽ താൻ കൃഷ്ണന്റെ ആശ്ലേഷത്തിലമർന്നിരിക്കുകയാണെന്ന് സ്വപ്നം കാണാറുണ്ടായിരുന്നു.

ചിലപ്പോൾ സാമ്പ്രദായിക ഹൈന്ദവരീതിയിൽ അദ്ദേഹത്തിന്റെ പാദങ്ങൾ താലോലിക്കുന്നതായും സ്വപ്നം കണ്ടിരുന്നു. അബോധപൂർവ്വമായ ലൈംഗികാഭിലാഷത്തിന്റെ ഇത്തരം ദൃശ്യങ്ങൾ ദൈവവുമായുള്ള നിഗൂഢസംയോഗമായി വ്യാഖ്യാനിക്കപ്പെടാം. അത്തരം അനുഭവങ്ങളിൽ ആത്മീയമായി യാതൊന്നുമില്ല. പാപമെന്നു പറഞ്ഞ് അബോധമനസ്സിലേക്ക് ഇറുത്തിയ സ്വാഭാവിക വികാരങ്ങളുടെ അസാധാരണമായ പൂർത്തീകരണമാണ് അവ.

മിസ്റ്റിക് അനുഭവത്തിനു ബ്രഹ്മചര്യം പാലിക്കേണ്ടത് അത്യാവശ്യമാണ്. അതിനു ലൈംഗികവികാരത്തെ അടിച്ചമർത്തണം. ഒരു നൈസർഗിക വികാരത്തെ കൊല്ലാനാവില്ല. അതിനെ ഉപബോധമനസ്സിന്റെ അടിത്തട്ടിലേയ്ക്ക് ആട്ടിപ്പായിക്കുക മാത്രമാണ് ചെയ്യുന്നത്. അവിടെ അത് ഹാനികരമായിത്തീരുന്നു. അത് അവിടെ നിന്നും പുറത്തേക്കു വരാനും ബോധപൂർവ്വമായ മാനസിക ജീവിതത്തെ പല രൂപത്തിലും സ്വാധീനിക്കാനും ശ്രമിക്കുന്നു. നൈസർഗികവാസനകളുടെ നിയന്ത്രണം എന്നത് ഹാനികരമായ പ്രവർത്തിയല്ല. വാസ്തവത്തിൽ അവയുടെ ബുദ്ധി പൂർവ്വമായ നിയന്ത്രണം മനുഷ്യനെ മൃഗത്തിൽ നിന്ന് വ്യത്യസ്തനാക്കുന്നു. ആത്മീയവികാസത്തിന്റെ സത്ത എന്നത് സന്തുലിതമായ വൈകാരിക ജീവിതത്തിന് അനുയോജ്യമായ തരത്തിൽ നൈസർഗിക വികാരങ്ങളെ സംഘടിപ്പിക്കലാണ്. യുക്തിയാലും ബുദ്ധിയാലുമാണ് അത് ചെയ്യപ്പെടുന്നത്.

പ്രാകൃതവികാരത്തിലും കാമാസക്തിയിലുമുള്ള ഊർജ്ജത്തിന്റെ ധൂർത്തടിയെ ഒഴിവാക്കുന്നതിനുവേണ്ടി ഇന്ദ്രിയ നിഗ്രഹത്തിലൂടെ മാനസികവും ശാരീരികവുമായി ഒരാൾ സ്വയം നശിക്കേണ്ടതില്ല. ലൈംഗികവികാരം ശക്തവും അടിസ്ഥാനപരവും ആണെങ്കിലും മറ്റു വികാരങ്ങളുടെ പ്രവർത്തനത്താലും ബൗദ്ധിക വ്യാപാരത്താലും സ്വയം നിയന്ത്രിക്കപ്പെടുന്നുണ്ടെന്നത് തീർച്ചയാണ്. വ്യത്യസ്തതാൽപര്യങ്ങളുള്ള നോർമലായ എല്ലാ മനുഷ്യരുടെയും ലൈംഗികവികാരം ഒരളവുവരെ നിയന്ത്രിക്കപ്പെടുന്നുണ്ട്.

ഉയർന്ന ബൗദ്ധികവ്യാപാരത്തിൽ ഏർപ്പെട്ടിരിക്കുന്ന ആളുകൾ മതപരിവേഷമുള്ള ബ്രഹ്മചാരികളെ അപേക്ഷിച്ച് ലൈംഗിക വ്യാപാരത്തെ ക്കുറിച്ച് കുറച്ചേ ബോധവാന്മാരാകുന്നുള്ളൂ. നിങ്ങൾ ബോധപൂർവ്വം ഇല്ലാതാക്കാൻ ശ്രമിക്കുന്ന ഒരു വികാരത്തെക്കുറിച്ച് യഥാർത്ഥത്തിൽ നിങ്ങൾക്ക് അബോധവാനായിരിക്കുവാൻ കഴിയില്ല. സമഗ്രമായ ആത്മീയ വികാസത്തിന് അനിവാര്യമായ നിയന്ത്രണം സ്വയമേവ നടക്കുന്ന ഒരു പ്രക്രിയയാണ്. അലസമനസ്സുകൾ മാത്രമേ പ്രാഥമിക വികാരങ്ങളാലും തൃഷ്ണകളാലും വശീകരിക്കപ്പെടുകയുള്ളൂ.

ആത്മീയ വികാസത്തിനുള്ള കഴിവ് സ്വാഭാവികമായി മനുഷ്യനു ണ്ടെങ്കിൽ, നൈസർഗിക വികാരങ്ങളുടെ പൂർത്തീകരണം ആത്മീയ വികാസത്തിന് എതിരാകാൻ കഴിയില്ല. ലൈംഗികത ജീവിതത്തി ന്റെ അടിസ്ഥാനവികാരമായതുകൊണ്ട് അതിന്റെ പൂർത്തീകരണം മനുഷ്യന്റെ ശാരീരികവും ബൗദ്ധികവും വൈകാരികവുമായ സൗഖ്യ ത്തിന് അനിവാര്യമാണ്. അതിന്റെ അടിച്ചമർത്തൽ ശാരീരികവും മാനസികവുമായി ഹാനികരമായിരിക്കും. രോഗലക്ഷണങ്ങളായി അത് സ്വയം പ്രകടമാകുന്നു. അബോധപൂർവ്വമായ വിശ്വാസങ്ങളും ധാരണകളും അവയുടെ രൂപത്തെ നിർണ്ണയിക്കുന്നു. അസാധാരണ മായ (Abnormal)ഒരു മാനസികാവസ്ഥ സൃഷ്ടിക്കപ്പെടുന്നു. മിസ്റ്റിക്ക് അനുഭവം ആ അവസ്ഥയുടെ ഒരു സവിശേഷതയാണ്. മിസ്റ്റക്ക് അനുഭവത്തിൽ ആത്മവർത്തയുടെ (the self) പ്രകൃതത്തെക്കുറിച്ചുള്ള യാഥാർത്ഥ്യങ്ങൾ വികലമായ ദൃശ്യങ്ങളിലാണ് കാണപ്പെടുന്നത്. ആയതിനാൽ, സത്യത്തിന്റെ സാക്ഷാത്ക്കാരം എന്നതി നേക്കാൾ മായികഭ്രമമാണ് അത്. ഒരാളുടെ നിഗൂഢമായ ആത്മവത്തയുടെ (inner self) വികലമായ ചിത്രങ്ങളിൽ ബോധപൂർവ്വമായ ജീവിത ത്തിനുവേണ്ട മാർഗനിർദ്ദേശങ്ങൾ തേടാൻ ശ്രമിക്കുന്നത് തികഞ്ഞ അന്ധവിശ്വാസമാണ്.

ബോധപരമോ, ഉപബോധപരമോ ആയ ഉന്മുഖത (predis position)യാണ് മിസ്റ്റിക്ക് അനുഭവത്തിന്റെ മനഃശാസ്ത്രപരമായ അടിത്തറ. പുറമേനിന്ന് നൽകുന്ന ഒരാശയം ചില മുൻധാരണകളെ ഉണർത്തുമ്പോൾ അത് നിയതമായ മസ്തിഷ്ക പ്രവർത്തനത്തെ (normal cerebral function) തകരാറിലാക്കുന്ന വൈകാരികാവ സ്ഥയെ സൃഷ്ടിക്കുന്നു. സ്വാഭാവികമായ അനുഭവത്തിലൂടെയോ സാമൂഹിക പരിതസ്ഥിതികളുടെ സമ്മർദ്ദത്തിന്റെ ഫലമായോ ആർജ്ജിച്ച ധാരണകളുടെ കലവറയാണ് ഉപബോധമനസ്സ്. ജന്മവാ സനകൾ (Congenital Predisposition) പാരമ്പര്യമായി കിട്ടുന്നതാണ്. അഹംബോധം ഏറിയകൂറും ഉപബോധമനസ്സിന്റെ ഭാഗമാണ്. അതുകൊണ്ട്, യുക്തിബോധത്താലും ബുദ്ധിയാലും വികാരങ്ങൾ നിയന്ത്രി ക്കപ്പെടാത്ത അവസ്ഥയിൽ മുൻധാരണകളാണ് മാനസിക ജീവിതത്തിൽ ആധിപത്യം പുലർത്തുക. മിസ്റ്റിക്ക് അനുഭവത്തിലും ഹിസ്റ്റീരിയയിലും ഇത് സംഭവിക്കുന്നു.

പ്രകൃത്യാതീത ശക്തിയിലുള്ള വിശ്വാസമാണ് മതം. അജ്ഞത യാണ് അതിന്റെ അടിത്തറ. പ്രകൃതി പ്രതിഭാസങ്ങളെ ഭൗതിക നിയ മങ്ങൾ കൊണ്ട് വിശദീകരിക്കാൻ കഴിയാതെ വന്നപ്പോൾ മനുഷ്യൻ അവയ്ക്കു പിന്നിൽ അലൗകികശക്തികളെ സങ്കല്പിക്കുകയാണ്

ചെയ്തത്. അജ്ഞതയാണ് മനുഷ്യന്റെ 'ആദിപാപം.' ജ്ഞാനം ഉയർന്ന മാനസിക ശേഷികളായ യുക്തിബോധത്തേയും ബുദ്ധിശക്തിയേയും ബലപ്പെടുത്തുന്നു. തത്ഫലമായി അത് മതപരമായ മുൻവിധികളുടെ സ്വാധീനത്തെ പിടിച്ചുകുലുക്കുന്നു. ആത്മീയ പിന്നാക്കാവസ്ഥയുടെ അടയാളമാണ് മതോന്മുഖത. അതുകൊണ്ട് ബുദ്ധിപരമായ പിന്നോക്കാവസ്ഥ എത്ര വലുതാണോ അത്രയ്ക്ക് ശക്തമായിരിക്കും മതപരമായ മുൻധാരണകൾ.

ബ്രഹ്മചര്യാനുഷ്ഠാനവും മിസ്റ്റിക്ക് അനുഭവവും തമ്മിൽ ആന്തരികമായ ബന്ധമുണ്ട്. ആ ബന്ധം ആത്മീയപരമല്ല; രോഗനിദാനശാസ്ത്രപരമാണെന്നു മാത്രം. 'ആരോഗ്യമുള്ള ശരീരത്തിൽ ആരോഗ്യമുള്ള മനസ്സ്' എന്നതിന് നേരെ വിപരീതമായ ബന്ധം. അഭ്യസ്തവിദ്യരായ യുവാക്കളുടെ ആത്മീയ മനോഭാവം, കൃത്യമായി പറഞ്ഞാൽ മതമനോഭാവം ബ്രഹ്മചര്യം എന്ന ദോഷകരമായ അനുഷ്ഠാനത്തിനനുകൂലമായ പരമ്പരാഗതമായ മുൻവിധിയിൽ അധിഷ്ഠിതമാണ്.

ബ്രഹ്മചര്യാനുഷ്ഠാനം മൂലമുണ്ടാകുന്ന മാനസിക പിരിമുറുക്കം സെറിബ്രത്തിന്റെ പ്രവർത്തനത്തെ മരവിപ്പിക്കുന്നു. അടിച്ചമർത്തപ്പെട്ട ലൈംഗിക വികാരം വൈകാരികാവിഷ്ക്കാരത്തിന്റെ നിശ്ചിതരൂപങ്ങളിൽ അനിയതമായ പൂർത്തീകരണം കണ്ടെത്തുന്നു. അതായത്, പ്രാകൃത വിശ്വാസത്താൽ നിർണ്ണീതമായ രൂപങ്ങളിൽ. ആ നിശ്ചിതരൂപങ്ങൾ പ്രഖ്യാപിത മതവിശ്വാസികളുടെ കാര്യത്തിലെന്നപോലെ ബോധപൂർവ്വമായ മാനസിക സ്വഭാവമാകാം; അല്ലെങ്കിൽ അവ ഉപബോധമനസ്സിൽ വർത്തിക്കാം. ഉപബോധമനസ്സിൽ വർത്തിക്കുന്നവയുടെ പുനരാവിർഭാവം ശരിയെന്ന് തോന്നിപ്പിക്കുന്ന മിസ്റ്റിക്ക് അനുഭവമായി പരിഗണിക്കപ്പെടുന്നു. കാരണം, ആ പ്രതിഭാസം യുക്തിപരമായ വിശദീകരണത്തിന് അതീത മാണെന്ന് തോന്നിപ്പിക്കുന്നു - തീർച്ചയായും അങ്ങിനെയല്ലെങ്കിലും. ഒരാളുടെ യുക്തിയും ബുദ്ധിയും ബോധപൂർവ്വമായോ അബോധപൂർവ്വമായോ വിശ്വാസത്തിൽ സംതൃപ്തി കണ്ടെത്താനുള്ള പ്രവണതയ്ക്ക് അടിമപ്പെട്ടുപോയാൽ കാണാനാഗ്രഹിക്കുന്നതെന്തും അയാൾ കാണുന്നു. ഭാവനകൾ യാഥാർത്ഥ്യത്തിന്റെ ചിത്രങ്ങളാണെന്നു വിശ്വസിക്കുകയും ചെയ്യുന്നു.

എന്നാൽ, ഇന്ത്യയുടെ മതാത്മകാന്തരീക്ഷത്തിൽപോലും അപൂർവ്വ പ്രതിഭാസമായിരിക്കുന്ന മിസ്റ്റിക്ക് അനുഭവത്തിലേക്ക് വിശ്വാസം കൊണ്ടു മാത്രം എത്തിച്ചേരാനാവില്ല. മതമനോഭാവത്തിന്റെ കാര്യത്തിൽ വിഖ്യാതരായ ഇന്ത്യയിലെ സാമാന്യജനങ്ങൾ മിസ്റ്റിക്ക് അനുഭവം എന്താണെന്ന് അനുഭവിച്ചറിഞ്ഞിട്ടില്ല. അവർ

മതവിശ്വാസികൾ ആയിരിക്കുന്നത് കൂടുതലൊന്നും അറിയാത്തതു കൊണ്ടാണ്; അതായത്, ഉയർന്ന നിലവാരത്തിലുള്ള മാനസികവും വൈകാരികവുമായ പ്രവർത്തന ത്തിന്റെ വികാസത്തെ അവരുടെ ആത്മീയ പിന്നാക്കാവസ്ഥ തടഞ്ഞു നിർത്തുന്നു. തങ്ങളുടെ ആത്മീയ ബാലിശത്വത്തിൽ അവർ തീർത്തും തൃപ്തരാണ്. അജ്ഞതയുടെ സ്വർഗ്ഗീയാനുഭൂതിയിൽ അഭിരമിക്കുന്നതും കടുത്ത അന്ധവിശ്വാസത്തിലേക്ക് അധഃപതിച്ചതുമായ അവരുടെ വിശ്വാസത്തെ യുക്തിവൽക്കരിക്കേണ്ട ആവശ്യമൊന്നുമില്ല അവർക്ക്. തത്ഫലമായി, അവരുടെ അപരിഷ്കൃതമായ ആത്മീയ വാദത്തിൽ മിസ്റ്റിക്ക് അനുഭവത്തെ സാധ്യമാക്കുന്ന മനോരോഗാവസ്ഥയ്ക്ക് കാരണമായ വൈകാരിക സംഘർഷത്തിന് സ്ഥാനമില്ല. പ്രത്യക്ഷത്തിൽത്തന്നെ പരസ്പര വിരുദ്ധമായ ആശയങ്ങൾ അപരിഷ്കൃത മനസ്സിൽ യാതൊരു വിധ വൈകാരിക സംഘർഷത്തിനും ഇടകൊടുക്കാതെ അടുത്തടുത്തായി വർത്തിക്കാം. ആശയങ്ങളെ യുക്തിയുടെ ശൃംഖലയിൽ ബന്ധിപ്പിക്കുന്ന ചിട്ടയായ ചിന്താശേഷി അതിനിയും വികസിപ്പിച്ചെടുത്തിട്ടില്ല.

ഇന്ത്യയിലെ സാമാന്യജനങ്ങൾ മറ്റു ജനതകളേക്കാൾ കൂടുതലായി അടിസ്ഥാനപരമായ മാനുഷികവികാരങ്ങളേയും തൃഷ്ണകളേയും സ്വമേധയാ അടിച്ചമർത്താനൊന്നും തയ്യാറല്ല. യുഗാന്തരങ്ങളിലൂടെ പരിപോഷിപ്പിക്കപ്പെട്ട അന്ധവിശ്വാസങ്ങൾ അവരുടെ വിമർശന ശേഷിയെ തീർത്തും ഇല്ലാതാക്കിയിട്ടുണ്ട്. അതിനാൽ അവരെല്ലാം പൊതുവിൽ ഹിപ്നോട്ടിക്ക് നിർദ്ദേശങ്ങൾക്ക് വിധേയരാവാനുള്ള സഹജ പ്രവണതകളുള്ളവരാണ്. പക്ഷേ, അടിസ്ഥാനപരമായ എല്ലാ ജൈവവികാരങ്ങളേയും തൃപ്തിപ്പെടുത്തുന്നതുകൊണ്ട് ആ മാനസികപ്രവണത അവരുടെ നാഡീ വ്യൂഹത്തിന്റെ ആരോഗ്യത്തെ ബാധിക്കുന്നില്ല.

അഭ്യസ്തവിദ്യരുടെ കാര്യത്തിലും പ്രകൃതിക്കുതന്നെയാണ് പൊതുവിൽ മേൽക്കൈ ആത്മാർത്ഥമായി പരിശ്രമിക്കുന്നവർപോലും മിക്കപ്പോഴും പരാജയപ്പെടുന്നു. അതുകൊണ്ട് മതബോധത്തെ പരിപോഷിപ്പിക്കുന്നതിനു വേണ്ടി ചെയ്യുന്ന അനുഷ്ഠാനങ്ങളിൽ നിന്നുണ്ടാകുന്ന ശാരീരികവും മാനസികവുമായ കേടുപാടുകൾ അപൂർവ്വമായി മാത്രമേ പൂർണ്ണ ഹിസ്റ്റീരിയയെ ഉളവാക്കുമാറ് ജൈവപ്രവർത്തനത്തെ തടസ്സപ്പെടുത്തുന്നുള്ളൂ. ഇത്തരം അപൂർവ്വ സംഭവങ്ങളെ മനോരോഗനിദാനശാസ്ത്രപരമായ പരിശോധനകൾക്ക് വിധേയമാക്കിയാൽ അവയിൽ ഹിസ്റ്റീരിയയ്ക്ക് അടിസ്ഥാനമായ ജന്മസിദ്ധപ്രവണതയേ കാണാനാവൂ. ആത്മീയ പ്രകൃതിയല്ല ഈ പ്രവണതയെ നിർണ്ണയിക്കുന്ന ഘടകമെന്ന് വ്യക്തം; കാരണം അത് എല്ലാവരിലും

ഉള്ളതാണ്. എന്നാൽ മിസ്റ്റിക്ക് അനുഭവം എന്നത് അപൂർവ്വ പ്രതിഭാസമാണ്. അത് ഒന്നുകിൽ നാഡീരോഗം, അല്ലെങ്കിൽ അബോധപൂർവ്വമായ വൈകാരിക ശൈഥില്യമാണ്. ഏതായാലും ദിവ്യൻ ശക്തമായ ഹിസ്റ്റീരിയയുടെ ക്ലേശം അനുഭവിക്കു ന്നുണ്ട്. സ്വയം പ്രബോധാത്മകത, മായികഭ്രമം, മൂർച്ഛ, ഇരട്ടവ്യക്തിത്വം തുടങ്ങിയ രോഗലക്ഷണങ്ങളെ പ്രകടിപ്പിക്കുന്നതും, നൈസർഗിക വാസനകളെ അടിച്ചമർത്തുന്നതിലൂടെ തീവ്രമാക്കുന്നതുമാണ് അത്. നാഡീപരമായ തകരാറുകൾ അല്ലെങ്കിൽ വൈകാരിക ശൈഥില്യം ഹിസ്റ്റീരിക്കൽ പ്രവണതയുടെ ഭാഗമായതുകൊണ്ട് നൈസർഗിക വികാരങ്ങളെ വിജയകരമായി അടിച്ചമർത്താൻ സഹായിക്കുന്നുണ്ട്. എന്നാൽ ഹിസ്റ്റീരിയയുടെ മൂർദ്ധന്യാവസ്ഥയിൽ എത്തിച്ചേരുന്ന തിന് സമ്പൂർണ്ണമായ അടിച്ചമർത്തൽ ആവശ്യമില്ല. ഹിസ്റ്റീരിയ യിലേക്ക് എത്തിക്കുന്ന നൈസർഗിക പ്രവണതയെ ഉണർത്തുന്ന ഉപബോധമന സ്സിലെ സംഘർഷത്തെ പുറത്തേയ്ക്ക് കൊണ്ടുവരാൻ ലൈംഗികവി കാരത്തെ അടിച്ചമർത്താനുള്ള ശ്രമം തന്നെ ധാരാളം. അന്ധവിശ്വാസ ത്താൽ ഉദാത്തീകരിക്കപ്പെട്ട ഹിസ്റ്റീരിയ സൃഷ്ടിക്കു ന്ന മായികഭ്രമമാണ് മിസ്റ്റിക്ക് അനുഭൂതി.

(എം.എൻ.റോയിയുടെ Fragments of a Prisoner's Diary : India's message എന്ന പുസ്തകത്തിലെ Psychology of the seer എന്ന ലേഖ നത്തിലെ ചില ഭാഗങ്ങളുടെ വിവർത്തനം)

●

ആത്മാവിന്റെ പരകായപ്രവേശം

കഥ വരുന്നത് പരിപാവനമായ മഥുരയിൽ നിന്നാണ്. വികൃതിയും ശൃംഗാരലോലനുമായ യുവാവായിരുന്ന കാലത്ത് ഭഗവാൻ കൃഷ്ണൻ നിരവധി അത്ഭുത കൃത്യങ്ങൾ കാണിച്ച സ്ഥലമാണ് മഥുര. അത്തരമൊരു സ്ഥലത്ത് എന്തെങ്കിലും സംഭവിച്ചുവെന്നു വാർത്ത പരന്നാൽ നിങ്ങൾക്ക് അവിശ്വസിക്കാനാകുമോ? വിശ്വാസത്തിന്റെ മർക്കടമുഷ്ടി എങ്ങനെ ശരിയുടെ മാനദണ്ഡമാകുന്നുവെന്നത് ആശ്ച ര്യമാണ്. വിശ്വാസം കൂടുതൽ അന്ധമാകുമ്പോൾ കടുംപിടുത്തവും വർദ്ധിക്കുന്നു.

ഈ കഥയുടെ കേന്ദ്രബിന്ദുവായ ശാന്തിദേവി ഒമ്പതുവർഷങ്ങൾക്കു മുമ്പാണ് ദൽഹിക്കടുത്തു താമസിച്ചിരുന്ന ഒരു ബ്രാഹ്മണന്റെ മകളായി പിറന്നത്. കുറച്ചുകാലമായി അവൾ തന്നെ മഥുരയിലേക്കു കൊണ്ടു പോകണമെന്ന് മാതാപിതാക്കളോട് നിരന്തരം ആവശ്യപ്പെട്ടിരുന്ന തായി പറയപ്പെടുന്നു. താൻ കഴിഞ്ഞ ജന്മത്തിൽ അവിടെയാണ് ജീവിച്ചിരുന്നത് എന്ന് അവൾ പറഞ്ഞുവത്രേ. തങ്ങൾ ആദ്യം അവളുടെ അവകാശവാദത്തെയും അഭ്യർത്ഥനയെയും കാര്യമായി ശ്രദ്ധിച്ചില്ലെന്നു മാതാപിതാക്കൾ പറയുന്നു. എന്നാൽ ഇക്കാര്യം കുടുംബത്തിനു പുറത്തുള്ളവർ അറിഞ്ഞിരിക്കുന്നു. സ്ഥലത്തെ ചില മാന്യൻമാർ സ്വയം ഒരു 'അന്വേഷണക്കമ്മിറ്റി' ഉണ്ടാക്കുകയും പെൺകുട്ടിയെ മഥുരയിലേക്കു കൊണ്ടുപോവുകയും ചെയ്തു. അവിടെ അവൾ ചില അത്ഭുത പ്രവൃത്തികൾ ചെയ്തതായി പറയപ്പെടുന്നു. മഥുരയിലെ റെയിൽവേ പ്ലാറ്റ്ഫോമിൽവെച്ച് അവൾ സ്ഥലത്തെ ഒരു ബ്രാഹ്മണനെ തന്റെ പൂർവ്വജന്മത്തിലെ ഭർത്താവായി തിരിച്ചറിഞ്ഞു വത്രേ. വഴിയിൽവെച്ച്, കാഴ്ചക്കാരായ ആൾക്കൂട്ടത്തിനിടയിൽനിന്നു തന്റെ പൂർവ്വജന്മത്തിലെ ഭർത്താവിന്റെ അച്ഛനെയും തിരിച്ചറിഞ്ഞു. കഴിഞ്ഞ ജന്മത്തിൽ താൻ താമസിച്ചിരുന്ന ഗൃഹത്തിലേക്ക് അവൾ

അന്വേഷണക്കമ്മിറ്റിയെ നയിച്ചുവത്രേ; ആ ഗൃഹത്തിൽ അവൾ ചിരപരിചിതയെപ്പോലെ പെരുമാറിയത്രേ; താൻ പതിവായി കുളിച്ചിരുന്ന യമുനയിലെകടവ് അവൾ ചൂണ്ടിക്കാണിച്ചുവത്രേ; അവൾ തന്റെ പൂർവ്വജന്മത്തിലെ ഭർത്താവിന്റെ ഇളയകുട്ടിയോടു വളരെ വാത്സല്യം കാണിച്ചുവത്രേ; ഒമ്പതുവർഷംമുമ്പ് ആ കുട്ടിയെ പ്രസവിച്ച സമയത്താണ് തന്റെ ഭാര്യ മരിച്ചതെന്ന് ആ ബ്രാഹ്മണൻ പറഞ്ഞുവത്രേ. അപ്പോൾ ഈ വസ്തുതകളുടെയെല്ലാം വെളിച്ചത്തിൽ ആത്മാവിന്റെ പരകായപ്രവേശം എന്ന സത്യത്തെ ചോദ്യംചെയ്യാൻ ആർക്കു കഴിയും?

ആത്മാവിന്റെ പരകായപ്രവേശം എന്ന സത്യത്തിൽ ഉറച്ചുവിശ്വസിക്കുന്ന മാന്യൻമാരടങ്ങുന്ന സമിതിക്കു വസ്തുതകളുടെ പൂർണ്ണപിന്തുണയുള്ളതാണു ശാന്തിദേവിയുടെ കഥ എന്ന നിഗമനത്തിലെത്താൻ സ്വാഭാവികമായും ഒട്ടും പ്രയാസമുണ്ടായില്ല. അവരുടെ നിഗമനം പത്രങ്ങളിലൂടെയും പൊതുയോഗങ്ങളിലൂടെയും പരസ്യമായി പ്രഖ്യാപിക്കപ്പെട്ടു. ശാന്തിദേവിതന്നെ പൊതുയോഗങ്ങളിൽ തന്റെ കഥ വിവരിച്ചു. അതിനെ അന്വേഷണസമിതിയിലെ ഒരംഗമല്ലെങ്കിൽ മറ്റൊരംഗം സ്ഥിരീകരിച്ചുകൊണ്ട് സംസാരിച്ചു. ഹിന്ദുസംസ്കാരത്തിന്റെ ഊർജ്ജസ്വലരായ സംരക്ഷകർ പത്രങ്ങളിലൂടെ ആധുനികശാസ്ത്രത്തിന്റെ കള്ളനാട്യങ്ങളെ പുച്ഛിക്കുകയും മനഃശാസ്ത്രത്തിന്റെ പിത്തലാട്ടങ്ങളെ പരിഹസിക്കുകയും ചെയ്തു. ഭൗതികശാസ്ത്രം, മനഃശാസ്ത്രം തുടങ്ങിയ പേരുകളൊന്നും ഒരിക്കലും കേട്ടിട്ടില്ലാത്ത ആ ഒമ്പതുവയസ്സുകാരി ഉയർത്തിയ വെല്ലുവിളി ഏറ്റെടുക്കാൻ അവർ ശാസ്ത്രത്തെ വെല്ലുവിളിച്ചു.

ഈ കഥ പലവട്ടം കേട്ടുകഴിഞ്ഞപ്പോൾ ഞാൻ സ്വാഭാവികമായും അതിനെക്കുറിച്ച് ചിന്തിച്ചു. പണ്ടുകാലത്ത് ആത്മാവിനെ സങ്കല്പിക്കാൻ മനുഷ്യനു ന്യായമുണ്ടായിരുന്നു. കൂടുതൽ അറിവുള്ളവർക്ക് കാലഹരണപ്പെട്ട അത്തരം സങ്കല്പങ്ങളോട് പുച്ഛമാണുള്ളത്. അവരുടെ അവിശ്വാസത്തെ മറ്റുള്ളവർ കഠിനമായി ആക്ഷേപിക്കുന്നു. വസ്തുനിഷ്ഠമായ സത്യങ്ങളെ കണ്ടെത്താൻ കഴിവില്ലാത്തവനായിരുന്ന കാലത്ത് മനുഷ്യൻ കണ്ടുപിടിച്ച സത്യങ്ങളിൽ എനിക്കു വിശ്വാസമില്ല.

സത്യത്തെ ഒരു ഭൗതികവസ്തുതയായി ഞാൻ നിർവ്വചിക്കുന്നു. ഇതിന് ഒരു വിശദീകരണം ആവശ്യമാണ്. 'ഭൗതികം' എന്ന പദം ജൈവപരവും മാനസികവുമായ ഘടകങ്ങളെ ഉൾക്കൊള്ളുന്നുണ്ട്. ഇത് ശാസ്ത്രീയമായി അനിഷേധ്യമായ ഒരു പ്രസ്താവനയാണ്. ഈ പ്രസ്താവനയോട് കേവലവാദികൾ (Metaphysicians) നീരസം പ്രകടിപ്പിച്ചേക്കാം. എന്നാൽ നീരസവും കടുംപിടുത്തവും തർക്കശാസ്ത്രമല്ല.

മനുഷ്യന്റെ ദൈവങ്ങളെല്ലാംതന്നെ സ്വന്തം രൂപത്തിൽ അവൻ സൃഷ്ടിച്ചവയാണ്. ദൈവങ്ങളുടെ സ്രഷ്ടാക്കളോടുള്ളതിനേക്കാൾ കൂടുതൽ ആദരവ് എനിക്കു ദൈവങ്ങളോടില്ല.

എന്റെ ആസ്തിത്വമെന്ന യാഥാർത്ഥ്യത്തെ സങ്കല്പമാക്കിമാറ്റാൻ യാതൊരു ന്യായവും കാണാത്തതിനാൽ ഞാൻ പരകായ പ്രവേശത്തിൽ വിശ്വസിക്കുന്നില്ല. തങ്ങൾ ജന്തുക്കളാണെന്ന വസ്തുതയിൽ ലജ്ജിക്കാൻ തക്കവണ്ണം മനുഷ്യർ വഴിപിഴപ്പിക്കപ്പെട്ടിരിക്കുന്നു. ചിന്തിക്കുന്ന മൃഗങ്ങളായതിനാൽ അവർക്കു കൂടുതൽ വിവേചന ബോധം ഉണ്ടായിരിക്കണം; എന്നാൽ ബഹുഭൂരിപക്ഷത്തിനും അതില്ല. കൂടുതൽ വിവേചനശേഷി ഉണ്ടെന്നു കരുതപ്പെട്ട ആളുകളുടെ ക്ഷണവിശ്വാസശീലത ആയിരുന്നു എന്നെ ചിന്തിപ്പിച്ചത്.

അടിസ്ഥാന ചോദ്യം തെളിവിന്റെ വിശ്വാസ്യതയെപ്പറ്റിയാണ്. ഒരാൾ ഒരു തെളിവുമില്ലാതെ ആത്മാവിന്റെ പരകായ പ്രവേശത്തിൽ വിശ്വസിക്കുന്നുവെങ്കിൽ അതിനെപ്പറ്റിയൊന്നും പറയാനില്ല. യുക്തിക്കു പങ്കുള്ള മാനസിക പ്രവർത്തനത്തിന്റെ ഗണത്തിൽ പ്രതിഷ്ഠിക്കപ്പെടണമെങ്കിൽ പരകായ പ്രവേശത്തിലുള്ള വിശ്വാസത്തിലേക്ക് എത്തിച്ചേരേണ്ടത് ലളിതമായ ചിന്താ പ്രക്രിയയിലൂടെയാണ്: മനുഷ്യന്റെ ജൈവപരമായ സത്തയെ അതിവർത്തിക്കുന്ന ഒരു ആത്മാവ് ഉണ്ടെന്ന പരികല്പനയിൽനിന്ന് ആരംഭിക്കുക. ഭൗതിക സത്ത യഥാർത്ഥത്തിൽ നിലനിൽക്കുന്ന എല്ലാറ്റിനെയും ഉൾക്കൊള്ളുന്നതിനാൽ കൃത്യമായ ശാസ്ത്രീയഭാഷയിൽ ഭൗതികം എന്ന പദം മതിയാകുമെങ്കിലും, മനുഷ്യന്റെ ധൈഷണികവും വൈകാരികവുമായ പ്രവർത്തനങ്ങളുടെ ആകെത്തുകയല്ല മതം വിവക്ഷിക്കുന്ന ആത്മാവ് എന്നു വ്യക്തമാക്കുന്നതിനുവേണ്ടി ജൈവപരം (Biological) എന്ന പദം ഞാനുപയോഗിക്കുന്നു. നിരീക്ഷണപരീക്ഷണങ്ങളിലൂടെ ഒരിക്കലും സ്ഥാപിക്കാനാകാത്ത ഒരു പരികല്പനയിൽനിന്ന് ആരംഭിച്ചശേഷം ആത്മാവ് അനശ്വരമാണെന്ന് നിങ്ങൾ തുടർന്നു സങ്കൽപിക്കുന്നു. ഈ അനുബന്ധ സങ്കല്പം മനുഷ്യന്റെ സാങ്കല്പികസത്തയെ ജൈവപരമായ യഥാർത്ഥസത്തയിൽനിന്നു വേർതിരിക്കുന്നതിന് അനിവാര്യമാണ്. മനുഷ്യന്റെ അനശ്വരസത്ത എന്ന നിലയിൽ ആത്മാവ് സ്വാഭാവികമായും ശരീരം നശിച്ചതിനുശേഷവും നിലനിൽക്കുന്നു.

ആത്മാവിനു നിയന്ത്രിക്കാൻ കഴിയാത്ത ജൈവനിയമങ്ങളുടെ അവിരാമമായ പ്രവർത്തനത്താൽ വാസഗൃഹം നഷ്ടപ്പെടുമ്പോഴെല്ലാം പുതിയ ഭൗതികശരീരം ആർജ്ജിക്കുന്നതിലൂടെ മാത്രമാണ് ശരീരമില്ലാത്ത ആത്മാവിന് (Disembodied) അതിന്റെ അനശ്വരത സാക്ഷാത്കരിക്കാൻ കഴിയുന്നത്. മനുഷ്യനിൽ ഒരു

അനശ്വരസത്തയുണ്ടെന്ന സങ്കല്പത്തിൽ നിന്നുരുത്തിരിഞ്ഞതാണ് പരകായപ്രവേശ സിദ്ധാന്തം എന്ന് ഇതിൽനിന്നു വ്യക്തമാണ്. അന്തിമവിശകലനത്തിൽ, അനശ്വരസത്തയെക്കുറിച്ചുള്ള സങ്കല്പത്തിന്റെ അടിസ്ഥാനം ഒരു പ്രപഞ്ചാത്മാവിനെക്കുറിച്ചുള്ള പ്രാകൃത സർവ്വാത്മവാദ (Primitive Animism)മല്ലാതെ മറ്റൊന്നുമല്ലെന്നു കാണാം.

അനശ്വരമായ ആത്മാവിനെക്കുറിച്ചുള്ള ആശയം മനുഷ്യൻ ചിന്താപരമായി ഉന്നതാവസ്ഥയിൽ എത്തുമ്പോൾ ഉണ്ടാകുന്ന ഒന്നല്ല. അതു വളരെ വളരെ പ്രാകൃതമായ ഒരാശയമാണ്. ചിന്താപരമായ ഔന്നത്യത്തിന്റേയല്ല, മറിച്ച് അജ്ഞതയുടെ സന്തതിയാണ്. ഈ ആശയം അപരിഷ്കൃത വർഗ്ഗങ്ങൾക്കിടയിൽ ഇപ്പോഴും കാണാം. മലായ് ഉപദ്വീപിലെ ആദിവാസികൾ ആത്മാവുകൾ ചുവപ്പുനിറമുള്ളവയും ചോളമണിയോളം വലുപ്പമുള്ളവയുമാണെന്നു വിശ്വസിക്കുന്നു; മലായിലെ മറ്റു വർഗ്ഗങ്ങൾ അവ തള്ളവിരലോളം1 വലുപ്പമുള്ള പുകപോലെ, നിഴൽപോലെ, നേർത്ത പാടപോലെയുള്ള സത്തകളാണെന്നും. പസഫിക് ദ്വീപിലെ ജനവിഭാഗങ്ങൾ ശരീരത്തിന്റെ ഏതെങ്കിലും ഒരു ഭാഗത്തുമാത്രം ഒതുങ്ങിനിൽക്കുന്ന വളരെ ചെറിയ ഒരു സത്തയായല്ല ആത്മാവിനെ കണക്കാക്കുന്നത്; മറിച്ച്, ശരീരത്തിലാകമാനം വ്യാപിച്ചുകിടക്കുന്ന ദ്രാവകരൂപിയായാണ്. ജപ്പാനിലെ പിന്നാക്ക ജനവിഭാഗങ്ങൾ കരുതുന്നത് ആത്മാവ് ചെറുതും ഉരുണ്ടതുമാണെന്നാണ്. ആസ്ട്രേലിയയിലെ കാടൻമാർ മാറിനകത്തിരിക്കുന്ന ഒരു ചെറിയ വസ്തുവാണ് ആത്മാവെന്നു വിശ്വസിക്കുന്നു.2

പ്രകൃതിയിലെ സംഭവവികാസങ്ങളെല്ലാം ആത്മാവുകളുടെ പ്രവർത്തനംമൂലമാണ് ഉണ്ടാകുന്നതെന്നു പ്രാകൃത ജനവിഭാഗങ്ങൾ കരുതുന്നു. ഈ ആത്മാവുകൾ മൂന്നുതരത്തിൽ - പ്രേതാത്മാക്കളായും സ്വപ്നാത്മാക്കളായും അദൃശ്യമായ ബോധസത്തകളായും - പ്രത്യക്ഷപ്പെടുകയും പ്രവർത്തിക്കുകയും ചെയ്യുന്നുവെന്ന് വിശ്വസിക്കപ്പെടുന്നു. പ്രേതാത്മാക്കൾ മുമ്പു മനുഷ്യരൂപം കൈക്കൊണ്ടവയും അദൃശ്യാത്മാക്കൾ ഒരിക്കലും മനുഷ്യരൂപം ധരിക്കാത്തവയുമാണ്. സ്വപ്നാത്മാക്കളാകട്ടെ ഉറക്കത്തിലോ ബോധക്ഷയാവസ്ഥയിലോ താൽക്കാലികമായി ശരീരം വിട്ടുപോകുന്നവയും.

ആത്മാവിലുള്ള വിശ്വാസം പ്രാകൃത മനുഷ്യർക്കെല്ലാം പൊതുവായുള്ളതാണെങ്കിലും അതിനെക്കുറിച്ചുള്ള സങ്കല്പം സ്ഥലകാലങ്ങൾക്കനുസരിച്ച് വ്യത്യാസപ്പെട്ടിരിക്കുന്നു. എന്നാൽ, അവയെ ആത്യന്തികമായി രണ്ടു സരണികളായി തരംതിരിക്കാം. നരവംശ

ശാസ്ത്രജ്ഞൻമാർ ആ സരണികൾക്ക് അതിഭൗതിക സർവ്വാത്മ വാദം (Hyperphysical Animism) മാനസികമായ സർവ്വാത്മവാദം (Psychological Animism) എന്നിങ്ങനെ പേർ നൽകിയിട്ടുണ്ട്. ഒരു വസ്തു അതിൽത്തന്നെ അന്തർഹിതമായ ആത്മാവിനാൽ ചലിപ്പിക്കപ്പെടുന്നുവെന്ന് ഒരു സരണി കരുതുന്നു; മറ്റേ സരണിയാകട്ടെ, വസ്തുവിന്റെ എല്ലാ ചലനങ്ങളെയും, ആ വസ്തുവെ തൽക്കാലത്തേക്കുമാത്രം നിയന്ത്രിക്കുകയും അതിൽനിന്നു വേർപെടുത്താൻ കഴിയുന്നതുമായ ഒരു ശക്തിയിൽ ആരോപിക്കുന്നു. ശരീരത്തെ ഉപേക്ഷിക്കാൻ കഴിയുന്നതും, ശരീരത്തിന്റെ മരണശേഷവും നിലനിൽക്കുന്നതും, ശരീരമുക്തമായ ആത്മാവായി സ്വതന്ത്രമായി നിലനിൽക്കുന്നതുമായ ഒരു വ്യതിരിക്ത സത്തയായാണ് അതിഭൗതിക സർവ്വാത്മവാദം ബോധത്തെ സങ്കല്പിക്കുന്നത്. മറിച്ച്, മാനസിക സർവ്വാത്മകവാദം എല്ലാ വസ്തുക്കളിലും - ജീവനുള്ളവയിൽ പ്രത്യേകിച്ചും - മാനുഷിക ബോധത്തെ (Anthropomorphic Consciousness) ആരോപിക്കുന്നു. ഇത്തരത്തിലുള്ള സർവ്വാത്മവാദം പരിഷ്കൃത ജനസമൂഹങ്ങളിലെതന്നെ കുട്ടികളിൽ കാണാൻ കഴിയും.

അതിഭൗതിക സർവ്വാത്മവാദത്തിൽനിന്നാണ് ആത്മാവിനെക്കുറിച്ചും പരകായപ്രവേശത്തെക്കുറിച്ചുമുള്ള സിദ്ധാന്തം ഉരുത്തിരിഞ്ഞുവന്നതെന്നു വ്യക്തമാണ്. അതിഭൗതിക സർവ്വാത്മവാദമാകട്ടെ, മരിച്ചുപോയവർ ജീവനുണ്ടായിരുന്നപ്പോഴെന്നപോലെ പ്രത്യക്ഷപ്പെടുന്ന സ്വപ്നങ്ങളെ വിശദീകരിക്കാനുള്ള പ്രാകൃത മനുഷ്യന്റെ ആഗ്രഹത്തിൽനിന്നും.3 മരണസമയത്ത് ആത്മാവ് ശരീരത്തെ വിട്ടുപോകുന്നുവെന്ന് അവർ വിശ്വസിക്കുന്നു. പിന്നീട്, ആത്മാവ് എന്തുകൊണ്ടാണ് നിർമ്മിക്കപ്പെട്ടിരിക്കുന്നത് എന്ന് അഭ്യൂഹിക്കാൻ ആരംഭിക്കുന്നു. സൂക്ഷ്മവും അദൃശ്യവുമായ ദ്രവ്യത്താൽ നിർമ്മിതവും ശരീരം മുഴുവൻ വ്യാപിച്ചുകിടക്കുന്നതുമായ ഒന്നാണ് 'ആത്മസത്ത' (Soul - Stuff) എന്നു സങ്കല്പിക്കപ്പെടുകയും ചെയ്യുന്നു.4

യുഗങ്ങളോളം, ജനങ്ങളുടെ മനസ്സിൽ പ്രേതാത്മക്കളിലുള്ള വിശ്വാസം 'ആത്മസത്ത'യെക്കുറിച്ചുള്ള വിശ്വാസവുമായി കെട്ടുപിണഞ്ഞാണ് കിടന്നത്. ആത്യന്തികമായി, മനസ്സും ദ്രവ്യവും തമ്മിലും ആത്മാവും ശരീരവും തമ്മിലും ഉള്ള വ്യത്യാസത്തെപ്പറ്റിയുള്ള കേവലമായ ചിന്താവ്യാപാരം തീർത്തും ശരീരരഹിതവും അനശ്വരവുമായ ഒരു ആത്മാവിനെക്കുറിച്ചുള്ള സിദ്ധാന്തത്തിനു രൂപം നൽകി. അതിന്റെ യുക്തിസഹമായ പരിണതിയായിരുന്നു പരകായ പ്രവേശ സിദ്ധാന്തം. ആത്മാവിനെക്കുറിച്ചുള്ള പവിത്ര സിദ്ധാന്തം പ്രാകൃതമനുഷ്യന്റെ അജ്ഞതയിൽനിന്നാണ്

ഉദ്ഭവിച്ചതെന്ന് സമ്മതിക്കേണ്ടതുണ്ട്. തത്ത്വജ്ഞാനിയായ വൂൺഡ് (Wundt) ജീവനുള്ള ശരീരത്തിലെ ആത്മാവാണ് സർവ്വാത്മവാദത്തിന്റെ ആരംഭബിന്ദു എന്ന നിഗമനത്തിലാണ് എത്തിയത്.5

ആത്മാവിനെക്കുറിച്ചുള്ള സിദ്ധാന്തം കിരാതതത്വത്തിന്റെ ആത്മീയാവശിഷ്ടമായതിനാൽ അജ്ഞരുടെ മനസ്സിൽ അതിന്റെ സ്വാധീനം ഇനിയും തുടർന്നേക്കാം. എന്നാൽ, പരകായ പ്രവേശ സിദ്ധാന്തത്തിനു ശാസ്ത്രീയമോ ആനുഭവികമോ ആയ പിൻബലം അവകാശപ്പെടുക എന്നത് തീർത്തും വ്യത്യസ്തമായ കാര്യമാണ്. അത് വസ്തുനിഷ്ഠമായ ഒരു യാഥാർത്ഥ്യമാണെങ്കിൽ അതിനെ നിരീക്ഷിക്കാൻ എന്തെങ്കിലും ഒരു മാർഗ്ഗം ഉണ്ടായേ പറ്റൂ. ശാസ്ത്രജ്ഞാനത്തിന്റെ യാഥാർത്ഥ്യത്തെ നിഷേധിക്കുകയും ശാസ്ത്രീയ ചിന്താരീതിയുടെ പ്രാമാണികതയെ ചോദ്യം ചെയ്യുകയും ആണെങ്കിൽ നിങ്ങളെ നിങ്ങളുടെ അന്ധവിശ്വാസത്തോടൊപ്പം വിടുകയല്ലാതെ ശാസ്ത്രത്തിന് ഒന്നും ചെയ്യാനില്ല.

എന്നാൽ, ആരാധ്യമായ അന്ധവിശ്വാസങ്ങൾക്ക് ആനുഭവികമായ അടിസ്ഥാനമുണ്ടെന്ന് അവകാശപ്പെട്ടുകൊണ്ട് മതപ്രമാണങ്ങളെ യുക്തിവൽക്കരിക്കാൻ ശ്രമിക്കുന്നത് അപകടകരമായ മേഖലയിലേക്ക് കാലെടുത്തുവെയ്ക്കലാണ്. നിങ്ങൾ ശാസ്ത്രത്തെ വെല്ലുവിളിക്കുകയാണെങ്കിൽ അതുമായി ബന്ധപ്പെട്ട വാദമുഖങ്ങൾ ശാസ്ത്രീയമായിത്തന്നെ തീരുമാനിക്കപ്പെടണം; ഒരു കളിയിൽ ഏർപ്പെട്ടുമ്പോൾ ആ കളിയുടെ നിയമങ്ങൾ അനുസരിക്കണം. വസ്തുനിഷ്ഠമായ സത്യമെന്ന് അവകാശപ്പെടുന്ന നിഗമനങ്ങൾക്കു പൂർവ്വപക്ഷമായി, തെളിയിക്കാനാവാത്ത പരികല്പനകളെ സ്വീകരിക്കാത്തതിനാൽ ശാസ്ത്രീയ ചിന്താരീതി മതപരമായ ചിന്താരീതിയിൽനിന്നു സ്വയം വേറിട്ടുനിൽക്കുന്നു. ശാസ്ത്രീയവും യുക്തിപരവുമായ ചിന്ത മതത്തെ തിരസ്കരിക്കുന്നത് മതപ്രമാണങ്ങൾക്ക് ശാസ്ത്രത്തിന്റെയും യുക്തിവിചാരത്തിന്റെയും പരീക്ഷയെ നേരിടാൻ കഴിയാത്തതുകൊണ്ടല്ല. മറിച്ച്, മതപരമായ ചിന്താരീതിയുടെതന്നെ യുക്തിരഹിതമായ സ്വഭാവത്താലും ആന്തരികവൈരുദ്ധ്യങ്ങളാലുമാണ്. മതവിശ്വാസികൾ ശാസ്ത്രത്തെയും യുക്തിവാദത്തെയും അവയുടെ നിലപാടുതറയിൽ നിന്നുകൊണ്ട് എതിർക്കാൻ ധൈര്യപ്പെടുന്നുവെങ്കിൽ ശാസ്ത്രീയവും യുക്തിപരവുമായ രീതികൾക്കനുസരിച്ചായിരിക്കണം പോരാട്ടം നടത്തേണ്ടത്. തങ്ങളുടെ അന്ധവിശ്വാസങ്ങൾ ശാസ്ത്ര ജ്ഞാനത്തേക്കാൾ മേന്മയുള്ളവയാണെന്ന് അവകാശപ്പെടുന്നതിനുവേണ്ടി ആനുഭവിക തെളിവുകൾ എടുത്തുകാണിക്കാൻ അവർ തുനിയുകയാണെങ്കിൽ തെളിവുകളെ സംബന്ധിച്ച ചില പ്രാഥമിക നിയമങ്ങൾ

അനുസരിക്കാൻ അവർ ബാദ്ധ്യസ്ഥരാണ്. തെളിവുശേഖരിക്കുന്ന രീതി വിശ്വാസ്യത (Reliability) ഉറപ്പുവരുത്തുന്ന തരത്തിലുള്ളതായിരിക്കണം.

പരകായപ്രവേശം എന്ന പ്രശ്നത്തെ ഗൗരവമായി പരിഗണിക്കാൻ കഴിയണമെങ്കിൽ, അതിനുമുമ്പ് ആത്മാവിന്റെ (വിശാലമായ അർത്ഥത്തിലല്ല, മതപരമായ നിശ്ചിതാർത്ഥത്തിൽ)അസ്തിത്വത്തെ തെളിയിക്കേണ്ടതുണ്ട്. ആത്മാവിന് അസ്തിത്വമുണ്ടെന്നു സങ്കല്പിക്കപ്പെട്ടിട്ടില്ലായിരുന്നുവെങ്കിൽ, മരണാനന്തരം ചിലതു നിലനിൽക്കുന്നതായി സൂചിപ്പിക്കുന്നുവെന്ന് കരുതപ്പെടുന്ന പ്രതിഭാസത്തെക്കുറിച്ചുള്ള അന്വേഷണം തീർത്തും വ്യത്യസ്തമായ തരത്തിലുള്ളതാകുമായിരുന്നു. ഏതൊരന്വേഷണത്തിന്റെയും ഫലം വലിയൊരളവിൽ അതിന്റെ ആരംഭബിന്ദുവാൽ നിർണ്ണയിക്കപ്പെട്ടിരിക്കുന്നു.

ശാന്തിദേവിയുടെ, അല്ലെങ്കിൽ അതുപോലെ മറ്റാരുടെയെങ്കിലും കഥയുടെ സത്യാത്മകത ആനുഭവികമായി തെളിയിക്കപ്പെട്ടിട്ടുണ്ടെന്ന് അംഗീകരിച്ചാൽപോലും അത് അനശ്വരമായ ആത്മാവ് ഉണ്ടെന്നു തെളിയിക്കുന്നില്ല. എന്തെങ്കിലും തെളിയിക്കുന്നുണ്ടെങ്കിൽ അതു, മരണശേഷവും ഓർമ്മ നിലനിൽക്കുന്നു എന്നു മാത്രമാണ്. അതു തീർത്തും തെറ്റായ ഒരു നിലപാടാണ്. മാത്രമല്ല, ആത്മാവിനെക്കുറിച്ചുള്ള സിദ്ധാന്തത്തിന് അതു പ്രത്യേകിച്ചും ഹാനികരമാണ്.

ഓർമ്മ എന്നത് ഒരു ജൈവധർമ്മമാണ്. ശരീരത്തിന്റെ മരണത്തോടെ നശിക്കുന്ന മസ്തിഷ്കത്തിലാണ് ഓർമ്മകൾ ശേഖരിക്കപ്പെട്ടിരിക്കുന്നത്. സെറിബ്രത്തിന്റെ തകരാറുമൂലമുണ്ടാകുന്ന സ്മൃതിനാശം എല്ലാവർക്കും അറിയാവുന്ന കാര്യമാണ്. ഇതു സൂചിപ്പിക്കുന്നതു മസ്തിഷ്കം എന്നു പറയുന്ന ശരീരക്രിയാ സംബന്ധിയായ ഒരു ഘടനയുടെ ശരിയായ പ്രവർത്തനത്തെ ആശ്രയിച്ചാണ് ഓർമ്മ നിലനിൽക്കുന്നത് എന്നാണ്. ശരീര ക്രിയാശാസ്ത്രപരമായ (Physiological) എല്ലാം ഭൗതികവുമാണ്. ജൈവപദാർത്ഥത്തിന്റെ കൂട്ടമാണ് മസ്തിഷ്കം. ജൈവപദാർത്ഥത്തെയാകട്ടെ രാസഘടകങ്ങളായി വിശ്ലേഷണം ചെയ്യാവുന്നതുമാണ്.

ആത്മാവിന്റെ ഒരു ഗുണം എന്ന നിലയ്ക്ക് ഓർമ്മ മരണത്തെ അതിജീവിക്കുകയാണെങ്കിൽ ആത്മാവ് ഭൗതികവൽക്കരിക്കപ്പെടും. ശരീരക്രിയാപരമായ ഒരു ഗുണം ഉണ്ടായിരിക്കുകയെന്നാൽ ആത്മാവ് ഒരു ഭൗതികസത്തയാണെന്നാണ് അതിനർത്ഥം. എന്നാൽ, ആത്മാവിനു ശരീരരഹിതമായ ഒരു അസ്തിത്വമാണ് സങ്കല്പിക്കപ്പെട്ടിരിക്കുന്നത്. ആ സങ്കല്പത്തിൽനിന്നാണ് പരകായപ്രവേശത്തിന്റെ സംഭവ്യത അനുമാനിക്കപ്പെടുന്നത്. ആത്മാവിനു ശരീരവുമായി പൊതുവായി

ഒന്നുമില്ല; അത് ശരീരത്തിനകത്തു ഭൗതിക പ്രക്രിയകളാൽ ബാധിക്കപ്പെടാതെ നിർമ്മമനായ ഒരു കാഴ്ചക്കാരനായി കുടികൊള്ളുന്നു. അതിനാൽ അതു ശരീരത്തോടൊപ്പം മരിക്കുന്നില്ല. എല്ലാ വസ്തുങ്ങളേയും ഉപേക്ഷിച്ച് എത്തേണ്ട അവസ്ഥയിൽ എത്താനുള്ള യോഗ്യത നേടാത്തപക്ഷം, ജീർണ്ണവസ്ത്രങ്ങളെ ഉപേക്ഷിച്ച പുതുവസ്ത്രങ്ങൾ അണിയുന്നതുപോലെ ആത്മാവ് ഒരു ശരീരത്തെ ഉപേക്ഷിച്ച വേറൊരു ശരീരത്തെ അണിയുന്നു. എന്നാൽ നമ്മളിപ്പോൾ ജീർണ്ണവസ്ത്രം അതിൽ പറ്റിപ്പിടിച്ച നിൽക്കുന്നതു കാണുന്നു; കുറച്ചുകൂടി കൃത്യമായി പറഞ്ഞാൽ പഴയ വസ്ത്രത്തെ ഒട്ടാകെ ഉപേക്ഷിക്കുന്നില്ല. കാരണം, അങ്ങനെ ചെയ്തിരുന്നുവെങ്കിൽ ഓർമ്മ ഉണ്ടാകുമായിരുന്നില്ല. എന്തായാലും, ആത്മാവിന്റെ വിശുദ്ധിയെ പ്രത്യക്ഷമായും കളങ്കപ്പെടുത്തിക്കൊണ്ട് ജീർണ്ണവസ്ത്രത്തിന്റെ ഗന്ധം അതിൽ പറ്റിപ്പിടിച്ച നിൽക്കുന്നു. വളരെ ആഴത്തിൽ മുദ്രിതമായ ഓർമ്മകളുള്ള എന്തിനോടെങ്കിലും ഒരാൾക്കു വാസ്തവത്തിൽ നിർമമനായിരിക്കാൻ സാദ്ധ്യമല്ല.

ആത്മാവിന്റെ പരകായ പ്രവേശത്തെക്കുറിച്ചുള്ള 'ശാസ്ത്രീയ തെളിവ്' അങ്ങനെ ആത്മാവിനെക്കുറിച്ചുള്ള സിദ്ധാന്തത്തെത്തന്നെ നശിപ്പിക്കുന്നു. വിശ്വസിക്കപ്പെടുന്നതുപോലെ ആത്മാവ് ശരീരരഹിതമാകണമെങ്കിൽ അതിന് ഓർമ്മ ഉണ്ടായിരിക്കരുത്. ഉണ്ടായിരിക്കാൻ പാടില്ലാത്ത ഒരു ഗുണം അതിനുണ്ട് എന്ന ബലത്തിലാണ് ആത്മാവിന്റെ അസ്തിത്വത്തെ സ്ഥാപിക്കാൻ ശ്രമിക്കുന്നത്. മറ്റു വാക്കുകളിൽ പറഞ്ഞാൽ, പരകായപ്രവേശത്തെ 'ശാസ്ത്രീയമായി' തെളിയിക്കാനുള്ള ശ്രമത്തിൽ നിങ്ങൾ ശരീരരഹിതമായ ആത്മാവിന്റെ അസ്തിത്വത്തെ ഖണ്ഡിക്കുന്നതിൽ മാത്രമാണ് എത്തിച്ചേരുന്നത്. ഇതൊരു വിചിത്രമായ പ്രവൃത്തിയാണ് - ഇരിക്കുന്ന കൊമ്പിനെ മുറിയ്ക്കുന്നതുപോലെ.

ആത്മാവിനെക്കുറിച്ചുള്ള സിദ്ധാന്തത്തിന്റെ ഉപജ്ഞാതാക്കൾ പരകായ പ്രവേശത്തിലുള്ള വിശ്വാസത്തിന് ആധാരമായി സൂക്ഷ്മ ശരീരം എന്ന പരികല്പനയ്ക്കു രൂപംനൽകി. രാധാകൃഷ്ണൻ പറയുന്നതുപോലെ 'നമ്മുടെ പൂർവ്വികർ തന്റേടികളായിരുന്നു'. അവർ പരകായപ്രവേശത്തിൽ അന്തർഭവിച്ചിരിക്കുന്നത് എന്താണെന്നു മനസ്സിലാക്കുകയും അതിനനുസരിച്ച് ആത്മാവെന്ന സങ്കല്പം വാർത്തെടുക്കുകയും ചെയ്തു. അവർ പരികല്പനചെയ്ത ആത്മാവ് ശരീരരഹിതമായിരുന്നില്ല. അതു തള്ളവിരലിനോളം വലുപ്പമുള്ളതാണ്. ഇത്തരം വിചിത്രവും കൗതുകകരവുമായ ആശയങ്ങൾ ഉപനിഷത്തുകളിൽ വിശദമായി കാണാം. ശാസ്ത്രം നമ്മുടെ പൂർവ്വികരുടെ ഊഹാപോഹങ്ങളെ

വെല്ലുവിളിക്കാൻ തക്ക വികാസം പ്രാപിച്ചിട്ടില്ലാതിരുന്നതിനാൽ അവർക്ക് തന്റേടികളാകാമായിരുന്നു. അവർക്ക് ഒരു ലക്ഷ്യമുണ്ടായിരുന്നു - തീർത്തും ലൗകികമായ ഒരു ലക്ഷ്യം. ഭരണവർഗ്ഗത്തിന്റെ നിയമാവലികളെ ഉറപ്പിക്കുകയായിരുന്നു പൗരാണികർ. അതീന്ദ്രിയമായ അനുമതി അതിന് ആവശ്യമായിരുന്നു. അനുമതിയാകട്ടെ എളുപ്പത്തിൽ കണ്ടുപിടിക്കപ്പെട്ടുകയും ചെയ്യു. ആ ലക്ഷ്യത്തിനായി കിരാതന്റെ (Savage) അന്ധവിശ്വാസത്തെ ഉപയോഗപ്പെടുത്തി. കർമ്മസിദ്ധാന്തത്തിനു കീഴ്പ്പെടുന്ന മനോഭാവത്തെ നിലനിർത്തുന്നതിനു പരകായപ്രവേശത്തിലുള്ള വിശ്വാസത്തെ പരിപോഷിപ്പിക്കേണ്ടിയിരുന്നു. അതിന്റെ ലക്ഷ്യം നിലവിലുള്ള സാമൂഹികക്രമത്തെ സംരക്ഷിക്കുക എന്നതാണ് - അതായത്, ഓരോരുത്തരേയും അവരവർക്ക് അനുവദിച്ചിട്ടുള്ള സ്ഥാനങ്ങളിൽ നിലനിർത്തുക.

പക്ഷേ, അയുക്തികതയെ യുക്തിവൽക്കരിക്കുക എന്നതു ഗുണം പിടിക്കാത്ത ഒരു പണിയാണ്. ഒരു വിശ്വാസപ്രമാണത്തെ ശാസ്ത്രീയമായി തെളിയിക്കാനാവില്ല. വിശ്വാസം തെളിവിനപ്പുറത്താണ്. മരണത്തെ അതിജീവിക്കുന്നതെന്നും പരകായ പ്രവേശം നടത്തുന്നതെന്നും വിശ്വസിക്കപ്പെടുന്നതെന്തോ അത് ശരീരരഹിതമായ ആത്മാവല്ല, മറിച്ച, സൂക്ഷ്മശരീരമാണ്. അങ്ങനെ, 'ശരീരത്തിന്റെ ഒരു ചെറുമാതൃക' മരണത്തെ അതിജീവിക്കുന്നുവെന്നു പരകായപ്രവേശസിദ്ധാന്തം പ്രഖ്യാപിക്കുന്നു. അങ്ങനെ സങ്കല്പിക്കുകയാണെങ്കിൽ ഭൂതകാലജീവിതത്തെക്കുറിച്ചുള്ള ഓർമ്മ പരികല്പനാത്മകമായി സാദ്ധ്യമാണ്. മരണത്തെ അതിജീവിക്കുന്നത് ഒരു ഭൗതികസത്തയാണെങ്കിൽ അടുത്ത ജന്മത്തിനുമുമ്പ് അതിന് എന്തു സംഭവിക്കുന്നുവെന്നു കണ്ടെത്താനും ചില വഴികളുണ്ടായിരിക്കും.

ശരീരത്തിന്റെ മരണം അതിലടങ്ങിയിരിക്കുന്ന പദാർത്ഥത്തിന്റെ വിനാശമല്ല; മറിച്ച, പദാർത്ഥത്തിന്റെ രാസപരമായ വിഘടനം മാത്രമാണ്. മരണം എന്നതു പദാർത്ഥത്തിന്റെ രൂപപരമായ സംഘാടനത്തിന്റെ വിനാശമാണ്. പദാർത്ഥം അനശ്വരമാണ്. എന്നാൽ, 'സൂക്ഷ്മശരീര'ത്തെക്കുറിച്ചുള്ള യുക്തിരഹിത സിദ്ധാന്തം പ്രഖ്യാപിക്കുന്നത് 'പദാർത്ഥത്തിന്റെ സംഘാടനം' ചെറുരൂപത്തിൽ മരണത്തെ അതിജീവിക്കുന്നു എന്നാണ്. പദാർത്ഥം മരണത്തെ അതിജീവിക്കുന്നു എന്നു പറയുന്നതിൽ അർത്ഥമൊന്നുമില്ല; കാരണം, പദാർത്ഥത്തിന്റെ സംഘാടനത്തിനാണ് മരണം സംഭവിക്കുന്നത്. ആ പ്രക്രിയയിൽ പദാർത്ഥത്തിനു സ്വന്തമായി പങ്കൊന്നുമില്ല. ആ പ്രക്രിയയാൽ ബാധിക്കപ്പെടുന്നതെന്തോ, അതിന്റെ മരണാനന്തരമുള്ള നൈരന്തര്യമാണ് അതിജീവനം എന്ന ആശയം സൂചിപ്പിക്കുന്നത്.

അത് പദാർത്ഥത്തിന്റെ സംഘാടനത്തിന്റെ അതിജീവനത്തെ സൂചിപ്പിക്കുന്നു. ശരീരത്തിന്റെ സ്ഥൂലരൂപം നശിക്കുന്നുവെങ്കിലും അതിന്റെ സൂക്ഷ്മരൂപം - പ്രത്യക്ഷത്തിൽ നശിച്ച ശരീരത്തിന്റെ ഒരു ശരിപകർപ്പ് - കേടുപറ്റാതെ അവശേഷിക്കുന്നു.

ശാസ്ത്രീയമായ പരീക്ഷണത്തിനു വിധേയമാക്കാവുന്ന ഒരു വാദമുഖമാണിത്. മനുഷ്യശരീരത്തിന്റെ മരണം എന്ന പ്രക്രിയ സൂക്ഷ്മമായ വിശദാംശങ്ങളോടെ നിരീക്ഷിക്കാൻ കഴിയുന്ന ഒന്നാണ്. ഈ പ്രക്രിയയുടെ സ്വഭാവം കൃത്യമായി പണ്ടുതന്നെ അറിയുന്നതാണ്. അത് വൈദ്യശാസ്ത്രപരമായ നിരീക്ഷണവുമായി ബന്ധപ്പെട്ട ഒരു കാര്യമാണ്. ഈ പ്രക്രിയയുടെ ഏതെങ്കിലും ഒരു ഘട്ടത്തിൽ മരിച്ചുകൊണ്ടിരിക്കുന്ന ശരീരത്തെവിട്ട് ശരീരത്തിന്റെ ഒരു ചെറുപതിപ്പ് പുറത്തേക്കു പോകുന്നുവെന്നു കാണിക്കാൻ ഒരു നേരിയ തെളിവു പോലുമില്ല. ഓർമ്മയെയും സഞ്ചിതമായ അനുഭവസമ്പത്തിനെയും കൊണ്ടുപോകുന്നതിനു സൂക്ഷ്മശരീരത്തിന് - അതു എത്ര സൂക്ഷ്മമായിരുന്നാലും - ഭൗതികവും രാസപരവുമായ ഘടനയുണ്ടായിരിക്കണം. ആ ഘടനയ്ക്കാകട്ടെ, ശാസ്ത്രീയമായ പരിശോധനയിൽനിന്ന് ഒഴിഞ്ഞുമാറാനും കഴിയില്ല.

ശരീരക്രിയാശാസ്ത്രം മരണമെന്ന നിഗൂഢതയിലേക്ക് ആഴ്ന്നിറങ്ങിച്ചെന്നിട്ടുള്ള ഈ കാലഘട്ടത്തിൽ സൂക്ഷ്മശരീരത്തെ സംബന്ധിച്ച കൗശല സിദ്ധാന്തത്തിനു പ്രസക്തിയില്ല. സൂക്ഷ്മശരീരമെന്ന സങ്കല്പമില്ലാതെ പരകായപ്രവേശമെന്ന സിദ്ധാന്തം സ്ഥാപിക്കാനുമാവില്ല.

സമീപകാല മനഃശാസ്ത്ര ഗവേഷണങ്ങൾ കാണിക്കുന്നത് തെളിവുശേഖരണം എന്നത് ഒട്ടും ലളിതമായ കാര്യമല്ല എന്നാണ്. സാക്ഷികളുടെ സത്യസന്ധതയിൽനിന്നു സ്വതന്ത്രമായി നിൽക്കുന്ന നിരവധി ഘടകങ്ങളെ ആശ്രയിച്ചാണ് തെളിവുകളുടെ വിശ്വാസ്യത നിലകൊള്ളുന്നത്. മുൻധാരണ നിർണ്ണായക ഘടകമാണ്. അതിന്റെ ഫലമായി, മുൻധാരണയില്ലാത്തവർ കാണാത്ത കാര്യങ്ങൾ, ചിലർ കാണുന്നതായി സങ്കല്പിക്കുന്നു. മറുവശത്താകട്ടെ, വൈകാരികമോ ഭൗതികമോ ആയ സംഘർഷം വളരെ പ്രകടമായ കാര്യങ്ങളെ ശ്രദ്ധിക്കുന്നതിനുപോലും ജനങ്ങളെ അശക്തരാക്കുന്നു. വളരെ ലളിതവും സുവ്യക്തവുമായ സംഭവങ്ങളുടെ യഥാർത്ഥ സ്വഭാവത്തെ, ആ സംഭവങ്ങൾക്കു സാക്ഷിയാകുന്ന ബഹുഭൂരിപക്ഷം ആളുകളും സാധാരണയായി പൂർണ്ണമായി മനസ്സിലാക്കുന്നില്ല. കുശാഗ്രബുദ്ധിയുള്ള പരിശീലനം സിദ്ധിച്ച നിരീക്ഷകർക്കു മാത്രമേ സംഭവങ്ങളെ ഏകദേശം കൃത്യമായി റിപ്പോർട്ടുചെയ്യാൻ കഴിയൂ.

യഥാർത്ഥമായ ശാസ്ത്രീയ അന്വേഷണത്തിന്റെ മുന്നുപാധി വസ്തുതകൾ എന്നു പറയപ്പെടുന്നവ യഥാർത്ഥ വസ്തുതകളാണോ എന്ന് ഉറപ്പുവരുത്തുകയാണ്. പ്രാഥമികമായ ഈ മുൻകരുതലിന്റെ അഭാവത്തിൽ ആകാശകോട്ടകൾ വളരെ എളുപ്പത്തിൽ പണിയപ്പെടുക മാത്രമാണ് ചെയ്യുന്നത്. അതുകൊണ്ടുതന്നെ യുക്തിയുടെ വളരെ നേരിയ സ്വാധീനത്തിൻ കീഴിൽ തകരാനും അവ നിർബന്ധിതമാണ്. ഒരിക്കൽ വസ്തുതകൾക്കുപകരം ഭാവനകൾ കൈക്കൊണ്ടാൽ ബാക്കിയുള്ളവ അനായാസേന വന്നുകൊള്ളും. പ്രേതങ്ങളെ കണ്ടുവെന്നു വിശ്വസിക്കുന്ന നിരവധി ആളുകൾ യഥാർത്ഥ അനുഭവമായി അതു വിവരിക്കും. പക്ഷേ, അവർ ഏതെങ്കിലും വസ്തുനിഷ്ഠമായ കാര്യത്തെ അനുഭവിച്ചുവെന്ന് അതു തെളിയിക്കുന്നില്ല. എങ്കിലും അത്തരം 'വസ്തുതകൾ' - വിശ്വസനീയരായ ആളുകൾ പ്രേതങ്ങളെ യഥാർത്ഥത്തിൽ കണ്ടു എന്നത് - നിരവധി ബുദ്ധിമാൻമാരായ ആളുകളെ പ്രേതങ്ങളിൽ വിശ്വസിക്കുവാൻ പ്രേരിപ്പിക്കും. സങ്കല്പിച്ച കാര്യങ്ങൾ ഭാവനാശാലികളായവരുടെ കണ്ണുകൾ കാണുന്നു. ഭാവന അവസാനിക്കുന്നതുവരെ അവ 'വസ്തുത'കളാണ്. അതുകൊണ്ട്, ഭാവനകളെ ഏതെങ്കിലും വസ്തുനിഷ്ഠ യാഥാർത്ഥ്യത്തിനുള്ള തെളിവായി കണക്കാക്കാൻ കഴിയില്ല.

അറസ്റ്റുചെയ്യപ്പെട്ട ആളെ ചോദ്യംചെയ്യുമ്പോൾ അയാൾ സത്യം പറയുന്നുണ്ടോ എന്നു രക്തസമ്മർദ്ദത്തിന്റെ ഒരു യാന്ത്രിക സൂചകത്തിലൂടെ മനസ്സിലാക്കുന്ന രീതി കണ്ടെത്തിയ വിഖ്യാത അമേരിക്കൻ മന:ശാസ്ത്രജ്ഞനായ ഡബ്ലിയു.എം.മാർസ്റ്റൻ ഒരു പരീക്ഷണം നടത്തുകയുണ്ടായി. പരീക്ഷണം നടത്തുന്ന ആൾ ഒരു മുറിയിൽ ഇരിക്കുന്നു. അദ്ദേഹത്തിനൊപ്പം വിദ്യാസമ്പന്നരായ പതിനെട്ടുപേരുണ്ട്. അവരിൽ മിക്കവരും അഭിഭാഷകരാണ്. അവർക്കാർക്കുംതന്നെ അവിടെ എന്തെങ്കിലും പരീക്ഷണം നടക്കാൻ പോവുകയാണെന്ന ധാരണയുണ്ടായിരുന്നില്ല. അവരെല്ലാവരും യാദൃച്ഛികമായി കൂടിയ ഒരു സദസ്സിലെന്നപോലെ സ്വാഭാവികമായി പെരുമാറുകയും വർത്തമാനം പറയുകയും ചെയ്യുന്നു. അല്പനേരത്തിനുശേഷം, പരീക്ഷകൻ മുൻകൂട്ടി ഏർപ്പാടുചെയ്തിരുന്ന, ആകർഷകമായ വസ്ത്രം ധരിച്ച ഒരു യുവാവ് മുറിയിലേക്ക് ബദ്ധപ്പെട്ടുവരികയും പരീക്ഷകന്റെ കയ്യിൽ ഒരു മഞ്ഞ കവർ ഏല്പിക്കുകയും ചെയ്യുന്നു. പരീക്ഷകൻ ആ കവറിലുള്ള സന്ദേശം വായിച്ചുകൊണ്ടിരിക്കുമ്പോൾ, സന്ദേശം കൊണ്ടുവന്ന ആൾ, പരീക്ഷകൻ മുൻകൂട്ടി നിർദ്ദേശിച്ച പ്രകാരം ആ മുറിയിലുള്ള എല്ലാവരും കാണത്തക്കരീതിയിൽ ഒരു വലിയ കത്തി വലിച്ചൂരിയെടുക്കുന്നു. ഡോക്ടർ മാർസ്റ്റൻ എഴുതുന്നു: 'പതിനെട്ടുപേരിൽ ഒരാൾപോലും ആ കത്തി ശ്രദ്ധിച്ചില്ല! അവരുടെ ശ്രദ്ധ ആ ടെലഗ്രാമിലായിരുന്നു. കത്തിയെപ്പറ്റി അവരോട് നേരെ ചോദിച്ചപ്പോൾ

അവരാരും അതു കണ്ടില്ലെന്നു പറഞ്ഞു. എതിർവിസ്താരത്തിൽ (Cross-examination) അവർ കുറേക്കൂടി ശക്തമായി അക്കാര്യം ആവർത്തിച്ചു. എതിർവിസ്താരം നടത്തുന്നയാൾ തങ്ങളെക്കൊണ്ട് തെറ്റായ പ്രസ്താവന നടത്താൻ പ്രേരിപ്പിക്കുകയാണെന്നവർ സംശയിച്ചു - ഏകദേശം മൂന്നുനിമിഷം ആ കത്തി പൂർണ്ണരൂപത്തിൽ പ്രദർശിപ്പിച്ചിട്ടുണ്ടായിരുന്നുവെങ്കിലും!'

അസ്സാജ് പരീക്ഷണങ്ങൾ (Aussage tests) എന്നു വിളിക്കപ്പെട്ടുന്നവ വസ്തുതകൾ കണ്ടെത്തുക എന്നത് എത്രമാത്രം ശ്രമകരമാണെന്നു തെളിയിക്കുന്നു.

ശാസ്ത്രീയമായ അന്വേഷണത്തിന് ആവശ്യമായ പൂർവ്വോപാധികൾ ഒന്നുംതന്നെ ശാന്തിദേവിയുടെ കഥയുടെ അന്വേഷണത്തിൽ ഉണ്ടായിരുന്നില്ല എന്നത് ഒരു വസ്തുതയാണ്. 'പരിശോധന'യുടെ അവിശ്വാസ്യത അന്വേഷണം നടത്തിയ സാഹചര്യങ്ങളിൽനിന്നും സ്വീകരിച്ച രീതിയിൽനിന്നും ഉണ്ടാകുന്നു. അന്വേഷണസംഘം എത്തിച്ചേരുന്നതിനുമുമ്പുതന്നെ മഥുരയിൽ ഈ കഥ അങ്ങാടിപ്പാട്ടായിത്തീർന്നിരുന്നു എന്ന വസ്തുത അന്വേഷണം പ്രതീക്ഷാശൂന്യമാംവിധം മുൻവിധിയോടെ ആയിരുന്നു എന്നു വ്യക്തമാക്കുന്നു. വിവരം മുൻകൂട്ടി ലഭിച്ചിട്ടുള്ളതുകൊണ്ട്, ബന്ധുക്കളാകാവുന്നവർ റെയിൽവേ സ്റ്റേഷനിൽ അഭിമാനത്തോടെ മുൻനിരയിൽ സന്നിഹിതരാവുക എന്നത് സ്വാഭാവികം മാത്രമാണ്. നിർദ്ദിഷ്ട സാഹചര്യത്തിൽ, പെൺകുട്ടിയുടെ പെരുമാറ്റം അബോധപൂർവ്വമായി സ്വാധീനിക്കപ്പെടുകയോ സഹായിക്കപ്പെടുകയോ ചെയ്തിട്ടില്ല എന്നു വിശ്വസിക്കണമെങ്കിൽ അയാൾക്കു കടുത്ത ക്ഷണവിശ്വാസശീലത ഉണ്ടായിരിക്കണം. വിശ്വസനീയമായ പരിശോധനയ്ക്ക് അനിവാര്യമായ ഉപാധി ഇക്കാര്യം മഥുരയിലെ ജനങ്ങളിൽനിന്നും പൂർണ്ണമായും മറച്ചുവെയ്ക്കുക എന്നതാണ്. അതാകട്ടെ അവിടെ പാലിക്കപ്പെട്ടിരുന്നില്ല. അന്വേഷണസംഘത്തിന്റെ രൂപീകരണത്തിനുമുമ്പുതന്നെ ആ കഥ പൊതുസ്വത്തായി കഴിഞ്ഞിരുന്നു. അന്വേഷണം ഏറ്റെടുക്കുമ്പോഴേക്കും, ഫലങ്ങളുടെ വിശ്വാസ്യത ഏറ്റവും ചെറിയ അളവിലെങ്കിലും ഉറപ്പുനൽകുന്ന സാഹചര്യം ഇല്ലാതായി കഴിഞ്ഞിരുന്നു

മറ്റു 'വസ്തുത'കളും, ഉദ്ദേ്യശ്യത്തിനനുകൂലമായ സാഹചര്യങ്ങളുടെ സമ്മർദ്ദത്താൽ അതുപോലെ 'കണ്ടെത്ത'പ്പെട്ടു. വീട് എവിടെയാണെന്നു നേരത്തേ തന്നെ അറിയാമായിരുന്ന ആൾക്കൂട്ടത്തിന്റെ അനിയന്ത്രിതമായ ചലനം, അന്വേഷണസംഘത്തിനു വഴികാണിച്ചുകൊടുക്കാൻ പെൺകുട്ടിയെ സഹായിച്ചിരിക്കണം. തുടർന്ന് വീട്ടിൽ, ഉത്സുകരായ ബന്ധുക്കൾ അവളെ ഭൂതകാല സംഭവങ്ങൾ

ഓർമ്മിപ്പിക്കുകയും, കിടപ്പറ, കുളിക്കടവ് എന്നിവപോലുള്ള സ്ഥലങ്ങൾ ചൂണ്ടിക്കാണിക്കുകയും ചെയ്തുകൊണ്ട് അവളുടെ പെരുമാറ്റങ്ങളെ സ്വാധീനിച്ചിട്ടില്ലെന്ന് ആർക്ക് ഉറപ്പുപറയാൻ കഴിയും? 'നിന്റെ വസ്തുങ്ങൾ സൂക്ഷിച്ചിരുന്നത് ദാ, അവിടെയല്ലേ?' എന്നു ചോദിക്കുമ്പോൾ പെൺകുട്ടി ഉടനെ അത് 'ഓർമ്മിക്കും'. ആരും ബോധപൂർവ്വം കഥമെനഞ്ഞുണ്ടാക്കുകയായിരുന്നില്ല. ബന്ധപ്പെട്ട എല്ലാവരും സത്യസന്ധരായിരുന്നു - അവരുടെ വിശ്വാസത്തിൽ. വിശ്വാസ തീവ്രതയുടെ അന്തരീക്ഷത്തിൽ, ഭാവനകൾ വളരെ പെട്ടെന്നു വസ്തുതകളുടെ മഹത്വത്തിലേക്ക് ഉയർത്തപ്പെടുന്നു. അവിടെ സന്നിഹിതരായിരുന്ന എല്ലാവരും സംശയത്തിനതീതമായ ഒരു സത്യത്തിന്റെ പ്രദർശനം കാണാനാണ് നിന്നിരുന്നത്. അന്വേഷണസംഘം അതിന് അപവാദമാണെന്നു സമ്മതിക്കാമെങ്കിലും അതും സാഹചര്യങ്ങളുടെ ഇരയായിരുന്നു.

നിങ്ങൾക്കു നിങ്ങളുടെ വിശ്വാസത്തെ പരീക്ഷണ വിധേയമാക്കാൻ കഴിയില്ല. മനഃശാസ്ത്രപരമായി അസാദ്ധ്യമാണത്. വിശ്വാസത്തെ പരീക്ഷണവിധേയമാക്കാനുള്ള ആഗ്രഹം സൂചിപ്പിക്കുന്നത് അതിലുള്ള വിശ്വാസനഷ്ടത്തെയാണ്. ഒരു കാര്യം സത്യമാണെന്നു നിങ്ങൾ വിശ്വസിക്കുന്നിടത്തോളം, അതിനെ പരിശോധിക്കാൻ നിങ്ങൾക്ക് തോന്നുകയില്ല. അങ്ങനെ നിങ്ങൾ ചെയ്യുന്നുവെങ്കിൽ, അതു നിങ്ങളുടെ വിശ്വാസത്തോട് യോജിക്കാത്തവരെ ബോദ്ധ്യപ്പെടുത്തുക എന്ന ഉദ്ദേശ്യത്തോടെയായിരിക്കും. ഈ അന്വേഷണത്തിന്റെ ഉദ്ദേശ്യം അതായിരുന്നുവെന്നു കരുതാൻ വേണ്ടത്ര കാരണങ്ങളുണ്ട്. അതൊരു അന്വേഷണമായിരുന്നില്ല; മറിച്ച്, സമർത്ഥനാർത്ഥമുള്ള പരിശോധനയായിരുന്നു. അന്വേഷണത്തിന്റെ പൂർവ്വോപാധി സന്ദേഹമാണ്.

സമർത്ഥനാർത്ഥമുള്ള ഈ പരിശോധന പരകായപ്രവേശത്തിലുള്ള വിശ്വാസത്തിന്റെ മർക്കടമുഷ്ടിയെ അല്ലാതെ മറ്റൊന്നിനെയുമല്ല തെളിയിക്കുന്നത്.

പൂർവ്വജന്മസംഭവങ്ങളെ ഓർമ്മിക്കുന്ന ആളുകളെക്കുറിച്ചുള്ള കഥകൾ ഈ രാജ്യത്ത് തുടർച്ചയായി ഉണ്ടാകാറുണ്ട്. ആധുനിക വിദ്യാഭ്യാസം ലഭിച്ചവർക്കിടയിൽപ്പോലും അവയ്ക്കെല്ലാം വ്യാപകമായ പ്രചാരം ലഭിക്കാറുണ്ട്. എന്നാൽ, ഇതിനുമുമ്പ് സംഘടിതമായ പരിശോധനയൊന്നും ഉണ്ടായിട്ടില്ല.

അന്ധവിശ്വാസത്തിന്റെ ചെളിക്കുണ്ടിൽനിന്നാണ് ഇത്തരം കഥകൾ രൂപംകൊള്ളുന്നത്. കർക്കശമായ പരീക്ഷണത്തിന്റെയും ചിട്ടയായ നിരീക്ഷണത്തിന്റെയും ശക്തമായ അടിത്തറയിൽ

സ്ഥാപിക്കപ്പെട്ട ശാസ്ത്രീയ സിദ്ധാന്തങ്ങളെ അട്ടിമറിക്കുകയാണ് അന്ധവിശ്വാസത്തിന്റെ ഓരോ ദൃഷ്ടാന്തങ്ങളും എന്നു കരുതാനാവില്ല. ശാസ്ത്രീയമായ അന്വേഷണം യുക്തിസഹമായ പരികല്പനയിൽ നിന്നാരംഭിക്കണം; ശാസ്ത്രീയരീതി അനുസരിച്ച് നടത്തപ്പെടുന്ന അന്വേഷണത്തിനു പരികല്പന ശാസ്ത്രീയമായി സാധുതയുള്ളതായിരിക്കണം. ഈ കഥ അടക്കം, പ്രചാരത്തിലുള്ള കഥകളുടെ പ്രഥമദൃഷ്ട്യാ തെളിവിന്റെ അടിസ്ഥാനത്തിൽ, ശരീരത്തിന്റെ മരണത്തെ ഓർമ്മ അതിജീവിക്കുന്നു എന്ന പരികല്പന മാത്രമാണു മുന്നോട്ടുവയ്ക്കാൻ കഴിയുക. പക്ഷേ, ഈ പരികല്പനയ്ക്കു ശാസ്ത്രീയമായ സാധുതയില്ല. കാരണം, മരണം എന്ന ജൈവപരമായ സംഭവത്തെ അതിജീവിക്കുന്ന, ഓർമ്മയെ വഹിക്കുന്ന ഭൗതികമായ ഒരു ജൈവവസ്തു ഇല്ല എന്ന സുനിശ്ചിതമായ അറിവിനെ ഈ പരികല്പന പരിഗണിക്കുന്നില്ല.

ദൈവഭക്തരായ ഹിന്ദുക്കൾ പൂർവ്വജന്മ കർമ്മത്തെക്കുറിച്ച് എല്ലായ്പ്പോഴും സംസാരിക്കാറുണ്ട്. പൂർവ്വജന്മത്തിലെ സംഭവങ്ങളെ ഓർമ്മിക്കുന്ന ആളുകളെക്കുറിച്ചുള്ള പരാമർശങ്ങൾ അതിലുണ്ടായിരിക്കാം. അത്തരം സംഭാഷണങ്ങൾ പെൺകുട്ടിയുടെ ഭാവനയെ ഉത്തേജിപ്പിച്ചിരിക്കാം. അവൾ ദിവാസ്വപ്നം കാണുന്ന സ്വഭാവക്കാരിയാണോ എന്നതു മനഃശാസ്ത്രപരമായ പരിശോധനയിലൂടെ എളുപ്പത്തിൽ മനസ്സിലാക്കാൻ കഴിയും. യക്ഷിക്കഥകൾ കേട്ട കുട്ടികൾ യക്ഷികളെ കാണുന്നതായി ഭാവനചെയ്യുകയും, ആ 'അനുഭവ'ത്തെ ക്ഷണവിശ്വാസശീലരായ ആളുകൾക്കു സ്വീകരിക്കാൻതക്ക രീതിയിൽ വിശദമായും ഉറപ്പോടെയും വിവരിക്കുകയും ചെയ്യും. ഈ കഥ ഭാവനാസൃഷ്ടി ആണെങ്കിൽ, അവൾ ഒരു പ്രത്യേക സ്ഥലത്തേയും, ചില പ്രത്യേക വ്യക്തികളെയുംകുറിച്ചു പറഞ്ഞതിനെ എങ്ങനെയാണു വിശദീകരിക്കുക?

പെൺകുട്ടി ആദ്യം സ്ഥലത്തെക്കുറിച്ചോ ആളുകളെക്കുറിച്ചോ വാസ്തവത്തിൽ പറഞ്ഞിട്ടുണ്ടോ എന്നതിന് ഒരു ഉറപ്പുമില്ല. അത്തരം വിശദാംശങ്ങൾ ഈ കഥ ജനമധ്യത്തിൽ കൊണ്ടുവന്നവർ തിരുകികയറ്റിയതായിരിക്കണം. എന്നാൽ, ആ വിശദാംശങ്ങൾ അവൾ സ്വയം നൽകിയതാണെന്ന് അംഗീകരിക്കുകയാണെങ്കിൽ, ആ പ്രത്യേക സ്ഥലത്തെയും ആളുകളെയും അവൾക്കു കണ്ടെത്താൻ കഴിഞ്ഞത് അവയെക്കുറിച്ചു മറ്റുള്ളവർ പറയുന്നത് കേട്ടതുകൊണ്ടായിരിക്കണം.

മനഃശാസ്ത്രപരമായി സാധുവായ ഈ സങ്കല്പത്തിനെതിരായ ഒരേയൊരു വാദമുഖം, പെൺകുട്ടി ആ രഹസ്യം വെളിപ്പെടുത്തുന്നതിനു മുമ്പു വീട്ടുകാർക്ക് അവളുടെ മഥുരയിലുള്ള 'ബന്ധുക്കളെ'ക്കുറിച്ച്

ഒന്നും അറിയില്ലായിരുന്നു എന്ന കാര്യം സ്ഥാപിക്കുക എന്നതാണ്. വളരെ പ്രധാനപ്പെട്ട ഈ വസ്തുത ഒരിക്കലും സ്പർശിച്ചിട്ടില്ല. ഇക്കാര്യം ഉറപ്പാക്കുന്നതിന് അന്വേഷകരിലാരുംതന്നെ ശ്രമിച്ചിട്ടില്ല. മഥുരയിലെ ആളുകളെക്കുറിച്ച് പെൺകുട്ടിയുടെ വീട്ടുകാർക്കു നേരത്തേതന്നെ അറിയാമായിരുന്നു എന്നു കരുതുകയാണെങ്കിൽ, അവൾ സൂചിപ്പിച്ച പേരുകൾ അവൾ കേട്ടിട്ടുണ്ടായിരിക്കും. പെൺകുട്ടി മഥുരയിലെ സ്ത്രീയുടെ മരണത്തെക്കുറിച്ച് കേട്ടിരിക്കാം. ആ സ്ത്രീ മരിച്ചതാകട്ടെ പ്രസവവുമായി ബന്ധപ്പെട്ടാണ്. ഈ യാദൃച്ഛിക സംഭവം, ആ സ്ത്രീ ഒരു പെൺകുട്ടിയായി പുനർജനിക്കാൻ ഇടയുണ്ട് എന്നു ചിന്തിക്കാൻ അവളുടെ കുടുംബത്തിലെ ചിലരെ പ്രേരിപ്പിച്ചിരിക്കാം.

പെൺകുട്ടിയുടെ വിചിത്രകല്പന കഥയുടെ ആരംഭബിന്ദുവിന് നാന്ദികുറിച്ചാൽ, മുഴുവൻ കഥയും സ്വാഭാവികമായി രൂപംകൊള്ളും. പെൺകുട്ടി ആദ്യം പറഞ്ഞ കഥയല്ല, പൂർണ്ണരൂപത്തിലുണ്ടായ കഥ എന്നുമാത്രം. അത് അവളുടെ വായിൽ തിരുകുകയായിരുന്നു. അതു ചെയ്തവർ തങ്ങൾ കള്ളം പ്രചരിപ്പിക്കുകയാണെന്നു ബോധവാൻമാരായിരുന്നില്ല. അവരെല്ലാംതന്നെ ആ കഥയിൽ ആത്മാർത്ഥമായി വിശ്വസിച്ചിരുന്നു. പുനർജന്മ സിദ്ധാന്തത്തിലുള്ള പുണ്യാത്മാക്കളുടെ വിശ്വാസത്തിൽനിന്നാണ് ഈ കഥ അതിന്റെ 'സത്യാത്മകത' ആർജ്ജിക്കുന്നത്.

മഹാത്മാഗാന്ധിയും പാട്യാല മഹാരാജാവും ഔപചാരികമായി സ്വീകരിക്കുന്ന തരത്തിൽ ആരാധനാപാത്രമായിത്തീർന്ന ശാന്തിദേവിയുടെ കഥ സൃഷ്ടിച്ച കോലാഹലം കാണുമ്പോൾ ഇന്ത്യയുടെ ആദ്ധ്യാത്മികസംസ്കാരത്തിന്റെ ഗർവ്വിഷ്ഠരും ആക്രമണോത്സുകരുമായ സംരക്ഷകരുടെ ബുദ്ധിയെ പരിഹസിക്കാതിരിക്കാൻ എനിക്കു കഴിയുന്നില്ല.

എന്തുകൊണ്ട് എല്ലാവരും പൂർവ്വജന്മ സംഭവങ്ങൾ ഓർമ്മിക്കുന്നില്ല? ഈ ചോദ്യത്തിനു ബോദ്ധ്യപ്പെടാവുന്ന തരത്തിൽ ഉത്തരം നൽകാനുള്ള കഴിവില്ലായ്മ, ഓർമ്മയുള്ള അപൂർവ്വം വ്യക്തികളുടെ കഥകൾ പരകായ പ്രവേശത്തെ തെളിയിക്കുന്നു എന്ന വാദത്തിനു വിനാശകരമാണ്. മരണാന്തര ജീവിതം എന്നതു പ്രാകൃതമായ സർവ്വാത്മവാദ പാരമ്പര്യത്തിൽപ്പെട്ട ഒരു വിശ്വാസമല്ല എന്നു വാദിക്കപ്പെടുന്നു; അത് ആനുഭവികമായി തെളിയിക്കാനാവുന്ന ഒന്നാണത്രെ. ആനുഭവിക നിയമങ്ങൾ നിരവധി ദൃഷ്ടാന്തങ്ങളിൽനിന്നു പൊതുനിഗമനങ്ങളിൽ എത്തലാണ്. മനുഷ്യന്റെ നശ്വരത എന്നതു പ്രകൃതിനിയമമാണെന്നു കരുതപ്പെടുന്നു. കാരണം, എല്ലാ മനുഷ്യരും ഇന്നല്ലെങ്കിൽ നാളെ മരിക്കും. എന്നാൽ, പരകായപ്രവേശത്തിന്റെ

കാര്യത്തിൽ അപവാദത്തിൽനിന്നു സാമാന്യവൽക്കരണത്തിലെത്താൻ ആവശ്യപ്പെടുന്നു! അത് ആനുഭവികമായ തെളിവുകളെക്കുറിച്ചുള്ള തികച്ചും വിചിത്രമായ ആശയമാണ്.

ദിവ്യദൃഷ്ടി ഉള്ളവർക്കേ ഭൂതഭാവികളെ കാണാനാകൂ എന്നു മതഗ്രന്ഥങ്ങൾ പറയുന്നു. മതഗ്രന്ഥങ്ങൾക്ക് അപ്രമാദിത്വം ഉള്ളതിനാൽ, ആത്മീയമായി ഉയർത്തപ്പെട്ടവർക്കു മാത്രമേ പൂർവ്വജന്മസംഭവങ്ങൾ ഓർമ്മിക്കാനുള്ള കഴിവ് ഉണ്ടാവൂ എന്ന് വിശ്വാസി വിശ്വസിക്കുന്നു.

ദിവ്യദൃഷ്ടി സിദ്ധാന്തം ചോദ്യത്തിനുള്ള ഉത്തരമാകുന്നില്ല. മറ്റുള്ളവർക്കു കാണാൻ കഴിയാത്തത് എന്തുകൊണ്ട് ചിലർക്കു മാത്രം കാണാൻ കഴിയുന്നു എന്നതിനെ അതു 'വിശദീകരിക്കുന്നു'. പക്ഷേ, അത് എന്തുകൊണ്ട് എല്ലാവർക്കും പൂർവ്വജന്മത്തെ ഓർമ്മിക്കാൻ കഴിയുന്നില്ല എന്നതിനെ വിശദീകരിക്കുന്നില്ല. എനിക്ക് യഥാർത്ഥത്തിൽ ഒരു പൂർവ്വജന്മമുണ്ടായിരുന്നുവെങ്കിൽ അതിനെ ഓർമ്മിക്കുന്നതിനു വിശിഷ്ടമായ ആത്മീയശക്തി എനിക്കുണ്ടായിരിക്കണമെന്നു സങ്കല്പിക്കുന്നതിന് ഒരു ന്യായവുമില്ല. ആത്മീയ ദൃഷ്ടി ആസക്തിയാൽ, ശരീരത്തിന്റെ ബന്ധത്താൽ മറയ്ക്കപ്പെട്ടിരിക്കുകയാണ് എന്നു വാദിക്കുന്നതുകൊണ്ടു കാര്യമില്ല. അടുപ്പത്തിന്റെ ചിഹ്നമാണ് ഓർമ്മ. ഇഷ്ടപ്പെടുകയോ വെറുക്കുകയോ ചെയ്യുന്ന കാര്യങ്ങൾ നമ്മൾ ഓർമ്മിക്കുന്നു. താൽപര്യമില്ലാത്ത കാര്യങ്ങൾ പെട്ടെന്നു മറക്കുന്നു. അതുകൊണ്ടു പൂർവ്വജന്മ സ്മരണ എന്നത് ആത്മീയ ഔന്നത്യത്തിന്റെ അടയാളമല്ല; മറിച്ച്, സാധാരണയിൽ കവിഞ്ഞ ആസക്തിയെയാണ് അതു തെളിയിക്കുന്നത്. ജീവിതാസക്തി കൂടുമ്പോൾ ആത്മീയദൃഷ്ടിക്ക് വ്യക്തത കൂടുന്നു എന്ന നിഗമനത്തിലെത്താൻ നാം നിർബന്ധിതരാവുന്നു. ശരീരത്തിന്റെ ബന്ധനത്താൽ ആത്മാക്കളുടെ പ്രഭ മറയ്ക്കപ്പെട്ടിരിക്കുന്നതിനാൽ സാമാന്യജനങ്ങൾക്കു തങ്ങളുടെ പൂർവ്വജന്മത്തെ കാണാൻ കഴിയില്ലെന്ന സങ്കല്പത്തിനു വിരുദ്ധമാണ് ഈ നിഗമനം. ആത്മീയവാദത്തിനു പൊതുവിൽ വിനാശകരമാണ് ഈ നിഗമനം.

പരകായപ്രവേശനത്തിന്റെ വക്താക്കൾക്കു മറുപടി പറയാൻ കഴിയാത്ത വേറേയും ചില ചോദ്യങ്ങളുണ്ട്. മരണത്തിനും പുനർജന്മത്തിനും ഇടയിൽ എന്തു സംഭവിക്കുന്നു ? എങ്ങനെയാണ് ആത്മാവ് അല്ലെങ്കിൽ സൂക്ഷ്മശരീരം പുതിയ ശരീരത്തിൽ പ്രവേശിക്കുന്നത് ? പരിണാമത്തിന്റെ ഏതു ഘട്ടത്തിലാണ് ഭ്രൂണം ഒരു ആത്മാവിനെ നേടുന്നത് ? അടുത്ത ശരീരം എങ്ങനെയാണ് തിരഞ്ഞെടുക്കപ്പെടുന്നത്?

പരകായ പ്രവേശവും മറ്റു ആത്മീയവാദ വിശ്വാസങ്ങളും പരിശോധനയ്ക്കു വിധേയമാക്കാവുന്ന വസ്തുനിഷ്ഠ ജ്ഞാനത്തിന്റെ അടിത്തറ

ഉള്ളതാണെങ്കിൽ, ശാസ്ത്രത്തിനെതിരെയുള്ള കുരിശുയുദ്ധം എന്തിന്? അന്തിമ വിധികൾ ശാസ്ത്രത്തിന് അന്യമാണ്. അത് പരിപൂർണ്ണത അവകാശപ്പെടുന്നില്ല. നിലവിലുള്ള സിദ്ധാന്തങ്ങൾ വസ്തുതകൾക്കു വിരുദ്ധമാണെങ്കിൽ അവയെ ഉപേക്ഷിക്കാൻ ശാസ്ത്രം ഒരിക്കലും മടികാണിച്ചിട്ടില്ല. തെളിവില്ലാതെ സ്വീകരിക്കുന്നതിനെ മാത്രമാണ് ശാസ്ത്രം നിഷേധിക്കുന്നത്. എന്നാൽ ആത്മീയവാദികൾ തങ്ങളുടെ ജീവിതവീക്ഷണം ശാസ്ത്രീയമാണെന്നു കരുതുന്നില്ല. അവരുടെ വാദം ശാസ്ത്രം വെറും അസംബന്ധമാണെന്നാണ്. ശാസ്ത്രത്തിനെ തിരായ കുരിശുയുദ്ധത്തിനു കാരണം അതു ജീവിതത്തെ വിശദീ കരിക്കുമ്പോൾ പ്രകൃത്യാതീത ശക്തികളെക്കുറിച്ചുള്ള സങ്കല്പത്തെ ഒഴിവാക്കുന്നു എന്നതാണ്; അതേസമയം, ആത്മീയവാദത്തിന്റെ കാതൽതന്നെ പ്രകൃത്യാതീത ശക്തിയിലുള്ള വിശ്വാസമാണ്. ശരീര മില്ലാത്ത ആത്മാവ് ഒരു പ്രകൃത്യാതീത സംവർഗ്ഗമാണ്. അത് പ്രകൃതി നിയമങ്ങൾക്ക് അതീതവും ഉപരിയുമാണ്. ശാസ്ത്രത്തിന് അതിനെ വെല്ലുവിളിക്കുന്ന എല്ലാ പ്രതിഭാസങ്ങളെയും പരികല്പനപരമായി വിശദീകരിക്കാനാവും. ശാസ്ത്രീയപരികല്പന അടിസ്ഥാനരഹിതമായ സങ്കല്പമല്ല. അത് യുക്തിസഹവും പരിശോധനയ്ക്കു വിധേയവുമാണ്. പരികല്പനാപരമായ വിശദീകരണങ്ങൾ നിരീക്ഷണ പരീക്ഷണ ങ്ങൾക്കു നിരക്കുന്നതല്ലെങ്കിൽ ശാസ്ത്രം പുതിയ വിശദീകരണങ്ങൾ തേടും. അപവാദങ്ങൾ ഒരു നിയമത്തെ അസാധുവാക്കുന്നില്ല; മാത്ര മല്ല, വിമർശനാത്മകമായ സൂക്ഷ്മമായ പരിശോധനയിൽ അപവാദ ങ്ങൾ ഒട്ടുംതന്നെ അപവാദങ്ങളല്ലെന്നു മനസ്സിലാവും.

പരകായപ്രവേശ സിദ്ധാന്തത്തിൽ സൂക്ഷ്മശരീരത്തെക്കുറിച്ചുള്ള ആശയം അടങ്ങിയിരിക്കുന്നു. സൂക്ഷ്മശരീരം എന്ന ആശയമാകട്ടെ, ശരീരമുക്തമായ ആത്മാവ് എന്ന സങ്കല്പത്തിനു വിരുദ്ധമാണ്. അത് അർത്ഥമാക്കുന്നത് ആത്മാവ് ശരീരവുമായി ബന്ധപ്പെട്ടിരിക്കുന്നു എന്നാണ്. സൂക്ഷ്മശരീരം യാഥാർത്ഥ്യമായിരുന്നുവെങ്കിൽ സാധാര ണയായി ഗർഭധാരണം പുരുഷസ്പർശമേൽക്കാതെ സംഭവിക്കണം. ഭൗതിക പ്രക്രിയ അനാവശ്യവുമായിരിക്കും. പിന്നെ എന്തിനു ദൈവം തന്റെ രൂപത്തിൽ സൃഷ്ടിച്ച മനുഷ്യർക്കു ദൈവികപദ്ധതിയിൽ അധികപ്പറ്റായ ഭൗതികഘടന നൽകി? ഇവിടെ പുരുഷൻമാരും സ്ത്രീകളും ഉണ്ടാവാൻ പാടില്ലായിരുന്നു. എന്തായാലും പുരുഷൻ മാരെ ഒഴിവാക്കാൻ കഴിയുമായിരുന്നു. എല്ലാ സൂക്ഷ്മശരീരങ്ങൾക്കും വിശുദ്ധൻമാരുടെയും അവതാരങ്ങളുടെയും കാര്യത്തിലെന്നപോലെ മാതാവിന്റെ ഗർഭപാത്രത്തിലേക്കു പ്രവേശിക്കാൻ കഴിയുമായിരുന്നു. ഗർവ്വിഷ്ടനായ പുരുഷനെ സംബന്ധിച്ച് എന്തൊരു ദൗർഭാഗ്യം ആകു മായിരുന്നു അത്! പ്രണയത്തിന്റെ ആനന്ദമില്ലാതെ മാതൃത്വത്തിന്റെ

വേദനകൾ സഹിക്കുക എന്നത് എന്തൊരു മ്ലാനമായ അവസ്ഥയാ യിരിക്കും സ്ത്രീകൾക്ക്! എത്ര സ്ത്രീകൾ കന്യാമാതാവായിരിക്കാൻ ഇഷ്ടപ്പെടും എന്ന കാര്യത്തിൽ എനിക്കു സംശയമുണ്ട്. എന്തായാലും ദൈവത്തിന്റെ അനുമതി ഉണ്ടെങ്കിലും ഇല്ലെങ്കിലും ഭാഗ്യവശാൽ പ്രകൃതി ഇത്തരം നിഷ്ഠുരതയോടൊപ്പമല്ല.

ഗർഭധാരണം എന്നത് ഒരു ഭൗതിക പ്രക്രിയയാണ്. ഈ പ്രക്രി യയിൽ ഭ്രൂണരൂപത്തിലുള്ള സ്ഥൂലശരീരത്തിലേക്കു സൂക്ഷ്മശരീരം പ്രവേശിക്കുന്നില്ല. ജനിതകശാസ്ത്രവും സ്ത്രീരോഗ വിജ്ഞാനീയവും (Gynecology) അണ്ഡത്തിൽനിന്നു മനുഷ്യനിലേക്കുള്ള പരിണാമ പ്രക്രിയയുടെ ഘട്ടങ്ങളെല്ലാംതന്നെ കണ്ടെത്തിയിട്ടുണ്ട്. അമ്മയുടെ ഗർഭപാത്രത്തിൽനിന്നു പുറത്തുവരുന്നതുവരെ ജീവിക്കു ബാഹ്യലോ കവുമായി നേരിട്ടു ബന്ധമില്ല. ജീവനാണ് എല്ലാ ആത്മീയഗുണങ്ങളു ടേയും അടിസ്ഥാനം. അജൈവമായതെല്ലാം തികച്ചും ഭൗതികമാണ്. സ്ഥൂലമായ ഭൗതികാസ്തിത്വങ്ങളിൽനിന്നു ജീവികളെ വ്യതിരിക്തമാ ക്കുന്ന ജീവൻ ഒരു രാസപ്രതിഭാസമാണ്. അണ്ഡം X ബീജകോശം = പുതിയ ജീവൻ. ഇവിടെ എവിടെയാണ് ആത്മാവ് കടന്നുവരുന്നത്?

ഉയർന്ന ജീവികളുടെ ജനനം (ഗർഭധാനം) രണ്ടു ജൈവസത്ത കളുടെ - അണ്ഡത്തിന്റെയും ബീജത്തിന്റെയും - സംയോജനത്തിൽ നിന്നാണുണ്ടാവുന്നത്. ഓരോ ജൈവശരീരവും ആത്മാവിന്റെ ഇരിപ്പി ടമാണെങ്കിൽ, മറ്റു വാക്കുകളിൽ പറയുകയാണെങ്കിൽ ജീവൻ എന്ന പ്രതിഭാസത്തിനു കാരണം ആത്മാവിന്റെ സാന്നിദ്ധ്യമാണെങ്കിൽ ഓരോ ഗർഭധാരണ പ്രക്രിയയിലും രണ്ട് ആത്മാവുകൾ പങ്കെടുക്കുന്നു. അതിന്റെ ഫലം ഒരു ശരീരമാണ്. ആ ശരീരമാകട്ടെ ഒരു ആത്മാവി നാണ് ഇരിപ്പിടം നൽകുന്നത്. അപ്പോൾ, മറ്റേ ആത്മാവിന് എന്തു സംഭവിക്കുന്നു?

രണ്ടു വ്യത്യസ്തശരീരങ്ങളിൽ നിന്നുവരുന്ന രണ്ടു ജൈവസത്തകൾ ചേർന്നാണ് ഒരു പുതിയ ജീവി രൂപംകൊള്ളുന്നത്. അവ ഓർമ്മയുടെ മുദ്രകൾ എന്തെങ്കിലും കൊണ്ടുവരുന്നെങ്കിൽ മാതാപിതാക്കളുടെ ശരീ രത്തിന്റെ ഓർമ്മകൾ മാത്രമായിരിക്കും. അവ ആ ശരീരങ്ങളിൽ വളർ ന്നതുകൊണ്ട് അവയ്ക്കു ബാഹ്യമായ വിവരങ്ങളുടെ ഇരിപ്പിടമാവാൻ കഴിയും. ആ വഴിയിലൂടെയാണ് മാതാപിതാക്കളുടെ ശാരീരികവും മാനസികവുമായ സ്വഭാവവിശേഷണങ്ങൾ കുട്ടിക്കു പകർന്നുകിട്ടുന്ന തെന്നു ശാസ്ത്രം കണ്ടെത്തിയിട്ടുണ്ട്. പക്ഷേ, സംഭവങ്ങളുടെ സ്മരണ അങ്ങനെ പാരമ്പര്യമായി ലഭിക്കുന്നതല്ല. ഏതൊരു മനുഷ്യജീവിയു ടെയും പൂർവ്വജന്മം രണ്ടു സ്ഥലങ്ങളിലാണ് ജീവിച്ചിട്ടുള്ളത് - മാതാ പിതാക്കളുടെ ശരീരത്തിൽ. മസ്തിഷ്കമില്ലാതെ ജീവകോശമായാണ്

ജീവിച്ചിട്ടുള്ളതെന്നതിനാൽ ഓർമ്മയുണ്ടാവാൻ കഴിയില്ല. രണ്ടു വ്യ ത്യസ്തശരീരങ്ങളിലെ ലൈംഗികഗ്രന്ഥികളിലാണ് പൂർവ്വജന്മം ജീവി ച്ചിട്ടുള്ളത് എന്നതിനാൽ മനുഷ്യജീവി എന്ന നിലയിൽ ലോകത്ത് ജീവിച്ചപ്പോഴുള്ള സംഭവങ്ങൾ ഓർമ്മിക്കുകയെന്ന പ്രശ്നം ശാസ്ത്രീയ വിജ്ഞാനത്തിന്റെ പരിധിക്കുള്ളിൽ പൊതുവെ ഉദിക്കുന്നില്ല.

വെളിയിൽനിന്നു നിവേശിപ്പിക്കുന്ന ഒന്നല്ല ജീവൻ. മാതാപി താക്കളുടെ ശരീരങ്ങളിൽനിന്നു സിദ്ധിക്കുന്നതാണത്. കാര്യം ഇതായിരിക്കെ, പുനർജന്മം തേടുന്ന ആത്മാക്കൾക്കു പുതിയ ശരീ രത്തിലേക്കു നേരിട്ടു പ്രവേശിക്കാനോ പുതിയൊരു വാസസ്ഥാനം തിരഞ്ഞെടുക്കാനോ കഴിയില്ല. അവ മാതാപിതാക്കളുടെ ശരീര ങ്ങളിലേക്കു പ്രവേശിച്ചു പുതിയൊരു ശരീരത്തിൽ ജനിക്കുന്നതി നായി കാത്തിരിക്കണം. പക്ഷേ, ബീജകോശങ്ങൾ ജനിക്കുന്നതു മാതാപിതാക്കളുടെ ശരീരങ്ങളിലാണ്. ആയതിനാൽ, അവയിൽ ജീവിക്കുന്നതിനു വെളിയിൽനിന്നു ആത്മാക്കൾ വരുമെന്നു പറയു ന്നതു ഭാവനമാത്രമാണ്. ആത്മാക്കൾ വെളിയിൽനിന്നു വരികയും ഓരോന്നും സ്വയം രണ്ടായി വിഭജിച്ച് ഒരുഭാഗം മാതാവിന്റെയും മറ്റേഭാഗം പിതാവിന്റേയും ശരീരങ്ങളിലേക്കു പ്രവേശിക്കുന്നു എന്നു സങ്കല്പിക്കുന്നതു വിചിത്രമാണ്.

യൗവ്വനാരംഭത്തിൽ ശരീരം അസംഖ്യം ബീജകോശങ്ങളെ ഉൽപ്പാദിപ്പിക്കുന്നു. അവയിൽ വളരെ കുറച്ചു മാത്രമേ പുതിയ ജീവികളുടെ ഗർഭദാനത്തിലേക്കു നയിക്കുന്നുള്ളൂ. ഈ അവസ്ഥയിൽ ആത്മാവിന്റെ രണ്ടു പകുതികൾ ഒരു ശരീരത്തിൽ വീണ്ടും ഒന്നിക്കാ നുള്ള സംഭവ്യത തുലോം കുറവാണ്. ഇവിടെ 'ശാസ്ത്രീയ' പുനർജന്മ വാദിക്ക് ഒരു കാര്യം പറയാനാവും: സാധാരണയായി പൂർവ്വജന്മം ഓർക്കാൻ കഴിയാത്തതിനു കാരണം ഒരു ആത്മാവിന്റെ രണ്ടു പകുതികളുടെ പുനർ സംയോജനത്തിന്റെ അപൂർവ്വതയാണ് എന്ന്. പരകായപ്രവേശം സംഭവിക്കുന്നത് നേരിട്ടല്ല എന്ന് അയാൾക്കു സമ്മതിക്കേണ്ടിവരും; മാത്രമല്ല, പുനർജന്മം തേടുന്ന ആത്മാക്കളുടെ ഇരിപ്പിടമാണ് ബീജകോശങ്ങളെന്നു തെളിയിക്കേണ്ടിയും വരും.

ഒരു പ്രശ്നംകൂടി ഉണ്ട്. ശാന്തിദേവിയെ സൃഷ്ടിക്കാനുള്ള ബീജ കോശങ്ങൾ മാതാപിതാക്കളുടെ ശരീരങ്ങളിൽ അവളെ ഗർഭം ധരി ക്കുന്നതിനുമുമ്പുതന്നെ ഉണ്ടായിരുന്നു. ആയതുകൊണ്ട്, മഥുരയിലെ സ്ത്രീ മരിക്കുന്നതിനു മുമ്പുതന്നെ ശാന്തിദേവിയുടെ ആത്മാവ് പുനർ ജന്മത്തിനായി കാത്തിരിക്കുകയായിരുന്നു. എങ്ങനെ രണ്ടിനെയും നിങ്ങൾ ബന്ധിപ്പിക്കും?

ഈ വിഷമത്തിൽനിന്നു പുറത്തുകടക്കാനുള്ള മാർഗ്ഗം മഥുരയിലെ

സ്ത്രീയുടെ ആത്മാവ് നേരിട്ട് ഭ്രൂണരൂപത്തിലുള്ള പെൺകുട്ടിയിലേയ്ക്കു പോയി എന്നു വാദിക്കണം. ഈ വാദം ശാസ്ത്രീയമായി ഉന്നയിക്കാൻ കഴിയില്ല എന്നതു വ്യക്തമാണ്. മാത്രമല്ല, ജൈവശരീരങ്ങൾക്ക് - ബീജകോശങ്ങൾക്കു മാത്രമല്ല, മനുഷ്യഭ്രൂണത്തിനുപോലും - ആത്മാവില്ലാതെ നിലനിൽക്കാൻ കഴിയും എന്ന വിനാശകരമായ ഏറ്റുപറയലും ഈ വാദത്തിൽ അടങ്ങിയിരിക്കുന്നു. കാരണം പെൺകുട്ടിയുടെ ഗർഭധാരണത്തിന്, അല്ലെങ്കിൽ അവളുടെ ഭ്രൂണരൂപത്തിലുള്ള അസ്തിത്വത്തിനായി പോയ ബീജകോശങ്ങൾക്ക് ഒരു ആത്മാവ് ഉണ്ടായിരുന്നെങ്കിൽ മധുരയിൽനിന്നു നേരിട്ടുവരുന്ന ആത്മാവിന് അവിടെ ഇടമുണ്ടാവില്ല. ആത്മാവില്ലാതെ ജീവന് നിലനിൽക്കാം എന്ന സമ്മതം ആത്മീയവാദത്തിനു വിനാശകരമാണ്. കാരണം, ജീവനെന്ന പ്രതിഭാസത്തെ വിശദീകരിക്കാനാണല്ലോ ആത്മാവിനെ കണ്ടുപിടിച്ചത്.

പദാർത്ഥത്തിന്റെ ഒരു നിശ്ചിതമായ ഭൗതിക രാസഘടനയുമായി ബന്ധപ്പെട്ട യാന്ത്രിക പ്രക്രിയകളാണ് ജൈവ പ്രതിഭാസങ്ങൾ. ജീവൻതന്നെ ഒരു രാസപ്രക്രിയയാണ്. ആത്മാവിന് അന്ധമായ ഒരു വിശ്വാസം എന്ന നിലയിലേ സ്ഥാനമുള്ളു. ഭ്രൂണപരിണാമ പ്രക്രിയയിൽ എന്തെങ്കിലും വിച്ഛേദം (Break) കണ്ടെത്താൻ സാദ്ധ്യതയുണ്ടായിരുന്നുവെങ്കിൽ അതിന്റെ സ്ഥാനം ഇത്രമാത്രം പ്രതീക്ഷാശൂന്യം ആകുമായിരുന്നില്ല. ഭ്രൂണപരിണാമ പ്രക്രിയയുടെ സ്വയംപൂർണ്ണതയാലുള്ള അത്തരം വിച്ഛേദത്തിന്റെ അഭാവത്തിൽ എങ്ങനെ ആത്മാവ് പുതിയ ശരീരത്തിൽ പ്രവേശിക്കുന്നു എന്ന ചോദ്യത്തിന് ഉത്തരം നൽകാൻ സാദ്ധ്യമല്ല.

ഇന്ത്യൻ ജനതയിലെ ബഹുഭൂരിപക്ഷവും ഇപ്പോഴും ശാസ്ത്രപൂർവ്വ യുഗത്തിലാണ് ജീവിക്കുന്നത്. അതുകൊണ്ടാണ് ഇവിടെ അത്ഭുതങ്ങൾക്കും നിഗൂഢതകൾക്കും പ്രകൃത്യാതീത ശക്തികൾക്കും പ്രബലത ലഭിക്കുന്നത്. അഭ്യസ്തവിദ്യരായ നേരിയപാളി ശാസ്ത്രീയ വിജ്ഞാനത്തിന്റെ ധീരരായ വെളിച്ച വാഹകരാകുന്നതിനു പകരം സാമാന്യമായ അജ്ഞതയുടെ ഭാരത്തിനടിപെട്ട് അന്ധവിശ്വാസ പാരമ്പര്യത്തിന്റെ വിക്രമികളായ സംരക്ഷകരായി പ്രവർത്തിക്കുന്നു. ഇന്ത്യ ജീവിക്കണമെങ്കിൽ അപ്രത്യക്ഷമാകേണ്ട ജീവിതവീക്ഷണത്തെ സംരക്ഷിക്കാനുള്ള നിഷ്ഫലശ്രമമാണ് ശാസ്ത്രത്തിനെതിരായ അഹങ്കാരപൂർവ്വമായ കുരിശുയുദ്ധം.

പരകായ പ്രവേശത്തിലുള്ള വിശ്വാസം വിധിവാദത്തെ പരിപോഷിപ്പിക്കുന്നു. വിധിവാദം മുൻകൈ എടുക്കുന്നതിനെ ഇല്ലാതാക്കുന്നു. ആത്മീയസംസ്കാരം ഇന്ത്യൻ ജനതയെ വിധിക്കു കീഴടങ്ങാൻ

പഠിപ്പിക്കുന്നു. എതിർപ്പിന്റെ മനോഭാവം അവർക്ക് അന്യമാണ്. ആത്മീയ സംസ്കാരത്തിന്റെ സന്ദേശംകൊണ്ടു ലോകത്തെ രക്ഷിക്കാൻ പുറപ്പെടുകയാണെങ്കിൽ മറ്റു പ്രാചീനജനതകളെപോലെ വിസ്മൃതിയിലേക്കു തള്ളപ്പെടും. കർമ്മം, വിധി, പുനർജന്മം, അനാസക്തി, അനശ്വരമായ ആത്മാവ്, ദൈവാനുശാസനം എന്നിവയെല്ലാം മൃതമായ ഭൂതകാലത്തിന്റെ പ്രേതങ്ങളാണ്. ഭാവിയെ കീഴടക്കണമെങ്കിൽ ഭൂതകാലത്തെ കുടഞ്ഞുകളയണം.

(The Transmigration of Soul എന്ന ലേഖനത്തിന്റെ പ്രസക്തഭാഗങ്ങൾ. വിവ: എം.വി.ഹരിദാസൻ)

●

കുറിപ്പുകൾ:

1. ഹിന്ദുമതഗ്രന്ഥങ്ങളിൽ കാണുന്ന സൂക്ഷ്മ ശരീരത്തിനും ഇതേ വലുപ്പമാണെന്ന് വിശ്വസിക്കപ്പെടുന്നു.
2. Carveth Read, Man and his superstitions.
3. E.B. Tylor, Primitive Culture.
4. J.G. Frazer, Belief in Immortality.
5. Myths and Religion.

ഗാന്ധിസം:
മധ്യകാലത്തിലെ അന്ധത

ലോകത്തിനുള്ള ഇന്ത്യയുടെ സന്ദേശത്തിന്റെ പൊതുവായി അംഗീകരിക്കപ്പെട്ട രൂപമാണ് ഗാന്ധിസം. ദേശീയ പ്രത്യയശാസ്ത്രത്തിൽ മാത്രമല്ല അത് ആധിപത്യം പുലർത്തുന്നത്; ഇന്ത്യയ്ക്ക് പുറത്തും അതിന്റെ പ്രതിധ്വനികൾ എത്തിയിട്ടുണ്ട്. ഗാന്ധിയുടെ ധാർമ്മികവൽക്കരിക്കുന്ന നിഗൂഢതത്വവാദം എന്ന നിലയിൽ ഇന്ത്യൻ ചിന്ത പാശ്ചാത്യമനസ്സിനെ ഒട്ടും ആകർഷിച്ചിട്ടില്ല. അതുകൊണ്ട്, ഗാന്ധിസത്തിന്റെ വിശകലനം, ലോകത്തിനുള്ള ഇന്ത്യയുടെ സന്ദേശത്തിന്റെ യഥാർത്ഥ സ്വഭാവത്തെക്കുറിച്ച് ശരിയായ ഒരു ധാരണ നൽകും.

പക്ഷേ, ഏകോപിതമായ ഒരു ചിന്താപദ്ധതിയല്ല ഗാന്ധിസം. അതിൽ ദർശനം ഒട്ടുംതന്നെയില്ല. മണ്ടത്തരങ്ങളുടെയും ആന്തരിക വൈരുദ്ധ്യങ്ങളുടെയും നടുവിൽ അത് ഒരു കാര്യത്തിൽ നിരന്തരം ഊന്നുന്നു-വരട്ടുവാദപരമായ വിശ്വാസത്തിൽ അധിഷ്ഠിതമായ ധാർമ്മികതയെക്കുറിച്ചുള്ള സങ്കല്പത്തിൽ. പക്ഷേ, ഗാന്ധി ഉപദേശിക്കുന്നത് മൗലികമായും ഒരു മതമാണ്: ദൈവവിശ്വാസമാണ് ജീവിതത്തിലെ ആശ്രയിക്കാനാവുന്ന ഏക വഴികാട്ടി. ഇരുപതാം നൂറ്റാണ്ടിൽ പോലും ഇന്ത്യ ഗാന്ധിയുടെ ബാലിശമായ സിദ്ധാന്തങ്ങളാൽ ഭരിക്കപ്പെടുന്നു എന്ന വസ്തുത ഇന്ത്യയിലെ സാമാന്യജനങ്ങളുടെ സാംസ്കാരികമായ പിന്നോക്കാവസ്ഥയെയാണ് സൂചിപ്പിക്കുന്നത്. ഹിന്ദുദർശനത്തിന്റെ സൂക്ഷ്മത, ഇന്ത്യൻ ജനങ്ങളുടെ മൊത്തത്തിലുള്ള ബൗദ്ധിക നിലവാരത്തിന്റെ മാനദണ്ഡമല്ല. ഭരണവർഗ്ഗത്തോടൊപ്പം അധികാരവും പ്രത്യേകാവകാശങ്ങളും പങ്കിട്ട് സുഖഭോഗങ്ങളിൽ മുഴുകിയ ബൗദ്ധിക പ്രമാണി വർഗ്ഗത്തിന്റെ

ബൗദ്ധിക സന്തതിയായിരുന്നു അത്. ആധുനികതയുടെ നേർത്ത മൂടുപടം അണിയാൻ ശ്രമിക്കുന്ന, താരതമ്യേന ചെറിയൊരു വിഭാഗം ബുദ്ധിജീവികളിൽ മാത്രം ഒതുങ്ങി നിൽക്കുന്ന ഒന്നാണ് ഇപ്പോഴും അത്. അത് ഒരു ഗൃഹാതുരുത്വം മാത്രമാണ്. ഗാന്ധിയുടെ ജനപ്രിയതയും അദ്ദേഹത്തിന്റെ കോമാളിത്തത്തെ മനുഷ്യവിജ്ഞാനത്തിന്റെ പരമകാഷ്ഠയായി വിമർശന രഹിതമായി സ്വീകരിക്കുന്നതും, ഇന്ത്യൻ ജനത മൊത്തത്തിൽ പാശ്ചാത്യരേക്കാൾ ധാർമ്മികമായും ആത്മീയമായും ശ്രേഷ്ഠരാണ് എന്ന സിദ്ധാന്തത്തിന്റെ അടിത്തറയെ തകർത്തുകളയുന്നു. ബഹുഭൂരിപക്ഷം ഇന്ത്യക്കാരും മതപരമായ അന്ധവിശ്വാസങ്ങളിൽ ആണ്ടുകിടക്കുകയാണ് എന്നത് ഒരു വസ്തുതയാണ്. അല്ലാത്തപക്ഷം, ഗാന്ധിസം സാമൂഹിക പിന്തുണയില്ലാതെ, അധികം വൈകാതെ അപ്രത്യക്ഷമാകുമായിരുന്നു. അവർക്ക് ദാർശനിക പ്രശ്നങ്ങളെക്കുറിച്ച് എന്തെങ്കിലും ധാരണയോ ഭൗതിക പ്രശ്നങ്ങളെക്കാൾ അതിഭൗതിക അഭ്യൂഹങ്ങളോ താല്പര്യമോ ഇല്ല. സാധാരണ മനുഷ്യരെപ്പോലെ അവരും ലൗകികജീവിത പ്രശ്നങ്ങളിൽ വ്യാപൃതരാണ്. മാത്രമല്ല, സാംസ്കാരികമായി പിന്നോക്കാവസ്ഥയിലായതിനാൽ അവർ അനിവാര്യമായും മതപരമായ ധാരണകളുടെ അടിസ്ഥാനത്തിൽ ചിന്തിക്കുകയും തങ്ങളുടെ ഐഹികമായ ആദർശങ്ങളേയും സ്വാർത്ഥപരമായ അഭിലാഷങ്ങളേയും മതപരമായ രൂപങ്ങളിൽ ആവിഷ്കരിക്കുകയും ചെയ്യുന്നു. വിശ്വാസമാണ് അവരുടെ ജീവിതത്തിന്റെ മുഖ്യാവലംബം; മുൻവിധി വിശ്വസ്തനായ മാർഗ്ഗദർശി; അന്ധവിശ്വാസം അവരുടെ ഏക തത്വശാസ്ത്രം.

ഗാന്ധിസം ഈ സാമൂഹിക പശ്ചാത്തലത്തിന്റെ പ്രത്യയശാസ്ത്രപരമായ പ്രതിഫലനമാണ്. അത് ബഹുജനമനസ്സിനെ ഭരിക്കുന്നു ഒരു ധാർമ്മിക ദർശനം എന്ന നിലയിലല്ല, മറിച്ച് മതമെന്ന നിലയിൽ. ഇന്ത്യൻ ജനതയുടെ വിഗ്രഹമായി മാറിയിരിക്കുന്നത് ഒരു ദാർശനികനോ ധാർമ്മിക വാദിയോ അല്ല. ബഹുജനങ്ങൾ പ്രണാമം അർപ്പിക്കുന്നത് ഒരു മഹാത്മാ വിനാണ്-ദിവ്യജ്ഞാനത്തിന്റെയും പ്രകൃത്യാതീത ശക്തിയുടെയും ഒരു സ്രോതസ്സ്. ഗാന്ധിസത്തിന്റെ സാമൂഹികാടിസ്ഥാനം സാംസ്കാരികമായ പിന്നാക്കാവസ്ഥയിലാണ്; അതിന്റെ ബൗദ്ധികമായ മുഖ്യാവലംബം അന്ധവിശ്വാസവും.

ഒരു ദർശന പദ്ധതി എന്ന നിലയിലല്ലാതെ, മതപരമായ ധാർമ്മിക പ്രവണത എന്ന നിലയിൽ അത് പാശ്ചാത്യലോകത്തും കുറച്ച് ശ്രദ്ധ ആകർഷിച്ചിട്ടുണ്ട്. ബഹുജനങ്ങൾ അതിനെ സ്വീകരിച്ചിരുന്നുവെങ്കിൽ, തകർന്നു കൊണ്ടിരിക്കുന്ന മുതലാളിത്തഘടനയെ സംരക്ഷിക്കുന്നതിന്, വിപ്ലവത്തിന്റെ തിരമാലകളെ

തടഞ്ഞുനിർത്തുന്നതിന് സഹായകമാകുമായിരുന്നു. ഗാന്ധി താൻ ബഹുജനങ്ങളുടെ വക്താവാണെന്ന് സ്വയം വിശേഷിപ്പിക്കുന്നു. അദ്ദേഹം ദരിദ്രർക്കുവേണ്ടി വാദിക്കുന്ന ആളാണെന്ന് കരുതപ്പെടുന്നു. അദ്ദേഹം സ്വമേധയാ ദാരിദ്ര്യം വരിക്കാനുള്ള പ്രതിജ്ഞ പരസ്യമായി എടുത്തിട്ടുണ്ട്. അദ്ദേഹം മുതലാളിത്തത്തിന്റെ അതിശക്തനായ ശത്രുവാണെന്ന് അദ്ദേഹത്തിന്റെ വിദ്യാസമ്പന്നരായ അനുയായികൾ വിശ്വസിക്കുന്നു. അദ്ദേഹത്തിന്റെ ഉത്തമരായ ശിഷ്യന്മാർ അദ്ദേഹത്തെ മഹാനായ സോഷ്യലിസ്റ്റായിവാഴ്ത്തുന്നു. എന്നിട്ടും, പാശ്ചാത്യരാജ്യ ങ്ങളിലെ മുതലാളിത്ത ഭരണവർഗ്ഗത്തേയും അവരുടെ താത്വികന്മാരേയും ആകർഷിക്കുന്നത്ര മർദ്ദിതജനവിഭാഗങ്ങളെ ഗാന്ധിസത്തിന്റെ സന്ദേശം ആകർഷിക്കുന്നില്ല എന്നത് വിചിത്രമായ ഒരു കാര്യമാണ്. ഇന്ത്യയിൽ ഭൗതികവാണിജ്യത്തിന്റെയും ആത്മാവിനെ കൊല്ലുന്ന വ്യാവസായികത യുടെയും അമരത്തിലിരിക്കുന്നവരിൽ പലരും, മുതലാളിത്തത്തിന്റെ പ്രഖ്യാപിത ശത്രുവിന്റെ കടുത്ത ഭക്തന്മാരായ ശിഷ്യന്മാരും ഉദാരമതികളായ സംരക്ഷകന്മാരുമാണ്. ഒരുപക്ഷേ, പാശ്ചാത്യ മുതലാളിത്ത ഭരണാധികാരികൾ ദാരിദ്ര്യത്തെ സ്വയം വരിക്കുകയെന്ന മതത്തിലേ മാനസാന്തരപ്പെട്ടുകൊണ്ടിരിക്കുകയാണോ? അല്ലെങ്കിൽ ഇന്ത്യ മഹാത്മാവിന്റെ ആജ്ഞയനുസരിച്ച് വ്യാവസായികതയുടെ പാപമയമായ മാർഗ്ഗത്തെ വർജ്ജിക്കുകയാണോ? അത്തരമൊരു അത്ഭുതം സൃഷ്ടിക്കാൻ ഈ ആധുനിക പുണ്യവാളനു കഴിയുമെന്നു കരുതാൻ യാതൊരു ന്യായവും കാണുന്നില്ല.

1931 ന്റെ അവസാനത്തിൽ രണ്ടാം വട്ടമേശ സമ്മേളനത്തിൽ പങ്കെ ടുത്തതിനുശേഷം ലണ്ടനിൽ നിന്നു മടങ്ങവേ പത്രക്കാരുമായി നടത്തിയ ദീർഘമായ ഒരു അഭിമുഖത്തിൽ പാശ്ചാത്യലോകത്തിന് താൻ നൽകിയ സന്ദേശത്തെ അദ്ദേഹം സംഗ്രഹിക്കുകയുണ്ടായി. അതേസമയം, അദ്ദേഹം സവിശേഷവും അതിപ്രധാനവുമായ താഴെ പറയുന്ന വിശ്വാസപ്രഖ്യാപനം നടത്തി. 'കൃപാനിധിയായ ഒരു ഈശ്വരനിൽ ഞാൻ വിശ്വസിക്കുന്നിടത്തോളം ലോകം മെച്ചപ്പെട്ടുകൊണ്ടിരിക്കുകയാണെന്നു തന്നെ ഞാൻ വിശ്വസിക്കും-അതിനു വിരുദ്ധമായ തെളിവുകൾ കാണുന്നുണ്ടെങ്കിൽ പോലും.'

ഗാന്ധിസത്തിന്റെ കേന്ദ്രബിന്ദുവായി ഇതിനെ എടുക്കാം. അന്ധവിശ്വാസത്തിന്റെ ദർശനമാണിത്. പാശ്ചാത്യലോകത്തിലായാലും ശരി നിലവിലുള്ള സാമൂഹിക വ്യവസ്ഥയെ സംരക്ഷിക്കാൻ ഈ അന്ധ വിശ്വാസത്തിന്റെ വ്യാപനത്തേയും വരട്ടുവാദപരമായ വിശ്വാസത്തിൽ അധിഷ്ഠിതമായ മതപരമായ ധാർമ്മിക നിയമങ്ങളുടെ

സ്വീകരണത്തേയും കാൾ പ്രയോജനപ്രദമായ ഒന്നുംതന്നെയില്ല. ഇന്ത്യയുടെ ഈ ആദ്ധ്യാത്മിക സന്ദേശത്തിനാണ് പാശ്ചാത്യലോകത്ത് അല്പം ശ്രദ്ധ ലഭിക്കുന്നത്. അത് കുറെക്കൂടി വിജയിച്ചേക്കാം. കാരണം, അത് ജീർണ്ണിച്ചു കൊണ്ടിരിക്കുന്ന പാശ്ചാത്യ മുതലാളിത്ത സമൂഹത്തിന്റെ പ്രത്യയശാസ്ത്രപരമായ ആവശ്യങ്ങളുമായി പൊരുത്തപ്പെടുന്നതാണ് എന്നതാണ്; അത് സാമൂഹികമായ അനീതിക്കും മനുഷ്യനെ മനുഷ്യൻ ചൂഷണം ചെയ്യുന്ന മുഴുവൻ സംവിധാനത്തിനും ധാർമ്മികമായ നീതിമൽക്കരണവും പ്രകൃത്യാതീതമായ അനുമതിയും നൽകുന്നു.

സ്നേഹം, നന്മ, ത്യാഗം, ലാളിത്യം, കേവല അഹിംസ (ചിന്തയിലും കർമ്മത്തിലും) - ഇവയാണ് ഗാന്ധി ഉദ്ബോധിപ്പിച്ച ധാർമ്മിക തത്വങ്ങൾ. അന്ധമായ വിശ്വാസത്തിൽ അധിഷ്ഠിതമായതിനാൽ ഇവയെല്ലാം നിരുപാധികാനുശാസനങ്ങ(Categorical imperatives)ളാണ്. ഇവയെല്ലാം അതീന്ദ്രിയ സത്യത്തിന്റെ തന്നെ വിവിധ രൂപങ്ങൾ ആയതിനാൽ, ദൈവേച്ഛയുടെ പ്രകടനങ്ങളായതിനാൽ അപരിവർത്തനീയമാണ്. ഉൽകൃഷ്ടമായ ഈ ധാർമ്മികതത്വങ്ങൾ വലിയ തോതിൽ പ്രായോഗികമാക്കിയിരുന്നുവെങ്കിൽ എന്താകുമായിരുന്നു അതിന്റെ ഫലം? ഗാന്ധി ഒരു യഥാർത്ഥ പ്രവാചകനെപ്പോലെയാണ് തന്റെ സന്ദേശം ജനങ്ങൾക്കു മുമ്പിൽ അവതരിപ്പിക്കുന്നത് എന്നത് ശ്രദ്ധിക്കേണ്ടതാണ്. ഗാന്ധിസത്തെ വിശകലനം ചെയ്യുമ്പോൾ അതിപ്രധാനമായ ഈ വസ്തുത മറക്കരുത്. ബഹുജനങ്ങളെ അഭിസംബോധന ചെയ്യുന്ന, ഗാന്ധിയുടെ ആദ്ധ്യാത്മികവും ധാർമ്മികവുമായ സന്ദേശം, വഷളൻ ഭൗതികവാദത്തിനെതിരെ പോരാടുന്നുവെന്ന് ഭാവിക്കുന്നുണ്ടെങ്കിലും, അതിനെ പ്രത്യക്ഷത്തിൽ തന്നെ പിന്തുണയ്ക്കുകയാണ് ചെയ്യുന്നത്. ബഹുജനങ്ങൾ സ്നേഹം, നന്മ, ത്യാഗം, ലാളിത്യം കേവലമായ അഹിംസ എന്നീ ആദരണീയമായ സദ്ഗുണങ്ങൾ ജീവിതത്തിൽ പകർത്തുന്നത് പണാർത്തി പൂണ്ടവരുടെ അധികാരസ്ഥാനങ്ങളേയും പ്രത്യേകാവകാശങ്ങളേയും ബലപ്പെടുത്തും. ദൈവകൃപയിലുള്ള വിശ്വാസം, നിലവിലുള്ള സാമൂഹിക ക്രമത്തിലെ അനീതികളെല്ലാം നല്ലതിനുവേണ്ടിയാണെന്നുള്ള വിശ്വാസം തങ്ങളുടെ ദുഃഖത്തിന്റെയും ദുരിതങ്ങളുടെയും കുരിശ് ആഹ്ലാദത്തോടെ ചുമക്കുവാൻ ബഹുജനങ്ങളെ പ്രാപ്തരാക്കുക മാത്രമാണ് ചെയ്യുന്നത്. ദൈവത്തിന്റെ ലോകത്തിലെ ദൈവീകമല്ലാത്ത ഈ പരിതസ്ഥിതികളിൽ നിന്ന് നേട്ടമുണ്ടാക്കുന്നവർ അഭിവൃദ്ധി പ്രാപിക്കും. ഗാന്ധി ഉദ്ബോധിപ്പിച്ച നന്മകളുടെ അനുഷ്ഠാനം അർത്ഥമാക്കുന്നത് മർദ്ദനത്തിന്റേതും ചൂഷണത്തിന്റേതുമായ വ്യവസ്ഥാപിതക്രമത്തിനു മുമ്പിലുള്ള ബഹുജന

ങ്ങളുടെ സ്വമേധയായുള്ള കീഴടങ്ങലിനെയാണ്. തൊഴിലാളികളെ അവരുടെ മുതലാളിമാരെ സ്നേഹിക്കാൻ പഠിപ്പിച്ചാൽ, മുതലാളിത്ത ത്തിന് അതിന്റെ അധഃപതനത്തിന് ആനുപാതികമായി രൂക്ഷമാ യിക്കൊണ്ടു വരുന്ന തൊഴിൽപ്രശ്നങ്ങളെ ഒഴിവാക്കാൻ കഴിയും. കൂലിയടിമകളുടെ അദ്ധ്വാന സ്നേഹം മുതലാളിമാരുടെ കൈകളിൽ സ്വത്ത് സ്വതന്ത്രമായി കുന്നുകൂടാൻ സഹായിക്കുന്നു. സാമൂഹിക മായ സമാധാനം മുതലാളിത്തത്തിന്റെ സ്ഥാനത്തെ ഭദ്രമാക്കും. നന്മ എന്ന ആദർശം, തങ്ങളുടെ ചെലവിൽ അഭിവൃദ്ധിപ്പെടുന്നവരെ ഉപദ്രവിക്കാനുള്ള ആഗ്രഹത്തിൽ നിന്നെന്നപോലെ സമ്പന്നരോട് അസൂയപ്പെടുന്നതിൽ നിന്നും ബഹുജനങ്ങളെ അകറ്റിനിർത്തും. ത്യാഗം എന്ന ഉൽകൃഷ്ടമായ ആദർശത്താൽ പ്രചോദിതരായ ബഹുജനങ്ങൾ മുതലാളിത്തത്തിന്റെ ആർത്തിയുടെ അൾത്താരയിൽ സ്വയം സമർപ്പിക്കാൻ സന്നദ്ധരാകും; അവർ പിന്നീട് അനിഷ്ടം പ്രക ടിപ്പിക്കുകയോ തങ്ങളുടെ വിധിക്കെതിരെ പ്രക്ഷോഭം നടത്തുകയോ ചെയ്യില്ല. അവർ തങ്ങളുടെ ദുരിതങ്ങളേയും ദാരിദ്ര്യത്തേയും നില വിലുള്ള സാമൂഹിക ബന്ധങ്ങളുടെ അനന്തരഫലമായി കാണുന്നതി ണ്ടനുപകരം തങ്ങളുടെതന്നെ പരമോന്നതാവസ്ഥയുടെ ചിഹ്നമായി കാണും. ബഹുജനങ്ങളുടെ ലളിതജീവിതം സമ്പത്തിന്റെ അസമമായ വിതരണത്തിന് ഉറപ്പുനൽകുന്നു. സമ്പത്തിന്റെ സിംഹഭാഗവും ഉപരി വർഗ്ഗങ്ങൾക്ക് ലഭിക്കുന്നു. അവസാനമായി, അഹിംസ ഗാന്ധിസത്തിന്റെ പരമമായ ആദർശം. തികച്ചും പ്രതിലോമകരമായ ചിന്തയുടെ സമഗ്രമായ ഒരു പദ്ധതിയിലേക്ക് അതിന്റെ വിചിത്രവും ബാലിശവുമായ തത്വങ്ങളെ കൂട്ടിയോജിപ്പിച്ചുകൊണ്ട് അഹിംസ ഗാന്ധിസത്തിന്റെ മുഖ്യ ആധാരമായി വർത്തിക്കുന്നു.

പ്രത്യക്ഷത്തിൽ കാണപ്പെടുന്നതിൽ നിന്ന് നേരെ വിപരീത സ്വഭാവം ഉൾക്കൊള്ളുന്നതാണ് വാസ്തവത്തിൽ അഹിംസ എന്ന ആദർശം. അത് നിലവിലുള്ള ഹിംസക്ക് നേരിട്ട് സഹായം നൽകുന്നു. ഏതു രൂപത്തിലുള്ള വർഗ്ഗമേധാവിത്വ സമൂഹവും നിലനിന്നുപോകു ന്നത് പരോക്ഷമായ ഹിംസയിലൂടെയാണ്. അതിനാൽ ചൂഷിതരും മർദ്ദിതരുമായ ബഹുജനങ്ങളോട് എന്തു വിലകൊടുത്തും നിഷ്കർഷ യോടെ അഹിംസ പാലിക്കാൻ ഉപദേശിക്കുന്നവർ നിലവിലുള്ള ഹിംസയുടെ സംരക്ഷകരാണ്. മർദ്ദിതരും ചൂഷിതരുമായവർ അനുഷ്ഠി ക്കുന്ന അഹിംസ, പ്രത്യക്ഷമായോ പരോക്ഷമായോ ഹിംസയിലൂടെ നിലനിർത്തിക്കൊണ്ടു പോകുന്ന ഏതൊരു സാമൂഹിക വ്യവസ്ഥ യ്ക്കും അസന്ദിഗ്ധമായ ഉറപ്പുനൽകും. മുതലാളിത്തത്തിനെതിരായ എല്ലാ എതിർപ്പുകളുടേയും, എല്ലാ ആഗ്രഹങ്ങളുടെയും അതിനെ ളുത്തെറിയാനുള്ള ശ്രമങ്ങളുടെയും അഭാവത്തിൽ മുതലാളിത്തം

ശാശ്വതമായിത്തീരും. ഗാന്ധി അവതരിപ്പിച്ച ഇന്ത്യയുടെ ആദ്ധ്യാത്മിക സന്ദേശം സ്വീകരിക്കുകയാണെങ്കിൽ പാശ്ചാത്യലോകം വഷളൻ ഭൗതികവാദത്തിന്റെ ബലിപീഠത്തിൽ ബന്ധിക്കപ്പെട്ടുതന്നെ എന്നും നിലനിൽക്കും. അങ്ങനെ, അഹിംസയുടെ വൈകാരിക പ്രതിരൂപമായ സ്നേഹം വെറും പൊള്ളയായ ഒന്നാണെന്ന് വെളിപ്പെടുന്നു.

ബഹുജനങ്ങൾ ചിന്തയിലും പ്രവൃത്തിയിലും കേവലമായ അഹിംസ പാലിക്കുകയാണെങ്കിൽ, ഭരണവർഗ്ഗങ്ങൾക്ക് ഹിംസയെ പ്രയോജനപ്പെടുത്തേണ്ട ആവശ്യം ഇല്ലാതാക്കുമെന്ന് വാദിക്കപ്പെടാം. ഹിംസയെ അഹിംസകൊണ്ട് മറികടക്കാനുള്ള ഗാന്ധിയുടെ നിർദ്ദേശത്തിനു പിന്നിൽ ഇത്തരമൊരു ആശയമാണ് ഉള്ളത് എന്നത് തീർച്ചയാണ്. അപ്പോൾ അഹിംസ എന്നതുകൊണ്ട് അർത്ഥമാക്കുന്നത് മർദ്ദകവും ചൂഷണാത്മകവുമായ വ്യവസ്ഥാപിത സാമൂഹിക ക്രമത്തിന്റെ മുന്നിലുള്ള ബഹുജനങ്ങളുടെ പൂർണ്ണമായ കീഴടങ്ങലിനെയാണ്. തങ്ങളുടെ സ്ഥാനമാനങ്ങൾക്ക് അപകടമൊന്നും ഇല്ലാത്തപക്ഷം ഭരണവർഗ്ഗം മർദ്ദനോപകരണത്തെ മാറ്റിവെച്ചേക്കാം. എന്നാലും അവർ അഹിംസയുടെ ദൈവിക സിദ്ധാന്തത്തിലേക്ക് മാനസാന്തരപ്പെടില്ല; ഹിംസ പ്രയോഗിക്കേണ്ട ആവശ്യമില്ലെങ്കിൽ അവർ അത് താല്ക്കാലികമായി വേണ്ടെന്നുവെയ്ക്കുക മാത്രമേ ചെയ്യൂ. ആയുധങ്ങളെല്ലാം ഉപേക്ഷിക്കില്ല; അപകടം വരുന്നുവെന്ന് എപ്പോഴെല്ലാം ചെറിയ ഒരു സംശയം തോന്നുന്നുവോ അപ്പോഴെല്ലാം എടുത്തു പ്രയോഗിക്കുന്നതിനു വേണ്ടി അവ ഒരു ഭാഗത്ത് മാറ്റിവെയ്ക്കപ്പെടും. സ്വന്തം അജ്ഞതയാലോ വിദഗ്ദമായ പ്രചാരണത്താലോ സ്വാതന്ത്ര്യത്തെക്കുറിച്ചു സ്വപ്നം കാണാൻ പോലും തീർത്തും അശക്തനാക്കപ്പെടുന്നതിനാൽ അടിമത്തത്തിൽ ചുരുണ്ടുകൂടിയിരിക്കുന്നിടത്തോളം കൊരടാവ് ഉപയോഗിക്കേണ്ട ആവശ്യം വരില്ല.

പക്ഷേ, അടിമ അടിമയായിത്തന്നെ തുടരുന്നു; അടിമത്തമുണ്ടെങ്കിൽ അതിനു സമാന്തരമായി അടിമയുടമയും ഉണ്ടാവും; കൊരടാവാകട്ടെ, വ്യാഘ്രത്തിനും പല്ലും നഖവും എന്നപോലെ അടിമയുടമയുടെ അവിഭാജ്യഘടകവും.

സ്നേഹത്തിന്റെ അടിസ്ഥാനത്തിൽ അടിമകളുടെ ഉടമയായിരിക്കുകയെന്നത് ഒരിക്കലും സാക്ഷാത്കരിക്കാനാകാത്ത ഒരു ഉട്ടോപ്യൻ സ്വപ്നമാണ്.

അതുകൊണ്ട്, ഗാന്ധിയൻ ആദർശം എന്നത് നിശ്ചലമായ ഒരു സമൂഹമാണ്-പരിപൂർണ്ണമായ സാമൂഹിക സ്തംഭനാവസ്ഥ. ഒരിക്കലും

സാക്ഷാത്കരിക്കാൻ കഴിയാത്തതിനാൽ അത് ഒരു ഉട്ടോപ്യയാണ്. പരിപൂർണ്ണ സ്തംഭനാവസ്ഥയും മരണവും തമ്മിൽ വ്യത്യാസമില്ല. ആദ്യം വ്യവസ്ഥാപിത സാമൂഹിക ക്രമത്തോടുള്ള എതിർപ്പുകളെല്ലാം ഇല്ലാതാ കണം. അത് നിലവിലുള്ള അവസ്ഥയ്ക്ക് (Status quo) പൂർണ്ണമായ ഉറപ്പനൽകും. ഭരണവർഗ്ഗങ്ങൾ, ബലം പ്രയോഗിക്കേണ്ട ആവശ്യം ഉണ്ടാകാത്തതിനാൽ മാത്രം അതിൽ നിന്ന് ഒഴിഞ്ഞു നിൽക്കും. അവരുടെ അധികാരവും പ്രത്യേകാവകാശങ്ങളും ഒട്ടും വെല്ലുവിളിക്കപ്പെടാത്തതു കൊണ്ട് അവയെ സജീവമായി പ്രതിരോധിക്കേണ്ട ആവശ്യം വരില്ല. പക്ഷേ കാവ്യാത്മകമായ ഈ ചിത്രം മരണത്തിന്റെ തണുത്ത കരങ്ങൾ കൊണ്ടു മാത്രമേ വരയ്ക്കാനാവൂ. ജീവിതം സ്വയം പ്രകടമാകുന്നത് ചലനമായാണ്, വൈയക്തികമായി സ്ഥലത്തിലും സമഷ്ടിപരമായി കാലത്തിലും. ചലനമാകട്ടെ വഴിയിലുള്ള തടസ്സങ്ങളെ മറികടക്കുന്നതിനെ അർത്ഥമാക്കുന്നു. വ്യവസ്ഥാപിത ക്രമത്തോടുള്ള എല്ലാ ചെറുത്തുനില്പുകളുടെയും തിരോധാനം സാമൂഹിക ജീവിതത്തിന്റെ വിനാശത്തെ കുറിക്കുന്നു. പരിപൂർണ്ണമായ ശാന്തി ശ്മശാനത്തിൽ മാത്രമേ ഉള്ളൂ.

ഗാന്ധിസത്തിന്റെ ഉദ്ബോധകർക്കോ പുതുവിശ്വാസികൾക്കോ തങ്ങളുടെ വിശ്വാസത്തെ അതിന്റെ വിനാശകരമായ അങ്ങേയറ്റം വരെ കൊണ്ടുപോകാനുള്ള ധൈര്യം എന്തായാലും ഉണ്ടാവില്ല. അത്തരമൊരു ധീരതയിൽ ഭീകരമായ ഒരു മഹത്വം ഉണ്ടായിരിക്കും. എന്നാൽ ഗാന്ധിസം അതിന്റെ മാനദണ്ഡങ്ങളുടെ എല്ലാ കേവലത്വത്തോടുംകൂടി ആപേക്ഷികതയുടെ തറയിലാണ് നിലകൊള്ളുന്നത്. അതെന്തായാലും ഗാന്ധിസം ലോകത്തിലെ തിന്മകൾക്ക് പ്രായോഗികമായ ഒരു ചികിത്സ നിർദ്ദേശിക്കുന്നുണ്ട്. ദാർശനികമായി അത് പ്രായോഗികവാദ (Pragmatic)പരമാണ്. നിർദ്ദേശിക്കപ്പെട്ട പ്രതിവിധിയാകട്ടെ, സമൂഹത്തെ താരതമ്യേന നിശ്ചലമായ ഒരവസ്ഥയിൽ ബലാൽക്കാരമായി നിലനിർത്തുകയെന്ന പ്രതിലോമകര മായ ഒരു പദ്ധതിയാണ്. നിശ്ചലമായ ഒരു സമൂഹത്തിന്റെ പശ്ചാത്തലത്തിൽ നിന്നുരുത്തിരിഞ്ഞു വന്ന ഒരു പ്രത്യയശാസ്ത്രത്തിന്റെ സാരാംശമായതി നാലാണ് ഗാന്ധിസം ഈ പദ്ധതി മുന്നോട്ടുവെയ്ക്കുന്നത്.

പക്ഷേ, ദേശീയ സമൂഹത്തിന്റെ അവശിഷ്ടങ്ങളിൽ ഒരു പ്രതിധ്വനി ഇപ്പോഴും കത്തുന്നുവെന്നിരിക്കെ ഇന്ത്യയുടെ ആദ്ധ്യാ ത്മിക സന്ദേശത്തിന് ആധുനിക പരിഷ്കൃത ലോകത്തെ നിരന്തരമായി ആകർഷിക്കാനുള്ള കഴിവൊന്നും ഉണ്ടാവില്ല. നിശ്ചലാവസ്ഥയിലേക്ക് വഴുതിവീഴുന്നതിനെ ഒഴിവാക്കുന്ന കഴിവുകൾ ഉൾക്കൊള്ളുന്ന സമൂഹമാണ് അവിടെയുള്ളത്. ആധുനിക നാഗരികത

ചലനാത്മകമായ ഒരു പ്രക്രിയയാണ്. അതു മുന്നോട്ടുപോയേ തീരൂ. ബഹുജനങ്ങൾ മാത്രമല്ല, പാശ്ചാത്യ മുതലാളിത്ത ഭരണാധികാരികൾ പോലും സാമൂഹിക നിശ്ചലതയുടെ ഈ പ്രത്യയശാസ്ത്രത്തെ നിരാകരിക്കണം. നാഗരികത യുടെ ഈ ചലനാത്മക സ്വഭാവത്തിൽ തന്നെയാണ് അതിന്റെ സംരക്ഷണ ത്തിൽ വികസിച്ച മുതലാളിത്തത്തിനുള്ള ശിക്ഷയും അടങ്ങിയിട്ടുള്ളത്. മുതലാളിത്തത്തിന് നാഗരികതയെ മുന്നോട്ടുകൊണ്ടുപോകാനോ അനുസ്യൂതമായ സ്വന്തം നിലനിൽപ്പ് ഉറപ്പുവരുത്താനായി നാഗരികതയെ നിശ്ചലാവസ്ഥയിൽ സ്ഥിരമായി പിടിച്ചുനിർത്താനോ കഴിയില്ല. അതിനാൽ, മുതലാളിത്തത്തിന്റെ അതിരുകൾക്കപ്പുറത്തേയ്ക്കുള്ള ആധുനിക നാഗരികതയുടെ മുന്നേറ്റമാണ് പരിപ്രേക്ഷ്യം. ഭൗതികവാദ ദർശനം മനുഷ്യരാശിയുടെ ആ ഭാവി പരിപ്രേക്ഷ്യത്തിനുമേൽ വെളിച്ചം വീശുന്നുണ്ട്. ഇതിനു വിരുദ്ധമായി, ഇന്ത്യയുടെ ആദ്ധ്യാത്മിക സന്ദേശം സമീപസ്ഥമായ ലക്ഷ്യത്തെ അവഗണിച്ച് മദ്ധ്യകാല അപരിഷ്കൃതത്തിലേക്ക് പിൻമടങ്ങാൻ പഠിപ്പിക്കും.

ഗാന്ധിസത്തിന്റെ വിശദമായ ഒരു നിരൂപണം നമ്മുടെ ഇപ്പോഴത്തെ ഉദ്ദേശ്യത്തിന്റെ ഭാഗമല്ല. ഇന്ത്യയുടെ ആദ്ധ്യാത്മിക സന്ദേശത്തിന്റെ സാമൂഹികമായ താല്പര്യത്തെയാണ് ഇവിടെവ്യക്തമാക്കേണ്ടത്.

ഗാന്ധിസത്തിന്റെ വളരെ പ്രമുഖമായ കുറച്ചു ദൈവങ്ങളെ കുറച്ചുകൂടി അടുത്തുനിന്ന് ശ്രദ്ധിച്ചുനോക്കുന്നതിലൂടെ അതിനു കഴിയും. ഈ വിമർശനാത്മകമായ പരിശോധന അവയുടെ കളിമൺ കാലുകളെ വെളിവാക്കും. ആദ്ധ്യാത്മിക സന്ദേശത്തിന്റെ വഷളൻ ഭൗതികവാദപരമായ വിവക്ഷിതാർത്ഥത്തെ പ്രകടമാക്കും. യുക്തിവിചാരത്തിന്റെയും ശാസ്ത്രീയജ്ഞാനത്തിന്റേതുമായ ഈ യുഗത്തിൽ, വർഗ്ഗമേധാവിത്വത്തിൽ അധിഷ്ഠിതമായ വ്യവസ്ഥാപിതക്രമത്തെ സംരക്ഷിക്കുക എന്ന ഒരേയൊരു സാമൂഹിക കടമയാണ് ആദ്ധ്യാത്മിക ദർശനത്തിന് - അത് പാശ്ചാത്യമോ ഭാരതീയമോ ആകട്ടെ -നിർവ്വഹിക്കാനുള്ളതെന്ന് കാണാനാകും. ഒട്ടും മഹനീയമല്ലാത്ത ഈ കടമ നിർവ്വഹിക്കാനുള്ള ആവേശത്തിൽ, സാങ്കല്പികമായല്ലാതെ യഥാർത്ഥമായിത്തന്നെ മനുഷ്യനെ ആത്മീയ വിമോചനത്തിലേക്കു നയിച്ച ആധുനിക നാഗരികത യുമായി ആദ്ധ്യാത്മിക വാദം ഏറ്റുമുട്ടുന്നു. ഇതുവരെയും ആത്മീയമായ വിമോചനം എന്നത് മായികഭ്രമമാണ്.

ഒരു ചിന്താപദ്ധതിയെ ശരിയായി വിലയിരുത്തണമെങ്കിൽ അതിന്റെ മൂർത്തമായ വാദമുഖങ്ങളെ ഓർമ്മിക്കേണ്ടത്

അനിവാര്യമാണ്. ഗാന്ധിസം, സ്നേഹം, സത്യം, നന്മ മുതലായവയെ ക്കുറിച്ച് മട്ടുപ്പുളവാ ക്കുന്ന രീതിയിൽ സംസാരിക്കുന്നു. ഇവയെല്ലാം നിർവ്വചനത്തിനു വഴങ്ങാത്ത അമൂർത്ത സംവർഗ്ഗങ്ങളെന്ന നിലയിൽ പ്രചരിപ്പിക്കപ്പെടുന്നു. അവയ്ക്ക് എന്തർത്ഥവും ആകാം; അല്ലെങ്കിൽ ഒരർത്ഥവും ഇല്ലായിരിക്കാം. മാത്രമല്ല, എക്കാലത്തും ഇവ ഉദ്ബോധിപ്പിക്കപ്പെടുന്നു. വൈയക്തിക മായോ സാമൂഹികമായോ മനുഷ്യൻ താത്വികമായി ഈ ഉൽകൃഷ്ട ഗുണങ്ങളെ തിരസ്കരിക്കുന്നുമില്ല. പൗരസ്ത്യലോകത്തും പാശ്ചാത്യ ലോകത്തും ഇതുതന്നെയാണ് സ്ഥിതി. അവ എല്ലായ്പ്പോഴും മനുഷ്യന്റെ ആദർശങ്ങളാണ്. അവ പൊതുവായ സ്വീകാര്യത നേടുന്നതിനുവേണ്ടി ഒരിക്കലും നിർവ്വചിക്കപ്പെടാത്തതിനാൽ വാക്കും കർമ്മവും തമ്മിലുള്ള പൊരുത്തക്കേടിന്റെ പേരിൽ ഏതെങ്കിലും ഒരാളെയോ സമുദായത്തെയോ കുറ്റപ്പെടുത്താൻ പാടില്ല, അതുകൊണ്ട് പാശ്ചാത്യ നാഗരികത പരമ്പരാഗതമായ ഈ ആദർശങ്ങളെ ഉപേക്ഷിച്ചുവെന്ന് കുറ്റപ്പെടുത്തുന്നത് വരട്ടുതത്വവാദപരമായ സമീപനമാണ്. അതുപോലെതന്നെ ഗാന്ധിസം ഈ ആദർശങ്ങളെ ജീവിതത്തിൽ നടപ്പാക്കുന്നതിനെ പ്രതിനിധീകരിക്കുന്നു എന്ന അവാകാശവാദവും വെറുതെയാണ് ഒന്നുകിൽ, ഈ ആദർശങ്ങളെ പിന്തുടരുന്നതിന്റെ ബഹുമതി ഇരുകൂട്ടർക്കും നൽകണം; അല്ലെങ്കിൽ അവർ ഒരുപോലെ കപടനാട്യക്കാരാണെന്ന് സംശയിക്കണം. പിടിതരാത്ത ഈ ആദർശങ്ങൾ നമ്മെ ഒരിടത്തും എത്തിക്കില്ല. അവ ഇന്ത്യയുടെ ആത്മീയ പ്രതിഭയുടെ മാതൃകയായ ഗാന്ധിസത്തിന്റെ ലോകത്തോടുള്ള സന്ദേശം എന്താണെന്ന് വ്യക്തമായി നമ്മെ ബോദ്ധ്യപ്പെടുത്തുന്നില്ല.

പക്ഷേ, ഗാന്ധിസത്തിന്റെ മറ്റു വാദമുഖങ്ങൾ കുറെക്കൂടി ഫലപ്രദമായി പരിശോധിക്കാൻ കഴിയും. അവയെ പരിശോധിക്കുമ്പോൾ, മൂർത്തതയുടെ ഉറപ്പുള്ള തറയിൽ നാം നമ്മെത്തന്നെ കണ്ടെത്തുന്നു. അവ യാഥാർത്ഥ്യവുമായി ബന്ധമില്ലാത്ത കേവലം അമൂർത്ത സങ്കല്പങ്ങളല്ല., പ്രവൃത്തിപദത്തിൽ കൊണ്ടുവരുന്നതിലൂടെ യഥാർത്ഥ അർത്ഥം എളുപ്പത്തിൽ വായിക്കാൻ കഴിയുന്ന തത്ത്വങ്ങളാണ് അവ. മനുഷ്യന്റെ ആത്മീയ പുരോഗതിയിൽ വിശ്വാസം ഒരു പ്രധാന പങ്കുവഹിച്ചിട്ടുണ്ടെന്നത് ശരിയാണ്. ആധുനിക നാഗരികതയുടെ അടിസ്ഥാനമായ ശാസ്ത്രീയ വിജ്ഞാനം വിശ്വാസവുമായി പൊരുത്തപ്പെടില്ല; എന്നാൽ ഗാന്ധിസം ദൈവേച്ഛയിലുള്ള അതിന്റെ വിശ്വാസം അഭിമാനപൂർവ്വം പ്രഖ്യാപിക്കുന്നു. മനുഷ്യരാശി, വിശ്വാസത്തിന്റെ പരമ്പരാഗതമായ നിലപാടുതറയെ ഉപേക്ഷിച്ചുകൊണ്ട് യഥാർത്ഥ ആത്മീയ വിമോചനത്തിലേക്കുള്ള യാത്ര ആരംഭിക്കുന്നു. അജ്ഞതയുടെ സന്തതിയാണ് വിശ്വാസം. വിശ്വാസത്തെ

അംഗീകരിച്ചതിലൂടെ ഗാന്ധിസം സ്പഷ്ടമാക്കിയ മാനസികാവസ്ഥ യിൽ തന്നെ നിലനിന്നിരുന്നുവെങ്കിൽ ലോകം പുരോഗമിക്കുമായി രുന്നില്ല. നിലവിലുള്ള ലോകാവസ്ഥയെ മാറ്റാൻ എന്തെങ്കിലും ചെയ്യു ന്നതിൽ നിന്ന് വിശ്വാസികൾ, അവരുടെ വിശ്വാസ പ്രഖ്യാപനം കപടനാട്യമല്ലെങ്കിൽ, തടയപ്പെടുന്നു. എന്തെന്നാൽ, അല്ലാത്തപക്ഷം അവർ ദൈവേച്ഛയെ ലംഘിക്കുകയായിരിക്കും, ദൈവത്തിന്റെ ക്ര മത്തിൽ കൈകടത്തലായി രിക്കും. നന്മതിന്മകൾ, ശരിതെറ്റുകൾ, സ്നേഹവിദ്വേഷങ്ങൾ മുതലായ പരസ്പരവിരുദ്ധമായ ആശയങ്ങൾ അവർക്ക് സ്വീകരിക്കാൻ കഴിയില്ല. ദൈവം കരുണാമയനും നന്മയുടെയും നീതിയുടെയും സ്നേഹത്തിന്റെയും പൂർത്തീകരണവും ആയതിനാൽ ലോകത്തിൽ സംഭവിക്കുന്നതെല്ലാം ശരിയും നന്മയും ആയിരിക്കും. ലൗകികാധികാരവും പ്രത്യേകാവകാശ ങ്ങളും ആസ്വ ദിക്കുന്നവർക്ക് സത്യത്തിന്റെ ഈ ദൈവിക തത്വദർശനത്തെ ക്കാൾ സൗകര്യപ്രദമായ എന്തെങ്കിലും ഇവിടെയുണ്ടാവുമോ? ബഹുജനങ്ങൾ നിലവിലുള്ള സാമൂഹികാവസ്ഥയെ ദൈവനിശ്ചയം എന്ന നിലയിൽ, കാരുണ്യവാനായ ദൈവത്താൽ ഇച്ഛിക്കപ്പെട്ടത് എന്ന നിലയിൽ അംഗീകരിക്കുമ്പോൾ മതപരമായ ആ സാമൂഹിക വീക്ഷണം നില വിലുള്ള സാമൂഹികഘടനയെ കോട്ടം തട്ടാതെ സംരക്ഷിക്കുന്നു. അങ്ങനെ ഉപരി വർഗ്ഗങ്ങൾക്ക് തങ്ങളുടെ അധികാരവും പ്രത്യേ കാവകാശങ്ങളും യാതൊരു ഉൽക്കണ്ഠയുമില്ലാതെ ആസ്വദിക്കാൻ കഴിയും. ഇത്തരത്തിലുള്ളതാണ് വിശ്വാസം എന്നു വിളിക്കപ്പെടുന്ന ആദ്ധ്യാത്മിക മൂല്യത്തിന്റെ സാമൂഹിക പ്രാധാന്യം. വിശ്വാസമാകട്ടെ ഗാന്ധിസത്തിന്റെ മൂലക്കല്ലും. യാഥാസ്ഥിതിക ഹൈന്ദവ ദർശനം ആകമാനം ഇതേ മൂലക്കല്ലിൽ തന്നെയാണ് നില നിൽക്കുന്നത്. അത് പ്രകൃത്യാതീതമായ ഒരു ആദ്ധ്യാത്മിക സത്തയെക്കുറിച്ചുള്ള സങ്കല്പത്തിൽ നിന്ന് ആരംഭിക്കുകയും അജ്ഞേയമായതിനെ അറി യാനുള്ള അസാദ്ധ്യമായ പണി സ്വയം ഏറ്റെടുക്കുകയും ചെയ്യുന്നു. സ്വാഭാവികമായും അത് അറിവിന്റെ ഉറവിടം വെളിപാടിൽ കണ്ടെ ത്തുന്നു. മായികഭ്രമം ജ്ഞാനപ്രകാശത്തിന്റെ സ്രോതസ്സമാകുന്നു.

അതുകൊണ്ട് ലോകത്തിനുള്ള ഇന്ത്യയുടെ സന്ദേശം എന്നത് വിശ്വാസത്തിന്റെ സന്ദേശമാണ്. ഗാന്ധി ഈ സന്ദേശത്തിന്റെ അംഗീകൃത വാഹകൻ എന്ന ഗംഭീരമായ പദവി കരസ്ഥമാക്കിയി ട്ടുണ്ട്. ആ സന്ദേശത്തെ അതിന്റെ സകല നന്മകളോടും കൂടിത്ത ന്നെ നൽകാനുള്ള സത്യ സന്ധത അദ്ദേഹത്തിനുണ്ടെന്നതാണ് ഇതിനു കാരണം. അദ്ദേഹത്തിന് ഒരു മതഭ്രാന്തന്റെ നെഞ്ചുറപ്പുണ്ട്. ഒരു മദ്ധ്യകാല വിശ്വാസത്തെ പ്രഖ്യാപിക്കു ന്നതിൽ അദ്ദേഹം ഒട്ടും ലജ്ജിക്കുന്നില്ല. ശാസ്ത്രീയവേഷം അണിയാനുള്ള ആധുനിക

ഇന്ത്യൻ ബുദ്ധിജീവിയുടെ ആവേശം അദ്ദേഹത്തിന്റെ അജ്ഞതയുടെ ആനന്ദത്തെ അലട്ടുന്നില്ല എന്നതാണ് അതിനു കാരണം. എന്താ യാലും വിശ്വാസത്തിന്റെ സന്ദേശം എന്നത് മദ്ധ്യകാലത്തിന്റെ സന്ദേശമാണ്-കാടിന്റെ വിളി. യൂറോപ്പ് നൂറ്റാണ്ടുകളോളം ഈ വിളിയിൽ ആകർഷിക്കപ്പെട്ടു കിടന്നിരുന്നു. അവസാനം അത് പുറ ത്തുകടക്കുകയും ദൈവേച്ഛയെ ഒട്ടും പരിഗണിക്കാതെ ലോകത്തെ പുനർനിർമ്മിക്കുകയും ചെയ്തു. വിശ്വാസത്തിന്റെ അടിത്തറ നേരെയാക്കാൻ പറ്റാത്തതരത്തിൽ ശാസ്ത്രത്താൽ തകർക്കപ്പെട്ടു. ജീവിതാവസ്ഥകൾ ദൈവേച്ഛയാൽ നിർണ്ണയിക്കപ്പെട്ടതല്ല എന്നു കണ്ടെത്തപ്പെട്ടു; അതായത് അവ മനുഷ്യനാൽ സൃഷ്ടിക്കപ്പെട്ടതാണ്. അതുകൊണ്ട് അവയെ മാറ്റാനും മനുഷ്യനു കഴിയും. യുഗസൃഷ്ടിക്കു തകുന്ന, ആധുനിക നാഗരികതയുടെ ഈ പാഠം വർത്തമാനകാല പ്രതിസന്ധിയെ അതിജീവിക്കുന്നതിനും മനുഷ്യരാശിക്ക് സഹായ കമാകും. പാശ്ചാത്യലോകത്തിലെ പരിഷ്കൃതജനതകൾ മദ്ധ്യകാല വിശ്വാസത്തിന്റെ ആകർഷണ വലയത്തിലേക്ക് അധഃപതിക്കുന്ന തിനെ അത് തടയും.

ഗാന്ധിയൻ സന്ദേശത്തിന്റെ കുറെക്കൂടി മൂർത്തമായ വാദമുഖ ങ്ങൾക്കുവേണ്ടി, അതിന്റെ പ്രവാചകൻ തന്നെ പറയുന്നത് നമുക്കു കേൾക്കാം. മുകളിൽ പരാമർശിച്ച അഭിമുഖത്തിൽ അദ്ദഹം പറഞ്ഞു: യൂറോപ്പിലെ ജനങ്ങൾ ഇന്നു ജീവിക്കുന്ന കൃത്രിമജീവിതം അവർക്ക് ഒട്ടും തുടരാൻ കഴിയില്ല-ശക്തമായ ഈ ധാരണയുമായാണ് ഞാൻ യൂറോപ്പിൽ നിന്ന് സ്വദേശത്തേക്ക് പോകുന്നത്. കാരണം, ആ ജീവിതം വളരെയധികം ഭൗതികവാദപരമാണ്. ലാളിത്യത്തിലേ ക്കും ശരിയായ അനുപാതങ്ങളിലേക്കും അവർ തിരിച്ചുപോകണം. ആത്മാവിനുമേൽ ശരീരം മേധാവിത്വം നേടിയിട്ടുണ്ട്. യന്ത്രയുഗം പാശ്ചാത്യനാഗരികതയെ ഭരിക്കുന്നു. അമിതോൽപ്പാദനവും ശരിയായ വിതരണോപാധികളുടെ അഭാവവും അവസാനം മുതലാ ളിത്ത സമൂഹത്തിന്റെ അന്ത്യവിധി കുറിച്ചേക്കാം. ഞാൻ കാണുന്ന ഒരേയൊരു പരിഹാരം കൈത്തൊഴിലുകളിലേക്കുള്ള തിരിച്ചു പോക്കും ഫാക്ടറി അടിമത്തത്തിൽ നിന്നുള്ള വ്യക്തിയുടെ വിമോച നവുമാണ്. ചർക്കയെ സ്വീകരിക്കുന്ന ദിനം ഇംഗ്ലണ്ടിനെയും അമേ രിക്കയേയും പോലുള്ള മഹത്തായ രാഷ്ട്രങ്ങളുടെ ജീവിതത്തിലെ സംഭവബഹുലമായ ഒരു ദിനമായിരിക്കും.

ഇതിൽ നിന്ന് നമുക്ക് ഗാന്ധിസത്തിന്റെ പ്രായോഗികാംശങ്ങളുടെ സുവ്യക്തവും സംക്ഷിപ്തവുമായ ഒരു വിവരണം ലഭിക്കുന്നു-ഉദാത്തത യിൽ നിന്ന് പരിഹാസ്യതയിലേക്ക്. ഉദാത്തമായത്, മുതലാളിത്ത

സമൂഹത്തിന്റെ വഷളൻ ഭൗതികവാദപരമായ ധാരാളിത്തത്തിൽ നിന്ന് മുക്തമായ ജീവിതവീക്ഷണമാണ്; പരിഹാസ്യമായത് ചർക്ക എന്ന കുത്തക ഔഷധ ത്തിന്റെ കുറിപ്പടിയും. ലോകത്തെ ഇന്നത്തെ സാമ്പത്തിക പ്രശ്നങ്ങളെക്കു റിച്ചും അവയുടെ പശ്ചാത്തലത്തെക്കുറിച്ചും വളരെ കുറച്ച് അറിവുള്ളവർക്കു പോലും, നിർദ്ദേശിക്കപ്പെട്ട ഈ പരിഹാരം പരിഹാസ്യമാണെന്നു കാണാൻ കഴിയും.

അദ്ദേഹത്തിന്റെ മതപ്രചരണപരമായ ആവേശത്തോടെയുള്ള ഈ പ്രസ്താവനയും അത്രതന്നെ തീവ്രമായി അതേ അഭിമുഖത്തിൽ നടത്തിയ വിശ്വാസത്തിന്റെ ഏറ്റുപറച്ചിലും പരസ്പര വിരുദ്ധമാണ് എന്ന വസ്തുത നാം ശ്രദ്ധിക്കണം. കൃപാനിധിയായ ഒരു ദൈവത്തിലുള്ള വിശ്വാസം ലോകത്തെ വിമർശനാത്മക ദൃഷ്ടിയോടെ അല്ലെങ്കിൽ അസ്വസ്ഥതയോടെ പോലും കാണാൻ മഹാത്മാവിനെ അനുവദിക്കാൻ പാടില്ല. അദ്ദേഹം കാര്യങ്ങളെ അതേപടി എടുക്കണം എന്നു മാത്രമല്ല 'അവയെല്ലാം മെച്ചപ്പെട്ടുകൊണ്ടിരിക്കുകയാണ്-അതിനു വിരുദ്ധമായ തെളിവുകൾ നാം കാണുന്നുണ്ടെങ്കിൽകൂടി'എന്നു വിശ്വസിക്കുകയും വേണം. പക്ഷേ, ദുരഭിമാനം പലപ്പോഴും ഈ പ്രവാചകന്റെ ഈശ്വരഭക്തിയെ പരാജയപ്പെട്ടു ത്തുന്നു. ഇന്ത്യയുടെ സന്ദേശം ലോകത്താകമാനം നടപ്പാക്കാൻ കഴിയുമെന്ന് അവകാശപ്പെടുകയും ദൈവപ്രചോദിതം എന്ന പേരിൽ കാലത്തിന്റെ അതിരുകളെ അവഗണിക്കുകയും ചെയ്യുന്നു. ഒരിക്കൽ അത് വിശ്വാസത്തിന്റെ ഉറവിടത്തിൽ നിന്ന് വ്യതിചലിച്ചാൽ അതിന്റെ സവിശേഷത നഷ്ടപ്പെടുകയും മനുഷ്യയുക്തിയുടെ മാനദണ്ഡത്തിന് വിധേയമാകുകയും ചെയ്യുന്നു. മഹാത്മാവിന്റെ സന്ദേശം അദ്ദേഹത്തിന്റെ വിശ്വാസത്തിന് പ്രകടമായും എതിരാണ്. മനുഷ്യന്റെ സൃഷ്ടിപരമായ കഴിവു കൊണ്ടല്ലാതെ, ദൈവാനുഗ്രഹത്താൽ ലോകം എപ്പോഴും മെച്ചപ്പെട്ടു കൊണ്ടിരിക്കുകയാണെങ്കിൽ, മദ്ധ്യകാല ലോകം ആധുനിക ലോകത്തേക്കാൾ മെച്ചപ്പെട്ടതാണെന്നു കരുതാൻ മഹാത്മാവിന് എങ്ങനെ കഴിഞ്ഞു? മഹാത്മാവ് പ്രകടമായി ചെയ്യുന്നതുപോലെ ഈ വീക്ഷണം മുറുകെപ്പിടി ക്കുന്നത് അദ്ദേഹം തന്നെ ഉദ്ബോധിപ്പിച്ച വിശ്വാസ പ്രമാണങ്ങളെ നിഷേധിക്കലാണ്. ഗാന്ധിസത്തിന്റെ, വാസ്തവത്തിൽ എല്ലാ രൂപത്തിലും നിറത്തിലുമുള്ള ആദ്ധ്യാത്മിക ദർശനത്തിന്റെ അടിസ്ഥാനതത്വം അനുസരിച്ച്, അതായത് പ്രപഞ്ചത്തെ നിയന്ത്രിക്കുന്ന ഘടകം എന്ന നിലയിലുള്ള പ്രകൃത്യാതീത ശക്തിയിലുള്ള വിശ്വാസപ്രകാരം മുതലാളിത്തം ദൈവേച്ഛയാൽ നിയോഗിതമാണ്. ദൈവത്തിന്റെ പ്രവർത്തിയെ തിരുത്തുന്നത് അനുവദനീയമല്ല. ദൈവത്തിന്റെ പ്രവർത്തിയെമെച്ചപ്പെടുത്താനുള്ള ഭാവം ദൈവനിന്ദയാണ്. കൃപാനിധിയായ ദൈവത്തിലുള്ള വിശ്വാസം ജീവിതത്തിലെ വളരെ

സുരക്ഷിതമായ വഴികാട്ടിയാണെന്ന് ലോകത്തോടു പ്രഖ്യാപിക്കുന്ന സമയത്തുതന്നെ, ഗാന്ധി അനാദരവോടെ ദൈവത്തിന്റെ വിവേകത്തിൽ കുറ്റം കാണുന്നു ! ആധുനിക നാഗരികതയെ ക്കുറിച്ചുള്ള അദ്ദേഹത്തിന്റെ അധിക്ഷേപവും യൂറോപ്പ് നിരവധി നൂറ്റാണ്ടുകൾ പിന്നിലേക്ക് പോയില്ലെങ്കിൽ നശിക്കുമെന്ന പ്രവചനവും ഇതാണ് സൂചിപ്പിക്കുന്നത്. കഴിഞ്ഞ ഇരുനൂറ് വർഷകാലം യൂറോപ്പിൽ സംഭവിച്ചതെല്ലാം ദൈവത്തിനു പറ്റിയ തെറ്റായിരുന്നു എന്നു പ്രസ്താവിക്കുകയാണ് അദ്ദേഹം. അപ്രമാദിയായ ദൈവബുദ്ധിക്കു പറ്റിയ ഖേദകര മായ തെറ്റിനെ തിരുത്താനാണ് അദ്ദേഹത്തിന്റെ പുറപ്പാട്. ആധുനിക ലോകത്തിന്റെ മോക്ഷത്തിലേക്കുള്ള മാർഗ്ഗം വെളിപ്പെട്ടു കിട്ടിയ പ്രവാചകൻ എന്ന നിലയിൽ അദ്ദേഹം ദൈവദൂഷണപരമായ ഈ ജോലി സ്വയം ഏറ്റെടുക്കുകയും ചെയ്യുന്നു. പരിഹരിക്കാനാവാത്ത ഇത്തരം ആന്തരിക വൈരുദ്ധ്യങ്ങളാൽ ദൂഷിതമായ ഒരു സന്ദേശം ഗൗരവമായ ഒരു പരിഗണന അർഹിക്കുന്നില്ല.

എന്തായാലും ആദ്ധ്യാത്മികദർശനത്തിന് ആന്തരിക വൈരുദ്ധ്യം ഉൾക്കൊള്ളാതെ നിൽക്കാനാവില്ല. ആ ദോഷം ആദ്ധ്യാത്മിക ദർശനത്തെ വിഷമിപ്പിക്കുന്നില്ല. ദൈവേച്ഛ അജ്ഞേയമാണ് എന്ന അതിന്റെ അടിസ്ഥാന പ്രമാണം കൊണ്ട് ഈ ദോഷത്തെ എളുപ്പത്തിൽ വിശദീകരിക്കാനാവും. ഒരു ഉറച്ച ആദ്ധ്യാത്മികവാദി അഹംമാത്രവാദി (Solipsist) ആയിരിക്കും. ഈ പ്രാതിഭാസിക ലോകത്തിന്റെ കാരണമായി യഥാർത്ഥ ത്തിൽ ഒരു കേവല സത്ത ഉണ്ടായിരുന്നുവെങ്കിൽ ഈ ലോകം ഒരിക്കലും സൃഷ്ടിക്കപ്പെട്ടുമായിരുന്നില്ല. പരമതത്ത്വത്തിന്റെ കേവലത്വം തന്നെ അതിനെ ലോകത്തിന്റെ കാരണമാകുന്നതിൽ നിന്നു തടയുന്നു. ദൈവത്തിന്റെ ദൈവികത്വം തന്നെ, മതവിശ്വാസികൾ അദ്ദേഹം ചെയ്യുമെന്നു കരുതുന്നതുപോലെ കർമ്മം ചെയ്യാൻ അദ്ദേഹത്തെ അനുവദിക്കില്ല. ലോകത്തിൽ സംഭവിക്കുന്നതെല്ലാം ദൈവേച്ഛയനുസരിച്ചാണെന്ന് ഗാന്ധി അടക്കമുള്ള ആദ്ധ്യാത്മികവാദികൾ വിശ്വസിക്കുന്നതുപോലെ ആരെങ്കിലും യഥാർത്ഥത്തിൽ വിശ്വസിക്കുന്നുണ്ടെങ്കിൽ, അവർ അടങ്ങിയൊതുങ്ങിയിരുന്ന് ദൈവീക നാടകത്തെ വീക്ഷിക്കുകയോ അജ്ഞേയമായതിനെ ധ്യാനിക്കുകയോ ചെയ്യണം. അയാൾ എന്തൊക്കെ ചെയ്താലും സ്വന്തം വിശ്വാസം തന്നെ അയാളുടെ ഏതൊരു പ്രവർത്തനത്തെയും ഒഴിച്ചുനിർത്തും. തന്റെ തന്നെ തത്ത്വശാസ്ത്രത്തിന്റെ ആന്തരിക യുക്തിയാൽ നയിക്കപ്പെട്ട് എത്തിച്ചേരുന്ന ഈ ദുർഘടാവസ്ഥയിൽ നിന്നു പുറത്തുകടക്കാൻ ആദ്ധ്യാത്മികവാദി തന്റെ പ്രവർത്തനവും ദൈവേച്ഛമൂലമാണ് ഉണ്ടാകുന്നത് എന്ന വാദമുഖത്തിലൂടെ ശ്രമിക്കുന്നു. പക്ഷേ, അയാൾ യഥാർത്ഥത്തിൽ പ്രവർത്തിക്കുന്നതോടെ

അയാളുടെ വാദമുഖങ്ങൾ നിലംപറ്റുന്നു. കാരണം ഉടൻതന്നെ അയാൾ തന്റെ വിശ്വാസത്തിന് വിപരീതമായി നീങ്ങുന്നു. അയാളുടെ പ്രവർത്തി അല്ലെങ്കിൽ ചിന്ത പോലുമോ അനിവാര്യമായും മറ്റു ചിലരുടെ പ്രവർത്തി യുമായോ ചിന്തയുമായോ ഏറ്റുമുട്ടുന്നു. അങ്ങനെ അയാൾ ദൈവേച്ഛക്കു വിരുദ്ധമായി പ്രവർത്തിക്കുന്നു. എന്തെന്നാൽ ദൈവേച്ഛ യുടെ ആവിഷ്കാരം തന്നെയാണ് മറ്റുള്ളവരുടെയും പ്രവർത്തി അല്ലെങ്കിൽ ചിന്ത. വിശ്വാസി ദൈവത്തിന്റെ ഏതൊരു പ്രവർത്തിയേയും നല്ലതായിതന്നെ സ്വീകരിക്കണം. അയാൾ പൂർണ്ണമായും സംതൃപ്തനായിരിക്കണം; സംതൃപ്തിയാകട്ടെ എല്ലാ പ്രവർത്തനങ്ങളേയും ഒഴിച്ചു നിർത്തുന്നു. വിശ്വാസിക്ക് പ്രവാചകനായി പ്രത്യക്ഷപ്പെടാൻ കഴിയില്ല. അയാൾക്ക് ഒരു പരിഷ്കരണവാദിയാകാൻ കഴിയില്ല. കാരണം ലോകത്തെ പരിഷ്കരിക്കാനുള്ള ആവേശം ദൈവത്തിന്റെ കൃപയിലും നീതിനിഷ്ഠയിലുമുള്ള വിശ്വാസമില്ലായ്മയെ സാക്ഷ്യപ്പെടുത്തുന്നു. ലോകത്തെ പരിഷ്കരിക്കേണ്ടത് ആവശ്യമാണെന്ന ആശയം ദൈവത്തിന്റെ സർവ്വജ്ഞതയേയും അപ്രമാദിത്വത്തേയും കുറിച്ചുള്ള സന്ദേഹത്തെ പ്രതിനിധാനം ചെയ്യുന്നു. തന്റെ വാക്കുകൾക്കനുസരിച്ച് പ്രവർത്തിക്കുന്നുവെന്ന് അവകാശപ്പെടുന്ന ഒരു പ്രവാചകന്റെ ഉത്തമ മാതൃകയാണ് ഗാന്ധി.

ഗാന്ധിസത്തെക്കുറിച്ചുള്ള തികച്ചും അടിസ്ഥാനരഹിതമായ വിമർശനമാണ് ഇതെന്ന് തോന്നും. ഗാന്ധിയുടെ പ്രതിജ്ഞാബദ്ധരായ എതിരാളികൾ പോലും അദ്ദേഹത്തിന്റെ ആത്മാർത്ഥതയെ അംഗീകരിച്ചിട്ടില്ലേ? ഈ മറുചോദ്യം അസ്ഥാനത്താണ്. മനുഷ്യനായ ഗാന്ധി നമ്മുടെ ചിന്താവിഷയമല്ല. ഭൂതകാലം ഉൽകൃഷ്ടമാണെന്ന് അവകാശപ്പെടുക മാത്രമല്ല, ലോകത്തെ ഭാവിയിൽ നയിക്കാൻ ഉദ്ദേശിക്കുകകൂടി ചെയ്യുന്ന ഒരു ദർശനത്തെ വിശകലനം ചെയ്യുകയാണ് നാം. ഒരു വ്യക്തിയുടെ ആത്മാർത്ഥതയും ആത്മാർത്ഥതയില്ലായ്മയും ഇവിടെ പ്രസക്തമല്ല. അദ്ദേഹത്തിന്റെ സന്ദേശത്തിന്റെ പിശകുകളേയും വൈരുദ്ധ്യങ്ങളെയും തുറന്നുകാണിക്കുകയാണ് നാം. സന്ദേശം തെറ്റുകൾ നിറഞ്ഞതും വൈരുദ്ധ്യങ്ങളാൽ ദൂഷിതവുമാണെങ്കിൽ, മിശിഹായുടെ ആത്മാർത്ഥത കൊണ്ടോ വിശുദ്ധ പദവി കൊണ്ടോ ഒരു പ്രയോജനവും ഇല്ല. നിരവധി പിശകുകൾ നാം നേരത്തെതന്നെ കണ്ടുപിടിച്ചു. വ്യക്തിപരമായ പരിഗണനകളാൽ തടസ്സപ്പെടാതെ നമുക്ക് മുന്നോട്ടുപോകാം. പ്രാമാണി കതയോടുള്ള ഭയഭക്തികൾ സത്യത്തിലേക്കുള്ള മാർഗ്ഗത്തിലെ തടസ്സങ്ങളാണ്.

ഗാന്ധിയുടെ സന്ദേശത്തിന്, അത് ഈശ്വരനിയമ(Providential ordinance)ത്തിലുള്ള അദ്ദേഹത്തിന്റെ വിശ്വാസത്തിന് വിരുദ്ധമായതു

കൊണ്ട്, ദിവ്യവെളിപാടിന്റെ (Revealed truth) അവിതർക്കിതമായ ആധികാരികത അവകാശപ്പെടാനാവില്ല. അതുകൊണ്ട് അത് അതിന്റെ തന്നെ യഥാർത്ഥ യോഗ്യതയിൻമേൽ വിലയിരുത്തപ്പെടണം. തന്റെ ദൈവത്തേക്കാൾ തനിക്ക് അറിയാമെന്ന് കരുതുന്നുണ്ടെങ്കിൽ പ്രവാചകൻ അതാണ് ചെയ്യേണ്ടത്. അദ്ദേഹം നിർദ്ദേശിച്ച പരിഹാരത്തിന് മുതലാളിത്ത തിന്മകളെ യഥാർത്ഥത്തിൽ ഇല്ലാതാക്കാൻ കഴിയുമോ എന്നാണ് നമുക്കറിയേണ്ടത്. ഇവിടെ നാം ഗാന്ധിയുടെ സാമൂഹിക ദർശനത്തെ സ്പർശിക്കുന്നു. ഇന്ത്യൻ ആദ്ധ്യാത്മിക വാദികൾക്കിടയിൽ മുതലാളിത്ത വിരുദ്ധവികാരം നാം നേരത്തെ ശ്രദ്ധിക്കുകയുണ്ടായി. വിപ്ലവകരമെന്ന് തോന്നിപ്പിക്കുന്ന ഈ വികാരത്തിന്റെ പ്രതിലോമ സ്വഭാവത്തെ നാം ചൂണ്ടിക്കാണിക്കുകയും ചെയ്തു. സമകാലിക യൂറോപ്യൻ അവസ്ഥയെക്കുറിച്ചും അതിനുള്ള പരിഹാരത്തെക്കുറിച്ചുമുള്ള ഗാന്ധിയുടെ വീക്ഷണം നമ്മുടെ വാദത്തെ പിന്താങ്ങുന്നു.

പാശ്ചാത്യ നാഗരികതയെക്കുറിച്ച് സുപരിചിതമായ വികാരങ്ങൾ പ്രകടി പ്പിക്കുമ്പോൾ, ഇന്ത്യയുടെ ആദ്ധ്യാത്മിക സന്ദേശവാഹകൻ മുതലാളിത്ത സാമൂഹികക്രമത്തെ സംരക്ഷിക്കാനുള്ള തന്റെ ഉത്കണ്ഠയെ ഒളിച്ചുവെയ്ക്കുന്നില്ല. ഛമുതലാളിത്ത സമൂഹത്തിന്റെ അന്ത്യം കുറിക്കുമെന്നതിനാൽ അദ്ദേഹം 'അമിതോൽപ്പാദന'ത്തെയും 'ശരിയായ വിതരണ സംവിധാന'ത്തിന്റെ അഭാവത്തേയും അപലപിക്കുന്നു. ഗാന്ധി മുതലാളിത്തത്തിന്റെ ഉച്ചാടനത്തിനുവേണ്ടി നിലകൊള്ളുന്നുവെങ്കിൽ, അതിന്റെ അന്ത്യം എന്ന ഭൂതത്താൽ അദ്ദേഹം എന്തിന് അലട്ടപ്പെടണം? അതേസമയം ആ പരിപ്രേക്ഷ്യത്തെ സ്വാഗതം ചെയ്യുകയാണ് വേണ്ടത്. അദ്ദേഹം മുന്നോട്ടു വെക്കുന്ന പരിഹാരം മുതലാളിത്തത്തെ ഭീഷണമായ അന്ത്യവിധിയിൽ നിന്ന് പ്രകടമായി രക്ഷിക്കാനുള്ളതല്ല എന്നത് ശരിയാണ്. എന്നാൽ മുതലാളിത്തത്തെ അപലപിക്കുക അദ്ദേഹത്തിന്റെ ലക്ഷ്യവുമല്ല. ആധുനിക നാഗരികതയെയാണ് അദ്ദേഹം ഭർത്സിക്കുന്നത്. അങ്ങനെ, വൈദ്യൻ താൻ ചികിത്സിച്ച് ഭേദപ്പെടുത്താൻ തുനിയുന്ന രോഗം എന്താണെന്ന് ചൂണ്ടിക്കാണിക്കുന്നതിൽ ദയനീയമായി പരാജയപ്പെടുന്നു. രോഗിയെ ഭേദമാക്കുന്നതിനുപകരം കൊല്ലാനാണ് അദ്ദേഹം ഉദ്ദേശിക്കുന്നത്. അദ്ദേഹം പാശ്ചാത്യ നാഗരികതയെ മുതലാളിത്തത്തി ന്റെ മരവിപ്പിക്കുന്ന പിടിയിൽ നിന്ന് രക്ഷിക്കില്ല; നാഗരികതയെ തന്നെ തുടച്ചുനീക്കും.

യൂറോപ്പ് ഗാന്ധിസത്തിന്റെ ആഹ്വാനം ചെവിക്കൊണ്ടു എന്നു കരുതുക. പാപിയുടെ ആ ശ്ലാഘനീയമായ പശ്ചാത്താപത്തിന്റെ

ഫലം എന്തായിരിക്കും? യന്ത്രങ്ങളുടെ സ്ഥാനത്ത് ചർക്ക പ്രതിഷ്ഠിക്കപ്പെട്ടും; തൽഫലമായി വിതരണത്തിന്റെ പ്രശ്നം സ്വാഭാവികമായി ഇല്ലാതാകുന്ന തരത്തിൽ ഉൽപ്പാദനം കുറയും. ജീവിത നിലവാരം ലാളിത്യത്തിന്റെ തലത്തിലേക്ക് താഴും. വളച്ചുകെട്ടാതെ പറഞ്ഞാൽ, ഗാന്ധി ലോകത്തെ മധ്യകാലഘട്ടത്തിലേക്ക് തിരിച്ചുകൊണ്ടുപോകും. പക്ഷേ, സമൂഹം ആ ആദർശാവസ്ഥയിൽ തന്നെ നിശ്ചലമായി നിൽക്കും എന്നതിന് എന്താണുറപ്പ്? അപ്പോൾ, 'ലാളിത്യത്തിലേയ്ക്കുള്ള തിരിച്ചുപോക്ക്' പരമാദർശമാണെങ്കിൽ എവിടെയാണ് നാം വര വരയ്ക്കാൻ പോകുന്നത്? എന്തിന് സമൂഹത്തെ മധ്യകാല അപരിഷ്കൃതത്വത്തിൽ തടഞ്ഞുനിർത്തണം ? എന്തുകൊണ്ട് പ്രാകൃതമായ കാടത്തം വരെ പോകുന്നില്ല ? കൈത്തൊഴിലും വിശുദ്ധചക്രവും പ്രാചീന ലാളിത്യത്തിന്റെ അടയാളമല്ല. തുന്നിയ വസ്ത്രങ്ങൾ ധരിക്കുകയും നിർമ്മിത വസ്തുക്കൾ ഉപ യോഗിക്കുകയും ചെയ്യുന്ന അവസ്ഥയിൽ എത്തുന്നതിനുമുമ്പ് മനുഷ്യൻ അതിലളിതമായ ജീവിതമാണ് നയിച്ചിരുന്നത്. ലാളിത്യം മനുഷ്യ സ്വഭാവത്തിന്റെ ആദർശമാണെങ്കിൽ, മനുഷ്യവംശം ഏറ്റവും കുറഞ്ഞ ആവശ്യങ്ങൾ മാത്രമുള്ള അവസ്ഥയിൽ എത്തുന്നതുവരെ ആ തിരിച്ചുപോക്ക് അവസാനിപ്പിക്കരുത്. അതായത് വസ്ത്രം ധരിക്കാതെയും

ഫലമൂലാദികൾ ഭക്ഷിച്ചും വൃക്ഷങ്ങളിൽ ജീവിക്കുന്ന കാടനാണ് മനുഷ്യന്റെ ആദർശമാതൃക.

ഇത്തരം അപഹാസ്യമായ അവസ്ഥയിൽ എത്തുന്നതിനെ ഒഴിവാക്കുന്നതിനുവേണ്ടി ലാളിത്യം എന്ന ആദർശത്തെ 'ശരിയായ അനുപാതത്തിലുള്ള' ലാളിത്യം എന്നാണ് ഗാന്ധി വിശേഷിപ്പിക്കുന്നത്. പക്ഷേ, അത് തന്നിഷ്ടപ്രകാരം ലാളിത്യത്തിന് ഒരു അതിർത്തിരേഖ വരയ്ക്കാൻ സഹായിക്കുന്നില്ല. എന്താണ് ലാളിത്യത്തിന്റെ ശരിയായ അനുപാതം? ലാളിത്യത്തിന്റെ മാനദണ്ഡം എന്താണെന്ന് ആരാണ് തീരുമാനിക്കുന്നത്? പ്രാകൃത കാടത്തത്തിൽ നിന്ന് മധ്യകാല അപരിഷ്കൃതത്വ ത്തിലേക്കുള്ള മനുഷ്യന്റെ പുരോഗതിയെ നിങ്ങൾ അംഗീകരിക്കുന്നു വെങ്കിൽ അവിടെ നിന്നും ആധുനിക നാഗരികതയിലേയ്ക്കുള്ള പുരോ ഗതിയെ തടയുന്നതിനു എന്തുയുക്തിയാണ് നിങ്ങൾക്ക് പറയാനുള്ളത്? പുരോഗമിക്കുക എന്നത് മനുഷ്യനെ സംബന്ധിച്ചിടത്തോളം അധർമ്മമോ പാപമോ അല്ല എന്നു നിങ്ങൾ ഒരിക്കൽ അംഗീകരിച്ചാൽ പുരോഗതിയ്ക്ക് ഒരു പരിധി നിർണ്ണയിക്കാൻ നിങ്ങൾക്ക് ഒരു ന്യായവുമില്ല. ഇന്ത്യൻ ആദ്ധ്യാത്മികവാദിയുടെ കാഴ്ച അയാളുടെ സംസ്കാരത്തിന്റെ സാമൂഹിക പശ്ചാത്തലത്തിൽ പരിമിതമാക്കപ്പെട്ടിരിക്കുന്നതിനാൽ ലോകത്തോ ടുള്ള

ഇന്ത്യയുടെ സന്ദേശം തീർത്തും യുക്തിരഹിതമാണ്. ചരിത്രപരമായ കാരണങ്ങളാൽ ഇന്ത്യൻ സമൂഹം മധ്യകാലമനോഭാവത്തിന്റെ ഇരുട്ടിൽ തപ്പിതടഞ്ഞുകൊണ്ടിരിക്കുകയാണ്. നിർഭാഗ്യകരമായ ഈ സാമൂഹിക നിശ്ചലാവസ്ഥയെ ആദർവൽക്കരിക്കുകയാണിവിടെ. ആദ്ധ്യാത്മികവാദികൾ തങ്ങളുടെ തെറ്റായ ആദർശത്തെ ഉന്നതമായ ആദർശങ്ങളെ ഭാവന ചെയ്യാനും സാക്ഷാത്ക്കരിക്കാനും അവസരമുള്ള ലോകത്തിനുമേൽ വെച്ചുകെട്ടാനാണ് ആഗ്രഹിക്കുന്നത്. പിന്നോക്കാ വസ്ഥയിലുള്ള ഇന്ത്യൻ സമൂഹത്തിന്റെ മാതൃകയിൽ ലോകത്തെ പുനർ നിർമ്മിക്കാനാണ് അവർ ആഗ്രഹിക്കുന്നത്.

മധ്യകാലത്തിന്റെ അന്ധകാരത്തിൽ നിന്ന് ആധുനിക നാഗരികതയുടെ ഉത്തുംഗതയിലേക്ക് എത്തിച്ചേരുന്നതിനുവേണ്ടി പോരാടിയ ജനങ്ങളെ ഇന്ത്യൻ ആദ്ധ്യാത്മികവാദികളുടെ ആദർശങ്ങൾക്ക് ആകർഷി ക്കാനാവില്ല. മധ്യകാല സമൂഹത്തിൽ നിന്ന് അവർ വളർന്നിരിക്കുന്നു. അതുകൊണ്ട് അവർക്ക് മധ്യകാല സമൂഹത്തെ മനുഷ്യാസ്തിത്വത്തിന്റെ മാതൃകാവസ്ഥയായി കാണാനാവില്ല. അവരുടെ വീക്ഷണം മധ്യകാല സമൂഹത്തിന്റെ ഭൗതികവും സാംസ്കാരികവുമായ പിന്നോക്കാവസ്ഥയാൽ പരിമിതമാക്കപ്പെട്ടതല്ല. അത് ആധുനിക നാഗരികതയാൽ വിശാല മാക്കപ്പെട്ടിരിക്കുന്നു. അതുകൊണ്ട് മുതലാളിത്ത സമൂഹത്തിലെ ജീവിതാവസ്ഥകളോടുള്ള അസംതൃപ്തി അവരെ മുന്നോട്ട് നോക്കാൻ- മുതലാളിത്തത്തിന്റെ തടസ്സങ്ങളെ തകർത്ത് മുന്നേറാൻ പ്രേരിപ്പിക്കുന്നു. അവർ പിന്നോട്ട് നോക്കുന്നില്ല. സ്വന്തം അനുഭവം അവരെ പിന്നോട്ടു നോക്കുന്നതിൽ നിന്ന് തടഞ്ഞു നിർത്തുന്നു. ചലനാത്മകമായ ഒരു സമൂഹം, അതായത്. സ്വന്തം ഘടനയിൽ പുരോഗതിയുടെ മുളകളെ ആരോഗ്യ ത്തോടെ വളർത്തുന്ന ഒരു മനുഷ്യസമുദായം കാലക്രമേണ ഒരു മധ്യകാലാവസ്ഥയെ പിന്തള്ളി ആധുനിക നാഗരികതയിലേക്ക് പ്രവേശിക്കുന്നു എന്ന് അനുഭവം അവരെ പഠിപ്പിച്ചിട്ടുണ്ട്. അവർ പിന്നോട്ടുപോയിരുന്നുവെങ്കിൽ അത് അനുഭവത്തിന്റെ ആവർത്തനം മാത്രമാകുമായിരുന്നു. ആധുനിക നാഗരികത ഉയർത്തിയ പ്രശ്നങ്ങളുടെ പരിഹാരത്തിന്റെ നീട്ടിവെയ്പ്പ് മാത്രമാകുമായിരുന്നു. ആ പ്രശ്നങ്ങളെ പരിഹരിക്കുകയാണ് അവരുടെ കർത്തവ്യം; പഴയ അവസ്ഥയിൽ വീണ്ടും എത്തുന്നതിനുവേണ്ടി മാത്രമായി പ്രശ്നങ്ങളിൽ നിന്ന് ഒളിച്ചോടലല്ല.

കൈത്തൊഴിലിലേക്കു തിരിച്ചുപോകാനുള്ള നിർദ്ദേശം ആധുനിക നാഗരികതയുടെ ചരിത്രത്തെക്കുറിച്ചുള്ള അജ്ഞതയിൽ അധിഷ്ഠിതമാണ്. മധ്യകാലത്തെ കൈത്തൊഴിലുകളുടെ പശ്ചാത്തലത്തിൽ

നിന്നു നേരിട്ടു വളർന്നുവന്നതാണ് യന്ത്രാധിഷ്ഠിതമായ ആധുനിക വ്യവസായം. മനുഷ്യൻ ഉപജീവനത്തിനായി എക്കാലത്തും ഉപകരണങ്ങൾ ഉപയോഗി ച്ചിട്ടുണ്ട്. അവയവങ്ങൾക്കുപുറമെ ചില ഉപകരണങ്ങൾ ഉപയോഗിക്കാ നുള്ള കഴിവ് മനുഷ്യനെ തന്റെ മൃഗപൂർവ്വികരിൽ നിന്ന് വ്യത്യസ്ത നാക്കുന്നു. അതുകൊണ്ട് ഉപകരണങ്ങൾ ഉപയോഗിക്കുകയെന്നത് സ്വാഭാവികമായ ഒരു മനുഷ്യപ്രവൃത്തിയാണ്. ഉപജീവനത്തിനുവേണ്ടി ഉപയോഗിക്കുന്ന ഉപകരണങ്ങളുടെ ക്രമാനുഗതമായ മെച്ചപ്പെടുത്തൽ മനുഷ്യന്റെ സാംസ്കാരിക പുരോഗതിയുടെ സൂചകവുമാണ്. ലോഹത്തിന്റെ ഉപയോഗം മനുഷ്യൻ പഠിക്കുമ്പോൾ അവൻ ശിലായുഗത്തിലെ തന്റെ പൂർവ്വികനേക്കാൾ സാംസ്കാരികമായി വളരെയധികം ഉയർന്ന ഒരു തലത്തിൽ എത്തുന്നു. ഗാന്ധിയൻമാർക്കോ നവമധ്യകാല വാദത്തി ന്റെ മറ്റേതെങ്കിലും പ്രവാചകനോ മനുഷ്യപരിണാമത്തിന്റെ ഈ മൗലിക നിയമത്തെ നിഷേധിക്കാനാവുമോ ? ലോഹമുപയോ ഗിക്കുന്ന മനുഷ്യൻ മഴു ഉപയോഗിക്കുന്ന കാടനേക്കാൾ സാംസ്കാ രികമായി മുന്നേറിയവനാണെങ്കിൽ, യന്ത്രയുഗത്തിലെ മനുഷ്യൻ ആനുപാതികമായി, മധ്യയുഗത്തിലെ കൈവേലക്കാരനേക്കാൾ മികച്ചവനായിരിക്കും. യന്ത്രം വളരെ വികസിതമായ ഉപകരണമ ല്ലാതെ മറ്റൊന്നുമല്ല. അത് കൈത്തൊഴിലിലെ ഉപകരണങ്ങളെ പ്പോലെ മനുഷ്യാസ്തിത്വത്തിന്റെ സ്വാഭാവിക ഘടക മാണ്. നിരവധി വാക്കുകളിലൂടെ അല്ലെങ്കിലും, സൂചനയിലൂടെ, മനുഷ്യത്വവുമായി പൊരുത്തപ്പെടാത്തതാണ് ഉപക്രണങ്ങളുടെ ഉപയോഗം എന്നു പ്രഖ്യാപിക്കാതെ നിങ്ങൾക്ക് മനുഷ്യരോട് യന്ത്രങ്ങളെ തിരസ്കരി ക്കുവിൻ എന്ന് ഉപദേശിക്കാനാവില്ല. അങ്ങനെയെങ്കിൽ നിങ്ങൾ മനുഷ്യത്വത്തെ മൃഗത്വവുമായി താദാത്മപ്പെടുത്തുകയായിരിക്കും. മൃഗവും മനുഷ്യനും തമ്മിലുള്ള വേർതിരിവിന്റെ അടിസ്ഥാനം തന്നെ ഉപകരണങ്ങളുടെ ഉപയോഗമാണല്ലോ.

വിചിത്രമായ ഈ അവസ്ഥ ഒഴിവാക്കുന്നതിനുവേണ്ടി വീണ്ടും സ്വേച്ഛാപരമായ (യുക്തിരഹിതമായ) ഒരു രേഖ വരയ്ക്കപ്പെടുന്നു. പുരോ ഗതിയുടെ ഒരു നിശ്ചിത തലം വരെയുള്ള ഉപകരണങ്ങളെ ഉപയോഗി ക്കാൻ അനുവദിക്കുന്നു. അതുവരെയുള്ളവമാത്രം, അതിനുശേഷമുള്ളവ പാടില്ല. തക്ലിയിൽ നിന്നു ചർക്കയിലേയ്ക്കുള്ള പുരോഗതി മനുഷ്യത്വ ത്തിന്റെ സ്വാഭാവിക (Normal Humanness) പരിധിക്കകത്ത് സംഭ വിക്കുന്നു. എന്നാൽ ചർക്കയിൽ നിന്നു നൂൽനൂൽപ്പുയന്ത്ര(Spinning Jenny)ത്തിലേക്കുള്ള പാത നിത്യനരകത്തിലേക്കുള്ളതാണ്. ആ പാതയിലൂടെയുള്ള യാത്ര മനുഷ്യനിലെ മനുഷ്യത്വത്തെ ദൂഷിപ്പിക്കു കയും, വെറുപ്പുളവാക്കുന്ന ഭൗതികവാദിയെ സൃഷ്ടിക്കുകയും, മാംസം

ആത്മാവിനെ അടിമയാക്കി നിർത്തുകയും ചെയ്യുന്നു! സംസ്കാരത്തെക്കുറിച്ചുള്ള ഈ അസംബന്ധസിദ്ധാന്തം യുക്തിയെയോ സാമ്പത്തിക ശാസ്ത്രത്തിന്റെ ബാലപാഠങ്ങളെപ്പോലുമോ കണക്കിലെടുക്കുന്നില്ല.

ഈ സിദ്ധാന്തത്തിന്റെ വക്താക്കൾ ആധുനിക യന്ത്രം മനുഷ്യനെ ഒരു അടിമയാക്കി മാറ്റുന്നു എന്നു കരുതുന്നു; കൈത്തൊഴിലിലേയ്ക്കുള്ള തിരിച്ചുപോക്ക് വ്യക്തിസ്വാതന്ത്ര്യത്തെ പുനഃസ്ഥാപിക്കാൻ മനുഷ്യനെ സഹായിക്കുമത്രേ. മറ്റൊരു മിഥ്യാഭ്രമം! ഉപകരണത്തിന്റെ ധർമ്മം ഉപജീവനത്തിനാവശ്യമുള്ളവ കുറഞ്ഞ നേരത്തെ അദ്ധ്വാനം കൊണ്ട് നേടാൻ സഹായിക്കുക എന്നതാണ്. ആധുനിക വ്യവസായത്തിൽ ഉപജീവനത്തിനു ഒരു ദിവസം എട്ടുമണിക്കൂർ അദ്ധ്വാനിക്കണം. അതേസമയം കൈതൊഴിലിൽ ഇതേഫലം ലഭിക്കണമെങ്കിൽ പന്ത്രണ്ടോ അതിലധികമോ മണിക്കൂർ അദ്ധ്വാനിക്കണം. അദ്ധ്വാനം പകുതിയാക്കി കുറയ്ക്കാൻ കഴിയും എന്നർത്ഥം. ഉപകരണങ്ങളുടെ വികാസത്തിനു പരിധി നിശ്ചയിക്കുകയാണെങ്കിൽ, കഠിനവും വിരസവുമായ അദ്ധ്വാന ത്തിൽ നിന്ന് അവന് ഒരിക്കലും രക്ഷനേടാൻ കഴിയില്ല. ആധുനിക വ്യവസായശാലയിലെ യന്ത്രത്തറികളെ ദിവസത്തിൽ എട്ട് മണിക്കൂർ കൈകാര്യം ചെയ്യുന്ന മനുഷ്യൻ യന്ത്രത്തിന്റെ അടിമയായി മാറുന്നു; എന്നാൽ നൂൽനൂൽക്കുന്ന ചക്രം പന്ത്രണ്ട് മണിക്കൂർ തിരിക്കുന്ന ആൾ സ്വതന്ത്രനാകുകയും ആദ്ധ്യാത്മികമായി ഉന്നതാവസ്ഥയിൽ വിരാജിക്കാൻ കഴിവുറ്റവനാകുകയും ചെയ്യുന്നു ! തൊഴിൽ ചെയ്യുന്ന രീതിയിലെ മാറ്റം ഒരാളുടെ ഭൗതികാസ്തിത്വത്തിന്റെ നിലവാരത്തെ താഴ്ത്താമെങ്കിലും, അത് അയാളെ സാംസ്കാരികമായി ഉന്നത സ്ഥാനത്ത് പ്രതിഷ്ഠിക്കും! അതാണ് യഥാർത്ഥത്തിൽ ആഗ്രഹിച്ച ഫലം. ഭൗതിക പ്രലോഭനങ്ങളിൽ നിന്നു സ്വതന്ത്രനായി ലാളിത്യത്തിലേക്ക് തിരിച്ചെത്തിയ മനുഷ്യൻ തന്റെ മനുഷ്യത്വത്തെ വീണ്ടെടുക്കും. സംസ്കാരത്തെക്കുറിച്ചുള്ള ശ്രദ്ധേയമായ ഒരു സിദ്ധാന്തമാണിത്-അദ്ധ്വാനം കൂട്ടുകയും ഭക്ഷണം കുറയുകയും ചെയ്യുന്നതിനനുസരിച്ച് ധാർമ്മിക മഹത്വം വർദ്ധിക്കുന്നു!

തളർന്ന മുതലാളിത്തം എന്തായാലും ഗാന്ധിയുടെ ഉപദേശം സ്വീകരിച്ച് വാനപ്രസ്ഥാനുഷ്ഠാനത്തിനായി മധ്യകാല വനത്തിലേക്ക് പിൻവാങ്ങുമെന്ന് തോന്നുന്നില്ല. മുതലാളിത്തത്തിന്റെ ദാർശനികർ നവനിഗൂഢവാദവും (Neo mysticism) യുക്ത്യാധിഷ്ഠിതമതവുമൊക്കെ ഉദ്ബോധിപ്പിക്കുന്നുണ്ടെങ്കിലും 'വൈരാഗ്യ'ത്തിന്റെ വേഷമണിയാൻ ഒട്ടും താൽപര്യം കാണിക്കുന്നില്ലെന്നു മാത്രമല്ല ലളിത ജീവിതവും ഉയർന്ന ചിന്തയുമെന്ന ആദരണീയ പ്രമാണത്തിനുസരിച്ചു സ്വന്തം

പ്രവർത്തനത്തെ നിയന്ത്രിക്കുകയും ചെയ്യുന്നില്ല. എന്നാൽ ഈ പ്രമാണത്തെ സാമാന്യജനങ്ങൾക്ക് ഉപദേശിക്കുന്നതിനെ മുതലാളിത്തം ആവേശപൂർവ്വം പ്രോത്സാഹിപ്പിക്കുന്നു. ലാളിത്യത്തെയും ശരിയായ അനുപാതത്തേയും കുറിച്ചുള്ള ഗാന്ധിയൻ സിദ്ധാന്തത്തിന്റെ പ്രചാരണത്തെ അത് സ്വാഗതം ചെയ്യും. അതുകൊണ്ടാണ് ഗാന്ധിയാൽ പ്രസ്താവിക്കപ്പെട്ട ഇന്ത്യയുടെ ആദ്ധ്യാത്മിക സന്ദേശത്തിന് പാശ്ചാത്യ ലോകത്ത് ചില പ്രതികരണങ്ങൾ ലഭിക്കുന്നത്. അതിനെ സ്വാഗതം ചെയ്യുന്നവർ അതിൽ മുതലാളിത്തത്തിന്റെ ആസന്നമായ പതനത്തെ തടഞ്ഞുനിർത്താനുള്ള കരു കണ്ടെത്തുന്നു. യുഗങ്ങളായി ആദ്ധ്യാത്മികവാദവും വഷളൻ ഭൗതികവാദവും വേർപെടുത്താനാവാത്ത ബന്ധുക്കളാണ്. ഇന്നും അതു തന്നെയാണ് അവസ്ഥ. ഭൗതികാസക്തമായ ജീവിതം നയിക്കുന്നതിന്റെ പേരിൽ ഗാന്ധി പാശ്ചാത്യലോകത്തെ അപലപിക്കുന്നു. എന്നാൽ അദ്ദേഹത്തിന്റെ ആദ്ധ്യാത്മിക ഉപദേശം വിവക്ഷിക്കുന്നത് ജീർണ്ണ മുതലാളിത്തത്തിന്റെ ഉദ്ദേശ്യത്തിനനുയോജ്യമായ തരത്തിൽ സാമാന്യജനങ്ങൾ തങ്ങളുടെ ജീവിതരീതിയെ പരിഷ്കരിക്കണമെന്നാണ്. അവർ സനാതന ധർമ്മത്തിന്റെ അടിസ്ഥാനതത്വങ്ങളായ ലാളിത്യത്തിലേക്കും ആത്മനിയന്ത്രണത്തിലേക്കും തിരിച്ചുപോകണം.

യൂറോപ്പിലെ സാമാന്യ ജനങ്ങൾ അധഃപതിപ്പിക്കുന്ന ആഢംബരങ്ങളിൽ കെട്ടിമറിയുകയാണെന്ന ധാരണയോടെയാണ് ഗാന്ധി തന്റെ കഴിഞ്ഞ യൂറോപ്യൻ സന്ദർശനത്തിനുശേഷം മടങ്ങിയെത്തിയത്. ഓരോ യൂറോപ്യനും കോടീശ്വരനാണെന്ന് അദ്ദേഹം കരുതുന്നുണ്ടാകണം. അല്ലാത്തപക്ഷം എങ്ങനെയാണ് മേൽപറഞ്ഞ പ്രസ്താവന നടത്താൻ അദ്ദേഹത്തിന് കഴിയുക? യൂറോപ്പ് മൊത്തത്തിൽ ഭൗതികാസക്തമായ കൃത്രിമ ജീവിതം നയിക്കുകയാണെന്ന് അദ്ദേഹത്തിന് എങ്ങനെ സങ്കൽപ്പിക്കാൻ കഴിഞ്ഞു? യൂറോപ്യരെ മുഴുവൻ നിയന്ത്രിക്കുന്നത് വിഷയാസക്തിയാണെന്ന് ഉറപ്പിച്ചുപറയാൻ അദ്ദേഹത്തിന് എങ്ങനെ കഴിഞ്ഞു? ദൈവിക വൈദ്യന്, മാന്ത്രിക ശക്തിയാൽ സുഖപ്പെടുത്താൻ താൻ ആഗ്രഹിക്കുന്ന രോഗത്തെക്കുറിച്ച് ഒന്നും അറിയില്ല എന്നു വ്യക്തമാണ്. അദ്ദേഹം യൂറോപ്പ് സന്ദർശിച്ച ശ്രദ്ധാർഹമായ ഈ ധാരണ നേടുന്ന സമയത്ത് ആദർശാത്മകമായി ലളിതജീവിതം നയിക്കുന്ന തൊഴിലില്ലാത്ത കോടിക്കണക്കിനു തൊഴിലാളികൾ ഉണ്ടായിരുന്നു. അവരുടെ ജീവിതം ഗാന്ധി ഉദ്ദേശിച്ച അർത്ഥത്തിലല്ല കൃത്രിമമായിരുന്നത്; സമൃദ്ധിയുടെ മധ്യത്തിൽ പ്രാഥമിക ആവശ്യങ്ങൾ പോലും പൂർത്തീകരിക്കാ നാകാത്തതിലായിരുന്നു അതു കൃത്രിമമായിരുന്നത്. തൊഴിലുള്ളവരുടെ സ്ഥിതിയും ഒട്ടും മെച്ചമായിരുന്നില്ല. അവരുടെ

വേതനം നിലനിൽപ്പിനാ വശ്യമായ നിലവാരത്തിലേക്ക് കുറച്ചിരുന്നു. അതിനുശേഷം അവസ്ഥ കുറേക്കൂടി വഷളായിട്ടുണ്ട്. ജീർണ്ണ മുതലാളിത്തം പാശ്ചാത്യലോകത്തെ ബഹുഭൂരിപക്ഷം ജനങ്ങളെയും അസഹനീയമായ ദുരിതാവസ്ഥയി ലെത്തിച്ചിട്ടുണ്ട്. തങ്ങളുടെ ദുരിതാവസ്ഥയുമായി പൊരുത്തപ്പെടാൻ ജനങ്ങളെ പ്രേരിപ്പിക്കുന്നതിന് എന്തെങ്കിലും വഴികാണാത്തപക്ഷം അത് ഏറെക്കുറെ അനിവാര്യമായ വിപ്ലവമുന്നേറ്റത്തെ സൃഷ്ടിക്കും. ലാളിത്യത്തിന്റെ ആദർശവൽക്കരണം ആ ലക്ഷ്യം നേടാൻ സഹായിച്ചേക്കാം. സാമാന്യ ജനങ്ങളെ തങ്ങളുടെ ദാരിദ്ര്യത്തിൽ അഭിമാനിപ്പിക്കാൻ കഴി ഞ്ഞാൽ, ആദ്ധ്യാത്മിക ജീവിതത്തെക്കുറിച്ചുള്ള മിഥ്യാബോധത്തിനു ശാരീരിക പീഡനത്തെ വിശുദ്ധമായ ത്യാഗം കൊണ്ടു സഹിപ്പിക്കാൻ കഴിഞ്ഞാൽ ആസന്നമായ സാമൂഹിക വിപ്ലവത്തെ തളർത്താനാകും. അങ്ങനെ, ജീർണ്ണമുതലാളിത്ത സമൂഹത്തെ താങ്ങിനിർത്താനുള്ള ഒരു ഊന്നുകോൽ എന്ന നിലയ്ക്കാണ് പാശ്ചാത്യലോകം ആദ്ധ്യാത്മിക സന്ദേശത്തെ കാണുന്നത്.

ഇന്ത്യയുടെ സന്ദേശം പാശ്ചാത്യ മുതലാളിമാരെ ഉദ്ദേശിച്ചാണെന്ന വാദത്തിനും വിശ്വാസ്യതയില്ല. അവരെ സംബന്ധിച്ചിടത്തോളം ഈ ഉപദേശം ആത്മഹത്യക്കു തുല്യമാണ്. എന്നെങ്കിലും ഈ ഉപദേശം സ്വീകരിക്കപ്പെടുമെന്ന് ബുദ്ധിസ്ഥിരതയുള്ള ആർക്കും വിശ്വസിക്കാനാവില്ല. മുതലാളിത്തത്തെ പരിഷ്കരിക്കാനാണ് ഉദ്ദേശിക്കുന്നതെങ്കിൽ അതിനുവേണ്ടി സാമാന്യജനങ്ങളോടുള്ള ധർമ്മോപദേശങ്ങൾക്കു സമാന്തരമായി ചില പ്രയോഗിക നിർദ്ദേശങ്ങളും മുന്നോട്ടുവയ്ക്കണം. ഗാന്ധി അമിതോൽപാദനത്തെയും വിതരണോപാധികളുടെ അഭാവത്തെയും അപലപിക്കുന്നു. സാമാന്യ ജനങ്ങളോട് ആവശ്യങ്ങളെ കുറയ്ക്കാൻ അദ്ദേഹം ഉപദേശിക്കുന്നു. അതിനുപകരം മുതലാളിമാരോട് തങ്ങളുടെ ഉൽപ്പന്നങ്ങൾ ആവശ്യക്കാർക്ക് സൗജന്യമായി നൽകാൻ എന്തുകൊണ്ട് അദ്ദേഹം ഉപദേശിക്കുന്നില്ല? പക്ഷേ, അദ്ദേഹത്തിനു താൽപര്യം സാമാന്യ ജനങ്ങളുടെ ഭൗതിക ക്ഷേമത്തെക്കാൾ അവരുടെ ആത്മാക്കളോടാണ്. സാമാന്യജനങ്ങളുടെ ഭൗതികക്ഷേമത്തെ അവഗണിക്കുകയും അവരോട് ശരീരത്തെ ക്ലേശിപ്പിക്കാൻ ഉപദേശിക്കുകയും ചെയ്യുന്ന ഏതൊരാളും സാമാന്യജനങ്ങളുടെ ദാരിദ്ര്യത്തിൽ നിന്ന് സമ്പന്നരായി വളർന്നവരുടെ താൽപര്യത്തെ സേവിക്കുക മാത്രമാണ് ചെയ്യുന്നത്.

അമിതോൽപ്പാദനത്തെക്കുറിച്ചുള്ള വ്യാജ മുറവിളി ഉയരുന്നത് മുതലാളിത്ത താൽപര്യങ്ങളെ സംരക്ഷിക്കാനാണ്. ഗാന്ധി ഒരു തത്തയെപ്പോലെ ഈ മുറവിളി ആവർത്തിക്കുന്നു. സാമ്പത്തിക

ശാസ്ത്ര ത്തെക്കുറിച്ചുള്ള അദ്ദേഹത്തിന്റെ അജ്ഞതയാണ് അതു വെളിപ്പെടുത്തുന്നതെന്ന് പറയാം. പക്ഷേ, അമിതോൽപ്പാദനത്തിന്റെ സാങ്കൽപ്പിക തിന്മയോടുള്ള അദ്ദേഹത്തിന്റെ അബദ്ധജഡിലമായ ഭർത്സനത്തിൽ ഒരു യുക്തിയുണ്ട്. സാധനങ്ങളുടെ നിയന്ത്രിത ഉൽപാദനം ആദ്ദേഹത്തിന്റെ ധാർമ്മികവൽകൃത സാമൂഹികദർശ നത്തിന് അനുയോജ്യമാണ്. അദ്ദേഹ ത്തിന്റെ അഭിപ്രായത്തിൽ സാധനങ്ങൾ കൂടുതൽ ഉൽപാദിപ്പിക്കുമ്പോൾ സുഖാസ്വാദനത്തിന്റെ പരിധിയും വിശാലമാകുന്നു. അതിന്റെ ഫലമായി മനുഷ്യപ്രകൃതി കൂടുതൽ ദൂഷിക്കുന്നു. അങ്ങനെ ഗാന്ധിയുടെ സാമൂഹിക ദർശനം സമൃദ്ധിയുടെ സാമ്പത്തിക ശാസ്ത്രത്തെ എതിർക്കുകയും ജീർണ്ണിച്ച മുതലാളിത്തത്തിന്റെ താൽപര്യങ്ങൾക്കനു യോജ്യമായ ദുർഭിക്ഷത യുടെ സാമ്പത്തിക ശാസ്ത്രത്തെ പിന്താങ്ങുകയും ചെയ്യുന്നു. സമൃദ്ധി യുടെ സാമ്പത്തികശാസ്ത്രം, അതായത് ഉൽപാദനത്തിനനു സരിച്ചുള്ള വർദ്ധിതമായ ഉപഭോഗം സാങ്കേതിക പുരോഗതിയുടെ ഫലമായി സാമൂഹികമായ ഒരു അനിവാര്യതയായി മാറിയിട്ടുണ്ട്. പക്ഷേ അത് മുതലാളിത്തത്തിന്റെ പരിധികളെ തകർക്കാനുള്ള പ്രവണത കാണി ക്കുന്നു. അതുകൊണ്ട്, ഇന്നു മുതലാളിമാരിലെ കൂടുതൽ യാഥാസ്ഥി തികരായ വിഭാഗം ദുർഭിക്ഷതയുടെ മദ്ധ്യകാല സാമ്പത്തിക ശാസ്ത്ര ത്തിനുവേണ്ടി വാദിക്കുക എന്ന വിരോധാഭാസ അവസ്ഥയിലാണ്. അവർ നിയന്ത്രിത ഉൽപാദനത്തിനുവേണ്ടി വാദിക്കുന്നു അങ്ങനെ ഗാന്ധിസം മുതലാളിത്തമെന്ന വിചിത്രമായ കിടക്കറ പങ്കാളിയുടെ പിടിയിലമരുന്നു. എന്നാൽ ഇത് ആകസ്മികമായ ഒരു സമാഗമമല്ല. സ്വാഭാവികമായ ഫല മാണ്. ആത്മനിയന്ത്രണത്തെയും ലളിതജീ വിതത്തെയും ഐച്ഛികദാരിദ്ര്യത്തെയും കുറിച്ചുള്ള ആദ്ധ്യാത്മിക സിദ്ധാന്തം സമൂഹവിരുദ്ധമായ മുതലാളിത്തത്തിന്റെ ആവശ്യങ്ങൾ ക്ക് അനുയോജ്യമാണ്.

●

ഇന്ത്യയുടെ സന്ദേശം

പടിഞ്ഞാറിന്റെ പതനം വാസ്തവത്തിൽ മുതലാളിത്തത്തിന്റെ പതനമായതുകൊണ്ട് പാശ്ചാത്യനാഗരികതയുടെ പ്രതിസന്ധി മുതലാളിത്ത സാമൂഹിക ക്രമത്തിന്റെ ശിഥിലീകരണം മാത്രമാണ്. ഈ സന്ദർഭത്തിൽ ഇന്ത്യയുടെ ആത്മീയദൗത്യം ലാഭമോഹത്തിലും അധികാരാസക്തിയിലും അധിഷ്ഠിതമായ ഒരു സാമൂഹികക്രമത്തെ നാശത്തിൽ നിന്ന് വീണ്ടെടുക്കുകയെന്ന ലൗകികമായ ഒരു ഉദ്ദേശ്യവുമായി പ്രത്യക്ഷ പ്പെടുന്നു. ഇന്ത്യയുടെ ആത്മീയദൗത്യത്തിൽ വിശ്വസിക്കുന്ന വരെല്ലാം അതിന്റെ പ്രതിലോമകരമായ സ്വഭാവത്തെക്കുറിച്ച് ബോധവാന്മാരാണെന്ന് പറയാനാവില്ല. വളരെ ചുരുക്കം ആളുകൾക്ക് അതേക്കുറിച്ച് ബോധമാവാം. അവരിൽ മിക്കവർക്കും മുതലാളിത്തത്തോട് ആത്മാർത്ഥമായ വിരോധം ഉണ്ടായിരിക്കാം. എന്നാൽ ഈ വിരോധം അനിവാര്യമായും മുതലാളിത്ത വ്യവസ്ഥക്കപ്പുറത്തേക്ക് പോകാനുള്ള ആഗ്രഹത്തെ സൃഷ്ടിക്കില്ല. അത് മുതലാളിത്തത്തിനു മുമ്പുള്ള ആദർശവൽക്കരിക്കപ്പെട്ട സാമൂഹികാവസ്ഥയോടുള്ള അടുപ്പത്തേയാണ് സൂചിപ്പിക്കുന്നത്. അതുകൊണ്ട്, അത് പ്രതിലോമകരമായ ഒരു സാമൂഹിക വീക്ഷണത്തിന്റെ അടയാളമാണ്. പാശ്ചാത്യ ആദ്ധ്യാത്മികവാദത്തിൽ നിന്ന് വ്യത്യസ്തമല്ല ഇന്ത്യൻ ആദ്ധ്യാത്മികത. ഒരു തത്വശാസ്ത്രത്തിന്റെ ഗുണത്തെ വിലയിരുത്തേണ്ടത് അതിന്റെ ചരിത്രപരമായ പങ്കിന്റെയും സാമൂഹിക താല്പര്യത്തിന്റെയും അടിസ്ഥാനത്തിലായിരിക്കണം. അതിന്റെ വക്താക്കളുടെ ആത്മാർത്ഥതയും മറ്റും ഇക്കാര്യത്തിൽ ഒട്ടും പ്രസക്തമല്ല.

എങ്കിലും ഇന്ത്യൻ തത്വശാസ്ത്രം പാശ്ചാത്യ ആശയവാദത്തിൽ നിന്ന് വ്യത്യസ്തമാണെന്ന് ഇന്ത്യയുടെ ലോകദൗത്യത്തിന്റെ ഉദ്ബോധകന്മാർ യാതൊരടിസ്ഥാനവുമില്ലാതെ ഉറപ്പിച്ചുപറയുന്നു.

ആശയവാദതത്വ ശാസ്ത്രത്തിന്റെ അടിസ്ഥാനതത്വങ്ങളും അതിന്റെ മധ്യകാലികവും ക്രൈസ്തവ പൂർവ്വവുമായ പശ്ചാത്തലവും അവരുടെ ഈ അവകാശവാദം തികച്ചും അടിസ്ഥാനരഹിതമാണെന്ന് തെളിയിക്കുന്നു. ഇന്ത്യൻ ചിന്തയുടെ വൈകാരികതലത്തിന് ക്രൈസ്തവ മിസ്റ്റിസിസവുമായി വളരെയധികം സാമ്യമുണ്ട്; ഒരുപക്ഷേ, ക്രൈസ്തവ മിസ്റ്റിസിസം അതിനെ അതിശയിച്ചുവെന്നും വരാം. ധൈഷണികമായി അതിന് പൗരാണികമോ ആധുനികമോ ആയ പാശ്ചാത്യ ആശയവാദത്തെക്കാൾ മേന്മയൊന്നും അവകാശപ്പെടാനാവില്ല. അതീന്ദ്രിയഭാവനകളുടെ കാര്യത്തിൽ പാശ്ചാത്യമനസ്സും സമ്പന്നം തന്നെയാണ്. ഏഥൻസിലെ മഹാജ്ഞാനി, അലക്സാൺഡ്രിയയിലെ പ്രവാചകന്മാർ, ആദ്യകാല ക്രൈസ്തവ വിശുദ്ധന്മാർ, മധ്യയുഗത്തിലെ സന്യാസിമാർ-ഇവരുടെ ചരിത്രം ഏതൊരു മത്സര്യത്തെയും അഭിമാനത്തോടെ അഭിമുഖീകരിക്കാൻ കഴിയുന്ന രേഖയാണ്. ധാർമ്മിക സിദ്ധാന്തങ്ങളുടെ കാര്യത്തിലാവട്ടെ, യഹൂദമതത്തിന്റെയും സോക്രട്ടീസിന്റെയും, സ്റ്റോയിക്കുകളുടെയും പാരമ്പര്യങ്ങളുടെ ശക്തമായ അടിത്തറയിലാണ് ക്രിസ്തുമതം നിലകൊള്ളുന്നത്. ആധുനിക പാശ്ചാത്യലോകം ആ ഉൽകൃഷ്ട തത്വങ്ങൾക്കനുസരിച്ച് ജീവിക്കുന്നില്ല എന്നു കുറ്റപ്പെടുത്തണമോ? അതുപോലൊരു ആരോപണത്തിൽ നിന്ന് ഇന്ത്യയ്ക്ക് ആത്മാർത്ഥമായി രക്ഷപ്പെടാനാവുമോ? പൊതുവെ, ഇന്ത്യൻ ജനത ധാർമ്മികമായി വളരെ കുറച്ചുമാത്രം ദുഷിച്ചവരും, വൈകാരികമായി കൂടുതൽ ശുദ്ധരും, ആദർശപരമായി ലൗകിക കാര്യങ്ങളിൽ കുറച്ചുമാത്രം തല്പരരും ആണെന്നാണ് അവകാശപ്പെട്ടുന്നത്. പാശ്ചാത്യസമൂഹത്തിലെ ജനങ്ങളെ അപേക്ഷിച്ച് ഇന്ത്യക്കാർ ആത്മീയമായി വളരെ ഉയർന്നവരാണ് എന്നു ചുരുക്കം. ഈ അവകാശവാദത്തിന്റെ അടിസ്ഥാനം യാഥാർത്ഥ്യത്തോടുള്ള നെറികെട്ട അവഗണനയല്ലാതെ മറ്റൊന്നുമല്ല.

ഇന്ത്യൻ തത്വശാസ്ത്രത്തിന്റെ ആത്മീയമേന്മയെസമർത്ഥിക്കുന്നതിനുവേണ്ടി മുന്നോട്ടുവെച്ച വാദത്തെ ആദ്യം പരിശോധിക്കാം. അതിനുശേഷം അതിന്റെ സാമൂഹികതാൽപര്യത്തെ വിശകലനം ചെയ്യാം. അതിന്റെ സാമൂഹിക താല്പര്യം അതിന്റെ ചരിത്രപശ്ചാത്തലത്തെ വെളിപ്പെടുത്തും. അങ്ങനെ ഇന്ത്യൻ സംസ്കാരത്തെ ശരിയായി വിലയിരുത്താനും, മനുഷ്യപുരോഗതിയുടെ ചരിത്രത്തിൽ ഒരു പിന്നോട്ടുപോക്ക് സാദ്ധ്യമാണെന്ന് സാങ്കല്പികമായി അംഗീകരിച്ച്, ആധുനിക പാശ്ചാത്യ സംസ്കാരത്തിന് മെച്ചപ്പെട്ട ഒരു ബദൽ ആകാൻ ഇന്ത്യൻ സംസ്കാരത്തിന് കഴിയുമോ എന്നു തിട്ടപ്പെടുത്താനും സാധിക്കും.

ഇന്ത്യൻ തത്വശാസ്ത്രം പാശ്ചാത്യ ആശയവാദത്തിൽ നിന്ന് വ്യത്യസ്തമാണ് എന്ന അവകാശവാദത്തിന്റെ ആരംഭം ദിവ്യ വെളിപാടിനെക്കുറിച്ചുള്ള സിദ്ധാന്തത്തിൽ (Doctrine of revelation) കണ്ടെത്താനാവും. എന്നാൽ ഈ അവകാശവാദത്തിന്റെ ആധുനികവക്താക്കൾ തങ്ങളുടെ വാദത്തിന്റെ കാതലായ വശത്തെത്തന്നെ മുറുകെ പിടിക്കാൻ വൈമുഖ്യം കാണിക്കുന്നു. അല്ലാത്തപക്ഷം, അവർക്ക് തങ്ങളുടെ ശാസ്ത്രീയനാട്യങ്ങളെയെല്ലാം ഉപേക്ഷിച്ച് ശുദ്ധമായ വിശ്വാസത്തിന്റെ സംരക്ഷകരായി പരസ്യമായി രംഗത്തുവരേണ്ടിവരും. ഇങ്ങനെ മാത്രമേ, ഇന്ത്യൻ തത്വശാസ്ത്രം പാശ്ചാത്യ ആശയവാദത്തിൽ നിന്ന് വ്യത്യസ്തമാണെന്നു തെളിയിക്കാനാവൂ. യാഥാസ്ഥിതിക ഇന്ത്യൻ തത്വശാസ്ത്രം പ്രഥമവും പ്രധാനവുമായി മിസ്റ്റിക് ദൈവശാസ്ത്ര സമ്പ്രദായമാണ്. ഇന്ത്യൻ തത്വശാസ്ത്രവും ആധുനികആശയവാദവും തമ്മിലുള്ള വ്യത്യാസം ആധുനിക ആശയവാദവും നവപ്ലേറ്റോണിക് മിസ്റ്റിസിസവും തമ്മിലുള്ള വ്യത്യാസത്തിനു സമാനമാണ്. എന്നാൽ ഈ വ്യത്യാസത്തെ ചരിത്ര പരമായ ആനുപൂർവ്യത്തിന്റെ (Historical Sequence) യാഥാർത്ഥ്യത്തിലേക്ക് വിന്യസിക്കുന്നത് ഇന്ത്യയുടെ ആത്മീയ സന്ദേശത്തെക്കുറിച്ചുള്ള മിഥ്യാധാരണയെ തകർക്കും; കാരണം, അപ്പോൾ ആ സന്ദേശത്തിന് മൗലികത അവകാശപ്പെടാനാവില്ല. അതായത് അത് ഇന്ത്യയുടെ വിശിഷ്ട പ്രതിഭയുടെ (Special Genius) സൃഷ്ടിയാണെന്ന് അവകാശപ്പെടാനാവില്ല. അതുകൊണ്ട്, ഈ അവകാശവാദത്തിന്റെ പൊള്ളത്തരം വെളിവാകാതിരിക്കാൻ ഉതകുന്ന വാചകക്കസർത്തിൽ ചരിത്രസത്യത്തെ ശ്രദ്ധാപൂർവ്വം ഒളിപ്പിക്കുന്നു.

പാശ്ചാത്യ ആശയവാദം ബുദ്ധിയിൽ അധിഷ്ഠിതമായ ചിന്താസമ്പ്രദായം മാത്രമാണ്; അതേസമയം ഇന്ത്യൻ തത്വശാസ്ത്രമാകട്ടെ, ശുദ്ധമായ അനുഭവത്തിൽ അധിഷ്ഠിതവും-ഇങ്ങനെയാണ് വാദിക്കപ്പെടുന്നത്. ഈ വാദം 'എന്താണ് അനുഭവം?' എന്ന ചോദ്യത്തിന് ഉത്തരം നൽകണം. അതിഭൗതികമായ അഭ്യൂഹങ്ങളിൽ (Metaphysical Specculations) നിന്നു വ്യത്യസ്തമായി പാശ്ചാത്യ ആശയവാദവും അനുഭവത്തിൽ നിന്നാണ് ആരംഭിക്കുന്നത് എന്ന കാര്യം ശ്രദ്ധിക്കണം. അറിവിന്റെ ഉറവിടം അനുഭവം മാത്രമാണെന്ന് അതു കരുതുന്നു. എന്നാൽ ഇന്ത്യൻ തത്വശാസ്ത്രത്തിൽ 'അനുഭവം' എന്നത് ഒരു സംജ്ഞാനപ്രക്രിയ (Act of Cognition) അല്ല; അത് ഒരു മാനസികപ്രക്രിയയിലൂടെ ഉണ്ടാകുന്നതുമല്ല. എന്നാൽ, അതിന് ബുദ്ധിക്കതീതമായ സിദ്ധിയാകാൻ കഴിയില്ല. അതുകൊണ്ട്, പാശ്ചാത്യവും ഭാരതീയവുമായ തത്വശാസ്ത്രങ്ങൾ തമ്മിലുള്ള വ്യത്യാസം മുമ്പുപറഞ്ഞ പോലെയല്ല; യഥാർത്ഥത്തിൽ, അനുഭവത്തെക്കുറിച്ചുള്ള

സങ്കല്പത്തിലാണ്.

അനുഭവത്തിന് വിഷയി (Subject) വിഷയവസ്തു (Object) എന്നിങ്ങനെ രണ്ട് അസ്തിത്വങ്ങൾ അനിവാര്യമാണ്. അഹംബോധം (Ego) ബാഹ്യവസ്തു (Non-Ego) വുമായി ബന്ധപ്പെട്ടപ്പോൾ അനുഭവം ഉണ്ടാകുന്നു. ഇന്ദ്രിയങ്ങളിലൂടെയാണ് ബാഹ്യവസ്തുവുമായി ബന്ധം പുലർത്തുന്നത്. അനുഭവിക്കപ്പെടേണ്ട വസ്തുവിനെക്കുറിച്ച് അഹംബോധത്തിന് ബോധമുണ്ടാക്കുന്നത് പഞ്ചേന്ദ്രിയങ്ങളാണ്. പഞ്ചേന്ദ്രിയങ്ങളിലൂടെ മാത്രമേ അനുഭവം സാദ്ധ്യമാവുകയുള്ളൂ. അതുകൊണ്ട് ഇന്ദ്രിയസംവേദന(Sensation)ത്തിന്റെ ഫലമാണ് അനുഭവം; സംവേദന പ്രക്രിയയുടെ ആകെത്തുകയാണ് മനസ്സ് അഥവാ ബുദ്ധിശക്തി. അതുകൊണ്ട്, ബൗദ്ധിക പ്രക്രിയയിലൂടെയാണ് അനുഭവം ഉണ്ടാകുന്നത്. ബുദ്ധിക്കതീതമായ പ്രക്രിയയൊന്നുമല്ല അത്.

ഇന്ത്യൻ തത്വശാസ്ത്രത്തിൽ അനുഭവം എന്നത് വ്യത്യസ്തമായ ഒന്നാണ്. അഹംബോധത്തിനു വെളിയിൽ വസ്തുനിഷഠമായി നിലനിൽക്കുന്ന വസ്തുക്കളെക്കുറിച്ച് അറിവുനേടാനുള്ള വഴിയല്ല ഇന്ത്യൻ തത്വശാസ്ത്രത്തിന്റെ അനുഭവം; സംവേദന പ്രക്രിയയിലൂടെ അഹംബോധവുമായി ബന്ധം സ്ഥാപിക്കലുമല്ല. ആധുനിക പാശ്ചാത്യ തത്വശാസ്ത്രത്തിലെ കടുത്ത ആദ്ധ്യാത്മികവാദ ചിന്താസരണികൾ പറയുന്ന 'അപരോക്ഷാനുഭവം' (Direct experience) ആണ് അത്. അതായത്, പഞ്ചേന്ദ്രിയങ്ങളുടെ മധ്യവർത്തിത്ത്വമില്ലാതെയും, സാധാരണ സംജ്ഞാന പ്രക്രിയയിലൂടെയല്ലാതെയും നേരിട്ട് ഉണ്ടാകുന്ന അനുഭവമാണത്. അതുകൊണ്ട്, അഹംബോധത്തിനു പുറത്ത് വസ്തുനിഷ്ഠമായി നിലനിൽക്കുന്ന എന്തിനെയെങ്കിലും കുറിച്ചുള്ള അറിവിനെ ഈ അനുഭവം പ്രതിനിധീകരിക്കുന്നില്ല. അത് അഹംബോധത്തിന്റെ ഒരുതരം ആത്മജ്ഞാനോദയ (Self-illumination) മാണ്. തുറന്നുപറയുന്നതിൽ എതിർപ്പില്ലെങ്കിൽ പറയാം: അത് വെളിപാടാണ്. വെളിപാടും അനുഭവവും തികച്ചും വ്യത്യസ്തങ്ങളാണ്. ഇന്ദ്രിയങ്ങളെന്ന മാധ്യമത്തിലൂടെ അഹംബോധം ബാഹ്യവസ്തുക്കളുമായി ബന്ധം സ്ഥാപിക്കുന്നതിനെ ആശ്രയിച്ചിരിക്കുന്നു അനുഭവം. അതേ സമയം, സ്വയം ബാഹ്യപ്രപഞ്ചത്തിൽ നിന്ന് പൂർണ്ണമായും വേറിട്ടുനിൽക്കുമ്പോൾ മാത്രമാണ് അഹംബോധത്തിന് ശാശ്വതസത്യം അഥവാ കേവലജ്ഞാനം വെളിപ്പെടുന്നത്.

തത്വശാസ്ത്രമെന്ന നിലയിൽ ഇന്ത്യൻ തത്വശാസ്ത്രത്തെ പാശ്ചാത്യ ആശയവാദത്തിൽ നിന്ന് വേർതിരിക്കാനാവില്ല. ഇന്ത്യൻ തത്വശാസ്ത്രം വാസ്തവത്തിൽ അനുഭവത്തിൽ അധിഷ്ഠിതമാണെങ്കിൽ അത് ഇന്ദ്രിയഗോചരമായ വസ്തുക്കളുമായി ഇടപെടണം. അറിവിലേക്കുള്ള

ഒരേയൊരു വഴി എന്ന നിലയിൽ അനുഭവവും സംവേദന പ്രക്രിയയും തമ്മിൽ വ്യത്യാസമില്ല എന്നത് അംഗീകരിക്കണം; അത് ബുദ്ധിയിലധിഷ്ഠിതമായ വ്യവസ്ഥയായിരിക്കണം : വസ്തുനിഷ്ഠമായ ചിന്തയുടെ ഒരു വ്യവസ്ഥ. എന്നാൽ യഥാർത്ഥത്തിൽ ഇന്ത്യൻ തത്വശാസ്ത്രം അനുഭവ ത്തിൽ അധിഷ്ഠിതമല്ല. അത് ജ്ഞാനത്തെ സംജ്ഞാനപ്രക്രിയയുടെ പരിധിക്കപ്പുറത്ത് പ്രതിഷ്ഠിക്കുന്നു. അത് അതീന്ദ്രിയതലത്തിൽ സത്യത്തെ കണ്ടെത്തുന്നു. അങ്ങനെ, തത്വശാസ്ത്രത്തിന്റെ മണ്ഡലത്തെ ഉപേക്ഷിച്ചുകൊണ്ട് ഇന്ത്യൻ തത്വശാസ്ത്രം പാശ്ചാത്യ ആശയവാദത്തിൽ നിന്ന് വ്യത്യസ്തമാണെന്ന് അവകാശപ്പെടുന്നു. ഇന്ത്യൻ തത്വശാസ്ത്രം പ്രകൃത്യാതീത ജ്ഞാനം കൈവശമുണ്ടെന്ന് അവകാശപ്പെടുമ്പോൾ പാശ്ചാത്യ ആശയവാദം പ്രകൃതിശാസ്ത്രത്തിൽ സ്വയം പരിമിതപ്പെടുത്തുന്നു. രണ്ടും തമ്മിലുള്ള വ്യത്യാസം അതാണ്. ഒരു യോഗാത്മക അതിഭൗതികവാദ സമ്പ്രദായവും (A system of mystical metaphysics) തത്വശാസ്ത്രവും തമ്മിലുള്ള വ്യത്യാസം ആയതുകൊണ്ട് അത് ഒരു യഥാർത്ഥ വ്യത്യാസമാണ്. യാഥാസ്ഥിതിക ഇന്ത്യൻ തത്വശാസ്ത്രം അടിസ്ഥാനപരമായി മതപരമായ അഭ്യൂഹപദ്ധതിയാണ്. അതേസമയം, പാശ്ചാത്യക്ലാസിക്കൽ ആശയവാദം വിശ്വാസത്തിനെതിരെ യുക്തിയുടെ വെല്ലുവിളിയെന്ന നിലയ്ക്കാണ് രൂപംകൊണ്ടത്.

അപരോക്ഷാനുഭവത്തെക്കുറിച്ചുള്ള സിദ്ധാന്തം വിശ്വാസത്തിന്റെ മറ്റൊരു പേരല്ലാതെ വേറൊന്നുമല്ല. ദൈവത്തിൽ നിന്ന് ദിവ്യപ്രചോദിതരിലേക്ക് വിശ്വാസം മാറ്റപ്പെട്ടു എന്നുമാത്രം. അതീന്ദ്രിയതലത്തിൽ, പരമാനന്ദാവസ്ഥയിൽ, സമാധിയിൽ ഉണ്ടായ ഒരനുഭവം പരീക്ഷണത്തിനു വിധേയമല്ല. പരീക്ഷണത്തിനു വിധേയമല്ലാത്ത സത്യത്തെ ഒന്നുകിൽ ഭാവനയായി കരുതി തള്ളിക്കളയണം; അല്ലെങ്കിൽ തെളിവൊന്നുമില്ലാതെതന്നെ അംഗീകരിക്കണം. ദിവ്യൻ താൻ കണ്ടു എന്ന് അവകാശപ്പെടുന്ന കാര്യം യഥാർത്ഥത്തിൽ അദ്ദേഹം കണ്ടുവോ എന്നു തീരുമാനിക്കാൻ ഒരു വഴിയുമില്ല. അദ്ദേഹത്തിന്റെ വാക്കിനെ വിശ്വസിക്കണം. അപ്പോൾ സത്യത്തിന്റെ മാനദണ്ഡം അനുഭവമല്ല; മറിച്ച് വിശുദ്ധനോ കപടവേഷധാരിയോ കിറുക്കനോ ആകാനിടയുള്ള ഒരാളുടെ സാക്ഷ്യമാണ്. രോഗഗ്രസ്തമായ വികാരപരതയുള്ള ഒരാളുടെ നിഷ്കപടമായ വിചിത്രഭാവന; അല്ലെങ്കിൽ, അജ്ഞന്റെ മുൻവിധിയെ പ്രതിഫലിപ്പിക്കുന്ന നിഷ്കളങ്കമായ മാനസിക കല്പന; അതല്ലെങ്കിൽ ഒരു നിശ്ചിത ആശയത്തെ ഒഴിയാബാധയായി കൊണ്ടുനടക്കുന്നവരുടെ മായികഭ്രമം; അതുമല്ലെങ്കിൽ കപടവേഷധാരിയുടെ കരുതിക്കൂട്ടിയുള്ള നുണ-ഇവയിലൊന്നിനോ എല്ലാറ്റിനുമോ അപരോക്ഷാനുഭവത്തിലൂടെ ആർജ്ജിച്ച

ജ്ഞാനത്തിന്റെ മഹത്വം അവകാശപ്പെടാനാവും; അതീന്ദ്രിയമാർ ഗത്തിലൂടെ കണ്ടെത്തിയ കേവല സത്യത്തിന്റെ പ്രമാണികത്വം അനർഹമായി കൈക്കലാക്കാനാവും.

താല്പര്യമുള്ള ആർക്കും അപരോക്ഷാനുഭവത്തിന്റെ സത്യാത്മകത പരിശോധിച്ചറിയാനാവുമെന്ന് അപരോക്ഷാനുഭവ സിദ്ധാന്തത്തിൽ വിശ്വസിക്കുന്നവർ പ്രത്യുത്തരം നൽകുമെന്നത് തീർച്ചയാണ്. എന്നാൽ, ആ അനുഭവം നേടാനായില്ലെങ്കിൽ, പരമാനന്ദാവസ്ഥ യിൽ എത്തുന്നതിന് അനിവാര്യമായ ആത്മീയോന്നതിയുടെ അഭാ വമാണതിനു കാരണമെന്ന് അവർ പറയും. അങ്ങനെ, കള്ളവേഷ ത്തട്ടിപ്പിന്, അല്ലെങ്കിൽ ആത്മ വഞ്ചനക്ക് ബഹുമാന്യത നൽകുന്നു. ആത്മീയാപകർഷതയെന്ന മാനഹാനിയിൽ നിന്ന് എളുപ്പത്തിൽ രക്ഷപ്പെടാൻ കഴിയുമ്പോൾ, ആരെങ്കിലും താൻ ആത്മീയമായി താഴ്ന്ന നിലയിലാണെന്നു സമ്മതിക്കുമോ? ദിവ്യനായി വാഴ്ത്തപ്പെടാനുള്ള പ്രലോഭനത്തെ ആർക്കാണ് തടുക്കാനാവുക? ഈ ബഹുമതികളുള്ള കൂടിയ വിലയാകട്ടെ, ഒരു പച്ചനുണയോ അല്പം ആത്മ വഞ്ചനയോ മാത്രം! വിശുദ്ധ തൊഴിലിൽ ഏർപ്പെടാൻ ആൾത്തിരക്കൊന്നു മില്ല. മനുഷ്യന്റെ സഹജമായ യുക്തിബോധം അതിന്റെ നേട്ടങ്ങൾക്ക് പരിധി കല്പിക്കുന്നതാണതിനു കാരണം. യുക്തിബോധം കുറയു മ്പോൾ ഈ തൊഴിൽ അഭിവൃദ്ധിപ്പെടുന്നു. ആളുകളുടെ അറിവുകേ ടിന്റെ അളവ് വർദ്ധിക്കുന്നതിനനുസരിച്ച് അപരോക്ഷാഭ്രുതിയിലും വെളിപാടിലുമുള്ള വിശ്വാസവും വർദ്ധിക്കും.

അപരോക്ഷാനുഭവത്തിന്റെ ഹാനികരമായ വിശേഷതയുണ്ടെങ്കി ലും, ഇന്ത്യൻ തത്വശാസ്ത്രത്തിന് പാശ്ചാത്യ ആശയവാദത്തേക്കാൾ ഉൽകൃഷ്ടതയൊന്നും അവകാശപ്പെടാനാവില്ല. തത്വശാസ്ത്രത്തിന്റെ ആ ക്ലാസിക്കൽ സരണിയുടെ പിതാവാണ് പ്ലേറ്റോ. അദ്ദേഹത്തി ന്റെ അതിഭൗതികമായ അഭ്യൂഹങ്ങൾ അലക്സാൺഡ്രിയയിലെ യോഗികളുടെ നിർവൃതിയിലേക്ക് നേരിട്ട് കടന്നുചെന്നു. അന്നുമുതൽ, മദ്ധ്യകാലത്തുട നീളം, നിർവൃതി ക്രിസ്തുമതത്തിന്റെ വിശ്വാസപ്രമാ ണമായിരുന്നു. മദ്ധ്യകാലത്തെ വിശുദ്ധന്മാരെല്ലാവരും അവരുടെ ഉള്ളിൽ ദിവ്യപ്രകാശ ത്തെ അനുഭവിച്ച-ദൈവികതയെ നേർ ക്കുനേർ കണ്ടു. ആധുനിക ആശയവാദം വരട്ടുസിദ്ധാന്ത (Dogma) ത്തെ ഉന്മൂലനം ചെയ്യാനായിട്ടാണ് ആരംഭിച്ചത്; എന്നാൽ ആരം ഭകാലത്തെ അത്യുജ്ജ്വലമായ വിജയത്തിനുശേഷം, മുന്നിലുള്ള അതിന്റെതന്നെ നിഴലിനെകണ്ട് പേടിച്ചരണ്ട് യുക്തിപരമായ വിശ്വാസത്തിലേക്ക്, ശാസ്ത്രീയമതത്തിലേക്ക് അധഃപതിച്ചു. അത് ആക്ഷേപിക്കാനായാണ് വന്നത്; എന്നാൽ അപേക്ഷിക്കാനായി

തങ്ങി. ഇക്കാലത്ത്, ആധുനിക ആശയവാദവും ശുദ്ധമായ അനുഭവത്തെക്കുറിച്ചുള്ള സിദ്ധാന്തത്തിന് രൂപം നൽകിക്കൊണ്ട്, 'താനുഭവ'ത്തിന്റെ വരട്ടുസിദ്ധാന്തത്തെ പുനരുജ്ജീവിപ്പിച്ചിട്ടുണ്ട്.

ആ വഴിക്കുപോകാൻ ആശയവാദം വിധിക്കപ്പെട്ടു. അതിന്റെ തന്നെ പ്രകൃതത്താൽ, മതാനുഭവത്തിന്റെ ജലാശയത്തിൽ അകപ്പെടാൻ ആശയവാദം നിർബന്ധിതമായിരുന്നു. യോഗാത്മക അതിഭൗതികവാദം (Mystical Metaphysics) അതിന്റെ സത്തയിൽ അന്തർലീനമായിരുന്നു. ബോധത്തിനു വെളിയിലുള്ള വസ്തുക്കളുടെ വസ്തുനിഷ്ഠയാഥാർത്ഥ്യത്തിന്റെ നിഷേധം, സത്യത്തിന്റെ കേവലമാനദണ്ഡത്തെ അന്വേഷിച്ചുള്ള ആത്മാവലോകനപരമായ അഭ്യൂഹത്തിലേക്ക് നമ്മെ അനിവാര്യമായും എടുത്തെറിയുന്നു. അഭൗതികമായ ആശയത്തിന് വസ്തുനിഷ്ഠമായ അസ്തിത്വ (Objective existence) മുണ്ടെന്ന സിദ്ധാന്തം, അറിയപ്പെടേണ്ട വസ്തുക്കളുടെ പൂർണ്ണചിത്രം നൽകാൻ പഞ്ചേന്ദ്രിയങ്ങൾക്ക് കഴിയില്ലെന്ന നിഗമനത്തിലേക്ക് അനിവാര്യമായും നയിക്കുന്നു. അഭൗതിക സംവർഗ്ഗങ്ങൾ (Immaterial categories)ക്ക് ഇന്ദ്രിയങ്ങളുടെ പരിധിക്കകത്ത് വർത്തിക്കാനാവില്ല. ഇന്ദ്രിയസംവേദനങ്ങളാൽ പോഷിപ്പിക്കപ്പെടുന്നിടത്തോളം മനസ്സിന് അത്തരം അതീന്ദ്രിയ സംവർഗ്ഗങ്ങളെ ഗ്രഹിക്കാനാവില്ല. അതു കൊണ്ട്, അവ അന്തർജ്ഞാന (Intution)ത്തിന്റെ വിഷയങ്ങളാണ്. അങ്ങനെ, വെളിപാടിനെക്കുറിച്ചുള്ള പരിചിത സിദ്ധാന്തത്തിൽ വീണ്ടും നാം തിരിച്ചെത്തുന്നു. ഇക്കാലത്തെ 'ശാസ്ത്രീയ' ആശയവാദികൾ സ്വാഭാവികമായും മതപരമായ പഴഞ്ചൻ സാങ്കേതിക പദങ്ങൾ ഉപയോഗിക്കി ല്ലെന്നുമാത്രം. പഴഞ്ചൻ സിദ്ധാന്തത്തെ ആവിഷ്കരിക്കുന്നതിന് അവർ ശാസ്ത്രീയ പദങ്ങൾ കണ്ടുപിടിക്കുന്നു. എന്തായാലും, അപരോക്ഷാനുഭൂതിയെക്കുറിച്ചും, കേവലാനുഭവത്തെക്കുറിച്ചും, മതാനുഭവത്തെക്കുറിച്ചുമുള്ള സങ്കല്പങ്ങൾ സമകാലിക പാശ്ചാത്യ ആശയവാദത്തിന് ഒട്ടും അന്യമല്ല. മുതലാളിത്തത്തിന്റെ അധഃപതനഘട്ടത്തിന്റെ പ്രത്യയശാസ്ത്രമായ സമകാലിക മിസ്റ്റിസിസത്തിന്റെ ഉദയത്തിനു പ്രാരംഭമായി ഇത്തരത്തിലുള്ള നിഗൂഢമായ അഭ്യൂഹത്തിലേക്ക് ആശയവാദതത്ത്വശാസ്ത്രം സത്യത്തിൽ അധഃപതിച്ചു.

ആധുനിക ദൈവശാസ്ത്രജ്ഞനായ ഒരു സമകാലിക തത്ത്വ ശാസ്ത്ര എഴുത്തുകാരൻ മതാനുഭവത്തിന്റെ സ്വഭാവത്തെയും സാധ്യതയെയും പറ്റി താഴെകൊടുക്കുന്ന നിരീക്ഷണം നടത്തുന്നു: 'ദൃഢമായി വിശ്വസിക്കുന്നതിലൂടെ ഭാഗികമായി സാക്ഷാൽകരിക്കപ്പെടാവുന്ന മായിക ദർശനങ്ങളാണ് മതത്തിന്റെ പരമാർത്ഥദർശനങ്ങൾ. മതം,

സത്യമാണെന്ന് വിശ്വസിക്കുന്നവയെല്ലാം പൂർണ്ണമായും സത്യമല്ല; സത്യമാകേണ്ടവയാണ്. അതിന്റെ സത്യം സംശയിക്കപ്പെടുന്നില്ലെങ്കിൽ, സത്യമായി മാറാനുമിടയുണ്ട്.' (റെയ്നോൾഡ് നൈബർ, ധാർമ്മിക മനുഷ്യനും അധാർമ്മിക സമൂഹവും)

തത്ത്വശാസ്ത്രത്തിന്റെ അടിസ്ഥാനമായി ബുദ്ധിക്കുപകരം മായിക ദർശനത്തെ പ്രതിഷ്ഠിക്കുന്നത് ഇന്ത്യയുടെ മാത്രം പ്രത്യേകതയല്ല. അതു കൊണ്ട്, അതിനെ ഇന്ത്യൻ തത്ത്വശാസ്ത്രത്തിന്റെ ഉൽകൃഷ്ടതയുടെ തെളിവായി കണക്കാക്കാനുമാവില്ല. യൂറോപ്പിന്റെ ചരിത്രത്തിൽ പലപ്പോഴും 'ശീലങ്ങളും പാരമ്പര്യങ്ങളും' ബുദ്ധിയെ അമർത്തിയിരുന്നുവെന്ന് ചൂണ്ടിക്കാണിച്ചുകൊണ്ട് നമ്മുടെ കാലത്തെ പാശ്ചാത്യതത്ത്വചിന്തകരിൽ പ്രമുഖ നായ ഒരാൾ എഴുതുന്നു.: 'തീവ്രവികാരങ്ങളാൽ സൃഷ്ടിക്കപ്പെട്ട, പ്രചുരമായ മായികഭ്രമങ്ങൾ പ്രതിസന്ധിഘട്ടങ്ങളിൽ ഒരു പങ്കുവഹിച്ചിട്ടുണ്ട്: അവയുമായി താരതമ്യപ്പെടുത്തുമ്പോൾ ബുദ്ധിയുടെ സ്വാധീനം നിസ്സാരമാണ്.' (ജോൺ ഡ്യൂയി, Intelligence and power).

ബുദ്ധിയുടെ പരിധിക്കപ്പുറത്തുള്ള അവ്യയസത്യങ്ങളെ (Immutable truths) തേടുകയെന്ന പാഴ്ശ്രമം നടത്തുന്ന ഇന്ത്യൻ തത്ത്വശാസ്ത്രം ഭൂതകാലത്തെ അത്തരം പ്രതിസന്ധിഘട്ടങ്ങളുടെ ഉൽപന്നമാക്കിയിരുന്നു. ആധുനിക മുതലാളിത്ത നാഗരികതയുടെ പ്രതിസന്ധിമൂലം അത്തരമൊരു ആത്മപരിശോധനാവസ്ഥയിലേയ്ക്ക് സമകാലിക പാശ്ചാത്യ ആശയവാദം അധഃപതിച്ചിട്ടുണ്ട്. രണ്ടിലും, ഇളക്കംതട്ടിയ നിക്ഷിപ്തതാൽപര്യങ്ങളെ പുനഃപ്രതിഷ്ഠിക്കുന്നതിനുവേണ്ടി ബുദ്ധിശക്തിയുടെ സ്ഥാനത്ത് വികാരത്തെയും പാരമ്പര്യത്തേയും മായികഭ്രമത്തെയും പുനഃസ്ഥാപിക്കുന്നു. 'പരീക്ഷണാത്മക ശാസ്ത്രങ്ങളുടെ സഹായത്തോടെ പ്രകൃതിയെ കീഴടക്കാനുള്ള മനോഭാവ'ത്തിനുവേണ്ടി വാദിച്ചുകൊണ്ട് ഡ്യൂയി പറയുന്നു: 'ഇതിനു പകരമാകട്ടെ, ചോദ്യം ചെയ്യപ്പെടാത്ത ആചാരത്തിന്റെയും പാരമ്പര്യത്തിന്റെയും ഭാരത്താൽ ദൃഢീകരിക്കപ്പെട്ട വരട്ടുതത്ത്വവാദമാണ്; വർഗ്ഗതാൽപര്യത്തിന്റെ പ്രച്ഛന്നമോ പ്രകടമോ ആയ പ്രവർത്തനവും, നിഷ്ഠുരശക്തിയിലും ഹിംസയിലുമുള്ള ആശ്രിതത്വവുമാണ്.'

പാശ്ചാത്യ ആശയവാദം ആരംഭകാലത്ത് ബുദ്ധിക്കും യുക്തിക്കും പ്രാധാന്യം നൽകിയിരുന്നു. ഇതാണ് ഭാരതീയവും പാശ്ചാത്യവുമായ മതാത്മക അതിഭൗതിക അഭ്യൂഹങ്ങളിൽ നിന്ന് അതിനെ വ്യതിരിക്തമാക്കിയിരുന്നത്. പാശ്ചാത്യ ആശയവാദത്തിൽ നിന്ന് ബുദ്ധിയെയും യുക്തിയെയും അഹരിക്കുമ്പോൾ, അത് ഡ്യൂയി സൂചിപ്പിച്ച വരട്ടുതത്ത്വവാദമായി മാറുന്നു. വെളിപാടുസിദ്ധാന്തത്തെ

നിഷേധിച്ചപ്പോഴും, യുക്തിയുടെയും ബുദ്ധിയുടെയും ആയുധങ്ങൾ കൊണ്ട് വിശ്വാസത്തോട് പൊരുതിയപ്പോഴുമാണ് പാശ്ചാത്യ ആശയവാദം ഇന്ത്യൻ തത്ത്വശാസ്ത്രത്തിൽ നിന്ന് വ്യത്യസ്തമായിരുന്നത്.

പാശ്ചാത്യതത്ത്വശാസ്ത്രം തികച്ചും തത്ത്വശാസ്ത്രപരമായ മണ്ഡലത്തിൽ നിലകൊണ്ടിടത്തോളം, ഇന്ത്യയിലെ മിസ്റ്റിക് ദൈവശാസ്ത്രവുമായി അത് ചില കാര്യങ്ങളിൽ വ്യത്യസ്തമായിരുന്നു. എങ്കിലും, അടുത്ത കാലത്തായി അതിന്റെ തന്നെ മിസ്റ്റിക്-അതിഭൗതിക വാദപരമായ വ്യതിയാനങ്ങൾ മൂലം ആ വ്യത്യാസം അപ്രത്യക്ഷമായിട്ടുണ്ട്. അനന്തരഫലമായി, പാശ്ചാത്യനാടുകൾ അവയുടെ ക്രൈസ്തവ ധാർമ്മികതയുടെയും മിസ്റ്റിസിസത്തിന്റെയും പാരമ്പര്യങ്ങളിൽത്തന്നെ ആത്മീയ സന്ദേശം കണ്ടെത്തിയിട്ടുള്ളതുകൊണ്ട് ഇന്ത്യയുടെ ആത്മീയ സന്ദേശം അധികപ്പറ്റാണ്. ഇന്ത്യയുടെ സന്ദേശം എന്താണെന്ന് കൃത്യമായി കണ്ടെത്താനും വളരെ പ്രയാസമാണ്. ഇന്ത്യൻ തത്ത്വശാസ്ത്രം പലതര ത്തിലുള്ള, പരസ്പരവിരുദ്ധമായ ഒരുക്കൂട്ടം അഭ്യൂഹങ്ങളുടെ സമാഹാര മായതുകൊണ്ടാണ് ഈ ബുദ്ധിമുട്ട്. ഇന്ത്യൻ തത്ത്വശാസ്ത്രത്തിന്റെ വ്യത്യസ്തസരണികളുടെ ആധുനികവ്യാഖ്യാതാക്കൾ ഇന്ത്യൻ സാംസ്കാരത്തിന്റെ തത്ത്വങ്ങളെ വ്യത്യസ്തരീതികളിലാണ് പ്രതിപാദിക്കുന്നത്. അവരവരുടെ കാഴ്ചപ്പാടനുസരിച്ച്, മതത്തിലും വൈകാരിക മൂല്യങ്ങളിലും ക്രിയാത്മകചിന്തയിലും ധാർമ്മിക മാനദണ്ഡങ്ങളിലും മറ്റും ഊന്നൽ നൽകപ്പെടുന്നു. ചരിത്രപരമായ പരിപ്രേക്ഷ്യത്തിൽ ഇന്ത്യൻ സംസ്കാരത്തിന്റെ വികാസത്തെ വീക്ഷിക്കുന്നതിൽ വ്യാഖ്യാതാക്കൾക്കുണ്ടായ പരാജയമാണ് ഈ ആശയക്കുഴപ്പത്തിനു കാരണം. മാനവസംസ്കാരത്തിന്റെ പരകോടിയായി ഇന്ത്യൻ സംസ്കാരത്തെ വാഴ്ത്തുന്നവരും, അതിനെ ലോകത്തിനുമേൽ അടിച്ചേൽപ്പിക്കാൻ ഉദ്ദേശിക്കുന്നവരും വിരോധാഭാസമെന്നു പറയട്ടെ, ഇന്ത്യൻ സംസ്കാരത്തെ ശരിയായി വിലയിരുത്തി അതിന്റെ രചനാത്മക ഫലങ്ങളെ കണ്ടെത്തുന്നതിന് കഴിവറ്റവരാണ്.

എങ്കിലും, ഹിന്ദുസംസ്കാരത്തിന്റെ അടിസ്ഥാനതത്ത്വങ്ങളുടെ മൂർത്തീകരണമായി പൊതുവെ സനാതനധർമ്മത്തെ അംഗീകരിക്കുന്നു. സനാതനധർമ്മം, ആ പേരു സൂചിപ്പിക്കുന്നതുപോലെ, ശാശ്വതമായ സാധുത അവകാശപ്പെടുന്ന, മതപരിവേഷമുള്ള ഒരുക്കൂട്ടം സാമൂഹിക അനുശാസനങ്ങളാണ്. ഭൂതകാലത്ത് മാത്രമല്ല അത് ഗുണകരമായിരുന്നത്; ഇക്കാലത്ത് അനുഷ്ഠിച്ചിരുന്നുവെങ്കിൽ അത്രതന്നെ ഗുണം ഉണ്ടാകു മായിരുന്നു. ഭാവിയിലേക്കുള്ള ഒറ്റമൂലിയും അത് വാഗ്ദാനം

ചെയ്യുന്നു. സനാതനധർമ്മത്തിൽ വെളിപ്പെട്ട ശാശ്വത സത്യത്തിന്റെ പാതയിൽ നിന്ന് വ്യതിചലിച്ചതാണ് ഇന്ത്യയുടെ ഇന്നത്തെ അവസ്ഥയ്ക്ക് കാരണമെന്ന് വാദിക്കപ്പെടുന്നു. ആ പാതയിലേയ്ക്കുള്ള മടങ്ങിപ്പോക്ക് ഇന്ത്യയെ സുവർണ്ണയുഗത്തിലേയ്ക്ക് തിരിച്ചെത്തിക്കും; ഭൗതികവാദത്താൽ യാതന അനുഭവിക്കുന്ന ലോകത്തിന് മാതൃകയാകുകയും ചെയ്യും.

എന്തുകൊണ്ട് ഇന്ത്യ സ്വന്തം ഭാഗധേയത്തിൽ നിന്ന് സ്വയം വ്യതിചലിച്ചു എന്നത് ഇത് വിശദീകരിക്കുന്നില്ല. ഇന്ത്യയെ ശരിയായ പാതയിൽത്തന്നെ നിലനിർത്തുന്നതിൽ ഇന്ത്യയുടെ 'ആത്മീയ പ്രതിഭ' എന്തുകൊണ്ട് പരാജയപ്പെട്ടു? അപ്പോൾ, ആ ആദർശം തന്നെയും ഒരു പ്രഹേളികയാണ്. മതമായിട്ടും, വിശ്വാസമായിട്ടും, തത്ത്വശാസ്ത്രസമ്പ്രദായമായിട്ടും, ധാർമ്മികനിയമങ്ങളായിട്ടും അത് പലതരത്തിൽ വ്യാഖ്യാനിക്കപ്പെടുന്നു. അത് ഭൂതകാലത്ത് എന്തായിരുന്നാലും, വർത്തമാനകാല പ്രകടനത്തിന്റെ അടിസ്ഥാനത്തിൽ അതിനെ വിലയിരുത്തണം. ലോകത്തിലെ സകലകഷ്ടപ്പാടുകൾക്കും ക്ലേശങ്ങൾക്കുമുള്ള ശമനൗഷധമെന്ന നിലയിൽ സ്വയം അവതരിപ്പിക്കുന്ന അതിനെ ആ നിലയിൽത്തന്നെ വിശകലനം ചെയ്യണം.

ലോകമോക്ഷത്തിനായി നിർദ്ദേശിക്കപ്പെട്ട ധർമ്മസംസ്കാരത്തിന്റെ മുഖ്യതത്ത്വം 'ആത്മനിയന്ത്രണമാണ്. കൂടെക്കൂടെ ആവർത്തിക്കപ്പെടുന്ന ആത്മനിയന്ത്രണത്തിന്റെ യഥാർത്ഥ അർത്ഥത്തെക്കുറിച്ച്, ഭാഗ്യവശാൽ, നമുക്ക് സന്ദേഹത്തിനിടനൽകുന്നില്ല. 'ഓരോ പുരുഷനും സ്ത്രീയും അവരവരുടെ ജന്മത്തിനും പരിതസ്ഥിതിയ്ക്കുമനുസരിച്ച് എങ്ങനെ സ്വധർമ്മം അഥവാ ആത്മനിയന്ത്രണം അനുഷ്ഠിക്കണമെന്ന് സനാതനധർമ്മം പഠിപ്പിക്കുന്നു.' അതുകൊണ്ട്, ഓരോരുത്തരെയും തന്റെ വിധിയോട് പൊരുത്തപ്പെടാൻ പഠിപ്പിക്കുന്നതിലുള്ള വിജയത്തിലാണ് ഇന്ത്യൻ സംസ്കാരത്തിന്റെ ആത്മീയ പ്രതിഭ അടങ്ങിയിരിക്കുന്നത്. ഓരോരുത്തരുടെയും സമൂഹത്തിലുള്ള സ്ഥാനം എക്കാലത്തേക്കുമായി നിശ്ചയിക്കപ്പെടുന്നു. സാമൂഹികാടിമത്തത്തിന്റെ സ്ഥാപിത സമ്പ്രദായത്തോടുള്ള സ്വയം കീഴടങ്ങലാണ് 'ആത്മനിയന്ത്രണം' എന്നതുകൊണ്ട് അർത്ഥമാക്കുന്നത്. ആത്മനിയന്ത്രണമെന്ന ശുദ്ധനന്മയുടെ അനുഷ്ഠാനത്തിലൂടെ രൂപംകൊണ്ടു 'ഉൽകൃഷ്ട പ്രകൃതി' അടിമമനോഭാവമാണ്. സാമാന്യ ജനങ്ങളുടെ മുന്നിൽ വെയ്ക്കപ്പെട്ട ഇന്ത്യൻ സംസ്കാരത്തിന്റെ ആദർശമാണത്. അടിമമനോഭാവത്തിന്റെയും, ബൗദ്ധിക ജഡത്വത്തിന്റെയും, ധർമ്മികമരണത്തിന്റെയും, ജൈവലക്ഷണമില്ലായ്മയുടെയും ഈ ആദർശം ഭരണവർഗ്ഗം കൽപിച്ച കടമയുടെ ആത്മാർത്ഥമായ നടപ്പാക്കലിനെ

പ്രതീക്ഷിക്കുന്ന-'ദൈവികാനന്ദ'ത്തിലേയ്ക്കുള്ള വഴി അതാണ്. ജീവിതശൂന്യതയ്ക്ക് ആശ്വാസമായി അടിമ തന്റെ ആത്മവത്തയിൽ ത്തന്നെ 'ദൈവികാനന്ദം' കണ്ടെത്തണം. അടിമത്തത്തെ ഉപേക്ഷിച്ച് യജമാനന്റെ സ്ഥാനമാനങ്ങളിലേക്ക് കടന്നുകയറണമെന്ന ചിന്തയ്ക്ക് ഇടം കൊടുക്കാത്ത തരത്തിൽ അടിമയെ അകറ്റിനിർത്തി അജ്ഞതയുടെ ആനന്ദത്തിൽ തളയ്ക്കുക ഇതാണ് - 'ജീവികളുടെയെല്ലാം ഹൃദയത്തിന്റെ അടിത്തട്ടിൽ വർത്തിക്കുന്ന ദൈവികത്വ'ത്തിന്റെ ധർമ്മം.

ഇന്ദ്രീയസുഖം എന്നത് തീർച്ചയായും ഒരു വിലക്കാണ്. സിനിമയും സിഗരറ്റും പോലുള്ള തുച്ഛസംഗതികൾ മാത്രമല്ല ധാർമ്മികനിഷ്ഠയെ അലോസരപ്പെടുത്തുന്നത്; ജനഭരണവും 'പരമാനന്ദ' സാക്ഷാത്കാരത്തിന് ദോഷകരമാണ്! ജീവിതത്തിന്റെ ഭൗതിക ആവശ്യങ്ങളെ കഴിയുന്നത്ര കുറയ്ക്കുകയാണ് ധാർമ്മിക ജീവിതക്രമത്തിന്റെ ലക്ഷ്യം. വളർച്ച മുരടിച്ച സമൂഹത്തിന്റെ ധാർമ്മിക ദർശനമാണിത്. ജീവിതത്തിന്റെ എല്ലാ ചോദനകളെയും സമൂഹത്തിന്റെ ഈ മുരടിപ്പ് നശിപ്പിക്കുന്നു. നിശ്ചല സമൂഹ ത്തിൽ സമ്പത്ത് ക്രമാനുഗതമായി വമ്പിച്ച തോതിൽ ഉൽപ്പാദിപ്പിക്കപ്പെടുന്നില്ല. ഉപഭോഗം കഴിയുന്നത്ര ചുരുക്കുന്നില്ലെങ്കിൽ, മിച്ചസമ്പത്ത് വളരെ കുറയും. ഇത് ഭരണവർഗ്ഗങ്ങളുടെ - ഇത്തരം സാഹചര്യങ്ങളിൽ പൗരോഹിത്യത്തിന്റെയും ഫ്യൂഡൽ പ്രഭുത്വത്തിന്റെയും ഒരു സഖ്യമായിരിക്കും ഭരണവർഗ്ഗം-വരുമാനത്തെ കുറയ്ക്കുന്നു. ഈ ലൗകിക പശ്ചാത്തലത്തിൽ നിന്നാണ് സനാതനധർമ്മത്തിന്റെ ധാർമ്മിക തത്ത്വങ്ങൾ ഉദയം ചെയ്യുന്നത്. സാമാന്യജനങ്ങളുടെ ആവശ്യങ്ങൾ കുറയുമ്പോൾ ഭരണാധികാരികളുടെ ഭൗതിക സമ്പത്ത് വർദ്ധിക്കുന്നു. അങ്ങനെ അവർക്ക് പ്രതാപത്തോടെയും, സമൃദ്ധിയോടെയും, ആഡംബരത്തോടേയും വാഴാനാകുന്നു. അവരുടെ പുരോഹിത മിത്രങ്ങളാകട്ടെ, ഉൽകൃഷ്ടജീവിതത്തിലേയ്ക്കുള്ള മാർഗ്ഗമായി ആത്മനിയന്ത്രണത്തേയും മിതഭോജനത്തേയും ലളിതജീവിതത്തേയും ഉപദേശിക്കുന്നു. ഈ ധാർമ്മിക ജീവിതക്രമം തികഞ്ഞ അധാർമ്മികത യാണെന്നതിനു പുറമെ, സമുദായ പുരോഗതിയ്ക്ക് നിർണ്ണായക തടസ്സവ മാണ്. ഉപഭോഗത്തിന്റെ വർദ്ധന ഉൽപ്പാദന ശക്തികളുടെ വികാസത്തിന് ഉത്തേജനം നൽകുന്നു. ആഢംബരപ്രിയരും അമിതവ്യയക്കാരുമായ ഭരണ വർഗ്ഗം എണ്ണത്തിൽ കുറവായതുകൊണ്ട് അവരുടെ ഉപഭോഗശേഷി കുറവാണ്. അതുകൊണ്ട്, മതപരമായ വിലക്കുകളുടേയും അടിച്ചമർത്തലുകളുടേയും വിപുലമായ സംവിധാനത്തിലൂടെ സാമാന്യജനങ്ങളുടെ പ്രാഥമികാവശ്യങ്ങളെപ്പോലും നിയന്ത്രിക്കുന്നത് സമൂഹത്തെയാകെ പ്രതിലോമകരമായി ബാധിക്കും. സാമൂഹിക നിശ്ചലത്വത്തിന്റെ പ്രത്യയശാസ്ത്രമായി രൂപംകൊണ്ടു സനാതനധർമ്മം, പ്രത്യേക അവകാശങ്ങളുള്ള ഒരു

ന്യൂനപക്ഷത്തിന്റെ താൽപ്പര്യങ്ങൾക്കുവേണ്ടി ഇന്ത്യൻ ജനതയെ സാവധാനത്തിലുള്ള സാംസ്കാരിക മരണത്തിന് വിധിക്കുകയാണ് ചെയ്യുത്.

ഇന്ദ്രിയസുഖത്തെ നിരോധിക്കുന്നതിലൂടെ ധാർമ്മികജീവിതക്രമം അജ്ഞതയെ ഉൽകൃഷ്ട നന്മയുടെ മഹത്വത്തിലേയ്ക്ക് ഉയർത്തുന്നു. അനന്തരഫലമായി, അത് അജ്ഞതയിൽ അഭിവൃദ്ധിപ്പെടുന്ന മുൻ വിധിക്ക് ബഹുമതി ചാർത്തിക്കൊടുക്കുന്നു. മുൻവിധി സാംസ്കാരിക പുരോഗതിയെയാകെ ഒഴിച്ചുനിർത്തുന്നു. ഇന്ദ്രിയ സംവേദന(Sense perception)ത്തിലൂടെ നേടിയ അനുഭവമാണ് ജ്ഞാനത്തിലേക്കുള്ള ഒരേയൊരു വഴി; ജ്ഞാനമാണ് സംസ്കാരത്തിന്റെ അടിസ്ഥാനം. ഇന്ദ്രിയാ സ്വാദനനിന്ദ ജ്ഞാനമാർഗ്ഗത്തിലെ തടസ്സമാണ്. അത് മനുഷ്യനെ കിരാതാവസ്ഥയിൽ ശാശ്വതമായി തളച്ചിടുന്നു. ഒരു ഇന്ദ്രിയസുഖത്തെ മറ്റൊരു ഇന്ദ്രിയസുഖത്തിൽ നിന്നു വേർതിരിക്കു ന്നത് അസംബന്ധമാണ്. സിഗരറ്റു വലിയ്ക്കുന്നത് പാപമാണെങ്കിൽ അത്രത്തോളം തന്നെ അധർമ്മമാണ് സംഗീതം ശ്രവിക്കുന്നതും. സ്ത്രീസൗന്ദര്യത്തെ ആസ്വദിക്കുന്നതിൽ നിന്ന് കണ്ണുകളെ വില ക്കുകയാണെങ്കിൽ, റോസാപ്പൂവിനെയും സൂര്യാസ്തമയ ത്തെയും കണ്ട് ആന്ദിക്കുന്നതും ദേവീദേവന്മാരുടെ മനോഹരരൂപങ്ങളെ ആരാധിക്കുന്നതുപോലും താർക്കികമായി അംഗീകരിക്കാനാവില്ല. സ്വാഭാവികമായ ലൈംഗികവികാരത്തെ അടിച്ചമർത്തണമെങ്കിൽ, അത്രതന്നെ സ്വാഭാവികമായ വിശപ്പിനെയും ദാഹത്തെയും അടിച്ച മർത്തേണ്ടതല്ലേ? ഇന്ദ്രിയാസ്വാദനത്തിനുമേലുള്ള അസംബന്ധമായ ഈ വിലക്കിനു ധാർമ്മികമായ ഒരു സാധുതയുമില്ല. ഭരണവർഗ്ഗ ത്തിന്റെ വഷളൻ ഭൗതിക താല്പര്യത്തിലാണ് അതിന്റെ വേര്. ഒന്നാമതായി, സാമാന്യജനങ്ങൾ തങ്ങളുടെ അദ്ധ്വാനഫലത്തിന്റെ ചെറിയൊരു ഭാഗം മാത്രം സ്വയം ഉപഭോഗിക്കു കയും ബാക്കിവരുന്ന സിംഹഭാഗം ഇത്തിൾക്കണ്ണി വർഗ്ഗങ്ങൾക്കു ലഭിക്കുകയും ചെയ്യുന്ന തരത്തിൽ അവരെ ശാരീരികമായ നിലനില്പിന്റെ താഴ്ന്ന പടിയിൽത്ത ന്നെ നിലനിറുത്തുകയെന്നതാണ് അതിന്റെ ലക്ഷ്യം. രണ്ടാമതായി, സാമാന്യജനങ്ങളെ മെച്ചപ്പെട്ട രീതിയിൽ ചൂഷണം ചെയ്യുന്നതിന് അവരെ അജ്ഞതയുടെ ആനന്ദത്തിൽ തളച്ചിടുക.

വ്യക്തിയുടെ സാമൂഹികപദവി ജന്മനാ നിശ്ചയിക്കപ്പെടുന്നു വെന്നതാണ് സനാതനധർമ്മത്തിന്റെ അടിസ്ഥാനതത്ത്വം. അതുകൊണ്ട്, സ്വാഭാവികമായും സനാതനധർമ്മത്തെക്കൊണ്ട് ജനാധിപത്യത്തിന് ഒരുപയോഗവുമില്ല. എന്നാൽ, ഇന്ത്യൻ ജനതയുടെ രാഷ്ട്രീയമായ ഏതൊരു മുന്നേറ്റവും ജനാധിപത്യത്തെ

നിഷേധിക്കുന്ന സനാതനധർമ്മത്തിന്റെ അടിസ്ഥാനതത്ത്വങ്ങൾ നിയന്ത്രിക്കണം എന്നു കരുതപ്പെടുന്നു. വ്യക്തികളുടെ സാമൂഹിക പദവി ജന്മം കൊണ്ട് മുൻകൂട്ടി നിർണ്ണയിക്കപ്പെടുന്നതുകൊണ്ടും, ദൈവം ഓരോ വർണ്ണത്തിനും കല്പിച്ചുവെന്നു കരുതപ്പെടുന്ന ധർമ്മങ്ങൾ അതതുവർണ്ണത്തിൽപ്പെട്ടവർ അനുഷ്ഠിക്കണമെന്നതു കൊണ്ടും കീഴാളവർഗ്ഗത്തിന്റെ പദവിയിലെന്നപോലെ മേലാളവർഗ്ഗത്തിന്റെ പദവിയിലും മാറ്റം വരുത്താനാവില്ല. അങ്ങനെ, പേരു സൂചിപ്പിക്കുന്നതു പോലെത്തന്നെ പരിവർത്തന വിധേയമല്ലാത്തതും ശാശ്വതസാധുതയുള്ള തുമായ സനാതനധർമ്മത്താൽ അയവില്ലാതെ ഒന്നിച്ചു നിർത്തപ്പെട്ട ശ്രേണീബദ്ധമായ ഒരു സാമൂഹികഘടന നമുക്കുണ്ടായി. തന്റെ യജമാനനെ സേവിക്കുക അടിമയുടെ മതപരമായ കടമയാണ്. അതുപോലെ, അടിമകളെ കൈവശം വെയ്ക്കുകയെന്നത് അടിമയുടമയുടെ ദൈവികാനുമതിയുള്ള അവകാശമാണ്.

സനാതനധർമ്മത്തിന്റെ ഈ 'ആത്മീയ സന്ദേശം' പാശ്ചാത്യ രാഷ്ട്രങ്ങളിലെ സാമാന്യജനങ്ങളിൽ എത്തിക്കാൻ കഴിഞ്ഞിരുന്നുവെങ്കിൽ, തീർച്ചയായും അവിടുത്തെ ഭരണാധികാരികൾ ഇന്ത്യയോടു വളരെ നന്ദി കാണിക്കുമായിരുന്നു. ഏറ്റവും താഴ്ന്ന ജീവിതനിലവാരം സ്വയം സ്വീകരിക്കുന്നതിലൂടെ എത്തുന്ന 'സനാതനധർമ്മത്തിന്റെ പരമാനന്ദ'ത്തിന്റെ വിശ്വാസക്രമത്തിലേയ്ക്കുള്ള ജീർണ്ണമുതലാളിത്തത്തിന്റെ ഇരകളുടെ മാനസാന്തരത്തേക്കാൾ ഫലപ്രദമായ എന്താണ് ജീർണ്ണ മുതലാളിത്തത്തിനു കിട്ടാനുള്ളത്? എന്നാൽ, തീവ്രാഭിലാഷപൂർണ്ണമായ ഈ ലോകദൗത്യത്തിൽ സനാതനധർമ്മം വിജയിക്കാൻ ഒട്ടും സാദ്ധ്യതയില്ല. കൂടുതൽ അധഃപതനവും, ധർമ്മച്യുതിയും സമ്പൂർണ്ണ നാശവും സംഭവിക്കാതിരിക്കാൻ ഇന്ത്യ ആഗ്രഹിക്കുന്നുവെങ്കിൽ, ആത്മീയമനോ ഭാവത്തിന്റെ നുകം വലിച്ചെറിയുകതന്നെ വേണം.

●

ദൈവവിചാരത്തിന്റെ ലൗകികമാനങ്ങൾ

ഇന്ത്യൻ സംസ്കാരത്തിന്റെ ആത്മീയമായ ഉൽകൃഷ്ടതയെക്കുറിച്ചുള്ള സിദ്ധാന്തം ഗ്രീക്ക്-റോമൻ പൗരാണികതയുടെ പതനം മുതൽ യുക്തിവിചാരവും ശാസ്ത്രീയജ്ഞാനവും മധ്യകാലത്തെ കൂരിരുട്ടിനെ അകറ്റി മനുഷ്യന്റെ ചിന്താമണ്ഡലത്തിൽ സ്വാധീനം ചെലുത്താൻ ആരംഭിച്ച പതിനാറാം നൂറ്റാണ്ടുവരെയുള്ള യൂറോപ്പിന്റെ ചരിത്രത്തെ കണക്കിലെടുക്കുന്നില്ല. അക്കാലം മുഴുവൻ യൂറോപ്യന്മാരുടെ ജീവിതവും സംസ്കാരവും കടുത്ത ആധ്യാത്മികതയുടെയും പുരോഹിതന്മാരുടെ പൂർണ്ണ ആധിപത്യത്തിന്റെയും അടിസ്ഥാനത്തിലുള്ളതായിരുന്നു. ഹിന്ദുക്കൾ തങ്ങളുടേതു മാത്രമെന്ന് ഉറച്ചുവിശ്വസിക്കുന്ന അഭിമാനകരമായ പൈതൃകത്തിന്റെ എല്ലാ സവിശേഷതകളും അതിനുണ്ടായിരുന്നു. അലക്സാണ്ട്രിയൻ വിജ്ഞാനയുഗത്തിന്റെ അന്ത്യത്തിനു ശേഷം ആയിരം വർഷത്തോളം യൂറോപ്യൻ മനസ്സിൽ വിശ്വാസം പൂർണ്ണമായും ആധിപത്യം പുലർത്തി; വെളിപാടുകൾ യുക്തിയെ പൂർണ്ണമായും നിഷ്പ്രഭമാക്കി. പ്രാചീന ഗ്രീസിലെ ഭൗതികവാദം അഥീനിയൻ യുഗത്തിലെ അതിഭൗതികവാദത്തിന്റെ ധാർമ്മിക തത്വശാസ്ത്രത്തിന്റെയും ഗ്രഹണത്തിന് വിധേയമായി; അതാകട്ടെ, ക്രിസ്ത്യൻ ദൈവശാസ്ത്രത്തിന് താത്വികാടിത്തറ ഇട്ടുകൊണ്ട് പുതിയ മതത്താൽ സ്വയം തിരോഭവിക്കുകയും ചെയ്തു.

ആ നീണ്ടകാലത്തെ യൂറോപ്യൻ ചരിത്രത്തെക്കുറിച്ചുള്ള അറിവ് ഒരു കാര്യം ചൂണ്ടിക്കാണിക്കുന്നു. മതപരമായ ചിന്താരീതി തെരഞ്ഞെടുക്കപ്പെട്ട ഏതെങ്കിലും ജനതയുടെ പ്രത്യേക സ്വഭാവമൊന്നുമല്ല; ജനതയുടെ സവിശേഷമായ സാമൂഹ്യബന്ധങ്ങളുമായിട്ടാണ് അത് ബന്ധപ്പെട്ടിരിക്കുന്നത്. അതിൽ അവരുടെ ഭൂമിശാസ്ത്രപരമായ

സ്ഥാനത്തിനു പ്രാധാന്യമൊന്നുമില്ല. പൗരാണിക വികാസത്തിന്റെ ഒരു പ്രത്യേക ഘട്ടത്തിൽ മനുഷ്യനു മതപരമായ രീതിയിലേ ചിന്തിക്കാൻ കഴിയുകയുള്ളൂ. പുരോഗതിക്കുവേണ്ടിയുള്ള ത്വര മിസ്റ്റിസിസത്തിന്റെ രൂപത്തിലേ പ്രകടിപ്പിക്കാനാവൂ. അത്തരം ചുറ്റുപാടുകളിൽ മതവും മിസ്റ്റിസിസവും അധ്യാത്മികചിന്തയും സാമൂഹിക അനിവാര്യതയായി മാറുന്നു. സാമൂഹിക പരിണാമത്തിന്റെ അത്തരം ഘട്ടത്തിലുള്ള ഏതൊരു ജനതയും മതത്തിന്റെയും മിസ്റ്റിസിസത്തിന്റെയും അധ്യാത്മികതയുടെയും അടിസ്ഥാനത്തിലേ ചിന്തിക്കുകയുള്ളൂ. അവരുടെ ചിന്തയുടെ ഉള്ളടക്കങ്ങൾ അഭിന്നമാണ്; അതിന്റെ അടിസ്ഥാനരൂപങ്ങൾ സദൃശ്യമാണ്; ഭൂമിശാസ്ത്രപരമായ ചുറ്റുപാടിലുള്ള വ്യത്യാസം ഉപരിപ്ലവമായ സവിശേഷതകളെ മാത്രം സൃഷ്ടിച്ചേക്കാം. തന്നിലുള്ള അനന്തമായ കഴിവുകളെക്കുറിച്ചു ബോധവാനാകുന്നതിനെ അജ്ഞത തടയുന്ന കാലത്തോളം, പരിമിതികളിൽ നിന്നുയരാനും ആഗ്രഹങ്ങൾക്കു മുമ്പിലുള്ള തടസ്സങ്ങളെ മറികടക്കാനും മനുഷ്യൻ പ്രകൃത്യാതീത ശക്തിയുടെ പിന്തുണ തേടും. പ്രകൃതിയെക്കുറിച്ചും പ്രകൃതിയുടെ ഭാഗമായ തന്നെക്കുറിച്ചുമുള്ള അറിവിന് ആനുപാതികമായി അജ്ഞതയില്ലാതാവുകയും മനുഷ്യൻ ആത്മ വിശ്വാസം നേടുകയും ചെയ്യുന്നു. ആദ്ധ്യാത്മികവാദം ബൗദ്ധികമായ അനിവാര്യതയല്ലാതായിത്തീരുന്നു. എന്നാൽ, അത് ഒരു മുൻവിധിയായി നിലനിൽക്കുന്നു. ആദ്ധ്യാത്മിക വാദം പുതിയ ചിന്താഗതികളെ വിട്ടുവീഴ്ചയില്ലാതെ എതിർക്കുന്നു. വിവിധ ശാസ്ത്രശാഖകളിലൂടെ അനുദിനം വർദ്ധിച്ചുവരുന്ന അറിവുകളെയെല്ലാം യുക്തിഭദ്രവും ശാസ്ത്രീയവുമായി സമന്വയിപ്പിച്ച് ഒരു ദർശനത്തിനു രൂപം നൽകുന്നതിനെയും അത് എതിർക്കുന്നു. അങ്ങനെ, അത് മനുഷ്യ സ്വാതന്ത്ര്യത്തിന്റെയും പുരോഗതിയുടെയും എതിരാളികളുടെ ശക്തനായ കൂട്ടാളിയായി മാറുന്നു. അത് ജീവിതത്തിലെ വഷളൻ ഭൗതികവാദത്തിനു ധാർമ്മികതയുടെ പരിവേഷം ചാർത്തിക്കൊടുക്കുന്നു.

മദ്ധ്യകാലത്തിന്റെ തുടക്കത്തിൽ തന്നെ, യൂറോപ്പിൽ, ആദ്ധ്യാത്മികവാദം സാമൂഹികമായി പ്രതിലോമകരവും പ്രത്യയശാസ്ത്രപരമായി അടിമകളെ സൃഷ്ടിക്കുന്നതുമായ അവസ്ഥയിൽ എത്തിച്ചേരുന്നു. അക്കാലമാവുമ്പോഴേക്കും ക്രിസ്തുമതം വിപ്ലവകരമായ സ്വഭാവം ഉപേക്ഷിച്ച് ശക്തമായ കത്തോലിക്കാസഭ സ്ഥാപിച്ചുകൊണ്ട് അപരിഷ്കൃതമായ നാടുവാഴിത്തത്തിന്റെ കൂട്ടാളിയായിത്തീർന്നിരുന്നു.

ഇന്ത്യാചരിത്രത്തിൽ, മതപരമായ ചിന്താരീതി സമൂഹത്തെ ഗുണപരമായി സഹായിച്ച അനിവാര്യമായ ബൗദ്ധിക പ്രതിഭാസമായിരുന്ന ഒരു കാലഘട്ടമുണ്ടായിരുന്നു; അതുപോലെ ആദ്ധ്യാത്മികവാദം

നാഗരിക പുരോഗതിക്കെതിരെ കോട്ടമതിൽ കെട്ടി പ്രതിലോമപരത യുടെ കയ്യിലെ ഉപകരണമായ മറ്റൊരു കാലഘട്ടവും. ബൗദ്ധവിപ്ലവം അവയ്ക്കിടയിൽ നിലകൊള്ളുന്നു. ബുദ്ധിസത്തിന്റെ വിപ്ലവദർശന ത്തിലേക്കു നയിച്ച, യുക്തിപരവും അർദ്ധഭൗതികവാദപരവുമായ ദർശനങ്ങളുടെ (വൈശേഷികം, സാംഖ്യം, ന്യായം തുടങ്ങിയവയുടെ) വളർച്ച, ഉപനിഷത്തുകളിൽ അടങ്ങിയിരിക്കുന്നു. പഴയ മതചി ന്തകൾ അവയുടെ സാമൂ ഹിക പ്രയോജനത്തെ അതിജീവിച്ചുവെ ന്ന് സൂചിപ്പിച്ചു. പ്രബലമായ പ്രത്യയ ശാസ്ത്രം എന്ന നിലയിലുള്ള അവയുടെ തുടർച്ച ബൗദ്ധിക പ്രതിലോമപരതയുടെ ഇരുണ്ട യുഗത്തെ അർത്ഥമാക്കുന്നു. സൂചിപ്പിച്ചു. യൂറോപ്യൻ മദ്ധ്യകാലത്തെക്കുറിച്ചുള്ള ബ്രെയിസിന്റെ വിവരണം ഈ കാലഘട്ടത്തിനും യോജിക്കും. ബുദ്ധമതാനന്തര ഇന്ത്യ (ബുദ്ധമതത്തിന്റെ അധഃപതനത്തിന്റെയും ദുഷിപ്പിന്റെയും കാലഘട്ടമടക്കം) മധ്യകാല യൂറോപ്പിലേതു പോലെ ഒരുപാടു വൈരുദ്ധ്യങ്ങൾകൊണ്ടു നിറഞ്ഞതായിരുന്നുവെന്ന് നിരൂ പണബുദ്ധിയുള്ള ഒരു ചരിത്രകാരനു കാണാനാവും. വർത്തമാനകാ ലത്തെ അപമാനത്തിൽ നിന്നു രക്ഷപ്പെടുന്നതിനുവേണ്ടി ഭൂതകാല മഹത്വത്തെ സമർത്ഥിക്കുകയെന്ന മുൻധാരണയോടെയല്ലാത്ത, ഏതെങ്കിലും ഒരു നിലപാടിനെ തെളിയിക്കാൻ വേണ്ടി ചരിത്രത്തെ പുതുക്കിയെടുക്കുകയെന്ന ഉദ്ദേശ്യത്തോടെയല്ലാത്ത, ചരിത്രസത്യ ത്തെ അന്വേഷിക്കുകയെന്ന ലക്ഷ്യത്തോടെയുള്ള ഇന്ത്യാചരിത്ര പഠനം, ശങ്കരാചാര്യർ ആത്യന്തികമായി പുനഃസ്ഥാപിച്ച ഹിന്ദുമ തത്തിന്റേതെന്ന പോലെത്തന്നെ മഹായാന ബുദ്ധമതത്തിന്റെയും ആദ്ധ്യാത്മിക ധാരാളിത്തത്തിനു വളരെ തരംതാണ ഭൗതിക ജീവിതവ്യവഹാരങ്ങളു മായി അടുത്ത ബന്ധമുണ്ടായിരുന്നുവെന്ന് കാണിക്കുന്ന വേണ്ടത്ര തെളിവുകൾ കാണിച്ചുതരും. കുലപതികളും നാട്ടുവാഴികളും പുരോ ഹിതന്മാരും അഴിമതിയിലും സുഖഭോഗ ങ്ങളിലും ആഢംബരത്തിലും അപരിഷ്കൃത പരാക്രമത്തിലും പുളച്ച കാലത്തെ പ്രത്യയശാസ്ത്രത്തിന്റെ സവിശേഷതകളായിരുന്നു വിശു ദ്ധനാട്യമുള്ള മതാത്മകതയും സദാചാരവൽകൃതമായ മിസ്റ്റിസിസവും ആദ്ധ്യാത്മിക സിദ്ധാന്തങ്ങളും. ഇന്ത്യയുടെ ഭൂതകാലത്തെ വികൃത യാഥാർത്ഥ്യങ്ങളെ നേരിട്ട് അഭിമുഖീകരിക്കാൻ ധൈര്യമില്ലാത്ത പലർക്കും മധ്യകാല യൂറോപ്പിന്റെ ചരിത്രം ഒരു കണ്ണാടിയെന്ന നിലയിൽ സഹായകമായേക്കും. മാത്രമല്ല, തങ്ങളുടെ തന്നെ ആദർശ വൽകൃത പശ്ചാത്തലത്തിലേക്കു വിമർശനാത്മക ദൃഷ്ടി പായിക്കാൻ പ്രചോദനവുമായേക്കും. അതു യുവഭാരതത്തെ മിഥ്യാധാരണക ളിൽ നിന്നു മോചിപ്പിക്കും; കാഴ്ചയെ മറയ്ക്കുന്ന മുൻധാരണ കളുടെ മൂടൽമഞ്ഞിനെ അകറ്റും; ധീരതയോടെ ഭാവിയിലേക്കു നോക്കി,

പുരോഗതിയുടെ പാതയിലൂടെ നിശ്ചയദാർഢ്യത്തോടെ മുന്നേറാൻ കഴിവുറ്റതാക്കും; ഭൂതകാലത്തിന്റെ വിലങ്ങുകളേയും ജീർണ്ണപാരമ്പര്യത്തിന്റെ അനാവശ്യ ഭാരങ്ങളേയും വലിച്ചെറിയാൻ പ്രാപ്തമാക്കും. അപ്പോൾ ഭാവനയുടെ ആകർഷണീയമായ മഴവില്ല് അപ്രത്യക്ഷമാകും; സുന്ദരസ്വപ്നങ്ങളുടെ നിരവധി കുമിളകൾ പൊട്ടിപ്പോകും.

ക്രിസ്തുമതത്തെക്കുറിച്ചുള്ള ഉപരിപ്ലവമായ ധാരണയോടെ, പലപ്പോഴും അതുപോലുമില്ലാതെ, ശരാശരി ഹൈന്ദവ ബുദ്ധിജീവി ആ മതത്തെ അവജ്ഞയോടെ കാണുന്നു. തന്റെ പൂർവ്വികരുടെ വിശ്വാസം ഗഹനവും സൂക്ഷ്മവുമാണെന്ന് അയാൾകരുതുന്നു. അതുമായി താരതമ്യപ്പെടുത്തു മ്പോൾ ബൈബിളിലെ കാഴ്ചപ്പാടുകൾ അപരിഷ്കൃതവും ബാലിശവുമാണത്രെ. ഉദാഹരണത്തിന് ഉൽപ്പത്തി പുസ്തകത്തിലെ സൃഷ്ടിസിദ്ധാന്തം അയാളെ ചിരിപ്പിക്കുന്നു. പിൽകാലത്തു മനുഷ്യൻ നേടിയ അറിവിന്റെ വെളിച്ചത്തിൽ നോക്കുമ്പോൾ വൈദിക പ്രപഞ്ച ശാസ്ത്രവും അത്രതന്നെ വിചിത്രമാണ്. പിന്നെ, പരിഹാസ്യമായ പുരാണകഥകളെക്കുറിച്ച് പറയാനുമില്ല. ഇക്കാര്യത്തെക്കുറിച്ച് അയാൾക്ക് അറിവില്ല; അല്ലെങ്കിൽ മറക്കുന്നു. ഉപനിഷത്തുകളുടെ വീക്ഷണപ്രകാരം താഴെ പറയുന്ന രീതിയിലാണ് സൃഷ്ടി നടക്കുന്നത്: ആരംഭത്തിൽ ഏക മായിരുന്നു ഉണ്ടായിരുന്നത്. അത് പലതാകാൻ ആഗ്രഹിച്ചു. ജൈവവും അജൈവവുമായ എല്ലാ വസ്തുക്കളും അടങ്ങുന്ന ലോകം അങ്ങനെ നിലവിൽ വന്നു. സൃഷ്ടിയുടെ സമയത്ത് പരമാത്മാവിന്റെ കേവലവും സ്ഥിരവും അഭൗതികവുമായ അവസ്ഥ അഹങ്കാരത്തിന്റെ ഉൽപ്പാദന ത്താൽ അലട്ടപ്പെടുന്നു; ഏകമായതിന്റെ പലതാകാനുള്ള ആഗ്രഹം ആദിമമായ ഐക്യാവസ്ഥയെ ഭഞ്ജിക്കുന്നു. അങ്ങനെ, ആകാശം, വായു, അഗ്നി, ജലം, ഭൂമി എന്നിവ അനുക്രമമായി പ്രത്യക്ഷപ്പെടുന്നു.

അത്യാധുനിക ശാസ്ത്രസിദ്ധാന്തങ്ങളെ സൃഷ്ടിയുടെ ഈ സിദ്ധാന്തം മുൻകൂട്ടിത്തന്നെ കണ്ടിട്ടുണ്ടെന്നു തോന്നിപ്പിക്കുന്ന തരത്തിൽ പിന്നീട് അതിനെ വ്യാഖ്യാനിക്കുകയും യുക്തിയുടെ പരിവേഷം നൽകുകയും ചെയ്തിട്ടുണ്ട്. വേദങ്ങളിൽ പരാമർശിക്കാത്തവ ലോകത്തിൽ ഇല്ലാത്തവയാണ് എന്ന പഴഞ്ചൻ ജനസംസാരം ഹിന്ദുമതത്തിന്റെ അടിസ്ഥാന പ്രമാണമായി മാറിയിട്ടുണ്ട്. മനുഷ്യവിജ്ഞാനത്തിന്റെ പരമ കാഷ്ഠയാണ് ഹൈന്ദവവേദഗ്രന്ഥങ്ങൾ എന്ന് വാദിക്കപ്പെടുന്നു. ആധുനിക ശാസ്ത്രത്തിനും ദർശനത്തിനും ദിവ്യപ്രചോദിതരായ ഋഷിവര്യന്മാർക്ക് അറിയാത്തതെന്തായിരുന്നു എന്നതിനെക്കുറിച്ച് ഒന്നും പറയാനില്ല. പക്ഷേ പഴയ കുപ്പികളിൽ പുതിയ വീഞ്ഞുനിറയ്ക്കുന്ന ഈ പണി തികച്ചും പരിഹാസ്യമാണ്,

കാരണം വസ്തുക്കളെക്കുറിച്ചുള്ള ശാസ്ത്രീയവീക്ഷണം പ്രപഞ്ചത്തിന്റെ പെട്ടെന്നുള്ള ഉൽഭവത്തെ അംഗീകരിക്കു ന്നില്ല. അത് സൃഷ്ടിയെക്കുറിച്ചുള്ള പ്രാകൃത ആശയത്തെ തള്ളിക്കളയുന്നു. ദൈവം വെളിച്ചമുണ്ടാകട്ടെ എന്നും മറ്റും കല്പിച്ചപ്പോൾ വെളിച്ചവും മറ്റും ഉണ്ടായി എന്നു വിശ്വസിക്കുന്നവരും വെറുതെ പലതാകാൻ ആഗ്രഹിച്ചതു കാരണം ആരംഭത്തിൽ ഏകമായിരുന്നതു പലതായി മാറി എന്നു വിശ്വസിക്കുന്നവരും തമ്മിൽ എന്തായാലും ഒട്ടും വ്യത്യാസമില്ല. ഈ രണ്ടു വിശ്വാസങ്ങളുടെയും അടിസ്ഥാനം ശൂന്യതയിൽ നിന്നു പ്രപഞ്ചത്തെ അത്ഭുതകരമായി സൃഷ്ടിക്കുന്ന ഒരു പ്രകൃത്യാതീത ശക്തിയുടെ ഇച്ഛയെക്കുറിച്ചുള്ള ആശയമാണ്. ഈ അത്ഭുതശക്തിയെ വിഭാവന ചെയ്യാനേ കഴിയൂ. അതിനെ എന്തായി വിഭാവനം ചെയ്യുന്നുവോ അതായിത്തന്നെ അത് അവസാനിക്കും എന്നതിനാൽ അതിനെ ഒരിക്കലും അറിയാനാകില്ല; അതിന്റെ അസ്തിത്വം തെളിയിക്കാനുമാവില്ല. ഹൈന്ദവ വേദഗ്രന്ഥങ്ങളിൽ സൃഷ്ടിയെക്കുറിച്ച് കുറെക്കൂടി അവിശ്വസനീയമായ മറ്റ് ആശയങ്ങളും ഉണ്ട്. ദൈവം പ്രജാപതിയെ സൃഷ്ടിക്കുകയും, ആ പ്രജാപതി വിദഗ്ദനായ ഒരു കുശവനെപ്പോലെ വ്യത്യസ്ത വർഗ്ഗങ്ങളിൽ പ്പെട്ട മനുഷ്യരുടെയും മൃഗങ്ങളുടെയും ആദിമ മാതൃകകളെ സൃഷ്ടിക്കു കയും ചെയ്യുന്ന പുരാവൃത്തം ഉദാഹരണം. ബ്രഹ്മാവിന്റെ ശരീരത്തിന്റെ വ്യത്യസ്ത ഭാഗങ്ങളിൽ നിന്നു നാലു വർണ്ണങ്ങളിൽപ്പെട്ട മനുഷ്യർ ഉദ്ഭവിച്ചു എന്ന സിദ്ധാന്തവും ഉണ്ടല്ലോ.

പ്രഥമദൃഷ്ടിയിൽ, ക്രിസ്തുമതത്തിനും ഏകദൈവ വിശ്വാസത്തിൽ അധിഷ്ഠിതമായ മറ്റു മതങ്ങളെപ്പോലെ, അതായത് ഇസ്ലാമിനെപ്പോലെ കുറെയൊക്കെ ലളിതമായ ദൈവസങ്കല്പമാണുള്ളത്. ഒരു വ്യക്തിദൈവ (Personal God) സങ്കല്പം, തികച്ചും അമൂർത്തമായ ദൈവസങ്കല്പത്തേക്കാൾ സ്വാഭാവികമായും ലളിതമാണ്. ഒരു നീണ്ട പ്രക്രിയയുടെ ഫലമായി, പ്രകൃത്യാരാധനാമത (ബഹുദേവതാ വാദം) ത്തിന്റെ പശ്ചാത്തലത്തിൽ നിന്നു നിഗൂഢവാദപരവും ഏകദൈവ വിശ്വാസത്തിലധിഷ്ഠിതവുമായ ഒരുതരം ആരാധനരീതിക്കു രൂപം നൽകിയ പൗരാണികമതങ്ങൾ ഇത്തരത്തിലുള്ളവയായിരുന്നു. അവ പ്രകൃത്യാരാധാനാമതത്തെ തിരസ്കരിക്കാതെ അതിനെ പുരോഹിത ശ്രേഷ്ഠന്മാർക്കു മാത്രമായി പരിമിതമാക്കപ്പെട്ട നിഗൂഢവാദപരമായ ആരാധനാരീതിയുടെ മൂർത്തരൂപമായി നിലനിർത്തി. പൗരാണിക ഈജിപ്തിലേയും ബാബിലോണിയയിലേയും മതസമ്പ്രദായങ്ങളോടൊപ്പം ഹിന്ദുമതവും ഇത്തരത്തിലുള്ളതാണ്. എങ്കിലും, ഈ വ്യത്യാസം, ശൂന്യതയിൽ നിന്നാണ് ആദ്യത്തെ സൃഷ്ടി എന്ന എല്ലാ മതങ്ങളുടേയും ധാരണയെ ഒട്ടും മാറ്റുന്നില്ല. എല്ലാ മതങ്ങൾക്കും പൊതുവായുള്ള യുക്തിരഹിതമായ ഈ ധാരണയെ ഫലപ്രദമായി

സംരക്ഷിച്ചു നിർത്തിയത് ക്രിസ്തുമതമായിരുന്നു. അത് ശൂന്യതയിൽ നിന്ന് സർവ്വ ശക്തിത്വം ഉദയം ചെയ്യുന്നു എന്ന വിശ്വാസപ്രമാണത്തെ ഉറപ്പോടെ സ്ഥാപിക്കുന്നു.

യഥാർത്ഥത്തിൽ ഒരു മതവും കാലത്തിന്റെ ഒരു പ്രത്യേക നിമിഷത്തിൽ ജനിക്കുകയോ ഒരു പ്രത്യേക പ്രവാചകനു വെളിപ്പെടുകയോ ചെയ്യുന്നില്ല. ഏതൊരു മതത്തിന്റെയും സിദ്ധാന്തങ്ങളും വിശ്വാസ പ്രമാണങ്ങളും നീണ്ടകാലത്തെ പ്രക്രിയകളിലൂടെയാണ് വ്യക്തമായ രൂപം ആർജ്ജിക്കുന്നത്. അവയുടെ രൂപഭാവങ്ങളെ നിർണ്ണയിക്കുന്നത് ആ കാലഘട്ടത്തിലെ സാമൂഹികാവസ്ഥകളാണ്. മനുഷ്യപരിണാമത്തിന്റെ പ്രത്യേക ഘട്ടങ്ങളിൽ മതം ഒരു രൂപത്തിലല്ലെങ്കിൽ മറ്റൊരു രൂപത്തിൽ അനിവാര്യമായ ഒരു സാമൂഹിക പ്രതിഭാസമാണ്. അതു മറ്റെല്ലാ സാമൂഹിക പ്രതിഭാസങ്ങളെയും പോലെ മാറ്റത്തിനു വിധേയവുമാണ്. ശാശ്വതവും അപരിവർത്ത നീയവും കേവലവുമായ സത്യങ്ങളുടെ അടിസ്ഥാനത്തിൽ രൂപംകൊണ്ട ഒരു മതവും ഇല്ല. എല്ലാ മതങ്ങളുടെയും അടിസ്ഥാനം ജീവിതത്തിന്റെ ഭൗതികാവസ്ഥകൾ ആയതിനാൽ കാലകാലങ്ങളിൽ അവയുടെ രൂപം മാറ്റാൻ നിർബന്ധിതമാണ്. മാത്രമല്ല മതത്തിന്റെ അന്തഃസത്ത തന്നെ, അതായത് പ്രകൃത്യാതീത ശക്തികളിലുള്ള വിശ്വാസം, മനുഷ്യന്റെ ആത്മീയമായ വികാസം വേണ്ടത്ര ഉയർന്ന ഒരു നിലവാരത്തിൽ എത്തിച്ചേരുമ്പോൾ പ്രയോജന രഹിതമായിത്തീരുകയും ചെയ്യുന്നു. ഊഹങ്ങളിൽ നിന്നും വെളിപാടുകളിൽ നിന്നും വ്യത്യസ്തമായി ശാസ്ത്രജ്ഞാനത്തിന്റെ പുരോഗതി മനുഷ്യനെ സ്വന്തം കാലിൽ നിൽക്കാൻ കഴിവുറ്റവനാക്കുന്നു. അമാനുഷശക്തികളുടെ സഹായം തേടേണ്ട അനിവാര്യത ഇനി അവനില്ല.

ഗ്രീസിലെ പ്രാചീന ഭൗതികവാദ ദർശനം, മനുഷ്യന്റെ ആത്മീയ വിമോചനത്തിനു വഴിയൊരുക്കി. പക്ഷേ, അത് ചെറിയൊരു വിഭാഗം ആളുകൾക്കു മാത്രമായി പരിമിതമാക്കപ്പെട്ടിരുന്നു; അതിന്റെ വ്യാപക മായ അംഗീകാരം അന്നത്തെ ഭൗതിക ചുറ്റുപാടിൽ അസാധ്യമായിരുന്നു. എങ്കിലും അത് പ്രകൃത്യാരാധനാ മതത്തിന്റെ മനുഷ്യപ്രകൃതമുള്ള ദേവന്മാരിലുള്ള അക്കാലത്തെ വിശ്വാസത്തിന്റെ അടിത്തറയെ ഇളക്കി. ആ പഴയ വിശ്വാസത്തിന്റെ അടിസ്ഥാനത്തിൽ രൂപംകൊണ്ട ധാർമ്മിക നിയമങ്ങളുടെ അർത്ഥം, ആ അടിത്തറയുടെ തകർച്ചയുടെ ഫലമായി നഷ്ടപ്പെട്ടു; സമൂഹം ആത്മീയമായ ക്രമരാഹിത്യത്തിലേക്ക് എടുത്തെറിയപ്പെട്ടു. പുതിയ ഒരു മതം ചരിത്രപരമായ ഒരു അനിവാര്യതയായി മാറി. പഴയ സാമൂഹിക ബന്ധങ്ങളുടെ തിരോധാനത്തിന്റെ ഫലമായി രൂപംകൊണ്ട

വ്യക്തിസ്വാതന്ത്ര്യവാദം പുതിയ മതത്തിന്റെ ദാർശനിക അടിത്ത റയായി മാറി. അതിന്റെ സിദ്ധാന്തങ്ങളും വിശ്വാസപ്രമാണങ്ങളും ക്രമേണ ദൃഢമായി പുതിയ ധാർമ്മിക നിയമങ്ങളുടെയും സാമൂഹിക ബന്ധങ്ങളുടെയും പ്രമാണമായിത്തീർന്നു.

ജീവിതത്തിന്റെ ഭൗതിക ചുറ്റുപാടുകളിൽ ഉണ്ടാകുന്ന മാറ്റം, ആശയപ്രമാണങ്ങളിൽ അതിനനുസരണമായ പുനഃക്രമീകരണ ത്തിനു കാരണമാകുന്നു. വ്യവസ്ഥാപിതമായ ഒരുകൂട്ടം സാമൂഹിക ബന്ധങ്ങളുടെ തകർച്ച വിശ്വാസത്തിന്റെ പാരമ്പര്യാടിത്തറയെ ഉലയ്ക്കുന്നു. ദൈവ വുമായി അല്ലെങ്കിൽ ദൈവങ്ങളുമായുള്ള മനുഷ്യന്റെ ബന്ധത്തെ നിർണ്ണയിക്കുന്നതു മനുഷ്യർ തമ്മിലുള്ള ബന്ധമാണ്. വേദങ്ങളിലും ഗ്രീക്ക് പുരാണങ്ങളിലും കാണുന്ന, പ്രകൃതി പ്രതിഭാ സങ്ങളിൽ ദിവ്യത്വമാരോപിച്ച് അവയെ ആരാധിക്കുന്ന പ്രകൃത്യാ രാധനാ മതം ആരംഭത്തിൽ വികേന്ദ്രീകൃതമായ ഗോത്രസമൂഹത്തി ന്റെ മതമായിരുന്നു. ഏകദൈവ വിശ്വാസം, കേന്ദ്രീകൃതമായ ഒരു ഭരണകൂടത്തിന്റെ കീഴിൽ സമൂഹത്തിന്റെ രാഷ്ട്രീയ സംഘാടനത്തിനു വേണ്ടിയുള്ള പരിശ്രമത്തിന്റെ പ്രത്യയ ശാസ്ത്രപരമായ പ്രതിഫലന മായാണ് ആവിർഭവിച്ചത്. തുല്യശക്തിയുള്ള ആദർശവൽകൃതമായ ഒരുകൂട്ടം ദൈവങ്ങളുടെ ആരാധന, പ്രാകൃത ജനാധിപത്യത്തിന്റെ ചുറ്റുപാടുകളിൽ ജീവിക്കുന്ന മനുഷ്യന്റെ ആത്മീയമായ ആവിഷ്കാ രമായിരുന്നു. ഗോത്ര ജനാധിപത്യങ്ങളുടെ അവശിഷ്ടങ്ങളിൽ നിന്ന് രാജാധിപത്യ രാഷ്ട്രങ്ങൾ ഉദയം ചെയ്യാൻ തുടങ്ങിയതോടെ പരമമായ ഒരു ദൈവത്തെക്കുറിച്ചുള്ള സങ്കല്പം ആത്മീയമായ ഒരു അനിവാര്യതയായി മാറി. ഭൂമിയിലെ പരമാധികാരിത്വത്തിനുവേണ്ടി യുള്ള ധാർമ്മികമായ അംഗീകരണം എന്ന നിലയിൽ സ്വർഗ്ഗത്തിൽ ഒരു പരമാധികാരി സങ്കല്പിക്കപ്പെട്ടു.

ഒരു പ്രത്യേക വിഭാഗത്തിൽപ്പെട്ട ആളുകളുടെ മതത്തിന്റെ വികാ സത്തെ, ബഹുദേവതാ വിശ്വാസത്തിൽ നിന്ന് ഏകദൈവ വിശ്വാ സത്തി ലേയ്ക്കുള്ള പരിണാമത്തെ, സാമൂഹിക പ്രതിസന്ധിയുടെ തീവ്രത സ്വാധീനിക്കുന്നു. ജീർണ്ണിച്ച സാമൂഹിക ഘടനയെ തല്ലിത്ത കർക്കാനുള്ള ശക്തമായ ഒരു ആയുധമായി പ്രവർത്തിക്കുന്ന പുതിയ ഏകദൈവ വിശ്വാസം, മതത്തിന്റെയും ആരാധനാരീതിയുടെയും പഴയ രൂപങ്ങളു മായുള്ള ബന്ധം പൂർണ്ണമായും വിച്ഛേദിക്കാം; അല്ലെ ങ്കിൽ ബഹുദേവതാ വിശ്വാസത്തിന്റെ പശ്ചാത്തലത്തിൽ നിന്ന്, അതിനെ തിരസ്കരിക്കാന ല്ലാതെ, അതിന്റെ ജീർണ്ണിച്ച സാമൂഹിക ഘടനയെ ഉറപ്പിച്ചു നിർത്താനായി, പഴയതും പുതിയതും തമ്മിലു ള്ള ഒരു ഒത്തുതീർപ്പിന്റെ ഒരു ശക്തി എന്ന നിലയിൽ ഏകദൈവ

വിശ്വാസം പടിപടിയായി വളർന്നു വന്നേയ്ക്കാം. ഇതിൽ ആദ്യത്തെ പ്രക്രിയ ഒരു സാമൂഹിക വിപ്ലവത്തെ വിളംബരം ചെയ്യുന്നു. പഴയ പുരോഹിതവൃന്ദം അവരുടെ പാരമ്പര്യ അധികാരത്തിൽ നിന്നും ആട്ടിയോടിക്കപ്പെടുന്നു; ആത്മീയ നേതൃത്വം, സാധാരണക്കാർ, ഏറിയകൂറും സമൂഹത്തിന്റെ അടിത്തട്ടിൽ നിന്നു വരുന്നവർ കൈവശപ്പെടുത്തുന്നു. രണ്ടാമത്തെ പ്രക്രിയ, ചിരന്തനമായ ഒരു സാമൂഹിക പ്രതിസന്ധിയുടെ പ്രത്യയശാസ്ത്രപരമായ പ്രതിഫലനമായതിനാൽ നിശ്ചലമായ സാമൂഹിക ചുറ്റുപാടുകളിലാണ് നടക്കുന്നത്. പഴയ സാമൂഹികക്രമം ജീർണ്ണിക്കുന്നു. പക്ഷേ ജനസാമാന്യത്തെ തികഞ്ഞ നിരാശയുടെ അവസ്ഥയിലേക്ക് എറിയുന്നത്ര ആ ജീർണ്ണത എത്തുന്നില്ല; അതിനാൽ കലാപത്തിനുള്ള ത്വര ദുർബലവും ചഞ്ചലവുമാകുന്നു. എങ്കിലും സാമൂഹികതകർച്ചയുടെ ഫലമായ ജീവിതദുരിതങ്ങളും, സങ്കടനിവൃത്തിക്കു വേണ്ടി പൂർവ്വികരുടെ ദൈവങ്ങളോടുള്ള അഭ്യർത്ഥനയുടെ ഫലശൂന്യതയും പാരമ്പര്യ വിശ്വാസത്തെ ദുർബലമാക്കുന്നു; പൗരോഹിത്യത്തിന്റെ അധികാരവും സ്ഥാനവും പരസ്യമായി വെല്ലുവിളിക്കപ്പെടുന്നില്ലെങ്കിലും ഉലയ്ക്കപ്പെടുന്നു. പരാജയപ്പെട്ട ദൈവങ്ങളുടെ കാര്യസ്ഥപ്പണി സന്ദിഗ്ദ്ധവും ക്ഷയോന്മുഖവുമായ ഒരു സാമൂഹിക ധർമ്മമായി മാറിയതിനാൽ പുരോഹിതവർഗ്ഗം തങ്ങളുടെ മേൽക്കോയ്മ നിലനിർത്തുന്നതിനു പുതിയൊരു പ്രമാണം അന്വേഷിക്കുന്നു. ദൈവങ്ങളെപ്പോലും നിയന്ത്രിക്കുന്ന ദുർജ്ഞേയമായ പ്രപഞ്ചശക്തിയു മായി സംവദിക്കാൻ കഴിയുമെന്ന വാദമുഖത്തിൽ ആ പ്രമാണം കണ്ടെ ത്തപ്പെടുന്നു. ആ ദുർജ്ഞേയ ശക്തിയുടെ നിഗൂഢമായ വഴികളെക്കുറിച്ചുള്ള അറിവാകട്ടെ മനുഷ്യരുടെ പരിധിക്കപ്പുറമാണ്; പുരോഹിത വർഗ്ഗ ത്തിനു മാത്രമേ, പാരമ്പര്യത്തിന്റെയും നിഗൂഢമായ അനുഷ്ഠാനങ്ങളുടെയും ഫലമായി, ദുർജ്ഞേയ ശക്തിയുമായി സംവദിക്കാനും അതിന്റെ നിഗൂഢ മാർഗ്ഗങ്ങളെക്കുറിച്ചറിയാനുമുള്ള പ്രത്യേകമായ കഴിവുള്ളൂ.

ജീവിതത്തിലെ ഭാഗ്യവി പര്യയങ്ങളുടെ കാരണത്തെ അനുഷ്ഠാനങ്ങളിലൂടെയും യാഗങ്ങളിലൂടെയും പ്രസാദിപ്പിക്കപ്പെട്ട പരിചിതരായ പഴയ ദേവതകളിൽ ആരോപിക്കാൻ ഇനിമേൽ കഴിയില്ല. അവ, നശ്വരരായ മനുഷ്യരിലൂടെ പ്രവർത്തിക്കുന്ന ദുർജ്ഞേയമായ പ്രാപഞ്ചിക ഉദ്ദേശ്യത്തിന്റെ സാക്ഷാത്കാരമായി ഇപ്പോൾ വിശദീകരിക്കപ്പെടുന്നു. അങ്ങനെ, തന്റെ ദുഃഖങ്ങളുടേയും ദുരിതങ്ങളുടേയും ഉത്തരവാദിത്തം മനുഷ്യരിൽത്തന്നെ നിക്ഷിപ്തമാക്കുന്നു. ഗോത്രസമൂഹത്തിന്റെ വിഘട നത്തിന്റെ ഫലമായി രൂപംകൊണ്ട അരാജകത്വം സൃഷ്ടിച്ച ആത്മീയ കലാപം മുളയിലെ നുള്ളിക്കളയപ്പെടുന്നു. സാമൂഹിക അരാജകത്വ ത്തിന്റെ ഇരകളുടെ മുമ്പിൽ ശാശ്വതമായ

സമാധാനത്തിന്റെയും പരമാനന്ദത്തിന്റെയും തികച്ചും സാങ്കല്പിക മെങ്കിലും ആകർഷണീയമായ പാത തുറക്കപ്പെടുന്നു. അത് ജീവിത യാതനകളിൽ നിന്നു വ്യാകുലമായ മനസ്സുകളുടെ ശ്രദ്ധ തിരിക്കു ന്നു. അനശ്വരമായ ഒരു ആത്മാവ് തന്നിലുണ്ടെന്ന മിഥ്യാധാരണ തന്റെ നശ്വരമായ അസ്തിത്വത്തിന്റെ യാഥാർത്ഥ്യങ്ങളെ മായയായി കാണാൻ മനുഷ്യനെ പ്രേരിപ്പിക്കുന്നു.

രണ്ടാമത്തെ തരത്തിൽപ്പെട്ട ഏകദൈവമതം, സാമൂഹിക പ്ര തിലോമപരതയുടെ പ്രത്യയശാസ്ത്രമായി സ്വയം പ്രതിഷ്ഠിക്കുന്നു. അതിന്റെ സൂക്ഷ്മമായ രൂപം അതിന്റെ ആത്മീയമായ ശ്രേഷ്ഠത യുടെ തെളിവാകുന്നില്ല. പുരോഹിത വർഗ്ഗമാണ് അതിനു രൂപം നൽകിയത്. അത്തരം സമൂഹത്തിൽ അമൂർത്തമായി ചിന്തിക്കാനും അനുമാനിക്കാനുമുള്ള കഴിവിനെ വികസിപ്പിക്കാനുള്ള വേണ്ടത്ര ഒഴിവുസമയം പുരോഹിത വർഗ്ഗത്തിനു മാത്രമേ ഉള്ളൂ; ഈ കഴി വാകട്ടെ, ആത്മീയമോ ധൈഷണികമോ ആയ ശ്രേഷ്ഠതയുടെ തെളിവുമല്ല. കായികാദ്ധ്വാനത്തിൽനിന്ന് ഒഴിഞ്ഞുനിൽക്കാൻ കഴിഞ്ഞതിന്റെ ഉൽപ്പന്നമാണ് അത്. പുരോഹിത വർഗ്ഗം ഈ ആശയത്തിനു രൂപം നൽകുമ്പോൾ, പരമസത്ത (Supreme being) അനിവാര്യമായും അമൂർത്തമായ ഒരു സങ്കല്പമായി പ്രത്യക്ഷമാകുന്നു. അല്ലാത്തപക്ഷം, അതിന് നിഗൂഢമായ ഒരു ആരാധനാരീതിയായും നിഗൂഢജ്ഞാനമായും പുരോഹിത പ്രമാണിമാരുടെ കുത്തകയായും നിലനിൽക്കാനാവില്ല.

ബഹുദേവതാ വിശ്വാസത്തിൽ നിന്ന് നിഗൂഢമായ ഒരു ആരാധ നാക്രമത്തിലേക്കുള്ള മതത്തിന്റെ വികാസം പ്രാചീന ഇന്ത്യയിലും ഈജിപ്തിലും അസ്സീറിയയിലുമെല്ലാം ഉണ്ടായിട്ടുണ്ട്. വേദാന്തരമായ ഏകദൈവവിശ്വാസം -ഉപനിഷത്കഥകളിൽ അതിന്റെ വികാസ പരിണാമങ്ങൾ കണ്ടെത്താൻ കഴിയും- ബ്രാഹ്മണരുടെ സൃഷ്ടിയാ യിരുന്നു. അതു പുരോഹിത മേൽക്കോയ്മക്കു കീഴിൽ സമൂഹത്തിന്റെ സുസ്ഥിരതയ്ക്കു വേണ്ടിയുള്ള ഒരു ശക്തിയായി മാറുകയും ചെയ്തു. എന്നാൽ അത് ഗോത്രസാമൂഹിക ക്രമത്തിന്റെ ജീർണ്ണതയുടെ ഫലമായി ജനങ്ങളുടെ മേലുള്ള സ്വാധീനം ഭാഗികമായി നഷ്ട പ്പെട്ട പ്രകൃത്യാരാധനയിൽ അധിഷ്ഠിതമായ വൈദികമതത്തിന്റെ ബദലായി മാറിയില്ല. വ്യവസ്ഥാപിതമായ ആചാരാനുഷ്ഠാനങ്ങൾ ക്ക് എതിരായ കലാപമായല്ല അത് പ്രത്യക്ഷപ്പെട്ടത്. പുരോഹിത വർഗ്ഗത്തിനു, തങ്ങളെ സമൂഹത്തിന്റെ നേതൃത്വത്തിൽ പ്രതിഷ്ഠിച്ച വിശ്വാസപ്രമാണങ്ങളേയും ആരാധനാരീതികളെയും ഇല്ലാതാക്കുന്ന തിനുവേണ്ടി വാദിക്കാൻ കഴിഞ്ഞില്ല. അതിനാൽ, വസ്തുക്കളുടെ ആദി

കാരണത്തെ ക്കുറിച്ചുള്ള ചിന്തയ്ക്കു, അതായത് സ്വയം പ്രവർത്തിക്കുന്ന ഒരു പ്രപഞ്ചശക്തിയെക്കുറിച്ചുള്ള സങ്കല്പത്തിനു ക്രിസ്തുമതത്തേയോ ഇസ്ലാമിനെയോ പോലെ ജനകീയമായ ഒരു ഏകദൈവമതത്തിന്റെ ദാർശനികമായ പശ്ചാത്തലമായി മാറാനായില്ല. അത് പുരോഹിത വർഗ്ഗത്തിന്റെ ഇടയിൽ മാത്രം ഒതുങ്ങി നിൽക്കുന്ന നിഗൂഢമായ ഒരു ആരാധനാ സമ്പ്രദായമായി വളർന്നു. തൽഫലമായി സമൂഹ ത്തിന്റെ പൗരോഹിത്യഘടന ബലപ്പെടുകയും ചെയ്തു. തങ്ങൾ ക്കു പ്രപഞ്ചത്തിന്റെ നിഗൂഢതകൾ അറിയാനുള്ള ഉൾക്കാഴ്ച ഉണ്ടെന്ന് ഈ പുരോഹിതന്മാർ അവകാശപ്പെട്ടു. ഇത് അവർക്കു ദൈവികമായ പ്രാമാണികത്വം നൽകി. ഈ പ്രാമാണികത, മനുഷ്യപ്രകൃതമുള്ള ദൈവ ങ്ങളുടെ കാര്യസ്ഥന്മാരെന്ന നിലയ്ക്ക് അവർക്ക് നഷ്ടപ്പെട്ടി രുന്ന അന്ത സ്സെല്ലാം കൂടുതലായി തിരികെ നൽകി. പ്രകൃത്യാതീ തമായ ഒരു വിശ്വ ശക്തിയെക്കുറിച്ചുള്ള സങ്കല്പം, പ്രകൃത്യാരാധനാ മതത്തിലെ പരാജയ പ്പെട്ട ദൈവങ്ങളെ സ്ഥാനഭ്രഷ്ടരാക്കിയില്ല. മറിച്ച്, ദുർജ്ഞേയമായ ദൈവേച്ഛയെക്കുറിച്ചുള്ള സിദ്ധാന്തം ഇടിവു പറ്റിയ അവരുടെ സ്ഥാനത്തെ പുനഃസ്ഥാപിക്കുകയാണ് ചെയ്തത്. തങ്ങളുടെ ധർമ്മങ്ങൾ നിർവ്വഹിക്കുന്നതിലുണ്ടായ പ്രകടമായ പരാജയം. വഴിപാടുകളേയും ബലികളെ യും കണക്കിലെടുത്തുകൊ ണ്ട്, കർമ്മസിദ്ധാന്തത്തിന്റെ അടിസ്ഥാന ത്തിൽ വിശദീകരിക്കപ്പെ ട്ടു. സ്വന്തം ഇച്ഛയ്ക്കല്ലാതെ മറ്റൊരു നിയമത്തി നും വിധേയമല്ലാത്തതും മനുഷ്യമനസ്സിന് ഒരിയ്ക്കലും അറിയാനാകാത്ത തുമായ ദിവ്യമായ ഒരു ഇച്ഛയ്ക്കു വിധേയമാണ് ഈ ലോകം എന്നു വിശ്വസിക്കപ്പെട്ടു. ഈ ലോകത്തിൽ താൻ അനുഭവിക്കുന്ന ദുരിതങ്ങളു ടെയെല്ലാം ഉത്ത രവാദി താൻ തന്നെയാണെന്ന യുക്തിരഹിതമായ വിശ്വാസത്തെ കർമ്മസിദ്ധാന്തം മനുഷ്യനിൽ അരക്കിട്ടുറപ്പിച്ചു. കർമ്മസിദ്ധാന്തം, മനുഷ്യന്റെ സ്വതന്ത്രമായ ഇച്ഛാശക്തി എന്ന ആശയത്തെയും കേവലമായ ഈശ്വരേച്ഛ എന്ന ആശയത്തേയും സങ്കലനം ചെയ്ത് വിചിത്രമായ സിദ്ധാന്തത്തിന് ജന്മം നൽകി. അത് ആളുകളെ പഴയ മതത്തിന്റെ ആചാരാനുഷ്ഠാനങ്ങളിൽത്തന്നെ ബന്ധിച്ചുനിർത്തി. മാത്രമല്ല, തങ്ങളുടെ സൽപ്രവൃത്തികൾക്കു പ്രതിഫലമൊന്നും പ്രതീ ക്ഷിക്കരുതെന്നും അത് ആളുകളെ ഉപദേശിച്ചു.

അങ്ങനെ, പുതിയ മതത്തിന്റെ പിൻബലത്തോടെ പാമരരായ ജനസാമാന്യത്തിന് അനുയോജ്യമായ വിശ്വാസം എന്ന നിലയിൽ സംര ക്ഷിക്കപ്പെട്ട ജീർണ്ണിച്ച പ്രകൃത്യാരാധനാ മതത്തിന്റെ അടി ത്തറയ്ക്കു മേൽ നിഗൂഢമായ ഏകദൈവ വിശ്വാസത്തിന്റെ ഒരു വൻ സൗധം കെട്ടി ഉയർത്തപ്പെട്ടു. അത് പുരോഹിത വർഗ്ഗത്തിന്റെ കൈയിലെ പുതിയ ഒരായുധമായി മാറി. മനുഷ്യപ്രകൃതമുള്ള

ദൈവങ്ങളെ (Anthropomorphic deities) ഒരു വിശ്വദേവാലയത്തിൽ (Pantheon)ത്തിൽ പ്രതിഷ്ഠിച്ചു കൊണ്ട് അവയുടെ ഇളക്കം തട്ടിയ സ്ഥാനത്തെ അത് അരക്കിട്ടുറപ്പിച്ചു. വിശ്വ ദേവാലയത്തിനകത്തെ നിഗൂഢതകളിലേക്കു അനുഗ്രഹീതരായ ബ്രാഹ്മണർക്കു മാത്രമേ പ്രവേശനമുണ്ടായിരുന്നുള്ളൂ.

ആത്മീയ വെളിപാടുകളുടെ അടിസ്ഥാനത്തിൽ ഭരിക്കപ്പെടേണ്ട പുതിയ സാമൂഹികബന്ധങ്ങൾ സ്ഥാപിക്കണമെന്ന് ആവശ്യപ്പെട്ടു കൊണ്ട് പരിപൂർണ്ണമായ സാമൂഹിക തകർച്ചയുടെ പശ്ചാത്തലത്തിൽ നിന്ന് ഉയർന്നു വന്നതിനാൽ ക്രൈസ്തവ ഏകദൈവ വിശ്വാസം നീണ്ട കാലത്തെ മാനവപുരോഗതിയുടെ പ്രത്യയശാസ്ത്രം എന്ന നിലയിൽ ജൈത്രയാത്ര നടത്തി. മർദ്ദിതരായ സാമാന്യജനങ്ങളുടെ സൃഷ്ടിയാണ് ഏകദൈവ വിശ്വാസം. തങ്ങളുടെ സാമൂഹികമായ നില മെച്ചപ്പെടുത്തു വാനുള്ള അവരുടെ ശ്രമത്തിന്റെ പ്രത്യയശാസ്ത്രപരമായ ആവിഷ്കാര മാണ് അത്. ആ നിലയ്ക്ക് ഇത്തരത്തിലുള്ള ഏകദൈവ വിശ്വാസം ഒരു വ്യക്തി ദൈവത്തെക്കുറിച്ചുള്ള ലളിതമായ സങ്കല്പത്തിൽ അധിഷ്ഠിതമാണ് - സാധാരണ മനുഷ്യനു മനസ്സിലാക്കാൻ പറ്റുന്ന തരത്തിലുള്ള ഒരു സങ്കല്പം. നിസ്സാരനായ ഭക്തനും പ്രപഞ്ചത്തിന്റെ പ്രതാപിയായ അധിപതിയും തമ്മിൽ നേരിട്ടു ബന്ധം സ്ഥാപിക്കുന്നതിലൂടെ, വ്യവസ്ഥാപിതമായ സാമൂഹികഘടനയെ തകർത്തു തരിപ്പണമാക്കുന്ന ജനാധി പത്യപരമായ ഒരു വിശ്വാസമാണത്. ദൈവവും സാധാരണ ഭക്തനും തമ്മിൽ ബന്ധപ്പെടുന്നതിന് ഒരു മധ്യവർത്തിവർഗ്ഗത്തെ അനിവാര്യമാക്കുന്ന പഴയ ആചാരാനുഷ്ഠാനങ്ങളെ തിരസ്കരിക്കുന്നതിലൂടെ പുരോഹിതവർഗ്ഗം സമൂഹനേതൃത്വത്തിൽ നിന്നു പുറത്താക്കപ്പെടുന്നു. അത് ഒരു സാമൂഹ്യവിപ്ലവമാകുന്നു.

ആരംഭത്തിൽ ക്രിസ്തുമതം അനീതിക്കും അടിച്ചമർത്തലിനും എതിരായ സാമാന്യജനങ്ങളുടെ വിപ്ലവമായിരുന്നു. പക്ഷേ, മർദ്ദനത്തിന്റെയും അനീതിയുടെയും വ്യവസ്ഥാപിത ക്രമത്തെ തകർത്തെറിഞ്ഞ്, ആ സ്ഥാനത്ത് സാഹോദര്യത്തിന്റെയും സമത്വത്തിന്റെയും പുതിയ ഒരു ക്രമം പടുത്തുയർത്താനുള്ള ശക്തി തങ്ങളിൽത്തന്നെയുണ്ടെന്ന ബോധം ജനിപ്പിക്കാത്ത തരത്തിലായിരുന്നു അക്കാലത്തെ മർദ്ദിത ജന വിഭാഗങ്ങളുടെ സാമൂഹികാവസ്ഥ. അതിനാൽ, വിപ്ലവവീര്യം അനിവാര്യമായും മതത്തിന്റെ രൂപത്തിൽ പ്രകടിപ്പിക്കപ്പെട്ടു. പുതിയ സാമൂഹികക്രമം മനുഷ്യന്റെ പരിശ്രമങ്ങളിലൂടെയല്ല, മറിച്ച് നീതിയുടെ മൂർത്തരൂപമായി വീക്ഷിക്കപ്പെടുകയും സമ്പന്നരായ പാപികളെ ശിക്ഷിക്കുകയും ധർമ്മപാരായണരായ

ദരിദ്രരെ അനുഗ്രഹിക്കുകയും ചെയ്യുന്ന സർവ്വ ശക്തനായ ഒരു ദൈവത്തിന്റെ ഇച്ഛയാലാണ് സൃഷ്ടിക്കപ്പെടേണ്ടിയിരുന്നത്. സാമൂഹിക വ്യവസ്ഥയെ മാറ്റിപ്പണിയുക എന്ന അനിവാര്യത യിൽ നിന്നാണ് പരമാത്മാവിനെക്കുറിച്ചുള്ള ആശയത്തിന്റെ ഉൽഭവം. അതിനാൽ ദൈവത്തിന് ധ്യാനത്തിനു മാത്രമുള്ള കേവലസങ്കല്പമായിരി ക്കാൻ കഴിഞ്ഞില്ല. ദൈവത്തെ മൂർത്തരൂപത്തിൽ വീക്ഷിക്കേണ്ടതുണ്ടായിരുന്നു. ദൈവത്തിനു ചെയ്യാൻ കഴിയാത്തതായി ഒന്നുമില്ലെന്നു വരുത്തുമാറ് മനുഷ്യന്റെ എല്ലാ ഗുണങ്ങളും സങ്കല്പാതീതമായ വലിയ അളവിൽ അദ്ദേഹത്തിന് നൽകേണ്ടിയിരുന്നു.

ക്രിസ്തുമതത്തിന്റെ വ്യക്തിദൈവം കർക്കശമായ മറ്റു രണ്ട് ഏക ദൈവമതങ്ങളുടെ, അതായത് യഹൂദമതത്തിന്റെയും ഇസ്ലാം മതത്തിന്റെയും വ്യക്തിദൈവങ്ങളെപ്പോലെ തന്നെ സാമൂഹിക വിപ്ലവത്തിന്റെയും പുരോഗതിയുടെയും ചലനാത്മകശക്തിയുടെ സൃഷ്ടിയായിരുന്നു; എന്നാൽ, നിർഗുണപരബ്രഹ്മത്തെക്കുറിച്ചുള്ള ഹൈന്ദവ സങ്കല്പം, ജീവിതനിലവാരം മെച്ചപ്പെടുത്താനുള്ള എല്ലാ ശ്രമങ്ങളേയും നിരുത്സാഹപ്പെടുത്തിക്കൊണ്ട് നിലവിലുള്ള സാമൂഹികാവസ്ഥയെ അതേപടി നിലനിർത്തിക്കൊണ്ടുപോകാനുള്ള ആഗ്രഹത്തിന്റെ ഫലമാണ്.

വ്യക്തിദൈവത്തെക്കുറിച്ചുള്ള ആശയം ക്രിസ്തുമതത്തിനു കിട്ടിയത് യഹൂദമതത്തിൽ നിന്നാണ്. അതുപോലെതന്നെയാണ് മിശിഹായുടെ -രക്ഷകന്റെ- വരവിനെക്കുറിച്ചുള്ള വിശ്വാസവും. മറുവശത്ത് സങ്കീർണ്ണമായ ദൈവശാസ്ത്രഘടന നീതിമാനായ ദൈവം എന്ന ലളിത മായ ആശയത്തിനു മുകളിൽ ആത്യന്തികമായി പടുത്തുയർത്തപ്പെട്ടു. മിശിഹാ എന്ന സങ്കല്പമാകട്ടെ, ഗ്രീക്കു ദർശനത്തിന്റെ അതിഭൗതികമായ വ്യതിയാനത്തിൽ വേരൂന്നിയതുമായിരുന്നു. ആദ്യകാല ക്രിസ്തു മതത്തിന്റെ പോരാട്ടത്തിന്റേതായ സാമൂഹികവിപ്ലവ സ്വഭാവവും സ്വാത ന്ത്ര്യത്തിനുവേണ്ടി മർദ്ദിതരായ ഒരു ജനത നടത്തിയ പോരാട്ടത്തിൽ നിന്നു രൂപംകൊണ്ട യഹൂദപാരമ്പര്യത്തിൽപ്പെട്ടതായിരുന്നു. ക്രൈസ്തവ ആദർശങ്ങൾ എന്നുപറയപ്പെടുന്ന പരിത്യാഗവും ക്ഷമാശീലവും ആദിമ ക്രിസ്തുമതത്തിനു അജ്ഞാതമായിരുന്നു. അവ സാമൂഹിക തകർച്ചയുടെ ചുറ്റുപാടിൽ രൂപംകൊണ്ട ഗ്രീക്കു (സ്റ്റോയിക്) പൈതൃകത്തിന്റെ ഭാഗമായിരുന്നു. വ്യക്തിവാദത്തിൽ അധിഷ്ഠിതമായ സോഫിസ്റ്റ് ദർശനത്തിൽ ആ ആദർശങ്ങളുടെ മൂലം കണ്ടെത്താനാകും. സോഫിസ്റ്റ് ദർശനമാകട്ടെ, പ്രഭുത്വവാഴ്ചയിൽ അധിഷ്ഠിതമായ രാഷ്ട്രങ്ങൾ സ്പാർട്ടയുടെ നേതൃത്വത്തിൽ ജനാധിപത്യ നഗരരാഷ്ട്രങ്ങളുടെ സ്വാത ന്ത്ര്യത്തെ

തകർക്കുന്നതിനെതിരായ ജനാധിപത്യപരമായ പ്രതിഷേധത്തെ പ്രതിനിധാനം ചെയ്യുന്നു.

ഏതെങ്കിലും ഒരു മതത്തിന്റെ അടിസ്ഥാന തത്വങ്ങൾക്കും സിദ്ധാന്തങ്ങൾക്കും, അവയ്ക്കു ജന്മം നൽകിയ ജനവിഭാഗത്തിന്റെ സാമൂ ഹിക പദവിയും സാംസ്കാരിക നിലവാരവും അനുസരിച്ച് ലളിതമോ സങ്കീർണ്ണമോ ആയ രൂപവും സങ്കേതഭാഷയും ഉണ്ടാവാം. പണ്ഡിതരും വിതണ്ഡവാദികളുമായ പുരോഹിതവർഗ്ഗം സ്വാഭാവികമായും അസംബന്ധത്തിന് നിഗൂഢതയുടെ മേലങ്കി അണിയിക്കുന്നു. സാമാന്യജനങ്ങൾ സൃഷ്ടിക്കുന്ന മതം ലളിതവും വളച്ചുകെട്ടില്ലാത്തതുമായിരിക്കും. അത് പഴയ മതത്തോട് ഒരു വിട്ടുവീഴ്ചക്കും തയ്യാറാകില്ല. പഴയ മതത്തെ നശിപ്പിക്കാനാണ് അത് ശ്രമിക്കുക. പക്ഷേ, എന്തായാലും ശൂന്യതയിൽ നിന്ന് എന്തെങ്കിലും സൃഷ്ടിക്കുക എന്നത് തികച്ചും അസാദ്ധ്യമാണ്. ജാലവിദ്യയിലൂടെ മാത്രമേ അതിനു കഴിയൂ. ജാലവിദ്യാ പ്രകടനത്തിന്റെ സങ്കീർണ്ണത അല്ലെങ്കിൽ ലാളിത്യം അപ്രധാനമാണ്. മതത്തിന്റെ സാരാംശമായ വിശ്വാസം അനിവാര്യമായും ജാലവിദ്യയിലും ദിവ്യാത്ഭുത ത്തിലും അധിഷ്ഠിതമാണ്. കാലപ്രവാഹത്തിൽ നിഗൂഢതയുടെ അമ്പരപ്പിക്കുന്ന മൂടുപടത്താൽ അവയുടെ നൈസർഗികമായ അകൃത്രിമത്വം മറയ്ക്കപ്പെടാം. അല്ലെങ്കിൽ സങ്കീർണ്ണമായ ഒരു ദൈവശാസ്ത്രത്തിന്റെ ശക്തമായ ഭിത്തിയാൽ അവയുടെ ദുർബലമായ അടിത്തറ ഉറപ്പിക്കപ്പെടാം.

ഒരുവശത്ത് ബൈബിളിൽ പ്രതിപാദിച്ച രീതിയിലുള്ള ക്രൈസ്തവമതത്തിന്റെ ലാളിത്യത്തിനു പ്ലേറ്റോ, അരിസ്റ്റോട്ടിൽ, സ്റ്റോയിക്കുകൾ എന്നിവരുടെ ഗഹനമായ സൈദ്ധാന്തിക ചിന്തയുടെ പശ്ചാത്തലം ഉണ്ടായിരുന്നു. മറുവശത്ത് പിന്നീട് അത് അതിസങ്കീർണ്ണമായ ദൈവശാസ്ത്ര സിദ്ധാന്തങ്ങൾ കൊണ്ട് അലങ്കരിക്കപ്പെടുകയും ചെയ്തിരുന്നു. ബൈബി ളിലെ കഥകൾ, വേദങ്ങളിലേയും ഉപനിഷത്തുകളിലേയും ഹിന്ദുപുരാണ ങ്ങളിലേയും വിചിത്രമായ കഥകളേക്കാൾ പ്രാകൃതമോ അവിശ്വസനീയമോ അല്ല. അതേസമയം ഹിന്ദു ബുദ്ധിജീവികളുടെ ആദ്ധ്യാത്മിക അഹന്ത പൊതുവായി സമ്മതിച്ചുകൊടുക്കുന്നതിനേക്കാൾ ഗഹനമാണ് ക്രിസ്തുമതത്തിന്റെ ദാർശനിക അടിത്തറ, അതിന്റെ ദൈവശാസ്ത്രപരമായ ഉപരിഘടനയാകട്ടെ, അതിസങ്കീർണ്ണവും.

ക്രിസ്തുമതത്തിന്റെ ധാർമ്മികതത്വങ്ങളും ആത്മീയ പ്രമാണങ്ങളുമാണ് ഇന്നും പാശ്ചാത്യ സംസ്കാരത്തിൽ വലിയൊരളവോളം ആധിപത്യം പുലർത്തുന്നത്. അതിനാൽ, പാശ്ചാത്യ സംസ്കാരത്തെ

ദാർശനികാർത്ഥ ത്തിൽ ഭൗതികവാദത്തിന്റെ പേരിൽ കുറ്റപ്പെടു ത്താനാകില്ല. ഇന്ത്യ ഹിന്ദുമതത്തിന്റെ ആധ്യാത്മികതത്വങ്ങളോട് കൂറുപുലർത്തിയ പോലെ യൂറോപ്പും ഇക്കാലമത്രയും ക്രൈസ്തവവി ശ്വാസത്തോട് കൂറു പുലർത്തിയിട്ടുണ്ട്. ഇന്നും അതിന് മാറ്റമില്ല. രണ്ടിടത്തേയും ആധ്യാത്മികതത്വങ്ങൾ സാരാംശത്തിൽ ഒന്നുത ന്നെയായതിനാൽ ഒരിടത്ത് അവ അധഃപതിച്ചുവെന്നും മറ്റൊരിടത്ത് അവ അവയുടെ ആദിമ വിശുദ്ധി നിലനിർത്തിയെന്നും കരുതുന്നത് ഒട്ടും യുക്തിസഹമല്ല. ചരിത്രപരമായ പ്രയോജനം അവസാനിച്ചിട്ടും അവ നിലനിന്നതിനാൽ രണ്ടിടത്തും അവ അനിവാര്യമായും അധഃ പതിച്ചു. യൂറോപ്പിൽ ആദ്ധ്യാത്മികതത്വങ്ങളുടെ പ്രാമാണികതയെ വെല്ലുവിളിച്ച് അവയുടെ സ്ഥാനത്ത് മാനവജീവിത ത്തെയും പുരോ ഗതിയെയും നിർണ്ണയിക്കുന്ന ഘടകമായി മാറാനായി പുതിയ ഒരു ചിന്താരീതി വികസിച്ചുവന്നു. വിപ്ലവപരമായ പുതിയ ദർശനം പൂർവ്വ സംസ്കാരങ്ങളുടെ അനിവാര്യമായ അനന്തരഫലങ്ങളുടെ മൂർത്തരൂ പമായി ഉറപ്പോടെ മുന്നേറി. നീണ്ടകാലത്തെ ആ പോരാട്ടത്തിൽ കാലഹരണപ്പെട്ട ആദ്ധ്യാത്മിക വാദത്തിന് ദാർശനികതത്വങ്ങളു ടെയും യുക്ത്യാധിഷ്ഠിത സങ്കേത ഭാഷയുടെയും വ്യാജമായ ശാസ്ത്രീയ പ്രഖ്യാപനങ്ങളുടേയും ചതിക്കുഴികളെ ഉപേക്ഷിക്കേണ്ടതായിവന്നു.

ഇന്ത്യയിൽ, മതപരമായ പ്രത്യയശാസ്ത്രത്തിന്റെ ചരിത്രപരമായ പ്രയോജനം അവസാനിച്ചിട്ടും അത് സാംസ്കാരികമായ ആധിപത്യം നിലനിർത്തി. ഇന്ത്യയിൽ ആദ്ധ്യാത്മികവാദം ശാസ്ത്രവിജ്ഞാനത്തി ന്റെ അടിസ്ഥാനത്തിൽ വിമർശനത്തിനു വിധേയമായില്ല. അതിനാൽ അതിന്റെ യുക്തിരാഹിത്യം മുഴുവനും തുറന്നുകാട്ടപ്പെടുകയോ, സ്വയം ഇല്ലാതായിക്കൊണ്ട്, മാറിക്കൊണ്ടിരിക്കുന്ന സാമൂഹിക സാഹ ചര്യങ്ങളുമായി പൊരുത്തപ്പെട്ടുപോകുന്നതിനുവേണ്ടി അതിന്റെ തത്ത്വങ്ങളെ യുക്തിവൽക്കരിക്കാൻ (ആധുനിക ആശയവാദ ദർശ നത്തെപ്പോലെ) നിർബന്ധിക്കപ്പെടുകയോ ഉണ്ടായില്ല. അനന്തരഫ ലമായി അത് അതിന്റെ ആദിമവിശുദ്ധി കാത്തുസൂക്ഷിക്കുന്നതായി കാണപ്പെട്ടു - ഇന്ത്യൻ സംസ്കാരത്തിന്റെ സവിശേഷ പ്രതിഭയുടെ ദൃഷ്ടാന്തമായി. മതപരമായ പ്രത്യയശാസ്ത്രത്തിന്റെ ആധിപത്യം നീണ്ടകാലത്തെ സാമൂഹിക നിശ്ചലതയുടെ ഫലമായിരുന്നു.

ജീർണ്ണിച്ചുകൊണ്ടിരിക്കുന്ന പാശ്ചാത്യ ഭൗതിക സംസ്കാരം, അതിനെ സഹായിക്കാനായി, നിരവധി നൂറ്റാണ്ടുകളുടെ സാമൂഹിക പുരോഗതി വിലയായി നൽകി പ്രാക്തനവിശുദ്ധിയോടെ സംര ക്ഷിച്ചു വച്ചിരിക്കുന്ന ആദ്ധ്യാത്മിക ഒറ്റമൂലിയുമായി വരാൻ ഇന്ത്യ യോട് അഭ്യർത്ഥിച്ചു കൊണ്ടിരിക്കുന്നു എന്നതു സത്യമാണെങ്കിൽ,

കീഴടക്കപ്പെട്ടതും സർവ്വത്ര ദൂഷിച്ചതുമായ ഇന്ത്യൻ സമൂഹ ശരീരത്തെ അഭിവൃദ്ധിപ്പെടുത്താൻ ശ്രമിക്കുന്നവർ ലജ്ജാകരമായ ഈ ദൗത്യത്തിൽ അഭിമാനിച്ചു കൊള്ളട്ടെ. ആസന്നമായ ഇന്ത്യൻ നവോത്ഥാനം ബോധപൂർവ്വമായോ അബോധപൂർവ്വമായോ പ്രതിലോമപരതയ്ക്കു വേണ്ടി വാദിക്കുന്ന മഹാത്മാക്കളുടെ നേതൃത്വത്തിലല്ല നടക്കുക; വിപ്ലവാത്മകമായ ഒരു ദർശനത്തിന്റെ കൊടിക്കീഴിലായിരിക്കും. ആദ്ധ്യാത്മിക മുൻവിധികളിൽ നിന്നു മുക്തരാകാൻ കഴിയാത്തവർ, അവർ ഇന്ന് എത്ര വലിയ മഹാന്മാരായി കാണപ്പെടാമെങ്കിലും ചരിത്രവികാസത്തിന്റെ നീക്കുപോക്കില്ലാത്ത യുക്തിയാൽ വിസ്മൃതിയിലേക്ക് എറിയപ്പെടും.

●

മനുവിന്റെ സാമൂഹിക ദർശനം

മനു ഒരു നവസാമൂഹിക ക്രമത്തിന്റെ പ്രവാചകനായിരുന്നില്ല, മറിച്ച് അക്കാലത്ത് നിലനിന്നിരുന്ന സാമൂഹിക വ്യവസ്ഥയുടെ സാധൂ കർത്താവായിരുന്നു. ഇതറിയാൻ മനുസ്മൃതി മാത്രം വായിച്ചാൽ മതി. മനു സാധൂകരിച്ച സാമൂഹിക വ്യവസ്ഥ പ്രാഥമികാർത്ഥത്തിൽ പോലും സമത്വ വാദപരമായിരുന്നില്ല. മനുവിന്റെ നിയമങ്ങൾ തന്നെ അത് സംരക്ഷിക്കാനുദ്ദേശിച്ച സാമൂഹിക വ്യവസ്ഥയുടെ സ്വഭാവത്തെ വെളിവാക്കുന്നുണ്ട്. പുരോഹിതന്മാർക്ക് മേധാവിത്വമുള്ള വ്യവസ്ഥയായിരുന്നു അത്. അവർ ഉദാരമനസ്കരായിരുന്നിരിക്കാമെങ്കിലും ഒരിക്കലും ജനാധിപത്യമനോഭാവമുള്ളവരായിരുന്നില്ല. അവരുടെ അധികാരം ഭരണഘടനയാൽ പോലും നിയന്ത്രിതമായിരുന്നില്ല. മനുസ്മൃതി സാമൂഹിക കടമകളെ വിശദീകരിക്കുന്നു. എന്നാൽ അത് പ്രാകൃത ഗോത്രവ്യവസ്ഥകളിൽ ഉണ്ടായിരുന്ന വളരെ പ്രാഥമികമായ തരത്തിലുള്ള ജനകീയാവകാശങ്ങളെക്കുറിച്ചു പോലും ഒന്നും പറയുന്നില്ല. ഗോത്രവ്യവസ്ഥയേക്കാൾ വളരെ ഉയർന്ന ഒരു സമൂഹത്തിനുവേണ്ടിയാണ് മനു നിയമനിർമ്മാണം നടത്തിയത് എന്നതിൽ സംശയമില്ല. വൈദികപൂർവ്വകാലത്തെ പ്രാകൃത കമ്മ്യൂണിസം അപ്രത്യക്ഷമായിക്കഴിഞ്ഞിരുന്നു. വൈദിക രാഷ്ട്രത്താൽ ഉറപ്പുനൽകപ്പെട്ട സ്വകാര്യസ്വത്തിലും പിതൃമേധാവിത്വത്തിലും അധിഷ്ഠിതമായിരുന്നു മനുവിന്റെ കാലത്തെ സമൂഹം. മനുവിന്റെ സാമൂഹികദർശനത്തിന്റെ രത്നച്ചുരുക്കം ധർമ്മത്തെക്കുറിച്ചുള്ള അദ്ദേഹത്തിന്റെ നിർവ്വചനത്തിൽ അടങ്ങിയിരിക്കുന്നു. ധർമ്മത്തെക്കുറിച്ചുള്ള ഈ ഹിന്ദുസങ്കല്പം ലോകത്തിനുള്ള ഇന്ത്യയുടെ സന്ദേശത്തിന്റെ സാരമായി കണക്കാക്കപ്പെടുകയും ചെയ്യുന്നു. സാമൂഹ്യപെരുമാറ്റത്തിന്റെ മതപരവും നൈതികവുമായ സങ്കല്പമാണ് ധർമ്മം. 'സംതൃപ്തി, ക്ഷമ, ആത്മനിയന്ത്രണം (ദമം), അസ്തേയം, വ്രതാനുഷ്ഠാനം (ശൗചം), ഇന്ദ്രിയ

നിഗ്രഹം, ജ്ഞാനം, പരമാത്മ ജ്ഞാനം, സത്യനിഷ്ഠത, അക്രോധം'- ഇങ്ങനെയാണ് മനു ധർമ്മത്തെ നിർവ്വചിക്കുന്നത്.

ഏറ്റവും പ്രയാസമുള്ള നന്മകളുടെ ഒരു പട്ടികയാണത്. ഈ നന്മകളെ അനായാസമായും ഫലപ്രദമായും ഉദ്ബോധിപ്പിക്കുവാൻ മാത്രമല്ല, അനുഷ്ഠിക്കാൻ കൂടി പുരോഹിതന്മാരും അധികാരികളുമടങ്ങുന്ന പ്രത്യേക അവകാശങ്ങളുള്ള വർഗ്ഗത്തിന് കഴിഞ്ഞിരുന്നു. സമൂഹത്തിലെ മറ്റുള്ളവരെ സംബന്ധിച്ചിടത്തോളം ഈ നന്മകളുടെ അനുഷ്ഠാനം നില നിൽക്കുന്ന വ്യവസ്ഥയ്ക്ക് സ്വമേധയാ കീഴടങ്ങുക എന്നതായിരുന്നു. അതിപുരാതനമായ ഈ ദൈവങ്ങളെ ഒന്ന് അടുത്തുചെന്നു നോക്കുക. വിമർശനബുദ്ധി തീരെ കുറവായ ഒരാൾക്കു പോലും അവയുടെ കളിമൺ കാലുകൾ കാണാനാകും.

അസംതൃപ്തരാകാൻ യാതൊരു കാരണവും ഇല്ലാത്തവരോട് സംതൃപ്തരാകാൻ ഉപദേശിക്കുന്നതിൽ ഒരു കാര്യവുമില്ല. ഉപരിവർഗ്ഗത്തിൽപ്പെട്ടവർക്ക് സംതൃപ്തരാകാൻ ഒട്ടും ബുദ്ധിമുട്ടില്ല. ദരിദ്രർക്കിടയിലെ അസംതൃപ്തി സ്വാഭാവികവും ധാർമ്മികമായി നീതീകരിക്കത്തക്കതുമാണ്. എന്നാൽ, ഈ അസംതൃപ്തി നിലവിലുള്ള സാമൂഹിക വ്യവസ്ഥയ്ക്ക് കടുത്ത ഭീഷണിയാണ്. മതപരമായ കടമ എന്ന നിലയിൽ അനുഷ്ഠിക്കുന്നതിനുവേണ്ടി സംതൃപ്തിയിൽ നിന്ന് ഒരു നന്മ സൃഷ്ടിക്കപ്പെട്ടു - കാരണം, അത് ഉപരിവർഗ്ഗത്തിന്റെ സ്ഥാനമാനങ്ങളെ കോട്ടവാട്ടങ്ങളില്ലാതെ കാത്തുരക്ഷിക്കും. അസംതൃപ്തരാകേണ്ട കാര്യമൊന്നുമില്ലാത്തതു കൊണ്ട് ഉപരിവർഗ്ഗത്തിന് സംതൃപ്തിയുടെ മാതൃകയാകാൻ കഴിഞ്ഞു. സംതൃപ്ത ഭാവം മനുഷ്യന്റെ ഭാഗധേയത്തെ നിർണ്ണയിക്കുന്ന ദൈവങ്ങളെ പ്രസാദിപ്പി ക്കുമെന്നാണ് വെപ്പ്. അങ്ങനെ, തങ്ങളുടെ വിധിയ്ക്കെതിരെ കലാപമുയർ ത്താൻ വേണ്ടുവോളം കാരണമുള്ളവരെ അടക്കിനിർത്താനും അവർക്ക് കഴിഞ്ഞു. ഉപരിവർഗ്ഗത്തിന് ആ നന്മ പ്രസംഗിക്കാനുള്ളതുമാത്ര മാണ്. അത് തങ്ങൾ മറ്റുള്ളവരേക്കാൾ യോഗ്യന്മാരാണെന്ന സുഖകരമായ അനുഭൂതി പ്രദാനം ചെയ്യുന്നു. സാമാന്യജനങ്ങൾക്ക് സംതൃപ്തഭാവം ശീലിക്കണമെങ്കിൽ കഠിനമായ ശ്രമവും യഥാർത്ഥമായ ത്യാഗവും അനുഷ്ഠിക്കണം.

അപരാധത്തിന്നിരയായവർ അനുഷ്ഠിക്കുമ്പോൾ മാത്രമാണ് ക്ഷമ ഒരു നന്മയാകുന്നത്. അതുകൊണ്ട് അധികാരവും പ്രത്യേക അവകാശങ്ങളു മുള്ള ഒരു ന്യൂനപക്ഷത്തിന്റെ അപരാധങ്ങൾക്ക് നിരന്തരമായി ഇരയാക്കപ്പെടുന്ന സാമാന്യജനങ്ങളുടെ മേൽതന്നെ മാപ്പുനൽകുക എന്ന ധാർമ്മിക ഭാരവും വന്നുപെടുന്നു. ഉപരിവർഗ്ഗത്തിന്റെ ക്ഷമാശീലം ഒരു തന്ത്രമെന്ന നിലയിലാണ് ഉപദേശിക്കപ്പെടുന്നത്. അധികാരമുള്ളവർക്ക് മഹാമനസ്കരാകാനാകും. അത്

അവർക്ക് തന്നെ പ്രയോജനകരമായിക്കും. മാപ്പുനൽകപ്പെട്ടവരുടെ കൃതജ്ഞത അവർക്ക് നേടാനാകുന്നു. അനിവാര്യതയുടെ സമ്മർദ്ദ ത്താൽ ചെയ്യപ്പെടുന്ന അപരാധങ്ങൾ ധാർമ്മികമായി ന്യായീകരി ക്കത്തക്കതാണ്. അത്തരം അപരാധങ്ങൾക്ക് മാപ്പുനൽകുക എന്നത് ഒരു നന്മയല്ല; മറിച്ച് തികഞ്ഞ കാപട്യമാണ്. വിശപ്പു സഹിക്കാതെ ഒരാൾ മോഷ്ടിച്ചാൽ അയാളോട് ക്ഷമിക്കുന്നത് നന്മയൊന്നുമല്ല.

സാമാന്യജനങ്ങളോട് ആത്മനിയന്ത്രണം ഉപദേശിച്ചില്ലായിരു ന്നെങ്കിൽ, അതായത് പ്രാഥമിക ആവശ്യങ്ങളെപ്പോലും ഒഴിവാക്കി കൊണ്ട് ജീവിക്കാൻ ശീലിപ്പിച്ചിരുന്നില്ലായിരുന്നെങ്കിൽ അവരുടെ അദ്ധ്വാനത്തിന്റെ മിച്ചത്തെ ഉപരിവർഗ്ഗങ്ങൾക്ക് കൈക്കലാക്കാൻ കഴിയുമായിരുന്നില്ല. ഉൽപാദകരല്ലാത്തവരിൽ ഉടമാവകാശം നിക്ഷിപ്തമായ ഒരു സമൂഹത്തിന്റെ സാമ്പ ത്തികശാസ്ത്രത്തിന്റെ അടിസ്ഥാനതത്ത്വത്തിന്റെ മതപരവും ധാർമ്മികവുമായ രൂപമാണ് ആത്മനിയന്ത്രണം. പരിമിതമായ അർത്ഥത്തിൽ, പ്രവൃത്തിയുടേയും വികാരത്തിന്റെയും മേലുള്ള നിയന്ത്രണം എന്ന നിലയ്ക്ക്, അത് വ്യ ക്തിസ്വാതന്ത്ര്യത്തിന്റെ നിഷേധവും നൈസർഗിക വികാരങ്ങളുടെ നിരോധവുമാണ്. ആദ്യത്തേതിൽ, വളരെ സൂക്ഷ്മവും ഫലപ്രദവുമായ രീതിയിലുള്ള സാമൂഹിക മർദ്ദനമാണ് നടക്കുന്നത്. രണ്ടാമത്തേത്. ധൈഷണികമായും വൈകാരികമായും വളരെ ഹാനികരമാണ്. ആത്മനിയന്ത്രണമല്ല; ആത്മനിഗ്രഹമാണ് ഉപദേശിക്കപ്പെടുന്നത്. നിയന്ത്രണം സാമൂഹികമായും ധാർമ്മികമായും അഭികാമ്യവും ആവശ്യവുമാണ്. എന്നാൽ മാനുഷികമായ അസ്തിത്വത്തിനും ജൈവ ധർമ്മങ്ങളുടെ സ്വാഭാവികമായ അനുഷ്ഠാനത്തിനുമുള്ള വ്യക്തിയുടെ അവകാശം, ആത്മനിയന്ത്രണം ആവശ്യപ്പെടുന്നതിനുമുമ്പ് അംഗീ കരിക്കപ്പെടാത്ത പക്ഷം അത് ആ അവകാശത്തിന്റെ നിഷേധമാ യിത്തീരുന്നു. സാമാന്യജനങ്ങളുടെ ഭൗതികവും വൈകാരികവുമായ ജീവിതത്തിന്റെ സ്വേച്ഛാപരമായ നിയന്ത്രണത്തിലൂടെ ദൃഢമാക്കപ്പെട്ട സാമൂഹിക സൗഹാർദ്ദം ഭാവിയെ ബലികൊടുത്തുകൊണ്ട് നിലവിലു ള്ള സാമൂഹ്യവ്യവസ്ഥയ്ക്ക് ഉറപ്പുനൽകുന്നു. ആത്മനിയന്ത്രണം എന്ന നന്മ സാമാന്യ ജനങ്ങളുടെ ജീവിത നിലവാരത്തെ നിശ്ചലമായ ഒരവസ്ഥയിൽ തടഞ്ഞുനിർത്തുന്നു; അത് മാന്ദ്യമുളവാക്കും എന്നത് ഉറപ്പാണ്. ഒരു രാഷ്ട്രത്തിന്റെ സാമ്പത്തിക പുരോഗതി പ്രാഥമിക മായും അവിടുത്തെ ജനങ്ങളുടെ ഉപഭോഗശേഷിയുടെ വളർച്ചയെ ആശ്രയിച്ചാണിരിക്കുന്നത്. സാമ്പത്തിക ശാസ്ത്രത്തിന്റെ ബാലപാ ഠമാണത്. ഉൽപാദന വികാസം ഒഴിച്ചുനിർത്തപ്പെട്ടതും ഉൽപാദക രല്ലാത്തവരിൽ (പുരോഹിതൻ, കുലപതി, നാട്ടുവാഴി) ഉടമസ്ഥാവ കാശം നിക്ഷിപ്തമായതുമായ മുതലാളിത്തപൂർവ്വ സമ്പദ്ഘടനയുടെ

പരിസരത്തിലാണ് ആത്മനിയന്ത്രണം എന്ന ധർമ്മം രൂപം കൊള്ളുന്നത്. മൊത്തം ഉൽപാദനം അവശ്യമായും പരിമിത മാക്കപ്പെട്ടിരുന്നതുകൊണ്ട് ഉൽപാദകരായ ജനങ്ങളെ ലളിതജീവിതം എന്ന നന്മ ശീലിക്കാൻ പ്രേരിപ്പിക്കുകയോ ബലപ്രയോഗത്തിലൂടെ നിർബന്ധിക്കു കയോ ചെയ്യുന്നതിലൂടെ മാത്രമേ മഹാഭാരതത്തിലും മറ്റും വിവരിച്ച ഉപരി വർഗ്ഗങ്ങളുടെ ആഡംബര സമൃദ്ധി സാദ്ധ്യമാകുമായിരുന്നുള്ളൂ. ആത്മ നിയന്ത്രണം എന്ന നന്മ സാമാന്യജനങ്ങളെ കൊള്ളയടിക്കുകയും ചൂഷണം ചെയ്യുകയും ചെയ്യുന്നതിനെ പ്രതിനിധീകരിക്കുന്നു.

പട്ടികയിലെ അടുത്ത നന്മ സ്വകാര്യസ്വത്തിന്റെ പരിപാവനതയോടുള്ള ആദരവാണ്. മനു സോഷ്യലിസത്തിന്റെ പ്രവാചകനായിരുന്നുവെന്ന വാദത്തിന്റെ പൊള്ളത്തരം തുറന്നു കാണിക്കാൻ ഇക്കാര്യം മാത്രം മതി. സോഷ്യലിസ്റ്റുകൾ ഡോക്ടർ ഭഗവാൻ ദാസിന്റെ ഉപദേശമനുസരിച്ച് വൈദേശിക സിദ്ധാന്തങ്ങളെ തിരസ്കരിച്ച് സാമൂഹിക നീതിയുടെ ആദർശത്തിനുവേണ്ടി മനുവിലേയ്ക്ക് തിരിയുകയാണെങ്കിൽ പരധനത്തെ അധാർമ്മികമായി അപഹരിക്കാതിരിക്കൽ (അസ്തേയം)'എന്ന നന്മ അനുഷ്ഠിക്കണം. സാമൂഹ്യ നീതിയുടെ ആദർശത്തോട് അനുഭാവം പ്രഖ്യാപിക്കുന്ന ദേശീയ നേതാക്കന്മാർ ഇന്ത്യൻ ആദ്ധ്യാത്മികതയുടെ പാരമ്പര്യത്തോട് കൂറു കാണിച്ചുകൊണ്ട് നിലവിലുള്ള സ്വത്തുടമാബന്ധങ്ങൾക്ക് ചെറിയ അലോസരമുണ്ടാക്കുന്നതിനെപ്പോലും എതിർക്കുന്നു. അവരുടെ പ്രഖ്യാപിത ആദർശത്തെ തന്നെ ഇത് കൊഞ്ഞനം കുത്തുന്നു. സമ്പത്തുൽപാദകരിൽ നിന്ന് അപഹരിക്കാനും പിടിച്ചെടുക്കാനും മതപരവും ധാർമ്മിക വുമായ ഒഴിവുകഴിവുകൾ നൽകുകയും സ്വകാര്യ സ്വത്തവകാശത്തിനു വേണ്ടി മതാനുമതി അഭ്യർത്ഥിക്കുകയും ചെയ്യുന്ന മധ്യകാലസാമൂഹ്യതത്ത്വശാസ്ത്രത്തിൽ സോഷ്യലിസത്തിന്റെ തത്ത്വങ്ങൾ കണ്ടെത്തുന്നത് ഉട്ടോപ്യനേക്കാളും മോശമാണ്.

പട്ടികയിലെ അവശേഷിച്ച നന്മകളെക്കുറിച്ച് ഒന്നും പറയേണ്ട ആവശ്യമില്ല. അവയിൽ ചിലത് നേരത്തേ പരിശോധിച്ച നന്മകളുടെ വക ഭേദങ്ങൾ മാത്രമാണ്. മറ്റുള്ളവയാകട്ടേ, എല്ലാ തരത്തിലുമുള്ള വ്യാഖ്യാനങ്ങൾക്ക് വിധേയമാകുന്ന അതിഭൗതിക സങ്കല്പങ്ങളാണ്. ഉദാഹരണ ത്തിന് സത്യനിഷ്ഠത എന്ന നന്മയെ എടുക്കുക. എന്താണ് സത്യം? ഈ ചോദ്യത്തിന് ഉത്തരം ലഭിക്കാത്തിടത്തോളം സത്യനിഷ്ഠതയ്ക്ക് ഒരർത്ഥവുമില്ല. ഈ ചോദ്യത്തിനുത്തരമായി മതം ഒരു സങ്കല്പത്തെ ഒരേയൊരു യാഥാർത്ഥ്യമായി പ്രഖ്യാപിക്കുന്നു; ഒരസത്യത്തിൽ നിന്ന് സത്യത്തെ സൃഷ്ടിക്കുന്നു. യാഥാർത്ഥ്യത്തിന്

അനുരോധമായതാണ് സത്യം; വസ്തു നിഷ്ഠമായ അസ്തിത്വമാണ് യാഥാർത്ഥ്യം; വസ്തുനിഷ്ഠമായി നിലനിൽക്കുന്നത് മാറ്റം മാത്രമാണ്; മാറാത്തതൊന്നും നിലനിൽക്കുന്നില്ല; അതുകൊണ്ട് മാറ്റം മാത്രമാണ് ഒരേയൊരു സത്യം. എന്നാൽ മതം പരിപൂർണ്ണത എന്ന അതിഭൗതിക സങ്കല്പത്തെ സത്യത്തിന്റെ പീഠത്തിലേയ്ക്ക് ഉയർത്തുന്നു. പരിപൂർണ്ണത (Absoluteness) വസ്തുനിഷ്ഠമായി യാഥാർത്ഥ്യമല്ല. അതുകൊണ്ട് അത് ഒരസത്യമാണ്. യാഥാർത്ഥ്യം മാറ്റത്തിനു വിധേയമായതുകൊണ്ട് അതിനനുരോധമായതിന് മാറ്റമില്ലാതെയിരിക്കാനാവില്ല. കേവലസത്യം എന്നൊന്നില്ല. സത്യനിഷ്ഠതയെക്കുറിച്ചുള്ള അമൂർത്ത സങ്കല്പം അർത്ഥശൂന്യമാണ്. ഇന്നത്തെ സത്യം നാളത്തെ അസത്യമാകാം. ഇന്നലത്തെ അസത്യം ഇന്നത്തെ സത്യമാകാം. ഒരു വീക്ഷണകോണിൽ നിന്നു നോക്കുമ്പോൾ സത്യമെന്നു തോന്നുന്നത് മറ്റൊരു വീക്ഷണ കോണിൽ അസത്യമെന്നുതോന്നാം. അക്രമവും മർദ്ദനവും അടക്കമുള്ള എല്ലാ മാർഗ്ഗങ്ങളും ഉപയോഗിച്ച് ഒരു നിർദ്ദിഷ്ട സാമൂഹിക വ്യവസ്ഥയെ നിലനിർത്തികൊണ്ടുപോകുന്നതിന് കേവലസത്യത്തെക്കുറിച്ചുള്ള അയുക്തികമായ സിദ്ധാന്തം താത്ത്വികമായ ന്യായീകരണം നൽകുന്നു. സത്യം മാറ്റത്തിനു വിധേയമല്ലെങ്കിൽ, ഏതൊരു മാറ്റവും സത്യലംഘനമാണ്. സത്യനിഷ്ഠത എന്നത് നിലവിലുള്ള സാമൂഹ്യ വ്യവസ്ഥയോടുള്ള കൂറാണ്. ഈ ആത്മീയ തത്ത്വശാസ്ത്രത്തിൽ നിന്ന് സോഷ്യലിസ്റ്റുകൾ പ്രചോദനം തേടണമെന്നാണ് ഉപദേശിക്കപ്പെടുന്നത്!

സോഷ്യലിസ്റ്റുകളെ അവരുടെ പാട്ടിനു വിടുക; വളരെ ലഘുവായ തരത്തിലുള്ള സാമൂഹ്യപരിഷ്കാരത്തിനുവേണ്ടി വാദിക്കുന്നവർ പോലും മഹത്തായ ആദർശങ്ങളും പുരോഗമനപരമായ തത്ത്വങ്ങളും മനുവിൽ ഏറെയൊന്നും കാണുന്നില്ല. മധ്യകാല രൂപത്തിലുള്ള വർഗ്ഗമേധാ വിത്വത്തിന്റെ സ്മൃതികാരൻ (Law-giver) ആയിരുന്നു ഇന്ത്യൻ ഡ്രാക്കോ എന്നതാണ് സത്യം. അദ്ദേഹത്തിന്റെ നിയമങ്ങൾ പുരോഹിതന്മാരുടെ പ്രത്യേക അവകാശങ്ങളുടെ സംരക്ഷണത്തിനുവേണ്ട ഉപകരണമായി രുന്നു. ഇന്ത്യൻ നവോത്ഥാനം ഉണ്ടാവണമെങ്കിൽ മനുവിന്റെ ഉപദേശങ്ങളെ തള്ളിക്കളയണം. ഇക്കാര്യം മനസ്സിലാക്കാൻ ദേശീയതയിൽ നിന്ന് മുക്തനാകുകയോ മാർക്സിന്റെ ശിഷ്യനാകുകയോ ഒന്നും വേണ്ട.

ഉദാഹരണത്തിന് ബനാറസ് ഹിന്ദു സർവ്വകലാശാലയിലെ പ്രൊഫസറും ഉൽപതിഷ്ണുവുമായ എസ്.വി.പുതം ബേക്കർ എഴുതുന്നു: മനു സ്മൃതിക്ക് ഒരു ആത്മീയ വീക്ഷണവും ഒരു ധാർമ്മിക അടിത്തറയും ഒരു സാമൂഹിക സംഘടനയും, ഒരു അടിസ്ഥാനതത്ത്വവും,

ഒരു രാഷ്ട്രീയ പദ്ധതിയും ഒരു വിദ്യാഭ്യാസ രീതിയും ഉണ്ടെന്ന കാര്യത്തിൽ സംശയമില്ല'. ചെകുത്താനുള്ള പങ്ക് കൊടുത്തശേഷം പ്രൊഫസർ തുടരുന്നു: 'എന്നാൽ, അത് ആധുനികകാലഘട്ടത്തിന് യോജിച്ചതല്ല. അത് സാമൂഹികമായി, നാട്ടു വാഴിയുഗത്തിന് യോജിച്ച ജേതാക്കളുടെയും നാട്ടുവാഴിവർഗ്ഗത്തിന്റെയും നിയമസംഹിതയാണ്. അസമത്വം, വർഗ്ഗങ്ങൾ, പ്രത്യേക അവകാശങ്ങൾ എന്നിവ അതിന്റെ സാമൂഹിക ഘടനയുടെയും നീതിന്യായത്തിന്റെയും പശ്ചാത്തലമായി വർത്തിക്കുന്നു. സമൂഹത്തിലെ ലൗകികവും ആത്മീയവുമായ കാര്യങ്ങളുടെ രക്ഷകർത്താക്കളും യോദ്ധാക്കളുമെന്ന നിലയിൽ ആദരിക്കപ്പെട്ടുന്ന പുരോഹിത വർഗ്ഗത്തിന്റെയും പ്രഭുവർഗ്ഗത്തിന്റെയും പദവിക്കും പ്രത്യേക അവകാശങ്ങൾക്കും തുല്യമായ പദവിയും അവകാശങ്ങളും, കീഴടക്കപ്പെട്ട അടിയാളന്മാർക്കും അടിമകൾക്കും രാഷ്ട്രീയേതര വർഗ്ഗങ്ങളായ വ്യാപാരികൾക്കും കൈത്തൊഴിൽകാർക്കും, തൊഴിലാളികൾക്കും മനുസ്മൃതി നൽകുന്നില്ല. സ്വകാര്യസ്വത്തിന്റെയും പാരമ്പര്യത്തിന്റെയും പിന്തുടർച്ചാവകാശത്തിന്റെയും പവിത്രതയെക്കുറിച്ചുള്ള ആശയവും വർഗ്ഗസമ്പ്രദായവും അതിന്റെ ധാർമ്മികമായ അടിസ്ഥാനങ്ങളാണ്. രാജവാഴ്ചയുടെ ദൈവികാവകാശത്തെക്കുറിച്ചും ഭൂപ്രഭുത്വത്തെക്കുറിച്ചു മുള്ള ധാരണകളും മതപരമായ പ്രത്യേക അവകാശങ്ങളും അധികാരങ്ങളും അടങ്ങുന്നതാണ് അതിന്റെ രാഷ്ട്രീയ സിദ്ധാന്തം. ഇവയൊന്നും തന്നെ നവയുഗത്തിന്റെ ചൈതന്യത്തേയോ ദർശനത്തേയോ പ്രതിഫലിപ്പിക്കുന്നില്ല.'

ധാർമ്മിക ധീരതയും ധൈഷണിക സത്യസന്ധതയുമുള്ള ഒരാളാണ് ഇങ്ങനെ പറയുന്നത്. അദ്ദേഹത്തിന് മനുവിനെ നന്നായി അറിയാം. വസ്തുതകളുടെ യഥാർത്ഥ സ്വഭാവത്തെ മറയ്ക്കുന്നതിന് കല്പനകളെ നെയ്തെടുക്കാൻ അദ്ദേഹം തയ്യാറല്ല. മനുവിന്റെ നിയമങ്ങളെ അവയുടെ ചരിത്രപശ്ചാത്തലത്തിൽവെച്ച് അദ്ദേഹം വിലയിരുത്തുന്നു. എന്നാൽ കേവലസത്യം എന്ന അതിഭൗതിക തത്ത്വത്താൽ അദ്ദേഹത്തിന്റെ വിവേചനശേഷി വികലമാക്കപ്പെട്ടുന്നില്ല. ഭൂതകാലത്ത് നല്ലതും, ശ്രേഷ്ഠവും, ഉപയോഗപ്രദവുമായവയെ എല്ലാം കാലത്താൽ ബാധിക്കപ്പെടാത്ത ജ്ഞാനത്തിന്റെ പദവിയിലേയ്ക്ക് ഉയർത്തരുത്. എന്നാൽ, മനുവിന്റെ നിയമങ്ങളുടെ മേൽക്കൊടുത്ത വിശദീകരണത്തോടെ പ്രൊഫസർ അവസാനിപ്പിക്കുന്നില്ല. അദ്ദേഹം 'മനുവിലേയ്ക്ക് മടങ്ങുക' എന്ന് ഉദ്ഘോഷിക്കുന്നവരുടെ ആന്തരോദ്ദേശ്യത്തിലേയ്ക്ക് വിരൽച്ചൂണ്ടുന്നു. മാത്രമല്ല. അവർ വെച്ചുപുലർത്തുന്ന ആദർശങ്ങളുടെയും അവർ വ്യാഖ്യാനിക്കുന്ന ആദ്ധ്യാത്മിക സാമൂഹികതത്ത്വങ്ങളുടെയും സ്വാർത്ഥതാൽപര്യങ്ങളെ ധൈര്യപൂർവ്വം തുറന്നു കാണിക്കുകയും ചെയ്യുന്നു.

ഇന്ന്, ജനാധിപത്യപരവും വിപ്ലവാത്മകവുമായ പുതിയ തത്വശാസ്ത്രങ്ങളുടെ കടന്നാക്രമണത്താൽ നമ്മുടെ യാഥാസ്ഥിതികർ തങ്ങളുടെ സാമൂഹികക്രമത്തെക്കുറിച്ചും സാമൂഹിക പുരോഗതിയെക്കുറിച്ചുള്ള സങ്കല്പങ്ങളെ താത്ത്വികവൽക്കരിക്കാൻ നിർബന്ധിക്കപ്പെട്ടിരിക്കുന്നു. അവരുടെ തത്ത്വശാസ്ത്രം ക്ഷമാപണ സ്വഭാവമുള്ളതും സ്വത്തും പ്രത്യേകാവകാശങ്ങളും ഉള്ള വർഗ്ഗങ്ങളുടെ സ്ഥാനമാനങ്ങളെ ന്യായീകരിക്കുന്ന തിനുവേണ്ടി രൂപം നൽകിയതുമാണ്. എന്നാൽ ആധുനികയുഗത്തിന്റെ ചാലകശക്തികളുടെ സ്വാധീനം കാരണം അവരുടെ മുഖ്യപ്രതിനിധികൾക്ക് കടുത്ത പ്രതിലോമസ്വഭാവം തുടർന്നുകൊണ്ടു പോകാൻ കഴിയില്ല. തങ്ങളുടെ വളരെ പ്രധാനപ്പെട്ട സാമൂഹികവും സാമ്പത്തികവുമായ പ്രത്യേകാവ കാശങ്ങളെ അനുഭവിക്കാൻ അവർ സ്വയം അനുവദിക്കപ്പെടുന്ന പക്ഷം മറ്റുള്ള ഉത്പതിഷ്ണുവർഗ്ഗങ്ങളുടെ മിക്ക വാദമുഖങ്ങളെയും ന്യായമെന്നു കരുതി അംഗീകരിക്കാൻ അവർ തയ്യാറാണ്. തങ്ങൾക്കും തങ്ങളുടെ സ്വത്തിനും കോട്ടമൊന്നും തട്ടാത്തിടത്തോളം കുടിയാന്മാരെയും തൊഴിലാ ളികളെയും പോലുള്ള വ്യക്തികളുടെ അവകാശങ്ങൾക്കുവേണ്ടി പോരാടാൻ പോലും അവർതയ്യാറാണ്. സാമൂഹികവും ധാർമ്മികവുമായ ഏതെങ്കിലും പാരമ്പര്യ ആദർശങ്ങളെ ഉയർത്തിപ്പിടിക്കുന്നതിനേക്കാൾ തങ്ങ ളെയും തങ്ങളുടെ സ്വത്തിനെയും സംരക്ഷിക്കുന്നതിലാണ് അവർക്ക് കൂടുതൽ താൽപര്യം. അതുകൊണ്ടാണ് അവർ, സ്വകാര്യസ്വത്തിന്റെ, പ്രത്യേ കിച്ചും ഭൂസ്വത്തിന്റെ കേവലാവകാശത്തിനുവേണ്ടിയും പാരമ്പര്യസ്വത്ത്, പിന്തുടർച്ച, നികുതി എന്നിവയുമായി ബന്ധപ്പെട്ട നിലവിലുള്ള നിയമത്തിനുവേണ്ടിയും, വർഗ്ഗസമ്പ്രദായത്തിന്റെ തത്ത്വങ്ങൾക്കും സ്വതന്ത്രവ്യാപാര(Laissez faire)ത്തിനും വേണ്ടിയും വാദിക്കുന്നത്. തങ്ങളുടെ പൂർവ്വ പിതാക്കളുടെയും, പൗരാണിക സ്ഥാപനങ്ങളുടെ പാരമ്പര്യങ്ങളുടെയും പരീക്ഷിത ജ്ഞാനത്തിലും അനുഭവത്തിലും അവർ വിശ്വസിക്കുന്നു. സമൂഹത്തെയും മതത്തെയും രാഷ്ട്രീയത്തെയും പുനഃസംഘടിപ്പിക്കുന്നതിന് കൈക്കൊണ്ട യുക്തിവിചാരത്തിന്റെയും ജനഭരണത്തിന്റെയും അപരീക്ഷിത സിദ്ധാന്ത ങ്ങളിലും ഉപായങ്ങളിലും അവർക്ക് വിശ്വാസമില്ല. അവർ വ്യക്തിയുടെ യുക്തിവിചാരശേഷിയിൽ വിശ്വസിക്കുന്നില്ല. തങ്ങളുടെ പൗരാണിക ജ്ഞാനത്തിലും സ്ഥാപനങ്ങളിലും സംസ്കാരത്തിലും നിഗൂഢവും പവിത്രവും ജീവസ്സുറ്റതും ശാശ്വതവുമായ എന്തോ ഒന്ന് ഉണ്ടെന്ന് അവർ വിശ്വസിക്കുന്നു. ആജ്ഞാനിഷേധത്തിനുള്ള അവകാശത്തിലോ രാജ്യത്തിന്റെ സ്ഥാപനങ്ങളോടും നിയമങ്ങളോടുമുള്ള ചെറുത്തുനിൽപ്പിലോ ഏതെങ്കിലും തരത്തിലുള്ള വിപ്ലവത്തിലോ അവർ വിശ്വസിക്കുന്നില്ല. ഭൂതകാലവുമായുള്ള

ബന്ധം വേർപെടുത്താൻ അവർ ആഗ്രഹിക്കുന്നില്ല. ആദർശവൽക്കരിക്കപ്പെട്ട ഒരു തരം നാട്ടുവാഴിത്തമാണ് യാഥാസ്ഥിതികരുടെ ആദർശം. സമത്വത്തിലോ കഴിവിലോ മത്സരത്തിലോ അധിഷ്ഠിതമായ ഏതുതരം ജനഭരണ സമ്പ്രദായത്തിനും അവർ എതിരാണ്. കർമ്മാധിഷ്ഠിത ഘടനകളെയും (ജാതി) മദ്ധ്യകാല സമൂഹത്തിന്റെ പ്രത്യേകാവ കാശങ്ങളെയും പദവിയെയും അവർ ഇഷ്ടപ്പെടുന്നു.'

നമ്മുടെ ദേശീയ പ്രസ്ഥാനത്തിൽ ആധിപത്യം ചെലുത്തുന്ന ആത്മീയ പ്രത്യയശാസ്ത്രത്തെ പ്പറ്റിയുള്ള ഭയങ്കരമായ കുറ്റപത്രമാണിത്. രാജ്യത്തിന്റെ സ്വാതന്ത്ര്യത്തിനുവേണ്ടി 'ദുരിതമനുഭവിക്കുകയും ത്യാഗം ചെയ്യുകയും' ചെയ്യുന്നവരെ വിമർശിക്കുന്ന അജ്ഞാനാന്ധകാരത്തിലകപ്പെട്ട ഒരു ഉൽപതിഷ്ണുവിന്റെ അധികപ്രസംഗത്തോട് അമർഷം പ്രകടിപ്പിക്കുന്നതുകൊണ്ട് കാര്യമൊന്നുമില്ല. അത് വെറും മുൻകോപ പ്രകടനം മാത്രമായിരിക്കും. അദ്ദേഹത്തിന്റെ വിമർശനം നല്ല അടിസ്ഥാനമുള്ളതാണ്. സത്യസന്ധതയോട് പ്രതിജ്ഞാബന്ധരായവർ സത്യത്തെ അഭിമുഖീകരിക്കാൻ ഭയക്കരുത്. ഏറെ പ്രകീർത്തിക്കപ്പെട്ട ആത്മീയപാരമ്പര്യത്തെക്കുറിച്ചുള്ള ഈ വിനാശകരമായ സത്യത്തെ എത്ര വേഗം തിരിച്ചറിയുന്നുവോ, അത്രയും മെച്ചമായിരിക്കും ഇന്ത്യയുടെ ഭാവി. സാമാന്യ ജനങ്ങളുടെ പുരോഗതിയും ക്ഷേമവുമാണ് ലക്ഷ്യമെങ്കിൽ പ്രതിലോമകരമായ പ്രത്യയ ശാസ്ത്രത്തെ ഉപേക്ഷിക്കുക തന്നെ വേണം.

(Fragments of a prisoner's Diary : India's message എന്ന പുസ്തകത്തിൽ നിന്ന്.)

●

ബ്രഹ്മജ്ഞാനത്തിന്റെ പ്ലേറ്റോണിക്പർവ്വം

'പ്രപഞ്ചത്തിന്റെ സ്വയംഭ്രവും അനിവാര്യവുമായ ആദികാരണ'ത്തെക്കുറിച്ചു ചിന്തിച്ചുകൊണ്ട് പ്ലേറ്റോയുടെ പ്രതിഭ ഏകകമായ ഒരു ദിവ്യസത്തയെ, അമൂർത്തമായ ഒരു ദൈവത്തെ സങ്കല്പിച്ചിരുന്നു. പക്ഷേ, ദിവ്യസത്തയുടെ കേവലമായ ഏകത്വത്തിൽനിന്നു പ്രകൃതിയിലെ വിഭിന്നങ്ങളായ ഭൗതിക പ്രതിഭാസങ്ങൾ എങ്ങനെ ഉണ്ടായി എന്നത് അദ്ദേഹത്തെ അമ്പരപ്പിക്കുകയും കുഴക്കുകയും ചെയ്തു. അലൗകികമായ ഒരു ശക്തിക്കു എങ്ങനെ പരിപൂർണ്ണമായ പ്രപഞ്ചസംവിധാനത്തിന് രൂപം നൽകാൻ കഴിഞ്ഞു? പ്ലേറ്റോ പ്രപഞ്ചസംവിധാനത്തെ ആശയങ്ങളുടേതായിട്ടാണു സങ്കല്പിച്ചിരുന്നത്. ആശയങ്ങൾ, മാതൃകകൾ അഥവാ ഭൗതികവസ്തുക്കൾക്കുള്ള മൂശകൾ ആയിരുന്നു. വൈവിദ്ധ്യമാർന്ന ആശയമാതൃകകൾക്ക് ഒരു പൊതു ഉറവിടമായി സാർവത്രിക ആശയം (Universal Idea) സങ്കല്പിക്കപ്പെട്ടു. വ്യതിരിക്തമായ ആത്മാവുകൾക്ക് അങ്ങനെ സാർവത്രിക ആത്മാവുകളിൽ സ്വയം ലയിക്കാൻ സാദ്ധ്യമായി. എന്നിട്ടും പ്രശ്നം പരിഹരിക്കാനായില്ല. മൗലികമായി ഏകമായ സത്തക്ക് അതിന്റെ കേവലത്വത്തേയും ഏകത്വത്തെയും നഷ്ടപ്പെടുത്താതെ, അതായത് സ്വയം ഇല്ലാതാകാതെ സ്വയം വിഭിന്നങ്ങളാകാൻ എങ്ങനെ കഴിഞ്ഞു? ദിവ്യസത്ത എന്തായാണോ സങ്കല്പിക്കപ്പെട്ടത് അതിനായി അത് കേവലവും അവ്യയവും ശാശ്വതവും ആയിരിക്കണം. അത്തരം സത്തയുടെ മൗലികസ്വഭാവത്തിന്റെ നിഷേധത്തെയാണു വൈവിദ്ധ്യവൽക്കരണ പ്രക്രിയ അർത്ഥമാക്കുന്നത്. അതേസമയം, വ്യതിരിക്തമായ ആശയമാതൃകകൾ സാർവത്രിക ആശയത്തിന്റെ - സ്വയംഭ്രവായ ആദികാരണത്തിന്റെ - യഥാർത്ഥമായ വിഭിന്നരൂപങ്ങൾ അല്ലായിരുന്നുവെങ്കിൽ അവ ദിവ്യവും

ആദ്ധ്യാത്മികവുമായ പ്രകൃതമുള്ളവയാകുമായിരുന്നില്ല. ഈ പ്രതിബ ന്ധം തരണംചെയ്യാൻ പ്ലേറ്റോ ത്രിത്വം (Triad) എന്ന സങ്കല്പത്തിലൂടെ ശ്രമിച്ചു. പക്ഷേ, പ്രശ്നം പരിഹരിക്കാനായില്ല. ആ പ്രശ്നത്തിൽനിന്ന് ഒഴിഞ്ഞുമാറുകയാണ് ചെയ്തത്. കാരണം, ഗിബ്ബൺ അഭിപ്രായപ്പെട്ട തുപോലെ, 'മനുഷ്യമനസ്സിന്റെ സാദ്ധ്യതകളെ എക്കാലവും വെല്ലുവി ളിക്കുന്ന ഒരു വിഷമപ്രശ്ന'മായിരുന്നു അത്.

പ്ലേറ്റോവിന്റെ ത്രിത്വസിദ്ധാന്തം ക്രൈസ്തവദൈവശാസ്ത്രത്തിലെ ത്രിത്വത്തിന്റെ ദാർശനികാടിത്തറയായി വർത്തിച്ചു. പുരാതന യവന ദർശനത്തിന്റെ യുക്തിവാദപാരമ്പര്യം (അയോണിയൻ - ഡോറിക് സരണികൾ) പ്രപഞ്ചത്തിന്റെ ഭൗതികാസ്തിത്വത്തെ പൂർണ്ണമായും നിഷേധിക്കാൻ അനുവദിച്ചില്ല. എങ്കിലും, ന്യായയുക്തമല്ലാത്ത ദ്വൈതവാദം അദ്ദേഹത്തിന്റെ ദർശനത്തെ ദൂഷിപ്പിച്ചു. ദിവ്യസത്ത യും പ്രാതിഭാസികലോകവും തമ്മിലുള്ള വിച്ഛേദിക്കാനാകാത്ത ഒരു ബന്ധത്തെക്കുറിച്ചുള്ള തന്റെ സൈദ്ധാന്തിക പരികല്പനയിലൂടെ അദ്ദേഹം അതിനെ അപ്രത്യക്ഷമാക്കി. അങ്ങനെ, പ്ലേറ്റോവിന്റെ ദർശനം മോശെയുടെ സൃഷ്ടിസിദ്ധാന്തത്തെ ഉപേക്ഷിക്കാതെ - അതായത്, ക്രിസ്തുമതത്തിന്റെ മതസ്വഭാവത്തെ ഇല്ലാതാക്കാതെ - യഹൂദദൈവത്തെ അമൂർത്തമായ, അലൗകികമായ ഒരു സത്തയിൽ വിലയിപ്പിക്കാൻ ക്രൈസ്തവദൈവശാസ്ത്രത്തെ കഴിവുറ്റതാക്കി. പ്ലേ റ്റോയുടെ സിദ്ധാന്തത്തിലെ ദ്വൈതവാദം, ക്രിസ്ത്യൻ ദൈവത്തിന്റെ ദൈവികതത്വത്തെ - സർവ്വശക്തിത്വവും കേവല സ്വാതന്ത്ര്യവും - നിഷേ ധിക്കാതെതന്നെ ശൂന്യതയിൽനിന്നു സൃഷ്ടി എന്ന അസംബന്ധത്തെ യുക്തിവൽക്കരിച്ചു. പദാർത്ഥം നിലനിൽക്കുന്നുവെങ്കിലും അതിനെ ആശയമാതൃകയിലേക്ക് ഉൾക്കൊള്ളിക്കുന്നതിലൂടെയല്ലാതെ ഇന്ദ്രിയ ഗോചരമായ എന്തെങ്കിലുമായി പരിണമിക്കാൻ അതിനാവില്ല. ഈ മാതൃകകൾ സാർവത്രികദിവ്യസത്ത (Universal Divine Essence)യുടെ വിവിധ രൂപങ്ങൾ ആയതിനാൽ പ്രപഞ്ചത്തിന് ആ സത്തയിൽനി ന്നു സ്വതന്ത്രമായ ഒരസ്തിത്വമില്ല. ഒരു വ്യക്തിദൈവമായി ദൈവത്തെ സങ്കല്പിച്ചുകൊണ്ടു, ലോകത്തെ സൃഷ്ടിക്കാൻ ദൈവം ഇല്ലാത്തപക്ഷം യഥാർത്ഥത്തിൽ നിലനിൽപ്പില്ലാത്ത ഒരു ദ്രവ്യത്തിൽനിന്നുള്ള അദ്ദേഹത്തിന്റെ സൃഷ്ടിയായി ലോകം വ്യാഖ്യാനിക്കപ്പെട്ടു.

ദിവ്യസത്തയുടെ ആദ്ധ്യാത്മികവിശുദ്ധി പദാർത്ഥവുമായുള്ള ഏതെങ്കിലും ബന്ധത്തിലൂടെ ഒരിക്കലും കളങ്കപ്പെടുന്നില്ല; പദാർത്ഥം, സാർവത്രിക ആശയത്തിന്റെ മൂശയിലേക്കു സ്വയം കൊള്ളിക്കുന്ന തിലൂടെ ഭൗതിക ലോകമായി പ്രത്യക്ഷമാകുന്നു. അങ്ങനെ സൃഷ്ടി ക്കാനുള്ള ആഗ്രഹം ദൈവത്തിൽ ആരോപിക്കപ്പെടുന്നില്ല; എന്നാൽ

അതേസമയം, ആശയപരമായ മൂശയിലല്ലാതെ പദാർത്ഥത്തിന് യഥാർത്ഥ സത്ത ഇല്ലാത്തതിനാൽ ദിവ്യസത്ത ലോകത്തിന്റെ കാരണമായി നിലനിൽക്കുന്നു. തന്റെ സൃഷ്ടിയാൽ ഒരു വിധത്തിലും ബാധിക്കപ്പെടാതെ അല്ലെങ്കിൽ സ്വാധീനിക്കപ്പെടാതെ ദൈവം സൃഷ്ടി നടത്തുന്നു. ഭൗതിക പ്രപഞ്ചത്തിന്റെ കാരണം ദൈവം ആകുന്നു; പക്ഷേ, ഭൗതിക പ്രപഞ്ചത്തിന്റെ മൂലപദാർത്ഥം പരിശുദ്ധ ആദ്ധ്യാത്മികസത്തയായ ദൈവത്തിൽ ഇല്ല.

അതുകൊണ്ടു വസ്തുക്കളുടെ ഉത്ഭവത്തെക്കുറിച്ചുള്ള ആശയത്തിന്റെ സൂക്ഷ്മതയും സങ്കീർണ്ണതയും ഇന്ത്യയുടെ മാത്രം കുത്തകയല്ല. ഈ പ്രശ്നത്തെക്കുറിച്ചുള്ള പ്ലേറ്റോയുടെ അനുമാനങ്ങൾ അത്യധികം സൂക്ഷ്മവും സങ്കീർണ്ണവും ആയിരുന്നു; വിദഗ്ധൻമാരൊഴികെയുള്ളവർക്കെല്ലാം അവ മനസ്സിലാക്കാൻ വളരെ പ്രയാസമായിരുന്നു. അവയെല്ലാം ക്രൈസ്തവ ദൈവശാസ്ത്രത്തിന്റെയും മധ്യകാല യൂറോപ്പിലെ മതദർശനത്തിന്റെയും സൃഷ്ടിക്കായി ഉപയോഗിക്കപ്പെടുകയും ചെയ്തു.

അക്കാദമിയുടെ ഏറ്റവും ഉള്ളിലുള്ള മണ്ഡലത്തിൽ മാത്രം ഒതുങ്ങിനിൽക്കുന്നത്ര അതിനിഗൂഢതയുള്ളതായിരുന്നു ദൈവികതയെക്കുറിച്ചുള്ള പ്ലേറ്റോയുടെ സിദ്ധാന്തം - ഗഹനമായൊരു ധ്യാനവിഷയം. മുപ്പതുവർഷത്തെ സവിശേഷമായ തയ്യാറെടുപ്പിനും ശിക്ഷണത്തിനും ശേഷമേ അമൂർത്തചിന്തയുടെ ആ ശ്രേഷ്ഠസ്ഥാനത്ത് എത്താൻ കഴിയുമായിരുന്നുള്ളൂ. ദൈവികതയെക്കുറിച്ചുള്ള ക്രൈസ്തവസങ്കല്പവും പാശ്ചാത്യ ആശയവാദത്തിന്റെ നിഗൂഢവും അതിഭൗതികവുമായ തത്ത്വങ്ങളും ഒരുപോലെ, ഹൈന്ദവ അനുമാനചിന്തയുടെ തൊട്ടിലായ വൈദിക ഋഷിമാരുടെ ആശ്രമങ്ങളുമായി വളരെ സാദൃശ്യമുള്ള പരിത:സ്ഥിതികളിലാണ് ഉത്ഭവിച്ചത്. ബ്രഹ്മജ്ഞാനം ഏവർക്കും കൈവരിക്കാവുന്ന ഒന്നായിരുന്നില്ല; അചഞ്ചലമായ സാധനയുടെയും കഠിനമായ തപസ്യയുടെയും ഉദ്ദിഷ്ട ലക്ഷ്യമായിരുന്നു അത്.

ദൈവികമായ ആദികാരണത്തെക്കുറിച്ചുള്ള ചിന്തകൾ ഉൾക്കൊള്ളുന്ന തിമേയസ് (Timaeus) എന്ന പ്ലേറ്റോയുടെ ഗ്രന്ഥം ലത്തീനിലേയ്ക്കു പരിഭാഷപ്പെടുത്തിക്കൊണ്ടു സിസെറോ ഏറ്റുപറഞ്ഞു, തനിക്ക് ആദികാരണസിദ്ധാന്തം ഒട്ടും മനസ്സിലാക്കാനായില്ല എന്ന്. അങ്ങനെത്തന്നെ ചിന്താക്കുഴപ്പമുണ്ടാക്കുന്നതായിരുന്നു ക്രൈസ്തവ ദൈവശാസ്ത്രത്തിലെ ദൈവസങ്കല്പവും. സിസെറോ അക്കാലത്തെ മഹാബുദ്ധിമാൻമാരിൽ ഒരാളാണെന്നു മാത്രമല്ല, ഒരു സ്റ്റോയിക് എന്ന നിലയിൽ ക്രൈസ്തവ ദൈവസങ്കല്പത്തോട് - യവനചിന്തയാൽ നിഗൂഢവൽക്കരിക്കപ്പെട്ട യഹൂദ ഏകദൈവസങ്കല്പത്തോട് - ആഭിമുഖ്യമുള്ള ആളുമായിരുന്നു. ഈ വസ്തുത ഓർമ്മിക്കുമ്പോൾ

സിസെറോയുടെ കുറ്റസമ്മതത്തിന്റെ ഗൗരവം പൂർണ്ണമായും മനസ്സി ലാക്കാനാവും. ജീവിതയാഥാർത്ഥ്യങ്ങളിൽനിന്ന മനുഷ്യമനസ്സിന്റെ ശ്രദ്ധതിരിച്ച് ഒരു ദൈവികതത്ത്വത്തിൽ ശ്രദ്ധ കേന്ദ്രീകരിപ്പിക്കു മ്പോൾ - അതു പൗരസ്ത്യലോകത്തോ പാശ്ചാത്യലോകത്തോ ആകട്ടെ - ആ തത്ത്വത്തിന്റെ യുക്തിഹീനതയെ ഒളിച്ചുവെയ്ക്കുന്നതി നായി നിഗൂഢവൽക്കരണത്തിന്റെ കട്ടിയുള്ള തിരശ്ശീലയ്ക്കു പിന്നിൽ അതു പ്രതിഷ്ഠിക്കപ്പെടണം. അതിനെ എത്രത്തോളം മനസ്സിലാക്കാൻ കഴിയാതിരിക്കുന്നുവോ അത്രത്തോളം അത് ആകർഷകമായി കാണപ്പെടുകയും അതിന്റെ കർത്തവ്യം കൂടുതൽ ഫലപ്രദമായി നിർവ്വഹിക്കപ്പെടുകയും ചെയ്യുന്നു.

ഭൗതികപ്രപഞ്ചവും അതിന്റെ ആദ്ധ്യാത്മികമായ ആദികാരണ വും തമ്മിലുള്ള നികത്താനാകാത്ത വിടവു നികത്തുന്നതിനു മൂന്നു തലമുള്ള ആവിഷ്ക്കാരത്തിനു വിധേയമായ ഒരു ദിവ്യസത്തയെ പ്ലേറ്റോ സങ്കല്പിച്ചു - ആദികാരണം, വചനം (Timaeus) അഥവാ യുക്തി, സാർവത്രിക ആത്മാവ്.

പ്ലേറ്റോയുടെ ത്രിത്വം, മൂന്നു സത്തകളെ മൂന്നു ദൈവങ്ങളായി സങ്കല്പിക്കുന്ന ഹിന്ദുക്കളുടെ, ത്രിമൂർത്തി സങ്കല്പത്തോടു വളരെ അടുത്തുനിൽക്കുന്നു. ആ മൂന്നു സത്തകൾ അവയുടെ പൊതുവായ, നിഗൂഢമായ പ്രഭവകേന്ദ്രത്തിൽ, ഒരു ദിവ്യസത്തയിൽ യോജി ക്കുന്നു. ആത്യന്തികമായി ക്രൈസ്തവ ത്രിത്വത്തിലെ പുത്രനായി മാറിയ 'ലോഗോസ്' ഹൈന്ദവ ദൈവശാസ്ത്രത്തിലെ ഹിരണ്യ ഗർഭനു (സ്വർണ്ണമയനായ ദേവൻ)മായി അഥവാ ഈശ്വരനുമായി സാദൃശ്യം പുലർത്തുന്നു. പ്രപഞ്ചത്തെ സൃഷ്ടിക്കാനും ഭരിക്കാനുമായി അജ്ഞേയമായ ഒരുതരം ആദ്ധ്യാത്മികശരീരം അദ്ദേഹത്തിനുണ്ട്. പദാർത്ഥത്തോടു കൂടുതൽ അടുക്കാതെ, ലോഗോസ് ആശയപരമായ അഥവാ ആദ്ധ്യാത്മികമായ മാതൃകകൾ സൃഷ്ടിക്കുന്നതായി കരുത പ്പെടുന്നു. ഈ മാതൃകകളുടെ സാകല്യമത്രേ സാർവത്രിക ആത്മാവ്. നിഗൂഢവും കാല്പനികവുമായ ഈ ശ്രേണിയിലൂടെ എങ്ങനെയാണ് ആത്മാവും പദാർത്ഥവും തമ്മിലുള്ള അനിവാര്യമായ വിടവു നിക ത്തപ്പെടുന്നതെന്നു സാധാരണ മനസ്സിനു കാണാനാവില്ല. ഇക്കാരണ ത്താൽ, പ്ലേറ്റോയുടെ ദൈവശാസ്ത്രം നിഗൂഢമായ ഒരു വിശ്വാസമായി അക്കാദമിയിലെ പ്രമാണികൾക്കിടയിൽ ഒതുങ്ങിനിന്നു. വിടവിനു കുറുകെ പറപ്പിക്കുന്ന വിശ്വാസത്തിനു മാത്രമേ ആ വിടവിനെ അവഗ ണിക്കാനാവൂ. എന്നാൽ, ഏഥൻസിലെ യുക്തിവിചാരത്തിന്റേതായ അന്തരീക്ഷത്തിൽ ആ ജാലവിദ്യ പ്രകടിപ്പിക്കാൻ കഴിഞ്ഞില്ല.

ഗ്രീസിന്റെ പതനത്തോടെ യവനവിജ്ഞാനത്തിന്റെ ആസ്ഥാനം മധ്യധരണ്യാഴി കടന്ന് അലക്സാൺഡ്രിയയിലെത്തിച്ചേർന്നു. അവിടെവെച്ച്, പ്ലേറ്റോയുടെ ദൈവശാസ്ത്രം പൗരസ്ത്യനിഗൂഢവാദ സമ്പ്രദായങ്ങളുടെ വർണ്ണപ്പകിട്ടാർന്ന സൃഷ്ടിയായ പ്രജ്ഞാനവാദ(Gnosticism)വുമായി സമ്പർക്കത്തിലേർപ്പെട്ടു. യഹൂദ ദാർശനികനായ ഫിലൊ ക്രൈസ്തവ ദൈവശാസ്ത്രത്തിന്റെ അടിസ്ഥാനതത്ത്വങ്ങളെ പ്ലേറ്റോയുടെ നിഗൂഢവാദപരമായ സിദ്ധാന്തങ്ങളിൽനിന്നു വികസിപ്പിച്ചെടുത്തു. അദ്ദേഹം യേശുവിന് ഒരു നൂറ്റാണ്ടു മുമ്പാണു ജീവിച്ചിരുന്നത്. ആദികാരണത്തിന്റെ ആദ്ധ്യാത്മികസത്തയുടെ സ്വഭാവവും ഗുണങ്ങളുമായി പൊരുത്തപ്പെടാത്ത ധർമ്മങ്ങൾ നിർവ്വഹിക്കുന്നതിനായി ലോഗോസ് മാനവികമായ ഒരു രൂപം കൈക്കൊണ്ടു; അതിന്റെ സത്തയുടെ യാഥാർത്ഥ്യം മനുഷ്യനെ ബോദ്ധ്യപ്പെടുത്തുന്നതിനു ലോഗോസിനെ ഭൂമിയിൽ ദൈവപുത്രനായി പ്രത്യക്ഷമാക്കുകയും ചെയ്തു. അതു, നാനൂറുവർഷത്തിനുശേഷം രചിക്കപ്പെട്ട ഭഗവദ്ഗീതയിൽ ആവിഷ്കരിച്ച ഹൈന്ദവ അവതാരവാദത്തിന്റെ ഒരു പ്രതിധ്വനി ആയിരുന്നില്ല.

●

വിശ്വദേവതാവാദത്തിന്റെ വിധി

യുക്തിയുടെ സ്ഥാനത്ത് വിശ്വാസത്തെ പ്രതിഷ്ഠിക്കാതെ ദൈവാസ്തിത്വത്തെ സ്ഥാപിക്കാനാവില്ല; പ്രാകൃത പ്രപഞ്ചഘടനാശാസ്ത്രം, പ്രപഞ്ച നിരീക്ഷണങ്ങളിൽനിന്നുള്ള ആഗമനങ്ങൾ (Inductions) ക്കുപകരം ഒരു നിർവ്വാദ സങ്കല്പത്തിൽ (Postulate)നിന്നുള്ള അനുമാനാത്മകമായ നിഗമനങ്ങളിൽ (Speculative deductions)അധിഷ്ഠിതമാണ്. ഇന്നു പലരും കരുതുന്നതുപോലെ പ്രാകൃത മനുഷ്യമനസ്സിന് പരമലക്ഷ്യവാദ(Teleology)ത്തെക്കുറിച്ച് ഒന്നും അറിയുമായിരുന്നില്ല. മന്ത്രവാദം കാരണത(casuality)യെക്കുറിച്ചുള്ള പ്രാകൃതധാരണയെ പ്രതിനിധാനം ചെയ്യുന്നു. മനുഷ്യന്റെ ധൈഷണികവികാസ പ്രക്രിയയിൽ മന്ത്രവാദം, ആദ്ധ്യാത്മികവാദത്തിന്റെ ഏറ്റവും താഴ്ന്നപടിയായ സർവ്വാത്മവാദ(Animism)ത്തിനു മുമ്പേതന്നെ നിലവിലുണ്ടായിരുന്നു. ആത്മാവിനെക്കുറിച്ചും പ്രകൃത്യാതീത ശക്തികളെക്കുറിച്ചുമുള്ള ആശയങ്ങൾ വളരെ പിൽക്കാലത്താണ് രൂപംകൊണ്ടത്. മാനവചിന്താപരിണാമ പ്രക്രിയയിലെ ഈ അനുക്രമം അപരിഷ്കൃതവർഗ്ഗങ്ങളുടെ ആചാരസ്വഭാവങ്ങളുടെ വിപുലമായ ഗവേഷണ നിരീക്ഷണങ്ങളിലൂടെ സ്ഥാപിക്കപ്പെട്ടിട്ടുള്ളതാണ്.

ചുരുക്കത്തിൽ, മനുഷ്യൻ ഒരു വിശ്വാസജീവി എന്നതിനേക്കാൾ യുക്തിജീവിയാണ് എന്നതാണ് സത്യം. അതിനാൽ, ഒരു നിർദ്ദിഷ്ട കാലഘട്ടത്തിലെ പ്രത്യയശാസ്ത്രത്തിന്റെ പ്രബലരൂപമായി, ഒരു പ്രച്ഛന്നവേഷധാരിയുടെ പിൻബലത്തിലല്ലാതെ ഒരു മതത്തെയും സ്ഥാപിക്കാനാവില്ല. ഒരു പ്രവാചകന്, അല്ലെങ്കിൽ ദിവ്യപ്രചോദിതനായ അപ്പോസ്തലനു മാത്രമേ കാരണതയുടെ നിയമത്തെ അതിലംഘിക്കുന്ന ഒരു പ്രകൃത്യതീതശക്തിയുടെ അസ്തിത്വത്തെ ബോദ്ധ്യപ്പെടുത്തുന്ന സാക്ഷ്യംവഹിക്കാനും, അങ്ങനെ മനുഷ്യനെ യുക്തിയോടുള്ള തന്റെ നൈസർഗ്ഗികമായ കൂറ് ഉപേക്ഷിപ്പിച്ച്

വിശ്വാസത്തോട് കൂറുള്ളവനാകാൻ പ്രേരിപ്പിക്കാനും കഴിയൂ.

യുക്തിവിചാരവുമായുള്ള സന്ദിഗ്ദ്ധബന്ധംമൂലം മൗലികമായി ദുർഗ്രഹമായിരുന്നെങ്കിലും പ്ലേറ്റോയുടെ നിഗൂഢ ദൈവശാസ്ത്രം പ്രച്ഛന്ന വേഷധാരണ(imposture)ത്തിനു വഴിയൊരുക്കി. വിശുദ്ധ യോഹന്നാൻ ഐതിഹ്യപുരുഷനായ ക്രിസ്തുവിന്റെ ദൈവികതത്വത്തെ ഫിലൊ വ്യാഖ്യാനിച്ചതരത്തിലുള്ള പ്ലേറ്റോയുടെ ദൈവശാസ്ത്രത്തിന്റെ സഹായത്തോടെ സ്ഥാപിച്ചു. ആദ്യകാല ക്രിസ്ത്യാനികൾക്ക് യേശു യഹൂദ പ്രവാചകൻമാർ ആഗമനം വിളിച്ചറിയിച്ച മിശിഹാ ആയിരുന്നു. പക്ഷേ, ആദ്യകാല ക്രിസ്ത്യാനികളുടെ ധാർമ്മികവൽക്കരിക്കുന്ന യോഗാത്മകവാദ(mysticism)ത്തിന്റെ പ്രകടമായ വിപ്ലവസ്വഭാവം യാഥാസ്ഥിതിക യഹൂദരെ അസഹ്യപ്പെടുത്തുന്നതായിരുന്നു. ധനികർക്കെതിരെ ദരിദ്രരെയും മർദ്ദകർക്കെതിരെ മർദ്ദിതരെയും പ്രക്ഷോഭം നടത്താൻ പ്രേരിപ്പിച്ചതിനു മരണശിക്ഷയ്ക്കു വിധേയനായ ഒരു വിപ്ലവകാരിയുടെ ദൈവികതത്വത്തെ അംഗീകരിക്കാൻ അവർ തയ്യാറാവുമായിരുന്നില്ല. ആർക്കുവേണ്ടിയാണോ തന്റെ ജീവിതം ബലികഴിപ്പിച്ചത് തന്റെ ആ സ്വന്തം ജനങ്ങളാൽ കൈവിടപ്പെട്ട രക്ഷകന് അന്യമതസ്ഥരുടെ ഇടയിൽ അനുയായികളെ തേടേണ്ടി വന്നു.

സാമൂഹിക അരാജകത്വം ഗ്രീസിലെ സാമാന്യ ജനങ്ങൾക്കിടയിൽ ഒരു മിശിഹായെ വരവേൽക്കാനുള്ള മനോഭാവത്തെ സൃഷ്ടിച്ചിരുന്നു. പക്ഷേ, യഹൂദ പ്രവാചകരുടെ അപരിഷ്കൃത സിദ്ധാന്തത്തിന് അവരെ ബോദ്ധ്യപ്പെടുത്താനുള്ള ശേഷിയുണ്ടായിരുന്നില്ല. അതിനാൽ, മിശിഹായെക്കുറിച്ചുള്ള യഹൂദസിദ്ധാന്തം പ്ലേറ്റോയുടെ ദൈവശാസ്ത്രത്തിന്റെ സഹായത്താൽ യുക്തിവൽക്കരിക്കപ്പെട്ടു; മിശിഹാ ക്രിസ്തുവിന്റെ ഗ്രീക്കു വിശേഷണമായ 'രക്ഷക' (The Savour) നായി ഉയരുകയും ചെയ്തു.

അപ്പോസ്തലനായ യോഹന്നാൻ ആവിഷ്കരിച്ച ക്രൈസ്തവ വെളിപാടിന്റെ അടിസ്ഥാനതത്ത്വം ഇതാണ്: സാരാംശത്തിൽ ദൈവം തന്നെയായിരുന്നുകൊണ്ട് ദൈവം സകലവും സൃഷ്ടിച്ചു. സകലവും ദൈവത്തിൽനിന്നാണ് സൃഷ്ടിക്കപ്പെട്ടത്. ആ ദൈവത്തോടുകൂടെയുള്ള വചന (Logos)ത്തിന്റെ അവതാരമാകുന്നു യേശു.

അങ്ങനെ, ത്രിത്വ(Trinity)ത്തെക്കുറിച്ചുള്ള ക്രൈസ്തവസിദ്ധാന്തം പ്ലേറ്റോയുടെ നിഗൂഢാത്മക ദൈവശാസ്ത്രത്തിനു മുകളിൽ പടുത്തുയർത്തപ്പെട്ടു. സത്താപരമായ ഒരു ഏകത്വത്തെ ദർശിക്കാനുള്ള യുക്തിവിചാരപരമായ നിഷ്കർഷ പദാർത്ഥത്തെ ആത്മാവുമായി താദാത്മ്യപ്പെടുത്താൻ പ്ലേറ്റോവിനെ നിർബന്ധിതനാക്കി - ആ

നിഷ്കർഷ പദാർത്ഥത്തിന്റെ അസ്തിത്വത്തെ പൂർണ്ണമായും നിഷേധി ക്കാൻ അദ്ദേഹത്തെ അനുവദിച്ചില്ല എന്നിരിക്കിലും.

ആ വിരോധാഭാസത്തിൽ വിശ്വദേവതാ (pantheism) വാദത്തി ന്റെ ബീജം അടങ്ങിയിരുന്നു. അത് ക്രൈസ്തവ ദൈവശാസ്ത്രത്തിൽ സഫലമാകാനായി കൈമാറപ്പെട്ടുകയും, ഉപനിഷത്തുകളിലും വേദാന്തത്തിലും അധിഷ്ഠിതമായ ഹൈന്ദവ ദൈവശാസ്ത്രത്തിൽ നിന്നു വേർതിരിച്ചറിയാനാകാത്ത തരത്തിലായിത്തീരുകയും ചെയ്തു. അന്തിമമായി, അതിലടങ്ങിയിരുന്ന വിശ്വദേവതാവാദപ രമായ ഘടകം സോപാധികമായ ദ്വൈതവാതത്തെ (Conditional Dualism), അതായത് ക്രൈസ്തവ ദൈവശാസ്ത്രത്തിന്റെ മതപരമായ സാരാംശത്തെ ആഴ്ത്തി അതിന്റെ ഗംഭീരമായ ഘടനയെ ഇടിച്ചുതകർ ക്കുകയും ചെയ്തു.

ഇന്ത്യൻ ദർശനത്തിന്റെ സവിശേഷ ലക്ഷണമായി കരുതപ്പെ ടുന്ന വിശ്വദേവതാവാദം തലകീഴായ ഭൗതികവാദമായതിനാൽ മതത്തിന്റെ നിഷേധമാണ്. തലകീഴായി നിലനിൽക്കുന്നിടത്തോളം അത് എല്ലാറ്റിനേയും തലകീഴായി കാണുന്നു. അതിനെ സ്വാഭാവിക നിലയിലാക്കുന്നതോടെ അത് സ്വയം ഇല്ലാതാകുന്നു. വിശ്വദേവതാ വാദത്തിന്റെ പരമാവസ്ഥ അതിന്റെതന്നെ വിനാശമാകുന്നു. അതാണ് വേദാന്തത്തെ കാത്തിരിക്കുന്ന വിധി. ലോകദൗത്യത്തെക്കുറിച്ചുള്ള വേദാന്തത്തിന്റെ സ്വപ്നം അതിന്റെതന്നെ പരിപൂർണ്ണാവസ്ഥയിൽ സാക്ഷാത്കരിക്കപ്പെട്ടും.

●

ലൗകിക നിരാസത്തിന്റെ പാശ്ചാത്യ ഭൂമിക

ആരംഭകാലത്ത് പാശ്ചാത്യമതചിന്തയെ ഒരു പരിധിവരെ ഇന്ത്യ സ്വാധീനിച്ചിരിക്കാം. അതുപോലെ, ഈജിപ്തുകാർ, യഹൂദൻമാർ, അസ്സീറിയുണ്ടക്കാർ, പേർഷ്യക്കാർ ഒടുവിൽ അറബികൾ മുതലായ മറ്റു പൗരസ്ത്യ ജനതകളുടെ ആദ്യകാല സംസ്കാരവും സ്വാധീനിച്ചിരിക്കാം. അതുകൊണ്ടാണ് യൂറോപ്പിൽ വികസിച്ച ആധുനിക സാംസ്കാരം മനുഷ്യരാശിയുടെയാകെ പൊതു പൈതൃകമാകുന്നത്. എല്ലാ പൂർവ്വ സംസ്കാരങ്ങളുടേയും ഘടകങ്ങളെ അതുൾക്കൊള്ളുന്നു.

ക്രിസ്തുമതത്തിന്റെ ഘടന ഗംഭീരമായ മൂന്ന് തൂണുകൾക്കു മുകളിലാണു പടുത്തുയർത്തപ്പെട്ടത്. യഹൂദന്മാരുടെ ഏകദൈവ വിശ്വാസത്തിൽ അധിഷ്ഠിതമായ ധാർമ്മികത, യവന സൈദ്ധാന്തിക ചിന്ത - പ്രത്യേകിച്ചും പ്ലേറ്റോയുടെയും സ്റ്റോയിക്കുകളുടെയും ചിന്തകൾ, വിശ്വ ദേവതാവാദത്തിലധിഷ്ഠിതമായ പൗരസ്ത്യ നിഗൂഢതാവാദം എന്നിവയാണ് ആ തൂണുകൾ. ആദ്യ കാലങ്ങളിൽ യഹൂദരുടെ ധാർമ്മിക പ്രമാണങ്ങളും ഏകദൈവ സങ്കല്പവുമായിരുന്നു അടിസ്ഥാന ഘടകങ്ങൾ. സുവിശേഷങ്ങളും ബൈബിൾ പാഠങ്ങളും മുഖ്യമായും യഹൂദ പാരമ്പര്യ ത്തിൽ അധിഷ്ഠിതമാണ്.

സാമാന്യജനങ്ങളെ ഉദ്ദേശിച്ചുകൊണ്ടു ബൈബിൾ ജനപ്രിയശൈലിയിലാണ് എഴുതിയിരിക്കുന്നത്. എങ്കിലും അതിലെ ആശയങ്ങൾ ആദ്ധ്യാത്മികവാദ പരവും ഉന്നതമായ ധാർമ്മിക സ്വരം ഉൾക്കൊള്ളുണ്ടന്നതുമാണ്. ബൈബിൾ വായിക്കുമ്പോൾ ഒരു ചരിത്ര സത്യം മറക്കരുത്. സമൂഹത്തിലെ താഴെത്തട്ടിലുള്ളവരെ റോമൻ ഭരണാധികാരിക ൾക്കെതിരായി കലാപം ഉയർത്താൻ

പ്രേരിപ്പിക്കുകയായിരുന്നു ആരംഭകാലത്ത് സുവിശേഷങ്ങൾ ചെയ്തത്. അതിനു ജനപ്രിയ ഭാഷയിലും ജനങ്ങളുടെ ഭാവനയെ ആകർഷിക്കുന്ന രൂപത്തിലും അവയെ ആവിഷ്കരിക്കേണ്ടിയിരുന്നു. ആദ്യകാല ക്രൈസ്തവ സുവിശേഷ പ്രാസംഗികർ തന്നെ കീഴാളവർഗ്ഗത്തിൽപ്പെട്ടവരും അനഭ്യസ്തരും ആയിരുന്നു; ചിലരാകട്ടെ, നിരക്ഷരരും. ചരിത്ര വസ്തുതകളുടെ വെളിച്ചത്തിൽ പരിശോധിക്കുമ്പോൾ ബൈബിൾ പാഠങ്ങളുടെ ഗുണനിലവാരം വളരെ ഉയർന്നതാണ്. ഇന്ന് ലോകത്തെ രക്ഷിക്കാൻ ആഗ്രഹിക്കുന്ന ഗാന്ധിസത്തെ ക്രിസ്തുമതത്തിന്റെ സ്ഥാപകർ രണ്ടായിരം കൊല്ലം മുമ്പുതന്നെ ഉപദേശിച്ചിട്ടുണ്ട്. അവതമ്മിലുള്ള വ്യത്യാസം ഇതാണ്: അക്കാലത്ത് അവരുടെ ധാർമ്മിക സിദ്ധാന്തങ്ങൾക്കു വിപ്ലവാത്മകമായ പ്രാധാന്യം ഉണ്ടായിരുന്നു; ഇന്നാകട്ടെ, അവ പ്രതിലോമ പരതയുടെ പ്രത്യയശാസ്ത്രപരമായ പ്രതിരോധം എന്ന നിലയിൽ തികച്ചും ദോഷകരവും ശുദ്ധ ഭോഷ്കുമാണ്.

ഒരു വിപ്ലവപ്രസ്ഥാനമെന്ന നിലയിലുള്ള ക്രിസ്തുമതത്തിന്റെ അഗ്രഗാമികളായിരുന്നു യഹൂദ പ്രവാചകന്മാർ. അവരെല്ലാം സമ്പന്നരെ നിർദ്ദയം ശകാരിച്ചു; ഏകാന്ത ജീവിതം നയിച്ചു; പരിത്യാഗം ഉപദേശിച്ചു; ദാരിദ്ര്യ ത്തെ പ്രകീർത്തിച്ചു; ഒരു ലോക രക്ഷകന്റെ വരവിനെ വിളംബരപ്പെടുത്തി. അവരുടെ രക്ഷക സങ്കല്പവും ഭഗവദ്ഗീതയിലെ അവതാരവാദവും ഒന്നുതന്നെ യായിരുന്നു.

ആമോസ് പ്രവാചകൻ ധർമ്മരോഷത്തോടെ പ്രഖ്യാപിച്ചു: ഹിംസയും കൊള്ളയും നടത്തുന്നവർ നീതിയെ അറിയുന്നില്ല.ത്സ ഈ ധാർമ്മിക രോഷത്തി ന്റെ വിപ്ലവാത്മകമായ പ്രാധാന്യം, സർവ്വരോഗങ്ങൾക്കുമുള്ള ഹൈന്ദവസംസ്കാരത്തിന്റെ ഒറ്റമൂലിയായ ഗാന്ധിസത്തിൽ കണ്ടെത്താനാവില്ല. യഹൂദ പ്രവാചകൻമാർ ഹിംസയെ കേവലമായി അധിക്ഷേപിച്ചില്ല. പാവപ്പെട്ടവരെ അടിച്ചമർത്താനുള്ള ഉപകരണമായതുകൊണ്ടാണ് അവർ അതിനെ അധിക്ഷേപിച്ചത്. ന്യായം പ്രവർത്തിക്കുക, നന്മ, നീതി മുതലായ ധാർമ്മിക തത്ത്വങ്ങൾ അനുഷ്ഠിക്കുക-എന്നത് ഉപരി വർഗ്ഗത്തിന്റെ സ്വഭാവമല്ല എന്ന് അവർ ദൃഢമായി പ്രഖ്യാപിച്ചു. കാരണം ഉപരിവർഗ്ഗം തങ്ങളുടെ അധികാരത്തേയും സുഖഭോഗങ്ങളേയും നിലനിർത്തിയതു ഹിംസയിലൂടെയും 'കൊള്ള'യിലൂടെയുമായിരുന്നു.

മറിച്ച് പ്രാചീന ഇന്ത്യ യിലെ ആത്മീയ സംസ്കാരം, ഭൂമിയിലെ അധികാരവും പ്രതാപവും മഹത്വവും ദൈവകല്പിതമാണ് എന്ന ആശയത്തിൽ പ്രകടമായും അധിഷ്ഠിതമായിരുന്നു. ലോകത്തിലെ എല്ലാ വിഭൂതികളും ദൈവത്തിന്റെ വിഭൂതിയാകുന്നു എന്ന്

ഭഗവദ്ഗീത. ഗാന്ധിസത്തിന്റെ, അതായത് ആദ്ധ്യാത്മികമായ ഹിന്ദുസംസ്കാരത്തിന്റെ, തത്ത്വങ്ങൾ ദരിദ്രരെയും മർദ്ദിതരെയും ചൂഷിതരെയും തങ്ങളുടെ വിധിയുമായി പൊരുത്തപ്പെട്ടുപോകാൻ പ്രേരിപ്പിക്കുകയാണ് ചെയ്യുന്നത്. അതാണ 'സഹനം, ത്യാഗം, സ്നേഹം, സ്വമേധയാ ഉള്ള ദാരിദ്ര്യമനുഭവിക്കൽ' എന്ന ഗാന്ധിയൻ സിദ്ധാന്തത്തിന്റെ പ്രായോഗിക വിവക്ഷ.

ആമോസ് ഉദ്ബോധിപ്പിച്ചു : 'തിന്മയെ അല്ല, നന്മയെ അന്വേഷിപ്പിൻ, തിന്മയെ വെറുക്കുവിൻ; നന്മയെ സ്നേഹിപ്പിൻ' ആമോസിന്റേത് ഒറ്റപ്പെട്ട ശബ്ദമായിരുന്നില്ല. യഹൂദ പ്രവാചകന്മാരുടെ നീണ്ടനിരയിലെ ഒരാൾ മാത്രമായിരുന്നു അദ്ദേഹം. അദ്ദേഹത്തെപ്പോലെതന്നെ അവരും ശ്രേഷ്ഠമായ ധാർമ്മിക തത്ത്വ ങ്ങൾ ഉദ്ബോധിപ്പിച്ചിരുന്നു. പുതിയ മതമായ ക്രിസ്തുമതത്തിന്റെ രൂപീകരണത്തിന് അവരുടെ ഉദ്ബോധനങ്ങളെല്ലാം കാര്യമായ പങ്കുവഹിച്ചിട്ടുണ്ട്. ക്രിസ്തുമതമാകട്ടെ, പാശ്ചാത്യ സമൂഹത്തിൽ ശക്തമായ സ്വാധീനം ഇന്നും ചെലുത്തുന്നുണ്ട്. ക്രിസ്തുമതം ഉപരിവർഗ്ഗങ്ങളുടെ സംരക്ഷണത്തിൻ കീഴിലായതിനനുസരിച്ച് അതിന്റെ ആദ്യകാലത്തെ വിപ്ലവസ്വഭാവം ഉപേക്ഷിക്കുകയും കാലപ്രവാഹത്തിൽ അതിന്റെ രൂപഭാവങ്ങൾക്കു മാറ്റം വരുകയും ചെയ്തിട്ടുണ്ടെങ്കിൽ, ഹിന്ദുമതവും ദർശനവും അത്രതന്നെ ചരിത്രത്താൽ ബാധിക്കപ്പെട്ടിട്ടുണ്ട്. അവയ്ക്ക് കാലത്തിന്റെ ശക്തമായ സ്വാധീനത്തിൽ നിന്ന് അവയുടെ ആദിമ വിശുദ്ധിയെ ക്രിസ്തുമതത്തേക്കാൾ സംരക്ഷിക്കാൻ കഴിഞ്ഞിട്ടുണ്ടെന്ന് ഇനി അവകാശപ്പെടാനാവില്ല. രണ്ടിന്റെയും ചരിത്രപരമായ പ്രയോജനം എന്നേ അവസാനിച്ചിരിക്കുന്നു. അതിനാൽ അവയ്ക്ക് മനുഷ്യരാശിയുടെ ഭാവിപുരോഗതിയിൽ ഒരുപങ്കും വഹിക്കാനില്ല.

ക്രിസ്തുമതത്തിന്റെ സാമൂഹികവും ധാർമ്മികവുമായ തത്ത്വങ്ങൾ ഗിരി പ്രഭാഷണത്തിലും വിശുദ്ധ യോഹന്നാന്റെ വെളിപാടിലും ക്രമീകരിക്കപ്പെട്ടിരിക്കുന്നു. ഒരു ദൃഷ്ടാന്തത്തിൽ, ദുരിതപൂർണ്ണമായ ഭൂമിയിലേക്ക് അവതാരം എന്ന മദ്ധ്യവർത്തിയിലൂടെ പരമാത്മാവിൽനിന്നും സത്യം ഇറങ്ങിവന്നു എന്നുപറയുന്നു; മറ്റൊന്നിലാകട്ടെ, അത് ഒരു ഭക്തനിലൂടെ വെളിപ്പെട്ടുവെന്നും. പത്തു കല്പനകളും ദിവ്യസത്യത്തിന്റെ പ്രതിഫലനങ്ങളായിരുന്നു.

ഗിരിപ്രഭാഷണം ഉദ്ബോധിപ്പിക്കുന്നു: ദരിദ്രരായവർ ഭാഗ്യവാന്മാർ. സൗമ്യതയുള്ളവർ ഭാഗ്യവാന്മാർ. ഹൃദയശുദ്ധിയുള്ളവർ ഭാഗ്യവാന്മാർ. ദുഷ്ടനോട് എതിർക്കരുത്. നിങ്ങളുടെ ശത്രുക്കളെ സ്നേഹിപ്പിൻ. നിങ്ങളുടെ സ്വർഗ്ഗീയ പിതാവ് സൽഗുണ സമ്പൂർണ്ണനായിരിക്കുന്നതുപോലെ നിങ്ങളും സൽഗുണ സമ്പൂർണ്ണരാകുവിൻ.

ഈ ഭൂമിയിൽ നിങ്ങൾ നിക്ഷേപം സ്വരൂപിക്കരുത്. നിങ്ങൾക്ക് ദൈവത്തേയും മാമോനേയും സേവിപ്പാൻ കഴിയില്ല.'

ഹൈന്ദവസംസ്കാരം എല്ലായ്പ്പോഴും ധാർമ്മികത, സഹനം, ത്യാഗം, പരിത്യാഗം, മരണാനന്തര ജീവിത വിശ്വാസം എന്നിങ്ങനെയുള്ള ഏതെങ്കിലും ഒരു മനുഷ്യൻ സർവ്വലോകവും നേടീട്ടും തന്റെ ആത്മാവിനെ നഷ്ടപ്പെടുത്തിയാൽ അവന് എന്തുപ്രയോജനം? എന്ന ഉച്ചത്തിലുള്ള ഘോഷത്തിൽ ക്രിസ്ത്യൻ സുവിശേഷത്തിന്റെ സാരാംശം അടങ്ങിയിരിക്കു ന്നു. ആത്മാവിന്റെ പാപമോചനം ഉൽകൃഷ്ടമായ ആദർശം മാത്രമല്ല, ജീവിതത്തിന്റെ ഏകതാല്പര്യവു മാണ്. അത്തരമൊരു തത്ത്വത്തിൽ അധിഷ്ഠിതമായ ഒരു മതത്തെ അപരിഷ്കൃതവും ബാലിശവുമാണെന്ന് പറഞ്ഞ് തള്ളിക്കളയാനാവില്ല.

ക്രിസ്തുമതം മാത്രമാണു സമഗ്രമായ നിരൂപണത്തിനു വിധേയമാക്കപ്പെട്ടിട്ടുള്ളത്. അതിന്റെ ചരിത്രം സൂക്ഷ്മമായി പിരിശോധിക്കപ്പെട്ടുകയും ഐതിഹ്യങ്ങളിൽ നിന്നും വ്യാജ പ്രസ്താവനകളിൽ നിന്നും മോചിപ്പിക്കപ്പെട്ടുകയും ചെയ്തിട്ടുണ്ട്. അതിന്റെ തത്ത്വങ്ങൾ സാമൂഹ്യപ്രാധാന്യം വെളിവാക്കുന്നതിനായി വിമർശനാത്മകമായി വിശകലനം ചെയ്യപ്പെട്ടിട്ടുണ്ട്. സമഗ്രമായ ആ വിമർശനത്തിന്റെ പരിണതഫലം ചരിത്രസത്യമാണ്-ക്രിസ്തുമതം മറ്റുമതങ്ങളിൽ നിന്നു സ്വയം വേറിട്ടുനിൽക്കുന്നു. കാരണം, മനുഷ്യരാശിയുടെ പാപമോച നത്തിനു ക്രിസ്തുമതം നൽകുന്ന പ്രാധാന്യം മറ്റൊരുമതവും നൽകുന്നില്ല. പാപമോചനം എന്നത് ഐഹികവും നശ്വരവുമായ സുഖമോ ക്ഷേമമോ അല്ല. ലൗകിക സുഖം മനുഷ്യനെ ദൈവത്തിൽ നിന്നകറ്റുമ്പോൾ, ദുര്യോഗവും ദുരിതവും മനുഷ്യെദൈവത്തിലേക്കു മടക്കിക്കൊണ്ടുവരുന്നു എന്നു ക്രിസ്ത്യാനികൾ കരുതുന്നു. (Feur Bach : The Essence of Christianity)

ക്രിസ്തുമതത്തിന്റെ നിശിതവിമർശകനായ ഫോയർ ബാഹ് അതിശയോക്തി പറയുകയാണെന്ന് കരുതാനാവില്ല. മാത്രമല്ല, ക്രിസ്തുമതത്തിന്റെ ഈ വ്യതിരിക്ത സ്വഭാവത്തിന്റെ സാമൂഹിക കാരണങ്ങളേയും അദ്ദേഹം വെളിപ്പടുത്തിയിട്ടുണ്ട്. അത് ഏതെങ്കിലും വ്യക്തിയുടേയോ വംശത്തിന്റേയോ നിഗൂഢ ഫലമായിരുന്നില്ല. ഒരു നിശ്ചിത സാമൂ ഹികാവസ്ഥയുടെ പരിണതഫലമായിരുന്നു അത്. അതേ സാമൂഹികാവസ്ഥയുള്ള സ്ഥലങ്ങളിൽ സമാനമായ ഫലങ്ങൾ ഉളവാകും. ഫോയർബാഹിന്റെ ഈ പ്രസ്താവന ഹിന്ദുമതത്തെപ്പറ്റിയുള്ള അദ്ദേഹത്തിന്റെ അജ്ഞതയെ വെളിപ്പെടുത്തുന്നു എന്ന് ഏതെങ്കിലും ഇന്ത്യൻ ദേശ സ്നേഹികരുതുന്നുവെങ്കിൽ അയാളുമായി നാം ഒരു തർക്കത്തിൽ ഏർപ്പെടേണ്ടതില്ല. ഫോയർബാഹിനു

ഹിന്ദുമതത്തെക്കുറിച്ച് അറിവില്ല എന്ന ആരോപണം ശരിവയ്ക്കാം. പക്ഷേ താത്ത്വികമായി ഫോയർബാഹിന്റെ പ്രസ്താവന അചഞ്ചലമായിത്തന്നെ നിലനിൽക്കുന്നു എന്നു പറയണം. ഹിന്ദുമതം അല്ലെങ്കിൽ ബുദ്ധമതം ക്രിസ്തുമതത്തിനു തുല്യമായോ അതിനേക്കാളേറെയോ വ്യതിരിക്ത സ്വഭാവങ്ങൾ ഉൾക്കൊള്ളുന്നുണ്ടെങ്കിൽ അത് ഏതെങ്കിലും സവിശേഷ പ്രതിഭയെയോ വംശമേന്മയേയോ അല്ല തെളിയിക്കുന്നത്; ക്രിസ്തുമതത്തിനുമേൽ വ്യതിരിക്തതയുടേതായ മുദ്രപതിപ്പിച്ച സാമൂഹിക സാഹചര്യങ്ങൾ ഇന്ത്യയിലും ഒരു പക്ഷേ തീവ്രതരമായ രൂപത്തിൽ ഉണ്ടായിരുന്നു എന്നത് തെളിയിക്കുക മാത്രമാണ് അത് ചെയ്യുന്നത്.

ജീവിതസുഖങ്ങളെ തീവ്രമായി വെറുത്തുകൊണ്ടു ലൗകികമായ എല്ലാം പരിത്യജിക്കുകയെന്നത് ക്രിസ്തുമതത്തെ സംബന്ധിച്ച് പരമമായ നന്മയായിരുന്നു. ജീവിതത്തിലെ പ്രാഥമിക ആവശ്യങ്ങളെപ്പോലും തീർ ത്തും അവഗണിക്കുന്നിടത്തോളം അതെത്തിച്ചേർന്നിരുന്നു. അത്തരമൊരു മാനസികാവസ്ഥ, മനുഷ്യന്റെ ഭൗതികസത്തയാൽ മറയ്ക്കപ്പെട്ടുകിടക്കുന്ന ആദ്ധ്യാത്മിക അസ്തിത്വമാണ് യഥാർത്ഥ അസ്തിത്വം എന്ന ധാരണ യുടെ ഫലമായിരുന്നു. അതുകൊണ്ട് ഭൗതികസത്തയുടെ അടിമത്തത്തിൽ നിന്നുമോചനം നേടേണ്ടതു ജീവിതത്തിന്റെ പരമ ലക്ഷ്യമായ ആദ്ധ്യാത്മിക യാഥാർത്ഥ്യത്തിലേക്കു തിരിച്ചെത്താൻ ആവശ്യമായിരുന്നു.

സാമാന്യജനങ്ങളിൽ നിന്നു വ്യത്യസ്തമായി സന്യാസിമാരായ ക്രിസ്ത്യാനികൾ എല്ലാ ജീവിതസുഖങ്ങളേയും സാമൂഹികകടമകളേയും പരിത്യജിച്ചിരുന്നു. അവർ ബ്രഹ്മചര്യം അനുഷ്ഠിച്ചിരുന്നു-വിവാഹം അനുവദിച്ചിരുന്നില്ല. ശരീരത്തിന്റെയും മനസ്സിന്റെയും സ്വാഭാവിക ചോദനകൾ തിന്മയെന്നു നിന്ദിക്കപ്പെട്ടു. ആയിരക്കണക്കിന് സന്യാസിമാർ, അപവിത്രവും അധഃപതിച്ചതുമായ ലോകത്തു നിന്നു ശാശ്വതമായ ഏകാന്തതയിലേക്ക്, അല്ലെങ്കിൽ മതാത്മകമായ സഹവാസത്തിലേക്കു പലായനം ചെയ്തു. തങ്ങളുടെ ഭൂസ്വത്തും അതിൽ നിന്ന് കിട്ടുന്ന ആദായ വും അവർ ഉപേക്ഷിച്ചു. പെട്ടെന്നുതന്നെ അവർക്ക് അവർ അവജ്ഞയോടെ വീക്ഷിച്ച ലോകത്തിന്റെ ആദരവ് ലഭിച്ചു. മാത്രമല്ല, ശാസ്ത്രത്തിന്റേയോ യുക്തിയുടേയോ സഹായമില്ലാതെ യവന ചിന്താസരണികളുടെ ദുഷ്കരമായ വൈശിഷ്ട്യങ്ങളെ അതിശയിച്ച അവരുടെ ദിവ്യദർശനത്തിനുമേൽ ഒരുപാട് അഭിനന്ദനങ്ങൾ ചൊരിയപ്പെടുകയും ചെയ്തു. (Gibbon: The decline and fall of the Roman Empire)

ക്രിസ്തുമതത്തിന് ലൗകിക ജീവിതത്തോടുള്ള ഈ നിഷേ ധാത്മ കമായ മനോഭാവം കിട്ടിയത് യഹൂദപ്രവാചകന്മാരിൽ നിന്നും യവനദാർശനികരായ സിനിക്കുകളിൽ നിന്നും സ്റ്റോയിക്കുകളിൽ നിന്നുമായിരുന്നു. രക്ഷകന്റെ വരവിനെ വിളംബരപ്പെടുത്തിയ യഹൂ ദപ്രവാചകന്മാരെല്ലാം തന്നെ തപസ്വികളായിരുന്നു. വ്യർത്ഥവും ക്ഷണികവുമെന്ന് പറഞ്ഞ് അവർ ലോകത്തെ ഉപേക്ഷിച്ചു. അതിന്റെ തിന്മകളേയും പ്രലോഭനങ്ങളേയും അധിക്ഷേപിച്ചു. ക്രിസ്തുമതം രൂപം കൊള്ളുന്നതിനുമുമ്പ് പരിത്യാഗ ത്തിലും വൈരാഗ്യത്തിലും അധിഷ്ഠിതമായ നിരവധി യഹൂദ വിഭാഗങ്ങൾ-എസ്സീനിയൻമാർ- ഉയർന്നുവന്നിരുന്നു. ക്രിസ്തുമതത്തിന്റെ സച്ചരിതരായ ആ മുൻഗാ മികൾ നന്മ, ധർമ്മപാരായണത, നീതിതൽപരത എന്നീ തത്ത്വ ങ്ങൾ ഉദ്ബോധിപ്പിച്ചു. ദൈവഭക്തിയും നന്മയോടുള്ള ആഭിമുഖ്യവും ദീനവാത്സല്യവുമായിരുന്നു അവരുടെ വഴികാട്ടികൾ.

സുഖാസ്വാദനം മനുഷ്യനെ സംബന്ധിച്ച വിലകെട്ടതാണ്; മനുഷ്യന് അന്വേഷിക്കാൻ ശ്രേഷ്ഠവും പരിശുദ്ധവുമായ പല കാര്യങ്ങളും ഇവിടെയുണ്ട്- ഇതായിരുന്നു സിനിക്കുകളുടെ അടി സ്ഥാനതത്ത്വം. ലൗകികകാര്യങ്ങളെ പൂർണ്ണമായും പരിത്യജിക്കാ നും ഇന്ദ്രിയതൃഷ്ണകളെ അടക്കാനും അവർ ഉദ്ബോധിപ്പിച്ചു. അവ കേവലാനന്ദത്തിനു വിഘാതമാണെന്നും പ്രഖ്യാപിക്കപ്പെട്ടു. ഈ ദാർശനിക സരണിയുടെ സ്ഥാപകനായ ആന്റി സ്റ്റെനീസ് വികാ രതീവ്രതയോടെ ഉദ്ഘോഷിച്ചു: 'ഇന്ദ്രിയങ്ങള ടെ അടിമയാകുന്ന തിനേക്കാൾ ഞാൻ ഇഷ്ടപ്പെടുന്നത് ഭ്രാന്തനാകുന്നതാണ്. ഇന്ദ്രിയ സുഖാ സ്വാദനത്തോടുള്ള വെറുപ്പിന്റെ കാര്യത്തിൽ സിനിക്കുകൾക്കു തുല്യരായി ലോകചരിത്രത്തിൽ ആരെയും കാണാനാകില്ല. ഈ സരണിയുടെ അതിപ്രശസ്ത പ്രതിനിധിയായിരുന്ന ഡയോജനീസ് പരിശുദ്ധമായ ജീവിതത്തിനു ശരീരത്തെ ഉന്മൂലനം ചെയ്യണമെന്ന് കരുതിയിരുന്നു; ഒരാളുടെ ഇന്ദ്രിയ നിഗ്രഹം പരിപൂർണ്ണ തയോടടു ക്കുമ്പോൾ അയാൾ കേവലനന്മയെന്ന ലക്ഷ്യത്തോടടുക്കുകയാണ്. നികൃഷ്ടവും മലിനവും അധഃപതിച്ചതും, അധഃപതിപ്പിക്കുന്നതുമായ ഒന്നായി ശരീരം അവജ്ഞയോടെ വീക്ഷിക്കപ്പെട്ടു.

സ്റ്റോയിക്കുകളും ലൗകികജീവിതത്തെ അവജ്ഞയോടെ വീക്ഷി ക്കുകയും നിഗൂഢവും ഉത്കൃഷ്ടവുമായ ഒരു ജീവിതം പ്രതീക്ഷിച്ച കൊണ്ട് ജീവിക്കുകയും ചെയ്തവരാണ്. ലൗകിക സമ്പത്തിനോടുള്ള അവജ്ഞയും യാതനയും മരണവുമാണ് അവരുടെ ദർശനമനുസരി ച്ച് ജ്ഞാനിയുടെ ലക്ഷണം. ഈ ലോകത്തിലെ സുഖഭോഗങ്ങൾ അർത്ഥ ശൂന്യവും വ്യർത്ഥവുമാണ്. ഇന്ദ്രിയസുഖങ്ങളിലല്ല ആനന്ദം

കണ്ടെത്തേണ്ടത്, മറിച്ച് ധർമ്മാചരണത്തിലാണ്. സ്റ്റോയിക്കുകൾ ഈ ലോകത്തിലെ നന്മ തിന്മകളോട് ഒരുപോലെ ഉദാസീനരായിരുന്നു. പരലോക ജീവിത ത്തിനായുള്ള ഒരുക്കം ഇഹ ലോക ജീവിതത്തിലെ ക്ഷേമമഷിച്ചവ നിങ്ങൾക്കെതിരെ സാക്ഷ്യം പറയുകയും ചെയ്യും. നിങ്ങൾ ഭൂമിയിൽ ആനന്ദത്തോടെ വിഷയാസക്തരായി ജീവിച്ചു. നിങ്ങൾ നിങ്ങളുടെ ഹൃദയത്തെ കൂട്ടക്കൊലയുടെ ദിനത്തിലെന്ന പോലെ കഠിനമാക്കി. നിങ്ങൾ നീതിയെ നിന്ദിക്കുകയും നിഗ്രഹിക്കുകയും ചെയ്തു.' പ്രാകൃത ഭൗതികവാദത്തെ ഇതിനെക്കാൾ വ്രണപ്പെടുത്തുന്ന രീതിയിൽ അധിക്ഷേപിക്കാൻ ആർക്കും കഴിയില്ല.

വിശുദ്ധയോഹന്നാൻ സമ്പത്തിനും അധികാരത്തിനും ആഡംബരത്തിനും വേണ്ടി മനുഷ്യരാശിയെ അടിച്ചമർത്തുന്ന റോമാസാമ്രാജ്യത്തിന്റെ തകർച്ചയെ പ്രവചിച്ചു. അദ്ദേഹം ഉദ്ബോധിപ്പിച്ചു: 'ജഡമോഹം, കൺമോഹം, ജീവിതപ്രതാപം തുടങ്ങിയ ലോകത്തിലുള്ളതെല്ലാം പിതാവിന്റേതല്ല; ലോകത്തിന്റേതത്രേ. ലോകവും അതിന്റെ കാതലും ഒഴിഞ്ഞുപോകുന്നു; ദൈവേ ഷ്ടം ചെയ്യുന്നവനോ എന്നേയ്ക്കും ഇരിക്കുന്നു.' (യോഹന്നാൻ എഴുതിയ ഒന്നാം ലേഖനം)

പാശ്ചാത്യ ക്രൈസ്തവ ലോകത്തിനു സ്വമേധയാ ദാരിദ്ര്യം വരിയ്ക്കുകണ്ടയെന്ന വിചിത്ര മായ മതം മനസ്സിലാക്കാൻ ഒരു ഗാന്ധിയിലേക്കു തിരിയേണ്ട ആവശ്യമൊന്നുമില്ലെന്നു വ്യക്തം. സമ്പന്നരെ ഉദാരമതികളും നീതി മാൻമാരുമാകാൻ പഠിപ്പിക്കുകയെന്ന ഇന്ത്യയുടെ സവിശേഷ പ്രതിഭയുടെ കുത്തകയായ പ്രതിലോമകരവും അപ്രായോഗികവുമായ ആദർശവും അവർക്കാവശ്യമില്ല.

ലണ്ടൻ സന്ദർശനവേളയിൽ (1931 സെപ്തംബർ) ഫ്രാൻസിസ്കൻ പഠനവേദിയിൽ പങ്കെടുത്തുകൊണ്ടു ഗാന്ധിജി പറഞ്ഞു: 'ദാരിദ്ര്യത്തെ സ്വമേധയാ സ്വീകരിക്കാനുള്ള ന്യായീകരണം ഇതാണ്: എല്ലാവർക്കും സമ്പത്ത് ഉണ്ടാകുകയെന്നത് അസാധ്യമാണ്; ഇല്ലായ്മയാകട്ടെ എല്ലാവർക്കും പങ്കിടാനാവുന്നതും. മാത്രമല്ല, സമ്പത്ത് ഒരാളിൽ എത്ര കുറഞ്ഞിരിക്കുന്നുവോ തൃഷ്ണയും അത്ര കുറഞ്ഞിരിക്കും. സമ്പത്തുണ്ടുള്ളവർ ദാരിദ്ര്യം സ്വയം വരിക്കാൻ തയ്യാറായാൽ രാഷ്ട്രത്തിലെ വലിയ സാമ്പത്തിക പ്രശ്നങ്ങൾ വളരെ എളുപ്പത്തിൽ പരിഹരിക്കാനാവും.'

ദാരിദ്ര്യം സ്വയം വരിക്കുകയെന്ന ആദർശം സാമൂഹികമായി വഞ്ചനാപരമാണെന്നതിനു പുറമെ അത് കൊല്ലത്തറയിൽ സൂചി വിൽക്കാൻ പോകുന്നതു പോലെയുമാണ്. ഗാന്ധിജിയുടെ സന്ദേശം, പാശ്ചാത്യസംസ്കാരത്തിന്റെ ഉദയകാലം മുതൽക്കേ ഉപദേശിച്ച ആശയത്തിന്റെ ദുർബലമായ പ്രതിദ്ധ്വനി മാത്രമാണ്. ഗാന്ധിജി

തന്റെ സന്ദേശ പ്രഭാഷണം നടത്തിയ ആ ക്രിസ്ത്യൻ സഭയുടെ സ്ഥാപകൻ സ്വയം വരിച്ച ദാരിദ്ര്യത്തിന്റെ ഉത്തമമാതൃകയായി ചരിത്രത്തിൽ ഓർമ്മിക്കപ്പെടുന്നു. അത്തരം മഹാപുരുഷന്മാർ മദ്ധ്യകാലഘട്ടത്തിലെ ക്രൈസ്തവസമൂഹത്തിലും ഉണ്ടായിട്ടുണ്ട്. ഉദാഹരണത്തിന്, അഗസ്റ്റിൻ പുണ്യവാളൻ കരുതി: സ്വകാര്യസ്വത്ത് സ്വയം ഒരു തിന്മയല്ല. സമ്പത്തിന് പിന്നാലെ ആസക്തിയോടെ പരക്കംപായുന്നതിലും, സ്വത്ത് കുന്നുകൂട്ടുന്നതിലും, സത്യത്തിനും നീതിക്കും ജ്ഞാനത്തിനും വിശ്വാസത്തിനും ദൈവഭക്തിക്കും മനുഷ്യ സ്നേഹത്തിനും മേലെഅല്ലെങ്കിൽ ഒപ്പം തന്നെ ഭൗതിക സമ്പത്തിനെ പ്രതിഷ്ഠിക്കുന്നതിലുമാണ് തിന്മയിരിക്കുന്നത്.ഹ

വിശുദ്ധ തോമസ് അക്വിനാസും ഉപദേശിച്ചു: 'ദിവ്യപ്രകൃതി നിയമപ്രകാരം, സമ്പന്നരുടെ കടമയാണ് ദരിദ്രർക്ക് ഉദാരമായ സഹായം നൽകുകയെന്നത്. കാരണം, ഒരുവന്റെ ആധിക്യം മറ്റൊരുവന്റെ അപര്യാപ്തതയെ സൂചിപ്പിക്കുന്നു.' ഈ ക്രൈസ്തവ ചിന്താധാരകളുടെ യെല്ലാം ഉറവിടം പ്ലേറ്റോയുടെ ചിന്തകളായിരുന്നു. അദ്ദേഹം പ്രഖ്യാപിച്ചു: 'സമ്പന്നതയും ദാരിദ്ര്യവും ഇല്ലാത്ത സമുദായം എക്കാലവും വളരെ ഉത്കൃഷ്ടമായ ഗുണങ്ങൾ ഉള്ളതായിരിക്കും. അവിടെ അപമാനമോ അനീതിയോ അസൂയയോ കലഹമോ ഇല്ല. അതിനാൽ അവർ നല്ലവരും നിഷ്കളങ്കരുമാകുന്നു.' അദ്ദേഹം തുടരുന്നു: 'സമ്പന്നനായ മനുഷ്യൻ സന്തോഷവാനായിരിക്കും എന്ന സിദ്ധാന്തം ഒരിക്കലും എനിക്ക് അംഗീകരിക്കാനാവില്ല. ഉത്കൃഷ്ട ലക്ഷ്യങ്ങൾക്കായി ധനം ചെലവഴിക്കുകയും ന്യായമായ മാർഗ്ഗങ്ങളിലൂടെ മാത്രം സ്വത്ത് സമ്പാദിക്കുകയും ചെയ്യുന്ന മനുഷ്യൻ സമ്പത്ത് ഹേതുവായി സ്തുത്യർഹനല്ല; അയാൾക്കു നിർദ്ധനനാകാൻ കഴിയുമെന്നതിലാണ്. അതിസമ്പന്നർ നല്ലവരല്ല. ഗുരുവിൽ നിന്ന് സൂചന സ്വീകരിച്ചുകൊണ്ട് അരിസ്റ്റോട്ടിലും കരുതി: സ്വത്തിനെയല്ല മനുഷ്യരാശിയുടെ ആഗ്രഹത്തെയാണ് സമപ്പെടുത്തേണ്ടത്.'

●

ഫാസിസത്തിന്റെ തത്ത്വശാസ്ത്രം

ഫാസിസം താരതമ്യേന പുതിയ ഒരു സാമൂഹിക-രാഷ്ട്രീയ പ്രതിഭാസമാണ്. അത് ആദ്യം പ്രത്യക്ഷപ്പെട്ടത് 1919-ൽ ഇറ്റലിയിലാണ്. അന്നുതൊട്ട് അത് യൂറോപ്പിലെ എല്ലാ രാജ്യങ്ങളിലും പടർന്നു. അവയിൽ പലതിലും അത് പൂർണ്ണമായും വിജയം നേടുകയും ചെയ്തു. അതിന്റെ പെട്ടെന്നുള്ള പ്രത്യക്ഷപ്പെടലും കണ്ണഞ്ചിപ്പിക്കുന്ന വളർച്ചയും സ്വാഭാവികമായും സമകാലിക ലോകത്തിലെ പ്രധാന ചർച്ചാവിഷയമായി. അതിന്റെ നിഷ്ഠൂരതകൾ എല്ലാ പുരോഗമനവാദികളെയും സ്വാതന്ത്ര്യപ്രേമികളെയും ഞെട്ടിച്ചു. അതിന് അനുകൂലമായും എതിരായും ധാരാളം എഴുതപ്പെട്ടിട്ടുണ്ട്. ഫാസിസത്തിന് വൈതാളികരും വക്കാലത്തുകാരും ഉണ്ടെങ്കിലും, അത് രാഷ്ട്രീയമായും സാമൂഹികമായും പ്രതിലോമകരമായ പ്രസ്ഥാനമാണെന്ന് നിന്ദിക്കപ്പെടുന്നുണ്ട്. ജീർണ്ണമുതലാളിത്തത്തെ താങ്ങിനിർത്താനുള്ള ഹിംസാത്മക ശ്രമമായി അത് വിശേഷിപ്പിക്കപ്പെടുന്നു. ഒന്നാം ലോകമഹായുദ്ധത്തിന്റെ വിനാശകരമായ ഫലങ്ങൾ സൃഷ്ടിച്ച ക്രമരാഹിത്യാവസ്ഥയിൽ നിന്നാണ് അത് രൂപംകൊണ്ടതെന്ന് നിരീക്ഷിക്കപ്പെടുന്നു. ജർമ്മനിയിലെ അതിന്റെ വിജയത്തിന് യുക്തിസഹമെന്നു തോന്നിപ്പിക്കുന്ന വിശദീകരണങ്ങൾ പലരും മുന്നോട്ടുവെച്ചിട്ടുണ്ട്.

എന്തൊക്കെ ആയാലും, നമ്മുടെ കാലഘട്ടത്തിലെ ഈ രാക്ഷസീയതയെക്കുറിച്ചുള്ള അന്വേഷണം ഇനിയും വേണ്ടത്ര ആഴത്തിലേക്ക് ഇറങ്ങിച്ചെന്നിട്ടില്ല. ചരിത്രപരമായി അത് യുദ്ധാനന്തരം രൂപംകൊണ്ട ഒന്നല്ല. ഇത്തരം വ്യാപകമായ ഒരു സാമൂഹിക-രാഷ്ട്രീയ പ്രസ്ഥാനത്തിന് പൊടുന്നനെ പ്രത്യക്ഷപ്പെടാൻ കഴിയില്ല. വളരെ നീണ്ട ചരിത്രകാലഘട്ടത്തിലൂടെ വികാസം പ്രാപിച്ചുവന്ന ദാർശനികചിന്തയുടെ സ്വാഭാവികഫലമായിരുന്നു ഫാസിസ്റ്റ് പ്രത്യയശാസ്ത്രം.

ഫാസിസം ഒരു സാമൂഹിക-രാഷ്ട്രീയ പ്രതികരണമാണെങ്കിൽ അതിന്റെ പ്രത്യയശാസ്ത്ര അടിത്തറ തത്ത്വശാസ്ത്രപരമായ പ്രതികരണത്താൽ സ്ഥാപിക്കപ്പെടണം. ഫാസിസത്തിന് തത്ത്വശാസ്ത്രമൊന്നുമില്ലെന്ന് പറയപ്പെടുന്നു. ഇത് തെറ്റായ ധാരണയാണ്. ഈ പ്രതിഭാസത്തെ ശരിയായി മനസ്സിലാക്കുന്നതിനെ അത് തടയുന്നു. ഫാസിസം ഒരു സാമൂഹിക-രാഷ്ട്രീയ പ്രസ്ഥാനമായി രൂപംകൊള്ളുന്നതിനുമുമ്പ് വളരെ നീണ്ട കാലത്തിലൂടെ വികാസം പ്രാപിച്ച കൃത്യമായ ഒരു തത്ത്വശാസ്ത്രം അതിനുണ്ട്. ആ തത്ത്വശാസ്ത്രമാകട്ടെ, പതിനെട്ടും പത്തൊമ്പതും നൂറ്റാണ്ടുകളിലെ സാമൂഹികവും രാഷ്ട്രീയവുമായ വിപ്ലവ പ്രസ്ഥാനങ്ങൾക്ക് പ്രത്യയശാസ്ത്രം പ്രദാനംചെയ്ത ആധുനിക ശാസ്ത്രത്തിൽ അധിഷ്ഠിതമായ തത്ത്വശാസ്ത്രത്തിനെതിരായി രൂപംകൊണ്ടതാണ്.

ഫാസിസത്തിന്റെ തത്ത്വശാസ്ത്രം ഹെഗലിനു ശേഷമുണ്ടായ ആശയവാദത്തിന്റെ സ്വാഭാവികമായ ഫലമായിരുന്നു. കപടശാസ്ത്രീയ ചിന്താസരണികളായ അത്യാധുനിക അനുഭവൈക പ്രമാണവാദം (Utlra modern positivism), നവയാഥാർത്ഥ്യവാദം (New-realism), ആനുഭവികവാദം (Empiricism) എന്നിവ അവയിൽ ചിലതാണ്. അവ ആശയവാദത്തെ നിരാകരിക്കുന്നു എന്ന നാട്യത്തിൽ ഒരു പുതിയ തരത്തിലുള്ള നിഗൂഢവാദ (Mysticism)ത്തെ പുനഃപ്രതിഷ്ഠിക്കാൻ ശ്രമിച്ചു. പ്രച്ഛന്നരൂപത്തിലുള്ള ഇത്തരം ആശയവാദസരണികൾ പ്രായോഗികവാദ (Pragmatism)ത്തിലും നവഹെഗേലിയനിസത്തിലും ഉച്ചകോടിയെ പ്രാപിച്ചു. ആദ്യത്തേത്, 'വയറിന്റെയും അരക്കെട്ടിന്റെയും തത്ത്വശാസ്ത്രമായ വഷളൻ ഭൗതികവാദ'ത്തെ 'മതാനുഭൂതി'യുമായി സംയോജിപ്പിച്ചു; രണ്ടാമത്തേതാകട്ടെ, വിപ്ലവായുധമായ ഹെഗേലിയൻ വൈരുദ്ധ്യവാദത്തെ അക്രമപ്രവർത്തനങ്ങൾക്കായി ഉപയോഗപ്പെടുത്തി.

ധാർമ്മികതയെയും നീതിയെയും സ്വാതന്ത്ര്യത്തെയുംക്കുറിച്ചുള്ള ലൗകികമാനദണ്ഡങ്ങളെയെല്ലാം ലംഘിച്ചുകൊണ്ട് ഫാസിസം ദൈവികമായ അനുമതി അവകാശപ്പെടുന്നു ഇറ്റാലിയൻ ഫാസിസത്തിന്റെ ഔദ്യോഗിക ദാർശനികനായ ജിയോവന്നി ജെൻടൈൽ ആണ് ആദ്യമായി ആ അവകാശവാദം മുന്നോട്ടുവെച്ചത്. അദ്ദേഹം എഴുതുന്നു: 'മനുഷ്യൻ പ്രകൃത്യാ മതബോധമുള്ളവനാണ്. ചിന്തിക്കുക എന്നാൽ ദൈവത്തെ ധ്യാനിക്കുക എന്നാണർത്ഥം. ഒരാൾ എത്ര കൂടുതൽ ചിന്തിക്കുന്നുവോ, അത്രത്തോളം അയാൾ ദൈവസാന്നിധ്യംഅനുഭവിക്കുന്നു. മനുഷ്യനെ അപേക്ഷിച്ച് ദൈവം ആണ് എല്ലാം; മനുഷ്യൻ ഒന്നുമല്ല.' (ഫാസിസവും സംസ്കാരവും). രാഷ്ട്രീയ പ്രതിലോമതയെയും സാമൂഹിക കിരാതത്വത്തെയും

നീതിമത്ക്കരിക്കുന്നതിനായി ഫാസിസത്തിന്റെ ഈ ദാർശനികൻ ആധുനിക യൂറോപ്യൻ സംസ്കാരത്തിന്റെ മൗലികതത്ത്വങ്ങളിലൊന്നിനെ - മാനവികവാദത്തെ - അവഗണിക്കുന്നു.

ലൗകിക സ്വാതന്ത്ര്യത്തിനായുള്ള പോരാട്ടം നടത്തുന്നതിന് മനുഷ്യന് ദൈവികമായ രക്ഷാകർതൃത്തിൽനിന്ന് സ്വയം വിമോചിതനാകേണ്ടതുണ്ട്. വളരെ ബുദ്ധിമുട്ടി നേടിയ രാഷ്ട്രീയസ്വാതന്ത്ര്യത്തെയും പൗരസ്വാതന്ത്ര്യങ്ങളെയും അവനിൽനിന്ന് അപഹരിക്കുന്നതിന്, നവോത്ഥാനകാലം മുതൽ പൈതൃകമായി സൂക്ഷിക്കുന്ന അവന്റെ ആത്മീയ സ്വാതന്ത്ര്യത്തെ കബളിപ്പിക്കേണ്ടതനിവാര്യമാണ്. ഫാസിസ്റ്റു തത്ത്വശാസ്ത്രം ഉദ്ബോധിപ്പിക്കുന്ന മനുഷ്യന്റെ മതാത്മകമായ സ്വയം ഉന്മൂലനം, ദാർശനിക ഭൗതികവാദത്തിന്റെ വിപ്ലവാത്മക സിദ്ധാന്തങ്ങൾക്കെതിരായി ഉയർന്നുവന്ന വഷളൻ ഭൗതികവാദത്തിന്റെ പ്രകടനമാണ്. ഫാസിസ്റ്റു വിശ്വാസം പ്രഖ്യാപിക്കുന്ന നശ്വരനായ മനുഷ്യൻ സർവ്വാശ്ലേഷിയായ ദൈവികസത്തയിൽ മുങ്ങിത്താഴുന്നത് ദൈവത്തിന്റെ ഉപകരണമായി ഉയർത്തെഴുന്നേൽക്കുന്നതിനു മാത്രമാണ്. അപ്പോൾ അവന്റെ ഇച്ഛയും കർമ്മങ്ങളുമെല്ലാം ഈ ലോകത്തിന്റെ നിയമങ്ങളിൽനിന്ന് സ്വതന്ത്രമാകുന്നു. പ്രപഞ്ചത്തിലാകെ വ്യാപിച്ചുനിൽക്കുന്ന ഒരു ദൈവിക ഉദ്ദേശ്യത്തെ നടപ്പിലാക്കുന്നതിന്റെ ഭാഗമായി ചെയ്യു കിരാതവും ഹിംസാത്മകവുമായ പ്രവർത്തികളെ നീതിമത്കരിക്കുന്നതിനുവേണ്ടി, അത്തരം പ്രവർത്തികൾ ആവിഷ്കരിക്കുന്ന ചിന്താപ്രക്രിയയെ 'ദൈവധ്യാനം' എന്ന കപടമായി സങ്കല്പിക്കുന്നു. ഇത്തരം പ്രവൃത്തികൾ ദൈവികമായി പ്രചോദിതമാണ്. ദൈവം ക്ഷയോന്മുഖവും വിഷമസന്ധിയിലകപ്പെട്ടതുമായ മുതലാളിത്തത്തിന്റെ സംരക്ഷണം ഏറ്റെടുക്കുകയും, വഷളൻ ഭൗതികവാദത്തിന്റെ ജീർണ്ണ ഘടനയുടെ ഓരോ തീവ്രസംരക്ഷകനും ദൈവപ്രചോദിതമായ ഉപകരണമായി മാറുകയും ചെയ്യുന്നു. സ്വയം ഉന്മൂലനമെന്ന ഈ കപടതന്ത്രത്തിലൂടെ, മറ്റുള്ളവർക്ക് നിഷേധിക്കപ്പെടുന്ന അപരിമിതമായ ഇച്ഛാസ്വാതന്ത്ര്യം അയാൾ സ്വയം നിലനിർത്തുന്നു. ഫാസിസ്റ്റ് അതിമാനുഷനാകുന്നു.

എന്തായാലും, സ്വയം ഉന്മൂലനമെന്ന തീവ്രമതാത്മക സിദ്ധാന്തം ഫാസിസത്തിന്റെ സങ്കരവാദിയായ ദാർശനികനെ 'മനുഷ്യന്റെ അനന്തവും അനശ്വരവുമായ സത്ത'യെ കണ്ടെത്തുന്നതിൽനിന്നു തടയുന്നില്ല. ക്ഷയോന്മുഖമായ ഒരു സാമൂഹികവ്യവസ്ഥയെ സംരക്ഷിക്കുകയെന്ന ചരിത്രപരമായി അസാദ്ധ്യമായ പ്രവൃത്തിയ്ക്ക് ഈ വിശുദ്ധ ദൗത്യത്തിൽ ഏർപ്പെട്ട മനുഷ്യന്റെ ശക്തി 'അനന്തവും നിരുപാധികവും സ്വതന്ത്രവും' ആയിരിക്കണം. സ്വയം ഉന്മൂലന സിദ്ധാന്തവും ഫാസിസ്റ്റിന്റെ സർവ്വശക്തിത്വവും തമ്മിലുള്ള കടുത്ത

വൈരുദ്ധ്യത്തിന് 'ദാർശനികമായ' വിശദീകരണം നൽകുന്നതിന് ജെൻടൈലിന് പ്രയാസമൊന്നുമില്ല. അദ്ദേഹം ഒരു നവഹെഗേലിയനാണ്. അതുകൊണ്ട് തന്റെ ഉദ്ദേശ്യത്തിനനുസരിച്ച് വൈരുദ്ധ്യവാദത്തെ എങ്ങനെ വികലമാക്കാം എന്ന് അദ്ദേഹത്തിനറിയാം. അവസരവാദത്തിന്റെ 'ആത്മീയ' ദർശനമായ പ്രായോഗികവാദവും അദ്ദേഹത്തിന്റെ സഹായത്തിനെത്തുന്നുണ്ട്. 'ചിന്ത എന്നാൽ ദൈവത്തെക്കുറിച്ചുള്ള ധ്യാനമാണ്' എന്ന് ഉദ്ബോധിപ്പിച്ചുകൊണ്ട്, ഒരുപക്ഷേ വൈരുദ്ധ്യാത്മക വൈദഗ്ദ്യത്തിന്റെ അത്യുജ്ജ്വലമായ അഭ്യാസമെന്ന് അദ്ദേഹം വിശ്വസിക്കുന്ന പ്രകടനം നടത്തുന്നു.

'ദൈവവും ചിന്തയും ജീവിതത്തിന്റെ വിരുദ്ധധ്രുവങ്ങളെ പ്രതിനിധാനം ചെയ്യുന്നു; രണ്ടും അനിവാര്യമാണ്, എങ്കിലും പരസ്പരവിരുദ്ധമാണ്'' (ഫാസിസവും സംസ്കാരവും).

അദ്ദേഹം തുടരുന്നു: 'ദൈവവും മനുഷ്യനും ആത്മ സാക്ഷാത്കാരത്തിന്റെ ശാശ്വത പ്രയാണത്തിലെ വഴക്കമുള്ള ഏകതയാണ് - ജീവനുള്ളതും, തന്മൂലം അശാന്തവും എല്ലായ്പ്പോഴും സ്വയം അസംതൃപ്തവുമായ ഏകത.'

ഇത് ഹെഗേലിയൻ വൈരുദ്ധ്യവാദത്തിന്റെ വികലരൂപമാണ്. മധ്യകാല മതചിന്തയുടെ ഈ പുത്തൻ രൂപത്തിന് (Neo -scholasticism) ഹൈന്ദവ മിസ്റ്റിസിസവുമായി ഏറെ സാദൃശ്യമുണ്ട്. പരീക്ഷണങ്ങളിലൂടെ തെളിയിക്കപ്പെട്ട ശാസ്ത്രീയ സത്യങ്ങളെയും യുക്തിപരമായി സ്ഥാപിക്കപ്പെട്ട ദാർശനിക ആശയങ്ങളെയും തിരസ്കരിക്കുന്നതിന് നിഗൂഢതത്ത്വവാദത്തിൽ അഭയംതേടുന്ന ചിന്താക്കുഴപ്പമല്ലാതെ മറ്റെന്താണ് മിസ്റ്റിസിസം? ജെൻടൈൽ വിശദീകരിച്ച ഫാസിസ്റ്റ് ദർശനം മിസ്റ്റിസിസത്തിന്റെ ലക്ഷണമൊത്ത മാതൃകയാണ്.

ചിന്ത ദൈവത്തെക്കുറിച്ചുള്ള ധ്യാനമാണ്; എന്നാൽ ചിന്തയ്ക്ക് ദൈവവുമായുള്ള ബന്ധം വൈരുദ്ധ്യത്തിന്റേതാണ്! ഒരേ വിഷയവസ്തുവിനോട് ഒരേ സമയം നിഷ്ക്രിയമായ ധ്യാനാവസ്ഥയും സക്രിയമായ വൈരുദ്ധ്യഭാവവും പുലർത്തുകയെന്നത് യുക്തിബോധമുള്ള മനസ്സിന് ഉൾക്കൊള്ളാൻ കഴിയാത്ത കാര്യമാണ്. പക്ഷേ, ആത്മീയവാദപരമായ ആശയങ്ങൾ യുക്തിയുടെ പരിധിക്കു പുറത്താണ്. ചിന്തയെ ധ്യാനവുമായി സമീകരിക്കുകയെന്നത് ജ്ഞാനമീമാംസപരമായ ഒരു പുതുമയാണ്. ഒരു കാര്യത്തെക്കുറിച്ച് ചിന്തിക്കുന്നതിലൂടെ നാം അതിനെക്കുറിച്ചുള്ള അറിവ് നേടുന്നു. ധ്യാനം അത്തരത്തിലുള്ള ഫലത്തിലേക്ക് നയിക്കുന്നില്ല. ധ്യാനമെന്നാൽ മുമ്പേതന്നെ അറിവുള്ള ഒന്നിനുമേൽ അടയിരിക്കലാണ്. ഒരാൾ മതപരമായ മുൻധാരണകളുമായി

തുടങ്ങുകയാണെങ്കിൽ അയാൾക്ക് ദൈവത്തിൽ ആരോപിതമായ ഗുണങ്ങളെ ധ്യാനിക്കാനാവും. പക്ഷേ, അയാളുടെ മുൻധാരണകൾത ന്നെ ധ്യാനത്തിന്റെ വിഷയവസ്തുവിനെ ചിന്ത എന്നു വിളിക്കപ്പെടുന്ന മാനസികപ്രക്രിയയുടെ പരിധിക്ക് പുറത്തുനിർത്തുന്നു. അതുകൊണ്ട്, ഒന്നുകിൽ അത് ചിന്തയെ ധ്യാനവുമായി താദാത്മ്യപ്പെടുത്തുന്ന തികഞ്ഞ ചിന്താക്കുഴപ്പമാണ്. അല്ലെങ്കിൽ, ജ്ഞാനമീമാംസയുടെ അടിസ്ഥാനതത്ത്വത്തിന്റെ ബോധപൂർവ്വമായ വികലീകരണമാണ്.

ഈ മിസ്റ്റിസിസം തത്ത്വശാസ്ത്രപരമായി എത്രതന്നെ അവ്യക്ത വും ചിന്താക്കുഴപ്പവും ഉള്ളതാണെങ്കിലും അതിന്റെ പ്രായോഗികനി ഗമനങ്ങൾ വളരെ വ്യക്തമാണ്. വളരെ മോശമായ അർത്ഥത്തിലുള്ള കലർപ്പറ്റ ഭൗതികവാദപരമായ നിഗമനങ്ങളാണവ. ഹെഗേലിയൻ രാഷ്ട്രസിദ്ധാന്തത്തിൽനിന്ന് പ്രചോദനം നേടിക്കൊണ്ട്, ജെൻടൈൽ ഫാസിസ്റ്റ് സർവ്വാധിപത്യത്തിന് അലൗകികമായ സാധൂകരണം കണ്ടെത്തുന്നു.

'മതം അടക്കമുള്ള എല്ലാ ആത്മീയമൂല്യങ്ങളെയും ഫാസിസ്റ്റാഷ്ട്രം അംഗീകരിക്കുകയും ഉൾക്കൊള്ളുകയും ചെയ്യുന്നു... മറ്റേതെങ്കിലും പരമാധികാരശക്തിയെ അംഗീകരിക്കുന്ന രാഷ്ട്രം ആത്മഹത്യചെ യ്യുകയാണ്. ആത്മീയമായതെല്ലാം സ്വതന്ത്രമാണ്. എന്നാൽ ഈ സ്വാതന്ത്ര്യം സ്വയം ആത്മീയശക്തിയായ രാഷ്ട്രത്തിന്റെ നിയന്ത്ര ണത്തിനു വിധേയമാണ്.' (ഫാസിസവും സംസ്കാരവും).

ഏതുതരം വഷളൻ ഭൗതികലക്ഷ്യങ്ങൾക്കാണ് ആത്മീയമായ ഫാസിസ്റ്റ് സർവ്വാധിപത്യത്തിന്റെ ദൈവദത്താധികാരം ഉപയോ ഗിക്കുന്നതെന്ന് ഫാസിസത്തിന്റെ പ്രയോഗം കാണിച്ചുതരുന്നുണ്ട്.

രക്തപങ്കിലമായ ഫാസിസ്റ്റ് സർവ്വാധികാരം ഉപയോഗിച്ച് തങ്ങളുടെ ദുർബലമായിക്കൊണ്ടിരിക്കുന്ന അധികാരത്തെ സംര ക്ഷിച്ചു കൊണ്ട് 'രാജാക്കൻമാരുടെ ദൈവദത്താവകാശ'ത്തിന്റെ പൈതൃകം ബൂർഷ്വാസി അവകാശപ്പെടുന്നു. രാജാക്കൻമാർ ഭൂതകാ ലത്തിന്റേതായിരിക്കാം. എന്നാൽ, അലൗകികമായ ഹെഗേലിയൻ സിദ്ധാന്തപ്രകാരം അമൂർത്തമായി സങ്കല്പിച്ച രാഷ്ട്രത്തിന് സവിശേഷ മായ ദൈവികാനുമതി ഉള്ള കാലത്തോളം രാഷ്ട്രത്തെ നിയന്ത്രിക്കുന്ന വർഗ്ഗത്തിന് നിയമാനുസൃതമായിട്ടല്ലെങ്കിലും താർക്കികമായി അത് അവകാശപ്പെടാൻ കഴിയും. 'രാജാവ് തെറ്റുചെയ്യില്ല' എന്ന മധ്യകാല പ്രമാണത്തെ വലിച്ചുനീട്ടി ഫാസിസ്റ്റു ദാർശനികർ 'രാഷ്ട്രം തെറ്റുചെ യ്യുകയില്ല' എന്ന പുതിയ പ്രമാണത്തിലെത്തിക്കുന്നു.

ഫാസിസ്റ്റ് തത്ത്വശാസ്ത്രത്തിന്റെ വേരുകൾ ഭഗവദ്ഗീതയുടെ ദൈവികതത്ത്വശാസ്ത്രത്തിൽ കണ്ടെത്താൻ കഴിയുമെന്ന കാര്യം

സാന്ദർഭികമായി പറയട്ടെ. ഗീതയുടെ അഭിപ്രായത്തിൽ ഭൂമിയിലെ എല്ലാ വിഭൂതികളും (അധികാരങ്ങളും) ദൈവികമാണ്. ഇതിൽനിന്ന്, താത്ത്വികമായി, ഫാസിസം ഒരു പുതിയ പ്രതിഭാസമല്ലെന്നു വ്യക്തമാകുന്നു; മാത്രമല്ല, ഫാസിസത്തിന് തത്ത്വശാസ്ത്രമൊന്നും ഇല്ലെന്ന ധാരണ തെറ്റാണെന്നും. ആത്മീയവാദപരമായ ജീവിത വീക്ഷണത്തിന്റെ താർക്കികഫലമാണ് ഫാസിസ്റ്റ് ദർശനം. ഗീതാ സിദ്ധാന്തവും രാഷ്ട്രത്തെക്കുറിച്ചുള്ള ഫാസിസ്റ്റ് നവഹെഗേലിയൻ അലൗകിക സങ്കല്പവും തമ്മിലുള്ള താത്ത്വികബന്ധം വളരെ വ്യക്തമാണ്. വാസ്തവത്തിൽ, ശാസ്ത്രീയ ജീവിതവീക്ഷണത്തിനെതിരായി ഉയർന്നുവന്ന ആത്മീയവാദപരവും നിഗൂഢവാദപരവുമായ ആധുനിക ചിന്താസരണികളിൽനിന്ന് നേരിട്ട് രൂപംകൊണ്ടതാണ് ഫാസിസ്റ്റ് സർവ്വാധിപത്യത്തിന്റെ തത്ത്വശാസ്ത്രം. ഫാസിസത്തിന്റെ ഇന്ത്യൻ പൈതൃകം ഷോപ്പൻഹവറിലൂടെ കണ്ടെത്താവുന്നതാണ്. അദ്ദേഹത്തിന്റെ ശിഷ്യനായിരുന്നുവല്ലോ ഫാസിസ്റ്റു തത്ത്വശാസ്ത്രത്തിന്റെ പിതാവായ നീത്ഷെ.

ഫാസിസത്തിന്റെ വംശാവലി കണ്ടെത്തുന്നതിനുമുമ്പായി, അതിരുകടന്ന ആത്മീയവാദത്തിന്റെ ഈ രാക്ഷസീയ പ്രകടനത്തെ കുറച്ചുകൂടെ അറിയാൻ ശ്രമിക്കാം. ജെൻടൈൽ എഴുതുന്നു: 'ഫാസിസ്റ്റ് പ്രസ്ഥാനം പ്രവർത്തിക്കുന്നത് അഗാധമായ ഒരു ആത്മീയ പ്രേരണകൊണ്ടാണ്. ഫാസിസത്തിന്റെ സിദ്ധാന്തം അതിന്റെ പ്രവൃത്തിയാണ്. അത് ഒരു അടഞ്ഞ പ്രത്യയശാസ്ത്ര സമ്പ്രദായമല്ല. പുതിയ ചിന്താരീതിയും പുതിയ ജീവിതരീതിയുമാണ്. ഫാസിസത്തിന്റെ സവിശേഷത അതിന്റെ മതാത്മക മനോഭാവമാണ്.'

ഫാസിസത്തിന്റെ പ്രേരണ അതിന്റെ പ്രവൃത്തിയിലൂടെ പ്രകടമായിട്ടുണ്ട്. അതിന്റെ ദാർശനികന്റെ അഭിപ്രായപ്രകാരം ഫാസിസത്തിന്റെ പ്രവൃത്തികൾ അതിന്റെ സിദ്ധാന്തസംഗ്രഹമാണ്.

ഫാസിസ്റ്റ് പ്രസ്ഥാനം മോഹഭംഗത്തിൽപ്പെട്ട ഇടത്തരക്കാരെ തീവ്രസംഘമായി ഏകോപിപ്പിച്ച് സ്വന്തം അടിമത്തത്തിന്റെ ചങ്ങലകളെ ബലപ്പെടുത്തുന്നതിനുള്ള വിരോധാഭാസകരമായ കുരിശുയുദ്ധത്തിലേക്ക് വികാരങ്ങളിളക്കിവിട്ട് നയിക്കുന്നു. ഫാസിസ്റ്റ് പ്രസ്ഥാനം മുതലാളിത്തത്തിന്റെ അടിമകളുടെ കലാപത്തെ ഹിംസകൊണ്ട് അടിച്ചമർത്തുന്നു. ഈ ലജ്ജാകരമായ പ്രവൃത്തി നടത്തുന്നതിന് പിന്തിരിപ്പൻ മുതലാളിത്തം അവരെ സംരക്ഷിക്കുകയും സർവ്വാധിപത്യം നേടാൻ സഹായിക്കുകയും ചെയ്യുന്നു. പ്രയോഗത്തിൽ, വഷളൻ ഭൗതികവാദമായ മുതലാളിത്തത്തെ സംരക്ഷിക്കുകയെന്ന വിശുദ്ധലക്ഷ്യത്തിനുവേണ്ടി വർഷങ്ങളായി നടത്തിയ അസംഖ്യം

ഹിംസാത്മക പ്രവൃത്തികളിലൂടെ ഫാസിസത്തിന്റെ 'അഗാധമായ ആത്മീയപ്രേരണ' വെളിപ്പെട്ടിട്ടുണ്ട്. ഇത്തരം പ്രവൃത്തികൾ എങ്ങനെയാണ് 'അഗാധമായ ആത്മീയപ്രേരണ'യുമായി പൊരുത്തപ്പെടുന്നത്? ഫാസിസത്തിന്റെ ദാർശനികൻ അതിന് ഉത്തരം നൽകുന്നു: 'ഫാസിസത്തിന് ഒരു തത്ത്വവുമില്ല. യുക്തിബദ്ധമായ ഒരു പ്രത്യയശാസ്ത്രത്തിന്റെ ഭാരം അതിനില്ല. ആത്മീയവാദത്തിന് യുക്തിവിചാരം അജ്ഞാതമാണ്; തർക്കശാസ്ത്രത്തിന് അതിൽ ഒരു സ്ഥാനവുമില്ല.'

ഫാസിസത്തിന്റെ ആത്മീയസ്വഭാവം അതിന്റെ സേച്ഛാപരതയിൽ പ്രകടമാകുന്നു. മുതലാളിത്തവാഴ്ചയുടെ അവസരവാദമാണ് ആത്മീയവാദത്തിന്റെ ഈ ഭ്രാന്തമായ പ്രകടനത്തിന്റെ ഒരേയൊരു നിയമം. യഥാർത്ഥമായ ദാർശനിക സിദ്ധാന്തങ്ങളുടെയും യുക്തിഭദ്രമായ ആശയങ്ങളുടെയും ഭാരവുമായി നീങ്ങാൻ അത് ആഗ്രഹിക്കുന്നില്ല. മുതലാളിത്ത നാഗരികതയുടെ വഷളൻ ഭൗതികവാദത്തിൽനിന്ന് സമൂഹത്തെ മോചിപ്പിക്കാൻ ശ്രമിക്കുന്ന ശക്തികൾക്കെതിരായുള്ള യുദ്ധത്തിൽ ഏതായുധവും ഉപയോഗിക്കാൻ പാകത്തിൽ കൈകൾ സ്വതന്ത്രമായിരിക്കണമെന്ന് ഫാസിസം ആഗ്രഹിക്കുന്നു. നിയമബദ്ധമല്ലാത്ത, മനുഷ്യനിർമ്മിത നിയമങ്ങൾക്ക് സാധുതയില്ലാത്ത ഒരു ദൈവിക ഉദ്ദേശ്യത്തെ സ്ഥാപിച്ചുകൊണ്ട് അജ്ഞേയമായ ദൈവേച്ഛ, മതാനുഭൂതി, ആത്മീയപ്രേരണ, മതാത്മക പ്രവണത എന്നിവയുമായി ബന്ധപ്പെട്ട സിദ്ധാന്തം ലൗകികാധികാരത്തിന്റെ അതിരറ്റ സേച്ഛാപരതയെ ന്യായീകരിക്കുന്നതിന് വളരെ സഹായകരമായിത്തീരുന്നു.

എങ്കിലും, ജെൻടൈലിന്റെ അഭിപ്രായത്തിൽ ഫാസിസം 'എല്ലാത്തരത്തിലുമുള്ള അമൂർത്തവും യുക്തിചിന്താപരവും മതനിഷേധാത്മകവുമായ ചിന്താഗതികളുടെ മാത്രമല്ല, അസ്വാഭാവികമായ ലിബറലിസത്തിന്റെയും, സാരാംശത്തിൽ ഭൗതികവാദപരമായ ആദർശസൗഹൃദത്തിന്റെ പോലും' പ്രഖ്യാപിത ശത്രുവാണ്. ഇവിടെ ആത്മീയവാദം അതിന്റെ തനിസ്വരൂപത്തിൽ നിൽക്കുന്നതായി നാം കാണുന്നു. ഫാസിസം മതാത്മകമാണ്; അതുകൊണ്ട് അത് യുക്തിവാദത്തെ ആപത്തായും ലിബറലിസത്തെ അസ്വാഭാവികതയായും പ്രഖ്യാപിക്കുന്നു. ദാർശനിക ഭൗതികവാദം വഷളൻ ഭൗതികവാദ പ്രവർത്തനങ്ങളുടെ എതിർശക്തി ആയതിനാൽ ഫാസിസം അതിനെതിരാണ്. ബഹുജനങ്ങളെ എളുപ്പത്തിൽ ചൂഷണത്തിന് വിധേയരാക്കുന്ന അജ്ഞതയ്ക്ക് വിശ്വാസം ബഹുമാന്യത നൽകുന്നതിനാൽ ഫാസിസം മതത്തിനു സംരക്ഷണം നൽകുന്നു.

•

ഫാസിസ്റ്റ് തത്ത്വശാസ്ത്രത്തിന്റെ അടിത്തറ

വിപ്ലവാത്മകമായ ഭൗതികവാദ പ്രത്യയശാസ്ത്രത്തെ ശക്തിപ്പെടുത്തുന്ന ശാസ്ത്രീയവിജ്ഞാനത്തിനെതിരായ ഭ്രാന്തമായ പോരാട്ടത്തിൽ ആധുനിക പാശ്ചാത്യതത്ത്വശാസ്ത്രം കൂടുതൽ കൂടുതൽ പിന്തിരിപ്പനായി മാറിക്കൊണ്ടിരിക്കുകയാണ്. മുതലാളിത്ത സംസ്കാരത്തിന്റെ തത്ത്വശാസ്ത്രപരമായ സംഭാവനയുടെ ഉച്ചകോടി ഹെഗേലിയൻ ദർശനമാണ്. അത് ആധുനിക ക്ലാസിക്കൽ ദർശനത്തെ കേവല ആശയവാദത്തിന്റെ കൊടുമുടിയിലെത്തിച്ച് എല്ലാറ്റിനേയും തകർക്കുന്ന വൈരുദ്ധ്യാത്മകരീതിയിലൂടെ തള്ളിത്താഴെയിടുകയും ചെയ്തു. ചരിത്രപരമായും വൈരുദ്ധ്യാത്മകമായും മുതലാളിത്ത സംസ്കാരത്തിന്റെ ക്രിയാത്മകമായ താത്ത്വികഫലമാണ് ഭൗതികവാദം. അത് കൂടുതൽ ഉയർന്ന ഒരു സംസ്കാരത്തിനുവേണ്ട പ്രത്യയശാസ്ത്രപരമായ അടിത്തറയൊരുക്കി. അങ്ങനെ, ആശയവാദത്തിൽനിന്ന് ഭൗതികവാദത്തിലേക്കുള്ള ആധുനിക തത്ത്വശാസ്ത്രത്തിന്റെ പരിവർത്തനദശയെ ഹെഗൽ പ്രതിനിധീകരിക്കുന്നു.

ഉയർന്നുവരുന്ന ഒരു വർഗ്ഗം എന്ന നിലയിൽ, ഫ്യൂഡൽ സാമൂഹിക ഘടനയ്ക്കും ഏകഛത്രാധിപത്യത്തിനും അനുമതി നൽകിയ മതത്തെ പരാജയപ്പെടുത്തുകയെന്ന സ്വന്തം ലക്ഷ്യത്തിനായി ഭൗതികവാദ ദർശനമെന്ന വിപ്ലവായുധത്തെ മുതലാളിത്തം ഉപയോഗപ്പെടുത്തിയിരുന്നു.

അധികാരം കൈക്കലായപ്പോൾ എല്ലാത്തരത്തിലുമുള്ള ആധിപത്യത്തിനെതിരായ പോരാട്ടത്തിലെ ഫലപ്രദമായ ആ ആയുധത്തെ മുതലാളിവർഗ്ഗം കൈയൊഴിഞ്ഞു. മനുഷ്യൻ മനുഷ്യനെ അടിമയാക്കി ചൂഷണംചെയ്യുന്ന ഏതൊരു സാമൂഹികക്രമത്തിനും

മതവും അതുമായി ബന്ധപ്പെട്ട മിസ്റ്റിസിസവും ആത്മീയവാദവുമെല്ലാം വളരെ ഉപയോഗപ്രദമാണ്. അതുകൊണ്ട്, ഭരണവർഗ്ഗമെന്ന നിലയിൽ മുതലാളിവർഗ്ഗം തങ്ങൾ മുമ്പ് പ്രചരിപ്പിച്ചിരുന്ന വിപ്ലവതത്ത്വശാസ്ത്രത്തെ അവഗണിക്കുക മാത്രമല്ല, നവ ആത്മീയവാദത്തിന്റെയും 'ശാസ്ത്രീയ' മിസ്റ്റിസിസത്തിന്റെയും സംരക്ഷകരായി മാറുകയും ചെയ്തു. അവർ ചരിത്രഘടികാരത്തിന്റെ സൂചികളെ പിന്നോട്ടുതിരിക്കാൻ ശ്രമം നടത്തി. അവരുടെ വർഗ്ഗം സൃഷ്ടിച്ച മഹാനായ ദാർശനികന്റെ തത്ത്വങ്ങളെ അവർ തള്ളിപ്പറഞ്ഞു. ഹെഗലിന്റെ ശിഷ്യന്മാർക്ക് സഹായവും സംരക്ഷണവും നൽകാൻ അവർ തയ്യാറായില്ല. അദ്ദേഹത്തിന്റെ അക്കാദമികമായ സ്ഥാനം സങ്കരവാദിയും സർവ്വാത്മവാദിയും ഗൂഢാത്മവാദിയുമായ ഷെല്ലിങ്ങിനാണ് നൽകപ്പെട്ടത്. അതേയവസരത്തിൽ, ക്ലാസിക്കൽ തത്ത്വശാസ്ത്രത്തിന്റെ അവസാനകണ്ണിയായ ഫോയർബാഹ് ജീവിതത്തിലുടനീളം ദാരിദ്ര്യമാണനുഭവിച്ചത്. അതിനുകാരണം, അദ്ദേഹം യുക്തിവാദപരമായ ആധുനിക ആശയവാദത്തിന്റെ ക്രിയാത്മകഫലങ്ങളെ ധീരമായി മുന്നോട്ടുവെച്ചുകൊണ്ട് അതിനെ ഇല്ലാതാക്കി വൈരുദ്ധ്യാത്മക ഭൗതികവാദത്തിന് വഴിയൊരുക്കി എന്നതാണ്.

ഹെഗലിനുശേഷം പാശ്ചാത്യ മുതലാളിത്ത സംസ്കാരത്തിന്റെ തത്ത്വശാസ്ത്രം പിൻനടത്തത്തിന്റെ പാതയാണ് വെട്ടിത്തുറന്നത്. ആധുനികശാസ്ത്രീയ വിജ്ഞാനത്തിനുമുമ്പിൽ പിടിച്ചുനിൽക്കാൻ കഴിയുന്ന ഒരു ആധികാരികതയ്ക്കു വേണ്ടിയുള്ള അന്വേഷണത്തിന്റെ ഭാഗമായി അത് കാന്റിലേക്ക് തിരിഞ്ഞു. നവകാന്റിയൻവാദം കാന്റിയൻ തത്ത്വശാസ്ത്രത്തിന്റെ വിപ്ലവാത്മക വശങ്ങളെ വലിച്ചെറിഞ്ഞു. എന്നിട്ട്, പരീക്ഷണാത്മക ശാസ്ത്രം അവജ്ഞയോടെ അട്ടത്ത് ഒതുക്കിവെച്ചിരുന്ന അതീന്ദ്രിയസത്യം എന്ന അസംബന്ധ അസ്ഥികൂടത്തെ പുറത്തെടുത്തു. അതീന്ദ്രിയസംവർഗ്ഗങ്ങൾ ഒന്നും നിലനിൽക്കുന്നില്ല എന്നു തെളിയിക്കുന്നതിൽ ഭൗതികവാദം പരാജയപ്പെട്ടു എന്ന് അത് കരുതി. എന്നാൽ, അതീന്ദ്രിയമായത് വിശ്വാസത്തിന്റെ വിഷയമാണ് എന്ന് അംഗീകരിക്കാൻ അത് നിർബന്ധിതമായി: അവിടെ യുക്തിയുടെ നിയമങ്ങൾക്ക് ഒരു സാധുതയുമില്ല.

കാലക്രമേണ, കാന്റിന്റെ തത്ത്വശാസ്ത്രത്തിന്റെ പ്രതിലോമകരമായ വശത്തിന്റെ ഈ വികൃതവൽക്കരണം, ആന്തരിക വൈരുദ്ധ്യങ്ങളാൽ ഉലഞ്ഞ മുതലാളിത്ത സമൂഹത്തിന് വേണ്ടത്ര ഉറപ്പുനൽകുന്നതിൽ പരാജയപ്പെട്ടു. ഒരു ദാർശനികനെന്ന നിലയിൽ കാന്റ് ശാസ്ത്രജ്ഞാനത്തിന്റെ മണ്ഡലത്തിലാണ് നിലയുറപ്പിച്ചിരുന്നത്. അദ്ദേഹത്തിന്റെ ദർശനത്തെ സ്വീകരിക്കുകയോ നിരാകരിക്കുകയോ ചെയ്യുന്നത് പൂർണ്ണമായിട്ടായിരിക്കണം. ഏതെങ്കിലും ഭാഗത്തെ

തള്ളിക്കളയണമെങ്കിൽ, കാന്റിയൻ ദർശനത്തിന്റെ ആധേയങ്ങൾക്കു വിരുദ്ധമായ അതീന്ദ്രിയതയുമായി ബന്ധപ്പെട്ട ദാർശനികേതരമായ ഭാഗത്തെയായിരിക്കണം. ആയതിനാൽ ഹെഗലിനുശേഷമുള്ള ദർശനത്തിന്റെ പിന്നോട്ടുള്ള പോക്ക് കാൻറിൽ അവസാനിപ്പിക്കാൻ കഴിഞ്ഞില്ല. അധികാരത്തിലിരിക്കുന്ന മുതലാളിവർഗ്ഗത്തിന്റെ ഉദ്ദേശ്യങ്ങളെ സേവിക്കുന്നതിന് തത്ത്വശാസ്ത്രം അതിന്റെ മധ്യകാല 'വിശുദ്ധി'യിലേക്ക് തിരിച്ചുപോകാൻ നിർബന്ധിതമായി. അത് കലർപ്പറ്റ ആത്മീയവാദമായിരിക്കണം. യുക്തിവിചാരത്തിനു പകരം മിസ്റ്റിസിസം പ്രതിഷ്ഠിക്കപ്പെടണം. വിപ്ലവത്തിന്റെ പ്രത്യയശാസ്ത്രത്തെ കലർപ്പറ്റ ആദ്ധ്യാത്മികവാദത്തിന്റെയും മതാത്മകനിഗൂഢവാദത്തിന്റെയും ആയുധം കൊണ്ട് നേരിടണം. ശാസ്ത്രീയവിജ്ഞാനത്തിന്റെ അതിദ്രുതമായ വളർച്ച അത്തരം കടുത്ത ആത്മീയവാദപരമായ ആശയങ്ങളെയും മതാത്മകമായ പ്രതികരണങ്ങളെയും താർക്കികമായും ദാർശനികമായും അസാദ്ധ്യമാക്കിയിരുന്നെങ്കിലും, പത്തൊമ്പതാം നൂറ്റാണ്ടിന്റെ രണ്ടാംപകുതിയിൽ പാശ്ചാത്യ തത്ത്വശാസ്ത്രത്തിലെ എല്ലാ അക്കാദമിക സരണികളും പരസ്യമായും രഹസ്യമായും ആ ദിശയിലേയ്ക്കാണ് നീങ്ങിയത്. ഒടുവിൽ ആ പ്രതിലോമ പ്രക്രിയയ്ക്ക് യുക്തിവിചാരത്തിന്റേതായ എല്ലാ നാട്യങ്ങളെയും ഉപേക്ഷിച്ച് മതവുമായി അനുരഞ്ജനത്തിൽ ഏർപ്പെടേണ്ടിവന്നു.

1876ൽ ജോസഫ് ഡയറ്റ്സ്ജെൻ ഈ അവസ്ഥയെ ഇങ്ങനെ വിവരിച്ചു: 'രാഷ്ട്രീയത്തിൽ ദേശം രണ്ടു വിഭാഗങ്ങളായി വിഭജിക്കപ്പെടുന്നത് നാം കാണുന്നു. അതുപോലെ ശാസ്ത്രത്തിലും പരസ്പരം പൊരുതുന്ന രണ്ടു ചേരികളുണ്ട് - ആദ്ധ്യാത്മികവാദികളും ഭൗതികവാദികളും. ആത്മീയവാദം, ഇന്ദ്രിയാനുഭവവാദം, യാഥാർത്ഥ്യവാദം എന്നിങ്ങനെ വ്യത്യസ്ത പേരുകളുള്ള മധ്യവർത്തി പ്രസ്ഥാനങ്ങളെയും അനുരഞ്ജന നാട്യങ്ങളെയുമെല്ലാം ഈ പ്രവാഹം വഹിച്ചുകൊണ്ടു പോയി. മതപൗരോഹിത്യത്തെ സഹായിക്കുന്ന ഒരു ശാസ്ത്രപൗരോഹിത്യം ഉയർന്നുവന്നു. ദ്വൈതവാദപരമായ ആശയക്കുഴപ്പം അതിന്റെ മുട്ടകൾ ഇടുന്നതിന് ശാസ്ത്രത്തിന്റെ വിടവുകൾ അന്വേഷിച്ചു നടന്നില്ലായിരുന്നുവെങ്കിൽ പ്രകടമായ അന്ധവിശ്വാസത്തെ നശിപ്പിക്കുക എന്നത് എളുപ്പമുള്ള കാര്യമാകുമായിരുന്നു. പ്രത്യേകിച്ചും ജ്ഞാനമീമാംസ (Epistemology) യുടെ മണ്ഡലത്തിൽ അത്തരം വിടവുകൾ കണ്ടെത്തപ്പെട്ടു. ഔപചാരിക വിദ്യാഭ്യാസം നേടിയ അടിമകൾ അവരുടെ ആശയവാദ പിത്തലാട്ടംകൊണ്ട് ജനങ്ങളെ അജ്ഞതയിൽ തളച്ചിട്ടു. ദൈവം തന്റെ എതിരാളിയെ പിശാചിൽ കണ്ടതുപോലെ ഭക്തനായ പ്രൊഫസർ തന്റെ പ്രതിയോഗിയെ ഭൗതികവാദിയിൽ കണ്ടു.' (ദാർശനിക ലേഖനങ്ങൾ).

നവകാന്റിയനിസത്തിന്റെ ശാസ്ത്രവിശ്വാസം, വ്യാപിച്ചുകൊണ്ടുവരുന്ന ഭൗതികവാദമെന്ന വ്യാധിയെ തടഞ്ഞുനിർത്താനുള്ള വേണ്ടത്ര ശക്തമായ ഔഷധമല്ലെന്ന് തെളിഞ്ഞു. അതുപോലെ, പ്രച്ഛന്നരൂപത്തിലുള്ള പല ആശയവാദസരണികളും ഇക്കാര്യത്തിൽ പരാജയപ്പെട്ടു. അതിനാൽ പത്തൊമ്പതാം നൂറ്റാണ്ടിന്റെ അവസാന ദശകങ്ങളിലെ യൂറോപ്യൻ അക്കാദമിക് തത്ത്വശാസ്ത്രം ഹെഗലിന്റെ പ്രേതത്തെ ആവാഹിക്കുവാനുള്ള ശ്രമമാരംഭിച്ചു. അങ്ങനെ നവഹെഗേലിയനിസം പുതുമോടിയുള്ള തത്ത്വശാസ്ത്രമായി മാറി; നവഹെഗേലിയനിസമാകട്ടെ, ആദ്ധ്യാത്മികവാദത്തെയും ഗൂഢാത്മകവാദത്തെ (Mysticism)യും കപടശാസ്ത്രത്തിന്റെ വേഷഭൂഷാദികളണിയിച്ച് അവതരിപ്പിക്കുകയെന്ന ലക്ഷ്യത്തിനുവേണ്ടി വൈരുദ്ധ്യവാദത്തെ വികലമാക്കലാണ്. നവഹെഗേലിയനിസത്തിന്റെ വികലമായ വൈരുദ്ധ്യവാദം എല്ലാ തത്ത്വങ്ങളെയും നിരാകരിക്കുന്നതും സ്വേച്ഛാധികാരത്തിന് ദാർശനികാനുമതി നൽകുന്നതുമായ സങ്കരവാദത്തിലാണ് അവസാനം എത്തിച്ചേർന്നത്. അങ്ങനെ ഫാസിസത്തിന്റെ ദാർശനികാടിത്തറ പൂർണ്ണമായും രൂപംകൊണ്ടു.

ഷോപ്പൻഹവർ ഫാസിസത്തിന്റെ പിതാമഹനും പ്രതിലോമകരമായ ദോഷൈകദൃക്വാദിയായ നീത്ഷെ അതിന്റെ പ്രവാചകനുമാണ്. എന്നാൽ ഫാസിസ്റ്റ് തത്ത്വശാസ്ത്രത്തിന്റെ അടിസ്ഥാനതത്ത്വങ്ങൾ ആവിഷ്കരിച്ചതിനുള്ള ബഹുമതി ഇരുപതാംനൂറ്റാണ്ടിലെ മഹാദാർശനികനായ ബെർഗ്സനാണുള്ളത്. 'ശാസ്ത്രത്തിന്റെ നാട്യങ്ങൾ'ക്കെതിരായ വെല്ലുവിളിയുമായിട്ടാണ് അദ്ദേഹം ദാർശനികമണ്ഡലത്തിൽ പ്രത്യക്ഷപ്പെട്ടത്. അദ്ദേഹം 'മതത്തിന്റെയും വിശ്വാസത്തിന്റെയും അന്തർജ്ഞാനത്തിന്റെയും വെളിപാടിന്റെയും ഉന്നതവും മഹത്തരവുമായ സത്യങ്ങളുടെ' വീക്ഷണകോണിൽ നിന്നുകൊണ്ട് 'ശാസ്ത്രത്തിന്റെ നാട്യങ്ങളെ' വിമർശിച്ചു. (H. Bergson, 'The Creative Evolution'). ഇതിനുള്ള ധൈര്യം അദ്ദേഹത്തിന് കിട്ടിയത് പത്തൊമ്പതാം നൂറ്റാണ്ടിന്റെ അവസാനഘട്ടത്തിലെ 'ഭൗതികസിദ്ധാന്തങ്ങളുടെ പ്രതിസന്ധി' ആയിരുന്നു. എന്നാൽ അധികം താമസിയാതെ പുരോഹിതരും പ്രൊഫസർമാരും ജയഘോഷം മുഴക്കിയ ആ പ്രതിസന്ധി വികാസത്തിന്റെ പ്രതിസന്ധിയായി മാറി. ഗൗരവമുള്ള ഒരു ദാർശനികനും തന്റെ സിദ്ധാന്തങ്ങളെ കാല്പനികമായ ആ അടിത്തറയിൽ പടുത്തുയർത്താൻ കഴിയാതായി. അതിനാൽ ബെർഗ്സൺ കാലക്രമേണ തന്റെ ദാർശനിക ആത്മീയവാദത്തെ ശാസ്ത്രത്തിന്റെ ആനുഭവികസത്യങ്ങളുമായി പൊരുത്തപ്പെടുത്താൻ ശ്രമിച്ചു.

ഭൗതികലോകം മിഥ്യയാണെന്നു പ്രഖ്യാപിക്കുകയും, എന്നിട്ട് ശാസ്ത്രീയ ദാർശനികനെന്ന് സ്വയം വിശേഷിപ്പിക്കുകയും ചെയ്യുന്നത്

അസാദ്ധ്യമായതിനാൽ ബെർഗ്സൺ അതിനെ നിയമാനുസൃത മാക്കാൻ ശ്രമിച്ചു എന്നർത്ഥം. ഒരാൾക്ക് ഭൗതികലോകത്തിൽ തൽപരനാകാം; എന്നാൽ, അത് ആത്മീയമൂല്യങ്ങളുടെ ഉയർന്ന ലോകത്തിന്റെ അനുബന്ധം എന്ന നിലയിലായിരിക്കണമെന്നുമാത്രം. ഇത് പൗരാണിക ഭാരതത്തിലെ ബ്രാഹ്മണ സ്മൃതികാരൻമാർ അർത്ഥകാമങ്ങളുടെ ആസ്വാദനത്തെ അനുവദിച്ചതുപോലെയാണ്. അവയുടെ ആസ്വാദനം ധർമ്മത്താൽ നിയന്ത്രിതമായിരിക്കണം എന്നാണ് നിബന്ധന. ധർമ്മം എന്നാൽ നിലവിലുള്ള മതാനുശാസനങ്ങൾ എന്നർത്ഥം. അതോടൊപ്പം മോക്ഷം എന്ന പൊള്ളയായ ആദർശവും ഉദ്ബോധിപ്പിക്കപ്പെട്ടു. മുതലാളിവർഗ്ഗം ഭൂമിയിലെ മേധാവിത്വം പിടിച്ചടക്കുന്നതിനുവേണ്ടിയുള്ള പോരാട്ടത്തിൽ ഏർപ്പെട്ട സമയത്ത് സ്വാതന്ത്ര്യം എന്ന ആദർശം ഉദ്ഘോഷിച്ചിരുന്നു. പിന്നീട് അവരുടെ അധികാരവും പ്രത്യേകാവകാശങ്ങളും വെല്ലുവിളി നേരിട്ടപ്പോൾ, ഇഹലോക ജീവിത പ്രവർത്തനങ്ങളെയെല്ലാം അവർ സാങ്കല്പികമായ ആത്മീയ ആദർശങ്ങൾക്കും ആദ്ധ്യാത്മികമൂല്യങ്ങൾക്കും കീഴ്പ്പെടുത്തി. ഫാസിസ്റ്റ് സർവ്വാധിപത്യത്തിനും അതിന്റെ കിരാതമായ എല്ലാ സാമൂഹിക-രാഷ്ട്രീയ സിദ്ധാന്തങ്ങൾക്കും ഈ ദാർശനിക പ്രതിലോമത അനുമതി നൽകി.

ശാസ്ത്രം മുതലാളിത്തത്തിന് ചൂഷണംചെയ്യാൻ ശക്തമായ ആയുധങ്ങൾ നൽകുന്നു; അതേസമയം അത് ബഹുജനമനസ്സിൽ മഹത്തായ ഒരു വിപ്ലവത്തിനും കാരണമാകുന്നു. പ്രത്യക്ഷത്തിൽ ശാസ്ത്രവിജ്ഞാനവുമായി പൊരുത്തമുള്ളതെന്നു തോന്നിപ്പിക്കുന്ന ആത്മീയവാദത്തിന്റെ പുനരുജ്ജീവനം ശാസ്ത്രപുരോഗതിയിൽനിന്ന് മുതലാളിവർഗ്ഗത്തിന് ഭൗതികനേട്ടങ്ങൾ ഉണ്ടാക്കാൻ സഹായിക്കുന്നതോടൊപ്പം ശാസ്ത്രത്തിന്റെ ആത്മീയ വിമോചനപരമായ സ്വാധീനത്തെ തടയാനും ഉപകരിക്കുമെന്ന് കരുതപ്പെടുന്നു. ഈ ലക്ഷ്യത്തോടെ ജീവിതം രണ്ടായി വിഭജിക്കപ്പെട്ടു - ഒന്ന് ഭൗതികലോകവുമായി ബന്ധപ്പെട്ടതും മറ്റേത് ആത്മീയസാക്ഷാത്കാരത്തിനായി സമർപ്പിക്കപ്പെട്ടതും. സേച്ഛാപരമായ ഈ വിഭജനത്തിലൂടെ ആത്മീയവാദം ശാസ്ത്രവുമായുള്ള ആശയറ്റ സമരത്തിൽനിന്ന് പിൻവാങ്ങുന്നു. അത് നിശ്ശബ്ദമായ ഒരു മൂല കൈവശപ്പെടുത്തി അവിടെനിന്ന് ജീവിതത്തെയാകെ നിയന്ത്രിക്കാമെന്ന് പ്രതീക്ഷിക്കുന്നു. ശാസ്ത്രത്തിന് അതിന്റേതായ സത്യങ്ങൾ ഉണ്ടാകട്ടെ; എന്നാൽ ആത്മീയസത്യം എന്നത് അതിന്റെ പരിധിക്കപ്പുറത്താണ്. ഭൗതികമായ ലോകത്തിന്റേയും ജീവിതത്തിന്റെയും യാഥാർത്ഥ്യങ്ങളേക്കാൾ ഉന്നതമായ ഒരു യാഥാർത്ഥ്യം ഉണ്ട്. മുതലാളിത്ത പ്രതിലോമതയ്ക്ക് അനുസൃതമായ ഒരു തത്ത്വശാസ്ത്രം ആവിഷ്കരിക്കുന്നതിനുള്ള ശ്രമത്തിൽ താൻ

സംരക്ഷിക്കാൻ ആഗ്രഹിച്ചതിനെ തള്ളിപ്പറയാൻ ബെർഗ്സൺ നിർബന്ധിതനായി. 'ആനുഭവിക ശാസ്ത്രത്തിനെതിരായ പ്രതികരണമാണ് മിസ്റ്റിസിസംകൊണ്ട് അർത്ഥമാക്കുന്നതെങ്കിൽ, അന്തിമമായി ഞാൻ സംരക്ഷിക്കുക മിസ്റ്റിസിസത്തിനെതിരായ സിദ്ധാന്തത്തെയായിരിക്കും' (Lindsay, "The Philosophy of Bergson").

ശാസ്ത്രത്തിന്റെ അപ്രതിരോധ്യമായ ആക്രമണത്തിനെതിരെ നിലകൊള്ളാൻ മിസ്റ്റിസിസത്തിന് കഴിയില്ലെന്ന് കാണാനുള്ള യാഥാർത്ഥ്യബോധം ബെർഗ്സനുണ്ടായിരുന്നു. അതുകൊണ്ട്, അദ്ദേഹം അതിനെ പോരാട്ടത്തിനപ്പുറത്തുള്ള സുരക്ഷിതസ്ഥാനത്ത് പ്രതിഷ്ഠിച്ചു. മിസ്റ്റിസിസം ശാസ്ത്രവിരുദ്ധമായിരിക്കരുത്; അത് ശാസ്ത്രാതീതമായിരിക്കണം. അങ്ങനെ ഫാസിസ്റ്റ് തത്ത്വശാസ്ത്രവും ഇന്ത്യൻ തത്ത്വശാസ്ത്രം ആരംഭിക്കുന്നു എന്നവകാശപ്പെടുന്ന ഇടത്തുനിന്നുതന്നെയാണ് ആരംഭിക്കുന്നത് - ഇന്ദ്രിയാനുഭവത്തിന്റെയും യുക്തിയുടെയും മനസ്സിന്റെയും പരിധിക്കപ്പുറത്തുനിന്ന്. എന്നിട്ട് ഭാവനയിലൂടെ ആദ്ധ്യാത്മികമായ അയാഥാർത്ഥ്യങ്ങളുടെ കൊടുമുടികളിൽ പറന്നുയർന്ന് അവയെ കേവലസത്യമായി അംഗീകരിക്കുന്നു. എല്ലാ കേവല സംവർഗങ്ങളെയുംപോലെ വെറും മായക്കാഴ്ചയായ ഈ കേവലസത്യം, ഉയർന്നുവരുന്ന വിപ്ലവശക്തികളുടെ കടന്നാക്രമണത്തിൽനിന്ന് വ്യവസ്ഥാപിത സാമൂഹിക-രാഷ്ട്രീയ ക്രമത്തെ സംരക്ഷിക്കുന്നതിനാവശ്യമായവയ്ക്കെല്ലാം ശാശ്വതമായ അനുമതിയായി വർത്തിക്കുന്നു.

ഭൗതികസത്തയെ അനുബന്ധ യാഥാർത്ഥ്യമായി അംഗീകരിക്കുകയും പ്രായോഗിക ആവശ്യങ്ങൾക്കായി ശാസ്ത്രീയസത്യങ്ങളുടെ സാധുതയെ അംഗീകരിക്കുകയും ചെയ്തുകൊണ്ട് അനിയന്ത്രിതമായ മുതലാളിത്ത ചൂഷണത്തിന് വഴിയൊരുക്കപ്പെടുന്നു; പക്ഷേ, ഈ ചൂഷണത്തിന്റെ ഇരകളുടെ യഥാർത്ഥ ജീവിതലക്ഷ്യം എല്ലായ്പ്പോഴും ആത്മീയ സാക്ഷാത്കാരമായിരിക്കണം. ഭൗതികലോകത്തിന്റെ യഥാർത്ഥ അധിപതികൾ ശാസ്ത്രത്തിന്റെ അനുബന്ധസത്യങ്ങളുടെ നേട്ടങ്ങളെ പൂർണ്ണമായും ആസ്വദിച്ചുകൊണ്ട് ഉന്നതമായ ആത്മീയാദർശങ്ങൾ ഉദ്ഘോഷിക്കുകയും ഒന്നും നഷ്ടപ്പെടുത്താതിരിക്കുകയും ചെയ്യുന്നു; എന്നാൽ, ഭൗതികജീവിതത്തിന്റെ അയഥാർത്ഥ്യങ്ങളെയും നിസ്സാരതകളെയും ബലികഴിച്ചുകൊണ്ടുമാത്രമേ സാമാന്യജനങ്ങൾക്ക് ആ മായക്കാഴ്ചകളെ പിന്തുടരാൻ കഴിയൂ.

ബെർഗ്സന്റെ (ഫാസിസ്റ്റ്) തത്ത്വശാസ്ത്രത്തിന് ഭാരതീയ സംസകാരത്തിന്റെ സവിശേഷഗുണമായി അവകാശപ്പെടുന്ന മറ്റൊരു കാര്യവുമായി അദ്ഭുതകരമായ സാദൃശ്യമുണ്ട്. അതായത്, പരസ്പരവിരുദ്ധമായ ഘടകങ്ങളെ ആഹ്ലാദകരമായി സമന്വയിപ്പിക്കാനുള്ള

കഴിവാണത്. ബെർഗ്സൺ ഈ തന്ത്രം ഇന്ത്യയുടെ സങ്കരപ്രതിഭയേക്കാൾ കൂടുതൽ 'ദാർശനിക'മായി പയറ്റുന്നുണ്ട് എന്നു മാത്രം. അദ്ദേഹം ഹെഗേലിയൻ വൈരുദ്ധ്യവാദത്തിലേയ്ക്ക് തിരിച്ചുപോയി വിപ്ലവകരമായ ആ പ്രത്യയശാസ്ത്ര ഉപകരണത്തെ പ്രതിലോമപരതയുടെ കൈയിലെ ആയുധമാക്കി മാറ്റാൻ ശ്രമിക്കുന്നു.

ഹെഗൽ വികസിപ്പിക്കുകയും ദർശനത്തിലും ചരിത്രത്തിലും ഒരുപോലെ പ്രയോഗിക്കുകയും ചെയ്തുവെങ്കിലും വൈരുദ്ധ്യവാദത്തിന് തത്ത്വശാസ്ത്രത്തോളം തന്നെ പഴക്കമുണ്ട്. പുരാതന ഗ്രീസിലെ ഹെറാക്ലീറ്റസ് വൈരുദ്ധ്യമാണ് എല്ലാ പുരോഗതിയുടെയും ചാലകശക്തി എന്നു കരുതിയിരുന്നു. പരിണാമ പ്രക്രിയയെക്കുറിച്ചുള്ള വൈരുദ്ധ്യാത്മക വീക്ഷണം ബൗദ്ധദർശനത്തിലെ ഹീനയാന സരണിയുടെ ഭാഗമായിരുന്നു. അത് ജൈനദർശനത്തിലും വളരെ പ്രബലമായിരുന്നു. വസ്തുക്കളുടെ വൈരുദ്ധ്യാത്മകവീക്ഷണത്തിന്റെ സത്യാത്മകത പരീക്ഷണാത്മകശാസ്ത്രം തീർച്ചയായും സ്ഥാപിച്ചിട്ടുണ്ട്. ചിന്താപ്രക്രിയകൾ അടക്കമുള്ള അസ്തിത്വത്തിന്റെ എല്ലാ തലങ്ങളിലുമുള്ള സ്വാഭാവികപ്രക്രിയകൾ, പഴയതിനെതിരായി നിരന്തരം ഉയർന്നുവരുന്ന പുതിയ ഘടകങ്ങളാലാണ് ഉണ്ടാവുന്നത്. പഴയതിനെ പുതിയത് ആത്യന്തികമായി നശിപ്പിക്കുന്നു. അതിനുശേഷം പുതിയതിന്റെ നിഷേധാത്മക സ്വഭാവം നഷ്ടപ്പെടുകയും സ്വയം പുതിയപക്ഷമായി മാറുകയും ചെയ്യുന്നു. അതാണ് അസ്തിത്വത്തിന്റെ വൈരുദ്ധ്യാത്മക വീക്ഷണം. വാസ്തവത്തിൽ അത് ചലനാത്മകമായ പരിണാമ പ്രക്രിയയാണ്.

അതുകൊണ്ട്, യഥാർത്ഥ സമന്വയം എന്നത് പരസ്പര വിരുദ്ധഘടകങ്ങൾ തമ്മിലുള്ള ഒത്തുതീർപ്പല്ല; അത് പുരോഗതിയല്ല, പ്രതിലോമപരതയാണ്. കാരണം, ഏതൊരു ഒത്തുതീർപ്പും പഴയതിന് അനുകൂലവും പുതിയതിന് പ്രതികൂലവുമാണ്. നിഷേധശക്തികളുടെ വളർച്ച എന്ന വസ്തുതതന്നെ പഴയതിന്റെ നിലനിൽപിന്റെ ന്യായീകരണം നഷ്ടമായിരിക്കുന്നു എന്നതിന്റെ തെളിവാണ്. പ്രാകൃതികമോ മാനവികമോ സാമൂഹികമോ രാഷ്ട്രീയമോ ആയ ഒരു ഘടകത്തിന് വസ്തുനിഷ്ഠമായ സാധുത ഉള്ളിടത്തോളംകാലം ആ ഘടകത്തെ ഉൾക്കൊള്ളുന്ന പൊതുവ്യവസ്ഥയിൽ അത് ഗുണപരമായ ധർമ്മം അനുഷ്ഠിക്കുന്നു; അതിനെ നശിപ്പിക്കാൻ ശ്രമിക്കുന്ന ശക്തികളുടെ വളർച്ചയെ കാരണതയുടെ യാന്ത്രികനിയമം തടയുകയും ചെയ്യുന്നു. ഏതൊരു സംഭവത്തിനും ചില കാരണങ്ങൾ ഉണ്ടായേ തീരൂ. അനിവാര്യതയില്ലാതെ യാതൊന്നും സംഭവിക്കുന്നില്ല. പഴയ സ്ഥാപനങ്ങളുടെ തകർച്ചയും പഴയ ആശയങ്ങളുടെയും മൂല്യങ്ങളുടെയും തിരോധാനവും

സംഭവിക്കുന്നത് അനിവാര്യമായിട്ടാണ്. അതുകൊണ്ട്, ഒത്തുതീർപ്പ് എന്ന അർത്ഥത്തിലുള്ള 'സമന്വയം' - അത് സമൂഹത്തിലോ രാഷ്ട്രീയത്തിലോ തത്ത്വശാസ്ത്രത്തിലോ ആകട്ടെ - നശീകരണ ഘടകത്തിന്റെ പ്രവർത്തനത്തെ സ്വമേധയായോ ബലപ്രയോഗത്തിലൂടെയോ അടിച്ചമർത്തി വസ്തുനിഷ്ഠമായ സാധുത നഷ്ടപ്പെട്ടവയെ സംരക്ഷിക്കലാണ്. പക്ഷവും എതിർപക്ഷവും തമ്മിലുള്ള ഒത്തുതീർപ്പല്ല യഥാർത്ഥ സമന്വയം. അത് പക്ഷത്തിന്റെ - വളർച്ചമുട്ടിയ അവസ്ഥയുടെ - പുതിയ ചലനാത്മകശക്തിയായ എതിർപക്ഷത്താലുള്ള നശീകരണവും, നശീകരണധർമ്മം പൂർത്തീകരിച്ച് നിഷേധാത്മക സ്വഭാവം ഇല്ലാതായിക്കഴിഞ്ഞ എതിർപക്ഷത്തിന്റെ പുതിയപക്ഷം എന്ന നിലയിലുള്ള സ്ഥാപനവുമാണ്. ഹെഗൽ നിർവ്വചിച്ചതുപോലെ യഥാർത്ഥസമന്വയം എന്നത് 'നിഷേധത്തിന്റെ നിഷേധമാണ്'.

ഇത് അപകടകരമായ ഒരു വീക്ഷണമാണ്. കാരണം, അത് അസ്തിത്വത്തിന്റെ ഓരോ ഘട്ടത്തിലും വിപ്ലവം അന്തർലീനമാണ് എന്ന കാര്യം അംഗീകരിക്കുന്നു; വിപ്ലവത്തെ നിയമവൽക്കരിക്കുന്നു എന്നർത്ഥം. തൽഫലമായി, ഒരു ആശയവാദ ദാർശനികൻ പൂർണ്ണതവരുത്തിയ ഉഗ്രമായ ഈ ആയുധത്തെ വിപ്ലവത്തിന്റെ ദർശനമായ ഭൗതികവാദം സ്വീകരിച്ചു.

നവകാന്റിയനിസത്തെയും വികലമാക്കപ്പെട്ട ആശയവാദത്തിന്റെ മറ്റു പല രൂപങ്ങളെയും ആശ്രയിച്ചുകൊണ്ട് വിപ്ലവാത്മകമായ സാമൂഹികദർശനത്തിന്റെ മുന്നേറ്റത്തെ തടയാനുള്ള ശ്രമം പരാജയപ്പെട്ടതോടെ, പിന്തിരിപ്പൻ മുതലാളിവർഗ്ഗത്തിന്റെ ഔദ്യോഗികദർശനം വികൃതവും വരിയുടയ്ക്കപ്പെട്ടതുമായ രൂപത്തിലുള്ള വൈരുദ്ധ്യവാദത്തെ സ്വീകരിച്ചുകൊണ്ട് സ്വയം ശക്തിപ്പെടാൻ ശ്രമിച്ചു. അത് സമന്വയത്തെ പഴയതും പുതിയതും തമ്മിലുള്ള ഒരൊത്തുതീർപ്പായി വ്യാഖ്യാനിക്കുന്നു. പുതിയവയുടെ നിഷേധാത്മകധർമ്മത്തിന്റെ കേവലസാധുതയെ നിഷേധിക്കുന്നതിലൂടെ വൈരുദ്ധ്യവാദത്തെതന്നെ തെറ്റായി അവതരിപ്പിക്കുന്നു.

നവഹെഗേലിയൻമാരുടെ അഭിപ്രായത്തിൽ, സമന്വയം എന്നത് പുതിയപക്ഷമായി എതിർപക്ഷത്തെ സ്ഥാപിക്കലല്ല; എതിർപക്ഷത്തിന്റെ പ്രവർത്തനത്തിനുമേൽ നിയന്ത്രണങ്ങൾ ഏർപ്പെടുത്തിക്കൊണ്ട് പഴയപക്ഷത്തെ സംരക്ഷിക്കലാണ്; ക്ഷയിച്ച പഴയതിന് പുതുരക്തം നൽകി ഊർജ്ജസ്വലമാക്കുന്ന ഒരുതരം കായകല്പ ചികിത്സയാണ്.

വൈരുദ്ധ്യവാദത്തെ ഇങ്ങനെ വികലമാക്കി ആത്മീയവാദത്തെ ശാസ്ത്രവുമായി പൊരുത്തപ്പെടുത്താനുള്ള ആദ്യശ്രമത്തിനുള്ള

ബഹ്റമതി ബെർഗസനുള്ളതാണ്. വേണ്ടത്ര ശാസ്ത്രജ്ഞാനമോ ദാർശനികബോധമോ ഇല്ലാതെ ആധുനികകാലത്തെ പല ഇന്ത്യൻ ബുദ്ധിജീവികളും ചെയ്യുന്നത് ഇതുതന്നെയാണ്. ബെർഗ്സൺ ശാസ്ത്രത്തിൽനിന്ന് അതിന്റെ ദാർശനിക സ്വാതന്ത്ര്യത്തെ എടുത്തുകളയാൻ ഉദ്ദേശിക്കുന്നു; മിസ്റ്റിസിസത്തിനു പ്രാധാന്യംകുറച്ചുകൊണ്ട് ഉദാരതയോടെ മുതലാളിത്തത്തിന്റെ കാവൽക്കാരൻ എന്ന പദവി നൽകുകയും ചെയ്യുന്നു. ഈ രണ്ടാം സ്ഥാനം സ്വീകരിക്കുന്നതിനുള്ള പ്രലോഭനമായി ശാസ്ത്രത്തിന് അതിനനുവദിച്ചിട്ടുള്ള മണ്ഡലത്തിൽ പൂർണ്ണ സ്വാതന്ത്ര്യം അനുവദിക്കുകയും ചെയ്യുന്നു. ഇതിന്റെ ഫലമാകട്ടെ പ്രായോഗികവാദമാണ് (Pragmatism). 'വയറിന്റെയും അരക്കെട്ടിന്റേതുമായ ഈ വഷളൻ പ്രയോജനവാദം' രക്ഷിക്കുന്നത് ആത്മീയവാദത്തെയാണ്. അത് അത്യന്തം അപരിഷ്കൃതമായ പ്രായോഗിക ഭൗതികവാദത്തിന്റെയും നിയമവൽകൃത കൊള്ളയടിയുടെയും പരിഷ്കൃത നരമാംസഭോജനത്തിന്റെയും ഉദാത്തീകൃത പ്രത്യയശാസ്ത്രമായി വിശ്വാസത്തെയും മതത്തെയും പുനഃപ്രതിഷ്ഠിക്കുന്നു. പ്രയോഗത്തിലുള്ള പ്രായോഗികവാദമാണ് ഫാസിസം.

ബെർഗ്സൺ നിഷേധം എന്ന സങ്കല്പത്തിന് സ്ഥായീഭാവം ആരോപിച്ചുകൊണ്ട് ഹെഗേലിയൻ വൈരുദ്ധ്യവാദത്തെ വികലമാക്കുന്നു. വൈരുദ്ധ്യവാദത്തിന്റെ അടിസ്ഥാനതത്ത്വം പക്ഷവും എതിർപക്ഷവും അടങ്ങുന്നതാണ് ഓരോ പ്രതിഭാസവും എന്നതാണ്. നിഷേധം സ്വയം ഒരു ധർമ്മമല്ല. പഴയതിന്റെ സ്ഥാനത്ത് പുതിയ ഒരു പക്ഷത്തെ സ്ഥാപിക്കാനുള്ള ഒരു വഴിമാത്രമാണ്. അങ്ങനെ നിഷേധപ്രക്രിയയുടെ വിപ്ലവാത്മകമൂല്യം പൂർണ്ണമായി വിലയിരുത്തപ്പെടുമ്പോൾ ഈ പ്രക്രിയയിലെ അടിസ്ഥാനഘടകം ക്രിയാത്മകമാണ്. എതിർപക്ഷത്തിന് നിഷേധത്തോടൊപ്പം ക്രിയാത്മകമായ ഒരു പ്രാധാന്യവും ഉണ്ട്; ക്രിയാത്മകത ആപേക്ഷികമായ അർത്ഥത്തിൽ ശാശ്വതമാനമാണ്. എതിർപക്ഷത്തിന്റെ പുരോഗമനമാനം അതിന്റെ സത്തയിൽ അന്തർഹിതമായ ക്രിയാത്മകതയിലാണ്. അത് നിഷേധത്തിന്റെ പ്രക്രിയ പൂർണ്ണമാകുന്നതോടെ പുതിയപക്ഷമായി സ്ഥാപിക്കപ്പെടുന്നു.

ബെർഗ്സൺ പരിണാമത്തെ ഒറ്റവശമുള്ള ഒരു പ്രക്രിയയായി കാണുന്നു - നിഷേധങ്ങളുടെ അവസാനിക്കാത്ത ഒരു ശൃംഖല. മരങ്ങൾ കണ്ട് കാടിനെ കാണാത്ത അവസ്ഥ. മാറ്റം എന്നത് അതിന്റെ സത്തയുടെ പ്രകൃതത്താൽതന്നെ നശിപ്പിക്കപ്പെടുന്ന ഒരു കേവലസങ്കല്പമായി മാറുന്നു. നിഷേധത്തിൽനിന്ന് ക്രിയാത്മകമായതൊന്നും ഉണ്ടാവുന്നില്ല. ഓരോ നിഷേധത്തിനു പിറകെയും മറ്റൊരു നിഷേധം വരികയും മുമ്പത്തേതിനെ നിഷേധിക്കുകയും ചെയ്യുന്നു.

അങ്ങനെ ക്രിയാത്മകമായ ഒന്നിനെയും സൃഷ്ടിക്കാതെ നിരന്തരമായ മാറ്റത്തിന്റെ അർത്ഥശൂന്യമായ പ്രക്രിയ തുടരുന്നു. വൈരുദ്ധ്യവാദ വീക്ഷണത്തിന്റെ ഈ വികലീകരണം പ്രായോഗികതാവാദത്തിന്റെ അടിസ്ഥാനതത്ത്വമാണ്. അത് താഴെ പറയുന്ന രീതിയിൽ കൃത്യമായി വിമർശിക്കപ്പെട്ടിട്ടുണ്ട്.

'മുൻകൂട്ടി കാണാനോ പ്രവചിക്കാനോ ഒരിക്കലും കഴിയാത്ത അയുക്തികവും അനിയന്ത്രിതവുമായ ഒരു പ്രക്രിയയായിട്ടാണ് പരിണാമം വീക്ഷിക്കപ്പെടുന്നത്; കാരണതയുടെ അതിരുകളെ അതിവർത്തിക്കുന്നതും അനിവാര്യതയുടെ തത്ത്വത്തിൽനിന്ന് സ്വതന്ത്രമായതും ചരിത്രപരമായ നിയമങ്ങൾ അന്യമായതുമായ പ്രക്രിയ. മുതലാളിത്തത്തെ നാശത്തിലേക്കു നയിക്കുന്ന ചരിത്രനിയമങ്ങളിൽനിന്നുള്ള സാങ്കല്പികമായ വിമോചനമാണത് - അനുസ്യൂതമായ അദ്ഭുതത്തിന്റെ സ്വാതന്ത്ര്യത്തിലേയ്ക്കുള്ള കുതിപ്പ്. സാങ്കല്പികമായ സ്വാതന്ത്ര്യത്തിന്റെ അവസ്ഥയിൽ എന്തദ്ഭുതവും സംഭവിക്കാം.' (A. Thalheimer, Appendix to the "History of philosophy" by Franz Mehring).

ഫാസിസത്തിന്റെ തത്ത്വശാസ്ത്രമായ പ്രായോഗികവാദം അനന്തമായ മാർഗ്ഗങ്ങളുള്ള തത്ത്വശാസ്ത്രമാണ്. ജീവിതം എന്നത് ദുഃഖത്തോടെയുള്ള ഇരുട്ടിലെ തപ്പിത്തടയലാണ്. അവിടെ തത്ത്വങ്ങളോ നിയമങ്ങളോ ഇല്ല. വ്യക്തിപരമായ അനുഭവം മാത്രമാണ് വഴികാട്ടി; ഓരോ സംഭവവും ഒരു പ്രേരണയാൽ നിർണ്ണീതമാണ്. ഈ സന്ദർഭത്തിൽ, പ്രകൃത്യാതീതവും അതീന്ദ്രിയവും ആത്മീയവുമായ സംവർഗ്ഗം (category) ഓരോരുത്തരും അവരവരുടെ കാര്യം നോക്കുക; പിന്നിൽ കിടക്കുന്നവരെ ചെകുത്താൻ പിടിച്ചോട്ടെ - എന്ന വഷളൻ ഭൗതികവാദ പ്രമാണത്തെ അതിന്റെതന്നെ യുക്തിയാൽ പ്രേരിതമായി പിന്തുടരുന്ന ദർശനത്തെ പ്രായോഗികാവശ്യങ്ങൾക്കായി നിയന്ത്രിക്കാൻ വരുന്നു. ഈ പ്രമാണം എങ്ങനെ ഉപരിവർഗ്ഗങ്ങൾക്കുമാത്രം ഗുണകരമാകുന്നു എന്നതിന് വിശദീകരണം ആവശ്യമില്ല; അധികാരം കൈവശമുള്ളവർക്ക് ബഹുജനങ്ങളെ അടിമത്തത്തിലേക്കും ദാരിദ്ര്യത്തിലേക്കും അജ്ഞതയിലേക്കും ദുരിതത്തിലേക്കും അധഃപതനത്തിലേക്കും തള്ളിവിട്ടുകൊണ്ട് സ്വന്തം കാര്യം നോക്കാനും അധികാരവും സമ്പത്തും വർദ്ധിപ്പിക്കാനും കഴിയും.

പരിഷ്കൃത നരമാംസഭോജനാസക്തിയുടെ ഈ തത്ത്വശാസ്ത്രം കൃത്യമായും അതിന്റെ ആസക്തപ്രകൃതത്തിൽനിന്ന് തീവ്രമായ ഒരു ആത്മീയസ്വഭാവം ആർജ്ജിക്കുന്നുണ്ട്. വ്യക്തികളുടെ

പ്രവർത്തിയുമായി ബന്ധപ്പെട്ട ഉദ്ദേശ്യസിദ്ധാന്തം അനിവാര്യമായും പ്രപഞ്ചത്തിന് പ്രത്യേക ഉദ്ദേശ്യമുണ്ടെന്ന സങ്കല്പത്തിലേക്ക് നയിക്കുന്നു. ഈ ആത്മീയവാദ സങ്കല്പം കൊള്ളയടി സിദ്ധാന്തത്തിന് ധാർമ്മികാനുമതി പ്രദാനം ചെയ്യുന്നുണ്ട്. അനന്തമായ അനുഭവങ്ങളെ ക്കുറിച്ചുള്ള കാഴ്ചപ്പാട് അനിവാര്യമായും സത്യത്തെയും ധാർമ്മികത യെയും കുറിച്ചുള്ളസങ്കല്പങ്ങളെ അന്തർജ്ഞാനപരമായ സംവർഗങ്ങ ളാക്കുന്നു. വ്യക്തിക്ക് സ്വന്തം അനുഭവങ്ങൾ മാത്രം വഴികാട്ടി ആകു ന്നതുകൊണ്ട് ഉന്നതമായ സത്യവും അതിൽനിന്നുതന്നെ വരണം. സ്വാർത്ഥ താൽപര്യങ്ങളാൽ പ്രേരിതരായി പ്രവർത്തിക്കുന്നവർ - ജീവിതത്തിലെയും ചരിത്രത്തിലെയും സമൂഹത്തിലെയും ഓരോ സംഭവങ്ങളെയും ആത്മനിഷ്ഠമായ പ്രതിഭാസങ്ങളായി പരിഗണിക്കു ന്നവർ-എല്ലാ പ്രകൃതി പ്രതിഭാസങ്ങളുടെ പിന്നിലും ഒരു ബുദ്ധിപൂർ വ്വമായ ലക്ഷ്യത്തെ, ദൈവേച്ഛയെ കാണുന്നു. അഹംകേന്ദ്രവാദികൾ (ളഴീരലിൃേശേ)െ സത്യത്തിന്റെ വസ്തുനിഷ്ഠതയെ നിഷേധിക്കുകയും അതിനെ ആത്മനിഷ്ഠാനുഭവത്തിന്റെ കാര്യമാക്കുകയും ചെയ്യുന്നു. കാര്യം ഇതായിരിക്കെ, ആത്മീയവാദം യഥാർത്ഥത്തിൽ വഷളൻ ഭൗതികവാദത്തിന്റെ എതിർപക്ഷമല്ല. ഒരേ നാണയത്തിന്റെ രണ്ടു വശങ്ങളാണവ. ആത്മനിഷ്ഠവാദം, അഹംകേന്ദ്രവാദം, സ്വാർത്ഥത, കവർച്ചാ പ്രവണത - വഷളൻ ഭൗതികവാദത്തിന്റെ ഇത്തരം സ്വഭാ വങ്ങളെല്ലാം (ഇവയെല്ലാം ഭൗതികവാദദർശനത്തിന് അന്യമാണ്) പൗരസ്ത്യലോകത്തെന്നപോലെ പാശ്ചാത്യലോകത്തിലും എല്ലാ യ്പ്പോഴും ആത്മീയവാദത്തിന്റെ വിശുദ്ധനാട്യമുള്ള കാപട്യത്താൽ ഒളിച്ചുവെയ്ക്കപ്പെടുന്നു. ജീവിതത്തെക്കുറിച്ചുള്ള നിഗൂഢാത്മകവും (Mystic) ആത്മീയവാദപരവുമായ യഥാർത്ഥമായ ഈ ഉള്ളടക്കം ഫാസിസത്തിന്റെ പ്രയോഗത്തിലൂടെ വെളിവാക്കപ്പെടുന്നു.

പ്രായോഗികവാദ(Pragmatism)ത്തിന്റെ അടിത്തറ ബെർഗ്സൺ വികലമാക്കിയ വൈരുദ്ധ്യവാദമാണെങ്കിലും, തത്ത്വദീക്ഷയില്ലാത്ത ഈ തത്ത്വശാസ്ത്രത്തെ വികസിപ്പിച്ചത് വില്യം ജെയിംസാണ്. അതുകൊണ്ട് അതിന്റെ വളർത്തച്ഛൻ എന്ന ബഹുമതി അദ്ദേ ഹത്തിനാണ്. അദ്ദേഹം 'മതാനുഭവ' സിദ്ധാന്തം ആവിഷ്കരിച്ചു. ഭൗതികലോകത്തെ അനുഭവങ്ങൾ, അതായത്, ഇന്ദ്രിയസംവേദന ങ്ങൾ സത്യത്തിന്റെ 'പരോക്ഷാനുഭൂതി'കളാണ്. ഈ ലോകത്തെ സംബന്ധിച്ചിടത്തോളം അവയ്ക്ക് സാധുതയുണ്ട്. എന്നാൽ, സത്യത്തെ 'മതാനുഭവ'ത്തിലൂടെ നേരിട്ട് സമീപിക്കാനാവും. ഇവിടെ 'വയറിന്റെ യും അരക്കെട്ടിന്റെയും തത്ത്വശാസ്ത്ര'മായ വഷളൻ ഭൗതികവാദം, പല രൂപത്തിൽ നമുക്കു മുമ്പിൽ പ്രത്യക്ഷപ്പെടുന്ന, തുരീയാവസ്ഥ യിൽ (Super-conscious State) മാത്രം പ്രാക്തന വിശുദ്ധിയോടെ

സാക്ഷാത്കരിക്കപ്പെടേണ്ട സത്യത്തിലേയ്ക്കുള്ള ഏകമാർഗ്ഗമാണ് ആത്മദർശനം എന്ന ഹൈന്ദവ ദിവ്യസിദ്ധാന്തത്തെ ഉദ്ബോധിപ്പിക്കുന്നതായി നാം കാണുന്നു.

'ഇന്ദ്രിയവേദ്യവും മനസ്സിലാക്കാൻ കഴിയുന്നതുമായലോകത്തിൽ നിന്ന് നമ്മുടെ സത്തയുടെ പരിധികൾക്കപ്പുറം അസ്തിത്വത്തിന്റെ തികച്ചും വ്യത്യസ്തമായ മാനങ്ങളിലേക്ക് പ്രവേശിക്കുന്നു. അതിനെ മിസ്റ്റിക്കൽ ലോകമെന്നോ പ്രകൃത്യാതീതലോകമെന്നോ നിങ്ങൾക്കിഷ്ടമുള്ളതുപോലെ വിശേഷിപ്പിക്കാം. നമ്മുടെ ആദർശചോദനകൾ ആ ലോകത്തുനിന്ന് ഉദ്ഭവിക്കുന്നിടത്തോളം (ആ ലോകത്തിലാണ് അവയിൽ മിക്കതും ഉദ്ഭവിക്കുന്നത്. കാരണം, നമുക്ക് വിവരിക്കാനാകാത്തതരത്തിൽ അവ നമ്മെ അധീനപ്പെടുത്തിയിരിക്കുന്നു) ഈ ദൃശ്യലോകത്തോടെന്നതിനേക്കാൾ ഗാഢമായി നാം ആ ലോകത്തോട് ബന്ധപ്പെട്ടിരിക്കുന്നു; കാരണം, എവിടെയാണോ നമ്മുടെ ആദർശങ്ങൾ ബന്ധപ്പെട്ടിരിക്കുന്നത് അതുമായി നാം അതിഗാഢമായി ബന്ധപ്പെട്ടിരിക്കുന്നു. എങ്കിലും ഇവിടെ പരാമർശിച്ച അദൃശ്യലോകം കേവലം സാങ്കല്പികമല്ല; കാരണം, അത് ഈ ലോകത്ത് ഫലങ്ങൾ സൃഷ്ടിക്കുന്നുണ്ട്.' (William James, "The varieties of Reigious Experience").

ഒരു തത്ത്വശാസ്ത്രത്തിനും അധികം ആത്മീയവാദപരമാകാൻ കഴിയില്ല. ആശയങ്ങൾ ഉദ്ഭവിക്കുന്നത് ഭൗതികലോകത്തിൽനിന്ന് ഗുണപരമായി വ്യത്യസ്തമായ ഒരു ലോകത്തിലാണ് – സ്ഥലകാലങ്ങളുടെ മാനങ്ങളാൽ അളക്കാനാവാത്ത ഒരു ലോകം. അതുകൊണ്ട് അത് കാരണതയുടെ (Casualtiy) നിയമത്തെ അതിവർത്തിക്കുകയും വേണം. അത്തരമൊരു അതീതലോകത്തിൽ സ്വാഭാവികമായും ഭൗതികലോകത്തെ ഒരു പ്രതിഭാസമായ മനുഷ്യമനസ്സിന് ചുഴിഞ്ഞിറങ്ങാനാവില്ല. അതീന്ദ്രിയലോകത്ത് ഉദ്ഭവിക്കുന്ന ആശയങ്ങൾ അവയുടെ സ്വഭാവംകൊണ്ടുതന്നെ, ഈ ഭൗതികലോകത്തെ ജീവിതപ്രവൃത്തികളാൽ ഒരു തരത്തിലും സ്വാധീനിക്കപ്പെടാത്തതും, എന്നാൽ അവയിൽനിന്ന് ഗുണപരമായി വ്യത്യസ്തവും 'നമുക്ക് വിവരിക്കാനാകാത്ത തരത്തിൽ നമ്മെ അധീനപ്പെടുത്തിയിരിക്കുന്നതു'മായ ലോകത്തിൽ അനിവാര്യമായ സ്വാധീനം നിഗൂഢമായി ചെലുത്തുകയും ചെയ്യുന്ന ഭൗതികേതരമായ, അതായത് ആത്മീയമായ സംവർഗ്ഗങ്ങൾ ആയിരിക്കണം.

ഈ തത്ത്വശാസ്ത്രപ്രകാരം, ആശയങ്ങൾ ദൈവത്തിന്റെ ശബ്ദമാണെന്നും അത്തരം ദൈവികപ്രചോദനങ്ങളുടെ മാധ്യമമായി വർത്തിക്കാൻ കഴിയുന്ന ഒരു ആത്മീയസത്ത ഭൗതികമനുഷ്യനിൽ

ഉണ്ടായിരിക്കണമെന്നും വ്യക്തമാണ്. ആത്മീയവാദത്തിന്റെ ഒരു അപരിഷ്കൃതരൂപമായതിനാൽ ജെയിംസിന്റെ പ്രായോഗികവാദ തത്ത്വശാസ്ത്രം താർക്കികമായ പൊരുത്തത്തിന് ഒട്ടും പരിഗണന നൽകുന്നില്ല. അദ്ദേഹം സാങ്കല്പികമായ 'ആശയലോക'ത്തെ ഭൗതികമാനങ്ങളുടെയും ഇന്ദ്രിയസംവേദനത്തിന്റെയും അപ്പുറത്ത് പ്രതിഷ്ഠിക്കുന്നു. എന്നിരിക്കിലും, 'അത് ഈ ലോകത്ത് ഫലമുളവാക്കുന്നു' എന്ന് അദ്ദേഹം കരുതുന്നു. എങ്ങനെയാണ് ഈ അദ്ഭുതം സംഭവിക്കുന്നത്? വിശ്വാസത്തിൽ; കാരണം, അദ്ഭുതങ്ങൾ ഒരിക്കലും വസ്തുനിഷ്ഠമായി സംഭവിക്കുന്നില്ല, എന്നാൽ വിശ്വാസത്തിന്റെ ആത്മനിഷ്ഠലോകത്തിൽ മാത്രം നിലനിൽക്കുന്നു. പ്രായോഗികതാവാദം അനുഭവത്തിന്റെ അയുക്തികമായ ആരാധനയാണ്; ഭ്രാന്തമായ വ്യക്തിവാദത്തിന്റെ പ്രത്യയശാസ്ത്രമാണത്. എന്നിട്ടും, സ്വന്തം പ്രകൃതംകൊണ്ടുതന്നെ അനുഭവത്തെ അതിവർത്തിക്കുന്ന ഭൗതികാതീതവും ഇന്ദ്രിയാതീതവും ആശയാത്മകവുമായ ജ്ഞാനം നേടാനാകുമെന്ന് അതു വാദിക്കുന്നു.

അസ്തിത്വത്തിന്റെ ശ്രേഷ്ഠതരമായ തലത്തിന് അനുഭവത്തിന്റെ ഒരുയർന്ന രൂപം - 'മതാനുഭൂതി' - വിഭാവനം ചെയ്യുകവഴി ഈ വിഷമം തരണംചെയ്യപ്പെടുന്നു. പരമവും കേവലവുമായ സത്യത്തിലേക്കുള്ള ഒരേയൊരു മാർഗ്ഗം വിശ്വാസം ആണെന്നു പ്രഖ്യാപിക്കുന്നതിനുവേണ്ടി യുക്തിവിചാരത്തെയാകെ കൈയൊഴിയുകയാണിത്. ഇതിന് ഇന്ത്യൻ തത്ത്വശാസ്ത്രവുമായുള്ള സാദൃശ്യം വ്യക്തമാണ്. തന്റെ അനുഭവത്തിന്റെ തത്ത്വശാസ്ത്രത്തെ വിശ്വാസത്തിന്റെ പ്രാകൃതാരാധനയുമായി അനുരഞ്ജിപ്പിക്കുമ്പോൾ ജെയിംസ് വാക്കുകളൊന്നും വിഴുങ്ങുന്നില്ല. 'വിശ്വാസാവസ്ഥയിലും പ്രാർത്ഥനാവസ്ഥയിലും ഉള്ള ഊർജ്ജത്തിന്റെ യഥാർത്ഥ പ്രവാഹം ഒഴികെ ദൈവികവസ്തുതകളുടെ കൂടതൽ സവിശേഷതകളെന്തെന്ന് ഞാനറിയുന്നില്ല... എന്നാൽ, എന്റെ വ്യക്തിപരമായ സാഹസങ്ങൾക്ക് അടിസ്ഥാനമായ ഉറച്ച വിശ്വാസം അവയുണ്ടെന്നാണ്.' (William James, "The varieties of Religious Experience").

ഈ 'തത്ത്വശാസ്ത്ര'ത്തിന് വ്യാഖ്യാനങ്ങളൊന്നും ആവശ്യമില്ല. അത് തത്ത്വശാസ്ത്രമേ അല്ല. അത് മതമാണ് - വരട്ടുവാദ സ്വഭാവമുള്ള ആത്മീയവാദം. ഇവിടെ വസ്തുനിഷ്ഠസത്യം എന്നൊന്നില്ല. വ്യക്തിയാണ് സത്യത്തിന്റെ മാനദണ്ഡം. സത്യത്തിലേയ്ക്ക് എത്താനുള്ള മാർഗ്ഗം അവന്റെ സ്വന്തം അനുഭവമാണ്. അതീന്ദ്രിയമായ കേവലസത്യം 'അപരോക്ഷാനുഭൂതി'യുടെ ഫലമാണ്. അതായത്, ഭൗതികാസ്തിത്വത്തെ നിയന്ത്രിക്കുന്നതോടൊപ്പം അതിനെ

അതിവർത്തിക്കുന്ന ഈ പരമമായ സംവർഗ്ഗത്തെ സംബന്ധിച്ച് അനുഭവം എന്നത് തെളിയിക്കുക എന്ന അസൗകര്യത്തിൽനിന്ന് സ്വതന്ത്രമാണ്. ദൈവയോഗമുള്ള അതിമാനുഷന്റെ വാക്കുകളെ വിശ്വാസത്തിലെടുക്കണം. അങ്ങനെ മായികഭ്രമക്കാരും കപടവേഷ ധാരികളും മനുഷ്യന്റെ ആത്മീയ മാർഗ്ഗദർശികളായി കടന്നുവരുന്നു. കേവല സത്യജ്ഞാനത്തെക്കുറിച്ചുള്ള അവരുടെ അവകാശവാദത്തെ ചോദ്യംചെയ്യരുതു. അത് 'ആനുഭവിക'മായി 'അപരോക്ഷാനുഭൂതി'യിൽനിന്നുണ്ടായതാണ്. മായികഭ്രമക്കാർക്കും ക്ഷണവിശ്വാസ ശീലരെ പറ്റിക്കാനാഗ്രഹിക്കുന്നവർക്കും ഈ 'അനുഭൂതി' ഉണ്ടാക്കാം. സമകാലിക ലോകത്തെ ഭരിക്കുന്നത് ഇത്തരം മനോഭ്രമക്കാരും കപടവേഷധാരികളുമാണ്. അവരെല്ലാം തങ്ങൾ അതിമാനുഷരോ ദിവ്യപ്രചോദിതരോ ആണെന്ന് അവകാശപ്പെടുന്നു. അതിമാനുഷാ രാധനയാണ് ഫാസിസം; അതിന്റെ ദാർശനികാടിത്തറയാകട്ടെ കടുത്ത വരട്ടുവാദപരമായ ആത്മീയവാദവും.

ഇത്തരം ആളുകളുടെ കൈകളിൽ തത്ത്വശാസ്ത്രം പുരോഹിതതന്ത്രമായി മാറുന്നു. സത്യം വെളിപാടായി മാത്രമേ പ്രകടമാവൂ. ആ വെളിപാടാകട്ടെ, സമൂഹത്തെ ഭരിക്കാൻ അധികാരമുള്ളവർക്കോ ഭരണവർഗ്ഗത്തിന്റെ പിന്തുണയുള്ളവർക്കോ മാത്രമേ ഉണ്ടാവൂ; കാരണം, തങ്ങളുടെ അവകാശവാദത്തെ അംഗീകരിപ്പിക്കാൻ പറ്റിയ സ്ഥാനത്ത് അവർ മാത്രമാണുള്ളത്. ജീർണ്ണിച്ച മുതലാളിത്ത സമൂഹത്തിന്റെ മഹാപുരോഹിതന്മാരാണ് നവ ആത്മീയവാദ തത്ത്വശാസ്ത്ര പ്രൊഫസർമാർ. ആ ശ്രേണിയിൽപ്പെട്ടവരാണ് മതപുരോഹിതരും പണ്ഡിതമ്മന്യരായ ധർമ്മോപദേശികളും. ഈ പുതിയ വൈദിക ശ്രേണിയിലൂടെ വെളിപ്പെടുന്ന സത്യത്തിനുള്ള യഥാർത്ഥ അനുമതി ഭരണകൂടത്തിന്റെ അധികാരമാണ്. ഇവിടെ ആത്മീയവാദം വഷളൻ ഭൗതികവാദത്തിന്റെ വെറുപ്പുളവാക്കുന്ന അടിത്തറകൾക്കുമേൽ നഗ്നമായി നിലകൊള്ളുന്നു.

പ്രാചീനഭാരതത്തിൽ വെളിപാട്ജ്ഞാനത്തിന്റെ അനുമതിക്കുള്ള അധികാരം ബ്രാഹ്മണർ സ്വയം കൈയാളിയിരുന്നു. യൂറോപ്പിലെ ക്രൈസ്തവസഭയും നാട്ടുവാഴിപ്രഭുക്കളും തമ്മിലുണ്ടായിരുന്ന ബന്ധത്തിന് സമാനമായിരുന്നു മധ്യകാലഘട്ടത്തിൽ ബ്രാഹ്മണരും ക്ഷത്രിയരാജാക്കൻമാരും തമ്മിലുണ്ടായിരുന്നത്. ഇക്കാലത്ത് അവരുടെ ധർമ്മം ഏറ്റെടുത്തിട്ടുള്ളത് ആധുനികസ്വാമിമാരും സാധാരണ ആത്മീയവാദികളുമാണ്. അവർ, കൊളോണിയൽ ചൂഷണത്തിന്റെ അനിവാര്യതകൾ ശക്തിപ്പെടുത്തിയ നാട്ടുവാഴി-പിതൃമേധാവിത്വ ബന്ധങ്ങളുടെ പഴക്കമേറിയ ചങ്ങലകൾക്കെതിരായി മുതലാളിത്ത

ഉൽപാദനരീതിയിൽ അധിഷ്ഠിതമായ ഒരു സങ്കര സാമൂഹിക വ്യവസ്ഥയുടെ പ്രത്യയശാസ്ത്രവക്താക്കളായി പ്രത്യക്ഷപ്പെടുന്നു. പലരും വിചാരിക്കുന്നതിനേക്കാൾ, പ്രത്യയശാസ്ത്രപരമായി ഇന്ത്യ ഫാസിസത്തോട് വളരെ അടുത്താണ്. ആധുനിക ഇന്ത്യയിലെ പല ധൈഷണിക നേതാക്കളും ഉദ്ഘോഷിക്കുന്ന വരട്ടുവാദപരമായ ആത്മീയവാദം ഫാസിസത്തിന്റെ തത്ത്വശാസ്ത്രമാണ്.

ഫാസിസ്റ്റ് സമഗ്രാധിപത്യത്തിന് ദാർശനിക ന്യായീകരണം നൽകുന്ന ആധുനിക നവആത്മീയവാദം ഭാഗികമായി ഹെഗേലിയൻ വൈരുദ്ധ്യവാദത്തിന്റെ വികലീകരണത്തിന്റെ ഫലമാണ്. അതുകൊണ്ട്, അപരോക്ഷജ്ഞാനം എന്ന് പറയപ്പെടുന്നതിനെക്കുറിച്ച് ഹെഗൽതന്നെ എന്താണ് വിചാരിച്ചിരുന്നതെന്ന് ഓർമ്മിക്കുന്നത് പ്രസക്തമായിരിക്കും. 'സത്യത്തിന്റെ ഒരേയൊരു മാനദണ്ഡം അപരോക്ഷ ജ്ഞാനമായിരിക്കണം എന്ന സിദ്ധാന്തത്തിന്റെ അനന്തരഫലമായി അന്ധവിശ്വാസങ്ങളും വിഗ്രഹാരാധനയുമെല്ലാം സത്യമായി പ്രഖ്യാപിക്കപ്പെടുകയും തിന്മയും അധാർമ്മിക തൃഷ്ണകളുമെല്ലാം നീതീകരിക്കപ്പെടുകയും ചെയ്യുന്നു.' (The Encyclopaedia of Philosophical Sciences). ഇതിനനുബന്ധമായി, അപരോക്ഷജ്ഞാന സിദ്ധാന്തപ്രകാരം വിശ്വാസം എങ്ങനെ സത്യത്തിന്റെ മാനദണ്ഡം ആയിത്തീരുന്നു എന്ന് ഹെഗൽ ചൂണ്ടിക്കാണിക്കുന്നുണ്ട്. പ്രാചീന മനുഷ്യർ യുക്തിയാൽ പ്രേരിതരായിട്ടല്ല വസ്തുക്കളെയും കല്ലുകളെയും മൃഗങ്ങളെയും പുരോഹിതരെയും മറ്റും ആരാധിക്കുന്നത്. പവിത്രത വസ്തുനിഷ്ഠമായ ഒന്നല്ല; അത് യഥാർത്ഥത്തിൽ ആരാധനാ വസ്തുവിൽ ഇല്ല; അത് വിശ്വാസത്തിന്റെ ഫലമാണ്, അതായത് ആരാധകന്റെ അന്ധവിശ്വാസം. ദൈവികതയില്ലാത്തിടത്ത് ദൈവികത ആരോപിക്കുന്ന പ്രാചീന മനുഷ്യന്റെ ഈ ശീലം അഥവാ പരിഷ്കൃതമനുഷ്യന്റെ ഈ തന്ത്രം 'തിന്മയെയും അധാർമ്മികമായ തൃഷ്ണ'യെയും നീതീകരിക്കുകയെന്ന ഉദ്ദേശ്യത്തിനുതകുന്നതാണ്. അതായത്, ആത്മീയവാദം എന്നത് വഷളൻ ഭൗതികവാദത്തിന്റെ മറയാണ്. വേദാന്തദർശനത്തിൽനിന്ന് വേർതിരിച്ചറിയാനാകാത്ത കേവലാശയവാദമായ ദാർശനിക ആത്മീയവാദത്തിന്റെ മഹാനായ ആധുനിക വ്യാഖ്യാതാവ് ഹെഗലിന്റെ സാക്ഷ്യം ഇത്തരത്തിലാണ്.

മുതലാളിത്ത നാഗരികതയുടെ അധഃപതനഘട്ടത്തിന്റെ ദർശനമായ പ്രായോഗികവാദത്തിന്റെ സാരാംശം വസ്തുനിഷ്ഠ സത്യത്തിന്റെ നിഷേധവും, കപട യാഥാർത്ഥ്യവാദത്തിന്റെ മുഖംമൂടിയണിഞ്ഞ് യഥാർത്ഥസത്യത്തിന്റെ ഏക ഉറവിടമായി കണക്കാക്കുന്ന ആത്മനിഷ്ഠധ്യാനത്തിന്റെ മഹത്വീകരണവുമാണ്.

ഇതിന് ഹൈന്ദവദർശനവുമായുള്ള ബന്ധം എളുപ്പത്തിൽ മനസ്സി ലാക്കാവുന്നതാണ്. മുതലാളിത്ത സമൂഹത്തിൽ സത്യത്തിന്റെ മാനദണ്ഡം മനുഷ്യന്റെ ചിന്തയിൽനിന്ന് സ്വതന്ത്രവും വസ്തുനിഷ്ഠവു മായി നിലനിൽക്കുന്ന വസ്തുക്കളല്ല; മറിച്ച് ജീവിതത്തിന്റെ പ്രായോ ഗികതയാണ്. ചുഴിഞ്ഞിറങ്ങലിന്റെയും വികസിപ്പിക്കലിന്റെയും കുറ്റമറ്റതാക്കലിന്റെയും നിരന്തരപ്രക്രിയയിലൂടെ, യഥാർത്ഥത്തിൽ നിലനിൽക്കുന്ന വസ്തുക്കളുമായുള്ള നമ്മുടെ മനസ്സിന്റെ പരിചയത്തി ന്റെ ഫലമല്ല യഥാർത്ഥ ജ്ഞാനം; യഥാർത്ഥജ്ഞാനം ധ്യാനാവസ്ഥ യിലെ നമ്മുടെ അഹംബോധത്തിന്റെ നിഗൂഢമായ ഉൽപന്നമാണ്. മറ്റു വാക്കുകളിൽ, സത്യം നമ്മുടെ ആഗ്രഹത്തിന്റെ ഉൽപന്നമാണ്. അതിലേയ്ക്ക് എത്തുന്നത് 'മതാനുഭൂതി'യിൽ, 'വിശ്വാസാവസ്ഥ'യിൽ, 'പ്രാർത്ഥനാവസ്ഥ'യിൽ മാത്രമാണ്. ഗാന്ധി പറ്റുതായൊന്നും പറയു ന്നില്ല. ഇത്തരം ആത്മീയവാദം പ്രായോഗികാവശ്യങ്ങൾക്കായി സത്യത്തിന്റെയും ധാർമ്മികതയുടെയും ഏക മാനദണ്ഡമായി പ്രായോഗികസൗകര്യത്തിന്റെ, സ്വാർത്ഥപ്രേരണയുടെ സിദ്ധാന്തം ആവിഷ്കരിക്കുന്നുണ്ടെങ്കിലും ശാസ്ത്രജ്ഞാനത്തിന്റെ സാധുതയെ ചോദ്യം ചെയ്യുന്നുണ്ട്.

തൃഷ്ണയുടെ ആത്മീയവൽക്കരണം ജോൺഡ്യൂയിയുടെ പ്രായോ ഗികതാവാദത്തിൽ അതിന്റെ ഉച്ചകോടിയെ പ്രാപിക്കുന്നുണ്ട്. 'സ്നേഹിക്കപ്പെടുകയും ആദരിക്കപ്പെടുകയും ആരാധിക്കപ്പെടുകയും ചെയ്യുന്നവ, പരമസത്തയുടെ ഗുണങ്ങളായി ആത്മീയദർശനങ്ങൾ കണക്കാക്കുന്നവ പ്രകൃതിയുടെ പരിശുദ്ധമായ ഘടകങ്ങളാണ്.' ("In Quest of Certaitny"). വസ്തുനിഷ്ഠമായ അസ്തിത്വമുള്ള ഭൗതികപ്രതി ഭാസങ്ങൾ പ്രകൃതിയുടെ പരിശുദ്ധ ഘടകങ്ങളല്ല. ഒരുപക്ഷേ, അവ മിഥ്യകളായിരിക്കാം. പ്രകൃതിയുടെ പരിശുദ്ധഘടകങ്ങൾ, നമ്മുടെ അഹംബോധത്തിന്റെ തൃപ്തിക്കുവേണ്ടി സങ്കല്പിച്ച ആത്മനിഷ്ഠമായ ബോധത്തിലൊഴികെ യഥാർത്ഥത്തിൽ അസ്തിത്വമില്ലാത്തവയും നമ്മുടെ ഉദ്ദേശ്യത്തിനനുയോജ്യമായി പ്രകൃതിയിൽ ആരോപിച്ചവ യുമാണ്. ശാസ്ത്രത്തിന് പ്രകൃതിയെ നമുക്ക് മനസ്സിലാക്കിത്തരുവാൻ കഴിയില്ല; അതിന് നാം ആത്മീയദർശനങ്ങളെ പിന്തുടരണം. ആത്മീയദർശനങ്ങൾ പ്രകാരം ഭൗതികപ്രകൃതിക്ക് വസ്തുനിഷ്ഠമായ സത്തയില്ല. പരമസത്തയുടെ ഗുണങ്ങളെ ഭൗതിക സ്ഥിരാങ്കങ്ങളി ലൂടെ മനസ്സിലാക്കാനാവില്ല; അവ ആത്മീയമായ സംവർഗ്ഗങ്ങളാണ്. അതായത്, പരമസത്ത ആത്മീയമാണ്, അതിനെ ആത്മീയമായി മനസ്സിലാക്കുകയും വേണം.

III

ഇനി നമുക്ക് ആധുനിക ക്ലാസിക്കൽ തത്ത്വശാസ്ത്രത്തിന്റെ ശവക്കുഴി തോണ്ടി വിഖ്യാതനായ ആളുടെ തെറ്റായ ആധികാരികതയുടെ അടിസ്ഥാനത്തിൽ തീവ്ര ആത്മീയവാദ ദർശനം ഉദ്ബോധിപ്പിക്കുന്ന ഫാസിസത്തിന്റെ സമകാലികരായ ചില പ്രത്യയശാസ്ത്ര വിളംബരക്കാരിലേക്കു തിരിയാം. ബെർലിൻ സർവ്വകലാശാലയിലെ തത്ത്വശാസ്ത്ര പ്രൊഫസറായ ആൽബർട്ട് ലീബെർട്ട് ഒരു നവഹെഗേലിയനാണ്. അദ്ദേഹം തുറന്നുപറയുന്ന ഒരു ആദ്ധ്യാത്മികവാദിയാണ്. അതുകൊണ്ട് അദ്ദേഹം ദെക്കാർത്തെ മുതൽ ഹെഗൽ വരെയുള്ള ആധുനികവിമർശനാത്മക തത്ത്വശാസ്ത്രത്തെയാകെ – താർക്കികമായി വൈരുദ്ധ്യാത്മക ഭൗതികവാദത്തിലേക്കു നയിക്കുന്ന ശക്തമായ ചിന്താപ്രവാഹമാണത് – എതിർക്കുന്നു. ബേക്കണേയും ഹോബ്സിനെയും ലോക്കിനെയും കൊൺഡില്ലാക്കിനെയും ഫ്രഞ്ച് വിശ്വവിജ്ഞാനകോശക്കാരെയും ഹ്യൂമിനെയും അവരെപ്പോലുള്ളവരെയും വിടുക; കാന്റ് പോലും തത്ത്വശാസ്ത്രത്തിന്റെ ചരിത്രത്തിൽ ആദ്ധ്യാത്മികവാദ(Metaphysics)ത്തിന്റെ അന്തകനായിട്ടാണറിയപ്പെടുന്നത്. എന്നാൽ ഇതിനു വിരുദ്ധമായി ലീബെർട്ട് കരുതുന്നത് 'എല്ലാറ്റിയെും തകർക്കുന്ന കാന്റിന്റെ വിമർശനം ആദ്ധ്യാത്മികവാദത്തിന്റെ പുതുയുഗത്തിനും പുതിയ ആദ്ധ്യാത്മികവാദത്തിന്റെ യുഗത്തിനും ആരംഭംകുറിച്ചു' എന്നാണ്. ("How is critical philosophy at all possible?"). കാന്റിൽനിന്ന് ഒരുആദ്ധ്യാത്മികവാദിയെ സൃഷ്ടിച്ചുകൊണ്ട് ഈ നവഹെഗേലിയൻ പ്രൊഫസർ പുതിയ ആദ്ധ്യാത്മികവാദത്തെ താഴെ പറയുന്ന രീതിയിൽ സംരക്ഷിക്കുന്നു:

'യുക്തിയുടെ നിയമങ്ങളിൽനിന്ന് സ്വതന്ത്രമോ സ്വതന്ത്രമാവാൻ കഴിവുള്ളതോ ആയ ഒരു സത്തയിലല്ല അധിഷ്ഠിതമായിരിക്കുന്നത് എന്നതിനാൽ യഥാർത്ഥസ്ഥിതി വാദപരമോ (Actualist) ധർമ്മനിർവ്വഹണവാദപരമോ (Functionalist) ആയ അതിഭൗതികവാദം വിമർശനബുദ്ധിയോടെ അവഗണിക്കപ്പെടുന്നില്ല.' (അതേ പുസ്തകം). അതിഭൗതികവാദത്തെ യുക്തിവൽക്കരിച്ച മിസ്റ്റിസിസത്തിന് 'യഥാർത്ഥസ്ഥിതിവാദപരമായ, ധർമ്മനിർവ്വഹണപരമായ' ഒരു മൂല്യം നൽകുന്നതിന്, അതായത് അതിനെ ഒരു സാമൂഹിക ആവശ്യമാക്കുന്നതിന് യുക്തിയെ അഭൗതികവൽക്കരിക്കുന്നു. അതിഭൗതികസംവർഗ്ഗങ്ങൾ അവതന്നെ ആകണമെങ്കിൽ അഭൗതികം, അതായത് ആത്മീയം ആയിരിക്കണം. യുക്തി മൗലികമായ അതിഭൗതിക സംവർഗമായി മാറുമ്പോൾ താർക്കികമായി അത് അഭൗതികമായ ഒന്നായാണ് സങ്കല്പിക്കപ്പെടുന്നത്; അത് മനുഷ്യനിലെ ദിവ്യപ്രകാശമായി

– ആത്മാവായി – മാറുന്നു; ആധുനിക തത്ത്വശാസ്ത്രത്തിന്റെ പരമമായ താൽപര്യം മനുഷ്യനിലെ ദിവ്യസത്തയുമായി ബന്ധപ്പെട്ടതാണെന്ന് ലീബെർട്ട് വാദിക്കുന്നു. അതിമാനുഷൻ എല്ലാ ധാർമ്മികനിയമങ്ങളെയും സാമൂഹികനീതിയുടെ തത്ത്വങ്ങളെയും അവഗണിച്ചുകൊണ്ട് ലോകത്തെ ഭരിക്കണം. ഈ നവഹെഗേലിയൻ പ്രൊഫസർ ഫാസിസത്തിന്റെ ഒരു ദാർശനികനാണ്. അതുകൊണ്ട് അദ്ദേഹം ഹിറ്റ്ലറുടെ ജർമ്മനിയിൽ 'തത്ത്വശാസ്ത്രം' പഠിപ്പിക്കുന്നു.

ഈ പുതിയ അതിഭൗതികവാദത്തിന്റെ താർക്കികമായ നിഗമനം താഴെ പറയുന്നതാണ്: 'ആദിയിൽ അത് വിചാരത്തിന്റെ പരിപൂർണ്ണ അഭാവമായ സാക്ഷാദ്സത്തയായിരുന്നില്ല; പക്ഷേ, സത്തയെക്കുറിച്ചുള്ള സങ്കല്പം അഥവാ ആശയം ആയിരുന്നു.' (അതേ ഗ്രന്ഥം). (ശവത്തെ തലകുത്തിനിർത്തുന്ന ലളിതോപായത്തിലൂടെ അതിന് ജീവൻ ലഭിക്കുമെന്ന് പണ്ഡിതനായ ഈ പ്രൊഫസർ വിശ്വസിക്കുന്നതായി തോന്നുന്നു). അസ്തിത്വത്തിന്റെ എല്ലാ നിയമങ്ങളെയും അവഗണിച്ചുകൊണ്ട് നിലനിൽക്കുന്ന ഭൗതികേതരമായ ഒരു സത്തയുടെ മാന്ത്രിക ഇച്ഛയാൽ ശൂന്യതയിൽനിന്നുള്ള സൃഷ്ടി എന്ന അതിപുരാതനമായ വിശ്വാസപ്രമാണത്തോടൊപ്പം സ്വാഭാവികമായി ദൈവശാസ്ത്രത്തിലേക്കും വിശ്വദേവതാവാദത്തിലേക്കും മിസ്റ്റിസിസത്തിലേക്കും പ്രവേശിക്കുന്നതിനുവേണ്ടി ആശയവാദത്തിന്റെ അടിസ്ഥാനതത്ത്വം ഇവിടെ വികലമാക്കപ്പെടുന്നു.

കേവല ശൂന്യതയുടെ ആദിമാവസ്ഥയിലെ ബോധോദയത്തിന്റെ ഫലമാണ് ഈ പ്രതിഭാസിക പ്രപഞ്ചം: ബ്രഹ്മത്തിന്റെ നിർവികാരവും നിർവികല്പവുമായ അവസ്ഥയിലെ അഹങ്കാരത്തിന്റെ ഉദയമാണ് ഭൗതികപ്രകൃതിയുടെ ഉറവിടമാകുന്നത്. ഷെല്ലിംഗ് പറഞ്ഞപോലെ 'ദൈവത്തിന്റെ സ്വയം ധ്യാന'മാണ് പ്രപഞ്ചം. അദ്ദേഹത്തിന്റെ ബോധത്തിലല്ലാതെ വേറെ അസ്തിത്വമില്ലാത്തതിനാൽ പ്രപഞ്ചം അതിന്റെ പ്രാതിഭാസികമായ എല്ലാ വൈവിദ്ധ്യങ്ങളോടുകൂടിയും – ജൈവവും അജൈവവുമായ പ്രകൃതിയിലെ അനന്തമായ രൂപങ്ങൾ – ദൈവത്തിൽ നിലനിൽക്കുന്നു. ദൈവമല്ലാതെ മറ്റൊന്നും നിലനിൽക്കുന്നില്ല.

ഈ മിസ്റ്റിക്ക് ദർശനത്തിന് അതിന്റെ വിശദീകരിക്കാനുള്ള അശക്തിയിലൂടെ മാത്രമേ ലോകത്തെ വിശദീകരിക്കാനാവൂ. യുക്തിസഹമായ വിശദീകരണത്തിന് സ്വയം വഴങ്ങാത്ത പ്രഹേളികയുടെ വിവരണം: 'ശൂന്യതയിൽനിന്ന് സർവ്വശക്തിത്വം ഉണ്ടാവുന്നു.' അല്ലെങ്കിൽ, 'ലീലാവിലാസം.' ഏതായാലും, ലോകം ദിവ്യമായാജാലക്കാരന്റെ സ്ഥായിയായ അദ്ഭുതപ്രകടനമായി വീക്ഷിക്കപ്പെടുന്നു;

അല്ലെങ്കിൽ, ഒരു മായികഭ്രമമായി, ദുഃസ്വപ്നമായി തള്ളിക്കളയുന്നു. അതൊരു സ്ഥായിയായ അദ്ഭുതമാണെങ്കിൽ എന്തും എപ്പോഴും സംഭവിക്കാം; സർവ്വശക്തനായ മാന്ത്രികന്റെ ഇച്ഛയല്ലാതെ മറ്റു നിയമങ്ങളൊന്നുമില്ല. ആ പ്രാപഞ്ചിക ഇച്ഛ (Cosmic whim)യാകട്ടെ ഭൂമിയിലെ സർവ്വാധിപതികളുടെ സേച്ഛാപരതയിലൂടെ പ്രകടമാകുന്നു. മുതലാളിത്ത സമൂഹത്തിലെ ക്രമരാഹിത്യം ഒരു ആത്മീയ ദർശനത്താൽ ന്യായീകരിക്കപ്പെടുന്നു. ഫാസിസ്റ്റ് സ്വഭാവം അന്തർലീനമായ ഇന്ത്യൻ ദർശനം ചെയ്യുന്നതുപോലെ ലോകത്തെ മായയായി തള്ളിക്കളയുകയാണെങ്കിൽ, യഥാർത്ഥത്തിലുള്ള മനുഷ്യനിലെ ദിവ്യസത്തയെ ബാധിക്കാത്ത ജീവിതത്തിലെ ദുഃഖങ്ങളും ദുരിതങ്ങളും അയഥാർത്ഥങ്ങളെന്ന് വിശദീകരിച്ച് ഒഴിവാക്കാനാവും. ഈ മാർഗ്ഗത്തിലൂടെയും ലൗകികതാൽപര്യം സംരക്ഷിക്കപ്പെടുന്നു. ആത്മീയവാദം ബഹുജനങ്ങളെ അവരുടെ സ്ഥാനത്ത് അടക്കി നിർത്തിക്കൊണ്ട് വർഗ്ഗമേധാവിത്വത്തിന്റേതായ വ്യവസ്ഥാപിത ക്രമത്തിന്റെ സുരക്ഷ ഉറപ്പാക്കുന്നു.

നവഹെഗേലിയൻ മിസ്റ്റിസിസത്തിന്റെ മറ്റൊരു അപ്പോസ്തലനാണ് ഫ്രഞ്ചുദാർശനികനായ എമിലി ലസ്ബക്സ്. അദ്ദേഹം ഹെഗലിന്റെ വൈരുദ്ധ്യാത്മകതയെ പരസ്പരവിരുദ്ധശക്തികളുടെ അനുരഞ്ജനത്തിന്റെ ആരാധനയാക്കി മാറ്റുകയും അതിൽ ജീവിതത്തിന്റെ സത്ത കണ്ടെത്തുകയും ചെയ്യുന്നു. അനുരഞ്ജനം 'സ്നേഹ'മായി വിശേഷിപ്പിക്കപ്പെടുന്നു. എമിലി ലസ്ബക്സ് എഴുതുന്നു: 'എന്താണ് ജീവിതത്തിൽ അടങ്ങിയിട്ടുള്ളത്? സത്തയുടെയും അസത്തയുടെയും, ജനനത്തിന്റെയും മരണത്തിന്റെയും പരസ്പരവിരുദ്ധമായ രണ്ടു മഹദ് തത്ത്വങ്ങളുടെ അനുരഞ്ജനം. ഏതു ശക്തിയാണ് ഈ അനുരഞ്ജനത്തിന് കാരണമായി വർത്തിക്കുന്നത്? സ്നേഹമാണത്. സ്നേഹത്തിലൂടെ നാം സത്തയുടെ പരമമായ നിഗൂഢതകളിലേയ്ക്കു ചുഴിഞ്ഞിറങ്ങുന്നു; സ്നേഹം വൈരുദ്ധ്യാത്മകതയുടെ പരമലക്ഷ്യത്തെ കാണാൻ നമ്മെ കഴിവുറ്റവരാക്കുന്നു.' (The Dialectic and the Rhythm of Universe).

മഹാത്മാഗാന്ധിക്കോ രവീന്ദ്രനാഥ ടാഗോറിനോ ഈ ഫാസിസ്റ്റ് ദർശനത്തിൽ തകരാറൊന്നും കാണാൻ കഴിയില്ല; ഇത് ആശ്രമവാസിയുടെയോ കവിയുടെയോ വ്യക്തിപരമായ അഭിപ്രായമല്ല. ലസ്ബക്സ് ഫ്രാൻസിലെ വിഖ്യാതമായ ഒരു വിദ്യാപീഠത്തിലെ - ക്ലെർമോണ്ട് സർവ്വകലാശാലയിലെ - പ്രശസ്തനായ ഒരു അധ്യാപകനാണ്. മിസ്റ്റിസിസമെന്ന മയക്കുമരുന്നിനും സ്നേഹത്തിന്റെ വൈകാരികമായ ആരാധനയ്ക്കും, മോഹഭംഗത്തിനും ആശയക്കുഴപ്പത്തിനും

അധാർമ്മികതയ്ക്കും അടിപ്പെട്ട പാശ്ചാത്യ മുതലാളിത്ത ബുദ്ധിജീവികൾക്കിടയിൽ പ്രചാരമുണ്ട്. ഇത്തരം 'ഉൽകൃഷ്ടമായ' വികാരങ്ങളാൽ പ്രേരിതരായി അവർ ഫാസിസത്തിന്റെ പ്രത്യയശാസ്ത്ര പോരാളികളായി പ്രത്യക്ഷപ്പെടുന്നു.

പരസ്പരവിരുദ്ധമായ തത്ത്വങ്ങളുടെ സമന്വയമാണ് ജീവിതത്തിന്റെ സത്ത എന്നു നിശ്ചയിച്ചശേഷം ലസ്ബക്സ് 'യുക്തിയും വിശ്വാസവും തമ്മിലുള്ള അനുരഞ്ജന'മാണ് തത്ത്വശാസ്ത്രത്തിന്റെ കർത്തവ്യം എന്ന് നിർവ്വചിക്കുന്നു. ഈ കർത്തവ്യം പാശ്ചാത്യവും പൗരസ്ത്യവുമായ വർഗ്ഗമേധാവിത്വ സംസ്കാരങ്ങളിലെ പ്രവാചകൻമാരെയും പുരോഹിതൻമാരെയും ഗുരുനാഥൻമാരയും യുഗങ്ങളോളം വിഷമിപ്പിച്ചിരുന്നു. ഇപ്പോൾ സങ്കീർണ്ണമായ പ്രകൃതിപ്രതിഭാസങ്ങളെയെല്ലാം (ജീവൻ, സമൂഹം, ചരിത്രം എന്നിവയടക്കം) ഒരു ദൈവികമായ ഇച്ഛയുടെ നിഗൂഢതയിലേയ്ക്ക് സേച്ഛാപരമായി ചുരുക്കിക്കൊണ്ട് അതിനെ ലളിതവൽക്കരിച്ചിരിക്കുന്നു. വാസ്തവത്തിൽ യുക്തിയെ വിശ്വാസവുമായി പൊരുത്തപ്പെടുത്താനാവില്ല; അതിനെ ചഞ്ചലഭാവമുള്ള ആ ദേവതയുടെ അൾത്താരയ്ക്കു മുമ്പിൽ ബലിയർപ്പിക്കുക മാത്രമാണ് ചെയ്യുന്നത്. ദൈവേച്ഛയുടെ നിഗൂഢതയെ 'യുക്തിസഹമാക്കി' കാണിക്കുന്നതിന്, തത്ത്വശാസ്ത്രത്തെ മാനവഭാവദൈവരൂപത്തിൽ (Anthropomorphic) അധിഷ്ഠിതമായ ആധുനികരൂപത്തിലുള്ള മതമാക്കി മാറ്റുന്നു. ലസ്ബക്സ് ഭൗതികപ്രപഞ്ചത്തിന്റെ വസ്തുനിഷ്ഠമായ യാഥാർത്ഥ്യത്തെ നിഷേധിക്കുന്നുണ്ട്: കുറച്ചുകൂടി മുന്നോട്ടുപോയി അദ്ദേഹം പഴയ മട്ടിലുള്ള മിസ്റ്റിസിസത്തിന്റെ നിർഗമന സിദ്ധാന്തത്തെ (Emanation) തന്നെ നിഷേധിക്കുന്നുണ്ട്. അദ്ദേഹം മതമൗലികവാദപരമായ വീക്ഷണം ധീരമായി പ്രകടിപ്പിക്കുന്നുണ്ട്: 'ഈ ലോകം ശൂന്യതയിൽ നിന്നുള്ള ഒരു സൃഷ്ടിയാണ് - സൃഷ്ടിയുടെ ആശയവുമായി പൊരുത്തമുള്ള ഒരു പ്രക്രിയ' (അതേ ഗ്രന്ഥം).

തത്ത്വശാസ്ത്രത്തിന്റെ ഈ ആധുനിക പ്രൊഫസർ വസ്തുക്കളുടെ ഉദ്ഭവം സംബന്ധിച്ച ഈ വീക്ഷണത്തിൽനിന്ന് താർക്കികമായ നിഗമനത്തിലെത്താൻ മടിക്കുന്നില്ല - മാനവഭാവരൂപത്തിലുള്ള ഒരു ദൈവത്തെ അദ്ദേഹം സങ്കല്പിക്കുന്നു. 'പരമമായ സ്രഷ്ടാവ് ഒരു ജീവിയാണ് (organism)–തുടർച്ചയുള്ള മൂന്നു ഘട്ടങ്ങളുടെ ഒരു സമന്വയം.' ദൈവം അടക്കമുള്ള എല്ലാറ്റിനെയും വൈരുദ്ധ്യാത്മകമായി (Dialectically) കാണാനുള്ള പരിഹാസ്യമായ ഈ ശ്രമം ഹെഗലിനെ പിന്തുടരലല്ല. അത് അദ്ദേഹത്തെ അപമാനിക്കലാണ്. എന്നാൽ, പരമാത്മാവിനെ സംബന്ധിച്ച ഹൈന്ദവ ദാർശനിക

സങ്കല്പമായ സത്-ചിത്- ആനന്ദം എന്ന ആശയവുമായി അതിന് തികഞ്ഞ പൊരുത്തമാണുള്ളത്. രക്തരൂഷിതമായ സമകാലിക ഘട്ടത്തിലെ മുതലാളിത്തത്തിന്റെ തത്ത്വശാസ്ത്രം നവഹെഗേലിയൻ മാരുടെ ഈ ശുദ്ധ ആത്മീയവാദമാണ്.

ലസ്ബക്സിന്റെ അഭിപ്രായത്തിൽ, 'ദൈവികമായ അന്തരീക്ഷമാണ് എല്ലാറ്റിന്റെയും ഉറവിടം.' ഈ ഉദാത്തമായ ആത്മീയ ജീവിതവീക്ഷണം എന്താണ് സൂചിപ്പിക്കുന്നത്? സ്നേഹം, നന്മ, സത്യം, നീതി മുതലായവയുടെ മൂർത്തീകരണമാണ് ദൈവം എന്നതിനാൽ, അസമത്വങ്ങളും ക്രൂരതകളും അസത്യങ്ങളും, അതുപോലെ നിലവിലുള്ള സാമൂഹികവ്യവസ്ഥയുടെ മറ്റു തിന്മകളുമെല്ലാം ആ ദൈവീകഗുണങ്ങളുടെ കേവലം മാറ്റമായി വീക്ഷിക്കപ്പെടുന്നു. മുതലാളിത്ത സമൂഹത്തിൽ ഉച്ചകോടിയിലെത്തിയ ചൂഷണവ്യവസ്ഥ - പ്രത്യേകിച്ചും അതിന്റെ അധഃപതനത്തിന്റെ ഇക്കാലഘട്ടത്തിൽ - അനിവാര്യമായും വർഗ്ഗശത്രുതയെ സൃഷ്ടിക്കുന്നു. നിലനില്പിനായുള്ള അപ്രതിരോധ്യമായ സമരത്തിൽ ഉൽപാദകരായ ഭൂരിപക്ഷം സ്ഥാപിത സാമൂഹികക്രമത്തിനുതന്നെ ഭീഷണി ഉയർത്തിക്കൊണ്ട് ചൂഷകരായ ന്യൂനപക്ഷത്തിനെതിരെ കലാപമുയർത്താൻ നിർബന്ധിതരാവുന്നു. ഈ സന്ദർഭത്തിൽ 'സ്നേഹാരാധന'യുടെ ക്രൂരമായ താൽപര്യം എന്താണെന്നു കാണാൻ വലിയ ഭാവനയൊന്നും ആവശ്യമില്ല. സ്നേഹാരാധനയും അനുരഞ്ജനസിദ്ധാന്തവും സമന്വയവുമെല്ലാം ഉപരിവർഗ്ഗങ്ങളുടെ താൽപര്യങ്ങളെ സംരക്ഷിക്കുന്നതിനു ബഹുജനങ്ങളെ അവരുടെ അടിമത്തത്തിലും അധഃകൃതാവസ്ഥയിലും ദുരിതത്തിലും അടക്കിനിർത്തി നിഗൂഢമായ ദൈവേച്ഛയുടെ ഐക്യത്തിന് ഭംഗം വരുത്താതിരിക്കാൻ വേണ്ടി നിർമ്മിച്ച പ്രത്യയശാസ്ത്ര ആയുധങ്ങളാണ്.

നവമിസ്റ്റിസിസത്തിന്റെ പ്രബോധകനായ ലസ്ബക്സ് 'സോഷ്യലിസ്റ്റ് - കമ്മ്യൂണിസ്റ്റ് മിസ്റ്റിസിസ'ത്തിന്റെ 'ശുദ്ധമായ സാമ്പത്തിക ഭൗതികവാദ'ത്തിനെതിരായി ഗർജ്ജിക്കുമ്പോഴും, നിലവിലുള്ള രാഷ്ട്രീയ സ്ഥാപനങ്ങളെ മറിച്ചിടാൻ ശ്രമിക്കുന്ന ഈ നികൃഷ്ടഭൂതത്തിനെതിരെ ഭ്രാന്തമായി പോരാടുമ്പോഴും തന്റെ സ്നേഹദർശനത്തിൽനിന്നാണ് താർക്കികമായ നിഗമനങ്ങൾ ആവിഷ്കരിക്കുന്നത്. ലസ്ബക്സ് തുറന്നുപറയുന്ന ആളും കർക്കശമായ താർക്കികത പുലർത്തുന്ന ആളുമാണ്. തന്റെ അനുരഞ്ജന ദർശനത്തിൽനിന്നും 'വൈരുദ്ധ്യാത്മക' മിസ്റ്റിസിസത്തിൽനിന്നും അദ്ദേഹം സ്വരൂപിക്കുന്ന പ്രായോഗിക അനുമാനങ്ങൾ വളരെ വിജ്ഞാനപ്രദമാണ്. ബോധപൂർവ്വമായ പ്രതിലോമകാരികളെന്ന നിലയിൽ ഈ

വീക്ഷണം പ്രചരിപ്പിക്കാത്ത ആത്മീയവാദത്തിന്റെ മാനസിക രോഗം ബാധിച്ച ഇന്ത്യൻ ബുദ്ധിജീവികളെ അതു സുഖപ്പെടുത്തും. ലസ്ബക്കിന്റെ അഭിപ്രായത്തിൽ, അനുരഞ്ജനത്തിന്റെ ദൈവികതത്ത്വം - സ്നേഹം - ലൗകികവും അലൗകികവുമായ അധികാരങ്ങളുടെ സമന്വയം എന്ന നിലയിൽ ഭരണകൂടത്തിന്റെയും പള്ളിയുടെയും ഐക്യം ആവശ്യപ്പെടുന്നു. (The Human socitey). പൗരോഹിത്യം, മതം, അതിഭൗതികമായ ആചാരമുറകൾ - ചുരുക്കത്തിൽ ആത്മീയവാദത്തിന്റെ സകലകോപ്പുകളും, പോലീസിനെയും പട്ടാളത്തെയും നാവികപ്പടയെയും മറ്റുംപോലെ വർഗ്ഗഭരണകൂടത്തെ സേവിക്കാനുള്ള ആയുധങ്ങളാണ്.

ഫാസിസത്തിന്റെ ഈ നവഹെഗേലിയൻ ദാർശനികൻ അവിടെ നിർത്തുന്നില്ല. അദ്ദേഹത്തിന്റെ അഭിപ്രായത്തിൽ, ദൈവികമായ പ്രാപഞ്ചിക താളക്രമത്തിന്റെ ഭൗമികമായ പ്രകടനവും 'വൈരുദ്ധ്യാത്മക'മാണ് - അത് 'രാജഭരണത്തിൽനിന്ന് ജനഭരണത്തിലേക്കും, അവിടെനിന്ന് സാമ്രാജ്യത്വത്തിലേക്കും' പോകുന്നു. (അതേ ഗ്രന്ഥം). ഇവിടെ ആത്മീയവാദം സാമ്രാജ്യത്വത്തിന്റെ പ്രത്യയശാസ്ത്രമായി നിലകൊള്ളുന്നു. തത്ത്വശാസ്ത്രം അപ്രസക്തമായ ഒരു കാര്യമല്ല. അതിന് സാമൂഹികവും ചരിത്രപരവുമായ ഒരു പശ്ചാത്തലമുണ്ട്. ആശയങ്ങൾ സമാനമായ കൈവഴികളിലൂടെ പ്രവഹിക്കുമ്പോൾ അനിവാര്യമായും സമാനസ്വഭാവം കാണിക്കുന്ന പ്രായോഗികമായ അനന്തരഫലങ്ങളുമുണ്ടാകും.

ഫാസിസത്തിന്റെ വിളംബരക്കാർ എന്ന നിലയിൽ ആത്മീയവാദം ഉദ്ഘോഷിക്കുന്ന പാശ്ചാത്യതത്ത്വചിന്താ പണ്ഡിതൻമാരുടെ നിരയെ ആകെ വിശകലനംചെയ്യുക എന്നത് വിരസവും വ്യർത്ഥവും ആണ്. ക്ഷയോന്മുഖമായ പാശ്ചാത്യ മുതലാളിത്ത സംസ്കാരത്തിലെ ഔപചാരിക വിദ്യാഭ്യാസത്തെയും ധൈഷണിക ജീവിതത്തെയും ഒന്നു നോക്കുമ്പോൾ, ഭൗതികവാദത്തിന്റെ ആരാധകർ മോക്ഷത്തിനായി ആത്മീയവാദത്തിന്റെ ഗേഹത്തിലേയ്ക്ക് തിരിയുന്നതുകണ്ട് ഇന്ത്യക്കാർക്ക് പൊള്ളയായ സംതൃപ്തി ലഭിച്ചേക്കാം. എന്നാൽ, ആത്മീയവാദത്തിന്റെ ഈ പുനരുജ്ജീവനത്തെ വിമർശനാത്മകമായി മനസ്സിലാക്കുമ്പോൾ ആത്മീയവാദം എന്നത് അഭിമാനിക്കാൻ വകയുള്ള ഒരു കാര്യമല്ലെന്ന് കൊടിയ പ്രതിലോമകാരികളല്ലാത്തവർക്കൊക്കെ ബോദ്ധ്യമാകും. ക്ഷയോന്മുഖമായ മുതലാളിത്ത സംസ്കാരത്തെ രക്ഷിക്കുവാനുള്ള ജ്വരബാധിതമായ ആകാംക്ഷയിൽ, പാശ്ചാത്യദേശം പരിഹാരത്തിനായി ഇന്ത്യയോട് അഭ്യർത്ഥിക്കുന്നു എന്നത് സത്യമാണെങ്കിൽ അത് ഇന്ത്യൻ

സംസ്കാരത്തിന് കീർത്തികരമാണെന്ന് കരുതാനാവില്ല. മറിച്ച്, ഇന്ത്യയുടെ ആത്മീയ പ്രതിഭക്കുമേലുള്ള ഹാനികരമായ ആക്ഷേപമായി അതിനെ കാണണം. ജീവിതത്തിന്റെ എല്ലാ തുറകളിലും പുരോഗതിയുടെ ഉയർന്ന വിതാനത്തിലേക്ക് മനുഷ്യവംശത്തെ പ്രവേശിപ്പിക്കുന്നതിന് മുതലാളിത്ത സമൂഹത്തെ തകർക്കാൻ ശ്രമിക്കുന്ന വിപ്ലവത്തിന്റെ തിരമാലകൾക്കെതിരെ ഉയർത്താവുന്ന ഏകഭിത്തിയായി ഇന്ത്യയുടെ ആത്മീയസംസ്കാരത്തെ അംഗീകരിക്കുന്നത് അഭിനന്ദനമല്ല. എന്നിരിക്കിലും, വിചിത്രമെന്നു പറയട്ടെ, ഇന്ത്യൻ ആത്മീയവാദത്തിന്റെ അഹങ്കാരം അതിനു മാത്രമേ വിപ്ലവങ്ങളെ തടഞ്ഞുനിർത്തുകയെന്ന അത്ര സ്തുത്യർഹമല്ലാത്ത ധർമ്മം നിർവ്വഹിക്കാനാവൂ എന്നാണ്. വിപ്ലവത്തിലൂടെയല്ലാതെ സ്വാതന്ത്ര്യത്തിലേയ്ക്കുള്ള പാത കണ്ടെത്തിയ ഗാന്ധിസത്തിനുണ്ടെന്നു കരുതപ്പെടുന്ന പുതുമ ഇതിലാണ് അടങ്ങിയിട്ടുള്ളത്: സ്വാതന്ത്ര്യത്തിന്റെയും പുരോഗതിയുടെയും ലക്ഷ്യം പ്രാപിക്കുന്നതിനുള്ള മാർഗ്ഗമായി ഭൗതികശക്തിക്കുപകരം ആത്മീയശക്തിയെ ഗാന്ധിസം മുന്നോട്ടുവയ്ക്കുന്നു.

ഗാന്ധിസതതിന്റെ ഇത്തരം നാട്യങ്ങളെ വിമർശിക്കുകയെന്നത് നമ്മുടെ ഇപ്പോഴത്തെ ലക്ഷ്യമല്ല. എന്നാൽ, സാന്ദർഭികമായി ഫാസിസ്റ്റ് ദർശനവുമായുള്ള അതിന്റെ ചാർച്ച തുറന്നുകാട്ടപ്പെടുന്നു. അതൊരു വംശാവലിപരമായ ബന്ധുത്വമാണ്. സ്വാതന്ത്ര്യത്തിനും പുരോഗതിക്കും കാലാകാലങ്ങളിൽ വിപ്ലവാത്മകമായ മാറ്റങ്ങളെ ആശ്രയിക്കേണ്ട ആവശ്യമില്ലെന്ന സിദ്ധാന്തം മുതലാളിവർഗ്ഗം അധികാരം സ്ഥാപിച്ച കാലം മുതൽ പാശ്ചാത്യ ഭരണവർഗ്ഗ തത്ത്വശാസ്ത്രത്തിന്റെ പ്രധാനപ്പെട്ട ഭാഗമാണ്. 'വിപ്ലവത്തിന്റെ ബീജഗണിത'മെന്ന് ശരിയായി വിശേഷിപ്പിക്കപ്പെടുന്ന ഹെഗേലിയൻ വൈരുദ്ധ്യവാദത്തെപ്പോലും വിപ്ലവത്തെ ഒഴിവാക്കിക്കൊണ്ടുള്ള സ്വാതന്ത്ര്യത്തെയും പുരോഗതിയെയും കുറിച്ചുള്ള സിദ്ധാന്തം ആവിഷ്കരിക്കാനായി തെറ്റായി അവതരിപ്പിക്കുന്നുണ്ട്. മഹാത്മാഗാന്ധി തന്റെ വേദനാരഹിതമായ സാമൂഹിക-രാഷ്ട്രീയ ദന്തവൈദ്യത്തിന്റെ അദ്ഭുതരീതിയുമായി പ്രത്യക്ഷപ്പെടുന്നതിനു വളരെ മുമ്പുതന്നെ റഷ്യൻ-സ്വിസ് ദാർശനികനായ ഡേവിഡ് കോയ്ഗെൻ ഇന്നു ഗാന്ധിസമെന്ന് അറിയപ്പെടുന്ന കാര്യങ്ങൾ ഉപദേശിച്ചിരുന്നു.

കോയ്ഗെൻ 'നവോത്ഥനത്തിന്റെ മനുഷ്യനെ'ക്കൊണ്ട് 'വിപ്ലവത്തിന്റെ മനുഷ്യനെ' എതിരിടുന്നു. നവോത്ഥാനമനുഷ്യനിൽ ജീവിതത്തിന്റെ ക്രിയാത്മകഘടകം നിഷേധാത്മക ഘടകത്തിനുമേൽ ആധിപത്യം പുലർത്തുന്നു. അവർ വിചാരത്തിലും അനുഭവത്തിലും വിപ്ലവവികാരമെന്ന രോഗത്തിൽനിന്ന് മുക്തരാണ്. അവരുടെ എല്ലാ

ശക്തികളും ഉദ്യമങ്ങളും ശ്രുതിമധുരമായ സ്വരലയത്തിൽ പൊരുത്തത്തോടെ സ്പന്ദിക്കുന്നു. അവരുടെ ജീവിതം തന്നെയാണ് അവരുടെ ധർമ്മശാസ്ത്രം. അതായത്, അവർ ധർമ്മത്തിന്റെ ആൾരൂപമായതിനാൽ ധാർമ്മികതയുടെ അടിസ്ഥാനത്തിൽ ചിന്തിക്കേണ്ട ആവശ്യം അവർക്കില്ല.' (Franz Mehring, On the History of Philosophy).

മനോഹരമായ കാവ്യാത്മകരൂപത്തിൽ പ്രതിലോമകരമായ ചിന്തകൾ പ്രകടിപ്പിക്കുന്നതിൽ ഇന്ത്യയോട് മത്സരിക്കാനുള്ള പാശ്ചാത്യനാഗരികതയുടെ കഴിവിന്റെ പകിട്ടാർന്ന ഒരു ഉദാഹരണമാണിത്. വ്യത്യസ്തമായി പ്രസ്താവിച്ച അതിമാനുഷാരാധന നമുക്കുണ്ട്. പ്രതിസന്ധിഘട്ടത്തിലെ മുതലാളിത്തത്തിന്റെ അവസരവാദത്തിന് അനുസരിച്ച് പ്രവർത്തിക്കുന്നതിന് ഫാസിസ്റ്റ് സർവ്വാധിപതികൾ ഒരു തരത്തിലുള്ള ധാർമ്മികതത്ത്വങ്ങൾക്കും വിധേയരാകരുത്; അവർക്ക് അവരുടേതായ സ്വന്തം ധാർമ്മികനിയമങ്ങൾ ഉണ്ടായിരിക്കണം. ഇത്തരം എല്ലാ നവ ആത്മീയവാദ ഉദ്ബോധനങ്ങളുടെയും മിസ്റ്റിക്ക് ആശയങ്ങളുടെയും പ്രയോഗമാണ് ഫാസിസം - മുതലാളിത്ത ആധിപത്യത്തിന്റെ ഹിംസാത്മകരൂപം. മുതലാളിവർഗ്ഗത്തിന് പാർലമെന്ററി ജനാധിപത്യത്തിന്റെ കപടവ്യവസ്ഥയിലൂടെ ഭരിക്കാൻ കഴിഞ്ഞിടത്തോളം അവരുടെ ദർശനത്തിന്റെ ആത്മീയവാദസത്ത ഒരളവുവരെ ശാസ്ത്രീയതയുടെയും യുക്തിപരതയുടെയും പ്രത്യക്ഷരൂപങ്ങൾക്കു പിന്നിൽ ഒളിഞ്ഞു കിടക്കുകയായിരുന്നു. തങ്ങളുടെ അധികാരം അനുസരിക്കപ്പെട്ട കാലത്തോളം അവർക്ക് ഫ്യൂഡൽ രാജവാഴ്ചയിൽനിന്നു പൈതൃകമായി കിട്ടിയ ദൈവികാനുമതിയിലേയ്ക്ക് പിന്തിരിയേണ്ട ആവശ്യമുണ്ടായില്ല. ഇന്ന് മുതലാളിവർഗ്ഗത്തിന്റെ അധികാരത്തെ വെല്ലുവിളിക്കുന്ന വിപ്ലവശക്തികളുടെ കൂടിച്ചേരലും മുതലാളിത്തത്തിന്റെ ആന്തരികസമ്മർദ്ദത്തിന്റെ ഫലമായുള്ള പാർലമെന്ററി സമ്പ്രദായത്തിന്റെ തകർച്ചയും ഒന്നിനുപിറകെ മറ്റൊന്നായി പല രാജ്യങ്ങളിലും പാർലമെന്ററിസത്തിന്റെ മുഖംമൂടി വലിച്ചെറിഞ്ഞ് പരസ്യമായി സർവ്വാധിപത്യം കൈയാളാൻ മുതലാളിവർഗ്ഗത്തെ നിർബന്ധിതരാക്കിയിട്ടുണ്ട്. ഫാസിസ്റ്റ് പ്രസ്ഥാനം ഈ സർവ്വാധിപത്യത്തിനുള്ള വഴിയൊരുക്കിക്കൊടുക്കുകയാണ് ചെയ്യുന്നത്; ഫാസിസ്റ്റ് ഭരണകൂടം അതിന്റെ ഉപകരണമാണ്. തീവ്ര ആത്മീയവാദവും നവ അതിഭൗതികവാദവും ബെർഗസന്റെ 'യുക്തിപരമായ' മിസ്റ്റിസിസവും പ്രായോഗികതാവാദ - നവഹെഗേലിയൻ തത്ത്വചിന്താസരണികളും ക്രൂരമായ സർവ്വാധിപത്യത്തിന് പ്രത്യയശാസ്ത്രപരമായ അടിത്തറയും ന്യായീകരണവും പ്രദാനം ചെയ്യുന്നു.

•

അതിമാനുഷാരാധന

ഫാസിസ്റ്റ് ദർശനത്തിന്റെ വളരെ പ്രധാനപ്പെട്ട ഒരു സവിശേഷത അതിമാനുഷാരാധനയാണ്. ഈ ആരാധനയുടെ പിതാവ് നീത്ഷെയാണ്. അദ്ദേഹം 'ഉപനിഷദ്ദർശനത്തിൽ ആശ്വാസം കണ്ടെത്തിയ' ഷോപ്പൻഹവറിന്റെ ശിഷ്യനായിരുന്നു. അതുകൊണ്ട്, വഷളൻ ഭൗതികവാദത്തിന്റെ ഈ കൊടിയ പ്രകടനവും യാഥാസ്ഥിതിക ഇന്ത്യൻ ദേശീയവാദത്തിന്റെആത്മീയ പ്രത്യയശാസ്ത്രവും തമ്മിൽ വളരെ അടുത്ത ബന്ധമുണ്ട്. പുനരുജ്ജീവന ആദർശങ്ങളാൽ പ്രേരിതമായ ദേശീയവാദമാണ് ഫാസിസം. പുനരുജ്ജീവനവാദം എവിടേയ്ക്കാണ് നയിക്കുക എന്ന് ഫാസിസത്തിന്റെ പ്രവർത്തനം കാണിച്ചുതരുന്നു. സാമൂഹിക പ്രതിലോമതയുടെ പ്രാണനാണ് പുനരുജ്ജീവനവാദം എന്ന് അതിന്റെ പ്രത്യയശാസ്ത്ര പശ്ചാത്തലം വെളിപ്പെടുത്തുന്നുണ്ട്; അത് വിപ്ലവത്തിലൂടെയുള്ള പുരോഗതിക്ക് എതിരെ പോരാടാനുള്ള പ്രത്യയശാസ്ത്ര ഉപകരണമാണ്.

ഫാസിസത്തിന്റെ പിതാമഹനായ ഷോപ്പൻഹവർ നിരാശാവാദ (Pessimism)ത്തിന്റെ ഒരു പ്രവാചകനായിരുന്നു. ഉപനിഷത്തുകളുടെ 'ദിവ്യദർശന'ത്തിന്റെ ആരാധകനെന്ന നിലയിൽ അദ്ദേഹം ഹെഗേലിയൻ ദർശനത്തിന്റെ വിപ്ലവാത്മകസത്തക്കെതിരായി ജീവിതത്തിലുടനീളം പോരാടി. എന്നാൽ, ഹെഗേലിയൻ ദർശനത്തെ ദാർശനികമായി നേരിടുകയെന്നത് അദ്ദേഹത്തിന്റെ മാനസികശേഷിക്കപ്പുറമായിരുന്നു. അതുകൊണ്ട്, ആ പ്രതിലോമകാരിയുടെ ഷണ്ഡമായ അമർഷം ശകാരങ്ങളായാണ് പുറത്തുവന്നത്. ഷോപ്പൻഹവറുടെ തത്ത്വശാസ്ത്രം 1848ലെ വിപ്ലവത്തിൽ പരാജയപ്പെട്ട ജർമ്മൻ മുതലാളിവർഗ്ഗത്തിന്റെ പ്രത്യയശാസ്ത്രമായിരുന്നു. ഈ പരാജയം, ജീവിതത്തിന്റെ പരുക്കൻ യാഥാർത്ഥ്യങ്ങളിൽനിന്ന്

ഓടിരക്ഷപ്പെടാനുള്ള ആഗ്രഹമായി പ്രത്യക്ഷപ്പെട്ട നിരാശാവാദത്തിനു ജന്മംനൽകി.

ഷോപ്പൻഹവറുടെ അഭിപ്രായത്തിൽ, പ്രകൃതിയുടെ മാറ്റാൻപറ്റാത്തതും അപരിവർത്തനീയവുമായ നിയമങ്ങൾ മനുഷ്യനെ ഏറ്റവും മോശപ്പെട്ട ലോകത്തിൽ ജീവിക്കാൻ വിധിച്ചിരിക്കുന്നു. ജീവിതത്തിന്റെ അസഹനീയമായ അവസ്ഥകളെ മാറ്റാൻ കഴിയാത്തതിനാൽ, അത്തരം അവസ്ഥകൾ നിറഞ്ഞ ലോകത്തിൽനിന്ന് ഓടിരക്ഷപ്പെടാനുള്ള ആഗ്രഹം തടഞ്ഞുനിർത്താനാവാത്തതാണ്. പരാജയപ്പെട്ട ജർമ്മൻ മുതലാളിവർഗ്ഗത്തിന്റെ നിരാശയുടെ മൂർത്തീകരണമായിരുന്ന ഷോപ്പൻഹവറുടെ വേദനാഭരിതമായ ആത്മാവ് സ്വാഭാവികമായും, ജീവിതയാഥാർത്ഥ്യങ്ങളെ ധീരതയോടെ നേരിടുന്നതിൽനിന്ന് ഇന്ത്യൻ ജനതയെ യുഗങ്ങളോളം തടഞ്ഞുനിർത്തിയ ഉപനിഷത്തുകളുടെ ദർശനത്തിൽ ആശ്വാസം കണ്ടെത്തി. ഷോപ്പൻഹവറുടെ ദർശനത്തിന്റെ സത്ത എന്നത് മനുഷ്യേച്ഛയുടെ തരംതാഴ്ത്തലാണ്. അദ്ദേഹം മനുഷ്യേച്ഛയെ 'തികഞ്ഞ തിന്മയായും ക്ഷുദ്രതയായും' പ്രഖ്യാപിച്ചു. ഈ ദർശനത്തിന്റെ വിവക്ഷ എല്ലാ പുരോഗതികളോടുമുള്ള നിഷേധാത്മകമനോഭാവമാണ്. കാരണം, പുരോഗതിയുടെ വസ്തുനിഷ്ഠശക്തികൾ അവയുടെ കർത്തൃനിഷ്ഠ (subjective) പ്രകാശനം കണ്ടെത്തുന്നത് മനുഷ്യന്റെ ഇച്ഛയിലാണ്. യഥാർത്ഥജ്ഞാനത്തിന്റെ ഉറവിടമായി കരുതുന്ന ആത്മസാക്ഷാത്കാരത്തിലേക്കുള്ള മാർഗ്ഗതടസ്സമായി ആഗ്രഹത്തെ പ്രഖ്യാപിക്കുന്ന ഹൈന്ദവദർശനത്തിന്റെ അതേ നിലപാടുതറയിൽതന്നെയാണ് ഈ സിദ്ധാന്തവുമായി ഷോപ്പൻഹവർ നിൽക്കുന്നത്. ഷോപ്പൻഹവറുടെ ദർശനം വൈരുദ്ധ്യങ്ങൾ നിറഞ്ഞതായിരുന്നു. അതുകൊണ്ടാണ് ദർശനത്തിന്റെ ഒരു വിമർശനാത്മക ചരിത്രകാരൻ ഇങ്ങനെ പറയാൻ പ്രേരിതനായത്: 'ഈ ലോകം ഉൽകൃഷ്ടമല്ലാത്ത ഒന്നാണെങ്കിൽ അതിന്റെ ഭാഗം തന്നെയായ ദാർശനികന്റെ ചിന്തകളും ഉൽകൃഷ്ടമായിരിക്കുകയില്ല' (Franz Mehring, On the History of Philosophy). എന്നാൽ ഷോപ്പൻഹവർ തന്റെ കാലത്തിന്റെയും ജീവിത ചുറ്റുപാടുകളുടെയും ആവശ്യങ്ങൾക്കനുസരിച്ചാണ് ചിന്തിച്ചത്. അദ്ദേഹം പ്രതിലോമപരതയുടെ ദാർശനികനായതുകൊണ്ടുതന്നെ അങ്ങനെയല്ലാതെ മറ്റുതരത്തിൽ ചിന്തിക്കാൻ കഴിയുമായിരുന്നില്ല. ഫാസിസ്റ്റുകളുടെ വെറുപ്പുളവാക്കുന്ന യഹൂദ വിരോധത്തിന്റെയും സ്ത്രീകളോടുള്ള മധ്യകാല മനോഭാവത്തിന്റെയും പോലും വേരുകൾ കണ്ടെത്താനാകുംവിധം അത്ര പ്രതിലോമകരമായിരുന്നു ഷോപ്പൻഹവറിന്റെ ദർശനം.

നീത്ഷെ ഗുരുവിന്റെ കാഴ്ചപ്പാടുകളെ മെച്ചപ്പെടുത്തുകയും മനുഷ്യേച്ഛക്ക് അതിന്റെ സഹജസ്വഭാവമായ 'തിന്മയിലും ക്ഷുദ്രതയിലും'

ലജ്ജിക്കേണ്ട ആവശ്യമില്ലെന്ന പ്രഖ്യാപിക്കുകയും ചെയ്തു. അത് തിന്മയും ക്ഷുദ്രതയും ആയതിനാൽ അതിനെ അങ്ങനെതന്നെ പ്രകടമാകാൻ അനുവദിക്കുകയും അതിൽ അഭിമാനിക്കുകയും ചെയ്യുക. ഷോപ്പൻഹവർ ജീവിതത്തെ ഒരു കുറ്റകൃത്യമെന്നാണ് വിശേഷിപ്പിച്ചിരുന്നത്. നീത്ഷെ അതിനെ 'അധീശ മനോഭാവത്തിന്റെയും കഠിന ഹൃദയത്തിന്റെയും ക്രൂരതയുടെയും, അപരിചിതരെയും ദുർബലരെയും അടിച്ചമർത്തി, അടക്കിനിർത്തി ചൂഷണംചെയ്യാനുള്ള തൃഷ്ണയുടെയും' ആവിഷ്കാരമായി നിർവ്വചിച്ചു. ഫാസിസത്തിന്റെ അടിസ്ഥാനസ്വഭാവങ്ങൾ ഇവയൊക്കെയാണ്. പക്ഷേ, നീത്ഷെക്ക് തന്റെ ഗുരുവിന്റെ നിരാശാവാദത്തിൽനിന്ന് എങ്ങനെ ഇത്തരം യുദ്ധോത്സുകമായ ഒരു വിശ്വാസപ്രമാണത്തെ സൃഷ്ടിക്കാൻ കഴിഞ്ഞു? പ്രതിലോമകരമായ ദർശനത്തിന്റെ ഈ പുനരാവിഷ്കാരം സമൂഹിക-രാഷ്ട്രീയ ജീവിതത്തിൽ ജർമ്മൻ മുതലാളിവർഗ്ഗത്തിന്റെ സ്ഥാനത്തിലുണ്ടായ മാറ്റത്തിന്റെ ഫലമാണ്.

ഷോപ്പൻഹവർ തന്റെ നിരാശാവാദം ഉദ്ബോധിപ്പിച്ചതുമുതൽ ജർമ്മനിയിൽ മുതലാളിവർഗ്ഗത്തിനു പ്രോത്സാഹജനകമായ കാര്യങ്ങൾ ഉണ്ടായി. അവർ തങ്ങളുടെ മനോഭാവങ്ങൾ വ്യത്യസ്തമായ ഭാഷയിൽ പ്രകടിപ്പിക്കാൻ പഠിച്ചു. നിരാശാവാദം ദോഷൈകദൃഷ്ടിവാദ(Cynicism)ത്തിനു വഴിമാറി. രാഷ്ട്രീയ അധികാരം പിടിച്ചടക്കുന്നതിൽ ജർമ്മൻ മുതലാളിവർഗ്ഗം പരാജയപ്പെട്ടിരുന്നു. അവർ വിപ്ലവത്തെ വഞ്ചിച്ചതുകൊണ്ടാണ് 1848ലെ വിപ്ലവം പരാജയപ്പെട്ടത്. പക്ഷേ, ആ വിപ്ലവം ചരിത്രപരമായ ഒരനിവാര്യതയായിരുന്നു. അതു നടക്കേണ്ടതായിരുന്നു. മുതലാളിത്തം അതിൽ പരാജയപ്പെട്ടപ്പോൾ അത് മുകളിൽനിന്ന് അടിച്ചേൽപ്പിക്കപ്പെട്ടു-ബിസ്മാർക്കിന്റെ കാരുണ്യത്താൽ. അദ്ദേഹമാണ് ആത്മധൈര്യമില്ലാത്ത മുതലാളിവർഗ്ഗത്തെ മുകളിലേയ്ക്കു തട്ടി ഒരു ആജ്ഞാനുവർത്തിയെന്ന നിലയിൽ പ്രഷ്യൻ പ്രഭുത്വവുമായി അധികാരം പങ്കിടുന്ന പദവിയിലേക്ക് എത്തിച്ചത്. അവരുടെ സാമൂഹികപദവിയിലുണ്ടായ ആ മാറ്റത്തിന്റെ മുദ്ര അവരുടെ ദർശനത്തിനും ചാർത്തപ്പെട്ടു.

മുതലാളിത്ത വികസനത്തിലേക്കുള്ള വഴി അടഞ്ഞിരുന്നില്ല. നിരാശാവാദത്തിന്റെ കാരണം ഇല്ലാതായിക്കഴിഞ്ഞിരുന്നു. എന്നാൽ, അതിന്റെ സ്ഥാനത്ത്, വിജയം സൃഷ്ടിച്ച ആത്മവിശ്വാസത്തിന്റെ ഫലമായ ആരോഗ്യകരമായ ശുഭാപ്തി വിശ്വാസം ഉണ്ടായില്ല. അപ്പോഴും, ജർമ്മൻ മുതലാളിവർഗ്ഗത്തിന്റെ ജീവിതത്തിൽ ആധിപത്യം ചെലുത്തിയിരുന്നത് പ്രത്യേക അവകാശങ്ങളുള്ള സൈനികജാതികളും ഭൂപ്രഭുക്കളുമായിരുന്നു. അപ്പോഴും അത്

'തിന്മയും ക്ഷുദ്രവും' ആയിരുന്നു. അതിനാൽ അവർ പ്രതികൂലാവസ്ഥ യുമായി പൊരുത്തപ്പെട്ട് നേട്ടമുണ്ടാക്കാൻ തീരുമാനിച്ചു. അങ്ങനെ അവരുടെ ദോഷൈകദൃഷ്ടിവാദം നീത്ഷെയുടെ ദർശനത്തിൽ പ്രകടമായി.

ജീവിതം ഒരു നശ്വര പ്രതിഭാസമാണ്; അതുകൊണ്ട് അതിൽ നിന്ന് പരമാവധി എടുക്കുക. ജീവിതം എന്നെ ഭരിക്കുന്നില്ല; ഞാനാണ് അതിന്റെ അധിപൻ എന്ന ഹൈന്ദവ മാനദണ്ഡത്തെ നാം സ്വീകരിക്കുകയാണെങ്കിൽ, അറ്റത്തു നിൽക്കുന്നവന് എന്തും സംഭവിക്കട്ടെ, ഓരോരുത്തരും അവനവന്റെ കാര്യം നോക്കുക എന്ന ഉത്സവപറമ്പിലെ ഊഞ്ഞാലാട്ടത്തിന്റേതായ ഈ ദോഷൈകദൃ ക്വാദത്തിനുപോലും ആത്മീയമായ ഒരു മാനം നൽകാൻ കഴിയും. ആധുനിക ഇന്ത്യൻ ബുദ്ധിജീവിയുടെ ആത്മീയമാർഗ്ഗദർശിയായ വിവേകാനന്ദന്റെ പൊങ്ങച്ചമാർന്ന പ്രഖ്യാപനത്തിൽ നീത്ഷെയുടെ പ്രതിദ്ധ്വനി കാണാം: 'ഞാൻ വീഞ്ഞു കുടിക്കുകയാണെങ്കിൽ, എന്നെ കുടിക്കാൻ ഞാൻ വീഞ്ഞിനെ അനുവദിക്കില്ല.' അദ്ദേഹം യൂറോപ്യൻ പ്രതിലോമതയുടെ ദോഷൈകദൃക്കായ ദാർശനികനിൽനിന്ന് പഠിച്ചതാകാനിടയില്ല. കാരണം, അദ്ദേഹത്തിന്റെ വിശുദ്ധ ഗുരു അക്കാര്യം പഠിപ്പിച്ചിരുന്നു. ശ്രീരാമകൃഷ്ണൻ വ്യക്തമായ ഭാഷയിൽ പറഞ്ഞു: 'പന്നിയിറച്ചി തിന്നുന്ന ഒരാൾക്ക് മനസ്സിനെ ദൈവത്തിൽ കേന്ദ്രീകരിക്കാൻ കഴിയും; അതേസമയം വിശുദ്ധഭക്ഷണംകൊണ്ട് ജീവിക്കുന്ന വേറൊരാൾ കാമിനിയുടെയും കാഞ്ചനത്തിന്റെയും അടിമയാവാം.' അതായത്, ഒരാൾക്ക് ആത്മീയമായ മുൻവിധിയോ ടെയോ നാട്യത്തോടെയോ വഷളൻ ഭൗതികതയുടേതായ ജീവിതം നയിക്കാൻ അർഹത കൈവരുന്നു എന്നർത്ഥം. ഇരുപതാംനൂറ്റാ ണ്ടിലെ അവതാരത്തിന്റെ ഈ ബോധനം നീത്ഷെയുടെ ദോഷൈക ദർശനത്തിൽനിന്നു വ്യത്യസ്തമല്ല. തീർച്ചയായും, വിവേകാനന്ദനാൽ യുക്തിവൽക്കരിക്കപ്പെട്ട ശ്രീരാമകൃഷ്ണന്റെ ഉപദേശങ്ങളാകെ ഹിന്ദുമ തത്തിന്റെ ആത്മാവിനെ പ്രതിഫലിപ്പിക്കുന്ന ഈ പ്രവണതയുമായി പൊരുത്തമുള്ളതാണ്. കലിയുഗത്തിൽ ശുദ്ധ ആത്മീയവാദത്തിന്റെ ഉന്നതാദർശത്തെ സാക്ഷാത്കരിക്കാനാവില്ല. ഇപ്പോൾ ജനങ്ങൾ ഒരു സംസാരിയുടെ ജീവിതമാണ് നയിക്കേണ്ടത്; അത് അനാസ ക്തവും ഭക്തിപൂർവ്വവും ആരാധനയോടെയും ആയിരിക്കുന്നിടത്തോളം ന്യായീകരിക്കപ്പെടുകയും ചെയ്യുന്നു. പ്രായോഗികതലത്തിൽ ആത്മീ യാദർശം നിരാകരിക്കപ്പെടുന്നു. അത് ഒരിക്കലും ഒരു യാഥാർത്ഥ്യമല്ല. അവസാനം, പൗരാണികമായ ആ മിഥ്യ തള്ളിക്കളയപ്പെടുന്നു - വിപ്ലവാത്മകമായ ധീരതയോടെയല്ല, മറിച്ച് വിശുദ്ധനാട്യത്തോടെ. അങ്ങനെ വഷളൻ ഭൗതികവാദം ദൈവത്തിന്റെ അനുഗ്രഹം നേടുന്നു.

പക്ഷേ, ഭൗതികവാദ ദർശനം അപ്പോഴും വിലക്കപ്പെട്ട ഒന്നായിത്തന്നെ തുടരുന്നു. സാമൂഹിക പ്രയോജനം ഇല്ലാതായിട്ടും നിലനിൽക്കുന്ന മതപരമായ ജീവിതവീക്ഷണത്തിന് ഈ നെറികേടിൽനിന്നും വഞ്ചനയിൽനിന്നും മുക്തമാവാൻ കഴിയില്ല.

നീത്ഷെയുടെ മുതലാളിത്തദർശനം ഇന്ത്യൻ മാർഗ്ഗത്തെയാണ് പിന്തുടരുന്നത്. ജീവിതം എന്നത് ഒരു കുറ്റകൃത്യവും മനുഷ്യേച്ഛ എന്നത് തിന്മയും ക്ഷുദ്രവും ആണെന്ന ആത്മീയവീക്ഷണം നിങ്ങൾ നിലനിർത്തുന്നിടത്തോളം ആത്മാവിനെ മലിനീകരിക്കാതെ നിങ്ങൾക്കിഷ്ടമുള്ളത്ര ഈ കുറ്റകൃത്യത്തിൽ മുഴുകാം; നിങ്ങളുടെ ഇച്ഛയുടെ യജമാനൻ നിങ്ങളായിരിക്കുന്നിടത്തോളം അതിന്റെ തിന്മയും ക്ഷുദ്രതയും നിങ്ങളുടെ ആത്മാവിന്റെ വിശുദ്ധിയെ കളങ്കപ്പെടുത്തുന്നില്ല. അപ്പോൾ നിങ്ങൾക്ക് ഇഷ്ടമുള്ളതെന്തും ചെയ്യാം - സ്വാർത്ഥതയെയും ദുർബ്ബലരെ അടിച്ചമർത്താനും അടക്കിഭരിക്കാനും പീഡിപ്പിക്കാനുമുള്ള ആഗ്രഹത്തെയും കയറൂരിവിടാം; ഇതെല്ലാം നിങ്ങൾക്ക് ധാർമ്മികമായി നിർമലമായ മന:സാക്ഷിയോടെ ചെയ്യാൻ കഴിയും. കാരണം, ഈ ലോകം പ്രകൃത്യാതന്നെ ഏറ്റവും മോശപ്പെട്ട ഒന്നാണ്; അതിനെ ഇനിയും കൂടുതൽ മോശമാക്കാൻ കഴിയില്ല. നീത്ഷെ താർക്കികമായി ഈ അനുമാനങ്ങളിൽ എത്തിച്ചേർന്നത് ഷോപ്പൻഹവറുടെ ഔപനിഷദിക ദർശനത്തിൽ നിന്നാണ്. ജീവിതേച്ഛയുടെ നിഷേധത്തിൽനിന്ന് അധികാരേച്ഛ ആവിർഭവിക്കുന്നു. ജീവിതദു:ഖങ്ങളോടും ദുരിതങ്ങളോടുമുള്ള സഹാനുഭൂതി അവയോടുള്ള അവജ്ഞയായി പരവർത്തിക്കപ്പെടുന്നു. ഉയർന്നുവന്നുകൊണ്ടിരുന്ന ആധുനിക വ്യവസായ പ്രമാണികളാൽ അംഗീകരിക്കപ്പെട്ട അതിമാനുഷന്റെ ആരാധന അങ്ങനെ വികസിച്ചുവന്നു.

അതിമാനുഷർ 'സ്വതന്ത്രാത്മാക്കളും' 'നല്ല യൂറോപ്യൻമാരും' ആണ് - 'ആത്മീയമായ ആര്യൻ സംസ്കാര'ത്തിന്റെ ഗർവ്വിഷ്ഠരായ സംരക്ഷകരും ലോകത്തിന്റെ ട്യൂട്ടോണിക് രക്ഷകരുമായ അവർ 'വെള്ളക്കാരന്റെ ഭാരം' ബ്രിട്ടനുമായി പങ്കുവെയ്ക്കുകയെന്ന പരിഷ്കാര ദൗത്യവുമായി പ്രത്യക്ഷപ്പെടുന്നു. നീത്ഷെയുടെ ദർശനത്തിന്റെ രാഷ്ട്രീയമായ പ്രകടനമായിരുന്നു 'സൂര്യനസ്തമിക്കാത്ത ഇട'ത്തിനു വേണ്ടിയുള്ള ജർമ്മൻ സാമ്രാജ്യത്വത്തിന്റെ ആവശ്യം. ഫാസിസം അധികാരത്തിന്റേയും ഹിംസാത്മകതയുടേതുമായ ഇതേ ദർശനത്തിന്റെ പച്ചയായ പ്രകടനമാണ്. ഫാസിസ്റ്റു ദർശനത്തിന്റെ അടിസ്ഥാനപ്രമാണമായ നീത്ഷെയൻ അതിമാനുഷാരാധന 'വൻ മൂലധനത്തെ പ്രകടമായി മഹത്വീകരിച്ച് ജനങ്ങളെ ആകർഷിക്കുന്ന

ദർശനമാണ്'' എന്ന് ശരിയായി വിലയിരുത്തപ്പെട്ടിട്ടുണ്ട്. (Mehring, On the History of Philosophy).

അങ്ങനെയാണ് ഉദാത്തമായ ഉപനിഷദ്ദർശനത്തിൽനിന്നു ജർമ്മൻ സാമ്രാജ്യത്വവാദത്തിനും, തുടർന്ന് ഫാസിസത്തിനും വേണ്ട പ്രത്യയശാസ്ത്രം നിർമ്മിക്കപ്പെട്ടത്. വികൃതമാക്കിയതോ ദുരുപയോഗപ്പെടുത്തിയതോ ആയിരുന്നില്ല അത്. ഭൂമിയിലെ സേച്ഛാധികാരത്തിനുള്ള നീതീകരണം എല്ലായ്പ്പോഴും താർക്കികമായി ലഭിക്കുന്നത് ഒരു നിയമത്തിനും വിധേയമല്ലാത്ത കേവലമായ ആദിതത്ത്വത്തെക്കുറിച്ചുള്ള സങ്കല്പത്തിൽനിന്നാണ്. അടിച്ചമർത്തുന്നതിനാവശ്യമായ ആയുധങ്ങളോടെ മുതലാളിവർഗ്ഗത്തെ സജ്ജമാക്കുന്നതിനായി വർഗ്ഗങ്ങൾ തമ്മിലുള്ള ബന്ധത്തെ പുനഃക്രമീകരിക്കുന്നതോടെ ഈ സങ്കല്പത്തിൽ അധിഷ്ഠിതമായ ഇന്ത്യൻദർശനവും വഷളൻ ഭൗതികവാദത്തിന്റെ പ്രത്യയശാസ്ത്രമായി മാറും. അവർ അധികാരത്തിലെത്തുമ്പോൾ, ആത്മീയ സംസ്കാരം പുതിയ സാമൂഹിക-രാഷ്ട്രീയ അവസ്ഥകളോട് പൊരുത്തപ്പെടുന്നതിന് അതിന്റെ പഴഞ്ചൻരൂപവും പദപ്രയോഗങ്ങളും ഉപേക്ഷിക്കുന്നതു കാണാം. വാസ്തവത്തിൽ, നമ്മുടെ അനുഗ്രഹീതമായ ആത്മീയദർശനം ഉപരിവർഗ്ഗങ്ങളുടെ താൽപര്യങ്ങളെ സേവിക്കുകയല്ലാതെ മറ്റൊന്നും ഒരിക്കലും ചെയ്തിട്ടില്ല. ഒരു നിർദ്ദിഷ്ടകാലഘട്ടത്തിലെ ഭരണവർഗ്ഗത്തിന്റെ സാമൂഹികവിന്യാസത്തിനനുസരിച്ച് സ്വന്തം രൂപവും വാക്കുകളും മാറ്റുമെന്നുമാത്രം. ഇന്നുപോലും, 'സത്യത്തിന്റെയും അഹിംസയുടെയും' ദൈവികസിദ്ധാന്തങ്ങൾ സാമൂഹികാസംതൃപ്തിയുടെയും രാഷ്ട്രീയ കലാപത്തിന്റെയും ശക്തികളെ തടഞ്ഞുനിർത്തുകയെന്ന ലക്ഷ്യത്തെ സേവിക്കുന്നവയാണ്. സാമ്രാജ്യത്വത്തിന്റെ കാരുണ്യത്താൽ ലഭിച്ച തുച്ഛമായ അധികാരത്തിന്റെ രുചി ആത്മീയ മനോഭാവക്കാരായ നമ്മുടെ ദേശീയവാദികളെ ഫാസിസ്റ്റ് നടപടികളിലേക്കാണ് നയിച്ചുകൊണ്ടിരിക്കുന്നത്. ഫാസിസത്തിന്റെ പ്രത്യയശാസ്ത്ര അഗ്രഗാമികളെ പ്രചോദിപ്പിച്ച ദർശനത്തിന്റെ ഗേഹത്തിൽ അതുമാത്രമേ പ്രതീക്ഷിക്കാനാവൂ.

നീത്ഷെയുടെ 'സ്വതന്ത്രാത്മാക്കൾ' ദൈവത്തിന്റെ 'വിഭൂതികൾ' ഉള്ളവരാണ്. ആയതുകൊണ്ട് അവർ സ്വാഭാവികമായും 'ഭരണാധികാരികളും കീഴടക്കുന്നവരും' ആകാൻ വിധിക്കപ്പെട്ടിരിക്കുന്നു; 'അശക്തരാവാനും അനീതികൾക്കിരയാവാനും ശപിക്കപ്പെട്ട മനുഷ്യപ്പറ്റത്തെ ഭരിക്കാനും കീഴടക്കാനുമുള്ള' പ്രകൃതിദത്തമായ അവകാശം അവർക്കുണ്ട്. മനുഷ്യന്റെ സഹജമായ തിന്മയേയും ക്ഷുദ്രതയെയുംകുറിച്ചുള്ള ഷോപ്പൻഹവറുടെ സിദ്ധാന്തത്തിൽനിന്ന്

താർക്കികമായി രൂപംനൽകിയ മനുഷ്യബന്ധങ്ങളെക്കുറിച്ചുള്ള ഈ അരോചകമായ വീക്ഷണം നീത്ഷെയെ ഉന്മത്തനായ ഒരു സോഷ്യലിസ്റ്റ് വിരുദ്ധനാക്കിമാറ്റി. അങ്ങനെ അദ്ദേഹം മാർക്സിസ്റ്റ് വിരുദ്ധ ഫാസിസ്റ്റുയുദ്ധത്തിന്റെ പ്രത്യയശാസ്ത്ര വിളംബരക്കാരനായി ചരിത്രത്തിൽ പ്രത്യക്ഷപ്പെടുന്നു.

ജീവിതത്തിലെ ദുഃഖങ്ങളെയും ദുരിതങ്ങളെയുമെല്ലാം സന്തോഷത്തോടേയും ക്ഷമയോടെയും സഹിക്കണമെന്നത് ഇന്തോ-ആര്യൻ ആത്മീയജീവിതവീക്ഷണത്തിന്റെ മുഖ്യ തത്ത്വങ്ങളിൽ ഒന്നാണ്. നീത്ഷെ ഈ തത്ത്വത്തിന്റെ ഒരു ഉറച്ച വിശ്വാസിയായിരുന്നു. അതുകൊണ്ടാണ് അദ്ദേഹം, തൊഴിലാളികളെ സന്തോഷത്തോടെ ദുരിതങ്ങളനുഭവിക്കാൻ പഠിപ്പിക്കുകവഴി അവരുടെ അവസ്ഥകളെ യഥാർത്ഥത്തിൽ മെച്ചപ്പെടുത്താം എന്നു പ്രഖ്യാപിച്ചത്. നീത്ഷെയുടെ സോഷ്യലിസ്റ്റ് വിരുദ്ധപ്രചാരണം ഗാന്ധിസത്തിന്റെ ഒരു മുൻകാലനിഴലാണെന്നു കാണാൻ വിഷമമില്ല. പൗരാണിക ഭാരതീയസംസ്കാരത്തിന്റെ സാരസംഗ്രഹമായ മതാത്മക-ധാർമ്മിക പ്രമാണങ്ങളുടെ സമാഹാരമാണ് ഗാന്ധിസമെങ്കിൽ, ലോകം അതിന്റെ ആധുനിക രാഷ്ട്രീയ പ്രകടനത്തെ മുമ്പേതന്നെ കണ്ടിട്ടുണ്ട്. ഗാന്ധിസം ഒരു ദാർശനിക പാരമ്പര്യമെന്ന നിലയ്ക്ക് ഹിറ്റ്ലറിസത്തിലേയ്ക്ക് നയിച്ചിട്ടുണ്ട്. ഇന്ത്യൻ ദേശീയവാദികൾ ഈ വസ്തുത ശ്രദ്ധിക്കട്ടെ. ചരിത്രഗതിയുടെ യുക്തിശാസ്ത്രം ഇന്ത്യയിൽ ജർമ്മനിയിലേതിനേക്കാൾ അയഞ്ഞതാവാൻ കഴിയില്ല.

സമ്പന്നൻമാർക്ക് അസഹനീയമായത് ദരിദ്രർക്ക് സഹിക്കാനാവുമെന്ന് ഫാസിസത്തിന്റെ ആത്മീയ പിതാവ് കരുതി; അതുകൊണ്ട്, തൊഴിലാളികളെ ദുരിതമനുഭവിക്കുകയെന്ന നന്മയെ പരിശീലിപ്പിക്കാൻ എളുപ്പത്തിൽ കഴിയുമെന്ന് അദ്ദേഹം അഭിപ്രായപ്പെട്ടു. ഗാന്ധിസമനുസരിച്ച് മുതലാളിമാരും തൊഴിലാളികളും ദൈവത്തിന്റെ കുട്ടികളാണ്; അതിനാൽ ദരിദ്രർ അവരുടെ സമ്പന്നരായ സഹോദരൻമാരോട് അസൂയപ്പെടരുത്. ഗാന്ധിസം ത്യാഗത്തെയും ദുരിതങ്ങളെയും മഹത്തായ നന്മകളായി മഹത്വീകരിക്കുന്നു. ഈ പ്രമാണത്തെ അംഗീകരിക്കുകയാണെങ്കിൽ, ഈ നന്മകളെ നടപ്പിലാക്കാൻ എടുക്കുന്ന ഓരോ നടപടികളും ധാർമ്മികമായും താർക്കികമായും ന്യായയുക്തമെന്ന് കണക്കാക്കപ്പെടും. ഒരാദർശത്തിന്റെ സാക്ഷാത്കാരത്തിനുവേണ്ടി എല്ലാം ത്യജിക്കാൻ തയ്യാറാകാത്തപക്ഷം അത്തരമൊരു ആദർശം ഉണ്ടാകുന്നതുകൊണ്ട് എന്താണ് പ്രയോജനം? സാമ്രാജ്യത്വ ഭരണകൂടത്തിന്റെ ചുമതലയുള്ള ഗാന്ധിയൻമാർ, തങ്ങളുടെ വികലമായ തത്ത്വശാസ്ത്രപ്രകാരം,

ഇന്ത്യക്കാരിൽനിന്ന് നല്ല മനുഷ്യരെ ഉണ്ടാക്കാനുള്ള നന്മകളുടെ ആചരണത്തിനുവേണ്ട എല്ലാ നടപടികളും ആവശ്യമെങ്കിൽ എടുക്കാൻ തയ്യാറാണെന്നു കാണിക്കുന്നുണ്ട്.

തികഞ്ഞ വർഗ്ഗമേധാവിത്വത്തെ ന്യായീകരിക്കുന്ന നീത്ഷെയുടെ ദർശനത്തിനു ഹൈന്ദവ കർമ്മസിദ്ധാന്തവുമായി ശ്രദ്ധേയമായ സാദൃശ്യമുണ്ട്. അത് ദൈവത്തിന്റെതന്നെ ശബ്ദത്തിന്റെ ഒരു പ്രതിധ്വനിയാണ്: 'ഗുണകർമ്മങ്ങളുടെ അടിസ്ഥാനത്തിൽ നാലു വർണ്ണങ്ങളെ സൃഷ്ടിച്ചത് ഞാനാണ്" (ഗീത) ജാതിസമ്പ്രദായം വ്യത്യസ്ത വിഭാഗങ്ങളിൽപ്പെട്ട ജനങ്ങളെ വ്യത്യസ്ത സാമൂഹികാവസ്ഥകളിൽ നിർത്തുന്നു. ആ സമ്പ്രദായം ദൈവികമായി കല്പിക്കപ്പെട്ടതാണെങ്കിൽ താഴ്ന്ന അവസ്ഥകളിൽപ്പെട്ടവർ എക്കാലവും തങ്ങളുടെ സ്ഥാനങ്ങളുമായി പൊരുത്തപ്പെട്ടുപോകണം. അങ്ങനെ സാമൂഹികാസമത്വം ദൈവേച്ഛയുടെ ആധികാരികതയ്ക്കുമേൽ ശാശ്വതമായി നിലനിൽക്കുന്നു. അടിമ എക്കാലവും അടിമതന്നെയായിരിക്കണം! ഭരണവർഗ്ഗം അവരുടെ അധികാരവും പ്രത്യേക അവകാശങ്ങളും ദൈവത്തിന്റെ സമ്മാനങ്ങളെന്ന നിലയിൽ ആസ്വദിക്കുന്നു. പാപികൾ മാത്രമേ അവരിൽനിന്ന് അത് കൈക്കലാക്കാൻ ധൈര്യം കാണിക്കുകയുള്ളൂ. ഗീതയിൽ ഭഗവാൻ ഭൂമിയിലെ എല്ലാ ശക്തികളും തന്റെ ശക്തിയുടെ പ്രകടനങ്ങളാണെന്ന് പ്രഖ്യാപിച്ചിട്ടുമുണ്ട്. ബ്രാഹ്മണരുടെ പൗരോഹിത്യപരമായ പ്രത്യേകാധികാരങ്ങൾ മാത്രമായിരുന്നില്ല ദൈവികമായ ആധികാരികതയോടെ കൈകാര്യം ചെയ്തിരുന്നത്. അതുപോലെ ദൈവാവതാരങ്ങൾ എന്ന നിലയിൽ പണ്ടത്തെ രാജാക്കൻമാരും ചക്രവർത്തിമാരും മാത്രമായിരുന്നില്ല ഭരിച്ചിരുന്നത്. പക്ഷേ, ഇക്കാലത്തും കർഷകജനസാമാന്യത്തെ ചൂഷണംചെയ്യുന്ന ഇത്തിക്കണ്ണികളായ ഭൂവുടമകൾ തങ്ങൾ കർഷകജനതയുടെ 'പ്രകൃത്യാ അവരോധിതരായ നേതാക്കൻ'മാരാണെന്ന് അവകാശപ്പെടുന്നുണ്ട്.

'മനുഷ്യപ്പറ്റത്തെ' അശക്തരാവാനും കീഴടക്കപ്പെടാനും വിധിച്ചുകൊണ്ട് നീത്ഷെ അവരോട് ഒരു സഹിഷ്ണുതയും കാണിക്കുന്നില്ല. അദ്ദേഹം ഉച്ചത്തിൽ ഘോഷിക്കുന്നു: 'ഈ ഭൂമിയിലെ സന്തോഷം സ്ഥാപനങ്ങളെ മാറ്റുന്നതിലൂടെ ഒരിയ്ക്കലും വർദ്ധിപ്പിക്കാൻ കഴിയില്ല; ശോകാത്മകതയുടെയും ദുർബലതയുടെയും വിധേയത്വത്തിന്റെയും ആവലാതിയുടെയുമായ മനോഭാവത്തിന്റെ തിരോധാനത്തിലൂടെ മാത്രമേ അതു സാക്ഷാത്കരിക്കാനാവൂ.' വീണ്ടുമിതാ ഇന്ത്യയുടെ ആത്മീയശബ്ദത്തിന്റെ പ്രതിധ്വനി - ഫാസിസത്തിന്റെ ദർശനം: ലൗകിക വസ്തുക്കൾക്കു മനുഷ്യനെ യഥാർത്ഥത്തിൽ സന്തോഷവാനാക്കാനാവില്ല; സന്തോഷം എന്നത് ബാഹ്യലോകത്തിൽനിന്നു

സ്വതന്ത്രമായ ഒരു മാനസികാവസ്ഥയാണ്. അതു മനോഭാവത്തിന്റെ പ്രശ്നം മാത്രമാണ്. സ്വയം സന്തോഷവാനാണ് എന്നു സങ്കല്പിക്കുന്ന വളരെ ലളിതമായ ഉപായത്തിലൂടെ ഒരാൾക്ക് സന്തോഷവാനാകാം എന്നർത്ഥം.

ഇന്ത്യൻ ജനതയുടെ ശ്രദ്ധ തങ്ങളുടെ മേൽ അടിച്ചേൽപ്പിക്കപ്പെട്ടിട്ടുള്ള സാമൂഹികമായ അസമത്വങ്ങളിലേയ്ക്കും അനീതികളിലേയ്ക്കും തിരിയുമ്പോൾ ആത്മീയ സംസ്കാരം ഒരു കൈയിലെ അഞ്ചു വിരലുകളുടെ വ്യത്യാസങ്ങളെ ചൂണ്ടിക്കാണിച്ചുകൊണ്ട് അവരെ ഉപദേശിക്കും. തങ്ങളുടെ ഗുണങ്ങൾക്കനുസൃതമായ സ്വന്തം സ്ഥാനങ്ങളെ സ്വീകരിക്കാൻ അവർ ഉപദേശിക്കപ്പെടുന്നു. തങ്ങളുടെ കഠിനമായ വിധിയുമായി പൊരുത്തപ്പെടാൻ മാത്രമല്ല, സ്ഥാപിത സാമൂഹിക ക്രമത്തെ ഈശ്വരാജ്ഞയുടെ പ്രകടനമായി കാണാൻകൂടി അവർ ഉപദേശിക്കപ്പെടുന്നു. 'വളരെ കഠിനവും കർക്കശവുമായ കാര്യങ്ങൾ ചെയ്യാനുള്ളതിനാൽ ഇത്തരം കാര്യങ്ങൾക്ക് അനുയോജ്യരാകുന്ന അവസ്ഥകളിലേക്ക് കുറേ ആളുകളെ അടിച്ചമർത്തുകതന്നെ വേണം' എന്ന് നീത്ഷെയും വാദിച്ചിട്ടുണ്ട്. ഇന്ത്യയുടെ സവിശേഷ പ്രതിഭയുടെ സൃഷ്ടിയായ ജാതിസമ്പ്രദായം ഈ തത്ത്വത്തിൽ അധിഷ്ഠിതമായിരുന്നു. 'ഏഷ്യയിലെയും ആഫ്രിക്കയിലെയും അപരിഷ്കൃത ജനസാമാന്യത്തെ ഇറക്കുമതി ചെയ്യുകവഴി പരിഷ്കൃതലോകത്തിന്റെ സേവകരായി അപരിഷ്കൃതലോകത്തെ സ്ഥിരമായി ഉപയോഗപ്പെടുത്താം' എന്ന് ഫാസിസ്റ്റ് ദാർശനികൻ നിർദ്ദേശിക്കുമ്പോൾ അത് ജാതിയുടെ ആര്യൻ മനോഭാവത്താൽ പ്രചോദിതമാണെന്നു കാണാം. ക്ഷത്രിയരുടെ സഹായത്തോടെ ആര്യബ്രാഹ്മണൻമാർ ഇന്ത്യയിലെ ആദിവാസി ജനതയെയാകെ ശാശ്വതമായി ശൂദ്രന്മാരും ദാസൻമാരുമാക്കിയില്ലേ? നിങ്ങളുടെ നാണയത്തിൽത്തന്നെ നിങ്ങൾക്കു കൂലിതരുമ്പോൾ അതിനെതിരെ ആവലാതി പറയുന്നത് അത്ര നന്നല്ല. സേവനത്തെ ആരാധിക്കൽ ഇന്ത്യയുടെ ആത്മീയ സംസ്കാരത്തിന്റെ ഒരു സവിശേഷതയാണ്. അത് ഗാന്ധിസത്തിന്റെ പ്രമാണങ്ങളിലൊന്നാണ്. ഗാന്ധിസമാകട്ടെ യാഥാസ്ഥിതിക ദേശീയവാദത്തിന്റെ പ്രത്യയശാസ്ത്രവുമാണ്. സേവനത്തിന് അതിഭൗതികമായ ഒരു ഗുണം ചാർത്തിക്കൊടുക്കുന്നിടത്തോളം അടിമത്തം ബഹുമാന്യപദവിയിലേയ്ക്ക് ഉയർത്തപ്പെടുകയും അതിന്റെ വ്യാപ്തിക്കു മേൽ ഒരു പരിധിയും താർക്കികമായി കല്പിക്കാൻ കഴിയാതാവുകയും ചെയ്യുന്നു. കൂടുതൽ ഭാഗ്യശാലികളായ തന്റെ വെള്ളസന്തതികളിലൂടെ പ്രവർത്തിക്കുന്ന ദൈവത്തിന്റെ കാരുണ്യത്താൽ നിങ്ങൾക്കു നൽകപ്പെട്ട ഈ അനുഗ്രഹം ഉള്ളപ്പോഴെല്ലാം നിങ്ങൾ സേവിക്കണം.

നീത്ഷെ 'സ്വതന്ത്രാത്മാക്കളെ' നന്മതിന്മകളെ സംബന്ധിച്ച ധാർമ്മികസങ്കല്പങ്ങൾക്ക് അതീതമായി പ്രതിഷ്ഠിക്കുന്നു. കാരണം, ക്രിസ്തുമതത്തിന്റെ ആരംഭകാലം മുതൽ 'സ്വതന്ത്രാത്മാക്കൾ'ക്കെതിരായ 'മനുഷ്യപ്പറ്റ്'ത്തിന്റെ കലാപത്തിലെ ആയുധമായിരുന്നു ഇവ. അതിമാനുഷന്റെ ധാർമ്മികതയെക്കുറിച്ചുള്ള അദ്ദേഹത്തിന്റെ കൃതി ഫാസിസത്തിന്റെ ബൈബിളായിത്തീർന്നിട്ടുണ്ട്. ഇതാ സവിശേഷമായ കുറച്ചു ഭാഗങ്ങൾ:

'ബുദ്ധിയും കൗശലവും ചേർന്ന് ഒരു ഭരണവംശത്തെ സൃഷ്ടിക്കുന്ന, ഭരിക്കുവാൻ സജ്ജരും വിധിക്കപ്പെട്ടവരുമായ ശക്തരും സ്വതന്ത്രരുമായവരുടെ കൈയിലെ ആയുധമാണ് മതം. അവർക്കു എതിർപ്പിനെ മറികടന്ന് ഭരിക്കാൻ സഹായിക്കുന്ന ഒരായുധമാണ് മതം. മതം കീഴടക്കപ്പെട്ടവരെ ഭരണാധികാരികളോട് ബന്ധനസ്ഥരാക്കുകയും, ഭരണാധികാരികളോട് അനുസരണക്കേടു കാണിക്കാൻ പ്രേരിപ്പിക്കുന്ന മന:സാക്ഷിയെ ഞെക്കിക്കൊല്ലുകയും ചെയ്യുന്നു. മതം പല ഉപാധികളിൽ ഒന്നായിരിക്കുന്നതിനുപകരം സ്വയം ഒരു ലക്ഷ്യമാകാനും പരമാധികാരം കൈക്കലാക്കാനും ശ്രമിക്കുമ്പോൾ അത് എല്ലായ്പ്പോഴും ദോഷഫലമുളവാക്കുന്നു... നല്ലതും ആരോഗ്യകരവുമായ പ്രഭുത്വഭരണത്തിന്റെ മൗലികഗുണം എന്നത്, മൃഗത്തിന്റെ തലത്തിലേക്കും അടിമത്തത്തിലേക്കും അടിച്ചമർത്തി വെറും അദ്ധ്വാനോപകരണമാക്കേണ്ട ബഹുജനത്തിന്റെ സന്നദ്ധതയെ തെളിഞ്ഞ മന:സാക്ഷിയോടെ സ്വന്തം താൽപര്യങ്ങൾക്കായി സ്വീകരിക്കുവാൻ കഴിയുകയെന്നതാണ്. അഹംഭാവം (ഋഴീശാ) ഉൽകൃഷ്ടമായ ആത്മാവുകളുടെ സ്വഭാവമാണ്. അഹംഭാവം എന്നതുകൊണ്ട് ഞാനർത്ഥമാക്കുന്നത്, നമ്മെപ്പോലുള്ളവർക്ക് മറ്റുള്ളവർ സ്വാഭാവികമായും കീഴടങ്ങുകയും ത്യാഗം അനുഷ്ഠിക്കുകയും ചെയ്യണം എന്ന ദൃഢവിശ്വാസത്തെയാണ്. തീർച്ചയായും ഇത്തരത്തിലുള്ള അഹംഭാവം ഉൽകൃഷ്ടമായ ആത്മാവുകൾക്കുള്ളതാണ്. അതിൽ പരുഷതയുടെയും ബലപ്രയോഗത്തിന്റേയും സ്വേച്ഛാപരതയുടെയും അനുഭവമില്ല അടിസ്ഥാനനിയമമാണത്. അതിനൊരു പേര് അന്വേഷിക്കുകയാണെങ്കിൽ ഞാനതിനെ ധർമ്മബോധം (Righteousness) എന്നു വിളിക്കും.' (Beyond Good and Evil).

ഫാസിസത്തിന്റെ അടിസ്ഥാനതത്ത്വങ്ങളെല്ലാം നീത്ഷെ ഇങ്ങനെ വിശദീകരിക്കുമ്പോൾ, ആ ഹിംസാത്മക പ്രസ്ഥാനത്തിന്റെ പ്രത്യയശാസ്ത്രകാരൻമാരായി അദ്ദേഹത്തെ പിന്തുടർന്നവരെല്ലാം ബെർഗ്സന്റേയോ അദ്ദേഹത്തിന്റെ ശിഷ്യനായ ജോർജ് സോറെലിന്റേയോ അനുയായികളായിരുന്നു. ഈ ആത്മീയവംശാവലിയുടെ

പ്രാധാന്യം വിലയിരുത്തുന്നതിനു, പദാർത്ഥത്തിന്റെ വസ്തുനിഷ്ഠ യാഥാർത്ഥ്യത്തെ ഒരു അനുബന്ധഗണം (ubsidiary Category) മാത്രമാക്കി തന്റെ അതിഭൗതിക സിദ്ധാന്തവുമായി പൊരുത്തപ്പെടുത്താനുള്ള ബെർഗസന്റെ ശ്രമം ഓർമ്മിക്കേണ്ടതാണ്. അദ്ദേഹം ഭൗതികവാദ ദർശനത്തെ നിരാകരിച്ചു; എന്നാൽ വഷളൻ ഭൗതികവാദ പ്രവൃത്തികൾക്ക് ആത്മീയ പരിവേഷം നൽകുകയും ചെയ്തു. ആത്മീയതയുടെ പരമാധികാരത്തിനു കീഴിൽ ഭൗതികതയെയും ആത്മീയതയെയും സമന്വയിപ്പിക്കാനുള്ള ബെർഗ്സന്റെ ശ്രമം തത്ത്വശാസ്ത്രത്തെ വീണ്ടും ദ്വൈതവാദ (Dualism)ത്തിന്റെ വിഷമവൃത്തത്തിൽ അകപ്പെടുത്തി. മുൻകാലത്ത് ദ്വൈതവാദ ദർശനത്തിന്റെ രാഷ്ട്രീയമായ പ്രകടനം ഫ്യൂഡൽ രാജവാഴ്ചയുടെ ഏകാധിപത്യത്തിന്റെ രൂപത്തിലായിരുന്നു; ഇന്ന് അത് പാർലമെന്ററി ജനാധിപത്യത്തെ ഇല്ലാതാക്കുന്നതിന്റെയും ഫാസിസ്റ്റ് സ്വേച്ഛാധിപത്യത്തെ സ്ഥാപിക്കുന്നതിന്റെയും രൂപത്തിലാണ് പ്രകടമാകുന്നത്. മാനവഭാവ ദൈവരൂപ(Anthropomorphic God)ത്തെയും അദ്ദേഹത്തിന്റെ പ്രപഞ്ചസൃഷ്ടിയെയും കുറിച്ചുള്ള പ്രാകൃത സങ്കല്പമായ മതമൗലികവാദത്തെ പുനരവതരിപ്പിക്കുകയാണ് ദ്വൈതവാദദർശനം ചെയ്യുന്നത്. അതേസമയം, പ്രാചീനമായ ഈ മതസങ്കല്പം ഭൂമിയിലെ സ്വേച്ഛാധികാരത്തിന്റെ പ്രത്യയശാസ്ത്രപരമായ പ്രതിഫലനമാണ്. നമ്മുടെ കാലത്ത് അത് ഫാസിസ്റ്റ് സർവ്വാധിപത്യത്തിന്റെ, അതായത് മുതലാളിവർഗ്ഗ സർവ്വാധിപത്യത്തിന്റെ രൂപമാണെടുക്കുക. ഒരു വിപ്ലവവർഗ്ഗമെന്ന നിലയിൽ മുതലാളിവർഗ്ഗം രാജാക്കൻമാരുടെ ദൈവദത്താവകാശം എന്ന സിദ്ധാന്തത്തെ ചോദ്യംചെയ്തിരുന്നു; ഇന്ന് ഒരു പ്രതിലോമശക്തി എന്ന നിലയിൽ അവർ അതേ സാങ്കല്പിക അവകാശത്തിലേയ്ക്കു പിന്മടങ്ങുന്നു - രാഷ്ട്രീയ ഏകാധിപത്യത്തിന്റെയും പൗരമർദ്ദനത്തിന്റെയും സാമ്പത്തിക വിധ്വംസനത്തിന്റെയും സാമൂഹിക കിരാതത്വത്തിന്റെയും എല്ലാ രീതികളെയും നടപ്പിലാക്കിക്കൊണ്ട് അധികാരത്തിൽ തുടരുന്നതിനുവേണ്ടി. മുമ്പ് ഇതിനെല്ലാം എതിരായി പോരാടിയവരായിരുന്നു അവർ.

സ്വേച്ഛാധികാരത്തിനും അതിരറ്റ ഇച്ഛയ്ക്കുമുള്ള ദാർശനികവും ധാർമ്മികവുമായ അനുമതി, നിഷ്ഠുരതയെയും അക്രമത്തെയും ബലപ്രയോഗത്തെയും അടിച്ചമർത്തലിനെയും, ചുരുക്കത്തിൽ ഫാസിസത്തിന്റെ എല്ലാ സ്വഭാവങ്ങളെയും അനിവാര്യമായും സൃഷ്ടിക്കുന്ന അതിമാനുഷാരാധനയ്ക്ക് അടിത്തറ പ്രദാനംചെയ്യുന്നു. ഒരു മുസ്സോളിനിയോ ഒരു ഹിറ്റ്ലറോ അതിമാനുഷാരാധനയുടെ മൂർത്തരൂപമാണ്. ഒരു അതിമാനുഷൻ എന്ന നിലയിൽ അയാൾ ആത്മീയ ഇച്ഛയെ പ്രതിനിധാനം ചെയ്യുകയും, സ്വാതന്ത്ര്യം, അവകാശം, നീതി, ധാർമ്മികത

എന്നിങ്ങനെയുള്ള മാനുഷിക സങ്കല്പങ്ങളാൽ ബന്ധിതനാകാതെ നിലകൊള്ളുകയും ചെയ്യുന്നു. അതുകൊണ്ട്, ലോകത്തിന്റെ 'രക്ഷകൻ' അല്ലെങ്കിൽ 'സമുദ്ധാരകൻ,' പൗരത്വത്തിന്റെ അനിവാര്യഘടകമല്ല സ്വാതന്ത്ര്യം എന്ന് ധാർഷ്ട്യത്തോടെ പ്രഖ്യാപിക്കുന്നു; വ്യക്തിയായ പൗരൻ യഥാർത്ഥ സ്വാതന്ത്ര്യം അനുഭവിക്കുന്നതു രാഷ്ട്രത്തിന്റെ കേവലവും സ്വേച്ഛാപരവുമായ അധികാരത്തിലാണ്; അതിമാനുഷൻ ആ നീരാളിയുടെ മൂർത്തീമദ്ഭാവവും. മുതലാളിവർഗ്ഗത്തിന്റെ സേവകനായ ആധുനിക സ്വേച്ഛാധിപതി ഭൂതകാലത്തെ ഫ്യൂഡൽ സ്വേച്ഛാധിപതിയെ അനുകരിച്ചുകൊണ്ട് 'ഞാനാണ് രാഷ്ട്രം' എന്നു പ്രഖ്യാപിക്കുന്നു; അയാൾ ദൈവികാധികാരംപോലും അവകാശപ്പെടുന്നുമുണ്ട്. പ്രഷ്യയുടെ പ്രധാനമന്ത്രിപദം ഏറ്റെടുക്കുമ്പോൾ താൻ പ്രഷ്യൻ രാജാക്കൻമാരുടെ 'നേരിട്ടുള്ള പിൻഗാമി' ആണെന്ന് ഗോറിങ് പ്രഖ്യാപിക്കുകയുണ്ടായി. ആ ഫ്യൂഡൽ രാജാക്കൻമാർ ഭരിച്ചിരുന്നത് 'ദൈവികമായ അവകാശ'ത്തോടെയായിരുന്നു; അവരുടെ നേരിട്ടുള്ള പിൻഗാമി എന്നനിലയിൽ ഫാസിസ്റ്റ് സ്വേച്ഛാധിപതിക്കും ആ അവകാശം പാരമ്പര്യമായി സിദ്ധിക്കുന്നു.

ഹിറ്റ്ലറുടെ അഭിപ്രായത്തിൽ രാഷ്ട്രമാണ് എല്ലാം; വ്യക്തിയായ പൗരനു കേവലാധികാരമെന്ന ചതുരംഗപ്പലകയിലെ ഒരു കാലാളിന്റെ സ്ഥാനം മാത്രമേ ഉള്ളൂ. രാഷ്ട്രത്തിനു തോന്നുമ്പോൾ ആ കാലാളിന്റെ ജീവിതത്തെ അവസാനിപ്പിക്കുകയും ചെയ്യാം. കേവലാധികാരത്തിന്റെ ഈ മധ്യകാല ആത്മീയ-രാഷ്ട്രീയ ദർശനം താർക്കികമായി ഫാസിസ്റ്റുകളുടെ നിരുത്തരവാദപരമായ യുദ്ധപ്രചാരണത്തിലേയ്ക്ക് നയിക്കുന്നു. സ്വേച്ഛാധിപതിയുടെ ദുരഭിമാനമോ ചപലചിത്തതയോ ഏതു സമയത്തും ജനങ്ങളോട് രാഷ്ട്രദേവതയുടെ രക്തപങ്കിലമായ ബലിപീഠത്തിൽ സ്വയം സമർപ്പിക്കാൻ ആവശ്യപ്പെടാം. അതിന് യഥാർത്ഥത്തിൽ ദേശീയതാൽപര്യവുമായി ബന്ധമുണ്ടോ ഇല്ലയോ എന്നൊന്നും നോക്കേണ്ട കാര്യമില്ല. ദേശസ്നേഹപരമായ കർത്തവ്യം എന്ന നിലയിലോ രാഷ്ട്രത്തോടുള്ള കൂറിന്റെ പേരിലോ അത് അനുസരിക്കണം. ഹിറ്റ്ലറെ അധികാരത്തിലേറ്റണമെന്ന് ജർമ്മൻ മുതലാളിവർഗ്ഗത്തെ ബോദ്ധ്യപ്പെടുത്തിയ വോൺ പാപെൻ ഈ ഫാസിസ്റ്റ് രാഷ്ട്രീയ ദർശനത്തിന്റെ പ്രായോഗികവിവക്ഷ എന്താണെന്ന് ഒട്ടും വളച്ചുകെട്ടില്ലാതെ പ്രസ്താവിക്കുന്നു: 'സ്ത്രീകളുടെ ധർമ്മം പട്ടാളക്കാരാക്കാനുള്ള കുട്ടികളെ പ്രസവിക്കുകയെന്നതാണ്. പടക്കളത്തിൽ മരിച്ചുവീഴുക എന്നതിനേക്കാൾ മഹത്തരമായ ജീവിതാദർശം വേറെയൊന്നുമില്ല.' ഈ ഹിംസാരാധന മാതൃത്വത്തെ തരംതാഴ്ത്തുന്നു. അതുകൊണ്ടുതന്നെ ഈ ഹിംസാരാധനയെ, കുടുംബത്തെ തകർക്കുന്നവരെന്ന് പുണ്യവാളനാട്യത്തോടെ ആരോപിക്കപ്പെടുന്ന ഭൗതികവാദ

ദർശനത്തിന്റെ അനുയായികൾ വെറുക്കുകയും എതിർക്കുകയും ചെയ്യുന്നു. എന്നാൽ ഇത് യാഥാസ്ഥിതിക ഇന്ത്യൻ ദേശീയവാദിയ്ക്ക് പരിചിതമായ ഒന്നാണ് - ക്ഷത്രിയനന്മയുടെ ഉദ്ഘോഷത്തിന്റെ ആകർഷകമായ ഒരു പ്രതിധ്വനി എന്ന നിലയിൽ.

ഹിറ്റ്ലറുടെ 'ദേശീയ സോഷ്യലിസം' മധ്യകാല പ്രഷ്യനിസത്തിന്റെ ബീഭത്സമായ പ്രേതമാണ്: സ്തുത്യർഹമായ ക്ഷത്രിയനന്മയായി ഇന്ത്യയിൽ ഇന്നും മഹത്വീകരിക്കപ്പെടുന്നതെന്തോ അതായിരുന്നു പ്രഷ്യനിസം. ഈ നന്മ ജനങ്ങൾക്ക് ഉപദേശിക്കപ്പെട്ടത് അവർ അടിയാള ജീവിതം നയിച്ചിരുന്നപ്പോഴായിരുന്നു. ഫ്യൂഡൽ പ്രഭുക്കളുടെ - അത് ഇന്ത്യനോ പ്രഷ്യനോ ആകട്ടെ - ജംഗമസ്വത്തുക്കളായ അവർക്ക് കലപ്പ ഉപേക്ഷിച്ച് വാളേന്തേണ്ടി വന്നിരുന്നു. തൊഴിലുകളിലെ ഈ മാറ്റംവരുത്തൽ ഒരിയ്ക്കലും അവരുടെ ഇഷ്ടത്തിന് അനുസരിച്ചായിരുന്നില്ല; മറിച്ച്, പ്രഭുവിന്റെ താൽപര്യങ്ങൾക്കനുസരിച്ചായിരുന്നു. (അക്കാലത്ത് കൃഷിയിടങ്ങളിലെ സമാധാനപരമായ അദ്ധ്വാനത്തേക്കാൾ വളരെ ലാഭകരമായിരുന്നു കൊള്ളയടി). അതിനാൽ ജനങ്ങളെ ക്ഷത്രിയനന്മയെക്കുറിച്ച് പറഞ്ഞു പഠിപ്പിക്കേണ്ടതുണ്ടായിരുന്നു. പടക്കളത്തിൽവെച്ചുള്ള മരണം എന്ന ആദർശം ഇതിഹാസങ്ങളിൽ മഹത്വീകരിക്കപ്പെടുകയും ഐതിഹ്യങ്ങളിലൂടെ ഉദ്ബോധിപ്പിക്കപ്പെടുകയും ചെയ്തു. വാസ്തവത്തിൽ, ജനങ്ങളിൽ രണോത്സാഹം ഉണ്ടാക്കുന്നതിനാണ് ഇതിഹാസങ്ങൾ എഴുതപ്പെട്ടത്. പ്രഷ്യൻ ദേശീയവാദത്തെപ്പോലെതന്നെ ക്ഷത്രിയ രണോത്സുകതയുടെ പ്രായോഗികമൂല്യം നാട്ടുവാഴിപ്രഭുവിന്റെ ധനവും അധികാരവും വർദ്ധിപ്പിക്കുകയെന്നതായിരുന്നു. ചിലപ്പോൾ പ്രഭുവിനു നഷ്ടവും സംഭവിച്ചിരുന്നു. ഊഹത്തിനും സാഹസികതയ്ക്കും അവയുടേതായ നഷ്ടവും നേട്ടവുമുണ്ട്.

ഹിറ്റ്ലർ പറയുന്നു: 'നമ്മുടെ ശവകുടീരത്തിൽ ഇങ്ങനെ എഴുതപ്പെടട്ടെ: നമ്മൾ കഠിനഹൃദയരായിരുന്നു; നമ്മൾ നിഷ്ക്കരുണരായിരുന്നു; എന്നാൽ, നമ്മൾ നല്ല ജർമ്മൻകാരായിരുന്നു.'

അതിമാനുഷാരാധന ഹിറ്റ്ലറിസത്തിന്റെ മറ്റൊരു വീരനായകനായ ഗീബൽസിനെ വിദ്വേഷത്തോടെ ഇങ്ങനെ ഉദ്ഘോഷിക്കാൻ പ്രേരിപ്പിച്ചു: 'രാഷ്ട്രത്തിനു സ്വന്തം നിയമങ്ങളെ ലംഘിക്കാനുള്ള ധൈര്യം ആവശ്യമാണ്.'

ഭൂമിയിലെ ഇത്തരം സ്വേച്ഛാപരവും കേവലവും അനിയന്ത്രിതവുമായ അധികാരത്തിനുള്ള ധാർമ്മികാനുമതി ലഭിക്കുന്നത്, മനുഷ്യന്റെ ഭാഗധേയത്തെ ഭരിക്കുന്ന ശക്തിയോ പരമാധികാരതത്ത്വമോ ആയിരിക്കുമ്പോൾതന്നെ പ്രകൃതിനിയമങ്ങളാൽ ബന്ധിതമാകാത്ത

കേവലമായ ഒരു ദൈവിക ഇച്ഛയുടെ, പ്രകൃത്യതീതമായ ഒരു ആത്മീയശക്തിയുടെ കപടമായ ദാർശനിക സങ്കല്പത്തിൽനിന്നു മാത്രമാണ്. അതാണ് അതിമാനുഷാരാധനയുടെ സാരസർവ്വസ്വമായ ഫാസിസത്തിന്റെ ദർശനം. ഈ ലോകത്തെ ദൈവത്തിന്റെ ലീലയായി കാണുന്ന ദ്വൈതവാദ സമ്പ്രദായത്തെപ്പോലെതന്നെ, വേദാന്തസരണിയിൽപ്പെട്ട ഇന്ത്യൻ ആത്മീയവാദത്തോട് അദ്ഭുതകരമായ സാദൃശ്യമുള്ള ഒരു ദർശനമാണിത്. ഈ ബന്ധുത്വത്തിന്റെ ബലത്തിൽ, സ്പെംഗ്ളറെയും സ്പാനിനെയും കൈസർലിങ്ങിനെയുംപോലുള്ള ജർമ്മൻ ഫാസിസത്തിന്റെ പ്രത്യയശാസ്ത്രകാരൻമാർ കിഴക്കിന്റെ ആത്മീയസന്ദേശത്തെ പടിഞ്ഞാറിന്റെ രക്ഷകനായി വാഴ്ത്തുന്നു.

ഫാസിസത്തിന്റെ ദർശനം സാരാംശത്തിൽ ഇന്ത്യൻ ആത്മീയവാദത്തോട് സാമ്യമുള്ളതാണ്. ഫാസിസത്തിനു മുതലാളിത്തനാഗരികതയെ എപ്പോഴെങ്കിലും രക്ഷിക്കാൻ കഴിയുകയാണെങ്കിൽ ഇന്ത്യയുടെ ആത്മാവിനു നിന്ദാസ്തുതി അവകാശപ്പെടാം. എന്നാലത് ഭൗതികവാദ ലോകത്തെ ചികിത്സിക്കലാകുന്നില്ല. മനുഷ്യവംശത്തെ വഷളൻ ഭൗതികവാദത്തിന്റെ ആധിപത്യത്തിൽ ഉഴറുന്നതിനു സഹായിക്കുകയാണു ചെയ്യുന്നത്. ഇത്തരമൊരു ഖ്യാതി നമുക്കു കൊണ്ടുവരുന്ന ഒരു ദർശനത്തെക്കുറിച്ചു നമുക്ക് അഭിമാനിക്കാൻ കഴിയുമോ? ഇക്കാലമത്രയും തെറ്റായ ഒരു ആദർശത്തെ പരിപോഷിപ്പിച്ചതിന് ആ ഖ്യാതി നമ്മെ ലജ്ജിതരാക്കില്ലേ? ബോധപൂർവ്വമായ പ്രതിലോമകാരികളല്ലാത്തവരും മുൻവിധിയാൽ നയിക്കപ്പെടാത്തവരും ചിന്താശീലരുമായ ഇന്ത്യൻ ദേശീയവാദികൾ ഗൗരവമായി ചിന്തിക്കേണ്ട പ്രസക്തമായ ചോദ്യങ്ങളാണിവ.

●

സ്വസ്തിക ചിഹ്നത്തിനു കീഴിൽ

സ്വസ്തികയുടെ വിശുദ്ധ അടയാളത്തിനു കീഴിൽ വികസിച്ച 'ദേശീയ സോഷ്യലിസ്റ്റ്' പ്രസ്ഥാനത്തിന്റെ പ്രത്യയശാസ്ത്രത്തെ നേരിട്ടു രൂപപ്പെടുത്തിയ കൈസർലിങ്ങും സ്പെംഗ്ളറും സ്പാനും സോംബാർട്ടും മറ്റുള്ളവരും അധികാരത്തെക്കുറിച്ചുള്ള നീത്ഷെയുടെ ദോഷൈകദൃക്ദർശനത്തിന്റെ പശ്ചാത്തലത്തിലാണ് പ്രത്യക്ഷപ്പെട്ടത്. അവരെല്ലാവരും ദാർശനിക ഭൗതികവാദത്തിന്റെ കടുത്ത എതിരാളികളും പാശ്ചാത്യ നാഗരികതയുടെ ആത്മീയ പുനരുജ്ജീവനത്തിന്റെ വക്താക്കളും ആണ്. അവരിൽ ചിലർ കിഴക്കുനിന്നുള്ള നിഗൂഢസന്ദേശം അന്വേഷിക്കുന്നവരാണ്. അഡോൾഫ് ഹിറ്റ്ലറും അയാളുടെ അക്രമിസംഘവും കിഴക്കുനിന്നുള്ള ഈ 'ആത്മീയ' സന്ദേശത്തിന്റെ സുവിശേഷ പ്രാസംഗികരാണ്. ഈ ആധുനിക സുവിശേഷ പ്രാസംഗികർക്ക് വിനയം ഒരു നന്മയല്ല. അധികാരോന്മത്തനായ ഹിറ്റ്ലർ ലോകത്തോട് നിർലജ്ജമായി പ്രഖ്യാപിക്കുന്നു: 'മനുഷ്യവംശത്തിന്റെ ചരിത്രത്തിലെ നിർണ്ണായക നിമിഷമാണിതെന്ന് അവരോടുപറയുക. അഡോൾഫ് ഹിറ്റ്ലറാണ് ആരാധനാമൂർത്തി എന്ന് അവരോടു പറയുക. അതിനുകാരണം അദ്ദേഹം ചാൻസലറായി അവരോധിക്കപ്പെട്ടു എന്നതല്ല; മറിച്ച്, അദ്ദേഹത്തെയല്ലാതെ വേറെ ആരെയും ചാൻസലറായി അവരോധിക്കാൻ കഴിയില്ല എന്നതാണ്.' (1933ൽ അമേരിക്കൻ മാസികയായ 'Red Book'ൽ പ്രസിദ്ധീകരിച്ച കോർണേലിയസ് വാൻഡർ ബിൽറ്റ്, ഹിറ്റ്ലറുമായി നടത്തിയ പ്രത്യേക അഭിമുഖത്തിൽനിന്ന്).

സ്വസ്തികയെ അടയാളമാക്കിയ രക്താരാധനയുടെ സുവിശേഷ പ്രാസംഗികർ യഥാർത്ഥത്തിൽ തന്റെ ആത്മീയസന്തതികൾ ആണെങ്കിൽ വിശുദ്ധയായ ഭാരതമാതാവിന് അതിൽ അഭിമാനിക്കാനൊന്നുമില്ല. ഫാസിസ്റ്റുകളുടെ പ്രത്യയശാസ്ത്രത്തിന് ഇന്ത്യയിലെ

യാഥാസ്ഥിതിക ദേശീയവാദികളുടെ പ്രത്യയശാസ്ത്രവുമായി ശ്രദ്ധേയമായ സാദൃശ്യമുണ്ടെങ്കിലും, ചരിത്രപരമായി അവർ പാശ്ചാത്യ ആത്മീയവാദ പാരമ്പര്യത്തിന്റെ വാഹകരാണ്. എന്നാൽ പാശ്ചാത്യ ആത്മീയവാദം ഇന്ത്യൻ ആത്മീയവാദത്തിൽനിന്നു വ്യത്യസ്തമല്ലാത്തതിനാൽ, അതിന്റെ വീരഭടൻമാർ അധികാരത്തിൽ വരികയാണെങ്കിൽ സമാന രീതിയിൽ ബീഭത്സമായ ദംഷ്ട്രകൾ പുറത്തുകാണിക്കുകയും ചെയ്യും.

പഴയ ഭരണകാലത്തെ ഒരു പ്രഷ്യൻ പ്രഭുവായ കൈസർലിംങ്ങ് ഇന്ത്യൻ മിസ്റ്റിസിസത്തിന്റെ ഒരു ആരാധകനാണ്. 1918ലെ വിപ്ലവം നാട്ടുവാഴി-സൈനിക മേധാവിത്വത്തിൽ അധിഷ്ഠിതമായ പഴയ സാമൂഹിക-രാഷ്ട്രീയക്രമത്തെ തുത്തെറിഞ്ഞു. അത് 'പാശ്ചാത്യ നാഗരികതയുടെ പതന'മായിട്ടാണ് അദ്ദേഹം കണ്ടത്. പാശ്ചാത്യ നാഗരികതയെ തന്റെ വർഗ്ഗത്തിന്റെ അനിയന്ത്രിതമായ അധികാരവുമായും പുരോഗതിയുമായുമാണ് അദ്ദേഹം താദാത്മ്യപ്പെടുത്തുന്നത്. സ്വാഭാവികമായും ഭാവി ഇരുണ്ടതായി അദ്ദേഹത്തിന് അനുഭവപ്പെട്ടു. ജനാധിപത്യത്തിന്റേതും സോഷ്യലിസത്തിന്റേതുമായ 'വിഡ്ഢിത്തം' സേച്ഛാധിപത്യപരമായ പ്രത്യേക അധികാരങ്ങളെയും സൈനിക ശക്തിയേയും ഇല്ലാതാക്കുമെന്നു ഭീഷണിപ്പെടുത്തിക്കൊണ്ടിരുന്നതിനാൽ, താൻ യൂറോപ്യൻ സംസ്കാരത്തിന്റെ നെടുംതൂണുകൾ എന്നു കരുതുന്നവയെ മിസ്റ്റിസിസം ഇനിയും രക്ഷിക്കും എന്നു കൈസർലിങ്ങ് പ്രതീക്ഷിച്ചു. 'ആദർശാത്മകമായ സാമൂഹിക സ്ഥാപനങ്ങളെയും ശാശ്വതമായ മാനവിക മൂല്യങ്ങളെയും' അതു സംരക്ഷിച്ചിട്ടുണ്ട് എന്ന ലളിതവും എന്നാൽ ഗൂഢാത്മകവുമായ കാരണത്താൽ 'കിഴക്കിന്റെ മിസ്റ്റിക്ക് സംസ്കാരത്തെ' മഹത്വീകരിക്കാൻ അദ്ദേഹം ആരംഭിച്ചു. അദ്ദേഹം എഴുതുന്നു: 'ഹിന്ദുസന്യാസിമാർ വിശ്വാസത്തിലും ജ്ഞാനത്തിലും ആദർശമാതൃകകളാണ്. മനുഷ്യൻ അവന്റെ അഗാധമായ സത്തയിൽ ആത്മാവാണ്. അവൻ ഇക്കാര്യം എത്രത്തോളം മനസ്സിലാക്കുന്നുവോ, അത്രത്തോളം അതിൽ ഉറച്ചുവിശ്വസിക്കുന്നു; അവന്റെ കാൽവിലങ്ങുകൾ അതിവേഗം അഴിഞ്ഞുപോകുന്നു. അതുകൊണ്ട്, ഹിന്ദു ഐതിഹ്യങ്ങളിൽ നാം കാണുന്നതുപോലെ പൂർണ്ണജ്ഞാനത്തിന് മരണത്തെ മറികടക്കാനാവും. മനുഷ്യനു പ്രിയപ്പെട്ട മുൻവിധികളുടെ ഘടനയിലെല്ലായിടത്തും ദൈവികത സ്വയം വെളിപ്പെടുത്തുന്നു.' (Count Von Kayserling, Travels Journal of a Philosopher).

ഹൈന്ദവ ഐതിഹ്യങ്ങൾ മരണത്തെ മറികടക്കാനാകുമെന്ന പ്രതീക്ഷ നൽകുന്നതുകൊണ്ട്, മരിച്ചുകൊണ്ടിരിക്കുന്ന ഒരു

വർഗ്ഗത്തിന്റെ പ്രതിനിധി സ്വാഭാവികമായും അതിൽ ശ്രേഷ്ഠമായ ജ്ഞാനം കണ്ടെത്തുകയും മിസ്റ്റിസിസത്തെ സ്വീകരിക്കാൻ തന്റെ സുഹൃത്തുക്കളെ ഉപദേശിക്കുകയും ചെയ്യും. നിങ്ങളുടെ 'പ്രിയപ്പെട്ട മുൻവിധികളെ' മുറുകെ പിടിച്ചുകൊണ്ട് ആസന്നമായ അത്യാഹിതത്തെ നിങ്ങൾക്ക് ഒഴിവാക്കാം - ചില അദ്ഭുതകരമായ ദൈവിക ഇടപെടലിലൂടെ. പ്രതീക്ഷിച്ച ആ അദ്ഭുതമായിരുന്ന ഹിറ്റ്ലറുടെ ഉദയം. തങ്ങളുടെ വസ്തുനിഷ്ഠമായ സാമൂഹിക പ്രയോജനം ഇല്ലാതാകുന്നതു മൂലം ആത്മവിശ്വാസമെല്ലാം നഷ്ടപ്പെട്ടവർ മാന്ത്രികവും നിഗൂഢവും പ്രകൃത്യതീതവും ദൈവികവും ആയവയിൽ സ്വന്തം വിശ്വാസത്തെ ഉറപ്പിച്ചുനിർത്തും. അവരുടെ അടങ്ങാത്ത ആഗ്രഹം അവരെ ആ ദിശയിൽ ആശ്വാസം തേടാൻ നിർബന്ധിക്കുന്നു. ഫാസിസം മിസ്റ്റിക്ക് സന്ദേശത്തിന്റെ വാഹകനായി - മുതലാളിത്ത ചൂഷണത്തിന്റെ പ്രബല ഘടകത്തോടൊപ്പം പ്രഭുക്കളുടെ പ്രത്യേക അധികാരത്തിലും സൈനിക ശക്തിയിലും അധിഷ്ഠിതമായ യൂറോപ്യൻ സംസ്കാരത്തിന്റെ രക്ഷകനായി പ്രത്യക്ഷപ്പെട്ടിട്ടുണ്ട്. സ്വസ്തികയുടെ വിശുദ്ധ അടയാളത്തിനു കീഴിൽ ഫാസിസം, ജീർണ്ണിച്ച മുതലാളിത്ത ചൂഷണ സമ്പ്രദായത്തെ താങ്ങിനിർത്തുക മാത്രമല്ല, പ്രഷ്യയിലെ ഇത്തിക്കണ്ണികളായ നാട്ടുവാഴി - ഭൂപ്രഭു വർഗ്ഗത്തിനുപോലും ആശ്വാസമെത്തിക്കുന്നു.

ഇംഗ്ലീഷുകാരനായ സർ ഇവ്ലിൻ റെഞ്ച് 'ഒരു പുരോഗമനകാരിയായ യാഥാസ്ഥിതിക ഭൂപ്രഭുവിന്റെ' അഭിപ്രായം ലണ്ടനിലെ 'സ്പെക്റ്റേറ്റർ' എന്ന പത്രത്തിൽ ഇങ്ങനെ രേഖപ്പെടുത്തുന്നു: 'ഹിറ്റ്ലർക്ക് ഒരു ദേശീയ നേതാവാകാനുള്ള ഗുണങ്ങൾ ഉണ്ടോ എന്ന കാര്യത്തിൽ എനിക്കു സംശയമുണ്ടായിരുന്നു... അദ്ദേഹം ജർമ്മൻ ദേശത്തിന്റെ പുനർജന്മം പൂർത്തീകരിച്ചു. ഞങ്ങൾ വീണ്ടും ജീവിക്കുന്നതായി ഞങ്ങൾ അനുഭവിക്കുന്നു. ഒരിയ്ക്കൽക്കൂടി തല ഉയർത്തിപ്പിടിച്ച് നിൽക്കാൻ ഞങ്ങൾക്കു കഴിയുന്നു.'

സോഷ്യലിസത്തെക്കുറിച്ചുള്ള ഹിറ്റ്ലറുടെ മൈതാനപ്രസംഗം തുടക്കത്തിൽ ഭൂപ്രഭുക്കളെ ഭയപ്പെടുത്തിയിരുന്നു. ഹിറ്റ്ലറുടെ അധികാരത്തിലേയ്ക്കുള്ള വരവിനോടുള്ള അവരുടെ അവസാനത്തെ ചെറുത്തുനില്പ് വോൺ പാപ്പെന്റെ 'ഒറ്റക്കണ്ണൻ മന്ത്രിസഭ'യിലൂടെ ആയിരുന്നു. അധികാരത്തിലെത്തിയ ഉടനെ ഹിറ്റ്ലർ ഭൂപ്രഭുക്കളുടെ അടിസ്ഥാനരഹിതമായ ഭയത്തെ ഇല്ലാതാക്കി. അദ്ദേഹത്തിന്റെ അധികാരത്തിലേയ്ക്കുള്ള വരവ് അർത്ഥമാക്കിയത് 1918-ലെ വിപ്ലവത്തിന്റെ ഫലങ്ങളെ ഇല്ലായ്മചെയ്യുക എന്നതായിരുന്നു. അതുകൊണ്ട് അത് "ജർമ്മൻ ദേശത്തിന്റെ പുനർജന്മ'മായി വാഴ്ത്തപ്പെട്ടു.

അധികാരത്തിലുള്ള ഓരോ വർഗ്ഗവും മുഴുവൻ രാഷ്ട്ര(nation)വുമായി സ്വയം താദാത്മ്യപ്പെട്ടു. പ്രഭുവർഗ്ഗത്തിന് ജനാധിപത്യപരമായ വീമർ ഭരണഘടനയുടെ വിപത്കരമായ തണലിൽ നിലനിൽക്കാൻ പറ്റാതായിക്കഴിഞ്ഞിരുന്നു. സ്വാഭാവികമായും തങ്ങൾക്കു വീണ്ടും ജീവിക്കാൻ കഴിയുമെന്നും തല ഉയർത്തി നിൽക്കാനാവുമെന്നും അവർക്കുതോന്നി. അവരുടെ വർഗ്ഗത്തിന്റെ പ്രത്യയശാസ്ത്രകാരനായ കൈസർലിങ്ങ് പൗരസ്ത്യ മിസ്റ്റിസിസത്തിന്റെ ചിഹ്നമായ സ്വസ്തിക യുടെ ആഗമനം വിളംബരം ചെയ്തതിൽ അദ്ഭുതമില്ല.

ഫാസിസ്റ്റ് സർവ്വാധിപത്യത്തിന്റെ മറ്റൊരു പ്രത്യയശാസ്ത്രകാര നായ പോൾ ഏണസ്റ്റ് 'ജർമ്മൻ ആശയവാദത്തിന്റെ തകർച്ച'യിൽ ഖേദിക്കുന്നു. മുതലാളിത്ത സമൂഹത്തിന്റെ പടിപടിയായുള്ള തിരോധാ നത്തെയും നശീകരണശക്തികളുടെ മുന്നേറ്റത്തെയും തടയുന്നതിലുള്ള പരാജയത്തിൽ ഈ തകർച്ച സ്വയം പ്രകടമാകുന്നുവെന്ന് അദ്ദേഹം അഭിപ്രായപ്പെടുന്നു. പൗരസ്ത്യ മിസ്റ്റിസിസത്തെ സമൃദ്ധമായി സന്നി വേശിപ്പിക്കുകവഴി പാശ്ചാത്യ ആശയവാദത്തെ ചൈതന്യവത്താ ക്കാമെന്ന് അദ്ദേഹം നിർദ്ദേശിക്കുന്നു. പ്രതിവിപ്ലവകരമായ ധർമ്മം അനുഷ്ഠിക്കുന്നതിന് - സാമൂഹികവിപ്ലവത്തിന്റെ അപ്രതിരോധ്യമായ ശക്തികളെ തടഞ്ഞുനിർത്തുന്നതിനുള്ള നിഷ്ഫലമായ അവസാനശ്രമം നടത്തുന്നതിന് - ആശയവാദദർശനം അതിന്റെ യുക്തിവാദപരമായ ബാദ്ധ്യതകളെയും കപടശാസ്ത്രീയ നാട്യത്തെയും ഉപേക്ഷിക്കണം; അത് വിശ്വാസത്തിന്റെയും മുൻവിധിയുടേയുമായ മെച്ചപ്പെട്ട പുരാതനായുധം അണിഞ്ഞുകൊണ്ട് രംഗത്ത് നിലയുറപ്പിക്കണം. സ്വാഭാവികമായും അത്, യുഗങ്ങളോളമായി ഈ വിശുദ്ധ ആയുധ ങ്ങൾ സംരക്ഷിച്ചുവെച്ചിരിക്കുന്ന ഇന്ത്യയിലേയ്ക്ക് ഒരു തീർത്ഥാടനം നടത്തുകയും വേണം. നമ്മുടെ ഉന്നതമായ കേവലചിന്തയ്ക്കു നാം കടപ്പെട്ടിരിക്കുന്നത് ഇന്ത്യയിലെ വനാന്തരങ്ങളിൽ, ശിഷ്യൻമാർ ഭിക്ഷയാചിച്ചുകൊണ്ടുവന്ന അരി കഴിച്ച് നഗ്നരായി ജീവിച്ച മനുഷ്യ രോടാണ്.' (പോൾ ഏണസ്റ്റ്, The Breakdown of German Idealism).

സാമാന്യജനങ്ങൾ 'ഭൗതിക തൽപരരായി'ക്കൊണ്ടിരിക്കുന്നു. തങ്ങളുടെ അദ്ധ്വാനത്തിന്റെ മുഴുവൻ മൂല്യവും വേണമെന്ന് അവർ ആവശ്യപ്പെടുന്നു. ആ ആവശ്യം നടപ്പിലാക്കുകയാണെങ്കിൽ, ആത്മീ യമൂല്യങ്ങളെ വിലമതിക്കാനും തുടർന്നുള്ള പുരോഗതി കൈവരുത്താ നും കഴിവുള്ള അദ്ധ്വാനിക്കാത്ത ഉടമകളായ ന്യൂനപക്ഷത്തിന്റെ തിരോധാനമായിരിക്കും ഫലം. തങ്ങളുടെ സ്ഥാനത്ത് നിൽക്കുന്ന തിനായി ബഹുജനങ്ങളെ 'ലളിതജീവിതവും ഉയർന്ന ചിന്തയും' എന്ന നന്മ പരിശീലിപ്പിക്കണം. ഈ ഉൽകൃഷ്ട ലക്ഷ്യത്തിന്റെ

ഉത്തമമാതൃകയാവാൻ പൗരാണിക ഭാരതത്തിലെ നഗ്നരായ മഹർഷിമാരേക്കാൾ മറ്റാർക്കാണു കഴിയുക? കൗപീനധാരിയായ ഒരു ആധുനിക സന്യാസിക്കും അതിനു കഴിയും.

യാഥാസ്ഥിതിക ഇന്ത്യൻ ദേശീയവാദികളെപ്പോലെ ഫാസിസത്തിന്റെ പ്രത്യയശാസ്ത്രകാരനും മുതലാളിത്തത്തെ അപലപിക്കുന്നുണ്ട്. മനുഷ്യനെ മനുഷ്യൻ ചൂഷണംചെയ്യുന്ന ഉൽപാദന സമ്പ്രദായമായതുകൊണ്ടോ അതിന്റെ ചരിത്രപരമായ ധർമ്മം അവസാനിച്ചതുകൊണ്ടോ അല്ല ഈ ഭർത്സനം. 'അത് മനുഷ്യവ്യക്തിത്വത്തെ അടിച്ചമർത്തുന്നു' എന്ന ഒരു തകരാറു മാത്രമാണ് അദ്ദേഹം അതിൽ കാണുന്നത്. 'യന്ത്രസംസ്കാര'ത്തിനെതിരെ ഒച്ചവെയ്ക്കുന്ന സാമ്പത്തിക പുനരുജ്ജീവനവാദത്തിന്റെ ഇന്ത്യൻ അപ്പോസ്തലൻമാർ അതേ നിലപാടാണ് കൈക്കൊണ്ടിട്ടുള്ളത്. യന്ത്രസംസ്കാരം മനുഷ്യനെ യന്ത്രമാക്കി മാറ്റുന്നു എന്നതാണ് അതിനുകാരണം. മനുഷ്യനാണ് യന്ത്രത്തിന്റെ സ്രഷ്ടാവെന്നും അതിന്റെ അധിപനാകുന്നതിലൂടെ ദുരുപയോഗത്തെ അവസാനിപ്പിക്കാൻ കഴിയുമെന്നുമുള്ള കാര്യം അവർ മനസ്സിലാക്കുന്നില്ല. ഫാസിസത്തിന്റെ ഈ പ്രത്യയശാസ്ത്രകാരനും മനുഷ്യവ്യക്തിത്വത്തെ യന്ത്രം അടിച്ചമർത്തുന്ന സമ്പ്രദായത്തിന്റെ ഉന്മൂലനം നിർദ്ദേശിക്കുന്നില്ല. ആ സമ്പ്രദായത്തിന്റെ ആത്മീയവൽക്കരണമാണ് അദ്ദേഹം നിർദ്ദേശിക്കുന്നത്. 'ഏതെങ്കിലും ഒരു പ്രത്യേക സമ്പ്രദായത്തിന്റെ നന്മയോ തിന്മയോ അതിൽത്തന്നെയല്ല ഉള്ളത്; മറിച്ച്, അതു സൃഷ്ടിക്കുന്ന മനോഭാവത്തിന്റെ ഫലമാണ്' എന്നാണ് അദ്ദേഹത്തിന്റെ അഭിപ്രായം (അതേ പുസ്തകം).

അതുകൊണ്ട്, അദ്ദേഹത്തിന്റെ നിർദ്ദേശത്തിന്റെ സാരം ഇതാണ്: മുതലാളിത്തത്തിന്റെ മനോഭാവത്തെ മാറ്റുക (ദൈവത്തിന്റെ അല്ലെങ്കിൽ രാഷ്ട്രം എന്നു വിളിക്കപ്പെടുന്ന അമൂർത്തസത്തയുടെ സേവനത്തിനായി അതിനെ അനുവദിക്കുക), അപ്പോൾ അത് 'നന്നാ'കും. ഇത് ഗാന്ധിസത്തിന്റെ ഒരു പ്രതിധ്വനിയാണ്; ഇതിന്റെ പ്രതിധ്വനിയാണ് ഗാന്ധിസം എന്നു പറയുന്നതാവും ശരി. കാരണം ഏണസ്റ്റ് 1921-ൽ തന്നെ ഇതെഴുതിയിരുന്നു. അവയുടെ കാലാനുക്രമപരമായ ബന്ധം എന്തോ ആകട്ടെ, തത്ത്വത്തിൽ അവ സമാനമാണ് എന്നതാണ് കാര്യം. മിതമായി പറഞ്ഞാൽ അതൊരു മിഥ്യയാണ്; വാസ്തവത്തിൽ ഒരു വഞ്ചനയും.

ഒരു സമ്പ്രദായം (System) എന്തിനുവേണ്ടിയാണോ സൃഷ്ടിക്കപ്പെട്ടത് അതിൽനിന്നു വേറിട്ട് അതിനു നിലനിൽക്കാനാവില്ല. വാസ്തവത്തിൽ മുതലാളിത്തത്തിന്റെ ലക്ഷ്യം - അതിന്റെ സ്വന്തം ധർമ്മം ലാഭമുണ്ടാക്കുകയെന്നതാണ്. തൊഴിലാളികൾക്ക് അവരുടെ

അദ്ധ്വാനത്തിന്റെ മുഴുവൻ മൂല്യവും നൽകുകയാണെങ്കിൽ ലാഭമുണ്ടാക്കാൻ കഴിയില്ല. ബഹുഭൂരിപക്ഷം വരുന്ന ഉത്പാദകരെ ചൂഷണം ചെയ്യുകയെന്നതാണ് മുതലാളിത്തത്തിന്റെ അല്ലെങ്കിൽ സമൂഹത്തെ വർഗ്ഗങ്ങളായി വിഭജിക്കുന്ന മറ്റേതൊരു സമ്പ്രദായത്തിന്റെയും കാതലായ സ്വഭാവം. ഈ ലക്ഷ്യത്തോടെ സൃഷ്ടിക്കപ്പെടുന്ന സമ്പ്രദായം, ലക്ഷ്യത്തെ ഉപേക്ഷിക്കാൻ ആലോചിക്കുകയാണെങ്കിൽ അതു സ്വയം ഇല്ലാതാകും. ഒരു ദാർശനികനോ പ്രവാചകനോ താൻ ചികിത്സിക്കാനുദ്ദേശിക്കുന്ന തിന്മകൾ അന്തർഹിതമായ സമ്പ്രദായത്തെക്കുറിച്ചുള്ള തികഞ്ഞ അജ്ഞതയിൽ അധിഷ്ഠിതമായ വിഡ്ഢിത്തമാർന്ന ഈ മിഥ്യയ്ക്ക് ഗൗരവമായ പിന്തുണ നൽകണമെന്ന് ആജ്ഞാപിക്കാൻ കഴിയില്ല. അതുകൊണ്ട്, ചികിത്സ മറ്റേ കക്ഷിക്ക് നിർദ്ദേശിക്കപ്പെടുന്നു. മുതലാളിത്തത്തോടുള്ള മനോഭാവത്തിലാണ് മാറ്റംവരുത്തേണ്ടത് എന്നർത്ഥം. ഈ നിർദ്ദേശം ആശയവാദദർശനത്തിന്റെ പരിധികളുള്ളിൽ നടത്താനും പാലിക്കാനും കഴിയും. ആത്മീയവാദത്തിന്റെ അനുമതിയുള്ള ഒരു വഞ്ചനയാണിത്. മുതലാളിത്തം സ്വയം നല്ലതോ ചീത്തയോ അല്ല. എന്താകണമെന്ന് നാം വിചാരിക്കുന്നുവോ അതാണത്. അത് ചീത്തയാണെന്ന പാപകരമായ (ഭൗതികവാദ) ധാരണ ഉപേക്ഷിക്കുക; അപ്പോഴത് ചീത്തയല്ലാതായിത്തീരും. മുതലാളിത്തം അതിന്റെ ഇരകളെ ചൂഷണം ചെയ്യുന്നില്ല; ദുരിതങ്ങളെല്ലാം മുതലാളിത്തത്തോടുള്ള അവരുടെ മനോഭാവത്തിന്റെ ഫലമാണ്. തങ്ങളുടെ മനോഭാവത്തെ മാറ്റാൻ അവരെ പ്രേരിപ്പിക്കുക - ദുരിതങ്ങൾക്കു നടുവിൽ സന്തോഷവാൻമാരാണെന്നും അടിമച്ചങ്ങലകളിൽ സ്വതന്ത്രരാണെന്നും സ്വയം കരുതുക - അപ്പോൾ മുതലാളിത്തം ചീത്തയല്ലാതാവും. അദ്ധ്വാനത്തെ 'ഈശ്വരസേവ'യായി കണക്കാക്കാൻ അവരെ അനുവദിക്കുമ്പോൾ, അവർ കൂലി അടിമത്തത്തിന്റെ ഇരകളല്ലാതായിത്തീരുകയും, തങ്ങളുടെ എളിമയിൽ മഹത്വം അനുഭവിക്കുകയും ചെയ്യും. 'ഫലം ഇച്ഛിക്കാതെ നിങ്ങളുടെ കർമ്മംചെയ്യുക' എന്ന് ഗീതയിലൂടെ ഭഗവാൻതന്നെ അരുളിയിട്ടില്ലേ? ഗീതയുടെ ദൈവികസിദ്ധാന്തത്താൽ പ്രചോദിതനായ, ഇന്ത്യൻ ആത്മീയവാദത്തിന്റെ ഒരു ആധുനിക പ്രവാചകനായ ബിപിൻചന്ദ്രപാൽ മുതലാളിത്തത്തിന്റെ ഇരകളെ ഉപദേശിച്ചു: 'അദ്ധ്വാനം അദ്ധ്വാനത്തിനുവേണ്ടിയായിരിക്കണം; കൂലി ഒരു ഉപോൽപന്നം മാത്രമാണ്.'

നിർലജ്ജമായ ഈ മുതലാളിത്ത പ്രചാരണങ്ങളെല്ലാം, വസ്തുനിഷ്ഠസത്യത്തെ അംഗീകരിക്കാത്ത ആശയവാദദർശനത്തിന്റെ വർണ്ണപ്രകാശത്തിൽ ആത്മീയതയുടെ നിറം അണിയുന്നുണ്ട്. സത്യത്തിന്റെ ആരാധനയെ സൃഷ്ടിക്കുന്ന പ്രവാചകൻമാരെല്ലാം

പ്രായോഗികതലത്തിൽ എല്ലായ്പ്പോഴും അസത്യവുമായി പരീക്ഷണം നടത്തുന്നു. മുതലാളിത്തത്തിന്റെ അപചയഘട്ടത്തിൽ തീവ്രതയാർജ്ജിക്കുന്ന തിന്മകൾക്ക് മറ്റെല്ലാ പ്രകൃതി-സാമൂഹിക പ്രതിഭാസങ്ങളെയും പോലെ വസ്തുനിഷ്ഠമായ യാഥാർത്ഥ്യം ഇല്ല. അവ മുതലാളിത്തത്തിന്റെ ഇരകളുടെ ബോധത്തിൽ മാത്രമാണ് നിലനിൽക്കുന്നത്. വാസ്തവത്തിൽ തൊഴിലാളികൾ ചൂഷണംചെയ്യപ്പെടുന്നില്ല; അനീതിയെക്കുറിച്ചുള്ള അവരുടെ ബോധം വികലമായ ഭാവന മാത്രമാണ്. ഭൗതികമായ അസ്തിത്വം എന്നത് മായ മാത്രമാണെന്ന്, ആത്മാവ് അനശ്വരമായതിനാൽ ഭക്ഷണമില്ലാതെ വിഷമിക്കുന്നില്ല എന്ന് തിരിച്ചറിയുമ്പോൾ വിശപ്പിന്റെ ഞെരുക്കം അവരറിയില്ല. മായാവാദസഹിതമോ രഹിതമോ ആയ വേദാന്തം പഠിപ്പിക്കുന്നത് ഇതാണ്. അതിന്റെ വിശ്വദേവതാവാദം പൂർവ്വാപര പൊരുത്തമുള്ളതാകണമെങ്കിൽ പരമാത്മവിന്റെ അവിഭാജ്യ ഭാഗമാണ് മുതലാളിത്ത വ്യവസ്ഥ എന്ന വ്യാഖ്യാനിക്കണം. അങ്ങനെ, ഫാസിസത്തിന്റെ മറ്റൊരു ദാർശനികൻകൂടി ശുദ്ധമായ വേദാന്തം ഉപദേശിക്കുന്നതു കണ്ടു – 'ഭൗതികവാദ' പാശ്ചാത്യ നാഗരികതയുടെ സംരക്ഷണത്തിനുള്ള ഉപായമെന്ന നിലയിൽ.

പോൾ ഏണസ്റ്റ് എന്ന സമരോത്സുകമായ ഭൗതികവാദ വിരുദ്ധതയുടെ ഈ അപ്പോസ്തലൻ, നവമിസ്റ്റിസിസത്തിന്റെ ഈ തീവ്ര പ്രവാചകൻ, ഹിറ്റ്ലറിസത്തിന്റെ ഈ വിളംബരക്കാരൻ ഒരു ടോൾസ്റ്റോയിയൻ എന്ന നിലയിൽ പരിചിതനാണ്. എന്നാൽ, 1920-ന മുമ്പുതന്നെ അദ്ദേഹം സോഷ്യലിസത്തിനെതിരായ വിശുദ്ധ യുദ്ധത്തിന്റെ രംഗം പിടിച്ചടക്കിയിരുന്നു. മിസ്റ്റിസിസത്തിന്റെ തികഞ്ഞ പ്രതിലോമകാരിയായ ഈ മിശിഹായ്ക്ക് വിപ്ലവത്തെ വഞ്ചിച്ച സോഷ്യൽ ഡെമോക്രാറ്റിക് പാർട്ടിപോലും അതിവിപ്ലവ പാർട്ടിയായിരുന്നു. സോഷ്യലിസത്തെ മാത്രമല്ല, ജനാധിപത്യമെന്ന അപകടത്തെയും നേരിടാൻ ഒരു സർവ്വാധിപതി അനിവാര്യമാണെന്ന് അദ്ദേഹം വാദിച്ചു. 'നമ്മുടെ നഗരവീഥികളിൽ പതിനായിരം തെമ്മാടികളെ കൊന്നു കെട്ടിത്തൂക്കിയാൽ മാത്രമേ സ്വാതന്ത്ര്യത്തെ പുനഃസ്ഥാപിക്കാൻ കഴിയൂ' എന്ന് അഹിംസയുടെ ഈ ടോൾസ്റ്റോയിയൻ ആരാധകൻ ഘോരമായി അട്ടഹസിച്ചു. (പോൾ ഏണസ്റ്റ്, Spirit, Awaken!).

സോഷ്യലിസ്റ്റുകളും കമ്മ്യൂണിസ്റ്റുകളും തെമ്മാടികളായി പരിഗണിക്കപ്പെട്ടു. മുതലാളിത്ത ചൂഷണത്തിൽനിന്ന് തൊഴിലാളി വർഗ്ഗത്തെ വിമോചിപ്പിക്കാൻ പോരാടിയതായിരുന്നു അവരുടെ പാപം. കിഴക്കുനിന്നുള്ള മിസ്റ്റിക്ക്-ആത്മീയവാദ സന്ദേശത്തിന്റെ

ഉദ്ബോധകൻ ഭ്രമിയിലെ അധികാരത്തിലേയ്ക്കും പ്രത്യേക അവകാശങ്ങളിലേക്കും വരുമ്പോൾ തന്റെ ശാന്തിവാദത്തെയും അഹിംസയോടുള്ള സ്നേഹത്തെയും മറക്കുകയും നിലവിലുള്ള വ്യവസ്ഥയുടെ രക്തദാഹിയായ സംരക്ഷകനായി പ്രത്യക്ഷപ്പെടുകയും ചെയ്യുന്നു. ആത്മീയവൽക്കരിക്കപ്പെട്ട സ്വാതന്ത്ര്യത്തെക്കുറിച്ചുള്ള അദ്ദേഹത്തിന്റെ സങ്കല്പം അർത്ഥമാക്കുന്നത് ബഹുജനങ്ങളുടെ അടിമത്തത്തെയാണ്. ഇത്തരം അതിക്രൂരവും നിഗൂഢവാദ (ായേശെര)പരവുമായ കാഴ്ചപ്പാടുകളിൽനിന്നാണ്, വർഗ്ഗമേധാവിത്വത്തിൽ അധിഷ്ഠിതമായ ജീർണ്ണിച്ച വ്യവസ്ഥയ്ക്ക് എതിരായ ബഹുജനങ്ങളുടെ കലാപത്തെ അടിച്ചമർത്തുന്നതിനായി ജർമ്മനിയിൽ ഫാസിസം ഉദയംചെയ്തത്.

സ്പെംഗ്ളർ തന്റെ 'പടിഞ്ഞാറിന്റെ പതനം' എന്ന പ്രശസ്ത കൃതിയിൽ അശുഭാപ്തിപരവും രോഗാതുരവുമായ മിസ്റ്റിസിസം ഉപദേശിക്കുന്നുണ്ട്. മനുഷ്യനിലെ 'അന്തർജ്ഞാനപരവും ആത്മീയവു'മായ വസ്തുക്ക് ശാശ്വതമൂല്യം നൽകിക്കൊണ്ട് അദ്ദേഹം യുക്തിവാദത്തെയും ശാസ്ത്രീയരീതിയെയും കഠിനമായി ആക്രമിക്കുന്നു. 'തീരുമാനത്തിന്റെ വർഷങ്ങൾ' എന്ന പിൽക്കാല കൃതിയിൽ, വ്യത്യസ്തവംശങ്ങളുടെ ആത്മാവിൽ വേരൂന്നിയതാണ് സാംസ്കാരിക വൈവിധ്യങ്ങൾ എന്ന അശാസ്ത്രീയമായ സിദ്ധാന്തം സ്ഥാപിക്കുന്നതിനുവേണ്ടി സ്പെംഗ്ളർ തന്റെ മിസ്റ്റിസിസത്തെ വിപുലീകരിക്കുന്നുണ്ട്. ഇതിന് ഒരു അനുബന്ധമെന്ന നിലയിൽ, അദ്ദേഹത്തിന്റെ സങ്കുചിതമായ പഴയ വംശാഭിമാനം, ജർമ്മനിയിലെ വ്യാപകമായ തൊഴിലില്ലായ്മയ്ക്കു കാരണം വെള്ളക്കാരല്ലാത്ത വംശക്കാരുടെ കടന്നുകയറ്റമാണ് എന്നു വാദിക്കുന്നതുവരെ പോകുന്നു. വിചിത്രവും നിഗൂഢവുമായ ചില കാരണങ്ങളാൽ റഷ്യക്കാരെയും ഈ ഗണത്തിൽപ്പെടുത്തുന്നു. ഇവിടെ മിസ്റ്റിക്ക് പരിവേഷമുള്ള വംശാരാധനയുടെ തനിനിറം തുറന്നുകാട്ടപ്പെടുന്നു. സാമ്രാജ്യത്വവാദത്തിന്റെ തത്ത്വശാസ്ത്രമായി മിസ്റ്റിസിസം മാറുന്നു. അതുമാത്രമല്ല, ഫാസിസ്റ്റുകൾ ഭ്രഷ്ടുകല്പിച്ച ലിബറലിസത്തെയും മാനവവാദത്തേയും സാർവ്വദേശീയവാദത്തെയും കഠിനമായി അധിക്ഷേപിക്കുന്നതിലൂടെ സ്പെംഗ്ളറുടെ മിസ്റ്റിസിസം സജീവമാകുന്നു.

ഫാസിസത്തിന്റെ ഈ മിസ്റ്റിക്ക് ദാർശനികന്റെ അഭിപ്രായത്തിൽ അടിയന്തിരമായ കർത്തവ്യം വെള്ളക്കാരല്ലാത്ത വംശങ്ങളുടെയും വഷളാക്കപ്പെട്ട വെള്ളക്കാരായ തൊഴിലാളികളുടെയും വിപത്തിനെതിരെ പോരാടുകയാണ്. ഇതാണ് 'നിയമത്തെയും ക്രമത്തെയും അഭിമാനത്തെയും പുന:സ്ഥാപിക്കുകയും ബഹുജനത്തോട് കടുത്ത അവജ്ഞ പുലർത്തുകയും ചെയ്യുന്ന നിർദ്ദയരായ

മനുഷ്യരുടെ' കർത്തവ്യം. സംസ്കാരത്തിന്റെ ഈ രക്ഷകർ - നീത്ഷെ ആദർശവൽക്കരിച്ച 'മഹത്വമേറിയ ഈ വേട്ടനായ്ക്കൾ' - 'കാഠിന്യമേറിയ നന്മകൾക്കുവേണ്ടി പോരാടാനും മരിക്കാനും തയ്യാറുള്ളവരും മനുഷ്യസമത്വം എന്ന വൈകാരികമായ ആശയത്താൽ സ്പർശിക്കപ്പെടാത്തവരുമാണ്.'

പടിഞ്ഞാറിന്റെ പതനത്തിൽ വിലപിക്കുന്ന ഈ മിസ്റ്റിക്ക്, ട്രെയ്ഷ്കെ, നീത്ഷെ, ചേമ്പർലെയിൻ മുതലായ ജർമ്മൻ സാമ്രാജ്യത്വവാദത്തിന്റെ പ്രത്യയശാസ്ത്രകാരൻമാരിൽനിന്നു സൂചനകൾ എടുത്തുകൊണ്ട് പത്തൊമ്പതാം നൂറ്റാണ്ടിലെ ജനാധിപത്യപരവും ലിബറലുമായ പാരമ്പര്യങ്ങൾക്കെതിരെ യുദ്ധം പ്രഖ്യാപിക്കുന്നു. അദ്ദേഹം ഉച്ചത്തിൽ ഘോഷിക്കുന്നു: 'ഭൂമിയിലെ ആധിപത്യത്തിനു വേണ്ടിയുള്ള യുദ്ധം ആരംഭിച്ചുകഴിഞ്ഞു. നമുക്കു ജീവിക്കണമെങ്കിൽ ലിബറലിസത്തിന്റെ നൂറ്റാണ്ടിലെ സമാധാനവാദത്തെ മറികടക്കുകതന്നെ വേണം.' ജർമ്മനിക്ക് സൂര്യനു കീഴിൽ അതിന്റെ സ്ഥാനം പുനഃസ്ഥാപിക്കാൻ കഴിയില്ലെങ്കിൽ ലോകത്തെ കൂട്ടനാശത്തിലേയ്ക്കു കൊണ്ടുപോകും എന്നു ഭീഷണിപ്പെടുത്തുന്ന നവജർമ്മൻ സാമ്രാജ്യത്വവാദത്തിന്റെ പ്രത്യയശാസ്ത്രം ഇതാണ്. കോളണികൾക്കുവേണ്ടിയുള്ള ഫാസിസ്റ്റുകളുടെ ആവശ്യം സ്പെംഗ്ളറെപ്പോലുള്ള കിഴക്കുനിന്നുള്ള സന്ദേശത്തിന്റെ വിളംബരക്കാരുടെ വംശീയ മിസ്റ്റിസിസത്തിന്റെ പ്രതിദ്ധ്വനിയാണ്. എന്നാൽ പ്രായോഗികകാര്യങ്ങളിൽ കാര്യങ്ങൾ തുറന്നുപറയാൻ അദ്ദേഹം മടിക്കുന്നില്ല. തകർച്ചയിൽനിന്നു പടിഞ്ഞാറിനെ രക്ഷിക്കുന്ന ഇന്ത്യയുടെ ആത്മീയ സന്ദേശമല്ല, മറിച്ച് പ്രഷ്യൻ സൈനികവാദത്തിന്റെ പുനരുജ്ജീവനമാണ് കാര്യം. അദ്ദേഹം സ്വാതന്ത്ര്യത്തിന്റെ സന്ദേശത്തെ ആവാഹിക്കുകയല്ല, മറിച്ച് കിരാതമായ ഹൂണപ്പടയുടെ ആഗമനം പ്രഖ്യാപിക്കുകയാണ്. ഫാസിസ്റ്റുകളെ ആകർഷിക്കുകയും ക്രൂരവും കിരാതവുമായ പ്രവൃത്തികൾ ചെയ്യാൻ പ്രേരിപ്പിക്കുകയും ചെയ്യുന്ന കിഴക്കിന്റെ ആത്മാവ് അതാണ്.

'ഒന്നര നൂറ്റാണ്ടുമുമ്പ് ആരംഭിച്ച ലോകവിപ്ലവം' സ്പെംഗ്ളറെ അത്യധികം വിറളിപിടിപ്പിച്ചു. 'ദേശീയവിപ്ലവ'ത്തിന്റെ ഈ ഫാസിസ്റ്റ് ദാർശനികൻ മഹത്തായ ഫ്രഞ്ചുവിപ്ലവത്തെ 'പടിഞ്ഞാറിന്റെ വലിയ ദുര്യോഗം' എന്ന് അധിക്ഷേപിക്കുന്നു. ഫ്രഞ്ചുവിപ്ലവം പടിഞ്ഞാറിന്റെ പതനത്തെ അടയാളപ്പെടുത്തുന്നു എന്ന് അദ്ദേഹം അഭിപ്രായപ്പെടുന്നു. യൂറോപ്യൻ ചരിത്രത്തെക്കുറിച്ചുള്ള വിലക്ഷണമായ വീക്ഷണമാണിത്. തകർന്നുകൊണ്ടിരിക്കുന്ന ആധുനിക പാശ്ചാത്യനാഗരികതയുടെ ജനനത്തെ മഹത്തായ ഫ്രഞ്ചുവിപ്ലവം അടയാളപ്പെടുത്തി എന്നത് സ്കൂൾ കുട്ടികൾക്കുപോലും അറിയാം.

പക്ഷേ, സ്പെംഗ്ളർ സേച്ഛാധിപത്യത്തിന്റെ പുനരുജ്ജീവനത്തി നുവേണ്ടി ഒരു പ്രത്യയശാസ്ത്രം സൃഷ്ടിക്കാനാണ് ശ്രമിക്കുന്നത്. അതുകൊണ്ട്, ഒന്നരനൂറ്റാണ്ടുകാലത്തെ രാഷ്ട്രീയ സ്വാതന്ത്ര്യവും സാമൂഹികപുരോഗതിയും ഒരു ദുഃസ്വപ്നമെന്ന നിലയിൽ വിസ്മരിക്ക പ്പെടണം. 'സമത്വത്തിന്റെയും ജനാധിപത്യത്തിന്റെയും സിദ്ധാന്ത ങ്ങൾ രാഷ്ട്രത്തിന്റെ അടിത്തറയെത്തന്നെ ഇളക്കി' എന്ന് അദ്ദേഹം പ്രഖ്യാപിക്കുന്നു. അവ ഫ്യൂഡൽ വർഗ്ഗബന്ധങ്ങളെ അട്ടിമറിച്ചതാണ് അതിനു കാരണം. 'ലിബറലിസവും യുക്തിവാദവും മേൽക്കോയ്മ എന്ന ആശയത്തെ ഉലച്ചു. ഇന്നുകാണുന്ന അരാജകത്വം അതിന്റെ ഫലമാണ്. ഈ അരാജകത്വത്തിൽനിന്നാണ് കമ്മ്യൂണിസമെന്ന ഭൂതം ഉയർന്നുവരുന്നത്.' സ്പെംഗ്ളറുടെ ഭ്രാന്തിൽ ഒരു ക്രമമുണ്ട്. മുത ലാളിത്ത വിപ്ലവത്തെത്തുടർന്ന് അനിവാര്യമായും തൊഴിലാളിവർഗ്ഗ വിപ്ലവം ഉണ്ടാകുന്നു. അതുകൊണ്ട്, സ്വാതന്ത്ര്യത്തിന്റെയും ജനാ ധിപത്യത്തിന്റെയും വിരോധിയായ ഈ മിസ്റ്റിക്ക്-ആത്മീയവാദി വിപ്ലവമെന്ന വിപത്തിനെ നേരിടുന്നതിനുള്ള പ്രത്യയശാസ്ത്ര ആയുധം അന്വേഷിച്ചുകൊണ്ട് നാട്ടുവാഴിത്ത-മധ്യകാലത്തിലേക്ക് നേരെ തിരിച്ചുപോകുന്നു. യുക്തിക്കുപകരം വിശ്വാസത്തെ പ്രതിഷ്ഠിക്കണം; മിസ്റ്റിസിസം യുക്തിവാദത്തെ ജയിച്ചടക്കണം - എന്നാലേ ചരിത്ര ഘടികാരത്തിന്റെ സൂചികളെ പിന്നോട്ടുതിരിക്കാനുള്ള ആശയറ്റ ശ്രമത്തെ സംസ്കാരത്തെ രക്ഷിക്കാനുള്ള മാർഗ്ഗമായി വാഴ്ത്താനാവൂ. തന്റെ എല്ലാ ഭ്രാന്തമായ ആക്രോശങ്ങൾക്കും രക്തദാഹിയായ സിദ്ധാന്തങ്ങൾക്കുമൊപ്പം സ്പെംഗ്ളർ കർക്കശമായ യുക്തിപരതപു ലർത്തുന്നുണ്ട്. അതുകൊണ്ട്, ഫാസിസത്തിന്റെ ഈ നവമിസ്റ്റിക്ക് ദർശനം ഏറ്റവും മോശപ്പെട്ട വഷളൻ ഭൗതികവാദത്തിന്റെ പ്രത്യയ ശാസ്ത്രമാണെന്ന് വളരെ വ്യക്തമായി ആർക്കും തെളിയിക്കാനാവില്ല.

ഫാസിസത്തിന്റെ ദാർശനികരായ വെബറും സൊംബാർട്ടും സ്പാനുമെല്ലാം കടുത്ത ഭൗതികവാദ വിരുദ്ധരും അക്രമോത്സുകമായ ആത്മീയവാദത്തിന്റെ പുനരുജ്ജീവനത്തിനുവേണ്ടി വാദിക്കുന്നവ രുമാണ്. ആ യുദ്ധം ദാർശനിക ആത്മീയവാദത്തിന്റെ പരമ്പരാ ഗതമായ തത്ത്വത്തെ പുനഃപ്രസ്താവിക്കുന്നതിലൂടെ ആരംഭിക്കുന്നു: 'പ്രകൃതിയെ അറിയുക എന്നത് അസാദ്ധ്യമാണ്.' (ഓട്ടോ സ്പാൻ, The Lesson of Political Economy). 'നാം നമ്മുടെ സ്വന്തം ഇന്ദ്രിയസം വേദനങ്ങളെ (perceptions) മാത്രമാണ് അറിയുന്നത്'' എന്ന പഴയ ബെർക്കീലിയൻ പ്രമാണത്തിന്റെയും അതിനേക്കാൾ പഴക്കമേറി യതും ആരാധ്യവുമായ മായാവാദത്തിന്റെയും ആവർത്തനമാണിത്. എല്ലാം മായികഭ്രമമാണെന്നാണ് വാദം. കുരിശുയുദ്ധക്കാരന്റെ ആവേശത്തോടെ സ്പാൻ എല്ലാ 'തിന്മകളു'ടെയും വേരറുക്കുന്നതിന്

- പടിപടിയായി ആത്മീയവാദത്തെ ദർശനത്തിന്റെ മണ്ഡലത്തിൽ നിന്ന് ഇറത്തിയ പ്രകൃതിശാസ്ത്രങ്ങളെ തകർത്തെറിയുന്നതിന് - വിശ്വാസയോഗ്യമല്ലാത്ത ഈ പഴഞ്ചൻ ആയുധമെടുത്ത് ചുഴറ്റുന്നു. പ്രകൃതിയെ അറിയുക എന്നത് അസാദ്ധ്യമായതുകൊണ്ടും, നമ്മുടെ ഇന്ദ്രിയസംവേദനങ്ങൾക്ക് പ്രകൃതിയെക്കുറിച്ച് ഒരിക്കലും ശരിയായ അറിവ് നൽകാൻ കഴിയാത്തതുകൊണ്ടും പ്രകൃതിശാസ്ത്രങ്ങളെല്ലാം ഉപയോഗശൂന്യമാണ്. പ്രകൃതിയെ അറിയുക എന്ന അസാദ്ധ്യവും നിഷ്ഫലവുമായ ശ്രമം ഉപേക്ഷിക്കണം. ദൈവത്തിലുള്ള വിശ്വാസം മാത്രമായിരിക്കണം ജീവിതമാർഗ്ഗദർശി. 'ദൈവരഹിതവും ധർമ്മനിരപേക്ഷവുമായ ജ്ഞാനം അവകാശപ്പെടുന്ന ദാർശനിക ഭൗതികവാദത്തിന്റെ നശീകരണത്തിലൂടെ മാത്രമേ സംസ്കാരത്തെ രക്ഷിക്കാനാവൂ' (അതേ പുസ്തകം).

ഇവിടെ അന്ധമായ ആവേശം അതിരുകടക്കുന്നു. 'ദൈവരഹിതമായ ജ്ഞാന'മാണ് ഭൗതികവാദദർശനം എന്നത് ശരിയാണ്. ദൈവവും ജ്ഞാനവും തമ്മിൽ ഒട്ടും പൊരുത്തമില്ല എന്ന് അത് തെളിയിച്ചിട്ടുണ്ട്. എന്നാൽ, ഭൗതികവാദം വന്ധ്യമായ നാസ്തിക വാദത്തേക്കാൾ ഗൗരവമായ ഒന്നാണ്. ഇല്ലാത്ത ഒരു ദൈവത്തെ സ്ഥാനഭ്രഷ്ടനാക്കാനുള്ള മൂഢസാഹസികതയൊന്നും അത് ഒരുങ്ങുന്നില്ല. അജ്ഞതയാണ് ദൈവത്തിന്റെ ആലയം എന്ന് അത് സൂചിപ്പിക്കുന്നുവെന്നു മാത്രം; ജ്ഞാനം ആ ആലയത്തെ ഉലയ്ക്കുകയും, ജ്ഞാനത്തിന്റെ വെളിച്ചം ദൈവമെന്ന സങ്കല്പത്തിനുമേൽ പതിക്കുമ്പോൾ ആത്യന്തികമായി ദൈവം അപ്രത്യക്ഷനാവുകയും ചെയ്യുന്നു. ദൈവത്തിനും ജ്ഞാനത്തിനും ഒന്നിച്ചുപോകാൻ കഴിയില്ല; കാരണം, ജ്ഞാനപഥത്തിലെ വിഘ്നമാണ് ദൈവം.

എന്തായാലും സ്പാനിന്റെ രണ്ടാമത്തെ വാദം തീർത്തും തെറ്റാണ്. അത് നിന്ദ്യമായ ഒരപവാദമാണ്. ജ്ഞാനം ധർമ്മത്തെ നിരാകരിക്കുന്നില്ല. ആത്മീയവാദത്തിന്റെ ലോകത്ത്, ധർമ്മം ആത്മീയവാദ അഹന്തയുടെ സംതൃപ്തിക്കുവേണ്ടി സ്വയം വ്യഭിചരിക്കുകയാണ്. ധർമ്മം അവിടെ ഒരു ലക്ഷ്യത്തിനുവേണ്ടിയുള്ള ഉപായം മാത്രമാണ്. ഭൗതികവാദം ധർമ്മത്തെ ധർമ്മമെന്ന നിലയിൽത്തന്നെ ആദരിക്കുന്നു. അത് ധർമ്മത്തെ ഒരു വേശ്യയുടെ അധഃകൃതാവസ്ഥയിൽ നിന്ന് ഒരു സ്വതന്ത്രാത്മാവിന്റെ മഹത്വത്തിലേയ്ക്കുയർത്തി. ഒരു ഭൗതികവാദി ധർമ്മബോധമുള്ളവനായിരിക്കും. ഭയംകൊണ്ടോ ഭീഷണികൊണ്ടോ ആർത്തികൊണ്ടോ അല്ല അവൻ അങ്ങനെ ആയിരിക്കുന്നത്; അങ്ങനെ അല്ലാതിരിക്കാൻ കഴിയാത്തതുകൊണ്ടാണ്. ധർമ്മനിരതനായിരിക്കുന്നതിൽ അവൻ സന്തോഷിക്കുന്നു.

അതിനവനെ പ്രാപ്തനാക്കുന്നത് ജ്ഞാനമാണ്. അത്തരമൊരു ഉൽകൃഷ്ട മനോഭാവത്തെ മനസ്സിലാക്കാൻ ആത്മീയവാദിക്കു കഴിയില്ല. അയാളുടെ ധർമ്മം അഹങ്കാരിയുടേതാണ്; അതിന്റെ പ്രതിരൂപമാണ് അടിമയുടെ ധർമ്മം. അവയെല്ലാം അജ്ഞതയുമായും അന്ധവിശ്വാസങ്ങളുമായും ബന്ധപ്പെട്ടിരിക്കുന്നു. ശാസ്ത്രങ്ങളുടെ ശാസ്ത്രമായ ഭൗതികവാദദർശനം ഈ പഴയ ദൈവങ്ങളെ അവരുടെ ആലയങ്ങളുടെ ഇരുണ്ട കോണുകളിൽനിന്നു തുരത്തിയോടിക്കുന്നു. അതുകൊണ്ട് ഭൗതികവാദദർശനത്തെ നശിപ്പിക്കണം. മതഭ്രാന്തനായ ഈ പോരാളി ആക്രോശിക്കുന്നു: 'എല്ലാതരത്തിലും പെട്ട ഭൗതികവാദത്തെ പരിപൂർണ്ണമായും നശിപ്പിക്കുന്നതിനുവേണ്ടി പോരാടണം. ജ്ഞാനോദയ കാലഘട്ടം (ളിഹശഴവലിോലി)േ മുതൽ സംസ്കാരത്തിന്റെ രക്ഷയ്ക്ക് വളരെ അത്യാവശ്യമായ പ്രവൃത്തിയാണിത്.' (അതേ പുസ്തകം).

ഈ ആക്രമണം എല്ലാ തരത്തിലുംപെട്ട ഭൗതികവാദത്തിനെതിരായതിനാൽ പ്രകൃതിശാസ്ത്രങ്ങളും ഇല്ലാതാകണം. അജ്ഞേയവാദികൾക്കുപോലും നിൽക്കക്കള്ളി കിട്ടില്ല. അതൊരു അന്വർത്ഥമായ ഡയണീഷ്യൻ താണ്ഡവമായിരിക്കും - ഫാസിസത്തിന്റെ ആഗമനം. പക്ഷേ, എന്തിനെ നശിപ്പിക്കാൻ വേണ്ടിയാണത്? പാശ്ചാത്യനാഗരികതയുടെ 'ഭൗതികവാദ'ത്തെ നശിപ്പിക്കാൻ വേണ്ടിയല്ല. ഈ കുരിശുയുദ്ധം ഭൗതികവാദദർശനത്തിന്റെ ഭീഷണിയിൽനിന്ന് മുതലാളിത്ത നാഗരികതയെ രക്ഷിക്കാൻ വേണ്ടിയുള്ളതാണ്. ശാസ്ത്രീയ ജ്ഞാനംമൂലം ആശയക്കുഴപ്പത്തിലകപ്പെടുകയും ദൂഷിക്കുകയും ചെയ്തു എന്നു പറയപ്പെടുന്ന അതിന്റെ ആത്മീയസത്തയുടെ പുനഃസ്ഥാപനത്തിലൂടെ രക്ഷകണ്ടെത്താനാവും. ഭൗതികവാദം പാശ്ചാത്യനാഗരികതയുടെ പ്രകൃതമല്ല. അതിന്റെ ആത്മീയ പാരമ്പര്യങ്ങൾക്ക് അന്യമാണത്. അത് ഭൗതികവാദത്തെ ആജന്മശത്രുവായി കണക്കാക്കുന്നു. മുതലാളിത്ത നാഗരികതയുടെ ദാർശനികചരിത്രമാകെ ദാർശനിക ഭൗതികവാദത്തിനെതിരായ പോരാട്ടത്തിന്റേതാണ്. അവസാനം, ആ പോരാട്ടം നിർണ്ണായകഘട്ടത്തിലെത്തിയിരിക്കുന്നു. ഭൗതികവാദ ദർശനത്തിന്റെ തകർച്ച മുതലാളിത്തത്തിന്റെ രക്ഷയ്ക്കുള്ള ഉപാധിയാണ്. പ്രതീക്ഷയില്ലാതെ, ജീവൻമരണ പോരാട്ടത്തിൽ ഏർപ്പെട്ട മുതലാളിത്തം മതമൗലികവാദത്തിന്റെ പുനരുജ്ജീവനത്തിൽ ഉറപ്പുനേടാൻ ശ്രമിക്കുന്നു. അജ്ഞതയുടെയും അന്ധവിശ്വാസത്തിന്റെയും വിശ്വാസത്തിന്റെയും മിസ്റ്റിസിസത്തിന്റെയും ഇരുണ്ട ശക്തികളെ വശീകരിക്കുകയും ചെയ്യുന്നു. നവ ആത്മീയവാദത്തിന്റെ ദർശനം കവചങ്ങളൊന്നുമില്ലാതെ പോരാടും. ആദിമവിശുദ്ധിയിൽ - മധ്യകാല കിരാതത്വത്തിന്റെ പകിട്ടിൽ - പ്രത്യക്ഷപ്പെട്ടുകൊണ്ട്

മതഭ്രാന്തരായ അനുയായികളെ ആവേശംകൊള്ളിക്കാമെന്ന് അതു കരുതുന്നു. കപടശാസ്ത്രത്തിന്റെ വേഷഭൂഷാദികൾ വലിച്ചെറിഞ്ഞു കൊണ്ട് അത്, ഇന്ത്യാക്കാർ സ്വന്തം വംശത്തിന്റെ സവിശേഷ പ്രതിഭയായി പരിപോഷിപ്പിച്ചതുമായി സാദൃശ്യം തോന്നിപ്പിക്കു ന്നു. അമൂർത്തതയിൽ നിഗൂഢവും കാല്പനികവുമായ ഈ പൈതൃകം ഉദാത്തമായി കണ്ടേക്കാം. എന്നാൽ, വഷളൻ ഭൗതികതയുടെയും തികഞ്ഞ കിരാതത്വത്തിന്റേയും പ്രതിഭാസമായ ഫാസിസത്തിലും ഹിറ്റ്ലറിസത്തിലും പ്രകടമാകുന്ന അതിന്റെ പ്രായോഗികമൂല്യം നമ്മുടെ സ്വപ്നത്തെ അലട്ടും.

പുരോഗതിയുടെ ശക്തികൾ അവികസിതവും ദുർബലവും അപര്യാപ്തവും മർദ്ദിതവും ആയിരിക്കുമ്പോൾ ആത്മീയവാദം പ്രതി ലോമപരതയുടെ പ്രത്യയശാസ്ത്ര ആയുധമാകുന്നു. ഇന്ത്യയിൽ ഇതു സംഭവിച്ചിട്ടുണ്ട്. പുരോഗതിയുടെ ശക്തികൾ എവിടെ സജീവവും സമരോത്സുകവും ഭീഷണവുമാണോ അവിടെ ആത്മീയവാദം രക്ത മയമായ പ്രതിവിപ്ലവത്തിന്റെ കറുത്ത കൊടിക്കൂറയായി മാറുന്നു. 'സാമൂഹികാസംതൃപ്തിയുടെ തിന്മ'കളോട് പോരാടാനായി അത് രംഗത്തിറങ്ങുന്നു.

സേച്ഛാധിപത്യത്തിനും ഹിംസയ്ക്കും അതിഭൗതികമായ അംഗീകാരം കണ്ടെത്തുന്ന ആക്രമണോത്സുകമായ ആത്മീയവാ ദമാണ് ഫാസിസത്തിന്റെ തത്ത്വശാസ്ത്രം. അത് നിഗൂഢവാദവും ഭ്രാന്തമായ മതപരതയുമാണ്. ഹിറ്റ്ലറിസത്തിന്റെ പ്രഖ്യാപി തലക്ഷ്യം 'ആര്യൻ സംസ്കാരത്തിന്റെ പുനരുജ്ജീവനത്തിലൂടെ ജർമ്മൻവംശത്തിന്റെ പുനരുദ്ധാരണ'മാണ്. ഫാസിസവും 'ആധു നികനാഗരികതയുടെ ഭൗതികവാദ'ത്തിനെതിരെ ഉഗ്രരോഷം പ്രകടിപ്പിക്കുകയും ഈ തിന്മയെ ഇല്ലാതാക്കാനുള്ള ദൃഢനിശ്ചയം പ്രഖ്യാപിക്കുകയും ചെയ്യുന്നുണ്ട്. അതിന്റെ പരിപാടിജർമ്മൻവംശ ത്തെ മധ്യകാലത്തെ വിശുദ്ധിയിലേയ്ക്കും ലാളിത്യത്തിലേയ്ക്കും തിരിച്ചു നയിക്കുകയെന്നതാണ്; അങ്ങനെ പുനരുജ്ജീവിക്കപ്പെട്ട ജർമ്മൻ ജനത ദൈവത്താൽ തിരഞ്ഞെടുക്കപ്പെട്ടവരായി സ്വന്തം ഭരണം ലോകം മുഴുവൻ സ്ഥാപിക്കും. ഇതെല്ലാം യാഥാസ്ഥിതിക ഇന്ത്യൻ ദേശീയവാദത്തിന്റെ പ്രഖ്യാപനങ്ങളുമായി വളരെ അടുത്ത സാദൃശ്യം പുലർത്തുന്നു.

സ്വസ്തികചിഹ്നം ഫാസിസത്തിന്റെ മിസ്റ്റിക്ക് പ്രത്യയശാസ്ത്രത്തെ പ്രതിനിധാനം ചെയ്യുന്നു. ചോദ്യംചെയ്യാതെ അനുസരിക്കാൻ മാത്രം ശീലിപ്പിക്കപ്പെട്ട മതഭ്രാന്ത സംഘം ധരിക്കുന്ന ചിഹ്നമാണത്. അജ്ഞതയുടെ മഹത്വീകരണമാണ് മിസ്റ്റിസിസം. സംശയാസ്പദമായ

ആ ആസ്തിയിൽനിന്ന് അത് ആത്മീയ മൂലധനം ഉണ്ടാക്കുന്നു. നിഗൂഢ വൽക്കരിക്കാത്തപക്ഷം ജനസാമാന്യം തങ്ങളുടെ അടിമത്തത്തിൽ ആനന്ദിക്കുമെന്നു കരുതാൻ കഴിയില്ല. അതുപോലെ അജ്ഞതയുടെ അനുഗ്രഹം ലഭിക്കാത്ത സ്വന്തം സുഹൃത്തുക്കളുടെ രക്തത്താൽ അവരുടെ അടിമത്തത്തിന്റെ തുരുമ്പിച്ച ചങ്ങലകളെ ബലപ്പെടുത്താനുമാവില്ല. സാങ്കല്പികമായ ഒരു ഭൂതകാലത്തിന്റെ ആദർശവൽക്കരണം ജനങ്ങളെ വർത്തമാനകാലത്തെ പരുക്കൻ യാഥാർത്ഥ്യങ്ങളെ വിസ്മരിക്കാൻ പ്രേരിപ്പിക്കുകയും മെച്ചപ്പെട്ട ഒരു ഭാവിജീവിതം സങ്കല്പിക്കുന്നതിനെ തടയുകയും ചെയ്യുന്നു. സുവർണ്ണയുഗത്തിലെ കാല്പനികദൈവങ്ങളെ ആരാധിക്കുമ്പോഴുള്ള ഉന്മത്തതയിൽ അവർ തങ്ങളുടെ വർത്തമാനകാല ജീവിതത്തെ ദുരിതയമാക്കിത്തീർക്കുന്ന അസുരന്മാരെ ഇല്ലാതാക്കുകയെന്ന ചരിത്രപരമായ കടമയിൽനിന്ന് എളുപ്പത്തിൽ സ്വയം അകലുന്നു. ഭൂതകാലത്തിന്റെ ആദർശവൽക്കരണം വർത്തമാനകാല ദുരിതങ്ങളിൽനിന്ന് നേട്ടമുണ്ടാക്കുന്നവരുടെ താൽപര്യങ്ങളെയാണ് സേവിക്കുന്നത്. ഭൂതകാല ആത്മീയസംസ്കാരത്തിന്റെ പുനരുജ്ജീവനത്തിനുവേണ്ടിയുള്ള ആവേശം വഷളൻ ഭൗതികവാദത്തിന്റെ വർത്തമാനകാല പ്രവർത്തനങ്ങൾക്കു ചിരപ്രതിഷ്ഠ നൽകുക മാത്രമാണ് ചെയ്യുന്നത്.

ഫാസിസം മുതലാളിത്തത്തിന്റെ ശത്രുക്കളെ തറയ്ക്കുന്നതിനായി വളഞ്ഞ കുരിശിന്റെ (സ്വസ്തികയുടെ) മിസ്റ്റിക്ക് അടയാളം ഉയർത്തി. ഈ അവിശുദ്ധമായ കുരിശുയുദ്ധം മതപരമായ ഉന്മാദത്തോടെ നടത്തപ്പെട്ടു. ആധുനിക സംസ്കാരത്തെ നശിപ്പിക്കാനുള്ള കിരാതമായ ശ്രമങ്ങൾ ആര്യസംസ്കാരത്തിന്റെ പുനരുജ്ജീവനത്തെ വിളംബരപ്പെടുത്തി. വടക്കുഭാഗത്തുള്ള കിരാതൻമാരുടെ തോറിനേയും വോട്ടനെയും പോലുള്ള നിഷ്ഠൂരരായ ദൈവങ്ങളുടെ ആരാധനയുടെ പുനഃസ്ഥാപനത്തിനുവേണ്ടിയുള്ള വിചിത്രമായ മതപ്രകടനങ്ങളിൽ പൗരാണികദൈവങ്ങൾ ആവാഹിക്കപ്പെട്ടു. ഫാസിസ്റ്റ് ജർമ്മനിയുടെ പൗരാണികരായ 'ആര്യ' പൂർവ്വികർ മദ്ധ്യേഷ്യയിൽനിന്നുള്ളവരല്ല. അവർ ആഭിജാത്യമുള്ള കലർപ്പറ്റ നോർദിക്ക് വംശക്കാരായിരുന്നു.

'ആര്യസംസ്കാര'ത്തിന്റെ ശ്രീകോവിലിൽ ഒന്നിച്ച് പ്രാർത്ഥന നടത്തുന്നവർക്കിടയിലെ സ്വരഭംഗം ഇവിടെ പ്രകടമാകുന്നു. ആര്യൻ വംശത്തെക്കുറിച്ചുള്ള സിദ്ധാന്തത്തെ ആധുനിക നരവംശശാസ്ത്ര ഗവേഷണങ്ങൾ തകർത്തു കഴിഞ്ഞിട്ടുള്ളതിനാൽ പ്രത്യേക ആര്യ സംസ്കാരം സ്വയം ഒരു മിത്തായിത്തീരുന്നു. ഫാസിസ്റ്റ് പ്രസ്ഥാനത്തിന്റെ 'ആര്യവാദ'ത്തിൽ ആകൃഷ്ടരായ ഇന്ത്യൻ ദേശീയവാദികൾ ഒരുകാര്യം ശ്രദ്ധിക്കണം: വെള്ളക്കാരുടെ മേധാവിത്വത്തിന്റെ

ആരാധനയാണ് ഫാസിസ്റ്റുകളുടെ ആര്യവാദം. എന്തിനു ബ്രിട്ടീഷ് സാമ്രാജ്യവാദികൾക്കുപകരം ഹിറ്റ്ലറെയോ മുസ്സോളിനിയേയോ തിരഞ്ഞെടുക്കണം? - രണ്ടുകൂട്ടരും 'വെള്ളക്കാരന്റെ ഭാരം' എന്ന ഒരേ പല്ലവി പാടുമ്പോൾ. ഫാസിസ്റ്റുകളുടേതോ ഇന്ത്യൻ ആത്മീയ സാമ്രാജ്യവാദികളുടേതോ ആകട്ടെ, ഈ സന്താപസന്തോഷ സമ്മിശ്രനാടകം ആര്യവാദത്തിന്റെ കാല്പനിക സ്വഭാവം വെളിപ്പെടുത്തുന്നുണ്ട്. ഇന്ത്യൻ സംസ്കാരം ജർമ്മൻ സംസ്കാരത്തേക്കാൾ ആര്യവംശത്തിന്റെ ആത്മീയ പ്രതിഭയുടെ മുദ്രയുള്ളതാണെന്ന് ഇനി പറയാനാവില്ല. രണ്ടിലും ആര്യവാദം പ്രതിലോമപരതയുടെ ഉപകരണമാണ്. അതിന് ശാസ്ത്രീയമോ ചരിത്രപരമോ ആയ അടിസ്ഥാനമൊന്നുമില്ല. അജ്ഞതയിൽ അധിഷ്ഠിതമാണ് അത്. ഉപരിവർഗ്ഗങ്ങളുടെ - ജർമ്മനിയിൽ വ്യവസായികളുടെയും പണമിടപാടുകാരുടെയും, ഇന്ത്യയിൽ പുരോഹിതവർഗ്ഗത്തിന്റെയും ഭൂപ്രഭുക്കളുടെയും - തരംതാണ ഭൗതിക താൽപര്യങ്ങളെയാണത് സേവിച്ചുകൊണ്ടിരിക്കുന്നത്.

എന്തായാലും, തോറിന്റേയും വോട്ടന്റെയും ആകർഷകമായ ആരാധന ഒരു മതഘോഷയാത്രയേക്കാൾ കൂടുതലായൊന്നും സഹായിക്കില്ല. ജർമ്മനിയിലെ ഏറ്റവും പിന്നാക്കം നിൽക്കുന്ന ജനവിഭാഗങ്ങളെപ്പോലും കാടത്തത്തിലേക്കു പതിക്കാൻ അനുവദിക്കാത്തത്ര ശക്തമാണ് അവിടുത്തെ സംസ്കാരം. ഫാസിസ്റ്റുകളുടെ മൈതാനപ്രസംഗത്തിന് താൽക്കാലികമായെങ്കിലും ചരിത്രഘടികാരത്തിന്റെ സൂചിയെ അത്ര പിന്നോട്ട് തിരിക്കാൻ കഴിയില്ല. അതുകൊണ്ടാണ്, ഫാസിസ്റ്റു പ്രത്യയശാസ്ത്രം ക്രൈസ്തവ മതമൗലികവാദത്തെ പ്രാകൃത മിസ്റ്റിസിസവുമായി കൂട്ടിച്ചേർക്കുന്നത്.

'ജർമ്മൻ ക്രിസ്ത്യൻ' ഫാസിസ്റ്റു പ്രസ്ഥാനത്തിന്റെ നേതാവായ ലുഡ്വിഗ് മോളർ പ്രഖ്യാപിക്കുന്നു: 'പിതൃഭൂമിയെ രക്ഷിക്കുന്നതിനായി ദൈവം അഡോൾഫ് ഹിറ്റ്ലറെ അയച്ചിരിക്കുന്നു.' കൽക്കി അവതാരം സ്വർഗ്ഗത്തിൽനിന്ന് ഭൂമിയിലെ ഇന്ത്യയിലേക്കു വരുന്നതിനുപകരം വഴിതെറ്റി ജർമ്മനിയിൽ അവതരിച്ചതായി തോന്നുന്നു. ആര്യൻമാരുടെ സനാതനധർമ്മത്തിന്റെ പുനസ്ഥാപന ദൗത്യം അദ്ദേഹം നിർവ്വഹിക്കുവോളം അത് കാര്യമായ വ്യത്യാസമൊന്നും ഉണ്ടാക്കില്ല. അഡോൾഫ് ഹിറ്റ്ലർതന്നെ തന്റെ ദൈവികദൗത്യത്തിൽ വിശ്വസിക്കുന്നുണ്ട്. ചാൻസിലറായി നിയമിക്കപ്പെട്ടപ്പോൾ 'എല്ലാം ദൈവത്തിന്റെ അത്ഭുതമായി തോന്നുന്നു' എന്ന് അദ്ഭുതപ്പെട്ടതായി 'ജർമ്മൻ ക്രിസ്ത്യൻ' സഭയുടെ മഹാപുരോഹിതൻ പറഞ്ഞിട്ടുണ്ട്. അതെ, അതൊരു അദ്ഭുതമായിരുന്നു; അല്ലെങ്കിൽ, അജ്ഞനായ ഒരു മൈതാന പ്രാസംഗികന് എങ്ങനെ ജർമ്മനിയുടെ

'രക്ഷക'നാകാൻ കഴിഞ്ഞു? തന്റെ ഭാഗത്തുള്ള എന്തെങ്കിലും മെച്ചംകൊണ്ടല്ല അനിയന്ത്രിതമായ അധികാരത്തിലേയ്ക്കുള്ള തന്റെ ആരോഹണം എന്നത് ഹിറ്റ്ലറെ അദ്ഭുതപ്പെടുത്തിയിരിക്കണം. ആധുനികനാഗരികത വളർത്തിയെടുത്ത എല്ലാ മൂല്യങ്ങളെയും സ്ഥാപനങ്ങളെയും അടിച്ചമർത്തുന്ന പ്രവർത്തനത്തിൽ ഏതാണ്ട് രണ്ടുവർഷത്തോളം ഏർപ്പെട്ടതിനുശേഷം 1934 സെപ്റ്റംബറിൽ ഹിറ്റ്ലർ പ്രഖ്യാപിച്ചു: 'നാം ദൈവരാഹിത്യത്തിനും ധാർമ്മികാധപതനത്തിനും എതിരായി പോരാടുകയായിരുന്നുവെന്ന് എല്ലാവർക്കും അറിയാം. ദൈവത്തിന്റെ അനുഗ്രഹം നമ്മുടെ പ്രവൃത്തികൾക്കുമേലുണ്ടെന്നുള്ളത് ഉറപ്പാണ്.' ഒരു വർഷത്തിനുശേഷം, തന്റെ നിഷ്ഠൂരപ്രവൃത്തികളിൽ വിജയോന്മത്തനായ അദ്ദേഹം വെളിപ്പെടുത്തി: 'പതിനഞ്ചുവർഷങ്ങൾക്കുമുമ്പ്, എനിക്ക് എന്റെ വിശ്വാസവും ഇച്ഛാശക്തിയുമല്ലാതെ മറ്റൊന്നുമുണ്ടായിരുന്നില്ല. ഇന്ന് ഗതിനിർണ്ണയിക്കുന്നത് ജർമ്മൻ രാഷ്ട്രവും ഭരണകൂടവുമാണ്. സർവ്വശക്തനായ ദൈവത്തിന്റെ അനുഗ്രഹമില്ലാതെ ഇതു സാദ്ധ്യമാകുമോ? ദൈവത്തിന്റെ ഇച്ഛയാൽ എന്തിന് എതിരല്ലയോ അതാണ് നമ്മൾ.' അജ്ഞനായ ഒരു സാഹസികന്റെ വിശ്വാസം മാത്രമായിരുന്നില്ല മലയെ മാറ്റിയത്. അത് ഭരണവർഗ്ഗങ്ങളുടെ ഇച്ഛയായിരുന്നു. ആ ഇച്ഛ അവർ തിരഞ്ഞെടുത്ത മനുഷ്യനിലൂടെ സ്വയം പ്രകടമായി.

മനുഷ്യവംശത്തിനെതിരായി ഫാസിസ്റ്റുകൾ നടത്തുന്ന അത്തരം നിഷ്ഠൂര കൃത്യങ്ങളെ മാനവികമായ ഒരു വാദമുഖം കൊണ്ടും ന്യായീകരിക്കാനാവില്ല; അതുകൊണ്ടാണ് ദൈവികമായ അനുമതി തേടുന്നത്. നീതിയുക്തവും ധാർമ്മികവും ഗുണപ്രദവുമായ സംഭവങ്ങളെ ന്യായീകരിക്കുന്നതിന് കപടവേഷധാരികളുടെ സംശയാസ്പദമായ ആധികാരികത ആവശ്യമല്ല; അവ സ്വന്തം ഗുണംകൊണ്ടുതന്നെ നിലനിൽക്കും. ഹിറ്റ്ലറുടെ ദൈവം സ്വർഗ്ഗത്തിലല്ല ജീവിക്കുന്നത്, മറിച്ച് നശ്വരമായ ഈ ഭൂമിയിലാണെന്നു മാത്രം. ഹിറ്റ്ലർ രക്തമിറ്റുന്ന വാളുമായി ജർമ്മനിയിൽ പ്രത്യക്ഷപ്പെട്ടത് ദൈവത്തിന്റെയല്ല, മറിച്ച് കുബേരന്റെ (Mammon) പ്രതിനിധിയായാണ്.

ഫാസിസ്റ്റുകളുടെ മതാത്മകതയും മിസ്റ്റിസിസവും ആത്മാർത്ഥതയില്ലാത്തതും അന്ധവിശ്വാസപരവുമാണ്. ജർമ്മനിയിലെ കത്തോലിക്കാ പാർട്ടിയുടെ ജിഹ്വയായ 'ജർമ്മാനിയ'യിൽനിന്നുള്ള താഴെ ഉദ്ധരിക്കുന്ന ഭാഗം, ഹിറ്റ്ലറിസത്തിന്റെ മതാത്മകതയെ സംബന്ധിച്ച വിവരണം പ്രധാനപ്പെട്ടതാണ്: 'മതവിരുദ്ധമായ ഈ നവീന അവിശ്വാസം (Neoheathenism) ക്രൈസ്തവപൂർവ്വ അവിശ്വാസത്തേക്കാൾ വളരെ താണതലത്തിലാണ്. ക്രൈസ്തവപൂർവ്വ അവിശ്വാസം

അതിന്റെ ദേവതകളെ ആദരിക്കുകയെങ്കിലും ചെയ്യുന്നതിനാൽ ധർമ്മനിഷ്ഠമാണ്.' കുറേക്കൂടി കോട്ടം തട്ടിക്കുന്ന ഒരു വിവരണം വരുന്നത് ക്രൈസ്തവ ലോകത്തിന്റെ ആത്മീയനാഥനിൽനിന്നാണ്. ജർമ്മനിയിലെ കത്തോലിക്കാസഭയ്ക്കു നേരെയുള്ള നാസി ആക്രമണത്തിൽ ക്രോധംപൂണ്ട മാർപ്പാപ്പ 1934ൽ നടത്തിയ ഒരു പ്രഖ്യാപനത്തിൽ പറഞ്ഞു: 'മഹത്തും കുലീനവുമായ ജർമ്മൻ ജനത അവരുടെ ചരിത്രത്തിലെ ദുരന്തസന്ധിയിൽ അകപ്പെട്ടിരിക്കുകയാണ് - ക്രൈസ്തവ വീക്ഷണത്തിൽനിന്ന് അല്ലെങ്കിൽ മാനുഷികവീക്ഷണത്തിൽനിന്നുപോലും പരമാവധി മുക്തമായ ഒരു ജീവിതാഹങ്കാരത്തെ സൃഷ്ടിക്കുകയല്ലാതെ മറ്റൊന്നിനും കഴിയാത്ത വംശാഹങ്കാരത്തിന്റെ ക്രൈസ്തവമോ മാനുഷികമോ അല്ലാത്ത ആശയങ്ങളെയും പ്രവൃത്തികളെയും മഹത്വീകരിക്കുന്ന ഒരു ദുർഘടസന്ധിയിൽ.'

ഫാസിസ്റ്റ് ഭീകരവാദം രാഷ്ട്രീയമണ്ഡലത്തിൽ മാത്രം ഒതുങ്ങിനിൽക്കുന്നതല്ല; അത് ജനങ്ങളുടെ മതജീവിതത്തെയും ഉപദ്രവിക്കാതെ വിടുന്നില്ല. ഫാസിസ്റ്റു ദർശനത്തിന് സഹിഷ്ണുത എന്തെന്നറിയില്ല. ഹിറ്റ്ലർ അധികാരത്തിൽ വരുന്ന സമയത്ത് ജർമ്മനിയിലെ പ്രൊട്ടസ്റ്റന്റു സഭയുടെ അദ്ധ്യക്ഷൻ വളരെ ജനകീയനായ ഒരു മഹാപുരോഹിതനായിരുന്നു. ബിഷപ്പ് ബ്യൂഡ്ഡേൽഷ്വിൻഗ് പുരോഗമന മനോഭാവമുള്ള ഒരു ദൈവമീമാംസകനായിരുന്നു. അദ്ദേഹം ഫാസിസത്തെ അംഗീകരിച്ചില്ല. കലർപ്പറ്റ ക്രൈസ്തവ ധർമ്മനിഷ്ഠയിലും കാരുണ്യത്തിലും അധിഷ്ഠിതമായ അദ്ദേഹത്തിന്റെ ജനാധിപത്യബോദ്ധ്യങ്ങൾ 'പാവങ്ങളുടെ ബിഷപ്പ്' എന്ന വിശേഷണം അദ്ദേഹത്തിനു നേടിക്കൊടുത്തിരുന്നു. അത്തരമൊരു മനുഷ്യനെ, അദ്ദേഹത്തിന്റെ ആത്മീയമായ എല്ലാ ഗുണങ്ങളോടുംകൂടി ജർമ്മൻ സംസ്കാരത്തിന്റെ 'ആര്യവൽക്കരണ'ത്തിനായി ആശ്രയിക്കാനാവുമായിരുന്നില്ല. മതപ്രമാണിമാരുടെ ഒരു സമ്മേളനത്തിൽ ഹിറ്റ്ലറുടെ അനുയായികൾക്ക് അദ്ദേഹത്തെ ന്യായയുക്തമായ രീതിയിൽ പുറത്താക്കാനായില്ല. അദ്ദേഹം വീണ്ടും തിരഞ്ഞെടുക്കപ്പെട്ടു. അതിനെത്തുടർന്ന് ഫാസിസ്റ്റുകൾ അവരുടെ വക ഒരു കൃത്രിമ തിരഞ്ഞെടുപ്പ് നടത്തി. അധികാരത്തിലുള്ള അവർ തിരഞ്ഞെടുപ്പുകളിൽ ഭീകരതയുടെയും ബലപ്രയോഗത്തിന്റെയും അപവാദത്തിന്റേതുമായ എല്ലാ മാർഗ്ഗങ്ങളെയും ഫലപ്രദമായി പ്രയോജനപ്പെടുത്തി. ജർമ്മനിയിലെ നഗരജനസംഖ്യയുടെ വലിയൊരു വിഭാഗമായ തൊഴിലാളിവർഗ്ഗത്തിലെ ഭൂരിഭാഗവും സഭാധികാരസംബന്ധിയായ തിരഞ്ഞെടുപ്പിനോട് ഉദാസീനരായിരുന്നതിനാൽ ഫാസിസ്റ്റു സ്ഥാനാർത്ഥിയുടെ വിജയം സുനിശ്ചിതമായിരുന്നു. ജനകീയനും സത്യസന്ധനുമായ ഒരു ക്രൈസ്തവപുരോഹിതനെ മാറ്റി തൽസ്ഥാനത്ത് ഹിറ്റ്ലറുടെ ഒരു ശിങ്കിടിയെ

അവരോധിക്കാനുള്ള പ്രചാരണം നടത്തപ്പെട്ടത് 'ഞങ്ങൾ യേശു ക്രിസ്തുവിന്റെ മിന്നൽപ്പടയാണ്'' എന്ന മുദ്രാവാക്യത്തോടെയാണ്. ഈ കപടമായ മതാവേശത്തോടെ ഫാസിസ്റ്റ് ചട്ടമ്പികൾ ജനങ്ങളെ സ്വന്തം ബോദ്ധ്യത്തിനെതിരായി വോട്ടുചെയ്യാൻ ഭീഷണിപ്പെടുത്തി. വ്യാവസായിക മാടമ്പികളുടെയും ഹുണ്ടികവ്യാപാര പ്രമാണിമാരുടെയും ഭൂപ്രഭുക്കളുടെയും ലൗകികതാൽപര്യങ്ങളെ സംരക്ഷിക്കുന്നതിനുള്ള നികൃഷ്ടമായ ഒരു ആയുധമായി ഉപയോഗപ്പെടുത്തുന്നതിനു ബലപ്രയോഗത്തിന്റെയും നുണകളുടെയും അടിത്തറയിൽ 'ജർമ്മൻ ക്രൈസ്തവത' അങ്ങനെ സ്ഥാപിക്കപ്പെട്ടു. തിരഞ്ഞെടുപ്പ് പ്രചാരണ വേളയിലെ ഒരു പ്രസംഗത്തിൽ, 'സഭയെ സംരക്ഷിക്കാത്ത ഒരു രാഷ്ട്രംവിലകെട്ടതാണ്'' എന്നു പ്രഖ്യാപിക്കുന്നതിലൂടെ ഹിറ്റ്ലർ ഫാസിസ്റ്റ് സമഗ്രാധിപത്യത്തിന്റെ ആത്മീയബോധത്തെ പ്രകടമാക്കി. സഭ രാഷ്ട്രത്തിന്റെ ആജ്ഞാനുവർത്തിയായിരിക്കണമെന്നു മാത്രം. ആരാധ്യമായ കത്തോലിക്കാസഭയ്ക്കോ ജനകീയമായ ഇവാഞ്ചലിക്കൽ സഭയ്ക്കോ ഫാസിസ്റ്റ് രാഷ്ട്രത്തിന്റെ സംരക്ഷണം നേടാൻ കഴിഞ്ഞില്ല. ഫാസിസ്റ്റ് കിരാതപ്രവൃത്തികൾക്ക് ദൈവികമായ അംഗീകാരം കണ്ടെത്തുകയെന്ന ഉദ്ദേശ്യത്തെ സേവിക്കുന്നതിനായി ഒരു പുതിയ സഭ സൃഷ്ടിക്കപ്പെടുകയും അത് സർവ്വശക്തമായ രാഷ്ട്രത്തിന്റെ ആത്മീയ ആയുധമായി പ്രഖ്യാപിക്കപ്പെടുകയും ചെയ്തു. ചിരസമ്മതമായ 'ആര്യൻ' നിലപാടിൽ നിന്നുകൊണ്ട്, ഫാസിസ്റ്റ് രാഷ്ട്രം, ധർമ്മത്തെ സംരക്ഷിക്കുകയെന്നത് സ്വന്തം കടമയാണെന്ന് അംഗീകരിക്കുന്നു. ധർമ്മമാകട്ടെ വർഗ്ഗാധിപത്യത്തിന്റെ ആത്മീയ പ്രത്യയശാസ്ത്രമാണ്.

ജനകീയനായ ആ മുഖ്യ പുരോഹിതനെതിരെ ഭീകരതയിലൂടെയും ബലപ്രയോഗത്തിലൂടെയും നുണപ്രചാരണത്തിലൂടെയും നേടിയ വിജയത്തെയും ഹിറ്റ്ലറുടെ വിജയശ്രീലാളിതരായ ശിങ്കിടികൾ 'ദൈവം സൃഷ്ടിച്ച അദ്ഭുത'മായി പ്രഖ്യാപിച്ചു. ഭൂമിയിലെ ഫാസിസ്റ്റ് സ്വർഗ്ഗരാജ്യത്തിൽ സംഭവിക്കുന്നതെല്ലാം അദ്ഭുതമായാണ്. ഹിംസയുടെയും കിരാതത്വത്തിന്റെയും ഓരോ പ്രവൃത്തിക്കു പിന്നിലും ദൈവത്തിന്റെ കൈവിരൽ കാണപ്പെടുന്നു. പാർലിമെന്റ് മന്ദിരത്തിലെ അഗ്നിബാധ സംബന്ധിച്ച വിചാരണവേളയിലെ തന്റെ അതിനിന്ദ്യമായ പ്രസംഗത്തിൽ, 'അഗ്നിബാധയുടെ ആ രാത്രിയിൽ, ഹിറ്റ്ലർ അതിനെ സ്വർഗ്ഗത്തിൽനിന്നുള്ള അടയാളമായി പ്രഖ്യാപിച്ചു' എന്ന് ഗോറിങ്ങ് പ്രസ്താവിച്ചു. ദൈവത്തിന്റെ ആജ്ഞാനുവർത്തികളായ കൊള്ളിവെയ്പുകാർ ദിവ്യപ്രചോദനത്തോടെ സംസാരിക്കുന്നു!

ഫാസിസ്റ്റ് പ്രവർത്തനങ്ങളുടെ നിഷ്ഠുരത വർദ്ധിക്കുന്നതിന് ആനുപാതികമായി 'നേതാവി'ന്റെ ദൈവവൽക്കരണവും

ശക്തമായിത്തീരുന്നു. ഹിറ്റ്ലർ 'ജർമ്മൻ ജനത'യുടെയും ജർമ്മൻ ദൈവത്തിന്റെയും ഒപ്പം നിഗൂഢമായ ഒരു പുതിയ ത്രിത്വ(Trintiy)ത്തിലെ അംഗമായി മാറിയിട്ടുണ്ട്. അദ്ദേഹത്തിന്റെ ചിത്രം സാധാരണവും പരിചിതവുമായ ഒരു കാഴ്ചയാണ്.

'ജർമ്മൻ ക്രൈസ്തവമത'ത്തിന്റെ പ്രവാചകന്റെ അപ്പോസ്തലനാണ് ആൽഫ്രഡ് റോസൻബർഗ്. അദ്ദേഹത്തിന്റെ 'ഇരുപതാം നൂറ്റാണ്ടിന്റെ മിത്ത്' എന്ന പുസ്തകം ദേശീയ സോഷ്യലിസത്തിന്റെ ബൈബിളായി മാറിയിട്ടുണ്ട്. അദ്ദേഹം പരമ്പരാഗത ക്രൈസ്തവ നന്മകളെ 'നിഷേധാത്മക'മെന്നുപറഞ്ഞ് നിരാകരിക്കുകയും 'ക്രിയാത്മക ക്രൈസ്തവധർമ്മം' എന്ന് അദ്ദേഹം വിളിക്കുന്നതിനെക്കൊണ്ട് അവയെ എതിർക്കുകയും ചെയ്യുന്നു. ഈ പുതിയ വിശ്വാസം ക്രിസ്തുവിന്റെ ഉപദേശങ്ങൾക്കു തീർത്തും എതിരാണ്. അതുകൊണ്ടാണ്, ക്രിസ്തുമതത്തിന്റെ ഈ വികൃതവൽക്കരണത്തിനെതിരായി ഒരു പ്രതിഷേധ വിജ്ഞാപനം പുറപ്പെടുവിക്കാൻ ഇവാഞ്ചലിക്കൽ സഭയുടെ യാഥാസ്ഥിതിക പ്രമാണിമാർ നിർബന്ധിതരായത്. ആ വിജ്ഞാപനം നേതാവിനെ(ഹിറ്റ്ലർ)ത്തന്നെയാണ് സംബോധന ചെയ്തിരുന്നത്. അതിൽ പ്രതിഷേധക്കാരായ പുരോഹിതൻമാർ അദ്ദേഹത്തെ ബഹുമാനത്തോടെ അഭിവാദനം ചെയ്തുകൊണ്ട് തങ്ങളുടെ 'ഉത്കണ്ഠയും ഭയവും' പ്രകടിപ്പിക്കുക മാത്രമാണ് ചെയ്തിരുന്നതെങ്കിലും, പോലീസ് അതിനെ ഉടനടി അടിച്ചമർത്തി. ചരിത്രപരമായ ആ രേഖ ഇങ്ങനെ ഉപസംഹരിക്കുന്നു: 'ഒരു മഹത്തായ ലക്ഷ്യംപോലും, അത് ദൈവം വെളിപ്പെടുത്തിയ ഇച്ഛയ്ക്കെതിരായി സ്വയം പ്രതിഷ്ഠിക്കുകയാണെങ്കിൽ അവസാനം ജനങ്ങളെ നാശത്തിലേയ്ക്ക് എത്തിക്കും. ഹിറ്റ്ലർ ദേശീയപുരോഹിതൻ എന്ന പദവിയിൽ അവരോധിക്കപ്പെട്ടിരിയ്ക്കുന്നു. മാത്രമല്ല, അദ്ദേഹം ജനങ്ങളുടെയും ദൈവത്തിന്റെയും ഇടയിലെ മധ്യസ്ഥൻപോലുമാണ്.'

യാഥാസ്ഥിതിക സഭാമേധാവികളുടെ ഉത്കണ്ഠകളും ഭയവും അടിസ്ഥാനരഹിതമായിരുന്നില്ല എന്ന് ഗീബൽസിന്റെ താഴെ പറയുന്ന പ്രഖ്യാപനം തെളിയിക്കുന്നു: 'നേതാവിന്റെ ജനങ്ങളോടുള്ള അവസാനത്തെ അഭ്യർത്ഥന ശക്തമായ പ്രക്ഷോഭത്തിലെന്നപോലെ രാഷ്ട്രത്തെയാകെ ഇളക്കിമറിച്ചു. ദൈവത്തിന്റെ അതുല്യ ഗൃഹമായി ജർമ്മനി മാറ്റപ്പെട്ടതായി തോന്നി. ആ ഗൃഹത്തിൽ സാക്ഷ്യംവഹിക്കുന്നതിനായി ജർമ്മനിയുടെ മധ്യസ്ഥൻ ദൈവത്തിന്റെ സിംഹാസനത്തിനുമുമ്പിൽ നിൽക്കുന്നു. സ്വാതന്ത്ര്യത്തിനും സമാധാനത്തിനുമുള്ള ഒരു ജനതയുടെ സ്വർഗ്ഗത്തോടുള്ള ഈ നിലവിളി കേൾക്കപ്പെടാതെ ഇല്ലാതാവില്ല എന്ന് നമുക്കു തോന്നി. അഗാധവും അതിനിഗൂഢവുമായ

അർത്ഥത്തിലുള്ള മതമായിരുന്നു അത്. എന്നിട്ട് ഒരു രാഷ്ട്രം അതിന്റെ വക്താവിലൂടെ ദൈവത്തെ അംഗീകരിച്ച്, അയാളുടെ (ഹിറ്റ്ലറുടെ) കരങ്ങളിൽ സ്വന്തം വിധിയെയും ജീവിതത്തെയും പൂർണ്ണവിശ്വാ ത്തോടെ ഏൽപ്പിക്കുകയും ചെയ്തു.'

ഈ പുതിയ മിശിഹായുടെ മട്ടിൽ റോസൻബർഗ് ക്രിസ്തുവിന്റെ ചിത്രം വരച്ചിട്ടുണ്ട്. 'മത്തായിയെപ്പോലുള്ള ജൂത മതഭ്രാന്തൻമാരാലും, പൗലോസിനെപ്പോലുള്ള ഭൗതികവാദ ആചാര്യൻമാരാലും, തെർത്തുലിയനെപ്പോലുള്ള ആഫ്രിക്കൻ നിയമജ്ഞരാലും, അഗസ്റ്റിനെപ്പോലുള്ള സങ്കരവർഗ്ഗക്കാരാലും' വരയ്ക്കപ്പെട്ട വ്യാജചിത്രമായി ബൈബിളിലെ ക്രിസ്തുവിനെ അദ്ദേഹം നിരാകരിക്കുന്നു. അദ്ദേഹം തന്റെ 'ക്രിയാത്മക ക്രൈസ്തവധർമ്മ'ത്തിന്റെ ക്രിസ്തുവിനെ ട്യൂട്ടോണിക് വംശത്തിൽപിറന്ന, സമാധാനം കൊണ്ടുവരാനല്ല, മറിച്ച് ഹിറ്റ്ലറെപ്പോലെ കൈയിൽ വാളുമായി ആക്രമണോത്സുകനായ വിപ്ലവകാരിയായി ലോകത്തിൽ അവതരിച്ച ആളായാണ് ചിത്രീകരിക്കുന്നത്. റോസൻബർഗ് ക്രിസ്തുവിന്റെ ദൗത്യമായി കണ്ടുപിടിച്ചത് വിപ്ലവത്തെ അടിച്ചമർത്തുക എന്നതായിരുന്നു. അദ്ദേഹം, ക്രൈസ്തവസഭ അതിന്റെ പ്രവാചകന്റെ പ്രബോധനങ്ങളെ മറന്നുവെന്നു പരാതിപ്പെടുകയും, ക്രിസ്തുമതസ്ഥാപകന്റെ പ്രതിവിപ്ലവദൗത്യത്തെ പൂർത്തീകരിക്കാനാണ് ഹിറ്റ്ലർ വന്നിട്ടുള്ളതെന്ന് പ്രഖ്യാപിക്കുകയും ചെയ്യുന്നു. ക്രിസ്തുമതത്തിന്റെ ഉദ്ഭവവുമായി ബന്ധപ്പെട്ട വസ്തുതകളുമായി പരിചയമുള്ളവർക്ക്, ക്രിസ്തു വിനീതവിധേയത്വത്തിന്റെ ഭീരുത്വസിദ്ധാന്തം ഉദ്ബോധിപ്പിച്ചിരുന്നില്ലെങ്കിൽ തീർച്ചയായും അദ്ദേഹം പ്രതിവിപ്ലവത്തിന്റെ നായകനായി പ്രത്യക്ഷപ്പെടുമായിരുന്നില്ല എന്നറിയാം. നേരേമറിച്ച് ചരിത്രപുരുഷനായ ക്രിസ്തു റോമൻ മർദ്ദകഭരണത്തിനെതിരായ യഹൂദജനതയുടെ കലാപത്തിന്റെ നേതാക്കളിലൊരാളായിരുന്നു. ആദിമക്രിസ്തുമതം ഒരു വിപ്ലവപ്രസ്ഥാനത്തിന്റെ പ്രത്യയശാസ്ത്രമായിരുന്നു. റോസൻബർഗിന്റെ 'ക്രിയാത്മക ക്രിസ്തുമതം' പ്രതിവിപ്ലവത്തിന്റെ രക്താഭിഷേകമാണ്. വാസ്തവത്തിൽ, അദ്ദേഹം ക്രൈസ്തവസഭയുടെ പ്രതിലോമകരമായ യാഥാസ്ഥിതികത്വത്തിനെതിരായി ആദിമ ക്രിസ്തുമതത്തെ പുനരുജ്ജീവിപ്പിക്കാനൊന്നും ഉദ്ദേശിക്കുന്നില്ല.

'റോസൻബർഗ് റോമിന്റെയും വിറ്റൻബെർഗിന്റെയും ജനീവയുടെയും മതത്തെ വോട്ടന്റെയും സീഗ്ഫ്രൈഡിന്റെയും മതംകൊണ്ട് എതിരിടുന്നു. ദുഃഖത്തിന്റെ ചിഹ്നമായ ക്രൈസ്തവകുരിശിനെ സൂര്യദേവന്റെ ചിഹ്നവും വിലക്ഷണവുമായ സ്വസ്തികകൊണ്ട് എതിരിടുന്നു. 'മാനവസാഹോദര്യത്തിന്റെയും പ്രാപഞ്ചിക മനോഭാവത്തിന്റേതുമായ

അയഥാർത്ഥവും ധാർമ്മികമായി അധ:പതിപ്പിക്കുന്നതും ദേശീയ നിരപേക്ഷവുമായ മതത്തെ 'വംശത്തിന്റെയും രക്തത്തിന്റേതുമായ ജീവചൈതന്യമുള്ള മതം'കൊണ്ട് എതിരിടുന്നു. 'ബലഹീനരുടെയും താണ മനുഷ്യരുടെയും' മതത്തെ അതിമാനുഷന്റെ മതംകൊണ്ട് എതിരിടുന്നു. നോർദിക് യൂറോപ്പിന്റെ ആത്മാവിനു നിരന്തരഭീഷണിയും ദ്രോഹകരമാവുമെന്ന് സത്യസന്ധനായ ഓരോ ജർമ്മൻകാരനും കരുതുന്ന കാരുണ്യത്തിന്റേയും ദയയുടേതുമായ ദുർബലപ്പെടുത്തുന്ന ക്രൈസ്തവ നന്മകളെ ഗർവ്വിന്റേതും സ്വാതന്ത്ര്യത്തിന്റേതുമായ ജർമ്മനിയുടെ മൗലികനന്മകളെക്കൊണ്ട് അദ്ദേഹം എതിരിടുന്നു.'(ചാൾസ് സറോളിയ, 1935 ജൂണിൽ ന്യൂയോർക്കിൽനിന്ന് പ്രസിദ്ധീകരിച്ച 'Current History'യിൽ എഴുതിയ "The German Anti-Christ" ൽനിന്ന്).

സ്പെംഗ്ളറിൽനിന്ന് സൂചന സ്വീകരിച്ചുകൊണ്ട് റോസൻബർഗ് പടിഞ്ഞാറിന്റെ പതനത്തിൽ വിലപിക്കുകയും, ഈ ദുരന്തത്തിനു കാരണം യൂറോപ്യൻ ജനത 'ജർമ്മൻ സത്യ'ത്തെ വിസ്മരിച്ചതാണെന്ന് അഭിപ്രായപ്പെടുകയും ചെയ്യുന്നു. ആ തെറ്റ് സംഭവിച്ചത് നാന്നൂറു വർഷങ്ങൾക്കു മുമ്പാണ് - നവോത്ഥാനത്തിന്റെ കാലഘട്ടത്തിൽ. അന്നുമുതലിങ്ങോട്ട് പുരോഗമനത്തിന്റെ പേരിൽ സംഭവിച്ചതെല്ലാം 'യൂറോപ്പിന്റെ അധ:പതനത്തെയും തകർച്ചയെയും' പ്രതിനിധീകരിക്കുന്നു. പ്രാതിനിധ്യ ഭരണകൂടത്തിന്റെ സ്ഥാപനം, ജനാധിപത്യത്തിന്റെ ഉദയം, മാനവവാദത്തിന്റെ വിജയം, സാർവ്വദേശീയവും സാർവ്വലൗകികവുമായ മനോഭാവത്തിന്റെ ഗുരുതരമായ സ്വാധീനം, ലിബറലിസത്തിന്റെയും സമാധാനവാദത്തിന്റെയും, എന്തിന് സ്ത്രീവാദത്തിന്റെപോലും വ്യാപനം-ഇവയെല്ലാം യൂറോപ്യൻ അധ:പതനത്തിന്റെ ആ വിനാശകരമായ പ്രക്രിയയിൽ അടങ്ങിയിരിക്കുന്നു.

ഹിറ്റ്ലറിസത്തിന്റെ ഈ മഹാചാര്യന്റെ അഭിപ്രായത്തിൽ, 'ജീവത്തായ ഓരോ മതവും ദേശീയചൈതന്യത്താൽ പ്രചോദിതമായിരിക്കണം: ദൈവത്തിന്റെ വിചാരങ്ങളാണ് രാഷ്ട്രങ്ങൾ'. ജർമ്മൻകാർ തിരഞ്ഞെടുക്കപ്പെട്ട ജനതയായതിനാൽ, ജർമ്മൻ രാഷ്ട്രം ദൈവത്തിന്റെ ഉന്നതമായ ആശയമാണെന്ന് അനുമാനിക്കാം. അതുകൊണ്ട്, 'അവർ ഒരു വിശുദ്ധദൗത്യം പൂർത്തീകരിക്കാനായി പരിഗണിക്കപ്പെടുന്നു. ജർമ്മൻ ദേശീയസഭയുടെ ഒരേയൊരു ലക്ഷ്യമാകട്ടെ ആ ദിവ്യദൗത്യത്തിന്റെ സേവനത്തിനായി പൗരൻമാരെ ഒന്നിപ്പിച്ച് അണിനിരത്തുകയെന്നതും'. നീത്ഷെയുടെ ശിഷ്യനായ റോസൻബർഗ് 'ഗിരിപ്രഭാഷണത്തിന്റെ വ്യാജമായ ധാർമ്മികമൂല്യങ്ങളെ' അവജ്ഞയോടെ നിരാകരിക്കുന്നു. നന്മയെയും

തിന്മയെയുംക്കുറിച്ചുള്ള സങ്കല്പങ്ങൾക്കപ്പുറത്തേയ്ക്ക് ഉയരാൻ അദ്ദേഹം ജർമ്മൻ ജനതയോട് അഭ്യർത്ഥിക്കുന്നു. അനുഗ്രഹീതരായ ജർമ്മൻ വംശത്തിൽപ്പെട്ടവരായാൽപ്പോലും, എല്ലാവർക്കും നിഗൂഢമായ ആ ഔന്നത്യത്തിൽ എത്തിച്ചേരാനാവില്ല എന്നത് ശരിയാണ്. ഈ ഭൂമിയെ കീഴടക്കാൻ ദൃഢനിശ്ചയം ചെയ്തുകൊണ്ട് സ്വസ്തികചിഹ്നത്തിനു കീഴിൽ നിലയുറപ്പിച്ചിരിക്കുന്ന അതിമാനുഷനു മാത്രമുള്ള പ്രത്യേക അവകാശമാണത്. 'ജർമ്മൻ ക്രിസ്തുമതം' എന്നു വിളിക്കപ്പെടുന്ന ഫാസിസ്റ്റുകളുടെ ഈ നവീനമതം, ഐസ്ലാന്റ് വീരഗാഥകൾക്കും ഷോപ്പൻഹവറുടെയും നീത്ഷെയുടെയും കൃതികൾക്കും ചേമ്പർലെയിനിന്റെ അഖില ജർമ്മൻ സിദ്ധാന്തങ്ങൾക്കും വേണ്ടി ബൈബിളിനെ നിരാകരിക്കണം. ഉയിർത്തെഴുന്നേറ്റ ജർമ്മൻകാർ ഓഡിനെയും സീഗ്ഫ്രൈഡിനെയും പോലുള്ള പുരാവൃത്തനായകരെയും ആറ്റിലയെയും തിയോഡോറിക്കിനെയുംപോലുള്ള കിരാതരായ ദ്വിഗ്വിജയികളെയും മഹാനായ ഫ്രെഡറിക്കിനെപ്പോലുള്ള ഫ്യൂഡൽ ഏകാധിപതികളെയും ബിസ്മാർക്കിനെപ്പോലുള്ള പട്ടാളമേധാവിത്വവാദികളെയും ആരാധിക്കണം. ആകർഷകമായ ഈ വിശ്വദേവഗണത്തിലെ മുഖ്യദേവ (Zeus)നൊണ്ണ് പുതിയ അവതാരമായ ഹിറ്റ്ലർ. ഈ ദേവൻമാരുടെ ആരാധകൻമാർ, 'ജർമ്മൻ അഭിലാഷങ്ങളും ആദർശങ്ങളും പ്രകടിപ്പിക്കപ്പെടുന്നതും ജർമ്മൻ ധാർമ്മികമൂല്യങ്ങളെ പ്രതിനിധീകരിക്കുന്നതുമായ നോർദിക് പുരാവൃത്തങ്ങളിൽനിന്നും വീരഗാഥകളിൽനിന്നും യക്ഷിക്കഥകളിൽനിന്നും' പ്രചോദനം തേടണം. മനുഷ്യവംശത്തിന്റെ ഈ പുതിയ രക്ഷകരുടെ ആത്മീയസാമഗ്രികളെക്കുറിച്ച് ഇതിനേക്കാൾ വിശദമാക്കാനാവില്ല.

ഈ പുതിയ ജർമ്മൻസഭയുടെ സ്ഥാപകന്റെ അഭിപ്രായത്തിൽ, 'രക്തത്തിന്റെ നിഗൂഢമതത്തെയും അഭിമാനത്തിന്റെയും ധീരോദാത്തതയുടെയും വീരമതത്തെയും വാഴിക്കുക'യെന്നതാണ് അതിന്റെ ദൗത്യം. ആത്മീയവും ആത്മീയവൽക്കരിക്കുന്നതുമായ ഈ ദൗത്യം പൂർത്തീകരിക്കപ്പെടുമ്പോൾ, പുനർജനിച്ച അതിമാനുഷന്റെ വംശം തങ്ങളുടെ പുരാവൃത്ത പൂർവ്വികരുടെ 'ആക്രമണോത്സുകമായ ധീരത' കൈവരിക്കാനും 'ലോകമാസകലം തങ്ങളുടെ ഇച്ഛ അടിച്ചേൽപ്പിക്കാനും' കഴിവുള്ളവരായിത്തീരും. ക്രൈസ്തവ കാരുണ്യവും ദയയുമെല്ലാം 'വിനാശകരമായ പൗരസ്ത്യതിന്മ'കളായി വിധിക്കപ്പെട്ടു. ദേശീയ സോഷ്യലിസ്റ്റ് ജർമ്മനി ഈ തിന്മകളെ 'മൗലികമായ മതാത്മക-ആത്മീയ വിപ്ലവ'ത്തിലൂടെ പുറന്തള്ളും.

കിഴക്കിന്റെ 'ആത്മീയ സന്ദേശം' 'ഭൗതികവാദ പടിഞ്ഞാറിൽ' ഒരു പ്രതികരണം കണ്ടെത്തുമ്പോൾ ഇങ്ങനെയാണ് അത്

പ്രായോഗികമാക്കപ്പെടുന്നത്. വിശ്വാസത്തിന്റെയും അന്ധവിശ്വാസത്തിന്റെയും അടിത്തറയിൽ തന്റെ പ്രതിവിപ്ലവ ഉദ്ദേശ്യത്തിനു വേണ്ടിയുള്ള ആയുധം കണ്ടെത്തുന്നതിന് പുതിയ മതാത്മകതയുടെ ഉന്മത്തതയിൽ, പരിവർത്തിതനായവൻ മതാത്മക സംസ്കാരത്തിന്റെ ഉൽകൃഷ്ടവും പുരോഗമനാത്മകവുമായ ഘടകങ്ങളെ നിരാകരിക്കുകയാണ് ചെയ്യുന്നത്.

'വാസ്തവത്തിൽ സാമ്പത്തികമാണ് പ്രധാന കാര്യമെന്നു കരുതുകയും മനുഷ്യന്റെ ആത്മാവിനെക്കുറിച്ച് വേവലാതിപ്പെടാതിരിക്കുകയും ചെയ്യുന്ന തരത്തിൽപ്പെട്ട രാഷ്ട്രീയത്തിനെതിരായ ശക്തമായ ഒരു പ്രതികരണമാണ് നാസി പ്രസ്ഥാനം'. (ഓസ്വാൾഡ് ഗാരിസൺ വില്ലാർഡ്, The German Phoenix). ഫാസിസ്റ്റുകളുടേതുപോലുള്ള അക്രമാസക്തവും നിഷ്ഠുരവും നേരുകെട്ടതും നീചവും കിരാതവുമായ പ്രസ്ഥാനങ്ങളിൽ തങ്ങളുടെ വീരഭടൻമാരെ കണ്ടെത്തുമ്പോൾ അവർ ആത്മാവിനെക്കുറിച്ചുള്ള സിദ്ധാന്തത്തിനു മാത്രമല്ല ആത്മീയവാദ ദർശനത്തിനാകെ അപരിഹാര്യമായ കോട്ടമാണ് വരുത്തിവെയ്ക്കുന്നത്.

ഹിറ്റ്ലറിസത്തിന്റെ പക്ഷംപിടിച്ച ചുരുക്കം ചില ജർമ്മൻ എഴുത്തുകാരിൽ ഒരാളാണ് ഹാൻസ്ഹെയിൻസ് ഇവേഴ്സ്. അദ്ദേഹം ഈ പ്രസ്ഥാനത്തിന്റെ മുഖ്യ ഔദ്യോഗിക പ്രത്യയശാസ്ത്ര വ്യാഖ്യാതാവായി മാറി. അദ്ദേഹത്തിന്റെ പുസ്തകം ഫാസിസ്റ്റ് പ്രത്യയശാസ്ത്രത്തിന്റെ ഒരു വിശദമായ വ്യാഖ്യാനം നൽകുന്നുണ്ട്. 'സ്വസ്തികയുടെ തത്ത്വശാസ്ത്രം ഹൃദയവികാരങ്ങളെ യുക്തിയുടെ ധിക്കാരത്തിൽനിന്ന് രക്ഷിക്കുന്നു'. (എച്ച്.എച്ച്.ഇവേഴ്സ്, Rider of the Night). വാഗ്നറുടെ മിസ്റ്റിസിസത്തിന്റെയും, നീത്ഷെ ഉദ്ബോധിപ്പിച്ച ദുഃഖദുരിതങ്ങളുടെ ആരാധനയുടെയും, തികഞ്ഞ അയുക്തികതമൂലം ഭൗതികജീവിതത്തിന്റെ നിയമങ്ങളാലും പരിധികളാലും നിയന്ത്രിതമല്ലാത്ത ആത്മീയശക്തികളായി വ്യാഖ്യാനിക്കപ്പെടുന്ന പലതരത്തിലുള്ള അയുക്തികചോദനകളുടെയും ഒരു മിശ്രിതമായി ഫാസിസത്തെ ഇവേഴ്സ് വ്യാഖ്യാനിക്കുന്നു. മനുഷ്യജീവിതത്തിന്റെ 'യഥാർത്ഥ' ക്ഷേമത്തിനുവേണ്ടി അതിനെ നിയന്ത്രിക്കുന്ന ഒരു നിഗൂഢശക്തിയിലുള്ള വിശ്വാസം മുതലാളിത്തത്തിന്റെ ഇരകളെ ദുഃഖദുരിതങ്ങളുടെ പവിത്രത മനസ്സിലാക്കാൻ സഹായിക്കുന്നു. ഇവേഴ്സിന്റെ പുസ്തകത്തെ നിരൂപണം ചെയ്തുകൊണ്ട് ഒരു വിമർശകൻ പ്രസക്തമായി നിരീക്ഷിച്ചു: 'വിശന്നും നിരാശരായും ഇരിക്കുന്ന ആത്മാവുകളെ വളരെ പ്രലോഭിപ്പിക്കുന്ന ഒരു ലോകത്തെത്തന്നെയാണ് സ്വസ്തികയുടെ തത്ത്വശാസ്ത്രം വാഗ്ദാനം ചെയ്യുന്നത് - അന്ധവിശ്വാസത്തിന്റെയും

മിത്തോളജിയുടേതുമായ ഒരു ലോകത്തെ' (The New Republic, ന്യൂയോർക്ക്, 1933 മെയ് 10). അപ്പമില്ലാത്തപ്പോൾ റോമൻ ഏകാധിപതികൾ ജനക്കൂട്ടത്തിന് ലൗകിക സർക്കസ് കാണിച്ചുകൊടുത്ത് രസിപ്പിച്ചിരുന്നു. ഫാസിസ്റ്റ് ഏകാധിപതികൾ അത് കുറേക്കൂടി മെച്ചപ്പെട്ട രീതിയിൽ ചെയ്യുന്നു. അവർ മുതലാളിത്ത ജീർണ്ണതയുടെ ഇരകളെ ആത്മീയ സർക്കസ് കാണിച്ച് ആഹ്ലാദിപ്പിക്കുന്നു. ആത്മീയവാദവും മിസ്റ്റിസിസവും വിശന്നും നിരാശരായും ഇരിക്കുന്ന ആത്മാവുകൾക്കുള്ള ഭക്ഷണമാണ്. ഭൗതികവും ധൈഷണികവും ധാർമ്മികവുമായ വികാസത്തിനുള്ള വഴികൾ മുമ്പിൽ തുറന്നുകിടക്കുന്ന സാധാരണ മനുഷ്യർക്ക് സാങ്കല്പികാരോഗ്യത്തിന്റെ ഇത്തരം മൃതസഞ്ജീവനിയൊന്നും ആവശ്യമില്ല. മിസ്റ്റിക് ധാരാളിത്തവും ആത്മീയവാദാസക്തിയും മുതലാളിത്ത നാഗരികതയുടെ വഷളൻ ഭൗതികവാദത്തിന്റെ ചീഞ്ഞളിഞ്ഞ അവശിഷ്ടങ്ങളിൽ വിളഞ്ഞ പ്രത്യയശാസ്ത്രപരമായ രോഗങ്ങളാണ്. എന്നാൽ അവ, മുതലാളിത്തവ്യവസ്ഥ കാരണം ദയനീയമായ സാമ്പത്തികാവസ്ഥയിൽ എത്തിയ, അധഃപതിച്ചതും ആത്മധൈര്യം നഷ്ടപ്പെട്ടതുമായ മധ്യവർഗ്ഗത്തിൽ ഒതുങ്ങിനിൽക്കുന്നു; എന്നിട്ടും, അവർക്ക് ക്ഷയിച്ച ഒരു സംസ്കാരത്തിന്റെ പാരമ്പര്യങ്ങളോടുള്ള കൂറ് ഉപേക്ഷിക്കാൻ കഴിയുന്നില്ല. ഭരണവർഗ്ഗമാകട്ടെ, ഈ രോഗാതുരമായ വളർച്ചയിൽ പുണ്യവാള നാട്യത്തോടെ പുളച്ചുകൊണ്ടുതന്നെ അതിനെ അവജ്ഞയോടെ വീക്ഷിക്കുന്നു.

മുതലാളിത്ത സമൂഹത്തിന്റെ പരിഹരിക്കാനാകാത്ത വർത്തമാനകാല പ്രതിസന്ധി, മൗലികമായി ആത്മീയവാദപരമായ ആധുനിക യൂറോപ്യൻ ദർശനത്തെ ആ ദർശനത്തിൽത്തന്നെ അന്തർലീനമായിട്ടുള്ള മിസ്റ്റിസിസത്തിലേക്കും മതമൗലികവാദത്തിലേക്കും നയിക്കുന്നു. അതുപോലെ, ഭൂതകാലത്തിലെ സാമൂഹിക പ്രതിസന്ധി തരണംചെയ്യാൻ പറ്റാതിരുന്നതിന്റെ ഫലമായിരുന്നു ഇന്ത്യൻ സംസ്കാരത്തിന്റെ ആത്മീയവാദം. നമ്മുടെ ജനതയുടെ സുദീർഘമായ അടിമത്തത്തിന്റെ കാരണമായി വർത്തിച്ചുകൊണ്ടിരിക്കുന്ന, ഇന്ത്യയുടെ സാമൂഹ്യഘടനയുടെ മർമ്മസ്ഥാനങ്ങളെയാകെ നൂറ്റാണ്ടുകളോളം കാർന്നുതിന്ന പഴക്കംചെന്ന ഒരു രോഗമാണത്. ഇന്ന് മറ്റുള്ളവരും അതേ രോഗത്തിന്റെ ഇരയായിക്കൊണ്ടിരിക്കുന്നു എന്ന വസ്തുത അതിന്റെ അപകടത്തെ ഒട്ടും കുറയ്ക്കുന്നില്ല. ആരോഗ്യമുള്ള ഘടനകൾ അതിനാൽ ബാധിക്കപ്പെടുന്നു എന്ന വസ്തുത തെളിയിക്കുന്നത് ആ രോഗത്തിന്റെ മാരകസ്വഭാവത്തെയാണ്. ലോകത്തിന്റെ മറ്റു ഭാഗങ്ങളിൽ, ഈ രോഗത്തിന്റെ ഏറ്റവും വികൃതമായ ലക്ഷണങ്ങളുടെ വിനാശകരമായ പൊട്ടിപ്പുറപ്പെടൽ നമ്മെ ജാഗരൂകരാക്കുകയും, അതിനു ശമനം കണ്ടെത്താൻ പ്രേരിപ്പിക്കുകയും ചെയ്യണം. ഇന്ത്യൻ

ബുദ്ധിജീവികൾ ഇന്നും പരിലാളിക്കുന്ന ഒരു തത്ത്വശാസ്ത്രത്തിന്റെ രാക്ഷസീയ പ്രകടനമാണ് ഫാസിസം. ഫാസിസത്തിന്റെ പ്രവർത്തനം അവരെ ചിന്തിക്കാൻ പ്രേരിപ്പിക്കും.

എല്ലാറ്റിന്റെയും പിന്നിൽ ദൈവത്തിന്റെ കരങ്ങൾ കാണുന്നവർ, അല്ലെങ്കിൽ എല്ലാം സംഭവിക്കുന്നത് നിഗൂഢമായ ദൈവികോദ്ദേശ്യത്തിന് അനുസരിച്ചാണെന്ന് വിശ്വസിക്കുന്നവർ നിലവിലുള്ള ലോകത്തെ അതേപടി സംരക്ഷിക്കണം. അതിനോട് എന്തെങ്കിലും അസംതൃപ്തി പ്രകടിപ്പിക്കുന്നത് മതവിരുദ്ധമാണ്; അതിനെ മാറ്റാനുള്ള ആഗ്രഹം ദൈവനിന്ദയാണ്; അതിനെ പുനർനിർമ്മിക്കാനുള്ള ശ്രമമാകട്ടെ കൊടിയ നാസ്തികതയും ഈശ്വരേച്ഛയ്ക്ക് എതിരായ കലാപവും. അതുകൊണ്ട്, മതത്തിന്റെയും ആത്മീയമൂല്യങ്ങളുടെയും പേരിൽ ആ ശ്രമത്തെ എല്ലാ മാർഗ്ഗങ്ങളും ഉപയോഗിച്ച് അടിച്ചമർത്തണം. പലപ്പോഴും മതഭ്രാന്തൻമാർ തങ്ങളുടെ അന്ധവിശ്വാസപരമായ ആശയങ്ങളെയും വിശ്വാസങ്ങളെയും ആത്മാർത്ഥമായി പിന്തുടർന്നുകൊണ്ട് അധാർമ്മികമായി പെരുമാറുകയും അക്രമം നടത്തുകയും ചെയ്യാറുണ്ട് എന്തുവിലകൊടുത്തും ഒരു വിശ്വാസത്തോട് അല്ലെങ്കിൽ ദർശനത്തിനോട് ഒപ്പം നിലകൊള്ളാൻ ഒരാൾ തയ്യാറാകാത്തപക്ഷം അങ്ങനെയൊന്ന് ഉണ്ടാകുന്നതുകൊണ്ട് എന്താണ് പ്രയോജനം? മതം -ആത്മീയവാദദർശനം-ഒരു നിർദ്ദിഷ്ട അവസ്ഥയിലെ കാര്യങ്ങളെ സംരക്ഷിക്കുന്നവരുടെ പ്രത്യയശാസ്ത്രമാണ്. അത് പുരോഗമനശക്തികളുടെ കടുത്ത ശത്രുവാണ്.

●

ദേശീയ സോഷ്യലിസം

ജർമ്മനിയിൽ ഫാസിസം ജനങ്ങളെ ആകർഷിക്കുന്നതിന് ദേശീയ സോഷ്യലിസം എന്ന വഞ്ചനാത്മകമായ പേരാണ് സ്വീകരിച്ചിട്ടുള്ളത്. പ്രയോഗത്തിൽ അത് സോഷ്യലിസമോ ദേശീയവാദമോ അല്ല. രാഷ്ട്രീയമായി അത് അധഃപതനഘട്ടത്തിലെ മുതലാളിത്ത സമൂഹത്തിന്റെ ഭരണനിർവ്വഹണമാണ്. ജർമ്മനിയിലെ ഫാസിസ്റ്റ് സർവ്വാധിപത്യം ഇറ്റലിയിലേതിനേക്കാൾ ഹിംസാത്മകവും നിഷ്ഠുരവുമായ പ്രവൃത്തികളാണ് നടത്തിയത്. ഇറ്റലിയിൽ ഫാസിസത്തിന്റെ വിജയത്തിനുശേഷം മുതലാളിത്തം കുറേക്കൂടി ക്ഷയിച്ച്, അതിന്റെ സംരക്ഷകരെ നിരാശയിലേക്ക് ആഴ്ത്തിയതാണ് അതിനുകാരണം.

ഫാസിസ്റ്റ് ഭരണകൂടം എന്നത് പാർലിമെന്ററി ജനാധിപത്യത്തിന്റെ മുഖംമൂടി അഴിച്ചുവെച്ച മുതലാളിവർഗ്ഗത്തിന്റെ സർവ്വാധിപത്യ ഉപകരണമാണ്. മുതലാളിത്ത വ്യവസ്ഥയുടെ അവശിഷ്ടങ്ങൾക്കു മേൽ ഒരു ഉയർന്ന സംസ്കാരത്തെ നിർമ്മിക്കുന്ന പ്രവൃത്തിയിൽ ഏർപ്പെട്ടിട്ടുള്ള തൊഴിലാളിവർഗ്ഗത്തെയും അതുമായി ബന്ധപ്പെട്ട സാമൂഹികവിഭാഗങ്ങളെയും നിഷ്ഠുരമായ അക്രമമാർഗ്ഗങ്ങളിലൂടെ അടിച്ചമർത്തുകയെന്നതാണ് ഫാസിസ്റ്റ് പ്രസ്ഥാനത്തിന്റെയും ഫാസിസ്റ്റ് ഭരണകൂടത്തിന്റെയും ഏകധർമ്മം. ഒരു പ്രസ്ഥാനം എന്ന നിലയിൽ ഫാസിസത്തിന്റെ പരിതാപകരമായ വശം, മുതലാളിത്ത വ്യവസ്ഥയിൽ തകർന്ന താഴ്ന്ന ഇടത്തരക്കാരാണ് അതിലെ വലിയൊരു വിഭാഗം ആളുകൾ എന്നതാണ്; തങ്ങളുടെ സ്വന്തം തകർച്ചയുടെ കാരണത്തെ രക്ഷിക്കുകയെന്ന നന്ദികെട്ട പണിയിൽ ഭ്രാന്തമായും ക്രോധത്തോടെയും ഏർപ്പെട്ട, ആർത്തിപിടിച്ച മുതലാളിത്തത്തിന്റെ ഇരകളുടെ വിരോധാഭാസപരമായ പ്രതിഭാസമാണത്. അത്തരമൊരു പ്രസ്ഥാനത്തിൽ, ആത്മാർത്ഥതയ്ക്കും സത്യസന്ധതയ്ക്കും

വിശ്വസ്തതയ്ക്കും, എന്തിന് സാമാന്യമായ മര്യാദയ്ക്കുപോലും സ്വാഭാവികമായി ഇടമുണ്ടാവില്ല. അനിവാര്യമായും അത് നുണയിലും വഞ്ചനയിലും പിത്തലാട്ടത്തിലും അധിഷ്ഠിതമാണ്. ഒരുലക്ഷത്തി മുപ്പത്തൊമ്പതിനായിരം തെറ്റുകൾ ഉൾക്കൊള്ളുന്ന, ഒരുലക്ഷത്തി നാല്പതിനായിരം വാക്കുകളുള്ള ഒരു പുസ്തകമായാണ് ഹിറ്റ്ലറുടെ ആത്മകഥ വിശേഷിപ്പിക്കപ്പെടുന്നത് (ലയൺ ഫ്യൂക്ട് വാൻഗർ). ഈ മഹാനായ ജർമ്മൻ എഴുത്തുകാരന് ഹിറ്റ്ലറുടെ ജർമ്മനിയിൽനിന്ന് പലായനം ചെയ്യേണ്ടിവന്നു. ജർമ്മൻ ഇതര ആശയങ്ങൾ ഉൾക്കൊള്ളുന്നുണ്ട് എന്നതിന്റെ പേരിൽ അദ്ദേഹത്തിന്റെ കൃതികൾ അഗ്നിക്കിരയാക്കപ്പെട്ടു. ആൾക്കൂട്ടത്തെ ഇളക്കിവിടുന്ന മൈതാനപ്രസംഗം (demagogy) തന്നെയായിരുന്നു ഫാസിസത്തിന്റെ മുഖ്യായുധം.

മുതലാളിത്തത്തിനെതിരായ ഒരു വ്യാജ പ്രക്ഷോഭത്തിലൂടെ, വളരെ പിന്നാക്കം നിൽക്കുന്നവരും, അക്കാരണത്താൽത്തന്നെ നികൃഷ്ടരുമായ മുതലാളിത്ത ദുരയുടെ ഇരകളെ ഫാസിസ്റ്റു പ്രസ്ഥാനം സംഘടിപ്പിച്ചു. കപട സോഷ്യലിസത്തിന്റെ കൊടിക്കീഴിൽ, അവർ വിപത്തിലകപ്പെട്ട മുതലാളിത്തത്തെ സംരക്ഷിക്കാനുള്ള മിന്നൽപ്പടയായി അണിനിരത്തപ്പെട്ടു. കല്ലുവെച്ച നുണകളും നാണംകെട്ട വഞ്ചനകളും അതിരുകടന്ന വാചകകസർത്തുകളും യഥേഷ്ടം ഉപയോഗപ്പെടുത്തുന്നതിലൂടെ അല്ലാതെ ആ അദ്ഭുതം നടത്താൻ കഴിയില്ലായിരുന്നു. പ്രത്യക്ഷത്തിൽ മുതലാളിത്തത്തിനെതിരായ ഈ പ്രക്ഷോഭം, യഥാർത്ഥത്തിൽ, ചരിത്രപരമായി ബൂർഷ്വാ ജനാധിപത്യവുമായി ബന്ധപ്പെട്ട രാഷ്ട്രീയപരവും പൗരാവകാശപരവും സാംസ്കാരികവുമായ സ്വാതന്ത്ര്യത്തിനെതിരെയുള്ളതായിരുന്നു. ഒരു പുരോഗമനശക്തിയെന്ന നിലയിൽ പ്രവർത്തിക്കുമ്പോൾ മുതലാളിത്തത്താൽ സ്ഥാപിക്കപ്പെട്ട രാഷ്ട്രീയ വ്യവസ്ഥയായിരുന്നു ബൂർഷ്വാ ജനാധിപത്യം. പാർലിമെന്ററി ജനാധിപത്യത്തെ മുതലാളിത്തവുമായി താദാത്മ്യപ്പെടുത്തുകയും, മുതലാളിത്ത സമൂഹത്തിലെ തിന്മകളെയെല്ലാം ഇല്ലാതാക്കുന്നതിനുള്ള ഒറ്റമൂലിയായി പാർലിമെന്ററി ജനാധിപത്യത്തെ നശിപ്പിക്കണമെന്ന് നിർദ്ദേശിക്കപ്പെടുകയും ചെയ്തു. പാർലിമെന്ററി ജനാധിപത്യം ഫാസിസത്താൽ നശിപ്പിക്കപ്പെട്ടു. എന്നാൽ, മുതലാളിത്തം പണ്ടത്തേതിലും ശക്തിയോടെ ഇപ്പോഴും നിലനിൽക്കുകയും, അദ്ധ്വാനിക്കുന്ന വർഗ്ഗത്തെ കൂടുതൽ നിഷ്ഠുരമായി ചൂഷണം ചെയ്തുകൊണ്ടുമിരിക്കുന്നു.

പാർലിമെന്ററി ഭരണം അനുവദിച്ച ആപേക്ഷിക സ്വാതന്ത്ര്യം തൊഴിലാളികളെ സംഘടിക്കാനും, അല്ലെങ്കിൽ മുതലാളിത്തത്തെ പുറത്താക്കി സോഷ്യലിസം സ്ഥാപിക്കാനുള്ള പോരാട്ടത്തിനായി

സ്വയംസജ്ജരാകാനും സഹായിക്കുന്നു. അതിനാൽ, മുതലാളിവർഗ്ഗത്തിന് തങ്ങളുടെ അധികാരത്തെയും പ്രത്യേക അവകാശങ്ങളെയും സംരക്ഷിക്കുന്നതിനുള്ള പോരാട്ടത്തിൽ സ്വന്തം നേട്ടങ്ങളെത്തന്നെ ഉന്മൂലനം ചെയ്യേണ്ടത് അനിവാര്യമായിത്തീരുന്നു. മുതലാളിത്തത്തിനുവേണ്ടിയുള്ള ആ വൃത്തികെട്ട പണിചെയ്യാനാണ് ഫാസിസ്റ്റു പ്രസ്ഥാനം സൃഷ്ടിക്കപ്പെട്ടിട്ടുള്ളത്. ബൂർഷ്വാ ദാർശനികൻമാർ ആ പ്രസ്ഥാനത്തിന് പ്രത്യയശാസ്ത്രപരമായ അടിത്തറ നിർമ്മിച്ചുകൊടുക്കുന്നു. ഫാസിസ്റ്റു പ്രസ്ഥാനം ആരംഭകാലത്ത് അധിക്ഷേപിച്ചിരുന്ന ധനകാര്യ-വ്യവസായ പ്രമാണിമാർ അവരെ ഉദാരമായി പണം നൽകി സഹായിക്കുന്നു. ബൂർഷ്വാ ജനാധിപത്യഭരണകൂടം, അതിനെ നശിപ്പിക്കാൻ പരസ്യമായി ആഹ്വാനം ചെയ്യുന്ന പ്രസ്ഥാനത്തോട് സഹിഷ്ണുത കാണിക്കുകയും രഹസ്യമായി സഹായിക്കുകയും പ്രോത്സാഹിപ്പിക്കുകയും ചെയ്യുന്നു. ബൂർഷ്വാ ജനാധിപത്യഭരണകൂടത്തിന്റെ സൈനിക-പോലീസ് വിഭാഗങ്ങൾ സർക്കാറിനെ അട്ടിമറിക്കുന്നതിനായി ഈ പ്രസ്ഥാനവുമായി രഹസ്യബന്ധം സ്ഥാപിക്കുന്നു. കൗശലമാർന്ന രാഷ്ട്രീയവാചകകസർത്തുകളും തരംതാണ വികാരപ്രകടനങ്ങളും ഒരിയ്ക്കലും പാലിക്കാനുദ്ദേശിക്കാത്ത അമിതവാഗ്ദാനങ്ങളും എതിരാളികൾക്കെതിരെയുള്ള നെറികെട്ട അപവാദപ്രചാരണങ്ങളും ദേശീയഭ്രാന്ത് ഇളക്കിവിടലും വംശീയമുൻവിധികളെ ആളിക്കത്തിക്കലുമെല്ലാം സാമ്പത്തികമായും ബുദ്ധിപരമായും പാപ്പരായ താഴ്ന്ന മധ്യവർഗ്ഗത്തിൽപ്പെട്ട ബഹുജനങ്ങളെ മോഹവലയത്തിലാക്കാൻ ഉപയോഗിക്കപ്പെട്ടു. ജനം ജനാധിപത്യത്തിനെതിരായി തിരിഞ്ഞു. ഫാസിസ്റ്റ് സമഗ്രാധിപത്യം ഒരു നാടകീയമായ സൈനിക അട്ടിമറിയിലൂടെ ഇറ്റലിയിലും 'ഭരണഘടനാപരമായും രക്തരഹിതമായും' ജർമ്മനിയിലും സ്ഥാപിക്കപ്പെട്ടു.

തകർന്ന മധ്യവർഗ്ഗക്കാരുടെ പ്രക്ഷോഭത്തെ ഒരു ദേശീയവാദ ഉന്മത്തതയാക്കുന്നതിന് സാമ്പത്തികസഹായം നൽകിയ ഹുണ്ടികവ്യാപാരികളും വ്യാവസായിക പ്രമാണിമാരും ജർമ്മനിയുടെ പരാജയത്തിലും അപമാനത്തിലുംനിന്ന് വമ്പിച്ച നേട്ടങ്ങളുണ്ടാക്കിയിരുന്നു. യുദ്ധകാലത്തെ വമ്പിച്ച ആഭ്യന്തര കടബാദ്ധ്യതയെ തുടച്ചുനീക്കാൻ കഴിയുമാറ് 1923-24 കാലഘട്ടത്തെ നാണയപ്പെരുപ്പമെന്ന പേക്കൂത്തിന് അവർ റിപ്പബ്ലിക്കൻ സർക്കാരിനെ നിർബ്ബന്ധിച്ചിരുന്നു. ദേശസ്നേഹം മധ്യവർഗ്ഗത്തെ അങ്ങനെ തികച്ചും പാപ്പരാക്കിമാറ്റി. അങ്ങനെ തട്ടിപ്പിലൂടെ ആഭ്യന്തര കടബാദ്ധ്യതയെ ഇല്ലാതാക്കാൻ കഴിഞ്ഞിരുന്നില്ലെങ്കിൽ സർക്കാർ അതിന്റെ സേവനത്തിന് ഉയർന്ന വരുമാനക്കാർക്കുമേൽ ഉയർന്ന നികുതി ചുമത്താൻ നിർബന്ധിതമാകുമായിരുന്നു. യുദ്ധകാലത്ത് കൊള്ളലാഭമുണ്ടാക്കിയവരെ

ന്യായയുക്തമായ നികുതിച്ചുമത്തലിൽനിന്ന് രക്ഷിക്കുന്നതിനുവേണ്ടി, ദേശസ്നേഹപരമായ കർത്തവ്യം എന്ന നിലയിൽ യുദ്ധബോണ്ടുകളിൽ നിക്ഷേപിച്ച മധ്യവർഗ്ഗക്കാരുടെ കോടിക്കണക്കിനുള്ള സമ്പാദ്യം സർക്കാർ വെറുതെ കണ്ടുകെട്ടി. ആ കണ്ടുകെട്ടൽ മധ്യവർഗ്ഗക്കാരെ സാമ്പത്തികമായി തകർക്കുകയും ദേശീയ സോഷ്യലിസ്റ്റ് പ്രസ്ഥാനത്തിന് സാമൂഹിക അടിത്തറപാകുകയും ചെയ്തു. ആത്യന്തികമായി, തകർന്ന മധ്യവർഗ്ഗത്തിലെ ചെറുപ്പക്കാർ സ്വസ്തികയുടെ നിഗൂഢചിഹ്നമുള്ള തവിട്ടുനിറ കുപ്പായമണിയുകയും തങ്ങളുടെ വർഗ്ഗത്തെ കൊള്ളയടിച്ച് നിരാധാരമാക്കിയവരുടെ സേവകരായി സ്വയം നിലയുറപ്പിക്കുകയും ചെയ്തു.

തടിച്ച മുതലാളിമാർ യുദ്ധകാലത്തെ കൊള്ളലാഭത്തിലൂടെയും, റിപ്പബ്ലിക്കൻ സർക്കാരിന്റെ സഹായത്തോടെ നികുതിയിൽനിന്ന് രക്ഷപ്പെട്ടും കൂടുതൽ തടിച്ചുവീർത്തു. വേഴ്സയിൽസ് സന്ധിയുടെ മുഴുവൻ സാമ്പത്തികഭാരവും അദ്ധ്വാനിക്കുന്ന ബഹുജനങ്ങളുടെ മേൽ വന്നുപതിച്ചു. ഇതിന്റെ അനന്തരഫലമാകട്ടെ, ജനസംഖ്യയിലെ ഭൂരിഭാഗത്തിന്റെയും പടിപടിയായുള്ള പാപ്പരീകരണവും. അതേസമയം മേൽത്തട്ടിലെ ചെറിയൊരു വിഭാഗം കൂടുതൽ കൂടുതൽ സമ്പന്നരായി ത്തീർന്നു. ദാരിദ്ര്യവൽക്കരണംമൂലം ബഹുജനങ്ങളുടെ നികുതിനൽകാനുള്ള ശേഷി ക്ഷയിച്ചിരുന്നു. രാഷ്ട്രത്തിന്റെ ധനകാര്യം പൂർണ്ണമായും അസന്തുലിതാവസ്ഥയിലേയ്ക്ക് എറിയപ്പെട്ടു. വർഷങ്ങളോളം ജർമ്മൻഭരണകൂടം പാപ്പരായ അവസ്ഥയിലായിരുന്നു. രാഷ്ട്രത്തിന്റെ ചെലവ് കുറയ്ക്കുന്നതിന്, സാമൂഹിക സേവനങ്ങൾക്കും പിരിച്ചുവിടപ്പെട്ടവരും അംഗവൈകല്യം സംഭവിച്ചവരുമായ സൈനികർക്കുള്ള പെൻഷനുമായി നീക്കിവെയ്ക്കുന്ന തുക വെട്ടിക്കുറയ്ക്കുകയേ വഴിയുള്ളൂ. പക്ഷേ, യുദ്ധനഷ്ടപരിഹാരം കൊടുക്കാനുമുണ്ടായിരുന്നു. വിജയിച്ച ശക്തികളുടെ ആവശ്യങ്ങളെ തൃപ്തിപ്പെടുത്താൻ യുദ്ധത്തിൽനിന്ന് പണമുണ്ടാക്കിയവരും താഴ്ന്ന മധ്യവർഗ്ഗക്കാരുടെ സമ്പാദ്യം പിടിച്ചെടുത്തുകൊണ്ട് പരാജയത്തിന്റെ ഉത്തരവാദിത്തത്തിൽനിന്ന് ഒഴിഞ്ഞുമാറിയവരുമായവരുടെ കീശയിൽ കൈയിടുന്നതിലൂടെ മാത്രമേ കഴിയുമായിരുന്നുള്ളൂ. ആ ചുറ്റുപാടിൽ വേഴ്സയിൽസ് സന്ധി ജർമ്മനിയെ തകർത്തുകൊണ്ടിരിക്കുകയാണ് എന്ന, പണക്കാരുടെ സഹായംപറ്റുന്ന ദേശീയ സോഷ്യലിസ്റ്റു പ്രസ്ഥാനക്കാരുടെ നിലവിളിക്ക് വമ്പിച്ച പ്രചാരം നേടാനായി. റിപ്പബ്ലിക്കൻ ഭരണകൂടമായിരുന്ന ആ സന്ധിയിൽ ഒപ്പുവെച്ചിരുന്നത്; ആ സന്ധിയിലെ ആവശ്യങ്ങൾ നിറവേറ്റാനുള്ള ശ്രമത്തിലുമായിരുന്നു അവർ. അതുകൊണ്ട്, അത് ജർമ്മൻ ജനതയുടെ ശത്രുവായിരുന്നു. ആ ഭരണകൂടത്തെ തുത്തെറിയണം. ഒരു പ്രതിവിപ്ലവത്തിലൂടെ 'ദേശീയ വിപ്ലവം'

ആരംഭിക്കേണ്ടിയിരുന്നു.

തൊഴിലാളിവർഗ്ഗത്തിന്റെയും താഴ്ന്ന മധ്യവർഗ്ഗത്തിന്റെയും സാമ്പത്തികത്തകർച്ച ജർമ്മനിയിൽ തീവ്രമായ ഒരു വിപ്ലവസാഹചര്യം സൃഷ്ടിച്ചിട്ടുണ്ടായിരുന്നു. സാമാന്യജനങ്ങൾ ഇനിയും കൂടുതൽ ഭാരം സഹിക്കാൻ തയ്യാറാവുമായിരുന്നില്ല. തങ്ങൾ അപഹരിച്ച സ്വത്തിന്റെ ഒരു ഭാഗം തിരികെ നൽകാൻ ഉപരിവർഗ്ഗങ്ങളും ഒട്ടും തയ്യാറായിരുന്നില്ല. ജർമ്മനി അകത്ത് വിപ്ലവമെന്ന ഭൂതത്തിന്റെയും പുറത്ത് സൈനിക ഇടപെടൽ എന്ന ഭീഷണിയുടെയും നടുക്കപ്പെട്ട് വട്ടംതിരിഞ്ഞു. ഈ രണ്ട് അപകടങ്ങൾക്കും എതിരായ ഉറപ്പെന്ന നിലയിലാണ് ഭരണവർഗ്ഗങ്ങൾ ദേശീയ സോഷ്യലിസ്റ്റ് പ്രസ്ഥാനത്തെ സൃഷ്ടിച്ചത്. സോഷ്യലിസത്തെക്കുറിച്ചുള്ള വ്യാജമായ വാചകക്കസർത്തുകൊണ്ട് തൊഴിലാളിവർഗ്ഗത്തിലെ ഏറ്റവും പിന്നാക്കവിഭാഗത്തെ വഞ്ചിക്കാനാവും; അതേ സമയം, ദേശീയഭ്രാന്തിന് വേഴ്സയിൽസ് സന്ധി നടപ്പാക്കുന്നതിനെതിരായി ഫലപ്രദമായ ചെറുത്തുനില്പ് സംഘടിപ്പിക്കാൻ കഴിയും.

ജനാധിപത്യഭരണത്തെ നശിപ്പിച്ചുകൊണ്ട് 'ദേശീയവിപ്ലവം' മുതലാളിത്തത്തിന് ഒരു ഹാനിയും വരുത്തിയില്ല. അധികാരത്തിൽ അവരോധിതരാവുന്നതിനുമുമ്പ് ദേശീയ സോഷ്യലിസ്റ്റുകളുടെ ലക്ഷ്യങ്ങളിലൊന്നായിരുന്നു മുതലാളിത്തത്തിന്റെ നാശം. നാസി ഭരണകൂടത്തിന്റെ ആദ്യത്തെ പ്രവൃത്തി തൊഴിലാളി വർഗ്ഗകക്ഷികളെ അടിച്ചമർത്തുകയെന്നതായിരുന്നു. അതിന്, വിപ്ലവമെന്ന വിപത്തിനെ തൽക്കാലത്തേയ്ക്ക് തടഞ്ഞുനിർത്താൻ കഴിഞ്ഞു. അതിനുശേഷം, ജർമ്മൻ ജനതയുടെ ക്ഷേമം സംരക്ഷിക്കാനല്ല, മറിച്ച്, വേഴ്സയിൽസ് സന്ധിയുടെ ബാദ്ധ്യതകളിൽനിന്ന് വ്യാവസായിക പ്രമാണിമാരെ മുക്തരാക്കുന്നതിന് അത് വീണ്ടുവിചാരമില്ലാതെ ദേശീയ ഭ്രാന്ത് ഇളക്കിവിടുന്ന പണിയിൽ ഏർപ്പെട്ടു. യുദ്ധവിജയികളായ ശക്തികൾക്ക് നഷ്ടപരിഹാരത്തുക ശേഖരിക്കണമെങ്കിൽ അതു നൽകാൻ കഴിവുള്ളവരിൽനിന്നു മാത്രമേ ലഭിക്കുകയുള്ളൂ. ജർമ്മൻ ജനതയിലെ സാധാരണക്കാരുടെ അവസാനത്തെ തുള്ളി രക്തംവരെ പോയിക്കഴിഞ്ഞിരുന്നു. സൈനികമായ ചെറുത്തുനിൽപ്പിലൂടെ മാത്രമേ 'വേഴ്സയിൽസിന്റെ ആജ്ഞ'കളിൽനിന്ന് സ്വാതന്ത്ര്യം നേടാൻ കഴിയുമായിരുന്നുള്ളൂ. അതൊരു ഭ്രാന്തമായ സാഹസികതയായി തോന്നാം. എന്നാൽ അത് വിജയകരമാണെന്ന് തെളിയിക്കപ്പെട്ടു. കാരണം, സഖ്യകക്ഷികൾ സൈനികമായ ഇടപെടൽ പണം നൽകാനുള്ള നിർദ്ദേശമല്ലെന്ന് അനുഭവത്തിൽനിന്ന് പഠിച്ചിരുന്നു. എന്തായാലും, അവർ ജർമ്മനിയിലെ വിപ്ലവഭൂതത്തെ ഭയപ്പെടുകയും ചെയ്തിരുന്നു.

തൽഫലമായി, നാസികളുടെ സങ്കുചിതമായ ദേശീയവാദം അഴിഞ്ഞാടിയിരുന്നു. മുതലാളിമാർക്ക് എന്തെങ്കിലും ദോഷംചെയ്യുന്നതിനുപകരം, ദേശീയ സോഷ്യലിസ്റ്റ് പ്രസ്ഥാനത്തിന്റെ ദേശീയവാദം സാമ്പത്തിക പ്രതിസന്ധിയിൽനിന്ന് വാസ്തവത്തിൽ അവരെ രക്ഷിക്കുകയാണ് ചെയ്തത്. ദേശീയ അഭിമാനത്തെ സ്ഥാപിക്കുന്നതിനുള്ള പുനരായുധീകരണ പരിപാടി വ്യാവസായികമായ അഭിവൃദ്ധിയെയാണ് അർത്ഥമാക്കിയത്; അതിന്റെ ലാഭം പോയത് മുതലാളിമാർക്കും. അദ്ഭുതപ്രവൃത്തികൾ കാണിക്കുന്ന മിശിഹായ്ക്കുപോലും ഒഴിഞ്ഞ ഭണ്ഡാരപ്പെട്ടികൊണ്ട് പുനരായുധീകരണ പരിപാടി നടത്താനാവില്ല. വ്യവസായികളും ഹുണ്ടികവ്യാപാരികളും തങ്ങളുടെ പുതിയ സർക്കാരിന് ആയുധങ്ങളും പടക്കോപ്പുകളും വാങ്ങുന്നതിന് കടം നൽകി. അങ്ങനെ ദേശീയ സോഷ്യലിസ്റ്റ് രാഷ്ട്രം അവർക്ക് പണയപ്പെടുത്തപ്പെട്ടു. ആ ചുറ്റുപാടിൽ സോഷ്യലിസത്തെക്കുറിച്ചുള്ള വർത്തമാനങ്ങൾ അനുവദിക്കാനാവുമായിരുന്നില്ല. ഹിറ്റ്ലറിസം അതിന്റെ ആദ്യകാലങ്ങളിലെ കപടസോഷ്യലിസ്റ്റ് നാട്യങ്ങളെ കുടഞ്ഞെറിഞ്ഞു കളഞ്ഞു. അതേസമയം അതിന്റെ ദേശീയവാദം നവജർമ്മൻ സാമ്രാജ്യവാദത്തിന്റെ ഉപകരണമായി മാറുകയും ചെയ്തു.

ദേശീയ സോഷ്യലിസം എന്നത് തെറ്റായ ഒരു സംജ്ഞയും വിരുദ്ധപദങ്ങളുടെ കൂട്ടിക്കെട്ടുമാണ്. സോഷ്യലിസത്തിന് അതിരുകളില്ല. അതിനെ ദേശീയവാദവുമായി പൊരുത്തപ്പെടുത്താനാവില്ല. ഫാസിസ്റ്റുകളുടെ യുദ്ധോത്സുകവും സാമ്രാജ്യവാദപരവുമായ ദേശീയവാദവുമായി അതിനെ ഒട്ടും ബന്ധപ്പെടുത്താനാവില്ല. ദേശീയ സോഷ്യലിസം എന്നത് കടുത്ത സോഷ്യലിസ്റ്റ് വിരുദ്ധവും തൊഴിലാളിവിരുദ്ധവുമായ ഒരു പ്രസ്ഥാനത്തിനു ചാർത്തിക്കൊടുത്ത വഞ്ചനാത്മകമായ ലേബലാണ്. മാർക്സിസത്തെ നശിപ്പിക്കുകയെന്നതാണ് ഫാസിസ്റ്റ് പ്രസ്ഥാനത്തിന്റെ പ്രഖ്യാപിതലക്ഷ്യം. കാൾമാർക്സ് ആവിഷ്കരിച്ച ദാർശനികവും സാമൂഹികവും രാഷ്ട്രീയവുമായ തത്ത്വങ്ങളുടെ അടിസ്ഥാനത്തിലല്ലാതെ ഒരു സോഷ്യലിസ്റ്റ് പ്രസ്ഥാനം, അതായത് മുതലാളിത്ത ചൂഷണത്തിൽനിന്ന് സമൂഹത്തെ വിമോചിപ്പിക്കാനുള്ള ഒരു പ്രസ്ഥാനം ഇവിടെ ഉണ്ടാവാൻ കഴിയില്ലെന്ന് ഇന്നു പൊതുവെ അംഗീകരിക്കപ്പെടുന്നുണ്ട്. ഹാരോൾഡ് ലാസ്കിയെപ്പോലുള്ള ലിബറൽ പ്രൊഫസർമാർ മാത്രമല്ല ഇങ്ങനെ അഭിപ്രായപ്പെടുന്നത്. യാഥാസ്ഥിതികർപോലും ഇക്കാര്യം സമ്മതിക്കുന്നുണ്ട്. ഉദാഹരണത്തിന്, ജർമ്മനിയിലെ പ്രശസ്തനായ സാമൂഹികശാസ്ത്ര പ്രൊഫസറായ മുള്ളർലെയർ എഴുതുന്നു: 'മാർക്സിയൻ സാമ്പത്തികനിർണ്ണയവാദ സിദ്ധാന്തം സാമൂഹികശാസ്ത്രങ്ങളുടെ ഒരു ആധാരതത്ത്വ(Axiom)മായി മാറിയിട്ടുണ്ട്.' ഇതിൽനിന്ന്, മാർക്സിസത്തിന്റെ ഏറ്റവും വലിയ

ശത്രുവെന്ന് പ്രഖ്യാപിക്കുന്ന ഒരു പ്രസ്ഥാനം സാമൂഹിക പരിഷ്കരണത്തിന്റെ ലഘുരൂപത്തിൽനിന്നുപോലും എത്ര അകലെയാണെന്നും ഏതു സാമൂഹിക പുരോഗതിയെയും എങ്ങനെയാണ് എതിർക്കുന്നതെന്നും വ്യക്തമാകും.

മാർക്സിസത്തോടുള്ള ഭ്രാന്തമായ വിരോധം മാത്രം മതി ഫാസിസ്റ്റുകളുടെ സോഷ്യലിസ്റ്റു നാട്യം തട്ടിപ്പാണെന്നു പറയാൻ. അധികാരത്തിൽ വരുന്നതിനുമുമ്പുതന്നെ ഫാസിസ്റ്റുകളുടെ പ്രധാന പണി എല്ലാ തരത്തിലുമുള്ള ഹിംസയിലൂടെ തൊഴിലാളിവർഗ്ഗത്തെ ഭീഷണിപ്പെടുത്തുക എന്നതായിരുന്നു. അവരുടെ ഭീകരപ്രർത്തനങ്ങൾക്ക് സാമ്പത്തികസഹായം നൽകിയിരുന്നത് സോഷ്യലിസത്തെ വളരെയധികം ഭയപ്പെട്ടിരുന്ന വിഭാഗങ്ങളായിരുന്നു. അധികാരത്തിലുള്ള ഫാസിസത്തിന്റെ പ്രഥമവും പ്രധാനവുമായ പ്രവൃത്തി കമ്മ്യൂണിസ്റ്റു പാർട്ടികളെ മാത്രമല്ല, വിപ്ലവവിരുദ്ധ സോഷ്യൽ ഡെമോക്രാറ്റിക് പാർട്ടികളെയും, വെറും പരിഷ്കരണവാദികളായ ട്രേഡ് യൂണിയനുകളെപ്പോലും നിഷ്ഠുരമായി അടിച്ചമർത്തുകയെന്നതാണ്. അദ്ധ്വാനിക്കുന്ന വർഗ്ഗത്തോട് അനുഭാവം കാണിക്കുകയും അവർക്ക് പിന്തുണ നൽകുകയും ചെയ്തു ലിബറൽ ബുദ്ധിജീവികളുടെമേലും അതിന്റെ ക്രൂരഹസ്തങ്ങൾ നിർദ്ദയമായി പതിഞ്ഞു.

മുതലാളിത്തത്തെ ആത്മീയവൽക്കരിക്കുകയെന്നത് ദേശീയ സോഷ്യലിസ്റ്റ് പരിപാടിയുടെ നിർലജ്ജമായ പിത്തലാട്ടങ്ങളിൽ ഒന്നാണ്. അഗതികളായ താഴ്ന്ന മധ്യവർഗ്ഗക്കാരെയും പിന്നാക്കനിലയിലുള്ള തൊഴിലാളികളെയും ആകർഷിക്കുന്നതിനായി ദേശീയ സോഷ്യലിസ്റ്റ് പ്രസ്ഥാനം മുതലാളിത്ത വിരുദ്ധ വാചകക്കസർത്തുകളിൽ ഏർപ്പെട്ടു. പ്രത്യക്ഷമായോ പരോക്ഷമായോ മുതലാളിത്ത വിരുദ്ധമായ ശക്തികളെയെല്ലാം അടിച്ചമർത്തിയതിനുശേഷം ദേശീയ വിപ്ലവം പൂർത്തീകരിച്ചതായി നാസികൾ പ്രഖ്യാപിച്ചു.

നാസി സമഗ്രാധിപത്യത്തിലൂടെ രാഷ്ട്രീയാധികാരം ഉപയോഗിക്കപ്പെട്ടപ്പോൾ മുതലാളിത്തത്തിന്റെ പ്രത്യേക അവകാശങ്ങൾക്കുമേൽ നേരിയ കടന്നുകയറ്റംപോലും ഉണ്ടാവാൻ പാടില്ല. വ്യാമോഹിതരായ ജനസാമാന്യത്തെ നിർലജ്ജമായി വഞ്ചിച്ചതിനെ ന്യായീകരിക്കുന്നതിനായി ഫാസിസ്റ്റ് സൈദ്ധാന്തികർ രണ്ടുതരം മുതലാളിത്തത്തെ കണ്ടെത്തി - 'ചൂഷണാത്മക'വും 'ക്രിയാത്മക'വും. ആദ്യത്തേത് അടിച്ചമർത്തപ്പെട്ടപ്പോൾ, രണ്ടാമത്തേത് സംരക്ഷിക്കപ്പെടുകയും പ്രോത്സാഹിപ്പിക്കപ്പെടുകയും ചെയ്തു. സാമ്പത്തിക സിദ്ധാന്തങ്ങളുടെ ധാർഷ്ട്യപൂർവ്വമായ അസത്യവൽക്കരണമായിരുന്നു അത്, സാമ്പത്തികശാസ്ത്രത്തെക്കുറിച്ചുള്ള പ്രാഥമികജ്ഞാനം

ചൂഷണരഹിതമായ മുതലാളിത്തം എന്നത് അസാദ്ധ്യമാണ് എന്ന് ബോദ്ധ്യപ്പെടുത്തും. തൊഴിലാളികളുടെ അദ്ധ്വാനമൂല്യത്തിന്റെ ഒരുഭാഗം അവർക്ക് നിഷേധിച്ച് അതിന്റെ അടിത്തറയിൽ പടുത്തുയർത്തപ്പെടുന്നതാണ് മുതലാളിത്തത്തിന്റെ 'ക്രിയാത്മക'നേട്ടങ്ങൾ. ദേശീയ സോഷ്യലിസത്തിന്റെ ആത്മീയഭരണത്തിൽ മുതലാളിത്തത്തിനു വളരാനായി സാമ്പത്തികസിദ്ധാന്തം വ്യഭിചരിക്കപ്പെടുന്നു. ക്രൂപ്പ് വോൺ ബോളനെയും (തന്റെ ഭീമാകാരമായ ആയുധനിർമ്മാണശാലകൾക്കൊപ്പം) തൈസനേയും (തന്റെ വ്യാപകമായ ഇരുമ്പുരുക്കുവ്യവസായങ്ങൾക്കൊപ്പം) വോഗ്ളറെയും (തന്റെ കൽക്കരിമേഖലയോടൊപ്പം) പോലുള്ള മുതലാളിത്ത ചൂഷണത്തിന്റെ അതികായൻമാർ 'നിർമ്മാണാത്മക മൂലധന'ത്തിന്റെ പ്രതിനിധികളായി അംഗീകരിക്കപ്പെടുകയും, തന്മൂലം ആത്മീയമായ ഫാസിസ്റ്റ് രാഷ്ട്രത്തിന്റെ നെടുംതൂണുകളായി കണക്കാക്കപ്പെടുകയും ചെയ്യുന്നു. വാസ്തവത്തിൽ വൻ വ്യാവസായികവും സാമ്പത്തികവുമായ താൽപര്യങ്ങൾ സമഗ്രാധിപത്യ ഭരണകൂടത്തിന്റെ നിയന്ത്രണങ്ങൾക്കപ്പുറത്ത് പ്രതിഷ്ഠിക്കപ്പെടുന്നു. സമഗ്രാധിപത്യ ഭരണകൂടമെന്ന ആ നീരാളിയുടെ ക്രൂരമായ കരങ്ങൾ ജർമ്മനിയുടെ ദേശീയജീവിതത്തിന്റെ മറ്റെല്ലാ തുറകളിലേയ്ക്കും എത്തുന്നു. ക്രൂപ്പ് വോൺ ബോളൻ അദ്ധ്യക്ഷനായുള്ള, വൻ വ്യാവസായിക പ്രമാണിമാരടങ്ങിയ ദേശീയ സാമ്പത്തിക സമിതി ഒരു അതിഭരണകൂടത്തിന്റെ മട്ടിൽ പ്രവർത്തിക്കുന്നു.

ഈ നവീന സോഷ്യലിസത്തിന്റെ കീഴിൽ 'പൗരന് സ്വാതന്ത്ര്യം അത്യാവശ്യമല്ല.' ആധുനിക സരതുഷ്ട്രനായ ഹിറ്റ്ലറുടെ വചനങ്ങൾ. ദേശീയ സോഷ്യലിസ്റ്റ് പാർട്ടി ജർമ്മൻ മുതലാളിവർഗ്ഗത്തിന്റെ ഏകപാർട്ടിയായി മാറി; ജർമ്മൻ മുതലാളിത്തത്തിന്റെ വിശ്വസ്ത സംരക്ഷകനായി ജർമ്മൻ ഭരണകൂടവും. റിപ്പബ്ലിക്കിന്റെ ആരംഭകാലം മുതൽ വൻവ്യവസായങ്ങളുടെ താൽപര്യങ്ങളെ പ്രതിനിധീകരിച്ചിരുന്ന ജർമ്മനിയിലെ പീപ്പിൾസ് പാർട്ടി ഹിറ്റ്ലർ അധികാരത്തിൽ വന്നയുടൻ അതിന്റെ അംഗങ്ങളോട് ദേശീയ സോഷ്യലിസ്റ്റ് പാർട്ടിയിൽ ചേരാൻ ഉപദേശിച്ചുകൊണ്ട് സ്വയം പിരിച്ചുവിട്ടു. രാജവാഴ്ചാനുകൂലികൾപോലും തങ്ങളുടെ പ്രതിലോമകരമായ ലക്ഷ്യവുമായി 'ദേശീയ സോഷ്യലിസ'ത്തിനുള്ള സാദൃശ്യം കണ്ടെത്തി. അവരും തങ്ങളുടെ ശക്തമായ അർദ്ധസൈനിക ദളത്തെ - ഉരുക്കുതൊപ്പി-നാസി മിന്നൽപ്പടയിൽ ലയിപ്പിച്ചു.

റിപ്പബ്ലിക്കിനെ കുഴിച്ചുമൂടുന്നതിനും പ്രതിലോമകരമായ ഫ്യൂഡൽ സൈനികവാദത്തിന്റെ പ്രേതത്തെ ഉയിർത്തെഴുന്നേൽപ്പിക്കുന്നതിനുമായി മഹാനായ ഫ്രെഡറിക്കിന്റെ ശവക്കല്ലറയ്ക്കു മുമ്പിൽ 1933

മാർച്ചിൽ ഹിറ്റ്ലറുടെ വേട്ടനായ്ക്കളുടെ സഭ ചേർന്നപ്പോൾ ദേശീയ സോഷ്യലിസത്തിന്റെ സാമൂഹികസ്വഭാവവും രാഷ്ട്രീയലക്ഷ്യവും വഞ്ചനയുടെ പൊയ്മുഖം വലിച്ചെറിഞ്ഞു. തികഞ്ഞ പ്രതിലോമ പരതയുടെ തോരണങ്ങളാൽ അലംകൃതമായ പോട്സ്ഡാമിലെ രാജവാഴ്ചയുടെ അന്തരീക്ഷത്തിൽ ഹിറ്റ്ലർ തന്റെ പിന്നിൽ അണി നിരന്ന ഭോഷൻമാരായ തകർന്ന മധ്യവർഗ്ഗത്തെയും പിന്തള്ളപ്പെട്ട തൊഴിലാളികളെയും വിസ്മരിച്ചു. സമഗ്രാധികാരം ആവശ്യപ്പെട്ടുകൊണ്ട് നാസി പാർലിമെന്റിനോടുള്ള തന്റെ പ്രസംഗത്തിൽ അദ്ദേഹം ഹൊഹൻസോളൻ രാജവംശത്തിന്റെ നന്മകളെ വർണ്ണിച്ചു. അങ്ങനെ, ആ ചടങ്ങിൽ സന്നിഹിതരായിരുന്ന ആ രാജവംശത്തിന്റെ പിൻ തലമുറയിൽപ്പെട്ട അതികായൻമാർക്ക് തങ്ങൾ സ്വസ്തികചിഹ്നം ധരിക്കാതെയിരുന്നത് കാര്യമില്ലാതെയാണെന്ന് ബോദ്ധ്യമായി. 'ജർമ്മൻ ജനതയുടെ രക്ഷകൻ' എന്ന നിലയിലല്ല ഹിറ്റ്ലർ സമഗ്രാധികാരം കൈയാളിയത്; മറിച്ച്, അവരെ നൂറ്റാണ്ടുകളായി ചൂഷണം ചെയ്യുകയും അടിച്ചമർത്തുകയും ചെയ്തിരുന്ന എല്ലാ ശക്തികളുടെയും ഉപകരണമെന്ന നിലയിലാണ്.

മറുവശത്ത്, കമ്മ്യൂണിസ്റ്റ് പാർട്ടിയെ നിഷ്ഠുരമായി അടിച്ചമർത്തി. നിരുപദ്രവകരമായ സോഷ്യൽ ഡെമോക്രാറ്റിക് പാർട്ടിയെയും ഇല്ലാതാക്കി. പരിഷ്കരണവാദികളായ ട്രേഡ് യൂണിയനുകളെപ്പോലും നാസികൾ വെറുതെ വിട്ടില്ല. അവയും തുടച്ചുനീക്കപ്പെട്ടു. അവയുടെ നേതാക്കൾ അറസ്റ്റുചെയ്യപ്പെട്ടു. അവയുടെ സ്വത്തുക്കൾ കണ്ടുകെട്ടപ്പെട്ടു. പ്രായോഗികമായി, തൊഴിലാളി പ്രസ്ഥാനത്തിന്റെ എല്ലാ നേതാക്കളും സജീവാംഗങ്ങളും - കൃത്യസമയത്ത് രാജ്യം വിട്ടവരൊഴിച്ച് - അറസ്റ്റുചെയ്യപ്പെടുകയും വിചാരണ ചെയ്യുകയോ നിയമപരമായി കുറ്റം ചുമത്തുകപോലുമോ ചെയ്യാതെ തടവിലാക്കപ്പെടുകയും ചെയ്തു. ജയിലിൽ അവരെല്ലാവരോടും മനുഷ്യത്വരഹിതമായാണ് പെരുമാറിയത്. പലരും നിഷ്ഠൂരമായി കൊലചെയ്യപ്പെടുകയുമുണ്ടായി. തൊഴിലാളിവർഗ്ഗത്തിനുമേലുള്ള ഈ ക്രൂരമായ ആക്രമണത്തിനു ശേഷം പുറത്തുവന്ന ഒരു ഔദ്യോഗിക പ്രസ്താവനയിൽ ഇങ്ങനെ പറഞ്ഞു: 'തൊഴിലാളികളേ, മൂന്നുമാസക്കാലത്തെ ദേശീയ സോഷ്യലിസ്റ്റു ഭരണം നിങ്ങളെ ബോദ്ധ്യപ്പെടുത്തുന്നു - ഹിറ്റ്ലർ നിങ്ങളുടെ സുഹൃത്താണ്, ഹിറ്റ്ലർ നിങ്ങളുടെ സ്വാതന്ത്ര്യത്തിന്റെ പ്രശ്നങ്ങളുമായി മല്ലടിക്കുകയാണ്, ഹിറ്റ്ലർ നിങ്ങൾക്ക് തൊഴിലും അപ്പവും തരും എന്ന്'.

ജർമ്മനിയിൽ ഫാസിസം വഞ്ചിതരും വ്യാമോഹിതരുമായ ജനസാമാന്യത്തിന് കപടവാഗ്ദാനങ്ങൾ നൽകിക്കൊണ്ടിരുന്നപ്പോൾ,

അധികാരത്തിലേറി പന്ത്രണ്ടുവർഷം കഴിഞ്ഞിരുന്ന ഇറ്റലിയിൽ അത് തീർത്തും വ്യത്യസ്തമായ ഒരു ഭാഷയിലാണ് സംസാരിച്ചുകൊണ്ടിരുന്നത്. 1934 അവസാനത്തിൽ, മിക്കവാറും തൊഴിൽരഹിതരായ തൊഴിലാളികളുടെ ഒരു യോഗത്തെ അഭിസംബോധനചെയ്തുകൊണ്ട് ഫാസിസ്റ്റുപാർട്ടിയുടെ ജനറൽ സെക്രട്ടറിയായ ഈഷ്ക്ലിലസ് സ്റ്റാറേസ് പ്രഖ്യാപിച്ചു: 'ഓർമ്മിക്കുക, ഫാസിസം നിങ്ങൾക്ക് വാഗ്ദാനം ചെയ്യുന്നത് ബഹുമതിയോ തൊഴിലോ ലാഭമോ അല്ല, മറിച്ച് കടമയും പോരാട്ടവും മാത്രമാണ്'. കുറച്ചു മണിക്കൂറുകൾക്കുമുമ്പ് മിലാനിലെ തൊഴിലാളികളുടെ മറ്റൊരു യോഗത്തിൽ നേതാവുതന്നെ (മുസ്സോളിനി) സംസാരിച്ചിരുന്നു. അവിടെ അദ്ദേഹം ഫാസിസ്റ്റ് സാമ്പത്തികശാസ്ത്രത്തിന്റെ ആദർശവാദത്തെ വിശദീകരിച്ചിരുന്നു. 'സ്വകാര്യനേട്ടത്തിൽ മാത്രം തൽപരമായ സാമ്പത്തികശാസ്ത്രത്തെ മാറ്റി സമഷ്ടിയുടെ താൽപര്യങ്ങളെ സംരക്ഷിക്കുകയെന്ന മുഖ്യലക്ഷ്യമുള്ള സാമ്പത്തികശാസ്ത്രത്തെ പകരംവെയ്ക്കണം. തൊഴിലാളികൾ ആവശ്യമായ അച്ചടക്കോടെ മുമ്പെന്നത്തേക്കാളും ഗാഢമായി ഉത്പാദന പ്രക്രിയയിൽ പങ്കെടുക്കണം. കഴിഞ്ഞ നൂറ്റാണ്ട് മുതലാളിത്തശക്തിയുടെ നൂറ്റാണ്ടായിരുന്നുവെങ്കിൽ, ഈ നൂറ്റാണ്ട് അദ്ധ്വാന മഹത്വത്തിന്റെയും ശക്തിയുടെയും നൂറ്റാണ്ടാണ്.' ഒരേ ദിവസംതന്നെ രണ്ടു വ്യത്യസ്തഭാഷകളിൽ സംസാരിക്കാൻ സ്വന്തം ഔദ്യോഗിക വക്താക്കളെ അനുവദിക്കുന്ന ഒരു വ്യവസ്ഥയ്ക്ക് കാപട്യവും മനുഷ്യവിദ്വേഷവുമല്ലാതെ മറ്റൊരു തത്ത്വവും ഉണ്ടായിരിക്കില്ല. സ്വതന്ത്ര തൊഴിലാളി സംഘടനകളെയെല്ലാം നിഷ്ഠുരമായി തുടച്ചുനീക്കിക്കൊണ്ടും, സമരംചെയ്യാനുള്ള അവകാശത്തെ ഇല്ലാതാക്കിക്കൊണ്ടും, ദേശീയ ആവശ്യത്തിന്റെ പേരിൽ കൂലികൾ വെട്ടിക്കുറച്ചുകൊണ്ടും മുസ്സോളിനി അദ്ധ്വാനത്തിന്റെ മഹത്വത്തെയും ശക്തിയെയുംകുറിച്ച് വീമ്പിളക്കുന്നു!

വൻമുതലാളിത്തത്തിന്റെ പിന്തുണയോടെ അധികാരത്തിലേറിയ, കമ്മ്യൂണിസത്തിന്റെയും സിൻഡിക്കലിസത്തിന്റെയും (രാഷ്ട്രീയാധികാരം ട്രേഡ് യൂണിയനുകൾക്ക് എന്ന സിദ്ധാന്തം - വിവ.) ഭൂതത്താൽ വിരണ്ട മുസ്സോളിനിയ്ക്ക് തൊഴിലാളിക്ഷേമത്തെക്കുറിച്ചുള്ള തന്റെ പ്രഖ്യാപനങ്ങളോട് കൂറുകാണിക്കാൻ കഴിയുമായിരുന്നില്ല. അദ്ദേഹത്തിന്റെ ഫാസിസ്റ്റ് പാർട്ടിയുടെ ആദ്യകാല പരിപാടി സിൻഡിക്കലിസത്തിന്റെയും സങ്കുചിത ദേശീയവാദത്തിന്റെയും വിചിത്രമായ ഒരു മിശ്രിതമായിരുന്നു. അധികം താമസിയാതെ ആ പരിപാടി ഉയർന്നുവരുന്ന വിപ്ലവത്തിരമാലകൾക്കെതിരായി മുതലാളിത്തത്തെ സംരക്ഷിക്കുക എന്നതായി മാറി. ദേശീയ ഐക്യദാർഢ്യം എന്ന സിദ്ധാന്തം വ്യാജ ഇടതുപക്ഷത്തിൽനിന്ന്

തീവ്ര വലതുപക്ഷത്തേക്ക് ചാടാൻ സഹായകമായിത്തീർന്നു. മുസ്സോളിനിയുടെ കറുപ്പുകുപ്പായപ്പടയിലേയ്ക്ക് പ്രധാനമായും മധ്യ വർഗ്ഗത്തിൽനിന്നുള്ള തെമ്മാടികളെയാണ് ചേർത്തിരുന്നത്. വൻ വ്യവസായികൾ ഉദാരമായി നൽകിയിരുന്ന പണംകൊണ്ടാണ് അവരുടെ ചെലവുകൾ നടത്തിയിരുന്നത്. മുസ്സോളനി അധികാര ത്തിൽ വരുന്നതിനുമുമ്പുതന്നെ അദ്ദേഹത്തിന്റെ കൂലിപ്പട്ടാളക്കാരെ സോഷ്യലിസ്റ്റുകൾക്കും തൊഴിലാളി സംഘടനകൾക്കും എതിരെ അക്രമത്തിന് ഉപയോഗിച്ചിരുന്നു. അദ്ദേഹത്തിന്റെ അധികാര ആരോഹണത്തിനുശേഷം, ട്രേഡ് യൂണിയൻ ഓഫീസുകൾ കടന്നാ ക്രമിക്കപ്പെട്ടുകയും തൊഴിലാളി പ്രസ്ഥാനത്തിലെ ഇരുപതിനായി രത്തോളം പ്രവർത്തകർ കൊല്ലപ്പെട്ടുകയോ തടവിലാക്കപ്പെട്ടുകയോ നാട്ടുവിട്ടോടാൻ നിർബന്ധിക്കപ്പെട്ടുകയോ ചെയ്തു.

ഇറ്റലിയിലെ പതിനഞ്ചുവർഷത്തിലധികം കാലത്തെ ഫാസിസ്റ്റു ഭരണത്തിനുശേഷമുള്ള തൊഴിലാളിവർഗ്ഗത്തിന്റെ യഥാർത്ഥ ചിത്രം ഒരു ഫാസിസ്റ്റ് സാമ്പത്തിക ശാസ്ത്രജ്ഞൻ എഴുതിയ പുസ്തകത്തിൽ നൽകിയിട്ടുണ്ട്. ലോകമഹായുദ്ധകാലത്ത് ഇറ്റാലിയൻ തൊഴിലാ ളികളുടെ കൂലി യഥാർത്ഥ കൂലിയുടെ പകുതിയാക്കി വെട്ടിക്കുറച്ചു. 1919–21 കാലഘട്ടത്തിൽ യുദ്ധപൂർവ്വ നില വീണ്ടെടുക്കപ്പെട്ടു. തൊഴി ലാളിവർഗ്ഗത്തിന്റെ വിപ്ലവപ്രവർത്തനത്തിന്റെ ഫലമായിരുന്നു അത്. കൂലികൾ വീണ്ടും ഏതാണ്ട് യുദ്ധകാല നിലയിലേയ്ക്ക് താഴ്ന്നിരിക്കുന്നു. (ഡോ. പൗള അർക്കാരി, Wages and Cost of Living).

ഇതിനുവിരുദ്ധമായി ഫാസിസം സമ്പന്നവർഗ്ഗങ്ങളുടെ മേലുള്ള നികുതിഭാരം പടിപടിയായി കുറച്ചുകൊണ്ടുവന്നിട്ടുണ്ട്. പൂർവ്വാർ ജ്ജിത സമ്പത്തിൻമേലുള്ള നികുതി വമ്പിച്ച അളവിൽ കുറയ്ക്കപ്പെട്ടു. അതേസമയം പരോക്ഷനികുതിയുടെ വ്യാപ്തി വികസിപ്പിക്കുകയും ചെയ്തിട്ടുണ്ട്. രാഷ്ട്രവരുമാനത്തിന്റെ അറുപതുശതമാനത്തിലധികം വരുന്ന തുക സ്വരൂപിക്കുന്നത് അദ്ധ്വാനിക്കുന്ന ബഹുജനങ്ങളുടെ മേൽചുമത്തിയിട്ടുള്ള നികുതികളിൽ നിന്നാണ്.

'ദേശീയ സോഷ്യലിസം' എന്ന വ്യാജനാമത്തിലാണ് സഞ്ചരിക്കു ന്നതെങ്കിലും ജർമ്മനിയിലെ ഫാസിസം മെച്ചമൊന്നും കാണിക്കുന്നി ല്ല. സ്വയംപര്യാപ്തതയെന്ന തീവ്ര ദേശീയവാദനയം ജീവിത ചെലവ് ഉയർത്തിക്കൊണ്ടിരിക്കുന്നു. മറുവശത്ത് കൃത്രിമമായി കയറ്റുമതി വ്യാപാരം വികസിപ്പിക്കുന്നതിന് ഉൽപാദനചെലവ് കുറയ്ക്കാൻ കൂലി വെട്ടിക്കുറയ്ക്കുന്നു. ദയനീയമായ നിലയിലേയ്ക്ക് കൂലികൾ വെട്ടിക്കുറയ്ക്ക ലും ഫലത്തിൽ കൂലിയില്ലാതെ വേലയെടുപ്പിക്കുന്ന കുപ്രസിദ്ധമായ ലേബർ ക്യാമ്പുകളിലേയ്ക്ക് തൊഴിൽരഹിതരായ തൊഴിലാളികളെ

നിർബന്ധിതമായി അയക്കലുമായിരുന്ന തൊഴിലില്ലായ്മ പ്രശ്നത്തിന്റെ ഏറെ കൊട്ടിഘോഷിക്കപ്പെട്ട പരിഹാരം.

ഇത്തരമൊരു ചുറ്റുപാടിലാണ് നാഷണൽ സോഷ്യലിസ്റ്റ് പാർട്ടിയുടെ സ്ഥാപകവാർഷികം കൊണ്ടാടിയത്. അവിടെ സമ്മേളിച്ചിരുന്ന, 'വിപ്ലവ'ത്തിന്റെ യഥാർത്ഥ വിജയികളായ പ്രാദേശിക പാർട്ടി നേതാക്കളോട് ഹിറ്റ്ലർ പ്രഖ്യാപിച്ചു: 'ദേശീയ സോഷ്യലിസ്റ്റ് വിപ്ലവം ജർമ്മനിയുടെ സാമൂഹിക ഘടനയെ ആയിരം കൊല്ലത്തേക്ക് ഇളക്കം തട്ടാതെ ഉറപ്പിച്ചിരിക്കുന്നു.' അതുകൊണ്ട് ബഹുജനങ്ങളുടെ ഈ അവസ്ഥ പുനഃക്രമീകരണത്തിന്റെ താൽക്കാലികമായ ഫലമാണെന്നു കരുതാനാവില്ല; മറിച്ച്, ചുരുങ്ങിയത് ആയിരം കൊല്ലത്തേയ്ക്ക് ശാശ്വതമാണ്. ഹിറ്റ്ലർ തുടർന്ന് ഉദ്ഘോഷിച്ചു: 'ജനങ്ങൾ വിപ്ലവത്തിൽനിന്ന് കൂടുതൽ ആവശ്യപ്പെടാതിരിക്കാനും, സാദ്ധ്യമായതും അസാദ്ധ്യമായതും എന്തെന്ന് തിരിച്ചറിയാനും പഠിക്കണം'. അദ്ഭുതപ്പെടുത്തുന്ന ആ പ്രഖ്യാപനങ്ങളുടെ ലക്ഷ്യം നാസി പരിപാടിയുടെ വ്യാജ സോഷ്യലിസ്റ്റ് ഭാഗം പ്രോത്സാഹിപ്പിക്കുന്ന 'രണ്ടാം വിപ്ലവം' എന്ന ആശയത്തെ എക്കാലത്തേയ്ക്കുമായി കുഴിച്ചുമൂടുക എന്നതായിരുന്നു. 'ഫാസിസത്തിന്റെ സാദ്ധ്യവും യഥാർത്ഥവുമായ നേട്ടങ്ങൾ തടങ്കൽപാളയങ്ങളും ചമ്മട്ടിയടിയും സ്വാതന്ത്ര്യത്തിന്റെ തകർച്ചയും പൊതുമനസ്സിന്റെ അധഃപതനവും കായികാഭ്യാസങ്ങളും പട്ടാളവും കിരാതത്വത്തിലേയ്ക്കുള്ള തിരിച്ചുപോക്കും ആണ്.' (അതേ ലേഖനം).

ഹിറ്റ്ലർ തന്റെതന്നെ പരിപാടിയുടെ കപടസോഷ്യലിസ്റ്റ് വശങ്ങളെ പരസ്യമായി തള്ളിപ്പറഞ്ഞത് നാസി ജർമ്മനിയുടെ (ഠവശൃറ ഞലശരവ) സാമ്പത്തിക ഉപദേഷ്ടാവായിരുന്ന ഡോ. ഷാക്റ്റിനെ ദേശീയ സോഷ്യലിസത്തിന്റെ സാമ്പത്തിക സിദ്ധാന്തങ്ങൾക്കെതിരെ കടന്നാക്രമണം നടത്താൻ പ്രോത്സാഹിപ്പിച്ചു. അദ്ദേഹം 'സാമ്പത്തിക സൈദ്ധാന്തികവൽക്കരണ'ത്തെ പുച്ഛിക്കുകയും 'ഭൂതകാലത്ത് ആർജ്ജിച്ച പ്രതിലോമകരമായ അനുഭവങ്ങളെ തള്ളിക്കളയാൻ നമുക്കാവില്ല' എന്നു പറയുകയും ചെയ്തു. മുതലാളിത്തം ദേശീയ സോഷ്യലിസ്റ്റ് ജർമ്മനിയുടെ സാമ്പത്തികജീവിതത്തിൽ ആധിപത്യം പുലർത്തുകയായിരുന്നു. ഭൂതകാലാനുഭവങ്ങളുടെ ഒരു സംരക്ഷകൻ എന്ന നിലയ്ക്ക് ഡോ. ഷാക്റ്റ് വാദിച്ചു: 'നമ്മുടേതുപോലുള്ള കാലത്ത് സാമ്പത്തിക സിദ്ധാന്ത സൗധങ്ങൾ നിർമ്മിക്കുന്നതിൽ കാര്യമില്ല. ദേശീയ സോഷ്യലിസം പ്രവൃത്തികളെ മാത്രമേ അംഗീകരിക്കുന്നുള്ളൂ, പദ്ധതികളെയല്ല. അവ്യക്തമായ സിദ്ധാന്തങ്ങളാൽ നാം നയിക്കപ്പെടരുത്.'

ദേശീയ സോഷ്യലിസ്റ്റ പാർട്ടിയുടെ സാമ്പത്തിക സൈദ്ധാന്തികനായ ഗോട്ട് ഫ്രെഡ് ഫെഡർ എഴുതിയിട്ടുള്ള ഒരു ലേഖനത്തിൽ പാർട്ടിപരിപാടിയുടെ സാമ്പത്തിക നിയമങ്ങൾ സംഗ്രഹിച്ചിട്ടുണ്ട്. പാർട്ടി അധികാരത്തിൽ വരുന്നതിനുമുമ്പ്, അടിസ്ഥാനപരമായ സാമ്പത്തിക ആവശ്യങ്ങളിലൊന്ന് 'പലിശബാദ്ധ്യതയുടെ ഉന്മൂലനം' ആയിരുന്നു. ഫെഡർ മുൻപിൻ നോക്കാതെ അക്കാര്യം ഓർമ്മിക്കുകയും, ബാങ്ക് പലിശ നിരക്കിൽ കുറവുവരുത്താനും ബാങ്ക് പണയപ്പലിശ പൊതുവിൽ കുറയ്ക്കാനും വേണ്ട ഉത്തരവിറക്കാൻ ദേശീയ സോഷ്യലിസ്റ്റ് സർക്കാരിനോട് അഭ്യർത്ഥിക്കുകയും ചെയ്തു. അദ്ദേഹം ഉപസംഹരിച്ചു: 'ജർമ്മൻ സമ്പദ്വ്യവസ്ഥ മുമ്പെന്നത്തേക്കാളും, മധ്യവർഗ്ഗത്തിൽപ്പെട്ട കച്ചവടക്കാരനെയും കൈവേലക്കാരനെയും പലിശയടിമത്തത്തിന്റെ അവസ്ഥയിൽ നിലനിർത്തുന്ന വൻ പണമിടപാടുകാരുടെ ആധിപത്യത്തിലാണ്. ഈ അവസ്ഥയിൽ അവന്റെ ശ്രമങ്ങൾ കൂടുതലായി കേന്ദ്രീകരിച്ചിരിക്കുന്നത് പലിശ കൊടുക്കാനുള്ള നിസ്സഹായമായ പണിയിലാണ്.'

വ്യാജസോഷ്യലിസത്തിന്റെ ഈ ദുർബലമായ ശബ്ദമാണ് ഡോ. ഷാക്ടിന്റെ കടന്നാക്രമണത്തിന് പ്രേരണയായത് എന്നു വ്യക്തമാണ്. വൻ പണമിടപാടുകാരുടെ അനുഗ്രഹത്താൽ അധികാരത്തിൽ അവരോധിതനായ ഹിറ്റ്ലറെ മധ്യവർഗ്ഗ കച്ചവടക്കാരന്റെയും കൈവേലക്കാരന്റെയും ഉത്കണ്ഠകളും ക്ലേശങ്ങളുമൊന്നും അലട്ടില്ല.

1934 അവസാനത്തിൽ ഹിറ്റ്ലറുടെ അവസ്ഥ താഴെ പറയുന്ന തരത്തിലായിരുന്നു: 'ഈ നേതാവ് പരമാധികാരി ആയിരിക്കാമെങ്കിലും, തീർച്ചയായും സർവ്വശക്തനല്ല. അദ്ദേഹത്തിനും വൻ താൽപര്യങ്ങളെ തൃപ്തിപ്പെടുത്തുകയും, പൊതുജനാഭിപ്രായത്തെ പിടിച്ചടക്കുന്നതരത്തിൽ അതിജീവിക്കാവുന്ന സഹജമായ മനോഭാവങ്ങളുടെ ഒഴുക്കിനെ പഠിക്കുകയും വേണം. ജനവികാരം ഇപ്പോഴും അദ്ദേഹത്തെ ബാധിക്കുന്ന കാര്യമല്ല. പ്രചാരണത്തിലൂടെ അതിനെ കൈകാര്യം ചെയ്യാനാവുമെന്നും ആഡംബരപൂർണ്ണമായ പ്രകടനങ്ങളിലൂടെ സന്തോഷിപ്പിക്കാനാവുമെന്നുമുള്ള കാര്യത്തിൽ അദ്ദേഹത്തിന് ആത്മവിശ്വാസമുണ്ട്. അറ്റകൈ എന്ന നിലയിൽ അതിനെ ആക്രമിക്കുകയും തകർക്കുകയും ചെയ്യും. തവിട്ടുകുപ്പായസേനയുടെ അത്ര വിശ്വസിക്കാനാവാത്ത ഭാഗത്തെ അദ്ദേഹം തകർത്തു. തനിക്ക് മുമ്പു ശമ്പളം തന്നിരുന്ന വൻ വ്യവസായ പ്രമുഖരോട് അദ്ദേഹത്തിന് അത്യാദരവാണുള്ളത്. കപട വിപ്ലവ ഇടതുപക്ഷത്തെ അച്ചടക്കം പഠിപ്പിക്കാൻ അവർ അദ്ദേഹത്തോട് പറഞ്ഞു: താൻ തന്റെ വ്യക്തിപരമായ അധികാരത്തെ സമർത്ഥിക്കുകയാണ് എന്ന് സ്വയം

ബോദ്ധ്യപ്പെടുത്തിക്കൊണ്ട് അദ്ദേഹം ഉടനടി അവരെ അനുസരിച്ചു. അദ്ദേഹം തുടർന്നും അവരെ അനുസരിക്കും എന്നത് സംഭാവ്യമാണ്". (The New Statesman and Nation, 1934 ആഗസ്റ്റ് 11).

വീണ്ടും വീണ്ടും ഹിറ്റ്ലറും അദ്ദേഹത്തിന്റെ കക്ഷിയുടെ പ്രമുഖ നേതാക്കളും ജർമ്മനിയിലെ ദേശീയ സോഷ്യലിസത്തിന്റെ വിജയം യൂറോപ്പിനെ ബൊൾഷേവിസത്തിൽനിന്ന് രക്ഷിച്ചിട്ടുണ്ട് എന്ന് വീരവാദം മുഴക്കുന്നുണ്ട്. 'നാസികൾ വിജയിച്ചില്ലായിരുന്നുവെങ്കിൽ, ബൊൾഷേവിസം ജർമ്മനിയെ മാത്രമല്ല, യൂറോപ്പിനെയാകെ കീഴടക്കുമായിരുന്നു. നാസി വിജയമായിരുന്നു സമ്പൂർണ്ണമായ ബൊൾഷേവിക് കിരാതത്വത്തിൽ നിന്നുള്ള ഏകമോചനമാർഗ്ഗം'.

വാസ്തവത്തിൽ ആരംഭകാലത്ത് ജർമ്മൻ ഫാസിസ്റ്റുകൾ സോഷ്യലിസ്റ്റുകളായി നടിക്കുകപോലും ചെയ്തിട്ടുണ്ടായിരുന്നില്ല. 1919 മുതൽ 1920 വരെയുള്ള വിപ്ലവദിനങ്ങളിൽത്തന്നെ 'ചുവപ്പൻ അപകടത്തിനെതിരായ പോരാട്ട'മാണ് തങ്ങളുടെ ലക്ഷ്യമെന്ന് അവർ പ്രഖ്യാപിച്ചിട്ടുണ്ട്. ഹിറ്റ്ലർ 1922 മുതൽതന്നെ തന്റെ പാർട്ടി തൊഴിലാളിവിരുദ്ധ നയങ്ങളോട് പ്രതിബദ്ധത പുലർത്തുന്നതാണ് എന്നതിന്റെ അടിസ്ഥാനത്തിൽ 'തൊഴിലുടമാസംഘ'ത്തിൽനിന്ന് ധനസഹായം അഭ്യർത്ഥിക്കാൻ തുടങ്ങിയിരുന്നു. 'അദ്ദേഹം അധികാരത്തിലേറിയതിനുശേഷം തൊഴിലാളികളെ വഞ്ചിച്ചില്ല; തുടക്കം മുതൽക്കുതന്നെ അവർക്കെതിരായിരുന്നു'. (കോൺറാഡ് ഹൈഡൻ, History of National Socialism).

1926ൽ മാത്രമാണ് ഹിറ്റ്ലർവാദികൾ മുതലാളിത്തവിരുദ്ധ പ്രക്ഷോഭം ആരംഭിച്ചത് പാർട്ടിപരിപാടിയിൽ വ്യാജസോഷ്യലിസ്റ്റ് ആശയങ്ങൾ ഉൾപ്പെടുത്തിയത് ഹിറ്റ്ലറുടെ മുൻകൈയിലായിരുന്നില്ല, മറിച്ച് അദ്ദേഹത്തിന്റെ എതിർപ്പോടെ സ്ട്രാസ്സർ സഹോദരൻമാരായിരുന്നു. അധികാരത്തിൽ വന്നയുടൻ അവർ പാർട്ടി നേതൃത്വത്തിൽനിന്ന് ഒഴിവാക്കപ്പെടുകയും, അവസാനം അവരിലൊരാൾ കൊല്ലപ്പെടുകയും മറ്റേയാൾ നാടുവിട്ടോടിപ്പോവുകയും ചെയ്തു.

ഹിറ്റ്ലറുടെ ഭരണത്തിന്റെ രണ്ടാംവർഷത്തിൽ പാർട്ടിയിലെ ഇടതുപക്ഷവിഭാഗം ഭരണസംഘത്തിന്റെ പ്രതിലോമകരമായ നയത്തോട് അസംതൃപ്തി പ്രകടിപ്പിക്കാൻ തുടങ്ങി. പാർട്ടിയിൽ വലിയൊരു തൊഴിലാളിവർഗ്ഗഘടകം ഉണ്ടായിരുന്നു. തവിട്ടുകുപ്പായസേനയിലെ സാധാരണ ഭടൻമാരിൽ വലിയൊരുഭാഗം തൊഴിലാളിവർഗ്ഗത്തിൽപ്പെട്ടവരായിരുന്നു. തൊഴിൽരഹിതരായ യുവതൊഴിലാളികളിൽനിന്നാണ് അവരെ തിരഞ്ഞെടുത്തിരുന്നത്. സാമ്പത്തിക ആശ്വാസത്തിന്റെ അമിതവാഗ്ദാനങ്ങളിൽ ചിലത്

പൂർത്തീകരിക്കപ്പെട്ടും എന്നവർ പ്രതീക്ഷിച്ചു. 'രണ്ടാം വിപ്ലവത്തിനുവേണ്ടിയുള്ള നിലവിളി ഉയർന്നുവരുന്നുണ്ടായിരുന്നു. ഇത് ഹിറ്റ്ലറുടെ സിംഹാസനത്തിനു പിന്നിലുള്ള ശക്തികളെ ശല്യപ്പെടുത്തുകയും ഭയപ്പെടുത്തുകയും ചെയ്തു. ഭൂവുടമകളുടെയും സൈനികവാദികളുടെയും പേരിൽ വോൺ പാപ്പെൻ ഭീഷണിയുടെ സ്വരത്തിൽ സംസാരിച്ചു. അദ്ദേഹത്തിന്റെ സഹായത്തോടെയായിരുന്നു ഹിറ്റ്ലർ ജർമ്മനിയുടെ ചാൻസലറായിത്തീർന്നിരുന്നത്. പാവ അതിന്റെ രക്ഷാധികാരികളുടെ ആഗ്രഹങ്ങൾക്കൊത്ത് പെരുമാറാത്തപക്ഷം, ഉയർത്തിയപോലെത്തന്നെ എളുപ്പത്തിൽ തള്ളിത്താഴെയിടാനും കഴിയുമെന്ന് അദ്ദേഹം ശകാരിച്ചു. ക്രൂപ്പ് വോൺ ബോളൻ സാമ്പത്തിക ഉപദേശകസമിതിയുടെ അദ്ധ്യക്ഷസ്ഥാനം രാജിവെയ്ക്കുമെന്ന് ഭീഷണിമുഴക്കി. ഹിറ്റ്ലറുടെ ഭരണത്തിനുള്ള വൻ വ്യവസായികളുടെ പിന്തുണയുടെ പിൻവലിക്കലാണ് ആ ഭീഷണി അർത്ഥമാക്കിയത്. കല്പന നൽകപ്പെട്ടുകയും ഹിറ്റ്ലർ അത് അനുസരിക്കുകയും ചെയ്തു. 'രണ്ടാം വിപ്ലവത്തിന്റെ അപകടത്തെ' തുടച്ചുനീക്കുന്നതിന് 1934 ജൂൺ 30ന് ഹിറ്റ്ലർ തന്റെ പാർട്ടിയുടെ അതിനിന്ദ്യമായ 'രക്തശുദ്ധീകരണം' നടത്തി. (ഗോറിങ്ങ്).

ഭൂവുടമകളുടെയും സൈനികവാദികളുടെയും മുതലാളിമാരുടെയും നിർദ്ദേശങ്ങൾക്കുകീഴിൽ അങ്ങനെ പ്രവർത്തിക്കവെ ഹിറ്റ്ലർ പ്രഖ്യാപിച്ചു: 'നമ്മുടെ പരിപാടി യുഗത്തെ നിർണ്ണയിക്കുന്ന ഒന്നാണ്; തൽക്ഷണസ്വഭാവമുള്ളതല്ല. നമ്മുടെ വ്യവസ്ഥ ഒരു സഹസ്രാബ്ദത്തോളം നിലനിൽക്കും. ആ സുവർണ്ണകാലത്തിനായാണ് നാം പ്രവർത്തിച്ചുകൊണ്ടിരിക്കുന്നത്. ക്ഷമയോടെ കാത്തിരിക്കുക!'

തന്റെ വ്യാമോഹിതരായ അനുയായികൾ ആവശ്യപ്പെട്ട വ്യവസായങ്ങളുടെ സാമൂഹികവൽക്കരണത്തെ അപകടകരമായ പരീക്ഷണങ്ങളെന്നു പറഞ്ഞ് അദ്ദേഹം എതിർത്തു. അവ വ്യാവസായിക പ്രക്രിയയിൽനിന്ന് സൃഷ്ടിപരമായ ഘടകത്തെ, വ്യക്തിത്വത്തിന്റെ ശക്തിയെ ഇല്ലാതാക്കുമത്രേ. വൻ തോട്ടങ്ങളെ പിടിച്ചെടുക്കുകയെന്നതും അദ്ദേഹത്തിന്റെ പാർട്ടിയുടെ ആദ്യകാല പരിപാടിയുടെ ഭാഗമായിരുന്നു. അധികാരത്തിലെത്തിയപ്പോൾ, 'കാര്യക്ഷമമായ ഉത്പാദനത്തിന് വൻതോട്ടങ്ങളെ കോട്ടംതട്ടിക്കാതെ നിലനിർത്തേണ്ടത് ആവശ്യമാണ്'' എന്ന അഭിപ്രായമാണ് അദ്ദേഹം പ്രകടിപ്പിച്ചത്.

'പുതിയ ജർമ്മനിയിൽ ചരടുവലിക്കുന്ന മനുഷ്യർ വൻവ്യവസായികളും വൻ പണമിടപാടുകാരും ഭൂവുടമാവർഗ്ഗവുമാണ്. അവരുടെ നിർദ്ദേശപ്രകാരം ഹിറ്റ്ലർ ദേശീയവിപ്ലവപരിപാടിയിൽനിന്ന് വ്യാജസോഷ്യലിസ്റ്റ് ഈണത്തെ എടുത്തുമാറ്റി. മുതലാളിത്തം അതിന്റെ

വാല്യക്കാരനോട് ലാഭത്തിൽ കൈകടത്തുന്നത് അവസാനിപ്പിക്കാൻ കല്പിച്ചു. ഹിറ്റ്ലർ അതനുസരിച്ചു. വിപ്ലവം അവസാനിച്ചു'. (ഏണസ്റ്റ് ഹെൻറി, Hitler over Europe). ഹിറ്റ്ലറുടെ ഭരണത്തിൻ കീഴിലുള്ള ജർമ്മനിയിലെ അവസ്ഥയെക്കുറിച്ചുള്ള ശരിയായ ഒരു പ്രസ്താവനയാണത്. സോഷ്യലിസത്തെക്കുറിച്ചുള്ള ഫാസിസ്റ്റുകളുടെ പ്രഖ്യാപനം തട്ടിപ്പായിരുന്നു. ഭരണവർഗ്ഗങ്ങളാൽ അധികാരത്തിലേയ്ക്ക് ഉയർത്തപ്പെട്ട നാസികൾ തങ്ങളുടെ യജമാനന്മാരുടെ ആർത്തിയുടെ പൂർത്തീകരണത്തിനായി ജർമ്മനിയെ നശിപ്പിച്ചുകൊണ്ടിരിക്കുകയാണ്.

ഫാസിസ്റ്റുകളുടെ ദേശീയവാദം അവരുടെ സോഷ്യലിസത്തെപ്പോലെത്തന്നെ തട്ടിപ്പാണ്. ജർമ്മനിയെപ്പോലെ വ്യാവസായികമായി മുന്നേറിയ രാജ്യങ്ങളിൽ, തൊഴിലാളിവർഗ്ഗത്തിന്റെ അവസ്ഥ മെച്ചപ്പെടുത്താതെ യഥാർത്ഥ ദേശീയക്ഷേമം അഭിവൃദ്ധിപ്പെടുത്താനാവില്ല. കാരണം, അവിടുത്തെ ജനസംഖ്യയിൽ ഭൂരിഭാഗവും തൊഴിലാളിവർഗ്ഗമാണ്. ദേശീയതാൽപര്യമാകട്ടെ ഭൂരിപക്ഷത്തിന്റെ ക്ഷേമത്താൽ നിർണ്ണയിക്കപ്പെടണം. തൊഴിലാളിവർഗ്ഗത്തിന്റെ താൽപര്യങ്ങൾ ദേശീയക്ഷേമത്തിന് എതിരാവില്ല. അതുകൊണ്ട് തൊഴിലാളിവർഗ്ഗത്തോടുള്ള ഫാസിസ്റ്റുകളുടെ കടുത്ത വിരോധം അവരുടെ ദേശീയക്ഷേമ താൽപര്യവുമായി പൊരുത്തക്കേടിലാണ്.

വേഴ്സയിൽസ് ഉടമ്പടിയ്ക്കെതിരായി നിലവിളിക്കുന്ന തകർന്ന മധ്യവർഗ്ഗങ്ങളുടെ പിന്തുണ ഹിറ്റ്ലർവാദികൾ നേടി. ദേശീയാഭിമാനത്തെ സ്ഥാപിക്കാൻ അവർ ആഗ്രഹിച്ചു. ജർമ്മൻ ജനതയ്ക്കുമേൽ അപമാനകരമായ ആ സന്ധി അടിച്ചേൽപ്പിച്ച ശക്തികൾക്കെതിരായ പ്രതികാരമായിരുന്നു ഫാസിസ്റ്റുകളുടെ പോർവിളി. എന്നാൽ, അധികാരത്തിലേറി ഒരു വർഷം തികയുന്നതിനുമുമ്പ് ഹിറ്റ്ലർ പ്രഖ്യാപിച്ചു: 'യുദ്ധക്കളത്തിൽ നമ്മുടെ ജനതയുടെ അഭിമാനത്തെ പുനരധിവസിപ്പിക്കേണ്ട ആവശ്യം നമുക്കില്ല. ആരും അത് നമ്മിൽ നിന്നെടുത്തിട്ടില്ല. ഒരു മാനക്കേട് മാത്രമാണ് നമുക്കുമേൽ പതിച്ചിട്ടുള്ളത്. അത് പടിഞ്ഞാറോ കിഴക്കോ ആയിരുന്നില്ല; അകത്തുതന്നെയായിരുന്നു. ഈ മാനക്കേടിനെ നാം ഉപകാരമാക്കി മാറ്റി.' (1933 സെപ്റ്റംബറിൽ ന്യൂറംബെർഗ് ഉത്സവത്തിൽ നടത്തിയ പ്രസംഗം). ഇവിടെ പരാമർശിച്ച മാനക്കേട് വിപ്ലവമായിരുന്നു. ആ വിപ്ലവത്തിന്റെ വിജയത്തിനു മാത്രമേ ജർമ്മൻ രാഷ്ട്രത്തിന്റെ യഥാർത്ഥ ക്ഷേമം ഉറപ്പുവരുത്താൻ കഴിയുമായിരുന്നുള്ളൂ.

സോവിയറ്റ് യൂണിയന്റെ കാര്യത്തിലൊഴികെ, ഫാസിസ്റ്റുകളുടെ യുദ്ധപരത കപടമായ വിരട്ടലായിരുന്നു. ഹിറ്റ്ലറുടെ വേഴ്സയിൽസ് ഉടമ്പടിയിലെ സൈനിക നിബന്ധനകളുടെ നാടകീയമായ

നിരാകരണം സഖ്യശക്തികളുടെ മൗനാനുവാദമില്ലെങ്കിൽ വിജയിക്കുമായിരുന്നില്ല. ജർമ്മനി വീണ്ടും ശക്തമായ ഒരു സൈന്യത്തെ പടുത്തുയർത്തിയിട്ടുണ്ട്. ഫാസിസ്റ്റ് സർക്കാർ വേഴ്സയിൽസ് ഉടമ്പടിയെ തകർത്ത് ജർമ്മനിയെ പുനരായുധീകരിക്കാനുള്ള ദൃഢനിശ്ചയം പ്രഖ്യാപിച്ചപ്പോൾ, യൂറോപ്യൻ രാജ്യങ്ങളുടെ രാഷ്ട്രീയമായ യോജിപ്പും സൈനികശക്തിയുടെ പരസ്പരബന്ധവും സഖ്യശക്തികൾ ആഗ്രഹിച്ചാൽ ഏതുസമയത്തും വിരട്ടാൻതക്ക മട്ടിലുള്ളതായിരുന്നു. ഫ്രാൻസിലെ പലരും ആവശ്യപ്പെട്ട ഒരു 'നിവാരണയുദ്ധം' ധിക്കാരികളായ നാസികളെ പേടിച്ചോടിപ്പിക്കുമായിരുന്നു. ജർമ്മൻ മണ്ണിൽവെച്ചുതന്നെ പോരാടി രണ്ടാഴ്ചയ്ക്കകം ഫ്രാൻസിന്റെയും പോളണ്ടിന്റെയും സഖ്യസൈന്യത്തിന് ബെർലിൻ പിടിച്ചടക്കാമായിരുന്നു. അത്തരമൊരു യുദ്ധത്തിൽ, ഫ്രാൻസിന് പശ്ചിജർമ്മനിയിലെ വ്യാവസായിക കേന്ദ്രങ്ങളെ ഉടനടി കൈവശപ്പെടുത്താനും, എന്തെങ്കിലും എതിർപ്പുണ്ടായാൽ തകർക്കാനും ആവുമായിരുന്നു. സ്വാഭാവികമായും, നാസികളുടെ രക്ഷാധികാരികൾ അതാഗ്രഹിച്ചില്ല. ഹിറ്റ്ലർവാദികളുടെ സൈനികശക്തി പ്രകടനനാട്യത്തെ പ്രോത്സാഹിപ്പിക്കുന്നതിൽ അവരുടെ ലക്ഷ്യം അഭിവൃദ്ധികരമായ ആയുധക്കച്ചവടത്തിൽനിന്ന് പണമുണ്ടാക്കുക എന്നതായിരുന്നു. യുദ്ധഭ്രാന്തെന്ന തീക്കളി നടത്താൻ അവർ ധൈര്യപ്പെട്ടത്, മറ്റൊരു യുദ്ധത്തിൽ ഏർപ്പെടാൻ ഫ്രാൻസിന് വിമുഖതയുണ്ടായിരുന്നു എന്ന് അറിയാമായിരുന്നതുകൊണ്ടാണ്. അതുകൊണ്ട്, പരാജയത്തിൽനിന്ന് സൂര്യനുകീഴിൽ തന്റെ സ്ഥാനം തിരികെ ആവശ്യപ്പെട്ടുകൊണ്ട്, അടിമുടി ആയുധംധരിച്ച ഒരു രാഷ്ട്രം എന്ന നിലയിൽ ജർമ്മനി വീണ്ടും ഉയർന്നുവന്നിട്ടുണ്ടെങ്കിൽ, ആ നേട്ടത്തിന്റെ ബഹുമതി ഫാസിസ്റ്റ തത്ത്വശാസ്ത്രത്താൽ പ്രചോദിതമായ 'ജർമ്മൻ പൗരുഷത്തിന്റെ ധീരമനോഭാവ'ത്തിനുള്ളതല്ല. ഈ നവജർമ്മൻ സാമ്രാജ്യത്വം വിപ്ലവത്തോടുള്ള സഖ്യശക്തികളുടെ ഭയത്തിൽനിന്നു ജനിച്ച രാക്ഷസീയമായ ഒരവിഹിതസന്തതിയാണ്. ജർമ്മനിയിൽ വിപ്ലവശക്തികളെ അടിച്ചുവീഴ്ത്തിക്കൊണ്ട് നാസികൾ സാർവ്വദേശീയ മുതലാളിത്തത്തിന് വിലയേറിയ സേവനം അനുഷ്ഠിക്കുകയായിരുന്നു. ഈ പണിയിൽ അവരെ സഹായിക്കണം. വേഴ്സയിൽസ് ഉടമ്പടി ഛിന്നഭിന്നമാക്കിയതിന്റെ യശസ്സ് മധ്യവർഗ്ഗങ്ങളുടെ അന്ധമായ പിന്തുണനേടാൻ ഹിറ്റ്ലറെ സഹായിച്ചു. അവരുടെ സഹായത്തോടെയാണ് അദ്ദേഹത്തിന് വിപ്ലവത്തിരമാലകളെ തൽക്കാലത്തേക്കെങ്കിലും തടഞ്ഞുനിർത്താൻ സാധിച്ചത്.

ജർമ്മനിയുടെ സൈനികശക്തിയുടെ അദ്ഭുതകരമായ വീണ്ടെടുക്കലിനെ ആരാധിക്കുന്നവർക്ക്, വാസ്തവത്തിൽ എങ്ങനെയാണ്

സഖ്യശക്തികളുടെ സഹായത്തോടെയും ആ പ്രക്രിയ നടന്നത് എന്നറിയില്ല. ജർമ്മനിയിൽ വിപ്ലവം നടക്കുമെന്നുള്ള ഭയത്തിന്റെ കീഴിലാണ് സഖ്യശക്തികൾ അങ്ങനെ പെരുമാറിയത്. ജർമ്മനിയുടെ ദേശീയാഭിമാനത്തെ സ്ഥാപിക്കുകയെന്ന ദൗത്യവുമായി ഹിറ്റ്ലർ അരങ്ങിൽ പ്രത്യക്ഷപ്പെടുന്നതിന് വർഷങ്ങൾക്കുമുമ്പുതന്നെ, ലൊക്കാർണോ കരാറിലൂടെ വേഴ്സയിൽസ് ഉടമ്പടിയിലെ സൈനിക നിബന്ധനകൾ വലിയൊരളവോളം റദ്ദാക്കപ്പെട്ടിട്ടുണ്ടായിരുന്നു. ജർമ്മനിയെ സഖ്യശക്തികൾക്ക് വിറ്റു എന്ന് നാസികളാൽ ആരോപിക്കപ്പെട്ട റിപ്പബ്ലിക്കൻ സർക്കാരുമായുണ്ടാക്കിയ ആ കരാർ പ്രകാരം, വേഴ്സയിൽസ് ഉടമ്പടിയിൽ നിർദ്ദേശിച്ചിരുന്നതിനേക്കാൾ വർഷങ്ങൾക്കുമുമ്പുതന്നെ അധീനപ്രദേശങ്ങളിൽനിന്ന് സഖ്യശക്തികൾ ഒഴിഞ്ഞുപോയി. ലൊക്കാർണോ കരാർ അനുവദിച്ച മറ്റൊരു സൗജന്യം ജർമ്മനിയുടെ നിരായുധീകരണത്തിന്, പ്രത്യേകിച്ച് റൈൻനദിയുടെ ഇടതുകരയിൽനിന്ന് സൈന്യത്തെ പിൻവലിക്കുന്നതിന് മേൽനോട്ടം വഹിക്കുന്ന സഖ്യശക്തികളുടെ നിയന്ത്രണ കമ്മീഷനെ പിൻവലിച്ചതായിരുന്നു. ഒരു സോവിയറ്റ് വിരുദ്ധ സംഘം സൃഷ്ടിക്കുകയെന്ന ചേമ്പർ ലെയിനിന്റെ ആശയത്തിൽ ആകൃഷ്ടരായ ബ്രിട്ടനും ഫ്രാൻസും നൽകിയ ഈ സൗജന്യം, ഫലത്തിൽ ജർമ്മനിയെ വീണ്ടും സൈനികവൽക്കരിക്കാൻ അനുവദിച്ചു. ഇതു സംഭവിച്ചത്, ദേശീയ അഭിമാനത്തെ സ്ഥാപിക്കുന്നതിന് ഹിറ്റ്ലറുടെ ക്ഷുദ്ര രാഷ്ട്രീയ പ്രസംഗങ്ങൾ ജർമ്മൻ പൗരുഷത്തെ സംഘടിപ്പിക്കുന്നതിനു വർഷങ്ങൾക്കു മുമ്പാണ്. ചേമ്പർലെയിനിന്റെ കീഴിൽ ബ്രിട്ടീഷ് നയതന്ത്രജ്ഞത 'ബൊൾഷേവിക് ഭീഷണി'ക്കെതിരായ കോട്ടഭിത്തിയായി ശക്തമായ ഒരു ജർമ്മനി വേണമെന്ന് ആഗ്രഹിച്ചു. ജർമ്മനിയിലുണ്ടാകുന്ന വിപ്ലവം എളുപ്പത്തിൽ റൈൻ നദി മുറിച്ചുകടന്നെത്തുമെന്ന് ഫ്രാൻസും ഭയപ്പെട്ടു. ബ്രിയാന്റെ വഴിതെറ്റിയ ലിബറലിസം വേഴ്സയിൽസ് ഉടമ്പടിയിലൂടെ സ്ഥാപിക്കപ്പെട്ട ഫ്രാൻസിന്റെ സുരക്ഷിതത്വത്തെ ഇല്ലാതാക്കി.

സഖ്യശക്തികളുടെ നിയന്ത്രണ കമ്മീഷനുമായി ബന്ധമുണ്ടായിരുന്ന ഒരു പ്രമുഖ ഇംഗ്ലീഷ് നിയമജ്ഞനായ ജെ.എച്ച്.മോർഗൻ എഴുതുന്നു: 'ഈ രണ്ട് ഉടമ്പടികളും (അധീന പ്രദേശങ്ങളിൽനിന്ന് ഒഴിഞ്ഞുപോകലും നിയന്ത്രണ കമ്മീഷനെ പിൻവലിക്കലും) ഇംഗ്ലണ്ടിലേയും ഫ്രാൻസിലേയും ബെൽജിയത്തിലേയും സർക്കാരുകൾ നടപ്പാക്കി. ഈ ഉടമ്പടികൾ നടപ്പാക്കുന്നതിൽ ബ്രിട്ടീഷ് - ഫ്രഞ്ചു സർക്കാരുകൾ പോയ ദൂരത്തെക്കുറിച്ച് എന്തെങ്കിലും ധാരണയുള്ളവർ ഈ രാജ്യത്ത് വളരെ കുറവാണ് എന്നത് തീർച്ചയാണ്. ഇക്കാര്യത്തിൽ ജർമ്മനിയുടെ തുടരുന്ന വീഴ്ചകൾ പരിഹരിക്കപ്പെടുമെന്ന

ജർമ്മൻ സർക്കാർ നൽകിയ പ്രതിജ്ഞ വിശ്വാസത്തിലെടുത്ത് നിയന്ത്രണക്കമ്മീഷനെ പിൻവലിക്കാൻ വെറുതെ ഉത്തരവിടുക യായിരുന്നില്ല അത്. റൈൻ പ്രദേശത്തെ സൈനികമുക്തമാക്കുന്ന പണിയും, മറ്റു വാക്കുകളിൽ പറഞ്ഞാൽ വേഴ്സയിൽസ് ഉടമ്പടിയിലെ നാല്പത്തിമൂന്നാമത്തെയും നൂറ്റിയെൺപതാമത്തെയും വകുപ്പുകളും ഉപേക്ഷിക്കപ്പെട്ടു.' (1936 ഏപ്രിൽ ആരംഭത്തിൽ ലണ്ടനിൽനിന്നു പ്രസിദ്ധീകരിച്ച Daily Telegraph-ൽ).

സൈനികമുക്തമായ മേഖലയിലെ യുദ്ധതന്ത്ര പ്രധാനമായ ഘടനകളെ കോട്ടം തട്ടിക്കാതെ വിട്ടുകൊണ്ട് മുമ്പുതന്നെ കമ്മീഷൻ ജർമ്മൻ പുനരായുധീകരണത്തെ കണ്ടില്ലെന്നു നടിച്ചിരുന്നതായി അറിവും അർഹതയുമുള്ള ഇതേ സാക്ഷി വെളിപ്പെടുത്തുന്നു. യുദ്ധാവ ശ്യങ്ങൾക്കായി നിർമ്മിച്ച സ്ഥാപനങ്ങളെ വാണിജ്യകാര്യങ്ങൾക്കു പ്രയോജനപ്പെടുത്താമെന്ന ജർമ്മനിയുടെ നിവേദനത്തിന്റെ അടി സ്ഥാനത്തിലാണ് അവയെ തകർക്കാതെ വിട്ടത്. ലൊക്കാർണോ യുടെ നിലപാടിനനുസരിച്ച് സഖ്യസേനകളെ ഒഴിപ്പിച്ചുകൊണ്ട്, റൈൻനദിയുടെ ഇടതുകരയിലെപോലും കോട്ടകെട്ടിയുറപ്പിച്ച മേഖ ലകളെയും ഗതാഗതസംവിധാനങ്ങളെയും 'പടയൊരുക്കത്തിനുള്ള സ്ഥിരം കൊത്തള'ങ്ങളെയും കോട്ടംതട്ടിക്കാതെ വിട്ടു. അധീന പ്രദേശങ്ങളിലെ ജർമ്മൻ സുരക്ഷാ പോലീസ് വേഷപ്രച്ഛന്നരായ ദേശീയസൈന്യം (Reichswehr) ആയിരുന്നുവെന്ന് വർഷങ്ങളായി അറിയുന്ന കാര്യമാണ്. എന്നാൽ അക്കാര്യത്തിലും, 'ജർമ്മൻ വികാ രങ്ങൾക്കുവേണ്ടി വഴങ്ങി, റൈൻപ്രദേശത്തെ ഇത്തരം സംഘരൂ പീകരണങ്ങളെ, അവയുടെ സ്വഭാവം സൈനികമുക്തമായി എന്നു മനസ്സിലാക്കിയതിന്റെ അടിസ്ഥാനത്തിൽ, നിലനിർത്താൻ 1927ൽ ബ്രിട്ടീഷ് - ഫ്രഞ്ചുസർക്കാരുകൾ സമ്മതിച്ചു.' (അതേ ലേഖനം). ലൊക്കാർണോ കരാറിന്റെ തീരുമാനത്തിനുശേഷം ബ്രിട്ടീഷ് - ഫ്രഞ്ചു സർക്കാരുകൾ മൗനമായി അംഗീകരിച്ച വമ്പിച്ച പ്രാധാന്യ മുള്ള മറ്റൊരു പ്രശ്നം - 'നിഴൽ സൈന്യ'ത്തിന്റെ സൃഷ്ടി - ഉണ്ടായിരു ന്നു. നിയന്ത്രണകമ്മീഷന്റെ മൂക്കിൻ ചുവട്ടിൽത്തന്നെ, 1920 മുതൽ 1926 വരെ, ജനറൽ വോൺ സീക്റ്റ് പഴയ സൈനികവിഭാഗത്തെ കേടുപറ്റാതെ നിലനിർത്തുകയും, നിർബന്ധിത സൈനികസേവ നത്തിന്റെ പുനരവതരണത്തിനു വഴിയൊരുക്കുകയും ചെയ്തിരുന്നു. ലൊക്കാർണോ കരാർ, അതുവരെ രഹസ്യമായി തുടർന്നുവന്നിരുന്ന ജർമ്മനിയുടെ പുനരായുധീകരണ പ്രക്രിയയെ തടഞ്ഞുനിർത്തുന്നതി നുപകരം അതിനെ നിയമവൽക്കരിക്കുകയായിരുന്നു എന്നു പറയാം.

ഘനവ്യവസായങ്ങൾക്കുള്ള സഹായധനമായ വൻതുകയുടെ സിംഹഭാഗവും ആഭ്യന്തരകടമായി സ്വരൂപിച്ചതാണ്. ഈ കടങ്ങൾ നൽകാൻ ജനങ്ങൾ സ്വാഭാവികമായി നിർബ്ബന്ധിക്കപ്പെട്ടു. 1935ൽ ജർമ്മനിയുടെ ആഭ്യന്തരകടം ആകെ ദേശീയസമ്പത്തിന്റെ മൂന്നിലൊന്നായിരുന്നു. പുനരായുധീകരണ പരിപാടിക്ക് നിലവിലെ വരുമാനത്തിൽനിന്ന് പണം നൽകാൻ കഴിയാത്തതിനാൽ ഭാവി വരുമാനത്തിൽനിന്ന് കൊടുക്കണം. അങ്ങനെ രാഷ്ട്രത്തിന്റെ ഭാവി ആയുധനിർമ്മാതാക്കൾക്ക് പണയംവെയ്ക്കപ്പെടുന്നു. നികുതികൾ പരമാവധിയിലെത്തിയിട്ടുണ്ട്. അതിന്റെ ഫലമായി ബഹുഭൂരിപക്ഷം ജനങ്ങളുടെയും ജീവിതനിലവാരം താഴ്ന്നുകൊണ്ടിരിയ്ക്കുന്നു. പണം കൊടുക്കാൻ കഴിവുള്ളവൻ ഉത്തരവാദിത്തത്തിൽനിന്ന് ഒഴിഞ്ഞുമാറാൻ എളുപ്പത്തിൽ വഴികണ്ടെത്തുന്നു. എല്ലാ വൻവ്യവസായസ്ഥാപനങ്ങളോടും അവരുടെ ലാഭവീതത്തിന്റെ ആറുശതമാനത്തിന് അപ്പുറം വരുന്ന തുക സർക്കാരിന് നൽകണമെന്ന് ആവശ്യപ്പെടുന്ന ഒരു ഉത്തരവ് 1934ൽ പുറപ്പെടുവിക്കുകയുണ്ടായി. ഉടനടി, പുനരായുധീകരണത്തിന്റെ ദേശീയവാദ പേക്കൂത്തിൽനിന്ന് വൻലാഭം കൊയ്ത ഭീമൻ ട്രസ്റ്റുകളുടെ (ക്രുപ്പ്, തൈസൻ, ഐ.ജി.ഫാർബെൻ, എ.ഇ.ജി. മുതലായവ) വരവുചെലവുകണക്കുകൾ ലാഭം ആറുശതമാനത്തിൽ താഴെയാക്കി കാണിച്ചു. മറുവശത്ത് സേവിംഗ്സ് ബാങ്കിന്റെയും, ട്രേഡ് യൂണിയനുകളുടെയും സഹകരണസംഘങ്ങളുടെയും സാമൂഹിക ഇൻഷൂറൻസ് സ്ഥാപനങ്ങളുടെയും ഫണ്ടുകളെല്ലാം സർക്കാർ ഏറ്റെടുക്കുകയും പകരം 'പുനരായുധീകരണ പത്രങ്ങൾ' നൽകുകയും ചെയ്തു. അങ്ങനെ എല്ലാ ഭാരവും പാവപ്പെട്ട മധ്യവർഗ്ഗക്കാരുടെയും തൊഴിലാളികളുടെയും മേൽ പതിക്കുന്നു. 'ദേശീയ അഭിമാനത്തെ സ്ഥാപിക്കാനുള്ള യുദ്ധം' വരുമ്പോൾ തങ്ങളുടെ ജീവിതങ്ങളും അവർ നൽകും. ഇതിനിടയിൽ സമ്പന്നർ രാഷ്ട്രത്തിന്റെ ചെലവിൽ കൂടുതൽ സമ്പന്നരായിക്കൊണ്ടിരിക്കുന്നു. പാവങ്ങളെ ചൂഷണംചെയ്യാനുള്ള ഏറ്റവും പുതിയ തന്ത്രം വില്പനനികുതിയാണ്. വരുമാനത്തിന്റെ വിപരീതാനുപാതത്തിൽ നികുതിചുമത്തുന്ന ഒരുതരം മൊത്തം വരുമാനനികുതിയാണത്. നൂറുറുപ്പിക വരുമാനമുള്ള ഒരാൾ അത്യാവശ്യസാധനങ്ങൾ വാങ്ങുന്നതിന് ഫലത്തിൽ ആ തുക മുഴുവനും ചെലവഴിക്കുന്നു; അങ്ങനെ അയാളുടെ വരുമാനത്തിനു മുഴുവൻ നികുതി ചുമത്തപ്പെടുന്നു. എന്നാൽ, ആയിരം ഉറുപ്പിക വരുമാനമുള്ള ഒരാൾ അതേ ആവശ്യങ്ങൾക്കായി അതിലൊരു ഭാഗം മാത്രമേ ചെലവഴിക്കുന്നുള്ളൂ. കൂടിയ വരുമാനത്തിന് കുറഞ്ഞ നികുതി. ഇതാണ് ഫലത്തിൽ ദേശീയ സോഷ്യലിസത്തിന്റെ സാമ്പത്തികശാസ്ത്രം.

മുമ്പ് ജർമ്മൻ സർക്കാരുമായി ബന്ധമുണ്ടായിരുന്ന ഒരു പ്രമുഖ സാമ്പത്തികശാസ്ത്രജ്ഞൻ എഴുതുന്നു: 'കഴിഞ്ഞ രണ്ടുകൊല്ലത്തെ ഹിറ്റ്ലറുടെ ഭരണം നമുക്ക് കാണിച്ചുതന്നപോലെ, നേട്ടമുണ്ടാക്കുന്നവർ ആയുധനിർമ്മാതാക്കൾ മാത്രമായിരിക്കും. അസംസ്കൃത വസ്തുക്കളുടെ ദൗർലഭ്യം കാരണം അവർക്ക് നഷ്ടം ഉണ്ടാവില്ല. ഉപഭോക്തൃ സാധനങ്ങളുടെ ഉൽപാദനത്തിന് ആവശ്യമായവയുടെ ചെലവിൽ സൈനികാവശ്യങ്ങൾക്കുള്ള അസംസ്കൃതവസ്തുക്കളുടെ ഇറക്കുമതിക്ക് അനുകൂലമായ നയമാണ് സർക്കാരിന്റേത്'. (1935 മാർച്ച് 6ന് ന്യൂയോർക്കിലെ The New Repuolicൽ പോൾ ക്രോസർ എഴുതിയത്).

ബഹുജനങ്ങളുടെ ഉപഭോഗം വെട്ടിക്കുറയ്ക്കപ്പെട്ടു. ഉപഭോഗത്തിന്റെ അളവ് സർക്കാർ നിശ്ചയിച്ചു. പ്രധാന ഭക്ഷ്യസാധനങ്ങളുടെ അളവ് ഇരുപത്തഞ്ചു മുതൽ മുപ്പതുശതമാനംവരെ കുറയ്ക്കപ്പെട്ടു. വസ്ത്രങ്ങളുടെ കാര്യത്തിൽ അത് പകുതിയാക്കി വെട്ടിക്കുറച്ചു. നിർബന്ധിതമായി കുറയ്ക്കപ്പെട്ട ഉപഭോഗത്തിന്റെ അളവ് കൂലിയെ നിയന്ത്രിക്കുന്നതിനും സഹായകമാണ്. ചെറുകിട കച്ചവടക്കാരെയും കൈവേലക്കാരെയും കർഷകരെയും തൊഴിലാളികളുടെ ക്രയശേഷിയിലുണ്ടാകുന്ന ദ്രുതഗതിയിലുള്ള താഴ്ച ദോഷകരമായി ബാധിക്കുന്നു. അവസ്ഥ മെച്ചപ്പെടുമെന്നുള്ള വാഗ്ദാനമൊന്നും നാസിനേതാക്കൾ നൽകുന്നില്ല. മറിച്ച്, ദേശീയ അഭിമാനത്തിനുവേണ്ടി കൂടുതൽ ത്യാഗം അനുഷ്ഠിക്കാനാണ് അവർ ആവശ്യപ്പെടുന്നത്. 'കൂലി വർദ്ധിപ്പിക്കാൻ കഴിയില്ലെ'ന്ന് ഗീബൽസ് ഉറപ്പിച്ചുപറഞ്ഞിട്ടുണ്ട്. ശരിയാണത്. അതിനുള്ള കാരണം നാസി സാമ്പത്തികശാസ്ത്രജ്ഞനായ വിൻഷബ് നൽകിയിട്ടുണ്ട്. നിലവിലുള്ള കൂലിയിൽ വീണ്ടും വില വർദ്ധിപ്പിക്കുകയെന്നാൽ ജീവിതനിലവാരം താഴ്ത്തുക എന്നാണർത്ഥമെന്ന് അദ്ദേഹം സമ്മതിക്കുന്നു; എന്നാൽ, ആയുധവ്യവസായത്തിനുള്ള അസംസ്കൃത വസ്തുക്കൾക്ക് പണം നൽകുന്നതിന് കയറ്റുമതി പ്രോത്സാഹിപ്പിക്കേണ്ടത് അനിവാര്യമാണെന്നും, അതിന് 'ജീവിതനിലവാരത്തെ താഴ്ത്തണം' എന്നും അദ്ദേഹം പറയുന്നു. ഇത് ഒരു വ്യക്തിയുടെ അഭിപ്രായമല്ല. ആധികാരികതയുള്ള നാസി നേതാക്കൻമാർ ദേശീയ സോഷ്യലിസത്തിന്റെ താഴെപ്പറയുന്ന മുദ്രാവാക്യം വീണ്ടും വീണ്ടും പ്രഖ്യാപിച്ചിട്ടുണ്ട്: 'ജർമ്മനി സ്വതന്ത്രവും ധീരവുമാണെങ്കിൽ, ജർമ്മനിക്ക് വേണ്ടത്ര തോക്കുകളുണ്ടെങ്കിൽ, എന്തിന് വെണ്ണ, മുട്ട, വസ്ത്രങ്ങൾ എന്നിങ്ങനെയുള്ള നിസ്സാരവസ്തുക്കളെക്കുറിച്ച് ആലോചിച്ച് തലപുണ്ണാക്കുന്നു'. അങ്ങനെ 'ദേശീയ അഭിമാനത്തെ' സ്ഥാപിക്കുന്നതിനുവേണ്ടി രാഷ്ട്രത്തെ സാമ്പത്തികമായി തകർത്തു. ജർമ്മൻ ജനത അപ്പത്തിനായി നിലവിളിക്കുമ്പോൾ അവർക്കു സർക്കസ് കാണിച്ചുകൊടുത്ത് രസിപ്പിക്കുന്നു. എന്നാൽ നാസി യുദ്ധതൽപരതയെ ജർമ്മനിയുടെ

മുൻശത്രുക്കൾക്കെതിരായി യഥാർത്ഥത്തിൽ തിരിച്ചുവിട്ടിരുന്നു വെങ്കിൽ സർക്കസ്സുപോലും അപകടകരമായ ഒരു കളിയാണെന്ന് തെളിയിക്കും.

സോവിയറ്റ് യൂണിയന്റെ കാര്യത്തിൽ മാത്രമാണ് നാസിയുദ്ധ തൽപരർ പറയുന്നതും ഉദ്ദേശിക്കുന്നതും ഒന്നാകുന്നത്. 'കിഴക്കോട്ടു മുന്നേറുക' (Drang nach Osten) എന്ന ബിസ്മാർക്കിന്റെ പ്രമാണമാണ് അവരുടെ വിദേശനയത്തെ നയിക്കുന്നത്. ബൊൾഷേവിസത്തെ നശിപ്പിച്ച് ഫലഭൂയിഷ്ഠമായ റഷ്യൻ പ്രദേശങ്ങളെ കീഴടക്കുകയെ ന്നത് നവജർമ്മൻ സാമ്രാജ്യത്വത്തിന്റെ സ്വപ്നമാണ്. ഹിറ്റ്ലർ അധികാരമേറ്റയുടൻ സോവിയറ്റ് യൂണിയനെ ആക്രമിക്കാൻ അന്താ രാഷ്ട്രതലത്തിൽ ഒരു രഹസ്യക്കൂട്ടുകെട്ട് ഉണ്ടാക്കുകയുണ്ടായി. ബൊൾ ഷേവിസത്തിന്റെ ഈറ്റില്ലത്തിനെതിരായി നടത്താൻ ഉദ്ദേശിക്കുന്ന കുരിശുയുദ്ധത്തിൽ നാസികൾ ജർമ്മനിയുടെ ദേശീയശത്രുക്കളായ ഫ്രാൻസുമായും ഇംഗ്ലണ്ടുമായും കൂട്ടുകെട്ടുണ്ടാക്കാൻ തയ്യാറായിരുന്നു. വേഴ്സയിൽസ് ഉടമ്പടിയെന്ന അപമാനത്തെ ജർമ്മനിക്കുമേൽ അടി ച്ചേൽപ്പിച്ച ശക്തികൾക്കെതിരായ പ്രതികാരയുദ്ധത്തിനുവേണ്ടിയുള്ള പ്രക്ഷോഭം വെറും മിരട്ടുവെടിയായിരുന്നു. 1933 മാർച്ചിൽ ബെർലി നിൽവെച്ച് ഹിറ്റ്ലർ പോളണ്ടിലെ മന്ത്രിയുമായി ഒരു രഹസ്യചർച്ച നടത്തിയിരുന്നു. സോവിയറ്റ് യൂണിയനെ സംയുക്തമായി ആക്രമിക്ക ണമെന്ന നിർദ്ദേശം അദ്ദേഹം മുന്നോട്ടുവെച്ചു. ജർമ്മനിയുടെ ദേശീയ ശത്രുക്കളുടെ കൂട്ടത്തിൽ പോളണ്ടിനെയു എണ്ണിയിരുന്നു. എന്നാൽ, സോവിയറ്റ് യൂണിയനെതിരായ യുദ്ധത്തിൽ പോളണ്ടിന്റെ സഹായം നേടുന്നതിനായി പഴയ വിരോധം മറക്കാൻ ഹിറ്റ്ലർ തയ്യാറായിരു ന്നു. റഷ്യൻപ്രദേശങ്ങളെ പോളണ്ടുമായി പങ്കുവെയ്ക്കാനുള്ള നിർദ്ദേശം അദ്ദേഹം മുന്നോട്ടുവെച്ചതായി പറയപ്പെടുന്നു. ഹിറ്റ്ലറുടെ നയത ന്ത്രപരമായ അടുത്ത നീക്കം, സോവിയറ്റ് വിരുദ്ധ സഖ്യത്തിലേയ്ക്ക് ബ്രിട്ടനെ വലിച്ചടുപ്പിക്കുക എന്ന ദൗത്യവുമായി, പ്രത്യേക ദൂതനെന്ന നിലയിൽ റോസൻബെർഗിനെ ലണ്ടനിലേയ്ക്ക് അയയ്ക്കുക എന്നതാ യിരുന്നു. ലണ്ടൻ സന്ദർശനവേളയിൽ ദേശീയസോഷ്യലിസത്തി ന്റെ ഈ ആചാര്യൻ, സോവിയറ്റ് യൂണിയനെതിരായ നിരന്തര ഉപജാപങ്ങൾക്കൊണ്ട് കുപ്രസിദ്ധിയാർജ്ജിച്ച റോയൽ ഡച്ച് പെട്രോളിയം കമ്പനിയുടെ തലവനായ ഡിറ്റർഡിങ്ങിന്റെ അതി ഥിയായിരുന്നു എന്നത് പ്രാധാന്യമർഹിക്കുന്നു. ലണ്ടനിൽനിന്നോ പാരീസിൽനിന്നോ അനുകൂലമായ പ്രതികരണങ്ങളൊന്നും ലഭിക്കാ ത്തതിനാൽ ഹിറ്റ്ലർക്ക്, റഷ്യക്ക് എതിരായ യുദ്ധം എന്ന തന്റെ പ്രിയപ്പെട്ട ആശയത്തെ മാറ്റിവെയ്ക്കേണ്ടതായിവന്നു. ഇംഗ്ലണ്ടിലെയും ഫ്രാൻസിലെയും ഭരണാധികാരികൾ അത്തരമൊരു യുദ്ധത്തോട്

വിരോധമുള്ളവരൊന്നുമായിരുന്നില്ല. അവർക്ക് ഹിറ്റ്ലറേക്കാൾ വിവരമുണ്ടായിരുന്നതുകൊണ്ട്, അത്തരമൊരു സാഹസത്തിലേയ്ക്ക് വീണ്ടുവിചാരമില്ലാതെ എടുത്തുചാടാൻ തയ്യാറായില്ല.

വാസ്തവത്തിൽ, നാസികൾ ഇംഗ്ലണ്ടുമായി മാത്രമല്ല, അവർ ഏറ്റവും കൂടുതൽ വെറുത്തിരുന്ന ഫ്രാൻസുമായിപ്പോലും ഒരു ധാരണയിലേർപ്പെടാൻ എല്ലായ്പ്പോഴും ശ്രമിച്ചിരുന്നു. വേഴ്സായിൽസ് ഉടമ്പടിയെ ലംഘിക്കുന്നതിനായി ജർമ്മൻ സൈന്യം നാടകീയമായി റൈൻ പ്രദേശത്തേയ്ക്ക് നീങ്ങുന്നതിന് കുറച്ചാഴ്ചകൾക്കുമുമ്പു മാത്രമാണ് ഹിറ്റ്ലർ ഒരു പ്രമുഖ ഫ്രഞ്ച് പത്രപ്രവർത്തകന് ഒരു പ്രത്യേക അഭിമുഖം നൽകിയിട്ടുണ്ടായിരുന്നത്. ആ സന്ദർഭത്തിൽ, ഫ്രാൻസുമായി ഒരു ധാരണയുണ്ടാക്കാനുള്ള താൽപര്യം അദ്ദേഹം പ്രകടിപ്പിച്ചിരുന്നു. ഹിറ്റ്ലറുടെ ആത്മകഥയിൽ ഫ്രഞ്ചുവിരുദ്ധ വികാരങ്ങൾ പ്രകടിപ്പിച്ചിട്ടുള്ള കാര്യം ആ പത്രപ്രവർത്തകൻ ശ്രദ്ധയിൽപ്പെടുത്തിയപ്പോൾ, അതെല്ലാം വിഴുങ്ങാൻ വേണ്ടിയുള്ളതാണെന്ന് അദ്ദേഹം വിശദീകരിച്ചു. റൈൻപ്രദേശത്തേയ്ക്കുള്ള സൈനികനീക്കം ഫ്രാൻസിനെതിരായ ഭീഷണിയായിരുന്നില്ല; അക്കാര്യം ഫ്രാൻസിനു നേരത്തേതന്നെ ഉറപ്പുനൽകിയിരുന്നു. അതുകൊണ്ട്, വേഴ്സായി ഉടമ്പടിയുടെ നിരാകരണത്തെ എതിർക്കുന്നതിന് നടപടിയൊന്നും സ്വീകരിക്കപ്പെട്ടില്ല. ഫ്രാൻസ് ഇടപെട്ടിരുന്നുവെങ്കിൽ ആ നീക്കം എളുപ്പത്തിൽ തടയാൻ കഴിയുമായിരുന്നു. ഒരു വൻ യുദ്ധത്തിന് ജർമ്മനിയും തയ്യാറായിരുന്നില്ല. ആ പ്രകോപനപരമായ നീക്കത്തെ സൈനിക മേധാവികൾ എതിർത്തിരുന്നതായി പറയപ്പെടുന്നു. എന്നാൽ ഫ്രാൻസോ ഇംഗ്ലണ്ടോ ഹിറ്റ്ലർക്ക് സ്വന്തം രാജ്യത്തുള്ള പെരുമയെ തകർക്കാൻ ഇടവെയ്ക്കുന്ന ഒന്നുംചെയ്യാൻ ആഗ്രഹിച്ചില്ല. അങ്ങനെ ചെയ്താൽ അത് നാസിഭരണത്തിന്റെ തകർച്ചയെ ദ്രുതഗതിയിലാക്കുകയും റൈൻ പ്രദേശത്ത് വിപ്ലവത്തിന്റെ അപകടം വീണ്ടും പ്രത്യക്ഷപ്പെടുകയും ചെയ്യും. മാത്രമല്ല, ഫ്രാൻസിനെതിരായി യുദ്ധം ചെയ്യാൻ തങ്ങൾ ആഗ്രഹിക്കുന്നില്ല എന്ന് ജർമ്മനി മുൻകൂറായി ഉറപ്പുനൽകുകയും ചെയ്തിരുന്നുവല്ലോ.

നാസിപാർട്ടിയിലെ 'രക്തശുദ്ധീകരണം' കഴിഞ്ഞയുടൻ ഹിറ്റ്ലറുടെ വിശ്വസ്ത സൈനിക മേധാവികളിൽ ഒരാളായ റുഡോൾഫ് ഹെസ്സ് ഫ്രാൻസിലെ തീവ്രദേശീയ സ്വഭാവമുള്ള യുദ്ധവിദഗ്ധസംഘത്തിന് 'ശാന്തിയുടെയും ദയ'യുടെയും സന്ദേശം നൽകുകയുണ്ടായി. അതിൽ അദ്ദേഹം ഫ്രഞ്ചു സൈനികരുടെ ധീരതയെ പ്രശംസിച്ചു. അദ്ദേഹം ഫ്രഞ്ചു വിദേശകാര്യമന്ത്രി ബാർത്തോവിനെ സ്തുതിക്കുകപോലും ചെയ്തു. ബാർത്തോവാകട്ടെ, വേഴ്സായിൽസ് ഉടമ്പടിയുടെ

- അതിനെ ഛിന്നഭിന്നമാക്കുകയായിരുന്നു നാസികളുടെ പ്രഖ്യാപിത ദൗത്യം - പ്രേരകനായ ജർമ്മൻകാരാൽ വെറുക്കപ്പെട്ട ക്ലെമൻഷ്യവിന്റെ ശിഷ്യനായിരുന്നു. ഹെസ്സ് അലിവോടെ സമാധാനത്തെക്കുറിച്ച് സംസാരിച്ചു. ആ വെറുക്കപ്പെട്ട ശത്രുവിനോട് അദ്ദേഹം ഇങ്ങനെ ചോദിച്ചു: 'ഒരു അഭിമാനിയായ സൈനികൻ ഒരഭിമാനിയായ സൈനികനോട് സംസാരിക്കുന്നതുപോലെ ഞാൻ ചോദിക്കുന്നു ഇവിടെ യുദ്ധം വേണമോ? നമുക്ക് ഒന്നിച്ചു നിൽക്കാനാവില്ലേ? സൗമനസ്യം കാണിച്ചുകൊണ്ട് നമുക്കൊന്നിച്ച് യുദ്ധത്തിന്റെ ഭീകരതകളിൽനിന്ന് മനുഷ്യരാശിയെ സംരക്ഷിക്കാൻ കഴിയില്ലേ?'. 1924 മുതൽ ഫ്രാൻസിനോടുള്ള വെറുപ്പിന്റെ മന്ത്രം ഉറക്കെച്ചൊല്ലുന്ന ആളാണ് ഹെസ്സ് എന്നറിയുമ്പോൾ യുദ്ധപ്രിയനായ ഈ നാസിയുടെ വിടുവായത്തം വെളിപ്പെടുന്നു. താഴെ പറയുന്ന വാക്യത്തിൽ അദ്ദേഹം തന്റെ വൃത്തികെട്ട വെറുപ്പ് പ്രകടിപ്പിച്ചിട്ടുണ്ട്: 'ഹേ, ഫ്രഞ്ചുകാരെ നിങ്ങൾ ചത്തുകഴിഞ്ഞിട്ടുവേണം ഞങ്ങൾക്കു ജീവിക്കാൻ'. ആയുധവ്യാപാരത്തിലൂടെ പണമുണ്ടാക്കാൻ വൻവ്യവസായികളെ മാത്രം സഹായിച്ച യുദ്ധഭ്രാന്തുപിടിച്ച ദേശീയവാദത്തെ ഊർജ്ജസ്വലമാക്കാനുള്ള വെറും ക്ഷുദ്ര രാഷ്ട്രീയവാചകക്കസർത്തുകളായിരുന്നു അവയെല്ലാം. ഫാസിസ്റ്റ് ദേശീയവാദത്തിന്റെ ഒരേയൊരു നേട്ടം അതാണ്.

●

'രക്തരഹിത'വിപ്ലവം

ഇറ്റലിയെയും ജർമ്മനിയെയും രക്തരഹിതമായി വിപ്ലവവൽക്കരിച്ചു എന്ന് ഫാസിസ്റ്റുകൾ അവകാശപ്പെടുന്നുണ്ട്. ഈ രണ്ടു രാജ്യങ്ങളിലെ മാത്രമല്ല, മറ്റു പല രാജ്യങ്ങളിലെയും അവരുടെ ചെയ്തികൾ അവരുടെ കാപട്യത്തെ വെളിപ്പെടുത്തുന്നുണ്ട്. എന്തായാലും 'അതിമാനുഷ'ന്റെ ഉദയത്തെക്കുറിച്ചുള്ള ചില വസ്തുതകൾ രസകരമായിരിക്കും.

ഇറ്റലിയിൽ, മുസ്സോളിനി വിജയശ്രീലാളിതമായ ഒരു ജനകീയ സൈന്യത്തിന്റെ അധിപനെന്ന നിലയിൽ റോം പിടിച്ചടക്കാനായി പട നയിച്ചില്ല. റോമിലേക്കുള്ള പടപ്പുറപ്പാടിന്റെ രംഗവേദി ഒരുങ്ങിയപ്പോൾ അതിന്റെ നായകൻ സുരക്ഷിതമായി വളരെ അകലെയായിരുന്നു. വിപ്ലവകാരികളായ തൊഴിലാളികൾക്കും കർഷകർക്കുമെതിരെ എണ്ണമറ്റ ഭീകര പ്രവൃത്തികൾ ചെയ്തുകൊണ്ട് തങ്ങളുടെ ശൗര്യം പ്രകടിപ്പിച്ച കറുത്ത കുപ്പായക്കാരായ കൂലിപ്പട്ടാളത്തെ മുതലാളിമാർ ഉദാരമായി നൽകിയ പണംകൊണ്ട് അദ്ദേഹം സംഘടിപ്പിച്ചിട്ടുണ്ടായിരുന്നു. എന്നാൽ, ദുർബലവും പേടിച്ചരണ്ടതുമായ ലിബറൽ മുതലാളിത്ത സർക്കാരിന്റെ കൈയ്യിൽനിന്ന് അധികാരം വാസ്തവത്തിൽ പിടിച്ചെടുത്തത് കറുത്ത കുപ്പായമിട്ട സൈന്യമായിരുന്നില്ല. അതു ചെയ്തത് സ്ഥിരം പട്ടാളമായിരുന്നു. അവർ മുസ്സോളിനിയെ അധികാരത്തിൽ പ്രതിഷ്ഠിച്ചു. കാരണം അദ്ദേഹം വിപ്ലവ ബഹുജന പ്രസ്ഥാനത്തിന്റെ ക്രൂരനും നിർദ്ദയനുമായ ശത്രുവാണെന്ന് സ്വയം തെളിയിച്ചിരുന്നു. ഔദ്യോഗിക സൈന്യത്തിന്റെ സമ്മതം കിട്ടുന്നതിനു മുമ്പ് റോമിലേക്കുള്ള ഫാസിസ്റ്റ് പടപ്പുറപ്പാട് നടന്നില്ല. സൈന്യം നിലവിലുണ്ടായിരുന്ന ഭരണകൂടത്തോട് കൂറുപുലർത്തിയിരുന്നുവെങ്കിൽ 'രക്തരഹിത വിപ്ലവം' സംഭവിക്കുകയോ ഇറ്റാലിയൻ ജനത മുസ്സോളിനിയുടെ സേച്ഛാധിപത്യത്തിന് ഇരയാവുകയോ ചെയ്യുമായിരുന്നില്ല.

ലിബറൽ മുതലാളിത്ത സർക്കാർ വിപ്ലവാത്മകമായ അവസ്ഥയെ കൈകാര്യം ചെയ്യുന്നതിൽ പരാജയപ്പെട്ടതുകൊണ്ട്, അതിനെമാറ്റി പകരം, വിപ്ലവപ്രസ്ഥാനത്തെ അടിച്ചമർത്താൻ കൂടുതൽ കഴിവുള്ളതും, അതേസമയം, തങ്ങളുടെ കല്പനകളെ കൂടുതൽ അനുസരിക്കുന്നതുമായ മറ്റൊരു സർക്കാരിനെ പ്രതിഷ്ഠിക്കാൻ ഭരണവർഗ്ഗം - ഭൂവുടമകളും മുതലാളിമാരും - തീരുമാനിച്ചു. തങ്ങളുടെ സ്വന്തം ആളുകളുള്ള ഔദ്യോഗികസൈന്യം അവരുടെ നിയന്ത്രണത്തിലായിരുന്നു. എന്നാൽ, വിപ്ലവാത്മകമായ ചുറ്റുപാടിൽ സാധാരണ ഭടന്റെ കൂറിനെ വിശ്വസിക്കാൻ കഴിയില്ല. അതുകൊണ്ട്, ഒരു ജനകീയ വിപ്ലവപ്രസ്ഥാനത്തെ അടിച്ചമർത്താനുള്ള ആയുധമായി ഔദ്യോഗിക സൈന്യത്തെ മാത്രം ആശ്രയിക്കാനാവില്ല. പ്രതിവിപ്ലവത്തിന്റെ വിജയത്തിന് ജനങ്ങളിലെ ചില വിഭാഗങ്ങളുടെ പിന്തുണകൂടി ആവശ്യമാണ്. ഫാസിസ്റ്റുകളുടെ സങ്കുചിത ദേശീയവാദവും കപട സിൻഡിക്കലിസ്റ്റ് പ്രചാരണവും അതിനു സഹായകമായി. മധ്യവർഗ്ഗത്തിൽപ്പെട്ട തെമ്മാടികളും പിന്നാക്കക്കാരായ തൊഴിലാളികളും മുസ്സോളിനിയുടെ കറുത്ത കുപ്പായമിട്ട കൂലിപ്പട്ടാളത്തിൽ ചേർക്കപ്പെട്ടു. മുസ്സോളിനിയെ അധികാരത്തിൽ പ്രതിഷ്ഠിക്കുകവഴി പ്രതിവിപ്ലവത്തിന് ഒരു ജനകീയ പ്രസ്ഥാനത്തിന്റെ മുഖച്ഛായ നൽകുകയായിരുന്നു പദ്ധതി. തീർച്ചയായും അദ്ദേഹത്തിന്റെ 'അതിമാനുഷ'നെക്കൊണ്ട് ഈ നാറിയപണി ചെയ്യിക്കാൻ ഉദ്ദേശിച്ചിരുന്നില്ല. ഔദ്യോഗിക സൈന്യം എല്ലായ്പ്പോഴും സഹായത്തിനായി ഉണ്ടായിരുന്നു.

ഈ ചുറ്റുപാടിലായിരുന്നു മുസ്സോളിനി 'അധികാരം പിടിച്ചെടുത്തത്'. ഔദ്യോഗിക സൈന്യം അദ്ദേഹത്തിന് നേരത്തേതന്നെ സംരക്ഷണവും പിൻബലവും നൽകിയിരുന്നതിനാൽ കാര്യമായ ഒരു ചെറുത്തുനിൽപ്പും ഉണ്ടാവുമായിരുന്നില്ല. അധികാരം അദ്ദേഹത്തിന്റെ കാൽക്കീഴിൽ സമർപ്പിക്കുന്നു. എന്നിട്ടും അവസാനനിമിഷത്തിൽ നായകൻ സംഭ്രമത്തിലകപ്പെട്ടു. റോമിലേക്കുള്ള പടപ്പുറപ്പാടിന് കല്പന പുറപ്പെടുവിച്ചിട്ടും, അതിനെ നേരിട്ട് നയിക്കുകയെന്ന ഉത്തരവാദിത്തം അദ്ദേഹം ഏറ്റെടുത്തില്ല. ആ വീരസാഹസം നടക്കുമ്പോൾ നായകൻ മിലാനിൽ കൂർക്കം വലിച്ചുറങ്ങുകയായിരുന്നു. റോം അധീനതയിലായതിനുശേഷം അദ്ദേഹത്തിന്റെ വിശ്വസ്തരായ ചില സൈന്യാധിപൻമാർ ടെലിഫോൺ ചെയ്ത് വിജയസന്ദേശം അറിയിക്കുകയും രംഗത്തുവരാൻ അദ്ദേഹത്തോട് ആവശ്യപ്പെടുകയും ചെയ്തു. എന്നിട്ടും അദ്ദേഹം തന്റെ തടികേടാക്കാൻ തയ്യാറായില്ല. ഈ അദ്ഭുതസംഭവത്തിൽ അദ്ദേഹം വിശ്വസിച്ചിരുന്നില്ല എന്നു വ്യക്തം. അവസാനം സൈനികമേധാവികളിൽനിന്ന് വിളിവന്നപ്പോൾ മാത്രമാണ് 'റോമിന്റെ ജേതാവായി പടപ്പുറപ്പാടിന്' കാറിൽ

പോകാൻ തയ്യാറായത്.

അതുവരെ 'വിപ്ലവം' രക്തരഹിതമായിരുന്നു. എന്നാൽ ആ സന്തോഷസന്താപ സമ്മിശ്ര നാടകത്തിന്റെ ആരംഭം വേണ്ടത്ര രക്തപങ്കിലമായിരുന്നു. ആയിരക്കണക്കിന് തൊഴിലാളികൾ കൊലചെയ്യപ്പെട്ടിരുന്നു. തൊഴിലാളികൾ അക്രമത്തിന് തുടക്കം കുറിച്ചില്ല. വേണ്ടത്ര ലാഭം ഉണ്ടാക്കാൻ കഴിയില്ലെന്നു കണ്ട് ഉടമസ്ഥർ പൂട്ടിയ ഫാക്ടറികളെ തൊഴിലാളികൾ സമാധാനപൂർവ്വം കൈവശംവെച്ചിരുന്നു. അവരെ സമാധാനപൂർവ്വം ആ ഫാക്ടറികൾ നടത്താൻ അനുവദിച്ചിരുന്നുവെങ്കിൽ, അവിടെ ഒട്ടും രക്തം ചിന്താത്ത ഒരു യഥാർത്ഥവിപ്ലവം ഉണ്ടാവുമായിരുന്നു. അതു സംഭവിക്കാൻ അനുവദിക്കപ്പെട്ടില്ല. തൊഴിലാളികൾക്ക് ഉപജീവനത്തിനും രാജ്യത്തിന്റെ സാമ്പത്തിക ജീവിതം സ്തംഭിക്കാതിരിക്കുന്നതിനും ഉതകുന്ന രീതിയിൽ രാജ്യത്തെ വ്യാവസായിക സംവിധാനത്തെ നടത്തിക്കൊണ്ടുപോകുന്നതിൽ മുതലാളിമാർ പരാജയപ്പെട്ടിരുന്നു. സമാധാനപരമായി അത് ഏറ്റെടുത്തു നടത്തുന്നതിൽനിന്ന് തൊഴിലാളികളെ തടയുന്നതിനായി രാജ്യത്തെ സ്ഥാപിത നിയമങ്ങൾക്കു നിരക്കാത്ത തരത്തിലുള്ള സംഘടിത അക്രമത്തിന് ചിരപ്രതിഷ്ഠ നൽകുകയാണുണ്ടായത്.

അധികാരത്തിലേറിയതിനുശേഷം മുസ്സോളിനി പുതിയ ഭരണത്തോടുള്ള എല്ലാ എതിർപ്പുകളെയും അടിച്ചമർത്തുന്നതിനായി വ്യാപകമായ അക്രമം നടത്തി. ഫാസിസത്തിന്റെ വിജയം വിപ്ലവമോ രക്തരഹിതമോ ആയിരുന്നില്ല. അത് നശിപ്പിച്ച ഭരണത്തിൽനിന്ന് യാതൊരു ചെറുത്തുനിൽപ്പും ഉണ്ടായില്ല. അതുകൊണ്ട്, അതിന് രക്തം ചിന്തേണ്ടിവന്നില്ല. മറിച്ച്, വിപ്ലവകാരികളായ ജനങ്ങളുടെ ചെറുത്തുനിൽപ്പ് സായുധമായിരുന്നില്ല. അതുകൊണ്ട്, ആ ദിശയിലുള്ള അക്രമത്തിന് വൻതോതിൽ രക്തം ചിന്തേണ്ട ആവശ്യവും ഉണ്ടായില്ല. എന്നാൽ ആയിരക്കണക്കിന് സ്ത്രീപുരുഷൻമാരെ ജീവിതകാലം മുഴുവൻ ജയിലിലിടുന്നത് അവരെ വാളിനിരയാക്കുന്നതുപോലെത്തന്നെ ക്രൂരമായ കാര്യമാണ്. കൂടാതെ നിരവധിപേർ - അവരുടെ എണ്ണവും ആയിരക്കണക്കിനുവരും - കൊലയ്ക്കും കൂട്ടക്കൊലയ്ക്കും ഇരയായിട്ടുണ്ട്.

ഇനി നമുക്ക് ജർമ്മനിയിലേയ്ക്കുവരാം. അപ്പോൾ നമുക്ക് ഹിറ്റ്ലർ അധകാരത്തിൽ വന്നത് 'ഭരണഘടനാപര'മായാണ് എന്ന കെട്ടുകഥയെ തള്ളിക്കളയേണ്ടതായിവരും. ഈ വാദത്തിന്റെ കെട്ടുകഥാ സ്വഭാവം വ്യക്തമാണ്. റിപ്പബ്ലിക്കൻ ഭരണഘടനയെ പ്രായോഗികമായി പ്രവർത്തനരഹിതമാക്കിയത് ഹിറ്റ്ലറുടെ

അധികാരത്തിലേയ്ക്കുള്ള ഉയർച്ചയെ എളുപ്പമാക്കി. അദ്ദേഹം ഭരണഘടനയെ ലംഘിച്ചില്ല. അദ്ദേഹത്തിനുവേണ്ടി അതു ചെയ്തത് അദ്ദേഹത്തിന്റെ യജമാനൻമാരും രക്ഷാധികാരികളുമായിരുന്നു. പ്രഭുത്വ-സൈനികവാദിയായ വോൺ ഹിൻഡെൻബെർഗിന്റെ നേതൃത്വത്തിലുണ്ടായിരുന്ന 'റിപ്പബ്ലിക്കൻ സർക്കാർ' ഫലത്തിൽ നശിപ്പിച്ചിരുന്ന വീമർ ഭരണഘടനയെ ഔപചാരികമായി ഛിന്നഭിന്നമാക്കിക്കൊണ്ട് ഹിറ്റ്ലർ തന്റെ അധികാര ആരോഹണത്തെ ആഘോഷിച്ചു. ഇറ്റലിയിലെന്നപോലെ ജർമ്മനിയിലും ഫാസിസ്റ്റുകൾ അധികാരത്തിലേയ്ക്കുവന്നത് വൻമുതലാളിമാരുടെ പണംപറ്റുന്ന പ്രതിനിധികൾ എന്ന നിലയിലാണ്. നിലവിലുണ്ടായിരുന്ന ഭരണക്കാരുടെ ഭാഗത്തുനിന്ന് ചെറുത്തുനിൽപ്പൊന്നും ഉണ്ടാകാത്തതിനാൽ അവർ വിജയിക്കുകയും ചെയ്തു. അവർ അഭിമുഖീകരിച്ച ജനകീയ ചെറുത്തുനിൽപ്പിനെ, അധികാരത്തിലേയ്ക്കുള്ള മുന്നേറ്റത്തെ സുഗമമാക്കുന്നതിനായി ഭരണകൂടത്തിന്റെ മർദ്ദനശക്തികളുപയോഗിച്ച് അടിച്ചമർത്തി. അധികാരത്തിലേയ്ക്കുള്ള ആ മുന്നേറ്റം, നിലവിലുള്ള ഭരണകൂടത്തിന്റെ മൗനാനുവാദത്തോടെ മാത്രമല്ല യഥാർത്ഥമായ സഹായത്തോടെയും അതിന്റെ പ്രഖ്യാപിത ശത്രുക്കൾ നടത്തിയ അക്രമങ്ങളുടെ നീണ്ട കഥയായിരുന്നു.

പക്ഷേ, ഹിറ്റ്ലർ തിരഞ്ഞെടുപ്പു വിജയത്തെത്തുടർന്നാണ് ജർമ്മൻ സർക്കാരിന്റെ തലവനായത്. അങ്ങനെ, അദ്ദേഹം ജനങ്ങൾ തിരഞ്ഞെടുത്ത ആളായിരുന്നു. അദ്ദേഹം അധികാരത്തിൽവന്നത് 'ജനകീയ പിന്തുണ'യോടെയാണ്. അക്കാര്യം എങ്ങനെ വിശദീകരിക്കും? അതിന്റെ വിശദീകരണം തിരഞ്ഞെടുപ്പിന്റെ തന്നെ വസ്തുതകളിൽ കണ്ടെത്താം. അദ്ദേഹത്തെ ഔപചാരികമായി അധികാരത്തിൽ പ്രതിഷ്ഠിച്ച 1933 മാർച്ചിലെ തിരഞ്ഞെടുപ്പ് ഒരു തട്ടിപ്പായിരുന്നു. അദ്ദേഹത്തെ നേരത്തേതന്നെ ജർമ്മനിയിലെ സൈനികഭരണാധികാരികളുടെ പ്രതിനിധിയായ ഹിൻഡെൻബെർഗിന്റെ അനുഗ്രഹത്തോടെ ചാൻസലറാക്കിയിരുന്നു. തിരഞ്ഞെടുപ്പിൽ കൃത്രിമം നടത്തി വമ്പിച്ച വിജയം നേടുന്നതിനായി അതിനുപറ്റിയ പദവിയിൽ അങ്ങനെ നായകൻ പ്രതിഷ്ഠിക്കപ്പെട്ടു. വാസ്തവത്തിൽ അദ്ദേഹം പരാജയപ്പെടുകയാണുണ്ടായത്.

രണ്ടു തൊഴിലാളിവർഗ്ഗ പാർട്ടികളിൽനിന്നുമാത്രമാണ് എതിർപ്പുണ്ടായത്. അവർക്ക് മുൻ തിരഞ്ഞെടുപ്പുകളിൽ നാല്പതുശതമാനത്തോളം വോട്ട് കിട്ടിയിരുന്നു. ഈ ജനകീയകക്ഷികളെ 'നിയമപര'മായ അടിച്ചമർത്തലിലൂടെയും നിയമവിരുദ്ധമായ ഭീകരപ്രവർത്തനത്തിലൂടെയും ഫലത്തിൽ പോരാട്ടത്തിനു

പുറത്തുനിർത്തിക്കൊണ്ടാണ് പുതിയ തിരഞ്ഞെടുപ്പ് നടന്നത്. ഔപചാരികതയെന്ന നിലയക്ക് നിയമപരമായി സോഷ്യൽ ഡെമോക്രാറ്റിക് പാർട്ടിയെ നിലനിൽക്കാൻ അനുവദിച്ചപ്പോൾ കമ്മ്യൂണിസ്റ്റ് പാർട്ടിയെ പൂർണ്ണമായും അടിച്ചമർത്തുകയാണുണ്ടായത്. പാർലമെന്റിൽ നൂറു അംഗങ്ങളുള്ള രാജ്യത്തെ മൂന്നാമത്തെ കക്ഷിയായിരുന്നു അത്. ഫാസിസ്റ്റുകൾക്ക് 'ജനാധിപത്യപരമായ വിജയം' ഉണ്ടാകുന്നതിനുമുമ്പ് ജനാധിപത്യത്തെ നശിപ്പിക്കേണ്ടതുണ്ടായിരുന്നുവെന്ന് കമ്മ്യൂണിസ്റ്റ് പാർട്ടിയെ അടിച്ചമർത്തിയ വസ്തുത തെളിയിക്കുന്നു. പ്രമുഖരായ കമ്മ്യൂണിസ്റ്റുകാരെല്ലാം ഒന്നുകിൽ തടവറയിലോ അല്ലെങ്കിൽ ഒളിവിലോ ആയിരുന്നു. അതിന്റെ അംഗങ്ങൾക്ക് ഫാസിസ്റ്റു സംഘങ്ങളുടെ ക്രൂരമായ ഭീകരതയ്ക്ക് ഇരയാകേണ്ടിവന്നു. സോഷ്യൽ ഡെമോക്രാറ്റിക് പാർട്ടിയുടെയും സ്ഥിതി അതുതന്നെയായിരുന്നു. പോളിംഗ് ബൂത്തുകളെ ഫാസിസ്റ്റു തെമ്മാടികൾ അസഹിഷ്ണുതയോടെ നിരീക്ഷിച്ചിരുന്നു. അതുകൊണ്ട്, കമ്മ്യൂണിസ്റ്റുകൾക്ക് അല്ലെങ്കിൽ സോഷ്യലിസ്റ്റുകൾക്കുപോലും വോട്ടു ചെയ്യുകയെന്നത് ഒരു സാഹസപ്രവൃത്തിയായിരുന്നു. പലരും വോട്ടു ചെയ്തില്ല; തങ്ങളുടെ ഇഷ്ടത്തിനനുസരിച്ച് വോട്ടുചെയ്യാൻ പലരെയും അനുവദിച്ചതുമില്ല. ഭയപ്പെട്ട് ഫാസിസ്റ്റുകൾക്ക് വോട്ടുചെയ്യാൻ നിർബന്ധിതരായവർ കുറച്ചൊന്നുമായിരുന്നില്ല. ഒളിവിലായിരുന്നതിനാൽ, ആയിരക്കണക്കിനു കമ്മ്യൂണിസ്റ്റുകൾക്ക് വോട്ടുചെയ്യാൻ പോകാൻ കഴിഞ്ഞില്ല. മറിച്ച്, ഹിറ്റ്ലർക്ക് വോട്ടുചെയ്യാൻ ഇഷ്ടപ്പെടാത്തവരുടെ വോട്ടുകളെല്ലാം നാസി മിന്നൽപടയാളികൾ കൂട്ടത്തോടെ ചെയ്തു. പ്രതിപക്ഷകക്ഷികളുടെ പത്രങ്ങളെ അടിച്ചമർത്തുകയും, അവരുടെ പ്രചാരണസാഹിത്യത്തെ പിടിച്ചെടുക്കുകയും, അവരുടെ അനുയായികളെ ഭീഷണിപ്പെടുത്തി ഇഷ്ടത്തിനെതിരായി വോട്ടുചെയ്യിക്കുകയും, അല്ലെങ്കിൽ വോട്ടുചെയ്യാൻ അനുവദിക്കാതിരിക്കുകയും ചെയ്തപ്പോൾ ഭരണകൂടത്തിന്റെ എല്ലാ പ്രചാരണ സംവിധാനങ്ങളും ഫാസിസ്റ്റുകളുടെ ചൊല്പടിയിലായിരുന്നു.

ഇത്തരം ചുറ്റുപാടിൽ നീതിപൂർവ്വമായ ഒരു തിരഞ്ഞെടുപ്പ് സാദ്ധ്യമായിരുന്നില്ല. അത്തരമൊരു അന്തരീക്ഷത്തിൽ നടന്ന ഒരു 'തിരഞ്ഞെടുപ്പി'ന്റെ ഫലം ജനങ്ങളുടെ വികാരത്തെ പ്രതിഫലിപ്പിക്കുന്നില്ല. എന്നിട്ടും അത്തരമൊരു തട്ടിപ്പ് ഹിറ്റ്ലർക്ക് ഭൂരിപക്ഷം നൽകിയില്ല. ആകെ പോൾ ചെയ്തതിന്റെ നാല്പതു ശതമാനത്തിലധികം വോട്ട് ഫാസിസ്റ്റുകൾക്ക് ലഭിച്ചില്ല. അതാകട്ടെ മൊത്തം വോട്ടർമാരുടെ വളരെ ചെറിയൊരു ഭാഗം മാത്രമായിരുന്നു. കാരണം, മേൽപ്പറഞ്ഞ കാരണങ്ങളാൽ ലക്ഷക്കണക്കന് വോട്ടർമാർ വോട്ടു ചെയ്യാൻ പോയില്ല; അല്ലെങ്കിൽ പോകാൻ കഴിഞ്ഞില്ല.

അതേസമയം, കടുത്ത ഭീഷണിയും തരണം ചെയ്യാനാവാത്ത വിഷമങ്ങളും ഉണ്ടായിരുന്നെങ്കിലും കമ്മ്യൂണിസ്റ്റുപാർട്ടി പാർലിമെന്റിൽ അവർക്കുണ്ടായിരുന്ന നൂറു സീറ്റുകളിൽ എൺപതെണ്ണം നിലനിർത്തി. അതുകൊണ്ട്, തിരഞ്ഞെടുപ്പിലെ യഥാർത്ഥ വിജയിയായി അതിനെ അംഗീകരിക്കണം. സാധാരണ ചുറ്റുപാടിൽ ഇതിനേക്കാൾ കൂടുതൽ വോട്ടുകൾ ചെയ്യപ്പെട്ടുമായിരുന്നു. യഥാർത്ഥമായ ഒരു ജനാധിപത്യ തെരഞ്ഞെടുപ്പിൽ ഹിറ്റ്ലർ മാനംകെട്ട രീതിയിൽ പരാജയം ഏറ്റുവാങ്ങുമായിരുന്നു എന്ന് ഇതു കാണിക്കുന്നു. കമ്മ്യൂണിസ്റ്റുകാർ പ്രവർത്തിച്ചിരുന്നത് വളരെ വിഷമത്തോടുകൂടിയായിരുന്നു. സോഷ്യൽ ഡെമോക്രാറ്റിക് പാർട്ടി അത്തരം വിഷമങ്ങളിൽനിന്ന് താരതമ്യേന സ്വതന്ത്രമായതിനാൽ അവർക്ക് കുറച്ചുകൂടി മെച്ചപ്പെട്ട ഫലം ഉണ്ടായി. ഈ തെരഞ്ഞെടുപ്പിൽ കമ്മ്യൂണിസ്റ്റുകളും സോഷ്യൽ ഡെമോക്രാറ്റുകളും ചില ചെറിയ ഫാസിസ്റ്റ് വിരുദ്ധ ഗ്രൂപ്പുകളും ചേർന്ന് പുതിയ പാർലിമെന്റിലെ പകുതിയോളം സീറ്റുകൾ കരസ്ഥമാക്കി. ജേതാവിന് അത്തരമൊരു പാർലിമെന്റിനെ അഭിമുഖീകരിക്കാൻ കഴിഞ്ഞില്ല. തന്റെ 'ഭരണഘടനാപരമായ സേച്ഛാധിപത്യ'ത്തിലേയ്ക്കുള്ള വഴിയൊരുക്കുന്നതിനായി ഹിറ്റ്ലർ കൂടുതൽ ഹിംസാത്മകമായ പ്രവർത്തികൾ നടത്തുകയും ജനാധിപത്യ സ്വാതന്ത്ര്യത്തിന്റെ അവസാനത്തെ അടയാളത്തെ നശിപ്പിക്കുകയും ചെയ്തു. ഏകദേശം നാല്പതുലക്ഷം വോട്ടർമാരെ പ്രതിനിധീകരിക്കുന്ന, ഭരണഘടനാപരമായി തിരഞ്ഞെടുക്കപ്പെട്ട എൺപതു കമ്മ്യൂണിസ്റ്റ് അംഗങ്ങളെ പാർലിമെന്റിൽ തങ്ങളുടെ പദവി ഏൽക്കാൻ അനുവദിച്ചില്ല. വ്യക്തിപരമായ ആക്രമണങ്ങളിൽനിന്ന് ഒഴിഞ്ഞുമാറുന്നതിനായി നല്ലൊരു ഭാഗം സോഷ്യൽ ഡെമോക്രാറ്റിക് പ്രതിനിധികളും പാർലിമെന്റിൽ ഹാജരാകാതെയിരുന്നു. ചുരുക്കത്തിൽ, ഹിറ്റ്ലർക്കു സർവ്വാധികാരം നൽകുന്നതിന് വോട്ടുചെയ്ത അവശിഷ്ട പാർലിമെന്റുതന്നെ എഴുപതു ശതമാനത്തിലധികം സമ്മതിദായകരെ പ്രതിനിധാനം ചെയ്തിരുന്നില്ല; സമ്മതിദായകരിൽ ഒരു വിഭാഗം തെരഞ്ഞെടുത്തവരിൽ പകുതിയോളം പേർ ഹിറ്റ്ലർക്ക് വോട്ടുചെയ്തതുമില്ല. അങ്ങനെ, മുപ്പത്തഞ്ചു ശതമാനത്തിലധികം പേരുടെ പിന്തുണയില്ലാത്തപ്പോഴാണ് ഫാസിസ്റ്റുകൾ അധികാരത്തിലേയ്ക്കുവന്നത്. ഹിറ്റ്ലർ 'ഭരണഘടനാപര'മായാണ് അധികാരത്തിലേയ്ക്കുവന്നത് എന്ന വാദത്തിന്റെ പൊള്ളത്തരം അത് വെളിവാക്കുന്നുണ്ട്.

മറ്റൊരു വസ്തുതകൂടി ഹിറ്റ്ലറുടെ 'ജനാധിപത്യപര'മായ വിജയത്തിന്റെ പൊള്ളത്തരത്തെ വെളിപ്പെടുത്തുന്നുണ്ട്. 1928 മുതലുള്ള തിരഞ്ഞെടുപ്പുകളിൽ ഫാസിസ്റ്റുകളുടെ വോട്ട് വർദ്ധിച്ചിട്ടുണ്ടായിരുന്നു. പക്ഷേ, ഹിറ്റ്ലറെ 'ഭരണഘടനാപരമായ സേച്ഛാധിപത്യ'ത്തിലേയ്ക്ക്

ഉയർത്തിയതായി പറയപ്പെടുന്ന തിരഞ്ഞെടുപ്പിന് കുറച്ചുമാസങ്ങൾക്കുമുമ്പ് നടന്ന തിരഞ്ഞെടുപ്പിൽ ഫാസിസ്റ്റ് മുന്നേറ്റം കനത്ത തിരിച്ചടി നേരിട്ടു. നാസികൾക്ക് ഇരുപത് ലക്ഷത്തോളം വോട്ടുകൾ കുറഞ്ഞു. അത്, കൃത്രിമമായി താങ്ങിനിർത്തിയിരുന്ന ആ പ്രസ്ഥാനം ഉച്ചകോടിയിലെത്തി അധ:പതനത്തിന്റെ വഴിയിലാണെന്നതിന്റെ വ്യക്തമായ സൂചനയായിരുന്നു. മധ്യവർഗ്ഗത്തിന്റെ പിന്നണിയിൽ കിടക്കുന്നവരിലെ കൂടുതൽ വിവരമുള്ളവർക്ക് ഫാസിസത്തിലുള്ള വിശ്വാസം നഷ്ടപ്പെട്ടുവരികയായിരുന്നു. മുൻ തിരഞ്ഞെടുപ്പിൽ നാസികൾ നിരവധി പ്രവിശ്യകളിൽ ഭൂരിപക്ഷം കരസ്ഥമാക്കിയിരുന്നു. അവിടെ അവർ മന്ത്രിസഭകൾ ഉണ്ടാക്കിയിരുന്നു. സമ്മതിദായകർക്ക് കൊടുത്ത വാഗ്ദാനങ്ങൾ നടപ്പിലാക്കുന്നതിൽ ആ മന്ത്രിസഭകൾ പരാജയപ്പെട്ടു. അതിനാൽ അതിന്റെ അനുയായികളുടെ വിശ്വാസത്തിന് ഇളക്കംതട്ടി. പ്രസ്ഥാനത്തിന്റെ രക്ഷാധികാരികൾ സഹായത്തിനെത്തിയില്ലായിരുന്നുവെങ്കിൽ അതു തകരുമായിരുന്നു.

വയസ്സായി ബുദ്ധി മന്ദീഭവിച്ച ഹിൻഡെൻബെർഗിനോട് തന്റെ പ്രഷ്യൻ അഭിമാനം പ്രകടിപ്പിക്കാതെ, കഴിഞ്ഞ തിരഞ്ഞെടുപ്പിൽ കടുത്ത തിരിച്ചടിയേറ്റ് പാർലിമെന്റിൽ ഒരു ന്യൂനപക്ഷത്തിന്റെ മാത്രം പിന്തുണയുണ്ടായിരുന്ന പുതുക്കോമരത്തിന് അധികാരം കൈമാറാൻ അവർ ആവശ്യപ്പെട്ടു. ഒരു തിരഞ്ഞെടുപ്പിലൂടെ സത്യസന്ധമായി പ്രകടിപ്പിക്കപ്പെട്ട ജനകീയ പിന്തുണയെയൊന്നുമല്ല, മറിച്ച് 'നിന്ദ്യനും താന്തോന്നിയുമായ ഒരു പട്ടാളപരിശീലകനെ' ഗർവ്വിഷ്ടനായ ഫീൽഡ്മാർഷൽ വൈമനസ്യത്തോടെ സ്വീകരിക്കുന്നതിനെയാണ് ഹിറ്റ്ലറുടെ അധികാരത്തിലേയ്ക്കുള്ള വരവ് സൂചിപ്പിച്ചത്. രണ്ടുപേരും ഒരേ യജമാനനെയാണ് സേവിച്ചത്. അവമാനിതയായ ജനാധിപത്യദേവതയെ ആ യജമാനന്റെ കൽപ്പനപ്രകാരം റിപ്പബ്ലിക്കിന്റെ പ്രസിഡന്റ് ബലാൽക്കാരം ചെയ്യുന്നതിനായി ആ 'പട്ടാളപരിശീലകന്'' വിട്ടുകൊടുത്തു. അങ്ങനെ, ഭൂരിപക്ഷം ജനാധിപത്യപരമായി നൽകിയ വിധിയ്ക്കെതിരായി അധികാരത്തിൽ പ്രതിഷ്ഠിക്കപ്പെട്ട ഹിറ്റ്ലർ, ഒരു തിരഞ്ഞെടുപ്പ് വിജയം അവതരിപ്പിക്കുന്നതിനായി അധികാരബലത്തിന്റെ സകല സംവിധാനങ്ങളെയും നിയമപരമായും നിയമവിരുദ്ധമായും ഉപയോഗപ്പെടുത്തി. പരിഷ്കൃതസമൂഹത്തിൽ അറിയപ്പെട്ടതിൽ ഏറ്റവും നിഷ്ഠുരമായ രാഷ്ട്രീയകൊള്ളിവെയ്പ്പ് നടത്തുന്നതിലേയ്ക്കുവരെ അദ്ദേഹം പോയി. സംഘടിതമായ എതിർപ്പ് നടത്താൻ കഴിയുമായിരുന്ന കമ്മ്യൂണിസ്റ്റ് പാർട്ടിയെ ഇല്ലാതാക്കുന്നതിനുള്ള ന്യായം കണ്ടെത്തുന്നതിനായി നാസികൾ പാർലമെന്റ് മന്ദിരത്തെ തീവെച്ചു നശിപ്പിച്ചു. ആ കൊള്ളിവെയ്പ്പ് 'രക്തരഹിത വിപ്ലവ'ത്തിന്റെ അറിയിപ്പായിരുന്നു.

ഹിറ്റ്ലർ പാർലിമെന്റ് മന്ദിരത്തിന്റെ തീവെയ്പിനെ ദൈവത്തിൽ നിന്നുള്ള അടയാളമായി ഉദ്ഘോഷിച്ചു. അങ്ങനെ ദൈവികമായ അനുമതിയോടെ അദ്ദേഹം എല്ലാ എതിർപ്പുകളെയും അടിച്ചമർത്തി. എങ്കിലും, തിരഞ്ഞെടുപ്പിൽ അദ്ദേഹത്തിന് ഭൂരിപക്ഷം നൽകാൻ ജനങ്ങൾ തയ്യാറായില്ല. അഭിനവരക്ഷകനെ ദൈവം സഹായിക്കുമായിരുന്നില്ലെങ്കിലും അവിടെ തങ്ങളുടെ നായകനെ മഹത്വീകരിക്കാൻ മുതലാളിവർഗ്ഗം ഉണ്ടായിരുന്നു. അവരുടെ ചട്ടുകമെന്ന നിലയിൽ ഹീനമായ പ്രവൃത്തിചെയ്യാൻ കഴിയുമാറ് എങ്ങനെയെങ്കിലും അദ്ദേഹത്തെ കേവലാധികാരസ്ഥാനത്തേയ്ക്ക് ഉയർത്തേണ്ടിയിരുന്നു. കൊടിയ അക്രമങ്ങളിലൂടെയായിരുന്നു 'രക്തരഹിത വിപ്ലവം' നടത്തപ്പെട്ടത്. ബൂർഷ്വാസിയുടെ അനുഗ്രഹത്താൽ സർവ്വാധികാരത്തിലേയ്ക്ക് ഉയർത്തപ്പെട്ട ഹിറ്റ്ലർ ഇറ്റലിയിലെ മുൻഗാമിയെപ്പോലെതന്നെ തന്റെ യജമാനൻമാരുടെ ആജ്ഞകൾ നടപ്പിലാക്കുകയാണ്.

ഈ 'രക്തരഹിതവിപ്ലവം' മനുഷ്യരാശിയുടെ ഉൽകൃഷ്ടമായ എല്ലാ ആത്മീയനേട്ടങ്ങളെയും തുടച്ചുനീക്കാൻ ദൃഢനിശ്ചയം ചെയ്തിരിക്കുന്നു. 'അസാധാരണവും അവിശ്വസനീയവുമായ അളവിൽ ഭയം ജനിപ്പിക്കുന്ന ഒരു ദൃഷ്ടാന്തമായി ജർമ്മനി നിലകൊള്ളുന്നു. ദേശീയസംസ്കാരത്തിന്റെ വിശുദ്ധി കാത്തുസൂക്ഷിക്കുന്നതിനുള്ള ഇരുപതാം നൂറ്റാണ്ടിലെ ജർമ്മനിയുടെ ആഗ്രഹത്താൽ പ്രചോദിതമായ പ്രകടനങ്ങളുടെ സമാന്തരരൂപങ്ങൾ മധ്യകാല ചരിത്രത്തിന്റെ ആരംഭത്തിൽ കണ്ടെത്താവുന്നതാണ്.' (റോബർട്ട് ബ്രിഫാൾട്ട്, The Nationalist Craze in Culture, 1933). സാംസ്കാരിക ചരിത്രത്തിൽ ആധികാരികതയുള്ള അദ്ദേഹം തുടർന്നെഴുതുന്നു: 'ഫാസിസ്റ്റ് ഇറ്റലിയുടെ കലാപരവും സാഹിത്യപരവുമായ തികഞ്ഞ വന്ധ്യതയെക്കുറിച്ച് വൈദേശികരായ എല്ലാ വിമർശകരും അഭിപ്രായം രേഖപ്പെടുത്തിയിട്ടുണ്ട്'.

ഫാസിസത്തിന് ആധുനികസംസ്കാരത്തോട് കടുത്ത ശത്രുതയാണുള്ളത്. തികഞ്ഞ കാടത്തത്തിലേയ്ക്കുള്ള പതനമാണത്. ഫാസിസത്തിന്റെ ഈ വശം പരിഷ്കൃത ലോകത്തിലുടനീളം വലിയ അവജ്ഞയ്ക്കു കാരണമായിട്ടുണ്ട്. തകർന്നുകൊണ്ടിരിക്കുന്ന മുതലാളിത്തഘടനയെ താങ്ങിനിർത്തുന്നതിന് കൊടിയ ഹിംസയിലൂടെ വിപ്ലവകാരികളായ തൊഴിലാളിവർഗ്ഗത്തെ അടിച്ചമർത്തുകയെന്ന ഫാസിസത്തിന്റെ മുഖ്യദൗത്യത്തെ എതിർക്കാത്തവരെപ്പോലും അത് ഞെട്ടിച്ചിട്ടുണ്ട്.

രക്തരഹിത വിപ്ലവ അദ്ഭുതം നടത്തി എന്നവകാശപ്പെടുന്ന 'അതിമാനുഷരെ'ക്കുറിച്ച് പക്ഷപാതികളല്ലാത്ത ചില ലിബറൽ ചിന്തകരുടെ അഭിപ്രായം ഉദ്ധരിക്കുകയെന്നതിനേക്കാൾ കൂടുതലായി ഒന്നു പറയേണ്ട ആവശ്യമില്ല.

'ജർമ്മനിയെ ഭരിക്കുന്നത് മയക്കുമരുന്നിന്റെ അടിമകളും കൊലപാതകികളും കള്ളൻമാരും തട്ടിപ്പുകാരും നെറികെട്ടവരുമാണ്. വാക്കുകളെ വെറുതെ തോന്നിയപോലെ ദുരുപയോഗിക്കുകയല്ല ഇത്. നാസിപ്രസ്ഥാനത്തിന്റെ തലപ്പത്തിരിക്കുന്ന പ്രമുഖരായ മിക്കവരുടെയും പൊതുവായി അംഗീകരിക്കപ്പെട്ട സ്വഭാവങ്ങളാണവ' (The Nation, ന്യൂയോർക്ക്, 1933 ആഗസ്റ്റ് 2).

'പരിഷ്കൃതമനസ്സ് വിശ്വസിക്കാനാവാതെ സ്തബ്ധമാക്കപ്പെടുന്നതിനാൽ പ്രതിഷേധങ്ങളെ ഞെരിച്ചുകൊല്ലുന്ന അളവിൽ അതിക്രമങ്ങൾ നടത്തപ്പെടുന്നു. ദേശീയ സോഷ്യലിസ്റ്റ് ഭരണകൂടത്തിന്റെ ഭ്രാന്തിനോട് സ്വയം പൊരുത്തപ്പെടാൻ ഒരിയ്ക്കലും കഴിയാത്തത്ര ബുദ്ധിശാലികളും പരിഷ്കൃതരുമായ ലക്ഷക്കണക്കിനു ജർമ്മൻകാർക്ക് എന്തു ജീവിതമാണ് വിധിക്കപ്പെട്ടിരിക്കുന്നത് എന്നു കാണുക വളരെ പ്രയാസമാണ്.' (ഹാരിസൺ ബ്രൗൺ, 'Six months of Hitlerism').

യുദ്ധവിരുദ്ധ സംഘടനകളിൽ അംഗമാകുന്നത് നിയമപരമായി (!) നിരവധിവർഷം തടവുലഭിക്കാവുന്ന കുറ്റകൃത്യമാക്കുന്നിടത്തോളം നാസി യുദ്ധപ്രചാരണം പോകുന്നുവെന്ന് നാലുവർഷം ജർമ്മനിയിൽ താമസിച്ചിരുന്ന ഈ ഇംഗ്ലീഷ് പത്രപ്രവർത്തകൻ എഴുതുന്നുണ്ട്. പ്രശസ്ത ജർമ്മൻ എഴുത്തുകാരനായ കാൾ വോൺ ഓസിറ്റ്സ്കി യുദ്ധവിരുദ്ധനായതുകൊണ്ടുമാത്രം പീഢനമനുഭവിക്കുകയും തടവിൽക്കിടക്കുകയും ചെയ്തു. അദ്ദേഹത്തിന് സമാധാനത്തിനുള്ള നോബൽ സമ്മാനം നൽകപ്പെട്ടു. എന്നിട്ടും ഇപ്പോഴും അദ്ദേഹം ഒരു തുറന്ന കോടതിയിൽ വിചാരണയ്ക്കുള്ള അവകാശംപോലും നിഷേധിക്കപ്പെട്ട് തടവറയിൽത്തന്നെ കഴിയുകയാണ്.

വേഴ്സായിൽസ് ഉടമ്പടിയുടെ അനീതി അനുഭവിക്കുന്ന ജർമ്മൻ ജനതയോട് സഹതാപമുള്ള ഉൽപതിഷ്ണുവായ ഒരു അമേരിക്കൻ പത്രപ്രവർത്തകൻ എഴുതുന്നു: 'യുദ്ധപൂർവ്വ സൈനികവാദത്തിന്റെയും നിഷ്ഠുരതയുടെയും അസന്ദിഗ്ദ്ധമായ ഒരു മതം ഭരണത്തിലുടനീളം ജ്വലിച്ചുകൊണ്ടിരിക്കുന്നതോടൊപ്പം രാഷ്ട്രം ഭ്രാന്തമായ ഒരു വിശ്വാസപ്രമാണത്തിലേയ്ക്ക് അർദ്ധമിസ്റ്റിക് സ്വഭാവത്തോടെ നിമഗ്നമാവുകയും ചെയ്യുന്നു. യഹൂദരും പ്രൊഫസർമാരും യുദ്ധവിരുദ്ധരും സോഷ്യലിസ്റ്റുകളും സമൂല പരിവർത്തനവാദികളും ഉൽപതിഷ്ണുക്കളും ജനായത്തവാദികളുമെല്ലാം അർദ്ധമനുഷ്യരാണെന്നു കരുതുന്ന അതിമാനുഷർക്ക് ഈ വിശ്വാസപ്രമാണംതടഞ്ഞുനിർത്താനാവാത്തതായി തോന്നുന്നു.' (ജോൺ ഗുന്തർ, 'The Nation', ന്യൂയോർക്ക്, 1933 ജൂൺ 7).

ബവേറയയിലെ പ്രവിശ്യാ ഭരണകൂടത്തിൽ ആഭ്യന്തരമന്ത്രിയായിരുന്ന ഡോ. ഫ്രിറ്റ്സ് ഷ്വയർ തന്റെ സഹപ്രവർത്തകനായ മുൻ പ്രധാനമന്ത്രിയ്ക്ക് അയച്ച കത്തിൽ പറയുന്നു: 'അവകാശത്തിന്റെയും നീതിയുടെയും നിയമത്തിന്റെയും ക്രമത്തിന്റെയും ഒരടയാളവും അവശേഷിപ്പിച്ചിട്ടില്ല. ദൈവികവും മാനവികവുമായ അവകാശങ്ങളെല്ലാം ചവുട്ടിയരയ്ക്കപ്പെടുന്നു. ധാർമ്മികമായി അധ:പതിച്ചവർ തങ്ങൾ ജർമ്മനിയുടെ ധാർമ്മിക പുനരുദ്ധാരകരാണെന്ന് പ്രഖ്യാപിക്കുന്നു. വാസ്തവത്തിൽ അവർ തങ്ങളുടെ ഇച്ഛയെ മറ്റു മനുഷ്യർക്കുമേൽ അടിച്ചേൽപ്പിക്കുകയും വന്യമൃഗങ്ങളെപ്പോലെ അഹങ്കാരപരമായ വാസനകളെ തൃപ്തിപ്പെടുത്തുകയുമാണ് ചെയ്യുന്നത്'.

ദൈനംദിന സംഭവങ്ങൾ തികച്ചും ശരിയെന്നു തെളിയിച്ച, സ്വകാര്യ കത്തിടപാടിൽ പ്രകടിപ്പിക്കപ്പെട്ട ഈ അഭിപ്രായത്തിന്റെ പേരിൽ ഡോ. ഷ്വയർ വിചാരണചെയ്യപ്പെടുകയും 'രാജ്യദ്രോഹക്കുറ്റ'ത്തിന് തടവിലാക്കപ്പെടുകയും ചെയ്തു.

സത്യത്തെ ഭീകരമായി അടിച്ചമർത്തുന്ന സമ്പ്രദായം, ആ ഭീകരതയുടെ പരിധിയിക്കപ്പുറത്തേയ്ക്ക് സ്വയം ഓടിരക്ഷപ്പെട്ട ജർമ്മൻകാർക്കുപോലും സത്യംപറയാൻ ധൈര്യം നൽകാത്തത്ര പൈശാചികമായി സംഘടിപ്പിക്കപ്പെട്ടതാണ്. അവരിൽ പലർക്കും ജർമ്മനിയിൽ ജീവിക്കുന്ന ബന്ധുക്കളും സുഹൃത്തുക്കളുമുണ്ട്. പ്രതികാരനടപടികൾ മിക്കവാറും അവർക്കുനേരെയാണുണ്ടാവുക. പ്രവാസികളായ ഫാസിസ്റ്റുവിരുദ്ധരുടെ വായടപ്പിക്കുന്നതിനായി അവരുടെ ബന്ധുക്കളെ ബന്ദികളാക്കിവയ്ക്കാറാണ് പതിവ്.

ഇപ്പോഴും പ്രാഥമിക മര്യാദ അല്പമെങ്കിലും നിലനിർത്തുന്ന 'അതിമാനുഷർ'ക്കിടയിലെ ചില ഒറ്റപ്പെട്ട പ്രതിഷേധങ്ങളെ ക്ഷണിച്ചുവരുത്തുന്നതിലേയ്ക്കുവരെ ഈ 'രക്തരഹിതവിപ്ലവ'ത്തിന്റെ കിരാതമായ അക്രമപ്രവർത്തനങ്ങൾ പോയി. 'സ്ത്രീകളടക്കമുള്ള ട്രേഡ് യൂണിയൻ നടത്തിപ്പുകാരെ നാസി ആസ്ഥാനത്തിലേയ്ക്കു വലിച്ചിഴച്ചുകൊണ്ടുപോയി അടിയ്ക്കുകയും വിവരണാതീതമായതരത്തിൽ മോശമായി പെരുമാറുകയും ചെയ്യുന്ന നടപടിയ്ക്കെതിരെ' വോൺ വെന്റ്ലോ പ്രഭു ഹിറ്റ്ലറോട് പ്രതിഷേധിച്ചു.

റിപ്പബ്ലിക്കിന്റെ സ്ഥാപകരിലൊരാളും അതിന്റെ ആദ്യത്തെ ചാൻസലറുമായ ഫിലിപ്പ് സ്കീഡ്മാൻ പ്രേഗിൽ പ്രവാസിയായിരുന്നുകൊണ്ട് എഴുതുന്നു: 'കുറ്റവാളികളും മനോനിലതെറ്റിയ കുറച്ചുപേരും ഒരു തീപ്പന്തമായ ഹിറ്റ്ലറുടെ ബെർലിനെക്കൊണ്ട് വെടിമരുന്ന് വീപ്പയ്ക്കുചുറ്റും കളിക്കുകയാണ്'' (The Times, ലണ്ടൻ, 1933 ജൂൺ).

ഈ അഭിപ്രായം പ്രകടിപ്പിച്ചു എന്ന കുറ്റത്തിന്, ജർമ്മനിയിലുള്ള,

നിരവധി സ്ത്രീകളടക്കമുള്ള സ്കീഡ്ലാന്റെ കുടുംബാംഗങ്ങളെയെല്ലാം അറസ്റ്റുചെയ്ത് ബാഹ്യബന്ധം അനുവദിക്കാതെ, 'കുറ്റവാളികളും മനോനില തെറ്റിയവരുമായ' ഹിറ്റ്ലറുടെ വെറ്റാങ്കുട്ടികൾ (Ruffians) പ്രായമോ ലിംഗഭേദമോ നോക്കാതെ മധ്യകാലരീതിയിലുള്ള പീഢനമുറകൾ നടത്തുന്ന തടങ്കൽ പാളയത്തിൽ പാർപ്പിച്ചു.

'അഡോൾഫ് ഹിറ്റ്ലർ ജീവചരിത്രകാരൻമാരുടെ നിരാശയാണ്. ജീവിച്ചിരിക്കുന്ന ഏതൊരു രാഷ്ട്രീയ നേതാവിന്റെയും ജീവിതത്തെ ചിത്രീകരിക്കുകയെന്നത് വളരെ വിഷമകരമാണ്. എന്നാൽ, നേതാവ് സ്വമതാന്ധരുടെ ഭ്രാന്താവേശത്താൽ അധികാരത്തിലേയ്ക്ക് ഉയർത്തപ്പെട്ട അർദ്ധഭ്രാന്തനാകുമ്പോൾ; അയാളുടെ പെരുമാറ്റം സാധാരണമായതു മുതൽ ഭീകരമായതുവരെയും, പരിഹാസ്യമായതു മുതൽ ഉദാത്തമായതു വരെയും, വഷളായതുമുതൽ രോഗാതുരമായതുവരെയും ആകുമ്പോൾ; അയാൾ അന്ധകാരത്തിലെ പ്രേതശബ്ദങ്ങൾക്കു കാതോർക്കുകയും കൂടുതൽ അറിയുന്നവരെ നശിപ്പിക്കുകയും ചെയ്യുമ്പോൾ ജീവചരിത്രകാരന്റെ ജോലി മിക്കവാറും അസാദ്ധ്യമായിത്തീരുന്നു'. (The New Republic, ന്യൂയോർക്ക്, 1936 ജൂൺ 10).

'ഫാസിസം യുക്തിക്കെതിരായ കലാപവും ഹിംസയോടും വികാരങ്ങളോടുമുള്ള അഭ്യർത്ഥനയുമാണ്. അതിന്റെ ഫലം അനിവാര്യമായും ക്രൂരതയും ഭ്രാന്തും തെമ്മാടിത്തവുമാണ്'. (റോബർട്ട് ഡെൽ, "Germany Unmasked').

ഔദ്യോഗിക പ്രസിദ്ധീകരണങ്ങളിൽനിന്നുള്ള ഉദ്ധരണികൾ ഈ കടുത്ത വിധി പ്രസ്താവത്തെ പിന്താങ്ങുന്നവയാണ്. നാസികൾ അനിവാര്യമായതെന്ന് ചിലപ്പോൾ ന്യായീകരിക്കുകയും മറ്റു ചിലപ്പോൾ 'ജൂതൻമാരുടെ നുണക'ളെന്ന് പറഞ്ഞ് നിഷേധിക്കുകയും ചെയ്യുന്ന നിഷ്ഠുരതകൾ ആകസ്മികമായി സംഭവിക്കുന്ന അതിക്രമങ്ങളല്ല, മറിച്ച് നാസിനയത്തിന്റെ സ്വാഭാവികവും ബോധപൂർവ്വവുമായ പ്രവൃത്തികളാണെന്ന് ഡെൽ ചൂണ്ടിക്കാണിക്കുന്നുണ്ട്.

ഹിറ്റ്ലറുടെ ആത്മകഥയിൽ ആധികാരികമായി പ്രഖ്യാപിച്ചിട്ടുള്ളതുപോലെ, ഫാസിസത്തിന്റെ ലക്ഷ്യം ദുർബലരുടെ നാശവും ശക്തരുടെ വിജയവുമാണ്. സാമൂഹിക തിന്മകൾക്കുള്ള ഫാസിസത്തിന്റെ ഒറ്റമൂലി ജൂതരുടെ ഉന്മൂലനവും ബലപ്രയോഗത്തിലൂടെ മുതലാളിത്തത്തെ നിലനിർത്തിക്കൊണ്ടുപോകലുമാണ്. അതിന്റെ രാഷ്ട്രീയ പരിപാടി ആയുധശേഖരം വർദ്ധിപ്പിക്കലും അധിനിവേശത്തിനുള്ള യുദ്ധവുമാണ്.

'കയ്യൂക്കുകൊണ്ടാണ് കോളണികളെല്ലാം നേടിയത്. യൂറോപ്പിന് അസംസ്കൃതവസ്തുക്കളും കോളണികളും ആവശ്യമാണ്.

ജീവിതത്തെക്കുറിച്ച് വീരോചിതമായ സങ്കല്പമുള്ള വെള്ളക്കാരുടെ വംശം ഭരിക്കാൻ നിയോഗിക്കപ്പെട്ടവരാണ്. എന്നാൽ, ഭരിക്കുന്ന രാഷ്ട്രം സമാധാന ആശയങ്ങളെ സ്വീകരിച്ചുകൊണ്ട് കോളണികളെ സ്വയംഭരിക്കാൻ അനുവദിക്കുകയാണെങ്കിൽ 'ഞങ്ങൾക്ക് യൂറോപ്പിനെ ഇനി ആവശ്യമില്ല' എന്ന തീർത്തും പറയാം. (1936 ജനുവരി 26ന് മ്യൂണിക്കിലെ സർവ്വകലാശാല വിദ്യാർത്ഥികളുടെ ഒരു സമ്മേളനത്തിൽ ഹിറ്റ്ലർ പ്രസംഗിച്ചതിൽനിന്ന്).

ഹിറ്റ്ലർ സ്വയം സമ്മതിച്ചതുപോലെ, ചരിത്രത്തിൽ അദ്ദേഹം നിപുണനായ ഒരു ക്ഷുദ്രരാഷ്ട്രീയ നേതാവായും തികഞ്ഞ അവസരവാദിയായും അറിയപ്പെടും. അദ്ദേഹത്തിന്റെ അഭിപ്രായത്തിൽ, ജനങ്ങളെ നയിക്കാനുള്ള വളരെ ഫലപ്രദമായ വഴി അവരെ കബളിപ്പിക്കുകയെന്നതാണ്. അദ്ദേഹത്തിന്റെ പ്രക്ഷോഭതത്ത്വം ലളിതമായ മുദ്രാവാക്യങ്ങൾ ജനങ്ങൾ അവയിൽ വിശ്വസിക്കുന്നതുവരെ ആവർത്തിക്കുക എന്നതാണ്.

'അദ്ദേഹത്തിന്റെ സമ്പൂർണ്ണമായ ജീവിതദർശനത്തെ രൂപപ്പെടുത്തിയത് യുദ്ധപൂർവ്വ വിയന്നയിലെ അലഞ്ഞുനടന്ന വർഷങ്ങളാണ്. അതിനുശേഷം അതിൽ വികാസമൊന്നും ഉണ്ടായിട്ടില്ല; ചുറ്റുപാടുകൾക്കനുസരിച്ചുള്ള അനുവർത്തനം മാത്രമേ ഉണ്ടായിട്ടുള്ളൂ. ഇരുപതുവയസ്സുവരെ അദ്ദേഹത്തിന് ബൗദ്ധികതാൽപര്യങ്ങളൊന്നും ഉണ്ടായിരുന്നില്ല. അദ്ദേഹത്തിന്റെ രാഷ്ട്രീയസങ്കല്പം പ്രത്യേകതരത്തിലുള്ളതായിരുന്നു. സാമ്പത്തികശാസ്ത്രത്തിന്റെ പ്രാധാന്യത്തെ നിഷേധിച്ചുകൊണ്ടും തൊഴിലാളിവർഗ്ഗത്തെ വിഡ്ഢികളെന്ന് അധിക്ഷേപിച്ചുകൊണ്ടും അദ്ദേഹം സാധാരണ രാഷ്ട്രീയക്കാരനെ ആക്രമിക്കുന്ന തൊന്തരവുകളാൽ ബാധിക്കാതെ നിലകൊള്ളുന്നു. അനീതിയെയും അസമത്വങ്ങളെയും ആക്രമിക്കാനുള്ള ആവേഗങ്ങളൊന്നും അദ്ദേഹത്തിനില്ല. സൈന്യത്തോടും മുതലാളിമാരോടും പ്രഭുക്കളോടും ആഴത്തിലുള്ള ആദരവോടെ അദ്ദേഹം, ശക്തൻമാർക്കെതിരെ സ്വയം പ്രതിരോധിക്കാൻ കഴിയുന്ന ആയുധങ്ങൾ ദുർബലർക്കും മർദ്ദിതർക്കും ബോധപൂർവ്വം നൽകുന്ന വ്യവസ്ഥയെ ഉന്മൂലനം ചെയ്യാൻ അഭിലഷിച്ചു. ജനാധിപത്യസംസ്കാരത്തിന്റെ അടിസ്ഥാനതത്ത്വങ്ങളെ തിരസ്കരിച്ചുകൊണ്ട്, ശക്തൻമാർ ഭരിക്കുകയും ദുർബലൻമാർ അടിമകളായിരിക്കുകയും ചെയ്യുന്ന ഒരുജർമ്മനിയുടെ ആദിമവിശുദ്ധി പുന:സ്ഥാപിക്കാൻ അദ്ദേഹം ആഗ്രഹിച്ചു' (റുഡോൾഫ് ഓൾഡൻ, Hitler).

'മുൻവിധിയില്ലാതെ' ജർമ്മനിയിലെ അവസ്ഥ മനസ്സിലാക്കുന്നതിന് അവിടെ പതിനാറുമാസം ചെലവഴിച്ച ഒരാളുടെ

പുസ്തകത്തിൽനിന്ന് കുറച്ച് ഉദ്ധരണികൾകൂടി നോക്കാം. ഹിറ്റ്ലറുടെ സ്വകാര്യജീവിതത്തെക്കുറിച്ചുള്ള കിംവദന്തികൾക്കെതിരെ മുന്നറിയിപ്പുനൽകിക്കൊണ്ട് അദ്ദേഹം എഴുതുന്നു:

'അദ്ദേഹം തന്നെ ഒരു കുരിശുയുദ്ധക്കാരനായി കാണുകയും മനുഷ്യവംശത്തിന്റെ രക്ഷയ്ക്കായി സദാസമയവും ചിന്തിച്ചുകൊണ്ടിരിക്കുകയും ചെയ്യുന്നു. അതുകൊണ്ടാണ്, ബോൾഷേവിസത്തിൽ നിന്ന് ലോകത്തെ രക്ഷിക്കുന്നതിനെക്കുറിച്ച് സംസാരിക്കുമ്പോൾ അദ്ദേഹം യോഗാത്മകതയുടെ ഉത്തുംഗ ശൃംഗത്തിലെത്തുന്നത്' (സ്റ്റീഫൻ എച്ച്.റോബർട്ട്സ്, The House that Hitler Built).

ഹിറ്റ്ലർ പൊതുജനങ്ങളോടു സംസാരിച്ചുകൊണ്ടിരിക്കുമ്പോൾ വൈകാരികമായ ഉന്മത്താവസ്ഥയിലേയ്ക്കുപോയി ഒരു ഭ്രാന്തനെപ്പോലെ കരയുകയോ ശൂന്യതയിലേയ്ക്ക് ദൃഷ്ടിപതിപ്പിച്ച നിൽക്കുകയോ ചെയ്യുന്നതിനെക്കുറിച്ച് വിവരിക്കുമ്പോൾ പ്രൊഫസർ റോബർട്ട്സ്, ഗോറിങ്ങിനെ ഉദ്ധരിക്കുന്നു: 'വിഷമസന്ധികളെ അഭിമുഖീകരിക്കുമ്പോഴെല്ലാം വിലപിക്കുന്ന അഡോൾഫിനെയാണ് നമുക്ക് കാണാൻ കഴിയുക'.

യൂറോപ്പിലെ ഏറ്റവും അപകടകാരിയായ മനുഷ്യൻ ഗീബൽസാണെന്ന്, തന്റെ എല്ലാ ദാക്ഷിണ്യമനോഭാവവും നിലനിർത്തിക്കൊണ്ടുതന്നെ, പ്രഖ്യാപിക്കാൻ പ്രൊഫസർ റോബർട്സ് നിർബന്ധിതനാകുന്നുണ്ട്.

'കാരണം, ഈ മനുഷ്യൻ മനുഷ്യവംശത്തെ അവജ്ഞാപൂർവ്വമാണ് വീക്ഷിക്കുന്നത്. എന്നിട്ടും ആറരക്കോടിയിലധികം വരുന്ന മനുഷ്യരുടെ ചുമതല അദ്ദേഹത്തിനാണ്. വാമനരൂപിയായ ഗീബൽസിന്, തന്റെ ശാരീരികമായ തകരാറുകളിൽനിന്ന് രൂപംകൊണ്ട ക്ഷോഭവും അതൃപ്തിയുംമൂലം മനുഷ്യവംശത്തോട് കടുത്ത അവജ്ഞയാണുള്ളത്. അദ്ദേഹം എക്കാലവും നിഷ്ഠുരതയുടെ അപ്പോസ്തലനാണ്. ജർമ്മനിയിലെവിടെയും അദ്ദേഹത്തെക്കുറിച്ച് ആളുകൾ സ്നേഹത്തോടെ സംസാരിക്കുന്നത് ഞാൻ കേട്ടിട്ടില്ല'. (അതേ പുസ്തകം).

ഇത്തരത്തിലുള്ളവരാണ് ജർമ്മനിയുടെ വിധികർത്താക്കളായ 'അതിമാനുഷർ'. അവരെപ്പോലുള്ളവരാണ് ഇറ്റലിയെയും മറ്റു ചില യൂറോപ്യൻരാജ്യങ്ങളെയും ഭരിച്ചിരുന്നത്. ഹിറ്റ്ലർ ബീഭത്സമായ ഈ പിശാചിനെ പ്രതിനിധീകരിക്കുന്നു.

●

ഫാസിസത്തിന്റെ പ്രയോഗം

ഫാസിസത്തിന്റെ സാംസ്കാരിക ഭീഷണിക്കെതിരെ പോരാടുന്നതിനായി ഒരു അന്താരാഷ്ട്ര സമ്മേളനം വിളിച്ചുകൂട്ടണമെന്ന് ആവശ്യപ്പെട്ടുകൊണ്ട് നിരവധി ശാസ്ത്രജ്ഞൻമാരും എഴുത്തുകാരും ബുദ്ധിജീവികളും ഒപ്പിട്ട ഒരു വിജ്ഞാപനം 1934 ആഗസ്റ്റ് മാസത്തിൽ പുറപ്പെടുവിക്കുകയുണ്ടായി. ചരിത്രപരമായ ആ രേഖയിൽനിന്ന് കാതലായ ഭാഗം താഴെ കൊടുക്കുന്നു:

'വളരെ ആദരണീയരായ നിരവധി പണ്ഡിതൻമാർ ഫാസിസ്റ്റ് രാഷ്ട്രങ്ങളിൽ തങ്ങളുടെ പ്രവർത്തനമണ്ഡലങ്ങളിൽനിന്ന് തുരത്തപ്പെട്ടിട്ടുള്ള കാര്യം നമുക്കറിയാം. സമഗ്രാധിപത്യ രാഷ്ട്രത്തിന്റെ ഹിംസാത്മകമായ ആവശ്യങ്ങൾക്കായി തങ്ങളുടെ വിജ്ഞാനത്തെ ബലികൊടുക്കാൻ വിസ്സമ്മതിച്ചതിനാൽ അവർക്കു സ്വന്തം വീടുകൾ സ്വമേധയാ ഉപേക്ഷിക്കേണ്ടിവന്നിട്ടുണ്ട്. പ്രത്യേകിച്ചും ജർമ്മനിയിലെ സംഭവവികാസങ്ങൾ, ശാസ്ത്രത്തിന്റെ സ്വാതന്ത്ര്യം നിലനിർത്തുന്നതിനുവേണ്ടിയുള്ള നമ്മുടെ അതിഗാഢമായ താൽപര്യത്തെ ഉണർത്തിയിട്ടുണ്ട്. ആ രാജ്യത്ത് ശുദ്ധ ശാസ്ത്രങ്ങൾ യുദ്ധവ്യവസായങ്ങൾക്ക് വിടുപണി ചെയ്യേണ്ട അവസ്ഥയിലേയ്ക്ക് പ്രകടമായി തരംതാഴ്ത്തപ്പെട്ടിട്ടുണ്ട്. ലോകത്തിനുമേൽ സാമ്പത്തികവും സാങ്കേതികവുമായ ആധിപത്യം ചെലുത്താനുതകുന്ന അന്വേഷണങ്ങൾ മാത്രമേ അനുകൂലിക്കപ്പെടുന്നുള്ളൂ. രാഷ്ട്രീയവും സാമ്പത്തികവുമായ സാമ്രാജ്യത്വവാദത്തെ സേവിക്കാനുതകാത്ത ഭൗതികശാസ്ത്രശാഖകളെയെല്ലാം തടസ്സപ്പെടുത്തുകയും നിയന്ത്രിക്കുകയും ചെയ്യുന്നു. ഭൗതികപ്രപഞ്ചത്തെക്കുറിച്ചുള്ള നമ്മുടെ സങ്കല്പങ്ങളെ അടിസ്ഥാനപരമായി വികസിപ്പിക്കുന്നതിന് സംഭാവന നൽകിയിട്ടുള്ള ഗവേഷണപഠനങ്ങൾ പൊള്ളയും നിഷ്ഫലവുമാണെന്നു പറഞ്ഞ് പരസ്യമായി തള്ളിക്കളയപ്പെടുന്നു. പാരമ്പര്യത്തെയും വംശത്തെയും

സംബന്ധിച്ചുള്ള തെളിയിക്കപ്പെട്ട ശാസ്ത്രീയജ്ഞാനം അവഗണിക്കപ്പെടുന്നു. അതിന്റെ സ്ഥാനത്ത്, ലക്ഷക്കണക്കിന് മനുഷ്യജീവിതങ്ങളെ ഉന്മൂലനം ചെയ്യുന്നതിനുവേണ്ടി, സത്യസന്ധമായ ഗവേഷണത്താൽ തെളിയിക്കപ്പെടാത്ത പുതിയ സിദ്ധാന്തങ്ങൾ പ്രത്യക്ഷപ്പെടുന്നു. ജീവശാസ്ത്രപരമായി ശക്തരായവരുടെ ചെലവിൽ ദുർബലരെ സഹായിക്കുന്നത് അസംബന്ധമാണെന്ന ദേശീയ സോഷ്യലിസ്റ്റ് വിശ്വാസത്തിന് അനുസൃതമായി സാമൂഹികസുരക്ഷയുടെ എല്ലാ ന്യായീകരണങ്ങളും വെട്ടിമാറ്റപ്പെടുന്നു. കോളേജുകളിൽ 'പ്രകൃതി ജീവനത്തിന്റെ വിദ്യാപീഠങ്ങൾ' സ്ഥാപിക്കാൻ നിർബന്ധിക്കപ്പെടുന്നു. അന്ധവിശ്വാസങ്ങൾക്കും പിത്തലാട്ടങ്ങൾക്കും വാതിലുകൾ തുറന്നുകൊടുക്കപ്പെടുന്നു. ബന്ധപ്പെട്ട രാഷ്ട്രത്തിന്റെ ഉൽകൃഷ്ടതയെയും മറ്റെല്ലാ രാഷ്ട്രങ്ങളുടേയും അപകൃഷ്ടതയെയും സംബന്ധിച്ച സിദ്ധാന്തത്തെ പിന്തുണയ്ക്കാനുതകുന്ന രീതിയിൽ ചരിത്രാതീതവും പ്രാചീനവുമായ കാലങ്ങൾ അവതരിപ്പിക്കപ്പെടുന്നു. മിക്കപ്പോഴും, പ്രയോജനം ലക്ഷ്യമാക്കിയുള്ള മിസ്റ്റിസിസം വിലക്ഷണമായ ചരിത്രസത്യത്തിനു പകരം വെയ്ക്കപ്പെടുന്നു. മധ്യകാലഘട്ടത്തിലെ നിയമസങ്കല്പങ്ങളിൽ അധിഷ്ഠിതമായ ക്രൂരവും സ്വേച്ഛാധികാരപരവുമായ പ്രവർത്തനങ്ങൾക്കു താത്ത്വികമായ ഒരടിസ്ഥാനം നൽകുന്നതിനായി രൂപംനൽകിയ പുതിയ നിയമശാസ്ത്രത്തിൽ സ്വതന്ത്രമായ ഗവേഷണത്തിന്റെ അടിച്ചമർത്തലും സത്യത്തിന്റെ ലംഘനവും വളരെ വ്യക്തമായി വെളിപ്പെടുന്നുണ്ട്. പഠിക്കലും പഠിപ്പിക്കലും ശുദ്ധശാസ്ത്രത്തോടൊപ്പം അടിമയാക്കപ്പെട്ടിരിക്കുന്നു. വിദ്യാപീഠങ്ങൾ ബൗദ്ധികഭീകരതയാൽ ബാധിതമാണ്. സ്വതന്ത്രഗവേഷണത്തിന്റെ ദുരുപയോഗത്തിലൂടെയും അതിനോടുള്ള അവജ്ഞയിലൂടെയും ശാസ്ത്രീയജ്ഞാനത്തിന്റെ ഘടനയാകെ നശിപ്പിക്കപ്പെടുമെന്ന അപകടം തലയ്ക്കുമുകളിൽ തൂങ്ങിനിൽക്കുന്നുണ്ട്. അതിന്റെ ശകലങ്ങളിൽനിന്ന് മനുഷ്യപുരോഗതിയ്ക്ക് ഹാനികരമാകുന്ന കപടശാസ്ത്രത്തിന്റെ ഒരു പുതിയ പരമ്പര സൃഷ്ടിക്കപ്പെടുകയും ചെയ്യും.'

ഹിറ്റ്ലർ അധികാരത്തിൽവന്ന് രണ്ടുമാസത്തിനുള്ളിൽ, ഇരുന്നൂറിലധികം വരുന്ന പ്രമുഖ പണ്ഡിതൻമാരെ അവരുടെ ഉയർന്ന അക്കാദമികപദവികളിൽനിന്ന് പുറത്താക്കി. ആ പണ്ഡിതൻമാർ യഹൂദരായിരുന്നു എന്ന കപടന്യായം പറഞ്ഞുകൊണ്ടാണ് ഈ നശീകരണം നടത്തപ്പെട്ടത്. അവരിൽ പലരും യഹൂദൻമാരായിരുന്നു. എന്നാൽ, അവരുടെ യഥാർത്ഥകുറ്റം അവർ സ്വതന്ത്രചിന്തകരായിരുന്നു എന്നതാണ്. ചിലർ സോഷ്യലിസ്റ്റുകളായിരുന്നു. അവരിൽ മിക്കവരും ലിബറലുകളായിരുന്നു. 'നാസികളുടെ കണ്ണിൽ നിഷ്പക്ഷതയും ആർജ്ജവവും ഉള്ളവരാണ് ഏറ്റവും വലിയ കുറ്റവാളികൾ' (ദി

മാഞ്ചെസ്റ്റർ ഗാർഡിയൻ, 1933 മെയ്).

ആൽബർട്ട് ഐൻസ്റ്റൈനെയും, ബെർലിനിലെ പ്രശസ്ത സ്ത്രീരോഗ വിദഗ്ധനായ പ്രൊഫസർ സോൺഡെക്കിനെയും, പ്രമുഖ രസതന്ത്രജ്ഞരായ റിച്ചാർഡ് വിൽ സ്റ്റേറ്ററിനെയും ഫ്രിറ്റ്സ് ഹേബറിനെയും, ഹൈഡൽബർഗ് സർവ്വകലാശാലയിലെ മന:ശാസ്ത്ര പ്രൊഫസറായ ഓട്ടോമെയർ ഹോഫിനെയും, അന്താരാഷ്ട്ര പ്രസിദ്ധനായ സാമ്പത്തിക ശാസ്ത്രജ്ഞൻ മോറീസ് ബോണിനെയും പോലുള്ളവർ ഫാസിസ്റ്റ് കിരാതവാഴ്ചയുടെ വിഖ്യാതരായ ഇരകളിൽ ചിലരാണ്. 'ഉദ്ബുദ്ധമായ ജർമ്മനിയുടെ ഒന്നാം നമ്പർ ശത്രുവാണ്'' ഐൻസ്റ്റൈൻ എന്നു പ്രഖ്യാപിക്കപ്പെട്ടിട്ടുണ്ട്. നാഗരികതയുടെയും സംസ്കാരത്തിന്റെയും ഭ്രാന്തമായ ശത്രുവെന്ന നിലയിൽ മനുഷ്യത്വത്തിന്റെ ന്യായാസനത്തിനുമുമ്പിൽ ഫാസിസത്തെ അപലപിക്കാനുള്ള വളരെ ഗുരുതരമായ സാക്ഷ്യപത്രമാണ് ഈ വസ്തുത. സമകാലീന ജർമ്മനിയിലെ ശാസ്ത്രീയവും സാഹിത്യപരവും കലാപരവുമായ ജീവിതത്തിലെ എല്ലാ വഴിവിളക്കുകളെയും നാസിഭരണത്തിൽനിന്നു പുറത്തേയ്ക്കു തുരത്തുമ്പോൾ ഇതു തികച്ചും വ്യക്തമാകുന്നു.

ഈ ധിഷണാശാലികൾ പ്രശസ്തമാക്കിയ ജർമ്മനിയിലെ വിദ്യാപീഠങ്ങളെ നശിപ്പിച്ചതുകൊണ്ടുമാത്രം നാസികൾ തൃപ്തരായില്ല. തങ്ങളുടെ നശീകരണവാസന ലോകത്തിനുമേൽ പ്രയോഗിക്കാൻ അവർ ആഗ്രഹിച്ചു. ഐൻസ്റ്റൈൻ ജർമ്മനി ഉപേക്ഷിച്ചപ്പോൾ, കോളേജ് ഡി ഫ്രാൻസ് അവിടെ ഒരു ആചാര്യപദവി സ്വീകരിക്കുന്നതിനായി അദ്ദേഹത്തെ ക്ഷണിക്കുകയുണ്ടായി. അതിനെത്തുടർന്ന്, ഇനിമേൽ പദവികളിൽനിന്ന് പുറത്താക്കപ്പെടുന്ന പണ്ഡിതൻമാരെ ജർമ്മനി വിടാൻ അനുവദിക്കരുതെന്നും, അല്ലാത്തപക്ഷം 'അവരെ ആദരിച്ച് ജർമ്മനിയുടെ ശത്രുക്കൾ രാഷ്ട്രത്തെ അപമാനിക്കു'മെന്നും നാസിപത്രങ്ങൾ അട്ടഹസിച്ചു.

അലക്സാൺഡ്രിയയിലെ ഗ്രന്ഥപ്പുരയെ അഗ്നിക്കിരയാക്കിയത് ചരിത്രത്തിലെ ഏറ്റവും ജുഗുപ്സാവഹമായ സംഭവങ്ങളിലൊന്നായി നിലകൊള്ളുന്നു. അവസാനം ഫാസിസ്റ്റുകൾ ആ കൊള്ളിവെയ്പ്പിനെപ്പോലും നിഷ്പ്രഭമാക്കി. അവർ, മനുഷ്യവിജ്ഞാനത്തിന്റെ എല്ലാ ശാഖകളിലെയും മഹാൻമാരായ എഴുത്തുകാരുടെ ഇരുപതിനായിരത്തിലധികം വരുന്ന പുസ്തകങ്ങൾ പരസ്യമായി കൂട്ടിയിട്ട് കത്തിച്ചുകൊണ്ട് ആഹ്ളാദിച്ചു. പൗരാണിക നാഗരികതയുടെ തകർച്ചയെത്തുടർന്നുവന്ന കിരാതത്വത്തിന്റെ യുഗത്തിലാണ് അലക്സാൺഡ്രിയയിലെ ഗ്രന്ഥപ്പുര കത്തിക്കപ്പെട്ടത്. എന്നാൽ ശാസ്ത്ര-സാഹിത്യകൃതികളുടെ ഒരു വൻശേഖരത്തെ നാസികൾ

ബോധപൂർവ്വം നശിപ്പിച്ച സംഭവം നടന്നത് ഇരുപതാംനൂറ്റാണ്ടിൽ ആധുനികനാഗരികതയുടെ ഹൃദയകേന്ദ്രങ്ങളിലൊന്നിലാണ്. മതഭ്രാന്തൻമാർ വികാരാവേശത്താൽ ചെയ്ത ആകസ്മിക പ്രവൃത്തിയായിരുന്നില്ല അത്. ഫാസിസത്തിന്റെ കിരാതാരാധനയുമായി പൊരുത്തപ്പെടാത്ത ശാസ്ത്രീയഗവേഷണത്തിന്റെയും സാംസ്കാരികപുരോഗതിയുടെയും കലാപരമായ നേട്ടങ്ങളുടെയും സഞ്ചിതഫലത്തെ നശിപ്പിക്കാനുള്ള ബോധപൂർവ്വമായ ശ്രമമായിരുന്നു അത്. അത്തരം 'ഭിന്നാഭിപ്രായമുള്ള' എല്ലാ പുസ്തകങ്ങളുടെയും ഒരു പട്ടിക തയ്യാറാക്കി രാജ്യത്തിലുടനീളം ബലപ്രയോഗത്തിലൂടെ അവ ശേഖരിച്ച് പല സ്ഥലങ്ങളിലായി പരസ്യമായി അഗ്നിനാളങ്ങൾക്ക് ഇരയാക്കുകയാണുണ്ടായത്.

ശാസ്ത്രീയവും സാഹിത്യപരവുമായ വിശിഷ്ട ഗ്രന്ഥങ്ങളുടെ ആസൂത്രിതമായ ആ നശീകരണം ലോകത്തെ ഞെട്ടിച്ചു. 'സംസ്കാരം സൃഷ്ടിച്ച എല്ലാ മാനദണ്ഡങ്ങളും പിഴുതെറിയപ്പെട്ടുകൊണ്ടിരിക്കുന്നു' (The Nation, ന്യൂയോർക്ക്, 1933 ജൂലായ് 5).

അവിശ്വസനീയമായ ആ നശീകരണ പ്രവൃത്തിയെക്കുറിച്ച് അമേരിക്കയിൽ താമസമാക്കിയ പ്രശസ്തനായ ഒരു ജർമ്മൻ പത്രപ്രവർത്തകൻ എഴുതി:

'തോമസ് മന്നിന്റെ കൃതികളുടെ കത്തിക്കൽ അവരെ (നാസികളെ) മറ്റെന്തിനേക്കാളും വളരെ കടുത്ത അധിക്ഷേപത്തിന് അർഹരാക്കുന്നു. കാരണം, അത് മനുഷ്യസംസ്കാരത്തിലെ അവരുടെതന്നെ ഉൽകൃഷ്ടരൂപത്തെ സ്വയം നിരാകരിക്കുന്നതിനെയും തരംതാഴ്ന്ന കിരാതത്വത്തിലേയ്ക്ക് കൂപ്പുകുത്തുന്നതിനെയും അടയാളപ്പെടുത്തുന്നു. മാനസികജീവിതത്തിനും, എല്ലാ ബൗദ്ധികമൂല്യങ്ങൾക്കും, ചിന്താപരവും ഗവേഷണപരവുമായ നിഷ്പക്ഷതയ്ക്കും, ഏറെ ശ്രമിച്ച് നേടിയ മനുഷ്യാത്മാവിന്റെ അവകാശങ്ങൾക്കും, നവോത്ഥാനകാലം മുതൽ മനുഷ്യൻ ജീവിക്കുകയും പലപ്പോഴും മരിക്കാൻ തയ്യാറായതുമായ എല്ലാ തത്ത്വങ്ങൾക്കും സത്യങ്ങൾക്കും സ്വാതന്ത്ര്യങ്ങൾക്കും, മനുഷ്യവംശത്തിന്റെ സ്വഭാവത്തെ വളരെ കാലമായി രൂപപ്പെടുത്തിയിരുന്ന എല്ലാറ്റിനും എതിരായി എതിരറ്റ ശക്തിയോടെയും ക്രൗര്യത്തോടെയും ഒരാക്രമണം ആരംഭിച്ചിരിക്കുന്നു'. (ലുഡ്വിഗ് ലെവിസോൺ, The Nation, ന്യൂയോർക്ക്, 1933 ജൂൺ 21).

നാസികൾ 'ബൗദ്ധികവാദ'ത്തോടുള്ള തങ്ങളുടെ അവജ്ഞയിൽ അഭിമാനംകൊള്ളുന്നു. അജ്ഞതയുടെ മഹത്വീകരണം അവരുടെ ആരാധനയുടെ ഒരു ഭാഗമാണ്.

'യുവനാസികൾ അജ്ഞതയെ ഒരു നന്മയായി കൊണ്ടുനടക്കുന്നു;

ജർമ്മൻ സംസ്കാരം തലമുറകളിലൂടെ സാവധാനം കൈവരിച്ച അറിവിനെയും നേട്ടങ്ങളെയും നിന്ദിക്കുകയും ചെയ്യുന്നു.' (ഹാമിൽടൻഫിഷ് ആംസ്ട്രോംഗ്, Foreign Affairs, 1933 ജൂലൈ).

ഇത് നാസിവിരുദ്ധ പ്രചാരണമല്ല. 'ദേശീയസോഷ്യലിസം അശാസ്ത്രീയമല്ല; എന്നാൽ സിദ്ധാന്തങ്ങൾക്ക് എതിരാണെന്നു മാത്രം' എന്ന് നാസി വിദ്യാഭ്യാസമന്ത്രിയായ റസ്റ്റ് പ്രഖ്യാപിച്ചിട്ടുണ്ട്. സിദ്ധാന്തമില്ലാത്ത ശാസ്ത്രത്തെക്കുറിച്ച് കേൾക്കുന്ന ഒരാൾക്കു ചിരി മാത്രമാണ് ഉണ്ടാവുക. അതെന്തു സാധനമാണെന്ന് അദ്ഭുതപ്പെടുകയും ചെയ്യും. എന്തായാലും മന്ത്രി സംശയത്തിന് ഇടനൽകുന്നില്ല. നിർദ്ദയമായി കാര്യങ്ങൾ തുറന്നുപറയുന്നവരല്ല ഫാസിസ്റ്റുകൾ എങ്കിൽ തങ്ങൾ ഒന്നുമല്ലെന്നാണ് അവരുടെ സാംസ്കാരികമായ ദൃഢവിശ്വാസം. ആ മന്ത്രി സിദ്ധാന്തമില്ലാത്ത ശാസ്ത്രത്തിന് ഒരു നിർവ്വചനം നൽകിയിട്ടുണ്ട്. 'മിന്നൽ പടയാളികളുടെ വീക്ഷണത്തിനനുസരിച്ച് തത്ത്വശാസ്ത്രവും ശാസ്ത്രവും നവീകരിക്കപ്പെടണം' എന്ന് അദ്ദേഹം പ്രഖ്യാപിച്ചു. നാസികളുടെ ദേശീയഗാനത്തിൽ ആ വീക്ഷണത്തിന്റെ വ്യക്തമായ രൂപം കാണാം:

'വംശീയപോരാട്ടത്തിനു സജ്ജരായി ആക്രമണസേന അണിനിരക്കട്ടെ; യഹൂദൻമാർ ചോരയൊലിപ്പിച്ചു കിടക്കുമ്പോഴേ നമ്മൾ യഥാർത്ഥത്തിൽ സ്വതന്ത്രരാകൂ.'

'എന്തുകൊണ്ടാണ് ജർമ്മനി 1933 ജനുവരി 30ന് അതിന്റെ ശബ്ദകോശത്തിൽനിന്ന് 'സമാധാനവാദം' എന്ന പദത്തെ വെട്ടിക്കളഞ്ഞത് എന്ന് അവർ ലോകത്തിനു മനസ്സിലാക്കിക്കൊടുക്കണം'. (ഹിറ്റ്ലറുടെ ആദ്യത്തെ ഗവൺമെന്റിൽ വൈസ് ചാൻസിലർ എന്ന നിലയിൽ വോൺ പാപ്പൻ പറഞ്ഞത്). ആ ദിവസമാണ് ഹിറ്റ്ലർ ജർമ്മനിയുടെ ചാൻസിലർ ആയത്.

'ജർമ്മൻകാർ യുദ്ധത്തിൽ തങ്ങളുടെ ജീവൻ ബലിയർപ്പിച്ചത് എന്തിനുവേണ്ടിയാണോ ആ ദൗത്യം പൂർത്തീകരിക്കുക എന്നത് ജീവിച്ചിരിക്കുന്നവരുടെ വിശുദ്ധ കർത്തവ്യമാണ്. രക്തംകൊണ്ട് എഴുതപ്പെട്ട പ്രതിജ്ഞയെ രക്തംകൊണ്ട് വീണ്ടെടുക്കാൻ അവർ തയ്യാറാകണം.' (ഗോറിങ്ങ്).

മിന്നൽപ്പടയാളികളുടെ വീക്ഷണത്തെ വ്യക്തമായി പ്രതിനിധീകരിക്കുന്ന ആളാണ് ഗോറിങ്ങ്. ആ വീക്ഷണം ഉൾക്കൊള്ളുന്ന ഒരു സമുദായത്തിലെ സ്ത്രീകളുടെ ധർമ്മം എന്താണെന്ന് അദ്ദേഹം വ്യക്തമാക്കുന്നു; 'സ്ത്രീയുടെ സ്ഥാനം വീടിനകത്താണ്;അവളുടെ കർത്തവ്യം ക്ഷീണിതനായ യോദ്ധാവിന് ഉന്മേഷം നൽകുകയെന്നതാണ്.'

മിന്നൽപ്പടയാളികളുടെ വീക്ഷണത്താൽ പ്രചോദിതരായ

യുവനാസി സ്ത്രീത്വം അതിനോട് ഇങ്ങനെ പ്രതികരിക്കുകയും ചെയ്തു; 'ഒരു സ്ത്രീയ്ക്ക് തന്റെ മക്കളെ യുദ്ധത്തിന് അയയ്ക്കുക എന്നതിനേക്കാൾ ഉന്നതമായ ഒരു വിശേഷ അവകാശം വേറെയില്ല.' (ചുവന്ന സ്വസ്തികയുടെ സ്ത്രീസംഘത്തിന്റെ പ്രഖ്യാപനം).

അവസാനമായി, ദേശീയ പ്രബുദ്ധതയുടെയും പ്രചാരണത്തിന്റെയും മന്ത്രികോമരമായ ഗീബൽസ് പറയുന്നു: 'സ്ത്രീയുടെ കർത്തവ്യം സുന്ദരി ആയിരിക്കുകയും കുട്ടികളെ പ്രസവിക്കുകയുമാണ്. പെൺപക്ഷി ആണിനുവേണ്ടി സ്വയം അലങ്കരിക്കുകയും അടയിരിയ്ക്കുകയും ചെയ്യുന്നു. അതിനു പകരമായി ആൺ ഭക്ഷണകാര്യങ്ങൾ നോക്കുകയും കാവൽനിൽക്കുകയും ശത്രുവിനെ വിരട്ടിയോടിക്കുകയും ചെയ്യുന്നു'.

'ഉണർന്ന ജർമ്മനി'യുടെ പുതിയ വീക്ഷണം താഴ്ന്ന മൃഗങ്ങളും മനുഷ്യനും തമ്മിൽ വ്യത്യാസങ്ങളൊന്നും കാണുന്നില്ല.മൃഗങ്ങളെ നയിക്കുന്ന ജന്മവാസനകൾ മനുഷ്യനും സാധുവാണെന്നർത്ഥം. അതാണ് ശാസ്ത്രത്തിന്റെയും തത്ത്വശാസ്ത്രത്തിന്റെയും നാസിനവീകരണം.

മധ്യകാല കിരാതത്വത്തിന്റെ ഒരു അടയാളംകൂടിയായ ഫാസിസ്റ്റുകളുടെ ഭ്രാന്തമായ വംശവിദ്വേഷം സൗകര്യപ്രദമായ ഒരു കപട തന്ത്രമാണ്. യഹൂദരുടെ കല്പിതമായ അന്താരാഷ്ട്ര സാമ്പത്തികാധിപത്യത്തിനെതിരായ അവരുടെ ആക്രമണങ്ങൾ സാമ്പത്തികവും വ്യാവസായികവുമായ യഥാർത്ഥ ശക്തിയോടുള്ള തങ്ങളുടെ വിധേയത്വത്തെ മറയ്ക്കാനുള്ള പുകമറയാണ്. സാമ്പത്തികരംഗത്തിലല്ല, മറിച്ച് ശാസ്ത്രത്തിന്റെയും സംസ്കാരത്തിന്റെയും മണ്ഡലങ്ങളിലാണ് യഹൂദൻമാർ പ്രമുഖസ്ഥാനങ്ങൾ കൈയടക്കിയിരിക്കുന്നത്. സാമ്പത്തികരംഗത്ത് കച്ചവടക്കാരേക്കാൾ ഒട്ടും ശക്തരായിരുന്നില്ല അവർ; മിക്കവാറും നിസ്സാരൻമാരായിരുന്നു. ജർമ്മനിയുടെ സാമ്പത്തികജീവിതത്തെ നിയന്ത്രിക്കുകയും രാഷ്ട്രീയഭാഗധേയത്തെ നിർണ്ണയിക്കുകയുംകൂടി ചെയ്യുന്ന വൻ വ്യവസായസ്ഥാപനങ്ങളും ബാങ്കുകളും ക്രിസ്ത്യാനികളുടെ ഉടമസ്ഥതയിലും നിയന്ത്രണത്തിലും ആണ്.

മുതലാളിത്തത്തിന്റെ ആർത്തിപൂണ്ട ലക്ഷ്യങ്ങൾ സാക്ഷാത്കരിക്കുന്നതിനുവേണ്ടിയുള്ള നികൃഷ്ടമായ ചട്ടുകങ്ങളാക്കുന്നതിന് അതിന്റെതന്നെ ഇരകളായ നിഷ്കളങ്കരായ ഇടത്തരക്കാരെ ആവശ്യമായിരുന്നു. അവരെ പിടിക്കുന്നതിനുള്ള ചൂണ്ടയിലെ ഇരകളെന്ന നിലയിലാണ് കൃത്രിമമായ വംശീയവിദ്വേഷം ഇളക്കിവിടപ്പെട്ടത്. ആ വംശീയവിദ്വേഷത്തിന്റെ അൾത്താരയിൽ യഹൂദബുദ്ധിജീവികളും (അവരിൽ ചിലർ ശാസ്ത്രത്തിന്റെയും കലയുടെയും ലോകത്ത്

മുൻനിരയിൽ നിൽക്കുന്നവരാണ്) സോഷ്യലിസ്റ്റുകളും വ്യാപാരികളും (മിക്കവരും ചില്ലറകച്ചവടക്കാർ) എല്ലാം ബലിയർപ്പിക്കപ്പെട്ടു. നാസികളുടെ ഘോരമായ സെമിറ്റിക്ക് വിരുദ്ധതയെക്കുറിച്ച് ഒരു ആധുനിക ചരിത്രകാരൻ വിവരിക്കുന്നു:

'പത്തൊമ്പതാം നൂറ്റാണ്ടിൽ സാമൂഹികമായ മുൻധാരണകളും നടപടികളും യഹൂദൻമാരെ സൈന്യത്തിലെയും ഉദ്യോഗങ്ങളിലെയും ഉന്നതപദവികളിൽനിന്നു പൂർണ്ണമായും ഒഴിച്ചുനിർത്തിയിരുന്നു. ഇക്കാരണത്താലാണ് യഹൂദൻമാർ വലിയൊരളവോളം നിയമത്തിന്റെയും വൈദ്യത്തിന്റെയും സാഹിത്യത്തിന്റെയും അതുപോലുള്ള മറ്റു തൊഴിലുകളുടെയും മണ്ഡലങ്ങളിലേയ്ക്ക് തിരിഞ്ഞത്. അങ്ങനെ ഇത്തരം തൊഴിലുകളിൽ അവരുടെ ആധിക്യം വർദ്ധിക്കാനിടയായി. ഇത് ഇത്തരം സ്ഥാനങ്ങളിൽ കണ്ണുവെച്ച ദേശീയ സോഷ്യലിസ്റ്റുകളിൽ അസൂയയും സ്പർദ്ധയും ജനിപ്പിച്ചു.' (സിഡ്നിഫേ, Nazi Treatment of the Jews).

മറ്റൊരു കെട്ടുകഥകൊണ്ടും നാസികൾ തങ്ങളുടെ യഹൂദവിരുദ്ധതയെ ന്യായീകരിക്കുന്നുണ്ട്. സോഷ്യലിസവും കമ്മ്യൂണിസവും ജൂതൻമാരുടെ അന്താരാഷ്ട്രതലത്തിലുള്ള ഗൂഢാലോചനയുടെ ഉല്പന്നമാണെന്ന് അധിക്ഷേപിക്കപ്പെട്ടു. മാർക്സിസം യഹൂദ ആർത്തിയുടെ പ്രകടനമായി ചിത്രീകരിക്കപ്പെട്ടു. അത് ജർമ്മൻ ജനതയുടെ താൽപര്യങ്ങൾക്ക് ഹാനികരവും ട്യൂട്ടോണിക് വംശത്തിന്റെ സ്വാഭാവിക പ്രവണതയ്ക്ക് യോജിക്കാത്തതുമാണ്. ഈ വാദമുഖത്തോടെ യഹൂദവിരോധം തൊഴിലാളിവർഗ്ഗത്തിന്റെ വിപ്ലവപ്രസ്ഥാനത്തിനെതിരായ കുരിശുയുദ്ധത്തിന്റെ ഭാഗമാക്കപ്പെട്ടു. എന്നാൽ ജർമ്മൻ തൊഴിലാളിവർഗ്ഗത്തിലെ ഏതാണ്ട് എല്ലാവരും 'ട്യൂട്ടോണിക്' വംശത്തിൽപ്പെട്ടവരായിരുന്നു എന്നതാണ് സത്യം. പ്രസ്ഥാനത്തിന്റെ ബൗദ്ധികനേതാക്കളിൽ യഹൂദരുണ്ടായിരുന്നു. എന്നാൽ സാധാരണ അംഗങ്ങളെല്ലാവരും ക്രിസ്ത്യാനികളായിരുന്നു.

ഫാസിസ്റ്റ് ഭീകരതയുടെ ഇരകളിൽ നിയമഭ്രഷ്ടരാക്കപ്പെട്ട യഹൂദൻമാരുടെ എണ്ണം മിക്കവാറും ഒരു ശതമാനത്തിലധികം വരില്ല. എന്നാൽ അവരിൽ തൊണ്ണൂറു ശതമാനം ആളുകളും തൊഴിലാളിവർഗ്ഗത്തിൽപ്പെട്ടവരാണ്. ഭ്രാന്തമായ ഈ വംശീയ വിദ്വേഷത്തിന്റെ പിന്നിലുള്ള പ്രേരണ 'ശാസ്ത്രീയ'മോ രാഷ്ട്രീയമോ അല്ല, മറിച്ച് തികച്ചും സാമ്പത്തികമാണ്. സ്വന്തം കഴിവുകൊണ്ട് വിജയിക്കാൻ കഴിയാത്ത നാസികളായ സ്ഥാനമോഹികൾക്ക് പദവികളിൽ - അത് പ്രൊഫസറോ ഉദ്യോഗസ്ഥനോ വ്യാപാരിയോ ആകട്ടെ - നിന്ന് പുറത്താക്കപ്പെട്ട ഓരോ യഹൂദനും വഴിയൊരുക്കിക്കൊടുത്തു.

യഹൂദവിരോധത്തിന്റെ ഫലം തീർച്ചയായും കുറച്ച് ആര്യൻ വ്യാപാരികൾക്ക് ഗുണകരമാണ്. എന്നാൽ, ജർമ്മനിയിലെ ധൈഷണികവും സാംസ്കാരികവുമായ ജീവിതത്തിന്റെ സ്പഷ്ടമായ അധഃപതനമാണ്. അന്താരാഷ്ട്ര പ്രസിദ്ധരായ ധിഷണാശാലികൾ ഉപേക്ഷിച്ച ജർമ്മനിയിലെ പേരുകേട്ട വിദ്യാപീഠങ്ങളിലെ അദ്ധ്യക്ഷസ്ഥാനങ്ങൾ രണ്ടാംകിടക്കാരെക്കൊണ്ടാണ് നികത്തപ്പെടുന്നത്. അങ്ങനെ, ജർമ്മനിയിലെ ധൈഷണിക ജീവിതത്തെ നശിപ്പിച്ച അറപ്പുളവാക്കുന്ന വിദ്വേഷാരാധനയ്ക്ക് നരവംശശാസ്ത്രത്തെ വ്യഭിചരിച്ചുകൊണ്ട് കപടമായ ഒരു ശാസ്ത്രീയ അടിത്തറ നൽകപ്പെടുന്നു. മിന്നൽപ്പടയാളിയുടെ വീക്ഷണത്തിലുള്ള 'ശാസ്ത്ര'ത്തിന്റെ പദവിയിലേയ്ക്ക് ഉയർത്തപ്പെട്ട രക്തശുദ്ധിയുടെയും ഗുണത്തിന്റെയും സിദ്ധാന്തത്തിന്റെ അടിത്തറ, ജർമ്മനിയെ ഒരു നരകമാക്കിത്തീർത്ത നിരാശനായ കച്ചവടപരസ്യപ്പലകയെഴുത്തുകാരനാൽ ഇടപ്പെട്ടു.

'കറുത്തമുടിയുള്ള യഹൂദ യുവാവ് നിഷ്കളങ്കയായ പെൺകുട്ടിയെ തന്റെ രക്തംകൊണ്ട് ദൂഷിപ്പിക്കുന്നതിനുവേണ്ടി പൈശാചികമായ ആഹ്ലാദത്തോടെ മണിക്കൂറുകളോളം പതിയിരിക്കുന്നു. താൻ അടിമപ്പെടുത്താൻ ഉദ്ദേശിക്കുന്ന രാഷ്ട്രത്തിന്റെ വംശീയമായ അടിത്തറകളെ ഏതു വിധേനയും തകർക്കുന്നതിന് അവൻ ശ്രമിക്കുന്നു. വ്യക്തിപരമായി സ്ത്രീകളെയും പെൺകുട്ടികളെയും ബോധപൂർവ്വം ദൂഷിപ്പിക്കുന്നതുപോലെ തന്നെ, വൈദേശികഘടകങ്ങൾക്കെതിരായി വംശം ഉയർത്തിയിട്ടുള്ള മതിൽക്കെട്ടുകളെ തകർക്കുന്നതിൽനിന്ന് അവൻ ഒരിയ്ക്കലും പിന്നോട്ടുപോകുന്നില്ല. താൻ വെറുക്കുന്ന വെള്ളക്കാരുടെ വംശത്തെ, തന്തയില്ലാ സന്തതികളെ നിരന്തരമായി സൃഷ്ടിക്കുന്നതിലൂടെ നശിപ്പിക്കുകയും, അവർ എത്തിച്ചേർന്നിട്ടുള്ള സാംസ്കാരികവും രാഷ്ട്രീയവുമായ ഉന്നതസ്ഥാനങ്ങളിൽനിന്ന് തള്ളിത്താഴെയിട്ട് അവിടെ കയറി അവരുടെ യജമാനൻമാരാകുകയും ചെയ്യുകയെന്ന ബോധപൂർവ്വമായ ലക്ഷ്യത്തോടെ യഹൂദനാണ് റൈൻനദീതീരത്തേയ്ക്ക് നീഗ്രോകളെ കൊണ്ടുവന്നതും കൊണ്ടുവരുന്നതും. വ്യക്തിയെ നിരന്തരമായി ദൂഷിപ്പിക്കുന്നതിലൂടെ വംശത്തിന്റെ നിലവാരത്തെ താഴ്ത്താൻ അവൻ ബോധപൂർവ്വം ശ്രമിക്കുന്നു.' (ഹിറ്റ്ലർ, ആത്മകഥ).

വംശീയവിദ്വേഷത്തിന്റെ ഈ സ്തോത്രമെഴുതിയ സ്വമതഭ്രാന്തൻ തന്നെ കറുത്തമുടിയുള്ള ഒരു സങ്കരവർഗ്ഗക്കാരനാണ്. സാങ്കല്പികമായ യഹൂദയുവത്വത്തിനുമേൽ ആരോപിക്കപ്പെടുന്ന കുറ്റം യഥാർത്ഥത്തിൽ ചെയ്തത് അയാളാണ്. ചരിത്രത്തിന്റെ ഉദയഘട്ടത്തിൽത്തന്നെ രക്തത്തിന്റെ ശുദ്ധി അപ്രത്യക്ഷമായ യൂറോപ്യൻ പ്രദേശത്ത് ജനിച്ചുകൊണ്ട് നിഷ്കളങ്കമായ ജർമ്മനിയെ അയാൾ ദൂഷിപ്പിച്ചു. പക്ഷേ,

വംശത്തിന്റെയും രക്തത്തിന്റെയും ഈ ആരാധനയുടെ യഥാർത്ഥ അർത്ഥം സാമ്രാജ്യത്വമാണ്. സ്വർണ്ണത്തലമുടിയും നീലക്കണ്ണുകളുമുള്ള നോർഡിക്ക് അതിമാനുഷൻമാർ കൂടിച്ചേർന്ന വെള്ളക്കാരുടെ വംശം മറ്റെല്ലാ വംശങ്ങളെക്കാളും ഉൽകൃഷ്ടവും, അതുകൊണ്ടുതന്നെ സ്വാഭാവികമായും ലോകത്തെ ഭരിക്കാൻ നിയോഗിക്കപ്പെട്ടവരും ആണ് എന്ന ആശയമാണ് അതിൽ അന്തർലീനമായിട്ടുള്ളത്. 'ഗോബിന്യുവിന്റെയും ഹ്യൂസ്റ്റൺ സ്റ്റവർട്ട് ചേംബർ ലെയിനിന്റെയും സിദ്ധാന്തങ്ങളിൽനിന്നു വളർന്നുവന്ന, അഖില ജർമ്മൻവാദത്തിന്റെ വർണ്ണം നൽകിയ ഒരു ശാഖയാണ് ദേശീയ സോഷ്യലിസം. നാസി ഭരണത്തിന്റെ സാമൂഹികവും രാഷ്ട്രീയവുമായ അടിസ്ഥാനതത്ത്വം ആര്യൻ മേധാവിത്വം എന്ന സിദ്ധാന്തത്തിൽ അധിഷ്ഠിതമാണ്''. (വിക്കാം സ്റ്റീഡ്, Hitler–Whence and Whither). നാസി സാമ്രാജ്യത്വവാദികളുടെ ആര്യൻ പൂർവ്വ പിതാക്കൾ മധ്യേഷ്യയിൽ നിന്നല്ല, മറിച്ച് ഉത്തരധ്രുവ പ്രദേശങ്ങളിൽനിന്നാണ് വന്നത് എന്നുമാത്രം.

ഹിറ്റ്ലർ അധികാരത്തിൽ വരുന്നതിനു വർഷങ്ങൾക്കുമുമ്പുതന്നെ ദേശീയ സോഷ്യലിസ്റ്റ് പ്രസ്ഥാനത്തിന്റെ ഏറെ പ്രചാരമുള്ള മുദ്രാവാക്യങ്ങളിലൊന്നായിരുന്നു 'ജർമ്മനിക്ക് കോളണികൾ വേണം' എന്നത്. എന്നാൽ, കൊളോണിയൽ വികാസത്തിനുവേണ്ടിയുള്ള ജർമ്മനിയുടെ ആവശ്യകതയ്ക്കുമേലുള്ള നിർബന്ധം ഇക്കാലമത്രയും ദേശീയ സോഷ്യലിസ്റ്റു പ്രചാരണത്തിന്റെ സവിശേഷതയാണ്. കൊളോണിയൽ വ്യാപനനയം നടപ്പിൽവരുത്തുന്നതിനുമുമ്പ് ജർമ്മനിയുടെ സാമൂഹിക പ്രശ്നങ്ങൾ പരിഹരിക്കാനാവില്ല എന്നതിന്റെ അടിസ്ഥാനത്തിൽ നാസിപരിപാടിയുടെ കപടസോഷ്യലിസ്റ്റ് ആശയങ്ങൾ മാറ്റിവെയ്ക്കപ്പെട്ടു.

'ജർമ്മനിയിലെന്നപോലെ ആറരക്കോടി ജനങ്ങൾ ചെറിയ സ്ഥലത്ത് ഞെരുങ്ങി ജീവിക്കുമ്പോൾ സാമൂഹിക പ്രശ്നം പരിഹരിക്കാൻ ശ്രമിക്കുന്നതുകൊണ്ട് പ്രയോജനമില്ല. കാരണം പരിഹാരത്തിന് അനിവാര്യമായ പൂർവോപാധികൾ ഇല്ല എന്നതാണ്. വ്യക്തിയുടെയും രാഷ്ട്രത്തിന്റെയും മൊത്തത്തിലുള്ള നിലനിൽപ്പിനു പറ്റിയ സാഹചര്യം സൃഷ്ടിക്കുന്ന പുറത്തേയ്ക്കുള്ള ശക്തിയെ പടുത്തുയർത്തുക എന്നതാണ് ആഭ്യന്തരമായ സാമൂഹികപ്രശ്നം പരിഹരിക്കാനുള്ള പൂർവ്വോപാധി' (ഗോറിങ്ങ്, 1933 ഏപ്രിൽ 9ന് ബെർലിനിൽ തൊഴിലാളികളുടെ ഒരു സമ്മേളനത്തിൽ നടത്തിയ പ്രസംഗം).

ജർമ്മൻ ജനതയെ സാമ്പത്തികമായി തകർത്തുകൊണ്ട് രാക്ഷസീയമായ ആയുധവൽക്കരണത്തിലൂടെ 'പുറത്തേക്കുള്ള ശക്തി' നേടിയ നാസികൾ 'വെള്ളക്കാരന്റെ ഭാരത്തിലെ' തങ്ങളുടെ

ഓഹരി ചുമക്കുന്നതിനുവേണ്ടി യുദ്ധത്തിന്റെ മാർഗ്ഗത്തിലാണ്. 'തന്റെ കോളണികളെ തിരിച്ചുതരാൻ സഫലമായി ആവശ്യപ്പെടാൻ കഴിയണമെങ്കിൽ ജർമ്മനി സ്വയം ശക്തമാകേണ്ടത് തികച്ചും അനിവാര്യമാണ്'' എന്ന് ഹിറ്റ്ലർ പ്രഖ്യാപിക്കുകയുണ്ടായി.

ഗോറിങ്ങാകട്ടെ, എങ്ങനെ ഈ അഭിലാഷം സാക്ഷാത്കരിക്കപ്പെടും എന്ന് വളച്ചു കെട്ടില്ലാതെ ലോകത്തോട് പറഞ്ഞു: 'കോളണികൾക്കുവേണ്ടിയുള്ള നമ്മുടെ ആവശ്യം തുടർന്നുകൊണ്ടിരിക്കണം. ലോകത്തിന് അതു തടഞ്ഞുനിർത്താൻ കഴിയാത്തതുവരെ ഈ ആവശ്യം ഉച്ചത്തിലുച്ചത്തിൽ ഉന്നയിച്ചുകൊണ്ടിരിക്കണം. പ്രധാനപ്പെട്ട സത്യം എന്തെന്നാൽ ജർമ്മനിക്ക് ഇന്ന് നവീനവും ശക്തവുമായ ഒരു സൈന്യമുണ്ട് എന്നതും ജർമ്മനി അപകർഷതാബോധത്തെ ഉപേക്ഷിച്ചിരിക്കുന്നു എന്നതുമാണ്.'

ജർമ്മനിയിൽ അധികാരത്തിലിരിക്കുന്നത് അതിമാനുഷൻമാരാണ്. തങ്ങളുടെ വംശീയമായ ഉൽകൃഷ്ടതയെക്കുറിച്ച് ബോധമുള്ളവരാണ് അവർ. സൂര്യനു കീഴിൽ സ്ഥാനം വീണ്ടെടുക്കുന്നതിന് അവർ ദൃഢനിശ്ചയം ചെയ്തിരിക്കുന്നു. അതാണ് വംശത്തിന്റെയും രക്തത്തിന്റെയും നിഗൂഢാരാധനയുടെ പ്രായോഗിക പ്രകടനം.

ഒരു അന്താരാഷ്ട്ര പ്രതിഭാസമെന്ന നിലയിൽ ഫാസിസം അതിന്റെ ആരംഭകാലം മുതൽതന്നെ വ്യക്തമായും സാമ്രാജ്യത്വവാദപരമായിരുന്നു. 1919ൽ തന്നെ മുസ്സോളിനി എഴുതി: 'സാമ്രാജ്യത്വവാദം സനാതനവും അപരിവർത്തനീയവുമായ ജീവിതനിയമമാണ്''.

അദ്ദേഹം തന്റെ സാമ്രാജ്യത്വവ്യാപന പദ്ധതിയുമായി തയ്യാറായിരിക്കുകയാണ്. അബിസീനിയയെ ആക്രമിക്കുന്നതിന് തൊട്ടുമുമ്പ് അദ്ദേഹം ആ പദ്ധതി പ്രഖ്യാപിച്ചു: 'ഇറ്റലിക്ക് വടക്കും പടിഞ്ഞാറും ഭാവിയില്ല. അവളുടെ ഭാവി കിടക്കുന്നത് കിഴക്കും തെക്കുമാണ് - ഏഷ്യയിലും ആഫ്രിക്കയിലും. ഏഷ്യയുടെ വിപുലമായ വിഭവങ്ങളെ കയ്യടക്കുകയും ആഫ്രിക്കയെ നാഗരികതയുടെ ഭ്രമണപഥത്തിലേയ്ക്ക് കൊണ്ടുവരികയും ചെയ്യണം. ആഫ്രിക്കയിൽ മുമ്പേതന്നെ എത്തിച്ചേർന്നിട്ടുള്ള രാഷ്ട്രങ്ങളോട് ഇറ്റലിയുടെ ഓരോ വ്യാപനത്തിനും വിഘാതം സൃഷ്ടിക്കരുതെന്ന് ഞങ്ങൾ ആവശ്യപ്പെടുന്നു'.

തങ്ങളുടെ സാമ്രാജ്യത്വവ്യാപന അഭിലാഷത്തിലേയ്ക്കുള്ള വഴിയെക്കുറിച്ച് ഫാസിസ്റ്റുകൾ ഒന്നും രഹസ്യമാക്കിവെയ്ക്കുന്നില്ല. 'സ്ഥലത്തിനും തൊഴിലിനുംവേണ്ടിയുള്ള ഒരു യുദ്ധ'ത്തിനായി അവർ നിലവിളിക്കുന്നു.

യുദ്ധത്തിലൂടെ കോളണികളെ കീഴടക്കണം. യുദ്ധമാകട്ടെ, ആനുഷംഗികമായി ആഭ്യന്തരമായ തൊഴിലില്ലായ്മയുടെ പ്രശ്നത്തെ

പരിഹരിക്കുകയും ചെയ്യും - തൊഴിൽ നൽകാൻ കഴിയാത്ത ജനങ്ങളെ പീരങ്കിയുണ്ടകൾക്ക് ഇരകളാക്കുന്ന ഭടൻമാരാക്കിക്കൊണ്ട്. മുതലാളിത്തത്തിന് അതിന്റെ അധ:പതനഘട്ടത്തിൽ തൊഴിലാളിവർഗ്ഗത്തിലെ വലിയൊരു വിഭാഗത്തിന് തൊഴിൽനൽകാൻ കഴിയാതാകും. ലാഭത്തിന്റെ തോത് കുറയുന്നതിനാൽ, സ്ഥിരമായി തൊഴിലില്ലാത്തവർക്ക് ആശ്വാസം നൽകാനാവില്ല. അതുകൊണ്ട്, മുതലാളിത്തത്തിന്റെ അധ:പതനത്തിൽനിന്നു രൂപംകൊണ്ട തൊഴിലില്ലായ്മ എന്ന പ്രശ്നത്തിനുള്ള പരിഹാരം, ആന്തരികവൈരുദ്ധ്യങ്ങളില്ലാത്ത ഒരു സമ്പദ്വ്യവസ്ഥയ്ക്കുവേണ്ടി ജീർണ്ണിച്ച ഈ വ്യവസ്ഥയെ നശിപ്പിക്കുന്നതിൽ കണ്ടെത്തപ്പെടുന്നു. എന്നാൽ, സമുദായത്തിന്റെ പൊതുക്ഷേമത്തിന് എതിരായിത്തീർന്നിട്ടുള്ള പഴകി ദ്രവിച്ച വ്യവസ്ഥയെ സംരക്ഷിച്ചുനിർത്തുക എന്നതാണ് ഫാസിസത്തിന്റെ ചരിത്രപരമായ ധർമ്മം. അതുകൊണ്ട്, ഫാസിസം തൊഴിലില്ലായ്മാ പ്രശ്നത്തിനുള്ള പരിഹാരം യുദ്ധത്തിൽ തേടുന്നു. ഫാസിസമെന്നാൽ യുദ്ധമാണെന്ന് ശരിയായിത്തന്നെ പറയപ്പെടുന്നു. ഈ സ്വഭാവവിശേഷം താഴെ പറയുന്ന പ്രശസ്തമായ പ്രഖ്യാപനങ്ങളിൽനിന്ന് വ്യക്തമാകുന്നു:

'ഫാസിസം യുദ്ധത്തിൽ നിന്നാണുണ്ടായത്. യുദ്ധത്തിൽത്തന്നെ അതു പുറത്തേയ്ക്കുള്ള മാർഗ്ഗവും തേടണം. ഒരു മഹായുദ്ധത്തിലൂടെയല്ലാതെ നമ്മുടെ രാജ്യത്തിന് മുന്നേറാൻ കഴിയില്ല'. (മരിയോ കാർലി).

'യുദ്ധത്തിനു സ്തോത്രം! ഈ ഉദ്ഘോഷം ഉയർത്തുവാൻ എന്നെ അനുവദിക്കുക. എല്ലാറ്റിനും മേലെയായ, കുലീനവും മനോഹരവുമായ ഇറ്റലിയുടെ യുദ്ധത്തിന് സ്തോത്രങ്ങൾ. പൊതുവെയുള്ള യുദ്ധത്തിനും സ്തോത്രങ്ങൾ!' (Popolo d' Italia).

ഫാസിസ്റ്റ് പ്രസ്ഥാനത്തിന്റെ ആരംഭഘട്ടത്തിൽത്തന്നെ മുസ്സോളിനി എഴുതിയ ഒരു ലേഖനത്തിൽനിന്നുള്ള ഭാഗമാണിത്. രണ്ടുവർഷത്തിനുശേഷം - അപ്പോഴും അധികാരത്തിലെത്തിയിട്ടില്ല - തന്റെ പാർട്ടിയുടെ മുഖ്യജിഹ്വയായ അതേ പത്രത്തിൽ അദ്ദേഹം എഴുതി: 'സമാധാനം എന്നത് അസംബന്ധമാണ്; അല്ലെങ്കിൽ, അത് താൽക്കാലികമായ യുദ്ധവിരാമം മാത്രമാണ്.'

1926ൽ പ്രതിനിധിസഭയിൽ സംസാരിക്കവെ അദ്ദേഹം പ്രഖ്യാപിച്ചു: 'ഇറ്റാലിയൻ രാഷ്ട്രം എല്ലായ്പ്പോഴും യുദ്ധാവസ്ഥയിൽ ആയിരിക്കണം.'

അടുത്തവർഷം അദ്ദേഹം ഫാസിസത്തിന്റെ ആദർശം വളരെ വ്യക്തമായി വിവരിച്ചു. 'ഒരു നിമിഷംകൊണ്ട് അമ്പതുലക്ഷംപേരെ ആയുധമണിയിച്ച് അണിനിരത്താൻ കഴിവുള്ളവരാകണം നമ്മൾ.

നമ്മുടെ നാവികസേനയെയും വ്യോമസേനയേയുശക്തിപ്പെടുത്തണം. അവയിലാണ് ഞാൻ കൂടുതൽ കൂടുതൽ വിശ്വാസമർപ്പിക്കുന്നത്. അവ അസംഖ്യവും അതിശക്തവുമായിരിക്കണം. അവയുടെ യന്ത്രങ്ങളുടെ ഇരമ്പൽ ഉപദ്വീപിലെ മറ്റെല്ലാ ശബ്ദങ്ങളെയും മുക്കിത്താഴ്ത്തണം. അവയുടെ ചിറകുകളുടെ ഉപരിതലം നമ്മുടെ ദേശത്തുനിന്ന് സൂര്യനെ മറയ്ക്കണം.'

ഈ ഫാസിസ്റ്റ് അഭിലാഷം സാക്ഷാത്കരിക്കുന്നതിന് ഇറ്റാലിയൻ ജനത സാമ്പത്തികമായി നശിപ്പിക്കപ്പെടുന്നു. അവരുടെ ദുരിതങ്ങളുടെ പ്രതിദ്ധ്വനിയും പ്രതിഷേധത്തിന്റെ ശബ്ദവും നിർദ്ദയമായി അടിച്ചമർത്തപ്പെടുന്നതിനാൽ, ഇറ്റാലിയൻ ഉപദ്വീപിൽ യുദ്ധപെരുമ്പറയടിനാദമല്ലാതെ മറ്റൊന്നും കേൾക്കാനാവില്ല.

ജർമ്മനിയിൽ ഫാസിസ്റ്റുകൾ ഇറ്റലിയിലെ തങ്ങളുടെ മുൻഗാമികളുടെ കാലടികളെ പിന്തുടരുക മാത്രമല്ല, അവയെ കവച്ചുവെയ്ക്കുന്നുമുണ്ട്. 'ദുർബലവും പിന്നാക്കവുമായ വംശ'ങ്ങളെ കീഴടക്കുന്നതിനുവേണ്ടിയുള്ള യുദ്ധത്തിന് തയ്യാറെടുക്കുമ്പോൾ, ആഭ്യന്തരശത്രുക്കളെ ഉന്മൂലനം ചെയ്യാൻ വിവരണാതീതമായ ക്രൂരതകളാണ് അവർ നടത്തിയിട്ടുള്ളത്. തൊഴിലാളിവർഗ്ഗത്തെ മാത്രമല്ല, മറിച്ച് എല്ലാ പുരോഗമന ഘടകങ്ങളെയും – ലിബറലുകൾ, സമാധാനവാദികൾ, മനുഷ്യസ്നേഹികൾ, യഥാർത്ഥ ക്രിസ്ത്യാനികൾ എന്നിവർ – ദേശീയ സോഷ്യലിസത്തിന്റെ വിജയത്തിനായി ഉന്മൂലനം ചെയ്യപ്പെടേണ്ട ശത്രുക്കളുടെ ഗണത്തിൽ ഉൾപ്പെടുത്തിയിട്ടുണ്ട്. ആയിരക്കണക്കിനുള്ള ഈ ശത്രുക്കളെ പാർപ്പിച്ചിട്ടുള്ള അസംഖ്യം തടവറകളും തടങ്കൽപാളയങ്ങളും, നിസ്സഹായരായ ഇരകളെ മധ്യകാലരീതിയിലുള്ള നിരന്തരപീഢനങ്ങളിലൂടെ കുറ്റം സമ്മതിപ്പിക്കുന്നതിനും നാസിഭരണത്തോട് കൂറു പ്രഖ്യാപിക്കുന്നതിനുമുള്ള വേദികളാണ്. ആഭ്യന്തരശത്രുക്കളെ ഉന്മൂലനംചെയ്യുന്ന ഈ രീതിയെ, 1935ൽ ബെർലിനിൽവെച്ച അന്താരാഷ്ട്ര ശിക്ഷാനിയമശാസ്ത്ര (Penology) കോൺഗ്രസ്സിൽ നാസികൾ ന്യായീകരിക്കുകയുണ്ടായി. മറ്റു രാജ്യങ്ങളിലെ പ്രതിനിധികൾ 'മാനുഷികമായ പെരുമാറ്റത്തിനും ശിക്ഷണത്തിനും'വേണ്ടി നിർബന്ധിച്ചപ്പോൾ ഗീബൽസിന്റെ നേതൃത്വത്തിലുള്ള പ്രതിനിധിസംഘം 'തടവറയിൽ നിർദ്ദയത്വ'മാണ് വേണ്ടതെന്നാണ് വാദിച്ചത്. തടവുപുള്ളികളെ പീഢിപ്പിക്കുകയെന്നത് 'അനിവാര്യവും പ്രയോജനകരവും' ആണെന്ന നിർലജ്ജമായ നിലപാടാണ് ഗീബൽസ് സ്വീകരിച്ചത്. നാസികളുടെ നിർലജ്ജമായ ഈ പ്രഖ്യാപനം വിദേശ പ്രതിനിധികളെ അത്യന്തം ഞെട്ടിച്ചു. പ്രശസ്തനായ ഒരു ഫ്രഞ്ച് നിയമജ്ഞൻ ഉദ്ഘോഷിച്ചു: 'നീതിയുടെ എല്ലാ

ആവിഷ്കാരങ്ങളിൽനിന്നും പ്രതികാരം എന്ന ആശയം അപ്രത്യക്ഷമാകണം. അല്ലാത്തപക്ഷം, നാം കാടത്തത്തിലേയ്ക്കു പോകുകയാണ്.'

അനന്തരഫലമായി, വലിയൊരു വിഭാഗം വിദേശപ്രതിനിധികൾ സമ്മേളനത്തിൽനിന്ന് ഇറങ്ങിപ്പോയി - നാസി നിയമമന്ത്രി ഉൾപ്പെടുന്ന ജർമ്മൻ പ്രതിനിധിസംഘം മുന്നോട്ടുവെച്ച തത്ത്വങ്ങൾ ചർച്ചചെയ്യാൻപോലും കഴിയാത്തത്ര വിപുലമായ വിടവ് തങ്ങളുടെ രാജ്യത്ത് നിലനിൽക്കുന്ന ശിക്ഷാനിയമശാസ്ത്രം സംബന്ധിച്ച സങ്കല്പങ്ങളും ജർമ്മനിയുടേതും തമ്മിലുണ്ടെന്ന് പ്രഖ്യാപിച്ചുകൊണ്ട്.

'ഞാനൊരു ജർമ്മൻ ലേബർ ക്യാമ്പിലായിരുന്നു. ഞാനൊരു ജർമ്മൻ തടവറയിലായിരുന്നു. ഭയങ്കരമായ കാര്യങ്ങൾ ഞാൻ കണ്ടിട്ടുണ്ട്. ആ നരകത്തിൽ ഉൾപ്പെടാതിരിക്കുക. ജർമ്മനി ഒരു നരകമാണ്, കാരണം അവിടെ പ്രതീക്ഷകൾ നഷ്ടപ്പെടുന്നു. ഞാനൊരു ക്രിസ്ത്യാനിയാണ്. ആ ആളുകളോട് എനിക്ക് സംസാരിക്കാൻ കഴിയില്ല. എന്നാൽ എനിക്ക് കമ്മ്യൂണിസ്റ്റുകളോട് സംസാരിക്കാൻ കഴിയും; കാരണം അവർക്ക് വിവേകവും മനുഷ്യവംശത്തിന്റെ ക്ഷേമത്തിൽ താൽപര്യവുമുണ്ട്.'

ജനഹിതപരിശോധനയുമായി ബന്ധപ്പെട്ട് സാർവാലിയിൽ തൊഴിലാളികളുടെ സമ്മേളനത്തിൽ ഒരു കത്തോലിക്കാ പുരോഹിതൻ നടത്തിയ പ്രഖ്യാപനമാണിത്. ഫാസിസ്റ്റ് പ്രയോഗത്തിന്റെ യഥാർത്ഥ അവസ്ഥയെ അത് വിവരിക്കുന്നു.

●

കുറിപ്പുകൾ

1. 'ആത്മീയ മണ്ഡലത്തിൽ മനുഷ്യസ്വാതന്ത്ര്യത്തെ കർശനമായി വെട്ടിച്ചുരുക്കുന്നു' എന്നതിന്റെ പേരിൽ ഒരു സോഷ്യൽ ഡെമോക്രാറ്റിക് സൈദ്ധാന്തികൻ ബൊൾഷേവിക്ക് ഭരണകൂടത്തെ അപലപിക്കുന്നു. എങ്കിലും, മാർക്സിന്റെ വിശ്വസ്തായ ഒരു ശിഷ്യൻ എന്ന നിലയിൽ അദ്ദേഹം, 'വ്യക്തി എന്നത് മനുഷ്യവംശത്തിന്റെ തികച്ചും ക്ഷണഭംഗുരമായ ഒരു പ്രകടനം മാത്രമാണ്; വ്യക്തികൾ അപ്രധാനമാണ്; അതേസമയം സമൂഹം ശാശ്വതവും അനിവാര്യവുമാണ്'' എന്നു പ്രഖ്യാപിക്കുന്നു. (കാൾ റെന്നർ, The Institutions of Private Law and Their Social Functions).
2. 'പതിനെട്ടാം നൂറ്റാണ്ടിലെ ധാർമ്മികതത്ത്വശാസ്ത്രം വ്യാപ്തിയിൽ ഒട്ടൊക്കെ സങ്കുചിതമായിരുന്നു. ആരംഭ ബിന്ദുവിന്റെ സ്വാഭാവികഫലമായിരുന്നു അത്. അത് ആഗമനാത്മകം (inductive) ആണ്; അത് വസ്തുതകളെ ശേഖരിച്ചശേഷം അവയെ വിശദീകരിക്കാനുള്ള സിദ്ധാന്തം അന്വേഷിക്കുന്നു. വസ്തുതകളുടെ ശേഖരണം പ്രധാനപ്പെട്ട കാര്യമാണ്. അതിനാൽ, അത് സാമാന്യതത്ത്വശാസ്ത്രത്തിന്റെ ഭാഗമായോ ജ്ഞാനസിദ്ധാന്തത്തിന്റെ അനുബന്ധമായോ ഒരു ധാർമ്മിക സിദ്ധാന്തം അവതരിപ്പിക്കാൻ കാര്യമായ താൽപര്യം കാണിക്കുന്നില്ല. ജ്ഞാനസിദ്ധാന്തവുമായി അടുത്ത ബന്ധമുള്ള പ്രശ്നംപോലും - ധാർമ്മികബോധം ഇന്ദ്രിയത്തിലാണോ അതോ യുക്തിയിലാണോ രൂപംകൊള്ളുന്നത് എന്ന പ്രശ്നം - ധാർമ്മികപ്രമേയങ്ങൾക്ക് കുറച്ചപ്പുറത്തുവെച്ചാണ് പൊതുവെ കൈകാര്യം ചെയ്യപ്പെട്ടത്. കഡ്വർത്തിന്റെയും പ്രൈസിന്റെയും ചക്രവാളം കുറച്ചുകൂടി വലുതായിരുന്നു; എന്നാൽ, കഡ്വർത്ത് പതിനേഴാം നൂറ്റാണ്ടിൽപ്പെട്ട ആളായിരുന്നു. ഹ്യൂമിന്റെ ധാർമ്മിക സിദ്ധാന്തം തികച്ചും മനഃശാസ്ത്രപരമായ ഒന്നാണ്; അതിന് ദാർശനിക സ്വഭാവം ഒട്ടുമില്ല. ലോക്കിന്റെ 'ഉപന്യാസ'ത്തിൽ, ചർച്ച തൃപ്തികരമായി പൂർത്തീകരിക്കുന്നതിന് ധാർമ്മിക സിദ്ധാന്തം ഇടയ്ക്കിടെ കടന്നുവരുന്നുണ്ട്. ധാർമ്മികമൂല്യങ്ങളുടെ പൂർവ്വകല്പനകൾക്ക് വലിയ പ്രാധാന്യം നൽകുന്ന ഒരുപാട് കാര്യങ്ങൾ ഉണ്ടെങ്കിലും അത് തീർത്തും ആനുഷംഗിക സ്വഭാവമുള്ളതാണ്. ബിഷപ്പ് ബർക്കിലി തീർത്തും കേവലവാദി (Metaphysical)യായ ഒരാളായിരുന്നു... എന്നാൽ, അദ്ദേഹത്തിന്റെ കൃതികളിലെ ധർമ്മശാസ്ത്രപരമായ ഭാഗങ്ങൾ പാലി എഴുതിയതാകാനാണ് സാദ്ധ്യത....' (L.A. Selby–Biggy, The British Moralists).
3. റീഡ് ചൂണ്ടിക്കാണിക്കുന്നതുപോലെ, ഹ്യൂമിന്റെ ആനുഭവികവാദം നമ്മുടെ ജ്ഞാനത്തെയാകെ പ്രതിനിധാനാത്മക (Representative) ആശയങ്ങളിൽനിന്ന് നിർമ്മിക്കുന്നു. യഥാർത്ഥ ലോകത്തെക്കുറിച്ചുള്ള ധാരണകളെയെല്ലാം നഷ്ടപ്പെടുത്തുന്ന തരത്തിൽ ആനുഭവിക ഘടകത്തിന് ഊന്നൽ നൽകപ്പെടുന്നു.
4. 1808ൽ, ദു ബോയ്സ് - റേമണ്ട് ജർമ്മനിയിലെ ശാസ്ത്രജ്ഞൻമാരുടെയും വൈദ്യൻമാരുടെയും സംഘത്തിൽ 'പ്രകൃതിയെക്കുറിച്ചുള്ള അറിവിന്റെ പരിമിതികളെപ്പറ്റി' എന്ന ഒരു പ്രഭാഷണം നടത്തി. ആ പ്രഭാഷണത്തിന്റെ സത്തയെ 'നമുക്ക് ഒന്നും അറിയാനാവില്ല'

(Ignorabimus) എന്നു സംഗ്രഹിച്ചതിനാൽ പ്രശസ്തമായിത്തീർന്നു.

5. പത്തൊമ്പതാം നൂറ്റാണ്ടിലുടനീളമുള്ള അയുക്തിയുടെ വളർച്ചയും ഇരുപതാം നൂറ്റാണ്ടിലേയ്ക്കുള്ള അതിന്റെ കടന്നുവരവും, ആനുഭവികവാദത്തെ ഹ്യൂം തകർത്തതിന്റെ സ്വാഭാവികമായ തുടർച്ചയായിരുന്നു. (ബർട്രാന്റ് റസ്സൽ, History of Western Philosophy).
6. പത്തൊമ്പതാം നൂറ്റാണ്ടിന്റെ ആരംഭത്തിൽ 'ഇംഗ്ലീഷ് തത്ത്വശാസ്ത്രം കഷ്ടിച്ചാണ് നിലനിന്നിരുന്നത്.' (Leslie Stephen, The English Utilitarians).
7. പ്രത്യേകിച്ചും, മതപരവും ധാർമ്മികവുമായ പ്രശ്നങ്ങളിൽ, ഒരേസമയം ലിബറൽ ദാർശനികരായിരിക്കാനും വിപ്ലവകരമായ തീവ്രനിലപാടുകളെ ഒഴിവാക്കാനും ആഗ്രഹിച്ച ആളുകൾ കൈക്കൊണ്ട ആത്യന്തിക നിലപാടുകളെ സ്ഥാപിതനിയമങ്ങൾ പ്രതിനിധാനം ചെയ്തു. (Leslie Stephen, The English Utilitarians).
8. റീഡ് കാന്റിനേക്കാൾ ആഴത്തിൽപോയ ഹ്യൂമിന്റെ വിമർശകനായിരുന്നു. അദ്ദേഹത്തിന്റെ കൃതികൾ കാന്റിയൻ സത്യ (ഷോപ്പൻഹവർ)ത്തിന്റെ നിഷേധാത്മക തെളിവ് നൽകുകയും ആശയത്തിനുപകരം മനസ്സും പദാർത്ഥവും തമ്മിലുള്ള നിഗൂഢവും വിശദീകരിക്കാനാകാത്തതുമായ ബന്ധമായി നിർവ്വചിക്കപ്പെട്ട അന്തർജ്ഞാനത്തെ പ്രതിഷ്ഠിക്കുകയും ചെയ്തു.
9. 'ആ പഴയ ജർമ്മൻ ദേശീയവാദത്തെ, വിമോചനയുദ്ധങ്ങളിലെ അതിന്റെ ആളിക്കത്തലിനുശേഷം, ഫിഷ്‌റ്റെയാലുള്ള അതിന്റെ ആഴത്തിലുള്ള സ്ഥാപനത്തിനുശേഷം, സ്റ്റെയിനിലൂടെയും ആറന്റിലൂടെയുമുള്ള അതിന്റെ വിസ്ഫോടനാത്മകമായ ഉയർച്ചയ്ക്കുശേഷം നാം കാണുന്നു. ഈ മനുഷ്യരുടെ മഹത്വം 1813-ൽ വീണ്ടും ജർമ്മനിയെ ഗർത്തത്തിൽനിന്ന് കൊടുമുടിയിലേയ്ക്കു നയിച്ചു.' (Alfred Rosemberg, Mythus).
10. ഹെഗലിന്റെ പ്രസിദ്ധിയിൽ ഷോപ്പൻഹവറിന് വളരെയധികം അസൂയയുണ്ടായിരുന്നു എന്നത് ഒരു വസ്തുതയാണ്. അതിബുദ്ധിമാനായ തന്റെ എതിരാളിയെ നിഷ്പ്രഭനാക്കുന്നതിന് ബെർലിൻ സർവ്വകലാശാലയിൽ ഹെഗലിന്റെ ക്ലാസ് സമയത്തുതന്നെ ഷോപ്പൻഹവറും ക്ലാസ് നടത്തിയിരുന്നു. അതിന്റെ ഫലമായി ഷോപ്പൻഹവറിന് ഒഴിഞ്ഞ ബെഞ്ചുകളോട് പ്രഭാഷണം നടത്തേണ്ടിവന്നപ്പോൾ, ഹെഗലിന്റെ പ്രഭാഷണം കേൾക്കാൻ വിദ്യാർത്ഥികൾ കൂടിക്കൂടിവന്നു. ആ കടുത്ത അനുഭവമാണ് ഷോപ്പൻഹവറുടെ നിരാശാവാദത്തിന്റെ കാരണമെന്ന് ജീവചരിത്രകാരൻമാർ കരുതുന്നു. വൈകാരികമായ പ്രതികരണം എന്തുതന്നെയായാലും, ഹെഗൽ കഠിനമായി വിമർശിച്ച കാന്റിയൻ സങ്കല്പത്തെ അദ്ദേഹം സ്വീകരിച്ച് വികസിപ്പിച്ചു എന്നത് വ്യക്തം.
11. 'ജൈവികവും അജൈവികവുമായ പ്രകൃതിയുടെ വികാസത്തിലാകെ ഒരുപോലെ പ്രത്യക്ഷപ്പെടുന്ന മഹത്തായ ഒരു ഇച്ഛയാണ് യഥാർത്ഥം.' (ബർട്രാന്റ് റസ്സൽ).
12. നീത്‌ഷെയുടെ ജീവിതത്തെക്കുറിച്ചുള്ള ഒരു പുതിയ പഠനത്തിൽ പ്രകടിപ്പിക്കപ്പെട്ട അഭിപ്രായം ഇതാണ്: 'നീത്‌ഷെ ദുർബലനും ലോലഹൃദയനും രോഗാതുരമായ ആത്മബോധമുള്ള ആളുമായിരുന്നു. ഇതിനു പ്രതികാരമായി അദ്ദേഹം ശക്തൻമാരെ വാഴ്ത്തി- ജീവിതത്തിലെ ഊർജ്ജസ്വലമായ ശാരീരികാനന്ദം അനുഭവിക്കാനുള്ള തന്റെ കഴിവുകേടിന് പ്രതികാരമായി ഡയണീഷ്യൻ ഉന്മത്തതയെ വാഴ്ത്തിയപോലെ.' (H.A. Reyburn, Nitezsche: The Story of a Human Philosopher).
13. നീത്‌ഷെയുടെ അഭിപ്രായത്തിൽ 'ദേശീയവാദം' യൂറോപ്പിനെ ബാധിച്ചിട്ടുള്ള ഒരു ഞരമ്പുരോഗമാണ് ആ ഞരമ്പുരോഗത്താൽ, ജർമ്മൻകാർ അവരുടെ സ്വാതന്ത്ര്യയുദ്ധങ്ങളിലൂടെ യൂറോപ്പിന്റെതന്നെ അർത്ഥത്തെയും ധിഷണയെയും നശിപ്പിച്ചു; അവർ അതിന്റെ ഗതിമുട്ടിച്ചിട്ടുമുണ്ട്. (Ecce Homo).

●

www.ingramcontent.com/pod-product-compliance
Lightning Source LLC
LaVergne TN
LVHW040553051026
849519LV00004B/1331